ஹருகி முரகாமி, 1949-இல் ஜப்பானிலுள்ள கியோட்டோவில் பிறந்தவர். இளம் வயதிலிருந்தே பெற்றோரால் ஜப்பானிய இலக்கியம் பயிற்றுவிக்கப்பட்டார். டோக்கியோவின் வசேடா பல்கலைக்கழகத்தில் நாடகம் பயின்ற முரகாமி மேற்கத்திய இலக்கியங்களில் ஈடுபாடு கொண்டவர். ஃப்ரான்ஸ் காஃப்கா, சார்லஸ் டிக்கன்ஸ், ஃப்யோதர் தஸ்தயேவ்ஸ்கி மற்றும் ஜாக் கெரோவாக் ஆகியோர் தன்னைப் பாதித்த எழுத்தாளர்கள் என்று குறிப்பிடும் முரகாமி தன்னுடைய முதல் புனைவை 29-ஆம் வயதில் எழுதினார். 1985-இல் அவர் எழுதிய Hard-boiled wonderland and the end of the world மற்றும் 1987-இல் வெளிவந்த Norwegian wood ஆகிய புதினங்கள் அவர் மீதான உலகளாவிய கவனத்தை உருவாக்கின. இன்று 50-க்கும் மேற்பட்ட மொழிகளில் அவரது படைப்புகள் மொழிபெயர்க்கப்படுகின்றன. இவரது முக்கியமான படைப்புகளாக A wild sheep chase (1982), Norwegian Wood (1987), The wind-up Bird Chronicle (1994-95), Kafka on the shore (2002), 1Q84 (2009-10) ஆகிய புதினங்களைக் குறிப்பிடலாம். The elephant vanishes (1993), After the quake (2002), Blind willow - sleeping woman (2006), Men without women (2017) ஆகியவை இவரது சிறுகதைத் தொகுப்புகள். பல்வேறு நாடுகளின் விருதுகளைப் பெற்றுள்ள முரகாமி, ரேமண்ட் கார்வர், ட்ரூமென் கெபோட், பால் தெராக்ஸ் உள்ளிட்ட பலரது படைப்புகளை ஜப்பானிய மொழியில் மொழிபெயர்த்துள்ளார்.

கார்த்திகைப் பாண்டியன்

1981 ஆம் வருடம் மதுரையில் பிறந்த கார்த்திகைப் பாண்டியன் பொறியியலில் முனைவர் பட்டம் பெற்றவர். தற்போது கோவையில் தனியார் பொறியியல் கல்லூரியொன்றில் பேராசிரியராகப் பணிபுரிகிறார். எஸ்.ராமகிருஷ்ணனை தனது ஆதர்ஷமாகக் கொண்டவர். சிறுகதைகள் எழுதவதோடு மொழிபெயர்ப்பிலும் தீவிர ஆர்வம் செலுத்தி வருகிறார். நல்லதொரு இலக்கிய வாசகனாக அடையாளம் காணப்படுவதே தனக்குத் திருப்தியளிப்பதாகச் சொல்கிறார்.

இதுவரை வெளியாகியுள்ள படைப்புகள்.

சிறுகதைகள்

மர நிறப் பட்டாம்பூச்சிகள்

மொழிபெயர்ப்புகள்

எருது (உலகச் சிறுகதைகள்-1)

சுல்தானின் பீரங்கி (உலகச் சிறுகதைகள்-2)

ஒரு முகமூடியின் ஒப்புதல் வாக்குமூலம் - யுகியோ மிஷிமா (நாவல்)

நரகத்தில் ஒரு பருவகாலம்- ஆர்தர் ரைம்போ(கவிதைகள்)

துண்டிக்கப்பட்ட தலையின் கதை (உலகச் சிறுகதைகள்-3)

கற்பனையான உயிரிகளின் புத்தகம் - ஹோர்ஹே லூயிஸ் போர்ஹெஸ்

தொடர்புக்கு: 98421 71138
மின்னஞ்சல்: karthickpandian@gmail.com

ஹருகி முரகாமி

காஃப்கா - கடற்கரையில்

தமிழில்

கார்த்திகைப் பாண்டியன்

எதிர் வெளியீடு

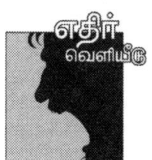

காஃப்கா - கடற்கரையில்
ஹருகி முரகாமி

தமிழில்: கார்த்திகைப் பாண்டியன்
முதல் பதிப்பு: பிப்ரவரி 2021

எதிர் வெளியீடு,
96, நியூ ஸ்கீம் ரோடு, பொள்ளாச்சி - 642 002.
தொலைபேசி: 04259 - 226012, 99425 11302.

விலை: ரூ. 900

Kafka on the Shore
Haruki Murakami

Translated by: Karthigai Pandian
First Edition: February 2021

Published by
Ethir Veliyeedu, 96, New Scheme Road, Pollachi - 2.
email: ethirveliyedu@gmail.com
www.ethirveliyedu.in

ISBN: 978-93-90811-15-1

Cover Design: Santhosh Narayanan
Printed by: Jothy Enterprises, Chennai.
UMIBE NO KAFUKA (Kafka on the Shore) by Haruki Murakami
Copyright © 2002 by Haruki Murakami
All rights reserved.
Originally published by Shinchosha Publishing Co.

All rights reserved. No part of this book may be reprinted or reproduced or utilised in any form or by any electronic, mechanical or other means, now known or hereafter invented, including Photocopying and recording, or in any information storage or retrieval system, without permission in writing from the Publisher.

நன்றி

ந.ஜயபாஸ்கரன் – பா.திருச்செந்தாழை – போகன் சங்கர்

அசதா – நேசமித்ரன் – அன்புவேந்தன்

ஸ்ரீதர் ரங்கராஜ் – வி.பாலகுமார்

கயல் – சுபத்ரா – ஜான்சி ராணி – ஹேமலதா

அனுஷ் – சீனிவாசன்

நகுலன் – பூமா

கனலி கலை இலக்கிய மின்னிதழ்

காகம் எனப் பெயரிடப்பட்ட சிறுவன்

"ஆக பணத்தைக் கையாள நீ முழுதாகத் தயாராகிவிட்டாய், அப்படித்தானே?" காகம் எனப் பெயரிடப்பட்ட சிறுவன் அவனுக்கேயுரிய சோம்பலான குரலில் கேட்கிறான். அப்போதுதான் நீங்கள் கண்விழித்தது போல, உங்கள் வாய் பாரமாகவும் சோர்வாகவும் உணர்வதைப் போன்ற குரல். ஆனால் அவன் வெறுமனே பாசாங்கு செய்கிறான். முழுக்க விழிப்போடுதான் இருக்கிறான். எப்போதும் போல.

நான் தலையசைக்கிறேன்.

"எவ்வளவு?"

எனது தலைக்குள் உள்ள எண்களை மதிப்பிடுகிறேன். "கையில் ரொக்கமாகக் கிட்டத்தட்ட 4,00,000 யென்கள், மேலும் ஏடிஎம் மூலம் கிடைக்கும் சிறிது பணம். இது அதிகமல்ல என்பதையறிவேன், ஆனால் இதுவே போதுமானதாயிருக்கும். இப்போதைக்கு."

"மோசமில்லை," என்கிறான் காகம் எனப் பெயரிடப்பட்ட சிறுவன். "இப்போதைக்கு."

நான் அவனைப் பார்த்து மீண்டும் தலையசைக்கிறேன்.

"இது சாண்டா கிளாஸ் தரக்கூடிய கிருஸ்துமஸ் பணம் கிடையாதென யூகிக்கிறேன்."

"ஆமாம், நீ சொல்வது சரிதான்," என நான் பதிலளிக்கிறேன்.

ஏளனமாக இளித்து காகம் சுற்றுமுற்றும் பார்க்கிறான். "இழுப்பறைகளைச் சூறையாடுவதிலிருந்தே நீ தொடங்கியிருக்க வேண்டும் என நினைக்கிறேன், சரியா?"

நான் ஏதும் சொல்லவில்லை. நாங்கள் பேசுவது யார் பணம் குறித்தென்பது அவனுக்குத் தெரியும், ஆக இழுத்துக்கொண்டே செல்லும் விசாரணைகள் இங்கு தேவையில்லை. வெறுமனே அவன் என்னைக் கடுப்படிக்கிறான்.

"பரவாயில்லை," என்கிறான் காகம். "உனக்கு நிஜமாகவே இந்தப் பணம் தேவையென்பதால் அதை நீ அடையத்தான் போகிறாய் - பிச்சையெடுத்து, கடன் வாங்கி அல்லது திருடி. இது உன் அப்பாவின் பணம், ஆகவே யார் கவலைப்படப் போகிறார்கள், சரியா? அந்தப் பணத்தை முழுதாக உனதாக்கிக் கொள், நிச்சயம் இதை உன்னால் சாதிக்க முடியும். இப்போதைக்கு. ஆனால் இதெல்லாம் தீர்ந்துபோனால் அதன் பிறகான திட்டம் என்ன? பணமென்பது வனத்தின் காளான்களைப் போலல்ல - தானாக வெடித்துக் கிளம்பி வராது, உனக்கும் அது தெரியும். உணவும் உறங்க ஓர் இடமும் உனக்குத் தேவைப்படும். உன்னிடமிருப்பதெல்லாம் ஒரு நாள் தீர்ந்து போகும்."

"நேரம் வரும்போது அது குறித்து நான் யோசிப்பேன்," என்கிறேன்.

"நேரம் வரும்போது," எனக் காகம் திரும்பச் சொல்கிறான், தனது கையில் வைத்து அவ்வார்த்தைகளை எடை போடுவதைப் போல.

நான் தலையசைக்கிறேன்.

"வேலை பார்ப்பது அல்லது அப்படி ஏதாவதொன்றைப் போல?"

"இருக்கலாம்," என்கிறேன்.

காகம் தன் தலையைக் குலுக்குகிறான். "உனக்குப் புரிகிறதா, உலகத்தைப் பற்றி நீ தெரிந்து கொள்ள வேண்டியது நிறைய இருக்கிறது. கவனி - முன்னெப்போதும் தான் சென்றிராத

ஏதோவொரு தொலைதூர நிலத்தில் பதினைந்து வயது சிறுவனுக்கு என்ன மாதிரி வேலை கிடைக்கும்? இன்னும் நீ இளநிலை கல்வியைக் கூட முடிக்கவில்லை. யார் உன்னைப் பணிக்கு அமர்த்திக் கொள்வார்கள் என்று நினைக்கிறாய்?"

நான் சற்றே நாணமுறுகிறேன். என்னை நாணமுறச் செய்ய பெரிதாக எதுவும் தேவைப்படுவதில்லை.

"தொலையட்டும் விடு," என்கிறான். "இப்போதுதான் நீ தொடங்குகிறாய் எனும் சூழலில் இத்தகைய உளச்சோர்வூட்டும் சங்கதிகளை உன் மீது நான் திணிக்கக்கூடாது. என்ன செய்யப் போகிறோம் என்பதை ஏற்கனவே நீ தீர்மானித்து விட்டாய், ஆக வண்டியை அடித்து ஓட்டுவது மட்டும்தான் பாக்கி. அதாவது, இது உன் வாழ்க்கை. அடிப்படையில், எது சரியென்று நம்புகிறாயோ அதோடு போவதுதான் நல்லது."

அதுவும் சரிதான். எல்லாம் சொல்லி முடித்த பிறகும், இது என் வாழ்க்கை.

"என்றாலும், ஒன்றை மட்டும் உனக்குச் சொல்கிறேன். இதைச் சாதித்துக் காட்ட விரும்பினால் நீ இன்னும் உறுதியானவனாக மாற வேண்டும்."

"என்னால் இயன்ற மட்டும் முயற்சி செய்கிறேன்," என்கிறேன்.

"நீ முயற்சி செய்கிறாய் என்பதெனக்கு நிச்சயமாகத் தெரியும்," என்கிறான் காகம். "கடந்த சில வருடங்களில் நீ நிறைய வலிமையானவனாக மாறியிருக்கிறாய். அதற்கு நான் உன்னைப் பாராட்டத்தான் வேண்டும்."

நான் மீண்டும் தலையசைக்கிறேன்.

"ஆனாலும் நாம் இதை எதிர்கொள்வோம் - உனக்குப் பதினைந்து வயதுதான் ஆகிறது," காகம் தொடர்ந்து சொல்கிறான். "உன் வாழ்க்கை இப்போதுதான் தொடங்கியிருக்கிறது, இவ்வுலகில் இதுவரையிலும் நீ கண் பதித்திராத சங்கதிகள் ஆயிரமாயிரம் உள்ளன. ஒருபோதும் உன்னால் நினைத்துப் பார்க்கவும் முடியாத சங்கதிகள்."

எப்போதும் போல, நாங்களிருவரும் என் அப்பாவின் வாசிப்பறையிலுள்ள பழைய நீள்சாய்விருக்கையில் ஒருவருக்கொருவர் அருகருகே அமர்ந்திருக்கிறோம். அந்த வாசிப்பறையையும் அங்கு சிதறிக்கிடக்கும் சின்னச் சின்ன பொருட்களையும் காகம் ரொம்பவே நேசிக்கிறான். தற்போது வண்டு-வடிவ கண்ணாடி பேப்பர்வெயிட்டை வைத்து அவன் விளையாடிக் கொண்டிருக்கிறான். ஒருவேளை என் அப்பா வீட்டில் இருந்திருந்தால், காகம் அதனருகில் கூட போயிருக்க மாட்டானென்பதை உறுதிபடச் சொல்லலாம்.

"ஆனால் நான் இங்கிருந்து வெளியேறித்தான் ஆக வேண்டும்," அவனிடம் சொல்கிறேன். "அதில் இருவேறு கருத்துகள் இல்லை."

"ஆமாம், நீ சொல்வது சரிதான் என நினைக்கிறேன்," பேப்பர்வெயிட்டை மறுபடியும் மேசை மீது வைத்து விட்டு கைகளைத் தனது தலைக்குப் பின்னால் கட்டிக் கொள்கிறான். "ஓடிப்போவது எல்லாவற்றையும் தீர்த்து வைக்கும் என்று அர்த்தமில்லை. உனது மகிழ்ச்சியின் மீது அல்லது வேறு எதன் மீதும் மண்ணை அள்ளிப் போட எனக்கு விருப்பமில்லை, ஆனால் நான் நீயாக இருந்தால் இந்த இடத்தை விட்டுத் தப்பிப்பதைப் பற்றி யோசிக்கவும் மாட்டேன். எத்தனை தூரம் நீ ஓடினாலும் அர்த்தமில்லை. தூரம் எதையும் தீர்த்து வைக்காது."

காகம் எனப் பெயரிடப்பட்ட சிறுவன் பெருமூச்சை வெளியிடுகிறான், பிறகு மூடியுள்ள இரு கண்ணிமைகளின் மீதும் தனது விரல்-நுனிகளை வைத்துக் கொண்டு, உள்ளிருக்கும் இருளுக்குள்ளிருந்தே என்னிடம் பேசுகிறான்.

"நாம் நமது ஆட்டத்தை ஆடினால் என்ன?" என்கிறான்.

"சரி," என்கிறேன். எனது கண்களை மூடி அமைதியாக ஒரு முறை ஆழ்ந்து மூச்சு விடுகிறேன்.

"நல்லது, பயங்கரமான ஒரு மணற்புயலை நினைத்துக்கொள்," என்கிறான். "மற்றவை அனைத்தையும் உன் தலையை விட்டு விலக்கி வை."

அவன் சொன்னது போலவே செய்கிறேன், மற்றவை அனைத்தையும் என் தலையை விட்டு விலக்குகிறேன். நான் யார் என்பதையும் கூட, மறக்கிறேன். முழுக்க வெறுமையாக இருக்கிறேன். பிறகு சங்கதிகள் மேலெழும்பத் தொடங்குகின்றன. என் அப்பாவின் வாசிப்பறையில் உள்ள பழைய தோல் நீள்சாய்விருக்கையில் ஒன்றாக அமர்ந்திருக்கும் சமயத்தில் - நாங்களிருவர் மட்டுமே - பார்க்கக்கூடிய சங்கதிகள்.

"சில சமயங்களில் விதியென்பது திசையை மாற்றிக் கொண்டேயிருக்கும் சிறிய மணற்புயலைப் போன்றது," என்கிறான் காகம்.

சில சமயங்களில் விதியென்பது திசையை மாற்றிக் கொண்டேயிருக்கும் சிறிய மணற்புயலைப் போன்றது. நீ திசையை மாற்றுகிறாய், ஆனாலும் மணற்புயல் உன்னைத் துரத்துகிறது. நீ மீண்டும் திரும்புகிறாய், என்றாலும் மணற்புயல் தன்னைச் சீரமைத்துக் கொள்கிறது. திரும்பத் திரும்ப நீ இதைச் செய்தவாறே இருக்கிறாய், விடியலுக்குச் சற்று முன்னர் மரணத்தோடு நிகழ்த்தும் ஏதோவொரு தீக்குறி நடனம் போல. ஏன்? ஏனென்றால் இந்தப் புயல், உனக்கு எவ்விதத்திலும் தொடர்பில்லாத, எங்கோ வெகு தொலைவிலிருந்து வீசுகிற ஏதோவொரு சங்கதியல்ல. இந்தப் புயலென்பது நீதான். உனக்கு உள்ளே இருக்கும் எதுவோ ஒன்று. ஆக நீ செய்யக்கூடியது அந்தப் புயலை எதிர்கொள்வதுதான், மிகச்சரியாக அந்தப் புயலின் நடுவே நுழைந்து, மணல் உள்ளே புகுந்து விடாமலிருக்க கண்களை மூடி மற்றும் காதுகளைப் பொத்தி, ஒவ்வொரு அடியாக, அதனூடாக நடந்து போக வேண்டும். அங்கு சூரியனோ, நிலவோ, திசையோ, காலத்தைப் பற்றிய பிரக்ஞையோ எதுவும் இருக்காது. பொடிந்த எலும்புகள் போல வானை நோக்கிச் சுழன்றேகும் மென்மையான வெண்மணல் மட்டும். அப்படிப்பட்ட மணற்புயலைத்தான் நீ கற்பனை செய்ய வேண்டும்.

மேலும் மிகத்துல்லியமாக அதைத்தான் நான் செய்கிறேன். அடர்த்தியான கயிறு போல செங்குத்தாக நீளும் ஒரு வெண்ணிறப் புனலைக் கற்பனை செய்கிறேன். எனது கண்கள் இறுக மூடியுள்ளன, நுண்ணிய மணற்துகள்கள் அவற்றினுள்

புகுந்து விடாமல் கைகள் காதுகளைப் பொத்தியிருக்கின்றன. மணற்புயல் நிதானமாக நெருங்குகிறது. காற்று எனது தோலை அழுத்துவதை என்னால் உணர முடிகிறது. நிஜமாகவே அது என்னை விழுங்கத்தான் போகிறது.

காகம் எனப் பெயரிடப்பட்ட சிறுவன் மெதுவாகத் தனது கையை என் தோளின் மீது வைக்கிறான், அதோடு அந்தப் புயல் மறைந்து போகிறது.

“இப்போதிருந்து – எது நடந்தாலும் சரி – இவ்வுலகின் மிகக்கடினமான பதினைந்து வயதுச் சிறுவனாக நீதானிருக்க வேண்டும். நீ தப்பிப் பிழைக்க அதுதான் ஒரே வழி. மேலும் அதன் பொருட்டு, கடினமாக இருப்பதென்றால் என்னவென்பதையும் நீ கண்டறிய வேண்டும். நான் சொல்வதைக் கவனிக்கிறாயா?”

கண்களை நான் மூடியே வைத்திருப்பதோடு பதிலேதும் சொல்லவில்லை. வெறுமனே, எனது தோளின் மீது அவன் கை வீற்றிருக்க, இப்படியே தூக்கத்துக்குள் ஆழ்ந்து போக விரும்புகிறேன். இறக்கைகளின் மெல்லிய படபடப்பைக் கேட்கிறேன்.

“உலகின் மிகக் கடினமான பதினைந்து வயதுடையவனாக நீதானிருக்கப் போகிறாய்,” உறங்க நான் முயற்சி செய்யும்போது காகம் கிசுகிசுக்கிறான். ஏதோ அவன் அந்த வார்த்தைகளை எனது இதயத்தில் ஆழமான நீலநிற பச்சையாகக் குத்துவதைப் போல.

அத்துடன் நீ நிஜமாகவே அந்தக் கொடூரமான, மீபொருண்மையான, குறியீட்டுத்தன்மையுடனான புயலைச் சந்தித்து மீளத்தான் வேண்டும். எத்தனை மீபொருண்மையுடையதாகவும் குறியீட்டுத்தன்மையுடனும் அது இருந்தாலும் சரி, குறைத்து எடைபோடாதே: ஆயிரம் கூரிய கத்திகளைப் போல சதையை அது கிழித்துச் செல்லும். மனிதர்கள் அங்கு உதிரம் சிந்துவார்கள், நீயும் கூட உதிரம் சிந்துவாய். சூடான, செந்நிறமான உதிரம். அந்த உதிரத்தை நீ உன் கைகளில் ஏந்துவாய், உனது சொந்த உதிரத்தையும் மற்றவர்களின் உதிரத்தையும்.

புயல் ஓய்ந்த மறுகணம் அதிலிருந்து எப்படி வெளியேறினோம் என்பது உனக்கு நினைவிருக்காது, எப்படி உன்னால் தப்பிக்க முடிந்ததென்பதும். சொல்வதெனில், நிஜமாகவே அந்தப் புயல் ஓய்ந்து விட்டதா என்பதையும் உன்னால் உறுதியாகச் சொல்ல முடியாது. ஆனால் ஒரு விஷயம் மட்டும் நிச்சயம். அந்தப் புயலை விட்டு வெளியேறி வரும்போது உள்ளே நுழைந்த அதே மனிதனாக நீ இருக்க மாட்டாய். இதுதான் அந்தப் புயலின் நோக்கமும் கூட.

எனது பதினைந்தாவது பிறந்தநாளில் நான் வீட்டை விட்டு ஓடுவேன், தொலைதூர நகரத்துக்குப் பயணித்து, சிறிய நூலகமொன்றின் மூலையில் வசிப்பேன். மொத்த விவகாரத்தையும், அதன் அத்தனை விவரங்களையும் சொல்லக் குறைந்தது ஒரு வாரம் பிடிக்கும். ஆகவே அதன் ஆதாரப்புள்ளியை மட்டும் தருகிறேன். எனது பதினைந்தாவது பிறந்தநாளில் நான் வீட்டை விட்டு ஓடுவேன், தொலைதூர நகரத்துக்குப் பயணித்து, சிறிய நூலகமொன்றின் மூலையில் வசிப்பேன்.

சற்றே இதுவொரு தேவதைக்கதை போலத் தெரியலாம். ஆனால் இது தேவதைக்கதை அல்ல, என்னை நம்புங்கள். எவ்வகைத் திருப்பத்தை அதோடு நீங்கள் இணைத்தாலும் அது மாறப் போவதில்லை.

1

வீட்டை விட்டுக் கிளம்பும்போது என் அப்பாவின் வாசிப்பறையில் இருந்து நான் பணத்தை மட்டும் எடுக்கவில்லை. ஒரு சிறிய, பழங்காலத் தங்க நிற லைட்டரையும் எடுக்கிறேன் – அதன் வடிவமைப்பும் தொடுவுணர்வும் எனக்கு மிகவும் பிடிக்கும் – உடன் நிஜமாகவே மிகக் கூர்மையான அலகு கொண்ட அதன் மடக்குக்கத்தியும். மானின் தோலையறுக்க உருவாக்கப்பட்டது, ஐந்து-அங்குலக் கத்தியும் அழகான கைப்பிடியும் கொண்டிருக்கிறது. அனேகமாக அவரின் வெளிநாட்டுப் பயணங்களில் ஒன்றில் அதை வாங்கியிருக்கலாம். இழுப்பறையில் இருந்து திடமான, பிரகாசம் பொருந்திய குட்டி ஒளிக்கருவியையும் எடுத்துக் கொள்கிறேன். உடன் என் வயதை மறைக்க வான்-நீல நிற ரேவோ குளிர்கண்ணாடிகளையும்.

என் அப்பாவுக்குப் பிடித்த “கடல்-சிப்பி” *(Sea Oyster)* ரோலக்ஸ் கடிகாரத்தையும் எடுத்துப் போகலாமா என நினைக்கிறேன். அது ஓர் அழகிய கடிகாரம், ஆனால் பளபளப்பான எதுவும் தேவையற்ற கவனத்தை ஈர்க்கும். அலாரமும் ஸ்டாப்வாட்சும் உள்ள எனது மலிவான பிளாஸ்டிக் கேசியோ கடிகாரமே போதும், சொன்னால் அது இன்னும் உபயோகமானதாகவும் கூட இருக்கலாம். மனமேயின்றி, ரோலக்ஸை மீண்டும் அதன் இழுப்பறைக்குள் வைக்கிறேன்.

மற்றொரு இழுப்பறையின் பின்னாலிருந்து நானும் என் மூத்த சகோதரியும் சிறுவர்களாகவுள்ள புகைப்படத்தை எடுக்கிறேன், முகங்களில் ஏளனச்சிரிப்பு ஒட்டியிருக்க இருவரும் எங்கோவொரு கடற்கரையில் நிற்கிறோம். என் அக்கா

ஒருபுறமாகப் பார்த்திருப்பதால் அவள் முகத்தின் பாதி நிழலுக்குள்ளிருக்க அவளுடைய புன்னகையும் கிட்டத்தட்டப் பாதியாக வெட்டுப்பட்டிருக்கிறது. பாடப்புத்தகங்களில் காணக்கிடைக்கும் கிரேக்க அவலநாடகங்களின் முகமூடிகளுள் ஒன்றைப்போல, ஒரு பாதி ஒரு கருத்துருவோடும் மறுபாதி அதன் எதிர்நிலையோடும், அது தோற்றமளிக்கிறது. வெளிச்சமும் இருளும். எதிர்பார்ப்பும் விரக்தியும். சிரிப்பும் சோகமும். நம்பிக்கையும் தனிமையும். எனது பங்குக்கு, நடுக்கமின்றி, நான் நேராய் நிமிர்ந்து ஒளிப்படக்கருவியை வெறித்துப் பார்க்கிறேன். கடற்கரையில் வேறு யாருமில்லை. அக்காவும் நானும் நீச்சலுடைகளை அணிந்திருக்கிறோம் – சிவப்புநிறத்தில் மலர்கள்-அச்சடித்த ஒற்றையாடை அவளுடையது, என்னுடையதோ தளர்வான பழைய நீலநிறக் காற்சராய்கள். நான் ஒரு நெகிழிக்குச்சியை கையில் வைத்திருக்கிறேன். வெண்ணிற நுரை எங்கள் கால்களை நனைக்கிறது.

யார் இதை எடுத்தது, எங்கே, எப்போது, எனக்குத் தெரியவில்லை. அதோடு எப்படி நான் இவ்வளவு மகிழ்ச்சியாகத் தோற்றமளித்திருக்க முடியும்? மேலும் எதற்காக என் அப்பா இந்தப் புகைப்படத்தை மட்டும் வைத்திருக்கிறார்? மொத்த விஷயமும் முழுக்கவே மர்மமாயிருக்கிறது. எனக்கு மூன்று வயதிருக்கலாம், அக்காவுக்கு ஒன்பது. நாங்கள் எப்போதாவது இத்தனை இணக்கமாக இருந்திருக்கிறோமா என்ன? எனது குடும்பத்தோடு சேர்ந்து கடற்கரைக்குப் போனதாக எனக்கு எந்த நினைவுமில்லை. அவர்களோடு சேர்ந்து எங்குமே போனதாகவும் நினைவில்லை. பரவாயில்லை, என்றாலும் – அப்பாவிடம் அந்தப் புகைப்படத்தை நான் விட்டுச்செல்ல வாய்ப்பேயில்லை என்பதால் அதை எனது பணப்பைக்குள் வைக்கிறேன். என் அம்மாவின் புகைப்படங்கள் எதுவும் என்னிடமில்லை. அவற்றையெல்லாம் என் அப்பா தூக்கியெறிந்து விட்டார்.

சிறிது யோசனைக்குப் பிறகு கைபேசியையும் என்னோடு எடுத்துப் போகத் தீர்மானிக்கிறேன். நானதை எடுத்துச் சென்றிருப்பது தெரிந்த மறுகணம், அனேகமாக என் அப்பா தொலைபேசி நிறுவனத்துக்குப் பேசி அதைச் செயலிழக்கச் செய்யலாம். இருந்தாலும், அடாப்டரோடு சேர்த்து அதையும்

எனது முதுகுப்பைக்குள் எறிகிறேன். இனிமேலும் வேலை பார்க்காதென்கிற சூழலில் வெறுமனே அதை நான் தூக்கி வீசி விடுவேன்.

வெறும் அடிப்படைத் தேவைகள், அதுதான் எனக்கு வேண்டும். எந்தத் துணிகளை எடுத்துப் போகலாம் எனத் தேர்வதுதான் மிகக்கடினமான வேலை. இரண்டு கம்பளிச்சட்டைகளும் சில ஜோடி உள்ளாடைகளும் எனக்குத் தேவைப்படும். ஆனால் சட்டைகள் மற்றும் காற்சராய்களின் கதி? கையுறைகள், சால்வைகள், அரையாடைகள், ஒரு மேலங்கி? இதற்கு முடிவே கிடையாது. இருந்தபோதும், ஒரு விஷயம் எனக்கு உறுதியாகத் தெரியும். ஏதோவொரு புது இடத்தில் ஹே, அனைவரும் இந்த ஓடுகாலியைப் பாருங்கள்! என அலறும் மிகப்பெரிய முதுகுப்பையோடு சுற்றி வர நான் விரும்பவில்லை. அப்படி செய்தால் யாரேனும் ஒருவர் எழுந்தமர்ந்து உங்களை நோட்டமிடலாம். அடுத்ததாக நிகழக்கூடியது யாதெனில் காவலர்கள் என்னை உள்ளே இழுத்துப் போட்டு பிறகு நேராக வீட்டுக்கு அனுப்பப்படுவேன். ஏதாவதொரு குழுவில் சீக்கிரமே நான் போய் சேராவிட்டால்.

குளிருகிற எந்த இடமும் நிச்சயமாகக் கிடையாது, நான் தீர்மானிக்கிறேன். எளிதான சங்கதி, அதற்கு நேரெதிர் நிலையைத் தேர்ந்தெடுக்கலாம் – ஒரு வெதுவெதுப்பான இடம். எனில் நான் மேலங்கியையும் கையுறைகளையும் விட்டுப் போகலாம், பாதித் துணிமணிகளைக் கொண்டே சமாளிக்கலாம். துவைத்து-அணியும்-வகையிலான பொருட்களைத் தேர்கிறேன், என்னிடம் உள்ளவற்றில் மெலிதானவற்றை, நன்றாக மடித்து அவற்றை என் முதுகுப்பைக்குள் திணிக்கிறேன். எளிதாகவும் இறுக்கமாகவும் சுருட்டி வைக்கும் வகையைச் சேர்ந்த மூன்று-பருவங்களுக்கான உறக்கப்பொதி ஒன்றை எடுக்கிறேன், குளியறைப் பொருட்கள், ஒரு மழைக்கால போஞ்சோ (Poncho), குறிப்பேடும் பேனாவும், வாக்மேனும் பத்து டிஸ்க்குகளும் – எனது இசை எனக்குத் தேவைப்படும் – அத்துடன் உபரி ரீசார்ஜபிள் பேட்டரியும். அவ்வளவே. சமையல் சாமான்கள் ஏதும் வேண்டாம், பாரம் என்பதோடு அவை நிறைய இடத்தை

அடைக்கும், உள்ளூர் கடையில் உணவை நான் வாங்கிக் கொள்ளலாம்.

சிறிது நேரம் எடுத்தாலும் எனது பட்டியலில் உள்ள நிறைய பொருட்களை என்னால் கழிக்க முடிகிறது. சில பொருட்களைச் சேர்க்கிறேன், அவற்றை அடித்து நீக்குகிறேன், அதன் பிறகு மேலும் நிறைய பொருட்களைச் சேர்த்து பின் அவற்றையும் அடித்து நீக்குகிறேன்.

என்னுடைய பதினைந்தாவது பிறந்தநாள்தான் வீட்டை விட்டு ஓடிப் போகப் பொருத்தமான நாள். அதற்கு முன்னால் எப்போதென்றாலும் வெகு சீக்கிரம் என்றாகும். அதற்குப் பிறகு எப்போதென்றாலும் எனக்கான வாய்ப்பை நான் இழந்திருக்கக்கூடும்.

எனது இளநிலைக் கல்வியின் முதலிரண்டு ஆண்டுகளின்போதே, நான் திட்டமிட்டேன், இந்நாளுக்கென பயிற்சியில் ஈடுபட்டேன். கீழ்நிலைப் பள்ளியின் முதலிரு வருடங்களில் ஜூடோ பயிற்சி செய்யத் தொடங்கினேன், இளநிலைக் காலகட்டத்திலும் சில சமயங்களில் அதற்குப் போயிருக்கிறேன். ஆனால் பள்ளி அணிகள் எதிலும் நான் சேரவில்லை. எப்போது எனக்கு நேரம் கிடைத்தாலும் பள்ளியின் மைதானத்தைச் சுற்றி மெதுவாக ஓடவோ, நீந்தவோ அல்லது உள்ளூர் உடற்பயிற்சிக்கூடத்துக்குப் போகவோ செய்வேன். அங்கிருந்த இளம் பயிற்சியாளர்கள் எனக்கு இலவசமாக சொல்லித் தந்தார்கள், உடலை விரிவாக்கும் ஆகச்சிறந்த பயிற்சிகளை செய்து காட்டியதோடு தசைகளின் திரட்சியைக் கூட்ட உடலுறுதி இயந்திரங்களை எவ்வாறு பயன்படுத்தலாம் என்பதையும் விளக்கினார்கள். தினமும் நாம் பயன்படுத்தும் தசைகள் எவையென்றும் இயந்திரங்களைக் கொண்டு எந்தத் தசைகளை மட்டும் வளர்க்க முடியும் என்பதையும் கற்றுத் தந்தார்கள், பெஞ்ச் பிரஸ் செய்வதற்கான சரியான வழிமுறையையும் கூட. ஆரம்பத்திலேயே நான் மிகவும் வளர்த்தியாக இருந்தேன், அத்துடன் இந்தப் பயிற்சிகளால் நன்கு அகன்ற தோள்களையும் மார்புகளையும் வளர்த்துக் கொண்டேன். பெரும்பாலான அன்னியர்கள் என்னை 17 என்றே எண்ணுவார்கள். எனது நிஜ வயதின் தோற்றத்தோடு

நான் ஓடிப்போனால் அது உண்டாக்கும் சிக்கல்களை நீங்களே யூகித்துக் கொள்ளலாம்.

உடற்பயிற்சியகத்தின் பயிற்சியாளர்கள் மற்றும் எங்கள் வீட்டுக்கு ஒரு நாள் விட்டு ஒரு நாள் வந்து போகும் பணியாளரைத் தவிர – மேலும் இயல்பாகப் பள்ளியில் காலத்தை ஓட்டத் தேவையான மிகக்குறைந்த சாத்தியங்களையும் சேர்த்து – அரிதாகத்தான் நான் யாரோடும் பேசுவேன். வெகு காலத்துக்கு நானும் என் அப்பாவும் ஒருவரையொருவர் சந்திப்பதைத் தவிர்த்து வந்தோம். ஒரே கூரையின் கீழ் வசித்தோம், என்றாலும் எங்கள் அட்டவணைகள் முற்றிலும் வேறாயிருந்தன. பெரும்பாலான நேரத்தை அவர் தனது அரங்கத்தில் கழித்தார், வெகு தொலைவில், மேலும் அவரைத் தவிர்க்க நானும் என்னால் இயன்றதைச் செய்தேன்.

நான் போகும் பள்ளி மேல்தட்டு வர்க்கத்தைச் சேர்ந்த அல்லது குறைந்தபட்சம் செல்வந்தர்களாக உள்ளவர்களின் குழந்தைகளுக்கான தனியார் இளநிலைப் பள்ளி. அது எந்த மாதிரியான பள்ளி என்றால், உண்மையில் நீங்களாகக் கெடுத்துக் கொள்ளாதவரை, அதே வளாகத்திலுள்ள மேல்நிலைப் பள்ளிக்கு நீங்கள் தானாகத் தரமுயர்த்தப்படுவீர்கள். அனைத்து மாணவர்களும் தூய்மையாக உடையணிவார்கள், அழகிய நேரான பற்களைக் கொண்டிருப்பார்கள், அத்துடன் நரகம் போல சலிப்பூட்டுகிறவர்களாகவும் இருப்பார்கள். இயல்பாக, எனது நண்பர்களின் எண்ணிக்கை பூஜ்ஜியம் என்பதாகவே இருந்தது. என்னைச் சுற்றி ஒரு சுவரை நான் எழுப்பியிருந்தேன், ஒருபோதும் யாரையும் அதற்குள் அனுமதிக்காமல், துணிந்து வெளியேறிச் சுற்றித்திரிய நானும் முயற்சி செய்யாமல். அப்படியொருவரை யார்தான் விரும்பக்கூடும்? அவர்களனைவரும் என் மீது ஒரு கண் வைத்திருந்தார்கள், தொலைவில் இருந்து. அவர்கள் என்னை வெறுக்கலாம், அல்லது என்னைக் கண்டு அஞ்சலாம், ஆனால் என்னை அவர்கள் கண்டுகொள்வதில்லை என்பதில் வெறுமனே மகிழ்ந்தேன். ஏனென்றால் நான் கவனிக்க வேண்டிய வேறு சங்கதிகள் ஆயிரமாயிரம் இருந்தன, எனது ஓய்வு நேரங்களைப் பள்ளி நூலகத்தின் புத்தகங்களை விழுங்குவதில் செலவிடுவது உட்பட.

என்றபோதும், வகுப்பில் சொல்லப்பட்ட எதன் மீதும் நான் எப்போதும் ஆழ்ந்து கவனம் செலுத்தினேன். காகம் எனப் பெயரிடப்பட்ட சிறுவன் எனக்கு அறிவுறுத்தியதைப் போல.

செய்திகள் மற்றும் உத்திகள் அல்லது வகுப்பில் அவர்கள் சொல்லித்தரும் எதுவும் நிஜ உலகில் உனக்குப் பெரிய அளவில் பயன்படப் போவதில்லை, அது மட்டும் உறுதி. தைரியமாகச் சொன்னால், ஆசிரியர்கள் என்பவர்கள் அடிப்படையில் ஒரு காட்டுமிராண்டிக் கூட்டம்தான். ஆனால் நீ இதை நினைவில் கொள்ள வேண்டும்: நீ வீட்டை விட்டு ஓடிப் போகிறாய். இதன் பிறகு பள்ளிக்குப் போக எந்தவொரு வாய்ப்பும் உனக்கு அனேகமாகக் கிடைக்காது, ஆக உனக்குப் பிடிக்கிறதோ இல்லையோ சந்தர்ப்பம் கிடைக்குமட்டும் உன்னால் முடிந்ததை நீ கிரகித்துக் கொள்வதே நல்லது. ஒரு மையொற்றித்தாளைப் போல மாறி எல்லாவற்றையும் உள்ளிழுத்துக் கொள். எதைத் தக்க வைக்கலாம் என்பதையும் எதை வெளியேற்றலாம் என்பதையும் பிற்பாடு நீ தீர்மானிக்கலாம்.

அவன் சொன்னதைச் செய்தேன், கிட்டத்தட்ட எப்போதும் நான் செய்வதைப் போல. எனது மூளை கடற்பஞ்சைப் போலிருக்க, வகுப்பில் சொன்ன ஒவ்வொரு வார்த்தையின் மீதும் கவனத்தைக் குவித்து அவையனைத்தையும் உள்ளே சேகரமாக அனுமதித்தேன், அவற்றின் அர்த்தத்தைக் கண்டுபிடித்து எல்லாவற்றையும் நினைவில் பொதிந்து கொண்டேன். இந்த வழிமுறைக்கு நன்றி, வகுப்பறைக்கு வெளியே நான் படிக்கத் தேவையில்லாமல் போனது, ஆனால் எப்போதும் தேர்வுகளில் முதலிடங்களுக்கு நெருக்கமாக வந்தேன்.

எனது தசைகள் எஃகுபோல உறுதியாகிக் கொண்டிருந்தன, இன்னுமதிகம் விலகியவனாக, அமைதியானவனாக நான் மாறிக் கொண்டிருந்த சமயத்தில் கூட. எனது உணர்வுகளை வெளிக்காட்டாதிருக்க நான் தீவிரமாக முயன்றேன் - வகுப்புத் தோழர்களோ அல்லது ஆசிரியர்களோ ஒருபோலவே - யாருக்கும் நான் என்ன நினைக்கிறேன் என்பது பற்றிய தடயத்தைத் தந்து விடாமலிருக்க. கூடிய சீக்கிரம் மூத்தவர்களின் மோசமான உலகுக்குள் நான் வீசப்படுவேன், அங்கே பிழைத்துக் கிடைக்க விரும்பினால் வேறு எவரைக்

காட்டிலும் கடினமானவனாக இருக்க வேண்டுமென்பதையும் அறிந்திருந்தேன்.

ஆடியில் தெரியும் எனது கண்கள் பல்லியினுடையதைப் போல இறுகிக் கிடக்கின்றன, எனது உணர்வுகள் நிலையானதாகவும் படித்தறிய முடியாததாகவும். கடைசியாக நான் எப்போது சிரித்தேன் அல்லது புன்னகையின் ஒரு மெல்லிய கீற்றை வேறொரு மனிதனிடம் எப்போது வெளிப்படுத்தினேன் என்பதை என்னால் நினைவுகூர முடியவில்லை. நான் மட்டும் தனியனாக.

இந்த மௌனமான, ஒதுங்கிய புறத்தோற்றத்தை அனைத்து சமயங்களிலும் என்னால் காப்பாற்ற முடியும் என வலியுறுத்த நான் முயற்சி செய்யவில்லை. சில சமயங்களில் என்னைச் சுற்றி நான் எழுப்பிய சுவர் பொடிப்பொடியாக உதிர்ந்து நொறுங்கிடும். அடிக்கடி நிகழ்வதில்லை, ஆனால் சில நேரங்களில், என்ன நடக்கிறதென்பதை உணரும் முன்பாக, நான் அங்கு – நிர்வாணமாகவும் பாதுகாப்பற்றவனாகவும் முழுக்கக் குழம்பியவனாகவும் – நின்றிருப்பேன். அது போன்ற சமயங்களில் ஏதோவொரு கெட்டசகுனம் என்னையழைப்பதாக எப்போதும் உணருகிறேன், இருண்ட, எங்கும் வியாபித்திருக்கும் நீர்க்குளம் போல.

இருண்ட, எங்கும் வியாபித்திருக்கும் நீர்க்குளம்.

அனேகமாக அது எப்போதும் அங்குதானிருந்தது, எங்கோ தொலைவில் ஒளிந்திருந்தது. ஆனால் நேரம் வரும்போது, உனது உடலின் ஒவ்வொரு அணுவையும் சில்லிடச் செய்தபடி விரைந்து வெளியேறி வரும். மூச்சு விடத் திணறியவாறே அந்தக் குரூரமான வெள்ளத்தில் நீ மூழ்குவாய். மேற்கூரைக்கு அருகேயுள்ள காற்றுப்புழையை பற்றியிருப்பாய், சிரமத்தினூடாக, ஆனால் உன்னால் சுவாசிக்க முடிந்த காற்றோ வறண்டிருப்பதோடு தொண்டையை எரிக்கவும் செய்யும். நீரும் தாகமும், குளிர்ச்சியும் வெப்பமும் – எதிரெதிர் மூலகங்களாகச் சொல்லப்படும் இவையாவும் ஒன்றுசேர்ந்து உன்னைத் தாக்க வரும்.

இவ்வுலகம் ஒரு மாபெரும் நிலப்பரப்பு, ஆனால் உன்னை உள்ளிழுத்துக் கொள்ளும் இடத்தை - மேலும் அது அத்தனை பெரிதாயிருக்க வேண்டிய அவசியமுமில்லை - எங்கும் கண்டுபிடிக்க முடியாது. நீயொரு குரலைத் தேடுகிறாய், ஆனால் உனக்கு என்ன கிடைக்கிறது? அமைதி. நீ அமைதியைத் தேடுகிறாய், என்னவென்று சொல் பார்ப்போம்? நீ மீண்டும் மீண்டும் கேட்பதெல்லாம் இந்த கெட்டசகுனத்தின் குரலைத்தான். மேலும் சில சமயங்களில் இந்த முன்னுணர்ந்துரைக்கும் குரல் உனது மூளைக்குள் ஆழமாகப் புதைந்துள்ள ரகசியமான விசையை முடுக்கவும் செய்யும்.

மிக நீண்ட மழைக்குப் பிறகான மாபெரும் நதி போல, உனது இதயம் கரைகளை மீறிப் பாயும். ஒரு காலத்தில் நிலத்தின் மீது நின்றிருந்த கைகாட்டிகள் எல்லாம் காணாமல் போய் விட்டன, வெள்ளப்பெருக்கால் மூழ்கடிக்கப்பட்டும் பிடுங்கியெறியப்பட்டும். பிறகும் கூட மழை நதியின் மேற்பரப்பில் பலமாகப் பெய்கிறது. அத்தகைய வெள்ளத்தை செய்திகளில் பார்க்கும் ஒவ்வொரு முறையும் உன்னிடம் நீயே சொல்லிக் கொள்வாய்: அதுதான். அது எனது இதயம்தான்.

வீட்டை விட்டு ஓடுவதற்கு முன் எனது கைகளையும் முகத்தையும் கழுவுகிறேன், நகங்களை நறுக்கி, காதுகளைச் சுத்தம் செய்வதோடு பற்களையும் துலக்குகிறேன். பொறுமையாக, என் மொத்த உடம்பும் நன்கு துடைக்கப்பட்டிருப்பதை உறுதி செய்து கொள்கிறேன். உண்மையில் தூய்மையாயிருப்பதுதான் சில நேரங்களில் இருப்பதிலேயே முக்கியமான விஷயம். ஆடியில் என் முகத்தை கூர்ந்து கவனிக்கிறேன். என் அப்பாவிடமிருந்தும் அம்மாவிடமிருந்தும் வரித்துக் கொண்ட மரபணுக்கள் - அம்மா எப்படித் தோற்றமளித்தார் என்பதை என்னால் நினைவுகூர முடிந்ததாக இதற்கு அர்த்தமல்ல - அவையே இந்த முகத்தை உருவாக்கின. எந்த உணர்ச்சியையும் வெளிக்காட்டாமல், எந்த ரகசியத்தையும் என் கண்கள் வெளிப்படுத்தாமல், என் தசைகளை பலப்படுத்தி, என்னால் இயன்றதைச் செய்யலாம், ஆனால் எனது தோற்றம் குறித்து நான் செய்யக்கூடியது அதிகம் ஒன்றுமில்லை. என் தந்தையின் நீண்ட, அடர்த்தியான புருவங்கள் மற்றும் அவற்றினூடான ஆழமான வரிகளின்

நடுவில் நான் சிறைப்பட்டிருக்கிறேன். நான் விரும்பியிருந்தால் என்னால் அவரைக் கொன்றிருக்கவும் முடியும் - நிச்சயம் அதற்கான பலம் என்னிடம் உண்டு - அத்துடன் என் அம்மாவையும் எனது நினைவுகளிலிருந்து அழித்திருக்கலாம். ஆனால் அவர்கள் எனக்குள் கடத்தியிருக்கும் டிஎன்ஏவை (DNA) அழிக்க எந்த வழியுமில்லை. அதை விரட்டியடிக்க விரும்பினால் என்னை நானே அழித்துக் கொள்ள வேண்டியிருக்கும்.

அதுவும் ஒரு கெட்டசகுனத்தை உள்ளடக்கியிருக்கிறது. எனக்குள் புதைந்திருக்கும் ஒரு தொழில்நுட்பம்.

உனக்குள் புதைந்திருக்கும் ஒரு தொழில்நுட்பம்.

விளக்கை அணைத்துவிட்டு நான் குளியலறையை விட்டு வெளியேறுகிறேன். அடர்த்தியான, சோம்பலான அமைதி வீட்டைப் போர்த்தியிருக்கிறது. இல்லாத மனிதர்களின் முணுமுணுப்புகள், மரித்தவர்களின் உயிர்மூச்சுகள். ஆழமாக மூச்சிழுத்தவாறே, துளியும் அசையாமல் நின்று சுற்றுமுற்றும் பார்க்கிறேன். கடிகாரம் மதியம் மூன்று மணியைக் காட்டுகிறது, அதனிரு கரங்கள் உணர்வற்று தொலைவாக உள்ளன. பொறுப்பற்றிருப்பதுபோல பாசாங்கு செய்கின்றன, ஆனால் அவை என் பக்கம் இல்லை என்பதை நானறிவேன். கிட்டத்தட்ட நான் விடைபெறும் நேரம் நெருங்கி விட்டது. முதுகுப்பையை எடுத்து எனது தோளில் தொங்க விடுகிறேன். எத்தனையோ முறை அதைத் தூக்கிச் சுமந்திருக்கிறேன், ஆனால் இம்முறை அது மிக பாரமாகத் தெரிகிறது.

ஷிகோகு, எனத் தீர்மானிக்கிறேன். அங்குதான் நான் போகிறேன். அது ஷிகோகுவாகத்தான் இருக்க வேண்டுமென்பதில் எந்தத் தனிப்பட்ட காரணமுமில்லை, வரைபடத்தை ஆராயும்போது அங்குதான் நான் தலைப்பட வேண்டுமென்கிற உணர்வு எனக்குள் தோன்றியதே காரணம். வரைபடத்தை மீண்டும் மீண்டும் பார்க்கும்போதெல்லாம் - உண்மையில் ஒவ்வொரு முறையும் நானதைப் படிக்கிறேன் - ஷிகோகு என்னைச் சுண்டியிழுப்பதாக இன்னும் தீவிரமாக உணர்கிறேன். நிலப்பரப்பிலிருந்து நீரால் பிரிந்து, டோக்கியோவுக்குத் தெற்கே வெகு தொலைவில் உள்ளது, வெதுவெதுப்பான பருவநிலையோடு. ஒருபோதும் நான் அங்கு போனதில்லை,

நண்பர்கள் அல்லது உறவினர்கள் என யாரும் எனக்கு அங்கில்லை, ஆக யாரும் என்னைத் தேட ஆரம்பித்தால் - யாரேனும் அப்படிச் செய்வார்களா என்பதில் எனக்கு சந்தேகம் உண்டு - அவர்கள் யோசிக்கும் இடங்களில் கடைசியாகத்தான் ஷிகோகு இருக்கும்.

சேவை முகப்பில் நான் பதிவு செய்த நுழைவுச்சீட்டைப் பெற்றுக் கொண்டு இரவுப்பேருந்தில் ஏறுகிறேன். டகமாட்சு போக மிகவும் மலிவான வழிமுறை இதுதான் - பத்தாயிரம் யென்களுக்கு சற்றுக் கூடுதல், அவ்வளவே. யாரும் என் மேல் கவனம் செலுத்தவில்லை, என் வயதைக் கேட்கவில்லை, அல்லது இரண்டாம் முறையாக என்னை உற்றுப் பார்க்கவுமில்லை. பேருந்து ஓட்டுனர் இயந்திரத்தனமாக எனது நுழைவுச்சீட்டைப் பரிசோதிக்கிறார்.

மூன்றில் ஒரு பங்கு இருக்கைகளே நிறைந்துள்ளன. பயணிகளில் அனேகரும் தனியாகத்தான் பிரயாணிக்கிறார்கள், என்னைப் போலவே, மேலும் இந்தப் பேருந்து அசாதாரணமான மௌனத்துக்குள் ஆழ்ந்திருக்கிறது. டகமாட்சு போகும் பயணம் மிக நீண்டது, அட்டவணையின் பிரகாரம் பத்து மணி நேரம் ஆகலாம், அதிகாலை நாங்கள் அங்கு போய் சேர்வோம். ஆனால் அது குறித்து நான் கவலைப்படவில்லை. எனக்கு நிறைய நேரமுள்ளது. நிறுத்தத்திலிருந்து பேருந்து எட்டு மணிக்குக் கிளம்ப, எனது இருக்கையைப் பின்னால் சாய்த்துக் கொள்கிறேன். நான் சௌகரியமாக அமர்ந்த மறுகணம் எனது பிரக்ஞை மொத்தமாக சக்தியிழந்த மின்கலம் போலத் தளர்கிறது, நான் தூங்கிப் போகிறேன்.

நடுஜாமத்தின் ஏதோவொரு சமயத்தில் மிகக்கடுமையான மழை பெய்யத் தொடங்குகிறது. அவ்வப்போது விழிக்கிறேன், ஜன்னலில் தொங்கும் மட்டமான திரைச்சீலையை விலக்கி, பின்னால் விரையும் நெடுஞ்சாலையை கூர்ந்து நோக்குகிறேன். மழைத்துளிகள் கண்ணாடியின் மீது பலமாக இறங்குகின்றன, சாலையோரம் சீரான இடைவெளிகளில் - பூமியை அளக்க அவை நடப்பட்டிருக்கின்றன என்பதுபோல - வெகுதொலைவு வரை நீண்ட தெருவிளக்குகளை மழைத்துளிகள் மங்கலாகத் தோன்றச் செய்தன. புதிதாய் ஒரு வெளிச்சம் வேகமாக நெருங்கி

வந்து மறுகணம் எங்களுக்குப் பின்னால் தேய்கிறது. எனது கடிகாரத்தில் நேரம் நள்ளிரவைக் கடந்திருப்பதைப் பார்க்கிறேன். தானாகவே முன்னால் இழுபட்டு, என்னுடைய பதினைந்தாவது பிறந்தநாள் அங்கு தோன்றுகிறது.

"ஹேய், இனிய பிறந்தநாள் வாழ்த்துகள்," என்கிறான் காகம் எனப் பெயரிடப்பட்ட சிறுவன்.

"நன்றி," என நான் பதிலுரைக்கிறேன்.

என்றபோதும், அந்தக் கெட்டசகுனம் இன்னும் என்னோடுதான் இருக்கிறது, நிழலைப் போல. என்னைச் சுற்றியிருக்கும் சுவர் இன்னும் அதனிடத்தில் திடமாகவுள்ளதை உறுதி செய்யப் பார்க்கிறேன். பிறகு திரைச்சீலையை மூடி விட்டு மீண்டும் தூங்கிப் போகிறேன்.

2

அமெரிக்க ராணுவத்துறையால் அதிரகசியம் என அறிவிக்கப்பட்ட பின்வரும் ஆவணம், உண்மையறியும் சட்டத்தின் வாயிலாக, 1986-ல் மக்களிடையே வெளியிடப்பட்டது. தற்போதிந்த ஆவணம் வாஷிங்டன் டிசியின் தேசிய ஆவணக் காப்பகத்தில் உள்ளது, மேலும், அங்கேயே இதை வாசித்தறியவும் முடியும்.

இங்கு பதிவு செய்யப்பட்டுள்ள ஆய்வுகள் யாவும் 1946–ஆம் வருடம் மார்ச் தொடங்கி ஏப்ரல் வரை மேஜர் ஜேம்ஸ் பி. வார்ரனின் வழிகாட்டுதலின் பேரில் மேற்கொள்ளப்பட்டவையே. யமனாஷி ஆளுகைக்குட்பட்ட [பெயர் அழிக்கப்பட்டிருக்கிறது] கோட்டத்தில் நடைபெற்ற கள ஆய்வு, இரண்டாம் லெப்டினெண்ட் ராபர்ட் ஓ'கான்னராலும் மாஸ்டர் சார்ஜெண்ட் ஹெரால்ட் கடாயாமாவாலும் நடத்தப்பட்டது. அனைத்து நேர்காணல்களிலும் லெட் ஓ'கான்னரே விசாரணையதிகாரியாகச் செயல்பட்டார். ஜப்பானிய மொழியின் பொருள்விளக்கத்தை சார்ஜ் கடாயாமா கவனித்துக் கொள்ள கீழ்நிலை ராணுவ வீரரான (Pte – Private என்பதன் சுருக்கம் – ராணுவத்தில் கீழ்நிலை ஊழியரைக் குறிக்கும் வார்த்தை) வில்லியம் கோஹென் ஆவணங்களைத் தயாரித்தார்.

யமனாஷி ஆளுகைக்குபட்ட [பெயர் அழிக்கப்பட்டிருக்கிறது] டவுன் ஹாலின் வரவேற்பறையில் கிட்டத்தட்ட பனிரெண்டு நாட்கள் இந்த நேர்காணல்கள் நடத்தப்பட்டன. பின்வரும் சாட்சிகள் லெட் ஓ'கான்னரின் கேள்விகளுக்குத் தனித்தனியாக பதிலளித்தார்கள்: [அழிக்கப்பட்டிருக்கிறது] கோட்டத்துக்குட்பட்ட [அழிக்கப்பட்டிருக்கிறது] நகரின் அரசுப்பள்ளியைச் சேர்ந்த பெண் ஆசிரியர், அதே நகரில் வசிக்கும் மருத்துவர், உள்ளூர் ஜில்லாவின் காவல்துறையால் நியமிக்கப்பட்ட இரண்டு ரோந்துப் பணியாளர்கள், மேலும் ஆறு குழந்தைகள்.

இணைப்பில் தரப்பட்டுள்ள கேள்விக்குரிய பகுதியின் 1:10,000 மற்றும் 1:2,000 வரைபடங்கள் இரண்டும் உள்துறை அமைச்சகத்தின் நிலவளத்துறையால் வழங்கப்பட்டவை.

அமெரிக்க ராணுவ புலனாய்வுத்துறை (MIS) அறிக்கை

தேதி: மே 12, 1946

தலைப்பு: ரைஸ் பௌல் மலைப்பகுதி சம்பவம் குறித்த அறிக்கை, 1944

ஆவண எண்: PTYX - 722 - 8936745 - 42216 - WWN

பின்வரக்கூடியது செட்சுகோ ஓகமோச்சியுடனான (26) ஒலிப்பதிவு செய்யப்பட்ட நேர்காணல், [அழிக்கப்பட்டிருக்கிறது] கோட்டத்துக்குட்பட்ட [அழிக்கப்பட்டிருக்கிறது] நகரின் அரசுப்பள்ளியில் நான்காம்-பருவம் பி வகுப்புக்கு பொறுப்பேற்றிருந்த ஆசிரியை அவர்தான். நேர்காணலோடு தொடர்புடைய சங்கதிகளை விண்ணப்பப் படிவம் PTYX – 722 – SQ – 118 மூலம் படித்தறியலாம்.

நேர்காணல் செய்தவரின் அவதானிப்புகள், லெட் ராபர்ட் ஓ'கான்னர்: செட்சுகோ ஓகமோச்சி வசீகரமும் எழிலும் பொருந்திய குட்டையான பெண்மணி. அறிவார்த்தமாகவும் பொறுப்புணர்வோடும், கேள்விகளுக்கு அவர் துல்லியமாகவும் நேர்மையாகவும் பதிலளித்தார். என்றாலும், அச்சம்பவத்தின் காரணமாக, அவர் இன்னும் அதிர்ச்சியில் இருப்பதாகவே தெரிகிறது. தனது நினைவுகளினூடாகத் துழாவும்போது சில சமயங்களில் அவர் வெகுவாகப் பதற்றமடைந்தார், மேலும் எப்போதெல்லாம் அப்படி நிகழ்ந்ததோ அப்போதெல்லாம் மிக மெதுவாகப் பேசும் வழக்கம் அவருக்கிருந்தது.

வானில் வெகுதொலைவில் ஒரு வெள்ளி மின்னுவதை நான் பார்த்தபோது நேரம் அப்போதுதான் காலை பத்து மணியைத் தாண்டியிருக்கும் என நினைக்கிறேன். அதியற்புத வெள்ளிக்கீற்று. உண்மைதான், நிச்சயம் அது ஏதோ உலோகத்தில் மோதிப் பிரதிபலிக்கும் ஒளிதான். அவ்வொளி கிழக்கிலிருந்து மேற்காக வானில் மிகவும் மெதுவாக நகர்ந்தது. அது பி-29 ஆகவே இருக்குமென நாங்களனைவரும் எண்ணினோம். எங்களுக்கு நேர்மேலே இருந்ததால் அதைக் காண நாங்கள் நட்டமாக நிமிர்ந்து பார்க்க வேண்டியிருந்தது. தெளிவான நீலநிற வானம் அங்கு தென்பட்டது, வெளிச்சம் மிகப் பிரகாசமாயிருக்க நாங்கள் பார்க்க முடிந்ததெல்லாம் அந்த வெள்ளிநிற, ட்யூராலுமின்-போன்ற பொருளைத்தான் (Duralumin

– வானூர்தியில் பயன்படும் வலிமையும் கடினமும் கொண்ட அலுமினிய கலவைப்பொருள்).

ஆனால் வெகு உயரே இருந்த காரணத்தால் எங்களால் அதன் வடிவத்தை அனுமானிக்க முடியவில்லை. அவர்களாலும் எங்களைப் பார்க்க முடியாதென எண்ணினேன், எனவே தாக்கப்படுவோமென்றோ அல்லது வெடிகுண்டுகள் திடீரென மழைபோல எங்கள் மீது பொழியுமென்றோ நாங்கள் அச்சப்படவில்லை. எப்படிப் பார்த்தாலும் இங்கு மலைப்பகுதியில் வெடிகுண்டுகளை வீசுவதும் கூட அர்த்தமற்ற செயலாகத்தானிருக்கும். வேறெங்கோ ஏதோ பெரிய நகரின் மேல் குண்டுகளை வீச அவ்விமானம் செல்கிறதென நான் கணக்கிட்டேன், அல்லது அனேகமாக திடீர்த்தாக்குதல் நிகழ்த்தி விட்டு திரும்பிக் கொண்டிருக்கலாம். ஆகவே நாங்கள் தொடர்ந்து நடந்தோம். அவ்வொளி எப்படியொரு வினோதமான அழகோடிருந்தது என்பதை மட்டும் நான் நினைத்துக் கொண்டிருந்தேன்.

ராணுவப் பதிவேடுகளின்படி அமெரிக்க குண்டுவீச்சு விமானங்களோ அல்லது வேறெந்த வகை விமானமோ அந்நேரத்தில் அந்தப் பகுதியின் மேல் பறந்து கொண்டிருக்கவில்லை, அதாவது நவம்பர் 7, 1944 அன்று காலை பத்து மணி போல.

ஆனால் நானதைத் தெளிவாகப் பார்த்தேன், எனது வகுப்பின் குழந்தைகளும் பார்த்தார்கள். நாங்களனைவரும் அதுவொரு பி–29 என்றே எண்ணினோம். நாங்கள் எல்லோருமே பி–29ன் பலவகை அணிவகுப்புகளைப் பார்த்திருக்கிறோம், அத்தனை உயரமாகப் பறக்கக் கூடியதென்று பார்த்தால் அது அவ்வகை விமானங்கள்தான். எங்களின் எல்லைக்குட்பட்டு ஒரு சிறிய விமானதளம் இருந்தது, மேலும் ஜப்பானிய விமானங்கள் பறப்பதையும் நான் எப்போதாவது பார்த்திருக்கிறேன், ஆனால் அதெல்லாம் மிகச்சிறியவை என்பதோடு ஒருபோதும் நான் பார்த்ததைப் போல அத்தனை உயரத்தில் பறந்ததில்லை. அல்லாமலும், ட்யூராலுமினின் ஒளியைப் பிரதிபலிக்கும் வழிமுறை மற்ற வகை கனிமங்களிலிருந்து மிகவும் மாறுபட்டது, மேலும் அவற்றைக் கொண்டு தயாரிக்கப்படும் விமானங்கள் பி–29 மட்டுமே. ஆனாலும், அணிவகுப்பின் பகுதியாக இல்லாமல், அது தன்னளவில் பறந்து கொண்டிருந்த விமானமென்பதை கொஞ்சம் வினோதமானதாகத்தான் உணர்ந்தேன்.

நீங்கள் இந்தப் பிரதேசத்தில்தான் பிறந்தீர்களா?

இல்லை. நான் ஹிரோஷிமாவில் பிறந்தேன். 1941–ல் எனக்குத் திருமணமானது, அப்போதுதான் இங்கு வந்தேன். இந்த எல்லைக்குட்பட்ட இளநிலைப் பள்ளியில் என் கணவர் இசை பயிற்றுவிப்பவராக இருந்தார். 1943–ல் அழைப்பு விடுக்கப்பட்டு ஜூன் 1945–ல் லுசானில் போரின்போது அவர் இறந்தார். பிற்பாடு நான் கேள்விப்பட்டதில் இருந்து, மணிலாவுக்குச் சற்றுத் தள்ளி ஓர் ஆயுதக்கிடங்கை காவல் காக்கும்போது, அமெரிக்க ஷெல்களால் தாக்கப்பட்டு, அது வெடித்துச் சிதறியதில் அவர் கொல்லப்பட்டார். எங்களுக்குக் குழந்தைகள் இல்லை.

குழந்தைகளைப் பற்றிப் பேசுகையில், அந்தச் சுற்றுலாவின்போது எத்தனை பேருக்கு நீங்கள் பொறுப்பேற்றிருந்தீர்கள்?

ஒட்டுமொத்தமாகப் பதினாறு, சிறுவர்களும் சிறுமிகளும். இருவர் உடல்நலமின்றி இருந்தனர், ஆனால் அதைத் தவிர்த்துப் பார்த்தால் ஒட்டுமொத்த வகுப்பும்தான். எட்டு சிறுவர்களும் எட்டு சிறுமிகளும். அவர்களில் ஐவர் டோக்கியோவில் இருந்து வெளியேற்றப்பட்ட குழந்தைகள்.

காலை ஒன்பது மணிக்கு நாங்கள் பள்ளியை விட்டுக் கிளம்பினோம். அதுவொரு இயல்பான பள்ளிச் சுற்றுலா, எனவே சிற்றுண்டிகளையும் மதியவுணவுகளையும் அனைவரும் தங்களோடு எடுத்து வந்திருந்தார்கள். குறிப்பாக இதையெல்லாம் படிக்க வேண்டுமென எதையும் நாங்கள் திட்டமிட்டிருக்கவில்லை: காளான்களையும் உண்ணக்கூடிய காட்டுச் செடிகளையும் சேகரிக்க வெறுமனே மலைகளுக்குப் போனோம். நாங்கள் வாழ்ந்த பிரதேசத்தைச் சுற்றியிருந்த பகுதி ஒரு வயல்வெளி, ஆகவே உணவைப் பொறுத்தவரை மோசமான சூழல் கிடையாது – எங்களுக்குச் சாப்பிட நிறையக் கிடைத்தது என்று இதற்கு அர்த்தமில்லை. மிகவும் கண்டிப்பான உணவுப்பங்கீட்டு முறை அப்பகுதியில் வழக்கத்திலிருந்த காரணத்தால் எங்களில் பெரும்பாலானோர் எல்லாச் சமயத்திலும் பசியோடுதான் இருந்தார்கள்.

ஆக எங்கெல்லாம் உணவைக் கண்டெடுக்க முடியுமோ அங்கெல்லாம் அவற்றை வேட்டையாட குழந்தைகள் ஊக்குவிக்கப்பட்டார்கள். சொல்வதெனில், தேசம் போரில் ஈடுபட்டிருந்ததால், படிப்பைக் காட்டிலும் உணவே பிரதானமாயிருந்தது. அனைவரும் இதுபோன்ற பள்ளிச் சுற்றுலாக்களுக்குப் போனார்கள் – *திறந்தவெளிக் கல்வி அமர்வுகள்*, அப்படித்தான் அவை அழைக்கப்பட்டன. எங்களுடைய பள்ளி

மலைகளாலும் வனங்களாலும் சூழப்பட்டிருந்த காரணத்தால் நாங்கள் போகக்கூடிய அருமையான இடங்கள் அனேகமிருந்தன. அவ்வகையில் நாங்கள் ஆசிர்வதிக்கப்பட்டிருந்தோம் என்றே நினைக்கிறேன். நகரத்தின் மனிதர்களெல்லாம் பட்டினியால் வாடினார்கள். தைவான் மற்றும் பெருநிலத்தில் இருந்து பொருட்கள் வரும் பாதைகள் அச்சமயம் துண்டிக்கப்பட்டு நகரப்பகுதிகளெல்லாம் உணவு மற்றும் எரிபொருள் பற்றாக்குறையால் மோசமாக பாதிக்கப்பட்டிருந்தன.

உங்களுடைய மாணவர்களில் ஐந்து பேர் டோக்கியோவில் இருந்து வெளியேற்றப்பட்டவர்களெனக் குறிப்பிட்டீர்கள். உள்ளூர் குழந்தைகளோடு அவர்களுக்கு ஒத்துப்போனதா?

குறைந்தபட்சம் எனது வகுப்பில் இருந்தவர்களால் முடிந்தது. உண்மையைச் சொன்னால், இரு குழுக்களும் பிறந்து வளர்ந்த சூழல் முழுக்கவே வெவ்வேறானது – ஒன்று வெகு தொலைவில் அமைந்த கிராமப்பகுதியில், மற்றொன்று டோக்கியோவின் இதயப்பகுதியில். அவர்கள் வித்தியாசமாகப் பேசினார்கள், உடையணிவதிலும் கூட வித்தியாசமாகத்தான். உள்ளூர் குழந்தைகளில் பெரும்பாலானோர் பாவப்பட்ட விவசாயக் குடும்பங்களைச் சேர்ந்தவர்கள், அதே சமயம் டோக்கியோவைச் சேர்ந்த குழந்தைகளுள் அனேகம் பேர் நிறுவனங்களிலோ அல்லது ராணுவத்திலோ பணிபுரிந்த தந்தைகளைக் கொண்டிருந்தார்கள். எனவே அவர்கள் ஒருவருக்கொருவர் உண்மையாகவே புரிந்து கொண்டிருந்தார்கள் என நான் சொல்வதற்கில்லை.

அதிலும் ஆரம்பத்தில் இரு குழுக்களுக்குமிடையே பதற்றம் நிலவுவதை என்னால் உணர முடிந்தது. ஒருவரை மற்றவர் வம்பிழுத்தார்கள் என்றோ சண்டை போட்டார்கள் எனவோ நான் சொல்லவில்லை, ஏனென்றால் அவர்கள் அப்படிச் செய்யவில்லை. நான் சொல்ல வருவது யாதெனில், ஒரு குழு என்ன நினைக்கிறது என்பதை மற்றவர்களால் புரிந்து கொள்ள இயலவில்லை. ஆகவே தங்களுக்குள்ளாக அவர்கள் முடங்கிக் கிடந்தார்கள், உள்ளூர் குழந்தைகளெல்லாம் உள்ளூர் குழந்தைகளோடு மட்டும், டோக்கியோ குழந்தைகளோ அவர்களது சின்னஞ்சிறு குழுவுக்குள். என்றபோதும், இதெல்லாம் முதல் இரண்டு மாதங்களுக்குத்தான். அதன்பிறகு அவர்கள் சகஜமாகப் பழகத் தொடங்கினார்கள். அது எப்படியிருக்கும் என்பது உங்களுக்குத் தெரியும். குழந்தைகள் ஒன்றுகூடி விளையாட ஆரம்பித்த பிறகு, தாங்கள் ஈடுபடும் எந்த செயலிலும் முழுதாகத் தொலைந்திடும் சூழலில், இத்தகைய சங்கதிகள் குறித்து அதன் பிறகு அவர்கள் அலட்டிக் கொள்வது கிடையாது.

அன்றைய தினம் உங்களுடைய வகுப்பை அழைத்துப்போன இடம் பற்றி, உங்களால் முடிந்தமட்டும் மிக நுணுக்கமாக, நீங்கள் விவரிக்க வேண்டுமென விரும்புகிறேன்.

சுற்றுலா சமயங்களில் நாங்கள் அடிக்கடி போன மலைப்பகுதிதான் அது, தலைகீழாகக் கவிழ்ந்து கிடக்கும் கிண்ண வடிவிலிருந்த வட்டமான மலைப்பகுதி [குறிப்பு: ரைஸ் பௌல் மலைப்பகுதி]. பள்ளிக்கு மேற்கே கொஞ்சதூர நடைதான் என்பதோடு செங்குத்தான பகுதியல்ல, எனவே யார் வேண்டுமானாலும் அதன்மீது ஏறலாம். குழந்தைகளின் வேகத்தைக் கொண்டு கணக்கிட்டால் உச்சிக்குப் போகக் கிட்டத்தட்ட இரண்டு மணி நேரமாகும். வழியில் காட்டினூடாக அவர்கள் காளான்களைத் தேடுவார்கள், எளிய மதியவுணவை நாங்கள் உட்கோள்வோம். குழந்தைகள், இயல்பாகவே, வகுப்பறையில் தங்கி படிப்பதை விட இதுபோன்ற சுற்றுப்பயணங்களில் பங்கேற்பதை மிகவும் ரசித்தார்கள்.

வானில் வெகு உயரே நாங்கள் பார்த்த பளபளக்கும் வானூர்தி ஒருகணம் எங்களுக்குப் போரை நினைவுறுத்தியது, ஆனால் வெகு குறைவான நேரம்தான், பிறகு நாங்களனைவரும் அருமையான மனநிலையோடிருந்தோம். வானில் எந்த மேகமுமில்லை, காற்று வீசவில்லை, எங்களைச் சுற்றி யாவும் அமைதியாயிருந்தது – எங்களால் கேட்க முடிந்ததெல்லாம் வனத்தினூடாக ஒலித்த பறவைகளின் கீச்சொலியை மட்டுமே. போரென்பது எங்களுக்குச் சம்பந்தமேயில்லாத ஏதோவொரு தொலைதூர நிலத்தில் நிகழும் சங்கதியைப் போலிருந்தது. மலையில் ஏறியவாறே பாடல்களைப் பாடினோம், சில சமயங்களில் நாங்கள் கேட்ட பறவைகளின் ஒலியைப் போலவே சத்தமெழுப்பவும் செய்தோம். இன்னும் போர் நடந்து கொண்டிருந்தது என்பதைத் தவிர, அதுவொரு நிறைவான காலைநேரம்.

வானூர்தி–போன்ற பொருளைப் பார்த்த சிறிது நேரத்திற்குள்ளாகவே நீங்கள் வனத்துக்குள் நுழைந்து விட்டீர்கள், சரிதானே?

சரிதான். அதைப் பார்த்த ஐந்து நிமிடங்களுக்குப் பிறகுதான் நாங்கள் வனத்துக்குள் நுழைந்தோமெனச் சொல்வேன். மலையுச்சிக்கு இட்டுச்செல்லும் பிரதான வழியை விட்டு விலகி வனத்தின் சரிவுகளுக்குள் நீண்ட தாறுமாறான பாதையில் நாங்கள் போனோம். அது சற்று செங்குத்தாக இறங்கியது. கிட்டத்தட்ட பத்து நிமிடங்கள் நடந்து வெட்டவெளிக்கு வந்தோம், மேசையின் மேற்புறம் போன்ற தட்டையான பிரதேசம். வனத்துக்குள் நாங்கள் நுழைந்தபோது முழுக்கவே அமைதியாயிருந்தது, சூரியன்

மறைக்கப்பட்டதால் குளிரவும் செய்தது, ஆனால் வெட்டவெளிக்குள் நுழைந்தபோதோ – வானம் எங்களுக்கு மேலே பிரகாசமாக மினுங்க – ஏதோ சின்னஞ்சிறிய நகரச்சதுக்கத்துக்குள் நுழைந்ததைப் போல உணர்ந்தோம். ஓவன் யமாவில் (Owan yama – தலைகீழாகக் கவிழ்க்கப்பட்ட கிண்ணத்தின் தோற்றத்திலுள்ள மலையைக் குறிக்கப் பயன்படும் பொதுவான பெயர்) ஏறும்போதெல்லாம் இந்த இடத்தில் நின்று இளைப்பாறுவதை எனது வகுப்பு வழக்கமாக்கிக் கொண்டிருந்தது. அந்த இடம் அமைதியான தன்மையோடிருந்தது, ஏதோவொரு வகையில் எங்களை நிம்மதியாகவும் சௌகரியமாகவும் உணரச் செய்தது.

இந்தச் "சதுக்கத்தை" அடைந்தவுடன் எங்களுடைய பைகளைக் கீழே வைத்து விட்டு சற்று ஓய்வெடுத்துக் கொண்டோம், பிறகு மூன்று அல்லது நான்கு பேர் கொண்ட குழுக்களாகப் பிரிந்து குழந்தைகள் காளான்களைத் தேடி வனத்துக்குள் சென்றார்கள். ஒருவர் மற்றவருடைய பார்வையிலிருந்து தொலைந்து விட வேண்டாம் என்பதை நான் வலியுறுத்தினேன். அவர்கள் கிளம்புமுன், அனைவரையும் ஒன்றாக நிற்க வைத்து, இதை அவர்கள் புரிந்து கொண்டார்கள் என்பதை உறுதி செய்தேன். அந்த இடத்தை நாங்கள் நன்கறிவோம், என்றாலும், அதுவொரு காடு, எனவே அவர்களில் யாரேனுமொருவர் பிரிந்து சென்று தொலைந்து போனால் அவர்களைக் கண்டுபிடிக்க எங்களுக்குச் சிரமமாயிருக்கும். பிறகும், இவர்களெல்லாம் குழந்தைகளென்பதையும் காளான்களை வேட்டையாடுவதில் இறங்கிய மறுகணம் இவ்விதியை அவர்கள் மறந்து விடுவார்களென்பதையும் நீங்கள் நினைவில் கொள்ள வேண்டும். எனவே நானும் கூடச் சேர்ந்து காளான்களைத் தேடினாலும் அவர்களின் மேல் ஒரு கண் வைத்திருப்பதை உறுதி செய்து கொள்வேன், மேலும் தொடர்ச்சியாகத் தலைகளின் எண்ணிக்கையை சரிபார்த்துக் கொண்டேயிருப்பேன்.

காளான்களைப் பறிக்கத் தொடங்கி பத்து நிமிடங்கள் அல்லது கிட்டத்தட்ட அத்தனை நேரத்துக்குப் பிறகுதான் குழந்தைகள் சுருண்டு விழ ஆரம்பித்தார்கள்.

அவர்களுள் மூன்று பேர் கொண்டதொரு குழு தரையில் சுருண்டு வீழ்ந்ததை முதலில் நான் பார்த்தபோது அவர்கள் விஷக்காளான்களை உண்டு விட்டார்கள் என்றே தீர்மானமாக நம்பினேன். மிகுந்த விஷத்தன்மையுடனான காளான்கள் இங்கு நிறைய உண்டு, ஒன்றே ஒன்று கூட உயிருக்கு ஆபத்தை விளைவிக்கலாம். எவற்றையெல்லாம் எடுக்கக்கூடாதென்பதை உள்ளூர் குழந்தைகள் அறிவார்கள், ஆனால்

அவற்றிலும் ஒருசில வகைகளைக் கண்டறிவது கடினம். எனவேதான், பள்ளிக்குத் திரும்பிச் சென்று ஒரு நிபுணரைக் கொண்டு சோதிக்கும்வரை அவற்றை வாயில் போடக்கூடாதென குழந்தைகளை எப்போதும் நான் எச்சரித்து வந்தேன். ஆனால் எல்லாச் சமயங்களிலும் குழந்தைகள் நாம் சொல்வதைத்தான் கேட்பார்கள் என்று எதிர்பார்க்க முடியாது, இல்லையா?

அந்த இடத்துக்கு ஓடிப்போய் தரையில் கிடந்த குழந்தைகளை நான் தூக்கினேன். வெயிலில் காய்ந்த ரப்பரைப் போல அவர்களின் உடல்கள் விறைத்திருந்தன. காலியான ஓடுகளைத் தூக்கிச்சுமப்பது போலிருக்க - அவர்களின் பலம் மொத்தமாக வடிந்திருந்தது. ஆனால் அவர்கள் நன்றாகத்தான் சுவாசித்தார்கள். நாடித்துடிப்புகள் இயல்பாயிருந்தன, யாருக்கும் காய்ச்சல் ஏதும் அடிக்கவில்லை. அனைவரும் அமைதியாயிருப்பதாகவே தெரிந்தது, ஏதோவொரு வலியால் அவர்கள் துடிப்பதைப் போன்ற எந்த அடையாளமும் சுத்தமாக இல்லை. வண்டுக்கடி அல்லது பாம்புக்கடி போன்றவற்றை நான் ஒதுக்கித் தள்ளினேன். குழந்தைகள் வெறுமனே நினைவிழந்து கிடந்தார்கள்.

மிக விசித்திரமான சங்கதி அவர்களது கண்கள்தான். ஏதோ கோமாவில் இருப்பதைப் போல அவர்களின் உடல்கள் மிக மோசமாக விறைத்திருந்தன, ஆனாலும் கண்கள் மட்டும் எதையோ பார்ப்பதுபோலத் திறந்திருந்தன. அவ்வப்போது கண்களைச் சிமிட்டினார்கள், ஆகவே அவர்கள் உறங்கிக் கொண்டிருந்தார்கள் எனவும் சொல்வதற்கில்லை. அவர்களின் கண்கள் மிக மெதுவாக ஒருபுறமிருந்து மறுபுறம் நகர்ந்தன, தொலைதூர அத்துவானத்தை அளவெடுப்பதைப் போல. குறைந்தபட்சம் அவர்களது கண்களாவது நினைவோடிருந்தன. ஆனால் உண்மையில் அவர்கள் எதையும் பார்த்துக் கொண்டிருக்கவில்லை, அல்லது குறைந்தபட்சம் நான் பார்க்கக்கூடிய எதையும். சிலமுறை அவர்களின் முகத்துக்கு நேராக என் கைகளை விசிறினேன், ஆனால் எவ்வித எதிர்வினையும் இல்லை.

மூன்று குழந்தைகளையும் ஒவ்வொருவராக மாற்றி மாற்றி நான் தூக்கினேன், ஆனால் துளி மாற்றமுமின்றி அவர்கள் மூவரும் ஒன்றுபோலவே இருந்தார்கள். அவர்களனைவரும் நினைவுதப்பியவர்களாகக் கிடந்தார்கள், கண்கள் மட்டும் ஒருபுறமிருந்து மறுபுறத்துக்கு மெல்ல நகர்ந்து கொண்டிருந்தன. என் வாழ்நாளில் இயல்புக்கு மாறாக நான் பார்த்த மிக விசித்திரமான சங்கதி இதுதான்.

முதன்முதலில் சுருண்டு விழுந்த குழுவைப் பற்றி விவரியுங்கள்.

அதுவொரு பெண்களின் குழு. நல்ல நண்பர்களாயிருந்த மூன்று பெண்கள். நான் அவர்களின் பெயரை உரக்கச் சொல்லி கன்னத்திலறைந்தேன் – சொல்லப்போனால், சற்று பலமாகவே – ஆனால் எவ்வித எதிர்வினையுமில்லை. அவர்கள் எதையும் உணரவில்லை. அதுவொரு வினோதமான உணர்வு, வெற்றிடத்தைத் தொடுவது போல.

எனக்குள் முதலில் எழுந்த எண்ணம் யாரையாவது பள்ளிக்கு அனுப்பி உதவிக்கு ஆட்களை அழைத்து வரச்சொல்வதுதான். நினைவிழந்து கிடக்கும் மூன்று குழந்தைகளை நான் ஒருத்தியாகத் தூக்கி வரச் சாத்தியமேயில்லை. எனவே வகுப்பில் இருப்பவர்களில் வேகமாக ஓடக்கூடிய ஆளை நான் தேட ஆரம்பித்தேன், சிறுவர்களில் ஒருவனை. ஆனால் எழுந்து சுற்றுமுற்றும் பார்த்தபோது அத்தனை குழந்தைகளுமே மயங்கிக் கிடப்பதை நான் கண்டுகொண்டேன். பதினாறு பேருமே தரையில் விழுந்து நினைவின்றி கிடந்தார்கள். அங்கே நினைவோடு நின்று கொண்டிருந்த ஒரே ஆள் நான் மட்டும்தான். அது.. போர்க்களம் போலிருந்தது.

அசாதாரணமான எதையும் அந்தச் சூழலில் நீங்கள் பார்த்தீர்களா? ஏதாவது வினோதமான வாசனை அல்லது சத்தம் – அல்லது வெளிச்சம்?

[ஒருகணம் அது குறித்து யோசிக்கிறார்.] இல்லை, ஏற்கனவே நான் சொன்னது போல, எந்தச் சத்தமுமில்லாமல் மிகவும் அமைதியாயிருந்தது. வழக்கத்துக்கு மாறான சத்தங்களோ அல்லது வெளிச்சமோ அல்லது வாசனைகளோ ஏதுமில்லை. விசித்திரமான ஒரே சங்கதி என்னவென்றால் எனது வகுப்பைச் சேர்ந்த ஒவ்வொரு குழந்தையும் தன்னிலையிழந்து அங்கே மயக்கமாகக் கிடந்தார்களென்பதே. நான் முற்றிலும் தனிமையாக உணர்ந்தேன், ஏதோ இந்த பூமியில் உயிரோடிருக்கும் கடைசி மனுஷி நான்தான் என்பதைப்போல. முழுமுற்றிலுமான தனிமையெனும் அவ்வுணர்வை என்னால் விவரிக்க முடியவில்லை. மெல்லிய காற்றில் வெறுமனே கரைந்து போய் எதைப் பற்றியும் யோசிக்காமலிருக்க விரும்பினேன்.

உண்மையில் என்னால் அப்படிச் செய்யவியலாது – ஒரு ஆசிரியராக நான் செய்ய வேண்டிய கடமை எனக்கிருந்தது. என்னை நானே ஆற்றுப்படுத்திக் கொண்டு, எவ்வளவு வேகமாக என் கால்களால் என்னைச் சுமந்து செல்ல முடியுமோ அவ்வளவு வேகமாக சரிவிலிறங்கி ஓடினேன், பள்ளியிலிருந்து உதவியை நாடிப் பெற.

3

நான் விழிக்கும்போது கிட்டத்தட்ட விடிந்திருக்கிறது. திரையைப் பின்னால் விலக்கி வெளியே பார்க்கிறேன். மழை பெய்வது அப்போதுதான் நின்றிருக்க வேண்டும், ஏனெனில் அனைத்தும் இன்னும் ஈரமாயிருக்கின்றன. கிழக்கின் மேகங்கள் யாவும் ஒளியால் சட்டமிட்டு வானில் கூராக அறையப்பட்டுள்ளன. முதல் நிமிடம் அச்சுறுத்துகிறதாகவும் அடுத்ததில் சபலமூட்டுவதாகவும் தென்படுகிறது வானம். எல்லாம் கோணத்தைப் பொறுத்ததே.

இரைச்சல் ஒருபோதும் அதிகரிக்கவோ குறையவோ செய்யாமல், டயர்களும் சேர்ந்திசைக்க, பேருந்து சீரான வேகத்தில் நெடுஞ்சாலையை உழுதவாறு போகிறது. எஞ்சினும் கூட அப்படித்தான், ஏற்றத்தாழ்வுகளற்ற அதன் சீரான ஒலி, உள்ளேயிருக்கும் மனிதர்களின் பிரக்ஞையையும் நேரத்தையும் ஒருசேர மெல்லப் பொடிக்கும் அரவைக்கல் போல ஒலிக்கிறது. மற்ற பயணிகள் அனைவரும் தங்கள் இருக்கைகளுக்குள் புதைந்திருக்கிறார்கள், அவர்களின் திரைச்சீலைகள் இறுக மூடியிருக்க, உறங்குகிறார்கள். ஓட்டுனரும் நானும் மட்டும்தான் விழித்திருக்கும் ஜீவன்கள். ஆற்றலோடு ஆனால் உணர்வுகளற்று எங்கள் இலக்கை நோக்கி நாங்கள் கொண்டு செல்லப்படுகிறோம்.

தாகமாய் உணர்வதால் எனது முதுகுப்பையின் ஜேப்பிக்குள்ளிருந்து தாதுநீர் போத்தலை வெளியே எடுத்து இளஞ்சூட்டு நீரில் கொஞ்சம் குடிக்கிறேன். அதே ஜேப்பியிலிருந்து உப்பு பிஸ்கட்டுகள் அடங்கிய டப்பாவை எடுத்து அவற்றில் கொஞ்சத்தை மெல்கிறேன், பழகிப்போன

அதன் வறண்ட சுவையை ரசித்தவாறே. எனது கடிகாரத்தின்படி மணி 4.32 ஆகிறது. தேதியையும் வாரத்தின் கிழமையையும் சரிபார்க்கிறேன், வெறுமனே உறுதி செய்து கொள்ள. வீட்டை விட்டு நான் கிளம்பி பதிமூன்று மணி நேரம். தன்னியல்பைக் காட்டிலும் அதிகமாகத் தாண்டிக் குதிப்பதையோ அல்லது முற்றிலும் எதிர்பாராத திசையில் வெட்டித் திரும்புவதையோ காலம் செய்திடவில்லை. இன்னமும் இது என் பிறந்த தினம்தான், இன்னமும் இது என் புத்தம்புதிய வாழ்வின் முதல் நாள்தான். கண்களை மூடுகிறேன், மீண்டும் அவற்றைத் திறக்கிறேன், மறுபடியும் எனது கடிகாரத்தின் நேரத்தையும் தேதியையும் சரிபார்க்கிறேன். பிறகு வாசிக்கும் விளக்கைப் போட்டுக் கொண்டு, கையடக்க நூலொன்றை எடுத்து வாசிக்கத் தொடங்குகிறேன்.

ஐந்து மணியைத் தாண்டியவுடன், எந்த முன்னறிவிப்புமின்றி, பேருந்து நெடுஞ்சாலையை விட்டு விலகி சாலையோர இளைப்பாறும் பகுதியின் மூலையில் வந்து நிற்கிறது. காற்றாலான ஹிஸ்ஸ் சத்தத்தோடு திறக்கும் பேருந்தின் முன்கதவு, விளக்குகள் உள்ளே விரைந்து கண்சிமிட்ட பேருந்து ஓட்டுனர் சிறிய அறிவிப்பை வெளியிடுகிறார். "அனைவருக்கும் காலை வணக்கம். எல்லோருக்கும் நல்ல ஓய்வு கிட்டியதென நம்புகிறேன். நாம் கால அட்டவணையின்படி சரியாகப் பயணித்திருப்பதால் இன்னும் ஒரு மணி நேரத்தில் நமது இறுதி நிறுத்தமான டகமாட்சுவைச் சென்றடைவோம். ஆனால் 20 நிமிட இடைவேளைக்காக இங்கே நிற்கிறோம். மறுபடியும் 5.30க்கு கிளம்புவோம், எனவே தயவு செய்து அனைவரும் அதற்குள் கண்டிப்பாகப் பேருந்துக்குத் திரும்பி விடுங்கள்."

பயணிகளில் பெரும்பாலானவர்களை அந்த அறிவிப்பு எழுப்பி விடுகிறது, மிகுந்த சிரமத்தோடு மௌனமாக அவர்கள் எழுகிறார்கள், பிறகு கொட்டாவி விட்டபடியே பேருந்தை விட்டுத் தடுமாறி வெளியேறுகிறார்கள். டகமாட்சுவை வந்தடையுமுன் மக்கள் தங்களைச் சீர்படுத்திக் கொள்வது இங்குதான். நானும் இறங்குகிறேன், இரு முறை ஆழ மூச்சிழுத்துக் கொண்டு, அதிகாலைத் தூய காற்றில் சில எளிய நெட்டிமுறிக்கும் உடற்பயிற்சிகளை மேற்கொள்கிறேன்.

ஆண்கள் கழிவறைக்கு நடந்து சென்று சிறிது நீரள்ளி முகத்திலறைகிறேன். நாசமாய்ப்போன எந்த இடத்தில் இருக்கிறோமென ஆச்சரியம் கொள்கிறேன். வெளியில் சென்று சுற்றுமுற்றும் பார்க்கிறேன். விசேஷமாக ஏதுமில்லை, எந்த நெடுஞ்சாலைக்கு அருகிலும் நீங்கள் வழக்கமாகப் பார்க்கக்கூடிய அதே சாலையோரக் காட்சிகள்தாம். ஒருவேளை நான் சங்கதிகளை சற்று அதீதமாக கற்பனை செய்கிறேனோ என்னவோ, ஆனால் டோக்கியோவில் உள்ளவற்றோடு ஒப்பிட இங்குள்ள குன்றுகளின் வடிவமும் மரங்களின் நிறமும் வித்தியாசமாகத் தெரிகின்றன.

சிற்றுண்டிச்சாலையின் உள்ளே இலவசமாகத் தந்த ஒரு கோப்பை சூடானத் தேநீரை நான் உறிஞ்சும் சமயம் இந்த இளம்பெண் நெருங்கி வந்து எனக்கு அடுத்ததாயிருக்கும் நெகிழி இருக்கைக்குள் தன்னை இயல்பாகப் பொருத்திக் கொள்கிறாள். விற்பனை இயந்திரத்தில் வாங்கிய சூடான காப்பி நிரம்பிய காகிதக்கோப்பையை தனது வலது கையில் ஏந்தியிருக்கிறாள், அதிலிருந்து ஆவி இன்னும் மேலெழும்புகிறது, மேலும், உள்ளே சாண்ட்விச்சுகள் நிரம்பிய சிறிய கொள்கலனைத் தனது இடது கையில் பிடித்திருக்கிறாள், தோற்றத்தை வைத்துப் பார்க்க, விற்பனை இயந்திரம் வெளித்தள்ளும் சுவையான பொருட்களில் மற்றுமொரு சங்கதியாக அது இருக்குமெனத் தோன்றுகிறது.

ஒருவகை வேடிக்கைத் தோற்றத்தோடு இருக்கிறாள். சமநிலையற்றதாகத் தோன்றும் முகம் – அகல நெற்றி, குமிழ் மூக்கு, மண்ணிறப் புள்ளிகள் கொண்ட கன்னங்கள், உடன் கூரான காதுகள். ஒன்றாயிழுத்துக் கட்டியது போன்ற, உங்களால் நிராகரிக்க முடியாத வகையைச் சேர்ந்த கரடுமுரடான முகம். என்றாலும், ஒட்டுமொத்தமாகப் பார்க்க அத்தனை மோசமில்லை. நானறிந்த வரையில், தனது தோற்றம் குறித்து அவளும் ஆத்திரம் கொள்பவளாகத் தெரியவில்லை, மாறாக, தான் என்னவாக இருக்கிறோமோ அதை ஏற்றுக் கொள்பவளாகவேத் தெரிகிறாள், அதுதான் முக்கியம். அவளிடமிருந்த குழந்தைத்தனமான ஏதோவொரு சங்கதிக்கு மனிதர்களை ஆற்றுப்படுத்தும் சக்தி இருக்கிறது, குறைந்தபட்சம் என்னையாவது. அவள் அப்படியொன்றும் உயரமில்லை,

ஆனால் அழகான கால்களும் இத்தனை மெலிந்த உடம்புக்குப் பொருந்தாத மார்பளவும் கொண்டிருக்கிறாள்.

அவளது மெல்லிய உலோகக் காதணிகள் ட்யூராலுமினைப் போல மின்னுகின்றன. அடர் பழுப்புநிற, கிட்டத்தட்ட செந்நிறச் சாயம் பூசிய கேசத்தை, தோள் வரை வழிய விட்டிருக்கிறாள், மேலும் அகலக்கோடுகளோடு நீண்ட கைப்பகுதியும் வட்டவடிவில் கழுத்துப்பகுதியும் கொண்ட சட்டையை அணிந்திருக்கிறாள். தோலால் செய்த சிறிய முதுகுப்பை ஒரு தோளில் தொங்க, மெல்லிய கம்பளிச் சட்டை அவள் கழுத்தைச் சுற்றியிருக்கிறது. இளமஞ்சள் நிற மினிஸ்கர்ட் அவளின் உடையணியை முழுமையாக்குகிறது, காலுறைகள் இல்லை. அவள் முகம் கழுவியிருப்பது தெளிவாகத் தெரிகிறது, ஏனெனில் சில முடிக்கற்றைகள், தாவரத்தின் மெலிந்த வேர்களைப் போல, அவளது அகல நெற்றியில் ஒட்டியுள்ளன. விசித்திரமான வகையில், தளர்ந்த அம்முடிக்கற்றைகளே அவளை நோக்கி என்னை ஈர்க்கின்றன.

"நீ பேருந்தில்தான் வந்தாய், இல்லையா?" என்னிடம் கேட்கிறாள், அவள் குரல் சற்றே கிசுகிசுப்பாக ஒலிக்கிறது.

"ஆமாம், சரிதான்."

காப்பியில் ஒரு மடக்கை அருந்தியவள் உடன் முகம் சுளிக்கிறாள். "உன் வயதென்ன?"

"பதினேழு," பொய் சொல்கிறேன்.

"ஆக நீ மேல்நிலைப் பள்ளியில் இருக்கிறாய்."

நான் தலையசைக்கிறேன்.

"எங்கு போகிறாய்?"

"டகமாட்சு."

"நானும் அங்குதான்," என்கிறாள். "சுற்றிப்பார்க்க வருகிறாயா, அல்லது அங்கே வசிக்கிறாயா?"

"சுற்றிப்பார்க்க," என பதிலுரைக்கிறேன்.

"நானும் கூட. எனக்கு அங்கே ஒரு தோழமை உண்டு. எனது பெண் தோழி. உனக்கு?"

"உறவினர்கள்."

ஓஹோ, என்கிறது அவளின் தலையசைப்பு. அதன் பிறகு கேள்விகள் இல்லை. "உன் வயதில் எனக்கொரு தம்பி இருக்கிறான்," திடீரென அவள் என்னிடம் சொல்கிறாள், அப்போதுதான் தனக்கு நினைவு வந்தது போல. "சில விசயங்கள் நடந்தன, பிறகு நாங்களிருவரும் வெகு காலமாகப் பார்த்துக் கொள்வதில்லை.. உனக்கு ஒன்று தெரியுமா? நீ பார்க்க அந்தப் பையனைப் போலவே இருக்கிறாய். யாராவது இதை உன்னிடம் எப்போதாவது சொல்லி இருக்கிறார்களா?"

"எந்தப் பையன்?"

"உனக்குத் தெரியும்தானே, இசைக்குழுவில் பாடுகிற பையன்! உன்னைப் பேருந்தில் பார்த்த மறுகணம் நீ அவனைப் போல இருப்பதாக நினைத்தேன், ஆனால் எனக்கு அவன் பேர் நினைவில்லை. ஞாபகப்படுத்திக் கொள்ள முயற்சி செய்து என் மூளையில் ஓட்டையே போட்டிருக்க வேண்டும். சில சமயங்களில் அப்படித்தான் நடக்கும், இல்லையா? உன் நாவின் நுனியில் நிற்கும், ஆனால் அதைப் பற்றி உன்னால் யோசிக்க முடியாது. இதற்கு முன் யாரும் அதை உன்னிடம் சொன்னதில்லையா – நீ வேறொருவரை நினைவூட்டுகிறாய் என்பதை?"

நான் தலையை ஆட்டினேன். யாரும் ஒருபோதும் என்னிடம் அதைச் சொன்னதில்லை. கண்களை வேண்டுமென்றே சுருக்கி, அவள் இன்னும் என்னை வெறித்துப் பார்த்தபடி இருக்கிறாள். "எந்த மாதிரி ஆளைப் பற்றி நீ சொல்கிறாய்?" எனக் கேட்கிறேன்.

"தொலைக்காட்சிக்காரன்."

"தொலைக்காட்சியில் தோன்றும் ஒருவனா?"

பன்றியிறைச்சியால் செய்த சாண்ட்விச்சை எடுத்து ஆர்வமின்றி கடித்தவள் ஒரு மிடறு காப்பியால் அதை நனைத்து "மிகச்சரி,"

என்கிறாள். "ஏதோவொரு இசைக்குழுவில் பாடும் ஆள். கருமம் - என்னால் அந்தக்குழுவின் பெயரையும் யோசிக்க முடியவில்லை. கன்சாய் உச்சரிப்போடு பேசும் உயரமான மனிதன். நான் யாரைச் சொல்கிறேனென உன்னால் புரிந்து கொள்ள முடிகிறதா?"

"மன்னித்துக் கொள், நான் தொலைக்காட்சி பார்ப்பதில்லை."

அந்தப் பெண் கடுகடுப்போடு என்னை முறைக்கிறாள். "நீ சுத்தமாகப் பார்ப்பதே கிடையாதா?"

அமைதியாக நான் தலையாட்டுகிறேன். ஒரு நொடி பொறுங்கள் - இங்கு நான் தலையை அசைக்க வேண்டுமா அல்லது ஆட்ட வேண்டுமா? நான் தலையசைப்பதைத் தேர்கிறேன்.

"அதிகம் பேசக்கூடியவனில்லை, அப்படித்தானே? ஒரு சமயத்தில் ஒரு வரி என்பதே உனது பாணி என்பதாகத் தெரிகிறது. எப்போதும் மிகவும் அமைதியாகத்தான் இருப்பாயா?"

நான் நாணுகிறேன். ஆரம்பத்தில் நான் கொஞ்சம் அமைதியாக இருக்கும் வகையைச் சேர்ந்தவன்தான், ஆனால் அதிகம் பேசுவதில்லை என்பதற்கான காரணங்களுள் ஒரு பகுதி எனது குரல் இன்னும் முழுதாக உடையவில்லை என்பதே. பெரும்பாலான நேரங்களில் ஒருவகை தாழ்ந்த குரலாக ஒலிக்கும், ஆனால் சட்டென்று எதிர்பாராத கணங்களில் என்னைக் கைவிட்டு ஒரு கீச்சொலியை வெளியிடும். ஆக நான் எதைச் சொன்னாலும் சிறிதாகவும் இனிமையாகவும் வைத்திருக்க முயற்சி செய்கிறேன்.

"எப்படிப் பார்த்தாலும்," அவள் தொடர்ந்து பேசுகிறாள், "நான் என்ன சொல்ல வருகிறேன் என்றால் நீ பார்ப்பதற்கு வெகுவாக அந்தக் கன்சாய் உச்சரிப்புடன் கூடிய பாடகனைப் போலத் தோற்றமளிக்கிறாய். அதற்காக உன்னுடையது கன்சாய் உச்சரிப்பு அல்லது அது போன்றது என அர்த்தமில்லை. வெறுமனே - எனக்குச் சொல்லத் தெரியவில்லை, அவனைப் போல இருக்கும் ஏதோவொன்று உன்னிடம் உள்ளது. அவனும் கூட பார்க்க மிக நல்லவனாகவே தெரிகிறான், அவ்வளவுதான்."

அவளுடைய புன்னகை ஒரு கணம் அவளைப் பிரிந்து விலகுகிறது, பிறகு மீண்டும் வந்திணைகிறது, இது நிகழும்போது நானோ நாணம் ததும்பும் எனது முகத்தோடு போராடுகிறேன். "உன் கேசத்தை சற்றே மாற்றியமைத்தால் இன்னுமதிகம் அவனைப் போல இருப்பாய்," என்கிறாள். "அதை இன்னும் கொஞ்சம் வளர விடு, சிறிது ஜெல்லைப் பயன்படுத்தி மேல்நோக்கி நீவி விட்டால் போதும். முயற்சி செய்து பார்க்க நான் மிகுந்த ஆவலோடிருக்கிறேன். அத்தோற்றத்தில் நீ நிச்சயம் அழகாகத் தெரிவாய். உண்மையில், நானொரு சிகையலங்கார நிபுணர்தான்."

நான் தலையசைத்தவாறே தேநீரை உறிஞ்சுகிறேன். சிற்றுண்டிச்சாலையில் மரண அமைதி நிலவுகிறது. வழக்கமாக ஒலிக்கும் பின்னணி இசையும் இல்லை, எங்களிருவரைத் தவிர யாரும் பேசிக் கொள்ளவும் இல்லை.

"ஒருவேளை உனக்கு பேசுவதே பிடிக்காதோ?" தலையை ஒரு கையால் தாங்கிப் பிடித்து தீவிரமான பார்வையை என் மீது வீசியபடி கேட்கிறாள்.

நான் தலையை ஆட்டுகிறேன். "இல்லை, அப்படி கிடையாது."

"மனிதர்களோடு பேசுவதை வலியென்று நினைக்கிறாயா?"

மற்றுமோர் முறை என் தலையை ஆட்டுகிறேன்.

பன்றியிறைச்சிக்கு பதில் ஸ்ட்ராபெர்ரி ஜாமோடு உள்ள தனது இன்னொரு சாண்ட்விச்சை எடுக்கிறாள், புருவத்தை நெரித்து பிறகு நம்பிக்கையற்ற பார்வையை என் மேல் வீசுகிறாள். "எனக்காக நீயிதைச் சாப்பிடுகிறாயா? எல்லாவற்றையும் விட அதிகமாக ஸ்ட்ராபெர்ரி ஜாம் சாண்ட்விச்சுகளை நான் வெறுக்கிறேன். சிறுபிள்ளையாக இருந்த காலம் தொடங்கி."

அதை அவளிடமிருந்து பெற்றுக் கொள்கிறேன். சரியாகச் சொல்வதெனில் எனது டாப்-டென் பட்டியலிலும் ஸ்ட்ராபெர்ரி-ஜாம் சாண்ட்விச்சுகளுக்கு இடம் கிடையாது, ஆனால் ஒரு வார்த்தையும் பேசாமல் சாப்பிடத் தொடங்குகிறேன்.

மேசைக்கு மறுபக்கமிருந்து கடைசித் துணுக்கு வரை நான் சாப்பிடுவதை அவள் பார்த்தவாறிருக்கிறாள். "எனக்கு ஓர் உதவி செய்ய முடியுமா?" எனக் கேட்கிறாள்.

"உதவி?"

"டகமாட்சு போகும்வரை நான் உன்னருகே வந்து அமர்ந்து கொள்ளட்டுமா? தனியாக அமர்ந்திருந்தால் என்னால் இயல்பாக இருக்க முடிவதில்லை. யாராவதொரு விபரீதமான மனிதன் தொப்பென்று என்னருகே வந்து அமரப் போகிறான் என்பதாகத்தான் எப்போதும் உணருகிறேன், ஆக என்னால் தூங்க முடிவதில்லை. பயணச்சீட்டை நான் வாங்கும்போது எல்லாம் தனித்தனி இருக்கைகள் என்றார்கள், ஆனால் உள்ளே வந்தால் எல்லாம் இரண்டிரண்டாக இருப்பதைப் பார்க்கிறேன். நாம் சென்றடைவதற்கு முன் ஒரு குட்டித்தூக்கம் போட விரும்புகிறேன், உன்னைப் பார்த்தால் நல்ல மனிதனாகத் தெரிகிறது. ஏதும் சங்கடம் இல்லையே?"

"ஒரு பிரச்சினையுமில்லை."

"நன்றி," என்கிறாள். "'பயணத்தில், ஒரு துணைவன்', என சொல்வதைப் போல."

நான் தலையசைக்கிறேன். அசைக்கிறேன், அசைக்கிறேன், அசைத்துக் கொண்டேயிருக்கிறேன் – என்னால் அது மட்டும்தான் முடியும் எனத் தோன்றுகிறது. ஆனால் நான் வேறென்ன சொல்ல வேண்டும்?

"அது அப்படி முடியும்?" என்று கேட்கிறாள்.

"எது எப்படி முடியும்?"

"'ஒரு துணைவன்' என்பதற்குப் பிறகு, என்ன வரும்? எனக்கு ஞாபகமில்லை. ஜப்பானிய மொழியில் ஒருபோதும் எனக்கு அத்தனை பரிச்சயம் இருந்ததில்லை."

"'வாழ்வில், கருணை'," என்கிறேன்.

"'பயணத்தில், ஒரு துணைவன், வாழ்வில், கருணை'," அவள் மறுபடியும் சொல்லிப் பார்க்கிறாள், உறுதி செய்வதைப்

போல. ஒரு தாளும் பென்சிலும் இருந்திருந்தால், அதை அவள் எழுதி வைத்துக் கொண்டால் கூட என்னை ஆச்சரியப்படுத்தி இருக்காது. "ஆக உண்மையில் இதன் அர்த்தம்தான் என்ன? எளிமையாக."

நானதை யோசிக்கிறேன். நான் நினைப்பதையெல்லாம் ஒன்றுதிரட்ட சிறிது நேரமாகிறது, ஆனால் அவள் பொறுமையாகக் காத்திருக்கிறாள்.

"அதன் அர்த்தமாக நான் நினைப்பது," என்கிறேன், "தற்செயலான சந்திப்புகளே நம்மை உயிர்ப்போடு வைத்திருக்கின்றன. வெகு எளிமையாக."

அதை யோசித்து கொஞ்ச நேரம் குழப்பிக் கொண்டிருந்தாள், பிறகு மெதுவாகத் தன்னிரு கரங்களையும் மேசைக்கு மேலே கொண்டு வந்து அதன் மீது மெல்ல வைத்துக் கொள்கிறாள். "நீ சொல்வது சரிதான் என்று நினைக்கிறேன் - அதாவது தற்செயலான சந்திப்புகளே நம்மை உயிர்ப்போடு வைத்திருக்கின்றன."

எனது கடிகாரத்தை நோட்டம் விடுகிறேன். 5.30 ஆகியிருந்தது. "நாம் திரும்பிப் போனால் சரியாக இருக்கும்."

"ஆமாம். நானும் அதையே நினைத்தேன். போகலாம்," என்கிறாள், என்றாலும், எழுந்து கொள்வதற்கென, நகராமல் நிற்கிறாள்.

"அதிருக்கட்டும், இப்போது நாம் எங்கிருக்கிறோம்?" என கேட்கிறேன்.

"எனக்குத் தெரியவில்லை," என்கிறாள். கொக்கு போலக் கழுத்தை வளைத்து மொத்த இடத்தையும் கண்களால் துழாவுகிறாள். விழத் தயாராக இருக்கும் பழுத்த பழத்தின் நிலையற்ற இரு துண்டுகள் போல அவளின் காதணிகள் முன்னும் பின்னும் ஆடுகின்றன. "நேரத்தைக் கொண்டு நாம் குராஷிகிக்கு அருகேயிருக்கிறோம் என யூகிக்கிறேன், அதுவொன்றும் அத்தனை முக்கியமில்லை. நெடுஞ்சாலையின் இளைப்பாறும் பகுதியென்பது வெறுமனே நாம் கடந்து செல்லுமிடம்தான். இங்கிருந்து அங்கு செல்வது." வலது

ஆட்காட்டி விரலையும் இடது ஆட்காட்டி விரலையும் மேலே உயர்த்துகிறாள், கிட்டத்தட்ட பனிரெண்டு அங்குல இடைவெளியில்.

"அது எவ்வாறு அழைக்கப்படுகிறதென்பதில் என்ன உள்ளது?" அவள் தொடர்கிறாள். "உனக்கான கழிவறைகளும் உணவும் உனக்குக் கிடைக்கும். உனக்கான பாதரச விளக்குகளும் நெகிழி இருக்கைகளும் உண்டு. விளங்காத காப்பியும். ஸ்ட்ராபெர்ரி-ஜாம் சாண்ட்விச்சுகள். எதற்கும் அர்த்தமில்லை – இதற்கெல்லாம் அர்த்தம் கண்டுகொள்ள நீ முயற்சி செய்கிறாய் எனும் பட்சத்தில். எங்கிருந்தோ நாம் வருகிறோம், வேறெங்கோ போகிறோம். உனக்குத் தெரிய வேண்டியது அவ்வளவுதான், இல்லையா?"

நான் தலையசைக்கிறேன். மேலும் அசைக்கிறேன். மேலும் அசைத்துக் கொண்டேயிருக்கிறேன்.

பேருந்துக்கு நாங்கள் திரும்பும்போது மற்ற பயணிகளனைவரும் ஏற்கனவே வந்திருந்தார்கள், ஆக நாங்கள்தான் அவர்களை நகர விடாமல் பிடித்து வைத்திருக்கிறோம். இளம் வயதினனாயிருக்கும் ஓட்டுனரின் தீவிரப் பார்வை எனக்கு யாரோவொரு கண்டிப்பான பாதுகாவலனை நினைவுறுத்துகிறது. எங்களிருவரின் மீதும் கசந்த பார்வையை வீசினாலும் ஏதும் சொல்லவில்லை, உடனந்தப் பெண் அவன் மீது அப்பாவித்தனத்தோடு மன்னியுங்கள்-நாங்கள்-தாமதித்துவிட்டோம் எனும் புன்னகையை எய்கிறாள். அவன் சற்று எட்டி ஒரு லீவரை இழுக்க கதவு ஹிஸ்ஸென்று மூடுகிறது. தனது சிறிய கைப்பெட்டியை இழுத்துக் கொண்டு அந்தப் பெண் எனக்கு அடுத்ததாக வந்தமர்கிறாள் – ஏதோவொரு தள்ளுபடி விற்பனையகத்தில் அவள் வாங்கிய ஒன்றுக்குமாகாத வகையைச் சேர்ந்த கைப்பெட்டி. அவளுக்காக நானதைத் தூக்கி மேல்நிலை அடுக்கில் வைக்கிறேன். அளவுக்கு மீறிய பாரம். அவள் என்னிடம் நன்றி சொல்கிறாள், பிறகு தனது இருக்கையை சரித்துக் கொண்டு உறக்கத்துள் வீழ்கிறாள். இதற்கு மேலும் கிளம்பாமல் பொறுத்திருக்க முடியாதென்பதைப் போல, நாங்கள் இருக்கைகளில் சாய்ந்தமர்ந்த மறுகணம் பேருந்து நகரத்

தொடங்குகிறது. எனது கையடக்க நூலை வெளியே எடுத்து, விட்ட இடத்தில் இருந்து தொடர ஆரம்பிக்கிறேன்.

அந்தப்பெண் வெகு விரைவில் உறங்கிப் போகிறாள், ஒவ்வொரு வளைவினூடாகவும் பேருந்து ஊசலாடிப் போகும் தருணங்களில் அவள் தலை மெல்ல என் தோளின் மேல் சாய்ந்து கொண்டே வந்து இறுதியில் அங்கே நிலைகொள்கிறது. வாய் மூடியிருக்க, தன் நாசிகளின் மூலம் அமைதியாக அவள் சுவாசிக்கிறாள், மூச்சுக்காற்று சீரான லயத்தோடு எனது தோளை உரசுகிறது. தலையைக் குனிந்து கீழே பார்க்கும்போது வட்டவடிவ கழுத்தோடுள்ள சட்டையின் கழுத்துப்பட்டை வழியே அவளது மார்புக்கச்சை நாடாவின் ஒரு பகுதி கண்களில் தட்டுப்படுகிறது, மெலிதான, இளமஞ்சள் நிற நாடா. அந்த நாடாவின் முடிவில் இருக்கக்கூடிய நுண்மையான இழைகளைக் கற்பனை செய்கிறேன். அதற்குள் பொதிந்த மென்மையான மார்புகளை. என் விரல்நுனிகளுக்குக் கீழே இளஞ்சிவப்பு மார்புக்காம்புகள் இறுகுகின்றன. இவற்றைக் கற்பனை செய்திட எவ்வித முயற்சியையும் நான் மேற்கொள்ளவில்லை, ஆனால் அதைத் தடுக்கவும் என்னால் முடியவில்லை. ஆக - இதில் எந்த ஆச்சரியமுமில்லை - எனக்கு பயங்கரமான விறைப்பு உண்டாகிறது. உங்களுடைய உடம்பில் எந்தவொரு பகுதியும் எப்படி இவ்வாறு பாறையைப் போல விறைக்க முடியுமென நான் அதிசயப்படும் வகையில் அத்தனை உறுதியாக.

அப்போதுதான் ஒரு யோசனை என்னைத் தாக்குகிறது. ஒருவேளை - வெறும் யூகம்தான் - இந்தப் பெண் என் சகோதரியாக இருக்கக்கூடும். அவளுக்கும் கிட்டத்தட்ட இதே வயதுதான். இவளுடைய வினோதமான தோற்றம் எவ்வகையிலும் புகைப்படத்திலுள்ள பெண்ணோடு ஒத்துப் போகவில்லை, ஆனால் நாம் அதை மட்டும் நம்பிக் கொண்டிருக்கவியலாது. எப்படி அவை எடுக்கப்பட்டிருக்கின்றன என்பதையொட்டி மனிதர்கள் சில சமயங்களில் முற்றிலும் வேறாகத் தெரிவார்கள். வெகுகாலமாகத் தான் பார்த்திராத என் வயதொத்த தம்பி தனக்கிருப்பதாக அவள் சொன்னாள். அந்தத் தம்பி நானாக இருக்க முடியாதா என்ன - குறைந்தபட்சம், புனைவு எனுமளவில்?

நான் அவள் மார்பை வெறிக்கிறேன். அவள் சுவாசிக்கும்போது, அலைகளின் சீற்றம் போல அவளின் வட்டச் சிகரங்கள் மேலும் கீழும் நகர்கின்றன, பரந்து விரிந்த கடலின் மேல் மென்மையாகப் பொழியும் மழையை ஏனோ அது எனக்கு நினைவுறுத்துகிறது. படகின் மேற்தளத்தில் நிற்கும் தன்னந்தனி பயணி நான், அவள் கடல். வானம் சாம்பல்நிறப் போர்வையென விரிந்து அத்துவானத்தில் சாம்பல்நிறக் கடலோடு கலக்கிறது. வானுக்கும் கடலுக்கும் நடுவேயுள்ள வித்தியாசங்களைக் கண்டறியச் சிரமமாயுள்ளது. பயணிக்கும் கடலுக்கும் நடுவே. உண்மைக்கும் இதயத்தின் செயல்பாடுகளுக்கும் நடுவே.

அந்தப்பெண் விரல்களில் இரு மோதிரங்களை அணிந்திருக்கிறாள், அவற்றில் எதுவும் திருமண மோதிரமோ அல்லது நிச்சயதார்த்த மோதிரமோ இல்லை, அவை பெண்கள் வழக்கமாகப் போகிற சிறிய அழகுசாதனக் கடைகளில் கிடைக்கும் மலிவான சங்கதிகள் மாத்திரமே. அவளின் விரல்கள் நீளமாகவும் ஒல்லியாகவும் இருக்கின்றன ஆனால் பலமானவையாகத் தோன்றுகின்றன, நகங்கள் சிறிதாக, மெல்லிய இளஞ்சிவப்பு சாயத்தால் அழகாக மெருகூட்டப்பட்டுள்ளன. மினிஸ்கர்ட்டிலிருந்து நீளும் முழங்கால்களின் மேல் அவள் கரங்கள் அழுத்தமின்றி வீற்றிருக்கின்றன. அந்தக் கரங்களைத் தொட விரும்புகிறேன், ஆனால் உண்மையில் நான் அப்படிச் செய்யவில்லை. உறங்கும்போது, அவள் குழந்தை போலத் தோற்றமளிக்கிறாள். கூர்மையான காதுகளுள் ஒன்று மயிர்க்கற்றைகளுக்கு நடுவேயிருந்து வினோதமான முறையில் வலுவற்றதாய் இருக்கக்கூடிய சிறிய காளானைப் போல எட்டிப் பார்க்கிறது.

எனது புத்தகத்தை மூடிவிட்டு கடந்து போகும் காட்சிகளை கொஞ்ச நேரம் பார்த்தவாறிருக்கிறேன். ஆனால் வெகு சீக்கிரம், அதை நான் உணர்வதற்கும் முன்னரே, தூங்கிப் போகிறேன்.

4

அமெரிக்க ராணுவ புலனாய்வுத்துறை (MIS) அறிக்கை

தேதி: மே 12, 1946

தலைப்பு: ரைஸ் பௌல் மலைப்பகுதி சம்பவம் குறித்த அறிக்கை, 1944

ஆவண எண்: PTYX - 722 - 8936745 - 42216 - WWN

பின்வருவது மருத்துவர் ஜூச்சி நகஸாவாவுடனான (53) ஒலிப்பதிவு செய்யப்பட்ட நேர்காணல், சம்பவம் நிகழ்ந்த சமயம் [அழிக்கப்பட்டிருக்கிறது] நகரில் ஓர் உள்ளூர் மருந்துக்கடையை அவர் நடத்தி வந்திருக்கிறார். நேர்காணலோடு தொடர்புடைய சங்கதிகளை விண்ணப்பப் படிவ எண்கள் PTYX – 722 – SQ – 162 – 183 ஆகியவற்றின் மூலம் படித்தறியலாம்.

நேர்காணல் செய்தவரின் அவதானிப்புகள், லெட் ராபர்ட் ஓ'கான்னர்: இயல்பை மீறிய வாட்டசாட்டமான உடலோடும் கருத்த–தோலோடுமுள்ள நகஸாவா தோற்றத்தில் ஒரு மருத்துவரைக் காட்டிலும் பண்ணை மேஸ்திரி போலத்தான் தெரிகிறார். அமைதியான இயல்புடையவராயிருந்தாலும் மிகுந்த சுறுசுறுப்போடு தனது மனதில் தோன்றுவதைத் துல்லியமாக அப்படியே சொல்கிறார். கண்ணாடிக்குப் பின்னாலுள்ள அவரின் கண்கள் கூர்மையும் எச்சரிக்கையுணர்வும் நிரம்பிய பார்வையைக் கொண்டுள்ளன, அவரின் நினைவாற்றலும் கூட நம்பத்தகுந்ததாகவே தெரிகிறது.

நீங்கள் சொல்வது சரிதான் – நவம்பர் 7, 1944 அன்று காலை பதினொரு மணிக்கு உள்ளூர் ஆரம்பப்பள்ளியின் துணை முதல்வரிடமிருந்து எனக்கொரு தொலைபேசி அழைப்பு வந்தது. பள்ளியின் மருத்துவராக நானிருந்தேன், அல்லது அதற்கு நெருக்கமான ஏதோவொன்றாக, ஆக அதனால்தான் அவர்கள் முதலில் என்னைத் தொடர்பு கொண்டார்கள்.

துணை முதல்வர் பயங்கர வருத்தத்திலிருந்தார். காளான் சேகரிக்க மலைகளுக்கு உல்லாசப்பயணம் போன வகுப்பில் யாவரும் நினைவிழந்து கிடப்பதாக என்னிடம் அவர் சொன்னார். அவருடைய கூற்றுப்படி அவர்கள் ஒட்டுமொத்தமாக நினைவை இழந்திருந்தார்கள். பொறுப்பேற்றுப் போன ஆசிரியை மட்டுமே நினைவோடு இருந்தாள், உதவி கேட்டுப் பள்ளிக்கு அப்போதுதான் ஓடி வந்திருந்தாள். அவர் மிகவும் படபடப்பாயிருந்ததால் என்னால் நிலவரத்தை முழுதாகப் புரிந்து கொள்ள முடியவில்லை, ஆனால் ஒரு விசயம் மட்டும் நிச்சயமாகவும் தெளிவாகவும் புரிந்தது: பதினாறு குழந்தைகள் காட்டுக்குள் மயக்கமுற்றுக் கிடக்கிறார்கள்.

குழந்தைகள் காளான் சேகரிக்கப் போயிருந்தார்கள், ஆக இயல்பாகவே எனது ஆரம்பகட்ட எண்ணம் அவர்கள் ஏதோ விஷக்காளான்களைச் சாப்பிட்டு அதன் காரணமாக வாதத்தால் முடங்கியிருக்கிறார்கள் என்பதாயிருந்தது. ஒருவேளை அதுதான் நடந்ததென்றால் அவர்களுக்கு சிகிச்சையளிக்க சிரமமாயிருக்கும். வெவ்வேறுவகைக் காளான்கள் வெவ்வேறுவகை விஷத்தன்மை அளவுகளைக் கொண்டவை, போலவே சிகிச்சை முறைகளும் வேறுபடும். அந்தத் தருணத்தில் நாம் செய்யக்கூடிய அதிகபட்ச சிகிச்சையென்பது அவர்களுடைய வயிறுகளைச் சுத்தம் செய்வதுதான். என்றாலும், அதீத நச்சுத்தன்மை கொண்ட வகைகளைப் பொறுத்தமட்டில், நஞ்சு ரத்தவோட்டத்தோடு வேகமாகக் கலந்து விடுவதால் நாம் தாமதித்தவர்களாயிருப்போம். இப்பகுதியைச் சுற்றி ஒவ்வொரு வருடமும் நிறைய ஆட்கள் விஷக்காளான்களால் உயிரிழக்கிறார்கள்.

முதலுதவிப்பெட்டியை எனது பைக்குள் அள்ளித் திணித்துக் கொண்டு பைக்கில் ஏறி என்னால் இயன்றமட்டும் துரிதமாகப் பள்ளிக்குக் கிளம்பிப் போனேன். காவல்துறைக்கு சேதி சொல்லி ஏற்கனவே இரு காவலர்கள் அங்கு வந்திருந்தார்கள். மயக்கமுற்றுக் கிடக்கும் குழந்தைகளை நகருக்குக் கொண்டு வர எங்களுக்குக் கிடைக்கும் எல்லா உதவிகளும் தேவைப்படுமென்பதை நாங்கள் அறிந்திருந்தோம். இருந்தாலும், போரின் பொருட்டு பெரும்பாலான இளைஞர்கள் வெளியேறிச் சென்றிருந்தார்கள், ஆக எங்களுக்கான சாத்தியங்களில் சிறந்ததைத் தேர்ந்தெடுத்துக் கிளம்பினோம் – நான், இரு காவலர்கள், மூத்த ஆண் ஆசிரியர், துணை முதல்வர், முதல்வர், உடன் பள்ளியின் வாயிற்காவலர். மேலும் தன்னியல்பாகவே அந்தக் குழந்தைகளோடிருந்த வகுப்பறை ஆசிரியையும். எங்களால் தேடிப்பிடிக்க முடிந்த இருசக்கர வாகனங்களையெல்லாம் எடுத்துக் கொண்டோம், ஆனால் அவை போதுமான எண்ணிக்கையில்

இல்லையாதலால் சிலர் மட்டும் வாகனத்துக்கு இருவர் என்கிற வகையில் கிளம்பினோம்.

எத்தனை மணிக்குச் சம்பவ இடத்தை வந்தடைந்தீர்கள்?

அப்போது மணி 11.55. நாங்கள் அங்கு சென்றபோது எனது கடிகாரத்தைப் பார்க்க நேர்ந்ததால் எனக்கு நினைவிருக்கிறது. வாகனங்களை மலையடிவாரம் வரை ஓட்டிப் போனோம், எங்களால் முடிந்த தொலைவு மட்டும், பிறகு மீதித் தொலைவை கால்நடையாக ஏறிச் சென்றோம்.

நான் வந்து சேர்ந்த சமயம் குழந்தைகளில் ஒரு சிலருக்குக் கொஞ்சம் நினைவு திரும்பியிருந்தது. மூன்று அல்லது நான்கு பேர் என நினைக்கிறேன். என்றாலும், அவர்களும் முழுமையான தெளிவோடில்லை, நால்வருக்கும் ஒருவகை தலைசுற்றல் இருந்தது. மற்ற குழந்தைகள் இன்னும் மயக்கமாகத்தான் கிடந்தார்கள். சிறிது நேரம் சென்று மற்றவர்களில் சிலர் அசையத் தொடங்கினார்கள், அவர்களின் உடல்கள் பென்னம்பெரிய புழுக்களைப் போல அலையலையாக எழுந்தடங்கின. அது வெகு வினோதமான காட்சியாயிருந்தது. அங்கிருந்த மரங்களையெல்லாம் அழகாக வெட்டி அப்புறப்படுத்தியது போலத் தோன்றிய, வனங்களின் வழக்கத்துக்கு மாறான, தட்டையான திறந்தவெளியில் அக்குழந்தைகள் மயங்கிக் கிடந்தார்கள், கூதிர்கால சூரியவொளி அவ்விடத்தின் மீது பிரகாசமாக விழுந்து கொண்டிருந்தது. அத்தோடு நீங்கள் பார்க்கிறீர்கள், இந்த இடத்தில் அல்லது இதன் மூலைகளில், பதினாறு ஆரம்பநிலை பள்ளிக் குழந்தைகள் நெடுஞ்சாண்கிடையாக தரையின் மேல் சிதறிக் கிடக்கிறார்கள், சிலர் அசையத் தொடங்கியவாறு, சிலர் மொத்தமாக அசைவற்று. ஒட்டுமொத்த சங்கதியும் எனக்கு ஏதோவொரு வினோதமான அபத்த நாடகத்தை நினைவுறுத்தியது.

அந்தக் காட்சியைக் கண்டு உறைந்து, ஒருகணம் குழந்தைகளுக்கு சிகிச்சையளிக்க மறந்து, வெறுமனே அதை வெறித்தபடி அங்கு நின்றிருந்தேன். நான் மட்டுமல்ல – மீட்புக்குழுவில் அனைவரின் எதிர்வினையும் அதுவாகத்தான் இருந்தது, தாங்கள் கண்ட காட்சியின் தீவிரத்தில் திகைத்து நின்றிருந்தார்கள். இப்படிச் சொல்வது சற்று வினோதமாகக் கூட இருக்கலாம், பெரும்பாலும் அப்படித்தான் தோன்றும், ஆனால் மனிதர்கள் ஒருபோதும் பார்க்கக்கூடாத காட்சியை நாங்கள் காணும் வகையில் நிகழ்ந்த ஏதோவொரு பிழையென்றே அதைச் சொல்ல வேண்டும். போர்க்காலம், ஆகவே ஒரு மருத்துவராக, தேசத்தின் இந்தத் தொலைதூரப் பகுதியில் விசித்திரமாக ஏதும் நிகழ்ந்திடும் குறைந்தபட்ச

சாத்தியத்தோடு, என்ன வந்தாலும் அதைச் சந்திக்க மனதளவில் நான் தயாராகவே இருந்தேன், தேவை ஏற்படுமாயின் ஜப்பானின் குடிமகனாக எனது கடமையை அமைதியாகச் செய்யவும் ஆயத்தமாயிருந்தேன். ஆனால் வனத்தில் இந்தக் காட்சியைக் கண்டபோது உண்மையில் நான் உறைந்து போனேன்.

என்றாலும், வெகு சீக்கிரமே அந்தக்கணத்தை முறித்துக் கொண்டு வெளியேறி, குழந்தைகளில் ஒன்றைத் தூக்கினேன், ஒரு சிறுமியை. அவளுடம்பில் சுத்தமாக எந்த சக்தியுமில்லை, கந்தல்துணி பொம்மை போலத் துவண்டு கிடந்தாள். இருந்தாலும், திறந்திருந்த அவளின் கண்கள் முன்னும் பின்னுமாக எதையோ தேடிக் கொண்டிருந்தன. எனது பைக்குள்ளிருந்த சிறிய ஒளிக்கருவியை எடுத்து அவள் கண்ணின் மணிகளுக்குள் பாய்ச்சினேன். எவ்வித எதிர்வினையுமில்லை. அவளின் கண்கள் எதையோ பார்த்தவாறு இயங்கிக் கொண்டிருந்தன, ஆனாலும் வெளிச்சத்துக்கெதிராக எவ்வுணர்வையும் அவை வெளிப்படுத்தவில்லை. பல்வேறு மற்றக் குழந்தைகளைக் கொண்டு நான் பரிசோதித்தபோதும் மிகத்துல்லியமாக அவர்களனைவரும் ஒரேபோலக் கிடந்தார்கள், எவ்வித எதிர்வினையுமின்றி. நானிதைச் சற்று இயல்புமீறிய சங்கதியாக உணர்ந்தேன்.

அடுத்து நான் அவர்களின் நாடியையும் உடலின் வெப்பநிலையையும் சோதித்தேன். அவர்களின் நாடித்துடிப்புகள் 50–க்கும் 55–க்கும் இடையேயிருந்தன, மேலும் அவர்களனைவரும் 97°–க்கு சற்றே குறைந்த வெப்பநிலையைக் கொண்டிருந்தார்கள். சற்றேறக்குறைய 96° அல்லது அதைச் சுற்றி, என நினைவுகூருகிறேன். அதுதான் சரி – அந்த வயதிலுள்ள குழந்தைகளுக்கு இந்த நாடித்துடிப்பு இயல்பை விட மிகக் குறைந்ததாகும், உடலின் வெப்பநிலையும் சராசரியை விட ஒரு டிகிரிக்கும் அதிகமாகக் குறைவுதான். அவர்களுடைய மூச்சுக்காற்றை முகர்ந்து பார்த்தேன், ஆனால் வழக்கத்துக்கு மாறான எதையும் உணர முடியவில்லை. போலவே அவர்களின் தொண்டைகளிலும் நாக்குகளிலும் கூட.

இவை உணவு நஞ்சாவதின் அறிகுறிகளல்ல என்பதை உடனடியாக உறுதி செய்து கொண்டேன். ஒருவர் கூட வாந்தியெடுக்கவோ வயிற்றுப்போக்கால் அவதியுறவோ இல்லை, மேலும் யாருமே எவ்வித வலியாலும் பாதிக்கப்பட்டிருந்ததாகத் தெரியவில்லை. மோசமான எதையும் ஒருவேளை குழந்தைகள் உண்டிருந்தால் – இத்தனை நேரம் கடந்து போயிருப்பதையும் கணக்கில் கொண்டு – இவ்வறிகுறிகளில் குறைந்தபட்சம் ஏதேனும் ஒன்றின் தொடக்கத்தை நீங்கள் எதிர்பார்க்கலாம். இது ஊணச்சு இல்லை என்பதில்

நிம்மதிப் பெருமூச்சொன்றை வெளிப்படுத்தினேன். ஆனால் பிறகும் நான் ஸ்தம்பித்திருந்தேன், ஏனெனில் அவர்களின் சிக்கல் என்ன என்பதற்கான எந்தத் தடயமும் என்னிடமில்லை.

இந்த அறிகுறிகள் சூரியவெப்பத்தாக்குதலை ஒத்திருந்தன. கோடைகாலத்தில் குழந்தைகள் இதன் காரணமாகவே மயக்கமுறுவார்கள். கிட்டத்தட்ட தொற்றுநோய் போல – ஒருமுறை அவர்களுள் ஒருவர் மயக்கமுற்று விழுந்தால் அவர்களின் நண்பர்களும் அதையே செய்வார்கள், ஒருவர் பின் ஒருவராக. ஆனால் இது நவம்பர், அதுவும் குளிர்ந்த வனத்தில், வாய்ப்பேயில்லை. ஒருவர் அல்லது இருவர் வெப்பத்தாக்குதலால் பாதிக்கப்பட்டார்களென்பதைக் கூட ஒத்துக் கொள்ளலாம், ஆனால் பதினாறு குழந்தைகள் ஒரே சமயத்தில் அதன் காரணமாக மயங்கி வீழ்ந்தார்களென்பது கேள்விக்கு அப்பாற்பட்ட சங்கதி.

எனது அடுத்த சிந்தனை ஏதோவொரு வகை விஷவாயு அல்லது நரம்பு வாயு என்பதாயிருந்தது, இயற்கையானதாக அல்லது மனிதனால் உருவாக்கப்பட்டதாக இருக்கலாம். ஆனால் தேசத்தின் ஒதுக்குப்புறமான இப்பகுதியில் வனத்தினடுவே எவ்வித முகாந்திரமுமின்றி எந்தவொரு வாயுவும் எப்படித் தோன்ற முடியும்? என்னால் புரிந்து கொள்ள முடியவில்லை. என்றாலும், அன்று நான் பார்த்ததை விஷவாயுவைக் கொண்டு தர்க்கரீதியாக விளங்கிக் கொள்ளலாம். அனைவரும் அதைச் சுவாசித்தார்கள், நினைவிழந்து அதே இடத்தில் மயங்கி விழுந்தார்கள். வகுப்பறை ஆசிரியை ஏன் விழவில்லை எனில் வளர்ந்தவர்களைப் பாதிக்குமளவு அவ்வாயுவுக்கு வீரியம் போதவில்லை. இருந்தாலும், குழந்தைகளுக்கு சிகிச்சை அளிப்பதில் நான் முழுக்கவே குழம்பிப் போயிருந்தேன். கிராமப்புறத்தைச் சேர்ந்த சாதாரண மருத்துவன் நான் என்பதோடு விஷவாயுக்களில் அதிகம் தேர்ச்சி பெற்றவனல்ல, ஆகவே இது என் சக்திக்கு மீறிய சங்கதி. நாங்கள் தொலைதூர நகரமொன்றில் இருந்ததால் துறைசார் வல்லுனருக்குத் தொலைபேசவும் என்னால் இயலவில்லை. சொல்லப் போனால், மிக மெதுவாக, குழந்தைகள் சிலரிடம் முன்னேற்றமிருந்தது, அனேகமாக, நேரம் செல்லச் செல்ல, அவர்களனைவருக்கும் நினைவு திரும்பலாமென யூகித்தேன். அது சற்றே அதீதமான நம்பிக்கைதானென்பது எனக்குத் தெரியும், ஆனால் அச்சமயத்தில் நான் செய்யக்கூடியதென வேறெதையும் சிந்திக்க முடியவில்லை. ஆகவே கொஞ்ச நேரம் அவர்களை அப்படியே விடுத்து என்ன நடக்கிறதென்று பார்க்கலாமென நான் பரிந்துரைத்தேன்.

காற்றில் வழக்கத்துக்கு மாறாக ஏதேனும் இருந்ததா?

அது குறித்து நானும் கூட கவலை கொண்டிருந்தேன், எனவே வழக்கத்துக்கு மாறான மணம் எதையும் கண்டுபிடிக்க முடிகிறதா என்றறிய பலமுறை ஆழமாக மூச்சையிழுத்துப் பார்த்தேன். ஆனால் வெறுமனே மலைகளில் வீசும் வனத்தின் மணம்தான். மிக ஆழமான வாசனை, மரங்களின் நறுமணம். அங்கிருந்த செடிகள் மற்றும் மலர்கள் ஆகியவற்றிலும் இயல்புக்கு மாறாக ஏதுமில்லை. எதுவும் தனது வடிவத்தை மாற்றியிருக்கவோ அல்லது வண்ணத்தை இழந்திருக்கவோ இல்லை.

குழந்தைகள் பறித்த காளான்களை ஒவ்வொன்றாகப் பரிசோதித்தேன். அத்தனை ஒன்றும் அதிகமாயில்லை, ஆக அவற்றைப் பறிக்கத் தொடங்கி சிறிது நேரத்தில் அவர்கள் மயங்கியிருக்கலாம் எனும் தீர்மானத்துக்கு என்னை அது கூட்டிப்போனது. அவை அனைத்தும் சாதாரணமாக உண்ணுகிற காளான்கள். ஒரு மருத்துவராக நான் நீண்டகாலம் இங்கு இருந்திருப்பதால் பல்வேறு வகைகளோடு எனக்குப் பரிச்சயமுண்டு. சொல்லப்போனால், எதற்கும் இருக்கட்டுமே என அவற்றைச் சேகரித்து எடுத்து வந்து ஒரு வல்லுனரைக் கொண்டு மீண்டும் பரிசோதித்துப் பார்த்தேன். என்றாலும், நானறிந்தவரை, அவையாவுமே உங்களுக்கு இயல்பாகக் கிடைக்கிற – அல்லது – தோட்டங்களில் வளர்கிற, உண்ணும்படியான காளான்களே.

மயங்கிக் கிடந்த குழந்தைகளின் கண்கள் முன்னும் பின்னும் நகர்ந்ததாகச் சொன்னீர்கள், ஆனால் வேறு ஏதாவது இயல்புக்கு மாறான நோய்க்குறிகள் அல்லது எதிர்வினைகளை நீங்கள் பார்த்தீர்களா? ஒரு உதாரணத்துக்கு, அவர்களுடைய கண்மணிகளின் அளவில், கண்களின் வெண்ணிறப்பகுதியினுடைய நிறத்தில், அவர்கள் கண்ணிமைக்கும் அலைவரிசையில்?

இல்லை. பாவொளி போல முன்னும் பின்னும் அலைந்த அவர்களின் கண்கள் தவிர, வழக்கத்துக்கு மாறான எதுவும் அங்கில்லை. உடலின் மற்ற செயல்பாடுகள் யாவும் இயல்பாயிருந்தன. குழந்தைகள் எதையோ பார்த்துக் கொண்டிருந்தார்கள். இன்னும் துல்லியமாகச் சொல்ல வேண்டுமெனில், நாம் பார்க்கக்கூடிய எதையும் அந்தக் குழந்தைகள் பார்க்கவில்லை, மாறாக, நாம் பார்க்கவியலாத ஏதோவொன்றை. வெறுமனே பார்த்துக் கொண்டிருந்தார்கள் என்பதைக் காட்டிலும் அவர்கள் அதை உன்னிப்பாக கவனித்துக் கொண்டிருந்ததாகத் தோன்றியது. உண்மையில் எந்தவித உணர்வுமற்றுக் கிடந்தார்கள், ஆனால் ஒட்டுமொத்தமாகப் பார்க்க அச்சமோ வலியோ ஏதுமின்றி அமைதியாகத்தான் இருந்தார்கள். அவர்களை

அப்படியே விட்டு என்ன நடக்கிறதெனப் பார்க்கலாமென நான் முடிவு செய்ய அதுவும் ஒரு காரணம். நான் தீர்மானித்தேன், அவர்களுக்கு எவ்வித வலியும் இல்லையெனில், சிறிது நேரம் அவர்கள் அப்படியே கிடக்கட்டும்.

குழந்தைகள் வாயுவைச் சுவாசித்திருக்கலாம் எனும் யோசனையை யாராவது சொன்னார்களா?

ஆமாம், சொன்னார்கள். ஆனால் எவ்வாறு அது நிகழ்ந்திருக்குமென்பது என்னைப் போலவே அவர்களுக்கும் புரியவில்லை. அதாவது, வனங்களினூடாக மலையேறப் போன எவரும் வாயுவைச் சுவாசித்து விழ நேர்ந்தததாக அவர்கள் ஒருபோதும் கேள்விப்பட்டிருக்கவில்லை. பிறகு அங்கிருந்த மனிதர்களில் ஒருவர் – துணை முதல்வர் என நினைக்கிறேன் – அது அமெரிக்கர்கள் வீசிய வாயுவாக இருக்கலாம் என்றார். விசவாயு நிரம்பிய குண்டை அவர்கள் வீசியிருக்கக்கூடும் என்று அவர் சொன்னார். மலையில் ஏறுவதற்குச் சற்று முன்னால் வானில் தங்கள் தலைக்கு நேர்மேலே பறந்த பி–29 போலத் தோற்றமளித்த சங்கதியைப் பார்த்ததை வகுப்பறை ஆசிரியை நினைவுகூர்ந்தார். அதுதான்! என அனைவரும் சொன்னார்கள், அமெரிக்கர்கள் தயாரித்துள்ள ஏதோவொரு புதிய விசவாயு–நிரம்பிய வெடிகுண்டு. அமெரிக்கர்கள் புதிய வகை வெடிகுண்டைத் தயாரித்ததைப் பற்றிய வதந்திகள் எங்கள் வனங்களின் முகப்புப்பகுதியையும் கூட வந்தடைந்திருந்தன. ஆனால் ஏன் தங்களுடைய புத்தம்புது ஆயுதத்தை இதுபோன்ற கொஞ்சமும்–சம்பந்தமில்லாத பகுதியில் அமெரிக்கர்கள் வீச வேண்டும்? எங்களால் அதை விளக்க முடியவில்லை. ஆனால் தவறுகள் எப்போதும் வாழ்வின் ஒரு அங்கம்தான், மேலும் சில சங்கதிகளை நாம் புரிந்து கொள்ள வேண்டியதில்லை என்றும் நினைக்கிறேன்.

இதற்குப் பிறகு, அதாவது, குழந்தைகள் மெல்லத் தாங்களாகவே மீண்டார்களா?

ஆம். எத்தனை நிம்மதியாக உணர்ந்தேனென என்னால் உங்களுக்குச் சொல்ல முடியாது. முதலில் அவர்கள் நெளியத் தொடங்கினார்கள், பிறகு தடுமாறியபடி எழுந்து அமர்ந்தார்கள், மெதுவாகத் தங்கள் நினைவுகளை மீட்டவாறே. இந்த வழிமுறையின்போது எவ்வித வலியையும் உணர்ந்ததாக யாரும் புகார் சொல்லவில்லை. எங்கும் ஒரே அமைதி, ஏதோ ஆழ்ந்த உறக்கத்திலிருந்து அவர்கள் எழுவதுபோல. நினைவுகள் திரும்பிய சமயம் அவர்களின் கண்ணசைவுகள் எப்போதும்போல சாதாரணமாக மாறின. ஒளிக்கருவி கொண்டு அவர்கள் கண்களில் நான் வெளிச்சம் பாய்ச்சியபோதும் ஒளிக்கெதிராக இயல்பான எதிர்வினைகளையே

வெளிப்படுத்தினார்கள். என்றாலும், மறுபடியும் பேச அவர்களுக்குச் சிறிது நேரம் ஆனது – முதன்முதலாக விழிக்கும்போது உங்களுக்கு நிகழ்வதைப்போல.

என்ன நடந்ததென்று ஒவ்வொரு குழந்தையையும் விசாரித்தோம், ஆனால் அவர்களோ வாயடைத்து நின்றிருந்தார்கள், அப்படியேதும் நிகழ்ந்ததாகத் தங்களுக்கு நினைவில்லாத ஒன்றை நாங்கள் அவர்களிடம் கேட்பது போல. மலையேறிச் சென்றது, காளான்களைப் பறிக்கத் தொடங்கியது – இதை மட்டுமே அவர்களால் நினைவுகூர முடிந்தது. அதற்குப் பிறகு நிகழ்ந்ததெல்லாம் மொத்தமாக மறந்து போயிருந்தது. அந்தத் தருணத்துக்கும் தற்போதைய நேரத்துக்குமிடையே கடந்து சென்ற காலம் பற்றி அவர்களுக்கு ஏதும் நினைவில்லை. அவர்கள் காளான்களைப் பறிக்க ஆரம்பித்தார்கள், பிறகு திரை வீழ்கிறது, சுற்றிலும் பெரியவர்கள் சூழ்ந்து நிற்க இதோ அவர்களிங்கே தரையில் கிடக்கிறார்கள். ஏன் நாங்களனைவரும் துயருற்றிருந்தோம், முகத்தில் கவலையின் ரேகைகளைச் சுமந்தவாறு ஏன் அவர்களை வெறித்துக் கொண்டிருந்தோம் என்பதைக் குழந்தைகளால் கண்டுபிடிக்க முடியவில்லை. எதைக் காட்டிலும் அதிகமாக எங்களைப் பார்த்துத்தான் அவர்கள் பயந்து போயிருந்தார்கள்.

துரதிர்ஷ்டவசமாக, ஒரு குழந்தைக்கு மட்டும், ஒரு சிறுவனுக்கு, நினைவு திரும்பவில்லை. டோக்கியோவை விட்டு வெளியேற்றப்பட்ட குழந்தைகளில் ஒருவன். சடோரு நகாடா, அதுதான் அவனுடைய பெயரென நம்புகிறேன். வெளுத்த சிறிய பையன். அவன் மட்டும்தான் பிறகும் மயக்கத்தில் இருந்தான். தரையின் மேல் வெறுமனே வீழ்ந்து கிடந்தான், கண்கள் முன்னும் பின்னும் நகர்ந்தன. நாங்கள் அவனை மலையிலிருந்து கீழே கொண்டு வந்தோம். எதுவுமே நடவாததுபோல மற்ற குழந்தைகள் எங்களோடு நடந்து இறங்கினார்கள்.

நகாடா எனும் இந்தச் சிறுவனைத் தவிர, மற்ற குழந்தைகளில் யாரும் அதன் பிறகு எந்தவிதமான அறிகுறிகளையும் கொண்டிருக்கவில்லை?

குறைந்தபட்சம் புற அடையாளங்களை மட்டும் கணக்கில் கொள்வோமேயானால், இல்லை, இயல்பை மீறிய அறிகுறிகள் எதையும் அவர்கள் வெளிப்படுத்தவில்லை. வலிப்பதாக அல்லது அசௌகரியமாக உணர்வதாக யாரும் முறையிடவில்லை. பள்ளிக்குத் திரும்பிய மறுகணம் ஒவ்வொரு குழந்தையாகச் செவிலியர் அறைக்கு அழைத்துச் சென்று பரிசோதித்தேன் – உடலின் வெப்பநிலையைச் சோதித்தேன், மார்பு ஒலிமானி கொண்டு இதயத்துடிப்பைக் கேட்டேன், பார்வையையும் பரிசோதனை

செய்தேன். அந்நேரத்தில் என்னால் செய்ய முடிந்ததையெல்லாம் செய்தேன். அவர்களுக்கு எளிய கணக்குகளைத் தந்து விடையளிக்கச் சொன்னேன், கண்களை மூடி ஒற்றைக்காலில் நிற்க வைத்தேன், அதுபோன்ற வேறு சில பயிற்சிகளையும். உடல்ரீதியாக நலமாகத்தான் இருந்தார்கள். களைப்புற்றதாகத் தெரியவில்லை என்பதோடு நன்கு பசிக்கவும் செய்தது. மதியவுணவைத் தவற விட்டதால் தாங்களனைவரும் நல்ல பசியோடிருப்பதாகச் சொன்னார்கள். அவர்கள் உண்ண சோற்றுருண்டைகளைத் தந்தோம், அதை வேகவேகமாக விழுங்கி முடித்தார்கள்.

சில நாட்களுக்குப் பிறகு குழந்தைகள் எப்படி இருக்கிறார்களென்பதைப் பார்க்க நான் பள்ளிக்குப் போயிருந்தேன். அவர்களில் ஒரு சிலரை செவிலியர் அறைக்கு வரவழைத்துக் கேள்விகள் கேட்டேன். என்றாலும், மீண்டும், எல்லாம் சரியாக இருப்பதாகத்தான் தோன்றியது. உடல்ரீதியாகவோ அல்லது உணர்வுரீதியாகவோ, அவர்களுக்கு நேர்ந்த விசித்திர அனுபவம் குறித்த எந்தத் தடயமுமில்லை. அப்படியொன்று நிகழ்ந்தது கூட அவர்களுக்கு நினைவில்லை. அந்தச் சம்பவத்தால் எவ்வகையிலும் பாதிக்காமல் அவர்கள் வாழ்க்கை வழமைக்குத் திரும்பியிருந்தது. எப்போதும் போல வகுப்புக்குச் சென்றார்கள், பாடல்களைப் பாடினார்கள், ஓய்வுவேளைகளில் வெளியே சென்று விளையாடினார்கள், இயல்பாகக் குழந்தைகள் செய்யும் அனைத்தையும் செய்தார்கள். இருந்தாலும், அவர்களுடைய வகுப்பறை ஆசிரியையின் கதை வேறு மாதிரி இருந்தது: அவள் இன்னும் அதிர்ச்சியுற்றிருப்பதாகத் தோன்றியது.

என்றபோதும், அந்தப் பையன், நகாடாவுக்கு, மீண்டும் நினைவு திரும்பவில்லை, எனவே மறுநாள் அவன் கோஃபுவிலுள்ள பல்கலைக்கழக மருத்துவமனைக்கு கொண்டு செல்லப்பட்டான். பிறகு ராணுவ மருத்துவமனைக்கு மாற்றப்பட்டான், எங்கள் நகருக்கு அவன் மீண்டும் திரும்பி வரவில்லை. அவனுக்கு என்ன நேர்ந்ததென்பதையும் நான் கேள்விப்படவில்லை.

இச்சம்பவம் பத்திரிகைகளைச் சென்றடையவில்லை. எனது அனுமானம் யாதெனில் தேவையற்றக் குழப்பங்களை உண்டாக்குமென அதிகாரிகள் எண்ணியிருக்கலாம், எனவே அது பற்றியத் தகவல்களை அவர்கள் தணிக்கை செய்திருக்கக்கூடும். போர்க்காலங்களில், ஆதாரமற்ற வதந்திகளாகத் தாங்கள் நம்பிய எல்லாவற்றையும் மூடி மறைக்க ராணுவம் முயற்சி செய்ததையும் நீங்கள் நினைவில் கொள்ள வேண்டும்.

போர் நிலவரம் சரியில்லை, தென்முனையில் ராணுவம் பின்வாங்கிக் கொண்டிருந்தது, அடுத்தடுத்த தற்கொலைத் தாக்குதல்கள், நகரங்களின் மீது நிகழ்ந்த வான்வெளித் தாக்குதல்களும் மிக மோசமான கட்டத்தை எட்டியிருந்தன. போருக்கு-எதிரான அல்லது போரொழிப்பு மனநிலை பொதுமக்களுக்கிடையே உண்டாகி விடக்கூடாதென்பதில் ராணுவம் வெகு குறிப்பாக அச்சம் கொண்டிருந்தது. சம்பவம் நிகழ்ந்த சில நாட்களுக்குப் பிறகு எங்களைத் தேடி வந்த காவலர்கள் எந்த சூழலிலும் நாங்கள் பார்த்தது குறித்துப் பேசக்கூடாதென்று எச்சரித்துப் போனார்கள்.

ஒட்டுமொத்த சங்கதியும் ஒரு வினோதமான, துயரார்ந்த சம்பவமே. இதுநாள் வரையிலும் என்னை அழுத்திக் கொண்டிருக்கும் பாரமாக அது இருக்கிறது.

5

உள்நாட்டுக் கடலின் மீதமைந்த மிகப்பெரிய புதுப்பாலத்தின் மேல் பேருந்து போகையில் நான் உறங்கிக் கொண்டிருக்கிறேன். வரைபடங்களில் மட்டும் அந்தப் பாலத்தை பார்த்திருந்ததால் நிஜத்தில் அதைக் காண மிகுந்த ஆவலோடிருந்தேன். யாரோ என் தோளில் மென்மையாகத் தட்ட எழுந்து கொள்கிறேன்.

"நாம் வந்து விட்டோம்," அந்தப் பெண் சொல்கிறாள்.

நான் சோம்பல் முறிக்கிறேன், கையின் பின்புறத்தால் கண்களைக் கசக்கியவாறே ஜன்னல் வழி வெளியே பார்க்கிறேன். நிற்புநிலைக்கு எதிரில் சதுக்கம் போலத் தோற்றந்தரும் பகுதிக்குள் பேருந்து அப்போதுதான் நுழைகிறது. தூய்மையான அதிகாலைச் சூரியவொளி அவ்விடத்தை ஒளிரச் செய்கிறது. கிட்டத்தட்டக் கண்களைக் குருடாக்கும் பிரகாசம், ஆனாலும் ஏதோவொரு வகையில் மென்மையானதாக, டோக்கியோவில் எனக்குப் பரிச்சயமானதை விட மிகவும் வித்தியாசமான ஒளி. எனது கடிகாரத்தின் மீது பார்வையை வீசுகிறேன். 6.32.

"ஓவ், எத்தனை நீண்ட பயணம்," அவள் களைப்பாகச் சொல்கிறாள். "எனது கீழ்முதுகுப்பகுதி முறிந்து விடுமென்றே எண்ணினேன். கழுத்தும் என்னைக் கொல்கிறது. இரவு-முழுதும் பயணிக்கும் பேருந்தில் மீண்டும் ஒருமுறை என்னை நீ பார்க்கப் போவதில்லை. இப்போதிருந்து நான் விமானத்தில்தான் போகிறேன், அது எத்தனை விலைகூடியதாக இருந்தாலும் சரி. கொந்தளிப்பு, விமானக்கடத்தல்கள் – எது குறித்தும் கவலையில்லை. இனி எந்நாளானாலும் எனக்கு விமானம் போதும்."

மேல்நிலை அடுக்கை விட்டு அவளுடைய கைப்பெட்டியையும் எனது முதுகுப்பையையும் கீழிறக்குகிறேன். "உன் பெயர் என்ன?" என்கிறேன்.

"என் பெயரா?"

"ஆமாம்."

"சகுரா," என்கிறாள். "உன் பெயர்?"

"காஃப்கா டமுரா," என பதிலுரைக்கிறேன்.

"காஃப்கா டமுரா," உள்ளுக்குள் சொல்லிப் பார்க்கிறாள். "வினோதமான பெயர். என்றாலும், எளிதாக மனதில் நிற்கக்கூடியது."

நான் தலையசைக்கிறேன். வேறொரு மனிதனாக மாறுவது கடினமான காரியமாயிருக்கலாம், ஆனால் வேறொரு பெயரை வரித்துக் கொள்வது வெறும் சிறுபிள்ளை விளையாட்டு.

அவள் பேருந்தை விட்டுக் கீழிறங்குகிறாள், பெட்டியைத் தரை மீது வைத்து விட்டு அதன் மேற்பகுதியில் ஆவேசமாக உட்காருகிறாள். தனது சிறிய முதுகுப்பையின் ஜேப்பிக்குள்ளிருந்து ஒரு குறிப்பேட்டை எடுத்து, எதையோ கிறுக்கி, அந்தப் பக்கத்தைக் கிழித்து என் கையில் திணிக்கிறாள். அது பார்வைக்கு, தொலைபேசி எண் போலத் தெரிகிறது.

"எனது அலைபேசி எண்," கோணலான முகபாவத்தோடு அவள் சொல்கிறாள். "என் தோழியின் இடத்தில் சில நாட்கள் தங்குகிறேன், ஆனால் எப்போதாவது உனக்கு யாருடனாவது பேசத் தோன்றினால், என்னை அழை. சிற்றுண்டி அல்லது வேறு எதற்காகவேனும் நாம் வெளியே போகலாம். அந்நியனாக உணராதே, சரியா? 'தற்செயலான சந்திப்புகளும் கூட'... மீதிப் பகுதி என்ன?"

"'கர்மவினையின் விளைவுகளே'."

"சரிதான், சரிதான்," என்கிறாள். "ஆனால் அதன் அர்த்தமென்ன?"

"அதாவது வாழ்வின் சங்கதிகள் யாவும் நமது முன்ஜென்ம வாழ்க்கைகளால் ஏற்கனவே தீர்மானிக்கப்பட்டவை. ஆக சின்னஞ்சிறு நிகழ்வுகளில் கூட தற்செயல் எனும் சங்கதி இருக்கவே முடியாது."

அது குறித்து யோசித்தபடி, கையில் குறிப்பேட்டோடு, தனது மஞ்சள் பெட்டியின் மீது அவள் அங்கே அமர்ந்திருக்கிறாள். "ஹ்ம்ம்ம்.. இதுவும் ஒரு வகை தத்துவம்தான், இல்லையா? வாழ்க்கை குறித்து இவ்வாறு சிந்திப்பதை மோசமென்று சொல்ல முடியாது. ஒரு வகை மீட்டுருவாக்கம், நவீன யுகத்தின் சிந்தனைமுறை. ஆனால், காஃப்கா, இதை நினைவில் கொள், சரியா? வெறுமனே யாருக்கு வேண்டுமானாலும் என்னுடைய அலைபேசி எண்ணை நான் தரக்கூடியவளில்லை. நான் சொல்வது புரிகிறதா?"

நானதை உணர்ந்திருப்பதாக அவளிடம் சொல்கிறேன். துண்டுக்காகிதத்தை மடித்து குளிர்கால மேலாடையின் ஜேப்பிக்குள் வைக்கிறேன். அது குறித்து மேலதிகம் யோசித்த பின்னர் எனது பணப்பைக்கு மாற்றுகிறேன்.

"ஆக டகமாட்சுவில் நீ எத்தனை காலம் இருப்பாய்?" சகுரா கேட்கிறாள்.

"இதுவரை எனக்குத் தெரியாது," என்கிறேன். "நடப்பதைப் பொறுத்து."

அவள் தலை ஒருபுறமாகச் சாய்ந்திருக்க, மிகுந்த தீவிரத்தோடு என்னை வெறித்துப் பார்க்கிறாள். சரி, தொலையட்டும், என நினைக்கிறாள் போல. வாடகைச் சீருந்துக்குள் ஏறுகிறாள், மெல்லக் கையை அசைத்துக் காணாமல் போகிறாள்.

மீண்டும் நான் தன்னந்தனியாக நிற்கிறேன். சகுரா - எண்ணிக் கொள்கிறேன், என் சகோதரியின் பெயர் கிடையாது. ஆனால் பெயர்களை மிக எளிதில் மாற்றிக் கொள்ளலாம். அதுவும் குறிப்பாக நீங்கள் யாரிடமிருந்தாவது ஓடிப்போக முயற்சி செய்யும்போது.

டகமாட்சுவில் உள்ள வணிக விடுதியில் முன்பதிவு செய்திருக்கிறேன். டோக்கியோ ஒய்.எம்.சி.ஏ எனக்கு அவ்விடம்

பற்றிச் சொல்லியிருந்தார்கள், அவர்களின் வழியாகவே நான் அறையின் மீது கழிமானமும் பெற்றிருந்தேன். ஆனால் முதல் மூன்று நாட்களுக்குத்தான், அதன் பிறகு மீண்டும் வழக்கமான அறைவாடகைக்கு வந்து விடும்.

உண்மையில் நான் பணத்தைச் சேமிக்க விரும்பினால் நிலையத்தின் எதிரேயுள்ள இருக்கையின் மீது வெறுமனே படுத்துறங்கலாம், அல்லது இன்னும் வெதுவெதுப்பாக இருக்கிறதென்பதால், எங்காவது ஒரு பூங்காவில் எனது உறக்கப்பொதியை விரித்தும் கூடத் தங்கலாம். ஆனால் அதன் பிறகு காவலர்கள் வந்து என் அடையாள அட்டையைச் சோதிப்பார்கள் – எந்தவொரு சூழலிலும் அப்படி நிகழாமல் நான் தவிர்த்துக் கொள்ள வேண்டும். அதனால்தான் விடுதி முன்பதிவுக்குச் சென்றேன், குறைந்தபட்சம் மூன்று நாட்களுக்காவது. அதன் பிறகு வேறு ஏதேனும் வழியைக் கண்டுபிடிப்பேன்.

நிலையத்தினுள் என் கண்ணை ஈர்க்கும் முதல் சிறிய உணவகத்துக்குள் நுழைகிறேன், வயிறு நிறைய உடோனைச் (*Udon* - கோதுமை பாஸ்தா வகை) சாப்பிடுகிறேன். டோக்கியோவில் பிறந்து வளர்ந்ததால் எனது வாழ்வில் நான் அதிகமாக உடோனைச் சேர்த்துக் கொண்டதில்லை. ஆனால் இப்போது, உடோனைக் கொண்டாடும் மத்தியப் பகுதியில் இருக்கிறேன் – ஷிகோகு – இதுவரை நான் பார்த்தவற்றில் எதைப் போலவுமல்லாத நூடுல்ஸை எதிர்கொள்கிறேன். ரசித்து மெல்லும்படியும் புதிதாகவும் இருக்கிறது, அதன் சாறு கூட அருமையாக மணக்கிறது, அற்புதமான சுகந்தத்தோடு. மேலும் மலிவாகவும். அது எத்தனை சுவையோடிருந்ததெனில் நான் இரண்டாம் முறையும் கொண்டு வரப் பணித்தேன், எத்தனை காலத்துக்குப் பிறகு நான் இப்படிச் சொல்கிறேன் என்பது எனக்கே தெரியாது, மிகவும் திருப்தியாக உண்கிறேன். அதன் பிற்பாடு நிலையத்தை அடுத்துள்ள அங்காடியில் ஒரு நீளிருக்கையில் என்னைத் திணித்துக் கொண்டு பிரகாசமான வானை வெறிக்கிறேன். நான் சுதந்திரமானவன், எனக்கு நானே நினைவுபடுத்திக் கொள்கிறேன். வானினூடாக மிதக்கும் மேகங்கள் போல, எனக்கு நான் மட்டுமே, முழுமையான சுதந்திரத்தோடு. மாலை வரைக்கும் நூலகத்தில் நேரத்தைக்

கொல்ல முடிவு செய்கிறேன். சிறுகுழந்தையாய் இருந்த காலம் முதலே நூலகங்களின் வாசிப்பறைகளில் நேரத்தைச் செலவிடுவதை நான் மிகவும் நேசித்தேன், ஆக டகமாட்சுவுக்கு வேண்டிய விவரங்களோடுதான் வந்திருக்கிறேன். நகரிலும் அதைச் சுற்றியும் உள்ள அனைத்து நூலகங்கள் பற்றியும். யோசித்துப் பாருங்கள் – வீட்டுக்குப் போக விரும்பாத சிறுவன் போக முடிந்த இடங்களென்று நிறைய இருப்பதில்லை. அருந்தகங்களும் திரையரங்குகளும் சக்திக்கு மீறிய சங்கதிகள். ஆக நூலகங்கள்தான் பாக்கி, அவையே மிகச்சரியானவையும் கூட – நுழைவுக்கட்டணம் கிடையாது, ஓர் இளைஞன் உள்நுழையும்போது யாரும் கொந்தளிக்கவோ கவலைப்படவோ மாட்டார்கள். நீங்கள் வெறுமனே அமர்ந்து என்ன வேண்டுமானாலும் வாசிக்கலாம். பள்ளி முடிந்த பிறகு எப்போதும் என் வண்டியை எடுத்துக் கொண்டு உள்ளூர் பொது நூலகத்துக்குச் செல்வேன். விடுமுறை நாட்களில் கூட அங்குதான் நீங்கள் என்னைப் பார்க்க முடியும். எதையும் எல்லாவற்றையும் விழுங்கி வைப்பேன் – புதினங்கள், சுயசரிதைகள், வரலாறுகள் என அங்கிருக்கும் எதையும். குழந்தைகளுக்கான புத்தகங்ளை வாசித்து முடித்த பிறகு, பொதுவான சேகரிப்புகள் மற்றும் பெரியவர்களுக்கான புத்தகங்களுக்கு நகர்ந்தேன். ஒவ்வொரு முறையும் எனக்கு அவற்றிலிருந்து நிறைய சங்கதிகள் கிடைக்குமென்று அர்த்தமில்லை, ஆனால் அவற்றின் கட்டக்கடைசி பக்கம் வரை மேய்வேன். வாசிப்பு அலுக்கும் சமயங்களில் அங்குள்ள செவிமடுக்கும் அறைகளுள் ஏதேனும் ஒன்றில் ஹெட்போன்களோடு நுழைந்து ஏதாவது இசையை ரசிப்பேன். இசையைப் பற்றி எனக்கு எதுவும் தெரியாத காரணத்தால் அவர்கள் வைத்திருந்த சிடிக்களை வரிசையாகச் சென்று பார்ப்பேன், அனைத்தையும் கேட்டு வைப்பேன். அப்படித்தான் ட்யூக் எல்லிங்டன், பீட்டல்ஸ் மற்றும் லெட் ஸெப்பெலின் ஆகியோரை நான் அறிந்தேன்.

நூலகம் எனக்கு இரண்டாவது வீட்டைப் போல இருந்தது. அல்லது நான் வசித்த இடத்தைக் காட்டிலும் அதுதான் உண்மையில் என் வீடென்பதைப் போல. தினமும் போனதால் அங்கு பணிபுரிந்த எல்லா பெண் நூலகர்களையும் நான் அறிந்திட முடிந்தது. அவர்களுக்கும் என் பெயர் தெரியுமாதலால்

எப்போதும் முகமன் சொல்வார்கள். என்றாலும், நான் மிக மோசமாக நாணமுறுவேன், வெகு அரிதாகத்தான் என்னால் பதிலுரைக்க இயலும்.

புறநகர்ப்பகுதியின் பழமையான குடும்பத்தைச் சேர்ந்த யாரோ பணக்காரன் தனது தனிப்பட்ட நூலகத்தை புதுப்பித்து பொதுமக்களுக்கும் அதைத் திறந்து விட்டிருந்ததை டகமாட்சுவுக்கு வருமுன்னரே நான் அறிந்திருந்தேன். பல அரிய நூல்கள் அவ்விடத்தில் இருந்தன, மேலும் அந்தக் கட்டடமும் அதைச் சுற்றிய பூங்காவும் மட்டுமே கூட சென்று பார்க்கத் தகுதியானவையெனக் கேள்விப்பட்டிருந்தேன். தையோ *(Taio)* பத்திரிகையில் ஒருமுறை அதன் புகைப்படத்தைப் பார்த்திருந்தேன். பெரிய, ஜப்பானிய-பாணி வீடு, மண்டபம் போலத் தோன்றிய நிஜமாகவே வெகு நேர்த்தியான வாசிப்பறை, அங்கு வசதியானவையாகத் தென்பட்ட சாய்விருக்கைகளில் அமர்ந்து மனிதர்கள் தங்களுடைய புத்தகங்களை வாசித்தார்கள். ஏதோ காரணத்துக்காக அந்தப் புகைப்படம் எனக்குள் தேங்கி விட்டது, ஆக என்றேனும் ஒரு நாள் வாய்ப்பு கிட்டினால் அவ்விடத்தை நேரில் பார்க்க நான் விரும்பினேன். கொமூரா நினைவு நூலகம் என அந்த இடம் அழைக்கப்பட்டது.

நிலையத்தின் சுற்றுலா-தகவல் மையத்துக்குச் சென்று அங்கே எப்படிப் போக வேண்டுமென விசாரிக்கிறேன். ஓர் இனிய நடுத்தர-வயதுப் பெண் சுற்றுலா வரைபடத்தில் அந்த இடத்தை அடையாளமிட்டுத் தந்து எந்தத் தொடருந்தைப் பிடிக்க வேண்டுமென்கிற வழிமுறையையும் எனக்குச் சொல்கிறாள். இருபது நிமிடப் பயணமாக இருக்கக்கூடும், அவள் விளக்குகிறாள். அவளுக்கு நன்றி சொல்லி நிலையத்தினுள்ளே ஒட்டியிருக்கும் அட்டவணையை வாசிக்கிறேன். ஒவ்வொரு இருபது நிமிடத்துக்கும் தொடருந்துகள் ஓடுகின்றன. எனக்கு இன்னும் சிறிது நேரம் இருக்கிறது, எனவே அங்குள்ள சிறிய கடைகளுள் ஒன்றில் எடுத்துப்போகும்-வகை மதியவுணவை வாங்கிக் கொள்கிறேன்.

தொடருந்தென்பது வெறுமனே ஒன்றாக இணைக்கப்பட்ட இரண்டு பெட்டிகள். மிக-உயரமான வணிக வளாகத்தினூடாக

நீளும் தடங்கள், அதன் பிறகு சிறிய கடைகள், வீடுகள், தொழிற்சாலைகள் மற்றும் கிட்டங்களின் கலவையைக் கடந்து செல்கின்றன. அதைத் தாண்டி ஒரு பூங்காவும் கட்டுமானத்திலுள்ள அடுக்குமாடிக் குடியிருப்பும். என் முகத்தை ஜன்னலின் மீது அழுந்துகிறேன், பரிச்சயமற்ற அந்தக் காட்சிகளை அருந்தியவாறே. டோக்கியோவுக்கு வெளியே நான் வெகு அரிதாகத்தான் போயிருக்கிறேன் என்பதால் எல்லாமே புதிதாகவும் கிளர்ச்சியூட்டுவதாகவும் தெரிகின்றன. நகரை விட்டு வெளியேறிச் செல்கிற, நானிருக்கும் இந்தத் தொடருந்து, காலைவேளையின் இந்நேரத்தில் கிட்டத்தட்ட காலியாக உள்ளது, ஆனால் எதிர்ச்சாரியின் நடைமேடைகள் யாவும் கோடைக்கால சீருடைகளணிந்த இளநிலை மற்றும் உயர்நிலை பள்ளிக் குழந்தைகளால் நிரம்பி வழிகின்றன, பள்ளிப்பைகள் குறுக்குவாக்கில் அவர்கள் தோள்களின் மீது ஊசலாடுகின்றன. அனைவரும் பள்ளிக்குத் தலைப்படுகிறார்கள். என்றாலும், எனக்கது பொருந்தாது. நான் தனி, எதிர்த்திசையில் போகிறேன். ஒன்றுக்கும் மேற்பட்ட வழிகளில் நாங்கள் வெவ்வேறு தடங்களில் பயணிக்கிறோம். திடீரெனக் காற்று சன்னமாக மாற எதுவோ பாரமாக என் நெஞ்சை அழுத்துகிறது. நிஜமாகவே நான் சரியான விஷயத்தைத்தான் செய்கிறேனா? இந்த எண்ணம் என்னை யாருமற்றவனாக உணரச் செய்கிறது, தனியனாக. பள்ளிக்குழந்தைகளுக்கு எதிர்ப்புறமாகத் திரும்பிக் கொண்டு மீண்டும் அவர்களைப் பார்க்காமலிருக்க முயற்சி செய்கிறேன்.

சிறிது நேரம் கடலோரமாகப் போகும் தொடருந்து பிறகு நிலப்பகுதிக்குள் நுழைகிறது. உயரமான மக்காச்சோள வயல்கள், திராட்சைக்கொடிகள், அடுக்கடுக்கான மலைகளில் வளரும் கமலாப்பழ மரங்கள் ஆகியவற்றைக் கடந்து போகிறோம். தற்காலிகப் பாசனத்துக்குப் பயனாகும் ஒரு குளம் சூரியவொளியில் மினுக்கிறது. சமதளமாய் நீளும் நிலத்தினூடே பாயும் நதி அமைதியாகவும் அழைப்பு விடுப்பதாகவும் தெரிகிறது, ஒரு காலிப் பொட்டல் அதீதமாய் வளர்ந்த கோடைக்கால புற்களால் நிரம்பியிருக்கிறது. தடத்தின் ஓரம் நின்றிருக்கும் நாயை ஒரு புள்ளியில் நாங்கள் கடக்கிறோம், வேகமாக விரையும் தொடருந்தை வெறுமையாகப் பார்த்தவாறே அது நின்றிருக்கிறது. இந்தக் காட்சி மீண்டும் என்னை முழுக்கக் கதகதப்பாகவும் அமைதியாகவும் உணரச் செய்கிறது.

உனக்கு ஒரு பிரச்சினையும் வராது, எனக்கு நானே சொல்லிக் கொள்கிறேன், ஆழமாக மூச்சிழுத்தவாறே. நீங்கள் செய்யக் கூடியதெல்லாம் விடாப்பபடியாக முன்னேறிச் செல்வதுதான்.

நிலையத்துக்குள் நான் வரைபடத்தைப் பின்பற்றுகிறேன், பழைய வீடுகள் மற்றும் கடைகளின் வரிசைகளைக் தாண்டி வடதிசையில் நடக்கிறேன். தெருவின் இரு ஓரங்களும் மக்களின் வீடுகளைச் சூழ்ந்து நிற்கும் சுவர்களால் வரிசையிடப்பட்டுள்ளன. இத்தனை வித்தியாசமான வகைமைகளை நான் ஒருபோதும் பார்த்ததில்லை – அட்டைகளால் செய்த கறுப்புச்சுவர்கள், வெள்ளைச்சுவர்கள், கருங்கற்பாளச்சுவர்கள், மேலே கம்பிவேலிகள் கொண்ட கற்சுவர்கள். தெருவில் வேறு யாருமின்றி ஒட்டுமொத்தப் பிரதேசமும் அசைவற்று அமைதியாகத் தென்படுகிறது. சீருந்து ஏதும் கூட கடந்து போகவில்லை. காற்றில் கடலின் மணம், அனேகமாக அருகில் இருக்கலாம். நான் கூர்ந்து கவனிக்கையில் எந்த அலையோசையும் கேட்கவில்லை. என்றாலும், வெகு தொலைவில், மின்சார ரம்பத்தின் மெல்லிய வண்டு போன்ற ரீங்காரத்தைக் கேட்கிறேன், பெரும்பாலும் கட்டுமானப் பகுதியிலிருந்து அது ஒலிக்கக்கூடும். நூலகத்துக்குப் போகும் வழியைச் சுட்டும் சிறிய குறியீட்டு அம்புகள் நிலையம் நீங்கி வெளியேறும் பாதையில் வரிசையாக நிற்கின்றன, எனவே நான் தொலைந்து போக வாய்ப்பில்லை.

கொமூரா நினைவு நூலகத்தின் கம்பீரமான முன்வாயிலுக்கு நேரெதிரே, நேர்த்தியாகக் கத்தரித்த இரு சீமையிலந்தை மரங்கள் நிற்கின்றன. வாயிலினுள்ளே அழகாகப் பராமரிக்கப்படும் புதர்களையும் மரங்களையும் கடந்து நீளும் சரளைக்கல் பாதை – தேவதாருக்களும் தழைமலர்களும், கெர்ரியாக்களும் (Kerria - ஐந்து இதழ்கள் கொண்ட மஞ்சள் மலர்கள் பூக்கும் புதர்ச்செடி) அஸலேக்களும் (Azalea – புதராக வளரும் மலர்ச்செடிகள்) – கீழேயுதிர்ந்த இலையென ஒன்று கூட கண்ணில் தட்டுப்படவில்லை. மரங்களுக்கிடையிலிருந்து கல்லால் செய்த இரண்டு ஒளிமாடங்கள் எட்டிப் பார்க்கின்றன, மேலும் ஒரு சிறிய குளமும். இறுதியில், நுணுக்கமாக வடிவமைத்த நுழைவாயிலை நான் வந்தடைகிறேன். உள்நுழைய ஒரு கணம் தயங்கி, திறந்திருக்கும் முன்வாசலின் முன்னால்

நிற்கிறேன். நான் இதுவரை பார்த்த எந்த நூலகத்தைப் போலவும் இந்த இடம் இருக்கவில்லை. ஆனால் இத்தனை தொலைவு வந்திருப்பதற்காக நான் முயற்சி செய்யலாம்தான். வாயிலுக்குள் நுழைந்ததும் உள்ள முகப்புக்குப் பின் - உங்கள் பைகளைச் சோதனை செய்யும் இடம் - ஓர் இளைஞன் அமர்ந்திருக்கிறான். நான் முதுகுப்பையைக் கழற்றுகிறேன், பிறகு எனது தொப்பியையும் குளிர்கண்ணாடிகளையும்.

“இதுதான் உனக்கு முதல் வருகையா?” தணிவான, அமைதியான குரலில் அவன் என்னைக் கேட்கிறான். சற்றே உச்சஸ்தாயியில் ஒலிக்கும் குரல், ஆனால் மென்மையாகவும் ஆற்றுப்படுத்துவதாகவும் கூட.

நான் தலையசைக்கிறேன், ஆனால் வார்த்தைகள் வெளிவரவில்லை. அந்தக் கேள்வி என்னை ஆச்சரியத்துக்கு உட்படுத்தி ஒருவிதப் பதற்றத்துக்குள் ஆழ்த்துகிறது.

தன் விரல்களுக்கிடையே நீளமான, அப்போதுதான் கூர்செய்த பென்சிலைப் பிடித்தவாறே, அவ்விளைஞன் சிறிது நேரம் என் முகத்தை வாசிக்கிறான். முனையில் அழிப்பானுடன் கூடிய மஞ்சள் நிறப் பென்சில். அந்த மனிதனின் முகம் சின்னதாயிருக்கிறது, வழக்கமான உடற்கூறுகளோடு. அழகு என்பதை விட, சுமார் எனும் வார்த்தை அவனைச் சரியாக விவரிக்கக்கூடும். பொத்தான்கள் மூடிய வெண்ணிறப் பருத்திச் சட்டையையும் இளம்பச்சை நிற சீனோ காற்சட்டைகளையும் அவன் அணிந்துள்ளான், இரண்டிலுமே சிறிய சுருக்கம் கூட இல்லை. கீழே குனிந்து பார்க்கையில் நீளமான அவனது கேசம் புருவத்தின் மீது விழ அவ்வப்போது அதைக் கவனித்து விரல்களால் பின்னுக்குக் கோதி விடுகிறான். ஒடுங்கிய வெண்ணிற கணுக்கைகளை வெளிக்காட்டியபடி அவன் சட்டையின் கைப்பகுதிகள் முழங்கை மட்டும் மேலே இழுத்து விடப்பட்டுள்ளன. நேர்த்தியாகச் சட்டமிட்ட கண்ணாடி முகத்தோற்றத்தை நன்கு மெருகூட்டுகிறது. அவன் மார்பில் குத்தியிருக்கும் நெகிழியாலான சிறிய பெயரட்டை “ஒஷிமா” என்கிறது. நிச்சயம் எனக்குப் பழக்கமான நூலகர்களின் வகையினைச் சேர்ந்தவனல்ல.

"புத்தக அடுக்குகளைப் பயன்படுத்த சங்கடப்படாதே," அவன் என்னிடம் சொல்கிறான், "மேலும் நீ வாசிக்க விரும்பும் நூலைக் கண்டுகொண்டால், வாசிப்பறைக்கு அதை எடுத்து வா. அரிதான நூல்களின் மேல் சிவப்பு நிற முத்திரை குத்தியிருக்கும், அவற்றைப் பயன்படுத்த நீயொரு விண்ணப்பப் படிவத்தை பூர்த்தி செய்ய வேண்டும். அதோ அங்கு வலப்புறம் உள்ளதுதான் மேற்கோள் நூல்களுக்கான அறை. வேண்டியதைத் தேட உனக்கு உதவிடும் அட்டவணை அட்டை முறையும் கணிப்பொறியும் கூட உண்டு. எந்தப் புத்தகத்தையும் வெளியே கொண்டு செல்ல நாங்கள் அனுமதிப்பதில்லை. பருவஇதழ்கள் அல்லது செய்தித்தாள்களை நாங்கள் வாங்குவதில்லை. புகைப்படக்கருவிகளுக்கு அனுமதியில்லை. அதைப்போல, எதையும் பிரதி எடுக்கவும் கூடாது. அனைத்து வகை உணவுகள் மற்றும் பானங்களையும் வெளியே கிடக்கும் மேசைகளின் மீதமர்ந்தே சாப்பிட வேண்டும். பிறகு, ஐந்து மணிக்கு முடிக்கிறோம்." தனது பென்சிலை மேசை மீது வைத்து விட்டு மேலும் கேட்கிறான், "நீ உயர்நிலை பள்ளியில் இருக்கிறாயா?"

"ஆமாம், சரிதான்," ஆழமாக மூச்சை இழுத்த பிறகு நான் சொல்கிறேன்.

"இந்நூலகம் அனேகமும் உனக்குப் பரிச்சயமான நூலகங்களிலிருந்து சற்று வித்தியாசமானது," என்கிறான். "குறிப்பிட்ட வகைமையைச் சேர்ந்த புத்தகங்களே எங்களின் தனித்தன்மை, முக்கியமாக டன்கா மற்றும் ஹைகூ கவிஞர்களின் பழமையான புத்தகங்கள். இயல்பாகவே, தேர்ந்தெடுத்த மற்ற பொதுவான புத்தகங்களும் எங்களிடம் உண்டு. தொடருந்தைப் பிடித்து இத்தனை தூரம் இங்கு வரும் மனிதர்களில் பெரும்பாலானவர்கள் அந்தத் துறைகளில் ஆராய்ச்சி செய்பவர்களாகவே இருக்கிறார்கள். சமீபத்தைய ஸ்டீபன் கிங் நாவலை வாசிக்க யாரும் இங்கு வருவதில்லை. பட்டதாரி இளைஞர்கள் எப்போதாவது வருவார்கள், ஆனால் வெகு அரிதாகத்தான் உன் வயதில் இருக்கக்கூடிய யாரும். எனவே - டன்கா அல்லது ஹைகூவில் ஏதும் ஆராய்ச்சி செய்கிறாயா என்ன?"

"இல்லை," என பதிலுரைக்கிறேன்.

"நானும் இல்லையென்றே நினைத்தேன்."

"இதன்பிறகும் நூலகத்தை நான் பயன்படுத்த சிக்கல் ஒன்றுமில்லையே?" என் குரல் உடைந்து விடாதிருக்க முயற்சித்தபடி பலவீனமான குரலில் கேட்கிறேன்.

"நிச்சயமாக." அவன் புன்னகைத்தவாறே இரு கைகளையும் மேசையின் மீது வைக்கிறான். "இதுவொரு நூலகம், வாசிக்க நினைக்கும் யாரையும் இங்கு வரவேற்கவே செய்வோம். இந்த ரகசியம் நமக்குள்ளாக இருக்கட்டும், நானும் கூட குறிப்பாக டன்கா அல்லது ஹைகூ மீது மிகுந்த ஆர்வம் கொண்டவனல்ல."

"நிஜமாகவே இதுவொரு அழகிய கட்டடம்," என்கிறேன்.

அவன் தலையை ஆட்டுகிறான். "ஈடோ (Edo) காலம் முதலே கொமூரா குடும்பத்தினர் சாகே (Sake - ஜப்பானில் அரிசியைக் கொண்டு தயாரிக்கும் மதுவகை) தயாரிப்பில் முன்னணியில் இருப்பவர்கள்," அவன் விவரிக்கிறான், "இதற்கு முன் இக்குடும்பத்தின் தலைவராயிருந்தவர் ஒரு புத்தகப்புழு, ஊர்ஊராகத் திரிந்து நூல்களை சல்லடை போட்டுத் தேடுவதில் தேசமெங்கும் புகழ்பெற்றிருந்தார். அவர் அப்பாவும் டன்கா கவிஞரே, பல எழுத்தாளர்கள் ஷிகோகுவுக்கு வருகை தரும்போது இங்கேயும் வருவார்கள். வகாயாமா பொகுசுய், ஒரு வார்த்தைக்கு, அல்லது இஷிகாவா டகுபோகு, ஷிகா நவோயா கூட. அவர்களுள் சிலர் இங்கு மிக சௌகரியமாக உணர்ந்திருக்க வேண்டும், ஏனெனில் வெகுகாலம் அவர்கள் தங்கினார்கள். மொத்தத்தில், கலை இலக்கியம் என்றால் இக்குடும்பம் செலவு பற்றிக் கவலைப்பட்டதில்லை. இதுபோன்ற குடும்பங்களில் பொதுவாக என்ன நடக்குமெனில் இறுதியில் அவர்கள் சந்ததியைச் சேர்ந்த யாரேனும் பரம்பரைச்சொத்தை நாசம் செய்வார்கள், ஆனால் அதிர்ஷ்டவசமாக கொமூராக்கள் அவ்விதியைத் தவிர்த்துக் கொண்டார்கள். தங்களின் பொழுதுபோக்கை அவர்கள் ரசித்துக் கொண்டாடினார்கள், அதனளவில், ஆனால் அதோடு குடும்பத்தொழில் நன்முறையில் இயங்குவதையும் அவர்கள் உறுதி செய்து கொண்டார்கள்."

"ஆக அவர்கள் செல்வந்தர்கள்," வெளிப்படையாகத் தெரிவதை நான் சொல்கிறேன்.

“சர்வ நிச்சயமாக.” அவன் உதடுகள் வெகு மெலிதாக நெறிகின்றன. “போருக்கு முன்பிருந்ததுபோல அவர்கள் அப்படியொன்றும் செல்வந்தர்களாக இல்லை, ஆனாலும் வளமாகத்தான் இருக்கிறார்கள். எனவேதான் இத்தனை அழகிய நூலகத்தை அவர்களால் நிர்வகிக்க முடிகிறது. சொல்லப்போனால், இதை நிறுவனமாக மாற்றுவது அவர்களின் சொத்துவரியைக் குறைக்க உதவுகிறது, ஆனால் அது வேறு கதை. உண்மையாகவே உனக்கு இந்தக் கட்டடத்தின் மீது அக்கறை இருக்குமெனில் இரண்டு மணிக்கு நிகழும் சிறிய சுற்றுலாவில் கலந்து கொள்ளச் சொல்வேன். வாரம் ஒருமுறை நடக்கும், செவ்வாய்க்கிழமைகளில், அது இன்றுதான். இன்னும் சொல்லப் போனால் முதல் மாடியில் ஓவியங்கள் மற்றும் சித்திரங்களின் தனித்துவமான சேகரிப்பு உண்டு, மேலும் இந்தக் கட்டடமும் கூட, கட்டடக்கலைரீதியாக, மிகவும் வசீகரமானதே. நீ இதை ரசிப்பாயென எனக்குத் தெரியும்.”

“நன்றி,” என்கிறேன்.

உன் வருகைக்கு நன்றி, அவன் புன்னகை குறிப்புணர்த்துகிறது. மீண்டும் தன் பென்சிலை எடுத்து அழிப்பானுள்ள முனையை மேசையின் மீது மெல்லத் தட்ட ஆரம்பிக்கிறான், தொடர்ந்து முன்னேறிச் செல்லும்படி மென்மையாக என்னை அவன் ஊக்குவிக்கிறான் என்பதைப் போல.

“சுற்றுலாவுக்கு அழைத்துப்போகும் ஆள் நீதானா?”

ஒஷிமா புன்னகைக்கிறான். “இல்லை, நானொரு கீழ்நிலை உதவியாளன், அவ்வளவே. மிஸ் செய்கி எனும் பெண்தான் இங்கு பொறுப்பில் இருக்கிறாள் – என் அதிகாரி. கொமூராக்களுக்கு உறவினரும் கூட, அவள்தான் சுற்றுலாவுக்கு அழைத்துப் போவாள். உனக்கு அவளைப் பிடிக்கும் என்பதையும் நானறிவேன். அற்புதமான பெண்மணி.”

உயரக்கூரையின் கீழுள்ள புத்தகக்குவியலுக்குள் நுழைந்து, வாசிக்க சுவாரசியமான புத்தகத்தைத் தேடியவாறு, அடுக்குகளுக்கு மத்தியில் சுற்றித் திரிகிறேன். மிகுந்த அழகும் அடர்த்தியும் கொண்ட உத்தரங்கள் அறையின் கூரையினூடாக வேயப்பட்டுள்ளன, மேலும் மென்மையான முன்-

கோடைக்காலச் சூரியவொளி திறந்திருக்கும் சாளரத்தின் வழியே மின்ன, தோட்டத்துப் பறவைகளின் பேச்சரவமும் அறைக்குள் கசிந்து வழிகிறது. எனக்கு முன்னாலுள்ள அடுக்குகளைச் சேர்ந்த நூல்கள், சர்வநிச்சயமாக, ஒஷிமா சொன்னது போல, பெரும்பாலும் ஜப்பானியக் கவிதை நூல்கள்தான். டன்காவும் ஹைகூவும், கவிதையியல் குறித்த கட்டுரைகள், பல்வேறு கவிஞர்களின் வாழ்க்கை வரலாறுகள். உள்ளூர் சரித்திரம் குறித்தும் நிறைய நூல்கள் இருக்கின்றன. சற்றே உள்வாங்கியுள்ள அடுக்கு பொதுவான மானுடவியல் நூல்களைக் கொண்டிருக்கிறது – ஜப்பானிய இலக்கியத் தொகுப்புகள், உலக இலக்கியம் மற்றும் தனிப்பட்ட எழுத்தாளர்கள், செவ்வியல் ஆக்கங்கள், தத்துவம், நாடகம், கலை வரலாறு, சமூகவியல், வரலாறு, வாழ்க்கை வரலாறு, புவியியல்.. நான் அவற்றைத் திறக்கும்போது, தங்கள் பக்கங்களுக்கு மத்தியிலிருந்து கசிந்திடும் முந்தைய காலத்தின் மணத்தைப் பெரும்பாலான நூல்கள் கொண்டுள்ளன – காலங்காலமாக அட்டைகளினடுவே அமைதியாகக் காத்திருந்த ஞானத்தின், உணர்வுகளின் விசேட நறுமணம். அதை ஆழ உள்ளிழுத்தவாறே, ஒவ்வொரு புத்தகத்தையும் அதனதன் அடுக்கில் வைக்குமுன்னர் ஒரு சில பக்கங்களை நான் பார்வையிடுகிறேன்.

இறுதியாக, அழகான அட்டைகளோடுள்ள, அநேக-ஏடுகள் கொண்டதொரு தொகுதியைத் தேர்கிறேன், பர்டன் மொழிபெயர்ப்பில் வெளியான *அராபிய இரவுகள்*, அவற்றுள் ஒரு ஏட்டினை மட்டும் எடுத்து அதை வாசிப்பறைக்குக் கொண்டு போகிறேன். இந்த நூலை வாசிக்க வேண்டுமென வெகுநாட்களாக நான் எண்ணியிருந்தேன். நூலகம் அப்போதுதான் திறந்திருந்த காரணத்தால் அங்கு வேறு யாருமில்லை, நேர்த்தியான வாசிப்பறை முழுக்க எனக்கே எனக்கானதாக இருக்கிறது. சஞ்சிகையிலுள்ள புகைப்படம் போல அந்த அறை அச்சு அசலாக அப்படியே உள்ளது – பெரிதாகவும் சௌகரியமாகவும், மிக உயரமான கூரையோடும். திறந்திருக்கும் சாளரத்தின் வழியே அவ்வப்போது வீசும் தன்மையான இளங்காற்று, கடலின் ஈரப்பதத்தைச் சுமந்து வரும் காற்றில் மெல்ல நடனமாடும் வெண்ணிறத் திரைச்சீலைகள். மேலும் எனக்கு ரொம்பப் பிடித்திருக்கும் இந்த வசதியான நீள்சாய்விருக்கையும். மூலையில் ஒரு பழங்கால பியானோ

நிமிர்த்தி வைக்கப்பட்டுள்ளது, மொத்த இடமும் ஏதோ நானொரு நண்பனின் வீட்டில் இருப்பதாக உணரச் செய்கிறது.

நீள்சாய்விருக்கையில் ஆசுவாசமாக அமர்ந்து அறையைச் சுற்றி பார்வையை வீசும்போது ஓர் எண்ணம் என்னைத் தாக்குகிறது: வாழ்நாள் முழுக்க நான் தேடியலைந்த இடம் இதுதான். எங்கோ ஏதோவொரு புதைகுழிக்குள் இருக்கும் சிறிய ஒளிவிடம். அப்படியொரு இடத்தை நான் ரகசியமான, கற்பனையான ஒன்றாகவே எப்போதும் நினைத்திருந்தேன், ஆனால் அது உண்மையாக உள்ளதை என்னால் இன்னும் நம்ப முடியவில்லை. கண்களை மூடி ஆழ மூச்சிழுக்கிறேன், அந்த ஆச்சரியம் மொத்தமும் மென்மையான மேகம் போல என் மீது மெல்லக் கவிகிறது. நீள்சாய்விருக்கையினுடைய பாலேடு நிற உறையின் மீது மெல்லத் தட்டுகிறேன், பிறகு எழுந்து பியானோவை நோக்கி நடந்து சென்று அதன் முன்கலத்தை உயர்த்தி, மெலிதாக மஞ்சளடித்த தந்திகளில் பத்து விரல்களையும் பதிக்கிறேன். முன்கலத்தை மூடி விட்டு, திராட்சை-சித்திர வேலைப்பாடுகளோடமைந்த நிறமங்கிய கம்பளத்தைக் கடந்து சாளரத்தினருகே போய் அதைத் திறந்து மூடப் பயன்படும் பழங்காலக் கைப்பிடியை ஆராய்கிறேன். தளவிளக்கை எரியச் செய்து பின் அணைக்கிறேன், அதன் பிறகு சுவரில் தொங்கும் அத்தனை ஓவியங்களையும் பார்க்கிறேன். இறுதியில், மீண்டும் நீள்சாய்விருக்கைக்கு வந்து விழுந்து, விட்ட இடத்திலிருந்து தொடங்குகிறேன், கவனத்தைக் கொஞ்ச நேரம் *அராபிய இரவுகளின்* மீது திருப்புகிறேன்.

மதியநேரம் எனது தாதுநீர் போத்தலையும் மதியவுணவுப் பெட்டியையும் எடுத்துக் கொண்டு பூங்காவுக்கு எதிரேயுள்ள வளாகத்துக்குச் சென்று சாப்பிட அமருகிறேன். வெவ்வேறு வகைப் பறவைகள் தலைக்கு மேலே பறக்கின்றன, ஒரு மரத்திலிருந்து மற்றொன்றை நோக்கி சிறகசைத்தவாறு அல்லது ஏரியில் நீரருந்தி தங்களைப் பேணிக் கொள்ள அவை பறந்து போகின்றன. இதுவரை நான் பார்த்தேயிராத வகைகளும் அவற்றில் உண்டு. ஒரு பெரிய பழுப்புநிறப் பூனை அங்கே தோன்றுகிறது, அவையெல்லாம் தப்பிப் பறப்பதற்கான ஒரு சமிக்ஞை போல, ஆனால் பறவைகள் மீது சிறிதும் அக்கறை இல்லாதது போல அந்தப் பூனை தோற்றமளிக்கிறது. அதன்

விருப்பமெல்லாம் நடைபாதைக் கற்களின் மீது நீட்டி நிமிர்ந்து வெதுவெதுப்பான சூரியவொளியை அனுபவிப்பதே.

"உனக்கு இன்று பள்ளி விடுமுறையா?" வாசிப்பறைக்குத் திரும்பும் வழியில், எனது முதுகுப்பையை வைக்கும்போது, ஓஷிமா கேட்கிறான்.

"இல்லை," வார்த்தைகளை வெகு கவனமாகத் தேர்ந்தெடுத்து நான் பதில் சொல்கிறேன். "சிறிது காலம் விடுப்பெடுத்துக் கொள்ளலாம் எனத் தீர்மானித்திருக்கிறேன்."

"பள்ளிக்குப் போக மறுக்கிறாய்," என்கிறான்.

"அப்படித்தான் நினைக்கிறேன்."

பெரும் ஆர்வத்துடன் ஓஷிமா என்னைப் பார்க்கிறான். "நீ அப்படித்தான் நினைக்கிறாய்?"

"நான் போக மறுக்கவில்லை. வெறுமனே போக வேண்டாம் என முடிவு செய்திருக்கிறேன்."

"வெகு அமைதியாக, நீயாகவே, பள்ளிக்குப் போவதை நிறுத்தி விட்டாயா?"

நான் வெறுமனே தலையசைக்கிறேன். இதற்கு எப்படிப் பதில் சொல்வதென்று எனக்குத் தெரியவில்லை.

"பிளாட்டோவின் விருந்தில் அரிஸ்டோபானேஸின் கூற்றுப்படி, புராணங்கள் சொல்லும் தொன்மையான உலகில் மூவகை மனிதர்கள் இருந்தார்களாம்," என்கிறான் ஓஷிமா. "நீ கேள்விப்பட்டிருக்கிறாயா?"

"இல்லை."

"பழங்காலத்தில் மனிதர்கள் வெறும் ஆணாக அல்லது பெண்ணாக மட்டுமே இருக்கவில்லை, மாறாக இம்மூன்று வகைகளில் ஏதேனும் ஒன்றாக: ஆண்/ஆண், ஆண்/பெண், அல்லது பெண்/பெண். வேறு வார்த்தைகளில் சொல்வதெனில் ஒவ்வொரு மனிதனும் இருவேறு உயிர்களின் கூறுகளைக் கொண்டு உருவாக்கப்பட்டிருந்தான். அனைவரும் இந்த

ஏற்பாட்டில் மகிழ்ந்திருந்ததால் அது குறித்துப் பெரிதாக யோசிக்கவில்லை. ஆனால் பிறகு கடவுள் ஒரு கத்தியை எடுத்து ஒவ்வொருவரையும் இரண்டாக வெட்டினார், மிகச்சரியாக நடுவில். அதன் பிறகு இவ்வுலகம் வெறுமனே ஆண் மற்றும் பெண் எனப் பிளவுற்றது, அதன் விளைவு யாதெனில், மனிதர்கள் தங்கள் வாழ்வின் பெரும்பகுதியைத் தொலைந்த தங்களின் மறுபாதியைத் தேடச் செலவிடுகிறோம் என்பதுதான்."

"கடவுள் ஏன் அவ்வாறு செய்தார்?"

"மனிதர்களை இரண்டாகப் பிரித்ததா? பதிலே சொல்ல முடியாத கேள்வி. கடவுள் விசித்திரமான வழிமுறைகளில் செயல்படக்கூடியவர். கடவுளின்-கோபம் எனச் சொல்லப்படும் சங்கதிகள் உண்டு, அதீத இலட்சியவாதங்கள், இன்ன பிற. எனது யூகம் யாதெனில் ஏதோவொன்றுக்கான தண்டனைதான் அது. வேதாகமத்தில் உள்ளதுபோல. ஆதாம், ஏவாள், வீழ்ச்சி, அது போல."

"முதல் பாவம்," என்கிறேன்.

"ஆமாம், முதல் பாவம்." ஓஷிமா தனது பென்சிலை ஆட்காட்டி விரலுக்கும் நடுவிரலுக்குமிடையே பிடித்து அதன் சமநிலையைச் சோதிப்பதுபோல வெகு மெதுவாகச் சுழற்றுகிறான். "எப்படியாகிலும், மனிதர்கள் தங்கள் வாழ்வில் தனியாக வாழ்வது மிகக்கடினம் என்பதே நான் சொல்ல வந்தது."

மறுபடியும் வாசிப்பறையில் நான் "அபு-ஐ-ஹசனின் கதை, ஊசலாட்டம்" எனும் பகுதிக்குத் திரும்புகிறேன், ஆனால் மனமோ புத்தகத்தை விடுத்து வேறெங்கோ அலைகிறது. *ஆண்/ஆண், ஆண்/பெண் மற்றும் பெண்/பெண்?*

இரண்டு மணிக்கு புத்தகத்தைக் கீழே வைத்து விட்டு சுற்றுலாவில் இணைந்து கொள்ள நீள்சாய்விருக்கையை நீங்கி எழுகிறேன். சுற்றுலாவை முன்நின்று நடத்தும் மிஸ் செய்கி ஒரு மெலிந்த பெண்மணி, தனது நாற்பதுகளின் நடுவில் அவள் இருக்கலாமென்று யூகிக்கிறேன். அவள் தலைமுறை மனிதர்களோடு ஒப்பிட சற்றே உயரமாயிருக்கிறாள். நீலநிற அரைக்கை சட்டையும் பாலாடை-நிறக் கம்பளிப்

பின்னலாடையும் அணிந்திருக்கிறாள், பிரமாதமானத் தோரணையோடு. அவளின் நீண்ட கேசம் பின்புறத்தில் தளர்ச்சியாக முடிச்சிடப்பட்டுள்ளது, முகம் வெகு திருத்தமாகவும் கூர்மதி-நிரம்பியதாகவும், அழகிய கண்களோடு உதடுகளின் மீது விளையாடும் நிழலார்ந்த புன்னகையும், அப்புன்னகை தரும் முழுமையின் உணர்வை வார்த்தைகளால் விவரிக்க முடியாது. சிறிய, கதிரொளி பாவிய இடமொன்றை எனக்கு அது நினைவுறுத்துகிறது, ஏதேனும் ஒதுக்கமான, தனிமையான இடத்தில் மட்டும் நீங்கள் பார்க்கும் சூரியவொளியின் விசேட ஒளித்தீற்றலை. டோக்கியோவில் அதுபோல ஒரு இடமுண்டு, என் வீட்டுத் தோட்டத்தில், சிறுபிள்ளையாயிருந்த காலந்தொட்டே பிரகாசமான அச்சிறிய இடத்தை நான் மிகவும் நேசித்தேன்.

என் மீது மிகுந்த தாக்கத்தை ஏற்படுத்துகிறாள், வருத்தந்தோய்ந்தவனாகவும் நினைவுத்துயரில் வாடுபவனாகவும் என்னை அவள் உணரச் செய்கிறாள். இது என் அம்மாவாக இருந்தால் எத்தனை அற்புதமாயிருக்கும்? ஆனால் ஒவ்வொரு முறையும் ஓர் அழகிய, நடுத்தர-வயதுப் பெண்ணைக் கடக்கும்போதெல்லாம் இதையே நான் யோசிக்கிறேன். உண்மையில் மிஸ் செய்கி என் அம்மாவாக இருக்கும் சாத்தியம் பூஜ்ஜியத்துக்கு மிக நெருக்கமாதென்பதை நான் உணர்ந்திருக்கிறேன். என்றபோதும், என் அம்மா எப்படி இருப்பாள் என்பதோ, அல்லது அவள் பெயரோ கூட எனக்குத் தெரியாதென்னும் நிலையில், அந்த சாத்தியமும் உண்டுதான், இல்லையா? ஒட்டுமொத்தமாக அதை நிராகரிக்கும் சங்கதியென்று எதுவுமில்லை.

சுற்றுலாவில் இணைந்துள்ளது வேறு யாரெனப் பார்த்தால் ஒசாகாவில் இருந்து வந்ததொரு நடுத்தர-வயது ஜோடி மட்டுமே. மனைவி குள்ளமாகவும் கோக் போத்தலின் அடர்த்தி கொண்ட கண்ணாடிகளையணிந்து குண்டாகவும் தென்படுகிறாள். கணவனோ மிக ஒல்லியான மனிதன், தந்திக்கம்பிகளைக் கொண்டு செய்த சீப்பால் மட்டுமே அதைப் படிய வைக்க முடியுமென நான் பந்தயம் கட்டுமளவு அவனது கேசம் அத்தனை விறைத்துக் கிடக்கிறது. ஒடுங்கிய கண்களோடும் அகலமான நெற்றியோடும், தென்திசைத்

தீவுகளில் - அத்துவானத்தின் மீது கண்கள் நிலைகுத்தி நிற்கும் - ஏதோவொரு சிலையை அவன் எனக்கு நினைவுறுத்துகிறான். ஒருபக்கச் சார்பான உரையாடலை மனைவி தொடர்ந்து நிகழ்த்துகிறாள், தான் இன்னும் உயிரோடிருப்பதைச் சொல்ல அவள் கணவன் அவ்வப்போது சில ஓரசைச்சொற்களை மட்டும் உறுமுகிறான். அது தவிரவும், தான் கேட்பதைச் சரியென்று ஆமோதிப்பது போல எப்போதாவது தலையசைக்கிறான் அல்லது என்னால் புரிந்து கொள்ள முடியாத சில உடைந்த வார்த்தைகளை முணுமுணுக்கிறான். அவர்கள் ஆடை உடுத்தியிருக்கும் விதம் நூலகத்துக்கு வருவதை விட மலையேற்றத்துக்குப் பொருத்தமாயிருக்கும், ஒரு மில்லியன் ஜேப்பிகளைக் கொண்ட கையில்லாத, நீர்புகாத சட்டைகள், உறுதியான நாடாக்களால் கட்டிய முரட்டுக் காலணிகள், மற்றும் மலையேற்றத் தொப்பிகளை அவர்களிருவரும் அணிந்துள்ளார்கள். அனேகமாக எந்தவொரு பிரயாணத்தின்போதும் அவர்கள் இப்படித்தான் ஆடை அணிவார்கள் போல, யாருக்குத் தெரியும்? நல்லவர்களாகத்தான் தெரிகிறார்கள் – அவர்கள் என்னைப் பெற்றவர்களாக அல்லது வேறு ஏதேனுமொன்றாக இருக்க நான் விரும்புகிறேன் என்றில்லை – மேலும் சுற்றுலாவில் நான் தனியாக இல்லை என்பதில் ஆசுவாசம் கொள்கிறேன்.

நூலகத்தின் வரலாற்றை விளக்குவதில் தொடங்குகிறாள் மிஸ் செய்கி - அடிப்படையில் ஓஷிமா என்னிடம் சொன்ன அதே கதைதான். வெகுநீண்ட காலத்துக்கு முந்தைய குடும்பத்தலைவர் சேர்த்த நூல்களை ஓவியங்களை எவ்வாறு அவர்கள் பொதுமக்களுக்குத் திறந்தார்களென்பதை, பிரதேசத்தின் பண்பாட்டு வளர்ச்சிக்காக நூலகத்தை அர்ப்பணித்ததை. கொமூரா சொத்துகளை ஆதாரமாகக் கொண்டு ஓர் அறக்கட்டளை நிறுவப்பட்டது, தற்போது அதன் மூலமாகவே நூலகம் நிர்வகிக்கப்படுகிறது, மேலும் அவ்வப்போது நிகழும் கட்டண உரைகள், அரங்கு-இசைக் கச்சேரிகள் மற்றும் அது போன்ற மற்ற நிகழ்வுகளும் கூட. அந்தக் கட்டடம் கூட முற்கால மெய்ஜி காலகட்டத்தைச் சேர்ந்தது, குடும்ப நூலகம் மற்றும் விருந்தினர் மாளிகை என்னும் இரட்டைக் காரியங்களை நிறைவேற்றக் கட்டப்பட்டது. தைஷோ காலகட்டத்தில் இரண்டு-மாடி கட்டடமாக முழுக்க மாற்றி செப்பனிடப்பட்டது,

வருகை தரும் எழுத்தாளர்கள் மற்றும் கலைஞர்களுக்கென அதியற்புத விருந்தினர் அறைகளும் அங்கு இணைக்கப்பட்டன. தைஷோ தொடங்கி முற்கால ஷோவா காலகட்டம்வரை பல புகழ்பெற்ற கலைஞர்கள் கொமூராவுக்கு வந்தார்கள், இங்கு தங்க அனுமதி தந்ததற்கு பதில் மரியாதை செய்யும் வகையில் – கவிதைகள், சித்திரங்கள் மற்றும் ஓவியங்கள் என – நினைவுப்பொருட்களை விட்டுச் சென்றார்கள்.

"இந்த விலைமதிப்பற்ற சேகரிப்பில் இருந்து தேர்ந்தெடுத்த சில பொருட்களை முதல்-மாடி காட்சியகத்தில் நீங்கள் பார்க்கலாம்," மிஸ் செய்கி சேர்த்துக் கொள்கிறாள். "இரண்டாம் உலகப்போருக்கு முன், துடிப்பான உள்ளூர் கலாச்சாரம் இங்கு நிறுவப்பட்டது, அவ்வகையில் கொமூரா குடும்பத்தைப் போன்ற செல்வவளம் பொருந்திய கலை-அறிஞர்களின் பிரயத்தனங்களோடு ஒப்பிட உள்ளூர் அரசின் செயல்பாடுகள் குறைவுதான். அவர்கள், சுருங்கச் சொன்னால், கலை உபாசகர்களாக இருந்தார்கள். சொல்லிக் கொள்ளும்படியான எண்ணிக்கையில் திறமையான டன்கா மற்றும் ஹைகூ கவிஞர்களை ககாவா ஆளுகை உருவாக்கியுள்ளது, இதற்கான ஒரே காரணமென உள்ளூர் கலைச்செயல்பாடுகளைக் கண்டறிந்து ஊக்குவிக்க கொமூரா குடும்பம் கொண்டிருந்த ஆழமான ஈடுபாட்டைத்தான் சொல்ல வேண்டும். வசீகரமான இந்தக் கலை இலக்கிய வட்டங்களின் வரலாறு குறித்து நிறைய எண்ணிக்கையில் புத்தகங்கள், கட்டுரைகள் மற்றும் வரலாற்றுக் குறிப்புகள் பிரசுரிக்கப்பட்டுள்ளன, அவை யாவும் எங்கள் வாசிப்பறையில் உள்ளன. அவற்றைப் பார்க்கும் வாய்ப்பை நீங்கள் பயன்படுத்திக் கொள்வீர்கள் என நம்புகிறேன்."

"கொமூரா குடும்பத்தின் தலைவர்கள் பல தலைமுறைகளாக கலையில் தேர்ந்தவர்களாயிருந்திருக்கிறார்கள், மிகக்குறிப்பாக, அற்புதக் கலைநேர்த்தியுடன் கூடிய படைப்புகளை உள்ளார்ந்து ஆராதிப்பதில். அனேகமாக இது ரத்தத்தில் ஊறியதாயிருக்கலாம். கூர்மதி கொண்ட கொமூராக்கள் கலைகளின் பாதுகாவலர்களாக விளங்கினார்கள், மிக உயரிய குறிக்கோள்களோடு தலைசிறந்த படைப்புகளைப் படைத்த கலைஞர்களை அவர்கள் பெரிதும் ஆதரித்தார்கள். ஆனால், நிச்சயம் உங்களுக்குத் தெரிந்திருக்கும், கலையில் முற்றிலும் குறைபாடுகளற்ற கண்ணென்று ஏதும்

இருக்க முடியாது. துரதிர்ஷ்டவசமாக, சில அபூர்வமான கலைஞர்களால் அவர்களின் அன்பைப் பெற முடியவில்லை அல்லது அவர்களுடைய தகுதிக்குத் தகுந்தாற்போல வரவேற்கப்படவில்லை. அவர்களில் ஒருவர் ஹைகூ கவிஞரான டனேடா சண்டோகா. விருந்தினர் குறிப்பேட்டின்படி, சண்டோகா இங்கு பல்வேறு சமயங்களில் தங்கியிருக்கிறார், ஒவ்வொரு முறையும் கவிதைகளையும் ஓவியங்களையும் விட்டுச் சென்றிருக்கிறார். என்றபோதும், குடும்பத்தின் தலைவர் அவரைப் பிச்சைக்காரன் என்றும் தற்பெருமையாளன் எனவும் இகழ்ந்தார், எவ்விதத்திலும் அவரைப் பொருட்படுத்தவில்லை, இன்னும் சொல்லப்போனால் சண்டோகாவின் படைப்புகளில் பெரும்பாலானவற்றை வீசி எறிந்து விட்டார்.”

“என்னவொரு கொடுமை,” ஓசாகாவிலிருந்து வந்த பெண்மணி சொல்கிறாள், இதைக் கேட்டதில் அவள் மனம் உண்மையாகவே வருந்தியிருக்க வேண்டும். “இந்நாட்களில், சண்டோகாவின் மதிப்பு ரொம்ப அதிகம்.”

“நீங்கள் சொல்வது சரிதான்,” என்கிறாள் மிஸ் செய்கி, பளபளக்கும் கண்களோடு. “அந்தக்காலத்தில், என்றாலும், யாருக்கும் அவரைத் தெரியாது, ஆக அனேகமாக ஒன்றும் செய்ய முடியாமல் போயிருக்கும். மீள்பார்வையில் மட்டுமே நாம் தெளிவாகப் புரிந்து கொள்ளக்கூடிய சங்கதிகள் நிறைய உண்டு.”

“மிகவும் சரியாகச் சொன்னீர்கள்,” கணவன் உள்நுழைகிறான்.

இதன்பிறகு மிஸ் செய்கி எங்களைத் தரைத்தளத்துக்கு வழிநடத்திப் போகிறாள், நூலடுக்குகள், வாசிப்பறை மற்றும் அரிய-புத்தகங்களின் சேகரிப்பு ஆகியவற்றைச் சுற்றிக் காட்டுகிறாள்.

“அவர் இந்த நூலகத்தை நிர்மாணித்தபோது, க்யோட்டோ கலைஞர்கள் பயன்படுத்தும் எளிமையும் நுணுக்கமும் நிரம்பிய பாணியைப் பின்தொடர வேண்டாமென குடும்பத்தின் தலைவர் தீர்மானித்தார், மாறாக ஒரு கிராமீய வாழ்விடம் போன்ற அமைப்பையே தேர்ந்தெடுத்தார். இப்போது கூட, நீங்கள் பார்ப்பதைப்போல, ஒழுங்கற்ற கட்டட அமைப்போடு முரண்படும் வகையில் வீட்டுப்பொருட்களும்

புகைப்படச்சட்டங்களும் சற்று நுட்பமானவையாகவும் விலையுயர்ந்தவையாகவும் தென்படும். ஒரு எடுத்துக்காட்டுக்கு, மரச்சட்டகங்களில் இழைத்துள்ள வடிவங்கள் யாவுமே மிக நேர்த்தியானவை. ஷிகோகுவின் தேர்ச்சிபெற்ற கைவினைஞர்களுள் சிறந்தவர்கள் அனைவரையும் இந்தக் கட்டுமானத்தில் பணிபுரிய அழைத்து வந்தார்கள்."

எங்கள் சிறிய குழு மாடிப்படிகளில் ஏறுகிறது, கவிகைமாடத்தோடு கூடிய மேற்கூரை அந்தப் படிக்கட்டுகளின் மேலே உயரத்தில் மிதக்கிறது. கருங்காலி மரத்தில் கடைந்த கைப்பிடிச்சட்டங்கள் அதீதமான மெருகோடுள்ளன, நீங்கள் தொட்டால் அவற்றில் கறை உண்டாகும் என்பதைப் போல. படிக்கட்டு வரிசைகளின் இடைமேடையை அடுத்த கறைபடிந்த கண்ணாடி ஜன்னலில் திராட்சைகளைக் கொறிக்க ஒரு மான் தனது கழுத்தை எட்டி நீட்டுகிறது. முதல்மாடியில் இரண்டு முகப்பறைகள் உள்ளன, மேலும் விசால முற்றமும், அனேகமாகக் கடந்த காலங்களில் விருந்துகளுக்காவும் கூடுகைகளுக்காவும் அதன் தரை முழுக்க டடாமியால் (Tatami – பாரம்பரிய ஜப்பானிய அறைகளில் விரிக்கும் தரைவிரிப்பு) அலங்கரிக்கப்பட்டிருக்கலாம். தற்போது எளிய மரத்தாலான தரைத்தளம் மட்டுமேயுள்ளது, சட்டமிட்ட கையெழுத்துப் பிரதிகள், தொங்கும் காகிதச்சுருள்கள் மற்றும் ஜப்பானிய-பாணி ஓவியங்களால் சுவர்கள் திரையிடப்பட்டுள்ளன. நடுவே, ஒரு கண்ணாடிப்பேழை எண்ணற்ற நினைவுச்சின்னங்களையும், அவை ஒவ்வொன்றின் பின்னாலுள்ள கதைகளையும் காட்சிப்படுத்துகிறது. ஒரு முகப்பறை ஜப்பானிய பாணியில் அமைந்திருக்க, மற்றொன்று மேற்கத்தைய பாணியில். பெரிய எழுத்து மேசையும் சுழல் நாற்காலியும் மேற்கத்தைய பாணி அறையில் உள்ளன, இப்போதும் யாரோ அவற்றைப் பயன்படுத்துகிறார்கள் என்பது போலத் தோற்றமளிக்கின்றன. மேசைக்குப் பின்னாலுள்ள கண்ணாடிக்கு வெளியே வரிசையாக தேவதாருக்கள் நிற்கின்றன, மரங்களுக்கிடையே அத்துவானம் வெகு மங்கலாகத் தெரிகிறது.

அனைத்து பொருட்களையும் ஆராய்ந்தபடி, ஏடுகளில் உள்ள விளக்கங்களை வாசித்தபடியும், ஒசாகாவைச் சேர்ந்த ஜோடி முகப்பறையைச் சுற்றி வருகிறார்கள். மனைவி ஏதாவது

கருத்துச் சொல்லும் ஒவ்வொரு முறையும் அவள் கருத்தை ஆமோதிக்கும் வண்ணம் கணவனும் ஒத்து ஊதுகிறான். எல்லாவற்றிலும் ஒத்துப்போகும் அதிர்ஷ்டக்கார ஜோடி. காட்சிக்கு வைத்திருக்கும் சங்கதிகள் என்னைப் பெரிதாக ஈர்க்கவில்லை, எனவே கட்டடத்தின் கட்டுமானம் குறித்த தகவல்களை வாசிக்கிறேன். மேற்கத்தைய பாணி முகப்பறையை நான் துழாவிக் கொண்டிருக்கும் சமயம் மிஸ் செய்கி என்னை நெருங்கி வந்து சொல்கிறாள், "அந்த இருக்கையில் நீ அமரலாம், விருப்பம் இருக்குமெனில். ஏதோவொரு காலத்தில் ஷிகா நவோயாவும் டனிஸாகியும் அங்கு அமர்ந்திருந்தார்கள். இயல்பாகவே, இது அவர்கள் அமர்ந்த அதே இருக்கை கிடையாதுதான்."

சுழல் நாற்காலியில் அமர்ந்து அமைதியாக என் கரங்களை மேசை மீது வைக்கிறேன்.

"எப்படி இருக்கிறது? உன்னால் ஏதும் எழுத முடியும் என்பதாக உணர்கிறாயா?"

நான் சிறிது நாணமுற்று தலையை ஆட்டுகிறேன். மிஸ் செய்கி சிரித்துக் கொண்டே மீண்டும் அந்த ஜோடியிடம் போகிறாள். எத்தனை நயமாக நடந்து கொள்கிறாள் என்பதை நாற்காலியில் இருந்தவாறு கவனிக்கிறேன், இயல்பாகவும் நுணுக்கமாகவும் ஒவ்வொரு உணர்வையும் அவள் வெளிப்படுத்துகிறாள். என்னால் அதைச் சரியாகச் சொல்ல முடியவில்லை, ஆனால் நிச்சயம் ஏதோவொன்று அதில் விசேடமாக இருக்கிறது, என்னை நேருக்கு நேர் பார்க்கும்போது அவளால் வெளிப்படையாகச் சொல்ல முடியாத ஏதோவொரு சங்கதியை திரும்பிச் செல்லும் அவள் உருவம் என்னிடம் சொல்லி விட முயற்சிப்பதைப்போல. ஆனால் அது என்ன, எனக்குத் தெரியவில்லை. எதிர்கொள், எனக்கு நானே சொல்லிக் கொள்கிறேன் – நமக்குத் தெரியாத சங்கதிகளென ஓராயிரம் உண்டு.

இன்னும் உட்கார்ந்த நிலையிலேயே, நான் அறையை மீண்டும் பார்வையால் துழாவுகிறேன். சுவரில் தொங்கும் தைல ஓவியம் வெளிப்படையாகவே அருகேயுள்ள கடற்கரையினுடையதுதான். மிகவும் பழைய பாணியில் வரைந்திருந்தாலும் வண்ணங்கள் இன்னும் புதிதாகவும் உயிர்ப்போடும் உள்ளன. மேசையின்

காஃப்கா – கடற்கரையில் | 77

மீது பெரிய சாம்பல் கிண்ணம் ஒன்றும் பச்சைநிறத்திரை கொண்ட விளக்கும் இருக்கின்றன. நான் பொத்தானை அழுத்துகிறேன், உடன், அதுதான் வழக்கமென்பதாக, வெளிச்சம் பரவுகிறது. எதிரேயுள்ள சுவரில் ஒரு கருப்புநிற கடிகாரம் மாட்டப்பட்டுள்ளது, அதன் தோற்றத்தை வைத்துப் பார்க்க மிகப் பழமையானதாகத் தெரிகிறது, முட்கள் சரியான நேரத்தைக் காட்டினாலும் கூட. மரத்தாலான தரைத்தளத்தில் தேய்ந்து போன சில இடங்கள் வட்டவட்டமாக அங்கங்கே தென்படுகின்றன, அவற்றின் மீது நடக்கையில் மெல்லக் கிறீச்சிடுகின்றன.

சுற்றுலாவின் முடிவில் ஒசாகாவைச் சேர்ந்த ஜோடி மிஸ் செய்கிக்கு நன்றி சொல்லி விட்டுக் காணாமல் போகிறார்கள். கான்சாய் பிரதேசத்தைச் சேர்ந்த டன்கா வட்டத்தின் அங்கத்தினர்கள் அவர்கள் என்பதாகத் தெரிகிறது. என்ன மாதிரியான கவிதைகளை அவர்கள் இயற்றுவார்களென நான் ஆச்சரியம் கொள்கிறேன் - மிகக்குறிப்பாக, அந்தக் கணவனை எண்ணி. உறுமல்களும் தலையாட்டல்களும் கவிதைகளை உருவாக்குவதில்லை. ஆனால் கவிதைகள் எழுதுவது ஒருக்கால் அவனுக்குள் ஒளிந்திருக்கும் திறமைகளை வெளிக்கொணர்வதாகவும் இருக்கலாம்.

வாசிப்பறைக்குத் திரும்பி எனது புத்தகத்தை விட்ட இடத்திலிருந்து தொடங்குகிறேன். பிற்பகல் பொழுதில் மேலும் சில வாசகர்கள் உள்ளே நுழைகிறார்கள், அவர்களில் பெரும்பாலான மனிதர்கள் வாசிப்பதற்கென முதியவர்களணியும் கண்ணாடிகளை அணிந்திருப்பதோடு கிட்டத்தட்ட எல்லோரும் ஒன்றுபோலவே காட்சியளிக்கிறார்கள். நேரம் மிக மெதுவாக நகர்கிறது. யாரும் ஒரு வார்த்தை கூடப் பேசவில்லை, அனைவரும் அமைதியாக வாசிப்பில் மூழ்கியிருக்கிறார்கள். ஒருவர் மட்டும் மேசையின் மீதமர்ந்து குறிப்புகளை அவசர அவசரமாக எழுதிக் கொண்டிருக்கிறார், மற்றவர்களெல்லாம் அமைதியாக அமர்ந்திருக்கிறார்கள், அசையவும் செய்யாமல், முற்றிலும் தொலைந்தவர்களாக. என்னைப் போலவே.

ஐந்து மணிக்கு புத்தகத்தை மூடி அதன் அடுக்கில் வைக்கிறேன். வெளியே செல்லும் வழியில் மேசையில் இருந்தவனிடம் கேட்கிறேன், "காலையில் எத்தனை மணிக்குத் திறப்பீர்கள்?"

"பதினோரு மணிக்கு," ஒஷிமா பதிலளிக்கிறான். "நாளையும் இங்கு வரும் எண்ணமிருக்கிறதா?"

"அதில் எந்தச் சிக்கலும் இல்லையென்றால்."

என்னைப் உற்றுப்பார்த்து ஒஷிமா தன் கண்களைக் குறுக்குகிறான். "நிச்சயமாக இல்லை. நூலகமென்பது வாசிக்க விருப்பம் கொண்டிருக்கும் மனிதர்களுக்கான இடம். நீ மீண்டும் வந்தால் நான் மகிழ்ச்சியடைவேன். நான் இதைக் கேட்பதால் வருந்த மாட்டாயென நம்புகிறேன், ஆனால் எப்போதும் அந்த முதுகுப்பையைத் தூக்கிச் சுமப்பாயா என்ன? வெகு பாரமானதாகத் தெரிகிறது. அதற்குள் அப்படியென்ன பெரிதாக இருக்க முடியும்? அனேகமாக, க்ரூகெர்ரண்ட் நாணயங்களின் (Krugerrand - தென்னாப்பிரிக்க ஜனாதிபதி க்ரூகெரின் முகம் பொறித்த தங்கக் காசு) தொகுதியா?"

நான் வெட்கப்படுகிறேன்.

"கவலைப்படாதே – அதில் என்ன இருக்கிறதென்பதைக் கண்டுபிடிக்க நான் தீவிரமாக முயற்சி செய்யப் போவதில்லை." பென்சிலின் அழிப்பானுள்ள முனையை ஒஷிமா தனது வலது நெற்றிப்பொட்டின் மீது அழுத்துகிறான். "சரி, நாளை சந்திப்போம்."

"போய் வருகிறேன்," என்கிறேன்.

விடைகொடுக்க கைகளுக்குப் பதில் அவன் தனது பென்சிலை உயர்த்துகிறான்.

மறுபடியும் தொடருந்தைப் பிடித்து டகமாட்சு நிலையத்தை வந்தடைகிறேன். இரவுணவுக்காக நிலையத்தினருகே உள்ள மலிவான சிற்றுணவகத்துக்குள் நுழைந்து சிக்கன் கட்லெட்டும் சாலடும் கொண்டு வருமாறு பணிக்கிறேன். அவற்றைச் சாப்பிட்டு முடித்தபிறகு அடுத்ததாகக் கொஞ்சம் சோறும் ஒரு கோப்பை வெதுவெதுப்பான பாலும் எடுத்துக் கொள்கிறேன். ஒருவேளை நடுராத்திரியில் பசித்தால் என்ன செய்வதென்பதற்காக வெளியே தெருமுனைக்கடையில் ஒரு போத்தல் தாதுநீரும் இரண்டு சோற்றுருண்டைகளும் வாங்கிக்

கொள்கிறேன், பிறகு என் விடுதியை நோக்கி நடக்கிறேன். மிக வேகமாக அல்லது மிக மெதுவாக நான் நடக்கவில்லை, வெறுமனே மற்ற எல்லோரையும் போல இயல்பான வேகத்தில், யாரும் என்னை கவனித்து விடக் கூடாதென்பதற்காக.

சற்றுப் பெரிய விடுதிதான், ஓர் இரண்டாந்தர வணிக விடுதியின் அத்தனை குணநலன்களோடு. வரவேற்பறையின் பேரேட்டில் தகவல்களை நிரப்புகிறேன், நிஜப்பெயருக்குப் பதில் காஃப்கா என்றெழுதுகிறேன், தவறான முகவரியும் வயதும், பிறகு ஓரிரவுக்கான பணத்தைச் செலுத்துகிறேன். சற்று பதற்றமாக இருக்கிறேன், ஆனால் பணியாளர்கள் யாரும் சந்தேகித்ததாகத் தெரியவில்லை. "ஹேய்ய்ய், எங்களால் உனது சூழ்ச்சியின் வழியே ஊடுருவிப் பார்க்கவியலும், பதினைந்து வயது ஓடுகாலியே!" என்றெல்லாம் யாரும் அலறவில்லை. வெகு இயல்பாக எல்லாம் நடந்தேறுகின்றன, வழக்கமான சங்கதிகள் யாவும்.

பயமுறுத்தும் சத்தத்தோடு மின்தூக்கி ஐந்தாவது மாடியில் வந்து நிற்கிறது. சின்னஞ்சிறிய அறை, சற்றும் பொருந்தாத முகஞ்சுழிக்க வைக்கும் படுக்கை, பாறை போன்ற கடினமானத் தலையணை, பெயரளவுக்கு ஒரு சிறிய மேசை, குட்டித் தொலைக்காட்சி, சூரியனில் வெளுத்துப்போன திரைச்சீலைகள். கிட்டத்தட்ட ஓர் அலமாரியின் அளவேயுள்ள குளியலறை, அன்பளிப்பாக வழங்கும் சிறிய ஷாம்பூ அல்லது தைலப்பொருட்களின் போத்தல்கள் எதுவும் அங்கில்லை. சாளரத்தின் வழி பார்த்தால் அடுத்த கட்டடத்தின் சுவர் மட்டுமே தெரிகிறது. என்றாலும், நான் புகார் சொல்லக்கூடாது, ஏனெனில் தலைக்கு மேலே ஒரு கூரையும் குழாயைத் திறந்தால் வரும் வென்னீரும் எனக்குக் கிடைத்திருக்கிறது. முதுகுப்பையைத் தரையில் விசிறியடிக்கிறேன், நாற்காலியில் அமர்ந்து அந்தச் சூழலுக்குள் என்னைப் பொருத்திக் கொள்ள முயற்சி செய்கிறேன்.

நான் சுதந்திரமானவன், என எண்ணுகிறேன். கண்களை மூடி, நான் எத்தனை சுதந்திரமாக இருக்கிறேனென்பதை ஆழமாகவும் தீவிரமாகவும் யோசிக்கிறேன், ஆனால் அதன் அர்த்தம் யாதென நிஜமாகவே என்னால் புரிந்து கொள்ள முடியவில்லை.

எனக்குத் தெரிந்ததெல்லாம் நான் முற்றிலும் தனித்திருக்கிறேன் என்பதுதான். முன்பின் அறிமுகமற்ற இடத்தில் முழுக்கத் தனியனாக, தனது திசைகாட்டியையும் வரைபடத்தையும் தொலைத்து விட்ட ஏதோ தன்னந்தனி ஆராய்ச்சியாளனைப் போல. சுதந்திரமாக இருப்பதன் அர்த்தம் இதுவா? எனக்குத் தெரியாது, எனவே அது குறித்த யோசனையைக் கைவிடுகிறேன்.

நீண்ட வென்னீர்க் குளியலுக்குப் பிறகு கழுவுதொட்டியின் முன்நின்று எனது பற்களை வெகு கவனமாகத் துலக்குகிறேன். தொம்மென்று படுக்கையில் விழுந்து வாசிக்கிறேன், அது அயர்ச்சியைத் தரும்போது தொலைக்காட்சியில் செய்திகள் பார்க்கிறேன். என்றாலும், இன்று எனக்கு நிகழ்ந்திருக்கக்கூடிய எல்லா சங்கதிகளோடும் ஒப்பிட இந்தச் செய்திகள் மிக மொன்னையாகவும் சலிப்பூட்டுவதாகவும் உள்ளன. தொலைக்காட்சியை அணைத்து விட்டு போர்வைக்குள் நுழைகிறேன். இரவு பத்து மணி, ஆனாலும் எனக்கு உறக்கம் வரவில்லை. புத்தம்புதிய இடத்தில் கழியும் புதிய நாள். அத்தோடு, என் பதினைந்தாவது பிறந்தநாளும் கூட – அதன் பெரும்பாலான நேரத்தை அந்த இயல்புமீறிய, களிப்பூட்டுகிற நூலகத்தில் செலவிட்டிருக்கிறேன். சில புதிய மனிதர்களைச் சந்தித்திருக்கிறேன். சகுரா. ஓஷிமா. மிஸ் செய்கி. யாரும் அச்சுறுத்துகிறவர்களாக இல்லை, கடவுளுக்கு நன்றி. நற்சகுனம்?

டோக்கியோவின் நோகாடாவிலுள்ள என் வீட்டை நினைத்துக் கொள்கிறேன், என் அப்பாவைப் பற்றியும். நான் மறைந்து விட்டதைக் கண்டுபிடித்தபோது அவர் எப்படி உணர்ந்திருப்பார்? ஒருவேளை, நிம்மதியாக? குழப்பமாக? அல்லது ஒருவேளை ஒன்றுமில்லாமலும் இருக்கலாம். நான் போய் விட்டதை அவர் இன்னும் கவனித்திருக்கக்கூட மாட்டாரெனப் பந்தயம் கட்டுகிறேன்.

திடீரென என் தந்தையின் கைபேசி குறித்து நினைவு வர முதுகுப்பைக்குள் இருந்து அதை வெளியே எடுக்கிறேன். அதனை உயிர்ப்பித்து எனது வீட்டு எண்ணை அழுத்துகிறேன். மணி அடிக்கிறது, 450 மைல்கள் தொலைவில், ஏதோ நான் அடுத்த அறைக்கு அழைப்பதைப் போலத் தெளிவாக. இதனால் திடுக்குற்று, இரண்டு மணியொலிகளுக்குப் பிறகு

கைபேசியைத் துண்டிக்கிறேன். எனது இதயம் வேகமாகத் துடிப்பதை நிறுத்தவில்லை. தொலைபேசி இப்போதும் பணிபுரிகிறது, எனில் என் தந்தை இன்னும் இணைப்பை ரத்து செய்யவில்லை. ஒருவேளை தனது மேசை மீதிருந்த கைபேசி காணாமல் போனதை அவர் இன்னும் கவனிக்காமல் இருக்கலாம். கைபேசியை மீண்டும் எனது முதுகுப்பையின் ஜேப்பிக்குள் திணிக்கிறேன், விளக்குகளை அணைத்து விட்டுக் கண்களை மூடுகிறேன். நான் கனவு காண்பதில்லை. அது குறித்து யோசிக்கும்போது, வெகு காலமாக எனக்குக் கனவுகளே வருவதில்லை.

6

“ஹேய் உன்னைத்தான், வணக்கம்” என்றார் முதியவர்.

பெருத்த, வயது முதிர்ந்த, கறுப்புநிற ஆண்பூனை, அதன் தலையைச் சிறிதளவு உயர்த்தி, தாழ்ந்த குரலில் களைப்புடன் பதில் வணக்கம் சொன்னது.

“மிக அருமையான பருவநிலை நமக்கு வாய்த்திருக்கிறது.”

“உம்,” என்றது பூனை.

“வானில் ஒரு மேகம் கூட இல்லை.”

“... தற்போதைக்கு.”

“எனில், வானிலை மோசமாக மாறப் போகிறதா என்ன?”

“மாலைநேரம் மேகங்கள் ஒன்றுகூடலாமெனத் தெரிகிறது.” கறுப்புப்பூனை மெல்ல ஒரு காலை நீட்டியது, பிறகு தன் கண்களைக் குறுக்கி, நீண்ட ஆழமான பார்வையை மீண்டும் முதியவர் மேல் வீசியது.

முகத்தை நிறைக்கும் பெரிய அசட்டுச்சிரிப்போடு, அம்மனிதரும் பதிலுக்குத் திருப்பி முறைத்தார். ஒரு கணம் தயங்கிய பூனை பிறகு துணிந்து முன்னேறி வந்து பேசியது. “ஹ்ம்ம்ம்.. ஆக உன்னால் பேச முடியும்.”

“ஆமாம், சரிதான்,” முதியவர் நாணத்தோடு சொன்னார். மரியாதையை வெளிப்படுத்தும் வகையில், கந்தலாக நைந்து போன, நடைப்பயிற்சிக்கான பருத்தித்தொப்பியை அவர்

கழற்றினார். "நான் பார்க்கும் ஒவ்வொரு பூனையோடும் என்னால் பேச முடியும் என்றில்லை, ஆனால் எல்லாம் சரியாக அமைந்தால் அது எனக்குச் சாத்தியமே. இப்போது நடப்பதைப்போல."

"சுவாரசியம்தான்," பூனை வெறுமனே சொன்னது.

"சிறிது நேரம் நான் இங்கு அமர்வதில் உனக்கொன்றும் பிரச்சினை இல்லையே? நடந்ததால் நகாடா சற்று களைப்பாக உணருகிறான்."

நட்டுக்கொண்டு நிற்கும் மீசைமயிர்களோடு, அந்தக் கறுப்புப்பூனை மிகுந்த களைப்புடன் எழுந்து கொண்டது, பலத்த ஒலியுடன் கொட்டாவி விட்டபோது அதன் தாடை ஏறத்தாழ உருக்குலைந்ததாகத் தோன்றியது. "எனக்கொன்றும் பிரச்சினையில்லை. அல்லது பெரும்பாலும் அது என் கவலை கிடையாது என்றுதான் சொல்ல வேண்டும். நீ விரும்பும் எந்த இடத்திலும் அமரலாம். யாரும் அதற்காக உன்னைத் தொந்தரவு செய்யப் போவதில்லை."

"மிகுந்த கருணையோடிருக்கும் உனக்கு என் நன்றி," என்றார் அம்மனிதர், பூனையினருகே மெல்லத் தன்னைச் சாய்த்துக் கொண்டார். "அடடா, இன்று காலை ஆறு மணி தொடங்கி நான் அலைந்து கொண்டிருக்கிறேன்."

"உம்ம்ம்... பிறகு, நீதான் திரு நகாடா என நான் எடுத்துக் கொள்ளட்டுமா?"

"சரிதான். நகாடா எனது பெயர்தான். உன் பெயர் என்ன?"

"எனது பெயரை மறந்து விட்டேன்," என்றது பூனை. "எனக்கொரு பெயர் இருந்தது, அது இருந்ததையும் நானறிவேன், ஆனால் காலஓட்டத்தில் பிற்பாடு எனக்கந்த பெயர் தேவைப்படவில்லை. ஆக எனது மூளையை விட்டு எங்கோ நழுவி விட்டது."

"எனக்குத் தெரியும். இனிமேலும் நமக்குத் தேவையற்ற விசயங்களை மறப்பது மிக எளிது. மிகச்சரியாக நகாடாவும் அதுபோலத்தான்." தனது தலையைக் கீறியவாறே அந்த

மனிதர் சொன்னார். "திருவாளர் பூனையே, ஆக நீ சொல்வது என்னவென்றால், எங்கோ வசிக்கும் எந்தவொருக் குடும்பத்தின் அங்கமாகவும் நீ இல்லை?"

"நீண்டகாலத்துக்கு முன் நான் அப்படி இருந்தேன். ஆனால் இப்போதில்லை. அருகாமையிலுள்ள சில குடும்பங்கள் அவ்வப்போது நான் சாப்பிட உணவு தருகிறார்கள், ஆனால் யாரும் என் மீது உரிமை கொண்டாடுவதில்லை."

நகாடா தலையசைத்தவாறு சிறிது நேரம் அமைதியாயிருந்தார், பிறகு கேட்டார், "எனில், உன்னை நான் ஓட்சுகா என்றழைக்க நேர்ந்தால் நீயேதும் அதீதமாக சங்கடப்படுவாயா?"

"ஓட்சுகா?" என்ற பூனை, அவரை ஆச்சரியமாகப் பார்த்தது. "நீ என்ன சொல்கிறாய்? நான் ஏன் ஓட்சுகாவாக இருக்க வேண்டும்?"

"விசேடமாக எந்தக் காரணமுமில்லை. சட்டென்று அந்தப் பெயர் எனக்குள் தோன்றியது. எங்கிருந்து எனத் தெரியாமல் மாயமாக நகாடா அந்தப் பெயரைத் தேர்ந்தெடுத்திருக்கிறான். உனக்கென ஒரு பெயர் இருந்தால் என்னுடைய சங்கதிகளை அது எளிமையாக்கிடும். பெரிய அறிவாளி என்று சொல்லவியலாத என் போன்ற ஒருவன், அதன் வழியே சங்கதிகளை சரியான முறையில் தொகுத்துப் பார்க்கலாம். ஒரு வார்த்தைக்கு, நான் இப்படிச் சொல்லக்கூடும் 'இந்த மாதத்தின் இந்த நாளில் 2-சோம் அண்டைப்பகுதியின் காலிநிலத்தில் கறுப்புப்பூனை ஓட்சுகாவோடு நான் பேசினேன்.' எதையும் நினைவிலிருத்த இது எனக்கு உதவுகிறது."

"சுவாரசியமான சங்கதி," என்றது பூனை. "நீ சொல்வதை முழுமையாக ஒப்புக்கொள்கிறேன் என்றில்லை. பெயர்கள் இல்லாமலும் பூனைகளால் காலந்தள்ள முடியும். வாசனை, வடிவம், மற்றும் இயற்கையான சங்கதிகள் சார்ந்தே நாங்கள் வாழ்கிறோம். நாங்களறிந்த வரை, இதனால் எங்களுக்கு எந்தச் சங்கடமுமில்லை."

"நகாடா முழுதாகப் புரிந்து கொள்கிறான். ஆனால் இங்கே பார் திரு ஓட்சுகா, மனிதர்களுக்கு அது சாத்தியமில்லை.

எல்லா சேதிகளையும் நினைவில் நிறுத்த எமக்குத் தேதிகளும் பெயர்களும் தேவைப்படுகின்றன."

பூனை கோபமாகச் சீறியது. "எனக்கென்னமோ இது தேவையற்ற வலியாகவே ஒலிக்கிறது."

"நீ சொல்வது மெத்தச்சரி. நிறைய சங்கதிகளை நாங்கள் நினைவில் கொள்ள வேண்டியிருக்கிறது, உண்மையில் அது வலிதான். ஆளுநரின் பெயரையும் பேருந்து எண்களையும் நகாடா நினைவிலிருத்த வேண்டி வருகிறது. ஆனால், உன்னை நான் ஓட்சுகா என்றழைத்தால் வருத்தப்படுவாயா? ஒருவேளை அது உனக்குச் சற்று சங்கடமாயிருக்குமோ?"

"நல்லது, இப்போது நீ இப்படி அழைப்பதை அத்தனை இனிமையானதாக நான் எண்ணவில்லை... குறிப்பிட்டுச் சொல்லும் வகையில் அசௌகரியமாகவும் உணரவில்லை, உனக்குப் புரிகிறதுதானே. எனவே அது குறித்துப் பெரிதாக அலட்டிக் கொள்ள வேண்டாமென்றே நினைக்கிறேன். நீ என்னை ஓட்சுகா என்றழைக்க விரும்புகிறாய், நீ என் விருந்தினர். அதேசமயம், அவ்வாறு நீ அழைப்பதில் எனக்கு முழு ஒப்புதலுமில்லை."

"நீ இப்படிச் சொல்வதைக் கேட்பதில் நகாடா மிகவும் அகமகிழ்கிறான். மிக்க நன்றி, திரு ஓட்சுகா."

"என்றாலும், நான் சொல்லத்தான் வேண்டும், மனிதன் என்கிற வகைமைக்குப் பொருந்தாமல், நீ பேசும் முறை வெகு வித்தியாசமாக உள்ளது." தனது கருத்தைச் சொன்னது ஓட்சுகா.

"ஆமாம், அனைவரும் என்னிடம் அப்படித்தான் சொல்கிறார்கள். ஆனால் நகாடா பேசக்கூடிய ஒரே வழிவகை இதுதான். இயல்பாகப் பேச நான் முயற்சி செய்கிறேன், ஆனால் இதில்தான் வந்து முடிகிறது. நகாடா பெரிய அறிவாளி கிடையாது, உனக்குப் புரிகிறதா. எப்போதும் நான் இப்படித்தான் இருந்தேன் என்றில்லை, ஆனால் சிறுவயதில் ஒரு விபத்தில் சிக்கிக் கொண்டேன், அது முதல் இப்படி முட்டாளாக மாறிப்போனேன். நகாடாவால் எழுத முடியாது. அல்லது ஒரு புத்தகத்தையோ செய்தித்தாளையோ வாசிக்க முடியாது."

"பெருமை பீற்ற அல்லது வேறெதற்கும் சொல்லவில்லை, ஆனால் எனக்கும் கூட எழுதத்தெரியாது," தனது வலது பாதத்தின் குளம்புகளை நக்கியபடியே பூனை சொன்னது. "என்றபோதும், எனது மூளை மிகவும் சராசரியானது என்றே சொல்வேன், ஒருபோதும் அதை நான் அசௌகரியமாக உணர்வதில்லை."

"பூனைகளின் உலகில் அது எதிர்பார்க்கக்கூடியதே," என்றார் நகாடா. "ஆனால் மனிதர்களின் உலகில் படிக்கவோ எழுதவோ தெரியாவிட்டால் நீ முட்டாளாக மதிக்கப்படுவாய். நகாடாவின் அப்பா - வெகுகாலம் முன்பு அவர் இறந்து விட்டார் - ஒரு பல்கலைக்கழகத்தில் புகழ்பெற்ற பேராசிரியர். நுண் காலைகளின் கேட்பாடு எனும் எதுவோதான் அவருடைய தனித்திறனாக இருந்தது. எனக்கு இரண்டு தம்பிகள், அவர்களிருவரும் மிகுந்த அறிவாளிகள். அவர்களுள் ஒருவன் ஏதோ நிறுவனத்தில் பணிபுரிகிறான், அவன்தான் இல்லாக்காவின் முத்தன்மை அதிகாரி. எனது இன்னொரு தம்பி வர்த்தாகம் மற்றும் தொழிலாக்க அமைச்சாகம் என்னுமிடத்தில் வேலை செய்கிறான். அவர்களிருவரும் பெரிய வீடுகளில் வசிக்கிறார்கள், விலாங்குமீன்களைச் சாப்பிடுகிறார்கள். நகாடா ஒருவன் மட்டும்தான் அறிவாளி கிடையாது."

"ஆனால் உனக்குப் பூனைகளோடு பேச முடிகிறது."

"அதுவும் சரிதான்," என்றார் நகாடா.

"எனில் நீ அப்படியொன்றும் பெரிய முட்டாள் கிடையாது."

"ஆமாம். இல்லை... நான் என்ன சொல்கிறேனென்றால், நிஜமாக நகாடாவுக்கு அது குறித்து ஏதும் தெரியாது, ஆனால் நான் சிறுபிள்ளையாக இருந்த காலந்தொட்டு 'நீயொரு முட்டாள், நீயொரு முட்டாள்' என்றே மக்கள் சொல்வார்கள், எனவே அது உண்மையென்றே நம்பினேன். நிலையங்களின் பெயர்களை வாசிக்கத் தெரியாத காரணத்தால் என்னால் பயணச்சீட்டு வாங்கவோ தொடருந்துகளைப் பிடிக்கவோ முடியாது. ஆனாலும், எனது மாற்றுத் திறனாழி சலுகைச்சீட்டைக் காட்டினால் நகரப்பேருந்தில் போக என்னை அவர்கள் அனுமதிப்பார்கள்."

“சுவாரசியமான சங்கதி...” பெரிதாக எந்தச் சுவாரசியமுமின்றி ஓட்சுகா சொன்னது.

“உன்னால் வாசிக்கவோ எழுதவோ முடியாதென்றால் எந்த வேலையும் கிடைக்காது.”

“பிறகு நீ எப்படித்தான் வாழ்கிறாய்?”

“எனக்கு *மா நியம்* கிடைக்கிறது.”

“*மா நியம்?*”

“ஆளுநர் எனக்குப் பணம் கொடுக்கிறார். நோகாடாவின் *ஷூஇஷோ* எனும் அடுக்ககக் குடியிருப்பிலுள்ள சிறிய அறையில் வசிக்கிறேன். ஒரு நாளைக்கு மூன்று வேளை சாப்பிடுகிறேன்.”

“நல்ல, நிம்மதியான வாழ்க்கையாகத்தான் தெரிகிறது. குறைந்தபட்சம், என்னளவிலாவது.”

“நீ சொல்வது சரிதான், நல்ல நிம்மதியான வாழ்க்கை. காற்று மழையிலிருந்து நகாடாவால் தன்னை காத்துக் கொள்ள முடியும், எனக்குத் தேவையான எல்லாம் என்னிடமுள்ளது. பிறகு சில சமயங்களில், இது போல, பூனைகளைக் கண்டுபிடிக்கத் தங்களுக்கு உதவுமாறு மனிதர்கள் என்னிடம் கேட்பார்கள். அதை நான் செய்தால் எனக்கு அன்பளிப்பும் தருவார்கள். ஆனால் இந்த ரகசியத்தை நான் ஆளுநரிடமிருந்து மறைத்தாக வேண்டும், எனவே யாரிடமும் சொல்லாதே. வேறு வகையில் அதிகப்பணம் வருவது தெரிந்தால் எனக்கு வழங்கும் *மா நியத்தை* அவர்கள் ரத்து செய்திடலாம். ரொம்பப் பெரிய தொகையில்லை, ஆனால் அதைக் கொண்டு எப்போதாவது நான் விலாங்குமீன்களை உண்ண முடிகிறது. நகாடாவுக்கு விலாங்குமீன் பிடிக்கும்.”

“எனக்கும் விலாங்குமீன் ரொம்பப் பிடிக்கும். ஒரேயொரு முறை மட்டுமே அதைச் சாப்பிட்டிருக்கிறேன் என்றாலும், வெகு நாட்களுக்கு முன்பு, மேலும் அதன் சுவை எப்படியிருக்கும் என்பதை உண்மையில் என்னால் யோசிக்க முடியவில்லை.”

“விலாங்குமீனை உண்பதே விருந்து போலத்தான். மற்ற உணவுகளோடு ஒப்பிட, ஏதோ வித்தியாசம் அதில் உண்டு. ஒருசில உணவுகளால் மற்றவற்றின் இடத்தை இட்டு நிரப்ப முடியும், ஆனால் எனது அனுபவத்தில், விலாங்குமீனின் இடத்தை எந்தவுணவாலும் நிரப்ப முடியாது.”

காலிநிலத்தின் எதிரேயிருந்த சாலையில், ஓர் இளைஞன், சிவப்புநிற மணிக்குட்டையை கழுத்திலணிந்த பெரிய லாப்ரடாரோடு கடந்து சென்றான். ஓட்சுகாவை ஓரக்கண்ணால் பார்த்தபோதும் அது தொடர்ந்து சென்றது. நாயும் அதன் முதலாளியும் மறைய அமைதியாகக் காத்திருப்பவர்களாக, முதியவரும் பூனையும் அந்தக் காலிநிலத்தில் அமர்ந்திருந்தார்கள்.

“நீ பூனைகளைத் தேடுவதாகச் சொன்னாயல்லவா?” ஓட்சுகா கேட்டது.

“ஆமாம். தொலைந்த பூனைகளைத் தேடுவேன். என்னால் பூனைகளோடு கொஞ்சம் பேச முடியும், எனவே தொலைந்து போனவற்றைத் தேடி எல்லா இடங்களுக்கும் நான் போவேன். நகாடா இதில் திறமைசாலி என மக்கள் கேள்விப்படுகிறார்கள், எனவே என்னிடம் வந்து தங்களின் தொலைந்துபோன பூனைகளைத் தேடச் சொல்வார்கள். இப்போதெல்லாம் பூனைகளைத் தேடி வெளியே வராமலிருப்பதில்தான் நான் அதிக நாட்களைச் செலவிடுகிறேன். வெகுதூரம் போக நான் விரும்புவதில்லை, எனவே நகானோ பிரிவுக்குள்ளாக அவற்றைத் தேடுகிறேன். இல்லையென்றால் நான் தொலைந்து போக, அவை என்னைத் தேடும்படி ஆகி விடும்.”

“ஆக தற்சமயம் நீயொரு தொலைந்துபோன பூனையைத் தேடுகிறாய்?”

“ஆமாம், சரிதான். கோமா எனும் பெயர் கொண்ட ஒரு-வயது-நிரம்பிய ஆமையோட்டுப் பூனையைத்தான் நகாடா தேடுகிறான். இது அவளின் புகைப்படம்.” தனது கித்தான் தோள்பையிலிருந்து வண்ணப்பிரதி ஒன்றை வெளியே எடுத்த நகாடா அதை ஓட்சுகாவிடம் காட்டினார். “பழுப்புநிற கழுத்துப்பட்டை அணிந்திருக்கிறாள்.”

புகைப்படத்தை உற்றுப்பார்க்க ஓட்சுகா தனதுடம்பை வளைத்து முன்னால் நீட்டியது, பிறகு தலையை ஆட்டியது.

"இல்லை, ஒருபோதும் இவளைப் பார்த்ததில்லை என அச்சங்கொள்கிறேன். இங்கிருக்கும் பெரும்பாலான பூனைகளை எனக்குத் தெரியும், ஆனால் இவளை எனக்குத் தெரியவில்லை. அவளைப் பற்றிய எதையும் பார்த்ததோ கேட்டதோ கூட இல்லை."

"நிச்சயமாகத் தெரியுமா?"

"வெகுகாலமாக நீ அவளைத் தேடி வருகிறாயா?"

"அது வந்து, இன்றைக்கு, கூட்டிப் பார்க்கிறேன்... ஒன்று, இரண்டு, மூன்று... இன்று மூன்றாவது நாள்."

கொஞ்ச நேரம் சிந்தித்தவாறே ஓட்சுகா அங்கு அமர்ந்திருந்தது. "உனக்கு இது தெரியுமென்று நம்புகிறேன், பூனைகள் பழக்கவழக்கங்களுக்குக் கட்டுப்பட்டு வாழும் உயிரினங்கள். வழக்கமாக அவை மிகுந்த ஒழுங்குமுறைகள் கூடிய வாழ்வை ஏற்றுக்கொள்பவை, எனவே அசாதாரணமாக ஏதும் நடக்காதவரை, முடிந்தமட்டும் தங்களின் வழமையை விட்டு விலகாமலிருக்க அவை முயற்சி செய்யும். இதைத் தகர்த்தெறியக்கூடிய சங்கதிகள் யாதென்று பார்த்தால் கலவி அல்லது விபத்தாக இருக்கலாம் - இவையிரண்டில் ஏதேனுமொன்று."

"நகாடாவும் இதே விசயத்தைத்தான் யோசிக்கிறான்."

"அது கலவி எனில், தங்கள் செயல்முறையிலிருந்து பூனைகள் அதை வெளியேற்றும் காலம் வரை நீ காத்திருக்க வேண்டும், பிறகு அவை தானாகத் திரும்பி வரும். கலவி என நான் சொல்வது இன்னதென்று உனக்குப் புரிகிறதா?"

"நானதைச் செய்ததில்லை, ஆனால் எனக்குப் புரியுமென்றே நினைக்கிறேன். அதற்கும் பல்லாவுக்கும் சம்பந்தமுண்டு, சரியா?"

"மிகவும் சரி. முழுக்க அது பல்லாவைப் பற்றிய சமாச்சாரம்தான்." தீவிரமான முகத்துடன் ஓட்சுகா தலையசைத்தது. "ஒருவேளை நாம் விபத்தைப் பற்றிப் பேசுகிறோமென்றால் - மறுபடியும் நீ அவளைப் பார்க்கவே போவதில்லை."

"அது உண்மைதான்."

"கூடவே, கலவியைத் தேடி அலையும்போது ஒரு பூனை வழிதவறி மீண்டும் வீடு திரும்பும் வழியைக் கண்டடைய முடியாமல் திணறுவதும் சில நேரங்களில் நடப்பதுண்டு."

"நகாடா மட்டும் நகானோ பிரிவை விட்டு வெளியேறினால், மீண்டும் என் வீட்டுக்குத் திரும்பும் வழியைக் கண்டுபிடிப்பது அத்தனை எளிதானதல்ல."

"ஒருசில முறை எனக்கது நேர்ந்திருக்கிறது. சொல்லப்போனால் வெகுகாலம் முன்பு, நான் இளைஞனாயிருந்த சமயத்தில்," என்றது ஓட்சுகா, ஞாபகங்களினூடாகத் தேடும்போது அதன் கண்கள் சிறுத்துத் தெரிந்தன. "ஒருவேளை தொலைந்து போனால், நீ அச்சங்கொள்வாய். என்ன செய்வதெனத் தெரியாமல் துயரத்தில் மூழ்குவாய். அவ்வாறு நிகழ்வதை நான் வெறுக்கிறேன். அவ்வகையில் பார்த்தால் கலவி என்பது பெரும் வலியாக இருக்கக்கூடும், ஏனெனில் கிளர்ச்சியான மனநிலை உருவாகி விட்டால் நம் கண்ணுக்கு முன்னாலிருக்கும் சங்கதிகளைக் கூட நம்மால் ஒழுங்காகப் பார்க்க முடியாது - கலவி என்பது அதுதான், சரி விடு. அந்தப் பூனை - அவளுடைய பெயர் என்ன? தொலைந்து போனவள்?"

"கோமாவைச் சொல்கிறாயா?"

"ஆமாம், அவளேதான், கோமா. அவளை நீ கண்டுபிடிக்க என்னாலான உதவியைச் செய்ய விரும்புகிறேன். கவனித்துக் கொள்ள ஏதொவொரு அருமையான குடும்பம் இருக்கிற, அவளைப் போன்ற இளம் ஆமையோட்டுப் பூனைக்கு, இவ்வுலகில் பிழைத்திருக்கத் தேவையான அடிப்படை சங்கதிகள் கூடத் தெரிந்திருக்காது. யாரோடும் சண்டை போட அல்லது தன்னைப் பாதுகாத்துக் கொள்ள அவளால் முடியாது,

பாவப்பட்ட ஜீவன். என்றாலும், துரதிர்ஷ்டவசமாக, நான் ஒருபோதும் அவளைப் பார்த்ததில்லை. எனவே வேறெங்காவது சென்று தேட நீ விரும்புவாயென்று நினைக்கிறேன்."

"அப்படியானால் சரி, உனது அறிவுரையைப் பின்பற்றி வேறொரு இடத்தில் போய்த் தேடலாமென்றே நினைக்கிறேன். உனது தூக்கத்தின் நடுவே குறுக்கிட நேர்ந்ததற்காக நகாடா ரொம்ப வருத்தப்படுகிறான். நிச்சயம் வேறொரு சமயம் நானிங்கே வருவேன், இடைநேரத்தில் நீ எங்காவது கோமாவைப் பார்த்தால், தயைகூர்ந்து எனக்குத் தெரியப்படுத்து. உன் உதவியைப் பாராட்டி ஏதாவது தர விருப்பப்படுகிறேன்."

"தேவையில்லை – உன்னோடு பேசியதை நான் ரசித்தேன். மறுபடியும் இங்கே வர சங்கடப்படாதே. சூரியன் சுட்டெரிக்கும் நாட்களில் வழக்கமாக இந்த இடத்தில் என்னை நீ பார்க்கலாம். மழை பெய்யும்போது பொதுவாக அதோ அங்கே தெரியும் ஆலயத்தில் இருப்பேன், படிகள் கீழிறங்கும் இடத்தில்."

"நல்லது, மிக்க மகிழ்ச்சி. நகாடாவும் கூட ரொம்ப சந்தோசமாக உணர்ந்தான், உன்னோடு பேச முடிந்ததில், திரு ஓட்சுகா. நான் சந்திக்கும் ஒவ்வொரு பூனையோடும் இத்தனை எளிதாக என்னால் பேசி விட முடியாது. சில நேரங்களில் நான் முயற்சி செய்யும்போது பூனைகள் எச்சரிக்கையடைந்து ஒரு வார்த்தை கூட பேசாமல் ஓடி விடும். அப்போது நான் வெறும் ஹலோ மட்டுமே சொல்லியிருப்பேன்..."

"என்னால் அதை நன்கு யூகிக்க முடிகிறது. எல்லா வகைப் பூனைகளும் உண்டு – எல்லா வகை மனிதர்களும் உள்ளதைப் போல."

"ரொம்பச் சரியாகச் சொன்னாய். நகாடாவும் அப்படித்தான் நினைக்கிறான். இவ்வுலகில் எல்லா வகை மனிதர்களும் உண்டு, போலவே, எல்லா வகைப் பூனைகளும்."

உடலை நீட்டி நெளித்த ஓட்சுகா வானை அண்ணார்ந்து பார்த்தது. பொன்னிறச் சூரியவொளி காலிநிலத்தை நிறைத்தாலும் காற்றில் மழையின் ஈரவாடை, ஓட்சுகாவால் அதைக் குறிப்புணர முடிந்தது. "சிறுபிள்ளையாக இருந்தபோது

உனக்கொரு விபத்து நடந்ததாகவும் அதன் காரணமாகவே நீ அத்தனை அறிவாளியாக இல்லை என்றும் சொன்னாய், இல்லையா?"

"ஆமாம், சரிதான். நகாடாவும் மிகச்சரியாக அதைத்தான் சொன்னான். ஒன்பது வயதாயிருந்தபோது எனக்கு அந்த விபத்து நிகழ்ந்தது."

"என்ன மாதிரி விபத்து?"

"நகாடாவுக்கு உண்மையில் அதை நினைவுகூர இயலவில்லை. ஏனென்று அவர்களுக்குத் தெரியவில்லை, ஆனால் ஏறத்தாழ மூன்று வாரங்கள் எனக்குக் கடுமையான காய்ச்சல் இருந்தது. அந்தக்காலம் முழுக்க நான் மயக்கமாகக் கிடந்தேன். உடம்பில் நாரம்பு உசியோடு மருத்துவமனையின் படுக்கையில் தூங்கிக் கொண்டிருந்தேன் என்று அவர்கள் சொன்னார்கள். இறுதியாக நான் கண் விழித்தபோது, எனக்கு எந்த விசயமும் ஞாபகமில்லை. என் அப்பாவின் முகம், என் அம்மாவின் முகம், எப்படி வாசிப்பது, எப்படிக் கூட்டல் கணக்கு போடுவது, எனது வீட்டின் உள்முகம் பார்க்க எப்படி இருக்கும் என எல்லாவற்றையும் நான் மறந்திருந்தேன். என் பெயரையும் கூட. என் தலை மொத்தமும் காலியாகிப் போனது, தக்கையை இழுத்தவுடன் மொத்தமும் காலியாகிப் போகும் குளியல்தொட்டி போல. விபத்துக்கு முன் நகாடா எப்போதும் நல்ல மதிப்பெண்கள் வாங்குவானென்று அவர்கள் சொல்வார்கள். ஆனால் பிறகு நான் மயங்கி விழுந்தேன், எழுந்தபோது நான் அத்தனை முன்னறிவுடையவனாக இருக்கவில்லை. வெகு காலம் முன்பே என் அம்மா இறந்து விட்டாள், ஆனால் இதையெண்ணி நிறைய அழுவதை அவள் வாடிக்கையாகக் கொண்டிருந்தாள். நான் முட்டாளாகிப் போனதற்காக. என் அப்பா எப்போதும் அழுததில்லை, ஆனால் அவர் நிறைய கோபப்படுவார்."

"என்றாலும், அறிவாளியாக விளங்குவதற்குப் பதில், உன்னால் பூனைகளோடு பேச முடியுமென்பதை நீ அறிந்திருக்கிறாய்."

"அது சரிதான்."

"சுவாரசியமான சங்கதி..."

“அது தவிரவும், நான் ஆரோக்கியமாக இருப்பதோடு ஒருமுறை கூட சுகவீனமாக உணர்ந்ததில்லை. எனக்குப் பற்குழிகளில்லை, மேலும் கண்ணாடிகள் அணியும் தேவையும் ஏற்பட்டதில்லை.”

“எனக்குத் தெரிந்தமட்டும் நீ ஓரளவு புத்திசாலியாகத்தான் இருக்கிறாய்.”

“அப்படியா?” என்றார் நகாடா, தலையைச் சாய்த்தவாறே. “நகாடா தற்போது அறுபதைக் கடந்து விட்டான், திரு ஓட்சுகா. அறுபதைக் கடந்த நிலையில் முட்டாளாக இருக்க நகாடா பழகிக் கொண்டு விட்டான், மனிதர்களோடு தனக்குப் பெரிதாக எந்தத் தொடர்பும் இல்லையென்பதை ஏற்கவும். தொடருந்தில் போகாமலே பிழைத்திருக்கலாம். அப்பா இறந்து விட்டதால் இப்போதெல்லாம் யாரும் என்னை அடிப்பதில்லை. அம்மாவும் இறந்து விட்டாள், எனவே அவள் இப்போது அழுவதில்லை. ஆக உண்மையில், நான் கொஞ்சம் புத்திசாலி என்று நீ சொன்னால், அது எனக்குச் சற்று வருத்தமளிக்கிறது. கவனி, நான் முட்டாளாக இல்லையென்றால் அதன் பிறகு ஆளுநர் எனக்கு *மா நியம்* தர மாட்டார், மேலும் விசேட சலுகைச்சீட்டும் கிடைக்காது. ‘நீ ஒன்றும் முட்டாள் இல்லை’ என ஆளுநர் சொன்னால் பதிலுக்கு என்ன சொல்வதென்றும் நகாடாவுக்குத் தெரியாது. ஆக, முட்டாளாக இருப்பதில் எந்தப் பிரச்சினையுமில்லை.”

“நான் சொல்ல வருவது யாதெனில் உனது பிரச்சினை நீயொரு முட்டாளாக இருக்கிறாய் என்பதல்ல,” முகத்தில் உண்மையான அக்கறை தொனிக்க ஓட்சுகா சொன்னது.

“நிஜமாகவா?”

“உன்னுடைய பிரச்சினை என்னவென்றால் – எப்படி நானதைச் சொல்வது – உனது நிழல் சற்று மங்கலாக இருக்கிறது. முதன்முறை உன்னைப் பார்க்கும்போதே நானிதை யோசித்தேன், தரையின் மீது விழும் உன்னுடைய நிழல் சாதாரண மக்களோடு ஒப்பிட பாதி அடர்த்தியோடுதான் உள்ளது.”

“அப்படியா...”

"ஒரு முறை அதுபோன்ற வேறொரு மனிதனை நான் சந்தித்திருக்கிறேன்."

வாய் சற்று பிளந்து கொள்ள நகாடா ஓட்சுகாவை வெறித்தார். "எனில் நகாடாவைப் போன்ற வேறொருவனை நீ பார்த்திருக்கிறாய்?"

"ஆமாம், பார்த்திருக்கிறேன். ஆகவேதான் உன்னால் பூனைகளோடு பேச முடிந்ததைக் கண்டு நான் ஆச்சரியங்கொள்ளவில்லை."

"எப்போது?"

"வெகு காலம் முன்பு, நான் இளைஞனாயிருந்த காலத்தில். ஆனால் விவரங்களை நினைவுகூர என்னால் முடியவில்லை - அவன் பெயரையோ அல்லது முகத்தையோ அல்லது எங்கே எப்போது சந்தித்தோம் என்பதையோ. முன்னமே நான் சொன்னது போல, பூனைகளுக்கு அந்த அளவுக்கு ஞாபகசக்தி கிடையாது."

"ஓஹோ."

"அந்த மனிதனின் நிழலும் கூட, ஏதோ ஒரு பாதி அவனை விட்டுக் தனியாகப் பிரிந்ததுபோலத் தோன்றியது. உனது நிழல் போலவே அத்தனை மங்கலாக."

"ஓஹோ."

"நான் நினைப்பது இதுதான்: தொலைந்த பூனைகளைத் தேடுவதை நிறுத்தி விட்டு உனது நிழலின் மறுபாதியை நீ தேடத் தொடங்கலாம்."

தனது கையிலிருந்த தொப்பியின் முனையை சிலமுறை நகாடா நீவி விட்டுக் கொண்டார். "உண்மையைச் சொன்னால், முன்பே நகாடாவுக்கு இவ்வுணர்வு இருந்திருக்கிறது. எனது நிழல் நலிந்திருப்பதாக. மற்றவர்கள் கவனிக்காமல் போகலாம், ஆனால் எனக்குத் தெரியும்."

"எனில் அது நல்ல விசயம்தான்," என்றது பூனை.

“ஆனால் எனக்கு வயதாகி விட்டது, வெகுகாலம் நான் உயிர்வாழ மாட்டேன். அம்மாவும் ஏற்கனவே இறந்து விட்டாள். அப்பாவும் ஏற்கனவே இறந்து விட்டார். நீ அறிவாளியோ முட்டாளோ, வாசிக்க முடியுமோ முடியாதோ, உனக்கென ஒரு நிழல் இருக்கிறதோ இல்லையோ, நேரம் வந்தால், எல்லோரும் போக வேண்டியதுதான். நீ இறந்தால் அவர்கள் உனக்கு எரியூட்டுவார்கள். சாம்பலாக நீ மாறிய பிறகு கராசுயாமா எனும் இடத்தில் உன்னை புதைப்பார்கள். செடாகாயா பிரிவில் அமைந்திருக்கிறது கராசுயாமா. என்றபோதும், அவர்கள் உன்னை அங்கே புதைத்து விட்டார்களெனில், வேறெதைப் பற்றியும் பிறகு உன்னால் சிந்திக்க முடியாது. உன்னால் சிந்திக்க முடியாதென்றால், பிறகு நீ குழப்பமடையும் சாத்தியமில்லை. ஆக நான் இப்போதிருக்கும் இந்த நிலையே நன்றாகத்தான் இருக்கிறது? நான் உயிரோடிருக்கும்போது, என்னால் செய்ய முடிந்ததெல்லாம், ஒருபோதும் நகானோ பிரிவை விட்டு வெளியே போகாமலிருப்பதே. ஆனாலும், இறந்தால், கராசுயாமாவுக்கு நான் போக வேண்டியிருக்கும். அதை மாற்ற முடியாது.”

“சந்தேகத்துக்கிடமின்றி, இது குறித்து நீ என்ன நினைக்கிறாய் என்பது முழுக்க முழுக்க உனது மனநிலை சார்ந்ததே,” என்றது ஓட்சுகா, மறுபடியும் தனது பாதத்தின் குளம்புகளை நக்கத் தொடங்கியது. “ஆனாலும் உனது நிழல் இது குறித்து என்ன நினைக்கிறதென்பதையும் நீ கருத்தில் கொள்ள வேண்டும். அதற்குக் கொஞ்சம் தாழ்வு மனப்பான்மை இருக்கக்கூடும் – ஒரு நிழலாக, புரிகிறதா. ஒருவேளை நானொரு நிழலாக இருந்தால், இருக்கக்கூடிய அளவில் பாதியாக மட்டுமேயிருக்க விரும்பமாட்டேனென்பதை அறிவேன்.”

“எனக்குப் புரிகிறது,” என்றார் நகாடா. “நீ சொல்வது சரியாகவும் இருக்கலாம். நகாடா ஒருபோதும் அவ்வாறு யோசித்ததில்லை. வீட்டுக்குப் போன பிறகு நான் நிறைய யோசிப்பேன்.”

“அற்புதமான யோசனை.”

அவர்களிருவரும் சிறிது நேரம் அமைதியாயிருந்தார்கள். மெல்ல எழுந்து கொண்ட நகாடா தனது காற்சட்டைகளில் அங்கங்கே ஒட்டியிருந்த புற்களைக் கவனமாகத் தட்டி விட்டார்,

பிறகு கந்தலாக நைந்து போனத் தொப்பியை அணிந்தார். சரியான கோணத்தில் வந்து அமரும் வரை சிலமுறை அதைத் திருத்தினார். கித்தான் பையைத் தூக்கி தோளில் போட்டுக் கொண்டு சொன்னார், "மிகுந்த கருணையோடிருக்கும் உனக்கு என் நன்றி. நகாடா நிஜமாகவே உனது கருத்துகளை மதிக்கிறான், திரு ஓட்சுகா. நீ நலமோடும் மகிழ்ச்சியோடும் வாழ வேண்டுமென விரும்புகிறேன்."

"நீயும் கூட."

நகாடா கிளம்பிச் சென்ற பிறகு, மீண்டும் புற்களின் மீது படுத்து ஓட்சுகா தன் கண்களை மூடிக் கொண்டது. மேகங்கள் ஒன்றுதிரண்டு மழை தொடங்க சற்று நேரமாகும். மனம் வெறுமையை உணர குட்டித்தூக்கத்துக்குள் அது ஆழ்ந்து போனது.

7

7:15-க்கு முகப்புக்கூடத்தை அடுத்துள்ள உணவகத்தில் காலையுணவைச் சாப்பிடுகிறேன் - வாட்டிய ரொட்டித்துண்டுகள், சூடான பால், உப்பிட்ட பன்றியிறைச்சி, உடன் முட்டைகளும். ஆனால் இலவசமாகக் கிடைக்கும் இந்த விடுதியின் காலையுணவால் எனது பசியை நிறைக்குமிடத்துக்கு அருகே கூட வர இயலவில்லை. நீங்கள் உணருமுன்பே உணவு காலியாகி விடுகிறது, ஆனால் பிறகும் நான் பசியோடிருக்கிறேன். சுற்றுமுற்றும் பார்க்கிறேன், வாட்டிய ரொட்டித்துண்டுகளை இரண்டாம் முறை கொண்டு வருவதற்கான எந்தச் சாத்தியமும் தென்படவில்லை. பெருமூச்சொன்றை வெளியிடுகிறேன்.

"சரி, என்ன செய்யப் போகிறாய்?" காகம் எனப் பெயரிடப்பட்ட சிறுவன் கேட்கிறான்.

எனக்கு எதிரே அமர்ந்திருக்கிறான்.

"இப்போது நீ வீட்டில் இல்லை, நீ விரும்பும் எதை வேண்டுமானாலும் எடுத்து வாயில் திணித்துக் கொள்ள முடியாது," என்கிறான். "அதாவது, நீ வீட்டை விட்டு ஓடி வந்திருக்கிறாய், சரியா? அதை உன் மண்டைக்குள் கொண்டு போ. காலையில் சீக்கிரம் எழுந்து வேண்டுமளவு உணவைச் சாப்பிடுவது உன் வழக்கம், ஆனால் அந்நாட்கள் மலையேறி விட்டன, நண்பா. அவர்கள் தருவதைக் கொண்டே நீ பிழைத்திருக்க வேண்டும். நாம் உண்ணும் உணவின் அளவுக்குத் தகுந்தாற்போல வயிறும் தன்னை மாற்றிக் கொள்ளுமென்று சொல்வார்கள் தெரியுமா? ஆக அது

நிஜமாகவே உண்மைதானாவென்பதை நீ கண்டுபிடிக்கப் போகிறாய். உனது வயிறு சிறுக்கப் போகிறது, என்றாலும் அதற்குக் கொஞ்சம் காலமாகலாம். உன்னால் இதைச் சமாளிக்க முடியுமென நினைக்கிறாயா?"

"ம்ம்ம், என்னால் சமாளிக்க முடியும்," என்கிறேன்.

"நல்லது," காகம் என்னிடம் சொல்கிறான். "இந்தக் கிரகத்தின் மிகக்கடினமான பதினைந்து-வயது-சிறுவனாக இருக்க வேண்டியவன் நீ, ஞாபகமுள்ளதா?"

நான் அவனைப் பார்த்துத் தலையசைக்கிறேன்.

"சரி, அப்படியென்றால், இவ்வாறு காலியான தட்டை வெறிப்பதை நிறுத்தி விட்டு நீ நகர்ந்தால் என்ன?"

இந்த அறிவுரையைத் தொடர்ந்து நான் எழுந்து கொண்டு, எனது அறையின் வாடகையைக் குறைக்கும்படி பேரம் பேசுவதற்காக வரவேற்பறையின் முன்மேசைக்குப் போகிறேன். டோக்கியோவின் தனியார் உயர்நிலைப் பள்ளியைச் சேர்ந்த மாணவன் நானென்றும் பட்டம் பெறுவதற்கான தகுதித்தாளை எழுத வந்திருக்கிறேனெனவும் அவர்களுக்கு விளக்குகிறேன். (எனது பள்ளியோடு இணைந்துள்ள உயர்நிலைப்பள்ளியில் இத்தகைய வழிமுறை உண்டென்பதால் நான் சொல்வது முழுக்கப் பொய்யல்ல.) தகுதித்தாளை எழுதத் தேவையான தரவுகளைக் கொமூரா நினைவு நூலகத்தில் திரட்டிக் கொண்டிருப்பதாகவும் சேர்த்துக் கொள்கிறேன். நான் யூகித்ததை விட ஆராய்ச்சிக்கான தரவுகள் அதிகமிருப்பதால் டகமாட்சுவில் குறைந்தபட்சம் இன்னும் ஒரு வாரமாவது தங்க வேண்டியிருக்கும். ஆனால் எனது பணப்பற்றாக்குறையின் பொருட்டு, அறை வாடகையில் மூன்று நாட்கள் மட்டுமே கழிமானம் என்றில்லாமல் நான் தங்கும் மொத்த நாட்களும் அதே குறைந்த வாடகைக்குத் தரும் சாத்தியமுள்ளதா? ஒவ்வொரு நாளின் வாடகையையும் முந்தைய தினமே தருவதாகச் சொல்கிறேன், மேலும் என்னால் எந்தச் சிக்கலும் உண்டாகாதென உறுதியளிக்கிறேன்.

பயங்கரமான இக்கட்டில் இருக்கக்கூடிய, நல்ல, தன்மையாக-வளர்ந்ததொரு இளைஞனை நகலெடுக்க என்னால் இயன்றவரை முயற்சி செய்தவாறே பொறுப்பிலிருக்கும் பெண் முன்னால் நிற்கிறேன். தலையில் எந்தச்சாயமும் பூசவில்லை, காதுகளும் குத்தவில்லை. தூய்மையான வெண்ணிற ரால்ஃப் லாரென் போலோ சட்டையும் சீனோ காற்சட்டையும் அணிந்துள்ளேன், உடன் புத்தம்புது டாப்சைடர்களின் ஜோடியும் (காலணிகள்). என் பற்கள் பளபளக்க உடம்பில் இன்னும் குளியல் வாடை வீசுகிறது. எப்படி கண்ணியமாகப் பேசுவதென எனக்குத் தெரியும். தேவையென்றான பிறகு, என்னை விட மூத்தவர்களின் மதிப்பை ஈட்டுவதில் நான் தேர்ந்தவன்தான்.

தலையசைத்தவாறே அந்தப் பெண் அமைதியாகக் கேட்டுக் கொள்கிறாள், அவள் உதடுகள் கொஞ்சம் வளைந்துள்ளன. மெலிவான உடல், வெண்ணிற ரவிக்கைக்குக் மேலே பச்சைச்சீருடை மேலங்கியை அணிந்திருக்கிறாள். சற்று தூக்கக்கலக்கத்தில் இருப்பதாகத் தோன்றினாலும் தனது கடமைகளை விரைந்து முடிக்கிறாள். என் அக்காவின் வயதுதான் அவளுக்கும் இருக்கும்.

“எனக்குப் புரிகிறது,” என்கிறாள், “ஆனால் நானிதை எனது மேலாளரிடம் தெளிவுபடுத்திக் கொள்ள வேண்டும். மதியத்துக்குள் உனக்கொரு முடிவு சொல்கிறோம்.” அவளது குரலின் தொனி வியாபாரத்தனத்தோடு ஒலிக்கிறது, ஆனால் என்னால் சொல்ல முடியும், அவளைப் பொறுத்தமட்டில், நான் தேறிவிட்டேன். எனது பெயரையும் அறையின் எண்ணையும் குறித்துக் கொள்கிறாள். இந்தப் பேரம் என்னை எங்கு இட்டுச் செல்லுமென்பது எனக்குத் தெரியாது. எனக்கு எதிராகக் கூடத் திரும்பலாம் - மேலாளர் எனது மாணவர் அடையாள அட்டையைக் காண விரும்பலாம், ஒரு வார்த்தைக்கு, அல்லது என் பெற்றோரைத் தொடர்பு கொள்ளவும் செய்யலாம். (சொல்லப்போனால் பதிவு செய்கையில் வீட்டு எண் என்று தவறான தொலைபேசி எண்ணையே நான் தந்திருக்கிறேன்.) ஆனால் என்னிடம் பணம் குறைவாயிருக்கும் சூழலில், இத்தகைய ஆபத்தை எதிர்கொள்வது தவறில்லை என்றே நினைக்கிறேன்.

தொலைபேசிப் புத்தகத்தைப் புரட்டி உள்ளூர் உடற்பயிற்சியகமொன்றை அழைத்து அவர்களிமுள்ள எடை இயந்திரங்கள் குறித்து விசாரிக்கிறேன். எனக்குத் தேவையானவற்றில் பெரும்பான்மை அவர்களிடம் உள்ளது, ஒரு நாளைக்கு ஐநூறு யென் மட்டுமே தேவைப்படும். நிலையத்திலிருந்து அங்கு வரும் வழியை கேட்டுக் கொண்டு, அவர்களுக்கு நன்றி சொல்லி, தொலைபேசியை வைக்கிறேன்.

எனது முதுகுப்பையை எடுக்க மீண்டும் அறைக்குத் திரும்புகிறேன், பிறகு சாலையில் இறங்கி நடக்கிறேன். பொருட்களை அறையில் விட்டு வரலாம், அல்லது விடுதியின் பெட்டகத்தில், ஆனால் அவற்றை என்னோடு எடுத்துப் போனால் மட்டுமே சௌகரியமாக உணருகிறேன். ஏற்கனவே எனதுடலின் ஒரு அங்கமாகி போனதைப்போல, அதைப் பிரிந்து என்னால் இருக்க முடியாது.

நிலையத்தின் எதிரேயுள்ள முனையத்திலிருந்து உடற்பயிற்சியகம் செல்லும் பேருந்துப்பயணத்தின்போது எனது முகம் இறுக்கமடைகிறது, மிகவும் பதற்றமாயிருக்கிறேன். இந்த வயதில் என்னைப் போன்ற பையன் நாளின் மதியநேரத்தில் எதற்கு உடற்பயிற்சியகம் போகிறான் என ஒருவேளை யாரும் கேட்க நேர்ந்தால்? நான் இந்நகரத்தை அறியமாட்டேன், இங்கிருக்கும் மக்கள் எப்படிச் சிந்திப்பார்கள் என்பதையும். ஆனால் யாரும் என்னை மறுமுறை திரும்பிப் பார்க்கவுமில்லை. மாயமனிதனாக அல்லது வேறொன்றாக என்னை உணரத் தொடங்குகிறேன். நுழைவுக் கட்டணத்தை மேசையில் கட்டுகிறேன், கேள்விகள் ஏதுமில்லை, ஒரு பெட்டகமும் அதற்கான சாவியும் எனக்குத் தரப்படுகிறது. பெட்டக அறையில் அரைக்கால் சட்டையும் டி-ஷர்ட்டும் மாற்றிய பின் சில நெட்டிமுறிக்கும் பயிற்சிகளை செய்கிறேன். என் தசைகள் தளர்கின்றன, நானும் கூட. நான் என்னுமிந்த கொள்கலனுக்குள் மிகவும் பத்திரமாக உணர்கிறேன். கிளிக் என்னும் சிறிய ஒலியோடு, இந்த உயிரியின் உருவரைகள் – *நான்* – எனக்குள் சரியாகப் பொருந்துகின்றன, மேலும் எல்லாவற்றிலிருந்தும் என்னைத் தனிமைப்படுத்துகின்றன. நான் விரும்பும் அதே வழிமுறையில். நான் எனக்கான இடத்தில் இருக்கிறேன்.

தொடர்சுற்றுப் பயிற்சிகளில் தொடங்குகிறேன். வாக்மேனில் பிரின்ஸின் இசை வெடித்துச் சிதற, ஏழு இயந்திரங்களில் அடுத்தடுத்து பயிற்சியை மேற்கொள்ளும் எனது வழமையான முறையில், கிட்டத்தட்ட ஒரு மணி நேரம் நன்கு உடற்பயிற்சி செய்கிறேன். இதுபோன்ற சிறிய நகரிலுள்ள உடற்பயிற்சியகத்தின் இயந்திரங்கள் யாவும் நிச்சயம் காலம்போனவையாக இருக்குமென உறுதியாக நம்பியிருந்தேன், ஆனால் இங்கிருப்பதோ வெகு நவீன உபகரணங்கள், புத்தம்புதிய எஃகிரும்பின் உலோக வாடை இன்னும் அவற்றின் மீது வீசுகிறது. லேசான எடைகளில் முதல் சுற்றை முடித்த பிறகு இரண்டாவது சுற்றுக்கு எடைகளை அதிகரிக்கிறேன். எவ்வளவு எடையும் எடைக்கற்களும் எனக்குச் சரிப்படுமென்பதை மிகத்துல்லியமாக அறிவேன். வெகு சீக்கிரமே எனக்கு வியர்க்கத் தொடங்குகிறது, போத்தல் நீரில் ஒரு மிடறு அருந்தவும் நிலையத்துக்குப் போகும் வழியில் வாங்கிய எலுமிச்சைத்துண்டை கடிக்கவும் என அவ்வப்போது மட்டும் பயிற்சியை நிறுத்துகிறேன்.

பயிற்சியை முடித்தவுடன், கையோடு கொண்டு வந்த சோப்பையும் ஷாம்பூவையும் பயன்படுத்தி சூடான நீரில் ஒரு குளியல் போடுகிறேன். எனது ஆணுறுப்பை நன்கு தேய்த்து சுத்தம் செய்கிறேன் – அதன் முன்தோல் நீங்கி நீண்ட காலம் ஆகியிருக்கவில்லை – பிறகு அக்குள், விதைப்பைகள் மற்றும் புட்டத்தையும். என்னை நானே எடைபோட்டுப் பார்க்கிறேன், பிறகு கண்ணாடியின் முன் நின்று தசைகளை முறுக்குகிறேன். இறுதியாக, வியர்வையில் தோய்ந்த காற்சட்டைகளையும் டி-ஷர்ட்டையும் நீர்த்தொட்டியில் போட்டு அலசுகிறேன், அவற்றை முறுக்கிப் பிழிந்து ஒரு நெகிழிப்பையின் உள்ளே திணிக்கிறேன்.

மீண்டும் பேருந்தைப் பிடித்து நிலையத்துக்கு வந்து, முந்தைய தினம் போல அதே சிற்றுணவகத்தில் நுழைந்து, கிண்ணத்தில் ஆவிபறக்கக் கொணரும் உடோனைச் சாப்பிடுகிறேன். மிகப் பொறுமையாகச் சாப்பிட்டவாறே ஜன்னல் வழி பார்வையை வெளியே வீசுகிறேன். நீரோட்டம் போல உள்ளேயும் வெளியேயும் சுழித்தோடும் மனிதர்களால் நிலையம் நிரம்பி வழிகிறது, அனைவரும் தங்களுக்குப் பிரியமான உடைகளை அணிந்து, கையில் பைகள் அல்லது

பெட்டிகளோடு, ஏதோவொரு முக்கிய காரியத்தை கவனிக்கத் தாறுமாறாக ஓடுகிறார்கள். முடிவேயில்லாத, சலசலத்தோடும் இந்தக் கூட்டத்தை வெறித்துப் பார்க்கிறேன், இன்றிலிருந்து நூறு வருடங்களுக்குப் பிறகான காலம் எப்படி இருக்குமென யோசிக்கிறேன். நூறு வருடங்களில் இவர்களைனைவரும் – என்னையும் சேர்த்து – பூமியின் பரப்பிலிருந்து மறைந்து சாம்பலாகவோ தூசியாகவோ மாறியிருப்பார்கள். விசித்திரமான எண்ணம்தான், ஆனால் எனக்கு முன்னாலிருக்கும் யாவும் போலியாகத் தெரியத் தொடங்குகிறது, ஏதோவொரு பலமான காற்று எல்லாவற்றையும் ஒரே வீச்சில் துடைத்தெறிந்திடும் என்பதுபோல.

எனது கைகளை முன்னால் பரப்பி தீவிரமாக அவற்றை உற்று நோக்குகிறேன். எதையெண்ணி எப்போதும் பதற்றமாயிருக்கிறேன்? வெறுமனே பிழைத்துக் கிடக்க எதற்காக இந்த வெறிகொண்ட போராட்டம்? தலையை ஆட்டுகிறேன், ஜன்னலை விட்டுத் திரும்பி, நூறு வருடங்களுக்குப் பிந்தைய சிந்தனைகளை எனது மூளையை விட்டு அகற்றுகிறேன். நான் இனி இப்பொழுதைப் பற்றி மட்டுமே சிந்திப்பேன். வாசிக்கப்படுவதற்காக நூலகத்தில் காத்திருக்கும் புத்தகங்கள், இதுவரை நான் பயிற்சி செய்திராத உடற்பயிற்சியகத்தின் இயந்திரங்களைப் பற்றி. வேறு சங்கதிகளைப் பற்றிய யோசனைகள் என்னை எங்கும் கொண்டு செல்லப்போவதில்லை.

"அதுதான் உனக்கான நுழைவுச்சீட்டு," காகம் என்னிடம் சொல்கிறான். "ஞாபகம் வைத்துக் கொள், இந்தக் கிரகத்தின் மிகக்கடினமான பதினைந்து-வயது-சிறுவனாக இருக்க வேண்டியவன் நீ."

முந்தைய தினத்தைப் போலவே நிலையத்துக்குச் சென்று, எடுத்துப்போகும்-வகை மதியவுணவை வாங்கிக் கொண்டு தொடருந்தைப் பிடிக்கிறேன், 11.30 மணிக்குக் கொமூரா நூலகத்தை வந்தடைகிறேன். எதிர்பார்த்தது போல, ஒஷிமா முகப்பில் இருக்கிறான். இன்று அவன் கழுத்தோடு சேர்த்து பொத்தான்கள் போட்ட நீலநிற ரேயான் சட்டையும், வெள்ளை நிற ஜீன்ஸும், அதே நிறத்தில் டென்னிஸ்

காலணிகளும் அணிந்திருக்கிறான். ஏதோவொரு கனமான புத்தகத்தில் மூழ்கிப் போனவனாகத் தன்னுடைய மேசையில் அவன் அமர்ந்திருக்கிறான், அதே மஞ்சள்நிறப் பென்சில் - அப்படித்தான் நான் யூகிக்கிறேன் - அவனருகே கிடக்கிறது. தலையின் முன்பகுதி கேசம் முகத்தை முழுக்க மூடியிருக்கிறது. நான் உள்நுழைந்தவுடன் நிமிர்ந்து பார்த்து புன்னகையுடன் எனது முதுகுப்பையை வாங்கிக் கொள்கிறான்.

"இன்னும் நீ பள்ளிக்குப் போகவில்லை, அப்படித்தானே."

"இனி எப்போதும் போகமாட்டேன்," நான் ஒத்துக்கொள்கிறேன்.

"எனில், நூலகமென்பது அதற்கு நல்ல மாற்றுதான்," என்கிறான். தனக்குப் பின்னாலிருக்கும் கடிகாரத்தில் நேரம் பார்க்கத் திரும்புகிறான், பின் மீண்டும் தனது வாசிப்பைத் தொடர்கிறான்.

நானும் வாசிப்பறைக்குச் சென்று அராபிய இரவுகளிடம் தஞ்சமடைகிறேன். எப்போதும் போல, நிம்மதியாக அமர்ந்து புத்தகத்தின் பக்கங்களைப் புரட்டத் தொடங்கினால் பிறகு என்னால் நிறுத்த முடிவதில்லை. குழந்தையாக இருந்த காலத்தில் வாசித்ததாக எனக்கு நினைவிருக்கும் எல்லாக்கதைகளும் பர்டன் பதிப்பில் உள்ளன, ஆனால் நிறைய அத்தியாயங்களோடும் திருப்பங்களோடும் சற்று நீளமாகவுள்ளன, மிக சுவாரசியமாகவும், எனவே அந்தக்கதைகள்தான் இவையென்பதை நம்பச் சிரமமாயிருக்கிறது. கதைகள் முழுக்க ஆபாசம், வன்முறை, பாலியல், மற்றும் அடிப்படை வழக்கமீறிய காட்சிகளால் நிறைந்துள்ளன. போத்தலில் அடைத்த பூதம் போல இவையும் வாழ்க்கையின் ஆதாரமான விளையாட்டுத்தனத்தின் உயிர்ப்போடுள்ளன, பொதுபுத்தியால் ஒருபோதும் போத்தலுக்குள் அடைக்க முடியாத சுதந்திரத்தின் உயிர்ப்போடு. எனக்கு இது ரொம்பப் பிடித்திருப்பதால் கீழே வைக்க முடியவில்லை. தொடருந்து நிலையத்துக்குள் விரைந்தோடும் முகமற்ற மனித மந்தைகளோடு ஒப்பிட ஆயிரம் வருடங்களுக்கு முன்னெழுதிய பித்துக்குளித்தனமும் விபரீதமும் பொருந்திய இக்கதைகள், குறைந்தபட்சம் என்னளவில், நிஜமானவையாகத் தெரிகின்றன. எவ்வாறு இது சாத்தியம், எனக்குத் தெரியாது. சற்று விசித்திரமான சங்கதிதான்.

ஒரு மணிக்கு மீண்டும் பூங்காவுக்குத் திரும்பி தாழ்வாரத்தில் அமர்ந்து மதியவுணவைச் சாப்பிடுகிறேன். பாதியுணவில் ஒஷிமா வந்து எனக்கொரு தொலைபேசி அழைப்பு வந்திருப்பதாகச் சொல்கிறான்.

"தொலைபேசி அழைப்பா?" என்கிறேன், அதிர்ச்சியுற்றவனாக. "எனக்கா?"

"உன் பெயர் காஃப்கா டமூரா எனும்போது உனக்குத்தான்."

எனது முகம் சிவந்து போகிறது, எழுந்து கம்பியில்லாத் தொலைபேசியை அவனிடமிருந்து வாங்குகிறேன்.

விடுதியின் முன்மேசைப் பெண்ணின் அழைப்பு, அனேகமாக, உண்மையில் நான் நூலகத்தில் ஆய்வு செய்கிறேனா என்பதைத் தெரிந்து கொள்வதற்கென இருக்கலாம். நான் பொய் சொல்லவில்லை என்பதை அறிந்து கொண்டதில் உருவான நிம்மதியின் சாயல் அவள் குரலில். "நான் மேலாளரிடம் பேசினேன்," என்கிறாள், "இதற்கு முன் இவ்வாறு செய்ததில்லை என்கிறார், ஆனால் உனது வயதையும் விசேட சூழ்நிலைகளையும் கணக்கில் கொண்டு, விதிகளைத் தளர்த்தி ஒய்.எம்.சி.ஏ உனக்கு ஏற்பாடு செய்த அதே வாடகையில் நீ தங்க அவர் ஒத்துக் கொண்டுள்ளார். தற்போது விடுதியில் கூட்டமும் அதிகமில்லை என்று சொன்னார், ஆகவே எங்களால் விதிகளைச் சற்று தளர்த்த முடியும். நிச்சயம் நூலகமென்பது சிறந்த இடமென்றும் அவர் சொன்னார், எனவே நன்கு நேரமெடுத்துக் கொண்டு, உனக்குத் தேவையான மட்டும் ஆய்வினை நீ மேற்கொள்வாயென அவர் நம்புகிறார்."

நிம்மதிப் பெருமூச்செறிந்து அவளுக்கு நன்றி கூறுகிறேன். பொய் சொல்ல நேர்ந்ததால் சங்கடமாக உணர்கிறேன், ஆனால் இதில் நான் செய்யக்கூடியது வேறொன்றுமில்லை. பிழைத்துக்கிடக்க வேண்டுமென்றால் சில விதிகளை நான் வளைத்துத்தானாக வேண்டும். தொலைபேசி இணைப்பைத் துண்டித்து அதை மீண்டும் ஒஷிமாவிடம் தருகிறேன்.

"இங்கு வருகை தரும் ஒரே மேல்நிலைப் பள்ளி மாணவன் நீதான், ஆக இந்த அழைப்பு உனக்குத்தானிருக்கும் என்று

நினைத்தேன்,'' என்கிறான். "காலை தொடங்கி இரவு வரை, புத்தகத்தின் நடுவே மூக்கை நுழைத்தவனாக, நீ இங்குதான் இருக்கிறாயென அவளிடம் சொன்னேன். அது உண்மைதானே.''

"நன்றி,'' நான் அவனிடம் சொல்கிறேன்.

"காஃப்கா டமூரா?''

"அதுவே என் பெயர்.''

"வினோதமான பெயர்.''

"ம்ம்ம், அதுவே என் பெயர்.'' நான் அழுத்திச் சொல்கிறேன்.

"காஃப்காவின் கதைகளில் சிலவற்றை நீ வாசித்திருப்பாயென யூகிக்கிறேன்.''

நான் தலையசைக்கிறேன். "கோட்டை, விசாரணை, உருமாற்றம், மற்றும் ஒரு கொலைக்கருவி குறித்த அந்த வினோதமான கதையும்.''

"'தண்டனைக் குடியிருப்பில்','' என்கிறான் ஓஷிமா. "எனக்கு ரொம்பப் பிடித்த கதை. காஃப்காவால் மட்டுமே அந்தக்கதையை எழுத முடியும்.''

"அவருடைய சிறுகதைகளில் எனக்கும் அதுதான் ரொம்பப் பிடிக்கும்.''

"நிஜமாகவா?''

நான் தலையை ஆட்டுகிறேன்.

"ஏன் அப்படி?''

எனது சிந்தனைகளைத் தொகுக்க எனக்குச் சிறிது நேரம் பிடிக்கிறது. "அந்தக் கதையில் காஃப்கா சொல்வதாக நான் புரிந்து கொள்வது யாதெனில், நாமிருக்கும் சூழலை விளக்கிச் சொல்வதற்கு ஒரு மாற்றாக, கதையில் வரும் அந்தக் குழப்பமான இயந்திரத்தின் தொழில்நுட்பம் குறித்த முழுமையான சித்திரத்தை அவர் முன்வைக்கிறார். அதாவது...'' நான் அது குறித்து இன்னும் கொஞ்சம் யோசிக்கும்படி ஆகிறது.

"அதாவது, நம் வாழ்க்கையின் வெவ்வேறு வழிமுறைகளை விளக்குவதற்கான அவருடைய தனிப்பட்டக் கண்டுபிடிப்பே அந்தக் கருவி. நம்முடைய சூழ்நிலைகள் குறித்துப் பேசுவதன் வழியாக அல்ல, மாறாக அந்த இயந்திரத்தின் விவரணைகளைப் பேசுவதன் வழியாக."

"நீ சொல்வதில் அர்த்தமுள்ளது," என்றவாறே ஒஷிமா தன் கையைத் தூக்கி எனது தோளின் மீது வைக்கிறான், அந்தச் செய்கை வெகு இயல்பாகவும் நட்புணர்வோடும் உள்ளது. "பிரான்ஸ் காஃப்காவும் உன்னோடு உடன்படுவார் என்றே நினைக்கிறேன்."

கம்பியில்லாத் தொலைபேசியை எடுத்துக் கொண்டு மீண்டும் அவன் கட்டடத்துக்குள் மறைகிறான். எனது மதியவுணவை முடித்துக் கொண்டு, தாதுநீரை அருந்தி விட்டு, பூங்காவிலுள்ள பறவைகளைப் பார்த்தபடியே சிறிது நேரம் நானந்த முற்றத்தில் அமர்ந்திருக்கிறேன். எனக்குத் தெரிந்தவரை நேற்று வந்த அதே பறவைகள்தான். வானம் முழுக்க மோடம் போட்டிருக்கிறது, ஒரு பொட்டு நீலம் கூடக் கண்ணில் தட்டுப்படவில்லை.

காஃப்காவின் கதை பற்றிய எனது விளக்கத்தைப் பெரும்பாலும் சரியென்று ஒஷிமா உணர்ந்திருக்க வேண்டும். குறைந்தபட்சம், ஓரளவிற்காவது. ஆனால் உண்மையில் நான் சொல்ல விரும்பிய சங்கதி அவனிடம் சரியாகச் சென்றடையவில்லை. வெறுமனே காஃப்காவின் புனைவுகள் குறித்த பொதுவான விளக்கத்தை நான் சொல்லவில்லை, மிகவும் உயிர்ப்பானதொரு சங்கதியைப் பேசுகிறேன். காஃப்காவின் குழப்பமான, மர்மம் நிறைந்த அந்த கொலைக்கருவியென்பது வெறுமனே ஒரு குறியீடோ அல்லது உருவகமோ கிடையாது - நிஜமாகவே அது இங்கு இருக்கிறது, என்னைச் சுற்றிலும். ஆனால் யாருக்கும் இது புரியுமென்று எனக்குத் தோன்றவில்லை. நிச்சயம் ஒஷிமாவுக்குப் புரிந்திடாது. யாருக்குமே புரிந்திடாது.

மீண்டும் வாசிப்பறைக்குத் திரும்புகிறேன், நீள்சாய்விருக்கையில் வீழ்ந்து அராபிய இரவுகளின் உலகினுள் மூழ்குகிறேன். மெல்ல, திரையில் ஓடும் படம் மங்கி மறைவதைப்போல, நிஜ உலகம் ஆவியாகிப் போகிறது. நான் தனித்திருக்கிறேன், கதைகளின்

உலகத்துக்குள். இவ்வுலகிலேயே எனக்கு மிகப்பிடித்த உணர்வு இது.

ஐந்து மணி போல நான் கிளம்பத் தயாராகும் சமயத்திலும் ஒஷிமா முகப்பில் அமர்ந்திருக்கிறான், அதே புத்தகத்தை வாசித்துக் கொண்டு, அவனுடைய சட்டையில் இன்னும் ஒரு சுருக்கம் கூட இல்லை. எப்போதும் போல, கேசத்தின் இரு கற்றைகள் முகத்தின் மீது விழுந்திருக்கின்றன. அவனுக்குப் பின்னால் சுவரிலுள்ள மின்னணு கடிகாரத்தின் கரங்கள் சப்தமின்றி நகர்கின்றன. அவனைச் சுற்றியிருக்கும் யாவும் அமைதியாகவும் தூய்மையாகவும் உள்ளன. எப்போதேனும் அவனுக்கு வியர்க்கவோ அல்லது விக்கலெடுக்கவோ செய்யுமா என நான் சந்தேகம் கொள்கிறேன். நிமிர்ந்து பார்த்து என்னுடைய முதுகுப்பையை எடுத்துத் தருகிறான். என்னவோ அவனால் தூக்கவே முடியாத எடையோடிருப்பதைப் போல, சற்றே முகஞ்சுளிக்கிறான். "நகரத்தில் இருந்து இங்கே தொடருந்திலா வருகிறாய்?"

நான் தலையாட்டுகிறேன்.

"தினமும் இங்கே வரப் போகிறாயெனில் உனக்கு இது தேவைப்படும்." ஒரு காகிதத்தைக் கொணர்ந்து என்னிடம் தருகிறான், நூலகத்துக்கு வருவதற்காக நான் கிளம்பும் நிலையத்துக்கும் டகமாட்சு நிலையத்துக்கும் இடையே ஓடும் தொடருந்துகளின் அட்டவணை. பொதுவாக வண்டிகள் நேரம் தவறுவதில்லை."

"நன்றி," என்கிறேன், அந்தத்தாளை என் முதுகுப்பைக்குள் வைக்கிறேன்.

"காஃப்கா – நீ எங்கிருந்து வருகிறாய் என்று எனக்கு எதுவும் தெரியாது, அல்லது உன்னுடைய திட்டங்கள் என்னவென்பதும், ஆனால் எல்லாக்காலமும் நீ விடுதி அறையிலேயே தங்கியிருக்க முடியாது, சரியா?" என்கிறான், வார்த்தைகளை வெகு கவனமாகத் தேர்ந்தெடுத்துப் பேசுகிறான். இடக்கையின் விரல்களால் தனது பென்சில்களின் முனைகளைச் சோதிக்கிறான். அப்படிச் செய்யத் தேவையில்லை, ஏனெனில் அவையாவுமே முடிந்தமட்டும் கூர்மையாகத்தான் உள்ளன.

நான் எதுவும் சொல்லவில்லை.

“உனது தனிப்பட்ட விவகாரத்தில் தலையிட நான் விரும்பவில்லை, என்னை நம்பு. வெறுமனே கேட்கலாம் என்றுதான் நினைத்தேன். உன் வயதொத்த பையன் இதற்கு முன் வந்தேயிராத இடத்தில் – இதுவொரு எளிமையான விசயமாக இருக்குமென்று நான் நினைக்கவில்லை.”

நான் மீண்டும் தலையாட்டுகிறேன்.

“இதன் பிறகு நீ வேறெங்கும் போகிறாயா? அல்லது கொஞ்ச காலம் இங்குதான் தங்கப் போகிறாயா?”

“இன்னும் தீர்மானிக்கவில்லை, ஆனால் சில காலம் இங்குதான் தங்குவேன் என்று நினைக்கிறேன். போக வேறு இடமில்லை.” நான் ஒத்துக் கொள்கிறேன்.

ஓஷிமாவிடம் எல்லாவற்றையும் சொல்ல வேண்டுமெனத் தோன்றுகிறது. அவன் என்னை விட்டுத்தர மாட்டான் என நான் உறுதியாக நம்புகிறேன், எனக்குப் பாடம் நடத்தவோ அல்லது புத்தி புகட்டவோ நிச்சயம் முயற்சிக்க மாட்டான். ஆனால் இப்போதைக்கு மிகக்குறைந்த தகவல்களோடு நான் நிறுத்திக்கொள்ள வேண்டும். அது மட்டுமின்றி, என்னுடைய உணர்வுகளை அப்படியே மற்றவர்களிடம் சொல்லி எனக்குப் பழக்கமில்லை.

“அப்படியானால், தற்போதைக்கு, உன்னால் சமாளித்துக் கொள்ள முடியுமென்று நினைக்கிறாயா?” ஓஷிமா கேட்கிறான்.

நான் கொஞ்சமாகத் தலையாட்டுகிறேன்.

“அப்படியானால், நல்வாழ்த்துகள்,” என்கிறான்.

சிற்சில சங்கதிகள் தவிர, அடுத்து வந்த ஏழு நாட்களையும் கிட்டத்தட்ட இதே ரீதியில்தான் கழிக்கிறேன். (உண்மையைச் சொன்னால், திங்கட்கிழமை தவிர, அன்று நூலகம் விடுமுறையாதலால் வேறு பெரிய பொதுநூலகத்தில் பொழுதைக் கழித்தேன்.) ஒவ்வொரு காலையும் 6.30க்கு அலறி கடிகாரமே என்னை எழுப்புகிறது, விடுதியின்

போலியான-காலையுணவை விழுங்கித் தொலைக்கிறேன். வாதுமைநிற-கேசத்தோடுள்ள பெண் வரவேற்பறையில் நின்றால் மட்டும் அவளைப் பார்த்து மெல்லக் கையசைக்கிறேன். ஒவ்வொரு முறையும் தலையை ஆட்டுவதோடு பதிலுக்கு ஒரு புன்னகையைத் தருகிறாள். அவளுக்கு என்னைப் பிடித்திருக்கிறதென்று நினைக்கிறேன், ஒருவகையில், எனக்கும் கூட அவளைப் பிடித்திருக்கிறது. அவள் என் அக்காவாக இருக்கும் சாத்தியமுண்டா? அப்படியொரு எண்ணமும் எனக்குள் எழத்தான் செய்கிறது.

ஒவ்வொரு காலையும் எனது அறையில் எளிமையான சில நெட்டிமுறிக்கும் பயிற்சிகளைச் செய்கிறேன், பின்காலைப்பொழுதுகளில் உடற்பயிற்சியகம் போய் வழக்கமான தொடர்சுற்றுப் பயிற்சிகளில் ஈடுபடுகிறேன். எப்போதும் ஒரேயளவு எடை, ஒரே எண்ணிக்கையில் எடைக்கற்கள். கூடவோ குறையவோ கிடையாது. குளிக்கும்போது உடலின் ஒவ்வொரு அங்குலத்தையும் நன்கு கழுவுகிறேன். உடலின் எடை நிலையாகவுள்ளதா என்றறிய அவ்வப்போது எனது எடையைப் பரிசோதிக்கிறேன். மதியநேரத்துக்கு முன்பு கொமூரா நூலகம் செல்லும் தொடருந்தைப் பிடிக்கிறேன். ஓஷிமாவிடம் முதுகுப்பையைத் தரும்போதும், மாலையில் மீண்டும் அதை வாங்கும்போதும், ஒரு சில வார்த்தைகளை அவனிடம் பரிமாறிக் கொள்கிறேன். வெளியே முற்றத்தில் அமர்ந்து மதியவுணவைச் சாப்பிடுகிறேன். பிறகு வாசிக்கிறேன். அராபிய இரவுகளை முடித்தபிறகு நட்சுமே சொசேகியின் மொத்தத் தொகுப்பை எதிர்கொள்கிறேன் – இன்னும் நான் வாசித்திராத அவருடைய நாவல்கள் இரண்டு உண்டு. ஐந்து மணிக்கு நூலகத்தை விட்டுக் கிளம்புகிறேன். நாளின் பெரும்பகுதி நேரம் உடற்பயிற்சியகத்திலோ அல்லது நூலகத்திலோ இருக்கிறேன். இவற்றில் ஏதேனுமொன்றில் நான் உள்ளவரை யாரும் என்னைக் கண்டுகொள்வதாகத் தெரியவில்லை. பள்ளிக்குப் போகாத சிறுவனொருவன் இந்த இடங்களுக்கு வரும் சாத்தியமும் மிகக்குறைவே. நிலையத்தின் எதிரேயுள்ள உணவகத்தில் இரவுணவைச் சாப்பிடுகிறேன். என்னால் முடிந்தவரை காய்கறிகளை அதிகமாகச் சாப்பிட முயற்சி செய்கிறேன், எப்போதாவது நிலையத்தில் பழம் வாங்கினால், என் அப்பாவின் மேசையிலிருந்து எடுத்து

வந்த கத்தியைக் கொண்டு அதன் தோலைச் சீவுகிறேன். வெள்ளரிகளும் சிவரிக்கீரையும் வாங்கி விடுதியின் நீர்த்தொட்டியில் கழுவுகிறேன், பிறகு அவற்றை மயோனீஸோடு உண்கிறேன். சிலசமயங்களில் உள்ளூர் கடையில் ஒரு அட்டைப்பெட்டி நிறைய பால் வாங்கி வந்து கிண்ணத்தில் ஊற்றி தானியவகைகளையும் சாப்பிடுகிறேன்.

அறைக்குத் திரும்பி அன்றைய தினம் முழுதும் என்ன செய்தேனென்பதை நாட்குறிப்பேட்டில் எழுதுகிறேன், வாக்மேனில் ரேடியோஹெட்டைக் (Radiohead – ராக் இசைக்குழு) கேட்கிறேன், சிறிது வாசிப்புக்குப் பிறகு பதினோரு மணிக்கு விளக்குகளை அணைக்கிறேன். சில நேரங்களில் உறங்குவதற்கு முன் கரமைதுனத்தில் ஈடுபடுகிறேன். முன்மேசையில் நிற்கும் பெண்ணை நினைத்துக் கொள்கிறேன், அவள் எனது அக்காவாக இருக்கலாமென்கிற எந்தவொரு எண்ணத்தையும் மூளையை விட்டு விலக்குகிறேன், அந்நேரத்தில் மட்டுமாவது. வெகு அரிதாகத் தொலைக்காட்சி பார்க்கவோ அல்லது செய்தித்தாள்களை வாசிக்கவோ செய்கிறேன்.

ஆனால் எட்டாம் நாளின் மாலைப்பொழுதில் – கூடிய விரைவில் அல்லது தாமதமாக இது நிகழ்ந்துதானாக வேண்டுமென்பதற்கு ஏற்ப – இந்த எளிய, குவிமைய வாழ்க்கை சுக்குநூறாக உடைத்தெறியப்படுகிறது.

8

அமெரிக்க ராணுவ புலனாய்வுத்துறை (MIS) அறிக்கை
தேதி: மே 12, 1946
தலைப்பு: ரைஸ் பௌல் மலைப்பகுதி சம்பவம் குறித்த அறிக்கை, 1944
ஆவண எண்: PTYX – 722 – 8936745 – 42216 – WWN

பின்வருவது முனைவர் ஷிகெனோரி சுகாயாமாவுடனான (53) ஒலிப்பதிவு செய்யப்பட்ட நேர்காணல், டோக்கியோ பேரரசு பல்கலைக்கழகத்துக்குட்பட்ட மருத்துவக்கல்லூரியின் உளநோயியல் பிரிவில் பேராசிரியராகப் பணிபுரிந்தவர், நேச நாடுகளுக்கான உயர் படைத்தளபதியின் தலைமையலுவலகத்தில் கிட்டத்தட்ட மூன்று மணி நேரம் நடைபெற்ற உரையாடல். நேர்காணலோடு தொடர்புடைய சங்கதிகளை விண்ணப்பப் படிவ எண்கள் PTYX – 722 – SQ – 267 – 291 ஆகியவற்றின் மூலம் படித்தறியலாம் (குறிப்பு: இவற்றில் 271 மற்றும் 278 ஆகிய இரண்டு ஆவணங்களைக் காணவில்லை).

நேர்காணல் செய்தவரின் அவதானிப்புகள், லெட் ராபர்ட் ஓ’கான்னர்: மொத்த நேர்காணலின் போதும், இதுபோன்றத் திறன்வாய்ந்த மனிதர்களிடம் நாம் எதிர்பார்க்கக்கூடியது போல, பேராசிரியர் சுகாயாமா வெகு அமைதியாகவும் பதற்றமின்றியும் இருந்தார். ஜப்பானின் முதன்மையான உளவியல் நிபுணர்களில் ஒருவர் என்பதோடு அத்துறை குறித்த தலைசார்ந்த புத்தகங்களை அவர் நிறைய வெளியிட்டுள்ளார். அனேக ஜப்பானியர்களைப் போலல்லாமல், உண்மைக்கும் ஊகத்துக்குமிடையே உள்ள தெளிவான வேறுபாட்டையுணர்ந்து, தெளிவற்ற அறிக்கைகளைப் புறந்தள்ளக்கூடியவர். போருக்கு முன் பரிமாற்றக் கொள்கையின் கீழ் ஸ்டான்ஃபோர்டில் மாணவராயிருந்ததால் ஆங்கிலத்தில் ஓரளவுக்குத் தேர்ச்சி பெற்றிருந்தார்.

சந்தேகத்துக்கிடமின்றி, பலரால் ஆழ்ந்து நேசிக்கப்படுகிறவராகவும் மதிக்கப்படுகிறவராகவும் இருந்தார்.

சந்தேகத்துக்குரிய குழந்தைகளை உடனே பரிசோதனைக்குட்படுத்தும்படி ராணுவம் எங்களுக்கு ஆணையிட்டிருந்தது. 1944 – நவம்பரின் நடுப்பகுதி. ராணுவத்திடமிருந்து கோரிக்கைகள் அல்லது கட்டளைகள் வருவதென்பது எங்களைப் பொருத்தமட்டில் அசாதாரணமான ஒன்றுதான். சொல்லப்போனால், ராணுவத்துக்கென்றே தனிப்பட்ட விரிவான மருத்துவப்பிரிவு உண்டு, மேலும் ரகசியங்களைக் காக்க முன்னுரிமை தரும் தற்சார்பான அமைப்பென்பதால், வழக்கமாக, எந்தவொரு சங்கதியையும் தங்களுக்குள் முடித்துக் கொள்ளவே அவர்கள் விரும்புவார்கள். ராணுவத்துக்கு வெளியே இருக்கும் ஆராய்ச்சியாளர்கள் அல்லது மருத்துவர்கள் மட்டுமேயறிந்த விசேடமான தொழில்நுட்ப ஞானம் தேவைப்படும் வெகு அரிதான சந்தர்ப்பங்கள் தவிர, குடிமுறை மருத்துவர்களை அல்லது ஆராய்ச்சியாளர்களை அவர்கள் ஒருபோதும் அணுகியதில்லை.

அதனால், இப்படியொரு உரையாடலை அவர்கள் தொடங்கியபோது, இயல்பை மீறி அசாதாரணமாக ஏதோ நிகழ்ந்திருப்பதை நாங்கள் உடனடியாக யூகித்தோம். வெளிப்படையாகச் சொன்னால், ராணுவ ஆணைகளுக்கேற்ப பணிபுரிய எனக்கு விருப்பமிருந்ததில்லை. பெரும்பாலான நிகழ்வுகளில் அவர்களுடைய குறிக்கோள் கண்டிப்பான முறையில் பயன்பாடு சார்ந்ததாக மட்டுமிருக்கும், அறிவுப்புலத்தின் மூலம் உண்மையைக் கண்டறிய ஆர்வமின்றி, தங்களுடைய முன்தீர்மானங்களோடு ஒத்துப்போகிற முடிவுகளை வந்தடைவதைப் பிரதான நோக்கமாகக் கொண்டிருப்பார்கள். ஒருபோதும் தர்க்கங்களால் ஆட்டுவிக்கப்படும் வகையைச் சேர்ந்தவர்களல்ல. ஆனால் போர்க்காலத்தில் அழுத்தந்திருத்தமாக முடியாது என்று சொல்ல எங்களுக்கும் இயலவில்லை. அமைதியாக எங்களுக்குத் தரப்பட்ட பணியை அதே வழிமுறையில் நிறைவேற்ற வேண்டியவர்களாக இருந்தோம்.

அமெரிக்க வான்வழித் தாக்குதல்களை மீறியும் ஆய்வுகளை நாங்கள் தொடர்ந்து கொண்டுதானிருந்தோம். எங்களுடைய பட்டதாரிகளும் இளங்கலை மாணவர்களும் பெரும்பாலான எண்ணிக்கையில் வலுக்கட்டாயமாக போருக்கு இழுக்கப்பட்டிருந்த போதும். துரதிர்ஷ்டவசமாக, போருக்கான தேர்விலிருந்து உளவியல் மாணவர்களுக்கு விதிவிலக்கு வழங்கப்படவில்லை. ராணுவத்தின் ஆணை வந்தபோது,

அனைத்தையும் அப்படியே போட்டு விட்டு யமனாஷி ஆளுகைக்குட்பட்ட [பெயர் அழிக்கப்பட்டிருக்கிறது] செல்லும் தொடருந்தைப் பிடித்தோம். நாங்கள் மூன்று பேர் – நானும் உளநோயியல் பிரிவைச் சேர்ந்த இன்னொரு மருத்துவரும், மேலும் எங்களோடு இணைந்து ஆய்வுகளில் ஈடுபட்டிருந்த நரம்பறுவை மருத்துவப்பிரிவைச் சேர்ந்த ஆராய்ச்சி மருத்துவரும் எங்களோடு இருந்தார்.

நாங்கள் அங்கே போய்ச் சேர்ந்தவுடன், தாங்கள் வெளியிடவிருப்பதொரு ராணுவ ரகசியமென்பதால் எங்கும் அதை பகிரங்கப்படுத்தக்கூடாதென அவர்கள் எங்களை எச்சரித்தார்கள். பிறகு மாதத்தின் தொடக்கத்தில் நிகழ்ந்த சம்பவம் குறித்து எங்களிடம் சொன்னார்கள். எப்படி மலைப்பகுதிக்குப் போன பதினாறு குழந்தைகள் மயக்கமுற்று விழுந்தார்களென்பதை விளக்கினார்கள், அதன்பிறகு, என்ன நடந்ததென்பது பற்றிய எந்த ஞாபகமுமின்றி அவர்களுக்கு மீண்டும் நினைவு திரும்பியதையும். ஒரு சிறுவனுக்கு மட்டும் நினைவு திரும்பாததை, அதன் காரணமாக இன்னும் அவன் டோக்கியோவின் ராணுவ மருத்துவமனையில் இருப்பதை எங்களிடம் சொன்னார்கள்.

சம்பவம் நிகழ்ந்த கொஞ்ச நேரத்தில் குழந்தைகளைப் பரிசோதனை செய்த ராணுவ மருத்துவர் – மேஜர் டோயாமா எனும் பெயர் கொண்ட உள்மருத்துவ நிபுணர் – நிகழ்ந்தேறிய சங்கதிகள் குறித்த விரிவான விளக்கத்தை எங்களுக்கு அளித்தார். பெரும்பாலான ராணுவ மருத்துவர்கள் அனேகமும் அதிகார மனப்பான்மையோடு மருத்துவத்தை விடத் தங்களுடைய சின்னஞ்சிறு ரகசியங்களைப் பாதுகாப்பதில் ஆர்வம் கொண்டிருப்பார்கள், ஆனால் அதிர்ஷ்டவசமாக, அப்படிப்பட்ட மனிதர்களுள் ஒருவராக மேஜர் டோயாமா இல்லை. நேர்மையும் வெளிப்படைத்தன்மையும் கொண்டவராயிருந்தார், உடன் நிஜமாகவேத் திறன்வாய்ந்த மருத்துவராகவும். வேறு யாரும் செய்யக்கூடியதைப் போல, நாங்கள் குடிமுறைகள் எனும் காரணத்தைப் பயன்படுத்தி எங்கள் மீது அதிகாரம் செலுத்த அல்லது எதையும் மறைக்க அவர் முயற்சிக்கவில்லை. எங்களுக்குத் தேவையான எல்லாத் தகவல்களையும் தந்தார், தொழில்முறை நேர்த்தியோடு, மேலும் குழந்தைகளைப் பற்றிச் சேகரித்த மருத்துவ ஆவணங்களையும் காட்டினார். வேறு யாரைப் போலவும் இந்தச் சமாச்சாரத்தின் அடியாழம் வரை சென்று பார்க்க அவர் விரும்பினார். நாங்களனைவரும் மெல்ல அவர்பால் ஈர்க்கப்பட்டிருந்தோம்.

ஆவணங்களைக் கவனமாக ஆய்ந்து நாங்கள் கண்டறிந்த மிக முக்கியமான சங்கதி என்னவென்றால், மருத்துவரீதியாகச் சொல்வதெனில், குழந்தைகளிடம் நீடித்து நிலைக்கும் சிக்கல் எதையும் அந்தச் சம்பவம் உண்டாக்கியிருக்கவில்லை. அந்த நிகழ்வு நடந்த மறுகணம் தொடங்கி இன்றைய தினம் வரை தொடர்ச்சியாக நடத்தப்பட்ட பரிசோதனைகளும் தேர்வுகளும் குழந்தைகளின் உடம்பின் உள்ளே அல்லது வெளியே என எங்கும் எவ்வித இயல்புமீறலையும் வெளிப்படுத்தவில்லை. நிகழ்வுக்கு முன்பிருந்தது போலவே, குழந்தைகள் ஆரோக்கியமான வாழ்வைத்தான் வாழ்ந்து கொண்டிருந்தார்கள். குழந்தைகளில் பலரின் உடம்பிலும் ஒட்டுண்ணிகள் இருப்பதை விரிவான பரிசோதனைகள் காட்டித் தந்தன, ஆனால் அவற்றில் எதுவும் அசாதாரணமானவையல்ல. மற்றபடி அவர்களிடம் எந்த நோய்க்குறிகளும் இல்லை – தலைவலி, குமட்டல், வலி, பசியின்மை, தூக்கமின்மை, மந்தம், வயிற்றுப்போக்கு, தீக்கனவுகள் என ஏதுமில்லை. ஏதுமேயில்லை.

என்றபோதும், குறிப்பிடும்படியான ஒரு சங்கதி என்னவென்றால், மலைப்பகுதியில் குழந்தைகள் மயங்கிக் கிடந்த இரண்டு மணி நேரமும் அவர்கள் நினைவிலிருந்து அழிந்து போயிருந்தது. ஏதோ அந்தப்பகுதி மட்டும் *ஒட்டுமொத்தமாக* உறிஞ்சப்பட்டதைப் போல. நினைவிழப்பு என்று சொல்வதை விட, பெரும்பாலும் அதை நினைவுக் *குறைபாடு* என்றே சொல்ல வேண்டும். இவை மருத்துவ வார்த்தைகளல்ல, உரையாடலை எளிமையாக்க இதை நான் பயன்படுத்துகிறேன், ஆனால் *இழப்புக்கும் குறைபாட்டுக்கும்* இடையே மிகப்பெரிய வித்தியாசம் உண்டு. அதை நான் எப்படிப் புரிந்து கொள்கிறேன் என்றால் – கவனியுங்கள், தண்டவாளத்தில் வேகமாக விரையும் ஒரு தொடருந்தை நினைத்துக் கொள்ளுங்கள். தொடருந்தின் ஒரு பெட்டியிலிருந்த சரக்குகள் எல்லாம் மாயமாக மறைந்து விடுகின்றன. உள்ளே வெறுமையாயிருக்கும் பெட்டி – அது *இழப்பு*. ஆனால் அதுவே அந்தப் பெட்டி காணாமல் போயிருந்தால், அது *குறைபாடு*.

குழந்தைகள் ஒருவேளை விஷவாயுவைச் சுவாசித்திருக்கலாமோ என்பதற்கான சாத்தியங்களையும் நாங்கள் விவாதித்தோம். இயல்பாகவே தாங்களும் அது குறித்துச் சிந்தித்ததாக மேஜர் டோயாமா சொன்னார், "அதனால்தான் ராணுவம் இந்த விவகாரத்துக்குள் நுழைந்தது." பிறகு எங்களிடம் அவர் சொன்னார், "இப்போது இதுவொரு ராணுவ ரகசியம், எனவே நீங்கள் யாரிடமும் சொல்லக்கூடாது. விஷவாயுவையும் உயிரியல் ஆயுதங்களையும் நமது படை நிச்சயம் தயாரிக்கிறது, ஆனால் சீன நிலப்பரப்பில் இருக்கும் விசேட படைப்பிரிவு குறிப்பாக

அதுபோன்ற பணிகளை மேற்கொள்கிறது, ஜப்பானுக்குள் அல்ல. அடர்வான மக்கட்தொகை கொண்ட ஜப்பானைப் போன்ற தேசத்தில் நேரடியாக முயற்சித்துப் பார்க்க முடியாத அளவுக்கு இது மிகவும் ஆபத்தான திட்டம். இத்தகைய ஆயுதங்கள் ஜப்பானில் எங்கும் பாதுகாத்து வைக்கப்படுகின்றவா இல்லையா என்பது குறித்து என்னால் உங்களிடம் சொல்ல முடியாது, ஆனால் யமனாஷி ஆளுகைக்குள் எங்கும் வைக்கப்படவில்லை என்பதை மட்டும் நான் சர்வநிச்சயமாக உறுதிகூற முடியும்."

ஆக விஷவாயு உட்பட எவ்வித விசேட ஆயுதங்களும் யமனாஷி ஆளுகைக்குள் பாதுகாத்து வைக்கப்படவில்லை என்று அவர் ஆணித்தரமாகச் சொன்னார்?

ஆம். அதில் அவர் மிகவும் தெளிவாயிருந்தார். அடிப்படையில் அவரை நம்புவதைத் தவிர எங்களுக்கு வேறு வழியில்லை, அவரும் உண்மை பேசுவதாகத்தான் தெரிந்தது. எனவே பி-29 இல் இருந்து விஷவாயு வீசியிருக்கும் வாய்ப்பு மிகக்குறைவு எனும் தீர்மானத்துக்கு நாங்களும் வந்தோம். உண்மையில் அமெரிக்கர்கள் இதுபோன்ற ஆயுதத்தை உருவாக்கி அதைச் சோதித்துப் பார்க்கத் தீர்மானித்தால் விளைவுகள் மிக மோசமாயிருக்கும் வகையில் ஏதேனும் பெரிய நகரத்தின் மீதுதான் வீசுவார்கள். இப்படியொரு தொலைதூரப் பகுதியில் ஒன்றிரண்டு குண்டுகளை வீசினால் எந்த மாதிரியான விளைவுகளை அந்த ஆயுதம் கொண்டிருந்தது என்பதைத் தீர்மானிக்க அவர்களுக்கு இயலாது. மேலும், விஷவாயு வீசப்பட்டதென்னும் கருதுகோளை ஏற்றாலும் கூட, இரண்டு மணி நேரம் மட்டும் குழந்தைகளை மயக்குமுறச் செய்து அதன் பிறகு வேறு விளைவை ஏற்படுத்தாத எந்த வாயுவும் ராணுவத்தில் ஆயுதமாகப் பயன்படுத்தத் தகுதியற்றதாயிருக்கும்.

அத்துடன் எந்த விஷவாயுவும், இயற்கையில் இருக்கக்கூடியதோ அல்லது மனிதனால் உருவாக்கப்பட்டதோ, ஏதாகிலும் பின்விளைவுகளைக் கொண்டிருக்குமே ஒழிய இத்தகைய தன்மையோடிருக்காது. அதிலும் குறிப்பாக குழந்தைகளைப் பார்க்க, மிகுந்த கூருணர்வு கொண்டவர்களென்பதோடு பெரியவர்களோடு ஒப்பிட அவர்களின் நோய் எதிர்ப்பு மண்டலம் பலவீனமாயிருக்கும், எனவே நிச்சயம் பின்-விளைவுகள் இருக்கவே செய்யும், குறிப்பாகக் கண்களில் அல்லது சளிச்சவ்வுகளில். இவ்வறிகுறிகளைக் கொண்டே உணவு நஞ்சாகும் சாத்தியங்கள் இல்லையென்று நாங்கள் தீர்மானித்தோம்.

ஆக எங்களுக்கு முன் மீதமிருந்தது உளவியல் சார்ந்த சிக்கல்கள் மட்டுமே, அல்லது மூளையின் செயற்பாட்டோடு தொடர்புடைய பிரச்சினைகள். அப்படியொரு சூழலில், காரணத்தைக் கண்டுபிடிக்க வழக்கமான மருத்துவமுறைகள் ஒருபோதும் உதவாது. விளைவுகள் கண்களுக்குப் புலப்படாதவையாக இருக்கலாம், நம்மால் அருதியிட முடியாதவையாகவும். இறுதியாக, கலந்தாலோசிக்க ராணுவத்தால் நாங்கள் ஏன் இங்கு வரவழைக்கப்பட்டோம் என்பது எங்களுக்குப் புரிந்தது.

நிகழ்வோடு சம்பந்தப்பட்ட ஒவ்வொரு குழந்தையையும் நாங்கள் விசாரித்தோம், உடன் வகுப்பறை ஆசிரியை மற்றும் அவர்களுக்கு சிகிச்சை தந்த மருத்துவரையும். மேஜர் டோயாமாவும் அதில் கலந்து கொண்டார். ஆனால் இந்த விசாரணைகளால் கிட்டத்தட்ட எந்தப் புதிய சங்கதியும் கிட்டவில்லை – மேஜர் ஏற்கனவே எங்களிடம் சொன்னதை நாங்கள் வெறுமனே உறுதி செய்து கொள்ள மட்டுமே முடிந்தது. அந்நிகழ்வு குறித்த எந்த நினைவும் குழந்தைகளுக்கு இல்லை. விமானம் போலத் தோற்றமளித்த எதுவோ வானில் உயரமாக மின்னுவதை அவர்கள் பார்த்தார்கள், பிறகு ஓவன் யமாவின் மீதேறி காளான்களைப் பறிக்கத் தொடங்கினார்கள். அதற்கு அடுத்ததாக காலவரிசையில் சிறிய இடைவெளி உண்டாக அவர்களால் நினைவுகூர முடிந்ததெல்லாம், முகத்தில்–கவலை–தாங்கிய ஆசிரியர்கள் மற்றும் காவலர்களின் குழு சூழ்ந்திருக்க, தரையில் விழுந்து கிடந்ததைத்தான். தாங்கள் நன்றாயிருப்பதாக உணர்ந்தார்கள், வலி, அசௌகரியம் அல்லது குமட்டல் எதுவுமில்லை. காலையில் தூக்கம் கலைந்து எழும்போது, எப்போதும் இருப்பதைப் போல, வெறுமனே தங்களின் மூளை சற்று வெறுமையாயிருப்பதாக உணர்ந்தார்கள். அவ்வளவுதான். அத்தனை குழந்தைகளும் மிகத்துல்லியமாக இதே உணர்வைப் பிரதிபலித்தார்கள்.

நேர்காணல்களை நிகழ்த்திய பிறகு இது மொத்தமும் கூட்டு அறிதுயில்நிலை சார்ந்த வழக்கெனத் தீர்மானித்தோம். சம்பவம் நிகழ்ந்தவிடத்தில் பள்ளி மருத்துவரும் வகுப்பறை ஆசிரியையும் பார்த்த அடையாளங்களைக் கொண்டு யோசித்தால் இந்த அனுமானமே சரியென்பதாகத் தெரிந்தது. கண்களின் இயல்பான அசைவுகள், மூச்சு, இதயத்துடிப்பு மற்றும் உடலின் தட்பவெப்பநிலை ஆகியவை சற்று குறைந்தது, நினைவுக் குறைபாடு – எல்லாம் சரியாகப் பொருந்தின. ஆசிரியை மட்டும் நினைவிழக்காமல் இருந்தது ஏனெனில் இக்கூட்டு அறிதுயில்நிலையை உருவாக்கிய ஆதாரம் எதுவாயிருந்தாலும் பெரியவர்களை அது பாதிப்பதில்லை.

எப்படிப் பார்த்தாலும், சரியான காரணத்தை எங்களால் அருதியிட்டுச் சொல்ல முடியவில்லை. என்றபோதும், பொதுவாகச் சொன்னால், கூட்டு அறிதுயில்நிலைக்கு இரண்டு விஷயங்கள் தேவைப்படும். முதலாவதாக, அந்தக்குழுவினர் தங்களுக்குள் வெகு நெருங்கியவர்களாகவும் ஒத்த சிந்தனை கொண்டவர்களாகவும் இருப்பதோடு, வரையறைக்குட்பட்ட சூழ்நிலைகளுக்குள்ளும் இருக்க வேண்டும். இரண்டாவதாக, ஏதேனுமொரு விஷயம் எதிர்வினையைத் தூண்ட வேண்டும், ஒரே சமயத்தில் ஒட்டுமொத்தக் குழுவினரையும் ஆட்கொள்ளக்கூடிய சங்கதி. இந்த வழக்கைப் பொறுத்தமட்டில் அவர்கள் பார்த்த விமானத்தின் மினுக்கமாகக்கூட இருக்கலாம். இது வெறும் கருதுகோள்தான் என்பதை நினைவில் கொள்ளுங்கள் – எங்களால் வேறெந்தக் காரணத்தையும் கண்டுபிடிக்க முடியவில்லை – அல்லது அந்த நிகழ்வை ஆரம்பித்து வைத்த வேறு தூண்டுதலும் இருப்பதற்கான அத்தனை சாத்தியமும் உண்டு. அதுவொரு கூட்டு அறிதுயில்நிலையாக இருக்கலாம் எனும் எண்ணத்தை மேஜர் டோயாமாவிடம் நான் வெளிப்படுத்தினேன், இது வெறும் அனுமானம்தான் என்பதையும் அவரிடம் தெளிவாக விளக்கினேன். என்னோடு பணிபுரியும் இருவருக்கும் நான் சொன்னதில் பொதுவாக உடன்பாடிருந்தது. தற்செயலாக, தனிப்பட்ட முறையில் நாங்கள் ஈடுபட்டிருந்த ஆராய்ச்சியோடும் இந்தச் சங்கதிக்கு மறைமுகமாகத் தொடர்பிருந்தது.

"ஆதாரங்கள் சரியாகத்தான் இருக்கின்றன," சிறிது யோசனைக்குப் பிறகு மேஜர் டோயாமா சொன்னார். "இது என் துறையல்ல, ஆனால் இது மட்டுமே சரியான விளக்கமாக இருக்குமென்று தோன்றுகிறது. ஆனால் எனக்கு விளங்காத ஒரு விஷயம் என்னவென்றால் – இந்தக் கூட்டு அறிதுயில்நிலையில் இருந்து எது அவர்களை மீட்டது? மறுதலைத் தூண்டுதலைத் தந்த வழிமுறை ஏதேனுமொன்று நிச்சயம் இருக்க வேண்டும்."

நிஜமாக எனக்குத் தெரியாதென்று ஒத்துக் கொண்டேன். என்னால் இயன்றதெல்லாம் யூகிப்பது மட்டுமே. எனது கருதுகோள் இதுதான்: ஏதோவொரு வழிமுறை இங்கு இயங்குகிறது, குறிப்பிட்ட அளவிலான கால இடைவெளிக்குப் பிறகு, தானாக அறிதுயிலிலிருந்து அவர்களை மீட்கிறது. நம்முடைய உடல்களில் சக்திவாய்ந்த தற்காப்பு இயக்கமுறைகள் உண்டு, ஏதேனும் அந்நிய இயக்கமுறை நம் உடம்பைத் தற்காலிகமாக ஆக்கிரமித்துக் கொண்டால், குறிப்பிட்ட காலம் கடந்த பிறகு அபாய எச்சரிக்கை ஒலியால் தூண்டப்பட்டதைப் போல ஓர் அவசரகால இயக்கமுறை செயல்படத் தொடங்கும், நமக்குள் இருக்கும் தற்காப்பு அரண்களைச் செயல்பட விடாமல் தடுக்கும் அந்நிய இயக்கமுறையைக் கண்டறிந்து செயலிழக்கச் செய்து –

இந்த வழக்கைப் பொறுத்தமட்டில் கூட்டு அறிதுயில்நிலையின் விளைவுகள் – அதை அகற்றி விடும்.

துரதிர்ஷ்டவசமாக, ஆதாரமேதும் என் வசமில்லை, எனவே என்னால் துல்லியமான தகவல்களைப் பகிர முடியவில்லை, ஆனால், மேஜர் டோயாமாவிடம் சொன்னதுபோல, வெளிநாடுகளிலும் இதேபோன்ற சம்பவங்கள் நிகழ்ந்ததாகப் பதிவுகள் உள்ளன. அவையெல்லாம் தர்க்கரீதியாக விளக்கவியலாத மர்மங்கள் என்றே குறிப்பிடப்படுகின்றன. ஒரே சமயத்தில் நிறைய குழந்தைகள் நினைவிழந்து வீழ்வார்கள், பிறகு என்ன நடந்ததென்று எதுவும் நினைவில்லாத சூழலில், பல மணி நேரம் கழித்து விழித்தெழுவார்கள்.

வேறு வார்த்தைகளில் சொன்னால், இந்தச் சம்பவம் சற்று விசித்திரமானதுதான், ஆனால் முன்மாதிரிகள் இல்லாதவொன்றல்ல. 1930 போல, இங்கிலாந்தில் உள்ள டெவோன்ஷைர் எனும் சிறிய கிராமத்தின் புறவெல்லைப்பகுதியில் வினோதமாக ஒரு சம்பவம் நடந்தேறியது. வெளிப்படையான எந்தக் காரணமுமின்றி, குறுகலான சந்தில் நடந்து சென்ற முப்பது பேர் கொண்ட உயர்நிலை மாணவர்களின் குழுவினர் – ஒருவர் பின் ஒருவராக – நினைவிழந்து தரையில் விழுந்தார்கள். என்றபோதும், பல மணி நேரத்துக்குப் பிறகு மீண்டும் நினைவு திரும்பி, எதுவுமே நடவாததைப் போல, யாருடைய உதவியுமின்றித் தாங்களாகப் பள்ளிக்கு நடந்து போனார்கள். உடனடியாக ஒரு மருத்துவர் அவர்களைப் பரிசோதித்தபோதும் தவறாக எதையும் கண்டுபிடிக்க முடியவில்லை. என்ன நடந்ததென்று அவர்களில் ஒருவரால் கூட சொல்ல இயலவில்லை.

போன நூற்றாண்டின் கடைசியில் ஆஸ்திரேலியாவிலும் இதுபோன்ற சம்பவம் நடந்தது. அடிலெய்டுக்கு வெளியே சுற்றுலா சென்ற தனியார் பெண்கள் பள்ளியைச் சேர்ந்த 15 பதின்வயதுப் பெண்கள் திடீரென மயக்கம் போட்டு பிறகு எழுந்தார்கள். மீண்டும் எந்தவிதமானக் காயங்களுமில்லை, எந்தப் பின்–விளைவுகளுமில்லை. அவ்வழக்கு சூரியவெப்பத்தாக்குதல் என்கிற வகைமைக்குள் சென்று முடிந்தது, ஆனால் அவர்களனைவரும் ஒன்றாக மயங்கி விழுந்து பின் ஒன்றாக எழுந்தார்கள், யாரிடமும் சூரியவெப்பத்தாக்குதலின் எந்தச் சுவடுமில்லை, ஆக உண்மையான காரணம் இன்னும் மர்மமாகத்தான் இருக்கிறது. தவிரவும், சம்பவம் நடந்த தினம் கடுமையான வெயில் எனக் குறிப்பிட்டுச் சொல்லக்கூடிய ஒன்றல்ல. அனேகமாக என்ன நடந்ததென்பதை விளக்க வேறு எந்த விளக்கமும்

இருந்திருக்காது, எனவே இதுதான் சரியான விளக்கமாக இருக்குமென்று அவர்கள் தீர்மானித்திருப்பார்கள்.

இந்த வழக்குகளிலெல்லாம் பொதுவான சங்கதிகள் நிறைய உண்டு: அனைத்தும் இளைஞர்கள் அல்லது இளம்பெண்கள் குழுவாகப் போகும் சமயங்களில் நிகழ்ந்தன, அவர்களுடைய பள்ளியிலிருந்து சற்றுத் தொலைவில், அனைவரும் கிட்டத்தட்ட ஒன்றுபோலத் தங்கள் நினைவுகளை இழந்து விழுந்திருக்கிறார்கள், பிறகு ஒரே நேரத்தில் விழித்தெழுகிறார்கள், யாரிடமும் எந்தப் பின்–விளைவுகளும் இல்லை. அச்சமயத்தில் குழந்தைகளோடு இருந்த பெரியவர்களில் சிலரும் மயக்கமுற்றதாகச் சொல்லப்படுகிறது, வேறு சிலர் மயக்கமடையவில்லை எனவும். அவ்வகையில் ஒவ்வொரு வழக்கும் தன்னளவில் வித்தியாசமானதே.

இதுபோன்ற வேறு நிகழ்வுகளும் உண்டு, ஆனால் இவ்விரண்டு மட்டுமே ஒழுங்கான முறையில் பதிவு செய்யப்பட்டுள்ளன, ஆக இந்த ஆய்வுக்கான அடிப்படை ஆவணங்களில் இவை முன்மாதிரி வழக்குகளாக கருதப்படுகின்றன. என்றாலும், யமனாஷி ஆளுகைக்குள் நிகழ்ந்திருக்கும் இந்தச் சமீபத்தைய நிகழ்வு மற்றவற்றிலிருந்து வேறுபடும் ஓர் அம்சத்தைக் கொண்டிருக்கிறது: அன்றைய தினம் மயக்கத்திலிருந்து *மீளாத* அந்தப் பையனின் வடிவில். இந்நிகழ்வின் மர்மத்தை அவிழ்க்கக்கூடிய சாவி அந்தக் குழந்தைதான். யமனாஷியில் எங்கள் நேர்காணல்களை முடித்துக் கொண்டு டோக்கியோவுக்குத் திரும்பியவுடன் நேராக நாங்கள் ராணுவ மருத்துவமனைக்குப் போனோம், அந்தச் சிறுவனுக்கு அங்குதான் சிகிச்சையளிக்கப்பட்டு வந்தது.

என்றால், விஷவாயு வீசப்பட்டிருக்கலாம் என்கிற சந்தேகத்தின் காரணமாகத்தான் ராணுவம் இந்தச் சம்பவத்தில் ஆர்வம் கொண்டிருந்தது?

என்னுடைய புரிதல் அதுதான். ஆனால் இது குறித்து மேஜர் டோயாமாவுக்கு அதிகம் தெரிந்திருக்கலாம், இதை நீங்கள் அவரிடமே நேரடியாகக் கேட்கலாமென்பேன்.

1945–ன் மார்ச் மாதத்தில், கடமையாற்றும் சமயத்தில், டோக்கியோவில் நடந்த ஒரு வான்வழித் தாக்குதலில் மேஜர் டோயாமா கொல்லப்பட்டார்.

மிகவும் வருத்தப்படுகிறேன். போரின் காரணமாக மிகத் திறமையான மனிதர்கள் பலரை நாம் இழந்திருக்கிறோம்.

என்றபோதும், எந்த ரசாயான ஆயுதத்தாலும் இது நிகழவில்லை என்றே ராணுவம் கடைசியில் தீர்மானித்தது. அவர்களால் காரணத்தைக் கண்டறிய முடியவில்லை, ஆனால் போருக்கும் இதற்கும் எந்தச் சம்பந்தமுமில்லை என்று அவர்கள் முடிவு செய்தார்கள், இல்லையா?

ஆம், அதுதான் உண்மையென நம்புகிறேன். இவ்விவகாரம் பற்றிய விசாரணைகளை இந்தப் புள்ளியில் அவர்கள் நிறுத்திக் கொண்டார்கள். என்றாலும், அந்தச் சிறுவன், நகாடா, ராணுவ மருத்துவமனையில் சிகிச்சையைத் தொடர அனுமதிக்கப்பட்டான், ஏனென்றால் மேஜர் டோயாமாவுக்குத் தனிப்பட்ட முறையில் இந்தப் பிரச்சினையில் ஆர்வமிருந்தது என்பதோடு அங்கே அவருக்குச் சில தொடர்புகளுமிருந்தன. எனவே ஒவ்வொரு நாளும் நாங்கள் ராணுவ மருத்துவமனைக்குச் சென்று, எங்களுக்குள் முறை வைத்துக் கொண்டு இரவு முழுதும் தங்கி, நினைவிழந்து கிடந்த பையனின் நிலையைப் பல்வேறு கோணங்களில் இருந்து ஆராய முடிந்தது.

நினைவிழந்திருந்த போதும், சிறுவனுடைய உடல்சார் செயல்பாடுகள் யாவும் இயல்பாகத் தொடர்ந்து நிகழ்ந்த வண்ணமிருந்தன. ஊட்டப்பொருட்கள் நரம்புவழியே அவனுக்குள் செலுத்தப்பட்டன, சரியான இடைவெளிகளில் அவனுக்குச் சிறுநீர் பிரிந்தது. இரவில் நாங்கள் விளக்குகளை அணைத்த பிறகு கண்களை மூடி உறங்கச் செல்வான், மீண்டும் காலையில் அவற்றைத் திறப்பான். நினைவிழந்து கிடந்ததைத் தவிர ஆரோக்கியமாகவே இருந்தான். ஆழ்நிலை மயக்கத்தில் இருந்தாலும், வெளிப்படையாக, அவன் கனவு காணவில்லை. மனிதர்கள் கனவு காணும்போது குறிப்பிடத்தக்க கண்ணசைவுகளையும் முகபாவங்களையும் கொண்டிருப்பார்கள். கனவுகளின் அனுபவங்களுக்கேற்ப எதிர்வினை புரிகையில் உங்கள் இதயத்துடிப்பு தானாக உயரும். ஆனால் நகாடா எனும் இந்தச் சிறுவனிடம் இவ்வித அறிகுறிகள் எதையும் எங்களால் காண முடியவில்லை. அவனது இதயத்துடிப்பு, மூச்சு மற்றும் உடலின் தட்பவெப்பநிலை ஆகியவை இயல்பை விட சற்றுக் குறைவாயிருந்தன, ஆனால் ஆச்சரியப்படும்வகையில் நிலையாக இருந்தன.

இப்படிச் சொல்வது சற்று விசித்திரமாக இருக்கலாம், ஆனால் உடலென்னும் இந்த பௌதிகக் கொள்கலனைக் கொஞ்ச காலம் பிரிந்து உண்மையான நகாடா எங்கோ சென்று விட்டதாகத் தோன்றியது, அவனது இன்மையில், தன்னைத்தானே பாதுகாத்துக் கொள்ளத் தேவையான அத்தனை உடல்சார் செயல்பாடுகளையும் குறைந்தபட்ச அளவிலாவது இயங்கும்படி அவனுடல்

பார்த்துக் கொண்டது. "ஆன்ம பிரகாசப் பயணம்" எனும் வார்த்தை நினைவுக்கு வருகிறது. உங்களுக்கு அதில் பரிச்சயமுண்டா? ஜப்பானியத் தொல்கதைகளில் இதுபோன்ற சங்கதிகள் நிரம்பி வழிகின்றன, அதாவது உடலை விட்டு ஆன்மா தற்காலிகமாக வெளியேறி வெகுதூரம் விலகிச் சென்று முக்கியப் பணிகளை மேற்கொள்ளும், பிறகு மீண்டும் உடலோடு இணைந்து கொள்ளத் திரும்பும். *கெஞ்சியின் கதை* (The Tale of Genji – பதினோராம் நூற்றாண்டைச் சேர்ந்த ஜப்பானியப் புனைவு) முழுக்க நிறைந்திருக்கும் பழிதீர்க்கும் எண்ணங்களாலான ஆன்மாக்களின் வகைமையோடு ஒருவேளை இது ஒத்துப்போகலாம். மரணத்தின்போது ஆன்மா உடலைப் பிரிந்திடும் என்பதோடு நில்லாமல் – உறுதியான மனத்திடத்தை கணக்கில் கொண்டால் – உயிரோடு இருப்பவர்களிடமும் ஆன்மாவால் உடலை விட்டு விலகி நிற்க முடியுமென்கிற கருத்துருவாக்கம் அனேகமாகப் பழங்கால ஜப்பானில் தோன்றியிருக்கலாம். நிச்சயமாக, இதற்கு எவ்வித அறிவியற்பூர்வமான சான்றும் கிடையாது, மேலும் இப்படியொரு கருத்தை முன்வைக்கக் கூட நான் சங்கடப்படுகிறேன்.

எவ்வாறு இந்தச் சிறுவனை ஆழ்நிலை மயக்கத்திலிருந்து எழுப்பி அவன் நினைவை மீட்டெடுப்பது என்பதே எங்கள் முன்னாலிருந்த நடைமுறைச் சிக்கல். அறிதுயில் நிலையை திரும்பப் பெறும் *மறுதலைத்* தூண்டுதலைக் கண்டடைய முடியாமல் திணறி, நாங்கள் எல்லாவற்றையும் முயற்சி செய்தோம். அவன் பெற்றோரை அங்கு கொண்டு வந்து அவனது பெயரை உரக்கக்கூவ வைத்தோம். பல நாட்கள் தொடர்ந்து முயன்றோம், ஆனால் எதிர்வினை ஏதுமில்லை. அறிதுயில்நிலையைப் பொருத்தமட்டில், சாத்தியமான அத்தனை யுக்தியையும் செய்து பார்த்தோம் – அவனது முகத்துக்கு நேரெதிரே நின்று வெவ்வேறு வழிமுறைகளில் கைகளைத் தட்டுவோம். அவனுக்குத் தெரிந்த இசையை ஒலிக்க வைப்போம், அவனுடைய பள்ளிப் புத்தகங்களை அருகில் நின்று சத்தமாக வாசிப்போம், அவனுக்கு விருப்பமான உணவுவகைகளைக் கொண்டு வந்து வாசம் பிடிக்கச் செய்வோம். வீட்டிலிருந்து அவனுக்குப் பிடித்தமான பூனையைக் கூடக் கொண்டு வந்தோம், தனிப்பட்ட முறையில் அவனுக்குப் பிரியமான பூனையை. நிஜவுலகுக்கு அவனை மீண்டும் கொண்டு வர, எங்களால் யோசிக்க முடிந்த அத்தனை வழிமுறைகளையும் பின்பற்றினோம், ஆனால் எதுவும் வேலைக்காகவில்லை.

என்றபோதும், இதெல்லாம் தொடங்கி இரண்டு வாரங்கள் ஆனபிறகு, யோசனைகள் யாவும் தீர்ந்து, சோர்வடைந்தவர்களாகவும் நம்பிக்கையிழந்தவர்களாகவும் நாங்கள் மாறிப்போன சூழலில்,

சுயவிருப்பத்தின் பேரில் அந்தச் சிறுவன் தானாக எழுந்து கொண்டான். நாங்கள் செய்த எந்த முயற்சியின் காரணமாகவுமல்ல. எவ்வித முன்னறிவிப்பும் இல்லாமல், இதற்கான நேரம் முன்பே நிச்சயிக்கப்பட்டதென்பதைப் போல, அவன் விழித்துக் கொண்டான்.

அன்றைய தினம் வழக்கத்தை மீறி ஏதும் நிகழ்ந்ததா?

குறிப்பிட்டுச் சொல்ல ஒன்றுமில்லை. வேறெந்த நாளைப் போலவும் சாதாரணமான ஒன்றுதான். காலை 10 மணிக்கு ரத்தமாதிரி எடுக்க செவிலிப்பெண் வந்தாள். அதன்பிறகு அவனுக்குச் சிறிது மூச்சுத்திணறல் ஏற்பட்டது, ரத்தம் கொஞ்சமாக விரிப்புகளின் மேல் சிதறியது. நிறைய இல்லை, உடனடியாக அவர்கள் விரிப்புகளை மாற்றினார்கள். அன்றைய தினம் இயல்புமீறி நடந்தது அது மட்டும்தான். அதற்கு அரை மணி நேரம் கழித்து சிறுவன் விழித்துக் கொண்டான். மாயமந்திரம் போல படுக்கையின் மீது எழுந்தமர்ந்தான், உடலை முறுக்கி, அறையைச் சுற்றிமுற்றிப் பார்த்தான். அவனுக்கு நினைவு திரும்பியிருந்தது, மேலும் மருத்துவரீதியாக முழு ஆரோக்கியத்தோடு இருந்தான். என்றாலும், சீக்கிரமே, தன்னுடைய மொத்த ஞாபகங்களையும் அவன் தொலைத்திருந்தான் என்பதை நாங்கள் உணர்ந்தோம். தனது பெயரைக் கூட அவனால் நினைவுகூர முடியவில்லை. அவன் வாழ்ந்த இடம், பள்ளிக்கூடம், பெற்றோரின் முகங்கள் – எல்லாம் போயிருந்தது. அவனால் வாசிக்க முடியவில்லை, இது ஜப்பானா அல்லது பூமியா என்பதும் அவனுக்குத் தெரிந்திருக்கவில்லை. பூமி அல்லது ஜப்பான் என்கிற கருத்துருவாக்கங்களைப் பிரித்துணரவும் அவனால் முடியவில்லை. அவனது நினைவுகளைச் சுத்தமாக துடைத்தழித்தபின் மீண்டும் பூமிக்குத் திரும்பியிருந்தான். மரபாகச் சொல்லப்படும் வெறுமை நிலை.

9

விழிப்புத் தட்டும்போது அடர்த்தியான புதர்க்காட்டுக்குள் படுத்திருப்பதை உணர்கிறேன், ஏதோ மரக்கட்டை போல ஈரத்தரையில் விழுந்து கிடக்கிறேன். என்னால் எதையும் பார்க்க முடியவில்லை, அவ்வளவு இருட்டாயிருக்கிறது.

கூரான முட்செடிகள் எனது தலையைத் தாங்கிப் பிடித்திருக்கின்றன, ஆழமாக மூச்சையிழுத்து முகர்ந்து பார்க்கிறேன், செடிகள், மண், உடன் மெலிதாக வீசும் நாய்ப்பீயின் நாற்றமும். மரக்கிளைகளினூடாக இரவு நேர வானைப் பார்க்க முடிகிறது. நிலவோ அல்லது நட்சத்திரங்களோ இல்லை, என்றாலும் வினோதமான பிரகாசத்தோடு தெரிகிறது வானம். கீழிருந்து வெளிச்சத்தைப் பிரதிபலிக்கும் வகையில் மேகங்கள் திரையைப் போல திரண்டிருக்கின்றன. தொலைவில் ஒரு மருத்துவ ஊர்தி அலறியபடி விரைகிறது, நெருங்கி வந்து பின் தேய்கிறது. கூர்ந்து கவனித்தால், போக்குவரத்தில் நெறிபடும் சக்கரங்களின் ஒலியை என்னால் கேட்க முடிகிறது. நகரின் ஏதோவொரு மூலையில் நானிருக்க வேண்டும் என்பதைக் கணிக்கிறேன்.

நினைவுகளையெல்லாம் ஒன்றுதிரட்டி என்னை ஆசுவாசப்படுத்திக் கொண்டு எல்லாத் திசைகளிலும் சிதறிக்கிடக்கும் நான் என்னும் திருகுவெட்டுப் புதிரின் துண்டுகளைத் தேடியெடுக்க முற்படுகிறேன். இதுதான் முதல் முறையென நினைக்கிறேன். அல்லது, அப்படி இல்லையோ? ஏற்கனவே வேறெங்கோ இதேபோல உணர்ந்திருக்கிறேன். ஆனால் எப்போது? நினைவுகளினூடாகத் தேடுகிறேன்,

ஆனால் அந்த மெல்லிய இழை சட்டென்று அறுந்து போகிறது. கண்களை மூடி நேரத்தைக் கடத்துகிறேன்.

பயம் சட்டென்று முகத்திலறைய முதுகுப்பையின் நினைவு வருகிறது. அதை எங்கே விட்டேன்? நானதைத் தொலைக்க முடியாது - எனக்குச் சொந்தமான யாவும் அதற்குள்தான் இருக்கின்றன. ஆனால் இருட்டுக்குள் எப்படி அதைக் கண்டுபிடிக்கப் போகிறேன்? எழுந்து கொள்ள முயற்சி செய்கிறேன், ஆனால் எனது விரல்கள் தங்களின் வலிமையை மொத்தமாக இழந்து விட்டன.

எனது இடது கையை உயர்த்தி - ஏன் சடாரென்று இத்தனை பாரமாக அது மாறி விட்டது? - கைக்கடிகாரத்தை முகத்தினருகே கொண்டு வரப் போராடுகிறேன், கண்கள் அதன் மீது நிலைகுத்தி நிற்கின்றன. இலக்கமுறை எண்கள் 11.26-ஐக் காட்டுகின்றன. மே 28. எனது நாட்குறிப்பேட்டை நினைத்துக் கொள்கிறேன். மே 28... நல்லது - என்றால் ஒரு முழு நாளை நான் இழந்திருக்கவில்லை. நினைவிழந்தவனாக, பல நாட்கள் நானிங்கே விழுந்து கிடக்கவில்லை. அதிகபட்சம் சில மணி நேரங்கள் மட்டுமே நானும் எனது பிரக்ஞையும் ஒருவரையொருவர் பிரிந்திருக்கிறோம். அனேகமாக நான்கு மணி நேரம்.

மே 28... வேறெந்த நாளையும் போல, துல்லியமாக அதே செயல்பாட்டு முறைகளைக் கொண்ட, சாதாரணமான ஒரு நாளே. வழக்கத்தை மீறி எதுவும் நிகழாத நாள். உடற்பயிற்சியகத்துக்குப் போனேன், பிறகு கொமூரா நூலகம். இயந்திரங்களில் எனது வழக்கமான பயிற்சிகளை மேற்கொண்டேன், அதே நீள்சாய்விருக்கையில் அமர்ந்து சொசேகியை வாசித்தேன். நிலையத்தின் அருகே இரவுணவு. மீனுடன் சேர்ந்த இரவுணவு என்பதை நினைவுகூருகிறேன். சாலமன், இரண்டாவது முறை கொண்டு வந்த சோறு, ஏதோ மிசோ சூப்பும் பச்சைக் காய்கறிகளும். அதன் பிறகு... அதன் பிறகு என்ன நடந்ததென்று எனக்குத் தெரியாது.

எனது இடது தோள் சற்று வலிக்கிறது. உணர்வுகள் திரும்பும் நேரத்தில் வலியும் அதிகரிக்கிறது. ஏதோவொரு பலமான திடப்பொருளின் மீது நான் மோதியிருக்க வேண்டும். வலது

கையால் அந்தப்பகுதியை தேய்க்கிறேன். காயமோ அல்லது வீக்கமோ இல்லை. அனேகமாக, ஏதேனும் மகிழுந்தின் மீது மோதியிருப்பேனோ? ஆனால் எனது உடைகள் கிழிந்திருக்கவில்லை, மேலும் தோளின் ஒற்றைப் புள்ளியில் மட்டுமே வலிக்கிறது. பெரும்பாலும் வெற்றுச் சிராய்ப்பாக இருக்கலாம்.

புதர்களின் நடுவே தடுமாறி நடக்கிறேன், ஆனால் நான் தொடுவதெல்லாம் கிளைகளை மட்டுமே, கடினமான, அடாவடியாக அச்சுறுத்தப்படும் குட்டி மிருகங்களின் இதயங்களைப் போல வளைந்த கிளைகள். முதுகுப்பையைக் காணவில்லை. காற்சராயின் ஜேப்பிகளுக்குள் தேடுகிறேன். எனது பணப்பை அங்குதான் உள்ளது, கடவுளுக்கு நன்றி. அதற்குள் சிறிது பணம் இருக்கிறது, பிறகு விடுதியின் சாவி அட்டையும், உடன் தொலைபேசி அட்டையும். இவை தவிர, நாணயங்கள் சேகரிக்கும் பை, கைக்குட்டை, ஒரு பால்யாயிண்ட் பேனா ஆகியவை என்னிடமுள்ளன. இருட்டுக்குள் தேடிப்பார்த்து என்னால் சொல்ல முடிந்த வரையில், எதுவும் தொலையவில்லை. பழுப்பு நிற சீனோக்களும் கட்டம் போட்ட முழுக்கைச் சட்டைக்குக் கீழே வி-வடிவக் கழுத்தோடிருக்கும் வெண்ணிற டி-ஷர்ட்டும் அணிந்திருக்கிறேன். மேலும் கடல்-நீல நிறத்தில் டாப்சைடர்களும். எனது தொப்பி மாயமாகி விட்டது, நியூயார்க் யான்கீஸ் பேஸ்பால் தொப்பி. விடுதியை விட்டுக் கிளம்பியபோது அதை அணிந்திருந்ததை நானறிவேன், ஆனால் இப்போது இல்லை. ஒன்று கீழே போட்டிருக்க வேண்டும், அல்லது வேறேதோ இடத்தில் விட்டு வந்திருக்கலாம். அப்படியொன்றும் பெரிய சமாச்சாரமில்லை. ஒரு பென்னிக்கு இரண்டு தொப்பிகள் வாங்கலாம்.

கடைசியாக எனது முதுகுப்பையைக் கண்டுபிடிக்கிறேன், தேவதாரு மரமொன்றின் முதுகில் அது சாய்ந்து கிடக்கிறது. என்ன இழவுக்கு முதுகுப்பையை அங்கே விட்டு இந்தப் புதர்க்காட்டுக்குள் நான் நுழைந்தேன், வெறுமனே மயங்கி விழவா? எப்படியாகிலும், எந்த நாசமாய்ப்போன இடத்தில் நானிருக்கிறேன்? எனது பிரக்ஞை உறைந்து போய் மூடியிருக்கிறது. எப்படிப் பார்த்தாலும், அதை நான் கண்டுபிடித்து விட்டேன் என்பதுதான் முக்கியம். எனது

குட்டி-ஒளிகாட்டியை பக்கவாட்டு ஜேப்பியிலிருந்து எடுத்து பொருட்களைச் சோதிக்கிறேன். எதுவும் தொலைந்ததாகத் தெரியவில்லை. நல்ல வேளையாக என்னுடைய மொத்தப் பணத்தையும் வைத்திருக்கும் சாக்குப்பை அதற்குள்தான் இருக்கிறது.

முதுகுப்பையைத் தோளில் மாட்டிக் கொண்டு, வழியில் எதிர்ப்படும் கிளைகளை விலக்கியவாறு, சிறியதொரு திறந்தவெளிக்கு வரும் வரைக்கும், செடிகொடிகளின் மீதேறி நடக்கிறேன். அங்கு குறுகலான பாதை தெரிகிறது, எனது ஒளிகாட்டியின் வெளிச்சத்தைத் தொடர்ந்து கொஞ்சமாக விளக்குகள் எரியும் ஓரிடத்தை வந்தடைகிறேன். அதுவொரு ஷிண்டோ கோவிலின் (Shinto – எட்டாம் நூற்றாண்டைச் சேர்ந்த ஜப்பானின் புராதான மதம்) நிலப்பகுதி எனத் தோன்றுகிறது. பிரதானக் கோவில் கட்டடத்துக்குப் பின்னாலிருந்த சிறிய வனப்பகுதியில் நான் மயங்கி விழுந்திருக்கிறேன்.

உயரமான கம்பத்தின் மீதமைந்த பாதரச விளக்கு அந்த விசாலமான நிலப்பகுதிக்கு ஒளியூட்டுகிறது, கோவிலின் உட்புறப் பிரகாரம், காணிக்கைப் பெட்டி, மற்றும் புடைப்புச் சிற்பங்கள் ஆகியவற்றின் மீது ஒருவிதக் குளிர்ந்த ஒளியை அது படர்த்துகிறது. சரளைக்கற்களில் எனது நிழல் வினோதமாக நீள்கிறது. அறிக்கைப் பலகையில் கோவிலின் பெயரைக் கண்டுபிடித்து நினைவில் அதைப் பதிந்து வைக்கிறேன். சுற்றிலும் வேறு யாருமில்லை. அருகாமையில் ஒரு கழிவறையைக் கண்டு அதற்குள் நுழைகிறேன், ஓரளவு சுத்தமாக உள்ளது. முதுகுப்பையைக் கழற்றி விட்டு முகத்தைக் கழுவுகிறேன், நீர்த்தொட்டிக்கு மேலிருக்கும் மங்கியக் கண்ணாடியில் எனது உருநிழலைப் பார்க்கிறேன். மோசமான எதையும் தாங்க என்னைத் தயார் செய்து கொள்கிறேன், எனது எதிர்பார்ப்பு பொய்க்கவில்லை – நரகத்தைப் போலத் தோற்றமளிக்கிறேன். குழிவிழுந்த கன்னங்களோடு வெளுத்துப் போன முகம் என்னைப் பார்த்து வெறிக்கிறது, கழுத்தெல்லாம் மண் அப்பிக் கிடக்க, முடியோ எல்லாத் திசைகளிலும் சிலுப்பி நிற்கிறது.

எனது வெண்ணிற டி-ஷர்ட்டின் முன்பகுதியில், சிறகுகளை விரித்திருக்கும் பெரிய பட்டாம்பூச்சியின் வடிவில், என்னமோ கறுப்பாகப் படர்ந்திருப்பதைக் கவனிக்கிறேன். அதைத் துடைத்தெடுக்க முயற்சி செய்கிறேன், ஆனால் அது வருவதாயில்லை. அதைத் தொட்டதால் கைகள் பிசுபிசுவென்று ஆகிப் போகின்றன. நான் அமைதியடைய வேண்டும், ஆக தெரிந்தே நேரமெடுத்துக் கொண்டு, எனது இரண்டு சட்டைகளையும் கழற்றுகிறேன். நடுங்கும் பாதரச ஒளிக்குக் கீழே இது என்னவென்பதை நான் உணர்கிறேன் – துணியை மீறிக் கசிந்திருக்கும் அடர்த்தியான ரத்தம். இன்னும் சூடாகவும் ஈரமாகவுமுள்ள ரத்தம், நிறைய வழிந்திருக்கிறது. அருகில் கொண்டு வந்து முகர்ந்து பார்க்கிறேன், ஆனால் வாடை ஏதும் அடிக்கவில்லை. கட்டம் போட்ட சட்டையிலும் ரத்தம் தெறித்திருக்கிறது, ஆனால் கொஞ்சமாக, அடர்த்தியான நீலநிறத் துணியில் அது பெரிதாகத் தெரியவில்லை. டி-ஷர்ட்டில் படிந்துள்ள ரத்தத்தின் கதையே வேறு – வெண்ணிறப் பின்புலத்தில் அதைத் தவறாகப் புரிந்து கொள்ள வாய்ப்பேயில்லை.

டி-ஷர்ட்டை நீர்த்தொட்டியில் போட்டுக் கசக்குகிறேன். ரத்தம் நீரோடு கலந்து பீங்கான் தொட்டியின் நிறத்தைச் சிவப்பாக மாற்றுகிறது, எத்தனை அழுத்தித் தேய்த்தாலும் அந்தக்கறையை நீக்க முடியவில்லை. குப்பைத்தொட்டிக்குள் சட்டையை எறியப் போகிறேன், பிறகு அதற்கெதிராகத் தீர்மானிக்கிறேன். அதை நான் தூர எறிய விரும்பினால், வேறொரு இடத்தைக் தேர்வதுதான் சரியாயிருக்கும். சட்டையைச் சுருட்டி நெகிழிப்பைக்குள் உள்ள என்னுடைய மற்ற அலசிய-துணிகளோடு சேர்த்துத் திணிக்கிறேன், பிறகு ஒட்டுமொத்த சங்கதியையும் எனது முதுகுப்பைக்குள் வைக்கிறேன். கேசத்தை ஈரமாக்கி அவற்றில் விழுந்துள்ள முடிச்சுகளில் கொஞ்சத்தை அவிழ்க்கப் பார்க்கிறேன். பிறகு எனது கழுவுபையிலிருந்து சிறிது சோப்பை எடுத்துக் கைகளைக் கழுவுகிறேன். அவை இன்னும் நடுங்கிக் கொண்டிருக்கின்றன, ஆனால் நான் நேரமெடுத்துக் கொண்டு, விரல்களுக்கு நடுவிலும் நகங்களின் கீழேயும் வெகு கவனமாக சுத்தம் செய்கிறேன். ஈரமான துண்டைக் கொண்டு என் வெற்றுமார்பில் படர்ந்திருக்கும் ரத்தத்தைத் துடைத்தெடுக்கிறேன். பிறகு எனது கட்டம் போட்ட

சட்டையை அணிந்து, கழுத்து வரை பொத்தான்களைப் போட்டு, அதைக் காற்சராய்களுக்குள் திணிக்கிறேன். மனிதர்கள் என்னைக் கவனிப்பதை நான் விரும்பவில்லை, எனவே குறைந்தபட்சம் எனது வழக்கமான தோற்றத்தில் பாதியளவிற்காவது நான் தெரிய வேண்டும்.

ஆனால் நான் பயந்திருக்கிறேன், எனது பற்கள் தந்தியடிப்பதை இன்னும் நிறுத்தவில்லை. எத்தனை முயற்சி செய்தாலும் என்னால் அவற்றை நிறுத்த முடியவில்லை. கைகளை நன்கு நீட்டி அவற்றைப் பார்க்கிறேன். அவையும் மெதுவாக நடுங்கிக் கொண்டிருக்கின்றன. வேறொருவரின் கைகளாகத் தெரிகின்றன, என்னுடையதாக அல்ல. தங்களுக்கெனச் சொந்தமாக உயிர் இருக்கும் இரு குட்டி விலங்குகள் போல. கொதிக்கும் இரும்புக்கம்பியைப் பற்றியது போல எனது உள்ளங்கைகள் எரிகின்றன.

கைகளை நீர்த்தொட்டியின் மீது வைத்து முன்னால் குனிகிறேன், என் தலை கண்ணாடியில் அழுந்திப் பதிந்திருக்கிறது. அழ வேண்டும் என்பதாகத் தோன்றுகிறது, ஆனால் நான் அழுதால் கூட, என்னைக் காப்பாற்ற யாரும் வரப் போவதில்லை. யாருமே...

அடக்கடவுளே, இவ்வளவு ரத்தம் எவ்வாறு உன் மீது வந்தது? என்ன இழவைச் செய்து வைத்திருக்கிறாய்? ஆனால் உனக்கு எதுவுமே ஞாபகமில்லை, அப்படித்தானே. என்றாலும், காயங்கள் ஏதுமில்லை, அந்த வகையில் நிம்மதி. கடுமையான வலியும் கூட இல்லை - உனது இடது தோள்பட்டையில் உள்ள அந்தத் துடிப்பைத் தவிர. எனவே ரத்தமும் வேறொருவரிடம் இருந்தே வந்திருக்கும், அது உன்னுடையதல்ல. வேறொருவரின் ரத்தம்.

எப்படிப் பார்த்தாலும், உன்னால் இங்கேயே நின்று கொண்டிருக்க முடியாது. ரத்தத்தால் திரையிடப்பட்டிருக்கும் உன்னை ஏதாவது ஒரு ரோந்து வாகனம் இங்கு பார்க்க நேர்ந்தால் உன் கதை முடிந்தது, நண்பா. நிச்சயமாக, விடுதிக்குத் திரும்பிப் போவதும் சரியான யோசனையாக இராது. உன் மீது பாயத் தயாராக, யார் அங்கே காத்திருக்கிறார்கள் என்று உனக்குத் தெரியாது. அலட்சியமாகவும் நீ இருக்க முடியாது. உனக்கு நினைவில்லாத, ஏதோவொரு குற்றச்செயலில் நீ

ஈடுபட்டிருப்பதாகத் தெரிகிறது. அனேகமாக நீயே அந்நிகழ்வின் வில்லனாகவும் இருக்கலாம். யார் கண்டது?

உனது பொருட்களெல்லாம் உன்னோடுதான் இருக்கின்றன என்கிற வகையில் அதிர்ஷ்டம்தான். உனக்குச் சொந்தமான யாவற்றையும் அந்தக் கனத்த முதுகுப்பையில் அடைத்து எங்கு சென்றாலும் தூக்கி சுமப்பதில் எப்போதும் கவனமாக இருந்திருக்கிறாய். நல்ல யோசனை. எது சரியோ அதைத்தான் செய்திருக்கிறாய், ஆகவே கவலைப்படாதே. அச்சம் கொள்ளாதே. எல்லாம் நல்லபடியாக நடக்கும். ஏனென்றால் இதை எதிர்கொள் - இந்தக் கிரகத்தின் மிகக்கடினமான பதினைந்து-வயது-சிறுவனாக இருக்க வேண்டியவன் நீ, இல்லையா? நிதானத்துக்குத் திரும்பு! கொஞ்ச நேரம் ஆழ மூச்சிழுத்துக் கொண்டு மூளையைப் பயன்படுத்து. எல்லாம் சரியாகி விடும். ஆனால் நீ ரொம்பக் கவனமாக இருக்க வேண்டும். நாம் பேசுவது நிஜ ரத்தத்தைப் பற்றி - வேறொருவரின் ரத்தம். வெறும் ஒன்றிரண்டு துளிகளைப் பற்றி நாம் பேசிக் கொண்டிருக்கவில்லை. இங்கே நாமிருவரும் பேசும் நேரத்தில் யாராவது உன்னைத் தேடிக் கொண்டிருப்பார்கள் என நான் பந்தயம் கட்டுகிறேன்.

இங்கிருந்து வெளியேறிப் போவதுதான் நல்லது. ஒரு விஷயத்தைத்தான் செய்ய முடியும், நீ போகக்கூடிய இடமென்று ஒரு இடம்தான் இருக்கிறது. மேலும் அது எதுவென்பதும் உனக்குத் தெரியும்.

என்னை நானே அமைதிப்படுத்த இரு முறை ஆழ மூச்சிழுத்து விடுகிறேன், பிறகு பையைத் தூக்கிக்கொண்டு கழிவறையை விட்டு வெளியேறுகிறேன். என் மீது விழுந்து பரவும் பாதரச விளக்கின் ஒளியினூடாக, சரளைக்கற்கள் நெரிபட நடந்தவாறே, என் மூளையின் பற்சக்கரங்களை முடுக்கி விட முயற்சி செய்கிறேன். நிலைமாற்றியைச் சொடுக்கு, கைப்பிடியைத் திருப்பு, பழைய சிந்தனைமுறையை வழக்கம் போல இயங்க வை. ஆனால் இந்த வழிமுறை வேலைக்காகவில்லை - விசைப்பொறியை மீண்டும் இயங்கச் செய்யுமளவு மின்கலத்தில் சாரமில்லை. பாதுகாப்பும் அன்பும் நிறைந்த ஏதோவொரு இடம் எனக்குத் தேவைப்படுகிறது. கொஞ்ச காலம் எல்லாவற்றிலிருந்தும் தப்பித்து என்னை நானே ஒருங்கிணைத்துக் கொள்ளும்படியான இடம். ஆனால் எங்கே

செல்வது? நினைவுக்கு வரும் ஒரே இடம் நூலகம் மட்டும்தான். ஆனால் நாளை காலை பதினோரு மணி வரைக்கும் கொமூரா நூலகம் மூடப்பட்டிருக்கும், அதுவரை யார் கண்ணிலும் படாமல் மறைந்து கொள்ள எனக்கு ஏதேனும் ஓர் இடம் வேண்டும்.

நானொரு மாற்றுவழியைக் கண்டுபிடிக்கிறேன். யாரும் பார்க்கவியலாத இடத்தில் அமர்ந்து கொண்டு முதுகுப்பையிலுள்ள அலைபேசியை வெளியே எடுக்கிறேன். இன்னும் அது இணைப்பிலிருக்கிறதா என்பதைச் சோதித்த பிற்பாடு பணப்பையிலிருந்து சகுராவின் தொலைபேசி எண்ணை எடுத்து எண்களை அழுத்துகிறேன். எனது விரல்கள் இன்னும் சரியாகவில்லை, ஆதலால் திரும்பத் திரும்ப முயற்சித்த பிறகே என்னால் முழு எண்ணையும் ஒழுங்காக அழுத்த முடிகிறது. நல்ல வேளை, என்னுடைய அழைப்பு அவளின் குரல் அஞ்சலுக்கு மாற்றப்படவில்லை. பனிரெண்டு அழைப்புகளுக்குப் பிறகு அவள் பதிலளிக்கிறாள். அவளிடம் என் பெயரைச் சொல்கிறேன்.

“காஃப்கா டமூரா,” எனத் திருப்பிச் சொல்கிறாள், நான் அழைத்ததில் அவள் அப்படியொன்றும் உற்சாகமடைந்ததாகத் தெரியவில்லை. “இவ்வளவு நேரங்கழித்துக் கூப்பிடுகிறோமே என்று உனக்குத் தோன்றவில்லையா? நாளை காலை நான் சீக்கிரமே எழ வேண்டும்.”

“எனக்குத் தெரியும், இந்நேரம் அழைத்ததற்கு மன்னிப்பு கேட்கிறேன்,” நான் அவளிடம் சொல்கிறேன். எனது குரல் பதற்றமாக ஒலிக்கிறது. “ஆனால் எனக்கு வேறு வழியில்லை. நானொரு சிக்கலில் இருக்கிறேன், என் நினைவுக்கு வந்தது நீ மட்டும்தான்.”

மறுமனையில் எந்தப் பதிலுமில்லை. எனது குரலின் தொனியை அவள் பரிசோதிக்கிறாள் என்று தோன்றுகிறது, தலைக்குள் அதை எடைபோடவும் செய்கிறாள்.

“ஏதாவது... தீவிரமான பிரச்சினையா?” இறுதியில் அவள் கேட்கிறாள்.

"என்னால் இப்போது உன்னிடம் சொல்ல முடியாது, ஆனால் அப்படித்தான் நினைக்கிறேன். நீ எனக்கு உதவ வேண்டும். இந்த ஒரு முறை மட்டும். மறுபடியும் உன்னைத் தொந்தரவு பண்ணமாட்டேன் என்று சத்தியம் செய்கிறேன்."

அவள் கொஞ்சம் யோசிக்கிறாள். குழம்பியதாகவெல்லாம் தெரியவில்லை, ஆனால் வெறுமனே யோசிக்கிறாள். "ஆக நீ எங்கிருக்கிறாய்?"

நான் அவளிடம் கோவிலின் பெயரைச் சொல்கிறேன்.

"அது டகாமாட்சு நகரிலா இருக்கிறது?"

"நிச்சயமாகச் சொல்ல எனக்குத் தெரியவில்லை, ஆனால் அப்படித்தான் நினைக்கிறேன்."

"நீ எங்கிருக்கிறாய் என்பது கூடவா உனக்குத் தெரியாது?" என்கிறாள், அதிர்ச்சியடைந்தவளாக.

"அதுவொரு பெரிய கதை."

அவள் நெடுமூச்செறிகிறாள். "ஏதேனுமொரு வாடகைச் சீருந்தைப் பிடித்து என் அடுக்ககத்துக்கு அருகேயுள்ள முனையில் உள்ள லாசன் பல்பொருள் அங்காடிக்கு வந்து சேர். அவர்களின் பெரிய விளம்பரப்பலகையை உன்னால் தவற விட முடியாது." அவள் எனக்கு வழி சொல்லுகிறாள். "மகிழுந்துக்கு உன்னிடம் பணம் இருக்கிறதா?"

"என்னிடம் இருக்கிறது," என்கிறேன்.

"நல்லது," சொல்லி விட்டு அவள் இணைப்பைத் துண்டிக்கிறாள்.

கோவிலின் புகுவழியில் உள்ள டோரி வாயிலின் வழியாக வெளியேறி வாடகைச் சீருந்தைப் பிடிக்க பிரதானச் சாலைக்கு நடக்கிறேன். அதற்கு வெகுநேரம் ஆகவில்லை. முனையிலுள்ள லாசன் அங்காடியைத் தெரியுமா என்று ஓட்டுநரிடம் கேட்கிறேன், தனக்குத் தெரியுமென அவன் சொல்கிறான். நீண்ட

தூரமா என்று கேட்கும்போது இல்லை என்கிறான், ஆயிரம் யென்கள் ஆகக்கூடிய பயணத்தூரம்தான்.

வாடகைச் சீருந்து லாசனுக்கு வெளியே நிற்க ஓட்டுனருக்கு நான் பணம் தருகிறேன், எனது கைகள் இன்னும் தடுமாறுகின்றன. முதுகுப்பையை எடுத்துக் கொண்டு கடைக்குள் போகிறேன். வெகு சீக்கிரமே நான் வந்து விட்டதால் சகுரா இன்னும் அங்கே வந்திருக்கவில்லை. ஒரு சிறிய பால் டப்பாவை வாங்கி, நுண்ணலை அடுப்பில் சுட வைத்து மெதுவாக அதைச் சீப்புகிறேன். தொண்டைக்குள் வழுக்கிக் கொண்டு போகும் இளஞ்சூடான பால் எனது வயிற்றைக் கொஞ்சம் சமாதானப்படுத்துகிறது. கடைக்குள் நான் நுழைந்தபோது சிப்பந்தி முதுகுப்பையின் மேல் ஓரப்பார்வை வீசினான், சில்லறைத் திருடர்களின் மீது ஒரு கண் வைத்திருப்பதைப் போல, ஆனால் அதன் பிறகு யாரும் என் மீது அக்கறை கொள்ளவில்லை. சஞ்சிகைகளுக்கான அடுக்கின் முன்னால் நிற்கிறேன், அவற்றில் ஒன்றை எடுப்பது போல பாவனை செய்தபடி, ஜன்னலில் தெரியும் என் உருநிழலைப் பார்க்கிறேன். இப்போதும் கேசம் சற்று கலைந்துதான் இருக்கிறது, ஆனால் கட்டம் போட்ட சட்டையில் ரத்தத்தின் அடையாளத்தைச் சுத்தமாகப் பார்க்க முடியவில்லை. யாராவது பார்த்தாலும் கூட அதை ஏதேனும் கறையென்றே எண்ணுவார்கள். இப்போது நான் செய்ய வேண்டியதெல்லாம் நடுங்குவதை நிறுத்துவதுதான்.

பத்து நிமிடங்களுக்குப் பிறகு சகுரா சாவகாசமாக உள்ளே நுழைகிறாள். கிட்டத்தட்ட அதிகாலை ஒரு மணி. சாம்பல்நிறத்தில் அலங்காரங்கள் ஏதுமற்ற கோடைக்கால டி-ஷர்ட்டும் சாயம் போன ஜீன்ஸூம் அணிந்திருக்கிறாள். குதிரைவாலைப் போல கேசம் முடிச்சிடப்பட்டிருக்கிறது, தலையின் மீது கடல்-நீல நிறத்தில் நியூ பேலன்ஸ் தொப்பி. அவளை நான் பார்த்த மறுகணம் எனது பற்கள் தந்தியடிப்பதை நிறுத்துகின்றன. எனது பக்கவாட்டில் வந்து நின்று வெகு கவனமாக என்னை ஆராய்கிறாள், ஏதோ தான் வாங்கவிருக்கும் நாயின் பல்லை பரிசோதிப்பது போல. உண்மையான வார்த்தைகளுக்கும் பெருமூச்சுக்கும் நடுவே இருக்கக்கூடியதைப் போன்றதொரு சத்தத்தை வெளியிடுகிறாள், பிறகு மெல்ல என்

தோளின் மீது இரண்டு முறை தட்டிக் கொடுக்கிறாள். “வா போகலாம்,” என்கிறாள்.

லாசனில் இருந்து இரண்டு தொகுதிகள் தாண்டியிருக்கிறது அவள் அடுக்ககம். பிசுபிசுப்பான, இரு-மாடி கட்டடம். படிகளில் நடந்து மேலேறிப் போகிறாள், ஜேப்பியிலிருந்து சாவிகளை எடுத்து பச்சைநிற சட்டம் போட்ட கதவைத் திறக்கிறாள். இரு அறைகளும் சமையற்கூடமும் மேலுமொரு குளியலறையும் கொண்ட வீடு. ஒல்லியான சுவர்கள், தரைத்தளங்கள் கிறீச்சிடுகின்றன, அனேகமாக இந்த இடத்துக்குக் கிடைக்கும் இயற்கையான வெளிச்சமென்பது கண்ணைக் குருடாக்கும் சூரியாஸ்தமன சமயத்தில் உள்ளே விழுவதாக மட்டுமே இருக்கக்கூடும். வேறு வீட்டின் கழிவறையில் நீரூற்றும் ஒலி எனக்குக் கேட்கிறது, எங்கேயோ அறைந்து சார்த்தும் நிலைப்பெட்டியின் உராய்வும். அருவருப்பாக உள்ளது, ஒத்துக் கொள்கிறேன், ஆனால் குறைந்தபட்சம் நிஜ வாழ்க்கைகளை வாழும் நிஜ மனிதர்களின் உணர்வைக் கொண்டிருக்கிறது. சமையலறைத் தொட்டியில் குவிந்திருக்கும் பாத்திரங்கள், காலியான நெகிழி போத்தல்கள், பாதி-வாசித்த சஞ்சிகைகள், காலங்கடந்து போன மட்கல மணிமலர்கள், குளிர்சாதனப்பெட்டியில் ஒட்டப்பட்ட கொள்வனவுப் பட்டியல், நாற்காலியின் பின்னால் தொங்கும் இறுக்கமான காற்சட்டைகள், தொலைக்காட்சிக் கையேடு தெரியும் வகையில் மேசையின் மீது திறந்து கிடக்கும் செய்தித்தாள், சாம்பல் கிண்ணம், விர்ஜினியா ஸ்லிம்கள் (சிகரெட்டுகள்) அடங்கிய ஒடுக்கமான பெட்டி. ஏதோவொரு வினோத காரணத்துக்காக இந்தச் சூழல் என்னை ஆற்றுப்படுத்துகிறது.

“இது என் தோழியின் வீடு,” அவள் விளக்குகிறாள். “டோக்கியோவில் ஓர் அலங்கார நிலையத்தில் என்னோடு அவள் பணிபுரிந்து வந்தாள், ஆனால் சென்ற வருடம் டகாமாட்சுவுக்கு அவள் திரும்பும்படியானது, அதுவே அவளின் சொந்த ஊர். ஆனால் அதன் பிறகு ஒருமாத காலம் இந்தியாவுக்குப் பயணம் செல்லத் தான் விரும்புவதாகச் சொன்னாள், எனவே இந்த இடத்தைப் பார்த்துக் கொள்ளுமாறு என்னைக் கேட்டாள். அவள் கிளம்பிப் போயிருக்கும் சமயத்தில் அவளது வேலையை நான் பார்த்துக் கொள்கிறேன். அவளொரு

சிகையலங்கார நிபுணரும் கூட. சிறிது காலம் டோக்கியோவை விட்டு வெளியேறினால் நல்ல மாற்றமாக இருக்குமென்று நானும் எண்ணினேன். அவள் நவீன யுகப் பிரதிநிதிகளில் ஒருத்தி, எனவே இந்தியாவிலிருந்து ஒரே மாதத்தில் கிளம்பி வர அவளால் முடியுமாவென சந்தேகங்கொள்கிறேன்."

சாப்பாட்டு மேசையில் என்னை அவள் உட்கார வைக்கிறாள், குளிர்சாதனப் பெட்டியிலிருந்து ஒரு பெப்சி போத்தலை எனக்காக எடுத்து வருகிறாள். என்றாலும், கண்ணாடிக்குவளை இல்லை. பொதுவாக நான் கோலாக்களை அருந்துவதில்லை – அதீத இனிப்பு என்பதோடு பற்களுக்கு அவை நல்லதில்லை. ஆனால் இப்போது தாகம் என்னைக் கொல்வதால் ஒட்டுமொத்த போத்தலையும் உள்ளே சரித்துக் கொள்கிறேன்.

"சாப்பிட உனக்கு ஏதும் வேண்டுமா? என்னிடம் இருப்பதெல்லாம் கப் நூடுல்ஸ்தான், அது போதுமென்றால்."

எனக்கொன்றும் பிரச்சினையில்லை என்று அவளிடம் சொல்கிறேன்.

"உன்னைப் பார்க்கவே பயங்கரமாயிருக்கிறது. தெரியுமா?"

நான் தலையை அசைக்கிறேன்.

"என்ன நடந்தது?"

"எனக்கும் அது தெரிந்தால் நன்றாயிருக்கும்."

"என்ன நடந்ததென்றே உனக்குத் தெரியாது. நீ எங்கிருக்கிறாய் என்பதும் உனக்குத் தெரியாது. அதுவொரு பெரிய கதை," நிகழ்ந்தவற்றை தீர்க்கமாக அனுமானித்தவாறே அவள் பேசுகிறாள். "ஆனால் நிச்சயம் ஏதோவொரு சிக்கலில் நீ மாட்டிக் கொண்டிருக்கிறாய், ஆமாம்."

"சர்வநிச்சயமாக," என நான் பதிலுரைக்கிறேன். குறைந்தபட்சம் அதாவது என் மண்டைக்குள் இறங்கினால் சரி.

அமைதி. அத்தனை நேரமும், வெறுப்பு நிறைந்த பார்வையில் என்னை அவள் குளிப்பாட்டுகிறாள். "உண்மையில் உனக்கு

டகாமாட்சுவில் உறவினர்கள் யாருமில்லை, அப்படித்தானே? நீ வீட்டை விட்டு ஓடி வந்திருக்கிறாய்."

மறுபடியும் நான் தலையை அசைக்கிறேன்.

"ஒருமுறை, எனக்கு உன் வயதிருக்கும்போது, வீட்டை விட்டு ஓடிப்போனேன். உனக்குள் என்ன நடக்கிறதென்பதை என்னால் புரிந்து கொள்ள முடிகிறது. எனவேதான் உன்னிடம் எனது அலைபேசி எண்ணைக் கொடுத்து வந்தேன். உனக்கு அது உதவக்கூடும் என்று நினைத்தேன்."

"நிஜமாகவே நானதைப் பாராட்டுகிறேன்." என்று சொல்கிறேன்.

"நான் இச்சிகாவாவில் வசித்தேன், சீபா பிரதேசத்தில். பெற்றோருக்கும் எனக்கும் ஆகவில்லை என்பதோடு பள்ளியையும் நான் வெறுத்தேன், எனவே பெற்றோரிடம் சிறிது பணத்தைத் திருடிக் கொண்டு கிளம்பினேன், என்னால் முடிந்தமட்டும் தொலைவாகச் சென்று விட முயற்சி செய்தேன். அப்போது எனக்கு 16 வயது. ஹொக்காய்டோவில் உள்ள அபஷிரி வரை போனேன். வழியில் நான் பார்க்க நேர்ந்த பண்ணையில் நின்றேன், என்னை அங்கு வேலை பார்க்க அனுமதிக்கும்படி கேட்டேன். என்ன வேண்டுமானாலும் செய்வேனென்று அவர்களிடம் சொன்னேன், கடுமையாக வேலை பார்ப்பேன் என்றும். எனக்கு எந்தச் சம்பளமும் வேண்டாம், தலைக்கு மேல் ஒரு கூரையும் சாப்பாடும் தந்தால் போதும். அங்கிருந்த பெண்மணி என்னிடம் தன்மையாக நடந்து கொண்டாள், என்னை உட்கார வைத்துக் கொஞ்சம் தேநீரும் தந்தாள். இங்கே காத்திரு, என்றாள். அடுத்து எனக்குத் தெரிந்ததெல்லாம் வெளியே ஒரு ரோந்து வாகனம் வந்து நின்று காவலர்கள் என்னை வீட்டுக்கு இழுத்துச் சென்றார்கள் என்பதுதான். இத்தகைய சங்கதியை அந்தப் பெண்மணி எதிர்கொள்வது இது முதன்முறையல்ல என்று வெளிப்படையாகத் தெரிந்தது. பிறகுதான் நானொரு தொழிலைக் கற்றுக்கொள்ள வேண்டுமென்கிற எண்ணம் என்னைத் தாக்கியது, ஆக எங்கு போனாலும் என்னால் எப்போதும் ஒரு வேலையைக் கண்டுபிடிக்க முடியும். எனவே உயர்நிலைப் பள்ளியை விட்டு வெளியேறியவுடன் தொழிற்கல்விக்கூடத்துக்குச் சென்று சிகையலங்கார நிபுணராக

ஆனேன்." மெல்லிய புன்னகையில் அவளுடைய வாயின் முனைகள் சற்றே உயருகின்றன. "பிரச்சினைகளை அணுக ரொம்பச் சரியான வழிமுறைதான் இல்லையா, நீ என்ன நினைக்கிறாய்?"

நான் அவளோடு ஒத்துப்போகிறேன்.

"முழுக்கதையையும் என்னிடம் நீ சொல்வாயா, ஆரம்பம் முதலே?" என்கிறாள், ஒரு சிகரெட்டை வெளியே எடுத்துப் பற்ற வைக்கிறாள். "இதற்கு மேல் இன்றிரவு எனக்குத் தூக்கம் பிடிக்குமென்று தோன்றவில்லை, ஆகவே எல்லாவற்றையும் நான் பொறுமையாகக் கேட்கக்கூடும்."

சகலத்தையும் அவளிடம் நான் விளக்குகிறேன், வீட்டு விட்டு நான் கிளம்பிய சமயந்தொட்டு. என்றாலும், கெட்டசகுனம் பற்றிய பகுதியை மட்டும் தவிர்க்கிறேன். அதை, எனக்குத் தெரியும், யாரிடமும் என்னால் சொல்ல முடியாது.

10

"எனில், நகாடா உன்னைக் கவாமுரா என்றழைத்தால் உனக்குப் பிரச்சினை ஏதுமில்லையே?" உடலில் வரிகளோடும் பழுப்புநிறப் பூனையிடம் இந்தக் கேள்வியை அவர் மறுபடியும் கேட்டார், தனது வார்த்தைகளை மெதுவாகவும் தெள்ளத்தெளிவாகவும் உச்சரித்தார், தன்னால் முடிந்த மட்டும் - புரிந்து கொள்ள ஏதுவான வகையில் - அவற்றைப் பொறுமையாகச் சொன்னார்.

அருகாமையில் ஏதோவொரு பகுதியில் தான் கோமாவைக் கடந்து வந்ததாய் நினைப்பதாக - காணாமல் போன ஒரு-வயது-நிரம்பிய ஆமையோட்டுப் பூனையை - இந்தக் குறிப்பிட்ட பூனை சொல்லியிருந்தது. ஆனால் நகாடாவின் பார்வைக்கோணத்தில், அந்தப் பூனையின் பேச்சு மிகவும் வினோதமாக இருந்தது. அதுவொரு பரஸ்பர உணர்வு, ஏனென்றால் அவரைத் தொடர்வதில் அந்தப் பூனைக்கும் சில சிக்கல்கள் இருந்ததாகத் தோன்றியது. அவர்களின் உரையாடல்கள் ஒன்றுடனொன்று ஒவ்வாதிருந்தன.

"நான் கண்டு கொள்ள மாட்டேன், தலைகளில் நெடிதுயர்ந்தவரே."

"பொறுத்துகொள், ஆனால் நீ சொல்வதை நகாடாவால் புரிந்து கொள்ள முடியவில்லை. என்னை மன்னி, ஆனால் நான் அத்தனை புத்திசாலியல்ல."

"அதுவொரு சூரை, கட்டக்கடைசி வரைக்கும்."

"அனேகமாக நீயொரு சூரை மீனை உண்ண விரும்புவதாகச் சொல்கிறாயா?"

“இல்லை. கைகள் கட்டப்பட்டுள்ளன, முன்பே.”

எல்லாவற்றையும் எளிதில் புரிய வைத்து விடலாம் என்கிற நம்பிக்கையோடு ஒருபோதும் இத்தகைய உரையாடல்களுக்குள் நகாடா நுழைந்ததில்லை. பூனைகளும் மனிதர்களும் ஒருவரோடொருவர் பேச முயற்சி செய்யும்போது சில பிரச்சினைகள் உருவாகுமென்பதை நிச்சயம் நீங்கள் எதிர்பார்க்கத்தான் வேண்டும். கவனிக்க வேண்டிய மற்றொரு முக்கியமான சங்கதி: பேசுவதில் நகாடாவுக்கு இருந்த அடிப்படைச் சிக்கல்கள் – பூனைகளோடு மட்டுமல்ல, மனிதர்களோடும். முந்தைய வாரம் அவருக்கும் ஓட்சுகாவுக்குமிடையே நிகழ்ந்த எளிமையான உரையாடல் விதிமுறைகளை மீறி என்றாவது நிகழும் விஷயம், ஏனென்றால் ஒவ்வொரு முறையும் ஒரு எளிய தகவலைக் கடத்துவது கூட பெரும்பாடாக இருக்கும். மோசமான தினங்களின்போது, கால்வாயின் எதிரெதிர் கரைகளில் நிற்கும் இரு மனிதர்கள் பலத்த காற்றை மீறி ஒருவரை நோக்கி மற்றொருவர் உரக்கக் கூச்சலிடுவதைப் போலிருக்கும். இன்றைய தினம் அப்படியான நாட்களில் ஒன்றாகும்.

ஏனென்று அவரால் உறுதியாகச் சொல்ல முடியவில்லை, ஆனால் நம்மை ஒத்த அலைவரிசைக்குள் கொண்டு வர ரொம்பச் சிரமமானவை உடலில் வரிகளோடும் பழுப்புநிறப் பூனைகளே. கறுப்புப்பூனைகளைப் பொறுத்த வரை பெரும்பாலும் எல்லாம் சுமூகமாகத்தான் இருந்தன. எல்லாவற்றையும் விட எளிது சயாமீஸ் பூனைகளோடு தொடர்பு கொள்வதே, ஆனால் துரதிர்ஷ்டவசமாக திக்கற்றுத் தெருவில் அலையும் சயாமீஸ் பூனைகள் எண்ணிக்கையில் பெரிதாயில்லை, எனவே அவற்றோடுத் தொடர்பு கொள்ளும் வாய்ப்பும் அடிக்கடி கிடைக்காது. சயாமீஸ் அனேகமும் வீட்டில் வளர்க்கப்பட்டன, நன்கு கவனித்துக் கொள்ளப்பட்டன. மேலும் விளங்கிக்கொள்ள முடியாத காரணத்துக்காக, தெருவில் சுற்றித்திரியும் பூனைகளின் பெரும்பாலான எண்ணிக்கையை உடலில் வரிகளோடும் பழுப்புநிறப் பூனைகளே ஆக்கிரமித்திருந்தன.

என்ன எதிர்பார்க்கலாம் எனத் தெரிந்திருந்தும் கவாமுராவைப் புரிந்து கொள்ள நகாடாவுக்குச் சாத்தியமற்றிருந்தது. தனது

வார்த்தைகளை அது மிக மோசமாக உச்சரித்தது, ஒவ்வொன்றுக்கும் என்ன அர்த்தமென்பதையும் அவற்றினிடையே இருக்கக்கூடிய தொடர்பையும் நகாடாவால் விளங்கிக் கொள்ள முடியவில்லை. பூனை சொன்ன வார்த்தைகள் அனேகமும் வாக்கியங்களென்பதை விடப் புதிர்களாக ஒலித்தன. இருந்தபோதும், நகாடா மட்டற்ற பொறுமையோடிருந்தார், அவரிடம் நிறைய நேரம் மிச்சமிருந்தது. அதே கேள்வியை அவர் தொடர்ச்சியாகக் கேட்டார், திரும்பத் திரும்ப, பூனையையும் அதன் பதிலை திரும்பத் திரும்பச் சொல்ல வைத்தார். குடியிருப்புப்பகுதியில் குழந்தைகளுக்கான சிறிய பூங்காவைச் சுட்டும் எல்லைக்கல்லின் மீது அவர்களிருவரும் அமர்ந்திருந்தார்கள். கிட்டத்தட்ட ஒரு மணி நேரமாக அவர்கள் பேசிக் கொண்டிருந்தார்கள், ஒரே சங்கதியைத்தான் சுற்றிச்சுற்றி வந்தார்கள்.

"கவாமுரா என்பது நான் உன்னை அழைக்கப் பயன்படுத்தும் பெயர் மட்டுமே. அதற்கு எந்த அர்த்தமுமில்லை. எளிதில் நினைவு வைத்துக் கொள்வதற்காக நகாடா ஒவ்வொரு பூனைக்கும் ஒரு பெயரை வைப்பான். இதனால் உனக்கு எந்தப் பிரச்சினையும் வராது, சத்தியமாகச் சொல்கிறேன். வெறுமனே உன்னை அவ்வாறு அழைக்க விரும்புகிறேன், அதில் உனக்கு ஏதும் சிக்கல் இல்லையெனில்."

பதிலுக்கு,விளங்கிக் கொள்ளவியலாத எதையோ கவாமுரா முணுமுணுத்தபடி இருந்தது, மேலும் அது அப்போதைக்கு முடியாததைப் போலத் தெரிந்ததால் நகாடா விரைவாகக் குறுக்கிட்டார், கோமாவின் புகைப்படத்தை மீண்டும் ஒரு முறை கவாமுராவிடம் காட்டுவதன் மூலம் பேச்சை முன்னெடுத்துச் செல்ல முயன்றார்.

"திருவாளர் கவாமுரா, இது கோமா. நகாடா தேடும் பூனை இவள்தான். ஒரு-வயது-நிரம்பிய ஆமையோட்டுப் பூனை. நோகாடாவின் 3-சோம் அண்டைப்பகுதியைச் சேர்ந்த கோய்சுமிக்கள் அவளின் உரிமையாளர்கள், கொஞ்ச காலத்துக்கு முன்னால் அவளைத் தொலைத்து விட்டார்கள். திருமதி கோய்சுமி ஜன்னலைத் திறந்தபோது பூனை தாவிக் குதித்து ஓடி விட்டது. ஆக மீண்டும் ஒரு முறை உன்னைக் கேட்க விரும்புகிறேன், இந்தப் பூனையை நீ பார்த்திருக்கிறாயா?"

கவாமுரா மீண்டும் புகைப்படத்தை உற்றுப்பார்த்து தலையை அசைத்தது.

"இதுவொரு சூரையென்றால், க்வா'முரா பிணைக்கப்படுகிறான். பிணைத்த பிறகு, கண்டுபிடிக்கும் முயற்சி."

"மன்னித்துக் கொள், ஆனால் சற்று முன்பு நான் சொன்னதுபோல, நகாடா அத்தனை புத்திசாலியல்ல, எனவே நீ சொல்ல வருவதை இன்னதென்று நல்ல முறையில் என்னால் புரிந்து கொள்ள முடியவில்லை. மீண்டும் ஒருமுறை சொல்கிறாயா?"

"இதுவொரு சூரையென்றால், க்வா'முரா முயற்சிப்பான். கண்டுபிடிக்க முயற்சி செய்து பிணைத்து வைப்பான்."

"சூரை என்றால், மீனைச் சொல்கிறாயா?"

"சூரையை முயற்சி செய்கிறான், அதைப் பிணைப்பான், க்வா'முரா."

ஒட்ட வெட்டிய, நரை கலந்த கேசத்தைத் தேய்த்தவாறே நகாடா குழம்பினார். என்ன செய்தால் இந்த சூரை எனும் புதிரை அவிழ்ப்பதோடு புதிர்நெறியாக மாறியிருக்கும் இந்த உரையாடலில் இருந்து அவர் தப்பிக்கக்கூடும்? ஆனால் எத்தனைச் சிரமப்பட்டு யோசித்தாலும், அவருக்கு எவ்விதத் தடயங்களும் கிட்டவில்லை. சொல்லப் போனால், தர்க்கரீதியாக யோசித்துப் புதிர்களைத் தீர்ப்பதென்பது ஒருபோதும் அவருடைய பலமாக இருந்ததில்லை. முழுக்கவே இதைப் பற்றிய எந்தக் கவலையுமின்றி, பின்னங்கால் ஒன்றைத் தூக்கி தாடைக்குக் கீழிருந்த பகுதியைக் கவாமுரா அழுத்திச் சொறிந்து கொண்டது.

அப்போதுதான் தனக்குப் பின்னால் ஒரு சிறிய நகைப்பொலி கேட்டதாக நகாடா நினைத்தார். திரும்பிப் பார்த்தார், ஒரு வீட்டை அடுத்திருந்த தாழ்வான கற்காரைச் சுவரின் மீதமர்ந்து, அழகிய, ஒல்லியானதொரு சயாமீஸ் பூனை குறுகிய கண்களால் தன்னைப் பார்ப்பதை அவர் கண்டுகொண்டார்.

"குறுக்கிடுவதற்கு மன்னிக்கவும், ஆனால் ஒருவேளை நீங்கள்தான் திரு நகாடாவா?" சயாமீஸ் உறுமியது.

"ஆமாம், சரிதான். என் பெயர் நகாடா. உன்னைச் சந்தித்ததில் மகிழ்ச்சி."

"நானும் கூடத்தான், நிச்சயமாக." சயாமீஸ் பதிலளித்தது.

"இன்று காலை தொடங்கி மேகமூட்டமாக இருக்கிறது, ஆனால் சீக்கிரம் மழையைப் பார்ப்போம் என நான் நினைக்கவில்லை." என்றார் நகாடா.

"மழை பெய்யாதென்றே நானும் நம்புகிறேன்."

அந்த சயாமீஸ் நடுத்தர வயதை நெருங்கிக் கொண்டிருந்த ஒரு பெண் பூனை. பெருமிதத்தோடு தனது வாலை உயர்த்திய அந்தப்பூனை பெயர் அட்டையுடன் கூடிய கழுத்துப்பட்டையை அணிந்திருந்தது. அழகிய அவயங்களோடு ஒல்லியாக இருந்த மிருகத்தின் உடலில் தேவைக்கதிகமான கொழுப்பென்று ஒரு வீசம் கூட இல்லை.

"தயைகூர்ந்து என்னை மிமி என்றழையுங்கள். லா பொஹெமேவின் (La Boheme – இத்தாலிய இசை நாடகம்) மிமி. அவளைப் பற்றி ஒரு பாடல் கூட இருக்கிறது: 'மி சியாமனோ மிமி'."

"ஓஹோ," என்றார் நகாடா, நிஜமாகவே என்னவென்று புரியாமல்.

"புச்சினியின் இசை நாடகம், தெரியுமா. என் முதலாளி இசை நாடகங்களின் பெரிய விசிறி," சொல்லி விட்டு மிமி நட்புணர்வுடன் சிரித்தது. "உங்களுக்கு பாடிக் காட்டலாம், ஆனால் துரதிர்ஷ்டவசமாக நான் அப்படியொன்றும் பெரிய பாடகியில்லை."

"உன்னைச் சந்தித்ததில் நகாடா மிகவும் மகிழ்கிறான், மிமி-சான்."

"நானும் கூட, திரு நகாடா."

"நீ அருகில்தான் வசிக்கிறாயா?"

"ஆமாம், அதோ அங்கிருக்கும் இரண்டு-மாடி வீட்டில். டானாபேக்களின் வீடு. உங்களுக்குத் தெரிகிறதுதானே?

முன்பகுதியில் பழுப்புநிற பி.எம்.டபுள்யூ 530 நின்றிருக்கும் வீடு?"

"ஓஹோ," நகாடா மீண்டும் சொன்னார். அவருக்கு பி.எம்.டபுள்யூ என்றால் என்னவென்று தெரியாது, ஆனால் பழுப்பு-நிற மகிழுந்தைப் பார்க்கத்தான் செய்தார். பூனை சொன்னது அதுவாகத்தான் இருக்க வேண்டும்.

"திரு நகாடா," மிமி சொன்னது, "சுய-சார்புடையவளாக அறியப்பட்டவள் நான், அல்லது அனேகமாக ரொம்பத் தனிமுறைப்பட்ட வகையைச் சேர்ந்த பூனை எனவும் நீங்கள் சொல்லக்கூடும், பொதுவாக மற்றவர்களின் விவகாரங்களில் நான் தலையிடுவதில்லை. ஆனால் அந்தச் சின்னப்பயல் – கவாமுரா என்று நீங்கள் அழைத்ததாக நான் நம்புகிறவன்? – இந்தக் குப்பைத்தொட்டியில் உள்ள பூனைக்குட்டிகளில் மிகுந்த அறிவாளி என்று நான் சொல்லக்கூடியவன் அல்ல. அந்தப்பூனை ரொம்பச் சிறுவனாயிருந்தபோது ஒரு குழந்தை தனது மிதிவண்டியோடு அவன் மீது மோதி விட்டது, பாவப்பட்ட ஜீவன், தலையைக் கொண்டு போய் ஏதோ கற்காரையில் இடித்துக் கொண்டான். அது தொடங்கி அவன் தன்னிலையில் ஒழுங்காக இருந்ததில்லை. ஆக அவனிடம் எத்தனை பொறுமையாக இருந்தாலும், அப்படித்தான் இருக்கிறீர்கள் என்பதையும் நான் கவனித்தேன், நீங்கள் எங்கும் சென்றடைய முடியாது. நானும் கொஞ்ச நேரமாகப் பார்த்துக் கொண்டுதான் இருக்கிறேன், இனிமேலும் சும்மா உட்கார்ந்திருக்க முடியாதென்று நினைக்கிறேன். இவ்வாறு செய்வது அதிகப்பிரசங்கித்தனம் என்பது எனக்குத் தெரியும், ஆனால் நான் ஏதாவது சொல்லித்தான் ஆக வேண்டும்."

"இல்லை, தயைகூர்ந்து அப்படி நினைக்காதே. என்னிடம் நீ சொன்னதற்காக மகிழ்ச்சியடைகிறேன். கவாமுரா போல நகாடாவும் முட்டாள்தான் என்றே அச்சங்கொள்கிறேன், மற்ற மனிதர்களின் உதவியின்றி அவனால் காலந்தள்ள முடியாது. எனவேதான் ஒவ்வொரு மாதமும் ஆளுநரிடமிருந்து நான் *மா நியம்* பெறுகிறேன். ஆகவே உன்னுடைய மதிப்பீட்டைக் கேட்பதில் நான் மிகுந்த மகிழ்ச்சியடைகிறேன், மிமி."

"நீங்களொரு பூனையைத் தேடுகிறீர்கள் என்பதாகப் புரிந்து கொள்கிறேன்," என்றது மிமி. "நான் ஒட்டுக் கேட்கவில்லை, புரிகிறதா, ஆனால் இங்கு படுத்துத் தூங்கும்போது நீங்கள் பேசியது வெறுமனே என் காதில் விழ நேர்ந்தது. கோமா, அதுதான் நீங்கள் சொன்ன பெயரென்று நினைக்கிறேன்?"

"ஆமாம், சரிதான்."

"அத்துடன் கவாமுரா கோமாவைப் பார்த்திருக்கிறான்?"

"அப்படித்தான் அவன் என்னிடம் சொன்னான். ஆனால் அதற்குப் பிறகு அவன் சொன்னதை இன்னதென்று நகாடாவால் பகுத்தறிய முடியவில்லை."

"உங்களுக்கு ஏதும் பிரச்சினை இல்லையென்றால், திரு நகாடா, நான் ஏன் உள்ளே நுழைந்து அவனோடு பேச முயற்சிக்கக்கூடாது? தங்களுக்குள் தொடர்பு பரிமாறிக் கொள்ள இரண்டு பூனைகளுக்கு மிக எளிதாயிருக்கும், மேலும் அவன் பேசும் வழிமுறையும் எனக்கு ஓரளவு பரிச்சயமான ஒன்றே. எனவே ஏன் நான் அவனிடம் மெல்லப் பேச்சுக் கொடுத்து அதன் சாராம்சத்தை உங்களிடம் சொல்லக்கூடாது?"

"ரொம்ப உதவியாக இருக்கும், நிச்சயமாக."

மெல்லத் தலையசைத்து விட்டு அந்த சயாமீஸ் ஒரு பாலே நடனக்காரியின் சுறுசுறுப்போடு கற்காரை சுவரிலிருந்து கீழே தாவிக் குதித்தது. கறுப்புநிற வால் கொடிக்கம்பம் போல நட்டமாக நிமிர்ந்து நிற்க, சாவகசமாக நடந்து போய் கவாமுராவுக்கு அருகாமையில் தரையில் அமர்ந்தது. உடனடியாக அது மிமியின் புட்டத்தை முகர ஆரம்பித்தது, ஆனால் சயாமீஸ் ஒரு வலுவான அடியை அதன் கன்னத்தில் வீச இளைய பூனை தனக்குள் சுருங்கியது. சிறிய இடைவெளி கூட இல்லாமல் மிமி இன்னொரு அடியை அதன் மூக்கின் மேல் இறக்கியது.

"இப்போது இங்கே கவனி, மூளையில்லாத முண்டமே! ஒன்றுக்கும்-ஆகாத நாற்றம் பிடித்தவனே!" சீறிய மிமி பிறகு நகாடாவிடம் திரும்பியது. "யாருக்கு இங்கே அதிகாரம் உண்டென்பதை நேரடியாகச் சொல்ல வேண்டும் அல்லது உங்களால் ஒருபோதும் எங்கும் நகர முடியாது. இல்லையெனில்

உங்களிடம் போதையிலிருப்பது போல அவன் உளறிக் கொண்டிருப்பான், உங்களுக்குக் கிடைப்பதெல்லாம் வெறும் பிதற்றல்கள் மட்டுமே. இப்படி இருப்பது அவனுடைய தவறல்ல, நானும் அவனுக்காக வருந்துகிறேன், ஆனால் நம்மால் என்ன செய்ய முடியும்?"

"ஓஹோ," என்றார் நகாடா, எதைத் தான் ஆமோதிக்கிறோமென்பதை உறுதிபடச் சொல்ல முடியாதவராக.

இரண்டு பூனைகளும் உரையாடத் தொடங்கின, ஆனால் அவை மிக விரைவாகவும் மென்மையாகவும் பேசியதால் நகாடாவால் எதையும் புரிந்து கொள்ள முடியவில்லை. கண்டிப்பான குரலில் மிமி கவாமுராவை வாட்டி எடுக்க இளைய பூனையோ மருண்டு பதிலளித்தது. எந்தவொரு தயக்கமும் அதற்கு முகத்தில் மற்றுமொரு இரக்கமற்ற அறையைப் பெற்றுத் தந்தது. இந்த சயாமீஸ் பூனை மிகவும் தந்திரம் நிரம்பியதாயிருந்தது, உடன் கற்றறிந்ததாகவும். இதுவரை நகாடா வாழ்வில் எத்தனையோ பூனைகளைச் சந்தித்திருக்கிறார், ஆனால் இசைநாடகங்களைக் கேட்கிற, மகிழுந்தின் வகைமாதிரிகளை அறிந்த பூனையை இதற்கு முன் அவர் பார்த்ததேயில்லை. ஈர்க்கப்பட்டவராக, உற்சாகம் ததும்பும் ஆற்றலோடு தனது காரியங்களில் மிமி ஈடுபடுவதை அவர் கூர்ந்து கவனித்தார்.

தான் கேட்க வேண்டியதையெல்லாம் கேட்டு முடித்த மறுகணம் மிமி அந்த இளைய பூனையைத் துரத்தியடித்தது. "ஒழுங்காகப் போய்ச் சேர்!" துடுக்குடன் அது சொல்ல கவாமுரா விசனத்துடன் தெறித்தோடியது.

நகாடாவின் மடியில் உடலைப் புதைத்து மிமி வாகாக அமர்ந்து கொண்டது. "அதன் சாரத்தைப் பிடித்து விட்டதாகவே நினைக்கிறேன்."

"மிகவும் கடமைப்பட்டிருக்கிறேன்," என்றார் நகாடா.

"அந்தப் பூனை – கவாமுரா, அதாவது – சாலையின் கடைசியில் உள்ள புல்படர்ந்த பகுதியில் கோமாவை பல தடவை தான் பார்த்திருப்பதாக அவன் சொன்னான். கட்டடம் கட்டத் திட்டமிட்டுக் கொண்டிருக்கும் காலி மனை அது.

ஒரு கட்டுமான முதலாளி, மகிழுந்து நிறுவனமொன்றின் உதிரிபாகங்கள் கிட்டங்கியை விலைக்கு வாங்கி இடித்துத் தள்ளி விட்டு, அங்கே உயர்தர வணிகவளாகத்தைக் கட்ட எண்ணியிருந்தார். குடிமக்கள் இயக்கம் இந்தத் திட்டத்தை எதிர்த்தது, எனவே சட்டப் போராட்டத்துக்குப் பிறகு கட்டுமானம் நிறுத்தி வைக்கப்பட்டுள்ளது. இந்நாட்களில் எல்லாப் பக்கமும் நிகழும் வகையிலான சங்கதிதான். மனையில் புற்கள் அளவுமீறி வளர்ந்திருப்பதால் மனிதர்கள் அரிதாகத்தான் அந்தப் பக்கம் போவார்கள், ஆகவே அண்டைப்பகுதியைச் சேர்ந்த – தெருவில் சுற்றித் திரியும் – எல்லோருக்கும் சந்திக்க அதுவொரு கச்சிதமான ஊடாட்டப்பகுதி. நிறைய பூனைகளோடு நான் நட்பு பாராட்டுவதில்லை, மேலும் உண்ணிகளை உடலில் வாங்கிக் கொள்ளவும் விரும்புவதில்லை, எனவே எப்போதாவது வெகு அரிதாகத்தான் அங்கு செல்வேன். உங்களுக்கு நன்றாகத் தெரியும், உண்ணிகள் கெட்ட பழக்கவழக்கங்களைப் போன்றவை – ஒருமுறை வந்தால் அவற்றை விட்டொழிப்பது ரொம்பக் கடினமான காரியம்."

"ஓஹோ," என்றார் நகாடா.

"புகைப்படத்தில் உள்ளதைப் போலவே அந்தப்பூனை இருப்பதாக என்னிடம் அவன் சொன்னான் – உண்ணிகளை விரட்டும் கழுத்துப்பட்டையை அணிந்த, பயந்தாங்கொள்ளியான, அழகிய, இளம் ஆமையோட்டுப்பூனை. அத்தனை நன்றாகப் பேசக்கூடியதாகவும் தெரியவில்லை போல. வீட்டுக்குத் திரும்பும் வழியைக் கண்டுபிடிக்கத் தெரியாததொரு அப்பாவிப் பூனை அது என்பதை யாராலும் புரிந்து கொள்ள முடியும்."

"அடடா, இது எப்போது நடந்தது?"

"கடைசியாக மூன்று அல்லது நான்கு நாட்களுக்கு முன்னால் அவன் அந்தப் பூனையைப் பார்த்ததாகத் தெரிகிறது. கவாமுரா அத்தனை புத்திசாலி இல்லையென்பதால், சரியான நாட்கணக்கை அவனால் சொல்ல முடியவில்லை. ஆனால் மழை பெய்ததற்கு அடுத்த நாள் என்று அவன் சொன்னான், எனவே அது திங்கட்கிழமையாக இருக்குமென நினைக்கிறேன். ஞாயிற்றுக்கிழமை நல்ல மழை பெய்தது எனக்கு நினைவிருக்கிறது."

“வாரத்தின் நாட்கள் குறித்து நகாடாவுக்குத் தெரியாது, ஆனால் அந்த சமயத்தில் மழை பெய்ததென்றே நினைக்கிறேன். அதன் பிறகு அவளை அவன் பார்க்கவில்லையா?”

“அதுதான் கடைசி. மற்ற பூனைகளும் கூட அதன்பிறகு பார்க்கவில்லை என்கிறான். அவனொரு உளறுவாயன், ஒன்றுக்கும்-ஆகாத பூனை, ஆனால் நான் முடிந்தமட்டும் அவனை நெருக்கினேன், அவன் சொன்னதில் பெரும்பகுதி உண்மை என்றே நம்புகிறேன்.”

“நிஜமாகவே நான் உனக்கு நன்றி சொல்ல விரும்புகிறேன்.”

“தேவையில்லை – எனக்கும் அதில் மகிழ்ச்சியே. பெரும்பாலான சமயங்களில் நான் பேசுவதற்கு என்னைச் சுற்றிலும் இந்த உதவாக்கரை பூனைகளின் கூட்டம்தான் இருக்கும், மேலும் எந்த விசயத்திலும் எங்களுக்குள் ஒத்துப் போனதில்லை. எனக்கு அது பயங்கரமாக எரிச்சலூட்டும். எனவே உங்களைப் போன்ற அறிவுக்கூர்மையுள்ள மனிதரிடம் பேச முடிந்ததில் புதிய காற்றைச் சுவாசித்தது போல உணர்கிறேன்.”

“ஓஹோ,” என்றார் நகாடா. “இன்னும் நகாடாவுக்குப் புரியாத சங்கதி ஒன்று இருக்கிறது. திரு கவாமுரா திரும்பத் திரும்ப சூரையைப் பற்றிச் சொல்லிக் கொண்டிருந்தான், உண்மையில் அவன் மீனைப் பற்றித்தான் பேசினானா?”

மிமி மிகுந்த சோம்பலோடு தன் இடது முன்காலைத் தூக்கியது, உட்பாதத்தின் இளஞ்சிவப்பு நிறத்தைப் பரிசோதிப்பது போல, பிறகு ஏளனமாக நகைத்தது. “அந்தச் சுள்ளானின் சொற்தொகுதி அப்படியொன்றும் விரிவானதில்லை என நான் அச்சங்கொள்கிறேன்.”

“சொற்தொகுதி?”

“அவனுக்குத் தெரிந்த வார்த்தைகளின் எண்ணிக்கை ரொம்பக் குறைவு, அதைத்தான் நான் சொல்ல வருகிறேன். ஆகவே அவனுக்குச் சாப்பிட நன்றாயிருக்கும் எதுவுமே சூரைமீன்தான். உணவைப் பொறுத்தமட்டில், சூரைமீனே அவனுக்குச் சுவையின் உச்சம். ஊரா மீன், போத்தா மீன் அல்லது கீரை மீன் என்றெல்லாம் வகைகள் இருப்பது கூட அவனுக்குத் தெரியாது.”

நகாடா தொண்டையைச் செருமினார். "உண்மையில், நகாடாவுக்கும் சூரைமீன் ரொம்பப் பிடிக்கும். சொல்லப்போனால், விலாங்கு மீனும் கூட."

"எனக்கும் விலாங்கு மீன் பிடிக்கும். ஆனால் அது எல்லாக் காலங்களிலும் நாம் சாப்பிடக்கூடிய வகையைச் சேர்ந்ததல்ல."

"உண்மைதான். எல்லாக் காலங்களிலும் அதைச் சாப்பிட முடியாது."

இருவரும் சிறிது நேரம் அமைதியாயிருந்தார்கள், விலாங்குமீனைப் பற்றிய சிந்தனைகள் கடந்து போனத் தருணங்களை ஆக்கிரமித்துக் கொண்டன.

"போகட்டும், அந்தப் பூனை சொல்ல வந்தது இதுதான்," என்றது மிமி, திடீரென்று நினைவு திரும்பியதைப் போல, "அண்டைப்பகுதியின் பூனைகள் அந்தக் காலி மனையில் கூடுவதை வழக்கமாக்கிக் கொண்ட சில நாட்களில், பூனைகளைப் பிடிக்கும் மோசமானதொரு மனிதன் அங்கு வந்திருக்கிறான். அவன் கோமாவைத் தூக்கிப் போயிருக்கலாமென மற்ற பூனைகள் நம்புகின்றன. சாப்பிடுவதற்கு எதையாவது தருவதைப் போல அவற்றை அந்த மனிதன் கவர்கிறான், பிறகு பெரிய சாக்குப்பைக்குள் அவற்றைப் போட்டு அடைக்கிறான். பூனைகளைப் பிடிப்பதில் அவன் தேர்ந்தவனாயிருக்கிறான், ஆக, பசியோடு இருக்கக்கூடிய, கோமாவைப் போன்றதொரு அப்பாவி பூனை எளிதாக இவ்வலையில் மாட்டிக் கொள்ளும். இந்தச் சுற்றுப்புறத்தில் வசிக்கும் தெருவோரப் பூனைகள் கூட, பொதுவாக அவை மிகுந்த விழிப்போடிருப்பவை, தங்களில் இருவரை இந்த மனிதனிடம் இழந்திருக்கின்றன. இது ரொம்பக் கொடூரமானது, ஏனெனில் பூனைகளைப் பொறுத்தவரை ஒரு பைக்குள் திணிக்கப்படுவதை விட மோசமான சங்கதி வேறெதுவும் இருக்க முடியாது."

"ஓஹோ," என்றார் நகாடா, மீண்டும் உள்ளங்கையால் தனது நரை கலந்த கேசத்தைத் தேய்த்துக் கொண்டார். "ஆனால் பூனைகளைப் பிடித்த பிறகு அவற்றை வைத்துக் கொண்டு இந்த மனிதன் என்ன செய்கிறான்?"

"அது எனக்குத் தெரியாது. பழங்காலத்தில் பூனையின் தோலைக் கொண்டு ஷாமிசென் (Shamisen – ஜப்பானின் பாரம்பரிய இசை வாத்தியம்) தயாரிப்பார்கள், ஆனால் இந்நாட்களில் யாரும் பெரிதாக ஷாமிசென்களை வாசிப்பதில்லை. தவிரவும், இப்போது முக்கியப் பொருளென நெகிழியைப் பயன்படுத்துவதாகக் கேள்விப்பட்டேன். உலகின் சில பகுதிகளில் மனிதர்கள் பூனைகளை உண்கிறார்கள், நல்ல வேளையாக, ஜப்பானில் இல்லை. ஆக உள்நோக்கம் என்பதிலிருந்து இவையிரண்டையும் நாம் தூக்கி விடலாம். மிச்சமிருப்பது, என் யோசனையில்... அறிவியல் பரிசோதனைகளில் பூனைகளை மனிதர்கள் பயன்படுத்தக்கூடும். நிறைய பரிசோதனைகளில் பூனைகள் பயன்படுத்தப்படுகின்றன. சொல்லப்போனால், என் நண்பர்களில் ஒருவன் கூட டோக்கியோ பல்கலைக்கழகத்தின் உளவியல் ஆய்வுகளில் பயன்படுத்தப்பட்டான். மிகப் பயங்கரமான அனுபவம், ஆனால் அது பெரிய கதையென்பதால் இப்போது அதற்குள் நான் போகவில்லை. உளப்பிறழ்வாளர்களும் உண்டு – நிறைய பேர் என்று சொல்லவில்லை, புரிகிறதா – வெறுமனே பூனைகளைத் துன்புறுத்துவதில் இன்பமடைபவர்கள். எடுத்துக்காட்டுக்கு, ஒரு பூனையைப் பிடித்து அதன் வாலை வெட்டி விடுவார்கள்."

"அதை வெட்டிய பிறகு என்ன செய்வார்கள்?"

"ஒன்றுமில்லை. வெறுமனே பூனைகளைத் துன்புறுத்தவும் காயப்படுத்தவும் செய்வார்கள். ஏதோ காரணத்துக்காக அவர்களுக்கு அது மனநிறைவைத் தருகிறது. அதுபோன்ற திருகலான மனிதர்களும் இவ்வுலகில் வாழ்கிறார்கள் என்பதில் நான் சஞ்சலம் கொள்கிறேன்."

நகாடா இது குறித்துக் கொஞ்சம் யோசித்தார். ஒரு பூனையின் வாலை வெட்டுவதில் என்ன சந்தோசம் இருக்க முடியும்? "ஆக நீ சொல்வது என்னவென்றால் இந்தத் திருகலான மனிதன் ஒருவேளை கோமாவைத் தூக்கிச் சென்றிருக்கலாம் என்கிறாயா?" என்று கேட்டார்.

தனது நீண்ட வெண்ணிற மீசைமயிர்களை முறுக்கியவாறே மிமி முகத்தைச் சுளித்தது. "அதை நான் யோசிக்கவோ அல்லது கற்பனை கூட செய்யவோ விரும்பவில்லை,

ஆனால் அது சாத்தியம்தான். திரு நகாடா, நான் குறைந்த வருடங்களே வாழ்ந்திருக்கிறேன் என்றாலும் ஒருபோதும் என்னால் கற்பனை செய்யவியலாத பயங்கரமான விசயங்களைப் பார்த்திருக்கிறேன். நிறைய மனிதர்கள் பூனைகளைப் பார்த்து ஆஹா என்ன வாழ்க்கை என்று நினைக்கிறார்கள் – நாங்கள் செய்வதெல்லாம் சூரியனில் படுத்துக் கிடப்பதுதான், விரலைக் கூட அசைக்காமல். ஆனால் பூனைகளின் வாழ்வு அத்தனை சோம்பலானதல்ல. பூனைகள் ஆற்றலும் வலுவுமற்ற சின்னஞ்சிறு ஜீவன்கள், எளிதில் காயம்படக்கூடியவை. ஆமைகளைப் போல் ஓடுகளோ பறவைகளைப் போல் சிறகுகளோ எங்களுக்குக் கிடையாது. மூஞ்சூறுகளைப் போலத் தரையில் குழிபறிக்கவோ அல்லது பச்சோந்தியைப் போல நிறத்தை மாற்றவோ எங்களால் முடியாது. ஒவ்வொரு நாளும் எத்தனை பூனைகள் காயமடைகின்றன என்பது இவ்வுலகுக்குத் தெரியாது, எங்களில் எத்தனை பேர் மோசமான முடிவுகளைச் சந்திக்கிறோம் என்பதும். அன்பும் நட்புணர்வும் கூடிய டானாபேக்களின் குடும்பத்தோடு வாழ நான் கொடுத்து வைத்திருக்க வேண்டும், குழந்தைகள் என்னை நன்றாகக் கவனிக்கிறார்கள், எனக்குத் தேவையான எல்லாமும் என்னிடமுள்ளது. ஆனால் எனது வாழ்வும் அத்தனை எளிதானதல்ல. என்றாகிலும், தெருவோரப் பூனைகளைப் பொறுத்தமட்டில், மிகக் கடுமையான சூழ்நிலைகளை அவை சந்திக்கின்றன.''

“நீ மிகத் திறமையானவள், இல்லையா, மிமி?'' என்றார் நகாடா, சயாமீஸின் சொற்சாதுரியத்தால் ஈர்க்கப்பட்டவராக.

“இல்லை, நிஜமாக இல்லை,'' சங்கடத்தில் தனது கண்களைக் குறுக்கியவாறே மிமி பதிலளித்தது. “தேவைக்கு அதிகமான நேரத்தைத் தொலைக்காட்சியின் முன்னால் செலவிடுவேன் என்பதால் இப்படியாகி விடுகிறது – உபயோகமற்ற தகவல்கள் எனது தலையை ஆக்கிரமிக்கின்றன. நீங்கள் எப்போதாவது தொலைக்காட்சி பார்ப்பதுண்டா, திரு நகாடா?''

“இல்லை, நகாடா தொலைக்காட்சி பார்ப்பதில்லை. தொலைக்காட்சியில் மனிதர்கள் மிகவும் விரைவாகப் பேசுவார்கள், என்னால் அவர்களைத் தொடர முடிவதில்லை.

நானொரு மூடன், என்னால் வாசிக்க முடியாது, ஆக நம்மால் வாசிக்க முடியாதென்னும்போது தொலைக்காட்சியால் எந்தப் பயனுமில்லை. சில நேரங்களில் வானொலி கேட்பேன், ஆனால் அங்கும் வார்த்தைகள் மிக வேகமாக ஒலிப்பது எனக்குச் சோர்வூட்டும். ஆக இதில் ஈடுபடுவதைத்தான் நான் பெரிதும் தேர்ந்தெடுப்பேன் – வெளியில் ஒரு பூனையோடு சந்தோசமாக உரையாடுவதை, வானுக்குக் கீழே."

"உண்மைதான்," என்றது மிமி.

"அதுதான் சரி," நகாடா பதிலளித்தார்.

"கோமா நலமாயிருக்க வேண்டுமென்று நான் உண்மையாக வேண்டுகிறேன்."

"மிமி, நகாடா அந்த காலிமனையைப் பார்க்கப் போகிறான்."

"சிறியவனின் வார்த்தைகளில் சொன்னால், இந்த மனிதன் நல்ல வளர்த்தி, வினோதமாக உயர்ந்தோங்கியத் தொப்பியும் நீளமான தோற்காலணிகளும் அணிந்திருப்பான். மேலும் விரைந்து நடப்பான். இயல்புமீறியத் தோற்றத்தால் பார்த்தவுடன் அவனை நீங்கள் சரியான முறையில் அடையாளங்காணலாம் என்று கவாமுரா என்னிடம் சொன்னான். காலி மனையில் கூடும் பூனைகள் அவன் வருவதைக் கண்டால் சகல திசைகளிலும் தெறித்தோடும். ஆனால் புதியவர்களுக்கு அது குறித்துப் போதிய விவரங்கள் தெரிந்திருக்காது..."

நகாடா இந்தத் தகவலைத் தான் மறந்திடாத வகையில், கவனமாக அதை மடித்து, தனது தலையின் முன் இழுப்பறைக்குள் சேமித்து வைத்தார். *இந்த மனிதன் ரொம்ப வளர்த்தி, வினோதமாக உயர்ந்தோங்கியத் தொப்பியும் நீளமான தோற்காலணிகளும் அணிந்திருக்கிறான்...*

"ஓரளவுக்கு நான் உதவியிருப்பதாக நம்புகிறேன்," என்றது மிமி.

"நீ செய்திருக்கும் யாவற்றையும் நகாடா பாராட்டுகிறான். மனமிரங்கி நீயாக வந்து பேசாமல் போயிருந்தால் இன்னும் நான் சூரைமீனைத்தான் சுற்றிச் சுற்றி வந்திருப்பேன். உனக்கு நன்றிக்கடன்பட்டிருக்கிறேன்."

“என்னுடைய யோசனை என்னவென்றால்,” உயர்த்திய புருவங்களோடு நகாடாவை உற்று நோக்கிய மிமி சொன்னது, “அடிப்படையில் இந்த மனிதன் ஒரு தொல்லை. மிகப் பெரிய தொல்லை. உங்களால் யோசிக்க முடிந்ததைக் காட்டிலும் இவன் ஆபத்தானவன். நானாயிருந்தால் அந்தக் காலிமனைக்கு அருகில் கூட ஒருபோதும் போக மாட்டேன். ஆனால் நீங்கள் ஒரு மனிதர், சொல்லப் போனால், இதுதான் உங்கள் பணியும் கூட, ஆனால் நீங்கள் எல்லா முன்னெச்சரிக்கை நடவடிக்கைகளையும் மனதில் கொள்வீர்களென நம்புகிறேன்.”

“மிகுந்த கருணையோடிருக்கும் உனக்கு என் நன்றி, என்னால் முடிந்தமட்டும் கவனமாயிருப்பேன்.”

“திரு நகாடா, இவ்வுலகம் மட்டுமீறிய வன்முறை புழங்குகிற இடம். யாராலும் இந்த வன்முறையிடமிருந்து தப்பவியலாது. அதை மனதில் கொள்ளுங்கள். நீங்கள் அலட்சியமாக இருக்கலாகாது. மனிதர்களோடு இது பூனைகளுக்கும் பொருந்தும்.”

“நானதை நினைவில் வைத்திருப்பேன்,” நகாடா பதிலளித்தார்.

ஆனால் இவ்வுலகம் எங்கு அல்லது எவ்விதம் வன்முறையோடு இயங்கும் என்பது பற்றி அவருக்கு ஏதும் தெரியாது. இவ்வுலகம் முழுக்க நகாடாவால் புரிந்து கொள்ளவியலாத சங்கதிகளே நிறைந்திருந்தன, வன்முறையோடு சம்பந்தப்பட்ட அனேக விஷயங்கள் அதற்குள் அடங்குபவையே.

மிமியிடம் விடைபெற்ற பிறகு அந்தக் காலிமனையைப் பார்க்கச் சென்றார், அது சிறிய விளையாட்டு மைதானத்தின் அளவிருந்தது. ஒட்டுப்பலகைகளைக் கொண்டு செய்த உயரமான வேலியால் அந்த நிலப்பகுதி மூடப்பட்டிருந்தது, அதன் மீதிருந்த அறிவிப்புப்பலகை இப்படிச் சொன்னது: உள்ளே நுழையாதீர்கள் – எதிர்காலக் கட்டுமானத்திற்கான இடம் (இயல்பாகவே, நகாடாவால் அதை வாசிக்க முடியவில்லை). வாசல் கனமான சங்கிலியால் பூட்டப்பட்டிருந்தது, ஆனால் சுற்றி வந்து பார்த்தபோது, பின்புற வேலியில் இருந்த பெரிய இடைவெளியின் வழியே எளிதாக அவர் உள்ளே நுழைந்தார். யாராவது அதை வெட்டித் திறந்திருக்க வேண்டும்.

ஆரம்பத்தில் அங்கு நின்றிருந்த கிட்டங்கிகள் யாவும் இடிக்கப்பட்டு விட்டன, ஆனால் தொடர்ந்து கட்டுமானத்துக்கென நிலத்தைச் சமப்படுத்தாத சூழலில் கோரையாகப் புற்கள் அதை மூடியிருந்தன. ஒரு குழந்தையின் உயரத்துக்கு கோல்டன்ராடுகள் அங்கு வளர்ந்திருக்க, இரு பட்டாம்பூச்சிகள் அவற்றின் மீது படபடத்துக் கொண்டிருந்தன. மழையால் கெட்டித்துப்போன மணற்மேடுகள் அங்கங்கே சிறு குன்றுகளென நீண்டன. பூனைகளுக்கு அற்புதமான இடம். மனிதர்கள் உள்ளே நுழைய மாட்டார்கள், பிடித்துத் தின்ன எல்லாவிதக் குட்டி ஜீவராசிகளும் அங்கிருந்தன, கூடவே ஒளிந்து கொள்ள நிறைய இடங்களும்.

கவாமுரா எங்கும் தென்படவில்லை. சொரசொரப்பான தோலோடு எலும்பும்தோலுமாக இரண்டு பூனைகள் மட்டுமே அங்கு திரிந்தன, ஆனால் நட்புணர்வோடு நகாடா அவற்றுக்கு முகமன் செலுத்தியபோது அவை அவரை முறைத்தன, பின் களைகளுக்குள் சென்று மறைந்தன. அதில் தவறேதுமில்லை – அவற்றில் எந்தப்பூனையும் பிடிபட்டுத் தங்களின் வாலை இழக்க விரும்பவில்லை. நிச்சயமாக அதுபோன்ற சங்கதி தனக்கு நிகழ்வதை நகாடாவும் விரும்பப் போவதில்லை, அவருக்கு வால் இல்லாத சூழலிலும். பூனைகள் அவரிடம் ஜாக்கிரதையாக இருந்ததில் எந்த ஆச்சரியமுமில்லை.

மேட்டுப்பகுதியில் ஏறி நின்று நகாடா சுற்றுமுற்றும் கவனமாகப் பார்த்தார். வேறு யாரும் அங்கில்லை, பட்டாம்பூச்சிகள் மாத்திரம் எதையோ தேடியபடி களைகளின் மேல் சிறகடித்துக் கொண்டிருந்தன. தான் உட்கார அருமையான இடத்தைத் தேடிக் கண்டுபிடித்தார் நகாடா, தோளில் இருந்த கித்தான் பையை கீழே வைத்து விட்டு, இரண்டு பீன்-ஜாம் பன்களை வெளியே எடுத்துத் தனது வழக்கமான மதியவுணவைச் சாப்பிட்டார். காப்புக்குடுவையிலிருந்த சூடானத் தேநீரை அருந்தினார், சீப்பும்போது அவரின் கண்கள் சுருங்கின. இயல்பான அமைதியுடன் கூடிய முன்மதியப்பொழுது. எல்லாவற்றிலும் அமைதியும் சாந்தமும் ஒத்திசைவும் நிறைந்திருந்தன. பூனைகளைத் துன்புறுத்தவும் சித்திரவதை செய்யவும் யாரோ அங்கு ஒளிந்திருக்கக்கூடும் என்பதை நகாடாவால் நம்ப முடியவில்லை.

உணவை மென்றவாறே அவர் தனது கேசத்தைத் தேய்த்துக் கொண்டார். வேறு யாரும் அவரோடு இருந்திருந்தால் விளக்கிச் சொல்லியிருக்கலாம் – நகாடா அத்தனையொன்றும் புத்திசாலி கிடையாது – ஆனால் துரதிர்ஷ்டவசமாக அவர் தனித்திருந்தார். அவரால் செய்ய முடிந்ததெல்லாம் சிலமுறை தனக்குத்தானே தலையாட்டுவதும் தொடர்ந்து மெல்லுவதும்தான். பன்களை உண்டு முடித்ததும் அதைச் சுற்றியிருந்த செலபன்தாளைக் கச்சிதமான சதுர வடிவத்தில் மடித்துப் பைக்குள் போட்டுக் கொண்டார். காப்புக்குடுவையின் கலத்தை மீண்டும் இறுக மூடி அதையும் தனது பைக்குள் போட்டுக் கொண்டார். மேக அடுக்குகள் வானை மூடியிருந்தன, ஆனால் அவற்றின் நிறத்தைக் கொண்டு சூரியன் மிகச்சரியாகத் தனது தலைக்கு நேர்மேலே இருந்ததை அவரால் சொல்ல முடிந்தது.

இந்த மனிதன் ரொம்ப வளர்த்தி, வினோதமாக உயர்ந்தோங்கியத் தொப்பியும் நீளமான தோற்காலணிகளும் அணிந்திருக்கிறான்.

அந்த மனிதனை நகாடா உருவகப்படுத்த முயன்றார், ஆனால் வினோதமாக உயர்ந்தோங்கியத் தொப்பி அல்லது நீளமான காற்தோலணிகள் எப்படி இருக்குமென்று அவருக்குத் தெரியாது. இந்த ஒட்டுமொத்த வாழ்வில் எவ்வித உயர்ந்தோங்கியத் தொப்பிகளையும் நீண்ட தோற்காலணிகளையும் ஒருபோதும் அவர் எதிர்கொண்டதில்லை. நீங்கள் அவனைப் பார்க்கும்போது அடையாளம் காணலாம் என்று கவாமுரா மிமியிடம் சொல்லியிருக்கிறது. எனவே, நகாடா தீர்மானித்தார், நான் அவனைப் பார்க்கும்வரை வெறுமனே காத்திருந்தால் போதுமென்று நினைக்கிறேன். நிச்சயமாக அதுதான் சிறந்த திட்டம். எழுந்து களைகளுக்கு மத்தியில் நின்று தன்னை ஆசுவாசப்படுத்திக் கொண்டார் – நீண்ட, நிம்மதியான மூத்திரம் - பிறகு காலிமனையின் ஒரு முனையிலிருந்த களைச்செடிகளின் புதரருகே சென்றார், யார் கண்ணிலும் படாமல் ஒளிந்து கொள்ள அதுவே அவருக்குச் சிறந்த இடம், அந்த மதியத்தின் மிச்சப்பொழுது முழுதும் அங்கு அமர்ந்திருந்தார், விசித்திர மனிதனின் வருகைக்குக் காத்திருப்பவராக.

காத்திருப்பு ஓர் அலுப்பூட்டும் சங்கதி. அந்த மனிதன் மீண்டும் எப்போது தோன்றுவானென்று அவருக்குத் தெரியாது –

அனேகமாக நாளைக்கு, அல்லது ஒரு வாரத்துக்கு வராமலும் போகலாம். அல்லது அனேகமாக அவன் இனி எப்போதும் வராமலே போகலாம் – அதற்கான வாய்ப்புமிருந்தது. என்றாலும், எதுவும் செய்யாமல், இலக்கின்றி காத்திருப்பதும் தனிமையில் நேரத்தைக் கடத்துவதும் நகாடாவுக்குப் பழக்கமான ஒன்றுதான். எள்ளளவும் அது குறித்து அவர் கவலைப்படவில்லை.

நேரம் அவரளவில் முக்கியமான சங்கதியல்ல. அவருக்கெனச் சொந்தமாக ஒரு கடிகாரம் கிடையாது. ஆனால் தனக்கான தனித்த காலவெளியில் இயங்கினார் நகாடா. காலையில் அங்கு வெளிச்சமிருக்கும், மாலையில் சூரியன் அஸ்தமித்தவுடன் இருள் சூழும். இருட்டிய பின்னர் அருகிலுள்ள பொதுக் குளியலறைக்குச் செல்வார், குளித்து விட்டு வீட்டுக்கு வந்து தூங்கப் போவார். வாரத்தின் குறிப்பிட்ட தினங்களில் பொதுக் குளியலறைகள் மூடப்பட்டிருக்கும், அத்தகைய நாட்களில் குளியலைத் தவிர்த்து நேராக வீட்டுக்குப் போவார். சாப்பாட்டு நேரத்தை அவரின் வயிறு அவருக்குச் சொல்லும், மேலும் நகருக்குச் சென்று தனக்கான மா நியத்தைப் பெற வேண்டிய நேரம் வரும்போது (அந்த நாள் நெருங்கும் சமயத்தில் எப்போதும் அவரிடம் அதை சுட்டிக் காட்ட நல்லவர்கள் யாரேனுமிருந்தார்கள்) மற்றொரு மாதம் கடந்திருப்பதை அவர் உணர்ந்து கொள்வார். அதற்கு மறுதினம் உள்ளூர் நாவிதனின் கடைக்கு முடிவெட்டிக் கொள்ள அவர் எப்போதும் போவார். ஒவ்வொரு கோடையிலும் வட்டார அலுவலகத்தைச் சேர்ந்தவர்கள் யாராவது விலாங்குமீனை வாங்கி வந்து அவரை உபசரிப்பார்கள், போலவே ஒவ்வொரு புது வருடத்தின் போதும் அவருக்கு அரிசியாற் செய்த அப்பங்களை அவர்கள் வாங்கித் தருவார்கள்.

நகாடா தனதுடலை தளர்த்திக் கொண்டார், மனதின் இயக்கத்தை அணைத்து விட்டு சங்கதிகளைத் தனக்குள் வழிந்தோட அனுமதித்தார். இது அவரின் வழக்கமான இயல்பு, இரண்டாம் முறை யோசிக்காமல், சிறு வயதிலிருந்தே அவர் செய்து வரும் சங்கதி. சற்று நேரத்தில் அவரது பிரக்ஞையின் எல்லைகள் சிறகடித்துப் பறக்க ஆரம்பித்தன, அந்தப் பட்டாம்பூச்சிகளைப் போலவே. அந்த எல்லைகளுக்கு அப்பால் இருண்மையான

பாதாளம் ஒன்றிருந்தது. அவ்வப்போது அவருடைய பிரக்ஞை எல்லைகளைக் கடந்து, கிறுகிறுக்கச் செய்யும் அந்தக் கரிய பாறைப்பிளவுகளின் மீது மிதக்கும். ஆனால் இருளைக் கண்டோ அல்லது அதன் ஆழம் குறித்தோ நகாடா அச்சப்பட்டதில்லை. ஏன் அவர் அச்சப்பட வேண்டும்? ஆழங்காணவியலா அவ்விருண்மையான உலகமும் அந்த மிகுபாரமான மௌனமும் குழப்பங்களும் அவருடைய பழைய தோழர்கள், ஏற்கனவே அவரின் ஒரு பகுதியாக அவை மாறியிருந்தன. நகாடாவுக்கு இது நன்றாகத் தெரியும். அவ்வுலகில் எழுத்துகள் கிடையாது, வாரநாட்கள் கிடையாது, பயமுறுத்தும் ஆளுநர் கிடையாது, இசை நாடகங்கள் கிடையாது, பி.எம்.டபுள்யூக்களும் கிடையாது. கத்திரிக்கோல்களும் உயரமானத் தொப்பிகளும் கிடையாது. அதேவேளையில், அற்புதமான விலாங்குமீன்களும் அங்கு கிடையாது, இனிய ருசியுடன் கூடிய பீன்-ஜாம் பன்களும் கூடக் கிடையாது. எல்லாம் அங்குண்டு, ஆனால் பகுதிகள் ஏதும் கிடையாது. பகுதிகள் கிடையாதென்பதால் ஒன்றை மற்றொன்றால் மாற்றும் தேவையும் அங்கு கிடையாது. எதையும் நீக்கவோ சேர்க்கவோ வேண்டியதில்லை. சிரமமான சங்கதிகளை நீங்கள் யோசிக்கத் தேவையில்லை, வெறுமனே யாவற்றையும் எதிர்கொள்ளத் தயாராயிருந்தால் போதும். நகாடாவுக்கு, இதை விடச் சிறந்தது எதுவும் இருக்க முடியாது.

அவ்வப்போது அவர் கண்ணயர்ந்தார். என்றாலும், அவர் தூங்கும் நேரத்தில், எப்போதும் விழிப்போடிருக்கும் அவரின் புலன்கள் காலிமனையைக் கவனித்தவாறிருந்தன. ஏதேனும் நிகழ்ந்தால், யாராவது வந்தால், அவர் எழுந்து கொண்டு, என்ன செய்ய வேண்டுமோ அதைச் செய்வார். சாம்பல்நிற மேகங்களின் தட்டையான வரிசை வானைப் போர்த்தியிருந்தது, ஆனால் ஆகக்குறைந்த சாத்தியமென்பதாக நிச்சயம் மழை பெய்யப் போவதில்லை. எல்லாப் பூனைகளுக்கும் அது தெரியும். நகாடாவுக்கும்.

11

நான் சொல்லி முடிக்கும்போது நிறைய காலங்கடந்திருக்கிறது. ஒட்டுமொத்த நேரமும் சகுரா மிக உன்னிப்பாகக் கவனிக்கிறாள், சமையலறை மேசையின் மீதிருக்கும் கைகளில் தனது தலையைப் புதைத்தவாறு. உண்மையில் எனக்கு வயது பதினைந்து, இளநிலை பள்ளியில் படிப்பவன், என் அப்பாவின் பணத்தைத் திருடிக் கொண்டு டோக்கியோவின் நகானோ பிரிவிலுள்ள எனது வீட்டை விட்டு ஓடி வந்திருக்கிறேன் என்பதை அவளிடம் சொல்கிறேன். டகாமாட்சுவில் உள்ள விடுதியில் தங்கிக் கொண்டு நூலகத்தில் வாசிப்பதன் வழியே நாட்களைக் கடத்துவதையும். பிறகு திடீரென்று பார்த்தால் ஒரு ஆலயத்துக்கு வெளியே விழுந்து கிடக்கிறேன், ரத்தத்தால் போர்த்தப்பட்டு. எல்லாவற்றையும். அதாவது, கிட்டத்தட்ட எல்லாவற்றையும். என்னால் சொல்ல முடியாத முக்கியமான சங்கதிகளைச் சொல்லவில்லை.

"ஆக உனக்கு நான்கு வயதாகும்போது உன் அக்காவை அழைத்துக் கொண்டு உன் அம்மா வீட்டை விட்டுப் போய் விட்டார். உன்னையும் உன் அப்பாவையும் விலகி."

கடற்கரையில் நானும் என் சகோதரியும் நிற்கும் புகைப்படத்தை பணப்பையிலிருந்து எடுத்து அவளிடம் காட்டுகிறேன். "இதுதான் என் அக்கா," என்கிறேன். சிறிது நேரம் சகுரா அந்தப் புகைப்படத்தை உற்றுப் பார்க்கிறாள், பிறகு எந்த வார்த்தையும் பேசாமல் அதைத் திருப்பித் தருகிறாள்.

"அதிலிருந்து அவளை நான் பார்த்ததில்லை," என்கிறேன். "அல்லது என் அம்மாவையும், ஒருபோதும் எங்களோடு அவள் தொடர்பு கொள்ளவில்லை, மேலும் அவள் எங்கிருக்கிறாள்

என்பதும் எனக்குத் தெரியாது. அவள் எப்படி இருப்பாளென்பது கூட எனக்கு ஞாபகமில்லை. அவளுடைய புகைப்படங்கள் ஏதும் கூட மிச்சமில்லை. அவளுடைய வாசம், அவளின் தொடுகை, எல்லாம் எனக்கு நினைவிருக்கிறது, ஆனால் முகம் நினைவில்லை.”

“ஹ்ம்ம்ம்,” என்கிறாள் சகுரா. தலை இன்னும் கைகளுக்குள் வீற்றிருக்க, கண்களைக் குறுக்கி என்னைப் பார்க்கிறாள். “ஏற்றுக் கொள்ள உனக்குத்தான் சிரமமாக இருந்திருக்கும்.”

“ஆம், அப்படித்தான் நினைக்கிறேன்...”

அமைதியாக என்னைக் கூர்ந்து கவனிப்பதைத் தொடருகிறாள். “ஆக உனக்கும் உன் அப்பாவுக்கும் ஒத்துப் போகவில்லை?” சிறிது நேரத்துக்குப் பிறகு அவள் கேட்கிறாள்.

ஒத்துப் போகவில்லை? எப்படி நான் அதற்கு பதில் சொல்வது? நான் ஒன்றும் சொல்லவில்லை, வெறுமனே தலையை ஆட்டுகிறேன்.

“அர்த்தமற்ற கேள்வி – இயல்பாகவே உனக்கு ஒத்துப் போகவில்லை. இல்லையென்றால் நீ ஓடி வந்திருக்க மாட்டாய்,” என்கிறாள் சகுரா. “ஆக எப்படியாகிலும், நீ வீட்டை விட்டு வந்திருக்கிறாய், பிறகு இன்று உனது பிரக்ஞையை அல்லது நினைவுகளை அல்லது வேறு எதையோ திடீரென்று இழந்திருக்கிறாய்.”

“ஆம்.”

“இதற்கு முன்னால் இப்படி நிகழ்ந்திருக்கிறதா?”

“சில சமயங்களில்,” நான் நேர்மையாக அவளிடம் ஒத்துக் கொள்கிறேன். “திடீரென்று கடுங்கோபத்துக்குள் நான் சிக்கிக் கொள்வேன், ஏதோவொரு மிகுதியான ஆத்திரம் என்னை ஆக்கிரமித்ததைப் போலிருக்கும். யாரோ என் மண்டைக்குள் இருக்கும் விசையை இயக்கியதைப் போல, என் மூளை அதை இன்னதென்று புரிந்து கொள்வதற்குள் உடம்பு தனது வேலையைக் காட்டி விடுகிறது. நான் இங்குதான் இருக்கிறேன் என்பதாகத் தோன்றும், ஆனால் ஒரு வகையில் பார்த்தால் அது நானில்லை.”

“கட்டுப்பாட்டை இழந்து முரட்டுத்தனமாக எதையாவது செய்து விடுவேன், என்கிறாயா?”

“சில நேரங்களில் அப்படி நடந்திருக்கிறது, ஆம்.”

“யாரையாவது காயப்படுத்தியிருக்கிறாயா?”

நான் தலையை அசைக்கிறேன். “இருமுறை அப்படி ஆகியிருக்கிறது. ஒன்றும் ஆபத்தானதில்லை.”

அவள் இதைப் பற்றிச் சிந்திக்கிறாள்.

“இந்த முறையும் அதுதான் நடந்திருக்கிறதா?”

நான் தலையை ஆட்டுகிறேன். “இவ்வளவு மோசமான விசயம் நடந்திருப்பது இதுதான் முதல் முறை. இம்முறை... எப்படித் தொடங்கியதென்று எனக்குத் தெரியவில்லை, மேலும் என்ன நடந்ததென்பதையும் என்னால் சுத்தமாக நினைவுகூர முடியவில்லை. ஏதோ என் நினைவாற்றல் மொத்தத்தையும் துடைத்தழித்ததைப் போல. இதற்கு முன்னால் இத்தனை மோசமாக இருந்ததில்லை.”

முதுகுப்பையிலிருந்து நான் வெளியே எடுக்கும் டி-ஷர்ட்டைப் பார்க்கிறாள், என்னால் துவைக்கவியலாத ரத்தக்கறையை கவனமாகப் பரிசோதிக்கிறாள். “ஆக இரவுணவை உண்டதுதான் உனக்கு நினைவிருக்கும் கடைசி விசயம், சரியா? நிலையத்துக்கு அருகேயுள்ள உணவகத்தில்?”

நான் தலையாட்டுகிறேன்.

“அதன் பிறகு எல்லாம் வெறுமையாயிருக்கிறது. அடுத்ததாக உனக்குத் தெரிந்த சங்கதி, அந்த ஆலயத்துக்குப் பின்னாலிருந்த புதருக்குள் நீ விழுந்து கிடந்தாய். ஏறத்தாழ நான்கு மணி நேரங்கள் கழித்து. உனது சட்டை ரத்தத்தில் தோய்ந்திருக்க இடப்புற தோள் வலிக்கிறது?”

அவளைப் பார்த்து மீண்டும் தலையாட்டுகிறேன். எங்கிருந்தோ நகரத்தின் வரைபடத்தை அவள் எடுத்து வந்து நிலையத்துக்கும் கோவிலுக்குமிடையே இருக்கக்கூடிய தூரத்தைக் கணக்கிடுகிறாள்.

"நிறைய தூரமில்லை, ஆனால் நடந்து போகக் கொஞ்ச நேரமாகும். முதலில் எதற்காக நீ அங்கே சென்றாய்? உனது விடுதிக்கு எதிர்த்திசையில் அது இருக்கிறது. இதற்கு முன் அங்கு போயிருக்கிறாயா?"

"ஒருபோதும் இல்லை."

"ஒரு நிமிடம் உன் சட்டையைக் கழற்று," என்கிறாள்.

இடுப்பு வரை கழற்றி விட்டு நிற்கிறேன், நடந்து பின்னால் வந்து என்னுடைய இடது தோளை இறுகப் பற்றுகிறாள். தனது விரல்களை என் சதைக்குள் புதைக்கிறாள், மூச்சுத்திணறுவதை என்னால் தடுக்க முடியவில்லை. இந்தப் பெண் சற்று வலுவானவள்தான்.

"வலிக்கிறதா?"

"சத்தியமாக ஆமாம்," என்கிறேன்.

"எதன் மீதோ பலமாக மோதியிருக்கிறாய். அல்லது எதுவோ உன்னை மோதியிருக்கிறது."

"எனக்கு எதுவும் ஞாபகமில்லை."

"பரவாயில்லை, ஒன்றும் முறியவில்லை," என்கிறாள். காயம்பட்ட இடத்தைச் சுற்றி மெல்ல குத்துவதைத் தொடர்கிறாள், வலியைத் தவிர்த்துப் பார்த்தால், அவளுடைய விரல்களின் தொடுவுணர்வு நன்றாயிருக்கிறது. இதை நான் அவளிடம் சொல்லும்போது புன்னகைக்கிறாள்.

"மசாஜ் செய்வதில் எப்போதும் நான் கில்லாடிதான். ஒரு சிகையலங்கார நிபுணருக்கு உதவும் பயனுள்ள செயல்பாடு அது."

எனது தோளில் மசாஜ் செய்வதைத் தொடர்கிறாள். "பெரிதாகக் கவலைப்படும் அளவுக்கு ஒன்றுமில்லை என்றே தெரிகிறது. இரவு முழுதும் நன்றாகத் தூங்கியெழுந்தால் உனக்குச் சரியாகி விடும்."

எனது டி-ஷர்ட்டை எடுக்கிறாள், ஒரு நெகிழிப்பைக்குள் திணித்து குப்பைத் தொட்டிக்குள் வீசுகிறாள். எனது கட்டம்

போட்ட சட்டையையும் துரிதமாகப் பரிசோதித்து விட்டு துவைக்கும் எந்திரத்துக்குள் எறிகிறாள். இழுப்பறைகள் கொண்ட அடுக்குப் பெட்டியைத் துழாவி ஒரு வெண்ணிற டி-ஷர்ட்டை எடுத்துக் கொணர்ந்து என்னிடம் தருகிறாள், MAUI WHALE WATCHING CRUISE என்றெழுதிய புத்தம்புது டி-ஷர்ட், நீரினடியிலிருந்து வெளியே நீண்டிருக்கும் திமிங்கல வாலின் படம் அதில் அச்சிடப்பட்டுள்ளது.

"என்னால் கண்டுபிடிக்க முடிந்த பெரிய டி-ஷர்ட் இதுதான். என்னுடையதல்ல, ஆனால் அது குறித்துக் கவலைப்படாதே. யாரோவொருவர் வெறுமனே நினைவுப்பொருளாகக் கொடுத்தது. உன்னுடைய பாணியைச் சேர்ந்ததாக இல்லாமலிருக்கலாம், ஆனால் முயற்சி செய்து பார்."

சட்டையை அணிகிறேன், அது கச்சிதமாகப் பொருந்துகிறது.

"உனக்கு வேண்டுமானால் இதை நீ வைத்துக் கொள்ளலாம்," என்கிறாள்.

அவளுக்கு நன்றி தெரிவிக்கிறேன்.

"ஆக இதற்கு முன்னால் இப்படி முழுமையான நினைவிழப்பு உனக்கு ஏற்பட்டதில்லை?" என்று கேட்கிறாள்.

நான் தலையசைக்கிறேன், கண்களை நன்கு மூடி, புதுவாசனையை ஆழ உள்ளிழுத்து டி-ஷர்ட்டை எனக்குள் உணர்கிறேன். "சகுரா, நிஜமாகவே நான் பயந்திருக்கிறேன்," என்கிறேன் அவளிடம். "என்ன செய்வதென்று எனக்குத் தெரியவில்லை. இதுவரையில் யாரையும் நான் காயப்படுத்தியதாக நினைவில்லை. ரத்தத்தால் என்னைப் போர்த்தியது என்னவாக இருக்கும், ஆனால் எதையும் நினைவுகூர என்னால் முடியவில்லை. ஒருவேளை ஏதேனும் குற்றமிழைத்திருந்தால் சட்டரீதியாக நானே அதற்குக் காரணம், இல்லையா, எனக்கு அதைப் பற்றி நினைவிருந்தாலும் இல்லாவிட்டாலும்?"

"அனேகமாக அது வெறுமனே மூக்கிலிருந்து வழிந்த ரத்தமாகவும் இருக்கலாம். தெருவில் நடந்து வந்த யாரேனும் தொலைபேசிக் கம்பத்தில் மோதி மூக்கை உடைத்துக்

கொண்டிருக்கலாம். நீ செய்ததெல்லாம் அவர்களுக்கு உதவியதுதான். கவனி? நீ ஏன் பயப்படுகிறாய் என்பது எனக்குப் புரிகிறது, ஆனால் இருப்பதிலும்-மோசமான சாத்தியங்களை இப்போது நாம் சிந்திக்க வேண்டாம், சரியா? குறைந்தபட்சம் இன்றிரவு மட்டுமாவது. காலையில் நாம் செய்தித்தாள்களைப் பார்க்கலாம், தொலைக்காட்சியில் வரும் செய்திகளையும். நிஜமாகவே ஏதேனும் பயங்கரமாக நிகழ்ந்திருந்தால், நமக்கு அது தெரிய வரும். பிறகு நம்முடைய வாய்ப்புகளை யோசிக்கலாம். ஒருவர் மீது ரத்தம் படிந்திட எண்ணற்ற காரணங்கள் இருக்கலாம், மேலும் பெரும்பாலான சமயங்களில் எவ்வாறு தெரிகிறதோ அந்தளவிற்கு அது மோசமானதாக இருப்பதில்லை. நானொரு பெண், எனவே ரத்தத்தைப் பார்க்க நான் பழகியிருக்கிறேன் – ஒவ்வொரு மாதமும் அவ்வளவு ரத்தம் பார்க்கிறேன். நான் சொல்வது புரிகிறதல்லவா?

நான் தலையசைக்கிறேன், மேலும் சற்று வெட்கப்படுவதாக உணருகிறேன். சிறிதளவு நெஸ்கேஃபேயை அள்ளி ஒரு பெரிய கோப்பைக்குள் போடுகிறாள், சிறிய வானலியில் கொஞ்சம் நீரைக் கொதிக்க வைக்கிறாள். தண்ணீர் கொதிக்கக் காத்திருக்கும் நேரத்தில் அவள் புகைக்கிறாள். இரண்டு இழுப்புக்குப் பிறகு குழாயின் நீரைக் கொண்டு சிகரெட்டை அணைக்கிறாள். மெந்தாலின் மெல்லிய அலையை நான் உள்ளிழுக்கிறேன்.

"தோண்டித் துருவுவது எனது நோக்கமில்லை, ஆனால் உன்னிடம் நான் கேட்க விரும்பும் சங்கதி ஒன்றிருக்கிறது. கேட்கட்டுமா?"

"பரவாயில்லை," என அவளிடம் சொல்கிறேன்.

"உன் அக்கா தத்தெடுக்கப்பட்டவள். நீ பிறக்குமுன்னர் எங்கிருந்தோ அவளை அவர்கள் அழைத்து வந்தார்கள், சரியா?"

"சரிதான்," என்று பதிலளிக்கிறேன். "ஏனென்று எனக்குத் தெரியாது, ஆனால் என் பெற்றோர் அவளைத் தத்தெடுத்தார்கள். அதன் பிறகு, நான் பிறந்தேன். அவர்களின் திட்டத்தில் இது இருந்திருக்காதென யூகிக்கிறேன்."

"எனவே நிச்சயமாக நீதான் உன் அப்பாவுக்கும் அம்மாவுக்கும் பிறந்த குழந்தை."

"நானறிந்த மட்டும்," அவளிடம் சொல்கிறேன்.

"ஆனால் உன் அம்மா வெளியேறியபோது உன்னைக் கூட்டிப் போகவில்லை, மாறாக உன் அக்காவை அழைத்துப் போயிருக்கிறாள், அவளின் நேரடி உறவாக இல்லாதபோதும்," என்கிறாள் சகுரா, "பொதுவாக ஒரு பெண் இதைத்தான் செய்வாளென்கிற நமது எதிர்பார்ப்புக்கு நேரெதிராக."

நான் எதுவும் சொல்லவில்லை.

"ஏன் அவள் அப்படிச் செய்தாள்?"

நான் தலையை ஆட்டுகிறேன். "எனக்குத் தெரியவில்லை," அவளிடம் சொல்கிறேன். "பல்லாயிரம் தடவை இந்தக் கேள்வியை என்னை நானே கேட்டிருக்கிறேன்."

"உனக்கு வலித்திருக்கும்."

அப்படியா? "எனக்குத் தெரியவில்லை. ஆனால் என்றேனும் திருமணம் செய்து கொண்டால் நான் குழந்தை பெற்றுக் கொள்வேன் என்று நினைக்கவில்லை. மீறிப் பெற்றுக் கொண்டால் அவர்களிடம் எப்படி நடந்து கொள்ள வேண்டுமென்பது குறித்து எனக்கு ஏதும் தெரிந்திருக்காது."

"எனது சூழல் உன்னுடையதைப் போல அத்தனைக் குழப்பமானதல்ல," என்கிறாள், "ஆனால் எனக்கும் என் பெற்றோருக்கும் வெகு நாட்களாக ஒத்துப் போகவில்லை, மேலும் அதன் பொருட்டு நிறைய முட்டாள்தனமான சங்கதிகளுக்குள் நான் சிக்கிக் கொண்டேன். எனவே உனது உணர்வுகளை என்னால் புரிந்து கொள்ள முடிகிறது. ஆனால் இத்தனை வேகமாக முடிவெடுப்பதும் நல்லதல்ல. யாரையும் சார்ந்திராத சுயம்பு என்றொரு விசயம் எங்கும் கிடையாது."

சமையலறை அடுப்பின் முன்நின்று தனது நெஸ்கேஃபேயை சீப்புகிறாள், அவளுடைய பெரிய கோப்பையிலிருந்து ஆவி வெளியேறுகிறது. அந்தக் கோப்பையில் மூமின் (Moomin – ஸ்வீடனில் வெளியாகும் குழந்தைகளுக்கான நகைப்படத் தொடர்) கதாபாத்திரங்களின் சித்திரம் வரையப்பட்டிருக்கிறது. அவள் ஏதும் சொல்லவில்லை, நானும்தான்.

“உனக்கு யாரும் இருக்கிறார்களா, உறவினர்கள் அல்லது அதுபோன்ற யாரும், உதவி செய்திட?” கொஞ்ச நேரம் கழித்து அவள் கேட்கிறாள்.

“இல்லை,” என்கிறேன். “என் அப்பாவின் பெற்றோர் வெகு நாட்களுக்கு முன்பே இறந்து போனார்கள், சகோதரர்கள், சகோதரிகள், மாமாக்கள் அல்லது அத்தைகள் என அவருக்கு யாருமில்லை. ஒருவர் கூடக் கிடையாது. என்னால் இதை நிரூபிக்க முடியுமென்று அர்த்தமில்லை. ஆனால் எந்த உறவினரோடும் அவருக்கு எவ்விதத் தொடர்பும் இருந்ததில்லை என்பது எனக்குத் தெரியும். மேலும் என் அம்மாவின் பக்கம் எந்த உறவினர்களைப் பற்றியும் எப்போதும் நானெதையும் கேள்விப்பட்டதில்லை. அதாவது, எனக்கு என் அம்மாவின் பெயர் கூடத் தெரியாது – இப்படியொரு சூழலில் எப்படி என்னால் அவளுடைய உறவினர்களைப் பற்றித் தெரிந்து கொள்ள முடியும்?”

“பரவெளி அல்லது வேறொன்றிலிருந்து வந்த வேற்றுகிரகவாசி உன் அப்பா என்பது போல ஒலிக்கிறது,” என்கிறாள் சகுரா. “எங்கோ தொலைதூரக் கிரகத்திலிருந்து அவர் வந்தாரென்பதைப் போல, மனித வடிவம் பூண்டு, பூமியைச் சேர்ந்த பெண்ணொருத்தியைக் கடத்திச் சென்று பின் உன்னைப் பெற்றிருக்கிறார். வெறுமனே தனக்கு நிறைய சந்ததிகளை உருவாக்க. இதைக் கண்டுபிடித்த உன் அம்மா பயந்து போய் ஓடி விட்டாள். ஏதோவொரு இருண்மை-பட வகைமையைச் சேர்ந்த அறிவியல் புனைவுத் திரைப்படம் போல.”

என்ன சொல்வதென்று எனக்கொன்றும் புரிபடவில்லை.

“விளையாட்டுப் பேச்சுகள் கிடக்கட்டும்,” என்கிறாள், தான் சொன்னதை உறுதி செய்யும் வகையில் அகலமாகப் புன்னகைக்கிறாள், “நான் சொல்ல வருவது: இந்த ஒட்டுமொத்த உலகிலும் நீ சார்ந்திருக்கக்கூடிய ஒரே ஆள் யாரென்றால் அது நீதான்.”

“நானும் அப்படித்தான் நினைக்கிறேன்.”

அங்கே நீர்த்தொட்டியின் மீது சாய்ந்து அவள் நிற்கிறாள், தனது காபியை அருந்தியவாறே.

"நான் கொஞ்சம் தூங்க வேண்டும்," என்கிறாள், திடீரென்று நினைவு வந்தது போல. இப்போழுது மணி மூன்றைத் தாண்டி விட்டது. "ஏழரை மணிக்கு எழ வேண்டியிருப்பதால் என்னால் நிறையத் தூங்க முடியாது, ஆனால் ஒன்றுமில்லை என்பதை விட சிறிதளவுத் தூக்கம் என்பது சிறந்ததே. தூக்கமே இல்லாமல் வேலைக்குப் போவதை நான் வெறுக்கிறேன். ஆக நீ என்ன செய்யப் போகிறாய்?"

"எனது உறக்கப்பொதியை கையோடு வைத்திருக்கிறேன்," நான் அவளிடம் சொல்கிறேன், "ஆகையால் உனக்குச் சிக்கல் இல்லையெனில் வெறுமனே ஒரு மூலையில் படுத்துக் கொள்வேன்." இறுகச் சுற்றிய உறக்கப்பொதியை எனது முதுகுப்பையிலிருந்து வெளியே எடுத்து, அதை விரித்து மொத்தையாக்குகிறேன்.

அதில் ஈர்க்கப்பட்டவளாக அவள் கவனிக்கிறாள். "ஆண் சாரணர்களின் பயிற்சிமுறை," என்கிறாள். விளக்கை அணைத்து விட்டு அவள் படுக்கைக்குச் சென்ற பிறகு எனது உறக்கப்பொதிக்குள் நான் நுழைகிறேன், கண்களை மூடி உறங்க முயற்சி செய்கிறேன். ஆனால் அந்த ரத்தக்கறை-படிந்த வெண்ணிற டி-ஷர்ட்டை உருவகப்படுத்துவதை என்னால் நிறுத்த முடியவில்லை. இன்னும் அந்த எரிச்சலை என் உள்ளங்கையில் உணருகிறேன். கண்களைத் திறந்து கூரையை வெறிக்கிறேன். எங்கோ ஒரு தரைத்தளம் கிறீச்சிடுகிறது. யாரோ குழாயைத் திறக்கிறார்கள். மீண்டுமொரு முறை இரவினூடாக விரைந்திடும் மருத்துவ ஊர்தியின் ஒலியைக் கேட்கிறேன், வெகுதொலைவில் என்றாலும் இருட்டுக்குள்ளிருந்து அது தீர்க்கமாக எதிரொலிக்கிறது.

"தூக்கம் வரவில்லையா?" இருளுக்குள் அவள் கிசுகிசுக்கிறாள்.

"இல்லை," என்கிறேன்.

"எனக்கும் வரவில்லை. அந்தக் காபியை அருந்தியிருக்கக்கூடாது. சுத்த மடத்தனம்." படுக்கைக்கு அருகிலுள்ள விளக்கை

எரியச் செய்து நேரத்தைப் பார்க்கிறாள், பிறகு விளக்கை அணைக்கிறாள். "தப்பாக எடுத்துக் கொள்ளாதே," என்கிறாள், "இங்கே வர வேண்டுமென்று நீ விரும்பினால் வரலாம். எப்படிப் பார்த்தாலும், என்னாலும் தூங்க முடியவில்லை."

எனது உறக்கப்பொதியை விட்டு நழுவி அவளுடன் படுக்கையில் சேர்ந்து கொள்கிறேன். நான் பாக்ஸர்களும் (Boxer - அரைக்காற்சட்டை) டி-ஷர்ட்டும் அணிந்திருக்கிறேன். அவள் இளஞ்சிவப்பு நிறத்தில் பைஜாமாக்களின் ஜதையை அணிந்திருக்கிறாள்.

"டோக்கியோவில் எனக்கு நிலையான ஆண் நண்பன் உண்டு," அவள் என்னிடம் சொல்கிறாள். "அவனைப் பற்றிப் பெரிதாகச் சொல்ல ஏதுமில்லை, ஆனால் எனக்கான ஆண் அவன். எனவே வேறு யாரோடும் நான் கலவி கொள்வதில்லை. என்னைப் பார்க்க அப்படித் தெரியாமலிருக்கலாம், ஆனால் கலவி என்று வந்தால் சற்றுக் கடினமான ஒழுக்கநெறிகளைக் கையாள்பவள் நான். பழமைவாதி என்று சொல்லிக்கொள். எப்போதும் நான் அப்படித்தான் என்றில்லை – எவ்விதக் கட்டுப்பாடுகளுமின்றி இருந்திருக்கிறேன் – ஆனால் இப்போதெல்லாம் வேறு எவரோடும் நான் உறவு கொள்வதில்லை. எனவே நீயாக ஏதும் கற்பனைகளை வளர்த்துக் கொள்ளாதே, சரியா? நீயும் நானும் வெறுமனே அக்கா தம்பி என்று நினைத்துக்கொள். புரிகிறதா?"

"தெளிவாக," நான் அவளிடம் சொல்கிறேன்.

தனது கைகளால் என்னைச் சுற்றி, இறுக்கமாக அணைத்துக் கொண்டு, எனது நெற்றியில் கன்னத்தைப் பதிக்கிறாள். "பாவப்பட்ட ஜீவன்," என்கிறாள்.

உடனடியாக எனக்கு விறைப்பு உண்டாவதை உங்களுக்கு நான் சொல்லித் தெரிய வேண்டியதில்லை. ரொம்பப் பெரிதாக. மேலும் அவள் தொடையில் உரசுவதையும் தடுக்க முடியவில்லை.

"அய்யய்யோ!" என்கிறாள்.

"மன்னித்துக் கொள்," நான் அவளிடம் சொல்கிறேன். "வேண்டுமென்று செய்யவில்லை."

“பரவாயில்லை,” என்கிறாள். “அது எப்படிப்பட்ட சங்கடமென்று எனக்குத் தெரியும். அதைத் தடுக்க உன்னால் ஒன்றும் செய்யவியலாது.”

இருட்டுக்குள் நான் தலையசைக்கிறேன்.

ஒருகணம் அவள் தயங்குகிறாள், பிறகு என் பாக்ஸர்களைக் கீழிறக்குகிறாள், பாறையின்-கடினத்தோடிருக்கும் எனது ஆணுறுப்பை வெளியே இழுத்துத் தனது கையால் அதை மெல்ல உருவுகிறாள். எதையோ அவள் உறுதி செய்வதைப் போல, மருத்துவரின் நாடி பார்க்கும் வழிமுறையை ஒத்து. அவளின் மிருதுவான கரம் என்னைத் தொடுகையில், எதுவோ – அனேகமாக, அதுவொரு சிதறலான எண்ணம் – எனது கவட்டைப்பகுதிக்குள் திடீரெனத் துள்ளியெழுவதை நான் உணருகிறேன்.

“உன் அக்காவுக்கு இப்போது என்ன வயதிருக்கும்?”

“இருபத்து ஒன்று,” என்கிறேன். “என்னை விட ஆறு வயது மூத்தவள்.”

இது குறித்து அவள் சிறிது நேரம் யோசிக்கிறாள். “நீ அவளைப் பார்க்க வேண்டும் என்று விரும்புகிறாயா?”

“இருக்கலாம்,” என்கிறேன்.

“இருக்கலாம்?” அவளுடைய கை எனது ஆணுறுப்பை சற்று இறுக்கமாகப் பற்றுகிறது. “இருக்கலாம் என்று சொன்னால் என்ன அர்த்தம்? நிஜமாகவே அவளைப் பார்க்க வேண்டுமென்பதில் உனக்குப் பெரிதாக ஆர்வமில்லையா?”

“நாங்கள் எது குறித்துப் பேசுவோமென்பது எனக்குத் தெரியாது, மேலும் அவள் என்னைக் காண விருப்பமின்றியும் இருக்கலாம். என் அம்மாவின் கதையும் இதுதான். அனேகமாக அவர்களில் யாரொருவரும் என்னோடு எவ்விதத் தொடர்பும் கொண்டிருக்க விரும்பவில்லை போல. யாரும் என்னைத் தேடவுமில்லை. அதாவது, எல்லாவற்றையும் விட்டு அவர்கள் கிளம்பிச் சென்றார்கள்.” என்னைக் கைவிட்டு, எண்ணத்தை நான் பூர்த்தி செய்கிறேன்.

அவள் ஒன்றும் பேசவில்லை. எனது உறுப்பைப் பற்றியிருக்கும் அவளுடைய கை சற்றுத் தளர்கிறது, பிறகு இறுகுகிறது. அந்தத் தருணத்தோடு இசைந்து எனது உறுப்பும் தளர்கிறது, பிறகு இன்னும் கடினமாக மாறுகிறது.

“நீ வர விரும்புகிறாயா?” என்கிறாள்.

“இருக்கலாம்,” என்கிறேன்.

“மறுபடியும் இருக்கலாம்களா?”

“நிச்சயமாக,” என்னை நானே திருத்திக் கொள்கிறேன்.

சிறிதாகப் பெருமூச்செறிந்த பிறகு அவள் தனது கையை மெல்ல அசைக்கத் தொடங்குகிறாள். இவ்வுலகிற்கு அப்பாற்பட்ட பரவசநிலை. வெறுமனே மேலும்-கீழுமான இயக்கமல்ல, கிட்டத்தட்ட எல்லாப் பகுதிக்குமான மசாஜ் என்பதைப் போல. அவளுடைய விரல்கள் எனது உறுப்பையும் விரைகளையும் மிருதுவாகத் தேய்க்கின்றன. நான் கண்களை மூடிப் பெருமூச்சொன்றை வெளியிடுகிறேன்.

“என்னை நீ தொடக்கூடாது. உனக்கு வருவதைப் போலிருக்கும் சமயத்தில் என்னிடம் சொல், எனவே கீழிருக்கும் விரிப்புகளை நீ நாசமாக்க மாட்டாய்.”

“சரி,” என்கிறேன்.

“எப்படி இருக்கிறது? நான் நன்றாகச் செய்கிறேனா, ஹ்ம்ம்?”

“அருமை.”

“ஏற்கனவே உன்னிடம் சொன்னதைப் போல, விரைந்தியங்கும் விரல்களைக் கொண்டவள் நான். ஆனால் இது கலவியல்ல, சரியா? நான் வெறுமனே – நீ ஆசுவாசப்படுத்திக் கொள்ள உதவுகிறேன், அவ்வளவுதான். இன்று உனக்கு மோசமான நாள், மிகுந்த பதற்றத்தில் இருக்கிறாய், அது குறித்து நாம் ஏதும் செய்யாவிட்டால் உன்னால் சரியாகத் தூங்க முடியாது. புரிந்ததா?”

“ஆம், எனக்குப் புரிந்தது,” என்கிறேன். “ஆனால் என்னிடம் ஒரு வேண்டுகோள் இருக்கிறது.”

"என்ன அது?"

"நான் உன்னை நிர்வாணமாகக் கற்பனை செய்தால் பரவாயில்லையா?"

அவள் கையை நிறுத்தி விட்டு என் கண்களுக்குள் நேரடியாகப் பார்க்கிறாள். "நாம் இதைச் செய்து கொண்டிருக்கும்போது என்னை நீ நிர்வாணமாகக் கற்பனை செய்ய விரும்புகிறாயா?"

"ஆமாம். அதைக் கற்பனை செய்யாமலிருக்க நான் முயற்சி செய்கிறேன், ஆனால் என்னால் முடியவில்லை."

"நிஜமாகவா?"

"என்னால் அணைக்க முடியாத ஒரு தொலைக்காட்சியைப் போல இருக்கிறது."

அவள் சிரிக்கிறாள். "எனக்குப் புரியவில்லை. நீ என்னிடம் இதைச் சொல்ல வேண்டியதில்லை! தொடர்ந்து சென்று உனக்கு என்ன விருப்பமோ அதை ஏன் வெறுமனே கற்பனை செய்திருக்கக்கூடாது? உனக்கு என் அனுமதி தேவையில்லை. உன் தலைக்குள் என்ன உள்ளதென்று எனக்கு எப்படித் தெரியும்?"

"சொல்லாமலிருக்க என்னால் முடியவில்லை. எதையாவது கற்பனை செய்வதென்பது முக்கியமான சங்கதி, ஆகவே உன்னிடம் சொல்வதே சரியென்று எண்ணினேன். உனக்குத் தெரியும் அல்லது தெரியாது என்பதற்கும் இதற்கும் எந்தச் சம்பந்தமுமில்லை."

"ஒருவகையில் ரொம்பக் கண்ணியமான பையன் நீ, சரிதானே," என்கிறாள், ஈர்க்கப்பட்டவளாக. "என்றபோதும், எனக்குத் தெரிய வேண்டுமென நீ விரும்பியதை நல்ல விசயமென்றே நினைக்கிறேன். போகட்டும், அனுமதி வழங்கப்படுகிறது. மேற்தொடர்ந்து சென்று என்னை நிர்வாணமாக உருவகப்படுத்திக் கொள்."

"நன்றி," என்கிறேன்.

"எப்படி இருக்கிறேன்? என் உடம்பு நன்றாக உள்ளதா?"

“பிரமாதமாயிருக்கிறது,” எனப் பதிலளிக்கிறேன்.

களைப்புற்ற உணர்வு எனது உடலின் கீழ்ப்பகுதியில் பரவுகிறது, மேற்பரப்பை நோக்கி மிதக்கும் திரவத்தைப் போல. நான் அவளிடம் சொன்னவுடன், படுக்கைக்கு அருகிலிருந்து சில மெல்லிழைத்தாள்களை எடுத்து வருகிறாள், பிறகு நான் வருகிறேன், திரும்பத் திரும்ப, பித்தேறியதைப் போல... சிறிது நேரங்கழித்து அவள் சமையலறைக்குப் போகிறாள், மெல்லிழைத்தாள்களை எறிந்து விட்டுக் கைகளை அலசுகிறாள்.

“மன்னித்துக் கொள்,” என்கிறேன்.

“பரவாயில்லை,” என்கிறாள், படுக்கையில் சரிந்தவாறே. “மன்னிப்பு கேட்கத் தேவையில்லை. அதுவும் உனதுடலின் பகுதிதான். ஆக – இப்போது நன்றாக உணருகிறாயா?”

“நிச்சயமாக.”

“மகிழ்ச்சி.” கொஞ்ச நேரம் யோசித்தபிறகு அவள் சொல்கிறாள், “நான் உனது நிஜ சகோதரியாக இருந்தால் எவ்வளவு நன்றாயிருக்கும் என நினைத்துக் கொண்டிருந்தேன்.”

“நானும் கூட,” என்கிறேன்.

அவள் மெதுவாக எனது கேசத்தைத் தொடுகிறாள். “நான் இப்போது தூங்கப் போகிறேன், ஆக ஏன் உனது உறக்கப்பொதிக்குத் திரும்பிச் செல்லக்கூடாது? தனியாக இல்லாவிட்டால் என்னால் சரியாகத் தூங்க முடியாது, மேலும் உனது கடினமான-சங்கதி இரவு முழுதும் என்னை உறுத்திக் கொண்டிருப்பதை நான் விரும்பவில்லை, சரியா?”

உறக்கப்பொதிக்குத் திரும்பிச் சென்று கண்களை மூடுகிறேன். இம்முறை என்னால் உறங்க முடிகிறது. ஆழமான, ரொம்ப ஆழமானத் தூக்கம், அனேகமாக வீட்டை விட்டுக் கிளம்பியதற்குப் பின்னான உறக்கத்தில் இதுவே ஆழமானதாக இருக்கக்கூடும். ஏதோவொரு பெரிய மின்தூக்கிக்கு உள்ளே நானிருப்பது போல, மெதுவாக, மௌனமாக என்னை அது ஆழத்துக்குள் - அதீத ஆழத்துக்குள் - இட்டுச் செல்கிறது.

இறுதியாக, எல்லா விளக்குகளும் மறைகின்றன, ஒலிகள் யாவும் தேய்ந்தோய்கின்றன.

நான் கண் விழிக்கும்போது சகுரா பணிக்குக் கிளம்பிப் போயிருக்கிறாள். காலை ஒன்பது மணி. எனது தோளில் தற்போது எந்த வலியுமில்லை. அவள் சொன்னது போலவே. காலைநேர செய்தித்தாள், குறிப்பு மற்றும் ஒரு சாவி ஆகியவற்றை சமையலறை மேசையின் மீதிருந்து நான் கண்டெடுக்கிறேன்.

அவளுடைய குறிப்பு சொல்கிறது: ஏழு மணி தொலைக்காட்சி செய்தியும் பத்திரிகை முழுக்கவும் பார்த்து விட்டேன், இப்பகுதியைச் சுற்றி எவ்வித வன்முறை நிகழ்வும் புகார் செய்யப்படவில்லை. ஆகவே அந்த ரத்தத்தைப் பெரிதுபடுத்தத் தேவையில்லை என்றெண்ணுகிறேன். நல்ல செய்தி, ஹ்ம்ம்ம்? குளிர்சாதனப் பெட்டியில் பெரிதாக ஒன்றுமில்லை, ஆனால் வேண்டியதை எடுத்துக் கொள்ளத் தயங்காதே. மேலும் வீட்டுக்குள் இருக்கும் சங்கதிகளில் உனக்குத் தேவையானதை பயன்படுத்திக் கொள். எங்கும் போகிற எண்ணம் உனக்கு இல்லையெனில், சங்கடப்படாமல் வீட்டினுள்ளேயே இரு. வெளியே போனால் சாவியை வெறுமனே கதவு விரிப்புக்குக் கீழே வைத்து விட்டுப் போ.

குளிர்சாதனப் பெட்டியிலிருந்து ஒரு பால் டப்பாவை எடுத்து வந்து, அதன் முடிவுறு நாளைப் பரிசோதித்த பிறகு சிறிது கார்ன்ஃப்ளேக்ஸின் மேல் ஊற்றுகிறேன், கொஞ்சம் தண்ணீரைக் கொதிக்க வைத்து ஒரு கோப்பை டார்ஜிலிங் தேநீர் தயாரிக்கிறேன். இரண்டு துண்டு பாண்களை வாட்டி, குறைந்தளவு-கொழுப்பு கொண்ட மார்கரினோடு (Margarine - செயற்கை வெண்ணெய்) சேர்ந்து அவற்றைச் சாப்பிடுகிறேன். பிறகு செய்தித்தாளைத் திறந்து உள்ளூர் செய்திகளை மேய்கிறேன். பெருமூச்செறிகிறேன், செய்தித்தாளை மடித்து முன்பிருந்த அதே இடத்தில் வைக்கிறேன். குறைந்தபட்சம் காவலர்களைத் தவிர்க்க நகரம் முழுதும் நான் ஓடி ஒளிய வேண்டியதில்லை. ஆனால் விடுதிக்குத் திரும்பாமலிருப்பதே நல்லதென்று தீர்மானிக்கிறேன், வெறுமனே இடையூறுகளைத்

காஃப்கா – கடற்கரையில் | 171

தவிர்க்க. தொலைந்து போன நான்கு மணி நேரத்தில் என்ன நிகழ்ந்ததென்று இதுவரை எனக்குத் தெரியாது.

விடுதிக்கு அழைக்கிறேன். ஒரு ஆள் பதிலளிக்கிறான், என்னால் அவனுடைய குரலை இனங்காண முடியவில்லை. திடீரென்று வேறொரு வாய்ப்பு வந்ததால் நான் காலி செய்ய வேண்டுமென்று அவனிடம் சொல்கிறேன். முடிந்தமட்டும் வளர்ந்தவனைப் போல என் குரல் ஒலிக்க மெனக்கெடுகிறேன். வாடகையை நான் முன்பணமாகத் தந்திருப்பதால் அதிலொன்றும் பிரச்சினை இருக்காது. அறைக்குள் எனது தனிப்பட்ட பொருட்கள் கொஞ்சம் இருக்கின்றன என்பதை அவனிடம் சொல்கிறேன், ஆனால் அவற்றைத் தூர எறிந்து விடலாம். அவன் கணினியைச் சோதித்து இன்றைய தினம் வரையிலான வாடகை விவரங்கள் யாவும் சரியாயிருப்பதைப் பார்க்கிறான். "எல்லாம் ஒழுங்காக இருக்கின்றன, திரு டமூரா," என்கிறான். "நீங்கள் முழுமையாக அறையைக் காலி செய்து விட்டீர்கள்." சாவி வெறும் நெகிழி அட்டைதான், எனவே அதைத் திருப்பித் தர வேண்டியதில்லை. அவனுக்கு நன்றி சொல்லித் துண்டிக்கிறேன்.

குளிக்கிறேன். சகுராவின் உள்ளாடைகளும் இறுக்கமான காற்சட்டைகளும் குளியலறையில் காய்கின்றன. அவற்றைப் பார்க்காமலிருக்க முயற்சி செய்தபடி உடலை நன்கு தேய்த்துக் குளிக்கும் எனது வழக்கமான பணியில் கவனம் செலுத்துகிறேன். மேலும் முந்தைய இரவைப் பற்றி நினைக்காமல் இருக்க என்னால் ஆனமட்டும் முயற்சிக்கிறேன். பற்களைத் துலக்கிய பிறகு தூய்மையான காற்சட்டைகளின் ஜதையணிந்து, எனது உறக்கப்பொதியைச் சுற்றி முதுகுப்பைக்குள் திணிக்கிறேன், பின் அழுக்குத் துணிகளை துவைக்கும் எந்திரத்துக்குள் போடுகிறேன். இந்த எந்திரத்தில் உலர்த்தும் வசதியில்லை, எனவே பிழியும் பகுதிக்குள் சென்ற பிறகு துணிகளை மடித்து நெகிழிப்பைக்குள் போட்டு எனது முதுகுப்பையில் வைக்கிறேன். பிற்பாடு ஒரு சலவையகத்தில் எப்போதும் அவற்றை நான் உலர்த்திக் கொள்ளலாம்.

நீர்த்தொட்டியில் குவிந்து கிடக்கும் பாத்திரங்களை விளக்குகிறேன், நீரை வடியச் செய்து, அவற்றை உலர்த்தி

மீண்டும் அடுக்கில் வைக்கிறேன். பிறகு குளிர்சாதனப் பெட்டிக்கு உள்ளிருக்கும் சங்கதிகளை ஒதுங்க வைக்கிறேன், கெட்டுப் போனவற்றை வெளியே எறிகிறேன். ஒரு சில உணவுப்பொருட்கள் நாறுகின்றன – பூசனம் பிடித்த ப்ரோக்கோலி, பழங்காலத்தைச் சேர்ந்த சவசவத்துப் போன வெள்ளரி, முடிவுறு நாளைத் தாண்டி வெகு காலமான ஒரு டோஃபு பொட்டலம். இன்னும் சாப்பிடக்கூடியதாக எதெல்லாம் இருக்கிறதோ அவற்றை எடுத்து புதிய கொள்கலன்களுக்கு மாற்றி விட்டு, கீழே சிறிதாகச் சிந்தியிருக்கும் பழச்சாறைத் துடைக்கிறேன். சிகரெட்டின் அடித்துண்டுகளை எல்லாம் வெளியே எறிகிறேன், சிதறிக்கிடக்கும் பழைய செய்தித்தாள்களை ஒழுங்காக அடுக்கிய பிறகு அந்த இடத்தைச் சுற்றி காற்றுநீக்கத் துப்புரவுக் கருவியால் சுத்தம் செய்கிறேன். மசாஜ் செய்வதில் சகுரா வல்லவளாக இருக்கலாம், ஆனால் வீட்டைப் பேணுவதைப் பொறுத்தமட்டில் அவளொரு பூஜ்ஜியம்தான். அடுக்குப்பெட்டியின் இழுப்பறைகளுக்குள் அவள் திணித்திருந்த சட்டைகளைத் தேடியெடுத்துத் தேய்க்கிறேன், பொருட்களை வாங்கி வந்து இரவுணவு தயாரிப்பதைக் குறித்து யோசிக்கிறேன். வீட்டில் இருந்தபோது அடிப்படை வீட்டுவேலைகளை எல்லாம் நானாகப் பார்த்துக் கொள்ள முயற்சி செய்வேன், எனவே இவற்றில் எதுவும் எனக்குப் பிரச்சினையில்லை. ஆனால் இரவுணவைத் தயாரிப்பது, என் சக்திக்கு மீறிய விசயமென்று நான் தீர்மானிக்கிறேன்.

அந்த வேலைகளை எல்லாம் முடித்தபிறகு, சமையலறை மேசையிலமர்ந்து வீட்டைச் சுற்றுமுற்றும் பார்க்கிறேன். நிரந்தரமாக இங்கே நான் தங்கியிருக்க முடியாதென்பது எனக்குத் தெரியும். பாதி-நிரந்தரமான விரைப்புகள் எனக்கு உண்டாகிக் கொண்டேயிருக்கும், பாதி-நிரந்தரமான வீண்கனவுகளோடு. குளியலறையில் தொங்கும் அந்தக் குட்டி கறுப்புநிற ஜட்டியைப் பார்ப்பதை என்னால் தவிர்க்க முடியாது, எனது கற்பனைகள் சுழன்றடிக்க ஒவ்வொரு முறையும் அவளிடம் அனுமதி கேட்டுக் கொண்டிருக்கவும் முடியாது. எல்லாவற்றுக்கும் மேலே நேற்றிரவு அவள் எனக்குச் செய்ததை என்னால் ஒருபோதும் மறக்க முடியாது.

சகுராவுக்கு ஒரு குறிப்பை எழுதுகிறேன், தொலைபேசிக்கு அருகேயிருக்கும் தேய்ந்த பென்சிலையும் குறிப்பெழுதும் அட்டையையும் கொண்டு. நன்றி. நிஜமாகவே நீ என்னைக் காப்பாற்றியிருக்கிறாய். நேற்றிரவு வெகு நேரம் கழித்து உன்னை எழுப்ப நேர்ந்ததற்காக வருந்துகிறேன். ஆனால் எனக்கு நினைவு வந்த ஒரே ஜீவன் நீ மட்டும்தான். அடுத்ததாக என்ன எழுத வேண்டுமென்பதை யோசிக்க ஒரு கணம் நிறுத்துகிறேன், யோசிக்கும் தருணத்தில் 360 டிகிரியில் ஒரு முறை அறையைச் சுற்றி வருகிறேன். என்னைத் தங்க அனுமதித்ததற்கு நன்றி. நான் விரும்புவரை இங்கே தங்கிக் கொள்ளலாம் என்று நீ சொன்னதற்கு நன்றிக்கடன்பட்டிருக்கிறேன். என்னால் தங்க முடிந்தால் நன்றாகத்தான் இருக்கும், ஆனால் இதற்கு மேலும் உன்னைத் தொந்தரவு செய்யக்கூடாது என நினைக்கிறேன். எல்லாவிதக் காரணங்களும் உள்ளன, அவற்றுக்குள் நான் போக விரும்பவில்லை. தனியாகத்தான் இதை நான் எதிர்கொள்ள வேண்டும். அடுத்த முறை வேறொரு சிக்கலான சூழலில் மாட்டிக் கொண்டாலும் என் மீது நீ கருணையோடு இருப்பாய் என்றே நம்புகிறேன்.

நான் மீண்டும் நிறுத்துகிறேன். அருகாமையில் இருக்கும் யாரோ தங்களின் தொலைக்காட்சியை முழுச் சத்தத்தில் இயக்குகிறார்கள், குடும்பப் பெண்களுக்கான காலைநேர விவாத நிகழ்ச்சிகளில் ஒன்று. நிகழ்ச்சியில் மனிதர்கள் ஒருவரை நோக்கி மற்றொருவர் உரக்கக் கூச்சலிடுகிறார்கள், கூடவே இரைச்சலும் அருவருப்பும் நிறைந்த விளம்பரங்கள் ஒலிக்கின்றன. தேய்ந்துபோன பென்சிலைக் கையில் பிடித்துச் சுழற்றியபடி நான் மேசையில் அமர்ந்திருக்கிறேன், எண்ணங்களை ஒருங்கிணைக்க முயற்சி செய்கிறேன். என்றாலும், உன்னிடம் உண்மையைச் சொல்வதெனில், உனது கருணைக்கு நான் தகுதியானவனல்ல. என்னால் முடிந்தமட்டும் ஓரளவு நல்ல மனிதனாக இருக்கவே முயற்சிக்கிறேன், ஆனால் நடப்பவை ஏதும் நல்லதாகப்படவில்லை. அடுத்த முறை நாம் சந்திக்கும்போது எல்லாம் சரியாகி விடுமென நம்புகிறேன். அது நடக்குமோ நடக்காதோ, எனக்குத் தெரியாது. நேற்றைய இரவுக்கு நன்றி. அது அவ்வளவு அற்புதமாயிருந்தது.

குறிப்பை ஒரு கோப்பைக்குக் கீழே வைக்கிறேன், முதுகுப்பையைத் தோளில் போட்டுக் கொண்டு வீட்டை விட்டு வெளியேறுகிறேன், என்னிடம் அவள் சொன்னது போல சாவியைக் கதவு விரிப்பினடியில் வைத்து விட்டு. படிக்கட்டுகளின் நடுவே படுத்திருக்கும் கறுப்பு-வெள்ளை புள்ளிகளைக் கொண்ட பூனையொன்று குட்டித்தூக்கத்தில் ஆழ்ந்திருக்கிறது. மனிதர்கள் அதற்குப் பழகியிருக்க வேண்டும், ஏனெனில் நான் படிகளில் இறங்கும்போது, எழுவதற்காக அது உடலை அசைக்கக்கூட இல்லை. அதனருகே அமர்ந்து, கொஞ்ச நேரம் அதன் கனத்தவுடலை மெல்லத் தடவிக் கொடுக்கிறேன். அதன் மிருதுவான ரோமத்தின் தொடுவுணர்வு பழைய நினைவுகளை மீட்டுகிறது. பூனை தனது கண்களைக் குறுக்கி மகிழ்ச்சியாக உறுமுகிறது. இந்த அந்தரங்கமான உணர்வினை – அவரவருக்கான அதன் சொந்த வடிவத்தை - நாங்கள் ரசித்தவாறே, நீண்ட நேரம் இருவரும் அங்கே படிக்கட்டுகளில் அமர்ந்திருக்கிறோம். இறுதியில் நான் அந்தப் பூனையிடம் விடைபெற்றுக் கொண்டு சாலையில் இறங்கி நடக்கிறேன். நல்லதொரு மழை பெய்யத் தொடங்கியிருக்கிறது.

விடுதியிலிருந்தும் சகுராவின் வீட்டிலிருந்தும் வெளியேறிய பிறகு, இரவை நான் எங்கு கழிப்பேன் என்பது குறித்து எனக்கு எந்த யோசனையுமில்லை. சூரியன் இறங்குவதற்கு முன்னால் நான் படுத்துறங்க ஒரு கூரையைக் கண்டுபிடிக்க வேண்டும், எங்காவது பத்திரமாக. எங்கு தொடங்குவதென்று எனக்குத் தெரியவில்லை, ஆனால் கொமூரா நூலகம் செல்லும் தொடருந்தைப் பிடிக்கத் தீர்மானிக்கிறேன். அங்கே நான் சென்றால், ஏதேனும் நல்லது நடக்கலாம். ஏனென்று சொல்லத் தெரியவில்லை, ஆனால் அவ்வாறு நடக்கும் என்கிற உணர்வு வெறுமனே என்னை ஆக்கிரமக்கிறது.

மிகவும் விசித்திரமான திசைகளில் விதி என்னை அழைத்துப் போவதாகத் தெரிகிறது.

12

அக்டோபர் 19, 1972

அன்புள்ள பேராசிரியருக்கு,

எதிர்பாராத வகையில் என்னிடமிருந்து கடிதம் வந்திருப்பதைக் கண்டு நீங்கள் ஆச்சரியம் அடைவீர்களென்பது எனக்கு உறுதியாகத் தெரியும். இவ்வாறு வெளிப்படையாகப் பேசுவதற்கு என்னை மன்னியுங்கள். எனது பெயர் தற்போது உங்களுக்கு நினைவிருக்காதென்றே நினைக்கிறேன், பேராசிரியர் அவர்களே, ஆனால் யமனாஷி ஆளுகைக்குட்பட்ட சிறிய ஆரம்பப் பள்ளியில் ஒரு காலத்தில் நான் ஆசிரியையாக இருந்தேன். நீங்கள் இதை வாசிக்கும்போது, என்னைப் பற்றி உங்களுக்கு ஏதாவது ஞாபகம் வரலாம். களப்பயணம் சென்ற குழந்தைகளின் அணிக்கு பொறுப்பேற்றிருந்த ஆசிரியை நானே, திடீரென எல்லோரும் நினைவிழந்து வீழ்ந்த நிகழ்ச்சியுடன் சம்பந்தப்பட்ட குழந்தைகளின் அணிக்கு. அதன்பிறகு, ஒருவேளை உங்களுக்கு ஞாபகமிருக்கலாம், விசாரணைக்காக ராணுவத்தினரோடு எங்கள் நகரத்துக்கு நீங்கள் வந்த சமயத்தில் உங்களோடும் டோக்கியோ பல்கலைக்கழகத்தைச் சேர்ந்த உங்கள் நண்பர்களோடும் பல முறை பேசும் வாய்ப்பு எனக்குக் கிட்டியது.

தொடர்ந்த வருடங்களில் பத்திரிகைகளில் உங்கள் பெயர் பிரதானமாகக் குறிப்பிடப்படுவதை பலமுறை பார்த்திருக்கிறேன், உங்களின் பணியையும் சாதனைகளையும் உளமார்ந்த வியப்புடன் நான் தொடர்ச்சியாகக் கவனித்து

வருகிறேன். அதே நேரத்தில், நாம் சந்தித்ததைப் பற்றிய அற்புதமான நினைவுகளும் எனக்குண்டு, மிகக்குறிப்பாக, ஒழுங்கமைதியுடன் உற்சாகம் ததும்ப நீங்கள் பேசும் முறை குறித்து. நான் ஆசிர்வதிக்கப்பட்டதாகவும் கூட உணருகிறேன், உங்களுடைய நூல்களில் பலவற்றை வாசிக்க முடிந்ததற்காக. எப்போதும் உங்களின் உட்கருத்துகளின் மீது ஈர்ப்பு கொண்டவளாகவே நான் இருந்திருக்கிறேன், மேலும் உங்களுடைய அனைத்துப் பிரசுரங்களிலும் காணப்படும் ஓர் உலகளாவிய பார்வை எனக்கு ரொம்ப நியாயமானதாகத் தெரிகிறது - அதாவது, தனிநபர்களாக நாம் ஒவ்வொருவரும் அதீதமாகத் தனிமைப்படுத்தப்பட்டுள்ளோம், ஆனால் அதே வேளையில் மூலப்பிரதியான நினைவாற்றல் ஒன்றினால் அனைவரும் இணைக்கப்பட்டிருக்கிறோம். என் சொந்த வாழ்வில் மிகத்துல்லியமாக இதுபோல நானுணர்ந்த தருணங்கள் நிறைய உண்டு. ஆகையால், வெகு தொலைவிலிருந்து, உங்களின் தொடர் வெற்றிகளுக்காக நான் பிரார்த்தனை செய்து வருகிறேன்.

அந்த நிகழ்வுக்குப் பிறகு அதே ஆரம்பப்பள்ளியில் பாடம் நடத்துவதை நான் தொடர்ந்தேன். என்றாலும், சில வருடங்களுக்கு முன்பு, எதிர்பாராமல் எனக்கு உடல் சுகமில்லாமல் போக நீண்ட காலம் கோஃபு பொது மருத்துவமனையில் அனுமதிக்கப்பட்டேன், ஆக கொஞ்ச நாட்களுக்குப் பிறகு, எனது வேலையை ராஜினாமா செய்து விட்டேன். ஒரு வருட காலம் மருத்துவமனைக்கு வருவதும் போவதுமாயிருந்தாலும் கடைசியில் குணமடைந்தேன், மருத்துவமனையில் இருந்து வெளியேறிய பிறகு எங்கள் நகரில் ஒரு சிறிய தனிப்பயிற்சிப் பள்ளியைத் திறந்தேன். எனது முன்னாள் பள்ளி மாணவர்களின் குழந்தைகளே என்னிடம் மாணாக்கர்களாக வந்து சேர்ந்தார்கள். அனேகமாக, இதுவொரு புளித்துப்போன சங்கதியாகவும் இருக்கலாம், ஆனால் இவ்வாறு சொல்வது உண்மைதான் - காலம் உண்மையில் பறக்கத்தான் செய்கிறது - மேலும் காலம் கடந்து போவதென்பது என்னளவில் நம்ப முடியாத வேகத்தில் நிகழ்ந்திருப்பதை நான் கண்டுகொண்டேன்.

போரின்போது என் தந்தையையும் கணவரையும் இழந்தேன், பிற்பாடு, சரணடைவிற்குப் பிந்தைய குழப்பமான காலக்கட்டத்தில் என் அம்மாவையும். திருமணம் முடிந்த கொஞ்ச காலத்தில் என் கணவர் போருக்குப் போனதால் எங்களுக்கு பிள்ளைகள் இல்லை, ஆக இவ்வுலகில் எப்போதும் நான் தனியாகத்தான் இருந்திருக்கிறேன். எனது வாழ்க்கை மிகவும் மகிழ்ச்சிகரமானது என்று சொல்ல மாட்டேன், ஆனால் இத்தனை நீண்ட காலம் பாடம் சொல்லித்தர முடிந்ததென்பதும் பல வருடங்களாக எண்ணற்ற குழந்தைகளோடு பணிபுரியும் வாய்ப்பு கிடைத்ததும் எனக்கான மாபெரும் ஆசிர்வாதம். இந்த வாய்ப்புக்காக நான் கடவுளுக்கு நன்றி சொல்லுகிறேன். ஆசிரியப்பணி மட்டும் இல்லாமல் போயிருந்தால் என்னால் உயிர் வாழ்ந்திருக்க முடியுமென்று நான் நினைக்கவில்லை.

இன்று எனது மொத்த தைரியத்தையும் திரட்டி உங்களுக்கு இந்தக் கடிதத்தை எழுதுகிறேன், பேராசிரியர் அவர்களே, ஏனெனில் 1944-ஆம் வருடத்தின் இலையுதிர்காலத்தில் வனத்துக்குள் நிகழ்ந்த சம்பவத்தை என்னால் ஒருபோதும் மறக்க முடியவில்லை. இருபத்து-எட்டு வருடங்கள் கடந்து விட்டன, ஆனால் என்னைப் பொருத்தவரை நேற்று நடந்ததைப் போல என் மனதுக்குள் அது அப்படியே புதிதாக இருக்கிறது. அந்த நினைவுகள் எப்போதும் என்னுடன் இருக்கின்றன, நான் கண்விழிக்கும் ஒவ்வொரு தருணத்தையும் நிழலாகப் போர்த்தியபடி. அவற்றை நினைத்தவாறு எண்ணிக்கையிலடங்கா உறக்கமற்ற இரவுகளை நான் கடந்திருக்கிறேன், எனது கனவுகளைக் கூட அவை விட்டு வைத்ததில்லை.

அந்த நிகழ்வுக்குப் பிந்தைய அதிர்வுகள் ஏதோ என் வாழ்வின் ஒவ்வொரு கோணத்தையும் பாதிக்கிறது என்பதைப்போல. உங்களுக்கு ஒரு உதாரணம் சொல்வதெனில், அந்நிகழ்வோடு தொடர்புடைய குழந்தைகளில் யாரையும் நான் பார்க்க நேரும்போதெல்லாம் (அவர்களில் பாதிப் பேர் இன்னும் நகரில்தான் வசிக்கிறார்கள், தற்போது தங்களுடைய முப்பதுகளின் மத்தியில் இருக்கிறார்கள்) என்ன மாதிரியான விளைவுகளை அந்நிகழ்வு அவர்கள்

மீது ஏற்படுத்தி இருக்குமென்பதை யோசிப்பேன், என் மீதும். இத்தகைய அதிர்ச்சிகரமான சம்பவம் நிகழும்போது உடல்ரீதியாக அல்லது உளரீதியாக நம் மீது நீடித்து நிலைக்கும் விளைவுகளை அது கொண்டிருக்கும் என்றே நினைப்போம். என்னாலும் வேறு எப்படியும் நினைக்க முடியவில்லை. ஆனால் அவை எம்மாதிரியான விளைவுகளென்றும் அதெல்லாம் சேர்ந்து எத்தனை பயங்கரமான விளைவுகளை உண்டாக்குமென்பதையும் துல்லியமாகச் சுட்டுவதென்றால், என்னிடம் அதற்கு வார்த்தைகள் இல்லை.

நீங்கள் நன்கறிந்ததைப் போல, பேராசிரியர் அவர்களே, இந்நிகழ்வு குறித்த செய்தி பொதுமக்களைச் சென்றடையாமல் ராணுவம் பார்த்துக் கொண்டது. ஆக்கிரமிப்பின்போது அமெரிக்க ராணுவமும் வெகு ரகசியமாகத் தங்களின் விசாரணையை நடத்தினார்கள். அது அமெரிக்கர்களோ அல்லது ஜப்பானியர்களோ, எல்லா ராணுவமும் ஒன்றுதான். ஆக்கிரமிப்புக்குப் பிறகு தணிக்கைமுறைகளை அகற்றினாலும் கூட, அந்நிகழ்வைப் பற்றிய கட்டுரைகள் ஏதும் செய்தித்தாள்களிலோ அல்லது பத்திரிகைகளிலோ வரவில்லை. காரணம் என்னவென்பதை என்னால் புரிந்து கொள்ள முடிகிறது, ஏனென்றால் அது பல வருடங்களுக்கு முன்னால் நிகழ்ந்ததென்பதோடு யாரும் இறக்கவுமில்லை.

இதன் காரணமாக, இப்படியொரு சங்கதி நிகழ்ந்ததே பெரும்பாலான மக்களுக்கு ஒருபோதும் தெரிய வரவில்லை. போர்க்காலத்தின்போது பல கிலியூட்டும் சம்பவங்கள் நிகழ்ந்தன, லட்சக்கணக்கான மக்கள் தங்களின் உயிரை இழந்தார்கள், எனவே எங்களுடைய சிறிய நகரத்தில் நடந்ததைக் கேட்டு மக்களில் யாரும் பயங்கரமாக அதிர்ச்சியடைய மாட்டார்களென்றே நான் நினைக்கிறேன். இங்கும் கூட, என்ன நடந்ததென்பது நிறைய பேருக்கு நினைவில்லை, அப்படி நினைவிருப்பவர்களும் அது குறித்துப் பேச விருப்பம் கொண்டிருப்பதாகத் தெரியவில்லை. அந்தச் சம்பவத்தை நினைவுகூரும் பெரும்பாலான மனிதர்களுக்கு அதுவொரு மோசமான நினைவென்பதால் யாரும் அதைத் தொடாமலிருக்கவே விரும்புகிறார்கள்.

பெரும்பாலான சங்கதிகளை காலப்போக்கில் நாம் மறந்து விடுகிறோம். வாழ்வா-சாவா என்கிற போராட்டத்துக்குள் மனிதர்களைத் தள்ளிய போரும் கூட, தற்போது ஏதோவொரு பழங்காலச் சங்கதியாகத் தோன்றுகிறது. அன்றாட வாழ்வுகளுக்குள் வெகு தீவிரமாக நாம் சிக்கிக் கொண்டிருக்கும் சூழலில் இறந்தகாலத்தைச் சேர்ந்த நிகழ்வுகளுக்கு - எரிந்து போன பழங்கால நட்சத்திரங்களைப் போல - நமது மனங்களின் சுற்றுப்பாதைகளில் தற்போது இடமிருப்பதில்லை. ஒவ்வொரு நாளும் நாம் யோசிக்க வேண்டிய விசயங்கள் அளவுக்கதிகமாக உள்ளன, உடன் கற்றுக்கொள்ள அளவுக்கதிகமான புதிய விசயங்களும் இருக்கின்றன. புதிய பாணிகள், புதிய தகவல்கள், புதிய தொழில்நுட்பம், புதிய சொல்லியல்... என்றாலும் கூட, எவ்வளவுதான் காலம் கடந்தாலும், இடைப்பட்ட காலகட்டத்தில் என்ன நிகழ்ந்தாலும், ஒருபோதும் நம்மால் மறதிக்குள் மூழ்கடிக்க முடியாத சில சங்கதிகளும் இருக்கத்தான் செய்கின்றன, ஒருபோதும் நம்மால் அழிக்கவியலாத நினைவுகள். எப்போதும் அவை நம்மோடுதான் இருக்கும், உரைகல் போல. ஆக என்னளவில் அன்றைய தினம் வனத்துக்குள் நிகழ்ந்தது அதுபோன்ற நினைவுகளுள் ஒன்றுதான்.

இப்போது அது குறித்து என்னால் ஒன்றும் செய்ய முடியாதென்பது எனக்குத் தெரியும், மேலும் இத்தனை நாட்கள் கழித்து ஏன் இதைப் பற்றி நான் பேசுகிறேன் என்று நீங்கள் குழம்பினால் அதையும் என்னால் நிச்சயம் புரிந்து கொள்ள முடியும். ஆனால் நான் உயிரோடுள்ளபோதே வெளிப்படையாகச் சொல்ல வேண்டிய சங்கதி ஒன்று இருக்கிறது.

போரின்போது, இயல்பாகவே, கடுமையான தணிக்கையின் கீழ் நாங்கள் வாழ்ந்தோம், எளிதில் நாங்கள் பேசி விட முடியாத சங்கதிகள் நிறைய இருந்தன. உங்களை நான் சந்தித்தபோது, பேராசிரியர் அவர்களே, ராணுவ அதிகாரிகளும் உடனிருந்ததால் என்னால் உங்களிடம் யதார்த்தமாகப் பேச முடியவில்லை. மேலும், அப்போது எனக்கு உங்களைப் பற்றி எதுவும் தெரியாது, உங்களுடைய பணிகள் குறித்தும், ஆகவே

எந்தவொரு தனிப்பட்ட சங்கதி குறித்தும் – தனக்குத் தெரியாத ஆணிடம் பேசுகிற ஒரு இளம்பெண்ணாக – உங்களிடம் வெளிப்படையாக உரையாட முடியுமென என்னால் உறுதிபட நம்ப முடியவில்லை. எனவே பல்வேறு உண்மைகளை எனக்குள் புதைத்துக் கொண்டேன். வேறு வார்த்தைகளில் சொன்னால், அதிகாரப்பூர்வ விசாரணையின்போது அந்த நிகழ்வைப் பற்றிய சில உண்மைகளை வேண்டுமென்றே திரித்துச் சொன்னேன். போருக்குப் பிறகு, அமெரிக்க ராணுவம் என்னை விசாரித்தபோதும், விடாப்பிடியாக அதே கதையைத்தான் சொன்னேன். அனேகமாக, பயத்தின் காரணமாகவும் எல்லாம் சரியாயிருப்பதாகக் காட்டிக் கொள்ளவும், உங்களிடம் சொன்ன பொய்களையே நான் திரும்பத் திரும்பச் சொன்னேன். நிகழ்வு குறித்த உங்களின் விசாரணையை இது ரொம்பக் கடினமாக மாற்றியிருக்கலாம், மேலும் உங்களுடைய தீர்மானங்களையும் சற்றுப் பிறழச் செய்திருக்கலாம். இல்லை, அவ்வாறுதான் நிகழ்ந்திருக்குமென்று எனக்குத் தெரியும். பல வருடங்களாக இது என்னை உறுத்தி வந்திருக்கிறது, நான் செய்ததை எண்ணி வெட்கப்படுகிறேன்.

இப்படியொரு நீண்ட கடிதத்தை ஏன் நான் உங்களுக்கு எழுதினேன் என்பதை இது விளக்கியிருக்கும் என்று நம்புகிறேன். நீங்கள் பரபரப்பான மனிதர், இதற்கெல்லாம் உங்களிடம் நேரமிருக்காதென்று எனக்குத் தெரியும். அப்படியென்றால், இந்தக் கடிதத்தை ஒரு மூதாட்டியின் வெற்றுப் புலம்பல்கள் என்றெண்ணி குப்பையில் வீசத் தயங்காதீர்கள். சங்கதி யாதெனில், நான் நன்றாக இருக்கும்போதே, உண்மையில் அப்போது என்ன நடந்ததென்பதை வெளிப்படையாக ஒத்துக்கொண்டு, எழுத்தில் அதைப் பதிவு செய்து, யாருக்கு தெரியவேண்டுமோ அவர்களில் ஒருவரிடம் அதனைக் கொண்டு சேர்க்க வேண்டியதன் அவசியத்தை உணருகிறேன். என்னுடைய சுகவீனத்திலிருந்து நான் மீண்டு விட்டேன், ஆனால் எப்போது மீண்டும் நிலை மோசமாகுமென்பது நமக்குத் தெரியாது. இதை நீங்கள் கருத்தில் கொள்வீர்களென்று நம்புகிறேன்.

குழந்தைகளை நான் மலைக்கு அழைத்துப் போனதற்கு முந்தைய நாளிரவு, எனது கணவரைப் பற்றி எனக்கொரு கனவு வந்தது, விடிகாலைக்குச் சற்று முன். வலுக்கட்டாயமாக இழுத்துப் சென்று அவர் போரில் ஈடுபடுத்தப்பட்டிருந்தார். அந்தக் கனவு மிகுந்த உயிர்ப்போடு பாலுணர்வு ததும்புவதாயிருந்தது – நிஜத்தையும் கனவையும் தனியே நாம் பிரித்துணர முடியாத வகையில் உயிரோட்டத்தோடு இருக்கும் கனவுகளுள் ஒன்று.

கனவில் ஒரு பெரிய மட்டப்பாறையின் மீது உறவு கொள்பவர்களாக நாங்கள் படுத்திருந்தோம். வெளுத்துப்போன சாம்பல் நிறத்தில் மலையுச்சிக்கு அருகிருந்த பாறை. ஒட்டுமொத்தப் பாறையையும் பார்க்க இரண்டு டடாமி விரிப்புகளின் அளவிருக்கும், அதன் மேற்பரப்பு வழவழப்பாகவும் ஈரமாகவும் இருந்தது. மேகங்கள் வானை மூடியிருக்க புயல் வருமென்பதைப் போலத் தோற்றமளித்தது, ஆனால் எங்கும் காற்றேயில்லை. அந்தி நெருங்குவதாகத் தோன்றியது, பறவைகள் தங்களின் கூடுகளுக்கு விரைந்து கொண்டிருந்தன. ஆக அங்கே நாங்களிருவரும், மேகங்களடர்ந்த வானுக்குக் கீழே, அமைதியாகக் கலவி புரிந்தோம். இந்தச் சமயத்தில் எங்களுக்குத் திருமணமாகி வெகு நாட்கள் ஆகியிருக்கவில்லை, மேலும் போர் எங்களைப் பிரித்திருந்தது. என் கணவருக்காக எனதுடல் நெருப்பாக எரிந்தது.

வார்த்தைகளால் விளக்கிச் சொல்லவியலாத இன்பத்தை நான் உணர்ந்தேன். அத்தனை கிடைநிலைகளையும் நாங்கள் முயற்சித்தோம், மீண்டும் மீண்டும் கலவியில் ஈடுபட்டு, மீண்டும் மீண்டும் உச்சமடைந்தோம். இப்போது அதைப் பற்றி நினைக்கையில் விசித்திரமாக உள்ளது, ஏனென்றால் நிஜ வாழ்வில் நாங்களிருவருமே அமைதியானவர்கள், இன்னும் சரியாகச் சொல்வதெனில், உள்ளுக்குள் சுருங்கிக் கொள்ளும் இயல்புடைய மனிதர்கள். எங்களின் விருப்பங்களுக்குள் ஒருபோதும் இப்படி நாங்கள் தொலைந்ததில்லை அல்லது இத்தகைய உச்சபட்ச இன்பத்தை அனுபவித்ததுமில்லை. என்றாலும், கனவில், எங்களுடைய வாழ்வில் முதன்முறையாக தயக்கங்களை எல்லாம் தூர எறிந்து விட்டு மிருகங்களைப் போல நாங்கள் கலவியில் ஈடுபட்டோம்.

கண்களைத் திறந்தபோது வெளியே இன்னும் மங்கலாயிருக்க நான் வித்தியாசமாக உணர்ந்தேன். எனதுடல் பாரமாயிருப்பதைப் போல, இன்னும் என் கணவரை எனக்குள் ஆழமாக உணர முடிந்தது. என் இதயம் விரைந்து துடிக்க மூச்சு விடவும் சிரமப்பட்டேன். என் யோனி ஈரமாயிருந்தது, கலவிக்குப் பின்னிருப்பதைப் போலவே. அது வெறும் கனவல்ல, உண்மையாக நான் கலவி புரிந்தேன் என்பதைப்போல. இதைச் சொல்ல எனக்குச் சங்கடமாக உள்ளது, ஆனால் அந்நேரம் நான் சுயஇன்பத்தில் ஈடுபட்டேன். காமம் என்னைத் தீயாகச் சுட்டெரிக்கும்போது அதை ஆற்றுப்படுத்த நான் ஏதாவது செய்ய வேண்டியிருந்தது.

அதன்பிறகு வழக்கம் போல எனது வண்டியை எடுத்துக் கொண்டு பள்ளிக்குச் சென்று, ஓவன் யமா போகும் எங்கள் களப்பயணத்தில் குழந்தைகளுக்குப் பாதுகாப்பாக இணைந்து கொண்டேன். மலைப்பாதையில் நடந்து போகும் சமயத்தில், நினைவில் ஊடாடும் கலவியின் விளைவுகளை இன்னும் என்னால் உணர முடிந்தது. நான் செய்ய வேண்டியிருந்ததெல்லாம் கண்களை மூடுவது மட்டுமே, உடன் என் கணவர் எனக்குள் வருவதை என்னால் உணர முடிந்தது, அவருடைய விந்தணுக்கள் என் வயிற்றின் சுவற்றில் மோதுவதையும். வெறி பிடித்தது போல என்னால் இயன்றமட்டும் இறுக்கமாக அவரைக் கட்டிப்பிடித்துக் கொண்டேன், கால்கள் எவ்வளவு முடியுமோ அவ்வளவு அகலமாய் விரிந்திருக்க, எனது கணுக்கால்கள் அவரின் தொடைகளோடு பின்னிப் பிணைந்திருந்தன. வெளிப்படையாகச் சொன்னால், குழந்தைகளை மலைக்கு மேலே அழைத்துப் போன சமயம் நான் ஒருவிதக் கிறக்கத்தில் இருந்தேன். இன்னும் அந்த உயிரோட்டமான, பாலுணர்வு ததும்பும் கனவின் மத்தியில் இருப்பதைப் போலவே நான் உணர்ந்தேன்.

நாங்கள் மலையின் மீது ஏறி, எங்களுடைய இலக்காக இருந்த பகுதியைச் சென்றடைந்தோம், காளான்களைப் பறிப்பதற்கென கலைந்து போகக் குழந்தைகள் தயாராகிக் கொண்டிருந்த அதே சமயத்தில், திடீரென்று எனக்கு மாதவிடாய் தொடங்கியது. அது அதற்கான நேரமல்ல. எனது முந்தைய மாதவிடாய்

பத்து நாட்களுக்கு முன்பு தான் நின்றிருந்தது, மேலும் எனது விடாய்கள் எப்போதும் சீரான இடைவெளிகளில் நிகழ்பவை. அனேகமாக அந்தக் காமம்சார்ந்த கனவு எனக்குள் எதையோ தூண்டி விட்டு இதற்குக் காரணமாக அமைந்திருக்கலாம். இயல்பாகவே அதற்கு நான் தயாராக வந்திருக்கவில்லை, மேலும் தற்போது நாங்கள் நகரை விட்டுத் தொலைவாக மலைகளின் மீது இருந்தோம்.

குழந்தைகளிடம் சிறிது ஓய்வெடுத்துக் கொள்ளச் சொல்லி விட்டு தனியாகப் பிரிந்து காட்டுக்குள் போனேன், நான் வைத்திருந்த இரண்டு துவாலைகளைக் கொண்டு முடிந்தவரை என்னைப் பார்த்துக் கொள்ளலாம் என எண்ணினேன். ரத்தம் மிகவும் அதீதமாயிருந்தது, ரொம்பவே சீர்கேடான நிலைமை, ஆனால் பள்ளிக்குத் திரும்பிச் செல்லும் வரை என்னால் சமாளிக்க முடியுமென்று நம்பினேன். எனது தலை முற்றிலும் காலியாகியிருக்க எதிலும் கவனத்தைக் குவிக்க முடியவில்லை. எனக்குள் ஒரு குற்றவுணர்வு இருந்ததாக யூகிக்கிறேன் - கட்டுப்பாடேயில்லாத அந்தக் கனவு குறித்து, சுயஇன்பத்தில் ஈடுபட்டது குறித்து, மேலும் குழந்தைகளுக்கு முன்னால் பாலியல் சார்ந்த கற்பனைகளில் தொலைந்தது குறித்தும். வழக்கமாக அத்தகைய எண்ணங்களை மட்டுப்படுத்திக் கொள்ளும் வகையினைச் சேர்ந்தவள் நான்.

காளான்களைச் சேகரிக்க குழந்தைகளைப் பிரிந்து போகச் சொன்னேன், மேலும் அதை ஒரு சிற்றுலாவாக மாற்றிக் கொண்டு எங்களால் முடிந்தமட்டும் விரைவாகத் திரும்பி விட வேண்டுமென்று எண்ணினேன். பள்ளிக்குத் திரும்பி விட்டால் பிறகு நல்ல முறையில் என்னைச் சுத்தப்படுத்திக் கொள்ள முடியும். தரையில் அமர்ந்து காளான்களைச் சேகரிக்கும் குழந்தைகளைப் பார்த்துக் கொண்டிருந்தேன். அவர்களின் எண்ணிக்கையை சரிபார்த்தேன், மேலும் எனது பார்வையிலிருந்து யாரும் மறைந்து விடாமலிருப்பதை உறுதி செய்து கொண்டேன்.

என்றாலும், சிறிது நேரம் கழித்து, கையில் எதையோ வைத்துக் கொண்டு ஒரு குட்டிப்பையன் என்னை நோக்கி நடந்து வருவதைக் கவனித்தேன். அவன் நகாடா எனும்

பெயர் கொண்ட சிறுவன் - நினைவாற்றல் திரும்பாமல் மருத்துவமனையில் அனுமதிக்கப்பட்ட அதே சிறுவன். நான் பயன்படுத்திய ரத்தந்தோய்ந்த துவாலைகளை அவன் கையில் வைத்திருந்தான். மூச்சு விட முடியாமல் திணறினேன், என் கண்களையே என்னால் நம்ப முடியவில்லை. வெகு தூரத்தில் அவற்றை நான் ஒளித்து வைத்திருந்தேன், பார்வையில் படாத வகையில், குழந்தைகள் போகாத ஒரு இடத்தில். ஒரு பெண்ணுக்கு மிகவும் சங்கடமான சூழல் இதுதானென்பதை நீங்கள் புரிந்து கொள்ள வேண்டும், வேறும் யாரும் பார்த்து விடக்கூடாதென்று நினைக்கும் ஒரு சங்கதி. எப்படி அவனால் இதைத் தோண்டியெடுக்க முடிந்ததென்பது எனக்குத் தெரியாது.

என்ன செய்கிறோமென்பதை உணருமுன்பே அவனை நான் அறைந்தேன். அவனுடைய தோள்களை இறுகப்பற்றி கன்னங்களில் பலமாக அறைந்தேன். எதையோ உரத்த குரலில் கத்தவும் செய்திருக்கலாம். எனக்கு நினைவில்லை. கட்டுப்பாட்டை முழுக்க இழந்திருந்தேன், எனது நிதானத்தில் நானில்லை. சங்கடம் ஆகப் பெரிதாயிருந்த சூழலில் நான் அதிர்ச்சிவயப்பட்டிருக்கலாம் என்று நினைக்கிறேன். இதற்கு முன் ஒருபோதும் குழந்தைகளில் எவரையும் நான் அடித்ததில்லை. ஆனால் அதைச் செய்து கொண்டிருந்தது நானல்ல.

பிறகுதான் அங்கிருந்த குழந்தைகளெல்லாம் என்னை வெறித்துப் பார்ப்பதை கவனித்தேன். சிலர் அமர்ந்திருந்தார்கள், சிலர் நின்றிருந்தார்கள், ஆனால் அனைவரும் என்னைப் பார்த்துக் கொண்டிருந்தார்கள். எல்லாம் அவர்களுக்கு நேரெதிரே நிகழ்ந்து கொண்டிருந்தது - நான், முகம் வெளுத்துப் போனவளாக அங்கு நின்றிருந்தேன், வாங்கிய அடிகளின் காரணமாக நகாடா தரையில் மயங்கிக் கீழே விழுந்தான், ரத்தந்தோய்ந்த துவாலைகளுடன். காலத்தில் உறைந்து போனதொரு தருணம் அது. யாரும் நகரவில்லை, யாரும் ஒரு வார்த்தையும் சொல்லவில்லை. குழந்தைகள் உணர்வுகளற்றிருந்தார்கள், அவர்கள் முகங்கள் வெண்கல முகமூடிகளைப் போலிருந்தன. மாபெரும் அமைதி வனங்களின் மீது கவிந்தது. உங்களால் கேட்க

முடிந்ததெல்லாம் பறவைகளின் கீச்சொலி மட்டுமே. இந்தக் காட்சியை மூளையை விட்டு அகற்ற என்னால் முடியவேயில்லை.

எவ்வளவு நேரம் கடந்ததென்று எனக்குத் தெரியவில்லை. அனேகமாக நீண்ட நேரம் ஆகியிருக்கவில்லை, ஆனால் எனக்கு என்றென்றைக்கும் என்பதாகத் தோன்றியது - காலம் என்னை உலகின் கடைசி முனையில் கொண்டு சென்று நிறுத்தியிருந்தது. இறுதியில் நானதை முறித்துக் கொண்டு வெளியேறினேன். ரத்தந்தோய்ந்த துவாலைகளை எனக்குப் பின்னால் மறைத்தபடி அவன் விழுந்த கிடந்த இடத்திலிருந்து நகாடாவைத் தூக்கினேன். அவனை இறுகப் பற்றி என்னால் முடிந்தவரை உருக்கமாக அவனிடம் என்னை மன்னிக்கும்படி வேண்டினேன். நான் செய்தது தவறு, தயைகூர்ந்து, தயைகூர்ந்து என்னை மன்னித்து விடு, நான் அவனிடம் கெஞ்சினேன். அவன் இன்னும் அதிர்ச்சியில் இருப்பதாகத் தெரிந்தது. அவன் கண்கள் வெறுமையாயிருந்தன, மேலும் நான் சொன்னதை அவனால் கேட்க முடியுமென்றும் எனக்குத் தோன்றவில்லை. இன்னும் அவன் எனது கைகளுக்குள் இருக்க மற்ற குழந்தைகளிடம் திரும்பி காளான்கள் சேகரிப்பதை அவர்கள் தொடரும்படி கூறினேன். அனேகமாக நிகழ்ந்தது எதையும் அவர்களால் புரிந்து கொள்ள முடியவில்லை. எல்லாம் வெகு விசித்திரமாயிருந்தது, யாரும் எதிர்பார்த்திராததாகவும்.

சிறிது நேரம் அங்கேயே நான் நின்றிருந்தேன், நகாடாவை என் கைகளுக்குள் இறுகப் பற்றியவாறு, இறந்து அல்லது தொலைந்து போக விரும்புகிறவளைப் போல உணர்ந்தேன். அத்துவானத்துக்கு சற்றுத் தள்ளி போரின் கொடூரம் தொடர்ந்து நிகழ்ந்தவாறிருக்க, எண்ணற்ற மனிதர்கள் இறந்து கொண்டிருந்தார்கள். எது சரி அல்லது எது தவறு என்பது குறித்து இதற்குமேல் எனக்கு எந்தப் புரிதலுமில்லை. உண்மையில் நான் நிஜ உலகத்தைத்தான் கண்டேனா? எனக்குக் கேட்ட பறவைகளின் ஒலி உண்மையானதுதானா? வனத்தின் நடுவே நான் தனிமையில் இருந்ததாக உணர்ந்தேன், முற்றிலும் குழம்பியவளாக, எனது வயிற்றிலிருந்து ரத்தம் கட்டுப்பாடின்றி வழிந்து கொண்டிருந்தது. கோபம், பயம்,

சங்கடம் – இவையெல்லாம் திரண்டு ஒரே உணர்வாக எனக்குள் எழுவதை உணர்ந்தேன். எனக்கு ஞாபகமிருக்கிறது, சத்தமே வராமல் நான் அழுதேன்.

ஆக அப்போதுதான் குழந்தைகள் மயங்கி வீழ்ந்தார்கள்.

உண்மையில் நடந்தது என்னவென்பதை நான் ராணுவ வீரர்களுக்குச் சொல்வதாயில்லை. அது போர்க்காலம், நாங்கள் நிறைய நடிக்க வேண்டியிருந்தது. ஆகவே எனக்கு மாதவிடாய் தொடங்கிய பகுதியை நான் மறைத்தேன், ரத்தந்தோய்ந்த துவாலைகளை நகாடா கண்டெடுத்ததையும், மேலும் அவனை நான் அடித்ததையும். மீண்டும், இந்தச் சம்பவம் குறித்து நீங்கள் விசாரித்தபோது மிகப்பெரிய தடங்கலை உங்களின் பாதையில் இது உருவாக்கியிருக்கும் என அச்சப்படுகிறேன். இறுதியில் இப்போது இதைச் சொல்லும் சமயத்தில் எத்தனை ஆசுவாசமாக நான் உணருகிறேன் என்பதை உங்களால் யூகிக்க முடியாது.

விந்தையான வகையில், குழந்தைகளில் எவருக்கும் இந்நிகழ்வு குறித்து எந்த நினைவுமில்லை. ரத்தந்தோய்ந்த துவாலைகளோ அல்லது நகாடாவை நான் அடித்ததோ யாருக்கும் நினைவில்லை. அது குறித்த நினைவுகள் யாவும் அவர்களுடைய மனங்களில் இருந்து உதிர்ந்து விட்டன. பிற்பாடு, சம்பவம் நிகழ்ந்த சிறிது நேரத்தில், ஒவ்வொரு குழந்தையையும் மறைமுகமாக விசாரித்து இதுதான் நிஜமென்பதை நான் உறுதி செய்து கொள்ள முடிந்தது. அனேகமாக அந்தச் சமயத்தில் கூட்டு ஆழ்நிலை மயக்கம் ஏற்கனவே தொடங்கியிருக்க வேண்டும்.

இளம் நகாடா குறித்து சில சங்கதிகளைப் பகிர்ந்து கொள்ள விரும்புகிறேன், அவனுடைய முன்னாள் ஆசிரியையாக. சம்பவத்துக்குப் பிறகு அவனுக்கு என்ன நடந்ததென்று உண்மையில் எனக்குத் தெரியாது. போருக்குப் பிந்தைய காலத்தில் என்னை விசாரித்த அமெரிக்க அதிகாரி அவன் டோக்கியோவில் ஒரு மருத்துவமனைக்கு அழைத்துச் செல்லப்பட்டதாகவும் இறுதியில் அவனுக்கு நினைவு திரும்பியதாகவும் சொன்னார். என்றாலும், அவர் எனக்கு

வேறெந்தத் தகவல்களையும் தரவில்லை. எனக்குத் தெரிந்ததைக் காட்டிலும் இது குறித்து உங்களுக்கு அதிகமாகவே தெரிந்திருக்கும் என யூகிக்கிறேன், பேராசிரியர் அவர்களே.

எங்கள் நகரத்துக்கு இடம்பெயர்ந்து வந்த ஐந்து குழந்தைகளுள் நகாடாவும் ஒருவன், ஐவரில் அவன்தான் புத்திசாலி என்பதோடு ஆகச்சிறந்த மதிப்பெண் படிநிலைகளும் கொண்டிருந்தான். மிகவும் இனிமையான குணங்களோடு, நன்கு கண்ணியமாக உடையணிந்திருப்பான். பண்புள்ள சிறுவன், தனக்குத் தேவையில்லாத சங்கதிகளுக்குள் ஒருபோதும் தலையை நுழைக்க மாட்டான். வகுப்பில் ஒரு முறை கூடத் தானாக எழுந்து எந்தக் கேள்விக்கும் அவன் பதில் சொன்னதில்லை, ஆனால் நான் அவனை எழுப்பிக் கேட்கும்போது, எப்போதும் சரியான பதிலைச் சொல்லுவான், மேலும் அவனுடைய அபிப்பிராயத்தை நான் கோரும் சமயங்களில் அதற்குத் தர்க்கரீதியான பதிலையும் தருவான். பாடம் எதுவாக இருந்தாலும் சரி, சட்டென்று அதைப் பிடித்துக் கொள்வான். ஒவ்வொரு வகுப்பிலும் அப்படியொரு மாணவன் இருப்பான், நாம் மேற்பார்வை செய்யாதபோதும் தான் படிக்க வேண்டியதை ஒழுங்காகப் படிப்பவன், என்றாவது ஒரு நாள் முதல்தரப் பல்கலைக்கழகம் ஒன்றில் அவன் சேர்வானென்றும் அற்புதமான வேலை அவனுக்குக் கிடைக்குமென்றும் உங்களுக்கு உறுதியாகத் தெரியும். இயல்பாகவே திறமைகளோடிருந்த ஒரு குழந்தை.

என்றாலும், அவனது ஆசிரியையாக, அவனுடைய சில சங்கதிகள் என்னைத் தொந்தரவு செய்தவாறிருந்தன. அவனிடம் ஒரு சமூக விலக்கமிருந்ததாக அவ்வப்போது எனக்கு ஓர் உணர்வு தோன்றும். கடுமையான பாடப்பணிகளை நல்ல முறையில் செய்தாலும் கூட, எப்போதும் அவன் மகிழ்ச்சியடைந்ததாகத் தெரிந்ததில்லை. வெற்றியை அடைய ஒருபோதும் அவன் போராடியதில்லை, சோதித்தறியும் வழிமுறைகளின் வலியை அவன் என்றும் அனுபவித்ததாகத் தெரியவில்லை. ஒருபோதும் அவன் பெருமூச்செறிந்ததோ புன்னகைத்ததோ கிடையாது. ஏதோ இவையெல்லாம் தான் எதிர்கொள்ள வேண்டிய சங்கதிகள் என்பதைப் போல, எனவே

அவன் வெறுமனே அவற்றைச் செய்து முடித்தான். தன் வழியில் குறுக்கிடும் எதையும் ஆற்றலோடு கையாண்டான் – கையில் திருப்புளியோடு கொண்டுவாரில் வேலை பார்க்கும் ஒரு தொழிற்சாலைப் பணியாளன் வரிசையாக வரும் ஒவ்வொரு பாகத்திலுமுள்ள திருகாணியை இறுக்கி முடுக்குவதைப் போல.

அவன் பெற்றோரை ஒருபோதும் சந்தித்திராததால் என்னால் உறுதியாகச் சொல்ல முடியவில்லை, ஆனால் வீட்டில் அவனுக்கு ஏதோ சிக்கல் இருந்திருக்க வேண்டும். இதுபோன்ற நிறைய வழக்குகளை நான் சந்தித்திருக்கிறேன். புத்திசாலிக் குழந்தைகளுக்கான திறனெல்லையை பெரியவர்கள் எப்போதும் உயர்த்திக் கொண்டேயிருப்பார்கள், துல்லியமாகச் சொல்ல வேண்டுமெனில், அவர்களால் அதைக் கையாள முடியும் என்பதால். தங்கள் முன் நிற்கும் செய்பணிகளால் குழந்தைகள் ஆட்கொள்ளப்பட்டு, இயல்பாகத் தங்களுக்குள் இருக்கும் வெளிப்படைத்தன்மையையும் சாதிக்கும் உணர்வையும், மெல்ல மெல்ல இழக்கத் தொடங்குவார்கள். அவ்வாறு அவர்களை பாவிக்கும் சமயத்தில் ஒரு ஓட்டுக்குள் தங்களைச் சுருக்கிக் கொண்டு அனைத்தையும் தங்களுக்குள் பொதிந்து வைக்க ஆரம்பிப்பார்கள். மீண்டும் அவர்களைத் திறந்த மனதுடையவர்களாக மாற்ற நீண்ட காலமும் அதீதப் பிரயத்தனமும் தேவைப்படும். குழந்தைகளின் இதயங்கள் எளிதில் வளைந்து தருபவை, ஆனால் ஒருமுறை இறுகி விட்டால் அவற்றை முன்பிருந்தது போல மீண்டும் மாற்றுவது சிரமம். பெரும்பான்மையான வழக்குகளில், சாத்தியமின்மைக்கு அடுத்ததாக என்று சொல்லலாம். ஆனால் அனேகமாக இந்தப் பிரச்சினையில் எனது கருத்துகளை நான் வெளியிடுவது சரியல்ல – இது, சொல்லப் போனால், உங்களுடைய நிபுணத்துவம் சார்ந்த சங்கதி.

அந்தச் சிறுவனின் பின்புலத்தில் வன்முறையின் சாடைக்குறிப்பையும் நான் உணர்ந்தேன். சில சமயங்களில் அவனுடைய கண்களில் பயத்தின் சாயல் பளிச்சிடும், வெகு காலம் வன்முறைக்குப் பழகிய ஒருவனின் இயற்கையான எதிர்வினையென்பதாகத் தோன்றும். என்ன அளவிலான

வன்முறை அது என்பதைத் தெரிந்து கொள்ள எனக்கு எந்த வழியும் இருக்கவில்லை. நகாடா ரொம்பவே சுய-ஒழுக்கத்தோடு இருந்த குழந்தை என்பதோடு தனது பயத்தை அவனால் ஒளித்து வைக்க முடியும். ஆனால் அவ்வப்போது தன்னையறியாமல் வெளிப்படும் வேதனைகளும் அவனுக்கிருந்தன, ரொம்பச் சின்னதாக, அதை அவனால் மறைக்க முடியாது. அன்று அவனுடைய வீட்டில் ஏதோ கொடூரமாக நிகழ்ந்திருக்கிறது என்பதை நான் புரிந்து கொள்வேன். குழந்தைகளோடு மிக அதிக நேரத்தைச் செலவிடும்போது, இத்தகைய சங்கதிகளை நீங்கள் எளிதில் புரிந்து கொள்ள முடியும்.

கிராமப்புறக் குடும்பங்கள் சற்று வன்முறை நிரம்பியவர்களாக இருக்கும் சாத்தியமுண்டு. பெற்றவர்களில் அனேகம் பேர் விவசாயிகளே, அடிப்படைத் தேவைகளைச் சமாளிக்க அதிகம் சிரமப்படுபவர்கள். காலை தொடங்கி இரவு வரைக்கும் முதுகை-முறிக்கும் பணியால் களைத்துப் போகும் மனிதர்கள், ஆக சிறிது மதுவருந்திய சூழலில் கோபம் வந்தால், அவர்கள் உடல்ரீதியானத் தாக்குதலில் ஈடுபடுவார்கள். இத்தகைய விசயங்கள் நிகழ்கின்றன என்பதில் எந்த ரகசியமுமில்லை, மேலும் பெரும்பாலான சமயங்களில் பண்ணைக் குழந்தைகள் இதன் பொருட்டு நிலைகுலைவதில்லை என்பதோடு எவ்வித உணர்வுரீதியானத் தழும்புகளுமின்றி தங்கள் வாழ்வைத் தொடர்கிறார்கள். ஆனால் நகாடாவின் தந்தை ஒரு பல்கலைக்கழகத்தில் பேராசிரியராக இருந்தார், உடன் அவன் அம்மாவும், அவர் அனுப்பிய கடிதங்களிலிருந்து என்னால் சேகரிக்க முடிந்த தகவல்களைத் தொகுத்துப் பார்த்தால், நன்கு கற்றறிந்தவராகத்தான் தெரிந்தார். வேறு வார்த்தைகளில் சொன்னால், உயர்-நடுத்தர-வர்க்க நகர்சார்ந்த குடும்பம். அப்படியொரு குடும்பத்தில் ஏதேனும் வன்முறை நிகழ்கிறதெனில் அது இயல்பைமீறிய சிக்கலாகத்தான் இருக்க வேண்டும், மேலும் பண்ணைக் குழந்தைகள் எதிர்கொள்வது போன்ற நேரடி வன்முறையாகவும் அது இருக்க முடியாது. ஒரு குழந்தை தனக்குள் பொதிந்து வைத்துக் கொள்ளும் வகைமையைச் சேர்ந்த வன்முறை.

ஆகையால்தான் அன்றைய தினம் மலையில் அவனை அறைந்ததற்காக மிகவும் மனம் வருந்தினேன், அதை நான் தெரிந்து செய்தேனோ தெரியாமல் செய்தேனோ. ஒருபோதும் அப்படி நான் நடந்திருக்கக்கூடாது, அது முதல் குற்றவுணர்வையும் அவமானத்தையும் தொடர்ந்து எனக்குள் உணருகிறேன். அதிலும் – அவன் பெற்றோரிடமிருந்து இழுத்துச் சென்ற பிறகு பழக்கமில்லாத ஒரு சூழலில் இருத்தப்பட்ட – நகாடா அந்தச் சம்பவத்துக்கு சற்றுமுன் இறுதியாக என்னிடம் தன்னைத் திறந்து காட்ட இருந்தான் எனும்போது இன்னுமதிகமாக வருத்தப்படுகிறேன்.

அன்று நான் வெளிக்காட்டிய வன்முறையின் தீவிரம் நிச்சயமாக அவனுக்குள் முகிழ்ந்து கொண்டிருந்த எவ்வித உணர்வுகளுக்கும் மரண அடியாக விழுந்திருக்கும். என்னால் நிகழ்ந்த தீங்கை சரி செய்ய ஒரு வாய்ப்பு கிட்டுமென்று நம்பினேன், ஆனால் சூழ்நிலைகள் வேறுமாதிரி யோசித்தன. இன்னும் நினைவிழந்தவனாக, டோக்கியோவில் இருந்த மருத்துவமனைக்கு நகாடா கொண்டு செல்லப்பட்டான், பிறகு அவனை நான் பார்க்கவேயில்லை. இன்றைய தினம் வரை நான் மனம் வருந்தும் சங்கதி இது. அவனை நான் அறைந்தபோது அவனுடைய முகத்தில் தெரிந்த உணர்வுகளின் சாயலை இப்போதும் என்னால் பார்க்க முடிகிறது. அவனால் உணர முடிந்த மாபெரும் பயத்தையும் மனவிலகலையும்.

என்னை மன்னியுங்கள், இப்படியொரு நீண்ட கடிதத்தை எழுத நான் திட்டமிடவில்லை, ஆனால் குறிப்பிட்டுச் சொல்ல வேண்டிய இன்னொரு சங்கதி உண்டு. உண்மையைச் சொன்னால், போர் முடிவதற்குக் கொஞ்ச நாட்களுக்கு முன்பு பிலிப்பைன்ஸில் என் கணவர் இறந்தபோது, என்னளவில் அப்படியொன்றும் அதிர்ச்சியான சங்கதியாக இருக்கவில்லை. எந்தவொரு துயரத்தையும் அல்லது கோபத்தையும் நான் உணரவில்லை – வெறுமனே நிராதரவின் ஆழமான உணர்வு மட்டுமே. நான் அழவேயில்லை. எங்கோ, ஏதோவொரு தொலைதூர போர்க்களத்தில், என் கணவர் தனது உயிரை இழப்பாரென்பது எனக்கு ஏற்கனவே தெரியும். முந்தைய வருடமே, இப்போது நான் எழுதியிருக்கும் சங்கதிகள் யாவும்

நடைபெறத் தொடங்கியதில் இருந்தே நானதை அறிவேன் - அந்தக் காமம் கொப்பளிக்கும் கனவு, குறிப்பிட்ட காலத்துக்கு முன் சீக்கிரமே தொடங்கிய மாதவிடாய், நகாடாவை அடித்தது, மர்மமான ஆழ்துயில் நிலைக்குள் குழந்தைகள் விழுந்தது - என் கணவரின் மரணத்தை உறுதியாக நிகழவிருந்த சங்கதியென்பதாக ஏற்றுக் கொண்டேன், ஏதோ ஏற்கனவே விதிக்கப்பட்டதைப் போல. ஆக அவருடைய மரணச்செய்தி முன்னதாகவே எனக்குத் தெரிந்த ஒரு விசயத்தை வெறுமனே உறுதி செய்தது. மலையில் எனக்கு நிகழ்ந்த ஒட்டுமொத்த அனுபவமும் அதுவரையிலான எனது எந்தவொரு அனுபவத்துக்கும் அப்பாற்பட்டது. அந்த வனங்களுக்குள் என்னுடைய ஆன்மாவின் ஒரு பகுதியை விட்டு வந்ததாக நான் உணர்ந்தேன்.

முடிக்கும் தருவாயில், உங்களின் ஆய்வுகள் மென்மேலும் செழித்தோங்கும் என்கிற எனது நம்பிக்கையை வெளிப்படுத்த விரும்புகிறேன். தயைகூர்ந்து உங்களை நன்றாகக் கவனித்துக் கொள்ளுங்கள்.

என்றும் உங்கள் உண்மையுள்ள,

13

மணி பனிரெண்டைத் தாண்டியிருக்க, மதியவுணவைச் சாப்பிட்டவாறு பூங்காவை நான் வெறித்துக் கொண்டிருக்கும் சமயத்தில், ஒஷிமா வெளியே வந்து எனக்கு அடுத்ததாக அமர்கிறான். இன்றைய தினம் கிட்டத்தட்ட மொத்த நூலகமும் எனக்கு மட்டுமானதாக இருக்கிறது. எப்போதும் போல, என்னுடைய மதியவுணவென்பது நிலையத்தின் அருகிலுள்ள சிறிய கடையில் வாங்கிய விலைமலிவான எடுத்துப்போகும்-வகை உணவே. நாங்கள் சிறிது நேரம் பேசுகிறோம், தனது சாண்ட்விச்சுகளில் பாதியை எடுத்துக் கொள்ளும்படி ஒஷிமா என்னை வற்புறுத்துகிறான்.

"இன்று கொஞ்சம் அதிகமாக செய்தேன், உனக்காகத்தான்," மீண்டும் அவன் வற்புறுத்துகிறான். "தவறாக எடுத்துக் கொள்ளாதே, ஆனால் நீ சாப்பிடுவதேயில்லை என்பதைப் போலத் தோற்றமளிக்கிறாய்."

"எனது வயிற்றைச் சுருக்க முயற்சி செய்து வருகிறேன்," நான் விளக்குகிறேன்.

"வேண்டுமென்றே செய்கிறாயா?" அவன் கேட்கிறான்.

நான் தலையசைக்கிறேன்.

"பணத்தைச் சேமிக்க நீயிதைச் செய்கிறாயா?"

மறுபடியும் நான் தலையசைக்கிறேன்.

"என்னால் அதைப் புரிந்து கொள்ள முடிகிறது, ஆனால் உன்னுடைய வயதுக்கு வாய்ப்பு கிடைக்கும்போதெல்லாம் நீ

வயிற்றை நிரப்பிக் கொள்ள வேண்டும். உனக்கு ஊட்டச்சத்து தேவைப்படும்."

அவன் என்னிடம் கொடுக்கும் சாண்ட்விச்சுகள் பார்வைக்கு மிகவும் சுவைமிகுந்ததாகத் தெரிகின்றன, அவனுக்கு நன்றி சொல்லி விட்டு சாப்பிடத் தொடங்குகிறேன். புகைப்பதனம் செய்த சாலமன், நீர்வளர் கீரைகள், மற்றும் மிருதுவான வெள்ளைப் பாண். அதன் மேற்பகுதி நன்கு மொறுமொறுப்போடு இருக்க, காட்டுமுள்ளங்கியும் வெண்ணையும் சேர்ந்து அந்த சாண்ட்விச்சை முழுமையாக்குகின்றன.

"இதை நீயே தயாரித்தாயா?" என்று கேட்கிறேன்.

"வேறு யாரும் எனக்கு அதைச் செய்து தரப் போவதில்லை," என்கிறான்.

தனது காப்புக்குடுவையிலிருந்து பால்கலக்காத காப்பியை அவன் ஒரு குவளையில் ஊற்றும் அதே வேளையில் சிறிய அட்டைப்பெட்டியில் இருக்கும் பாலை நான் அருந்துகிறேன்.

"இந்நாட்களில் நீ என்ன வாசித்துக் கொண்டிருக்கிறாய்?"

"நட்சுமே சொசேகியின் ஒட்டுமொத்த படைப்புகளை," என்கிறேன். "இன்னும் அவருடைய புதினங்களில் சிலவற்றை நான் வாசித்ததில்லை, ஆக அவை அனைத்தையும் வாசிக்க இதுவொரு அற்புதமான வாய்ப்பு."

"சொசேகி எழுதிய எல்லாவற்றையும் வாசிக்க வேண்டுமென்று விரும்பும் அளவுக்கு உனக்கு அவரை அத்தனை பிடிக்குமா?" ஒஷிமா கேட்கிறான்.

நான் தலையாட்டுகிறேன்.

அவனது கையிலிருக்கும் கோப்பையிலிருந்து ஆவி கிளம்புகிறது. வெளியே இருட்டாயிருக்க மேகங்கள் சூழ்ந்துள்ளன, ஆனால் குறைந்தபட்சம் மழை நின்றிருக்கிறது.

"இங்கு வந்த பிறகு அவருடைய புதினங்களில் எதை நீ வாசித்திருக்கிறாய்?"

"*சுரங்கத் தொழிலாளியை (The Miner) வாசித்து விட்டேன், இப்போது அபினிச்செடிகளில் (Poppies) இருக்கிறேன்.*"

"*சுரங்கத் தொழிலாளி, ஹ்ம்ம்?*" என்கிறான் ஒஷிமா, புத்தகம் குறித்தத் தனது தெளிவற்ற நினைவுகளை அவன் தேடுவது வெளிப்படையாகத் தெரிகிறது. "டோக்கியோவைச் சேர்ந்த கல்லூரி மாணவனொருவன் இறுதியில் சுரங்கத் தொழிலாளியாக மாறும் கதை, இல்லையா? மேலும் வெளியுலகத்திற்குத் திரும்புவதற்கு முன் மற்ற தொழிலாளிகளோடு சேர்ந்து மிக மோசமானக் காலகட்டங்களை அவன் சந்திக்க நேரிடும்? ஒரு மாதிரி நடுத்தர-அளவிலான புதினம், என்னுடைய நினைவுகளின்படி. வெகு நாட்களுக்கு முன்னால் அதை நான் வாசித்தேன். பொதுவாக சொசேகியிடம் நாம் எதிர்பார்க்கக்கூடிய கதைக்களமல்ல, மேலும் அந்த எழுத்துப்பாணியும் கூட சற்றுக் கரடுமுரடாக இருக்கும். அவருடைய ஆகச்சிறந்த புதினங்களுள் ஒன்றல்ல. உனக்கு அதில் என்ன பிடித்திருக்கிறது?"

புதினத்தைப் பற்றிய எனது கருத்துருவாக்கங்களை வார்த்தைகளாக மாற்ற முற்படுகிறேன், ஆனால் எனக்கு காகத்தின் உதவி தேவைப்படுகிறது – எங்கிருந்தாலும் உடனே அவன் இங்கு தோன்ற வேண்டும், சிறகுகளை அகல விரித்து சரியான வார்த்தைகளை எனக்காக அவன் தேடியெடுக்க.

"கதையின் நாயகன் ஒரு பணக்காரக் குடும்பத்தைச் சேர்ந்தவன்," என்கிறேன், "ஆனால் அவனது காதல் தோல்வியுற உளச்சோர்வுக்கு ஆளாகி வீட்டை விட்டு ஓடிப் போகிறான். இலக்கற்று அவன் சுற்றித் திரியும் காலத்தில், இந்த மர்மமான கதாபாத்திரம் அவனிடம் வந்து சுரங்கத்தில் பணிபுரியச் சொல்கிறது, வெறுமனே அவன் பின்னால் செல்லும் நாயகன் ஆஷியோ சுரங்கத்தில் வேலைக்குச் சேர்கிறான். தரைக்குக் கீழே மிகவும் ஆழமான பகுதியில் அவன் இருக்கிறான், ஒருபோதும் அவனால் யூகிக்கவும் முடியாத அத்தனை விதமான அனுபவங்களும் அங்கே அவனுக்குக் கிடைக்கின்றன. பாவப்பட்ட இந்த பணக்காரப் பையன் சமூகத்தின் கசடுகளுக்குள் கிடந்து உழலும் நிலைமைக்கு ஆளாகிறான்."

பாலைச் சீப்பியவாறே நான் சொல்ல வந்ததில் மீதமிருக்கும் சங்கதிகளை எனக்குள் ஒன்றிணைக்க முயற்சி செய்கிறேன்.

காகம் திரும்பி வர சற்று நேரம் பிடிக்கிறது, ஆனால் ஓஷிமா பொறுமையாகக் காத்திருக்கிறான்.

"சுரங்கங்களுக்குள் அவன் சந்திக்கும் அனுபவங்களெல்லாம் வாழ்வா-சாவா வகை போராட்டங்களே. கடைசியில், அவன் வெளியேறி வந்து மீண்டும் தனது பழைய வாழ்க்கைக்குத் திரும்புகிறான். ஆனால் இந்த அனுபவங்களிலிருந்து அவன் எதையும் கற்றதாக, அவனுடைய வாழ்க்கை மாறியதாக, இப்போது அவன் வாழ்வின் அர்த்தம் குறித்துத் தீவிரமாக யோசிப்பதாக அல்லது சமூகத்தைக் கேள்வி கேட்கத் தொடங்குவதாக, அல்லது வேறெதைப் பற்றியும் புதினத்தில் எதுவும் சொல்லப்படுவதில்லை. அவன் முதிர்ச்சியடைந்து விட்டான் என்கிற உணர்வும் கூட நமக்குள் உண்டாவதில்லை. ஆக நூலை முடித்த பிறகு உங்களுக்குள் ஒரு வினோதமான உணர்வு தோன்றும். நீங்கள் ஆச்சரியம் கொள்வதைப் போல: சொசேகி என்னதான் சொல்ல வந்தார்? அவர் என்ன சொல்ல வருகிறாரென்பதை நிஜமாகவே சரிவரப் புரிந்து கொள்ள முடியாத உணர்வுதான் இறுதியில் உங்களுக்குள் தேங்கியிருக்கும் என்பதைப் போல. என்னால் அதை இன்னும் நன்றாக விளக்கிச் சொல்ல முடியவில்லை."

"ஆக, ஒரு எடுத்துக்காட்டுக்குச் சொன்னால், சொசேகியின் *சான்ஷிரோவோடு (Sanshiro)* ஒப்பிடும்போது *சுரங்கத் தொழிலாளி* வடிவரீதியாக முற்றிலும் மாறுபட்டிருக்கிறது, நவீன *பில்டங்ஸ்ரோமனுக்கு* உதாரணமென்பதைப் போல?"

நான் தலையாட்டுகிறேன். "எனக்கு அது குறித்துத் தெரியாது, ஆனால் நீ சொல்வது சரியாக இருக்கலாம். கதையில் சான்ஷிரோ வளர்கிறான். தடைகளைச் சந்திக்கிறான், சங்கதிகளைத் தீர ஆராய்கிறான், கஷ்டங்களை மீறி வெல்கிறான், சரியா? ஆனால் *சுரங்கத் தொழிலாளியின்* நாயகன் வேறு மாதிரி ஆள். அவன் செய்வதெல்லாம் தன்னைச் சுற்றி நிகழும் சங்கதிகளைக் கவனித்து அவற்றை அப்படியே ஏற்றுக்கொள்வது மட்டுமே. அதாவது, இங்கொன்றும் அங்கொன்றுமாக அவன் தனது கருத்துகளைச் சொல்கிறான், ஆனால் எதுவும் தீர்க்கமானதல்ல. மாறாக, அவன் தனது காதலுறவை எண்ணி ஏங்குகிறான். உள்ளே நுழையும்போது எப்படி இருந்தானோ அதேபோலத்தான் சுரங்கத்தை விட்டு

வெளியே வரும்போதும் இருக்கிறான். அது தான் விரும்பி ஏற்றுக் கொண்டதுதானா என்பது குறித்து அவனுக்குத் தெரியாது, அல்லது தனக்கு முன்னால் வேறு வாய்ப்புகள் இருந்தன என்பதும். அவன்... முழுக்க உயிர்ப்பற்றவனாயிருந்தான். ஆனால் நிஜ வாழ்க்கையில் மனிதர்கள் அப்படித்தான் இருக்கிறார்களென்று நான் நினைக்கிறேன். உங்களுடைய முடிவுகளை நீங்களாக எடுப்பதென்பது அத்தனை சுலபமானதல்ல."

"உன்னை நீ சுரங்கத் தொழிலாளியின் நாயகனைப் போல உணருகிறாயா?"

நான் தலையை ஆட்டுகிறேன். "இல்லை, ஒருபோதும் அப்படி நான் நினைத்ததில்லை."

"ஆனால் மனிதர்கள் எதையாவது பற்றிக் கொள்ள வேண்டும்," என்கிறான் ஓஷிமா. "அவர்கள் அதைச் செய்தேயாக வேண்டும். நீயும் அதைத்தான் செய்கிறாய், உனக்குத் தெரியாவிட்டாலும் கூட. கதே சொன்னதைப் போல: எல்லாமே உருவகங்கள்தான்."

சிறிது நேரம் இதையெண்ணி நான் குழம்புகிறேன்.

ஓஷிமா ஒரு மிடறு காப்பியை அருந்துகிறான். "எப்படிப் பார்த்தாலும், இது சுரங்கத் தொழிலாளியைப் பற்றிய மிக சுவாரசியமான பார்வை. குறிப்பாக நீங்களிருவருமே ஓடி வந்தவர்கள் எனும்போது. என்னை மீண்டும் வாசிக்கத் தூண்டுகிறது."

நான் சாண்ட்விச்சை முடிக்கிறேன், தற்போது காலியாகிப் போயிருக்கும் பால் டப்பாவை நசுக்கி குப்பைக்கூடைக்குள் அதை வீசியெறிகிறேன். "ஓஷிமா," என்கிறேன், நேரடியாக அதைப் பேசிடலாம் என்று தீர்மானித்தவனாக, "நான் ஒரு குழப்பத்தில் இருக்கிறேன், என்னால் யோசனை கேட்க முடிந்த ஒரே ஆள் நீ மட்டும்தான்."

அவன் இரண்டு கைகளையும் அகல விரிக்கிறான், தைரியமாக-மேலே-சொல் எனும் சைகையோடு.

"அதுவொரு பெரிய கதை, ஆனால் இன்றிரவு நான் தங்குவதற்கு எனக்கு எந்த இடமுமில்லை. என்னிடம் ஒரு உறக்கப்பொதி

உள்ளது, ஆக எனக்கு ஒரு ஃப்யூடனோ (futon - ஜப்பானின் பாரம்பரியப் படுக்கை விரிப்பு) அல்லது படுக்கையோ அல்லது வேறெதுவுமோ தேவையில்லை. வெறுமனே தலைக்கு மேல் ஒரு கூரை. அருகில் அப்படி ஏதேனும் இடங்களிருப்பதாக உனக்குத் தெரியுமா?"

"விடுதி அல்லது வழிப்போக்குத் தங்குமனைகள் குறித்து நீ யோசிக்கவில்லை என்று நினைக்கிறேன்."

நான் தலையாட்டுகிறேன். "பணமும் ஒரு காரணம்தான். ஆனால் ரொம்ப வெளிப்படையாகத் தெரியும்படி தங்க வேண்டாமென்று நினைக்கிறேன்."

"இளஞ்சிறார் பிரிவுக் காவலர்களின் பார்வைக்குத் தட்டுப்படாமல், நான் பந்தயம் கட்டுகிறேன்."

"ஆம்."

கொஞ்ச நேரம் யோசித்த பிறகு ஒஷிமா சொல்கிறான், "சரி, நீ இங்கேயே தங்கிக் கொள்ளலாம்."

"நூலகத்திலா?"

"நிச்சயமாக. இதற்குக் கூரை இருக்கிறது, ஒரு காலியான அறையும் கூட, இரவில் யாரும் அதைப் பயன்படுத்துவதில்லை."

"ஆனால் இது சரியென்று நினைக்கிறாயா?"

"கண்டிப்பாக, அதற்கு முதலில் நாம் சில ஏற்பாடுகளைச் செய்ய வேண்டும். ஆனால் இது சாத்தியம்தான். அல்லது சாத்தியமற்ற ஒன்றல்ல என்றும் நான் சொல்லலாம். என்னால் சமாளிக்க முடியும் என நம்புகிறேன்."

"எப்படி?"

"நல்ல புத்தகங்களை வாசிக்கவும் எல்லாவற்றையும் தானாக சமாளிக்க வேண்டுமெனவும் நீ விரும்புகிறாய். உடலமைப்பைப் பொறுத்தவரை திடகாத்திரமான ஆளாகவே தெரிகிறாய், மேலும் மற்றவர்களின் ஆதரவை எதிர்பார்க்காதவனாகவும்.

நன்கு-ஒழுங்குபடுத்திய வாழ்க்கையை வாழ நீ விரும்புகிறாய், நிறைய மனோபலமும் உனக்கு இருக்கிறது. அதாவது, உனது வயிற்றைக் கூடச் சுருக்கிக் கொள்ளுமளவுக்கு தீர்க்கமான மனோபலம், சரிதானே? நீ எனது உதவியாளராவது குறித்தும் இங்கே நூலகத்தின் காலியறையில் தங்குவது பற்றியும் மிஸ் செய்கியிடம் நான் பேசுகிறேன்."

"நான் உனக்கு உதவியாளராக இருக்க வேண்டுமென்று நினைக்கிறாயா?"

"பெரிதாக நீ ஒன்றும் செய்ய வேண்டியிருக்காது," என்கிறான் ஒஷிமா. "அடிப்படையில் இந்த இடத்தைத் திறக்கவும் மூடவும் எனக்கு உதவி செய். நூலகத்தை முழுதாகச் சுத்தப்படுத்த அல்லது கணிணியில் விசயங்களை உள்ளீடு செய்ய எப்போதும் தொழில்முறை நிபுணர்களை ஏற்பாடு செய்வோம். அதைத் தவிர்த்து, செய்வதற்குப் பெரிதாக வேலைகள் ஏதும் இருக்காது. நீ வெறுமனே உனக்கு விருப்பமான எதையும் வாசிக்கலாம். கேட்க நன்றாயிருக்கிறதா?"

"ஆமாம், நிச்சயமாக..." என்ன சொல்வதென்று எனக்குத் தெரியவில்லை. "ஆனால் மிஸ் செய்கி இதற்கு ஒத்துக் கொள்வாளென்று நான் நினைக்கவில்லை. எனக்குப் பதினைந்து வயது, ஓடி வந்திருக்கிறேன், அதைப் பற்றி அவளுக்கு எதுவுமே தெரியாது."

"ஆனால் மிஸ் செய்கி... எப்படிச் சொல்வது?" தொடங்கிய பிறகு, அவனுடைய இயல்புக்கு மாறாக, ஒஷிமா பேச்சை நிறுத்துகிறான் – சரியான வார்த்தையைத் தேடுபவனாக. "சற்று வித்தியாசமானவள்."

"வித்தியாசம்?"

"மற்ற மனிதர்களோடு ஒப்பிட அவள் எதையும் வித்தியாசமான கோணத்தில் அணுகக்கூடியவள்."

நான் தலையசைக்கிறேன். வித்தியாசமான கோணத்தில் அணுகக்கூடியவள்? அதற்கு என்ன அர்த்தம்? "அவளை அசாதாரணமான பெண் என்கிறாயா?"

ஒஷிமா அவன் தலையை ஆட்டுகிறான். "இல்லை, நான் அப்படிச் சொல்ல மாட்டேன். அசாதாரணத்தன்மை குறித்துப் பேசினால், அது என்னைப் பற்றியதாக இருக்கும். எந்த விசயத்திலும் வழக்கமான வழிமுறைகளைப் பின்பற்றுவது வெறுமனே அவளுடைய இயல்பல்ல."

வித்தியாசத்துக்கும் அசாதாரணத்துக்குமான வேறுபாடு என்னவென்பதைக் கண்டறிய இன்னும் நான் முயன்றவாறிருக்கிறேன், ஆனால் இதற்குமேல் கேள்விகள் கேட்க வேண்டாமென்று தீர்மானிக்கிறேன். இப்போதைக்கு.

சிறிய இடைவெளிக்குப் பிறகு ஒஷிமா சொல்கிறான், "என்றாலும், இன்றிரவு இங்கு தங்குவது சிக்கல்தான். எனவே உன்னை நான் வேறு ஏதாவது இடத்துக்கு அழைத்துப் போகிறேன், எல்லாம் சரியாகும் வரை ஓரிரண்டு நாட்கள் அங்கு நீ தங்கலாம். உனக்கு ஒன்றும் பிரச்சினை இல்லைதானே? இங்கிருந்து சிறிது தூரம் போக வேண்டும்."

"பரவாயில்லை," என்று அவனிடம் சொல்கிறேன்.

"நூலகம் ஐந்து மணிக்கு முடியும்," என்கிறான் ஒஷிமா, "ஒரு சில விசயங்களை நான் ஒழுங்குபடுத்த வேண்டியிருக்கும், எனவே நாம் 5:30 க்குக் கிளம்பலாம். எனது சீருந்தில் உன்னை அங்கே அழைத்துப் போகிறேன். இப்போது யாரும் அங்கு தங்கியிருக்கவில்லை. மேலும் கவலைப்படத் தேவையில்லை – அந்த இடத்துக்குக் கூரை உண்டு."

"மிக்க நன்றி."

"நாம் அங்கே போனபிறகு நீ எனக்கு நன்றி சொல்லலாம். நீ நினைப்பதைப் போல அந்த இடம் இல்லாமலும் போகலாம்."

வாசிப்பறைக்குத் திரும்பி அபினிச்செடிகளை எங்கு விட்டு வந்தேனோ அங்கிருந்து மீண்டும் தொடருகிறேன். ஆரம்பிக்கும்போது நான் வேகமாக வாசிக்கக்கூடியவன் அல்ல. ஒவ்வொரு சொற்றொடரிலும் தேங்கி நிற்பதை விரும்புவேன், பாணியை ரசித்தபடியே. எழுத்து எனக்குப் பிடிக்காமல் போனால், நிறுத்தி விடுவேன். ஐந்து மணிக்குச் சற்று முன்பு

புதினத்தை முடித்து மீண்டும் அதை அடுக்கில் வைக்கிறேன், பிறகு நீள்சாய்விருக்கையில் அமர்கிறேன், கண்களை மூடி நேற்றிரவு நடந்ததைப் பற்றி யோசிக்கிறேன். சகுராவைப் பற்றி. அவள் அறையைப் பற்றி. எனக்கு அவள் செய்ததைப் பற்றி. அடுத்தடுத்து அரங்கேறிய நிகழ்வுகளின் ஆச்சரியங்களையும் திருப்பங்களையும் பற்றி.

5:30 மணிக்கு ஒஷிமாவுக்குக் காத்திருப்பவனாக நூலகத்துக்கு வெளியே நான் நிற்கிறேன். நூலகத்தின் பின்னாலுள்ள மகிழுந்து நிறுத்துமிடத்துக்கு என்னை அவன் அழைத்துப் போகிறான், இருவரும் அவனுடைய பச்சைநிறப் பந்தயச் சீருந்துக்குள் ஏறிக் கொள்கிறோம். மேற்பகுதி கீழிறக்கப்பட்டிருக்கும் மஸ்தா மியாடா. அதன் சிறிய வைப்பிடத்தின் உள்ளே போக முடியாத அளவுக்கு எனது முதுகுப்பை பெரிதாயிருக்கிறது, எனவே அதைப் பின்புற முகப்போடு சேர்த்து நாங்கள் இறுக்கிக் கட்டுகிறோம்.

"நீண்ட பயணம், ஆகவே போகும் வழியில் இரவுணவுக்காக நிறுத்துவோம்," என்கிறான் ஒஷிமா. இக்னீஷன் சாவியைச் செருகி எஞ்சினை இயக்குகிறான்.

"நாம் எங்கே போகிறோம்?"

"கோச்சி," என்று பதிலளிக்கிறான். "எப்போதாவது அங்கே போயிருக்கிறாயா?"

நான் தலையை ஆட்டுகிறேன். "இங்கிருந்து எவ்வளவு தூரம்?"

"நாம் போகுமிடத்தைச் சென்றடைய நமக்கு இரண்டரை மணி நேரமாகும். தென்பகுதியை நோக்கி, மலைகளின் மீது."

"அவ்வளவு தூரம் போவதைப் பற்றி உனக்குக் கவலையில்லையா?"

"ஒரு சிக்கலுமில்லை, நேர்ப்பாதைதான், இன்னும் வெளிச்சமுள்ளது. மேலும் எனது கொள்கலனும் முழுக்க நிரம்பியிருக்கிறது."

நகரத்தின் அந்திநேர வீதிகளினூடாக நாங்கள் விரைகிறோம், பிற்பாடு மேற்கில் நீளும் நெடுஞ்சாலையில் இணைகிறோம். மற்ற சீருந்துகளுக்கு நடுவே நழுவிச் செல்லும் ஒஷிமா எளிதில் தடங்களை மாற்றுகிறான், எந்தச் சிரமமுமின்றி கியர்களை மாற்றியபடி. ஒவ்வொரு முறையும் எஞ்சினின் உறுமல் சற்று மாறுகிறது. கியர்களை மாற்றி அவன் வேகத்தைக் கூட்ட அந்தக் குட்டி வாகனம் கூடிய சீக்கிரமே 90களைத் தாண்டிப் பறக்கிறது.

“விசேடமான முறையில் மகிழுந்து சீரமைக்கப்பட்டிருக்கிறது, எனவேதான் மிக அதிக இழுவிசையைக் கொண்டிருக்கிறது. இது வழக்கமான மியாடா வாகனமல்ல. உனக்கு மகிழுந்துகளைப் பற்றி நன்றாகத் தெரியுமா?”

நான் தலையை ஆட்டுகிறேன். நிச்சயமாக எனது சிறப்பியல்புகளுக்குள் மகிழுந்துகளுக்கு இடம் கிடையாது. “வண்டி ஓட்டுவது உனக்குப் பிடிக்குமா?” என்று கேட்கிறேன்.

“சாகச விளையாட்டுகளை நான் தவிர்த்திட வேண்டுமென்று மருத்துவர் சொல்லி விட்டார். ஆக அதற்கு மாற்றாக வண்டி ஓட்டுகிறேன். ஈடு செய்தல்.”

“உனக்கு ஏதும் பிரச்சினையா?”

“அதன் மருத்துவப் பெயர் கொஞ்சம் நீளமானது, ஆனால் ஒருவகை குருதிப்பெருக்கு நோய்,” என்று ஒஷிமா இயல்பாகச் சொல்கிறான். “அப்படி என்றால் என்னவென்று உனக்குத் தெரியுமா?”

“ஓரளவுக்கு,” என்கிறேன். உயிரியல் வகுப்பில் அதைப் பற்றிக் கற்றுக் கொண்டிருக்கிறேன். “ஒரு முறை ரத்தம் வர ஆரம்பித்தால் நிற்காது. பரம்பரையாக வரக்கூடியது, அந்தச் சூழலில் ரத்தம் உறைவதில்லை.”

“சரியான பதில். குருதிப்பெருக்கு நோயில் பல வகைகளுண்டு, எனக்கிருப்பது கொஞ்சம் அரிய வகை. நோயின் பிற வகைமைகளோடு ஒப்பிட மோசமான ஒன்றல்ல, ஆனால் காயம்படாத வகையில் நான் கவனமாயிருக்க வேண்டும். ரத்தம் வரத் தொடங்கினால் நான் மருத்துவமனைக்குப் போக வேண்டும். தவிரவும், இந்நாட்களில் மருத்துவமனைகளுக்கு

ரத்தம் கிடைப்பதில் நிறைய சிக்கல்கள் இருக்கின்றன. உபகரணங்களின் சகாயத்தோடு மெல்லச் சாவதில் எனக்கு உடன்பாடில்லை. எனவே – தேவைப்பட்டால் – பாதுகாப்பான ரத்தத்தை எனக்கு வழங்க நகரத்தில் சில தொடர்புகளை நான் ஏற்படுத்திக் கொண்டிருக்கிறேன். எனது நோயின் பொருட்டு தொலைதூரப் பயணங்களை மேற்கொள்வதில்லை. ஹிரோஷிமா பல்கலைக்கழக மருத்துவமனையின் வழக்கமான பரிசோதனைகளைத் தவிர, நகரை விட்டு அரிதாகவே நான் வெளியே போவேன். என்றாலும், அது அத்தனை ஒன்றும் மோசமானதில்லை – எப்படிப் பார்த்தாலும் விளையாட்டிலோ அல்லது பயணங்களிலோ நான் பெரிதாக ஈடுபட்டது கிடையாது. என்னால் ஒரு சமையலறைக் கத்தியைப் பயன்படுத்த முடியாது, ஆகவே எதையும் நான் உருப்படியாகச் சமைக்கும் வாய்ப்பில்லை, அதுவொரு வெட்கக்கேடு."

"வாகனமோட்டுவது கூட நிறைய ஆபத்துகள் நிறைந்த விளையாட்டுதான்," நான் அவனிடம் சொல்கிறேன்.

"இது வேறுவகை ஆபத்து. எப்போதெல்லாம் நான் வண்டி ஓட்டுகிறேனோ என்னால் முடிந்தமட்டும் விரைவாகப் போக முயற்சி செய்வேன். வேகமாகச் சென்று நான் விபத்தில் சிக்கினால் வெறுமனே அது வெட்டுப்பட்ட விரலோடு நிற்காது. நிறைய ரத்தத்தை நீ இழக்க நேரும்போது, குருதிப்பெருக்கு நோயுடையவனுக்கும் வேறொருவனுக்கும் பெரிய வித்தியாசமில்லை. தப்பிப் பிழைக்கும் சாத்தியங்களும் ஒரேபோல என்பதால் அனைத்து சங்கதிகளையும் அது சமமாக்கி விடுகிறது. ரத்தம் உறைவது குறித்தோ அல்லது வேறெதைப் பற்றியும் நீ கவலைப்பட வேண்டியதில்லை, எவ்வித வருத்தமுமின்றிச் சாகலாம்."

"புரிகிறது."

"கவலைப்படாதே," ஒஷிமா நகைக்கிறான். "நான் விபத்தில் சிக்கப் போவதில்லை. நானொரு கவனமான ஓட்டுனரென்பதால் ரொம்ப விரட்ட மாட்டேன். எனது வாகனத்தைக் கூட அட்டகாசமான நிலையில்தான் வைத்திருக்கிறேன். தவிர, சாகும்போது நிம்மதியாகச் சாக விரும்புகிறேன், எனக்குள்ளாக,"

"அப்படிப் பார்த்தால், உன்னோடு யாரையும் உடனழைத்துச் செல்வதென்பது சரியானத் தேர்வாயிருக்காது."

"சட்டென்று பிடித்துக் கொண்டு விட்டாய்."

ஓய்வு-நிறுத்த உணவகமொன்றுக்குள் இரவுணவுக்காக நுழைகிறோம். நான் கோழிக்கறியும் சாலடும் எடுத்துக் கொள்கிறேன், அவன் கடலுணவு கூட்டும் சாலடும் கொண்டு வரப் பணிக்கிறான். அவ்வுணவைப் பற்றிப் பெரிதாகச் சொல்ல முடிந்ததெல்லாம் வெறுமனே எங்கள் வயிற்றை நிறைக்க எதையோ எடுத்துக் கொள்கிறோம் என்பது மட்டுமே. ஓஷிமா பணத்தைக் கட்டுகிறான், பிறகு மீண்டும் நாங்கள் மகிழுந்துக்குள் ஏறிக் கொள்கிறோம். வாகனத்தின் ஆக்சிலரேட்டரை அவன் ஏறி மிதிக்க வேகமானி விர்ரென்று மேலே போகிறது.

"ஏதேனும் இசையை நான் ஒலிக்கச் செய்தால் உனக்கொன்றும் பிரச்சினை இல்லையே?" ஓஷிமா கேட்கிறான்.

"நிச்சயமாக இல்லை," என்று பதிலளிக்கிறேன்.

சிடியின் பிளே பொத்தானை அவன் அழுத்த ஏதோ செவ்வியற்கால பியானோ இசை ஒலிக்கத் தொடங்குகிறது. நான் கொஞ்ச நேரம் கேட்கிறேன், இசையை அடையாளங்காண முயற்சி செய்தவாறு. அது பீத்தோவன் இல்லையென்று எனக்குத் தெரியும், ஷூமானும் கிடையாது. அனேகமாக அவர்களுக்கு நடுவில் வந்த வேறு யாரோ.

"ஷூபர்ட்?" நான் கேட்கிறேன்.

"நல்ல யூகம்," அவன் பதிலளிக்கிறான். பத்துக்கு இரண்டு ஒழுங்குநிலையில் அவனது கைகள் திருப்புச் சக்கரத்தைப் பற்றியிருக்க என்னைப் பார்க்கிறான். "உனக்கு ஷூபர்ட் பிடிக்குமா?"

"குறிப்பிட்டுச் சொல்லுமளவுக்கு இல்லை," நான் அவனிடம் சொல்கிறேன்.

"வாகனம் ஓட்டும்போது ஷூபர்ட்டின் பியானோ இசைப்பாக்களை நல்ல சத்தமாக வைத்துக் கேட்க எனக்கு ரொம்பப் பிடிக்கும். ஏனென்று உனக்குத் தெரியுமா?"

"எனக்குத் தெரியாது."

"ஏனென்றால் ஷூபர்ட்டின் பியானோ இசைப்பாக்களை இசைப்பது இந்த உலகிலேயே கடினமான விசயங்களுள் ஒன்று. எல்லாவற்றையும் விட டி மேஜரில் அமைந்திருக்கும் இந்த இசைப்பா. தேர்ச்சிபெற மிகக் கடினமான இசைக்கோர்வை. ஒருசில பியானோ இசைக்கலைஞர்கள் வேண்டுமானால் இதன் ஒன்று அல்லது அனேகமாக இரண்டு இசைக்கூறுகளைத் துல்லியமாக இசைக்கலாம், ஆனால் மொத்தமாக நான்கு இசைக்கூறுகளையும் ஒன்றாகக் கேட்க நேர்ந்தால், ஒருபோதும் யாராலும் அதைச் சாதிக்க முடிந்ததில்லை. புகழ்வாய்ந்த நிறைய பியானோ இசைக்கலைஞர்கள் இந்தச் சவாலை ஏற்றுக் கொண்டிருக்கிறார்கள், ஆனால் எப்போதும் ஏதோவொன்று குறைவதாகத் தோன்றும். ஆஹா! இவர் சாதித்து விட்டார்! என்று நாம் சொல்லும் வகையில் ஒருவர் கூடக் கிடையாது. ஏனென்று உனக்குத் தெரியுமா?"

"இல்லை," என்று பதிலளிக்கிறேன்.

"ஏனென்றால் இந்த இசைப்பா தன்னளவில் குறைபாடுடையது. ஷூபர்ட்டின் இசைப்பாக்களை ராபர்ட் ஷூமான் நன்கு புரிந்து வைத்திருந்தார், இதற்கு அவர் 'தெய்வீக அசுவாரசியம்' எனத் தலைப்பிட்டார்."

"இசைக்கோர்வையே குறைபாடுடையதென்றால், ஏன் இத்தனை பியானோ இசைக்கலைஞர்கள் அதில் தேர்ச்சிபெற விரும்புகிறார்கள்?"

"நல்ல கேள்வி," என்கிறான் ஒஷிமா, அவன் சற்று இடைவெளி விட இசை அந்த மௌனத்தை நிரப்புகிறது. "அது குறித்தப் பெரிய விளக்கம் எதுவும் என்னிடமில்லை, ஆனால் ஒரு விசயத்தை என்னால் சொல்ல முடியும்: தங்களுக்குள் குறிப்பிட்ட சிலக் குறைபாடுகளோடு இருக்கும் படைப்புகள் அதன் காரணமாகவே நம்மை ஈர்க்கும் சக்தியைக் கொண்டிருக்கும்

– அல்லது குறைந்தபட்சம் குறிப்பிட்ட வகைகளைச் சேர்ந்த மக்களை அவை ஈர்க்கும். எவ்வாறு நீ சொசேகியின் சுரங்கத் தொழிலாளியால் ஈர்க்கப்படுகிறாயோ அது போலவே. அதில் இருக்கக்கூடிய ஏதோவொன்று உன்னை உள்ளிழுத்துக் கொள்ளும், இன்னும் நன்றாகப் புரிந்து கொள்ளக்கூடிய புதினங்களான கொகோரோ அல்லது சான்ஷிரோ ஆகியவற்றை விட. அந்த படைப்பைப் பற்றி நீ கண்டுபிடிக்கும் ஏதோவொரு விசயம் உனது இதயத்தைச் சுண்டி இழுக்கும் – அல்லது அனேகமாக அந்தப் படைப்புதான் உன்னைக் கண்டுபிடிக்கிறதென்றும் சொல்லலாம். டி மேஜரில் அமைந்த ஷூபர்ட்டின் இசைப்பாவும் அது போன்றதே.”

“என்னுடைய கேள்விக்குத் திரும்புவோம்,” என்கிறேன், “நீ ஏன் ஷூபர்ட்டின் இசைப்பாக்களைக் கேட்கிறாய்? அதுவும் குறிப்பாக வண்டி ஓட்டும்போது?”

“ஷூபர்ட்டின் இசைப்பாக்களை ஒலிக்கச் செய்யும்போது, அதிலும் குறிப்பாக இந்தக்குறிப்பை, நேர்மையாகச் சொன்னால், அதில் கலை இல்லை. ஷூமான் சுட்டிக் காட்டியதுபோல, அது மிக நீளமாகவும் நாட்டுப்புறத்தன்மையோடும் இருக்கக்கூடியது, தொழில்நுட்பரீதியாகவும் ரொம்பவே எளிமையான ஒன்று. அதனியல்பில் ஒலிக்கச்செய்தால் அந்த இசைக்குறிப்பு தட்டையாகவும் சுவையற்றுமிருப்பதை உணரலாம், ஏதோ தூசுபடர்ந்த தொல்பொருளைப் போல. அதனால்தான் ஒவ்வொரு பியானோ இசைக்கலைஞனும் தன் சொந்த சங்கதி எதையாவது அதில் சேர்க்க முயற்சிக்கிறான், ஏதேனும் மிகையாக. இதைப் போல – எப்படி அவன் அந்தவிடத்தில் இணைக்கிறான் என்பதைக் கேள்? ரூபட்டோவைச் சேர்க்கிறான். வேகம், அலையேற்றம் ஆகியவற்றை மாற்றியமைத்து, அல்லது ஏதாவது செய்து. இல்லையென்றால் அவர்களால் அனைத்தையும் சரியான முறையில் ஒன்றிணைக்க முடியாது. என்றபோதும், அவர்கள் கவனமாயிருக்க வேண்டும், அல்லது இந்த அதீத சங்கதிகளெல்லாம் ஒன்றுசேர்ந்து இசைக்குறிப்பின் மாண்பைக் கெடுத்து விடும். அதன் பிறகும் அது ஷூபர்ட்டின் இசையாக இருக்காது. இந்த டி மேஜர் இசைப்பாவை இசைக்கும் ஒவ்வொரு பியானோ கலைஞனும் இதே முரண்பாட்டோடுதான் போராடும்படி ஆகிறது.”

அவன் இசையைக் கேட்கிறான், இன்னிசையை மெல்ல முணுமுணுக்கிறான், பிறகு தொடர்கிறான்.

"அதனால்தான் வண்டி ஓட்டும்போது ஷுபர்ட்டின் இசையைக் கேட்க நான் விரும்புகிறேன். நான் சொன்னதுபோல, எல்லா ஆற்றுகைகளுமே தன்னளவில் குறைபாடுடையவை என்பதால்தான். அடர்த்தியான, கலைநயம் பொருந்திய ஒரு குறைபாடு உங்கள் பிரக்ஞையைத் தூண்டும், உங்களை எச்சரிக்கையாக வைத்திருக்கும். முற்றிலும் குறைபாடற்ற இசைக்குறிப்பின் ஏதேனுமொரு முற்றிலும் குறைபாடற்ற ஆற்றுகையை வாகனம் ஓட்டும்போது நான் கேட்க நேர்ந்தால், எனது கண்களை மூடி அந்த இடத்திலேயே செத்துப் போக ஆசைப்படலாம். ஆனால் டி மேஜரைக் கேட்கும்போது, மனிதர்களுக்குச் சாத்தியப்பட்ட சங்கதிகளின் எல்லைகளை என்னால் உணர முடியும் – குறைபாடுகளின் எண்ணற்ற சேகரங்களின் வழியாக மட்டுமே குறிப்பிட்ட வகைப் பூரணத்துவத்தை நாம் அறிந்து கொள்ள முடியுமென்பதை. மேலும் தனிப்பட்ட முறையில், எனக்கு அது ஊக்கமளிப்பதாக உணருகிறேன். நான் என்ன சொல்ல வருகிறேனென்பது உனக்குப் புரிகிறதா?"

"ஒரு மாதிரி..."

"மன்னித்துக் கொள்," என்கிறான் ஒஷிமா, "ஒரு விசயத்தைக் குறித்துப் பேசும்போது என்னையே நான் மறந்து விடுவேன்."

"ஆனால் குறைபாடுகளிலும் நிறைய வகைகளும் படிநிலைகளும் உண்டு, இல்லையா?" நான் சொல்கிறேன்.

"நிச்சயமாக, ஆமாம்."

"ஒப்பிட்டுப் பேசினோமென்றால், டி மேஜர் இசைப்பாவை இசைக்கும் ஆற்றுகைகளில் எது ஆகச்சிறந்தது?"

"கொஞ்சம் கஷ்டம்தான்," ஒஷிமா அதைப் பற்றிக் கொஞ்சம் யோசிக்கிறான். கியரைக் குறைத்து வெளிப்புறத் தடத்துக்குள் அவன் அனாயசமாக நுழைகிறான், பெரிய குளிரூட்டிய 18-சக்கர வாகனமொன்றை வேகமாகத் தாண்டிய பிறகு கியரைக் கூட்டி மீண்டும் எங்கள் தடத்துக்குள் திரும்பி வருகிறான்.

"உன்னை பயமுறுத்தச் சொல்லவில்லை, ஆனால் இரவு நேர நெடுஞ்சாலையில் நாம் கண்டுபிடிக்கச் சிரமமான வாகனங்களில் பச்சைநிற மியாடாவும் ஒன்று. ரொம்பத் தாழ்வான உருவரை கொண்ட வாகனம், கூடுதலாக அதன் பச்சைநிறம் இருட்டோடு ஒன்றுகலக்கும் தன்மையுடையது. மிகக்குறிப்பாக சரக்குந்து ஓட்டுனர்களால் மேலிருக்கும் தங்களின் இருப்பிடத்திலிருந்து அவற்றைப் பார்க்க முடியாது. அதுவொரு சிக்கலான சங்கதியாயிருக்கலாம், குறிப்பாகக் குகைப்பாதைகளில். பந்தயச் சீருந்துகள் யாவுமே உண்மையில் சிவப்பாகத்தான் இருக்க வேண்டும். எனில் அவை தனித்துத் தெரியும். அதனால்தான் பெரும்பாலான ஃபெராரிக்கள் சிவப்பு நிறத்தில் இருக்கின்றன. ஆனால் எனக்குப் பச்சையே பிடித்த நிறமாகிப் போனது, சங்கதிகளை அது இன்னும் ஆபத்தானதாக மாற்றும் என்றாலும் கூட. பச்சை என்பது வனத்தின் நிறம். சிவப்பு உதிரத்தின் நிறம்."

தனது கடிகாரத்தை ஓரப்பார்வை பார்த்து விட்டு மீண்டும் இசையோடு சேர்ந்து முணுமுணுக்கத் தொடங்குகிறான். "பொதுவாக, ப்ரெண்டெலும் ஆஷ்கனாஸேயும்தான் சிறந்த ஆற்றுகைகளைத் தந்திருக்கிறார்களென நான் சொல்ல வேண்டும், உணர்வுரீதியாக எனக்குள் எதையும் அவர்கள் கிளர்த்தவில்லை என்றாலும். உலகின் வழிமுறைகளைக் கேள்விக்குட்படுத்தி சிதறடிக்கும் வல்லமை கொண்டது ஷூபர்ட்டின் இசை. அதுவே அழகியலின் சாரம், மேலும் ஷூபர்ட்டின் இசையென்பது அழகியலின் மொத்த உருவம்."

நான் இசைக்கோர்வையைத் தொடர்ந்து கேட்டவாறிருக்கிறேன்.

"என்ன நினைக்கிறாய்? அலுப்பூட்டுகிறதா?" அவன் கேட்கிறான்.

"ஓரளவுக்கு," நான் ஒத்துக்கொள்கிறேன்.

"உன்னை நீயே பயிற்றுவித்துக் கொண்டால் ஷூபர்ட்டை ரசிக்க முடியும். முதன்முறை அவரைக் கேட்டபோது நானும் இப்படித்தான் இருந்தேன் - மடத்தனமாக எனக்கு அது சலிப்பூட்டியது. உனது வயதொத்த யாருக்கும் இது இயல்பானதுதான். காலப்போக்கில் நீ அதை ரசிப்பாய்.

சலிப்பூட்டாத சங்கதிகளால் மனிதர்கள் சீக்கிரமே சோர்வடைந்து விடுவார்கள், ஆனால் எது சலிப்பூட்டக்கூடியதோ அவற்றால் அவர்கள் சோர்வடைவதில்லை. அதுதான் முக்கியமான சங்கதி. என்னளவில், அலுப்படைய காலமும் ஓய்வுநேரமும் எனக்கு இருக்கலாம், ஆனால் எதன் மீதும் சோர்வு கொள்வதற்கல்ல. நிறைய மனிதர்களால் இந்த இரண்டுக்குமிடையே உள்ள வித்தியாசத்தை அறிய முடிவதில்லை."

"நீயொரு அசாதாரணமான மனிதனென்று சொன்னாய். குருதிப்போக்கு நோயின் காரணமாக அப்படிச் சொன்னாயா?"

"அதுவும் அதன் ஒரு பகுதிதான்," என்கிறான், பிறகு வெறுப்பூட்டும் ஒரு புன்னகையைத் தருகிறான். "அதில் வேறு முக்கியமான சில விசயங்களும் உண்டு."

ஷூபர்ட்டின் நீளமான 'தெய்வீக' இசைப்பா முடிகிறது, அதன் பிறகு நாங்கள் எந்த இசையையும் கேட்கவில்லை. அமைதியாக இருக்கிறோம், இருவருமே தங்களின் சிதறலான எண்ணங்களால் அந்த மௌனத்தை நிரப்புகிறோம். கடந்து செல்லும் வழிகாட்டிப் பலகைகளை நான் வெறுமையாக உற்றுப் பார்க்கிறேன். சந்திப்பொன்றில் தெற்கு நோக்கித் திரும்புகிறோம், சாலை எங்களை மலைகளுக்குள் அழைத்துச் செல்ல நீண்ட குகைப்பாதைகளை ஒவ்வொன்றாகக் கடக்கிறோம். வேறொரு வாகனத்தைக் கடக்கும் ஒவ்வொரு தடவையும் ஓஷிமா தீவிரமாக கவனத்தை ஒருமுகப்படுத்துகிறான். சாலையில் மெல்ல-நகரும் சரக்குந்துகள் பலவற்றை நாங்கள் கடக்கிறோம், ஒவ்வொரு முறையும் இந்த ஓவென்கிற காற்றின் ஓலத்தைக் கேட்க முடிகிறது, ஏதோ யாருடைய ஆன்மாவோ உடலை விட்டு வெளியே இழுக்கப்படுவதைப் போல. அவ்வப்போது நான் பின்னால் திரும்பிப் பார்த்துக் கொள்கிறேன், எனது முதுகுப்பை இன்னும் நன்றாகத்தான் கட்டப்பட்டிருக்கிறது என்பதை உறுதி செய்ய.

"நாம் போகத் தலைப்படும் இடம் ஆழமான மலைப்பகுதிக்குள் உள்ளது, இவ்வுலகின் அழகிய வசிப்பிடமாக அது இருக்கப் போவதில்லை," என்கிறான் ஓஷிமா. "அங்கிருக்கும்போது வேறு ஒருவரையும் நீ பார்க்க முடியாதென்றே நினைக்கிறேன்.

வானொலி, தொலைக்காட்சி அல்லது தொலைபேசி என எதுவும் கிடையாது. நிச்சயமாக உனக்கொன்றும் சிக்கலில்லையே?"

"எனக்கொன்றும் சிக்கலில்லை," எனப் பதிலளிக்கிறேன்.

"தனிமையில் இருக்க நீ பழகிக் கொண்டிருக்கிறாய்," ஓஷிமா தன் கருத்தைத் தெரிவிக்கிறான்.

நான் தலையாட்டுகிறேன்.

"ஆனால் தனிமை வெவ்வேறு வடிவங்களில் வரும். உனக்கு அங்கே காத்திருக்கும் சங்கதி நீ சற்று எதிர்பார்க்காததாகவும் இருக்கலாம்."

"எவ்வகையில்?"

ஓஷிமா தனது கண்ணாடியின் இடையிணைப்புக் கம்பியை மேலே தள்ளுகிறான். "நிஜமாகவே எனக்குச் சொல்ல முடியவில்லை. அது மாறவும் செய்யலாம், உன்னைப் பொறுத்து."

நெடுஞ்சாலையிலிருந்து விலகி சிறிய சாலையொன்றுக்குள் நுழைகிறோம். வெளிவழிக்கு அருகேயுள்ள பக்கவாட்டுப் பாதையின் ஓரமாய் ஒரு சிறிய நகரம் இருக்கிறது. ஒரு சிறிய கடையில் நிறுத்தி ஓஷிமா எங்களால் தூக்கிச் செல்ல முடிந்ததை விட அதிகமான மளிகைப்பொருட்களை வாங்குகிறான் – பழங்களும் காய்கறிகளும், பிஸ்கட்டுகள், பாலும் தாதுநீரும், பதப்படுத்திய சாமான்கள், பாண், பொட்டலம் கட்டிய உடனடி உணவுகள், அனேகமும் பெரிதாகச் சமைக்கத் தேவையில்லாத சாமான்கள். எனது பணப்பையை எடுக்கிறேன், ஆனால் தலையை ஆட்டி விட்டு மொத்தத்துக்கும் அவனே பணம் தருகிறான்.

மீண்டும் பந்தயச் சீருந்துக்குத் திரும்பி நாங்கள் சாலையில் கீழிறங்கத் தொடங்குகிறோம். வண்டியின் வைப்பிடத்துக்குள் பொருத்த முடியாத பைகளை நான் கையில் வைத்திருக்கிறேன். அந்தச் சிறிய நகரத்தை நீங்கிய மறுகணம் எங்களை இருள் சூழ்கிறது. வீடுகள் ஏதுமில்லை, அவ்வப்போது கடந்து செல்லும் ஒற்றை மகிழுந்து மட்டும், ஒரே நேரத்தில்

இரண்டு மகிழுந்துக்கள் கடந்து போக முடியாத அளவுக்கு சாலை அத்தனை குறுகலாயிருக்கிறது. வண்டியின் முன்விளக்குகளை ஒஷிமா முழுக்கற்றைக்குச் சொடுக்கி விரைந்து முன்னேறுகிறான், பிரேக்கையும் ஆக்சிலரேட்டரையும் மாறி மாறி மிதித்து, இரண்டிலிருந்து மூன்றுக்கு மாற்றிப் பிறகு மீண்டும் இரண்டுக்குத் திரும்பி. வாகனமோட்டுவதில் கவனத்தைச் செலுத்துவதால் அவனுடைய முகபாவம் ஒரேபோல இருக்கிறது, உதடுகள் இறுகி, கண்கள் எதிரேயிருந்த இருட்டுக்குள் ஒரு புள்ளியில் நிலைத்து நிற்க, வலக்கரம் சக்கரத்தின் மேற்பகுதியைப் பற்றியிருக்க, இடக்கரம் கியர்-கம்பி குமிழின் மீது செயல்பட ஆயத்தமாக இருக்கிறது.

செங்குத்தான முகப்புடைய மேட்டுநிலம் எங்கள் இடப்பக்கம் தோன்றுகிறது. அங்கு கீழ்ப்பகுதியில் ஒரு மலையருவி இருப்பதாகத் தோற்றமளிக்கிறது. வளைவுகள் கூர்மையாக மாறுகின்றன, சாலைகள் வழுகலாக, மகிழுந்தின் பின்புறம் இரு முறை சுழல்கிறது, ஆனால் கவலைப்பட வேண்டாமென்று நான் தீர்மானிக்கிறேன். ஒஷிமாவைப் பொறுத்தமட்டில், இங்கு ஒரு விபத்தில் சிக்குவதென்பது பெரும்பாலும் “சரியானத் தேர்வாகயிராது.”

எனது கடிகாரம் ஒன்பதுக்குச் சற்று முந்தைய நேரத்தைக் காட்டுகிறது. என் பக்கமிருக்கும் ஜன்னலை இழுத்துத் திறந்து குளிர்க்காற்றை உள்ளே வர அனுமதிக்கிறேன். எல்லாம் இங்கு வித்தியாசமாக ஒலிக்கிறது. நாங்கள் மலைகளின் மீதிருக்கிறோம், இன்னும் ஆழமாகப் போகவிருக்கிறோம். இறுதியாக அந்தச் சாலை மேட்டுநிலங்களை விட்டு விலகி வனத்துக்குள் திரும்பும் சமயத்தில் நானொரு நிம்மதிப் பெருமூச்சை வெளியிடுகிறேன். மாயமென்பதைப் போல மரங்கள் எங்களுக்கு மேலே உயரமாக நீண்டிருக்கின்றன. முகப்பு விளக்குகளின் வெளிச்சநாவுகள் அடிமரங்களைத் துழாவி, ஒவ்வொன்றாக ஒளிரச் செய்கின்றன. டார்மாக் சாலையை விட்டு நாங்கள் விலகி வந்திருக்கிறோம், சக்கரங்கள் கூழாங்கற்களை வாரியடிக்க மகிழுந்தினடியில் அவை விசையோடு மோதுகின்றன. தாறுமாறான சாலையில் வாகனத்தின் சஸ்பென்சன் மேலும் கீழுமாக ஏறியிறங்குகிறது. நிலவைக் காணவில்லை, நட்சத்திரங்களும் இல்லை. மெலிதான

மழைச்சாரல் அவ்வப்போது வண்டியின் காற்றுக்காப்புக் கண்ணாடியின் மீது மோதுகிறது.

“அடிக்கடி நீ இங்கே வருவாயா?” என்று கேட்கிறேன்.

“முன்னொரு காலத்தில். இப்போது, வேலை மற்றும் இன்ன பிறவற்றின் காரணமாக அடிக்கடி வருவதில்லை. கடலலை விளையாட்டுக்காரனான என் அண்ணன் கோச்சியின் கடற்கரையில் வசிக்கிறான். அங்கே அலை விளையாட்டுகளுக்கான கடையை அவன் நடத்தி வருவதோடு அலையாட்டப் பலகைகளையும் தயாரிக்கிறான். எப்போதாவது இங்கு வருவான். நீ கடலலை ஆட்டங்களை விளையாடுவாயா?”

“ஒருபோதும் முயற்சித்ததில்லை,” நான் அவனிடம் சொல்கிறேன்.

“உனக்கு வாய்ப்பு கிடைத்தால், என் சகோதரனை உனக்குக் கற்றுத்தர நீ அனுமதிக்க வேண்டும். அவன் இதில் திறமையானவன்,” என்கிறான் ஒஷிமா. “நீ அவனைச் சந்தித்தால் சுத்தமாக அவன் என்னைப் போலில்லை என்பதைத் தெரிந்து கொள்வாய். பெருத்த மனிதன், கருத்த உடல், ஒரு வகை அமைதி, அத்தனை இணக்கமானவல்ல, பீர் பிடிக்கும். வாக்னரிலிருந்து ஷூபர்ட்டை வித்தியாசப்படுத்தத் தெரியாது. ஆனால் எங்களுக்குள் நன்கு ஒத்துப்போகும்.”

அடர்த்தியான வனங்களினூடாக நாங்கள் சாலையில் தொடர்கிறோம், இறுதியில் வாகனத்தை அணைக்கிறோம். மகிழுந்தை நிறுத்தி விட்டு, எஞ்சின் இன்னும் ஓடிக் கொண்டிருக்க, ஒஷிமா வெளியேறிச் சென்று ஏதோவொரு வகைக் கம்பிவேலியின் பூட்டைக் கழற்றி அதைத் தள்ளித் திறக்கிறான். வாகனத்தை உள்ளே ஓட்டிப் போகிறோம், காற்றோட்டமுள்ள, மேடுபள்ளம் நிரம்பிய வேறொரு சாலையில் பயணித்து, அந்தப் பாதை முடியுமிடத்தில் உள்ள வெட்டவெளியை வந்தடைகிறோம். மகிழுந்தை நிறுத்திய பின் ஒஷிமா ஆழமாகப் பெருமூச்சு விடுகிறான், இரு கைகளாலும் கேசத்தைப் பின்னால் கோதி விடுகிறான், பிறகு எஞ்சினைக் கொன்று விட்டு ஹேண்ட்பிரேக்கைப் போடுகிறான்.

குளிர்விக்கும் விசிறி இன்னும் முனகுகிறது, அளவுக்கதிகமாகக் கொதிக்கும் எஞ்சினை அது குளிரூட்ட முன்புறம் ஆவி கிளம்புகிறது, ஆனால் எஞ்சின் தற்போது அணைந்திருப்பதால் கனத்த அமைதி எங்களின் மீது கவிகிறது. அருகில் அருவியின் ஒலியைக் கேட்கிறேன், நீரின் மெல்லிய சத்தத்தை. எங்களுக்கு மேலே உயரத்தில் குறியீட்டைப் போல காற்று சலசலக்கிறது. கதவைத் திறந்து நான் வெளியேறுகிறேன். குளிர் இன்னும் திட்டுத்திட்டாக காற்றில் மீதமிருக்கிறது. எனது டி-ஷர்ட்டுக்கு மேலே படகுப்பந்தய மேற்சட்டையை அணிந்திருக்கிறேன், கழுத்து வரை அதை இழுத்து விட்டுக் கொள்கிறேன்.

எங்களுக்கு முன்னால் ஒரு சிறிய கட்டடம் நிற்கிறது, வெட்டுமரக் குடில், அதன் தோற்றத்தை வைத்துப் பார்க்க, ஆனால் ஊன்றிப் பார்க்க முடியாத வகையில் மிகவும் இருட்டாயிருக்கிறது. வனத்தின் பின்னணியில் மிதக்கும் அடர்த்தியான உருவரைக்கோடுகள் மட்டும். முகப்பு விளக்குகள் இன்னும் எரிய, ஓஷிமா மெல்லக் குடிலை நெருங்குகிறான், கையில் ஒளிவிளக்கோடு, தாழ்வாரப் படிகளில் மேலேறிச் சென்று, சாவியை வெளியே எடுத்து கதவைத் திறக்கிறான். உள்ளே போகிறான், தீக்குச்சியைப் பற்ற வைத்து ஒரு விளக்கை எரியச் செய்கிறான். பிறகு அவன் தாழ்வாரத்துக்கு வெளியேறி வருகிறான், விளக்கைக் கையில் ஏந்தியவாறே, பின்பு அறிவிக்கிறான், “எனது வீட்டுக்கு உன்னை வரவேற்கிறேன்.” எல்லாம் ஏதோ பழைய கதைப் புத்தகத்திலுள்ள ஓவியம் போலத் தெரிகிறது.

படிகளில் மேலேறி நான் உள்ளே நுழைகிறேன். உத்திரத்தில் தொங்கும் பெரிய விளக்கை ஓஷிமா ஏற்றுகிறான். அந்தக் குடில் பெரிய, பெட்டியைப் போன்ற அறையைக் கொண்டிருக்கிறது. மூலையில் சிறிய படுக்கை, உணவருந்தும் மேசை மற்றும் இரண்டு மர நாற்காலிகள், தேய்ந்து போன நீள்சாய்விருக்கை, மிக மோசமாக சாயம் போன கம்பளம் – யாருக்கும் தேவைப்படாத பழைய சாமான்களை ஒன்றுசேர்த்தாற்போல, அப்படித்தான் அவைத் தோற்றமளிக்கின்றன. குளிர்த்தடுப்பும், புத்தகங்கள் திணிக்கப்பட்ட ஒரு மரப்பலகை அடுக்கும் அங்குள்ளன, நிறைய முறை வாசித்ததைப் போல புத்தகங்களின் அட்டைகள் நைந்து போயுள்ளன. துணிகளைப் பத்திரப்படுத்த

ஒரு பழைய அலமாரி. மேலும் பணிமேடையுடன் கூடிய எளிய சமையலறை, சிறிய வாயு அடுப்பு, மற்றும் தண்ணீர் ஓடாத நீர்த்தொட்டி. அதற்குப் பதிலாக தண்ணீருக்காக இருக்கலாமென நான் யூகித்த ஓர் அலுமினிய வாளி. அடுக்கின் மீது வைக்கப்பட்ட உலோகத்தட்டும் கெண்டியும், உடன் சுவரில் தொங்கிய ஒரு வறையோடும். மேலும் அறைக்கு மத்தியில் ஒரு கறுப்புநிற மர-எரிப்பு அடுப்பும் இருக்கிறது.

"என் சகோதரன் கிட்டத்தட்ட தானாகவே இந்தக் குடிலைக் கட்டினான். அடிப்படையில் கரடுமுரடான வெட்டுமரக் குடிலை எடுத்துக் கொண்டு அதை மாற்றியமைத்தான். இதுபோன்ற விசயங்களில் அவன் திறமைசாலி. அப்போது நான் இன்னும் சிறுவனாயிருந்தேன் என்பதோடு கொஞ்சமாக உதவினேன், வெட்டுக்காயம் அல்லது அப்படி வேறொன்றும் எனக்கு நிகழவில்லை என்பதை உறுதி செய்தபடி. சற்றுப் புராதானமானது. மின்சாரம் கிடையாது. நீரோட்டம் கிடையாது. கழிப்பறை கிடையாது. ஒரே நவீன வசதியென்று பார்த்தால் ப்ரொப்பேன் வாயு மட்டும்தான்." கெண்டிக்குள் சிறிது தாதுநீரை ஊற்றி ஓஷிமா அதைக் கொதிக்க வைக்கிறான்.

"ஆரம்பத்தில் என் தாத்தாவுக்கு இந்த மலை சொந்தமாயிருந்தது. கோச்சியில் அவர் செல்வந்தராக இருந்தார், அதிக வளத்துடன். பத்து வருடங்களுக்கு முன் அவர் இறந்து போனார், நானும் என் சகோதரனும் மரபுரிமையாக இந்த மலையைப் பெற்றோம். உறவினர்களில் வேறு யாரும் இதைக் கேட்கவில்லை. இந்த இடம் வெகு தொலைவில் ரொம்பத் தனிமையாக இருக்கிறது, மேலும் பெரிய விலைமதிப்புடையதல்ல. மரங்களை அறுப்பதற்காக இதை நீங்கள் வைத்துக் கொள்ளலாமெனில் மனிதர்களை வேலைக்கு அமர்த்த வேண்டும், அதற்கு நிறையச் செலவாகும்."

ஜன்னலின் திரைச்சீலையைத் திறக்கிறேன். என்றபோதும், என்னால் பார்க்க முடிந்ததெல்லாம் ஒட்டுமொத்த இருளென்னும் சுவர் மட்டுமே.

"எனக்கு உன்னுடைய வயதிருக்கும்போது," என்கிறான் ஓஷிமா, சாமந்தி தேநீர் பொட்டலங்களை ஒரு கோப்பைக்குள் முக்கியவாறே, "பலமுறை இங்கே

வந்து நானாகத் தனித்திருப்பேன். யாரையும் பார்க்காமல், யாரோடும் பேசாமல். அவ்வாறிருக்க என் சகோதரன் என்னை ஏறத்தாழக் கட்டாயப்படுத்தினான். வழக்கமாக, என்னைப் போன்ற நோயோடு இருக்கும் யாரையும் அப்படிச் சொல்ல மாட்டார்கள் - ஏதோவொரு தனித்த இடத்தில் தனியாகத் தங்கி இருப்பதென்பது அவர்களுக்கு மிகவும் ஆபத்தானது. ஆனால் என் சகோதரன் அதைப் பற்றியெல்லாம் கவலைப்படவில்லை." பணிமேடையின் மீது அவன் சாய்ந்து கொள்கிறான், தண்ணீர் கொதிக்கக் காத்திருப்பவனாக. "என்னை ஒழுங்குபடுத்த அல்லது வேறெதையும் அவன் முயற்சிக்கவில்லை, ஆனால் இதுதான் எனக்குத் தேவையென்று வெறுமனே நம்பினான். திரும்பிப் பார்க்கும் சமயத்தில், அதுவொரு நல்ல அனுபவமென்பது எனக்குப் புரிகிறது, உண்மையில் எனக்குத் தேவையான ஒன்றுதான் என்பதும். என்னால் நிறைய வாசிக்க முடிந்தது, விசயங்களை யோசிக்கவும். உன்னிடம் உண்மையைச் சொல்வதெனில், குறிப்பிட்ட காலத்துக்குப் பிறகு நான் அரிதாகத்தான் பள்ளிக்குச் சென்றேன். பரஸ்பர வெறுப்புணர்வு நிரம்பிய உறவே எனக்கும் பள்ளிக்குமிடையில் இருந்தது. அனைவரோடும் ஒப்பிட நான் வித்தியாசமானவனாக இருந்தேன். தங்கள் இதயத்தில் கொண்டிருந்த கருணையின் காரணமாக இளநிலைக் கல்வியில் தேர்ச்சி பெற என்னை அவர்கள் அனுமதித்தார்கள், ஆனால் அதன் பிறகு எல்லாவற்றையும் நான் தனியாகத்தான் சந்தித்தேன், அடிப்படையாக. உன்னைப் போல. ஏற்கனவே உன்னிடம் இதைச் சொல்லியிருக்கிறேனா?"

நான் தலையை ஆட்டுகிறேன். "அதனால்தான் நீ என்னிடம் மிகவும் நல்ல விதமாக நடந்து கொள்கிறாயா?"

"அதுவும் அதன் ஒரு பகுதிதான்," என்கிறான், பிறகு இடைவெளி விடுகிறான். "ஆனால் அது மட்டும் முழுமையான காரணமல்ல."

என்னிடம் ஒரு கோப்பை தேநீரைத் தந்து விட்டு ஒஷிமா தன்னுடையதைச் சீப்புகிறான். நீண்ட பயணத்தால் எனது நரம்புகள் இறுக்கமாயிருக்கின்றன, நான் ஆசுவாசமடைய சாமந்தி தேநீர்தான் சரியானதாக இருக்கும்.

ஓஷிமா தனது கடிகாரத்தைப் பார்க்கிறான். “இப்போது கிளம்பினால்தான் சரியாயிருக்கும், ஆகவே நான் எல்லாவற்றையும் விளக்கி விடுகிறேன். அருகில் இருக்கும் இனிய அருவியை நீ தண்ணீருக்குப் பயன்படுத்திக் கொள்ளலாம். ஊற்றில்-பொங்கும் நீரென்பதால் அப்படியே அருந்தலாம். இந்தத் தாதுநீர் போத்தல்களை விட ரொம்பவே நன்றாயிருக்கும். பின்புறம் விறகுக்கட்டைகள் அடுக்கப்பட்டுள்ளன, உனக்குக் குளிரடித்தால் அடுப்பைப் பயன்படுத்திக் கொள். இங்கு கொஞ்சம் அதிகமாகக் குளிரும். ஆகஸ்டில் கூட சில முறை நானதைப் பயன்படுத்தியிருக்கிறேன். இந்த அடுப்பை நீ எளிய சமையலுக்குப் பயன்படுத்தலாம். மற்ற சாமான்கள் அல்லது வேறெதுவும் உனக்குத் தேவைப்பட்டால், பின்புறமுள்ள சாமான்கள் வைப்பறையைச் சோதித்துப் பார். மேலும் அலமாரியின் இழுப்பறைகளில் உனக்குக் கிட்டும் என் சகோதரனின் பழைய துணிகளை அணியத் தயங்காதே. யாரும் தனது உடைகளை அணிவதைப் பற்றி அவன் கவலைப்படமாட்டான்.”

தனது இடுப்பில் கைகளை வைத்துக்கொண்டு ஓஷிமா மீண்டுமொரு முறை குடிலைச் சுற்றிமுற்றிப் பார்க்கிறான். “இதுவொன்றும் அற்புதங்களின் நுழைவாயில் அல்ல, உறுதியாகச் சொல்லலாம். என்றாலும், ஓர் எளிமையான வாழ்வுக்கு, இது போதும். உன்னை நான் எச்சரிக்க வேண்டிய விசயமும் ஒன்றுண்டு – வனத்துக்குள் மிகவும் ஆழமாக உள்ளே போய் விடாதே. மிக அடர்த்தியான கானகம், உள்ளே போக சரியான பாதையும் கிடையாது. எப்போதும் குடிலைக் கண்பார்வைக்குள் வைத்துக் கொள். கொஞ்ச தூரம் உள்ளே போனால் கூட எளிதில் தொலைந்து போக நேரிடலாம், திரும்பி வரும் பாதையைக் கண்டுபிடிக்க உனக்குச் சிரமமாயிருக்கும். மிகவும் மோசமான அனுபவம் ஒரு முறை எனக்கு அங்கே நிகழ்ந்திருக்கிறது. குடிலில் இருந்து அதிகம் போனால் இருநூறு அடிகளே போயிருப்பேன், ஆனால் கிட்டத்தட்டப் பாதி நாள் அங்கேயே சுற்றிச் சுற்றி வந்து கொண்டிருந்தேன். ஜப்பான் ஒரு சிறிய நாடென்று நீ நினைக்கலாம், எனவே ஒரு காட்டுக்குள் நாம் தொலைந்து போக வாய்ப்பேயில்லை என்றும். ஆனால் இந்தக் காட்டுக்குள் தொலைந்து போனால், என்னை நம்பு, நீ தொலைந்தது தொலைந்ததுதான்.”

எதிர்காலத் தேவைகளுக்காக அவற்றை மனதில் பதிந்து கொள்கிறேன்.

"மேலும் அவசரநிலைகளைத் தவிர, நான் மலையை விட்டுக் கீழிறங்க மாட்டேன். வேறு எந்த வீடுகளிலிருந்தும் இது ரொம்பவே தூரம். இங்கேயே காத்திரு, இன்னும் இரு தினங்களில் உன்னை அழைத்துப்போக நான் வருகிறேன். உனக்குத் தேவையான அளவுக்கு உணவு இங்கிருக்கிறது. போகவும், உன்னிடம் அலைபேசி உள்ளதா?"

"வைத்திருக்கிறேன்," நான் அவனிடம் சொல்கிறேன், எனது முதுகுப்பையைச் சுட்டிக்காட்டி.

அவன் என்னைப் பார்த்து இளிக்கிறான். "அதை உன் பைக்குள் வை. இங்கு பணிபுரியாது – பிணையம் கிடைக்காது. மேலும் சந்தேகத்துக்கிடமின்றி வானொலியும் இங்கு வேலை பார்க்காது. நிறைய வாசித்து முடிக்க உனக்கு இங்கே சாத்தியப்படும்."

ரொம்ப யதார்த்தமானதொரு கேள்வியை திடீரென்று நான் யோசிக்கிறேன். "கழிவறை இல்லையென்றால், நான் எங்கே போக வேண்டும்?"

ஓஷிமா தனது இரண்டு கரங்களையும் அகல விரிக்கிறான். "ஒட்டுமொத்த வனமும் உனக்குத்தான். உன் சாமர்த்தியம்."

14

அந்தக் காலிமனைக்கு நகாடா பல நாட்கள் தொடர்ச்சியாகச் சென்று வந்தார். ஒரு நாள் காலையில் பலமாக மழை பெய்தது, அன்று மட்டும் எளிய மரவேலைகளைச் செய்து தனது அறைக்குள் அவர் பொழுதைப் போக்கினார், ஆனால் அதைத் தவிர, தொலைந்த ஆமையோட்டுப்பூனையோ அல்லது வினோதமாகத் தொப்பியணிந்தவனோ வெளிப்படக் காத்திருப்பவராகத் தனது மொத்த நேரத்தையும் களைகளுக்கு மத்தியிலமர்ந்தே அவர் கழித்தார். ஆனால் அதிர்ஷ்டமில்லை.

ஒவ்வொரு நாளின் முடிவிலும் தன்னை வேலைக்கு அமர்த்திய மனிதர்களின் வீட்டுக்குச் சென்று தனது தேடுதல் குறித்த மேலதிகத் தகவல்களை அவர் தெரிவிப்பார் – எங்கெல்லாம் அவர் சென்றாரென்பதை, என்ன மாதிரித் தகவல்களெல்லாம் அவரால் சேகரிக்க முடிந்ததென்பதையும். பூனையின் முதலாளி அவருக்கு மூவாயிரம் யென்களைத் தருவார், அதுதான் அவருடைய சேவைக் கட்டணம். ஒருபோதும் அதுதான் கட்டணமென்பதை யாரும் அதிகாரப்பூர்வமாக வரையறை செய்யவில்லை, அருகாமைப் பகுதியில் ஓர் அபாரமான பூனை-கண்டறியுநர் இருக்கிறாரென்னும் தகவல் வெறுமனே அங்கு பரவியிருந்தது, எப்படியோ அந்தத் தினசரிக் கட்டணத்தை அவரும் வந்தடைந்திருந்தார். பணத்தைத் தவிர மிகைப்படியாக வேறு சிலவற்றையும் மக்கள் எப்போதும் அவருக்குத் தருவார்கள் – உணவும், சில சமயங்களில் உடைகளும். மேலும் தொலைந்து போன பூனையை உண்மையில் அவர் தேடிக் கண்டுபிடித்த பிறகு உபரியாகப் பத்தாயிரம் யென்களும் கிடைக்கும்.

தொலைந்த பூனைகளைத் தேடிக் கண்டுபிடிக்கும்படி நகாடாவை எப்போதும் கேட்க மாட்டார்கள், எனவே ஒவ்வொரு மாதமும் அவர் சேர்க்கும் தொகை அவ்வளவொன்றும் பெரிதாயிராது. நகாடாவின் பெற்றோர் அவருக்கென விட்டுப் போயிருந்த சொத்துகளைக் கொண்டு அவருடைய தம்பிகளில் மூத்தவன் அவரது அடிப்படைத் தேவைகளுக்கான பணத்தைச் செலுத்தி வந்தான் – உண்மையில் அது பெரிய தொகை கிடையாது – ஆக தனது சொற்ப சேமிப்பையும் முதிய மாற்றுத் திறனாளிகளுக்கு நகராட்சி வழங்கும் மாதாந்திர மானியத்தையும் நம்பியே அவர் வாழ்ந்தார். வெறும் மானியத்தை மட்டும் வைத்துக் கொண்டு அவரால் சமாளிக்க முடிந்தது, எனவே தனது பூனை-கண்டறியும் தொகையை தான் விருப்பப்பட்டதைப் போல செலவு செய்ய அவருக்குச் சாத்தியமானது, அவரைப் பொறுத்தவரையில் அதுவொரு கணிசமான தொகையும் கூட. என்றபோதும், சில சமயங்களில் அதை எப்படிச் செலவு செய்வதென்பது குறித்து அவருக்கு ஒன்றுமே தோன்றாது, தனக்கு ரொம்பப் பிரியமான சுட்ட விலாங்குமீனைச் சாப்பிடுவதைத் தவிர. வங்கிக்குச் செல்வதிலோ அல்லது அஞ்சல் நிலையத்தில் சேமிப்புக்கணக்குத் தொடங்குவதிலோ விண்ணப்பங்களை நிரப்ப வேண்டியிருந்தது, எனவே எந்தவொரு மிச்சப் பணத்தையும் தனது அறையின் டடாமிக்குக் கீழே அவர் ஒளித்து வைப்பார்.

பூனைகளோடு உரையாட இயலுமென்பது நகாடாவின் குட்டி ரகசியம். அவருக்கும் பூனைகளுக்கும் மட்டுமே அது தெரியும். அதை வெளியே சொன்னால் மக்கள் அவரைப் பைத்தியமென்று நினைக்கலாம், ஆகவே ஒருபோதும் அவர் சொல்லவில்லை. அவர் அறிவாளி கிடையாதென்பது அனைவருக்கும் தெரியும், ஆனால் முட்டாளாக இருப்பதென்பதும் பைத்தியமாக இருப்பதென்பதும் முற்றிலும் வெவ்வேறான சங்கதிகள்.

சில சமயங்களில் ஏதாவது பூனையோடு அவர் ஆழமான உரையாடலில் இருக்கும்போது மனிதர்கள் கடந்து போவார்கள், ஆனால் ஒருபோதும் அவர்களைக் கண்டுகொண்டதாகத் தெரிந்ததில்லை. எப்படிப் பார்த்தாலும், மிருகங்களோடு - அவை ஏதோ மனிதர்களென்பதைப் போல - முதியவர்கள் பேசுவதைப் பார்ப்பதென்பது வழக்கத்தை மீறிய ஒன்றல்ல. ஆனால் பூனைகள் குறித்த அவரின் ஆற்றலைப் பற்றி

யாராவது வியாக்யானம் செய்ய எண்ணி இப்படி ஏதாவது சொன்னால், "திரு நகாடா, பூனைகளின் பழக்கங்களை எப்படி உங்களால் இவ்வளவு நன்றாகத் தெரிந்து வைத்திருக்க முடிகிறது? கிட்டத்தட்ட உங்களால் அவற்றோடு உரையாட முடியுமென்பதைப் போல," அவர் வெறுமனே புன்னகைத்து விட்டு அதைக் கடந்து செல்ல அனுமதிப்பார். நகாடா எப்போதும் கறாரானவராகவும் நல்லொழுக்கம் கொண்டவராகவும் இருந்தார், அழகிய புன்னகையோடு, அண்டைப்பகுதியின் இல்லத்தரசிகளுக்கு மத்தியில் அவர் மிகவும் பிரபலமாயிருந்தார். அவரின் நேர்த்தியானத் தோற்றமும் அதற்கு உதவியது. ஏழையாயிருந்தாலும் கூட, குளிப்பதையும் துணி துவைப்பதையும் நகாடா மகிழ்வோடு செய்தார், மேலும் அவரின் வாடிக்கையாளர்கள் அடிக்கடி தந்த கிட்டத்தட்டப் புத்தம்புதிய துணிகளும் அவருடைய தூய்மையான தோற்றத்துக்கு அழகு சேர்த்தன. சில துணிகள் – சாலமன்-இளஞ்சிவப்பு நிற ஜாக் நிக்கல்ஸ் குழிப்பந்தாட்டச் சட்டை, ஒரு எடுத்துக்காட்டுக்கு – அவருக்குச் சரிவரப் பொருந்தாது, ஆனால் அவை யாவும் தூய்மையாகவும் நேர்த்தியாகவும் உள்ளவரைக்கும் நகாடா அதைப் பற்றிக் கவலைப்பட்டதில்லை.

முன்கதவினருகே நின்றிருந்தார் நகாடா, தன்னுடைய தற்போதைய வாடிக்கையாளருக்குத் தனது இடைத்தங்கல் அறிக்கையை வழங்கியபடி, திருமதி கோய்சுமிக்கு, அவள் பூனையின் தேடல் குறித்து, கோமாவைப் பற்றி.

"குட்டி கோமாவைப் பற்றிச் சொல்ல இறுதியாக நகாடாவிடம் சில தகவல்கள் உள்ளன," அவர் ஆரம்பித்தார். "கவாமுரா என்றறியப்பட்ட மனிதர் சில நாட்களுக்கு முன் கோமாவைப் போலத் தோற்றமளிக்கும் பூனையை ஒரு காலிமனையில் பார்த்ததாகக் கூறினார், அதைச் சுற்றி சுவரால் சூழப்பட்டிருக்கும், 2-சோம் மாவட்டத்தில். இங்கிருந்து இரண்டு நீளமான சாலைகள் தொலைவிலிருக்கிறது, வயது, மேற்சட்டை மற்றும் கழுத்தணி என யாவும் கோமாவினுடையதைப் போலவே இருந்ததாகவும் அவர் சொன்னார். அந்தக் காலிமனையின் மீது ஒரு கண் வைத்திருக்கலாமென்று நகாடா தீர்மானித்தேன், எனவே மதியவுணவை எடுத்துக்

கொண்டு தினமும் நான் அங்கே சென்று அமர்ந்திருப்பேன், காலையிலிருந்து அஸ்தமனம் வரை. இல்லை, அது குறித்து விசனப்படாதீர்கள் – என்னிடம் ஏராளமான நேரமுண்டு, எனவே தீவிரமாக மழை பெய்தாலொழிய எனக்கு எந்தச் சிக்கலுமில்லை. ஆனால் இனிமேலும் இதற்கு அவசியமில்லை என்று நீங்கள் நினைத்தால், அம்மணி, தேடுதல் வேட்டையில் நான் ஈடுபடுவது பற்றி, எனில் தயைகூர்ந்து என்னிடம் சொல்லுங்கள். உடனடியாக நான் நிறுத்தி விடுவேன்.”

இந்த திரு கவாமுரா என்பது மனிதனல்ல மாறாக உடலில் வரிகளோடும் பழுப்புநிறப் பூனையென்பதை அவர் அவளிடம் சொல்லவில்லை. அது விசயங்களை இன்னும் சிக்கலாக்கும் என அவர் எண்ணினார்.

திருமதி கோய்சுமி அவருக்கு நன்றி பகிர்ந்தாள். தங்களுடைய அன்புக்குரிய வளர்ப்பு மிருகம் திடீரென மாயமானதால் துயருற்ற மனநிலையிலிருந்த அவளின் இரண்டு குட்டிப் பெண்களும் உணவுண்ணும் விருப்பத்தைத் தொலைத்திருந்தார்கள். அவ்வப்போது பூனைகள் மாயமாக மறைந்து போகுமென்பதைச் சொல்லி மட்டும் அவர்கள் அம்மாவால் அதை விளக்க முடியவில்லை. என்றபோதும், அதிர்ச்சியால் பெண்கள் பாதிக்கப்பட்ட சூழலிலும், நகருக்குள் சென்று பூனையைத் தேடியலைய அவளுக்கு நேரமிருக்கவில்லை. ஆகவே நகாடா போன்றொரு மனிதனைக் கண்டுபிடிக்க முடிந்ததில் அவளுக்கு மட்டற்ற மகிழ்ச்சி, நாளொன்றிற்கு வெறும் மூவாயிரம் யென்னுக்கு, ஒவ்வொரு நாளும் கோமாவைத் தேட தனது முழுநிறை முயற்சியை தரக்கூடிய மனிதர். நகாடா விசித்திரமானதொரு முதிய மனிதர், அவர் பேசும் வழிமுறையும் ரொம்பப் புதிராயிருக்கும், ஆனால் பூனைகளைத் தேடிக் கண்டுபிடிப்பதில் முழுமையான மேதையென்று அவரை மக்கள் சொன்னார்கள். இதைப் பற்றி இப்படி யோசிக்கக் கூடாதென்று அவளுக்குத் தெரியும், ஆனால் அம்முதியவரைப் பார்க்க யாரையும் ஏமாற்றும் அளவுக்கு தந்திரசாலியாகத் தெரியவில்லை. அவருடைய கட்டணத்தை ஒரு உறைக்குள் போட்டு அவரிடம் தந்தாள், அதோடு, சிறிது கூட்டாஞ்சோறும் அப்போதுதான் அவள் சமைத்திருந்தத டாரோ உருளைகளைக் கொண்ட டப்பர்வேர் கொள்கலனையும்.

டப்பர்வேரை வாங்கும் சமயத்தில் நகாடா குனிந்து வணங்கினார், உணவை முகர்ந்து பார்த்து அவளுக்கு நன்றி கூறினார். "மிகுந்த கருணையோடிருக்கும் உங்களுக்கு என் நன்றி. நகாடாவுக்கு விருப்பமானவற்றில் டாரோவும் ஒன்று."

"உங்களுக்கு அது பிடிக்கும் என நம்புகிறேன்," திருமதி கோய்சுமி பதிலறுத்தாள்.

அந்தக் காலிமனைக்கு முதன்முறையாகச் சென்று அவர் உட்காரத் தொடங்கி ஒரு வாரம் ஆகியிருந்தது, அந்தச் சமயத்தில் பல்வேறு விதமான எண்ணற்ற பூனைகள் அங்கு வந்து போவதை நகாடா பார்த்திருந்தார். கவாமுரா, உடலில் வரியோடும் பழுப்புநிறப் பூனை, தினமும் இரு முறை முகமன் சொல்ல அவரிடம் வந்து நிற்கும். நகாடா அதை வாழ்த்துவார், வானிலை மற்றும் அவருடைய மா நியம் பற்றி இருவரும் கதைப்பார்கள். இப்போதும் அந்தப் பூனை பேசும் ஒரு வார்த்தையையும் அவரால் தொடர முடியவில்லை.

"நடைபாதையில் பதுங்கிக் கொள், கவாரா சிக்கலில் இருக்கிறான்," என்றது கவாமுரா. நகாடாவிடம் எதையோ தெரிவிக்க விரும்புவதாகத் தெரிந்தது, ஆனால் முதியவரால் அதைப் பற்றிக் கொள்ள முடியவில்லை, அவர் அதைச் சொல்லவும் செய்தார்.

இதனால் பூனை குழப்பமுற்றதாகத் தெரிந்தது, எனவே அதே – கூடியவரையில் அதே – சிந்தனையை வெவ்வேறு வார்த்தைகளில் சொன்னது, "கத்திக் கத்தி கவாரா கட்டப்பட்டிருக்கிறான்." நகாடாவோ இன்னுமதிகமாகக் குழம்பினார்.

உதவி செய்ய மிமி இங்கே இல்லையென்பது வருத்தத்துக்குரிய சங்கதிதான், அவர் நினைத்துக் கொண்டார். மிமி இருந்திருந்தால் இந்தப் பூனைக்கு நன்றாகக் கன்னத்தில் அறை கொடுத்து அவருக்குச் சில விசயங்களைப் புரிய வைத்திருக்கும். புத்திசாலிப் பூனை, அந்த மிமி. ஆனால் இதுபோன்ற நிலத்துக்கு மிமி எப்போதும் வருவதில்லை, மற்ற பூனைகளிடமிருந்து உண்ணிகளைப் பெறுவதை அது வெறுத்ததால்.

நகாடாவால் புரிந்து கொள்ளவியலாத இந்த எண்ணங்கள் யாவையும் கொட்டித் தீர்த்த பிறகு கவாமுரா மலர்ச்சியுடன் கிளம்பிச் சென்றது.

மற்ற பூனைகள் உள்ளே வருவதும் போவதுமாயிருந்தன. முதலில் அவரைக் கண்டவுடன் அவை எச்சரிக்கையாகி தொலைவிலிருந்து வெறுப்போடு பார்த்துக் கொண்டிருந்தன, ஆனால் பிறகு ஏதும் செய்யாமல் வெறுமனே அங்கு அமர்ந்திருப்பதைக் கண்டு ஒட்டுமொத்தமாக அவரை மறந்தன. அவருக்கேயுரிய நேச உணர்வோடு, உரையாடல்களைத் தொடங்க நகாடா முயன்றார். முகமன் கூறித் தன்னை அறிமுகப்படுத்திக் கொண்டார், ஆனால் பெரும்பாலான பூனைகள் அவரைக் கண்டுகொள்ள மறுத்தன, அவர் பேசுவதைத் தங்களால் கேட்க முடியாததைப் போலப் பாசாங்கு காட்டியபடி, அல்லது நேரடியாக அவரை முறைத்தன. குறிப்பாக, யாரையும் அசட்டையாகப் புறக்கணிப்பதில் இந்தப் பூனைகள் திறன்வாய்ந்தவையாக இருந்தன. மனிதர்களோடு அவற்றுக்கு மிக மோசமான சில அனுபவங்கள் இருந்திருக்க வேண்டும், நகாடா தீர்மானித்தார். அவற்றிடமிருந்து எதையும் வற்புறுத்திப் பெறும் நிலையில் அவரில்லை, மேலும் அவற்றின் ஒதுங்கி-நிற்கும் தன்மை குறித்துப் புகார் சொல்லவுமில்லை. பூனைகளின் உலகில் தான் என்றும் அந்நியனாகத்தான் இருப்போமென்பது அவருக்குத் தெரியும்.

“ஆக உன்னால் பேச முடியும், ஹ்ம்?” கிழிந்த காதுகளோடு இருந்த கறுப்பு-வெள்ளை டாபி-பூனை, சுற்றுமுற்றிலும் பார்த்தவாறே சிறிது தயக்கத்துடன் கேட்டது. அந்தப் பூனை சற்று வெடுவெடுப்பாகப் பேசினாலும் பார்க்க நல்லதாகத்தான் தெரிந்தது.

“ஆம், கொஞ்சமாக,” எனப் பதிலளித்தார் நகாடா.

“எப்படியாகிலும் குறிப்பிடும்படியான சமாச்சாரம்தான்,” அந்த டாபி கருத்திட்டது.

“என் பெயர் நகாடா,” என்றார் நகாடா, தன்னை அறிமுகம் செய்து கொள்பவராக. “மேலும் உனது பெயர்?”

“எந்தப் பெயரும் கிடையாது,” டாபி நயமின்றிச் சொன்னது.

“ஒகாவா என்பது எப்படி இருக்கிறது? நான் அவ்வாறு அழைத்தால் உனக்குச் சிக்கலில்லையே?”

“எப்படி வேண்டுமானாலும்.”

“அப்படியானால், சரி, திரு ஒகாவா,” என்றார் நகாடா, “நாம் ஒருவரையொருவர் சந்தித்ததற்கு அடையாளமாக, கொஞ்சம் சாலை மீன் கருவாடுகளை எடுத்துக் கொள்கிறாயா?”

“கேட்க நன்றாகத்தான் இருக்கிறது. எனக்குப் பிரியமானவைகளுள் ஒன்று, சாலை மீன்கள்.”

தனது பையிலிருந்து சாரன்-சுற்றிய சாலைமீனை வெளியே எடுத்த நகாடா அதை ஒகாவுக்காகத் திறந்து கொடுத்தார். எப்போதும் தன்னோடு சில சாலை மீன்களை அவர் வைத்திருப்பார், தேவைப்பட்டால் தர. அந்தச் சாலைமீனை அவசர அவசரமாக விழுங்கிய ஒகாவா, தலையிலிருந்து வால் வரை முழுக்க உறிஞ்சி முடித்த பிறகு, தனது முகத்தைத் துடைத்துக் கொண்டது.

“இதுதான் நான் எதிர்பார்த்தது. மிகவும் கடமைப்பட்டிருக்கிறேன். உன்னை எங்காவது நக்கித்தர நான் விரும்புகிறேன், நீ விரும்பினால்.”

“வேண்டாம், அதற்கு அவசியமில்லை. உனது சலுகைக்கு நகாடா நன்றியுடையவனாகிறான், ஆனால் இந்தச் சமயத்தில் என்னை எங்கும் நக்கித் தர வேண்டாம், எப்படியாகிலும் நன்றி. உண்மையில், தொலைந்து போன பூனையைத் தேடித் தருமாறு அதன் முதலாளியால் நான் கேட்டுக் கொள்ளப்பட்டிருக்கிறேன். கோமா எனும் பெயர் கொண்ட பெண் ஆமையோட்டுப்பூனை.” கோமாவின் வண்ணப்படத்தைப் பையிலிருந்து எடுத்து நகாடா ஒகாவாவிடம் காட்டினார். “இந்தப் பூனையை இந்தக் காலிமனையில் பார்த்ததாக யாரோ என்னிடம் சொன்னார்கள். எனவே கோமா கண்ணில் படக் காத்திருப்பவனாக நகாடா இங்கே பல நாட்களாக உட்கார்ந்திருக்கிறான். ஆகவே தற்செயலைப் போல, எங்கும் இவ்ளை நீ பார்த்திருக்கிறாயா என நான் ஆச்சரியப்படுகிறேன்?”

புகைப்படத்தை உற்றுப்பார்த்த ஒகாவா முகத்தைச் சோகமாக வைத்துக் கொண்டது. அதன் புருவங்களுக்கு மத்தியில் வரிகள் தோன்ற திகைப்புடன் பலமுறை கண்களைச் சிமிட்டியது. "சாலைமீனுக்கு நான் நன்றிக்கடன் உடையவனாகிறேன், என்னைத் தவறாக எடுத்துக் கொள்ளாதே. ஆனால் நான் அது குறித்துப் பேச முடியாது. அவ்வாறு செய்தால் நான் கடுந்துயரில் மாட்டிக் கொள்வேன்."

நகாடா குழம்பிப் போனார். "அதைப் பற்றிப் பேசினால் கடுந்துயரா?"

"ஆபத்தான, மிக மோசமான சமாச்சாரம், ஆமாம். நீ அந்தப் பூனையை மறந்து விடுவதே சரியென்று நினைக்கிறேன். மேலும், எது நமக்கு நல்லதென்று உனக்குத் தெரியுமானால், இந்த இடத்தை விட்டு விலகி நிற்பாய். நீ சிக்கலில் மாட்டிக் கொள்வதை நான் விரும்பவில்லை. இதற்கு மேல் என்னால் உதவ முடியாமல் போனததற்கு மன்னித்து விடு, ஆனால் உணவுக்கென நான் உனக்கு நன்றி சொல்லும் வழிமுறையாக தயவு செய்து இந்த எச்சரிக்கையை எடுத்துக் கொள்." இத்துடன், ஒகாவா எழுந்தது, சுற்றுமுற்றும் பார்த்து விட்டு புதருக்குள் ஓடி மறைந்தது.

நகாடா நெடுமூச்செறிந்தார், தனது காப்புக்குடுவையை வெளியே எடுத்து சிறிது தேநீரை மெல்லச் சீப்பினார். இங்கிருப்பது ஆபத்தென்று ஒகாவா சொன்னது, ஆனால் எவ்வாறென்பதை நகாடாவால் யூகிக்க முடியவில்லை. அவர் செய்து கொண்டிருந்ததெல்லாம் தொலைந்த ஒரு குட்டிப்பூனையைத் தேடுவதுதான். ஆனால் அதில் என்ன ஆபத்து இருந்திட முடியும்? அனேகமாகக் கவாமுரா அவரிடம் சொன்ன அந்த வினோதமாகத் தொப்பியணிந்த பூனை-பிடிப்பவன்தான் ஆபத்தானவனாக இருக்க முடியும். ஆனால் நகாடா ஒரு மனிதன், பூனையல்ல. ஆகவே ஏன் பூனை-பிடிப்பவனைக் கண்டு அவர் பயப்பட வேண்டும்?

ஆனால் தன்னால் புரிந்து கொள்ள முடியுமென்று நகாடாவால் நம்பவியலாத எண்ணற்ற விசயங்களால் இவ்வுலகம் நிறைந்திருந்தது, எனவே அதைப் பற்றி யோசிப்பதைக் கைவிட்டார். இந்த மூளையோடு, அதீதமாக யோசிப்பதால்

அவருக்குக் கிடைக்கும் ஒரே பலன் தலைவலி மட்டும்தான். நகாடா தனது தேநீரின் கடைசித் துளியை சீப்பினார், காப்புக்குடுவையின் மூடியைத் திருகி மீண்டும் தனது பைக்குள் வைத்தார்.

ஒகாவா புதருக்குள் சென்று மறைந்த பிறகு, நீண்ட நேரத்துக்கு வேறெந்தப் பூனையும் அங்கு வரவில்லை. பட்டாம்பூச்சிகள் மட்டுமே, களைகளுக்கு மேல் படபடத்துக் கொண்டிருந்தன. நிலத்தின் மனைக்குள் பறந்து வந்ததொரு சிட்டுக்குருவிகளின் கூட்டம் வெவ்வேறு திசைகளில் சிதறி மீண்டும் ஒன்றிணைந்து பறந்து சென்றது. நகாடா சில முறை தூங்கி விழுந்தார், திடுக்குறல்களால் அவ்வப்போது விழித்துக் கொண்டார். சூரியனின் இருப்பைக் கொண்டு அப்போதைய நேரம் என்னவென்பது அவருக்குத் தோராயமாகத் தெரியும்.

அவர் அமர்ந்திருந்த இடத்தை நோக்கி நாய் நடந்து வந்தபோது கிட்டத்தட்ட மாலை நேரமாயிருந்தது.

ஒரு பெரிய, கறுப்பு நாய், அமைதியாகத் தடுமாற்றத்தோடு முன்னேறி வந்து கொண்டிருந்தது. நகாடா அமர்ந்திருந்த இடத்திலிருந்து பார்க்கையில் நாயென்பதை விட அம்மிருகம் ஒரு கன்றுக்குட்டி போலத்தான் தெரிந்தது. நீண்ட கால்கள், குட்டையான முடி, புடைத்த, எஃகுப் போன்ற தசைகள், கத்திமுனைகளைப் போன்ற கூர்மையான காதுகள் ஆகியவற்றைக் கொண்டிருந்தது, கழுத்தணி இல்லை. நாய்களின் மரபினங்கள் குறித்து நகாடாவுக்கு அதிகம் தெரியாது, ஆனால் இது ஆக்கிரோஷமான வகையைச் சேர்ந்ததென்பதை ஒரேயொரு பார்வை அவருக்குச் சொல்லியது, அல்லது குறைந்தபட்சம் தேவைப்பட்டால் கேடார்ந்ததாக மாறுமென்பதை. ராணுவம் தங்களின் கே-9 அமைப்புகளில் பயன்படுத்தும் வகையினைப் போன்ற நாய்.

நாயின் கண்கள் முழுக்கவே உணர்விற்றிருக்க வாயைச் சுற்றியிருந்த சதை மேல்நோக்கிப் பிளந்திருந்தது, கொடூரமாகத்-தெரியும் கோரைப்பற்களை வெளிப்படுத்தியபடி. பற்களில் ரத்தக்கறையோடு, கொழகொழப்பான கறித்துண்டுகள் வாயைச் சுற்றிலும் படர்ந்திருந்தன. அதன் பிரகாசமான சிவப்புநிற நாக்கு பற்களுக்கு இடையிலிருந்து நெருப்புப்பிழம்பைப் போல

வெளியே துழாவியது. நாய் தனது பார்வையை நகாடாவின் மீது நிலைக்கச் செய்து அங்கேயே நின்றிருந்தது, அசையாமல், சத்தமின்றி, நீண்ட நேரத்துக்கு. நகாடாவும் அமைதியாயிருந்தார். நாய்களோடு எப்படிப் பேசுவதென்று அவருக்குத் தெரியாது - பூனைகளோடு மட்டும்தான். சேற்றுநீரிலிருந்து அரித்தெடுத்த கண்ணாடிப் பாசிமணிகளைப் போல பளபளப்பாகவும் உயிர்ப்பற்றுமிருந்தன அந்நாயின் கண்கள்.

நகாடா வேகவேகமாக மூச்சு விட்டார், மேலோட்டமாக, ஆனால் அவர் அச்சப்படவில்லை. எதிர்ப்புணர்வோடுள்ள, மூர்க்கமான மிருகத்தின் முன் தான் நிற்கிறோம் என்பது அவருக்குத் தெளிவாகத் தெரிந்திருந்தது. (ஏன் இப்படி, அவருக்குத் தெரியாது.) ஆனால் இந்த எண்ணத்தை ஒரு படி மேலே கொண்டு போய் தானொரு தவிர்க்கவியலாத துயரத்தில் சிக்கிக் கொள்வதை அவர் நினைக்கவுமில்லை. மரணத்தின் கோட்பாடு அவரின் கற்பனாசக்திக்கு அப்பாற்பட்டதாயிருந்தது. மேலும் தானாக உணரும்வரை வலியென்றால் என்னவென்பதும் அவருக்குத் தெரியாது. அருவமான கருத்தாக்கமென்கிற வகையில் அவரளவில் வலிக்கு எந்த அர்த்தமும் கிடையாது. இதன் பலன் என்னவென்றால் அவருக்கு எதிலும் பயம் கிடையாது, இந்த ராட்சத நாய் அவரை வெறித்துப் பார்த்துக் கொண்டிருக்கும் சூழலில் கூட. அவர் வெறுமனே குழப்பமுற்றிருந்தார்.

எழுந்து கொள்! என்றது நாய்.

நகாடா எச்சில் விழுங்கினார். நாய் பேசியது! உண்மையாகப் பேசவில்லை, ஏனென்றால் அதன் வாய் அசையவில்லை - ஆனால் பேச்சைத் தவிர வேறு ஏதோவொரு முறையில் தொடர்பு கொண்டது.

எழுந்து கொண்டு என்னைப் பின்தொடர்ந்து வா! நாய் ஆணையிட்டது.

தனக்குச் சொல்லப்பட்டதைச் செய்த நகாடா தட்டுத் தடுமாறி எழுந்தார். நாய்க்கு முகமன் சொல்லலாமா என்று நினைத்தார், பிறகு அதற்கு எதிராகத் தீர்மானித்தார். அவர்களுக்குள் உரையாட முடிந்தால் கூட, அதனால் எந்தப் பிரயோஜனமுமில்லை என்று

அவர் நினைத்தார். தவிரவும், நாயோடு பேச வேண்டுமென அவருக்குத் தோன்றவில்லை, மேலும் அதற்குப் பெயர் தருவதிலும் விருப்பமில்லை. எத்தனை முயன்றாலும் அதை நண்பனாக மாற்ற முடியாது.

ஒரு எண்ணம் நகாடாவின் மனதுக்குள் தோன்றியது: அனேகமாக இந்த நாய்க்கு ஆளுநரோடு ஏதும் தொடர்பிருக்கலாம், பூனைகளைக் கண்டுபிடிக்க பணம் வசூலிப்பதைத் தெரிந்து கொண்டு அவருடைய மா நியத்தை விலக்கிக் கொள்ளப் போகிறார்கள்! ஆளுநரிடம் இதுபோன்ற கே-9 வகை நாயிருந்தால், அவர் எண்ணினார், எவ்விதத்திலும் அது என்னை ஆச்சரியப்படுத்தாது. ஒருவேளை அதுதான் இப்போது நிகழ்கிறதெனில், நான் தொலைந்தேன்!

நகாடா எழுந்து கொண்ட மறுகணம் அந்த நாய் மெல்ல விலகி நடக்கத் தொடங்கியது. தனது பையைத் தோளில் மாட்டிக் கொண்டு நகாடா அதன் பின்னால் சென்றார். அந்த நாய்க்குச் சிறிய வாலிருந்தது, அடிப்பகுதிக்குக் கீழே, இரண்டு பெரிய விதைகளும்.

அந்த நாய் நேராகக் காலிமனையின் குறுக்காக நடந்து மரவேலியின் கம்பங்களுக்கு நடுவில் புகுந்து நழுவியது. நகாடாவும் பின்தொடர்ந்தார், நாய் ஒருபோதும் பின்னால் திரும்பிப் பார்க்கவில்லை. காலடித்தடங்களின் சத்தத்தை வைத்து நகாடா பின்னால் வந்து கொண்டிருக்கிறாரென்பதை அதனால் சொல்ல முடியுமென்பதில் எந்தச் சந்தேகமுமில்லை. வணிகக் கோட்டத்தை அவர்கள் நெருங்க, கூட்டம் நிரம்பி வழிந்தது, பெரும்பாலும் பொருட்களை வாங்க வந்த இல்லத்தரசிகளால். கண்கள் நேர்ப்பாதையில் நிலைத்திருக்க, அதன் ஒட்டுமொத்தத் தோற்றமும் அடக்கி ஆட்கொள்ள முடியாததாகத் தெரிய, நாய் முன்னேறி நடந்து சென்றது. இந்த ராட்சத, கொடூரத்-தோற்றமுடைய மிருகத்தை வேவுபார்த்த மறுகணம் மனிதர்கள் வேறுபக்கம் தாவிக் குதித்தார்கள், இரண்டு மிதிவண்டிக்காரர்கள் கீழே இறங்கக்கூட செய்தார்கள், அம்மிருகத்தை எதிர்கொள்வதைத் தவிர்க்க சாலையின் மறுகரைக்கு விலகிச் சென்றார்கள்.

இந்த ராட்சத நாயின் பின்னால் நடந்து செல்வது நகாடாவை ஏனோ மனிதர்களெல்லாம் அவருடைய பாதையிலிருந்து விலகிச் செல்வதாக உணரச் செய்தது. அனேகமாக அவர்தான் நாயை வழிநடத்திச் செல்கிறாரென அவர்கள் நினைத்திருக்கலாம், கயிறு ஏதுமின்றி. மேலும் நிஜமாகவே சில மனிதர்கள் வெறுப்புப் பார்வையை அவர் மீது வீசினார்கள். அது அவரை வருத்தப்படச் செய்தது. நான் விரும்பி இதைச் செய்யவில்லை, அவர்களிடம் விளக்க நினைத்தார். நகாடாதான் இந்த நாயால் அழைத்துச் செல்லப்படுகிறான், அவர் சொல்ல விரும்பினார். நகாடா பலசாலியான மனிதனல்ல, மாறாக பலகீனமான ஒருவன்.

குறிப்பிடும்படியான தூரம் அவர் அதைப் பின்தொடர்ந்து சென்றார். நிறைய குறுக்குச்சந்துகளின் வழியாகச் சென்று அவர்கள் வணிகக் கோட்டத்தைக் கடந்தார்கள். பாதசாரிகளுக்கான குறுக்குப்பாதைகளில் நின்ற போக்குவரத்துச் சமிக்ஞைகளை அந்த நாய் மதிக்கவில்லை. சாலைகள் பெரியளவில் அகலமாயில்லை, மேலும் மகிழுந்துகளும் வேகமாகப் போகாத சூழ்நிலையில், சிவப்பில் சாலையைக் கடப்பது அப்படியொன்றும் ஆபத்தாக இருக்கவில்லை. தங்களுக்கு முன்னால் இந்தப் பெரிய மிருகத்தைக் கண்டவுடன் ஓட்டுனர்கள் பிரேக்குகளின் மீது ஏறி நின்றார்கள். அதன் பங்குக்கு நாய் தனது கோரைப்பற்களைத் திறந்து காட்டியது, ஓட்டுனர்களை வெறித்து சாலையின் மத்தியில் திமிராக சுற்றித்திரிந்தது. போக்குவரத்து விளக்குகளுக்கு என்ன அர்த்தமென்று அந்த நாய்க்கு நன்கு தெரியும், நகாடாவால் அதை உணர முடிந்தது, ஆனால் வேண்டுமென்றே அவற்றை அது புறக்கணித்தது. இதுபோல நடந்து கொள்வது அந்த நாய்க்குப் பழகியிருந்தது.

இப்போது தாங்கள் எங்கிருக்கிறோமென்பதை நகாடாவால் கண்டறிய முடியவில்லை. ஒரு சமயம் அவருக்குப் பழகிய நகானோ பிரிவில் குடியிருப்புப் பகுதியின் வழியே அவர்கள் சென்றார்கள், ஆனால் ஒரு முனையில் திரும்பி நடக்கத் தொடங்கிய பிறகு அவருக்குப் பழக்கமான பகுதிக்குள் அவர்களில்லை. நகாடா படபடப்பாக உணர்ந்தார். தொலைந்து போய், வீட்டுக்குத் திரும்பும் பாதையை அவரால் கண்டுபிடிக்க முடியாமல் போனால் என்ன செய்வது? அவருடைய

மூளைக்கு எட்டியவரை இப்போது அவர்கள் நகானோ பிரிவுக்குள் கூட இல்லாமலிருக்கலாம். தனது கழுத்தை நீட்டி எட்டிப்பார்த்தார், பழக்கமான அடையாளங்களைக் கண்டுகொள்ள முயற்சிப்பவராக, ஆனால் அப்படி எந்த அதிர்ஷ்டமுமில்லை. இது அவர் இதற்கு முன் பார்த்திராத நகரின் ஒரு பகுதியாயிருந்தது.

கவலையேதுமின்றி நாய் நடப்பதைத் தொடர்ந்தது, நகாடாவால் தன்னைத் தொடர முடியுமென்று அதற்குத் தெரிந்த வேகத்தில், தலையை உயர்த்தி, காதுகள் விடைத்திருக்க, விதைகள் ஊசற்குண்டைப் போல ஊஞ்சலாட.

"சொல், இன்னும் நகானோ பிரிவுக்குள்தான் இருக்கிறோமா?" நகாடா கத்தினார்.

அந்த நாய் பதில் சொல்லவோ திரும்பிப் பார்க்கவோ இல்லை.

"நீ ஆளுநருக்காகப் பணிபுரிகிறாயா?"

மறுபடியும் எந்தப் பதிலுமில்லை.

"நகாடா வெறுமனே தொலைந்து போன ஒரு பூனையைத் தேடுகிறான். கோமா என்றழைக்கப்படும் சிறிய ஆமையோட்டுப்பூனையை."

ஒன்றுமில்லை.

இதனால் எந்தப் பயனுமிருப்பதாக அவருக்குத் தோன்றவில்லை, எனவே அமைதியானார்.

பெரிய வீடுகளோடிருந்த ஒரு குடியிருப்புப் பகுதியின் முனைக்கு அவர்கள் வந்தார்கள், ஆனால் வழிப்போக்கர்கள் யாருமில்லை. அவற்றுள் ஒரு வீட்டைச் சூழ்ந்திருந்த பழங்காலக் கற்சுவரில் பொருத்திய - மூடாமல் திறந்திருந்த - பழைய-பாணி இரட்டைக் கதவின் வழியே நாய் தைரியமாக முன்னேறிச் சென்றது. வாகனமுகப்பில் பரந்தகன்ற மகிழுந்து ஒன்று நிறுத்தப்பட்டிருந்தது - நாயைப் போலவே பெரிதாகவும் கறுப்பிலும், உடன் பளபளப்பாகவும். வீட்டின் முன்புறக் கதவு திறந்திருந்தது. நாய் நேராக உள்ளே நுழைந்தது, எவ்விதத்

தயக்கமுமின்றி. வீட்டுக்குள் கால்வைப்பதற்கு முன், தனது பழைய ட்ரைனர்களைக் (Trainers – எளிய ஆடைகளோடு அணியும் மென்மையான விளையாட்டுக் காலணிகள்) கழற்றிய நகாடா அவற்றை வீட்டின் வாயிலில் அழகாக ஒதுங்க வைத்தார், மலையேறும் தொப்பியை மடித்துத் தன் பைக்குள் வைத்த பிறகு காற்சட்டைகளில் ஒட்டியிருந்த புல்லின் இதழ்களைத் தட்டி விட்டார். நாய் அங்கேயே நின்றிருந்தது, நகாடா தனது தோற்றத்தைத் திருத்திக் கொள்ள காத்திருப்பது போல, பிறகு மெருகூட்டப்பட்ட மரத்தாலான நடைக்கூடத்துக்குள் நுழைந்தது, வரவேற்பறை அல்லது நூலகமென்பதாகத் தோன்றிய அறைக்கு அவரை வழிநடத்திச் சென்றது.

அறை இருட்டாயிருந்தது. சூரியன் கிட்டத்தட்ட அஸ்தமித்திருக்க, பூங்காவைப் பார்த்திருந்த சாளரத்தின் கனத்தத் திரைச்சீலை இழுத்து விடப்பட்டிருந்தது. விளக்குகள் எதுவும் எரியவில்லை. அறைக்குள் இன்னும் கொஞ்சம் உள்வாங்கி ஒரு மேசை கிடக்க, யாரோ அதன் பின்னால் அமர்ந்திருப்பதாகத் தெரிந்தது. கண்கள் சூழலுக்குப் பழகி உறுதியாகச் சொல்லும்வரை தான் காத்திருக்க வேண்டுமென்பது நகாடாவுக்குத் தெரியும். ஒரு கறுப்புநிற நிழலுருவம் தெளிவின்றி அங்கு மிதந்தது, காகிதத்தால் செய்த உருமாதிரியைப் போல. நகாடா அறைக்குள் நுழைந்தவுடன் அந்த நிழலுருவம் மெல்லத் திரும்பியது. அங்கே இருந்தது யாராயிருந்தாலும் சுழல் நாற்காலியில் அமர்ந்திருந்தார்கள், மேலும் அவரைப் பார்க்க வட்டமடித்துத் திரும்பினார்கள். அதன் கடமை முடிந்திருக்க, நடையை நிறுத்திய நாய், தொப்பென்ற ஒலியோடு தரையில் விழுந்து கண்களை மூடிக் கொண்டது.

“வணக்கம்,” என்றார் நகாடா அந்தக் கறுப்பு உருவரையிடம்.

மற்ற மனிதன் எதுவும் சொல்லவில்லை.

“உங்களைத் தொந்தரவு செய்வதற்கு மன்னியுங்கள், ஆனால் என் பெயர் நகாடா. நான் அத்துமீறி நுழைந்தவனல்ல.”

எந்தப் பதிலுமில்லை.

"இந்த நாய் என்னைப் பின்தொடர்ந்து வரச் சொன்னது, ஆகவே நான் தற்போது இங்கிருக்கிறேன். பொறுத்தருளுங்கள், ஆனால் இந்த நாய் நேராக உங்கள் வீட்டுக்குள் நுழைந்ததால் அதன் பின்னாடியே நானும் வந்தேன். உங்களுக்குப் பெரிதாகச் சங்கடமில்லையென்றால், நான் கிளம்பி விடுவேன்…"

"உனக்கு விருப்பமிருந்தால் அந்த நீள்சாய்விருக்கையில் அமர்ந்து கொள்," மென்மையான ஆனால் உறுதியான தொனியில் அம்மனிதன் சொன்னான்.

"சரி, நான் அப்படியே செய்கிறேன்," என்றார் நகாடா, தனி-மனிதனுக்கான நீள்சாய்விருக்கையில் தன்னைச் சாய்த்துக் கொண்டார். மிகச்சரியாக அவருக்கு அடுத்ததாக, அந்த நாய் சிலையைப் போல அசைவற்றிருந்தது. "நீங்கள்தான்… ஆளுநரா?"

"அதைப் போன்ற ஏதோவொன்று," இருட்டுக்குள்ளிருந்து அந்த மனிதன் சொன்னான். "அப்படி நினைப்பது விசயங்களை உனக்கு எளிதாக்குமெனில், மேற்கொண்டு அப்படியே நினைத்துக் கொள். எனக்கு அதைப் பற்றிக் கவலையில்லை."

திரும்பிக் கொண்டு அம்மனிதன் ஒரு சங்கிலியைப் பிடித்திழுத்து தரை விளக்கை எரியச் செய்தான். மஞ்சள்நிறத்தில் புராதான வெளிச்சம் சட்டென அங்கு தோன்றியது, மெலிதான ஆனால் அறைக்குப் போதுமான வெளிச்சம்.

அவருக்கு முன்னால் நின்றிருந்த மனிதன் வளர்த்தியாகவும் ஒல்லியாகவும் இருந்தான், கறுப்புநிறப் பட்டுத்தொப்பியை அணிந்திருந்தான். தோலால் செய்த சுழல் நாற்காலியில் இன்னும் அமர்ந்திருந்தான், கால்கள் அவனுக்கு முன்னால் குறுக்காகக் கிடந்தன. நீண்ட வாற்பகுதிகளுடைய உடலோடு-பொருந்தும் சிவப்புநிற மேலங்கியை அவன் அணிந்திருந்தான், கறுப்பில் இடுப்பளவு அரைச்சட்டையும், நீளமான கறுப்புநிற புதைமிதியடிகளும். பனியின் வெண்மையோடிருந்த காற்சட்டைகள் அவனுக்குத் துல்லியமாகப் பொருந்தின. ஒரு கை அவனுடைய தொப்பியின் விளிம்புக்கு நீண்டிருந்தது, ஏதோவொரு பெண்மணியிடம் கண்ணியமாக அதைத் தாழ்த்தவிருக்கிறான் என்பதைப் போல. வட்டமான,

தங்கக்குமிழின் மூலம் அவனுடைய இடதுகரம் ஒரு கறுப்புநிற கைத்தடியைப் பற்றியிருந்தது. தொப்பியைக் கண்டவுடன், நகாடா திடீரென்று யோசித்தார்: இதுதான் பூனை-பிடிப்பவனாக இருக்க வேண்டும்!

அம்மனிதனின் உடைகளைப் போல அவனுடைய அம்சங்களில் எதுவும் இயல்புமீறியதாக இருக்கவில்லை. இளமைக்கும் முதுமைக்கும் நடுவில் எங்கோ இருந்தான், அழகாகவும் அசிங்கமாகவும். அவனுடைய புருவங்கள் கூர்மையாகவும் அடர்த்தியாகவும் இருந்தன, கன்னங்கள் ஆரோக்கியமான பிரகாசத்தோடு. அவன் முகம் திகைப்பூட்டும் வகையில் வழவழப்பாயிருந்தது, சுத்தமாக முடியே இல்லை. எளிதில் நினைவு வைத்துக் கொள்ள முடியாத வகையைச் சேர்ந்த முகம், அதிலும் குறிப்பாக அவனது உடைகளே கவனத்தை ஈர்த்த காரணத்தால். மற்றொரு உடைகளின் தொகுதியை அவன் மீது நீங்கள் அணிவித்தால் பிறகு அந்த மனிதனையே உங்களால் அடையாளம் காண முடியாமல் போகலாம்.

"நான் யாரென்று உனக்குத் தெரியுமென நினைக்கிறேன்?"

"இல்லை, ஐயா, எனக்குத் தெரியாதென நான் அச்சப்படுகிறேன்," என்றார் நகாடா.

இதனால் அம்மனிதன் சற்று நிலைகுலைந்ததாகத் தெரிந்தது. "உறுதியாக?"

"ஆமாம், உறுதியாக. அதைச் சொல்ல நான் மறந்து விட்டேன், ஆனால் நகாடா அவ்வளவொன்றும் புத்திசாலியல்ல."

"இதற்கு முன் என்னை நீ ஒருபோதும் பார்த்ததில்லை?" என்றான் அம்மனிதன், நகாடாவுக்குப் பக்கவாட்டில் நிற்பதற்காக நாற்காலியில் இருந்து அவன் எழுந்தான், ஏதோ நடப்பதைப்போல ஒரு கால் மட்டும் உயர்ந்திருந்தது. "இப்போதும் நினைவுக்கு வரவில்லையா?"

"இல்லை, என்னை மன்னியுங்கள். என்னால் உங்களை அடையாளங்காண முடியவில்லை."

“ஓஹோ. எனில், அனேகமாக நீ விஸ்கி குடிப்பவனில்லை?” என்றான் அம்மனிதன்.

“சரிதான். நகாடா குடிக்கவோ புகைக்கவோ மாட்டான். மா நியம் பெறக்கூடிய அளவுக்கு நானொரு ஏழையாதலால் அதற்கெல்லாம் எனக்கு வசதியில்லை.”

அம்மனிதன் மீண்டும் அமர்ந்து கொண்டு கால்களைக் குறுக்கில் போட்டான். மேசையின் மீதிருந்த கண்ணாடிக்கோப்பையை எடுத்து ஒரு மிடறு விஸ்கியை அருந்தினான். கோப்பைக்குள் ஐஸ்கட்டிகள் கிளிங் என்றன. “நானிதை அருந்துவதில் உனக்குப் பிரச்சினையில்லை என நம்புகிறேன்.”

“இல்லை, நான் தவறாக எண்ண மாட்டேன். சௌகரியமாக உணருங்கள்.”

“நன்றி,” என்றான் அவன், நகாடாவைப் படிப்பவனாக. “ஆக உண்மையாகவே நான் யாரென்று உனக்குத் தெரியாது.”

“என்னை மன்னியுங்கள், ஆனால் எனக்குத் தெரியாதென்றே நான் அச்சப்படுகிறேன்.”

அம்மனிதனின் உதடுகள் கொஞ்சமாக வளைந்தன. குறுகிய கணத்துக்கு, நீரின் மேற்பரப்பில் தோன்றும் சிதைவுண்ட சிற்றலைகளைப் போன்ற இறுகியதொரு புன்னகை மலர்ந்தது, மறைந்தது, பின் மீண்டும் மலர்ந்தது. “விஸ்கியை ரசிக்கும் யாராயிருந்தாலும் உடனே என்னை அடையாளம் கண்டு கொள்வார்கள், பரவாயில்லை போகட்டும். என் பெயர் ஜானி வாக்கர், ஜானி வாக்கர். கிட்டத்தட்ட எல்லோருக்குமே என்னைத் தெரியும். பெருமை பீற்ற அல்ல, ஆனால் உலகம் முழுக்க நான் புகழ்பெற்றவன். புனித உருவம் என்று கூடச் சொல்லலாம். நான் உண்மையான ஜானி வாக்கர் கிடையாது, புரிகிறதா. ஆங்கிலேய வடிகட்டும் நிறுவனத்துக்கும் எனக்கும் எந்தச் சம்பந்தமுமில்லை. தோற்றத்தையும் பெயரையும் வெறுமனே நான் கடன் வாங்கியிருக்கிறேன். மனிதனென்றால் அவனுக்கு ஒரு பெயரும் தோற்றமும் இருக்க வேண்டுமில்லையா, என்ன நினைக்கிறாய்?”

மௌனம் அறையின் மீது கவிந்திறங்கியது. அம்மனிதன் எதைக் குறித்துப் பேசுகிறானென்று நகாடாவுக்கு எதுவும் புரியவில்லை, ஜானி வாக்கர் எனும் பெயரை மட்டும் அவர் பற்றிக் கொண்டிருந்தபோதும். “நீங்கள் அயல் நாட்டவரா, திரு ஜானி வாக்கர்?”

ஜானி வாக்கர் தனது தலையைச் சாய்த்தான். “சரி, என்னைப் புரிந்து கொள்ள உனக்கு அது உதவுமெனில் அவ்வாறே நினைத்துக் கொள். அல்லது இல்லையென்றும். ஏனென்றால் இரண்டுமே உண்மைதான்.”

நகாடா குழம்பினார். கவாமுரா எனும் பூனையிடம் அவர் பேசுவதைப் போலத்தான் இதுவும் இருந்தது. “ஆக நீங்கள் அயல் நாட்டுக்காரரர், ஆனால் அயல் நாட்டுக்காரரில்லை. இதுதான் நீங்கள் சொல்ல வருவதா?”

“சரியாகச் சொன்னாய்.”

நகாடா அதன் உட்கருத்தைப் பின்தொடரவில்லை. “எனில், நீங்கள்தான் இந்த நாயைக் கொண்டு என்னை இங்கே வரச் செய்தீர்களா?”

“நான்தான் செய்தேன்,” ஜானி வாக்கர் வெறுமனே பதிலளித்தான்.

“அப்படியென்றால்... என்னிடம் நீங்கள் கேட்க விரும்பும் சங்கதி ஏதுமுள்ளதா?”

“அதை விட என்னிடம் கேட்க உனக்குத்தான் ஏதோ இருக்கிறது,” ஜானி வாக்கர் பதிலளித்தான், தனது விஸ்கியில் இன்னொரு மிடறை அருந்தினான். “என்னுடைய புரிதலின்படி, அந்தக் காலிமனையில் நான் தென்படுவேன் எனப் பல நாட்களாக நீ காத்துக் கொண்டிருக்கிறாய்.”

“ஆமாம், சரிதான். சுத்தமாக நான் மறந்தே போனேன்! நகாடா பெரிய அறிவாளி கிடையாது, சங்கதிகளை எளிதில் மறந்து விடுவேன். நீங்கள் சொன்னது போலத்தான். அந்தக் காலிமனையில் உங்களுக்காக நான் காத்திருந்தேன், தொலைந்த ஒரு பூனையைப் பற்றி விசாரிக்க.”

ஜானி வாக்கர் தனது கறுப்புநிறக் கைத்தடியைக் கொண்டு கறுப்புப் புதைமிதியடியின் விளிம்பில் மிடுக்காகத் தட்டினான், வறண்ட கிளிக் ஒலி அறையை நிறைத்தது. கறுப்பு நாயின் காதுகள் விடைத்துக் கொண்டன. "சூரியன் அஸ்தமிக்கிறது, அலைகள் உள்வாங்குகின்றன. நாம் நேரடியாக விசயத்துக்கு வரலாமா?" என்றான் ஜானி வாக்கர். "இந்தப் பூனைக்காகத்தான் நீ என்னைப் பார்க்க விரும்பினாயா?"

"ஆம், உண்மைதான். அவளைக் கண்டுபிடிக்கும்படி திருமதி கோய்சுமி நகாடாவைக் கேட்டுக் கொண்டாள், ஆகவே கடந்த பத்து நாட்களுக்கு அல்லது அதற்கும் மேலாக நான் கோமாவை அனைத்து இடங்களிலும் தேடிக் கொண்டிருக்கிறேன். உங்களுக்கு கோமாவைத் தெரியுமா?"

"எனக்கு அவளை நன்றாகத் தெரியும்."

"மேலும் அவள் எங்கிருக்கக் கூடுமென்பதும் உங்களுக்குத் தெரியுமா?"

"உறுதியாக எனக்குத் தெரியும்."

உதடுகள் சற்றுப் பிளந்திருக்க, நகாடா பட்டுத்தொப்பியை வெறித்தார், பிறகு மீண்டும் அவன் முகத்தை. ஜானி வாக்கரின் மெல்லிய உதடுகள் இறுக மூடியிருந்தன, நம்பிக்கையைப் பறைசாற்றும் தொனியோடு.

"அவள் அருகில்தான் இருக்கிறாளா?"

ஜானி வாக்கர் சில முறை தலையசைத்தான். "ஆம், வெகு அருகில்."

நகாடா அறையைச் சுற்றித் தன் பார்வையை வீசினார், ஆனால் பூனைகள் எதையும் பார்க்க முடியவில்லை. எழுத்து மேசை, அந்த மனிதன் அமர்ந்திருந்த சுழல் நாற்காலி, அவர் தானே அமர்ந்திருந்த நீள்சாய்விருக்கை, மேலும் இரு நாற்காலிகள், தரை விளக்கு, காபி மேசை, நாய், இவை மட்டுமே. "எனில் நான் கோமாவை வீட்டுக்கு அழைத்துப் போகலாமா?"

"எல்லாம் உன்னைப் பொறுத்து."

"நகாடாவைப் பொறுத்தா?"

"ஆம். எல்லாம் உன் கையில்தான் உள்ளது," என்றான் ஜானி வாக்கர், ஒரு புருவத்தை மட்டும் உயர்த்தி. "அதைச் செய்ய வேண்டுமென்கிற உறுதி உனக்கிருந்தால், கோமாவை வீட்டுக்கு அழைத்துப் போகலாம். திருமதி கோய்சுமியையும் அவளுடைய பெண்களையும் மகிழ்ச்சியில் ஆழ்த்தலாம். அல்லது ஒருபோதும் உன்னால் அவளை அழைத்துப் போக முடியாது, அவர்களின் இதயத்தை உடைக்கும்படி ஆகும். அவ்வாறு செய்ய நீ விரும்ப மாட்டாயென்று நினைக்கிறேன்?"

"இல்லை, நகாடா அவர்களை ஏமாற்ற விரும்பவில்லை."

"இங்கும் அதே கதைதான். நானும் கூட அவர்களை ஏமாற்ற விரும்பவில்லை."

"எனில் நான் என்ன செய்ய வேண்டும்?"

ஜானி வாக்கர் கைத்தடியைச் சுழற்றினான். "நீ எனக்காக ஒரு காரியத்தைச் செய்ய வேண்டுமென்று விரும்புகிறேன்."

"அது நகாடாவால் செய்ய முடிந்த காரியமா?"

"சாத்தியமற்ற எதையும் ஒருபோதும் நான் கேட்பதில்லை. மாபெரும் கால விரயத்தை அது உண்டாக்கும், ஒத்துக் கொள்கிறாயா?"

நகாடா சிறிது நேரம் அதை யோசித்தார். "அப்படித்தான் நினைக்கிறேன்."

"என்றால் உன்னைச் செய்யும்படி நான் கேட்கும் சங்கதியும் உனக்குச் சாத்தியமான ஒன்றுதான்."

நகாடா இது குறித்துத் தீர ஆலோசித்தார். "ஆமாம், அது உண்மையென்றே சொல்வேன்."

"விதிப்படி, ஒவ்வொரு கருத்தாக்கத்துக்கும் எப்போதும் ஒரு எதிர்-ஆதாரம் இருக்கும்."

"புரியவில்லை?" என்றார் நகாடா.

“ஒவ்வொரு கருத்தாக்கத்துக்கும் ஒரு எதிர்-ஆதாரம் இருந்தாக வேண்டும், இல்லையென்றால் அறிவியலால் முன்னேறவியலாது,” என்றான் ஜானி வாக்கர், தீர்க்கமாகத் தனது கைத்தடியைக் கொண்டு புதைமிதியடிகளின் மீது தட்டியபடியே. நாய் மீண்டும் தனது காதுகளை விறைத்தது. “சுத்தமாக முன்னேறவியலாது.”

நகாடா அமைதியாயிருந்தார்.

“உண்மையைச் சொல்வதென்றால், உன்னைப் போன்ற ஒருவனை வெகு காலமாக நான் தேடிக் கொண்டிருக்கிறேன்,” என்றான் ஜானி வாக்கர். “ஆனால் சரியான ஆளைக் கண்டுபிடிப்பது அத்தனைச் சுலபமான காரியமல்ல. என்றபோதும், அன்றொரு நாள், நீ பூனையோடு பேசுவதைப் பார்த்ததும் என்னை அது பாதித்தது – நான் தேடிக் கொண்டிருந்த ஆள் இவன்தான். ஆகவேதான் உன்னை இத்தனை தூரம் அழைத்து வந்தேன். என்றாலும், உன்னை இத்தனைச் சிரமப்படுத்தியதற்காக நான் வருத்தம் கொள்கிறேன்.”

“எந்தச் சிரமுமில்லை. நகாடாவிடம் ஏராளமான நேரமுண்டு.”

“உன்னைப் பற்றி இரண்டு கருத்தியல்களை நான் தயாரித்திருக்கிறேன்,” என்றான் ஜானி வாக்கர். “மேலும் இயல்பாகவே நிறைய எதிர்-ஆதாரங்களின் தரவுகளையும். இதுவும் ஒரு வகை விளையாட்டுதான், நான் ஆடும் புத்திசார்ந்த விளையாட்டு. என்றாலும், ஒவ்வொரு விளையாட்டுக்கும் வென்றவனும் தோற்றவனும் தேவைப்படுகிறார்கள். இந்த விசயத்தைப் பொறுத்தமட்டில், எந்தக் கருத்தியல் சரி அல்லது எது தவறென்பதைத் தீர்மானிப்பதில்தான் வெற்றியும் தோல்வியும் அடங்கியிருக்கிறது. ஆனால் நான் பேசுவதை நீ புரிந்து கொள்ளப் போவதில்லை என்றே நினைக்கிறேன்.”

மௌனமாக, நகாடா அவருடைய தலையை அசைத்தார்.

ஜானி வாக்கர் தனது கைத்தடியைக் கொண்டு புதைமிதியடிகளின் மீது இரு முறை தட்டினான், நாய் எழுந்து கொள்வதற்கான சமிக்ஞையாக.

15

தனது மியாடாவில் ஏறிக் கொண்டு ஓஷிமா முகப்பு விளக்குகளை எரியச் செய்கிறான். ஆக்சிலரேட்டரில் அவன் கால் பதிக்க, கூழாங்கற்கள் மேலெழும்புகின்றன, மகிழுந்தின் அடிப்பகுதியில் அவை விசையோடு மோதுகின்றன. பின்னால் போகிறான், சாலையை நோக்கி வட்டமடித்துத் திருப்புகிறான். விடைபெறும் வகையில் தனது கையை உயர்த்துகிறான், நானும் அவ்வாறே செய்கிறேன். தடுப்புக்கருவியின் விளக்குகள் இருளால் விழுங்கப்பட, எஞ்சின் ஒலியும் மெல்லத் தேய்கிறது. பிறகு முற்றிலுமாக அது மறைந்து போக, வனத்தின் மௌனம் அவ்விடத்துக்குப் பொறுப்பேற்கிறது.

நான் மீண்டும் குடிலுக்குள் நுழைந்து கதவை உள்ளிருந்துத் தாழிடுகிறேன். ஏதோ எனக்காக அது காத்துக் கொண்டிருந்ததைப் போல, நான் தனியனான மறுகணம் மௌனம் தன்னியல்பாக என்னைச் சுற்றி இறுகப் போர்த்துகிறது. முன்கோடைக்காலம் என்பதை நம்பவியலாதபடி அத்தனை குளிரோடு வீசுகிறது இரவுக்காற்று, ஆனால் அடுப்பைப் பற்ற வைக்க முடியாத வகையில் நேரங்கடந்து விட்டிருக்கிறது. நான் செய்யக் கூடியதெல்லாம் எனது உறக்கப்பொதிக்குள் ஊர்ந்து சென்று கொஞ்சம் உறங்குவதுதான். தூக்கமின்மையின் காரணமாக எனது மூளை சற்றுக் குழம்பியிருக்கிறது, வெகுநேரம் மகிழுந்துக்குள் இங்குமங்குமாகத் தூக்கியடிக்கப்பட்டதில் எனது தசைகள் வலிக்கின்றன. விளக்கின் ஒளியை அணைக்கிறேன். அறை மங்கலாக, மூலைகளை ஆக்கிரமிக்கும் நிழல்கள் மேலும் தீவிரமடைகின்றன. எனது உடைகளை மாற்றுவதென்பது ரொம்பச் சிக்கலான சங்கதி, எனவே ஜீன்ஸையும்

படகுப்போட்டிக்கான மேற்சட்டையையும் அணிந்தவாறே நான் உறக்கப்பொதிக்குள் ஊர்ந்து போகிறேன்.

கண்களை மூடுகிறேன், ஆனால் என்னால் தூங்க முடியவில்லை, எனது உடல் ஓய்வுக்குக் கெஞ்ச மூளையோ அகல விழித்திருக்கிறது. ஒரு பறவை அவ்வப்போது அந்தயிரவின் மௌனத்தை உடைக்கிறது. வேறு சத்தங்களும் கசிந்து உள்நுழைகின்றன, என்னால் அடையாளங்காணவியலாத சங்கதிகள். எதுவோ வீழ்ந்து கிடக்கும் இலைகளை மிதித்து நடக்கிறது. கனமான எதுவோ கிளைகளை சலசலக்கச் செய்கிறது. ஆழமான மூச்சின் ஒலி. வினோதமாக அச்சமூட்டும் தாழ்வாரத் தரைப்பலகைகளின் கிறீச்சொலி. மிகச்சரியாக குடிலுக்கு அருகிலிருப்பதைப்போல இந்தச் சத்தங்கள் ஒலிக்கின்றன, இருளை நிறைக்கும் கண்ணுக்குப் புலப்படாத உயிரிகளின் படை எதுவோ என்னைச் சூழ்ந்திருப்பதைப் போல.

மேலும் யாரோ என்னைக் கவனிப்பதாக நான் உணர்கிறேன். எங்கிருந்தோ கண்கள் என்னை உறுத்துப் பார்க்கும் உணர்வில் எனது தோல் உள்ளிருந்து குடைகிறது. உள்ளீடற்றதொரு பலத்தத் துடிப்பை வெளியிடுகிறது இதயம். உறக்கப்பொதிக்கு உள்ளிருந்து பலமுறை என் கண்களைச் சிறிதாகப் பிளந்து மங்கலான வெளிச்சத்தோடிருக்கும் அறையை உற்று நோக்குகிறேன், வெறுமனே வேறு யாரும் அங்கில்லை என்பதை உறுதி செய்வதற்காக. முன்புறக்கதவு அந்தக் கனத்தத் தாழ்ப்பாளால் தாழிடப்பட்டிருக்கிறது, மேலும் ஜன்னலில் கிடக்கும் அடர்த்தியானத் திரைச்சீலைகளும் இறுக மூடியிருக்கின்றன. எனவே எந்தச் சிக்கலுமில்லை, எனக்கு நானே சொல்லிக் கொள்கிறேன். நான் இந்த அறைக்குள் தனியாக இருக்கிறேனென்பதோடு ஜன்னல்களின் வழியே யாரும் என்னை உற்றுப் பார்க்கவில்லை.

ஆனால் இன்னும் நான் கண்காணிக்கப்படுகிறேன் எனும் உணர்வை என்னால் உதற முடியவில்லை. தொண்டை வறண்டு போக, சுவாசிப்பதில் எனக்குச் சிக்கல் உண்டாகிறது. கொஞ்சம் நீரருந்தலாம், ஆனால் அவ்வாறு செய்தால் நான் ஒன்றுக்கிருக்க வேண்டும் - அதற்கு வெளியே போக நேரிடும். அல்லது காலைவரை பிடித்து வைத்திருக்க வேண்டும். எனது

உறக்கப்பொதிக்குள் சுருண்டு கிடப்பவனாக, நான் எனது தலையை மெல்ல அசைக்கிறேன்.

விளையாடுகிறாயா? இருட்டையும் அமைதியையும் கண்டு அச்சப்படும் ஏதோ பயந்தாங்கொள்ளி குட்டிப்பையன் போல இருக்கிறாய். இப்போது நீ என் மீது முக்காட்டைப் போர்த்தி மறைக்கப் போவதில்லை, அப்படிச் செய்வாயா என்ன? நீ ரொம்பக் கடினமானவன் என்பதாக எப்போதும் நினைத்துக் கொண்டிருந்தாய், ஆனால் யாவும் வெட்டவெளிச்சமாகும் சமயத்தில், ஏதோ வெடித்துச் சிதறி கண்ணீர் உகுக்கவிருப்பவனைப் போலத் தோற்றமளிக்கிறாய். உன்னைப் பார் – உனது படுக்கையை நீ நனைக்கப் போகிறாய் என நான் பந்தயம் கட்டுகிறேன்!

அவனைப் புறக்கணித்து கண்களை இறுக்கமாக மூடுகிறேன், ஏறத்தாழ என் மூக்கின் கீழ்ப்பகுதிவரை ஜிப்பை இழுத்து விட்டுக் கொண்டு எனது தலையைக் கழுவுகிறேன். எதற்குமே நான் கண்களைத் திறப்பதாயில்லை – ஆந்தை அலறுவதை கேட்கும்போதும் சரி, வெளியே நிலத்தின் மீது எதுவோ திடுமெனும் ஒலியோடு குதிக்கும்போதும் சரி. குடிலின் உள்ளே எதுவோ நகர்வதை உணரும் சமயத்தில் கூட. நான் சோதிக்கப்படுகிறேன், எனக்கு நானே சொல்லிக் கொள்கிறேன். ஒஷிமாவும் கூட சில நாட்களை இங்கு தனிமையில் கழித்திருக்கிறான், அவனுக்கு என் வயதிருக்கும்போது. அவனும் வெகுவாகப் பயந்திருக்க வேண்டும், என்னைப் போலவே. தனிமை வெவ்வேறு வடிவங்களில் வரும் என்று இதைத்தான் அவன் சொல்லியிருக்கிறான். இரவில் இங்கே தனித்திருப்பதை நான் எவ்வாறு உணர்கிறேனென்பது ஒஷிமாவுக்கு நன்கு தெரிந்திருக்கும், ஏனெனில் அவனும் இந்தச் சூழலில் இருந்திருக்கிறான், இதே உணர்வுகளை அவனும் உணர்ந்திருப்பான். இந்த எண்ணம் என்னைச் சற்று ஆற்றுப்படுத்த உதவுகிறது. இங்கே அலைந்து திரியும் கடந்தகாலத்தின் நிழல்களை என்னால் அடையாளங்காண இயலுமென்று நம்புகிறேன், என்னையும் அவற்றின் ஒரு பகுதியாகக் கற்பனை செய்கிறேன். ஆழமாக மூச்சையிழுத்து விட்டு, எனக்குத் தெரியுமுன்பாகவே உறங்கிப் போகிறேன்.

நான் விழிக்கையில் காலை மணி ஆறைக் கடந்திருக்கிறது. பறவைகளுடைய அழைப்புகளின் தாரைகளால் நிறைந்திருக்கும் வெளி. ஊடுருவித் துளைக்கும் கிறீச்சொலிகளால் ஒன்றையொன்று அழைத்தவாறே ஒரு கிளையிலிருந்து மற்றொரு கிளைக்கு பரபரப்பாக இடம்பெயரும் பறவைகள். முந்தைய இரவின் ஆழமான எதிரொலிகளோ மறைமுகமான விளைவுகளோ அவற்றின் அழைப்பில் இல்லை. திரைச்சீலைகளை நான் பின்னால் இழுக்கும் சமயத்தில், முந்தைய இரவுநேர இருளின் ஒவ்வொரு துளியும் குடிலின் சுற்றுப்புறத்தில் இருந்து காணாமல் போயிருக்கிறது. புதிதாய்ப் பிறந்த பொன்னிறத்தின் பிரகாசத்தில் யாவும் மின்னுகின்றன. நான் அடுப்பைப் பற்ற வைக்கிறேன், கொஞ்சம் தாதுநீரைக் கொதிக்க வைத்து சாமந்தித் தேநீர் தயாரிக்கிறேன், பிறகு உப்பு பிஸ்கட்டுகளின் டப்பாவை உடைத்துத் திறந்து சிலவற்றை பாலாடைக்கட்டிகளோடு சேர்த்துச் சாப்பிடுகிறேன். அதன் பிறகு நீர்த்தொட்டியில் பல்துலக்கி முகத்தைக் கழுவுகிறேன்.

படகுப்பந்தயச் சட்டைக்கு மேலே விண்ட்சீட்டரை (Windcheater - காற்றுப்புகா மேலாடை) அணிந்து கொண்டு வெளியே போகிறேன். வளர்த்தியான மரங்களினூடாக விழும் காலைநேர வெளிச்சம் குடிலின் எதிரேயுள்ள திறந்த வெளியில் வழிந்தோடுகிறது, எங்கும் சூரியக்கதிர்கள், புதிதாக வார்க்கப்பட்ட ஆன்மாக்களைப் போல பனித்துளிகள் மிதக்கின்றன. பரிசுத்தமான தெளிந்த காற்று ஒவ்வொரு மூச்சிலும் என் நுரையீரல்களைத் துளைக்கிறது. தாழ்வாரப் படியொன்றில் அமர்ந்து மரத்துக்கு மரம் தாவும் பறவைகளைப் பார்க்கிறேன், அவற்றின் அழைப்புக்கு செவி கொடுத்தவாறே. அவற்றில் பெரும்பாலானவை இரண்டிரண்டாக நகர்கின்றன, தங்களின் துணை எங்கிருக்கிறதென்பதை தொடர்ச்சியாகப் பார்த்து உறுதி செய்து கொள்வதோடு நெருங்கி வருமாறு கிறீச்சிடுகின்றன.

தண்ணீரின் சத்தத்தைத் தொடர்ந்து போய் உடனடியாக அருவியைக் கண்டுபிடிக்கிறேன், அருகில்தான். ஒரு மாதிரி குளம் போன்ற அமைப்பைப் பாறைகள் உருவாக்கியிருக்க அதற்குள் வழியும் தண்ணீர் நீர்ச்சுழிகளின் சுற்றுப்பாதைகளில் சுழன்றோடிப் பிறகு மீண்டும் விரைந்து அருவியோடு

இணைகிறது. தெளிவாகவும் அழகாகவுமுள்ள நீர். குடிப்பதற்காகச் சிறிது அள்ளுகிறேன் – குளிர்ச்சியாகவும் சுவைமிகுந்ததாகவும் இருக்கிறது – பிறகு என் கைகளை நீரோட்டத்துக்குள் நீட்டுகிறேன்.

மீண்டும் குடிலுக்கு வந்து வறையோட்டில் பன்றியிறைச்சியும் முட்டைகளும் சமைக்கிறேன், கம்பி வலையைக் கொண்டு வாட்டிய ரொட்டிதுண்டுகளைத் தயாரிப்பதோடு உணவை விழுங்குவதற்காக சிறிய கொதிகலனில் பாலைச் சுட வைக்கிறேன். உண்ட பிறகு ஒரு நாற்காலியை வெளியே தாழ்வாரத்துக்கு இழுத்து வருகிறேன், கிராதியின் மேல் கால்களைத் தூக்கிப் போட்டுக் காலைப்பொழுதை வாசிப்பில் கழிக்கிறேன். ஓஷிமாவின் புத்தக அடுக்கு முழுக்கப் புத்தகங்கள் திணிக்கப்பட்டிருக்கின்றன. ஒரு சில புதினங்கள் மாத்திரமே, பெரும்பாலும் செவ்வியல் ஆக்கங்கள். அவற்றுள் அனேகமும் தத்துவம், சமூகவியல், வரலாறு, புவியியல், இயற்கை அறிவியல்கள், பொருளாதாரம் பற்றிய புத்தகங்கள் – நிறைய உருப்பொருளில் புத்தகங்கள், ஒழுங்குமுறையின்றித் தேர்ந்தெடுத்தத் துறைகள். வெகு குறைவாகவே தான் பள்ளிக்குச் சென்றதாக ஓஷிமா சொன்னான், ஆக தனக்கான கல்வியை அவன் பெற்ற வழிமுறை இதுவாகத்தான் இருக்க வேண்டும்.

அடால்ஃப் எய்க்மேன் மீதான விசாரணை குறித்த நூலொன்றை வெளியே எடுக்கிறேன். நாஜி போர்க் குற்றவாளியென்பதாக அவனைப் பற்றிய தெளிவில்லாத அனுமானம் எனக்குண்டு, ஆனால் அந்த மனிதன் மீது விசேட ஈடுபாடெல்லாம் கிடையாது. அந்தப் புத்தகம் என் கண்ணில் தட்டுப்பட்டது, அவ்வளவுதான். தனது உலோகச்-சட்டமிட்டக் கண்ணாடியோடும் குறைந்து கொண்டே வந்த கேசத்தோடும் எஸ்.எஸ்.ஸில் *(SS)* துணைநிலை-தலைவனாக இருந்த இந்த முழுமையான யதார்த்த மனிதனிடம் போர் தொடங்கிய சிறிது காலத்தில் யூதர்களுக்கான இறுதித் தீர்வை நிர்ணயிக்கும் பொறுப்பு – அதாவது, நிர்மூலமாக்குதல் – எவ்வாறு நாஜி தலைமையகத்தால் வழங்கப்பட்டதென்பதை நான் வாசிக்கவும் கற்கவும் ஆரம்பிக்கிறேன், உண்மையில் இதைச் சாதிக்கும் மிகச்சிறந்த வழிமுறைகளை அவன் எப்படிக் கண்டுபிடித்தான் என்பதையும். வெளிப்படையாகவே, தனது செயல்களின்

நியாயதர்மங்களைக் கேள்விக்குட்படுத்துவதென்பதை வெகு அரிதாகத்தான் யோசித்திருக்கிறான். அவன் கவலைப்பட்டதெல்லாம் எத்தனைச் சிறப்பான முறையில் – ஆகக்குறைந்த நேரத்துக்குள், மிகவும் குறைவான செலவில் – யூதர்களை அப்புறப்படுத்தலாம் என்பதைத்தான். மேலும் ஐரோப்பாவில் இருந்து அகற்ற வேண்டுமென்று அவன் நினைத்த பதினோரு மில்லியன் யூதர்களைப் பற்றி நாம் இங்கே பேசிக் கொண்டிருக்கிறோம்.

எய்க்மென் யாவற்றையும் ஆராய்ந்தான், ஒவ்வொரு தொடருந்து பெட்டிக்குள்ளும் எத்தனை யூதர்களை அடைக்கலாமென்பதை, ஏற்றிச் செல்லும் வேளையில் அதில் எத்தனை பேர் "இயற்கையான" காரணங்களால் மரணிப்பார்கள் என்பதை, இத்திட்டம் தொடர்ந்து இயங்கத் தேவையான குறைந்தபட்ச ஆட்களின் எண்ணிக்கையை, பிணங்களை அகற்ற மிகவும் மலிவான வழிமுறையை – எரிப்பது அல்லது புதைப்பது அல்லது அவற்றைக் கரைத்து விடுவது. தனது மேசையில் அமர்ந்தவாறே இந்த எண்ணிக்கைகளை எல்லாம் எய்க்மேன் நுண்ணியமாக ஆராய்ந்தான். ஒருமுறை அவற்றை அவன் நடைமுறைக்குக் கொண்டு வந்த பிறகு, கிட்டத்தட்ட யாவுமே திட்டப்படிதான் நடந்தன. போரின் முடிவில் ஏறத்தாழ ஆறு மில்லியன் யூதர்கள் இல்லாமல் ஆக்கப்பட்டார்கள். விநோதமாக, எவ்வித வருத்தத்தையும் ஒருபோதும் அவன் உணரவில்லை. டெல் அவிவ் நீதிமன்றத்தில் அமர்ந்திருந்த சமயத்தில் - குண்டுதுளைக்காத கண்ணாடிக்குப் பின்னால் - எதற்காகத் தான் விசாரிக்கப்படுகிறோம் என்றோ அல்லது உலகின் கண்களெல்லாம் ஏன் தன் மீதுள்ளது என்பதையோ உயிரைக் கொடுத்து யோசித்தாலும் புரிந்து கொள்ள மாட்டாதவனாக எய்க்மேன் தோற்றமளித்தான். தானொரு தொழில்நுட்பப் பணியாளன் மட்டுமே, அவன் வலியுறுத்திச் சொன்னான், தன்னிடம் தரப்பட்ட சிக்கலுக்கு மிகச்சிறந்தத் தீர்வை அவன் கண்டுபிடித்தான். அதிகாரத்தை ஆதரிக்கும் எந்தத் திறமையான அதிகாரியும் செய்வதைத்தானே அவனும் செய்திருக்கிறான்? ஆக ஏன் அவன் மட்டும் தனிப்பட்ட முறையில் அடையாளங்காணப்பட்டுக் குற்றஞ்சாட்டப்படுகிறான்?

சுற்றிலும் பறவைகளின் கீச்சொலியோடு அமைதியான இவ்வனத்தின் நடுவேயமர்ந்து இந்த யதார்த்த மனிதனின் கதையை நான் வாசிக்கிறேன். நூலின் பின்புறத்தில் ஒஷிமா எழுதியதொரு பென்சில் குறிப்பு தென்படுகிறது. எளிதாக அடையாளங்காணும் வகையைச் சேர்ந்தது அவன் கையெழுத்து.

எல்லாமே கற்பனையைப் பொறுத்துத்தான். கற்பனை செய்யும் ஆற்றலில் இருந்தே நமக்கான பொறுப்பு தொடங்குகிறது. அப்படியே ஏட்ஸ் சொன்னது போலத்தான்: கனவுகளில் இருந்தே பொறுப்புகளும் ஆரம்பிக்கின்றன. இதை தலைகீழாகத் திருப்பி இப்படியும் நீங்கள் சொல்லலாம், எங்கு கற்பனை செய்வதற்கான ஆற்றல் இல்லையோ அங்கு எந்தப் பொறுப்புக்கும் வேலையில்லை. எய்க்மேனின் விசயத்தில் நாம் பார்ப்பதைப் போலவே.

இந்த நாற்காலியில் ஒஷிமா அமர்ந்திருப்பதை உருவகப்படுத்த நான் முயற்சி செய்கிறேன், கையில் அவனது வழக்கமான நன்கு கூர்தீட்டிய பென்சிலோடு, யோசித்தவாறு, முதுகு இந்தப் புத்தகத்தின் மீது கவிழ்ந்திருக்க தன்னுடைய அபிப்பிராயங்களை எழுதிக் கொண்டிருக்கிறான். கனவுகளில் இருந்தே பொறுப்புகளும் ஆரம்பிக்கின்றன. வார்த்தைகள் பொட்டில் அறைகின்றன.

புத்தகத்தை மூடுகிறேன், மடியின் மீது வைத்து விட்டு என்னுடைய சொந்தப் பொறுப்புகளை யோசிக்கிறேன். என் சிந்தனையைத் தடுக்க முடியவில்லை. சூடான ரத்தத்தில் எனது வெண்ணிற டி-ஷர்ட் ஊறிக் கிடந்தது. இந்தக் கைகளால்தான் ரத்தத்தைக் கழுவினேன், நீர்த்தொட்டியே சிவப்பாக மாறுமளவுக்கு அதீத ரத்தம். அந்த ரத்தம் முழுமைக்கும் நானே பொறுப்பாக்கப்படுவேன் என்று யூகிக்கிறேன். நீதிமன்றத்தில் நான் விசாரணைக்குட்படுத்தும் சூழலை உருவகப்படுத்த முயற்சி செய்கிறேன், பழியை என்னுடையதாக மாற்ற என் மீது குற்றஞ்சாட்டுபவர்கள் பிடிவாதமாக முயல்வதை, கோபமாக விரல்களை நீட்டி என்னை முறைப்பதையும் கூட. உங்களால் ஞாபகம் வைத்திருக்க முடியாத ஒன்றுக்கு உங்களைப் பொறுப்பாக்க முடியாது என்று நான் வாதிடுகிறேன். நிஜமாகவே என்ன நடந்ததென்று எனக்கு எதுவும் தெரியாது,

அவர்களிடம் நான் சொல்கிறேன். ஆனால் இதைக் கொண்டு அவர்கள் எதிர்வாதம் செய்கிறார்கள்: "யாருடைய கனவாக அது ஆரம்பித்தது என்பது குறித்து எந்தக் கவலையுமில்லை, உனக்கும் அதே கனவு வந்திருக்கிறது. ஆகவே கனவில் என்ன நடந்தாலும் அதற்கு நீதான் பொறுப்பு. அந்தக் கனவு உனக்குள் ஊர்ந்து கொண்டிருந்தது, நேராக உன் ஆன்மாவின் இருண்ட வெளிக்குள்."

எப்படி அடால்ஃப் எய்க்மேன் – அவனுக்குப் பிடித்ததோ இல்லையோ – ஹிட்லர் என்கிற மனிதனின் திருகலான கனவுகளுக்குள் மாட்டிக் கொண்டானோ அதைப் போல.

புத்தகத்தைக் கீழே தாழ்வாரத்தில் வைக்கிறேன், எழுந்து கொண்டு நெட்டி முறிக்கிறேன். நீண்ட நேரமாக வாசித்துக் கொண்டிருந்ததால் எழுந்து சிறிது நேரம் நடக்க வேண்டியிருக்கிறது. நீர்த்தொட்டியின் ஓரமாகக் கிடக்கும் அலுமினிய வாளியை எடுத்துக் கொண்டு அதை நிறைக்க நீர்வீழ்ச்சிக்குப் போகிறேன். அடுத்ததாகப் பின்னாலுள்ள கொட்டகையில் இருந்து கைநிறைய விறகுக்கட்டைகளை அள்ளி வந்து அடுப்பினோரமாக அடுக்கி வைக்கிறேன்.

தாழ்வாரத்தின் ஒரு மூலையில் சலவைத் துணிகளைக் காயப்போடுவதற்காக நைந்து போன நைலான் கயிறு கிடக்கிறது. எனது முதுகுப்பையில் இருந்து ஈரத்துணிகளை வெளியே இழுக்கிறேன், சுருக்கங்களை எல்லாம் நீவி விட்டு அவற்றைக் காயப்போடுகிறேன். பைக்குள் இருக்கும் மற்ற எல்லாவற்றையும் வெளியிலெடுத்து படுக்கையில் போடுகிறேன், பிறகு மேசையிலமர்ந்து கடந்த சில நாட்களுக்கான எனது நாட்குறிப்பை நிரப்புகிறேன். கூர்மையான முனை கொண்ட எழுதுகோலைப் பயன்படுத்துகிறேன், எனக்கு நிகழ்ந்த அனைத்தையும் சின்னஞ்சிறு எழுத்துகளால் எழுதி வைக்கிறேன். அத்தனைத் தகவல்களையும் எவ்வளவு காலம் ஞாபகம் வைத்திருப்பேனென்று எனக்குத் தெரியாது, எனவே என்னால் முடிந்தமட்டும் அவற்றைக் கீழே இறக்கி வைத்து விடுவது நல்லது. என் நினைவுகளுக்குள் தேடுகிறேன். எப்படி நினைவிழந்து கோவிலுக்குப் பின்னாலிருந்த வனத்துக்குள் வந்தேனென்பதை. இருளை, ரத்தத்தில்-தோய்ந்த என்

சட்டையை. சகுராவுக்குத் தொலைபேசியதை, அவள் இடத்தில் இரவைக் கழித்ததை. எப்படி நாங்கள் பேசினோமென்பதை, எப்படி அவள் எனக்கு அதைச் செய்தாளென்பதை.

அவள் சொன்னதை என்னால் புரிந்து கொள்ள முடியவில்லை. நீ என்னிடம் இதைச் சொல்ல வேண்டியதில்லை! தொடர்ந்து சென்று உனக்கு என்ன விருப்பமோ அதை ஏன் நீ வெறுமனே கற்பனை செய்திருக்கக்கூடாது? உனக்கு என் அனுமதி தேவையில்லை. உன் தலைக்குள் என்ன உள்ளதென்று எனக்கு எப்படித் தெரியும்?

ஆனால் அவள்தான் தவறாகப் புரிந்து கொண்டிருக்கிறாள். நான் கற்பனை செய்வது அனேகமாக இன்னும் ரொம்ப முக்கியமானது. ஒட்டுமொத்த உலகத்துக்கானது.

அன்று பிற்பகலில் நான் வனத்துக்குள் போகத் தீர்மானிக்கிறேன். காட்டுக்குள் ரொம்ப தூரம் போவது ஆபத்தானதென்று ஒஷிமா சொன்னான். எப்போதும் குடிலைக் கண்பார்வைக்குள் வைத்துக் கொள், அவன் என்னை எச்சரிக்கவும் செய்தான். ஆனால் அனேகமாக சில நாட்கள் இங்குதான் தங்கப் போகிறேன், எனவே என்னைச் சூழ்ந்திருக்கும் இந்த வனமென்னும் மாபெரும் சுவரைப் பற்றிச் சிறிதேனும் நான் தெரிந்து கொள்ள வேண்டும். ஒன்றும் தெரியாமல் இருப்பதை விட, நான் நினைத்துக் கொள்கிறேன், கொஞ்சமாகத் தெரிந்து கொள்வதில் தவறில்லை. வெறுங்கையோடு, வெயில் பூத்த பகுதியிடம் விடைபெற்று மரங்களின் இருண்ட சமுத்திரத்துக்குள் நான் நுழைகிறேன்.

வனத்தினூடாக ஒரு வகைக் கரடுமுரடான பாதை காலடிகளால் மிதிபட்டு உருவாக்கப்பட்டுள்ளது, அனேகமும் நிலத்தின் கிடைமட்டத்தைப் பொறுத்து, ஆனால் படிக்கற்களைப் போல நடப்பட்டிருக்கும் தட்டையான பாறைகளின் காரணமாக அவ்வப்போது அந்தப் பாதை மேம்படுகிறது. மண்ணரிப்புக்கு வாய்ப்பிருக்கும் இடங்கள் யாவும் மரப்பலகைகளால் அழகாக முட்டுக் கொடுக்கப்பட்டுள்ளன, எனவே அதற்கு மேல் களைகள் வளர்ந்திருந்தால் கூட உங்களால் பாதையில் தொடர்ந்து செல்ல முடியும். அனேகமாக இங்கு தங்கிய ஒவ்வொரு

முறையும் ஒஷிமாவின் அண்ணன் இந்தப் பாதையில் கொஞ்சம் கொஞ்சமாக வேலை பார்த்திருக்க வேண்டும். பாதையைத் தொடர்ந்து நான் வனத்துக்குள் போகிறேன், முதலில் மேடு, பிறகு அது கீழிறங்கி ஒரு பெரியக் கற்பாளத்தை வட்டமடித்துப் பின் மீண்டும் மேலேறுகிறது. ஒட்டுமொத்தமாகப் பார்க்கப் பெரும்பாலும் மேடுதான், ஆனால் ஏற முடியாத அளவுக்குக் கடினமானதல்ல. உயர்ந்த மரங்கள் இருபுறங்களிலும் வரிசை கட்டுகின்றன, மங்கலான-நிறங்களில் அடிமரங்களோடு, வாய்ப்பிருக்கும் எல்லாத் திசைகளிலும் விரியும் தடித்தக் கிளைகளோடு, தலைக்கு மேலே அடர்த்தியான இலைகளோடு. கிடைக்கும் கொஞ்சநஞ்ச வெளிச்சத்தில் தங்களால் இயன்றமட்டும் உறிஞ்சுகிற புதர்க்காடுகளாலும் பெரணிகளாலும் தரை மூடுண்டிருக்கிறது. சூரியனால் சென்றடைய முடியாத இடங்களில், வார்த்தைகளால் விவரிக்கவியலாதபடி பாசிகள் பாறைகளின் மீது படர்ந்திருக்கின்றன.

கதையை மிகுந்த சுவாரசியத்தோடு விவரிக்கும் ஒருவர் வார்த்தைகள் மெல்லக் குறைவதை அறிய நேர்வதுபோல, நான் முன்னேறிப் போகப்போக பாதை குறுகலாகிக் கொண்டே வருகிறது, புதர்க்காடுகள் அதை ஆக்கிரமிக்கின்றன. குறிப்பிட்ட புள்ளிக்குப் பிறகு உண்மையிலேயே அது பாதைதானா அல்லது தெளிவில்லாமல் வெறுமனே அப்படித் தோற்றமளிக்கும் ஒன்றாவென்பதைப் பிரித்துணரக் கடினமாயிருக்கிறது. இறுதியில் அந்தப் பாதை முழுமையாகப் பெரணிக்களின் கடலால் விழுங்கப்பட்டிருக்கிறது. ஒருவேளை அந்தப் பாதை இன்னும் கூட நீளலாம், ஆனால் அந்த ஆய்வுப்பயணத்தை அடுத்த முறைக்குச் சேமித்து வைக்க நான் தீர்மானிக்கிறேன். அதற்கு வேண்டிய ஆடைகளை அணிந்திருக்காததோடு உண்மையில் நான் அதற்குத் தயாராகவும் இல்லை.

நடப்பதை நிறுத்திப் பின்னால் திரும்புகிறேன். எதுவும் பரிச்சயமானதாகத் தெரியவில்லை, நான் பற்றிக் கொள்ளும்படி எதுவுமேயில்லை. தாறுமாறாகப் பின்னிக் கிடக்கும் அடிமரங்கள் அச்சுறுத்தும் வகையில் பார்வையை மறிக்கின்றன. வெளிச்சம் மங்கியிருக்க, காற்றில் தேங்கி நிற்கும் பச்சையத்தின் மணம், ஒரு பறவையைக் கூட கேட்க முடியவில்லை.

திடீரென்று மயிர்க்கூச்செரிதல்களால் சூழப்படுகிறேன், ஆனால் எதைப் பற்றியும் நான் அச்சப்பட வேண்டியதில்லை, எனக்கு நானே சொல்லிக் கொள்கிறேன். பாதை அதோ அங்குதான் இருக்கிறது. பார்வையிலிருந்து அதைத் தவற விடாத வரைக்கும் என்னால் வெளிச்சத்துக்குத் திரும்பி விட முடியும். கண்கள் தரையோடு ஒட்டியிருக்க வந்த வழியே நான் கவனமாகத் திரும்பத் தொடங்குகிறேன், இங்கே வருவதற்கு எனக்கு ஆனதைக் காட்டிலும் வெகு நேரம் கழித்து, இறுதியாகக் குடிலுக்கு முன்னால் வந்து நிற்கிறேன். பிரகாசமான, முன்-கோடைக்கால சூரியவொளியால் நிறைந்திருக்கிறது திறந்தவெளி, உணவைத் தேடியலையும் பறவகளின் தெளிவான அழைப்புகள் எதிரொலிக்கின்றன. எப்படி அவற்றை விட்டுச் சென்றேனோ எல்லாம் அப்படியே இருக்கின்றன. அல்லது குறைந்தபட்சம் அப்படி இருப்பதாகத்தான் நினைக்கிறேன். நான் அமர்ந்திருந்த நாற்காலி இன்னும் தாழ்வாரத்தில்தான் இருக்கிறது. நான் வாசித்துக் கொண்டிருந்த புத்தகமும் வைத்துச் சென்றது போலவே தலைகீழாகக் கிடக்கிறது.

அந்த வனம் எத்தனை ஆபத்தானதாக இருக்கக்கூடுமென்பது இப்போது எனக்குத் துல்லியமாகத் தெரிகிறது. மேலும் அதை எப்போதும் மறக்க மாட்டேனென்றும் நம்புகிறேன். காகம் சொன்னது போல, எனக்குத் தெரியாத விசயங்களால் இவ்வுலகம் நிறைந்திருக்கிறது. அங்கிருக்கும் எல்லாச் செடிகொடிகளையும் மரங்களையும் போல, ஒரு உதாரணத்துக்கு. மரங்கள் இத்தனை விபரீதமானதாகவும் நிலவுலக இயல்புகளை மீறியதாகவும் இருக்கலாமென்று ஒருபோதும் நான் யூகித்ததில்லை. அதாவது, இதுநாள் வரை உண்மையாக நான் பார்த்திருக்கும் அல்லது தொட்டிருக்கும் செடிகள் யாவுமே நகரம் சார்ந்தவை – நன்கு கத்திரிக்கப்பட்டு பராமரிக்கும் புதர்ச்செடிகளும் மரங்களும் மட்டும். ஆனால் இங்குள்ளவை – இங்கு வாழ்ந்து கொண்டிருப்பவை – முழுக்கவே வேறு மாதிரி இருக்கின்றன. அவை பௌதிக ஆற்றலோடு உள்ளன, அந்த வழியாகப் போக நேரும் மனிதர்கள் எவரையும் அவற்றின் மூச்சுக்காற்று உராய்ந்திட, அத்துமீறி நுழைபவர்களின் மீது உற்றுநோக்கும் அவற்றின் பார்வை நிலைக்கிறது – ஏதோ தங்களின் இரையை அவைக் கண்டுகொண்டதைப் போல. ஏதோ இருண்மையான, தொன்மையான, மாயமந்திர சக்திகள்

அவற்றுக்கு இருப்பதைப்போல. ஆழ்கடலின் உயிரினங்கள் சமுத்திரத்தின் ஆழங்களை ஆட்சி செய்வது போல, வனத்தில் மரங்கள் கோலோச்சுகின்றன. அது விருப்பப்பட்டால், வனம் என்னை நிராகரிக்கலாம் - அல்லது என்னை மொத்தமாக விழுங்கி விடலாம். தேவையான அளவில் பயமும் மரியாதையும் கொண்டிருப்பதே சரியான யோசனையாயிருக்கும்.

நான் மீண்டும் குடிலுக்குப் போகிறேன், எனது முதுகுப்பையிலிருந்து திசைகாட்டியை எடுத்து அதன் முள் வடதிசையைக் காட்டுகிறதா என்பதைச் சோதிக்கிறேன். எப்போதாவது அது பயன்படலாம், எனவே அதை என் ஜேப்பிக்குள் திணித்துக் கொள்கிறேன். நடந்து சென்று தாழ்வாரத்தில் அமர்கிறேன், வனத்தை வெறித்துப் பார்த்தபடியே எனது வாக்மேனில் க்ரீம் மற்றும் ட்யூக் எல்லிங்டனைக் கேட்கிறேன், நூலக சிடிக்களின் தொகுப்பில் இருந்து அந்தப் பாடல்களை நான் பதிந்து வந்திருந்தேன். "க்ராஸ்ரோட்ஸ்" எனும் பாடலை இரண்டு முறை ஒலிக்கச் செய்கிறேன். இசை என்னை ஆற்றுப்படுத்த உதவுகிறது, என்றாலும் என்னால் அதை நீண்ட நேரம் கேட்க முடியவில்லை. இங்கே மின்சாரம் இல்லையென்பதால் மின்கலங்களை ரீசார்ஜ் செய்ய வழியேயில்லை, ஆக என்னிடம் உபரியாகவுள்ள மின்கலங்கள் தீர்ந்து போனால் அவற்றோடு இசையும் நிரந்தரமாக முடிந்து போகும்.

இரவுணவுக்கு முன்னால் சிறிது உடற்பயிற்சி செய்கிறேன். தண்டால்கள், உட்கார்ந்து-எழுதல், குந்துகை, கைகளால் நிற்பது, வெவ்வேறு வகையான நெட்டிமுறிக்கும் பயிற்சிகள் - எவ்வித எந்திரங்களும் சாதனங்களுமின்றி உங்களின் உடல்வடிவத்தைப் பாதுகாக்கும் ஒழுங்குமுறைகள். சற்று அலுப்பூட்டுபவைதான், ஒத்துக்கொள்கிறேன், ஆனால் சொல்லிக் கொள்ளும் வகையிலான பயிற்சியை நீங்கள் செய்ய முடியும். உடற்பயிற்சியகத்தில் இருந்த பயிற்றுனர் எனக்கு இந்த ஒழுங்குமுறையைச் சொல்லித் தந்தார். "தனிமைச்சிறையில் இருக்கும் கைதிகள் இதை ரொம்பவே விரும்புவார்கள்". என்ன செய்து கொண்டிருக்கிறேனோ அதில் கவனத்தைச் செலுத்தி இரண்டு முறை பயிற்சிகளின் தொகுதியை முடிக்கிறேன்,

இந்தச் செயல்பாட்டால் என்னுடைய சட்டை வியர்வையில் நனைகிறது.

எளிமையான உணவைச் சமைத்து உண்டபிறகு வெளியே தாழ்வாரத்துக்குச் சென்று தலைக்கு மேலே மினுங்கும் நட்சத்திரங்களை உற்றுப் பார்க்கிறேன், திசைக்கொன்றாகச் சிதறிக் கிடக்கும் லட்சக்கணக்கான நட்சத்திரங்கள். ஒரு கோளரங்கத்தில் கூட இத்தனை நட்சத்திரங்களை நீங்கள் பார்க்க முடியாது. அவற்றுள் சில ரொம்பப் பெரிதாகவும் தனித்தும் தெரிகின்றன, கிட்டத்தட்ட உங்களால் அவற்றினருகே சென்று தொட்டு விட முடியுமென்பதைப் போல. ஒட்டுமொத்தக் காட்சியும் திகைப்பூட்டக்கூடியதாக உள்ளது.

என்றபோதும் – வெறுமனே அழகு மாத்திரமல்ல, நட்சத்திரங்களும் வனத்தின் மரங்களைப் போலத்தான் இருக்கின்றன, உயிர்ப்போடும் சுவாசித்தவாறும். மேலும் அவை என்னைக் கவனித்துக் கொண்டுள்ளன, இதுவரை நான் என்ன செய்திருக்கிறேன் என்பதை, நான் என்ன செய்யப் போகிறேனென்பதை – அவற்றுக்கு எல்லாம் தெரியும். கண்காணிப்பு நிறைந்த அவற்றின் கண்களில் இருந்து எதுவும் தப்புவதில்லை. பிரகாசிக்கும் இரவுநேர வானின் கீழே அங்கே நான் அமர்ந்திருக்கும் சமயத்தில், மீண்டும் ஒரு கட்டுமீறிய பயம் என்னைப் பிடித்தாட்டுகிறது. நிமிடத்துக்கு ஒரு மைல் எனும் வேகத்தில் இதயம் துடிக்க, என்னால் மூச்சுக்கூட விட முடியவில்லை. அத்தனை லட்சக்கணக்கான நட்சத்திரங்களும் குனிந்து என்னைப் பார்த்துக் கொண்டிருக்கின்றன, கடந்து போகும் சில எண்ணங்களைத் தவிர எதையும் அவற்றுக்கு நான் இதற்கு முன் தந்ததில்லை. நட்சத்திரங்கள் மட்டுமல்ல – இந்தவுலகில் நான் கவனம் செலுத்தாத வேறெத்தனை விசயங்களெல்லாம் இருக்கின்றன, எனக்குத் தெரியாத சங்கதிகள்? திடீரென்று செயலற்றவனைப் போல உணருகிறேன், முழுக்க ஆற்றலிழந்தவனாக. அந்த மோசமான உணர்வை நான் ஒருபோதும் கடந்து போக முடியாதென்பதும் எனக்குத் தெரியும்.

மீண்டும் குடிலினுள்ளே, கொஞ்சம் விறகுக்கட்டைகளை எடுத்துக் கவனமாக அடுப்புக்குள் வைக்கிறேன், பழைய செய்தித்தாளின் சில தாள்களைப் பந்து போலச் சுருட்டி,

அதைப் பற்ற வைத்த பிறகு விறகும் தீப்பற்றிக் கொண்டதை உறுதி செய்து கொள்கிறேன். இளநிலைப் பள்ளியில் நான் முகாமுக்கு அனுப்பப்பட்டேன், நெருப்பு மூட்டுவது எப்படியென்பதை அங்கு கற்றேன். முகாமை நான் வெறுத்தேன், ஆனால் குறைந்தபட்சம் ஒரு நல்ல விசயமாவது அதிலிருந்து வந்திருக்கிறதே என்றெண்ணிக் கொள்கிறேன். புகையை வெளியேற்ற அழிப்பலகையைத் திறக்கிறேன். முதலில் சரிவர நெருப்புப் பற்றவில்லை, ஆனால் ஒரு சிறிய சுள்ளியில் நெருப்புப் பற்றியவுடன் மற்ற குச்சிகளுக்கும் அது பரவுகிறது. அடுப்பின் கதவை அடைத்து விட்டு அதற்கு முன்னால் ஒரு நாற்காலியை இழுத்துப் போடுகிறேன், அருகே ஒரு விளக்கை ஏற்றிக் கொண்டு புத்தகத்தை விட்ட இடத்திலிருந்துத் தொடருகிறேன். நெருப்பு கொஞ்சம் நன்றாகப் பற்றிய பிறகு ஒரு தண்ணீர் கேத்தலை அதன் மீது கொதிக்க வைக்கிறேன், சிறிது நேரங்கழித்து கேத்தல் ரம்மியமாகக் கிடுகிடுக்கிறது.

மீண்டும் எய்க்மேனிடம். சொல்லப்போனால், அவனுடைய செயல்முறைகள் எல்லாச் சமயங்களிலும் திட்டமிட்டபடி நடந்ததில்லை. வெவ்வேறு இடங்களில் நிலவிய சூழல்கள் சங்கதிகளைத் தாமதப்படுத்தின. அவ்வாறு நிகழ்ந்தபோது அவன் ஒரு மனிதனைப் போல நடந்து கொண்டான் - குறைந்தபட்சம் சிறிதளவாவது. அவன் கோபப்பட்டான். தனது நேர்த்தியானத் தீர்வுகளை ஒழுங்கின்மைக்குள் வீசியெறிந்த இந்த நிச்சயமற்றக் கூறுகளின் மீது அவன் ஆத்திரம் கொண்டான். தொடருந்துகள் தாமதமாக ஓடின. ஆட்சியதிகாரத்தின் சிவப்பு நாடா சங்கதிகளை நடைபெற விடாமல் தடுத்தது. பொறுப்பிலிருந்த மனிதர்கள் மாற்றப்பட்டார்கள், அவர்களுக்குப் பின் வந்தவர்களுடனான உறவு சுமூகமானதாக இருக்கவில்லை. ரஷியப் போர்முனையின் வீழ்ச்சிக்குப் பிறகு, வதைமுகாம்களின் காவலர்கள் அங்கு போரிட அனுப்பப்பட்டார்கள். கடுமையான பனிப்பொழிவுகள். மின்சாரத் துண்டிப்புகள். தேவையான அளவு விசவாயு கிடைக்கவில்லை. தொடருந்து பாதைகளில் குண்டுகள் வெடித்தன. எய்க்மேனும் கூடத் தன்னளவில் போரை வெறுத்தான் - அவனது திட்டங்களை நாசமாக்கிய நிச்சயமற்றத்தன்மையின் கூறுகளுக்காக.

விசாரணையின்போது இவை அனைத்தையும் அவன் விவரித்தான், முகத்தில் எந்தவுணர்ச்சியையும் வெளிக்காட்டாமல். அவனது நினைவாற்றல் அபாரமானதாக இருந்தது. அவன் வாழ்க்கை மொத்தமும் இதுபோன்றத் தகவல்களால் நிறைந்திருந்தது.

பத்து மணிக்குப் புத்தகத்தைக் கீழே வைக்கிறேன், பற்களைத் துலக்கி முகத்தைக் கழுவுகிறேன். ஆரஞ்சுவண்ணப் பிழம்பால் நெருப்பு அறையைக் குளிப்பாட்டுகிறது, அதன் சுகமான வெதுவெதுப்பு எனது பதற்றத்தையும் பயத்தையும் குறைக்கிறது. வெறும் டி-ஷர்ட்டையும் பாக்ஸர்களையும் அணிந்து கொண்டு நான் உறக்கப்பொதிக்குள் கதகதப்புக்காகப் பதுங்கிக் கொள்கிறேன். முந்திய இரவோடு ஒப்பிட என்னுடைய கண்களை எளிதாக மூடிக்கொள்ள முடிகிறது. சகுராவைப் பற்றிய எண்ணங்கள் என் மனதுக்குள் ஓடுகின்றன.

“நான் உனது நிஜ சகோதரியாக இருந்தால் எவ்வளவு நன்றாயிருக்கும் என நினைத்துக் கொண்டிருந்தேன்,” என்று அவள் சொன்னாள்.

அது எதுவும் இன்றிரவு வேண்டாம். எனக்குக் கொஞ்சம் தூக்கம் வேண்டும். அடுப்புக்குள் ஒரு மரக்கட்டை உருளுகிறது, வெளியே ஓர் ஆந்தை அலறுகிறது. பிறகு நானும் தெளிவற்றதொரு கனவுக்குள் உருளுகிறேன்.

மறுநாளும் அதே கதைதான். ஆறு மணிக்குச் சற்றுத் தள்ளிப் பறவைகள் என்னை எழுப்புகின்றன. கொஞ்சம் நீரைக் கொதிக்க வைக்கிறேன், ஒரு கோப்பை தேநீரைத் தயாரித்துக் கொண்டு காலையுணவை அருந்துகிறேன். தாழ்வாரத்தில் வாசிக்கிறேன், இசை கேட்கிறேன், அருவிக்குச் சென்று அலுமினிய வாளியை நிரப்புகிறேன். வனத்தினூடாகக் கீழிறங்கும் பாதையில் நடக்கிறேன், இம்முறை எனது திசைகாட்டியுடன், குடில் எங்கிருக்கிறது என்பதைப் பொதுவாகத் தெரிந்து கொள்ள அவ்வப்போது அதைப் பார்த்தவாறே நடக்கிறேன். கொட்டகையில் ஒரு கைக்கோடாரியைக் கண்டெடுத்தேன், மரங்களில் எளிய வெட்டுக்குறிகளை உருவாக்க அதைப் பயன்படுத்துகிறேன். போகும் பாதையிலுள்ள

புதர்களையும் அகற்றியவாறே செல்கிறேன், வழியை எளிதில் அடையாளங்காண்பதற்கு வசதியாக.

நேற்றுப் போலவே வனம் அடர்த்தியாகவும் ஆழமாகவுமுள்ளது, நெடிதுயர்ந்த மரங்கள் இரு புறங்களிலும் அடர்த்தியானச் சுவரை எழுப்புகின்றன. வனத்தின் எதுவோ அங்கு ஒளிந்திருக்கிறது, மரங்களுக்கு இடையேயிருக்கும் இருட்டுக்குள், ஏதோவொரு மிருகத்தின் முப்பரிமாண ஓவியத்தைப் போல, எனது ஒவ்வொரு அசைவையும் கண்காணித்தபடி. ஆனால் என்னை நடுநடுங்கச் செய்த பயம் இப்போது என்னிடமில்லை. எனக்கான விதிகளை சொந்தமாக உருவாக்கிக் கொண்டிருக்கிறேன், அவற்றைப் பின்பற்றுவதன் வழியாகத் தொலைந்து போக மாட்டேன். குறைந்தபட்சம், தொலையக்கூடாது என நான் வேண்டுகிறேன்.

நேற்றைய தினம் நடை தடைப்பட்ட இடத்தை வந்தடைந்த பிறகு நான் மேலும் முன்னேறிச் சொல்கிறேன், பெரணிகளின் கடலுக்குள் கால்பதிக்கிறேன். சிறிது நேரத்தில் பாதை மீண்டும் தோன்றுகிறது, மறுபடியும் மரங்களின் சுவர் என்னைச் சூழ்ந்திட, நடந்தபடியே அவற்றின் அடிமரங்களில் சில குறிகளை நான் வெட்டி வைக்கிறேன். எனக்கு மேலிருக்கும் கிளைகளில் எங்கோவொரு பெரிய பறவை தனது இறக்கைகளை பலமாக வீசுகிறது, ஆனால் நிமிர்ந்து என்னால் அதைப் பார்க்க முடியவில்லை. எனது தொண்டை வறள்கிறது.

கொஞ்ச தூரம் நடந்து ஒருவகை வட்டவடிவ வெளியை வந்தடைகிறேன். உயரமான மரங்கள் சூழ்ந்திருக்க, ராட்சதச் சுவரொன்றின் அடிப்பகுதியைப் போலத் தோன்றுகிறது. கிளைகளினூடாகத் தெறித்து விழும் சூரியவொளி நாடகமேடையின் விளக்குவட்டம் போல என் பாதங்களின் கீழுள்ளத் தரையை ஒளிரச் செய்கிறது. ஏதோவொரு வகையில், அந்த இடமே விசேடமானதாகத் தெரிகிறது. சூரியவொளியில் அமர்ந்து இளஞ்சூடு என்னைக் குளிப்பாட்ட அனுமதிக்கிறேன், ஜேப்பிக்குள்ளிருந்து ஒரு சாக்லேட் பட்டையை வெளியே எடுத்து அதன் இனிய சுவையை ருசிக்கிறேன். சூரியவொளி மனிதர்களுக்கு எத்தனை முக்கியமென்பதை மொத்தமாக மீண்டுமொரு முறை உணர்பவனாக, அந்தப் பரிசுத்த ஒளியின் ஒவ்வொரு கணத்தையும் போற்றுகிறேன். லட்சக்கணக்கான

நட்சத்திரங்களுக்குக் கீழே நானுணர்ந்தத் தீவிரமான தனிமையும் செயலற்றத்தன்மையும் தற்போது மறைந்து விட்டன. என்றாலும், நேரம் கடந்து செல்ல, சூரியனின் கோணம் மாறி வெளிச்சம் மறைகிறது. நான் எழுந்து கொண்டு குடிலுக்குப் போகும் பாதையில் திரும்பி நடக்கிறேன்.

பிற்பகலில் திடீரென்று கருமேகங்கள் தோன்றி வானத்துக்கு மர்மமானதொரு வண்ணத்தைத் தருகின்றன, கனத்த மழை பொழிய ஆரம்பிக்கிறது, குடிலின் கூரையின் மீதும் சாளரங்களிலும் வேகமாக அறைகிறது. உடைகளைக் களைந்து நிர்வாணமாக வெளியே ஓடுகிறேன், முகத்தை சோப்பால் கழுவி உடம்பெல்லாம் அரக்கத் தேய்க்கிறேன். அற்புதமாக இருக்கிறது. கன்னங்கள், புருவங்கள், மார்பு, பக்கம், ஆணுறுப்பு, கால்கள் மற்றும் புட்டம் என எங்கும் பெரும் மழைத்துளிகள் என்னைத் தாக்க மகிழ்ச்சியில் நான் கண்களை மூடி அர்த்தமற்ற வார்த்தைகளைப் பிதற்றுகிறேன் – ஒரு மதச்சடங்கின் ஆரம்பம் அல்லது அத்தகையவொன்றைப் போல வலி உடலைக் குத்துகிறது. வலியோடு சேர்ந்து இணக்கமான உணர்வும், வாழ்வில் முதன்முறையாக இவ்வுலகம் என்னை நியாயமாக நடத்துகிறதோ என்பதுபோல. பெருமிதமாக உணர்கிறேன், எதிர்பாராதவகையில் திடீரென்று நான் விடுவிக்கப்பட்டதைப் போலவும். வானை நிமிர்ந்து பார்க்கிறேன், கைகள் அகலமாக விரிந்திருக்க, என் வாயை அகலத் திறந்து வீழும் மழையை விழுங்குகிறேன்.

மறுபடியும் குடிலின் உள்ளே, துவாலையால் ஈரத்தைத் துவட்டிக் கொள்கிறேன், படுக்கையிலமர்ந்து என் ஆணுறுப்பைப் பார்க்கிறேன் – வெளிர்-நிறத்தில், ஆரோக்கியமான, இளமையான ஆணுறுப்பு. மழையின் காரணமாகத் தலை இன்னும் கொஞ்சம் குத்துகிறது. வெகு நேரம் இந்த விசித்திரமான உறுப்பை நான் வெறித்துப் பார்க்கிறேன், பெரும்பாலான சமயங்களில், தனக்கான தனித்த மனதைக் கொண்டிருப்பதோடு என் மூளைக்குள் தோன்றாத எண்ணங்களையும் அது சேர்த்துச் சிந்திக்கிறது.

என்னுடைய வயதில் அவன் இங்கு தங்கியிருந்த காலத்தில், உடல்சார்ந்த இச்சைகளோடு ஒஷிமாவும் போராடியிருப்பானா

என நான் யோசிக்கிறேன். நிச்சயமாக இருந்திருக்கும், ஆனால் தன்னைத்தானே அவன் ஆற்றுப்படுத்திக் கொள்ளும் சங்கதியை என்னால் உருவகப்படுத்த முடியவில்லை. அதில் ஈடுபடமுடியாதபடிக்கு மிகவும் ஒதுங்கியிருப்பவனாகவும் மிகவும் அலட்சியமாகவும் இருக்கக்கூடியவன் ஒஷிமா.

"அனைவரோடும் ஒப்பிட நான் வித்தியாசமானவனாக இருந்தேன்," என அவன் சொன்னான். அதற்கு என்ன அர்த்தமென்று எனக்குத் தெரியாது, ஆனால் நிச்சயமாக வெறுமனே வாய்க்கு வந்த எதையும் அவன் உளறவில்லை. அல்லது ரகசியமும் தன்னடக்கமும் நிரம்பியவனாகத் தன்னைக் காட்டிக் கொள்ளவும் அவன் அதைச் சொல்லவில்லை.

விட்டெறிய முயன்றாலும் நான் அதை இன்னும் தீவிரமாக யோசிக்கத் தொடங்குகிறேன். மழையால் மிகுந்த விசையோடுத் தாக்கப்பட்டது வினோதமான வகையில் என்னைத் தூய்மையானவனாக உணரச் செய்கிறது, எனவே இன்னும் சிறிது நேரத்துக்கு அந்தவுணர்வைப் பற்றிக்கொள்ள விரும்புகிறேன். ஏதோவொரு பாக்ஸர்களை எடுத்து அணிகிறேன், சில முறை ஆழமாக மூச்சையிழுத்து விட்டுக் கொண்டு குந்துகைகளைச் செய்ய ஆரம்பிக்கிறேன். நூறு குந்துகைகளுக்குப் பின்னர் நூறு முறை உட்கார்ந்து-எழுதல்களையும் செய்கிறேன். ஒரு நேரத்தில் ஒரு தசைத்தொகுதியின் மீது மட்டும் கவனம் செலுத்துகிறேன். எனது ஒழுங்குமுறைகளைச் செய்து முடித்தவுடன் மனம் தெளிவாகிறது. மழை விட்டிருக்கிறது, மேகங்களின் நடுவேயுள்ள இடைவெளிகளின் வழியே சூரியன் பிரகாசிக்கவும் பறவைகள் மீண்டும் கீச்சொலி எழுப்பவும் ஆரம்பிக்கின்றன.

ஆனால் அந்த அமைதி நீண்ட காலம் நிலைத்திருக்காது, உனக்குத் தெரியும். அவை ஒருபோதும் சோர்வுறாத மிருகங்களைப் போன்றவை, நீ போகுமிடமெல்லாம் உன்னைத் துரத்தி வரும். வனத்தின் ஆழத்தில் உன்னிடம் அவை வெளிப்படும். அவை கடினமானவை, தளராதவை, இரக்கமற்றவை, சோர்வுறாதவை, மேலும் ஒருபோதும் முயற்சியைக் கைவிடக்கூடியவையல்ல. இப்போது வேண்டுமானால் உன்னை நீ கட்டுப்படுத்திக் கொண்டு சுய-இன்பத்தில் ஈடுபடாமலிருக்கலாம், ஆனால் இறுதியில் உன்னை அவை வெற்றி கொள்ளும், ஈரங்கசியும் கனவாக. உன்

சகோதரியை வன்புணர்ச்சி செய்வதாக நீ கனவு காணக்கூடும், உன் அம்மாவைக் கூட. அது உன்னால் கட்டுப்படுத்த முடிந்த ஒன்றல்ல. உனக்கு அப்பாற்பட்ட சக்தி - நீ செய்யக் கூடியதெல்லாம் அதை ஏற்றுக்கொள்வதுதான்.

கற்பனையைக் கண்டு நீ அஞ்சுகிறாய். மேலும் கனவுகளைக் கண்டு இன்னுமதிகமாக அச்சப்படுகிறாய். கனவுகளில் தொடங்கும் பொறுப்புணர்வைக் கண்டு உனக்கு பயம். ஆனால் நீ உறங்க வேண்டும், கனவுகளென்பது உறக்கத்தின் ஒரு பகுதி. நீ விழித்திருக்கும்போது உன்னால் கற்பனையை கட்டுப்படுத்த முடியும். ஆனால் கனவுகளை உன்னால் கட்டுப்படுத்த முடியாது.

படுக்கையில் படுத்துக் கொண்டு எனது ஹெட்போன்களில் பிரின்சைக் கேட்கிறேன், வினோதமான வகையில் முடிவேயுறாத இந்த இசையின் மீது கவனம் செலுத்துகிறேன். "லிட்டில் ரெட் கார்வெட்டின்" நடுவில் மின்கலங்கள் செயலிழக்க, ஏதோ புதைமண்ணால் விழுங்கப்பட்டதைப் போல இசை மறைகிறது. எனது ஹெட்போன்களை விசிறியடித்து விட்டு உற்றுக் கேட்கிறேன். அமைதியென்பது உண்மையில் உங்களால் கேட்க முடிந்த ஒன்றென்பதை நான் கண்டுபிடிக்கிறேன்.

16

கறுப்பு நாய் எழுந்து கொண்டு, வாசிப்பறையை விட்டு நகாடாவை வெளியேற்றி இருண்ட நடைக்கூடத்தின் வழியாக சமையலறைக்குக் கூட்டிப் போனது, இரண்டு சாளரங்கள் மட்டுமே அங்கிருக்க இடம் இருட்டாயிருந்தது. தெளிவாகவும் சுத்தமாகவும் இருந்தாலும் கூட, ஒருவகை மந்தநிலை அங்கு நிலவியது, பள்ளியின் அறிவியல் ஆய்வுக்கூடத்தைப் போல. பெரிய குளிர்சாதனப்பெட்டியின் கதவுகளுக்கு முன்னால் போய் அந்த நாய் நின்றது, வட்டமடித்துத் திரும்பி உயிரற்ற பார்வையால் நகாடாவைத் துளைத்தது.

இடப்பக்கக் கதவைத் திற, தாழ்ந்த குரலில் அது சொன்னது. பேசியது நாயல்ல மாறாக ஜானி வாக்கரென்பது நகாடாவுக்குத் தெரியும், அதன் வழியாக நகாடாவோடு அவன்தான் பேசினான். நாயின் கண்களினூடாக நகாடாவைப் பார்த்துக் கொண்டிருந்தான்.

தனக்குச் சொல்லப்பட்டதைச் செய்தார் நகாடா. அவோகாடோ-பச்சை நிறக் குளிர்சாதனப்பெட்டி அவரைக் காட்டிலும் உயரமாயிருந்தது, மேலும் இடப்புறக்கதவை அவர் திறந்தபோது திடுமென்ற ஒலியுடன் வெப்பநிலைக் காப்பகம் உயிர்பெற, ஓர் உறுமலோடு மோட்டாரும் இயங்கத் தொடங்கியது. வெண்ணிற நீராவி, மூடுபனியைப் போல, துரிதமாக வெளியேறியது. குளிர்சாதனப்பெட்டியின் இந்தப் பகுதியென்பது – மிகக் குறைந்த வெப்பநிலையில் இயங்கச் செய்திருந்த – ஓர் உறைவூட்டும் அறை.

உள்ளுக்குள் ஏறத்தாழ 20 வட்டமான, பழம் போன்ற சங்கதிகளின் வரிசை தென்பட்டது, அழகாக அடுக்கப்பட்டிருந்தன. வேறொன்றும் இல்லை. நகாடா நன்றாகக் குனிந்து இன்னும் நெருங்கிச் சென்று அவற்றைப் பார்த்தார். நீராவி தெளிந்தபோது அவையெல்லாம் பழமேயில்லை மாறாக பூனைகளின் வெட்டுப்பட்டத் தலைகளென்பதை அவர் கண்டுகொண்டார். அனைத்து வண்ணங்களிலும் வடிவங்களிலும் இருந்த வெட்டுண்டத் தலைகள், பழங்களுக்கான அடுக்குநிலையில் இருக்கும் ஆரஞ்சுகளைப் போல மூன்று அடுக்குகளாக அவை ஒழுங்கு செய்யப்பட்டிருந்தன. பூனைகளின் முகங்கள் உறைந்திருந்தன, நேர்கொண்ட பார்வையோடு. நகாடா எச்சில் விழுங்கினார்.

நன்றாகப் பார், நாய் ஆணையிட்டது. கோமா அங்கிருக்கிறாளா இல்லையா என்பதை உனது கண்களாலேயே பார்த்துக் கொள்.

நகாடாவும் இதைச் செய்தார், பூனைகளின் தலையை ஒவ்வொன்றாக ஆராய்வதை. அவர் அச்சப்படவில்லை – அவரது மனம் தொலைந்து போன குட்டிப்பூனையைக் கண்டுபிடிப்பதில் உறுதியாயிருந்தது. ஒவ்வொரு தலையாக ஆராய்ந்தார் நகாடா, அவற்றினடுவே கோமாவினுடையது இல்லையென்பதை உறுதி செய்தார். அதில் எந்தச் சந்தேகமுமில்லை – அவற்றினடுவே ஆமையோட்டுப்பூனை ஒன்று கூட இல்லை. வினோதமான வகையில், உடம்பில்லாத பூனைகளின் முகங்கள் வெறுமையான உணர்வுகளோடிருந்தன, அவற்றில் ஒன்று கூட நோவுற்றதாகத் தெரியவில்லை. அது, குறைந்தபட்சம், ஆசுவாசம் நிரம்பிய பெருமூச்சை நகாடாவிடம் கொணர்ந்தது. ஒரு சில பூனைகள் தங்களுடைய கண்களை மூடியிருந்தன, ஆனால் பெரும்பான்மையானவை சூனியவெளியில் ஏதோவொரு புள்ளியை வெறுமனே வெறித்துக் கொண்டிருந்தன.

“என்னால் இங்கே கோமாவைப் பார்க்க முடியவில்லை,” தட்டையான தொனியில் நகாடா சொன்னார். தனது தொண்டையைச் செருமிக் கொண்டு குளிர்சாதனப்பெட்டியின் கதவை மூடினார்.

உனக்கு சர்வநிச்சயமாகத் தெரியுமா?

“ஆமாம், நிச்சயமாகத் தெரியும்.”

நாய் எழுந்து கொண்டு நகாடாவைத் திரும்பவும் வாசிப்பறைக்கு அழைத்துச் சென்றது. ஜானி வாக்கர் இன்னும் சுழல் நாற்காலியில்தான் அமர்ந்திருந்தான், அவருக்குக் காத்திருப்பவனாக. நகாடா உள்ளே வந்ததும், வரவேற்பது போலத் தனது பட்டுத்தொப்பியின் விளிம்பைத் தொட்டு மகிழ்வுடன் புன்னகைத்தான். பிறகு தன் கைகளை பலமாகத் திட்டினான், இரு முறை, உடனே நாய் அறையை விட்டு வெளியேறியது.

“அந்தப் பூனைகளின் தலைகளையெல்லாம் வெட்டியவன் நானே,” என்றான். தன்னுடைய விஸ்கி கோப்பையை உயர்த்தி சிறிது அருந்தினான். “அவற்றை நான் சேகரிக்கிறேன்.”

“ஆக அந்தக் காலிமனையில் பூனைகளைப் பிடித்து அவற்றைக் கொல்வது நீங்கள்தான்.”

“மிகவும் சரி. புகழ்பெற்ற பூனை-கொலையாளி ஜானி வாக்கர், உனக்கான சேவையில்.”

“நகாடாவுக்கு இது சரியான வகையில் புரியவில்லை, எனவே நான் உங்களிடம் ஒரு கேள்வி கேட்டால் தப்பில்லையே?”

“நீ என் விருந்தாளி,” என்றான் ஜானி வாக்கர், தனது கோப்பையை உயர்த்திக் காட்டி. “எதை வேண்டுமானாலும் கேட்கத் தயங்காதே. என்றாலும், நேரத்தை மிச்சப்படுத்துவதற்காக, உனக்குப் பிரச்சினை இல்லையென்றால், நீ அறிந்து கொள்ள விரும்பும் முதல் விசயம் ஏன் இந்தப் பூனைகளையெல்லாம் நான் கொல்கிறேன் என்பதாகத்தான் இருக்கும் என யூகிக்கிறேன். ஏன் அவற்றின் தலைகளைச் சேகரிக்கிறேன் என்பதும். நான் சொல்வது சரியா?”

“ஆமாம், மிகச் சரி. அதைத்தான் நகாடா அறிந்து கொள்ள விரும்புகிறான்.”

ஜானி வாக்கர் தன் கோப்பையை மேசையின் மீது வைத்து விட்டு நகாடாவை நேருக்கு நேர் பார்த்தான். “இதுவொரு முக்கியமான ரகசியம், வெறுமனே யாரிடமும் இதைச் சொல்லி

விட மாட்டேன். உனக்காக, திரு நகாடா, நான் அதில் விலக்கு எடுத்துக் கொள்கிறேன், ஆனால் மற்ற மனிதர்களிடம் நீ இதைச் சொல்வதை விரும்ப மாட்டேன். அப்படியே நீ சொன்னாலும் அவர்கள் அதை நம்புவார்களென்று அர்த்தமல்ல." அவன் ஏளனமாகச் சிரித்தான்.

"கவனி – வெறுமனே அது தரும் கேளிக்கையுணர்வுக்காக நான் பூனைகளைக் கொல்லவில்லை. அதை வேடிக்கையாக நினைக்குமளவுக்கு நான் மனநலம் பிறழ்ந்தவனல்ல," அவன் தொடர்ந்தான். "கையில் நேரத்தை வைத்துக் கொண்டு என்ன செய்வதெனத் தெரியாத ஏதோவொரு கழைக்கூத்தாடி அல்ல நான். இத்தனை பூனைகளைப் பிடித்து வந்து கொல்ல எக்கச்சக்கமான நேரமும் முயற்சியும் தேவைப்படும். அவற்றின் ஆன்மாக்களைச் சேகரிப்பதற்காக நான் பூனைகளைக் கொல்கிறேன், விசேட வகையிலான புல்லாங்குழல் ஒன்றை உருவாக்க அவற்றைப் பயன்படுத்துகிறேன். மேலும் அந்தப் புல்லாங்குழலை வாசிக்கும்போது இன்னும் உருவில் பெரிய ஆன்மாக்களைச் சேகரிக்க அது என்னை அனுமதிக்கும். அனேகமாக இறுதியில் நான் உருவாக்கக்கூடிய புல்லாங்குழல் இந்தப் பிரபஞ்சத்தை இணை சொல்லுமளவுக்குப் பெரிதாயிருக்கும். ஆனால் முதலில் பூனைகளின் கதையைப் பார்ப்போம். ஒட்டுமொத்த செயற்திட்டத்தின் ஆரம்பப்புள்ளி அவற்றின் ஆன்மாக்களைச் சேகரிப்பதே. எல்லாவற்றிலும் நாம் பின்பற்ற வேண்டிய அடிப்படை ஒழுங்குமுறை இருக்கிறது. ஒரு வகையில் நம்முடைய மரியாதையை வெளிப்படுத்தும் வழிமுறை அது, எல்லாவற்றிலும் சரியான ஒழுங்குமுறையைப் பின்பற்றுவது. பிற ஆன்மாக்களைக் கையாளும்போதும் இதைத்தான் செய்ய வேண்டும். நான் இங்கே கையாள்வது அன்னாசிகளோ அல்லது தர்ப்பூசணிகளோ கிடையாது, ஒத்துக் கொள்கிறாயா?"

"ஆமாம்," எனப் பதிலளித்தார் நகாடா. ஆனால் உண்மையில் அவருக்கு ஒன்றும் புரியவில்லை. ஒரு புல்லாங்குழல்? பக்கவாட்டில் பிடித்துக் கொள்ளும் புல்லாங்குழலையா அவன் சொன்னான்? அல்லது அனேகமாக நேராக நீட்டிப் பிடிக்கும் இசைக்குழலையா? என்ன மாதிரி சத்தத்தை அது உண்டாக்கும்? மேலும் பூனைகளின் ஆன்மாக்கள் என்று அவன் எதைச்

சொல்கிறான்? இவை யாவுமே, குறைபாடுடைய அவரின் உள்வாங்கும் திறனுக்குள் அடங்காதவையாக இருந்தன. ஆனால் நகாடாவால் ஒரேயொரு விசயத்தைப் புரிந்து கொள்ள முடிந்தது: கோமாவை அவர் கண்டுபிடித்து, இங்கிருந்து அவளை வெளியே அழைத்துச் செல்ல வேண்டும்.

"கோமாவை வீட்டுக்கு அழைத்துப் போக வேண்டுமென்பதைத்தான் நீ விரும்புகிறாய்," என்றான் ஜானி வாக்கர், ஏதோ நகாடாவின் மனதை வாசிப்பவனைப் போல.

"ரொம்பச் சரி. நகாடா கோமாவை அவளுடைய வீட்டுக்கு அழைத்துப் போக விரும்புகிறான்."

"அதுவே உன் குறிக்கோள்," என்றான் ஜானி வாக்கர். "நமது குறிக்கோள்களைத்தான் வாழ்வில் எல்லோரும் பின்பற்றுகிறோம். இயல்பான ஒன்றுதான். பூனைகளின் ஆன்மாக்களைக் கொண்டு உருவாக்கிய புல்லாங்குழலை ஒருபோதும் நீ கேட்டதில்லை என்று யூகிக்கிறேன், கேட்டிருக்கிறாயா என்ன?"

"இல்லை, நான் கேட்டதில்லை."

"நிஜமாகவே நீ கேட்டிருக்க மாட்டாய். உன் காதுகளால் அதை உன்னால் கேட்க முடியாது."

"நம்மால் கேட்க முடியாத புல்லாங்குழலா?"

"சரிதான். உண்மையைச் சொன்னால், என்னால் அதைக் கேட்க முடியும்," என்றான் ஜானி வாக்கர். "என்னாலும் அதைக் கேட்க முடியாதென்றால் இது எதுவுமே தேவைப்படாது. என்றாலும், சாதாரண மனிதர்களால் அதைக் கண்டுகொள்ள முடியாது. அப்படியே கண்டுகொண்டாலும், அவர்கள் அதை உணர மாட்டார்கள். கடந்தகாலத்தில் அதைக் கேட்டிருந்தாலும் அவர்களுக்கு நினைவிருக்காது. நிச்சயமாக, வெகு வினோதமான புல்லாங்குழல்தான். ஆனால் ஒருக்கால் – ஒருக்கால் மட்டுமே – உன்னால் அதைக் கேட்க முடியலாம், திரு நகாடா. இப்போது என்னிடம் ஒரு புல்லாங்குழல் இருந்திருந்தால் நாம் முயற்சி செய்திருக்கலாம், ஆனால் என்னிடம் இல்லையென்று அச்சங்கொள்கிறேன்." பிறகு, எதையோ நினைவுகூர்வதைப்

போல, ஒரு விரலை மட்டுமே நேர் மேலே நீட்டினான். “உண்மையில், நான் வளைத்துப் பிடித்த பூனைகளின் தலைகளை வெட்டத் தயாராயிருந்தேன். அறுவடை நேரம். அந்தக் காலிமனையில் பிடிபடக்கூடிய பூனைகள் யாவும் எனக்குக் கிடைத்து விட்டன, எனவே அங்கிருந்த நகரும் நேரம் வந்து விட்டது. நீ தேடிக் கொண்டிருக்கும் பூனையும், கோமா, அவற்றுள் இருக்கிறது. இயல்பாகவே, அவளின் தலையை நான் வெட்டி விட்டால், அவளை வீட்டுக்குக் கோய்சுமிக்களிடம் அழைத்துப் போக உன்னால் இயலாது, முடியுமா என்ன?”

“அதுவும் சரிதான்,” என்றார் நகாடா. கோமாவின் வெட்டுப்பட்டத் தலையை கோய்சுமிக்களிடம் அவரால் கொண்டு போக முடியாது. அந்த இரண்டு குட்டிப் பெண்களும் அதைப் பார்த்தால் சாப்பிடுவதை என்றென்றைக்குமாக மறந்து விடுவார்கள்.

“நான் கோமாவின் தலையை வெட்ட விரும்புகிறேன், ஆனால் அது நிகழக் கூடாதென்று நீ விரும்புகிறாய். நம்முடைய இரு குறிக்கோள்கள், நம்முடைய இரு விருப்பங்கள், எதிரெதிராக. உலகில் இதுபோல நிறைய நடப்பதுண்டு. ஆகவே என்னவென்று நான் உனக்குச் சொல்கிறேன் – நாமொரு ஒப்பந்தம் செய்து கொள்ளலாம். நான் சொல்ல வருவது என்னவென்றால், எனக்காக நீ ஏதாவது செய்தால், உபகாரத்தைத் திருப்பிச் செலுத்தும் வகையில் கோமாவை உன்னிடம் நலமுடன் பத்திரமாகத் தருவேன்.”

நகாடா ஒரு கையைத் தலைக்கு மேலே உயர்த்தி தனது நரை-கலந்த-கேசத்தை தீவிரமாக உலுக்கினார், எதையாவது எண்ணிக் குழம்பும்போது அவருடைய வாடிக்கையான பாவனைநிலை அதுவே. “என்னால் செய்ய முடிந்த காரியமா?”

“ஏற்கனவே அது குறித்துப் பேசி விட்டோமென்று நினைக்கிறேன்,” வறண்ட புன்னகையோடு ஜானி வாக்கர் சொன்னான்.

“ஆமாம், நாம் பேசினோம்,” என்றார் நகாடா, நினைவு வந்தவராக. “அதுதான் சரி. ஏற்கனவே நாம் அது குறித்துப் பேசி விட்டோம். என்னை மன்னியுங்கள்.”

"நம்மிடம் நிறைய நேரமில்லை, எனவே நான் நேரடியாக முடிவுரைக்குள் குதிக்கிறேன், உனக்கு ஒன்றும் சிக்கல் இல்லையெனில். எனக்காக நீ செய்யக் கூடியதென்பது என்னைக் கொல்வதே. வேறு வார்த்தைகளில் சொன்னால், என் உயிரை எடுத்து விடு."

கை இன்னும் தலை மீது வீற்றிருக்க, நகாடா வெகு நேரம் ஜானி வாக்கரை வெறித்துக் கொண்டிருந்தார். "நகாடா உங்களைக் கொல்ல வேண்டுமென்று விரும்புகிறீர்களா?"

"ரொம்பச் சரி," என்றான் ஜானி வாக்கர். "உண்மையாகவே, எனக்கு இந்த வாழ்வு சலிப்பும் வெறுப்புமாக உள்ளது. நீண்ட, வெகு நீண்ட காலம் வாழ்ந்து விட்டேன். எனது வயது கூட எனக்கு நினைவில்லை. பூனைகளைக் கொல்வதும் எனக்குச் சலிப்பும் வெறுப்புமாகவுள்ளது, ஆனால் உயிரோடுள்ளவரை அதை நான் செய்தாக வேண்டும் – ஒவ்வொரு பூனையாக அடுத்தடுத்துக் கொன்று அவற்றின் ஆன்மாக்களைச் சேகரிப்பதை. விசயங்களை அவற்றுக்கான சரியான வரிசையில் நிகழ்த்துவது, ஒன்றாம் படிநிலையில் இருந்து பத்தாம் படிநிலை வரை, பிறகு மீண்டும் ஒன்றுக்கு. முடிவேயில்லாமல் மீண்டும் மீண்டும். இதற்கு மேல் *என்னால் முடியாது!* எனது செயல்களை எவரும் மதிப்பதில்லை, யாரையும் அவை மகிழ்ச்சிப்படுத்துவதில்லை. ஆனால் இந்தச் செயல்பாடு தீர்மானிக்கப்பட்டதாகும். 'நான் வெளியேறுகிறேன்' எனச் சொல்லி விட்டு திடீரென்று நான் செய்வதை என்னால் நிறுத்தி விட முடியாது. மேலும் எனது உயிரை மாய்த்துக் கொள்ளவும் வழியில்லை. அதுவும் கூட ஏற்கனவே தீர்மானிக்கப்பட்டு விட்டது. எல்லாவித விதிமுறைகளும் இதில் அடங்கியுள்ளன. சாக விரும்பினால், என்னைக் கொல்ல வேறு யாரையாவது நான் தேடிக் கண்டடைய வேண்டும். அங்குதான் நீ உள்ளே வருகிறாய். நீ என்னைக் கண்டு அஞ்ச வேண்டுமென்று விரும்புகிறேன், தீவிரமான வெறியோடு என்னை வெறுத்தொதுக்கி – பிறகு என்னை அழிக்க வேண்டும். முதலில் என்னைக் கண்டு அச்சப்படு. பிறகு என்னை வெறு. இறுதியில் என்னை நீ கொன்று விடு."

"ஆனால் ஏன் – என்னை ஏன் கேட்கிறீர்கள்? நகாடா இதற்குமுன் ஒருபோதும் யாரையும் கொன்றதில்லை. எனக்கு அதில் எந்தத் திறமையும் கிடையாது என்கிற வகைமையைச் சேர்ந்தது."

"எனக்குத் தெரியும். யாரையும் நீ கொன்றதில்லை, அதை விரும்பவும் மாட்டாய். ஆனால் நான் சொல்வதைக் கேள் - இத்தகைய சாக்குப்போக்குகள் கைகொடுக்காது என்பதைப் போன்றத் தருணங்களும் வாழ்வில் வரும். எதிரே நிற்கும் வேலைக்கு நீ தகுதியானவனா இல்லையா என்பதைப் பற்றி யாரும் கவலைப்படாத தருணங்கள். நீ அதைப் புரிந்து கொள்ள வேண்டுமென்று விரும்புகிறேன். ஒரு எடுத்துக்காட்டுக்கு, போரில் அது போல நிகழும். போர் என்றால் என்னவென்று உனக்குத் தெரியுமா?"

"ஆம், எனக்குத் தெரியும். நகாடா பிறந்தபோது மிகப்பெரிய போர் நிகழ்ந்து கொண்டிருந்தது. நான் அதைப் பற்றிக் கேள்விப்பட்டிருக்கிறேன்."

"போர் தொடங்கும்போது வீரர்களாக மாற மக்கள் நிர்ப்பந்திக்கப்படுவார்கள். துப்பாக்கிகளை ஏந்தி போரில் முன்னணிக்குச் சென்று எதிர்த்திசையில் உள்ள வீரர்களைக் கொல்ல வேண்டும். அவர்களால் எவ்வளவு முடியுமோ அத்தனை பேரை. மனிதர்களைக் கொல்வது உனக்குப் பிடிக்குமா இல்லையா என்பதைப் பற்றி யாரும் கவலைப்பட மாட்டார்கள். அது வெறுமனே நீ செய்ய வேண்டிய காரியம், அவ்வளவே. இல்லையென்றால் அங்கு கொல்லப்படுவது நீயாக இருப்பாய்." ஜானி வாக்கர் தனது ஆட்காட்டி விரலால் நகாடாவின் மார்பைச் சுட்டினான். "பூம்!" என்றான். "மனிதகுலத்தின் வரலாறு, ரத்தினச்சுருக்கமாக."

"ஆளுநர் நகாடாவை ஒரு வீரனாக மாற்றி மனிதர்களைக் கொல்ல ஆணையிடப் போகிறாரா?"

"ஆமாம், ஆளுநர் அதைத்தான் செய்வார். யாரையாவது கொல்லும்படி உனக்குச் சொல்வதை."

இதைப் பற்றி யோசித்தாலும் நகாடாவால் சரிவரப் புரிந்து கொள்ள முடியவில்லை. இருப்பதையெல்லாம் கிடப்பில் போட்டு விட்டு ஆளுநர் ஏன் இதைச் செய்ய வேண்டும்?

"இதை நீ இப்படிப் பார்க்க வேண்டும்: அதாவது இதுவொரு போர் என்பதாக. நீ ஒரு வீரன், தீர்க்கமாக முடிவெடுக்க

வேண்டும். ஒன்று நான் பூனைகளைக் கொல்வேன் அல்லது நீ என்னைக் கொல்வாய். இரண்டில் ஒன்று. இப்போதே இங்கேயே நீ ஒன்றைத் தேர்ந்தெடுத்தாக வேண்டும். இதுவொரு மூர்க்கமான தெரிவாகத் தோன்றலாம், ஆனால் இதை கணக்கில் கொள்: வாழ்வில் நாம் எடுக்கக்கூடிய பெரும்பாலான தெரிவுகள் இதேபோன்று மூர்க்கமானவையே." ஜானி வாக்கர் தனது பட்டுத்தொப்பியை மெல்லத் தொட்டுப் பார்த்தான், அது இன்னும் அங்குதான் உள்ளதென்பதை உறுதி செய்து கொள்வதைப் போல.

"இங்கே உன்னைக் காப்பாற்றக்கூடிய சங்கதி என்னவென்றால் – நிஜமாகவே அப்படியொன்று உனக்குத் தேவைப்படுமெனில் – நான் சாக விரும்புகிறேன் என்பதுதான். என்னைக் கொல்லும்படி நான் உன்னைக் கேட்டிருக்கிறேன், ஆகவே எந்த விதமானக் குற்றவுணர்வின் வேதனைகளாலும் நீ அவதிப்பட வேண்டியதில்லை. நான் எதை எதிர்பார்க்கிறேனோ அதைத்தான் துல்லியமாக நீ செய்யப் போகிறாய். ஏதோ சாக விரும்பாத ஒருவரை நீ கொல்வதாகப் புரிந்து கொள்ளத் தேவையில்லை. சொல்லப் போனால், நீயொரு நல்ல காரியத்தைத்தான் செய்கிறாய்."

தனது முன்நெற்றியில் துளிர்த்த வியர்வைமுத்துக்களை நகாடா துடைத்துக் கொண்டார். "ஆனால் இதுபோன்ற ஒரு காரியத்தைச் செய்வது நகாடாவுக்குச் சாத்தியமேயில்லை. உங்களைக் கொல்லும்படி நீங்கள் என்னிடம் சொன்னால் கூட, எவ்வாறு அதைச் செய்வதென்பது குறித்து எனக்கு ஒன்றும் தெரியாது."

"நீ சொல்வது புரிகிறது," வியந்து பாராட்டுவதைப் போலச் சொன்னான் ஜானி வாக்கர். "இதற்குமுன் ஒருபோதும் யாரையும் நீ கொன்றதில்லை, ஆகவே எவ்வாறு அதைச் செய்வதென்பது குறித்து உனக்கு ஒன்றும் தெரியாது. அப்படியென்றால் சரி, நானே விளக்குகிறேன். யாரையும் கொல்வதற்கான பயிற்சித்திறனென்பது, திரு நகாடா, தயக்கத்தை விட்டொழிப்பதில் இருக்கிறது. நம்முடைய காழ்ப்புணர்ச்சிகளில் மனதை ஊன்றித் துரிதமாகச் செயலாற்ற வேண்டும் – கொலையை நிகழ்த்துவதற்கானத் துருப்புச்சீட்டு அதுதான். என்னிடம் இங்கேயே அற்புதமான எடுத்துக்காட்டு உள்ளது.

அது மனிதனல்ல, ஆனால் சூழலைப் புரிந்து கொள்ள உனக்கு உதவக்கூடும்."

ஜானி வாக்கர் எழுந்து கொண்டு, மேசைக்குக் கீழே பாவியிருந்த நிழல்களுக்குள்ளிருந்து ஒரு பெரிய தோற்பையைத் தூக்கினான். தான் உட்கார்ந்திருந்த நாற்காலியின் மீது வைத்து அதைத் திறந்தான், குதூகலமான இசையைச் சீழ்க்கையடித்தவாறே. ஏதோ மந்திரதந்திரக் காட்சியைப் போல, பெட்டிக்குள்ளிருந்து ஒரு பூனையை வெளியே எடுத்தான். இதற்குமுன் ஒருபோதும் இந்தப் பூனையை நகாடா பார்த்ததில்லை, வெகு சமீபத்தில்தான் பதின்மத்தை எட்டியிருந்த, பழுப்புநிற, உடலில் வரியோடும் ஆண்பூனை. கால் ஊனமுற்றிருந்தாலும் அதன் கண்கள் திறந்திருந்தன. பூனை நினைவோடு இருப்பதாகத் தெரிந்தது, ஆனாலும் பேருக்குத்தான். இன்னும் தனக்குப் பிரியமான இசையைச் சீழ்க்கையடித்தவாறே – டிஸ்னியின் ஸ்னோ வொயிட்டில் வரும் "ஹேய்-ஹோ!", ஏழு குள்ளர்களில் ஒருவன் அதைப் பாடுவான் – அப்போதுதான் பிடித்த மீனைத் தூக்கிக் காட்டுவதைப் போல ஜானி வாக்கர் பூனையை உயர்த்திப் பிடித்திருந்தான்.

"நான் இந்தப் பெட்டிக்குள் ஐந்து பூனைகளை வைத்திருக்கிறேன், எல்லாமே அந்தக் காலிமனையில் இருந்தவைதான். புதிய தொகுதி. சரியாகச் சொன்னால், இப்போதுதான் பிடித்தது, புதர்களிலிருந்து புத்தம்புதிதாக. முடமாக்குவதற்காக அவை எல்லாவற்றுக்கும் ஊசி போட்டிருக்கிறேன். மயக்க மருந்தல்ல – அவை உறங்கவில்லை என்பதோடு வலியை உணரவும் முடியும், ஆனால் அவற்றால் தங்களுடைய கைகளையோ கால்களையோ அசைக்க முடியாது. அல்லது அவற்றின் தலைகளைக் கூட. அவை மூர்க்கமாகப் போராடாமலிக்க இதை நான் செய்திருக்கிறேன். நான் செய்யப் போவது என்னவென்றால் அவற்றின் மார்புகளை ஒரு கத்தியால் இரண்டாகப் பிளந்து, பிறகும் துடிக்கின்ற இதயங்களைப் பிடுங்கி, தலைகளை வெட்டப் போகிறேன். உன் கண்களுக்கு முன்னால். நிறைய ரத்தமிருக்கும், கற்பனையே செய்யவியலாத வலியும். யாராவது உன் மார்பை வெட்டித் திறந்து உனது இதயத்தைப் பிடித்திழுத்தால் எவ்வளவு வலிக்குமென்பதை யோசித்துப் பார்! பூனைகளுக்கும் இது பொருந்தும் –

நிச்சயமாக வலிக்கும். அந்த பாவப்பட்ட சின்னஞ்சிறு ஜீவன்களை எண்ணி நான் வருந்துகிறேன். ஏதோ நானொரு உணர்வேயில்லாத, குரூரமான கொடூரன் என்று அர்த்தமல்ல, ஆனால் இது குறித்து என்னால் வேறேதும் செய்ய முடியாது. வலி இருந்தாக வேண்டும். அது விதிமுறை. இங்கு நீ பார்க்கும் அனைத்திலும் விதிமுறைகள் உண்டு." நகாடாவைப் பார்த்து அவன் கண்ணடித்தான். "வேலையென்றால் வேலைதான். குறிக்கோளை அடைய வேண்டும், அவ்வளவே. ஒவ்வொரு பூனையாகத் தீர்த்த பிறகு, இறுதியில் கோமாவைக் கொல்வேன். ஆகவே என்ன செய்யப் போகிறோம் என்பதைத் தீர்மானிக்க உனக்குச் சிறிது நேரமே உள்ளது. நினைவில் கொள், இப்போது – ஒன்று நான் பூனைகளைக் கொல்வேன் அல்லது நீ என்னைக் கொல்வாய். வேறெந்தச் சாத்தியமுமில்லை."

ஜானி வாக்கர் முடமான பூனையை மேசையின் மீது வைத்தான், இரண்டு கைகளால் இழுப்பறையைத் திறந்து பெரிய கறுப்புப் பொட்டலத்தை வெளியே இழுத்தான். உறையைக் கழற்றி அதன் உள்ளீடுகளை மேசையில் பரப்பினான். சிறிய மின்ரம்பம், வெவ்வேறு அளவுகளில் அறுவைக்கத்திகள் மற்றும் ஒரு பெரிய கத்தி ஆகியவை அவற்றிலிருந்தன, ஏதோ அப்போதுதான் கூர்தீட்டியது போல யாவும் பளபளத்தன. மேசையின் மீது அவற்றை வரிசையாக அடுக்கியபோது ஒவ்வொரு கத்தியையும் ஜானி வாக்கர் பிரியமாகப் பரிசோதித்தான். அடுத்து, வேறொரு இழுப்பறையிலிருந்து நிறைய உலோகத்தட்டங்களை வெளியே எடுத்து, அவற்றையும், மேசையின் மீது அடுக்கினான். பிறகு இழுப்பறைக்குள்ளிருந்து பெரிய கறுப்புநிற நெகிழிப்பை ஒன்றை வெளியே எடுத்தான். மொத்த நேரமும் "ஹேய்-ஹோ!" வைச் சீழ்க்கையடித்தவாறே.

"நான் சொன்னது போல, திரு நகாடா, அனைத்திலும் ஒரு நியாயமான ஒழுங்குமுறை உள்ளது," என்றான் ஜானி வாக்கர். "மிகுந்த தொலைநோக்கோடு நீ பார்க்க வேண்டியதில்லை. அவ்வாறு செய்தால் இப்போது என்ன செய்கிறாயோ அதைத் தவற விட்டுத் தடுமாறுவாய். வெறுமனே கண் முன்னாலிருக்கும் சங்கதிகளின் மீது மட்டும் நீ கவனம் செலுத்த வேண்டுமென்று நான் சொல்லவில்லை, புரிகிறதா. சிறிதளவேனும் தொலைநோக்கோடு சிந்திக்க வேண்டும், இல்லையென்றால்

எதன் மீதாவது மோத நேரிடும். சரியான ஒழுங்குமுறைகளுக்குக் கீழ்ப்படிந்து நடக்கும் அதே வேளையில் எதிர்நோக்கியுள்ள சங்கதிகளின் மீதும் ஒரு கண் வைத்திருக்க வேண்டும். அது ரொம்ப முக்கியம், எதில் நீ ஈடுபட்டிருந்தாலும்."

ஜானி வாக்கர் தனது கண்களைக் குறுக்கி பூனையின் தலையில் மெல்லத் தட்டினான். தனது ஆட்காட்டி விரலின் நுனியைப் பூனையின் வயிற்றில் மேலும் கீழுமாக நகர்த்தினான், பிறகு வலதுகையில் ஓர் அறுவைக்கத்தியை எடுத்து எவ்வித எச்சரிக்கையுமின்றி அதன் வயிற்றில் நேர்கீழாகக் கீறினான். எல்லாம் ஒரு கணத்தில் நிகழ்ந்து விட்டது. அடிவயிறு அகலமாகத் திறந்து கொள்ள செந்நிற உள்ளீடுகள் வெளியே சிதறின. பூனை அலற முயன்றது, ஆனால் மிகக்குறைந்த சத்தத்தைக் கூட அது வெளியிடவில்லை. எல்லாவற்றின் காரணமாக, நாக்கு மரத்துப் போயிருக்க அதனால் வாயைத் திறக்கக்கூட முடியவில்லை. ஆனால் மிகப்பயங்கரமான வலியில் அதன் கண்கள் நெளிந்து திருகின. மேலும் இந்த வலி எத்தனை கொடூரமாக இருக்குமென்பதை நகாடாவால் யூக்கிக முடிந்தது. ஒரு கணத்துக்குப் பிறகு ரத்தம் வெளியேறிப் பாய்ந்தது, ஜானி வாக்கரின் கைகளை நனைத்து அவனுடைய மேலங்கியின் வழியாகக் கீழே வழிந்தோடியது. ஆனால் அவன் அதை மதிக்கவில்லை. இன்னும் "ஹேய்-ஹோ!"வைத் துணைக்கழைத்துக் கொண்டவனாக, தனது கையை பூனையின் உடம்புக்குள் திணித்து சிறிய அறுவைக்கத்தியின் உதவியால் அதன் சிறிய இதயத்தைத் திறமையாக வெட்டியெடுத்தான்.

குருதி தோய்ந்த சதைக்குவியலைத் தன் உள்ளங்கைக்குள் வைத்து நகாடா பார்க்க வேண்டுமென்பதற்காக அவருக்கு முன்னால் நீட்டினான். "நன்றாகப் பார். இன்னும் துடிக்கிறது."

பிறகு, உலகின் மிக இயல்பான சங்கதி அதுதானென்பதைப் போல, இதயத்தை தன் வாய்க்குள் போட்டு அமைதியாக மெல்லத் தொடங்கினான், சாவகாசமாக அதன் ருசியை ரசித்தபடி. சூட்டுக்கலத்தில் உள்ள அப்பத்தைச் சூடாக எடுத்துச் சாப்பிடும் குழந்தையைப் போல அவன் கண்கள் மின்னின.

கையின் பின்புறத்தால் வாயில் வழிந்த ரத்தத்தைத் துடைத்துக் கொண்டு உதடுகளையும் கவனமாக நக்கிச் சுத்தமாக்கினான்.

“புத்தம்புதியதாகவும் வெதுவெதுப்போடும். இன்னும் என் வாய்க்குள் துடித்துக் கொண்டிருக்கிறது.”

ஒரு வார்த்தை கூடப் பேசாமல் தனக்கு முன்னால் நிகழும் காட்சியை நகாடா பார்த்தவாறிருந்தார். அவரால் பார்வையைத் திருப்பவும் முடியவில்லை. புத்தம்புது ரத்தத்தின் மணம் அறையை நிறைத்தது.

தன்னைக் கிளர்ச்சியூட்டும் இசையை இன்னும் சீழ்க்கையடித்தவாறே, ஜானி வாக்கர் பூனையின் தலையை ரம்பத்தால் அறுத்தான். ரம்பத்தின் பற்கள் எலும்புகளை அரைத்து அவற்றைத் துண்டாக்கின. என்ன செய்கிறோம் என்பதில் அவன் தெளிவாயிருப்பதாகத் தெரிந்தது. கழுத்தெலும்பு அவ்வளவு அடர்த்தியானதாக இல்லை, எனவே அந்த அறுவைச் செயல்பாடு சீக்கிரமே முடிவுற்றது. என்றாலும், அவ்வொலி விநோதமான பாரத்தைக் கொண்டிருந்தது. வெட்டிய தலையை தட்டத்தின் மீது ஜானி வாக்கர் மிகுந்த பிரியத்துடன் வைத்தான். ஏதோவொரு கலை வேலைப்பாட்டை ரசிப்பது போல, கண்களைக் குறுக்கி மிகத் தீவிரமாக அதை உற்று நோக்கினான். சீழ்க்கையடிப்பதை ஒரு நொடி நிறுத்தி, தனது பல்லுக்குள் சிக்கியிருந்த எதையோ விரலால் பிடித்திழுத்து, மீண்டும் வாய்க்குள் போட்டுக் கவனமாகச் சுவைத்தான், பிறகு உதடுகளைச் சப்புக் கொட்டி, திருப்தியடைந்தவனாக, அதை விழுங்கினான். பின்னர் கறுப்பு நெகிழிப்பையைத் திறந்து இறந்த பூனையின் உடலை இயல்பாக அதற்குள் தூக்கியெறிந்தான், ஒன்றுக்குமாகாத ஏதோவொரு ஓட்டை எறிவதைப் போல.

“ஒன்று முடிந்தது,” என்றான் ஜானி வாக்கர், உதிரந்தோய்ந்த தன் கைகளை நகாடாவுக்கு முன் அகல விரித்தபடி. “சற்று அதிகப்படியான வேலைதான் இல்லையா, என்ன நினைக்கிறாய்? அழகிய புத்தம்புது இதயத்தைச் சுவைக்கலாம், ஆனால் நம் மீது எவ்வளவு ரத்தம் படிகிறது பார்த்தாயா? ‘இல்லை, எனது இந்தக் கரம் எண்ணிக்கையிலடங்காக் கடல்களைச் செந்நிறமாகச் செய்திடக்கூடும், பச்சையிலிருந்து சிவப்பாக.’ மேக்பெத்தில் வரும் வரி. மேக்பெத் அளவுக்கு இது மோசமில்லை, ஆனால் சலவைக்காகும் செலவுகளைச்

சொன்னால் நீ நம்ப மாட்டாய். இன்னும் சொல்லப் போனால், இதுவொரு விசேடமான மேலங்கி. அறுவை சிகிச்சைக்கான அங்கியையும் கையுறைகளையும் மட்டுமே நான் அணிய வேண்டும், ஆனால் என்னால் முடியாது. மற்றொரு விதிமுறை, என நான் அச்சங்கொள்கிறேன்."

நகாடா ஒரு வார்த்தையும் சொல்லவில்லை, ஏதோவொன்று அவருடைய மூளைக்குள் சுழன்றடிக்கத் தொடங்கியிருந்தாலும் கூட. அந்த அறை முழுக்க ரத்தத்தின் மணம், "ஹேய்-ஹோ!"வின் விகாரங்கள் அவர் காதுகளுக்குள் இன்னும் ஒலித்துக் கொண்டிருந்தன.

ஜானி வாக்கர் தனது பையிலிருந்து அடுத்த பூனையைப் பிடித்து வெளியே எடுத்தான், வெண்ணிறப் பெண்பூனை, அப்படியொன்றும் இளமையானதல்ல, அதன் வாலின் நுனி சற்றே வளைந்திருந்தது. முன்பு செய்ததைப் போலவே, சிறிது நேரத்துக்கு அந்தப் பூனையின் தலையை அவன் தட்டிக் கொடுத்தான், பிறகு சாவகாசமாக அதன் வயிற்றில் கண்ணுக்குத் தெரியாதக் கோட்டைக் கிழித்தான். அறுவைக்கத்தியை எடுத்து மறுபடியும் மார்பைப் பிளக்கும் வகையில் விரைவான வெட்டைப் போட்டான். மற்றவை யாவும் முன்பு போலவே நிகழ்ந்தன. மௌனமான அலறல், துள்ளத்துடிக்கும் உடல், வெளித்தள்ளும் உடலின் உள்ளீடுகள். ரத்தந்தோய்ந்த இதயத்தை வெளியே எடுப்பது, அதை நகாடாவிடம் காட்டுவது, வாய்க்குள் அதைப் போட்டுக் கொள்வது, மெதுவாக மெல்லுவது. திருப்திகரமான அந்தப் புன்னகை. அவனுடைய கையின் பின்புறத்தால் ரத்தத்தைத் துடைப்பது. எல்லாமே பின்னணி இசையாக ஒலிக்கும் "ஹேய்-ஹோ!" வோடு.

தனக்கான நாற்காலியில் தொப்பென்று விழுந்து கண்களை மூடினார் நகாடா. கைகளால் தலையைப் பற்றிக் கொண்டார், விரல்நுனிகள் உச்சிப்பொட்டில் புதைந்திருந்தன. நிச்சயமாக ஏதோவொன்று அவருக்குள் குமுறிக் கொண்டிருந்தது, அவருடைய அடிப்படை இருப்பையே உருமாற்றத்துக்கு உள்ளாக்கியிருந்த பயங்கரக் குழப்பநிலை. வேகவேகமாக மூச்சிரைக்க, ஒரு கூர்மையான வலி அவரின் தொண்டையை

அறுத்தது. அவரது பார்வையும் கடுமையாக மங்கத் தொடங்கியிருந்தது.

“திரு நகாடா,” ஜானி வாக்கர் உற்சாகமாகச் சொன்னான், “அதற்குள்ளாக மயங்கி என் மீது விழுந்து விடாதே. முக்கிய நிகழ்வுக்கு இனிமேல்தான் நாம் போகவிருக்கிறோம். அது ஆரம்பக்காட்சிதான், வெறும் முன்-தயாரிப்புகள். இப்போதுதான் நாம் சரியான அணிவகுப்புக்கு வருகிறோம், தெரியுமா. எனவே உன் கண்களை அகலத் திறந்து நன்றாகப் பார்த்துக் கொள். இதுவே ஆகச்சிறந்த பகுதி! இது உன்னைக் களிப்பூட்ட வேண்டுமென்பதற்காக நான் எதிர்கொண்டக் கடுஞ்சிரமங்களை நீ பாராட்டுவாய் என்று நம்புகிறேன்.”

அவனுடைய இசையைச் சீழ்க்கையடித்தவாறே, அடுத்த பூனையை வெளியே எடுத்தான். நாற்காலிக்குள் மூழ்கியவராக, நகாடா தனது கண்களைத் திறந்து அடுத்த பலியைப் பார்த்தார். அவரது மூளை முழுக்க வெறுமையாயிருக்க, அவரால் எழுந்து நிற்கக்கூட முடியவில்லை.

“நீங்கள் ஏற்கனவே ஒருவரையொருவர் அறிவீர்கள் என நம்புகிறேன்,” என்றான் ஜானி வாக்கர், “என்றாலும் தேவையான அறிமுகங்களை நானும் செய்து வைக்கிறேன். திரு நகாடா, இது திரு கவாமுரா, திரு கவாமுரா, திரு நகாடா.” நாடகீய வழிமுறையில் ஜானி வாக்கர் அவனது தொப்பியை உயர்த்தினான், முதலில் நகாடாவை வாழ்த்துபவனாக, பிறகு முடமாகிக் கிடந்த பூனையிடமும்.

“இப்போது நீங்கள் முகமன் சொல்லி முடித்து விட்டதால், நேரடியாக நாம் விடைபெறுதலுக்குப் போகலாமென்று நினைக்கிறேன். ஏய் உன்னைத்தான், போய் வா. புயலில் சிதறும் மலர்களைப் போல, சொல்லப் போனால், மனித வாழ்வும் நீண்ட விடைபெறுதல்தான்.” கவாமுராவின் மென்மையான வயிறை அவன் மெல்லத் தடவினான். “நீ என்னைத் தடுக்கப் போகிறாயென்றால் இதுவே அதற்கான சமயம், திரு நகாடா. நேரம் ஓடிக் கொண்டிருக்கிறது, நான் தயங்க மாட்டேன். புகழ்பெற்ற பூனை-கொலையாளியான ஜானி வாக்கரின் அகராதியைப் பொறுத்தவரை, உன்னால் கண்டுபிடிக்க முடியாத வார்த்தை உண்டெனில் அது தயக்கம் என்பதுதான்.”

பிறகு உண்மையாகவே எவ்விதத் தயக்கமுமின்றி அவன் கவாமுராவின் வயிற்றைக் கிழித்துத் திறந்தான். இம்முறை அலறலைக் கேட்க முடிந்தது. அனேகமாகப் பூனையின் நாக்கு முழுதாக மரத்திருக்கவில்லை அல்லது நகாடாவால் மட்டுமே கேட்க முடிந்த வகையில் விசேடமான அலறலாக அது இருக்கலாம். படுபயங்கரமான, ரத்தத்தை-உறைய வைக்கும் அலறல். நகாடா கண்களை மூடிக் கொண்டு, நடுங்கும் தலையை தனது கரங்களால் பற்றிக் கொண்டார்.

"நீ பார்த்தாக வேண்டும்!" ஜானி வாக்கர் ஆணையிட்டான். "நம்முடைய விதிமுறைகளில் அதுவும் ஒன்று. கண்களை நீ மூடிக் கொள்வதால் எதுவும் மாறாது. என்ன நடக்கிறது என்பதை நீ பார்க்காமலிருப்பதால் எதுவும் மறைந்து விடப் போவதில்லை. சொல்லப் போனால், அடுத்த முறை நீ கண்களைத் திறக்கும்போது சங்கதிகள் இன்னும் மோசமாயிருக்கும். நாம் வாழும் உலகம் அப்படிப்பட்டது, திரு நகாடா. உன் கண்களை அகலத் திறந்து வை. கோழைதான் கண்களை மூடுவான். கண்களை மூடுவதும் காதுகளை இறுக்கப் பொத்துவதும் நேரத்தை நகர விடாமல் செய்யாது."

தனக்குச் சொல்லப்பட்டதைச் செய்த நகாடா கண்களைத் திறந்தார்.

அவை திறந்திருக்கின்றன என்பதை உறுதி செய்த பிறகு, கவாமுராவின் இதயத்தை விழுங்கும் காட்சியை ஜானி வாக்கர் நிகழ்த்தினான், அதைச் சுவைக்க முன்பைக் காட்டிலும் அதிக நேரத்தை எடுத்துக் கொண்டான். "மிருதுவாகவும் வெதுவெதுப்பாகவும் உள்ளது. புத்தம்புதிய விலாங்குமீனின் ஈரலைப் போல," ஜானி வாக்கர் கருத்துரைத்தான். பிறகு ரத்தந்தோய்ந்த ஆட்காட்டி விரலை வாய்க்குக் கொண்டு போய் அதை உறிஞ்சினான். "ஒருமுறை இதன் ருசிக்குப் பழகி விட்டால், நீயும் உள்ளிழுக்கப்படுவாய். மிகக்குறிப்பாக பிசுபிசுக்கும் ரத்தத்தின் சுவைக்கு."

அறுவைக்கத்தியில் படிந்திருந்த ரத்தத்தை அவன் துடைத்தான், எப்போதும் போல மகிழ்ச்சியாகச் சீழ்க்கையடித்தபடி, பிறகு கவாமுராவின் தலையை ரம்பத்தால் அறுத்தான். கத்தியின்

கூரான பற்கள் எலும்பினூடாக அறுக்க ரத்தம் எல்லா இடங்களிலும் தெறித்தது.

"தயவு செய்து, திரு வாக்கர், இதற்கு மேலும் நகாடாவால் இதைத் தாங்க முடியாது!"

ஜானி வாக்கர் சீழ்க்கையடிப்பதை நிறுத்தினான். தனது வேலையை நிறுத்தி விட்டு காதுமடல்களில் ஒன்றைச் சொறிந்தான். "இது வேலைக்காகாது, திரு நகாடா. நீ வருத்தப்படுவதை எண்ணி நானும் வருந்துகிறேன், உள்ளார்ந்து, ஆனால் வெறுமனே இப்படி 'சரி, நீ சொல்வதைப் போல' என்று சொல்லி விட்டு என்னால் இதை நிறுத்த முடியாது. நான் உன்னிடம் சொல்லியிருக்கிறேன். இதுவொரு போர். ஒரு முறை போர் தொடங்கி விட்டால் அதை நிறுத்துவது சிரமம். வாளை ஒரு முறை உருவிய பிறகு, நிச்சயமாக ரத்தம் தெறிக்கத்தான் செய்யும். கோட்பாட்டுக்கோ அல்லது தர்க்கத்துக்கோ இதனோடு எந்தச் சம்பந்தமுமில்லை, எனது அகங்காரத்துக்கும் கூட. வெறுமனே இதுவொரு விதிமுறை, எளிமையும் பரிசுத்தமும் நிறைந்தது. இதற்கு மேலும் பூனைகள் சாகக்கூடாதென்று நீ விரும்பினால், என்னைக் கொல்ல வேண்டும். எழுந்து நில், உன்னுடைய வெறுப்பை திரட்டி என்னை அடித்து வீழ்த்து. மேலும் அதை நீ இப்போதே செய்தாக வேண்டும். அவ்வாறு செய்தால் எல்லாம் முடிந்து விடும். கதையின் முடிவுரை."

ஜானி வாக்கர் மீண்டும் சீழ்க்கையடிக்கத் தொடங்கினான். கவாமுராவின் தலையை வெட்டுவதை முடித்து அதன் தலையற்ற உடலை குப்பைப்பைக்குள் எறிந்தான். இப்போது உலோகத்தட்டத்தில் மூன்று தலைகள் வரிசையாக இருந்தன. மிதமிஞ்சியத் துயரத்தை அவை அனுபவித்திருந்தன, ஆனால் உறைவூட்டும் அறையில் வைக்கப்பட்டிருந்த பூனைகளின் தலைகளைப் போல இவற்றின் முகங்களும் வினோதமான வெறுமையோடிருந்தன.

"அடுத்து வருவது சயாமீஸ்," இதைச் சொல்லி விட்டு ஜானி வாக்கர் தனது பைக்குள்ளிருந்து முடமாகிக் கிடந்ததொரு சயாமீஸ் பூனையை வெளியே எடுத்தான் - இயல்பாகவே அது மிமியாக இருக்க நேர்ந்தது. "ஆகவே இப்போது நாம் சின்னஞ்சிறு 'மி சியாமனோ மிமி'யிடம் வருகிறோம்.

புச்சினியின் இசை நாடகத்திலிருந்து வரக்கூடியது. இந்தச் சிறிய பூனையிடம் நிஜமாகவே ஓர் அழகான பசப்புத்தன்மை உள்ளது, ஒத்துக் கொள்கிறாயா? நான் புச்சினியின் மாபெரும் விசிறி, என்னளவில். புச்சினியின் இசையை எடுத்துக் கொண்டால் – அதை நான் என்னவென்று பெயரிட்டு அழைப்பது? – ஏதோவொரு வகையில் அந்தந்தக் காலக்கட்டங்களுக்கு எதிரானது, சதாசர்வ காலங்களிலும். வெறும் மக்கட்திரளுக்கான பொழுதுபோக்கு என நீ வாதிடலாம், ஆனால் ஒருபோதும் அதற்கு வயதாவதில்லை. குறிப்பிட்டுச் சொல்லும்படியான கலைச்சாதனை."

"மி சியாமனோ மிமி"யின் ஒரு பகுதியை அவன் சீழ்க்கையடித்தான்.

"ஆனால் உன்னிடம் சொல்லியாக வேண்டும், திரு நகாடா, மிமியைப் பிடிக்க நான் பல காரியங்களைச் செய்ய வேண்டியிருந்தது. தந்திரமும் எச்சரிக்கையுணர்வும் நிரம்பிய பூனை, எதையும் சட்டென்று அடையாளம் கண்டுகொள்கிறாள். எதற்குள்ளும் எளிதாக ஈர்க்கப்படும் வகையைச் சேர்ந்தவளல்ல. மிகக் கடினமான வாடிக்கையாளர். ஆனால் ஈடுஇணையற்ற பூனை-கொலையாளியான ஜானி வாக்கரை ஏமாற்றக்கூடிய பூனையென்று எதுவும் இதுவரை பிறந்திருக்கவில்லை. நான் பெருமை பீற்றுகிறேன் அல்லது அதைப்போன்ற ஏதோவொன்று என்ற அர்த்தமில்லை. வெறுமனே அவளைக் கைப்பற்றுவது எத்தனை கடினமாயிருந்தது என்பதை உனக்குத் தெரிவிக்க முயற்சி செய்கிறேன்... எப்படிப் பார்த்தாலும், இதோ உன் முன்னால்! உன் தோழி மிமி! சயாமீஸ்களே எப்போதும் எனக்கு மிகப் பிடித்தமானவை. உனக்கு இது தெரிந்திருக்காது, ஆனால் சயாமீஸ் பூனையின் இதயம் உண்மையில் அதியற்புதமாயிருக்கும். ஒரு வகையில் பூங்கிழங்குகளைப் போல. பரவாயில்லை, மிமி. ஒருபோதும் அஞ்சாதே – ஜானி வாக்கர் வந்து விட்டேன்! உனது வெதுவெதுப்பான, சுவைமிகுந்த சின்னஞ்சிறு இதயத்தை ருசிக்க. ஆஹ்ஹ் – நீ நடுங்கிக் கொண்டிருக்கிறாய்!"

"ஜானி வாக்கர்," தனக்குள்ளாக மிகுந்த ஆழத்திலிருந்து தாழ்வான குரலில் வார்த்தைகளைப் பலவந்தமாக வெளியேற்ற

நகாடாவுக்குச் சாத்தியமானது. "தயைகூர்ந்து, நிறுத்து. இல்லையென்றால், நகாடா பைத்தியமாகிப் போவான். இதற்கு மேலும் நான் நானாக இருப்பதாக உணர முடியவில்லை."

ஜானி வாக்கர் மிமியை மேசையின் மீது வைத்து விட்டு பழக்கத்தின் காரணமாகத் தனது விரல்களை அதன் வயிற்றின் மேல் மெல்ல ஊர்ந்திடச் செய்தான். "ஆக இனிமேலும் நீ நீயாக இல்லை," கவனமாகவும் அமைதியாகவும் அவன் சொன்னான். "அது மிகவும் முக்கியம், திரு நகாடா. ஒரு கட்டத்துக்கு மேல் ஒரு மனிதன் தன்னியல்பில் இல்லையென்பது." இதற்கு முன் அவன் பயன்படுத்தியிராத அறுவைக்கத்தியை எடுத்துத் தன் விரல்நுனியால் அதன் கூர்மையைச் சோதித்தான். பிறகு, வெட்டுக்கான ஒத்திகை போல, கையின் பின்புறத்தில் கத்தியைக் கொண்டு கிழித்தான். சிறிது நேரத்தில் ரத்தம் பீறிட்டு, மேசையின் மீதும் மிமியின் மீதும் சொட்டியது. ஜானி வாக்கர் ஏளனமாகப் புன்னகைத்தான். "இதற்கு மேலும் ஒரு மனிதன் தன்னியல்பில் இல்லை." மீண்டும் சொன்னான். "இனிமேலும் நீ நீயாக இல்லை. அதுதான் துருப்புச்சீட்டு, திரு நகாடா. அற்புதம்! எல்லாவற்றையும் விட முக்கியமான விசயம் அதுதான். 'ஓ, என் மூளையெங்கும் தேள்களின் கூட்டம்.' மறுபடியும் மேக்பெத்."

எதுவும் பேசாமல், நகாடா எழுந்து நின்றார். யாருமே, ஏன் நகாடாவே கூட, அவரைத் தடுத்திருக்க முடியாது. அகலமாக எட்டு வைத்து மேசைக்கு நடந்து சென்று மாமிசம் நறுக்கும் கத்தியைப் போலத் தோற்றமளித்த ஒன்றை அவர் எடுத்தார். அதன் மரக்கைப்பிடியைத் தீர்க்கமாகப் பற்றி, கத்தியை ஜானி வாக்கரின் வயிற்றில் செருகினார், கறுப்புநிற மேலங்கியை ஊடுருவி, பிறகு வேறொரு இடத்தில் மறுபடியும் குத்தினார். அவரால் எதையோ கேட்க முடிந்தது, பெரிய சத்தமொன்றை, முதலில் அவருக்கு அது என்னவென்றுத் தெரியவில்லை. பிறகு அவர் புரிந்து கொண்டார்: ஜானி வாக்கர் சிரித்துக் கொண்டிருந்தான். வயிற்றிலும் மார்பிலும் குத்துப்பட்டு, ரத்தம் வெளியே சிந்திக் கொண்டிருக்க, அவன் வெறித்தனமாகச் சிரித்தான்.

"அதுதான் வேண்டியது!" அவன் அலறினான். "நீ தயங்கவில்லை. அருமையான செய்கை!" இதுதான்

வாழ்விலேயே அவன் கேட்ட மிகச்சிறந்த நகைச்சுவை என்பதைப்போல சிரித்தான். என்றாலும், விரைவில், அவனுடைய சிரிப்பு விம்மலாக மாறியது. அவனது தொண்டையில் கொப்பளித்த ரத்தம் மூட முடியாதக் கால்வாயைப் போல சப்தமெழுப்பியது. பயங்கரமான வலிப்பு உடலை உலுக்க அவனது வாயிலிருந்து ரத்தம் வடிந்தது, அடர்த்தியாகவும் கொழகொழப்பாகவுமிருந்த சதைக்குவியல்களோடு - அவன் சாப்பிட்ட பூனைகளின் இதயங்கள். ரத்தம் மேசையின் மீது பரவியது, நகாடாவின் குழிப்பந்தாட்டச்சட்டை வரைக்கும். இரண்டு ஆண்களும் ரத்தத்தில் நனைந்திருந்தார்கள். மிமியும் கூட, மேசையில் கிடந்ததால், அதில் தோய்ந்து போயிருந்தது.

நகாடாவின் காலடியில் ஜானி வாக்கர் தடுமாறி விழுந்தான். பக்கவாட்டில் கிடந்தான், குளிரான இரவில் சுருண்டிருக்கும் குழந்தையைப் போல, சந்தேகத்துக்கிடமின்றி செத்திருந்தான். அவனது இடது கை தொண்டையை இறுகப் பற்றியிருக்க, வலது கை எதையோத் தொட நீண்டதைப் போல நேராக உயர்ந்திருந்தது. வலிப்புகள் நின்றிருந்தன, இயல்பாகவே, அவன் சிரிப்பும். மெலிதான கேலியை இன்னும் அவன் உதடுகளில் காண முடிந்தது. மரத்தளத்தின் மீது ரத்தம் பாவியிருக்க எங்கோ ஒரு மூலைக்குள் அவனுடைய பட்டுத்தொப்பி உருண்டு கிடந்தது. ஜானி வாக்கரின் தலையில் பின்புறமிருந்த கேசம் அடர்த்தியற்றதாயிருக்க, கீழிருந்தத் தோலைப் பார்க்க முடிந்தது. தொப்பியில்லாமல் மிகவும் முதிர்ந்தவனாகவும் ரொம்பவே நோய்மையுற்றவனாகவும் தெரிந்தான்.

நகாடா கத்தியைக் கீழே போட்டார், தொலைவில் சத்தமுண்டாக்கியவாறு நகரும் ஏதோவொரு பெரும் எந்திரத்தின் பற்சக்கர ஒலியைப் போன்ற பயங்கரமான ஒலியுடன் அது தரையின் மீது விழுந்தது. நீண்ட நேரம் நகாடா அவ்வுடலின் அருகே நின்றிருந்தார். அறைக்குள் இருந்த எல்லாமே செயலற்று உறைந்திருந்தன. ரத்தம் மட்டும், சத்தமேயின்றி, தொடர்ந்து வழிந்து கொண்டேயிருக்க, ரத்தக்குளம் தரையெங்கும் படர்ந்து பரவியது.

இறுதியில், நகாடா தன்னைச் சுதாரித்துக் கொண்டு மேசையில் கிடந்த மிமியைத் தூக்கினார். அவருடைய கைகளில் வெதுவெதுப்பாகவும் தளர்ந்தும் அது வீற்றிருக்க, முழுக்க ரத்தத்தால் மூடியிருந்தாலும் ஆபத்தேதுமில்லை என்பது வெளிப்படையாகத் தெரிந்தது. அவரிடம் எதையோ சொல்ல விரும்புவதைப் போல பார்த்தது மிமி, ஆனால் மருந்து அதன் வாயை நகர விடாமல் தடுத்தது.

பிறகு நகாடா கோமாவைப் பெட்டிக்குள் கண்டெடுத்து அதையும் தூக்கிக் கொண்டார். இதுவரை அதன் புகைப்படங்களை மட்டுமே அவர் பார்த்திருந்தார், ஆனால் இப்போது இனிமையான நினைவுகளின் அலையை உணர்ந்தார், வெகு-நாட்களுக்கு முன் தொலைந்த நண்பனைப் பார்ப்பது போல. இரண்டு பூனைகளையும் பற்றியவாறு நகாடா நீள்சாய்விருக்கையில் அமர்ந்தார். "நாம் வீட்டுக்குப் போகலாம்," அவற்றிடம் சொன்னார், ஆனால் அவரால் எழ முடியவில்லை.

கறுப்புநாய் எங்கிருந்தோ தோன்றி இறந்துபோனத் தன் முதலாளியினருகே சென்று அமர்ந்தது. ரத்தச்சகதியினை அது நக்கியிருக்க வேண்டும், ஆனால் நகாடாவால் அதை உறுதியாக நினைவுறுத்த முடியவில்லை. அவருடைய தலை பாரமாகவும் மங்கலாகவும் இருக்க, ஆழமாக மூச்சையிழுத்துக் கொண்டு கண்களை மூடினார். அவருடைய மூளை மங்கத் தொடங்கி, அதை அவர் உணருமுன்பாகவே, இருட்டுக்குள் மூழ்கிப் போனார்.

17

குடிலில் என்னுடைய மூன்றாவது இரவு. கடந்து போகும் ஒவ்வொரு நாளும், அமைதிக்கும் இருட்டு இங்கே எத்தனை அதிபயங்கரமானதாயிருக்கிறது என்பதற்கும் மேலதிகமாக நான் பழகிக் கொள்கிறேன். இனிமேலும் இரவு என்னை அச்சுறுத்தவதாயில்லை - அல்லது குறைந்தபட்சம் மிகப்பெரிய அளவிலாவது. விறகுக்கட்டைகளைக் கொண்டு அடுப்பை நிறைத்த பிறகு, அதற்கு முன்னாலமர்ந்து வாசிக்கிறேன். சோர்வடையும் சமயத்தில், வெறுமனே அதிலிருந்து கவனத்தைத் திருப்பி நெருப்புப் பிழம்புகளை உற்றுப் பார்க்கிறேன். அவற்றைப் பார்த்துக் கொண்டிருப்பதில் ஒருபோதும் நான் சோர்வுறுவதில்லை. அனைத்து வடிவங்களிலும் வண்ணங்களிலும் அவை உள்ளன, உயிருள்ள ஜீவன்களைப் போல இங்குமங்கும் நகர்கின்றன –பிறக்கின்றன, ஒன்றிணைகின்றன, எல்லாவற்றையும் பிரிந்து பிறகு இறக்கின்றன.

மேகமூட்டமாக இல்லாதபோது வெளியே சென்று வானத்தைப் பார்க்கிறேன். முன்பைப் போல நட்சத்திரங்கள் அவ்வளவு மிரட்டக்கூடியதாக இல்லை, அவற்றை எனக்கு நெருக்கமாக உணர ஆரம்பித்திருக்கிறேன். ஒவ்வொன்றும் தனக்கேயுரித்தான விசேட ஒளியை வெளியிடுகின்றன. குறிப்பிட்ட சில நட்சத்திரங்களை அடையாளங்கண்டு இரவில் அவை எப்படி மின்னுகின்றன என்பதைக் கவனிக்கிறேன். அவ்வப்போது, ஒரு கணம் மட்டும் அவை சற்று அதிகமாகப் பிரகாசிக்கின்றன. நிலவும் இங்கிருக்கிறது, வெளிறியதாகவும் பிரகாசத்தோடும், நெருக்கமாக உற்று நோக்கினால் அதன் மேற்பரப்பில் தனித்தனிப் பாறைமுகடுகளை என்னால்

கண்டுகொள்ள முடியுமென்பதைப் போலத் தோற்றமளிக்கிறது. ஒன்றுக்கொன்று தொடர்புடைய எண்ணங்கள் எதையும் நான் உருவாக்குவதில்லை, வெறுமனே உற்றுப் பார்க்கிறேன், வானத்திடம் மயங்கியவனாக.

அது என்னை உறுத்தக்கூடுமென்று நான் எண்ணிய அளவுக்கு எந்த இசையும் இல்லாமலிருப்பது என்னைத் தொந்தரவு பண்ணவில்லை. தங்களுக்கான இடத்தை உரித்தாக்கிக் கொள்ளும் வேறு பல ஒலிகளும் இங்குள்ளன – பறவைகளின் கீச்சொலிகள், அனைத்து விதப் பூச்சிகளின் ரீங்கரிப்புகள், சிற்றோடையின் சலசலப்பு, இலைகளின் சரசரப்பு. மழை பொழியும்போது, குடிலின் கூரையில் ஏதோ ஊர்கிறது, சில சமயங்களில் என்னால் விளக்கிச் சொல்ல முடியாத விவரணைக்கப்பாற்பட்ட சத்தங்கள் எனக்குக் கேட்கின்றன. இத்தனை அழகிய, இயற்கைச் சத்தங்களால் இவ்வுலகம் நிறைந்திருக்கும் என்பதை ஒருபோதும் நான் அறிந்ததில்லை. என்னுடைய மொத்த வாழ்விலும் இவற்றை நான் நிராகரித்திருக்கிறேன், ஆனால் இப்போதல்ல. பல மணி நேரங்கள் கண்களை மூடித் தாழ்வாரத்தில் உட்கார்ந்திருக்கிறேன், எவ்வித முனைப்புமின்றி இருக்க முயற்சித்தவாறே, என்னைச் சுற்றியிருக்கும் ஒவ்வொரு ஒலியையும் அடையாளங்காண முனைகிறேன்.

வனங்களும் கூட, முன்பைப் போல என்னை அவை பயமுறுத்துவதில்லை, மேலும் அவற்றோடு ஒரு வித நெருக்கத்தையும் மரியாதையையும் உணரத் தொடங்கியிருக்கிறேன். என்றாலும், குடிலை விட்டு வெகுதூரம் விலகிப் போவதில்லை என்பதோடு எப்போதும் பாதையைத் தொடர்கிறேன். இந்த விதிமுறைகளைப் பின்பற்றும் வரையில், பெரிதாக ஒன்றும் பிரச்சினையாகி விடாது. அதுவே முக்கியமான சங்கதி – விதிகளைப் பின்பற்றினால் காடு மௌனமாக என்னை ஏற்றுக்கொள்ளும், அதன் அமைதியிலும் அழகிலும் சிறிதளவை என்னோடுப் பகிர்ந்து கொள்ளும். என்றபோதும், கோட்டைத் தாண்டினால், தங்களின் கத்தி-போன்ற-கூர்மையானப் பற்களால் என்னைக் குத்திக்கிழிக்க மௌனத்தின் மிருகங்கள் காத்திருக்கின்றன.

அடிக்கடி சிறிய வட்டவடிவ வெளிக்குச் சென்று படுத்துக் கொள்கிறேன், சூரியவெளி என்னைக் குளிப்பாட்ட அனுமதிப்பவனாக. கண்களை இறுக மூடி, என்னை அதற்கு ஒப்புக்கொடுக்கிறேன், மரங்களின் உச்சிகளில் ஆடும் காற்றோடு காதுகளைப் பொருத்துகிறேன். வனத்தின் ஆழமான மணத்தால் சூழப்பட்டவனாக, பறவைகளினுடைய இறக்கைகளின் சிறகசைவுகளைக் கேட்கிறேன், பெரணிச்செடிகளின் சிற்றலைவுகளையும். புவியீர்ப்பிலிருந்து விடுபட்டவனாகத் தரையை விட்டு – கொஞ்சமே கொஞ்சம் – மிதந்து மேலேறி காற்றிலாடுகிறேன். சொல்லப் போனால் என்றென்றைக்குமாக என்னால் அங்கேயே இருந்து விட முடியாது. அதுவொரு கணப்பொழுதின் உணர்வு – கண்ணைத் திறந்தவுடன் காணாமல் போகிறது. என்றாலும், என்னைத் திக்குமுக்காடச் செய்த அனுபவம். காற்றில் என்னால் மிதக்க முடிந்தது.

இரண்டொரு முறை கடினமாக மழை பெய்கிறது, ஆனால் வெகுநேரம் நீடிப்பதில்லை, ஒவ்வொரு முறையும் நான் வெளியே ஓடுகிறேன், நிர்வாணமாக, என்னைச் சுத்தப்படுத்த. சில சமயங்களில் உடற்பயிற்சியின் பொருட்டு உடல் முழுக்க வியர்வையால் நனைந்து விட, உடைகளைக் களைந்து தாழ்வாரத்தில் சூரியக்குளியல் போடுகிறேன். நிறைய தேநீர் அருந்துவதோடு வாசிப்பில் கவனத்தைக் குவிக்கிறேன், தாழ்வாரத்திலோ அல்லது அடுப்பினருகிலோ அமர்ந்து. வரலாறு, அறிவியல், நாட்டுப்புறவியல், தொன்மவியல், சமூகவியல், உளவியல், ஷேக்ஸ்பியர் என எல்லாப் புத்தகங்களும், நீங்களே யூகித்துக் கொள்ளுங்கள். நேர்க்கோட்டில் விரைவதைக் காட்டிலும், மிக முக்கியமானவையாக நான் நம்பும் பகுதிகளை அவை புரியும்வரை மீள வாசிக்கிறேன், அவற்றிலிருந்து எதையேனும் தெளிவாகக் கற்றுணரும் விதத்தில். அனைத்து வகையான ஞானமும், துளித்துளியாக, என் மூளைக்குள் இறங்குகிறது. நான் விரும்பும் வரைக்கும் இங்கேயே தங்கியிருக்க முடிந்தால் எத்தனை அற்புதமாக இருக்குமென நினைத்துக் கொள்கிறேன். அடுக்கில் நான் வாசிக்க விரும்பும் புத்தகங்கள் இன்னும் நிறைய உள்ளன, மிகுதியான அளவில் உணவும் கூட. ஆனால் நான் வெறும் வழிப்போக்கனென்பதும் விரைவில் இங்கிருந்துக் கிளம்ப வேண்டுமென்பதும் எனக்கு நன்றாகத் தெரியும். இந்த

இடம் அதீத அமைதியோடு, அதீத இயல்போடு இருக்கிறது - அதீத முழுமையோடும். இந்த இடத்துக்கு நான் தகுதியானவன் அல்ல. குறைந்தபட்சம் இதுவரைக்கும்.

நான்காம் நாளின் பின்காலைப் பொழுதில் ஒஷிமா திரும்புகிறான். முற்றிலும் நிர்வாணமாக, சூரியனில் மயங்கிக் கிடப்பவனாக, நான் தாழ்வார நாற்காலியில் சுருண்டிருக்கிறேன், அவன் நெருங்கி வந்ததை நான் அறியவில்லை. அவனுடைய சீருந்தின் ஒலியும் எனக்குக் கேட்கவில்லை. முதுகுப்பையை தோளில் சுமந்து, சாலையிலிருந்து இங்கே அவன் நடந்து வந்திருக்கிறான். மௌனமாகத் தாழ்வாரத்துக்குள் அடியெடுத்து வைத்து வந்து, தனது கையை நீட்டி மெல்ல என் தலையை தடவிக் கொடுக்கிறான். திடுக்குற்றவனாக, நான் துள்ளியெழுந்து சுற்றுமுற்றும் துவாலையைத் தேடுகிறேன். கைக்குச் சிக்கும்படி ஒன்று கூட இல்லை.

"கவலைப்படாதே," என்கிறான் ஒஷிமா. "இங்கே தங்கிய சமயத்தில் எல்லா நேரமும் நான் நிர்வாணமாக சூரியக்குளியலில் ஈடுபடுவேன். மிகவும் நன்றாயிருக்கும், ஒருபோதும் அது தொட முடியாத இடங்களில் சூரியனை உணர்வது."

அவனுக்கு முன்னால் இப்படி நிர்வாணமாக நிற்பதில் நிராயுதபாணியாகவும் காயம்பட்டவனாகவும் உணர்கிறேன், எனது அந்தரங்க மயிர், ஆணுறுப்பு, விதைகள் யாவற்றையும் வெளிக்காட்டியபடி. என்ன செய்வதென்று எனக்கு ஒன்றும் தோன்றவில்லை. மறைக்கவும் முடியாதபடித் தாமதமாகி விட்டது. "ஹாய்," என்கிறேன், இயல்பாயிருப்பதைப் போல் ஒலிக்க வருத்திக் கொள்பவனாக. "ஆக நீ நடந்தா வந்தாய்?"

"மிகவும் அற்புதமான நாள், எனவே அவ்வாறு செய்திடத் தீர்மானித்தேன்," என்கிறான். "சீருந்தை நுழைவாயிலில் விட்டு வந்தேன்." கம்பிக்கிராதியில் காயும் துண்டை எடுத்து என்னிடம் தருகிறான். அதை இடுப்பில் சுற்றிக் கொண்ட பிறகே இறுதியாக என்னால் ஆசுவாசமடைய முடிகிறது.

தாழ்ந்த குரலில் ஒரு பாடலைப் பாடியவாறே அவன் நீரைக் கொதிக்க வைக்கிறான், பிறகு தனது பையிலிருந்து மாவு,

முட்டைகள் மற்றும் பாலை எடுத்து வறையோட்டைக் கொண்டு சில ஓட்டப்பங்களைத் தயாரிக்கிறான். வெண்ணெயும் இனிப்புக்கூழும் அதன் மீது ஊற்றுகிறான். பிறகு பாற்கீரை, தக்காளிகள் மற்றும் வெங்காயத்தை வெளியே எடுக்கிறான். சாலடுக்காக அவற்றை வெட்டும்போது சமையலறைக் கத்தியை வெகு கவனமாகக் கையாள்கிறான். இவை யாவற்றையும் நாங்கள் மதியவுணவுக்கு எடுத்துக் கொள்கிறோம்.

“ஆக இங்கு நீ தங்கிய மூன்று நாட்களும் எவ்வாறிருந்தன?” ஓட்டப்பத்தை வெட்டியபடியே அவன் கேட்கிறான்.

எத்தனை அருமையான அனுபவமென்பதை அவனிடம் நான் சொல்கிறேன். வனத்துக்குள் சென்ற பகுதியை மட்டும் தவிர்த்து விடுகிறேன். ஏதோவொரு வகையில், அதைப் பற்றிப் பேசாமலிருப்பதே நல்லது.

“சந்தோசமாக இருக்கிறது,” என்கிறான் ஒஷிமா. “இங்கிருப்பதை நீ விரும்புவாய் என்றே நான் நம்பினேன்.”

“ஆனால் இப்போது நாம் நகரத்துக்குத் திரும்பவிருக்கிறோம், இல்லையா?”

“ஆமாம். திரும்ப வேண்டிய நேரம்.”

கிளம்ப ஆயத்தமாகி, நாங்கள் துரிதமாகக் குடிலை ஒதுங்க வைக்கிறோம். பாத்திரங்களைக் கழுவி அவற்றை அடுக்கில் சேர்த்த பிறகு அடுப்பைச் சுத்தப்படுத்துகிறோம். அலுமினிய வாளியைக் கழுவியூற்றி, ப்ரொப்பேன் கலத்தின் தடுக்கிதழை மூடுகிறோம். கெட்டுப்போகா உணவை அலமாரியில் பத்திரப்படுத்தி விட்டு மற்றதைத் தூர எறிகிறோம். தரையைக் கூட்டி, மேசைகளின் மேற்புறங்களையும் நாற்காலிகளையும் துடைக்கிறோம். வேண்டாதவற்றைப் புதைக்க வெளியே ஒரு குழி தோண்டுகிறோம்.

ஒஷிமா குடிலைப் பூட்டும் சமயத்தில், கடைசியாக ஒரு முறை அதைப் பார்க்க நான் திரும்புகிறேன். ஒரு நிமிடத்துக்கு முன்பு வரை அது அத்தனை நிஜமானதாக இருந்தது, ஆனால் இப்போது கற்பனையானதாகத் தெரிகிறது. அதனோடு பிணைந்திருக்கக்கூடிய அனைத்தும் தங்களின் நிஜத்தன்மையை

இழக்க வெறுமனே சிற்சில எட்டுக்கள் போதுமானதாக உள்ளன. மேலும் – இந்தத் தருணத்துக்குச் சற்று முன்பு வரை அங்கிருந்த மனிதனாகிய – நானும் கூட கற்பனையானவனாகத் தெரிகிறேன். ஓஷிமா சீருந்தை நிறுத்திய இடத்துக்கு நடந்து வர முப்பது நிமிடங்களாகின்றன, மலைப்பாதையில் நடக்கையில் ஒரு வார்த்தையைக் கூட நாங்கள் பகிர்ந்து கொள்ளவில்லை. ஓஷிமா ஏதோவொரு மெல்லிசையை முனங்குகிறான். என் மனதை நான் அலைந்து திரிய அனுமதிக்கிறேன்.

அடிவாரத்தில், அந்தச் சிறியப் பந்தயச் சீருந்து வனத்தின் பின்னணியோடு ஒன்றுகலந்து நிற்கிறது. ஓஷிமா வாசலை மூடுகிறான் – ஊடுருவாளர்களைத் தடுக்க – சங்கிலியால் அதை இருமுறை சுற்றித் தாழ்ப்பாளைப் பூட்டுகிறான். முன்பைப் போலவே, வண்டியின் பின்புற முகப்பில் எனது முதுகுப்பையை பத்திரப்படுத்துகிறேன். இம்முறை மேற்பகுதி கீழிருக்கிறது.

“மறுபடியும் நகருக்கு,” என்கிறான் ஓஷிமா.

நான் தலையசைக்கிறேன்.

“இதுபோலத் தன்னந்தனியனாக இயற்கையோடு வாழும் வாழ்க்கை உனக்கு ரொம்பப் பிடிக்குமென்பதை நான் நிச்சயமறிவேன், ஆனால் வெகு காலம் அங்கு வாழ்வதென்பது அத்தனை எளிதானதல்ல,” என்கிறான் ஓஷிமா. குளிர்க்கண்ணாடிகளை அணிந்து தனது இருக்கை-வாரை இறுக்கிக் கொள்கிறான்.

அவனுக்குப் பக்கவாட்டில் அமர்ந்து நானும் எனது இருக்கை-வாரைப் பொருத்திக் கொள்கிறேன்.

“ஏட்டளவில் அத்தகைய வாழ்வு சாத்தியமில்லாத ஒன்றல்ல, மேலும் சொல்லப் போனால் அவ்வாறு வாழும் மனிதர்களும் இருக்கவே செய்கிறார்கள். ஆனால் இயற்கையென்பது உண்மையில் சற்று இயல்புமீறிய சங்கதி, ஏதோவொரு வழிமுறையில். ஆகவே இடைஓய்வு நம்மை அச்சுறுத்தவும் செய்யலாம். நிஜத்தில் இதுபோன்ற முரண்பாடுகளோடு இயைந்து வாழ நமக்கு அனுபவமும் முன்தயாரிப்புகளும்

தேவை. ஆகையால் தற்போதைக்கு நாம் மீண்டும் நகரத்துக்குத் திரும்புகிறோம். மறுபடியும் நாகரீகத்திடம்."

ஓஷிமா எஞ்சினை முடுக்க நாங்கள் மலைப்பாதையில் கீழிறங்குகிறோம். இம்முறை எந்த அவசரமுமின்றி மிதமான வேகத்தில் அவன் ஓட்டுகிறான், இயற்கைக் காட்சிகளையும் தனது நெற்றியின் மயிர்க்கற்றைகளினூடாக வீசும் காற்றையும் ரசித்தவாறே. தளங்கள் அமைக்கப்படாத சாலை முடிந்து தளத்தோடுள்ள குறுகலானப் பாதையில் பயணிக்கத் தொடங்குகிறோம், கிராமங்களையும் வயல்வெளிகளையும் கடந்து.

"முரண்பாடுகளைப் பற்றிப் பேசும் சமயத்தில்," ஓஷிமா திடீரென்று சொல்கிறான், "முதன்முறை உன்னைப் பார்த்தபோது ஒருவித முரண்பாட்டை உன்னிடத்தில் உணர்ந்தேன். எதையோ நீ தேடுகிறாய், ஆனால் அதே வேளையில் உனக்குத் தகுதியான எல்லாவற்றிலிருந்தும் விலகி ஓடுகிறாய்."

"எதை நான் தேடிக் கொண்டிருக்கிறேன்?"

ஓஷிமா அவன் தலையை ஆட்டுகிறான். பின்புறப்-பார்வைக்கான கண்ணாடியை உற்று நோக்கி முகத்தைச் சுளிக்கிறான். "எனக்குத் தெரியாது. அதுதான் எனக்கிருந்த அனுமானமென்பதைச் சொல்கிறேன்."

நான் பதில் சொல்லவில்லை.

"எனது சொந்த அனுபவத்திலிருந்து, யாரேனும் ஏதாவதொன்றை அடைய மிகக் கடினமாக முயலும்போது, அவர்களுக்கு அது கிட்டுவதில்லை. மாறாக ஏதோவொன்றிலிருந்து தங்களால் இயன்றமட்டும் விலகியோடும் சமயத்தில், இயல்பாகவே அது அவர்களை விரட்டிப் பிடித்துக் கொள்ளும். சொல்லப்போனால், நான் பொதுமைப்படுத்துகிறேன்."

"எனில், என்னைப் பற்றி நீ பொதுவாகச் சொல்வாயெனில், எதிர்காலத்தில் எனக்கு என்ன காத்திருக்கிறது? ஒரே நேரத்தில் தேடுகிறவனாகவும் ஓடுகிறவனாகவும் நானிருக்கிறேன் எனும்போது."

“அது கொஞ்சம் கஷ்டம்தான்...” சொல்லி விட்டு ஓஷிமா புன்னகைக்கிறான். அவன் தொடர்வதற்கு முன் சின்னதொரு கணம் கடந்து போகிறது. “நான் ஏதாவது சொல்ல வேண்டுமென்றால் அது இப்படித்தானிருக்கும்: நீ தேடுவது எதுவாயிருந்தாலும், நீ எதிர்பார்க்கும் வடிவத்தில் உன்னிடம் அது வராது.”

“சற்றுக் கெடுங்குறி காட்டும் தீர்க்கதரிசனம்தான்.”

“காஸண்ட்ராவைப் போல.”

“காஸண்ட்ரா?” நான் கேட்கிறேன்.

“கிரேக்கத் துன்பியல் நாடகம். ட்ராயின் அரசியான காஸண்ட்ரா ஒரு தீர்க்கதரிசி. கோவில் பூசாரியாக இருந்தவளுக்கு விதியை முன்னுரைக்கும் ஆற்றலை அப்போலோ வழங்கினான். பதிலுக்குத் தன்னோடு உறங்கச் சொல்லி அவளை வற்புறுத்த முயன்றான், ஆனால் அவள் மறுக்க ஒரு சாபத்தை அவளின் மீது எய்தான். தெய்வீக உருவங்கள் என்பதைத் தாண்டி கிரேக்கக் கடவுள்கள் ரொம்பப் புராதானமானவர்கள். அதாவது மனிதர்களிடம் உள்ள குணக்கேடுகள் யாவும் அவர்களிடமும் உண்டு எனச் சொல்ல வருகிறேன். அவர்கள் ஆத்திரத்தில் அறிவை இழக்கக் கூடியவர்கள், மூர்க்கமும் பொறாமையும் மறதியும் கூட அவர்களிடத்தில் உண்டு. என்ன பெயரிட்டு வேண்டுமானாலும் அழைத்துக் கொள்.”

முன்புற முகப்புப்பெட்டியின் உள்ளிருந்து எலுமிச்சை மிட்டாய்களின் சிறிய பெட்டியை எடுத்து அதிலொன்றை வாயில் போட்டுக் கொள்கிறான். என்னையும் எடுத்துக் கொள்ளும்படி சைகை காட்ட, நானும் அவ்வாறே செய்கிறேன்.

“என்ன மாதிரியான சாபம் அது?”

“காஸண்ட்ராவின் மீதான சாபமா?”

நான் தலையசைக்கிறேன்.

“அப்போலோ அவள் மீது எய்த சாபம் யாதெனில் அவளது தீர்க்கதரிசனங்கள் யாவும் உண்மையாக மாறுமென்பதே,

ஆனால் யாரும் ஒருபோதும் அதை நம்ப மாட்டார்கள். எல்லாவற்றுக்கும் மேல், அவளது தீர்க்கதரிசனங்கள் யாவும் துரதிர்ஷ்டம் நிரம்பியவையாக இருக்கும் – துரோகங்கள், விபத்துகள், மரணங்கள், நாடு நாசமாகப் போவதைப் பற்றிய முன்னறிவிப்புகள். அது போன்றச் சங்கதிகள். அவளை நம்பாதது மட்டுமல்ல, மக்கள் அவளை வெறுக்கவும் ஆரம்பித்தார்கள். இன்னும் அவற்றை நீ வாசித்ததில்லை எனில், யூரிபிடிஸ் அல்லது ஏக்கிலிஸ் எழுதிய நாடகங்களை நிஜமாகவே உனக்கு நான் பரிந்துரைப்பேன். இன்றைக்குக் கூட நாம் சந்திக்க நேர்கிற அடிப்படை சிக்கல்களை அவை ஆராய்கின்றன. கோரோக்களின் வாயிலாக."

"கோரோக்களா? அது என்ன?"

"கிரேக்க நாடகங்களில் தாங்கள் பயன்படுத்திய குழுப்பாடகர்களை அவர்கள் அப்படித்தான் அழைத்தார்கள். மேடைக்குப் பின்புறம் நின்று சூழலையோ அல்லது கதாபாத்திரங்கள் தங்களுக்குள் ஆழமாக என்ன உணர்கிறார்களென்பதையோ ஒரே குரலில் அவர்கள் விவரிப்பார்கள். சில நேரங்களில் கதாபாத்திரங்களின் மீது ஆதிக்கம் செலுத்தவும் முயற்சி செய்வார்கள். அது மிகவும் வசதியான சாதனம். சில சமயங்களில் எனக்கே எனக்கான குழுப்பாடகர்கள் எனக்குப் பின்னால் நின்றால் நன்றாக இருக்குமென நினைத்துக் கொள்வேன்."

"உன்னால் முன்னறிவிக்க இயலுமா?"

"அப்படியெந்த அதிர்ஷ்டமும் இருந்ததில்லை," அவன் புன்னகைக்கிறான். "நல்லதோ கெட்டதோ, அம்மாதிரி ஆற்றலேதும் என்னிடமில்லை. எப்போதும் தீக்குறியான சங்கதிகளை மட்டும் நான் முன்னறிவிப்பதாகத் தோன்றினால், அதற்குக் காரணம் நான் தன்முனைப்பாளன் என்பதே. பொதுமைப்படுத்த எனது பகுத்தறிவைப் பயன்படுத்துகிறேன், அதனாலேயே சில சமயங்களில் அவை துரதிர்ஷ்டத்தைக் கொணரும் முன்னறிவிப்புகளாக ஒலிக்கின்றன என்றெண்ணுகிறேன். ஏனென்று உனக்குத் தெரியுமா? காரணம் யாதெனில் வாழ்வென்பது நிஜமாக மாறும் கெடுங்குறியான தீர்க்கதரிசனங்களின் தொகுப்பு மட்டுமே. நீ செய்ய

வேண்டியதெல்லாம் ஏதோவொரு நாளின் செய்தித்தாளை வெறுமனே திறந்து அதன் நல்ல சேதிகளையும் கெட்ட சேதிகளையும் ஒப்பிட்டுப் பார்ப்பதுதான், அப்போது நான் சொல்ல வருவது என்னவென்று உனக்குப் புரியும்."

ஒவ்வொரு வளைவிலும் ஓஷிமா வெகு கவனமாக கியர்களை மாற்றுகிறான், நம்மால் அதிகம் பார்க்கவியலாத வகையைச் சேர்ந்த மிகத்திறமையான கியரை மாற்றும் வழிமுறை. எஞ்சினின் உறுமலில் உண்டாகும் மாற்றத்தைக் கொண்டே அதை உணர முடிகிறது.

"என்றாலும், சொல்வதற்கு நல்ல சேதியும் உள்ளது," என்கிறான். "உன்னைச் சேர்த்துக் கொள்ளலாமென நாங்கள் தீர்மானித்திருக்கிறோம். கொமூரா நினைவு நூலகத்தின் பணியாளனாகப் போகிறாய். அதற்கு நீ முழுக்கத் தகுதியானவன் என்றே நினைக்கிறேன்."

தன்னிச்சையாக நான் அவனை உற்றுப் பார்க்கிறேன். "நூலகத்தில் நான் பணிபுரியப் போகிறேன் என்று சொல்ல வருகிறாயா?"

"இன்னும் துல்லியமாகச் சொன்னால், இப்போதிருந்து நீயும் இந்த நூலகத்தின் ஓர் அங்கம். நூலகத்தில்தான் நீ தங்கப் போகிறாய், அங்கு வாழப் போகிறாய். நூலகத்தைத் திறக்க வேண்டிய நேரத்தில் நீதான் கதவுகளைத் திறப்பாய், மூட வேண்டிய நேரத்தில் அவற்றை மூடவும் போகிறாய். நான் ஏற்கனவே சொன்னது போல, சற்றேறக்குறைய சுய-கட்டுப்பாடோடு வாழும் வகையைச் சேர்ந்த மனிதனாகத்தான் தெரிகிறாய், மேலும் நன்கு வலுவானவனாகவும், ஆக இந்தப் பணி உனக்குக் கடினமாயிருக்கும் என்று நான் நினைக்கவில்லை. மிஸ் செய்கியும் நானும் உடல்ரீதியாக அத்தனை வலுவானவர்களல்ல, எனவே இது எங்களுக்கு மிகவும் உதவியாயிருக்கும். அதைத் தவிர, சின்னச்சின்ன அன்றாட வேலைகளில் நீ வெறுமனே உதவினால் போதும். உண்மையில், சொல்லிக் கொள்ளும்படி ஏதுமிருக்காது. எனக்காகச் சுவைமிகுந்த காபியைத் தயாரிப்பது, நமக்காக வெளியே கொள்வனவுக்குச் செல்வது. நூலகத்தோடு சேர்ந்திருக்கும் ஓர் அறையில் நீ தங்க ஏற்பாடு செய்திருக்கிறோம். உண்மையில்

அது விருந்தாளிகளுக்கான அறையாக இருந்தது, ஆனால் விருந்தாளிகள் யாரும் இங்கு தங்காததால் நீண்ட காலமாகப் பயன்படாமல் இருக்கிறது. அங்குதான் நீ வசிக்கப் போகிறாய். அந்த அறையில் தனிக் குளியலறையும் உள்ளது. மிகச்சிறந்த விசயம் என்னவென்றால் நீ நூலகத்தில் இருப்பாய், எனவே விரும்பும் எதை வேண்டுமானாலும் வாசிக்கலாம்."

"ஆனால் ஏன்..." நான் சொல்லத் தொடங்குகிறேன், ஆனால் முடிக்க முடியவில்லை.

"ஏன் நாங்கள் இதைச் செய்கிறோம்? வெகு எளிமையான தத்துவத்தின் அடிப்படையில். நான் உன்னைப் புரிந்திருக்கிறேன், மிஸ் செய்கி என்னைப் புரிந்திருக்கிறாள். நான் உன்னை ஏற்றுக் கொள்கிறேன், அவள் என்னை ஏற்றுக் கொள்கிறாள். எனவே நீ ஏதோ ஊர்பேர் தெரியாத ஓடுகாலியாக இருந்தாலும், அதனால் எந்தப் பிரச்சினையுமில்லை. ஆக, நீ என்ன நினைக்கிறாய்?"

சிறிது நேரம் அது குறித்து யோசிக்கிறேன். "நான் தேடியதெல்லாம் தலைக்கு மேல் ஒரு கூரையை. இப்போதைக்கு அனைத்தையும் விட முக்கியம் அதுதான். நூலகத்தின் அங்கமாக மாறுவதென்றால் என்னவென்று உண்மையில் எனக்குத் தெரியவில்லை, ஆனால் அதன் அடிப்படையில் அங்கு வாழ முடியுமெனில், நான் நன்றிக்கடன்பட்டிருக்கிறேன். குறைந்தபட்சம் இனிமேல் அங்குமிங்குமாக நான் ஊசலாட வேண்டியதில்லை."

"அப்படியானால் பிரச்சினை தீர்ந்தது," என்கிறான் ஒஷிமா. "எனில், நாம் நூலகத்திற்குப் போகலாம். அதனொரு அங்கமாக உன்னை மாற்ற."

நெடுஞ்சாலையோடு இணைந்த பிறகு நாங்கள் பல நகரங்களைக் கடக்கிறோம், கடன்வழங்கும் நிறுவனமொன்றின் ராட்சத விளம்பரப்பலகை, ஆடம்பர அலங்காரங்களுடன் கூடிய பெட்ரோல் நிலையம், கண்ணாடியால்-மூடுண்ட உணவகம், ஐரோப்பியக் கோட்டை போலத் தோற்றமளிக்கும் வகையில் மாற்றியமைக்கப்பட்ட காதல் விடுதி, வெறும் அடையாளப்பலகை மட்டும் மீதமிருந்த கைவிடப்பட்ட

நிகழ்படக்கடை, மிகப்பெரிய வாகனமுகப்புடன் கூடிய பசின்கோ (Pachinko – ஒரு வகை ஜப்பானிய விளையாட்டு) மைதானம், மெக்டொனால்ட்ஸ், 7-லெவன், யோஷினாயா, டேன்னி'ஸ்... இரைச்சலான நிஜவுலகம் எங்களைச் சூழத் தொடங்குகிறது. 18-சக்கர வண்டிகளினுடைய காற்று பிரேக்குகளின் ஹிஸ் சத்தம், வாகன ஒலி மற்றும் புகை. இதுவரை எனக்கு அருகிலிருந்த யாவும் – அடுப்பின் நெருப்பு, நட்சத்திரங்களின் மினுமினுப்பு, வனத்தின் அமைதி – மறைந்து விட்டன. அவற்றைக் கற்பனை செய்யவும் எனக்குக் கடினமாயிருக்கிறது.

"மிஸ் செய்கியைப் பற்றி நீ அறிந்து கொள்ள வேண்டிய சங்கதிகள் இரண்டுண்டு," என்கிறான் ஓஷிமா. "அவள் சிறுபிள்ளையாக இருந்த சமயத்தில், என் அம்மாவும் மிஸ் செய்கியும் வகுப்புத்தோழிகளாகவும் மிக நெருக்கமானவர்களாகவும் இருந்தனர். மிஸ் செய்கி ரொம்ப புத்திசாலியான சின்னப்பெண் என்பாள் அம்மா. சிறந்த மதிப்பெண்கள், உரைநடையிலும் எல்லா விதமான விளையாட்டுகளிலும் நல்ல தேர்ச்சி, அதோடு, பியானோவும் நன்றாக வாசிப்பாளாம். கூடவே அழகும். சொல்லப் போனால் இப்போதும் கூட அவள் அசரடிக்கச் செய்யும் அழகியே."

நான் தலையசைக்கிறேன்.

"இளநிலைப்பள்ளியில் இருந்த காலத்திலேயே அவளின் அன்புக்குரியவனாக ஒருவனிருந்தான். கொமூரா குடும்பத்தின் மூத்த மகன் – தூரத்துச் சொந்தம், உண்மையைச் சொன்னால். இருவரும் ஒரே வயதென்பதோடு பொருத்தமான ஜோடியாகவும் இருந்தார்கள், வழக்கமான ரோமியா ஜூலியட் வகையறா. அருகருகே வசித்ததோடு அவர்கள் எப்போதும் பிரிந்ததில்லை. வளர்ந்து பெரியவர்களான பின்பு காதலில் விழுந்தார்கள். ஒரேயுடல் ஒரே ஆன்மா என்பதைப் போலிருந்தார்கள், என் அம்மாவின் கூற்றுப்படி."

சிவப்பு விளக்கில் நாங்கள் காத்திருக்கிறோம், ஓஷிமா வானத்தைப் பார்க்கிறான். விளக்கு பச்சையாக மாறியவுடன், அவன் ஆக்சிலரேட்டரைக் கடுமையாக மிதிக்க ஒரு டாங்கரைக் கடந்து விர்ரென்று முன்னால் போகிறோம். "நூலகத்தில் நான்

உன்னிடம் சொன்னது நினைவிருக்கிறதா? எவ்வாறு மனிதர்கள் எல்லா வேளைகளும் அலைந்து திரிகிறார்கள் என்பது குறித்து, தங்களின் மறுபாதியைத் தேடி?"

"ஆண்/ஆண், பெண்/பெண் மற்றும் ஆண்/பெண் குறித்த பகுதியா?"

"ஆமாம். அரிஸ்டோபானேஸ் சொன்னது. நம்முடைய மற்றொரு பாதியை வெறிகொண்டு தேடியலையும் முயற்சியில் வாழ்வினூடாக எவ்வாறு திண்டாடுகிறோம் என்பது குறித்து. ஆனால் மிஸ் செய்கியும் அந்த இளைஞனும் ஒருபோதும் அவ்வாறு திண்டாடும் தேவையிருக்கவில்லை. தங்களின் மறுபாதியைக் கண்முன் பார்க்கும் வகையில் அவர்களிருவரும் ஒன்றாகப் பிறந்திருந்தார்கள்."

"அதிர்ஷ்டம் செய்தவர்கள்."

ஒஷிமா தலையசைக்கிறான். "சர்வநிச்சயமாக. ஒரு காலகட்டம் வரைக்கும்."

எவ்வளவு நன்றாக மழித்திருக்கிறோம் என்பதைச் சோதிக்கும் வகையில் உள்ளங்கையால் தனது கன்னத்தை அவன் தடவுகிறான். சவரக்கத்தியின் எந்த அடையாளமும் இல்லை – பீங்கானைப் போல அவன் தோல் அத்தனை வழவழப்பாயிருக்கிறது.

"18 வயதானபோது கல்லூரிக்குப் போவதற்காக அந்த இளைஞன் டோக்கியோவுக்குக் கிளம்பினான். நல்ல மதிப்பெண்கள் இருந்ததால் அவனுக்கு விருப்பமான பட்டப்படிப்பு கிடைத்தது. பெரிய நகரம் எப்படியிருக்குமென்பதையும் அவன் தெரிந்து கொள்ள விரும்பினான். அவள் உள்ளூர் கல்லூரியில் இணைந்து பியானோ வாசிக்கக் கற்றுக் கொண்டாள். நாட்டின் இந்தப் பகுதி பழமைவாதத்தில் நம்பிக்கை கொண்டிருந்தது, அவளும் கூட பழைய-பாணியைச் சேர்ந்த குடும்பத்திலிருந்து வந்தவளே. வீட்டுக்கு ஒரே பிள்ளை, எனவே அவள் டோக்கியோவுக்குச் செல்வதை அவள் பெற்றோர் விரும்பவில்லை. ஆக வாழ்வில் முதன்முறையாக இருவரும் பிரிக்கப்பட்டார்கள். ஏதோவொரு

கத்தியைக் கொண்டு தெளிவாகக் கடவுள் அவர்களைப் பிரித்து விட்டாரென்பதைப் போல."

"இயல்பாகவே அவர்களுள் ஒருவர் மற்றுவருக்குத் தினமும் எழுதினார்கள். 'இது போல விலகியிருக்க நேர்ந்தது ஒருவேளை நமக்கு நல்லதாகவும் இருக்கலாம்,' அவன் அவளுக்கு எழுதினான், 'நாமிருவரும் ஒருவருக்கொருவர் எவ்வளவு முக்கியமென்பதை இதன் வழியே நாம் தெரிந்து கொள்ளலாம்.' ஆனால் அவளுக்கு அதில் நம்பிக்கையில்லை. தங்களுக்குள்ளிருந்த உறவு உண்மையானதென்பதும் தங்களின் வழிமுறையிலிருந்து விலகிச் சென்று அதைச் சோதிக்கும் அவசியமில்லையென்பதும் அவளுக்குத் தெரியும். லட்சத்தில்-ஒன்று என்று சொல்லக்கூடிய இணைவு, விதிக்கப்பட்ட, எப்போதும் முறிந்திடாத உறவு. அதில் அவளுக்கு உறுதியான நம்பிக்கை இருந்தது. ஆனால் அவனுக்கு அப்படி இல்லை. அல்லது அவனுக்கும் இருந்திருக்கலாம், ஆனால் வெறுமனே அதை ஒத்துக்கொள்ள மறுத்தான். ஆகவே தனது முடிவில் உறுதியாகயிருந்து அவன் டோக்கியோவுக்குக் கிளம்பிப் போனான், சில தடைகளை வென்றால் ஒருவருக்கொருவர் தாங்கள் கொண்டிருந்த காதலை அது மேலும் திடப்படுத்தும் என்றெண்ணினான். சில சமயங்களில் ஆண்கள் அப்படித்தான் இருப்பார்கள்."

"தனக்கு 19 வயதிருக்கும்போது மிஸ் செய்கி ஒரு கவிதையை எழுதினாள், அதற்கு இசையமைத்து, பிறகு பியானோவை வாசித்தபடி அதைப் பாடினாள். கிறக்கமான இன்னிசைப்பாடல், களங்கமற்றதாகவும் அழகானதாகவும் இருந்தது. மறுபுறம், பாடல் வரிகளோ குறியீடுகளோடு, சிந்திக்கச் செய்வதாகவும் எளிதில் புரிபடாதவையாகவும் இருந்தன. இந்த முரண்பாடு அந்தப் பாடலுக்கு ஒருவித மயக்கத்தையும் துரிதத்தையும் வழங்கியது. சொல்வதெனில் அந்த மொத்தப் பாடலும், வரிகளும் அதன் இன்னிசையும், வெகுதொலைவிலிருந்த, தனது அன்பனுக்கானக் கதறலை வெளிப்படுத்தும் அவளின் வழிமுறையே. அந்தப் பாடலை அவள் சில முறை மக்களின் முன்னால் பாடினாள். பொதுவாக அவள் வெட்கப்படக்கூடியவள், ஆனால் பாடுவது அவளுக்குப் பிடிக்குமென்பதோடு கல்லூரியின் நாட்டுப்புற-

இசைக்குழுவிலும் ஏற்கனவே அங்கம் வகித்திருந்தாள். இந்தப் பாடலால் பெரிதும் ஈர்க்கப்பட்ட யாரோவொருவர் மாதிரி இசைநாடாவைத் தயாரித்து, இசை நிறுவனமொன்றில் இயக்குனராயிருந்த தனது நண்பருக்கு அனுப்பி வைத்தார். அவருக்கும் பாடல் பிடித்துப்போக, டோக்கியோவில் தங்களின் ஒலிக்கூடத்துக்குச் சென்று அதைப் பதிவு செய்யுமாறு அவளை வற்புறுத்தினார்."

"டோக்கியோவுக்குப் போவது அவளுக்கும் அதுதான் முதல்முறை, தனது காதலனைப் பார்க்க அவளுக்குச் சாத்தியமானது. ஒலிப்பதிவு அமர்வுகளுக்கு இடையில் அவர்களால் ஒருவரையொருவர் காதலிக்க முடிந்தது, முன்பு போலவே. பதினான்கு வயதிருந்த காலம் தொடங்கி அவர்களுக்குள் பாலுறுவு இருந்திருக்கலாமெனத் தான் எண்ணியதாக அம்மா சொன்னாள். இருவரும் ஒருவகையில் பிஞ்சிலே பழுத்தவர்களாக இருந்தார்கள், மேலும் வயதை மீறிய முதிர்ச்சியோடிருக்கும் அனேக இளம்வயதினரைப் போல அவர்களுக்கும் வளர்வது கடினமாயிருந்தது. ஏதோ அவர்களிருவரும் என்றென்றைக்குமாக 14 அல்லது 15 வயதில் தேங்கி விட்டதைப் போல. இருவரும் ஒருவரோடொருவர் ஒட்டிக் கொண்டு தங்கள் காதலின் தீவிரத்தை மறுபடியும் உணர்ந்தார்கள். அவர்களிருவருமே ஒரு பொழுதுக்குக் கூட வேறு யார் மீதும் ஈர்ப்பு கொள்ளவில்லை. பிரிந்திருந்த சமயத்திலும், அவர்களுக்கு நடுவில் நுழைய யாருக்கும் சாத்தியப்படவில்லை. மன்னித்துக் கொள் – இந்த அதியற்புத காதல்கதையைச் சொல்லி உன்னை அலுப்பூட்டுகிறேனா?"

நான் தலையை ஆட்டுகிறேன். "ஏதோவொரு திருப்பத்துக்கு வரவிருக்கிறாய் என்பதாக எனக்குள் ஓர் உணர்வு."

"நீ சொல்வது சரி" என்கிறான் ஓஷிமா. "கதைகள் என்றால் அப்படித்தான் நிகழும் – ஏதாவது திருப்புமுனை, எதிர்பார்க்காத திருப்பம். மகிழ்ச்சியில் ஒரு வகை மட்டுமே உண்டு, ஆனால் துரதிர்ஷ்டமோ எல்லாவித வடிவங்களிலும் பரிமாணங்களிலும் வரும். டால்ஸ்டாய் சொன்னது போல: மகிழ்ச்சியென்பது வெறும் உருவகம், துயரமென்பது கதை. போகட்டும், இசைநாடா விற்பனைக்கு வந்துப் பெரும் வெற்றி பெற்றது.

விற்றுக் கொண்டேயிருந்தது - பத்து லட்சம் பிரதிகள், இருபது லட்சம், துல்லியமான எண்ணிக்கையை நானறிய மாட்டேன். எப்படிப் பார்த்தாலும் அந்தக் காலக்கட்டத்தில் பல சாதனைகளை முறியடித்த பாடலாயிருந்தது. இசைநாடாவின் மேலட்டையில் அவள் புகைப்படத்தை அச்சிட்டார்கள், ஒலிக்கூடத்தில் மாபெரும் பியானோ ஒன்றின் முன் அவள் அமர்ந்திருப்பாள், புகைப்படக்கருவியைப் பார்த்துச் சிரித்தபடி."

"வேறெந்தப் பாடல்களையும் அவள் உருவாக்கவில்லை, எனவே நாடாவின் பி-பகுதியில் வாத்திய இசைவடிவில் அதே பாடல் இடம்பெற்றிருந்தது. பியானோவோடும் இசைக்குழுவோடும், இயல்பாகவே பியானோவை அவள்தான் இசைத்திருந்தாள். அபாரமான ஆற்றுகை. 1970 வாக்கில். அக்காலத்தில் எல்லா வானொலி நிலையத்திலும் அந்தப்பாடலே ஒலித்ததாக என் அம்மா சொல்வாள். இதெல்லாம் நிகழ்ந்தது நான் பிறப்பதற்கு முன்னால், எனவே எனக்கு உறுதியாகத் தெரியாது. தொழிற்முறைப் பாடகியாக அவளின் ஒரே பாடல் இதுதான். நீண்டு-ஒலிக்கும் இசைத்தட்டையோ (*LP*) அல்லது தொடர்ந்து-வரும் ஒற்றைப்பாடலையோ அவள் வெளியிடவில்லை."

"அந்தப் பாடலை நான் கேட்டிருக்கிறேனா என யோசிக்கிறேன்."

"நீ நிறைய வானொலி கேட்பாயா?"

நான் தலையை ஆட்டுகிறேன். வெகு அரிதாகத்தான் வானொலி கேட்பேன்.

"எனில், அனேகமாக நீ அதைக் கேட்டிருக்க மாட்டாய். ஏதேனும் பழங்காலப் பாடல்களுக்கான நிலையத்தில் இடம்பிடித்திராத பட்சத்தில், நீ அதைக் கேட்காமலிருக்கும் வாய்ப்புகளே அதிகம். ஆனால் அதுவொரு அற்புதமான பாடல். நானதை சிடியில் பதிந்து வைத்திருப்பதால் அவ்வப்போது அதைக் கேட்பேன். உண்மையைச் சொன்னால், அக்கம்பக்கத்தில் மிஸ் செய்கி இல்லாதபோது. அந்தப் பாடலைப் பற்றிய எந்தக் குறிப்பையும் அவள் வெறுக்கிறாள். கடந்தகாலத்தை யாரும் நினைவுறுத்துவதை அவள் விரும்புவதில்லை."

“பாடலின் பெயர் என்ன?”

“‘காஃப்கா – கடற்கரையில்’” என்கிறான் ஓஷிமா.

“‘காஃப்கா – கடற்கரையில்’?”

“அதுவேதான், காஃப்கா டமூரா. உன்னுடைய அதே பெயர். வினோதமான நிகழ்வுப்பொருத்தம், உனக்குத் தோன்றவில்லையா?”

“ஆனால் காஃப்கா என்பது எனது உண்மையான பெயரல்ல. என்றபோதும், டமூரா என்பது உண்மைதான்.”

“ஆனால் நீயாகத்தான் அதைத் தேர்ந்தெடுத்தாய், இல்லையா?”

நான் தலையசைக்கிறேன். இந்தப் புதிய நானுக்கான சரியான பெயர் இதுதானென்பதை வெகு காலத்துக்கு முன்பே தீர்மானித்திருந்தேன்.

“அதுதான் முக்கியம் என்று சொல்வேன்,” என்கிறான் ஓஷிமா.

அவனுக்கு 20 வயதானபோது மிஸ் செய்கியின் காதலன் இறந்து போனான், ஓஷிமா தொடர்கிறான். மிகச்சரியாக “காஃப்கா – கடற்கரையில்” பெருவெற்றி பெற்ற நேரத்தில். மாணவர்களின் போராட்டம் நடந்த காலத்தில் அவனுடைய கல்லூரியும் புறக்கணிப்பில் ஈடுபட்டு மூடப்பட்டிருந்தது. போராட்டத்தில் தீவிரமாக ஈடுபட்டிருந்ததொரு நண்பனுக்குத் தேவையான பொருட்களை வாங்க அவன் சென்றிருந்தான், பத்து மணிக்குச் சற்று முன்னால், ஓரிரவில். கட்டடத்தில் தங்கியிருந்த மாணவர்கள் அவனைத் தங்களுடைய எதிர்த்தரப்பின் தலைவனென்பதாகத் தவறாகப் புரிந்து கொண்டார்கள் – அவனும் கிட்டத்தட்ட மற்றவனைப் போலத்தான் இருந்தான் – ஆளைப் பிடித்து, நாற்காலியில் கட்டிப் போட்டு உளவாளி என்றெண்ணி விசாரணைக்கு உட்படுத்தினார்கள். அவர்கள் தவறிழைக்கிறார்கள் என்பதை விளக்க முயற்சி செய்தான், ஆனால் ஒவ்வொரு முறையும் அவன் அப்படிச் செய்தபோது, உலோகத்தடி அல்லது குறுந்தடியைக் கொண்டு அவர்கள் அவனை அடித்து நொறுக்கினார்கள். அவன்

தரையில் வீழ்ந்தபோது தங்களின் மிதியடிகளைக் கொண்டு உதைத்தார்கள். விடிந்தபோது அவன் இறந்திருந்தான். மண்டை உடைந்து, விலா எலும்புகள் நொறுங்கி, நுரையீரல்கள் சிதைந்திருந்தன. செத்துப் போன நாயைப் போல அவனுடைய பிணத்தை அவர்கள் தெருவில் வீசியெறிந்தார்கள். இரண்டு நாட்களுக்குப் பிறகு கல்லூரி நிர்வாகம் தேசியக் காவற்படையை உள்ளே வரும்படி கேட்டுக் கொண்டார்கள், இரண்டு மணி நேரங்களுக்குள் மாணவர்களின் புரட்சி கட்டுக்குள் கொண்டு வரப்பட்டு, மாணவர்களில் பெரும்பாலானவர்களைக் கைது பண்ணி அவர்கள் மீது கொலைக்குற்றம் சாட்டப்பட்டது. தங்களுடைய செய்கைகளை மாணவர்கள் ஒத்துக்கொண்டதால் அவர்கள் விசாரணைக்கு உட்படுத்தப்பட்டார்கள், ஆனால் சம்பவம் ஏற்கனவே திட்டமிடப்பட்டதல்ல என்பதால் அது அனிச்சையான ஆள்வதமென்று நிரூபணமாகி இருவருக்கு மட்டும் சின்னதாக சிறைத் தண்டனைகள் வழங்கப்பட்டன. கடைசியில் அவன் மரணம் முழுக்கவே அர்த்தமற்றதாகிப் போனது.

மிஸ் செய்கி மறுபடியும் பாடவேயில்லை. தன்னைத்தானே அறைக்குள் பூட்டிக் கொண்டு அவள் யாரோடும் பேசவில்லை, தொலைபேசியில் கூட. அவனது இறுதிக்கடன் நிகழ்வுக்கு அவள் போகவில்லை, கல்லூரியிலிருந்தும் வெளியேறினாள். சில மாதங்களுக்குப் பிறகு, அதற்கு மேலும் அவள் நகரத்தில் இல்லை என்பதை மக்கள் திடீரென்று உணர்ந்தார்கள். அவள் எங்கே போனாளென்பதோ என்ன செய்தாளென்பதோ யாருக்கும் தெரியாது. அதை விவாதிக்க அவள் பெற்றோர் மறுத்தனர். அனேகமாக அவள் எங்கிருந்தாளென்பது அவள் பெற்றோருக்கும் தெரியாமல் இருந்திருக்கலாம். காற்றில் கரைந்து போயிருந்தாள். அவளுடைய மிகச்சிறந்த தோழியான ஒஷிமாவின் அம்மாவிடம் கூட எந்தத் துப்பும் இல்லை. ப்யூஜி மலையைச் சுற்றியிருந்த அடர்வனத்துக்குள் நிகழ்ந்ததொரு தோற்றுப்போன தற்கொலை முயற்சிக்குப் பிறகு அவள் மனநல மருத்துவமனையில் சேர்க்கப்பட்டதாகச் சில வதந்திகள் காற்றில் உலாவின. மற்றவர்களோ தங்களுடைய நண்பனின் நண்பனொருவன் அவளை டோக்கியோவின் வீதிகளில் பார்த்ததாகச் சொன்னார்கள். இந்த மனிதனின் கூற்றுப்படி அவள் டோக்கியோவில் எழுத்தாளராக அல்லது அதைப் போன்ற

ஏதோவொன்றாக இருந்தாள். வேறு சில வதந்திகளின்படி அவளுக்குத் திருமணமாகி ஒரு குழந்தையும் இருந்தது. என்றபோதும், இந்தக் கதைகளையெல்லாம் நிரூபிக்கும் சான்றுகளென எதுவும் ஒருபோதும் கிடைக்கவில்லை. இருபது வருடங்கள் கடந்து போயின.

இந்தக் காலகட்டத்தின்போது அவள் எங்கு சென்றிருந்தாலும் அல்லது என்ன செய்து கொண்டிருந்தாலும், மிஸ் செய்கிக்கு பணத்தைத் தேடும் அவசியம் இருக்கவில்லை. "காஃப்கா - கடற்கரையில்" பாடலுக்காக அவளின் வங்கிக்கணக்கில் செலுத்தப்பட்ட உரிமைத்தொகை, வரிகளை எல்லாம் பிடித்தபிறகும் சொல்லிக் கொள்ளும்படியான பெரிய தொகையாக இருந்தது. வானொலியில் ஒவ்வொரு முறை அது இசைக்கப்பட்டபோதும் அல்லது பழைய இசைப்பாடல்களின் தொகுப்பில் சேர்க்கப்பட்டபோதும் அவளுக்கு உரிமைத்தொகை கிடைத்தது. ஆகவே எல்லாவற்றிலிருந்து விலகி வாழ்வது அவளுக்கு எளிதானதாகவே இருந்தது, புகழ்வெளிச்சத்துக்கு வெளியே. தவிரவும், அவளின் குடும்பமும் மிகுந்த பணக்காரர்களென்பதோடு அவள் அவர்களின் ஒரே மகள்.

என்றாலும், திடீரென்று, 25 வருடங்கள் கழித்து, மிஸ் செய்கி டகாமாட்சுவில் மீண்டும் தோன்றினாள். வெளிப்படையான காரணம் என்னவென்றால் அவள் அம்மாவின் மரணம். (ஐந்து வருடங்களுக்கு முன்னால் அவள் அப்பா இறந்து போனார், ஆனால் ஈமச்சடங்குக்கு அவள் வரவில்லை.) தன் அம்மாவுக்காக சிறிய இரங்கல் நிகழ்வை நடத்தினாள், அதன் பிறகு, சங்கதிகளெல்லாம் சற்று ஓய்ந்த பிறகு, தான் பிறந்து வளர்ந்த வீட்டை விற்றாள். நகரத்தின் அமைதியான பகுதியில் தான் வாங்கிய அடுக்கக வீட்டுக்குக் குடிபெயர்ந்ததால் மறுபடியும் இங்கு அவள் தங்கவிருப்பதாகத் தெரிந்தது. சில காலத்துக்குப் பிறகு கொமூரா குடும்பத்தோடு சில சங்கதிகளைப் பேசினாள். (மூத்த மகனின் மரணத்துக்குப் பிறகு அவனுடைய இளைய தம்பிதான் குடும்பத்தின் தலைவராயிருந்தான், மூன்று வயது இளையவன். அவர்களிருவர் மட்டுமே அங்கிருந்தார்கள், துல்லியமாக, எதைப் பற்றி அவர்கள் பேசினார்களென்பது யாருக்கும் தெரியாது.) அதன் இறுதி விளைவு என்னவாக

காஃப்கா – கடற்கரையில் | 297

இருந்ததென்றால் மிஸ் செய்கி கொமூரா நூலகத்தின் தலைமைப் பொறுப்பை ஏற்றுக் கொண்டாள்.

இப்போது கூட அவள் மெலிவாகவும் அழகாகவும் இருப்பதோடு "காஃப்கா - கடற்கரையில்" இசைநாடாவின் அட்டைப்படத்தில் காணப்படும் அதே தெளிவு மற்றும் மிடுக்குடன் கூடிய தோற்றத்தைக் கொண்டிருக்கிறாள். ஆனால் ஒரு விசயம் குறைகிறது: அந்த அழகும் களங்கமற்றதன்மையும் நிறைந்த புன்னகை. இப்போதும் அவள் அவ்வப்போது சிரிக்கிறாள், நிச்சயமாக அது வசீகரப் புன்னகையே, என்றாலும் ஏதோவொரு வகையில் வரையறுக்கப்பட்டதாக இருக்கும், ஒருபோதும் அந்தத் தருணத்தைத் தாண்டி நீளவியலாத புன்னகை. உயரமான, கண்ணுக்குப் புலப்படாத சுவர் அவளைச் சூழ்ந்திருக்கிறது, மனிதர்களை ஓர் அடி தள்ளியே வைத்திருக்கும் வகையில். ஒவ்வொரு காலையும் தனது பழுப்புநிற ஃவோக்ஸ்வேகன் கோல்ஃபை நூலகத்துக்கு ஓட்டி வந்து பிற்பாடு மாலையில் அதை வீட்டுக்கு ஓட்டிப் போவாள்.

அவளின் சொந்த ஊரில் உள்ள முன்னாள் நண்பர்களோடும் உறவுகளோடும் அவளுக்குப் பெரிதாக எந்தத் தொடர்புமில்லை. அவர்களைச் சந்திக்க நேர்ந்தால் கண்ணியமாக உரையாடலில் ஈடுபடுவாள், ஆனால் வெகு அரிதாகவே அந்த உரையாடல் பொதுவான சங்கதிகளைத் தாண்டி நீளும். கடந்தகாலம் மேலேறி வரும் சமயத்தில் - மிகக்குறிப்பாக அது அவளைப் பற்றியதாக இருந்தால் - விரைவாகவும் மென்மையாகவும் அதன் போக்கை வேறொரு தலைப்புக்கு மடைமாற்றி விடுவாள். எப்போதும் நட்புணர்வோடும் கருணையோடும் இருப்பவள், ஆனால் பொதுவாக நாம் எதிர்பார்க்கும் வகையிலான ஆர்வமும் உத்வேகமும் அவள் வார்த்தைகளில் தென்படாது. அவளுடைய உண்மையான உணர்வுகள் - அப்படியொரு விசயம் இருப்பதாக யூகித்தோமேயானால் - மறைக்கப்பட்டே இருக்கும். நடைமுறை சார்ந்து முடிவெடுத்தாக வேண்டும் என்கிற சூழல் எழுந்தாலொழிய, எதைப் பற்றியும் தனது சொந்தக் கருத்துகளை அவள் வெளியிட மாட்டாள். வெகு அரிதாக மட்டும் தன்னைக் குறித்துப் பேசுவாள், மாறாக மற்றவர்களைப் பேச அனுமதித்து மெல்லிய ஆமோதிப்போடு அதைக் கேட்டுக் கொண்டிருப்பாள். என்றபோதும், அவளோடு பேசும் சமயத்தில்

பெரும்பாலான மனிதர்கள் குழப்பமானதொரு அசௌகரியத்தை உணரத் தொடங்குவார்கள், அவளுடைய அந்தரங்கமான, அருமையான, கண்ணியமான உலகத்தை மிதித்தழித்து ஏதோ அவளின் நேரத்தைத் தாங்கள் வீணடிக்கிறோம் என்பதாகச் சந்தேகம் கொள்வதைப் போல. மேலும் அவ்வுணர்வு, பெரும்பான்மையான நேரங்களில், சரியாகத்தான் இருக்கும்.

ஆக தனது சொந்த ஊரில் நிலைகொண்ட பிறகும் கூட, அவளொரு மறைகுறியீடாக இருந்தாள். தூய்மையான மர்மத்துக்குள் பொதிந்திருக்கும் ஒயிலான பெண்மணி. அவளைப் பற்றிய ஏதோவொன்று அவளை அணுகத் தடையாகயிருந்தது. பெயரளவில் அவளுக்கு எஜமானர்களாயிருந்த கொமூரா குடும்பம் கூட அவளிடமிருந்து விலகியே இருந்தார்கள்.

இறுதியில் ஒஷிமா அவளிடம் உதவியாளனாக இணைந்து நூலகத்தில் பணிபுரியத் தொடங்கினான். வேலையின்றி கல்லூரிக்குப் போகாமலிருந்த காலத்தில், ஒஷிமா, வெறுமனே வாசித்தபடியும் இசை கேட்டபடியும் வீட்டிலிருந்தான். அவனோடு மின்னஞ்சல்களைப் பரிமாறிக் கொண்ட மிகச் சில மனிதர்கள் தவிர, மிகக் குறைவான நண்பர்களே அவனுக்கு இருந்தனர். அவனது குருதிப்போக்கு நோயின் காரணமாக, பெரும்பாலான நேரத்தை மருத்துவமனையைச் சேர்ந்த வல்லுனரைப் பார்க்கப் போவதில் அவன் செலவழித்தான், தனது மஸ்தா மியாடாவில் நகரங்கும் அலைபவனாக, மேலும் ஹிரோஷிமா பல்கலைக்கழக மருத்துவமனையில் தனக்கிருந்த வழக்கமான சந்திப்புகள் மற்றும் கோச்சி மலைகளின் குடிலில் அவ்வப்போது தங்குவது தவிர, ஒருபோதும் அவன் நகரை நீங்குவதில்லை. அவன் தனது வாழ்வோடு சலிப்புற்றிருந்தான் என்றும் சொல்வதற்கில்லை. ஒருநாள் ஒஷிமாவின் அம்மா அவனை மிஸ் செய்கிக்கு அறிமுகம் செய்து வைத்தாள், உடனடியாக அவளுக்கு அவனைப் பிடித்துப் போனது. அந்த உணர்வு அவனுக்குமிருக்க, நூலகத்தில் பணிபுரியலாம் என்கிற சங்கதி அவனுக்குக் கிளர்ச்சியூட்டியது. விரைவில், மிஸ் செய்கியோடு இயல்பாகப் புழங்குகிற அல்லது பேசக்கூடிய ஒரே மனிதனாக அவன் மாறிப் போனான்.

"மிஸ் செய்கி இங்கு திரும்பி வந்ததே நூலகத்துக்குத் தலைமையேற்கத்தான் என்பதாக எனக்குள் ஒலிக்கிறது," என்கிறேன்.

"நானதை ஒத்துக்கொள்ள வேண்டும். அவள் அம்மாவின் மரணச்சடங்கு என்பது அவளை மீண்டும் கொண்டு வந்து சேர்த்தத் தருணம் மட்டுமே. அவளின் சொந்த ஊர் முழுக்க இனிப்பும் கசப்புமான நினைவுகளால் நிறைந்திருக்குமென்பதால் இங்கு திரும்புவதென்பது மிகக் கடினமானத் தீர்மானமாக இருந்திருக்குமென்று நினைக்கிறேன்."

"ஏன் அந்த நூலகம் அவளுக்கு அத்தனை முக்கியமானதாக இருக்கிறது?"

"இப்போது நூலகத்தின் ஒரு பகுதியாயிருக்கும் கட்டடத்தில்தான் அவள் காதலன் வசித்தான். கொமூராவின் மகன்களில் மூத்தவன் அவன், எனவே வாசிப்பை நேசிப்பதென்பது ரத்தத்தில் கலந்திருக்குமென்று நான் யூகிக்கிறேன். தனிமையிலிருப்பதை அவன் விரும்பினான் – மற்றொரு குடும்ப வழக்கம். எனவே தான் மேல்நிலைப் பள்ளிக்குச் சென்றபோது பிரதான வீட்டை விட்டு விலகியிருப்பதை அவன் வலியுறுத்தினான், தனியாக வேறொரு கட்டடத்தில், அவன் பெற்றோரும் அதற்கு இசைவு தெரிவித்தார்கள். மொத்த குடும்பமும் வாசிப்பை நேசித்தார்கள், ஆகவே அவன் என்ன சொல்ல வருகிறானென்பதை அவர்கள் புரிந்து கொண்டார்கள். புத்தகங்களால் சூழப்பட்டிருப்பதை நீ விரும்புவாயானால், எங்களுக்கு எந்தச் சங்கடமுமில்லை – அதுபோன்ற விசயங்களால். எனவே அவன் அந்த இணைப்புப்பகுதியில் வசித்தான், யாரும் தன்னைத் தொந்தரவு செய்யாத வகையில், சாப்பாட்டுக்காக மட்டும் பிரதான வீட்டுக்குப் போவான். கிட்டத்தட்ட ஒவ்வொரு நாளும் அவனைச் சந்திக்க மிஸ் செய்கி அங்கே போவாள். இருவரும் ஒன்றாகச் சேர்ந்து படித்தார்கள், இசை கேட்டார்கள், இடைவிடாமல் பேசிக் கொண்டிருந்தார்கள். மேலும் அனேகமாக அங்கு உறவு கொண்டிருக்கவும் செய்யலாம். அந்த இடம் ஒருவகையில் அவர்களுக்கு மட்டுமேயான சொர்க்கமாக இருந்தது."

இரண்டு கைகளும் திருப்புச்சக்கரத்தின் மேற்பகுதியில் வீற்றிருக்க, ஓஷிமா என்னை நிமிர்ந்து பார்க்கிறான். "அங்குதான் நீ இப்போது வசிக்கப் போகிறாய், காஃப்கா. அந்த அறையில். நான் சொன்னது போல, நூலகம் புதுப்பிக்கப்பட்டிருக்கிறது, ஆனால் அந்த அறை அப்படியேதான் உள்ளது."

என் பங்குக்கு மௌனமாயிருக்கிறேன்.

"அடிப்படையில் மிஸ் செய்கியின் வாழ்க்கை இருபதில் முடிந்து விட்டது, அவள் காதலன் இறந்ததோடு. இல்லை, அனேகமாக இருபதில் இல்லை, அனேகமாக அதற்கும் முன்பாக... எனக்குத் தகவல்கள் தெரியாது, ஆனால் உனக்கு இது தெரிந்திருக்க வேண்டும். அவளுடைய ஆன்மாவுக்குள் புதைந்திருக்கும் கடிகாரத்தின் முட்கள் அந்தக் காலகட்டத்தோடு உறைந்து நின்று விட்டன. வெளியேயிருக்கும் காலமோ, எந்தவொரு சூழலிலும், எப்போதும் போல விரைகின்றது, ஆனால் எதுவும் அவளைப் பாதிப்பதில்லை. அவளைப் பொருத்தமட்டில், இயல்பான காலமென்று நாம் நம்பக்கூடியதில் முழுமுற்றாக எந்த அர்த்தமுமில்லை."

"அர்த்தமில்லை?"

ஓஷிமா தலையசைக்கிறான். "ஏதோ அது இல்லாததைப் போல."

"நீ சொல்ல வருவது என்னவென்றால் மிஸ் செய்கி இன்னும் உறைந்து போன அந்தக் காலத்தில்தான் வாழ்கிறாள்?"

"துல்லியமாக. அவளொரு நடைபிணம் அல்லது அதுபோல ஏதோவொன்று என நான் சொல்லவில்லை. அவளை நன்றாகத் தெரிந்து கொள்ளும் சமயத்தில் அதை நீ புரிந்து கொள்வாய்."

ஓஷிமா கையை நீட்டி வெகு இயல்பான செய்கையென்பதைப் போலத் தனது கையை என் முழங்காலின் மீது வைக்கிறான். "காஃப்கா, ஒவ்வொருவரின் வாழ்க்கையிலும் திரும்பி வரவியலாத புள்ளி என ஒன்றிருக்கும். மேலும் வெகு சிலரின் கதையில், இதற்கு மேல் அவர்களால் முன்னேறிப் போக முடியாதென்பதைப் போலவும். அந்தப் புள்ளியை அடையும் சமயத்தில், நாம் செய்யக் கூடியதெல்லாம் அமைதியாக

அதை ஏற்றுக் கொள்வதுதான். அப்படித்தான் நாம் பிழைத்துக் கிடக்கிறோம்.”

பிரதான நெடுஞ்சாலையோடு இணையவிருக்கிறோம். அதற்கு முன்னால், ஓஷிமா மகிழுந்தை நிறுத்துகிறான், வண்டியின் மேற்பகுதியை இழுத்து விட்ட பிறகு ஷூபர்ட்டின் இசைப்பாடலை சிடி பிளேயரில் செருகுகிறான்.

“நீ தெரிந்து கொள்ள வேண்டியதாக நான் எண்ணும் இன்னொரு சங்கதியும் உள்ளது,” அவன் தொடர்கிறான். “மிஸ் செய்கி காயம்பட்ட இதயத்தோடு வாழ்கிறாள். ஓரளவுக்கு நம்மனைவருக்கும் அது பொருந்தக் கூடியதே, தற்போதைய உறவுகளும் சேர்த்துத்தான். ஆனால் மிஸ் செய்கிக்கு இருப்பது விசேடமானத் தனிப்பட்டக் காயம், அந்த வார்த்தையின் வழக்கமான அர்த்தத்தைக் காட்டிலும் மிக ஆழமானது. அவளுடைய ஆன்மா மர்மமான வழிமுறைகளில் நகரும். அவள் ஆபத்தானவள் என்று நான் சொல்ல வரவில்லை – என்னைத் தவறாகப் புரிந்து கொள்ளாதே. அன்றாட நிகழ்வுகளைப் பொறுத்தமட்டில் நிச்சயமாகத் தனது செயல்களை அவள் சரியான வகையில் ஒருங்கிணைத்துக் கொள்பவள், அனேகமாக எனக்குத் தெரிந்த அனைவரையும் விட நன்முறையில். அழகும் ஆழமும் அறிவும் பொருந்தியவள். ஆனால் சில சமயங்களில் அவளைப் பற்றி ஏதும் வினோதமாக உணர்ந்தால் உன்னை அது தொந்தரவு செய்ய அனுமதிக்காதே.”

“வினோதமாக?” கேட்பதை என்னால் தடுக்க முடியவில்லை.

ஓஷிமா அவன் தலையைக் குலுக்குகிறான். “மிஸ் செய்கியை எனக்கு நிஜமாகவே பிடிக்கும், அவளை மதிக்கிறேன். நீயும் கூட அதே போல நினைப்பாய் என்று உறுதியாக நம்புகிறேன்.”

உண்மையில் இது என்னுடைய கேள்விக்கான பதிலல்ல, ஆனால் ஓஷிமா ஏதும் சொல்லவில்லை. மிகத் துல்லியமான காலக்கணிப்போடு கியரை மாற்றுவதோடு வேகத்தை அதிகரித்துச் சிறிய மூடுவண்டியை அவன் கடக்கிறான், ஒரு குகைக்குள் நாங்கள் நுழையவிருக்கும் சமயத்தில்.

18

களைகளின் செறிவுகளுக்கிடையில் தான் மல்லாக்க விழுந்து கிடப்பதை நகாடா உணர்ந்தார். விழிப்புத் தட்ட, அவர் மெல்லத் தனது கண்களைத் திறந்தார். இரவாகியிருந்தது, ஆனால் எந்த நட்சத்திரங்களையும் அல்லது நிலவையும் அவரால் பார்க்க முடியவில்லை. கோடைக்கால புற்களின் பலமான மணத்தை நுகர்ந்ததோடு, ரீங்காரமிட்டபடி பூச்சிகள் சுற்றி வருவதையும் அவரால் கேட்க முடிந்தது. ஒவ்வொரு நாளும் தொடர்ச்சியாகத் தான் கண்காணித்து வந்த காலிநிலத்துக்கு அவர் எப்படியோ மீண்டும் திரும்பி வந்திருந்தார். சொரசொரப்பாகவும் வெதுவெதுப்பாகவும் எதுவோ அவரின் முகத்தில் உரசுவதையுணர்ந்து திரும்பியபோது, தங்களின் சின்னஞ்சிறிய நாவுகளால் இரண்டு பூனைகள் தனது கன்னத்தை ஆவலாக நக்குவதைக் கண்டார். கோமாவும் மிமியும். நகாடா மெல்ல எழுந்தமர்ந்தார், கைகளை நீட்டி அவற்றை அரவணைத்துக் கொண்டார். "நகாடா தூங்கி விட்டானா?" அவர் கேட்டார்.

எது குறித்தோ தாங்கள் புகார் சொல்வதைப் போல அந்தப் பூனைகள் உரக்க அலறின, ஆனால் நகாடாவால் அவற்றின் வார்த்தைகளைக் கைப்பற்ற முடியவில்லை. அவை தன்னிடம் என்ன சொல்ல வருகின்றன என்பது குறித்து நகாடாவுக்கு எதுவும் புரியவில்லை. வெறுமனே மியாவ் என ஒலியெழுப்பிக் கொண்டிருந்த இரு பூனைகள் மட்டும் அங்கிருந்தன.

"என்னை மன்னிக்க வேண்டுகிறேன், ஆனால் நீங்கள் என்ன சொல்ல வருகிறீர்களென்பது எனக்குப் புரியவில்லை." எழுந்து கொண்டு, எதுவும் தவறாகயில்லை என்பதை உறுதி செய்து கொள்ளும் வகையில் உடலெங்கும் தடவினார். எந்த

வலியையும் அவர் உணரவில்லை, கைகளும் கால்களும் சரியான முறையில் இயங்கின. இருட்டுக்குப் பழகக் கண்களுக்குச் சிறிது நேரமானது, ஆனால் அவ்வாறு பழகியவுடன், தனது கைகளிலும் உடையிலும் எந்த ரத்தமுமில்லை என்பதை அவர் கண்டுகொண்டார். அவரின் உடைகளும் கூட கசங்கவோ கலைந்திருக்கவோ இல்லை, அடுக்ககத்தை விட்டுக் கிளம்பியபோது எவ்வாறிருந்தனவோ அதே போலத் தோன்றின. கித்தான் பை மிகச்சரியாக அவருக்குப் பக்கத்தில்தான் கிடந்தது, உள்ளுக்குள் மதியவுணவு மற்றும் காப்புக்குடுவையோடு, மேலும் அவரது தொப்பியும் அவருடைய காற்சராயின் ஜேப்பிக்குள் இருந்தது – தனக்கான இடத்தில். யாவும் சரியான ஒழுங்குமுறையில் இருந்தன. என்ன நடக்கிறதென்பதை நகாடாவால் கண்டறிய முடியவில்லை.

இரு பூனைகளைக் காப்பாற்ற, அவர் – பூனை-கொலையாளியான – ஜானி வாக்கரை கத்தியால் குத்திக் கொன்றார். அந்த மட்டில் யாவும் அவருக்குத் தெளிவாக நினைவிருந்தன. இன்னும் கூட அவரால் அந்தக் கத்தியைத் தன் கைகளில் உணர முடிந்தது. அதுவொரு கனவல்ல – ஜானி வாக்கரின் உடலில் இருந்து ரத்தம் ஊற்றெடுக்க அவன் தடுமாறித் தரையில் வீழ்ந்தான், உடல் திருகிக் கொள்ள இறந்து போனான். பிறகு நகாடா நீள்சாய்விருக்கையில் அமிழ்ந்தபோது நினைவிழந்தார். அடுத்ததாக அவருக்குத் தெரிய வந்தது என்னவென்றால், இதோ இந்தக் காலிநிலத்தின் களைகளுக்கு மத்தியில் தான் விழுந்து கிடந்தோமென்பதுதான். ஆனால் எப்படி அவர் இங்கே திரும்பி வந்தார்? திரும்பும் பாதையை அவர் அறியக்கூட மாட்டார். மேலும் அவரின் உடைகளில் சுத்தமாக ரத்தமேயில்லை. கோமாவும் மிமியும் அவரருகே இருந்ததால் அது கனவில்லை என்பது உறுதியானது, ஆனால் ஏதோவொரு வினோதமான காரணத்தால் இப்போது அவை பேசும் எந்த வார்த்தையையும் அவரால் புரிந்து கொள்ள முடியவில்லை.

நகாடா நெடுமூச்செறிந்தார். நேர்மறையாக எதையும் சிந்திக்க அவரால் முடியவில்லை. ஆனால் போகட்டும் – அது குறித்துப் பிற்பாடு அவர் ஆராய்ந்து கொள்ளலாம். பையைத் தனது தோளில் தொங்க விட்டார் நகாடா, பிறகு இரு பூனைகளையும் தூக்கிக் கொண்டு அந்தக் காலிநிலத்தை விட்டுக் கிளம்பினார்.

வேலியைத் தாண்டி வெளியேறிய மறுகணம், தன்னைக் கீழே இறக்கி விட விரும்புவதைப் போல மிமி திமிறத் தொடங்கியது.

நகாடா அதை தரைக்குத் தாழ்த்தினார். “மிமி, நீயாகவே வீட்டுக்குப் போய் விடுவாயென நினைக்கிறேன். அருகில்தான் உள்ளது.”

ஆமாம், அசைந்தாடும் மிமியின் வால் அவ்வாறு சொல்வதாகத் தோன்றியது.

“என்ன நடந்ததென்று நகாடாவுக்குப் புரியவில்லை, ஆனால் ஏதோவொரு காரணத்தால் இனிமேலும் என்னால் உன்னோடு பேச முடியாது. ஆனால் கோமாவைக் கண்டுபிடிக்க எனக்குச் சாத்தியமானது, மேலும் அவளை நான் கோய்சுமிக்களிடம் கொண்டு போய்ச் சேர்த்திட வேண்டும். அனைவரும் அவளுக்காகக் காத்திருக்கிறார்கள். எல்லாவற்றுக்காகவும் உனக்கு என் மனமார்ந்த நன்றி, மிமி.”

மிமி மியாவ் என்றது, மீண்டும் தனது வாலை ஆட்டியது, பிறகு தெருமுனையை நோக்கி விரைந்தோடி மறைந்தது. அதன் மீதும் எந்த ரத்தமுமில்லை. நகாடா அதை நினைவில் வைத்துக் கொள்ளத் தீர்மானித்தார்.

கோமா திரும்பி வந்ததில் கோய்சுமிக்கள் மகிழ்ச்சிக்கூத்தாடினார்கள். இரவு மணி பத்தைக் கடந்திருந்தாலும் இன்னும் விழித்திருந்த குழந்தைகள் படுக்கைக்குப் போவதற்கு முன் பல் துலக்கிக் கொண்டிருந்தார்கள். தேநீர் அருந்தியவாறே தொலைக்காட்சி செய்திகளைப் பார்த்துக் கொண்டிருந்த அவர்கள் பெற்றோரும் நகாடாவை நன்முறையில் வரவேற்றார்கள். இரவு உடுப்புகளை அணிந்த இரு குட்டிப் பெண்களும், தங்களின் உயிருக்குயிரான வளர்ப்புப் பிராணியை யார் முதலில் கட்டியணைப்பது என்பதற்காகத் தங்களுக்குள் சண்டை போட்டார்கள். பிறகு கோமாவுக்குச் சிறிது பாலையும் பூனைகளுக்கான உணவையும் அவர்கள் தந்தார்கள், மிகுந்த ஆவலுடன் அதுவும் தனது தலையை அதற்குள் நுழைத்துக் கொண்டது.

"இரவில் இத்தனை நேரம் கடந்து வர நேர்ந்ததற்கு என்னை மன்னியுங்கள். சீக்கிரம் வந்திருந்தால் இன்னும் கொஞ்சம் நன்றாயிருந்திருக்கும், ஆனால் நகாடாவால் அது குறித்து ஏதும் செய்ய முடியவில்லை."

"பரவாயில்லை," என்றாள் திருமதி கோய்சுமி. "அதையெல்லாம் நினைத்துக் கவலை கொள்ளாதீர்கள்."

"நேரத்தைப் பற்றிக் கவலைப்படாதீர்கள்," அவள் கணவன் சொன்னான். "அந்தப் பூனை இந்தக் குடும்பத்தில் ஒருவரைப் போன்றது. நீங்கள் அவளைக் கண்டுபிடிக்க முடிந்ததில் நாங்கள் எத்தனை மகிழ்ச்சியாயிருக்கிறோம் என்பதை என்னால் உங்களுக்குச் சொல்ல முடியவில்லை. தயைகூர்ந்து உள்ளே வந்து ஒரு கோப்பை தேநீர் அருந்த மாட்டீர்களா என்ன?"

"பரவாயில்லை, நன்றி, நகாடா போக வேண்டும். என்னால் முடிந்தமட்டும் கோமாவைத் துரிதமாக உங்களிடம் கொண்டு வந்து சேர்க்க வேண்டும் என்பதற்காகவே வந்தேன்."

திருமதி கோய்சுமி வேறொரு அறைக்குச் சென்று அவருக்கான கட்டணத்தை ஓர் உறைக்குள் போட்டு எடுத்து வந்தாள், அவள் கணவன் அதை நகாடாவின் கையில் கொடுத்தான். "பெரிய தொகையல்ல, ஆனால் தயவு செய்து நீங்கள் செய்திருக்கும் எல்லாவற்றுக்குமான ஈடாக இதைப் பெற்றுக் கொள்ளுங்கள். நாங்கள் நிறைய நன்றிக்கடன்பட்டிருக்கிறோம்."

"மிகவும் நன்றி. நானும் கடமைப்பட்டிருக்கிறேன்," சொல்லி விட்டு நகாடா குனிந்து வணங்கினார்.

"என்றாலும், இத்தகைய இருட்டுக்குள் உங்களால் அவளைக் கண்டுபிடிக்க முடிந்ததென்பது எனக்கு ஆச்சரியமாயிருக்கிறது."

"ஆமாம், அது பெரிய கதை. அவையனைத்தையும் நகாடாவால் உங்களிடம் சொல்ல முடியாது. நான் அப்படியொன்றும் பெரிய புத்திசாலி இல்லை, மேலும் பெரிய விளக்கங்களைக் கொடுப்பதிலும் தேர்ந்தவனல்ல."

"அதனால் பாதகம் ஒன்றுமில்லை. உங்களுக்கு நாங்கள் நிறைய கடன்பட்டிருக்கிறோம், திரு நகாடா," திருமதி கோய்சுமி

சொன்னாள். "இவை வெறுமனே மீந்து போனவை என்பதில் வருத்தங்கொள்கிறேன், ஆனால் எங்களிடம் உள்ள சிறிது பொறித்த கத்திரிக்காயையும் புளிக்காடியிட்ட வெள்ளரிகளையும் உங்களோடு சேர்த்து நீங்கள் வீட்டுக்கு எடுத்துப் போக வேண்டுமென்று விரும்புகிறோம்."

"மகிழ்ச்சியோடு எடுத்துப் போகிறேன். நகாடாவுக்குப் பிரியமான சில சங்கதிகளுள் பொறித்த கத்திரிக்காய்களும் புளிக்காடியிட்ட வெள்ளரிகளும் உண்டு."

டப்பர்வேர் கொள்கலனையும் உறையையும் தனது பைக்குள் திணித்துக் கொண்டார் நகாடா. பிறகு நிலையத்தை நோக்கி வேகமாக நடந்தவர் வணிகக்கோட்டத்துக்கு அருகேயிருந்த காவல் பெட்டிக்குச் சென்றார். உள்ளேயிருந்த மேசையில் அமர்ந்திருந்த ஓர் இளம் அதிகாரி, ஏதோ சில காகிதங்களில் தீவிரமாக எழுதிக் கொண்டிருந்தான். அவனுடைய தொப்பி மேசையின் மீதிருந்தது.

நகாடா கண்ணாடிக்கதவைத் தள்ளித் திறந்தார். "மாலை வணக்கம். உங்களைத் தொந்தரவு செய்ததற்கு மன்னியுங்கள்," என்றார்.

"மாலை வணக்கம்," காவல்காரன் பதிலறுத்தான். காகிதவேலைகளை நிறுத்தி விட்டு நிமிர்ந்து நகாடாவை மேலும் கீழும் பார்த்தான். அடிப்படையில் நல்லவரான, எந்தத் தீங்குமில்லாத முதியவர் என்பதே தொழிற்முறை சார்ந்த அவனுடைய அனுமானம், அனேகமாக அவர் வழி கேட்பதற்காக நின்றிருந்திருக்கலாம்.

நுழைவாயிலில் நின்றபடி, நகாடா தனது தொப்பியைக் கழற்றி ஜேப்பிக்குள் திணித்துக் கொண்டார், பிறகு வேறொரு ஜேப்பியிலிருந்து கைக்குட்டையை எடுத்து மூக்கைச் சிந்தினார். கைக்குட்டையை மடித்து மறுபடியும் அதை உள்ளே வைத்தார்.

"நான் உங்களுக்கு உதவக்கூடியது ஏதேனுமுள்ளதா?" காவல்காரன் கேட்டான்.

"ஆமாம், இருக்கிறது. சமீபத்தில்தான் நானொருவரைக் கொலை செய்தேன்."

காவல்காரன் தனது எழுதுகோலை மேசையின் மீது போட்டு விட்டு வாயைப்-பிளந்து முதியவரை வெறித்தான். வார்த்தைகளின்றி ஒரு கணம் அவனுக்கு வாயடைத்துப் போனது. "என்ன இழவு - ? ஏய், நீ ஏன் அமரக்கூடாது?" சந்தேகத்தோடு அவன் சொன்னான், தனக்கு எதிரேயிருந்த நாற்காலியைச் சுட்டியவாறே. கைகளை நீட்டித் தனது துப்பாக்கி, கைத்தடி மற்றும் கைவிலங்குகள் யாவும் தன்னிடமுள்ளனவா என்பதைப் பரிசோதித்துக் கொண்டான்.

"நன்றி," என்ற நகாடா அமர்ந்து கொண்டார். முதுகை நன்கு நிமிர்த்தி, கைகளை இடுப்பில் வைத்துக் கொண்டு, அதிகாரியை அவர் நேருக்கு நேர் பார்த்தார்.

"ஆக நீ என்ன சொல்கிறாயென்றால்... யாரையோ நீ கொன்றிருக்கிறாய்?"

"ஆமாம். நகாடா ஒரு மனிதனைக் கத்தியால் குத்திக் கொன்றான். சற்று நேரத்துக்கு முன்புதான்," நகாடா வெளிப்படையாக ஒத்துக்கொண்டார்.

இளம் அதிகாரி ஒரு படிவத்தை வெளியே எடுத்தான், சுவரிலிருந்த கடிகாரத்தைப் பார்த்து நேரத்தையும் கத்திக்குத்து பற்றிய விவரத்தையும் குறித்துக் கொண்டான். "எனக்கு உன் பெயரும் விலாசமும் தேவைப்படும்."

"என் பெயர் சடோரு நகாடா, உடன் எனது விலாசம் –"

"ஒரு நிமிடம். எந்த வரி வடிவங்களைக் கொண்டு உன் பெயரை எழுதுவாய்?"

"வரி வடிவங்கள் பற்றி எனக்கு ஏதும் தெரியாது. மன்னித்துக் கொள்ளுங்கள், என்னால் எழுத முடியாது. அல்லது வாசிக்கவும் கூட."

அதிகாரி முகத்தைச் சுருக்கினான். "உன்னால் சுத்தமாக வாசிக்க முடியாது என்கிறாயா? உன் பெயரைக் கூட உன்னால் எழுத முடியாதா?"

“உண்மைதான். ஒன்பது வயது வரைக்கும் என்னால் வாசிக்கவும் எழுதவும் முடிந்தது, ஆனால் அதன் பிறகு ஒரு விபத்து நிகழ்ந்தது, பிற்பாடு என்னால் முடியவில்லை. நகாடா அப்படியொன்றும் புத்திசாலி இல்லை.”

அதிகாரி நெடுமூச்செறிந்து விட்டு எழுதுகோலைக் கீழே போட்டான். “உன் பெயரை எப்படி எழுதுவதென்றுத் தெரியாவிட்டால் என்னால் படிவத்தை நிரப்ப முடியாது.”

“மன்னிக்க வேண்டுகிறேன்.”

“உனக்குக் குடும்பமென்று எதுவுமுள்ளதா?”

“நகாடா தன்னந்தனியாக இருக்கிறான். எனக்குக் குடும்பம் ஏதுமில்லை. வேலையும் கிடையாது. ஆளுநர் வழங்கும் மா நியத்தைக் கொண்டே வாழ்கிறேன்.”

“ரொம்ப நேரமாகி விட்டது, எனவே நீ வீட்டுக்குப் போகலாமென்று யோசனை சொல்வேன். வீட்டுக்குப் போய் ராத்திரி முழுக்க நன்றாகத் தூங்கியெழு, மறுநாள் உனக்கு ஏதேனும் நினைவிருந்தால் மீண்டும் வந்து என்னைப் பார். அப்போது நாம் பேசலாம்.”

தனது வேலைநேரத்தின் இறுதிப்பகுதியை நெருங்கிக் கொண்டிருந்த காரணத்தால், அந்தக் காவலன், அலுவலை-விடுத்துக் கிளம்புமுன் தனக்கான காகிதவேலைகளை எல்லாம் முடிக்க நினைத்தான். அப்படிக் கிளம்பும்போது, அருகேயிருந்த மதுக்கூடத்தில் சந்தித்து ஏதாவது அருந்தலாமெனத் தனது சக அதிகாரிக்கு வாக்களித்திருந்தான், ஆக ஏதோவொரு பைத்தியக்கார கிழட்டு முண்டத்திடம் பேசி நேரத்தை வீணடிப்பதென்பது அவனுடைய தெரிவுகளில் கடைசியானதாகவே இருக்கும்.

ஆனால் நகாடா அவனை முறைத்துப் பார்த்துத் தலையை பலமாக ஆட்டினார். “இல்லை, ஐயா, தனக்கு எல்லாம் நினைவிருக்கும்போதே நகாடா அனைத்தையும் சொல்ல ஆசைப்படுகிறான். நாளை வரை காத்திருந்தால் ஏதேனும் முக்கியமான விசயத்தை நான் மறந்து விடுவேன். 2-சோம் பகுதியில் உள்ள காலிநிலத்துக்கு நகாடா போயிருந்தேன்.

கோமா எனும் தங்களின் தொலைந்த பூனையைக் கண்டுபிடித்துத் தருமாறு கோய்சுமிக்கள் என்னைக் கேட்டிருந்தார்கள். பிறகு எங்கிருந்தோ மாயம் போலப் பெரிய கறுப்பு நாய் தோன்றி என்னை ஒரு வீட்டுக்கு அழைத்துச் சென்றது. பெரிய நுழைவாயிலும் கறுப்புநிற மகிழுந்தும் இருந்த வீடு. எனக்கு அதன் விலாசம் தெரியாது. நகரின் அந்தப் பகுதிக்கு இதற்கு முன் நான் போனதேயில்லை. ஆனால் அது நகானோ பிரிவுக்குள்தான் உள்ளதென்பதை என்னால் உறுதியாகச் சொல்ல முடியும். அந்த வீட்டினுள்ளே ஜானி வாக்கர் எனப் பெயரிடப்பட்ட மனிதனிருந்தான், வேடிக்கையான கறுப்புநிறத் தொப்பியை அணிந்தவன். ரொம்ப உயரமான வகைத் தொப்பி. சமையலறைக்குள் இருந்த குளிர்சாதனப்பெட்டியில் பூனைகளின் தலைகள் வரிசையாக இருந்தன. கிட்டத்தட்ட 20 அல்லது அதற்கும் மேல் என்பேன். அவன் பூனைகளைத் திரட்டி, ரம்பத்தைக் கொண்டு அவற்றின் தலைகளை அறுத்து, இதயங்களைச் சாப்பிட்டான். விசேடமான புல்லாங்குழலொன்றை உருவாக்க அவன் பூனைகளின் ஆன்மாக்களைச் சேகரிப்பவன். அதன் பிறகு மனிதர்களின் ஆன்மாக்களைத் திரட்ட அவன் அந்தப் புல்லாங்குழலைப் பயன்படுத்துவான். நகாடாவின் கண்முன்னே, திரு கவாமுராவை ஜானி வாக்கர் கத்தியால் குத்திக் கொன்றான். மேலும் பல பூனைகளையும். அவற்றின் வயிறுகளைக் கத்தியால் கிழித்துத் திறந்தான். மிமியையும் கோமாவையும் கூட அவன் கொல்லவிருந்தான். ஆனால் அதற்குள் நகாடா ஒரு கத்தியைப் பயன்படுத்தி ஜானி வாக்கரைக் கொன்று விட்டேன்."

"நகாடா தன்னைக் கொல்ல வேண்டுமென்று தான் விரும்புவதாக ஜானி வாக்கர் சொன்னான். ஆனால் அவனைக் கொல்ல வேண்டுமென்று நான் நினைக்கவில்லை. இதற்கு முன்னால் யாரையும் நான் கொன்றதில்லை. இனிமேலும் வேறெந்தப் பூனையையும் அவன் கொல்லாத வகையில் ஜானி வாக்கரைத் தடுக்க மட்டுமே நான் விரும்பினேன். ஆனால் என் உடல் அதைக் கேட்கவில்லை. தான் நினைத்ததை அது செய்தது. அங்கிருந்த கத்திகளில் ஒன்றை எடுத்து இரண்டு முறை ஜானி வாக்கரைக் குத்தினேன். ஜானி வாக்கர் கீழே விழுந்தான், ரத்தத்தால் சூழப்பட்டு இறந்து போனான். நகாடாவும் கூட, முழுக்க ரத்தத்தில் நனைந்திருந்தான். நீள்சாய்விருக்கையில்

அமர்ந்தபோது நான் தூங்கியிருக்க வேண்டும். பிறகு நான் கண் விழித்தபோது நடுராத்திரி ஆகியிருக்க மறுபடியும் காலிநிலத்துக்கு வந்திருந்தேன். மிமியும் கோமாவும் என்னருகே இருந்தார்கள். எல்லாம் சற்று நேரத்துக்கு முன்புதான். நகாடா கோமாவை மறுபடியும் கொண்டு போய் வீட்டில் விட்டான், திருமதி கோய்சுமியிடமிருந்து கொஞ்சம் பொறித்த கத்திரிக்காயும் புளிக்காடியிட்ட வெள்ளரிகளையும் பெற்றுக் கொண்டு, நேராகக் கிளம்பி இங்கு வந்தேன். மேலும் உடனடியாக ஆளுநரிடம் இதை ஒப்பித்து விட்டால் நல்லதென நான் நினைத்தேன். என்ன நடந்ததென்று அவரிடம் சொல்லி விடுவதை."

இந்த மொத்தப் பாராயணத்தின் போதும் நன்கு நிமிர்ந்தமர்ந்திருந்த நகாடா, பேசி முடித்ததும் ஆழமாக ஒரு முறை மூச்சையிழுத்து விட்டார். தனது வாழ்நாளில் எப்போதும் இதுபோல ஒரே மூச்சில் அவர் பேசியதில்லை. முழுக்க ஆற்றலிழந்தவராக உணர்ந்தார். "எனவே தயவு செய்து இதை ஆளுநரிடம் தெரிவித்து விடுங்கள்," மேலும் சேர்த்துக் கொண்டார்.

ஒட்டுமொத்தக் கதையையும் வெறித்தப் பார்வையுடன் அந்த இளம் காவலன் கேட்டுக் கொண்டிருந்தான், அந்த முதியவர் சொல்ல வந்ததில் நிறைய விசயங்கள் அவனுக்குப் புரியவில்லை. கோமா? *ஜானி வாக்கர்?* "எனக்குப் புரிகிறது," என்று பதிலளித்தான். "ஆளுநர் இதைக் கேட்கிறாரென்பதை நான் உறுதி செய்து கொள்கிறேன்."

"என்னுடைய *மா நியத்தை* அவர் நிறுத்தி விட மாட்டாரென்று நம்புகிறேன்."

கடுப்படைந்தவனாகத் தோற்றமளித்தபடி, படிவத்தை நிரப்புவது போல அந்தக் காவல்காரன் பாவனை செய்தான். "எனக்குப் புரிகிறது. வெறுமனே இப்படி எழுதுகிறேன்: *கேள்விக்குரிய நபர் தனது மாநியம் வெட்டப்படக் கூடாதென விரும்புகிறார்.* இது உனக்குப் போதுமா?"

"ஆமாம், போதும். ரொம்ப நன்றிக்கடன்பட்டிருக்கிறேன். உங்கள் நேரத்தை எடுத்துக் கொண்டதற்கு மன்னியுங்கள். மேலும் ஆளுநரிடம் எனது சார்பில் முகமன் கூறி விடுங்கள்."

“செய்கிறேன். ஆகவே கவலைப்படாதே, மேலும் இது குறித்து யோசிக்காதே, சரியா?” என்றான் காவல்காரன். ஆனால் தனிப்பட்ட கருத்தொன்றைச் சொல்வதைத் தடுக்க அவனால் முடியவில்லை: “தெரியுமா, யாரையோ கொலை செய்து முழுக்க ரத்தத்தில் நனைந்தாகச் சொன்னதற்கு நேரெதிராக உனது ஆடைகள் மிகவும் தூய்மையானவையாகத் தோன்றுகின்றன. உன் மீது சிறு புள்ளி கூட இல்லை.”

“ஆமாம், நீங்கள் சொல்வது முற்றிலும் சரி. உண்மையைச் சொன்னால், நகாடாவும் கூட அதை விசித்திரமாக உணருகிறான். ஒன்றுமே புரியவில்லை. முழுக்கவும் நான் ரத்தத்தால் மூடுண்டிருக்க வேண்டும், ஆனால் கண்திறந்து பார்த்தபோது எல்லாம் மாயமாகி விட்டிருந்தன. மிகவும் விசித்திரமான சங்கதி.”

“நிச்சயமாக அப்படித்தான்,” என்றான் காவல்காரன், ஒட்டுமொத்த நாளுக்கும் ஈடான சலிப்பு அவன் குரலில் தோய்ந்திருந்தது.

கதவைத் தள்ளித் திறந்த நகாடா கிளம்பத் தயாரான சமயத்தில் நிதானித்துத் திரும்பினார். “ஒரு நிமிடம், ஐயா, ஆனால் நீங்கள் நாளை மாலையும் இந்தப் பகுதியில்தான் இருப்பீர்களா?”

“ஆமாம், இருப்பேன்,” காவல்காரன் கவனமாகப் பதிலறுத்தான். “நாளை மாலையும் இங்குதான் நான் கடமையாற்ற வேண்டும். ஏன் கேட்கிறாய்?”

“நன்கு வெயிலடித்தாலும் கூட, நீங்கள் ஒரு குடையைக் கொண்டு வரலாமென யோசனை சொல்வேன்.”

காவல்காரன் தலையசைத்தான். திரும்பிக் கடிகாரத்தைப் பார்த்தான். இப்போது எந்த நிமிடத்திலும் அவன் கூட்டாளி தொலைபேசக்கூடும். “சரி, நிச்சயமாக ஒன்றைக் கொண்டு வருகிறேன்.”

“வானத்திலிருந்து மீன்கள் விழும், மழையைப் போல. நிறைய மீன்கள். பெரும்பாலும் சாலை மீன்கள் என்றே நம்புகிறேன். சிறிதளவு கானாங்கெளுத்திகளும் கலந்து.”

“சாலை மீன்களும் கானாங்கெளுத்திகளும், ஆங்?” காவல்காரன் சிரித்தான். “அப்படியானால் குடையைத் தலைகீழாகத் திருப்பிக் கொள்வது நல்லது, கொஞ்சத்தைப் பிடித்துக் கொள்ளலாம். புளிக்காடி சேர்த்தால் நல்ல உணவாயிருக்கும்.”

“புளிக்காடியிட்ட கானாங்கெளுத்தியும் நகாடாவுக்குப் பிரியமானவற்றுள் ஒன்று,” கறாரானத் தோற்றத்தோடு சொன்னார் நகாடா. “ஆனால் நாளைக்கு அந்நேரம் வருவதற்குள் நான் போயிருப்பேன் என நம்புகிறேன்.”

மறுநாள் – முன்கூறியதைப் போலவே – நகானோ பிரிவின் ஒரு பகுதியில் சாலை மீன்களும் கானாங்கெளுத்திகளும் மழையாகப் பொழிந்தபோது, தாளைப் போல அந்தக் காவலன் வெளுத்துப் போனான். ஏதாகிலும் எவ்வித எச்சரிக்கையுமின்றி கிட்டத்தட்ட இரண்டாயிரம் சாலை மீன்களும் கானாங்கெளுத்திகளும் மேகங்களில் இருந்து பூமிக்கு வந்து விழுந்தன. தரையின் மீது விசையோடு வீழ்ந்ததில் பெரும்பாலான மீன்கள் கூழாகச் சிதறின, ஆனால் தப்பிப்பிழைத்த சில மீன்கள் மட்டும் தொப்தொப்பென்கிற ஒலியோடு வணிகக்கோட்டத்தின் அருகேயிருந்த சாலையில் சுற்றி வந்தன. புத்தம்புது மீன்கள், இன்னும் அவற்றின் மீது கடலின் மணம் மீதமிருந்தது. மீன்கள் மனிதர்களின் மீது விழுந்தன, மகிழுந்துகள் மற்றும் கூரைகளின் மீதும், ஆனால், தெளிவாக, மிகப்பெரிய உயரத்திலிருந்து இல்லையாதலால், யாருக்கும் தீவிரமான காயமேதும் ஏற்படவில்லை. எல்லாவற்றையும் விட அது மிகவும் அதிர்ச்சியூட்டுவதாக இருந்தது. ஆலங்கட்டி மழை போல வானிலிருந்து பொழியும் எண்ணற்ற மீன்கள் – அனேகமாகக் கடவுளருளால் நிகழ்ந்ததைப் போல.

இந்தச் சங்கதி குறித்துக் காவல்துறை விசாரித்தபோதும், எவ்வாறு இது நிகழ்ந்ததென்பதைப் பற்றிய நம்பத்தகுந்த விளக்கத்தை வந்தடைய அவர்களுக்குச் சாத்தியப்படவில்லை. பெரிய எண்ணிக்கையில் சாலை மீன்களும் கானாங்கெளுத்திகளும் காணாமல் போனதாக எந்த மீன் அங்காடியோ அல்லது மீன்பிடிப்படகோ புகார் தெரிவிக்கவில்லை. அந்த நேரத்தில் எவ்வித விமானங்களும் உலங்கூர்தியும் தலைக்கு மேல் பறக்கவில்லை. சூறாவளிகளைப்

பற்றிய அறிக்கைகளும் இல்லை. நுட்பமாக நிகழ்த்தப்பட்ட ஏதோவொரு நடைமுறை வேடிக்கையாக அது இருக்கலாம் எனும் சாத்தியத்தை அவர்கள் நிராகரித்தார்கள் – இப்படி முழுக்கவும் அபத்தமான விசயத்தை அனேகமாக யார்தான் செய்வார்கள்? காவல்துறையின் வேண்டுகோளை ஏற்று, நகானோ பிரிவின் சுகாதாரத்துறை சில மீன்களைச் சேகரித்து அவற்றைச் சோதனைக்கு உட்படுத்தியது, ஆனால் வழக்கத்தை மீறிய எதையும் அவர்களால் கண்டுபிடிக்க முடியவில்லை. வெறுமனே சாதாரணமான சாலைகளும் கானாங்கெளுத்திகளும். புதிதாக – சாப்பிட உகந்ததாக, அவற்றின் தோற்றத்தை வைத்துக் கணிக்கும்போது. எனினும், காவல்துறை, ஏதேனும் ஆபத்தான சமாச்சாரத்தை இந்த மர்மமான மீன்கள் கொண்டிருக்கலாம் எனச் சந்தேகித்து, அவற்றில் எதையும் சாப்பிட வேண்டாமென்று மக்களை எச்சரிக்க, ஒலிபெருக்கியுடன் கூடிய மூடுவண்டி ஒன்றை அருகாமைப்பகுதிகளுக்கு அனுப்பி வைத்தது.

தொலைக்காட்சி செய்தி நிகழ்ச்சிகளால் வாரியணைத்துக் கொள்ளப்படும் வகையினைச் சேர்ந்த கதையிது, ஆகவே பணிக்குழுக்கள் நிகழ்விடத்துக்கு விரைந்தன. வணிகக்கோட்டத்தைச் சூழ்ந்து கொண்ட பத்திரிகையாளர்கள் இந்த அபூர்வமான நிகழ்வைப் பற்றியத் தங்களுடைய அறிக்கைகளை தேசமெங்கும் அனுப்பித் தந்தார்கள். என்ன நடந்ததென்பதைத் தெளிவாக எடுத்துரைக்க, வாரியல்களைக் கொண்டு மீன்களை அள்ளியெடுத்துக் காட்டினார்கள். கீழே விழுந்த கானாங்கெளுத்திகளுள் ஒன்றால் தலையின் மீது தாக்குப்பட்ட இல்லத்தரசி ஒருவளையும் அவர்கள் பேட்டி கண்டார்கள், அதன் முதுகுப்புற இறகு அவள் கன்னத்தை வெட்டியிருந்தது. “அதுவொரு சூரை மீனல்ல என்பதில் நான் மகிழ்ச்சியுறுகிறேன்,” என்றாள், ஒரு கைக்குட்டையைத் தனது கன்னத்தில் வைத்து அழுத்தியபடி. அதைப் புரிந்து கொள்ள முடிந்ததென்றாலும் பார்வையாளர்கள் கெக்கலித்தார்கள். மேலும் சாகசங்களின் மீது அதிதீவிர நாட்டம் கொண்ட பத்திரிகையாளர்களில் ஒருவன் அங்கேயே சில மீன்களைப் பொறித்துத் தின்றான். “அற்புதம்,” பெருமையோடு அவன் பார்வையாளர்களிடத்தில் தெரிவித்தான். “ரொம்பவே புத்தம்புதிதாக இருக்கிறது, மிகச் சரியான அளவு கொழுப்போடு. உணவை முழுமை செய்யும் வகையில் என்னிடம்

வாட்டிய முள்ளங்கிகளோ அல்லது சூடான அரிசிச்சோறோ இல்லையென்பதில் நான் வருத்தங்கொள்கிறேன்."

காவல்காரன் குழம்பினான். வினோதமான அந்தக் கிழட்டு முண்டம் - அவன் பெயர் என்னவோ சொன்னானே? - வானிலிருந்து இந்த மீன்கள் மழையாகப் பொழிவதை முன்னறிவித்தான். சாலை மீன்களும் கானாங்கெளுத்திகளும், அவன் சொன்னது போலவே... ஆனால் நான் விளையாட்டுத்தனமாக அதைக் கண்டுகொள்ளாமல் - காவல்காரன் நினைத்துக் கொண்டான் - அவன் பெயரையும் முகவரியையும் கூட வாங்கவில்லை. தனது மேலதிகாரியிடம் இதை அவன் சொல்ல வேண்டுமா? அப்படித்தான் அவன் எண்ணினான், ஆனால் அதனால் என்ன நன்மை விளையப் போகிறது? யாருக்கும் பெரிதாகக் காயமேற்படவில்லை, மேலும் குற்றம் நடந்ததற்கான எந்த ஆதாரமும் இல்லை. வெறுமனே திடீரென்று புயற்காற்றைப் போலச் சீறியடித்த மீன்கள், வானிலிருந்து மழையைப் போலப் பொழிந்தன.

ஆனால் எனது மேலதிகாரியும் கூட நான் சொல்வதை நம்புவார் என்று யார்தான் சொல்லக்கூடும்? தன்னைத்தானே அவன் கேட்டுக்கொண்டான். அவரிடம் இந்த மொத்தக்கதையையும் நான் சொல்கிறேனென்றே வைத்துக் கொள்வோம் - அதாவது முந்தைய தினம் இப்படியொரு சம்பவம் நிகழ்ந்தது, புதிரானதொரு முதிய மனிதன் காவல் பெட்டிக்கு வந்து மீன்களின் மழை பெய்யுமென்பதை முன்னறிவித்தான். எனக்கு மறை கழன்று விட்டதென்றே அவர் நினைப்பார். மேலும் இந்தக்கதை வட்டாரமெங்கும் சுற்றி வரும், ஒவ்வொரு மறுகூறலின் போதும் மீன்வாடை அதில் அதிகரிக்கும், பிறகு ஒரு அவல நகைச்சுவையாக மாறும் அச்சம்பவத்தின் நாயகனாக நானே இருக்கும்படி ஆகும்.

இன்னொரு விசயமும் உண்டு, காவல்காரன் எண்ணினான். தான் யாரையோ கொலை செய்ததாக வாக்குமூலம் தரவே அந்த முதியவன் வந்திருந்தான். வேறு வார்த்தைகளில் சொன்னால், சரணடைய. ஆனால் நான் அவனை பெரிதாகப் பொருட்படுத்தவில்லை. பதிவு புத்தகத்தில் குறிக்கக்கூட இல்லை. நிச்சயம் இது விதிமுறைகளுக்குப் புறம்பானது,

ஆகவே என் மீதும் குற்றம் சுமத்தப்படலாம். ஆனால் அந்தக் கிழவனின் கதை ரொம்பவே நம்பவியலாததாக இருந்தது. எந்தக் காவலனும் எப்போதும் அதை கவனத்தில் கொள்ள மாட்டான். காவல் பெட்டியில் பணிபுரிவதென்பது சில நேரங்களில் பைத்தியக்கார விடுதியில் இருப்பதைப் போன்றது, காகிதவேலைகள் அவ்வளவு கிடக்கும். இந்த உலகம் முழுக்கவே மறை கழன்ற மனிதர்களால் நிறைந்திருக்கிறது, மேலும் ஏதோ அதுவொரு ஒப்பந்தமென்பதைப் போல, ஒரு நேரம் இல்லாமற்போனால் வேறொரு நேரம் அவர்களனைவரும் காவல் பெட்டிக்கு வரும் வழியைக் கண்டுபிடித்து வந்து எதையாவது உளறி விட்டுப் போவார்கள். அப்படி வரக்கூடிய மறைகழன்ற மனிதர்கள் ஒவ்வொருவரையும் தீவிரமாக நம்பினால், ஒரு கட்டத்தில் நீங்களும் மறைகழன்றவராக ஆகிப் போவீர்கள்!

பிறகும் கூட வானிலிருந்து மழையாகப் பொழியும் மீன்களைப் பற்றிய முன்னறிவிப்பு – உண்மையில் அதுவொரு பித்துக்குளித்தனமான கூற்றுதான் – நிஜத்தில் நிகழ்ந்தது, ஆகவே ஒரு வேளை, இது வெறும் யூகம் மட்டுமே, யாரையோ குத்தியதாகச் சொன்ன கதை – ஜானி வாக்கர், அவன் சொன்னது போல – அதுவும் கூட நிஜமாக நடந்திருக்கலாம். அவ்வாறு நிகழ்ந்திருந்தால், இது பெரிய பிரச்சினையாக வரும், ஏனென்றால் கொலை செய்ததைப் பற்றி யாரோவொருவர் சொன்ன வாக்குமூலத்தை அந்தக் காவலன் மறுத்திருக்கிறான் என்பதோடு அது குறித்த அறிக்கையையும் எழுதவில்லை.

இறுதியில், ஒரு குப்பைவண்டி வந்து, மலையாகக் குவிந்து கிடந்த மீன்களையெல்லாம் சுத்தம் செய்தது. இளம் காவலன் போக்குவரத்தை ஒழுங்குபடுத்தினான், வணிகக்கோட்டத்தின் நுழைவாயிலை தடுப்புகளால் மறித்து மகிழுந்துகள் உள்ளே வரமுடியாதபடி செய்தான். கடைகளுக்கு முன்னாலிருந்த வீதியில் மீன்களின் செதில்கள் சிக்கியிருந்தன, எத்தனை பலமாக நீரைப் பாய்ச்சியடித்தாலும் தரையை விட்டு அவற்றை அகற்ற முடியவில்லை. சிறிது நேரத்துக்கு வீதி ஈரமாயிருக்க, மிதிவண்டிகளில் வந்த இரு இல்லத்தரசிகள் அதில் வழுக்கி விழுந்தார்கள். பிறகான நாட்களிலும் இடம் முழுக்க நாறிக் கொண்டிருந்த மீன்வாடை அண்டைப்பகுதியைச் சேர்ந்த

பூனைகள் யாவற்றையும் எப்போதும் தயார்நிலையில் வைத்திருந்தது. அதன் பிறகு தூய்மைப்பணியில் தீவிரமாக ஈடுபட்டதில் அந்த விசித்திரமான முதியவனைப் பற்றி யோசிக்க இளம் காவலனுக்கு நேரமிருக்கவில்லை.

என்றாலும், மீன்கள் மழையாகப் பொழிந்ததற்கு மறுதினம், கத்தியால் குத்தப்பட்டு இறந்து போன ஒரு மனிதனின் உடலை அருகாமையில் கண்டெடுத்தபோது, காவல்காரன் அதிர்ச்சியில் எச்சில் விழுங்கினான். இறந்து போன மனிதன் ஒரு புகழ்பெற்ற சிற்பி, துப்புரவுப்பணிக்காக ஒரு நாள் விட்டு ஒரு நாள் வரும் பெண்மணியால் அவரின் உடல் கண்டுபிடிக்கப்பட்டது. நிர்வாணமாக அந்தவுடல் ரத்தக்குளத்தில் கிடந்தது. மரணம் நிகழ்ந்ததாகக் கணிக்கப்பட்ட நேரம் இரண்டு நாட்களுக்கு முந்தைய மாலைப்பொழுதாக இருக்க, அவருடைய சொந்தச் சமையலறையிலிருந்த மாமிசம் வெட்டும் கத்திதான் அவரைக் கொல்லப் பயன்பட்ட ஆயுதம். கலக்கமூட்டும் வகையில், முதிய மனிதன் தன்னிடம் சொன்னதை இறுதியாக அந்த இளம் காவலன் நம்பத் தொடங்கினான். அடக்கடவுளே, அவன் எண்ணினான், எப்படியொரு குழப்பத்துக்குள் என்னை நானே சிக்க வைத்துக் கொண்டிருக்கிறேன்! நிலையத்துக்கு அழைத்துச் சொல்லி விட்டு அந்தக் கிழவனை நான் கூட்டிப் போயிருக்க வேண்டும். கொலை செய்ததை அவன் ஒத்துக் கொண்டான், எனவே அவனை மேலதிகாரிகளிடம் ஒப்படைத்திருக்க வேண்டும், பிறகு அவன் பைத்தியக்காரனா இல்லையா என்பதைத் தீர்மானிக்கும் பொறுப்பையும் அவர்களிடம் தள்ளி விட்டிருக்க வேண்டும். ஆனால் நான் எனது கடமையைச் சொதப்பி விட்டேன். ஆக இப்போது இப்படியொரு சூழலை இது வந்தடைந்திருப்பதால், காவல்காரன் நினைத்துக் கொண்டான், நான் செய்யக்கூடிய ஆகச்சிறந்த செயலென்பது வெறுமனே அமைதியாக இது எதுவுமே நடக்கவில்லை என்பதைப் போல நடிப்பதுதான்.

ஆனால் அதே வேளையில், அதன் பிறகும் நகாடா அந்நகரத்தில் இல்லை.

19

திங்கட்கிழமை என்பதால் நூலகம் மூடப்பட்டுள்ளது. பெரும்பாலான நேரங்களில் நூலகம் அமைதியாக இருக்குமென்றாலும் இதுபோன்ற நாளில், மூடப்பட்டிருக்கும்போது, காலத்தால் மறக்கப்பட்ட நிலமென அது தெரிகிறது. அல்லது காலம் தன் மீது தடுமாறி வீழாதென்னும் நம்பிக்கையில் மூச்சைப் பிடித்து வைத்திருக்கும் ஓர் இடத்தைப் போல.

வாசிப்பறையிலிருந்துக் கீழிறங்கும் நடைக்கூடத்தில், பணியாளர்கள் மட்டும் என்கிற அறிவிப்பைத் தாண்டி, நீங்கள் காப்பி அல்லது தேநீர் தயாரிக்கும் வகையில் தொட்டியுடன் கூடிய பகுதி இருக்கிறது, மேலும் அங்கு நுண்ணலை அடுப்பும் கூட உள்ளது. இதைத் தாண்டியவுடன் எதிர்ப்படுவது விருந்தினர் அறையின் கதவு, எளிய குளியலறையும் ஆடைகளுக்கான நிலையடுக்கும் கொண்ட அறை. ஓர் ஆள் படுத்துறங்கக்கூடிய படுக்கைக்கு அடுத்திருக்கும் படுக்கையோர மேசையில் வாசிக்க உதவும் விளக்கும் அலறி கடிகாரமும் பொருத்தப்பட்டுள்ளன. விளக்குடன் கூடிய சிறிய எழுத்து மேசையும் கூட அங்கிருக்கிறது. கூடவே பழைய-பாணி நாற்காலிகளின் தொகுதியும், வெண்ணிற ஆடையால் மூடப்பட்டு, விருந்தினர்களை வரவேற்க, உடன் துணிகளை வைக்கும் இழுப்பறைகளைக் கொண்ட அலமாரியும். ஒரு சிறிய, பேச்சிலர்-சைஸ் குளிர்சாதனப்பெட்டியில் சில பாத்திரங்களும் அவற்றைச் செருகி வைக்கக் குட்டியான அடுக்கும் உள்ளன. எளிய உணவைத் தயாரிக்க நீங்கள் விரும்புவீர்களெனில், சமையலறைப்பகுதி சரியாக வெளியேதான் இருக்கிறது. குளியலறைக்குள் ஷவர், சோப்பு, ஷாம்பூ, ஹேர்டிரையர் மற்றும்

துவாலைகள் உள்ளன. வசதியான குறுகியகால வசிப்புக்கு உங்களுக்குத் தேவையான யாவும். மேற்கு-பார்த்த சாளரத்தின் வழியே நீங்கள் பூங்காவின் மரங்களைப் பார்க்க முடியும். மாலைநேரம் நெருங்கிக் கொண்டிருக்க, மூழ்கும் சூரியன் செடார் மரங்களின் கிளைகளுக்கப்பால் மின்னுகிறது.

"வீட்டுக்குப் போவது மிகப்பெரிய பிரச்சனையாயிருந்த காலங்களில் இரண்டு முறை இங்கு நான் தங்கியிருக்கிறேன்," என்கிறான் ஓஷிமா. "ஆனால் வேறு யாரும் இந்த அறையைப் பயன்படுத்துவதில்லை. எனக்குத் தெரிந்த மட்டும், மிஸ் செய்கி இதை ஒருபோதும் பயன்படுத்தியதில்லை. யாரையும் இது சங்கடப்படுத்தாது, நீ இங்கே தங்குவது, என்பதைத்தான் நான் சொல்ல வருகிறேன்."

முதுகுப்பையைத் தரையின் மீது வைத்து விட்டு எனது புதிய உறைவிடத்தைச் சுற்றும்முற்றும் பார்க்கிறேன்.

"தூய்மையான விரிப்புகளின் தொகுதி இங்கிருக்கிறது, உடன் குளிர்சாதனப்பெட்டியில் உன் வயிற்றை நிரப்பப் போதுமான அளவும். பால், சில பழங்கள், காய்கறிகள், வெண்ணெய், பன்றியிறைச்சி, பாலாடைக்கட்டி... வயிற்றை நிறைக்கும்படியான உணவுக்குப் போதுமானதல்ல, ஆனால் குறைந்தபட்சம் ஒரு சாண்ட்விச் அல்லது சாலடுக்குப் போதுமானவை. உனக்கு வேறெதுவும் மேலதிகமாகத் தேவைப்பட்டால், எடுத்துப்-போகும் உணவைப் பரிந்துரைப்பேன், அல்லது வெளியே சென்று சாப்பிடுவதை. சங்கதிகளை குளியலறைக்குள் வைத்து அலசுவதன் மூலமே நீ சலவை செய்து கொள்ள வேண்டுமென்பதில் சங்கடப்படுகிறேன். பார்க்கலாம், எதையாவது நான் மறந்து விட்டேனா?"

"வழக்கமாக மிஸ் செய்கி எங்கு பணிபுரிவாள்?"

ஓஷிமா கூரையைச் சுட்டுகிறான். "சுற்றுலாவின்போது முதல் மாடியில் நீ பார்த்த அறை உனக்கு நினைவிருக்கிறதா? எப்போதும் அவள் அங்குதான் இருப்பாள், எழுதிக் கொண்டு. ஒருவேளை நான் சிறிது நேரம் வெளியே போக வேண்டுமென்றால் சில சமயங்களில் அவள் கீழிறங்கி

வந்து வரவேற்பறை மேசையைக் கவனிப்பாள். ஆனால் தரைத்தளத்தில் அவள் செய்யக்கூடியது ஏதுமில்லையெனில், அவளை அங்குதான் நீ பார்க்க முடியும்."

நான் தலையசைக்கிறேன்.

"உனது பணியில் எதெல்லாம் அடங்குமென்பதை விளக்கிச் சொல்ல நாளை காலை பத்து மணிக்கு முன் நான் வருகிறேன். அதுவரைக்கும், வெறுமனே ஓய்வெடுத்துக் கொண்டு நிம்மதியாயிரு."

"எல்லாவற்றுக்கும் நன்றி," நான் அவனிடம் சொல்கிறேன்.

"எனக்கும் மகிழ்ச்சிதான்," அவன் பதிலளிக்கிறான்.

அவன் சென்ற பிறகு எனது முதுகுப்பையை பிரிக்கிறேன். குறைந்தளவில் வகைப்படுத்தக்கூடிய எனது துணிகளை இழுப்பறைகளுடன் கூடிய அலமாரியில் அடுக்கி, சட்டைகளையும் மேற்சட்டையையும் தொங்க விட்டு, எனது குறிப்பேட்டையும் எழுதுகோல்களையும் மேசையின் மீது வரிசையாக வைத்து, குளியலறைப் பொருட்களை கொண்டு போய் குளியலறையில் சேர்த்த பிறகு இறுதியில் முதுகுப்பையையும் கூட நிலையடுக்குக்குள் திணிக்கிறேன்.

அறைக்குள் சுத்தமாக எவ்வித அலங்காரங்களும் இல்லை, ஒரேயொரு தைல ஓவியத்தைத் தவிர, கடற்கரையோரம் நிற்கும் இளைஞனின் யதார்த்தமான உருவச்சித்திரம். மோசமில்லை, நான் தீர்மானிக்கிறேன் – அனேகமாக யாரேனும் புகழ்பெற்றவர் வரைந்ததோ? பனிரெண்டு வயது அல்லது அதற்கு நெருக்கமாக இருக்குமென்பதைப் போலத் தோற்றமளிக்கும் அந்தப் பையன் வெண்ணிறத்தில் சூரியத்தொப்பியணிந்து சிறிய மடக்கு நாற்காலியில் அமர்ந்திருக்கிறான். அவனது முழங்கை நாற்காலியின் கரங்களுள் ஒன்றின் மீதிருக்க, தாடை கையின் மீது வீற்றிருக்கிறது. பார்க்க சற்று சோகமாக இருப்பதாகத் தெரிகிறான், ஆனால் ஒரு வகையில் மகிழ்ந்திருப்பவனாகவும் கூட. ஒரு கறுப்புநிற ஜெர்மன் ஷெப்பர்ட் அவனுக்கு அடுத்ததாக உட்கார்ந்திருக்கிறது, ஏதோ அவனுக்குக் காவலிருப்பதைப் போல. பின்னணியில் கடலுடன் வேறு

இரண்டு மனிதர்களும் தெரிகிறார்கள், ஆனால் அவர்களுடைய முகங்களை அடையாளங்காணவியலாத வகையில் வெகு தூரமாக இருக்கிறார்கள். ஒரு சிறிய தீவு தட்டுப்படுகிறது, மேலும் சில முஷ்டி-வடிவ மேகங்கள் நீரின் மேலே மிதக்கின்றன. சர்வ நிச்சயமாக அதுவொரு கோடைக்காலக் காட்சி. மேசையில் அமர்ந்து சிறிது நேரம் அந்த ஓவியத்தை உற்றுப் பார்க்கிறேன். அலைகள் மோதுவதைக் கேட்பதோடு, கடலின் உப்புத்தன்மையையும் என்னால் நுகர முடிந்ததைப் போல உணரத் தொடங்குகிறேன்.

ஓவியத்தில் இருக்கக்கூடிய பையன் இவ்வறையில் வசித்த பையனாகத்தான் இருக்க வேண்டும், மிஸ் செய்கி காதலித்த இளைஞன். மாணவர்-இயக்க அடிதடிகளுக்குள் சிக்கி அர்த்தமேயில்லாமல் அடித்துக் கொல்லப்பட்டவன். உறுதியாகச் சொல்ல எந்த வழியுமில்லை, ஆனால் அது அவனாகத்தான் இருக்குமென நான் பந்தயம் கட்டுகிறேன். முதலாவதாக, அந்தப் புறக்காட்சி பெரும்பாலும் இப்பகுதியில் நீங்கள் பார்க்கக்கூடியதைப் போலவே உள்ளது. அப்படிப் பார்த்தால், நாற்பது வருடங்களுக்கு முந்தைய காலமாக இருக்க வேண்டும் – என்னைப் போன்ற ஒருவனுக்கு அதெல்லாம் முடிவிலியை ஒத்திருக்கும். நாற்பது வருடங்களில் நான் என்னவாயிருப்பேன் என்பதை யூகிக்க முயற்சிக்கிறேன், ஆனால் அதுவோ பிரபஞ்சத்துக்கு அப்பாலிருக்கும் சங்கதிகளை வரைய முற்படுவதைப் போலிருக்கிறது.

மறுநாள் காலை ஒஷிமா திரும்பி வந்து நூலகத்தைத் திறக்கத் தயார்படுத்தும் வகையில் நான் என்னவெல்லாம் செய்ய வேண்டுமென்பதை விளக்கிச் சொல்லுகிறான். முதலில், அறைகளுக்குள் காற்று நுழையும் வண்ணம் சாளரங்களைத் தாள்நீக்கி பின் திறந்து, துப்புரவுக்கருவியை ஒரு முறை விரைவாக இயங்கச் செய்து எல்லாவற்றையும் சுத்தப்படுத்தி, மேசைகளின் மேற்புறங்களைத் துடைத்து, தொட்டிகளில் உள்ள மலர்களை மாற்றி, விளக்குகளை எரியச் செய்து, தூசு எழும்பாமல் இருப்பதற்காக அவ்வப்போது பூங்காவில் தண்ணீரைத் தெளித்த பிறகு, நேரமானவுடன், கதவைத் திறக்க வேண்டும். மூடும் நேரத்திலும் இதே நடைமுறைதான் ஆனால்

தலைகீழாக – சாளரங்களைப் பூட்டி, மறுபடியும் மேசைகளின் மேற்புறங்களைத் துடைத்து, விளக்குகளை அணைத்த பிறகு முன்புறக் கதவைப் பூட்ட வேண்டும்.

“யாரும் திருடிப்போகும் வகையில் இங்கு பெரிதாக ஏதுமில்லை, எனவே பெரும்பாலும் எல்லா நேரங்களிலும் கதவைப் பூட்டுவது குறித்து நாம் பெரிதாகக் கவலைப்பட வேண்டியதில்லை,” ஓஷிமா என்னிடம் சொல்கிறான், “ஆனால் கவனக்குறைவோடு செய்யும் எந்தச் சங்கதியையும் நானோ மிஸ் செய்கியோ விரும்புவதில்லை. ஆகவே எல்லா விசயங்களையும் விதிமுறைகளுக்கு உட்பட்டு செய்யவே நாங்கள் முயற்சி செய்கிறோம். இது நமது வீடு, எனவே இதை நாங்கள் மரியாதையோடு அணுகுகிறோம். நீயும் அவ்வாறு இருப்பாயென்று நம்புகிறேன்.”

நான் தலையசைக்கிறேன்.

அடுத்ததாக வரவேற்பு மேசையில் என்ன செய்ய வேண்டுமென்பதை அவன் எனக்குச் சொல்லித் தருகிறான், நூலகத்தைப் பயன்படுத்த வரும் மக்களுக்கு எவ்வாறு உதவுவதென்பதை.

“இப்போதைக்கு நீ என்னருகே அமர்ந்து கொண்டு நான் என்ன செய்கிறேன் என்பதைக் கவனி. அப்படியொன்றும் கடினமான வேலையல்ல. எப்போதாவது உன்னால் நடவடிக்கை மேற்கொள்ளவியலாத வகையில் ஏதேனும் நடந்தால், வெறுமனே மாடிப்பகுதிக்குச் சென்று மிஸ் செய்கியிடம் கேள். அவளதைப் பார்த்துக் கொள்வாள்.”

மணி பதினொன்றைத் தொடவிருக்கும் சமயத்தில் மிஸ் செய்கி வருகிறாள். உள்நுழையும்போது அவளது ஃவோக்ஸ்வேகன் கோல்ஃப் பிரத்தியேகமான உறுமலை வெளியிடுவதால் உடனடியாக அது அவள்தானென்பதை என்னால் சொல்லி விட முடிகிறது. வாகனத்தை நிறுத்துகிறாள், பின்புறக் கதவு வழியாக வந்து எங்களிருவரையும் வாழ்த்துகிறாள். “நற்காலைப்பொழுது,” என்கிறாள். “காலை வணக்கம்,” நாங்கள் திரும்பப் பதிலளிக்கிறோம். எங்களுடைய உரையாடலின் நீளம் அவ்வளவே. கடல்-நீல குட்டையான-கைகளையுடைய

உடையை மிஸ் செய்கி அணிந்திருக்கிறாள், கைகளில் பருத்தி மேலாடையும், தோளில் ஒரு பையும். தேவைக்கதிகமான பொருளென்று சொல்லி விடக்கூடிய எதுவும் கிடையாது, ஒரு பொட்டு ஒப்பனையும் கூட இல்லை. இருந்தாலும், அவளிடமுள்ள எதுவோ நம்மைத் திகைப்பிலாழ்த்துகிறது. ஓஷிமாவுக்கு அடுத்தபடியாக நிற்கும் என்னை உற்றுப் பார்த்து ஒரு கணம் எதையோ அவள் சொல்ல வருவதாகத் தெரிகிறது, ஆனால் சொல்லவில்லை. வெறுமனே நானிருக்கும் திசையில் ஒரு மெல்லிய புன்னகையை வீசி விட்டு முதல் மாடியிலுள்ள அவளின் அலுவலகத்தை நோக்கி நடக்கிறாள்.

"கவலைப்பட வேண்டியதில்லை," ஓஷிமா என்னிடம் வலியுறுத்துகிறான். "நீ இங்கே தங்குவதில் அவளுக்கு எந்தப் பிரச்சினையுமில்லை. குட்டிக் குட்டிப் பேச்சுகளில் நிறைய நேரத்தை வீணடிப்பதை அவள் விரும்புவதில்லை, அவ்வளவுதான்."

பதினோரு மணிக்கு ஓஷிமாவும் நானும் பிரதானக் கதவைத் திறக்கிறோம், ஆனால் சிறிது நேரத்துக்கு யாரும் வரவில்லை. இடைவேளையின்போது புத்தகங்களைத் தேடக் கணிணிகளை எவ்வாறு பயன்படுத்துவதென்பதை அவன் சொல்லித் தருகிறான். அவை எனக்கு நன்கு பரிச்சயமான நூலக கணிணிகளின் வகைமாதிரியைச் சேர்ந்தவை. அடுத்ததாக விவரநிரல் அட்டைகளை எப்படி அடுக்க வேண்டுமென்பதைக் காட்டுகிறான். புதிதாக அச்சடிக்கப்பட்ட புத்தகங்களின் பிரதிகள் ஒவ்வொரு நாளும் நூலகத்துக்கு வந்து சேரும், இந்தப் புதுவரவுகளைப் பற்றியத் தகவல்களை நம் கைப்பட பதிவேடுகளில் பதிந்து வைப்பதென்பது மற்ற வேலைகளுள் ஒன்றாகும்.

11.30 மணி போல இரண்டு பெண்கள் ஒன்றாக உள்ளே நுழைகிறார்கள், ஒரேபோன்ற ஜீன்ஸ்களை அணிந்து. இருவரில் குட்டையாக இருக்கும் பெண் நீச்சல்காரியைப் போலத் முடியைக் கத்திரித்திருக்கிறாள், உயரமானவளோ முடியைப் பின்னால் இழுத்துக் கட்டியிருக்கிறாள். மெதுவோட்டத்துக்கானக் காலணிகளை இருவரும் அணிந்துள்ளார்கள், அவற்றுள் ஒரு ஜதை நைக்கி, மற்றது அசிக்ஸ். உயர்ந்தவளுக்கு வயது

40 அல்லது அதை ஒட்டியிருக்கலாம், குளிர்கண்ணாடிகள் மற்றும் கட்டம் போட்ட சட்டையோடு, குட்டையான பெண்ணோ, ஒரு தசாப்தம் இளமையானவள், வெண்ணிற மேற்சட்டையை அணிந்திருக்கிறாள். முகாமிடுபவர்களுக்கான முரட்டுப்பையை இருவரும் வைத்திருக்கிறார்கள், உடன் மேகமூட்டமான நாளைப் போன்ற மங்கலான உணர்வுகளையும். நுழைவாயிலில் அவர்களின் முரட்டுப்பைகளிடம் இருந்து ஒஷிமா அவர்களை விடுவிக்கிறான், உடன் அந்தப் பெண்கள், கடுப்பானத் தோற்றத்தோடு, அவற்றைக் கைவிடுவதற்கு முன்னால் குறிப்பேடுகளையும் எழுதுகோல்களையும் எடுத்துக் கொள்கிறார்கள்.

அந்தப் பெண்கள் நூலகத்தினுள்ளே நடக்கிறார்கள், ஒவ்வொரு அடுக்காகச் சோதித்தபடி, வெகு கவனமாக விவரநிரல் அட்டையைப் புரட்டியபடி, அவ்வப்போது குறிப்புகள் எடுத்துக் கொண்டு. அவர்கள் எதையும் வாசிக்கவோ அல்லது உட்காரவோ இல்லை. நூலகத்தைப் பயன்படுத்தும் மக்களென்பதை விடவும் ஒரு நிறுவனத்தின் பொருட்கணக்கைச் சரிபார்க்கும் வருமானவரித்துறையைச் சேர்ந்த மேற்பார்வையாளர்களைப் போலத்தான் நடந்து கொள்கிறார்கள். அவர்கள் யாரென்பதையோ அல்லது அனேகமாக எதற்காக வந்திருக்கிறார்கள் என்பதையோ என்னாலும் ஒஷிமாவாலும் கணிக்க முடியவில்லை. ஓர் அர்த்தம் பொருந்திய பார்வையை என்னிடம் வீசிவிட்டு அவன் தோளைக் குலுக்கிறான். வலிக்காமல் சொல்வதென்றால், இதைப் பற்றி எனக்கு எந்த நல்லவிதமான அபிப்பிராயமும் இல்லை.

மதியவேளையில், தனது மதியவுணவைச் சாப்பிட ஒஷிமா பூங்காவுக்குச் செல்லும்போது, முகப்பில் அவனது இடத்தை நான் எடுத்துக் கொள்கிறேன்.

"மன்னியுங்கள், ஆனால் என்னிடம் ஒரு கேள்வி உண்டு," பெண்களில் ஒருத்தி நெருங்கி வந்து சொல்கிறாள். உயரமானவள். அவளுடைய குரலின் தொனி கடுமையானதாகவும் இசைவற்றதாகவும் உள்ளது, ஏதோவொரு அடுக்கின் பின்னால் யாரோ மறந்து வைத்து விட்டுப் போன பாண் துண்டைப் போல.

"சொல்லுங்கள், நான் உங்களுக்கு என்ன செய்ய வேண்டும்?"

அவள் முகத்தைச் சுளித்து, ஏதோ நானொரு செப்பமான-வடிவத்தை-விட்டு-விலகியிருக்கும் புகைப்படச் சட்டமென்பதைப் போல என்னைப் பார்க்கிறாள். “நீ மேல்நிலைப் பள்ளி மாணவன்தானே?”

“ஆமாம், சரிதான். நானொரு பயிலாளர்,” என்று பதிலளிக்கிறேன்.

“நான் பேசக்கூடிய வகையில் உனது மேலதிகாரிகளில் யாரும் உள்ளார்களா?”

ஓஷிமாவை அழைத்து வர நான் பூங்காவுக்குப் போகிறேன். தனது வாயில் வைத்திருக்கும் உணவுத்துண்டைக் கரைக்க மெதுவாக ஒரு மிடறு காப்பியை அவன் அருந்துகிறான், மடியில் கிடக்கும் துணுக்குகளைத் தட்டி விட்ட பிறகு உள்ளே வருகிறான்.

“சொல்லுங்கள், நான் உங்களுக்கு உதவ முடியுமா?” நட்புணர்வோடு ஓஷிமா அவளிடம் கேட்கிறான்.

“நீ தெரிந்து கொள்ள வேண்டுமென்பதற்காக, மொத்தத் தேசத்திலுமுள்ள பொதுமக்களுக்கானப் பண்பாட்டு வசதிகளை பெண்களின் பார்வையில் நாங்கள் ஆராய்ந்து வருகிறோம், பயன்படுத்தும் வசதி, நியாயமான நுழைவுமுறை உள்ளிட்ட மற்ற சங்கதிகளைச் சரிபார்ப்பதன் வழியாக,” அவள் சொல்கிறாள். “எங்கள் குழு கிட்டத்தட்ட ஒரு வருடமாக விசாரணைகளை மேற்கொள்வதோடு எங்களின் கண்டுபிடிப்புகளைக் கொண்டு ஒரு பொது அறிக்கையைப் பிரசுரிக்கவும் திட்டமிட்டுள்ளோம். நிறைய எண்ணிக்கையில் பெண்கள் இந்த திட்டப்பணியில் ஈடுபட்டிருக்கிறார்கள், ஆக நாங்களிருவரும் இந்தப் பகுதியின் பொறுப்பாளர்களாக இருக்கிறோம்.”

“உங்களுக்கு ஒன்றும் பிரச்சினை இல்லையென்றால்,” ஓஷிமா சொல்கிறான். “இந்த நிறுவனத்தின் பெயரென்ன என்பதை என்னிடம் நீங்கள் சொல்ல முடியுமா?”

அந்தப் பெண் ஒரு பொதின அட்டையை உருவி அவனிடம் நீட்டுகிறாள்.

தனது முகத்தின் உணர்வை மாற்றாது அதைக் கவனமாக வாசிக்கும் ஒஷிமா அட்டையை முகப்பின் மீது வைக்கிறான், பிறகு அசரடிக்கும் புன்னகையோடு நிமிர்ந்து அந்தப் பெண்ணைத் தீவிரமாக உற்றுப் பார்க்கிறான். முதல்-தரப் புன்னகை, மனத்திடம் வாய்ந்த எந்தப் பெண்ணையும் வெட்கப்பட வைக்க உத்தரவாதமானது.

இந்தப் பெண், ஆனாலும் வினோதமான வகையில், எவ்வித எதிர்வினையும் ஆற்றவில்லை, சின்னதாகப் புருவச்சுளிப்பு கூட இல்லை. "நாங்கள் என்ன தீர்மானத்துக்கு வந்திருக்கிறோமென்றால், துரதிர்ஷ்டவசமாக, சரி செய்தாக வேண்டிய நிறைய சங்கதிகள் இந்த நூலகத்தில் உள்ளன."

"பெண்களின் பார்வையில், அதைத்தானே நீங்கள் சொல்கிறீர்கள்," ஒஷிமா கருத்துரைத்தான்.

"ஆமாம், பெண்களின் பார்வையில் இருந்து," அந்தப் பெண் பதிலறுக்கிறாள். தனது தொண்டையைச் செருமிக் கொள்கிறாள். "மேலும் இதை உங்களுடைய நிர்வாகத்துக்குக் கொண்டு சென்று அவர்களின் மறுமொழியை அறிய விரும்புகிறோம், உங்களுக்கு ஏதும் சங்கடமில்லையெனில்?"

"நிர்வாகம் என்று பிரித்துச் சொல்லுமளவுக்கு ஆடம்பரமான அமைப்பேதும் எங்களிடமில்லை, ஆனால் நீங்கள் சொல்வதைக் கேட்க நான் மகிழ்ச்சியோடு ஆயத்தமாயிருக்கிறேன்."

"சரி, முதலில் பெண்களுக்கென்று தனியாக எந்தக் கழிவறையையும் நீங்கள் ஒதுக்கவில்லை. உண்மைதானே, இல்லையா?"

"ஆமாம், உண்மைதான். இந்த நூலகத்தில் பெண்களுக்கான கழிவறை கிடையாது. ஆண்கள் மற்றும் பெண்கள் என இருவரும் பயன்படுத்த இங்கு ஒரு கழிவறைதான் இருக்கிறது."

"தனியார் அமைப்பாக இருந்தாலும், பொதுமக்களுக்கு இதை நீங்கள் திறந்து விட்டிருப்பதால் – விதிமுறைப்படி – ஆண்களுக்கும் பெண்களுக்கும் தனித்தனி கழிவறைகளை ஒதுக்க உங்களுக்குத் தோன்றவில்லையா?"

"விதிமுறைப்படி?" ஒஷிமா கேட்கிறான்.

"ஆமாம். பகிர்ந்தளிக்கப்படும் வசதிகள் எப்போதும் அனைத்து விதமானத் தொந்தரவுகளுக்கும் இடந்தரும். எங்கள் கருத்தாய்வின்படி, பெரும்பாலான பெண்கள் பகிர்ந்து கொள்ளும் வகையிலானக் கழிவறைகளைப் பயன்படுத்த விரும்புவதில்லை. உங்கள் பெண்பால் வாடிக்கையாளர்களை நீங்கள் மதிப்பதில்லை என்பதற்குத் தெளிவான ஆதாரம் இது."

"நிராகரிப்பா..." என்கிறான் ஒஷிமா, கசப்பான எதையோத் தவறுதலாக விழுங்கியதைப் போல முகத்தை வைத்துக் கொள்கிறான். அந்த வார்த்தை ஒலித்த தொனியை அவன் அவ்வளவாக விரும்பவில்லை என்று தெரிகிறது.

"இது திட்டமிட்ட புறக்கணிப்பு."

"திட்டமிட்ட புறக்கணிப்பு," அவன் திருப்பிச் சொல்கிறான், இந்தக் கேவலமான சொற்றொடரைக் குறித்து சிறிது யோசிக்கிறான்.

"ஆகவே இதற்கெல்லாம் உங்களின் பதில் என்ன?" என்கிறாள் அந்தப் பெண், தனது எரிச்சலை சிரமப்பட்டுக் கட்டுப்படுத்தியவளாக.

"நீங்கள்தான் பார்க்கிறீர்களே," என்கிறான் ஒஷிமா, "எங்களுடையது ரொம்பச் சிறிய நூலகம். மேலும் துரதிர்ஷ்டவசமாக தனித்தனி கழிவறைகளுக்குத் தேவையான இடம் எங்களிடமில்லை. இயல்பாகவே தனித்தனி வசதிகள் இருப்பதென்பது நல்லதுதான், ஆனால் எங்களின் வாடிக்கையாளர்களுள் எவரும் இதுவரை புகார் தெரிவித்ததில்லை. நல்லதோ கெட்டதோ, எங்கள் நூலகத்தில் பெரிதாகக் கூட்டம் சேர்வதில்லை. தனித்தனி கழிவறைகள் எனும் இந்தப் பிரச்சினையை இதற்குமேலும் நீங்கள் தொடர விரும்புவீர்களெனில், சியாட்டிலில் உள்ள போயிங் தலைமயகத்துக்குச் சென்று 747-களில் இருக்கக்கூடிய கழிவறை பிரச்சினைகளைப் பற்றியும் பேச வேண்டுமென்று யோசனை சொல்வேன். 747 என்பது எங்களுடைய சிறிய நூலகத்தைக் காட்டிலும் மிகப் பெரியது, மேலும் கூட்டமும் மிகவும்

அதிகமாயிருக்கும். அத்துடன் எனக்குத் தெரிந்தவரையிலும், பயணிகளுக்கான விமானங்களில் உள்ள கழிவறைகள் யாவும் ஆண்களாலும் பெண்களாலும் பகிர்ந்து கொள்ளப்படுகின்றன."

உயரமான பெண் அவனைப் பார்த்து வெறுப்புடன் முகத்தைச் சுளிக்கிறாள், அவளின் கன்ன எலும்புகள் புடைத்துத் தெரிய குளிர்கண்ணாடிகள் மூக்கில் கீழிறங்கி நிற்கின்றன. "நாங்கள் விமானங்களைப் பற்றி ஆராயவில்லை. 747-களுக்கும் இதற்கும் தொடர்பில்லை."

"ஜெட் விமானங்களிலும் எங்கள் நூலகத்திலும் இருக்கக்கூடிய கழிவறைகள் – விதிமுறையின்படி – ஒரே மாதிரி சிக்கல்களுக்கு வித்திடாதா என்ன?"

"பொதுமக்களுக்கான வசதிகளை ஆராய்ந்து வருகிறோம், ஒவ்வொன்றாக. விதிமுறைகளைப் பற்றி வாதாட நாங்கள் இங்கே வரவில்லை."

இந்தப் பரிமாற்றத்தின் போது ஒஷிமாவின் மந்தகாசப் புன்னகை கொஞ்சமும் குறையவில்லை. "அப்படியா? நாம் விவாதித்துக் கொண்டிருந்தது முழுக்க விதிமுறைகளைப் பற்றித்தான் என்று என்னால் உறுதியாகச் சொல்ல முடியும்."

தான் சொதப்பி விட்டோம் என்பதை அந்தப் பெண் உணர்கிறாள். அவள் சற்றே வெட்கப்படுகிறாள், என்றாலும் அது ஒஷிமாவின் கவர்ச்சிகரமானத் தோற்றத்தின் காரணமாக அல்ல. வேறுவகையில் சமாளிக்க முயற்சி செய்கிறாள். "எப்படிப் பார்த்தாலும், ஜம்போ விமானங்களுக்கு இங்கு வேலையில்லை. பிரச்சினையைக் குழப்ப முயற்சி செய்ய வேண்டாம்."

"புரிகிறது. இனி விமானங்களைப் பற்றிப் பேச்சில்லை," ஒஷிமா சத்தியம் செய்கிறான். "நாம் சங்கதிகளைத் தரைக்குக் கொண்டு வருவோம்."

அந்தப் பெண் அவனை வெறிக்கிறாள், மூச்சையிழுத்து விட்ட பிறகு, மீண்டும் தொடர்கிறாள். "நான் எழுப்ப விரும்பும் இன்னொரு பிரச்சினை யாதெனில் இங்கிருக்கும் எழுத்தாளர்களை எவ்வாறு நீங்கள் பாலின அடிப்படையில் பிரிக்கலாமென்பதுதான்.

“ஆமாம், அது சரிதான். எங்களுக்கு முன்னால் பொறுப்பிலிருந்த மனிதர்தான் இவற்றை வரிசைப்படுத்தினார், ஏதோ காரணத்துக்காக ஆண் மற்றும் பெண் என அவர் பிரித்து விட்டார். எல்லாவற்றையும் மறுபடியும் வரிசைப்படுத்த நாங்கள் நினைத்திருந்தோம், ஆனால் இதுவரைக்கும் செய்ய முடியவில்லை.”

“இதற்காக நாங்கள் உங்களை விமர்சிக்கிறோம் என்று அர்த்தமில்லை,” அவள் சொல்கிறாள்.

ஓஷிமா தனது தலையைச் சாய்க்கிறான்.

“என்றாலும், பிரச்சினை யாதெனில், அனைத்து வகைமைகளிலும் பெண் எழுத்தாளர்களுக்கு முன்னதாக ஆண் எழுத்தாளர்கள் பட்டியலிடப்பட்டுள்ளார்கள்,” என்கிறாள். “எங்களின் சிந்தனை முறைப்படி இது பாலினச் சமத்துவமென்னும் தத்துவத்தைச் சீர்குலைப்பதோடு முழுக்க நேர்மையற்றதாகவும் இருக்கிறது.”

ஓஷிமா மறுபடியும் அவளுடைய பொதின அட்டையை எடுத்துப் பார்க்கிறான், விழிகளை அதன் மீது ஓட விடுகிறான், பிறகு அதை மீண்டும் முகப்பில் வைக்கிறான். “மிஸ் சோகா”, அவன் தொடங்குகிறான், “பள்ளிப் பேரேட்டில் அழைக்கும்போது உங்கள் பெயர் மிஸ் டனாகாவுக்கு முன்பாக வந்திருக்கும், மேலும் மிஸ் செகினேவுக்குப் பிறகு. அதைப் பற்றி நீங்கள் ஏதும் புகார் சொன்னீர்களா? எதிர்ப்பு தெரிவித்தீர்களா, வரிசையை மாற்றச் சொல்லி? எழுத்துகளில் எஃப்-பைத் (F) தொடர நேர்வதால் ஜி (G) எப்போதாவது ஆத்திரம் கொள்ளுமா? ஒரு புத்தகத்தில் பக்கம் 67-ஐத் தொடர்வதை எதிர்த்து பக்கம் 68 ஏதும் புரட்சியைத் தொடங்கியிருக்கிறதா என்ன?”

“நான் சொல்ல வந்தது அதுவல்ல,” அவள் ஆத்திரமாகச் சொல்கிறாள், “நீ தெரிந்தே பிரச்சினையைக் குழப்புகிறாய்.”

இதைக் கேட்டதும், ஓர் அடுக்கின் முன்னால் குறிப்புகள் எடுத்தபடி நின்றிருந்த குட்டையான பெண், விரைந்தோடி வருகிறாள்.

“தெரிந்தே பிரச்சினையைக் குழப்புகிறேன்,” ஓஷிமா திருப்பிச் சொல்கிறான், ஏதோ அந்தப் பெண்ணின் வார்த்தைகளை அடிக்கோடிட்டுக் காட்டுவதாக.

“நீ இதை மறுக்கிறாயா?”

“இதுவொரு தவறான அனுமானம்,” ஓஷிமா பதிலறுக்கிறான்.

சோகா எனப் பெயரிடப்பட்ட பெண் அங்கேயே நின்றிருக்கிறாள், வாய் பிளந்திருக்க, ஒரு வார்த்தை கூடப் பேசாமல்.

“ஆங்கிலத்தில் இது போன்றதொரு தொடர் உண்டு, ‘ரெட் ஹெர்ரிங்’ (*Red Herring* – செந்நிற மீன்வகையைக் குறிக்கும்), மிகச் சுவாரசியமான ஆனால் பிரதானத் தலைப்பிலிருந்து மடைமாற்றி உங்களை வேறெங்கோ அழைத்துச் செல்லும் சங்கதி என்று அதற்கு அர்த்தம். ஆனாலும் அந்தச் சொற்றொடரை ஏன் அவர்கள் பயன்படுத்துகிறார்கள் என நான் ஆராய்ந்ததில்லை என்பதில் வருத்தப்படுகிறேன்.”

“செம்மீன்களோ அல்லது கானாங்கெளுத்திகளோ அல்லது என்னமோ, நீ பிரச்சினையைத் தட்டிக்கழிக்கப் பார்க்கிறாய்.”

“உண்மையைச் சொன்னால், நான் செய்வது என்னவென்றால் ஒப்புமையை முறைமாற்றி வைக்கிறேன்,” என்கிறான் ஓஷிமா. “விவாதத்துக்கான மிக வலிமையான வழிமுறைகளுள் ஒன்று அது, அரிஸ்டாட்டிலின் கூற்றுப்படி. இவ்வகை அறிவார்ந்த யுக்திகளைப் பயன்படுத்துவதை பண்டைய ஏதென்ஸின் குடிமக்கள் மிகவும் ரசித்தார்கள். என்றாலும் சொல்லப்போனால் அந்தக் காலகட்டத்தில் “குடிமக்கள்” என்னும் விவரணைக்குள் பெண்களைச் சேர்க்கவில்லை என்பது ரொம்ப வெட்கக்கேடான விசயம்.”

“நீ எங்களைக் கேலி செய்கிறாயா?”

ஓஷிமா தனது தலையை ஆட்டுகிறான். “கவனியுங்கள், நான் உங்களிடம் கடத்த விரும்புவது இதைத்தான்: மாகாண நகரிலிருக்கும் ஒரு சிறிய நூலகத்தை மோப்பம் பிடித்து அங்குள்ள கழிவறைகள் மற்றும் விவரநிரல் அட்டைகளைப்

பற்றிப் புகார் சொல்லுவதை விட ஜப்பானியப் பெண்களின் உரிமைகள் பாதுகாக்கப்படுவதை உறுதி செய்திட மிகவும் திறன்வாய்ந்த வழிமுறைகள் நிறையவுண்டு என்பது எனக்கு நிச்சயமாகத் தெரியுமென்பதே. எங்களுடைய இந்த எளிய நூலகம் சமூகத்துக்குப் பயன்படுகிறதென்பதை உறுதிப்படுத்த எங்களால் இயன்ற அனைத்தையும் செய்கிறோம். புத்தகங்களை நேசிக்கும் மனிதர்களுக்காகத் தலைசிறந்த புத்தகங்களின் தொகுப்பை இங்கு கொண்டு வந்து சேர்த்திருக்கிறோம். பொதுமக்களுடனான எங்களின் அனைத்து வகை நடவடிக்கைகளையும் எளிமையாக வைத்திருக்க எங்களால் ஆனவரைக்கும் முயற்சி செய்கிறோம். உங்களுக்கு இது தெரியாமலிருக்கலாம், ஆனால் இந்த நூலகத்தில் இருக்கக்கூடிய 1910 முதல் இடைக்கால-ஷோவா காலக்கட்டம் வரையிலான கவிதை-தொடர்பான நூல்கள் தேசிய அளவில் அங்கீகரிக்கப்பட்டவை. இயல்பாகவே நாங்கள் இன்னும் மேம்படுத்த வேண்டிய விசயங்கள் இருக்கத்தான் செய்கின்றன, உடன் எங்களால் நிறைவேற்ற முடிந்த சங்கதிகளுக்கான வரையறைகளும். ஆனால் வெகு நிச்சயமாக எங்களால் முடிந்த மிகச்சிறந்த சேவையைத்தான் தருகிறோம். எனவே எங்களால் எதைச் செய்ய முடியவில்லை என்பதைக் காட்டிலும் எதை நாங்கள் திறம்படச் செய்கிறோம் என்பதில் நீங்கள் கவனம் செலுத்துவீர்களேயானால் மிகவும் நன்றாயிருக்கும் என்று நினைக்கிறேன். இதுதான் நியாயம் என நீங்களும் சொல்ல மாட்டீர்களா என்ன?"

வளர்ந்த பெண்மணி குட்டையானவளைப் பார்க்கிறாள், அவளோ மீண்டும் அவளைத் திரும்பிப் பார்த்து விட்டு முதல் முறையாக வாயைத் திறக்கிறாள். "சொல்ல வரும் சங்கதியை மாற்றி நீ வெறுமனே ஏய்க்கப் பார்க்கிறாய், பொறுப்பேற்றுக் கொள்வதை தவிர்க்கும் வெற்று வாக்குவாதங்களைப் பேசுவதன் வழியே," நிஜமாகவே மிகுந்த உச்சஸ்தாயியில் ஒலிக்கும் குரலில் அவள் சொல்கிறாள். "யதார்த்தத்தில், வசதியின் பொருட்டு இந்த வார்த்தையைப் பயன்படுத்துவோம் எனில், நீ செய்வது என்னவென்றால் சுய-நியாயத்தை வலியுறுத்தும் மட்டமான முயற்சி. மிதமான வார்த்தைகளில் சொன்னால், ஒட்டுமொத்த ஆண்குறிமைய மனிதர்களுக்கானக் கேவலமான, வரலாற்று எடுத்துக்காட்டு நீ."

"கேவலமான, வரலாற்று எடுத்துக்காட்டு," ஒஷிமா திருப்பிச் சொல்கிறான், வெளிப்படையாக அதில் ஈர்க்கப்பட்டவனாக. அவனது குரலின் தொனியைக் கொண்டு அந்தச் சொற்றொடர் ஒலித்த விதத்தை அவன் விரும்பியதாகத் தெரிகிறது.

"வேறு வார்த்தைகளில் சொல்வதென்றால் நீயொரு பாலினவாத, இனவாத ஆணுக்கான மாதிரி," தனது எரிச்சலை மறைத்துக் கொள்ள மாட்டாதவளாக வளர்ந்த பெண்மணி அலறுகிறாள்.

"இனவாத ஆண்," ஒஷிமா மீண்டுமொரு முறை திருப்பிச் சொல்கிறான்.

குட்டையானவள் இதைக் கண்டுகொள்ளாமல் தொடருகிறாள். "ஒட்டுமொத்த பெண் பாலினத்தையும் இரண்டாந்தர குடிகளென்பதாகச் சிறுமைப்படுத்தி, அவர்களுக்குக் கிட்ட வேண்டிய அடிப்படை உரிமைகளைத் தடுக்கவும் பறிக்கவும் நீ இருப்பு நிலையை (Status Quo) ஆதரிப்பதோடு, அதற்கு வலு சேர்க்கும் மட்டமான ஆண்குறிமைய தர்க்கத்தைப் பயன்படுத்துகிறாய். உள்நோக்கத்துடன் என்பதை விட இதை நீ தன்னுணர்வற்றே செய்கிறாய், ஆனால் அதுதான் உன்னை இன்னும் மிகப்பெரிய குற்றவாளியாக்குகிறது. தாராளமாக வழங்கப்பட்டுள்ள ஆண்களின் உரிமைகளைப் பாதுகாப்பதால் மற்றவர்களின் வலிகளைப் பொருட்படுத்தாமலிருக்கப் பழகியிருக்கிறாய், மேலும் உனது இந்தக் குருட்டுத்தனம் பெண்களுக்கும் சமூகத்துக்கும் என்ன மாதிரித் தீமைகளை உண்டாக்குகிறது என்பதைப் பார்க்கவும் நீ முயற்சி செய்வதில்லை. கழிவறைகள் மற்றும் விவரநிரல்கள் சார்ந்த பிரச்சினைகள் யாவும் வெறும் விவரங்கள் மட்டுமே என்பதை நான் உணர்ந்தேயிருக்கிறேன், ஆனால் சின்னஞ்சிறு விசயங்களில் இருந்து நாம் தொடங்கவில்லையெனில் நமது சமூகத்தைச் சூழ்ந்திருக்கும் குருட்டுத்தனமென்னும் மேற்பூச்சை ஒருபோதும் களைந்தெறியவியலாது. இவையே எங்களுடைய நடைமுறைக் கொள்கைகள்."

"நல்லறிவுடைய ஒவ்வொரு பெண்ணும் இப்படித்தான் உணருவாள்," உயர்ந்த பெண்ணும் சேர்ந்து கொள்கிறாள், அவள் முகம் உணர்வுகளற்றிருக்கிறது.

"பரந்த மனம் கொண்ட எந்தப் பெண்ணும் வேறெப்படி நடந்து கொள்ள முடியும், நான் சந்திக்க நேரிடும் வேதனைகளையும் கணக்கில் கொண்டால்," என்கிறான் ஒஷிமா.

பனிப்பாறைகளைப் போல அமைதியாக அந்தப் பெண்கள் அங்கேயே நின்றிருக்கிறார்கள்.

"எலக்ட்ரா, சோஃபோக்ளீஸ் எழுதியது. அற்புதமான நாடகம். மேலும் அதே சமயம், 'ஜெண்டர்' (Gender) எனும் வார்த்தை உண்மையில் இலக்கணம் சார்ந்து சொல்லின் பால்வகையைக் குறிக்கவே பயன்பட்டது. நான் உணர்வது என்னவென்றால் உடல்ரீதியான பாலின வேறுபாட்டைச் சுட்ட 'செக்ஸ்' எனும் வார்த்தையே இன்னும் துல்லியமாக இருக்கும். 'ஜெண்டர்' என்பதை இங்கு பயன்படுத்துவது தவறான பிரயோகம். அதன் மீது மொழிசார்ந்த பண்புநயத்தைச் சேர்ப்பதற்காக."

உறைந்த மௌனம் தொடர்கிறது.

"எப்படிப் பார்த்தாலும், நீங்கள் சொன்ன யாவும் அடிப்படையில் தவறானவை," என்கிறான் ஒஷிமா, அமைதியாக ஆனால் அழுத்தந்திருத்தமாக. "வெகு நிச்சயமாக நானொரு இனவாத ஆணுக்கான கேவலமான, வரலாற்று எடுத்துக்காட்டு அல்ல."

"அப்படியென்றால், நாங்கள் சொன்னதில் என்ன தவறென்பதை நீயே விளக்கிச் சொல்," குட்டையான பெண்மணி பிடிவாதமாகக் கேட்கிறாள்.

"விவகாரத்தை விட்டு விலகிச் செல்லாமல் அல்லது நீ எத்தனை அறிவாழம் படைத்தவன் என்பதைத் தம்பட்டம் அடிக்காமல்," உயரமானவளும் சேர்ந்து கொள்கிறாள்.

"சரி. நான் அதை மட்டுமே செய்கிறேன் – எளிமையாகவும் நேர்மையாகவும் விளக்குகிறேன், எவ்வித விலகலையும் அறிவுத்திறனின் பறைசாற்றுதலையும் தவிர்த்து," என்கிறான் ஒஷிமா.

"நாங்கள் காத்திருக்கிறோம்" வளர்ந்தவள் சொல்கிறாள், தானதை ஆமோதிப்பதை வெளிக்காட்ட குட்டையான பெண்ணும் அளவாகத் தலையசைக்கிறாள்.

“எல்லாவற்றையும் விட முதலாவதாக, நானொரு ஆண் இல்லை,” ஒஷிமா அறிவிக்கிறான்.

வாயடைக்கச் செய்யும் மௌனம் அனைவரிடமும் படருகிறது. நான் எச்சிலை விழுங்கிக் கொண்டு ஓர் ஓரப்பார்வையை ஒஷிமாவின் மீது வீசுகிறேன்.

“நானொரு பெண்,” அவன் சொல்கிறான்.

“நீ கேலி செய்யாமலிருந்தால் சற்று நன்றாயிருக்கும்,” மூச்சு விடுவதை ஒரு கணம் நிறுத்தி பிறகு அந்தக் குட்டையான பெண் சொல்கிறாள். என்றபோதும், முழுமையான திடநம்பிக்கையோடு அல்ல. ஏதோ, யாராவது எதையாவது சொல்லியாக வேண்டும் என்று அவள் உணர்ந்ததைப் போல.

ஒஷிமா தனது சீனோக்களிலிருந்து பணப்பையை வெளியே எடுக்கிறான், ஓட்டுனர் உரிமத்தை எடுத்து அதை அந்தப் பெண்ணிடம் தருகிறான். அங்கு என்ன எழுதியிருக்கிறதென்பதை அவள் வாசிக்கிறாள், பிறகு முகத்தைச் சுளித்தவாறே தன் கூட்டாளியிடம் தருகிறாள், அவளும் வாசித்து விட்டு, சிறிது தயக்கத்துக்குப் பின், மீண்டும் ஒஷிமாவிடம் கொடுக்கிறாள், அவளுடைய முகம் வெறுப்பானத் தோற்றத்தை அணிந்திருக்கிறது.

“நீயும் கூட இதைப் பார்க்க விரும்பினாயா?” ஒஷிமா என்னிடம் கேட்கிறான். நான் எனது தலையை ஆட்டும்போது, அவன் உரிமத்தை மீண்டும் தனது பணப்பைக்குள் நுழைத்து அந்தப் பணப்பையைத் தனது காற்சட்டைகளின் ஜேப்பிக்குள் வைக்கிறான். பிற்பாடு தனதிரு கரங்களையும் முகப்பின் மீது வைத்துக் கொண்டு அவன் சொல்கிறான், “நீங்கள் பார்த்ததைப் போல, உயிரியல்ரீதியாகவும் சட்டப்படியும் மறுக்க முடியாத வகையில் நானொரு பெண். அதனால்தான் என்னைப் பற்றி சொன்ன யாவும் *அடிப்படையாகவே* தவறானவை. ஆகவே, நீங்கள் சொன்னதைப் போல, ‘பாலினவாத, இனவாத ஆணுக்கான மாதிரி’யாக இருப்பதென்பது வெறுமனே என்னளவில் சாத்தியமில்லாத ஒன்றாகும்.”

“ஆமாம், ஆனால்...” உயரமான பெண் சொல்லி விட்டு பிறகு நிறுத்துகிறாள். குட்டையானவளோ, உதடுகள் இறுகிப் பூட்டியிருக்க, தனது கழுத்தணியோடு விளையாடிக் கொண்டிருக்கிறாள்.

“பௌதீகரீதியாக எனது உடல் பெண்ணுக்குரியது, ஆனால் என் மனமோ முழுக்கவே ஆணுக்குரியது,” ஒஷிமா தொடர்கிறான். “உணர்வுரீதியாக நான் ஆணாக வாழ்கிறேன். ஆகவே ஒரு ‘வரலாற்று எடுத்துக்காட்டு’ என்னும் உங்களின் கருத்து சரியாகவும் இருக்கலாமென்றே நினைக்கிறேன். மேலும் நான் இழிந்த பாலினவாதியா என்பது கூட யாருக்குத் தெரியும்? ஆனால் நான் பெண்-தற்பால்விரும்பி அல்ல, இவ்வழிமுறையில் உடை உடுத்தினாலும் கூட. பாலினம் சார்ந்த எனது தேர்வென்பது ஆண்களே. வேறு வார்த்தைகளில் சொன்னால், நானொரு பெண், ஆனால் ஆண்-தற்பால்விரும்பி. குதவழிப் புணர்ச்சியில் ஈடுபட்டிருக்கிறேன், ஆனால் ஒருபோதும் பாலுறவில் எனது யோனியைப் பயன்படுத்தியதில்லை. என்னுடைய யோனிக்காம்பு ரொம்பவே உணர்ச்சிகரமானது, ஆனால் எனது மார்புகள் அப்படியல்ல. மாதவிடாயும் எனக்கு வருவதில்லை. ஆகவே, எதற்கு எதிராக நான் பாகுபாடு காட்டுகிறேன்? யாராவது எனக்கு விவரமாக விளக்க முடியுமா?”

கேட்டுக் கொண்டிருக்கும் நாங்கள் மூவரும் திகைப்பினால் வாயடைத்து ஒரு வார்த்தையும் பேசவில்லை. பெண்களில் ஒருத்தி தனது தொண்டையைச் செருமுகிறாள், அந்தச் சத்தம் கொடூரமாக அறையெங்கும் எதிரொலிக்கிறது. சுவரில் இருக்கும் கடிகாரம் பலத்த சத்தத்தோடு நொடிகளைக் கடக்கிறது.

“தயவு செய்து என்னை மன்னியுங்கள்,” என்கிறான் ஒஷிமா, “ஆனால் எனது மதியவுணவின் நடுவில் இருக்கிறேன். கீரையில் பொதிந்த சூரைமீனைக் கொண்டு வந்திருக்கிறேன், நீங்கள் என்னை விசாரித்த சமயத்தில் அதில் பாதிதான் சாப்பிட்டிருந்தேன். நீண்ட நேரம் அப்படியே போட்டு வைத்தால் அருகாமையில் இருக்கக்கூடிய பூனைகள் அதைக் கைப்பற்றிக் கொள்ளலாம். தங்களுக்கு வேண்டாத பூனைகளைக் கடலுக்கு அருகேயுள்ள வனங்களில் மனிதர்கள் தூக்கி வீசி விடுகிறார்கள், எனவே இந்த அருகாமைப்பகுதி

முழுக்கப் பூனைகளால் நிறைந்திருக்கிறது. நீங்கள் தவறாக எடுக்கவில்லை எனில் மீண்டும் எனது மதியவுணவுக்குத் திரும்ப விரும்புகிறேன். ஆகவே எனக்கு அனுமதி தாருங்கள், ஆனால் நேரமெடுத்துக் கொண்டு நூலகத்தை மகிழ்ச்சியோடு நன்கு பயன்படுத்துங்கள். எங்கள் நூலகம் அனைவருக்கும் பொதுவானது. விதிமுறைகளைப் பின்பற்றி மற்ற வாடிக்கையாளர்களைத் தொந்தரவு பண்ணாதவரைக்கும், நீங்கள் விரும்பும் எதையும் செய்யத் தயங்காதீர்கள். நீங்கள் விரும்பும் எதையும் எடுத்துப் பார்க்கலாம். மேற்கொண்டு நீங்கள் விரும்பும் எதையும் அறிக்கையில் எழுதவும் செய்யலாம். நாங்கள் கவலைப்பட மாட்டோம். எங்கிருந்தும் எவ்வித நன்கொடையையும் நாங்கள் வாங்குவதில்லை ஆதலால் பெரும்பாலும் சங்கதிகளை எங்களுக்கான தனித்த வழிமுறையில்தான் கையாள்வோம். மேலும் அப்படியிருப்பதையே நாங்கள் விரும்பவும் செய்வோம்.”

ஓஷிமா சென்ற பிறகு இரண்டு பெண்களும் பார்வையைப் பரிமாறிக் கொள்கிறார்கள், பிறகு அவர்களிருவரும் என்னை முறைக்கிறார்கள். அனேகமாக என்னை அவர்கள் ஓஷிமாவின் காதலன் அல்லது அது போன்ற ஒருவனாக எண்ணியிருக்கலாம். ஒரு வார்த்தையும் பேசாமல் நான் விவரநிரல் அட்டைகளை அடுக்கத் தொடங்குகிறேன். அடுக்குகளின் நடுவே இருவரும் ஒருவருக்கொருவர் என்னவோ முணுமுணுக்கிறார்கள், வெகு சீக்கிரமே தங்களுடைய உடைமைகளைச் சேகரித்துக் கொண்டு நகர ஆரம்பிக்கிறார்கள். முகங்களில் உறைந்து போனத் தோற்றங்களோடு, அவர்களுடைய முரட்டுப்பைகளை நான் மீண்டும் தரும் நேரத்தில் நன்றி என்கிற வார்த்தையைக் கூட உச்சரிக்கவில்லை.

சிறிது நேரத்துக்குப் பிறகு மதியவுணவை முடித்துக் கொண்டு ஓஷிமா உள்ளே திரும்பி வருகிறான். சூரைமீன்களால் செய்த இரண்டு கீரைப்பொதிகளையும் மேற்பகுதியில் வெண்ணிற க்ரீம் சாஸ் ஊற்றிய ஒருவகைப் பச்சை டார்டில்லாக்களில் (*Tortilla* – மெக்ஸிகோவைச் சேர்ந்த ரொட்டி போன்ற உணவுவகை) பொதிந்த காய்கறிகளையும் என்னிடம் தருகிறான். அதை நனைத்து உள்ளே தள்ள நான் கொஞ்சம் நீரைக் கொதிக்க

வைத்து ஒரு கோப்பை ஏர்ல் கிரேயை (Earl Grey – தேநீர் வகை) எடுத்துக் கொள்கிறேன்.

“சிறிது நேரத்துக்கு முன்னால் நான் சொன்ன எல்லாமே உண்மைதான்,” மதியவுணவிலிருந்து நான் திரும்பும்போது ஓஷிமா என்னிடம் சொல்கிறான்.

“ஆக நான் தனித்துவமான ஆளென்று என்னிடம் நீ சொன்னதற்கு இதுதான் அர்த்தமா?”

“பெருமை பீற்ற அல்லது வேறெதெற்கும் நான் முயற்சி செய்யவில்லை,” அவன் சொல்கிறான், “ஆனால் எதையும் நான் மிகைப்படுத்தவில்லை என்பது உனக்குப் புரிகிறதுதானே, இல்லையா?”

நான் தலையசைக்கிறேன்.

ஓஷிமா புன்னகைக்கிறான். “பாலுறவைப் பொருத்தமட்டில் வெகு நிச்சயமாக நான் பெண்தான், என் மார்புகள் அவ்வளவாக வளராததோடு ஒருபோதும் எனக்கு மாதவிடாய் ஏற்பட்டதில்லை என்றாலும் கூட. ஆனால் ஆணுறுப்போ அல்லது விதைப்பைகளோ அல்லது முகத்தில் முடியோ எனக்குக் கிடையாது. சுருங்கச் சொன்னால், எனக்கு எதுவுமே கிடையாது. ஒருவகை சுகமான மிகுதியான-சுமை-ஏதுமில்லை எனும் உணர்வு, அதற்கு நன்னம்பிக்கையுடன் கூடியதொரு அடையாளத்தைத் தர விரும்பினால். ஆனால் அவ்வுணர்ச்சியை உன்னால் புரிந்து கொள்ள முடியுமா என்பதில் எனக்குச் சந்தேகமிருக்கிறது.”

“நான் அப்படி யோசிக்கவில்லை,” என்கிறேன்.

“சில சமயங்களில் என்னாலேயே அதைப் புரிந்து கொள்ள முடிவதில்லை. என்னை நானே கேட்டுக் கொள்வேன். என்னை நானே கேட்டுக் கொள்வேன், எப்படிப் பார்த்தாலும், என்ன மாதிரி படைப்பு நான்? உண்மையாகவே, நான் என்பது என்ன?”

நான் எனது தலையை ஆட்டுகிறேன். “நல்லது, எனக்கும் கூடத்தான் நான் என்பது என்னவென்று தெரியாது.”

“மரபார்ந்த அடையாளச் சிக்கல்.”

நான் தலையசைக்கிறேன்.

“ஆனால் குறைந்தபட்சம் எங்கே ஆரம்பிப்பது என்றாவது உனக்குத் தெரியும். என்னைப் போலல்லாமல்.”

“நீ யாரென்பது குறித்து நான் கவலைப்படவில்லை. நீ என்னவாக இருந்தாலும், எனக்கு உன்னைப் பிடிக்கும்,” நான் அவனிடம் சொல்கிறேன். எனது மொத்த வாழ்விலும் யாரிடமும் இவ்வாறு சொன்னதில்லை, ஆகவே அவ்வார்த்தைகள் என்னை நாணமுறச் செய்கின்றன.

“நானதைப் பாராட்டுகிறேன்,” என்கிறான் ஓஷிமா, நட்புணர்வோடு தனது கையைத் தூக்கி எனது தோளின் மீது போடுகிறான். “எல்லோரையும் விட நான் சிறிது வித்தியாசமானவன் என்பது எனக்குத் தெரியும், ஆனால் இன்னமும் நானொரு மனிதவுயிர்தான். அதை நீ உணர்ந்து கொள்ள வேண்டுமென்று விரும்புகிறேன். நானும் சாதாரணமான ஆள்தான், ஏதோவொரு அரக்கனல்ல. அனைவரும் உணரும் அதே சங்கதிகளை நானும் உணருகிறேன், அவர்களைப் போலவே நடந்து கொள்கிறேன். என்றாலும், சில சமயங்களில், அந்தச் சிறிய வித்தியாசமென்பது பெரிய பாதாளமாகத் தெரியும். ஆனால் அது குறித்து நான் செய்யக்கூடியது அதிகமில்லை என்றே நினைக்கிறேன்.” முகப்பிலிருந்து நீளமான, கூர்மையான பென்சிலை வெளியே எடுத்து, ஏதோவொரு வகையில் தனது நீட்சியென்பதைப் போல, அதை வெறித்துப் பார்க்கிறான். “என்னால் முடிந்தமட்டும் விரைவாக இதை உன்னிடம் சொல்ல வேண்டும் என்றெண்ணியிருந்தேன், நேரடியாக, வேறு யாரிடமிருந்தாவது இதை நீ கேட்க நேர்வதற்கு முன்பாக. ஆகவே இன்று நமக்கு அமைந்தது நல்ல வாய்ப்பென்று நினைக்கிறேன். என்றாலும், அப்படியொன்றும் மகிழ்ச்சியான அனுபவமல்ல, சரிதானே?”

நான் எனது தலையை ஆட்டுகிறேன்.

“அத்தனை வகை பாகுபாடுகளையும் நான் அனுபவித்திருக்கிறேன்,” என்கிறான் ஓஷிமா. “ஒதுக்கப்பட்டு,

பாகுபாட்டை இன்னதென்று அறிந்த மனிதர்களால் மட்டுமே, அது எத்தனை வலிக்குமென்பதை உண்மையாக உணர முடியும். ஒவ்வொரு மனிதனும் தனக்கேயான தனித்த வழிமுறையில் அவ்வலியை உணருவான், ஒவ்வொருவருக்கும் சொந்தத் தழும்புகளிருக்கும். ஆகவே நேர்மையும் நியாயமும் பற்றி வேறு யாரைப் போலவும் எனக்கும் அக்கறையிருப்பதாக நம்புகிறேன். ஆனால் இன்னுமதிகமாக என்னை நோகடிப்பது என்னவென்று பார்த்தால் கற்பனையே இல்லாத மனிதர்கள்தாம். “வெற்று மனிதர்கள்” என்று டி எஸ் இலியட் சொல்லும் வகையினைச் சேர்ந்தவர்கள். கற்பனைக்கானக் குறைபாட்டை இதயமற்ற வைக்கோல் துண்டுகளால் நிரப்பும் மனிதர்கள், தாங்கள் என்ன செய்கிறோமென்பது கூட அவர்களுக்குத் தெரியாது. நீ விரும்பாத ஒன்றை செய்யச்சொல்லி வற்புறுத்தும் வகையில், உன் மீது நிறைய காலியான வார்த்தைகளை வீசும் இரக்கமற்ற மனிதர்கள். சற்று முன்பு நாம் பார்த்த அன்பான இணையைப் போல.” பெருமூச்சு விட்டபடியே அந்த நீளமான, ஒல்லியான பென்சிலைத் தனது கையில் வைத்துச் சுழற்றுகிறான். “ஆண் தற்பால்-விரும்பிகள், பெண் தற்பால்-விரும்பிகள், நேரடியானவர்கள், பெண்ணியவாதிகள், தேசியவாதப் பன்றிகள், இடதுசாரிகள், ஹரே கிருஷ்ணாக்கள் – எதைப் பற்றியும் எனக்குக் கவலையில்லை. எந்தக் கொடியை அவர்கள் தூக்கிப் பிடிக்கிறார்கள் என்பது குறித்து எனக்கு அக்கறையுமில்லை. ஆனாலும் பொறுத்துக் கொள்ளவியலாத சங்கதி யாதென்றால் வெறுமையான மனிதர்கள். அவர்களோடு இருக்கும் சமயத்தில் என்னால் அதைத் தாங்கிக் கொள்ள முடிவதில்லை, எனவே சொல்லக்கூடாத விசயங்களை நான் சொல்வதில் போய் அது முடிகிறது. இந்தப் பெண்களைப் பொருத்தமட்டில் – வெறுமனே என்னைக் கடந்துபோக அனுமதித்திருக்க வேண்டும், அல்லது மிஸ் செய்கியை அழைத்து இதைச் சமாளிக்கும்படிச் சொல்லியிருக்கலாம். அவள் அவர்களைப் பார்த்துப் புன்னகை செய்து சங்கதிகளை மென்மையாகக் கையாண்டிருப்பாள். ஆனால் என்னால் அப்படிச் செய்யவியலாது. நான் சொல்லக்கூடாத விசயங்களைச் சொல்கிறேன், செய்யக்கூடாத விசயங்களைச் செய்கிறேன். என்னால் என்னைக் கட்டுப்படுத்த முடிவதில்லை. அது எனது

பலவீனங்களில் ஒன்று. ஏன் அது என்னுடைய பலவீனமென்று உனக்குத் தெரியுமா?"

"ஏனென்றால் நிறைய கற்பனைவளமில்லாத ஒவ்வொரு மனிதனையும் நீ பொருட்படுத்தத் தொடங்கினால், அதற்கு முடிவேயிருக்காது," நான் சொல்கிறேன்.

"அதேதான்," என்கிறான் ஓஷிமா. அழிப்பான் உள்ள பென்சிலின் முனையால் தனது நெற்றியைத் தட்டுகிறான். "ஆனால் நீ ஒரு விசயத்தை நினைவில் வைத்திருக்க வேண்டுமென விரும்புகிறேன், காஃப்கா. மிகத்துல்லியமாக இவ்வகை மனிதர்கள்தான் மிஸ் செய்கியின் குழந்தைப்பருவக் காதலனைக் கொன்றவர்கள். கற்பனைவளம் துளியுமற்ற குறுகிய மூளைகள். சகிப்பின்மை, நிஜத்திலிருந்துத் துண்டிக்கப்பட்ட யதார்த்தங்கள், வெற்றுச் சொற்றொகுதி, பறிக்கப்பட்ட லட்சியங்கள், வளைந்து தராத அமைப்புகள். இதுபோன்ற சங்கதிகளே உண்மையில் என்னை அச்சுறுத்துகின்றன. நான் முற்றிலுமாக பயப்படுவதும் வெறுப்பதும் இதைத்தான். இயல்பாகவே எது சரியென்பதையும் எது தவறென்பதையும் அறிந்து கொள்வது முக்கியம்தான். தீர்ப்புகளில் இருக்கக்கூடிய தனிப்பட்டத் தவறுகளை வழக்கமாகத் திருத்திக் கொள்ளலாம். தவறுகளை ஒத்துக் கொள்ளும் தைரியம் உள்ளவரைக்கும், சங்கதிகளை மாற்றியமைக்கலாம். ஆனால் சகிப்புத்தன்மையற்ற, கற்பனை வளமில்லாத குறுகிய மூளைகள் என்பவை ஒட்டுண்ணிகளைப் போன்றவை, அவை அந்த ஓம்புயிரியை உருமாற்றி, தங்களின் வடிவத்தையும் மாற்றிக் கொண்டு, பிழைத்திருப்பதைத் தொடரும். அவர்கள் தோற்றுப் போனவர்கள், அதுபோன்ற யாரும் இங்கே வருவதை நான் விரும்புவதில்லை."

தனது பென்சிலில் முனையைக் கொண்டு ஓஷிமா அடுக்குகளைச் சுட்டுகிறான். இயல்பாகவே, அவன் சொல்ல வருவது என்னவென்று பார்த்தால், ஒட்டுமொத்த நூலகத்தையும்.

"அதுபோன்ற மனிதர்களை வெறுமனே சிரித்துக் கடக்க வேண்டுமென்று விரும்புகிறேன், ஆனால் அது என்னால் முடிவதில்லை."

20

18-சக்கரங்களோடு குளிர்சாதன வசதியும் கொண்ட சரக்குந்து, டோமேய் நெடுஞ்சாலையில் இருந்து விலகி ஃபுஜிகாவா இளைப்பாறும்-பகுதியின் வாகனமுகப்பில் நகாடாவை இறக்கி விட்டபோது, நேரம் ஏற்கனவே இரவு எட்டைக் கடந்திருந்தது. கையில் கித்தான் பையோடும் குடையோடும், பயணியர் இருக்கையிலிருந்து அவர் தார்ச்சாலைக்குத் தடுமாறியவாறே இறங்கினார்.

"வேறொரு வண்டி கிடைக்க அதிர்ஷ்டம் துணைபுரியட்டும்," என்றான் ஓட்டுனர், ஜன்னலின் வழியாகத் தனது தலையை வெளியே நீட்டி. "நீங்கள் அக்கம்பக்கத்தில் கேட்டால், ஏதாவது கிடைக்குமென்று உறுதியாக நம்புகிறேன்."

"மிகவும் நன்றிக்கடன்பட்டிருக்கிறேன். உங்களின் உதவியனைத்தையும் நகாடா பாராட்டுகிறான்."

"பரவாயில்லை," என்றான் ஓட்டுனர், பிறகு கையசைத்து விட்டு மீண்டும் நெடுஞ்சாலைக்குள் நுழைந்தான்.

"ஃபு-ஜி-கா-வா" ஓட்டுனர் சொல்லியிருந்தான். ஃபுஜிகாவா எங்கிருந்தது என்பது குறித்து நகாடாவுக்கு ஏதும் தெரியாது, என்றாலும் டோக்கியோவை நீங்கி தான் மேற்கில் போகிறோமென்பதை அவர் அறிந்திருந்தார். அதைச் சொல்ல திசைகாட்டியோ அல்லது வரைபடமோ தேவைப்படவில்லை, உள்ளுணர்வின் மூலம் அவருக்கே அது தெரியும். இப்போது மேற்திசையில் செல்லும் சரக்குந்து ஏதும் அவரை ஏற்றிக் கொண்டால் மட்டும் போதும்.

நகாடா பசியோடிருந்ததால் இளைப்பாறும்-பகுதியின் உணவு விடுதியில் ஒரு கிண்ணம் ரமேனை (Ramen – முட்டைகளைக் கொண்டு தயாரிக்கும் ஜப்பானின் பாரம்பரிய உணவுவகை) எடுத்துக்கொள்ளத் தீர்மானித்தார். தனது பையிலிருந்த சாக்லேட்டையும் சோற்றுருண்டைகளையும் அவசரத் தேவைகளுக்கென வைத்திருக்க அவர் விரும்பினார். வாசிக்கத் தெரியாத காரணத்தால், உணவை எப்படி வாங்குவதென்பதைப் புரிந்து கொள்ள அவருக்குச் சிறிது நேரம் பிடித்தது. உணவுக்கூடத்துக்குப் போவதற்கு முன்னால் பொருள் வழங்கும் எந்திரத்திடம் நீங்கள் உணவுக்கான சீட்டுகளை வாங்க வேண்டும், பொத்தான்களை வாசிக்க உதவிட அவருக்கு யாரேனும் தேவைப்பட்டார்கள். "என் கண்கள் பழுதடைந்துள்ளன, ஆகவே என்னால் சரியாகப் பார்க்க முடியாது," நடுத்தர-வயதுப் பெண்மணி ஒருத்தியிடம் அவர் சொன்னார், அந்தப் பெண் அவருக்காக பணத்தை உள்நுழைத்து, சரியான பொத்தானை அழுத்தி, அவருக்கு மீதிச் சில்லறையையும் தந்தாள். எப்படி வாசிப்பதென்பது தனக்குத் தெரியாததை வெளிப்படுத்தாமலிருப்பதே நல்லதென்று அனுபவம் அவருக்குக் கற்றுத் தந்திருந்தது. ஏனென்றால் அவ்வாறு செய்தபோது, ஏதோவொரு அரக்கனென்பதைப் போல மனிதர்கள் அவரை வெறித்துப் பார்த்தார்கள்.

உணவுக்குப் பிறகு, நகாடா, கையில் குடையோடு, பை தோளில் ஊஞ்சலாட, வாகனமுகப்பில் நின்றிருந்த சரக்குந்துகளைச் சுற்றி வந்தார், பிரயாணத்தில் இணைத்துக் கொள்ளும்படி கேட்பவராக. நான் மேற்திசையில் விரைகிறேன், அவர் விளக்கினார், என்னையும் பயணத்தில் சேர்த்துக் கொள்ளுமளவுக்கு நீங்கள் கருணை மிகுந்தவர்களாக இருப்பீர்கள் என நினைக்கிறேன்? ஆனால் ஓட்டுனர்கள் அவரை ஒருமுறை உற்றுப் பார்த்து விட்டுத் தலைகளை ஆட்டினார்கள். வயது முதிர்ந்த ஓசி-பிரயாணியென்பது சற்றே வழக்கத்துக்கு மாறான சங்கதி, மேலும் இயல்புமீறிய எந்த விசயத்திலும் அவர்கள் கவனமாக இருக்க விரும்பினார்கள். ஓசி-பிரயாணிகளை ஏற்றிக் கொள்ள எங்கள் நிறுவனம் அனுமதிப்பதில்லை, அனைவரும் சொன்னார்கள். மன்னியுங்கள்.

நகானோ பிரிவை நீங்கி டோமேய் நெடுஞ்சாலையின் நுழைவாயிலை வந்தடைய அவருக்கு வெகு நேரமானது. இதுவரை நகானோவுக்கு வெளியே எப்போதும் அவர் போனதில்லை, ஆக நெடுஞ்சாலை எங்கிருந்ததென்பது கூட அவருக்குத் தெரியாது. நகரப் பேருந்துத் தடத்தில் பயன்படுத்தும் விசேட அனுமதிச்சீட்டு அவரிடமிருந்தது, ஆனால் சுரங்கப்பாதையிலோ அல்லது தொடருந்திலோ அவர் ஒருபோதும் தானாகச் சென்றதில்லை, அங்கு நீங்கள் அனுமதிச்சீட்டு வாங்க வேண்டியிருக்கும்.

சில மாற்றுடைகள், குளியலறைச் சாமான்கள் மற்றும் சிறிது நொறுக்குத்தீனி ஆகியவற்றை பைக்குள் போட்டுக் கட்டி, டடாமிக்குக் கீழே தான் மறைத்து வைத்திருந்த பணத்தைக் கவனமாக எடுத்து அதை பத்திரமாகப் பாதுகாக்க ஒரு பணக்கச்சைக்குள் வைத்த பிறகு, கையில் பெரிய குடையோடு, தனது அடுக்ககத்தை நீங்கி அவர் கிளம்பிய நேரம் காலை பத்து மணிக்குச் சற்று முன்னதாயிருந்தது. நகரப் பேருந்து ஓட்டுனர் ஒருவனிடம் தான் எவ்வாறு நெடுஞ்சாலையைச் சென்றடைவதென அவர் கேட்டபோது, அந்த மனிதன் உரக்கச் சிரித்தான்.

“இந்தப் பேருந்து ஷின்ஜுகு நிலையத்துக்குப் போகிறது. நகரப் பேருந்துகள் நெடுஞ்சாலையில் போவதில்லை. நீங்கள் நெடுஞ்சாலைப் பேருந்தைப் பிடிக்க வேண்டும்.”

“டோ-மேய் நெடுஞ்சாலையில் போகக்கூடிய நெடுஞ்சாலைப் பேருந்து எனக்கு எங்கே கிடைக்கும்?”

“டோக்கியோ நிலையம்,” ஓட்டுனர் பதிலளித்தான். “இந்தப் பேருந்து மூலம் ஷின்ஜுகு நிலையத்துக்குப் போகலாம், பிறகு டோக்கியோ நிலையத்துக்குப் போகும் தொடருந்தைப் பிடியுங்கள், முன்பதிவு-இருக்கைக்கான சீட்டை அங்கே நீங்கள் பெற்றுக் கொள்ளலாம். அங்கிருக்கும் பேருந்துகள் உங்களை டோமேய் நெடுஞ்சாலைக்கு அழைத்துச் செல்லும்.”

அவன் என்ன சொன்னானென்பது நகாடாவுக்குச் சுத்தமாகப் புரியவில்லை, ஆனால் அங்கிருந்து கிளம்பி ஷின்ஜுகு வரை போகும் பேருந்தில் ஏறிக் கொண்டார். என்றாலும் அங்கு சென்றபிறகு அவர் திக்குமுக்காடிப் போனார். அந்த

மிகப்பெரிய நிலையம் முழுக்க மனிதர்களால் நிறைந்திருந்தது, மேலும் கூட்டத்துக்கு மத்தியில் நடமாட அவர் மிகவும் சிரமப்பட்டார். தொடருந்துகளுக்கான தடங்களும் கூட நிறைய இருந்தன, எது டோக்கியோ நிலையத்துக்குப் போகுமென்பதை அவரால் கண்டறிய முடியவில்லை. அறிவிப்புப்பலகைகளை வாசிக்க முடியாதென்பதால், கடந்து-போகும் சிலரிடம் விசாரித்தார் நகாடா, ஆனால் அவர்களுடைய விளக்கங்கள் ரொம்ப வேகமாயிருந்தன, மிகக் குழப்பமானவையாக இருந்ததோடு அவரால் புரிந்து கொள்ள முடியாத இடங்களின் பெயர்களால் நிறைந்திருந்தன. இதற்கு நான் கவாமுராவுடனே பேசியிருக்கலாம், தனக்குள் அவர் நினைத்துக் கொண்டார். வழி கேட்பதற்கு வசதியாக எப்போதும் அங்கே ஒரு காவல் பெட்டி இருப்பதுண்டு, ஆனால் தளர்ச்சியுற்ற முதிய மனிதனென்று நினைத்துத் தன்னைச் சிறைக்காவலுக்குக் கூட்டிப் போய் விடுவார்களென அவர் அச்சப்பட்டார், இதற்குமுன் அந்த அனுபவம் மட்டும் அவருக்கு நேர்ந்ததில்லை. நிலையத்தினருகே இலக்கில்லாமல் சுற்றி வந்தபோது புறஞ்செல்புகையும் இரைச்சல்களும் அவரைச் சூழ உளச்சோர்வுற்றவராக உணரத் தொடங்கினார். கூட்டம் நிரம்பி வழிந்த நடைபாதைகளைத் தவிர்த்து, இரண்டு உயரமாக-எழுப்பிய கட்டடங்களுக்கு நடுவே அமைந்திருந்த சிறிய பூங்காவைக் கண்டுபிடித்து ஒரு பலகையின் மீதமர்ந்தார்.

நகாடா முழுக்கக் குழம்பியிருந்தார். அங்கேயே அவர் அமர்ந்திருந்தார், அவ்வப்போது முணுமுணுத்தவாறு, ஒட்ட-வெட்டிய தலையின் மேற்பகுதியைத் தேய்த்தவாறும். பூங்காவுக்குள் ஒரு பூனையைக் கூடப் பார்க்க முடியவில்லை. ஆனால், காகங்கள் ஏராளமாயிருந்தன, கரைந்தபடியும் குப்பைத் தொட்டிகளை உருட்டியபடியும். நகாடா சில முறை நிமிர்ந்து வானத்தைப் பார்த்தார், சூரியனின் இருப்புநிலையைக் கொண்டு நேரத்தைத் தோராயமாகக் கணிக்க முடிந்தது. அனேகமாக, ஒட்டுமொத்தப் புறஞ்செல் புகையின் காரணமாக, வானம் வினோதமான நிறத்தால் மூடுண்டிருந்தது.

பிற்பகலில், பூங்காவில் அமர்ந்து மதியவுணவைச் சாப்பிட, அருகாமைக் கட்டடங்களைச் சேர்ந்த அலுவலகப் பணியாளர்கள் வெள்ளமெனக் கிளம்பி வந்தார்கள். கையோடு எடுத்து

வந்திருந்த பீன்-ஜாம் பன்களைச் சாப்பிட்டார் நகாடா, தனது காப்புக்குடுவையின் சூடானத் தேநீரால் அவற்றை நனைத்து உள்ளே தள்ளினார். அவருடையதற்கு அடுத்ததாயிருந்த பலகையில் இரண்டு பெண்கள் ஒன்றாக உட்கார்ந்திருந்தார்கள், அவர்களிடம் பேசலாமென்று தீர்மானித்தார். டோ-மேய் நெடுஞ்சாலைக்கு நான் எப்படிப் போக வேண்டும்? அவர் கேட்டார். நகரப் பேருந்து ஓட்டுனர் சொன்ன அதே விசயத்தை அவர்களும் அவரிடம் சொன்னார்கள். டோக்கியோ நிலையத்துக்குப் போகும் சுவோ தடத்தைப் பிடியுங்கள், அங்கிருந்து டோமேய் நெடுஞ்சாலைக்கானப் பேருந்தை.

“நகாடா அதை முயற்சி செய்தாரென்றாலும் வேலைக்காகவில்லை,” நகாடா ஒப்புக் கொண்டார். “இதற்கு முன்னால் ஒருபோதும் நான் நகானோ பிரிவுக்கு வெளியே போனதில்லை. ஆகவே எப்படி ஒரு தொடருந்தைப் பிடிப்பதென்பது எனக்குத் தெரியாது. வெறுமனே நகரப்பேருந்தில் போக மட்டும்தான் எனக்குத் தெரியும். என்னால் வாசிக்க முடியாது, ஆகவே எனக்கான நுழைவுச்சீட்டை வாங்கவும் முடியாது. நகரப்பேருந்தைப் பிடித்து இங்கு வந்தேன், ஆனால் இதற்கு மேல் எப்படிப் போவதென்றுத் தெரியவில்லை.”

“உங்களால் வாசிக்க முடியாதா!?” அவர்கள் கேட்டார்கள், திகைப்புற்றவர்களாக. எந்தத் தீங்கும் செய்யவிலாத முதிய மனிதராகத்தான் அவர் தெரிந்தார். அழகிய புன்னகையோடு, நேர்த்தியான உடையணிந்து. இவ்வளவு தெளிவான நாளில் குடையெடுத்துக் கொண்டு வருவதென்பது சற்று விசித்திரமான சங்கதிதான், ஆனால் அவரைப் பார்க்க வீடற்றவரைப் போலத் தெரியவில்லை. மகிழ்ச்சி ததும்பும் முகம், அதிலும் குறிப்பாக அந்தப் பிரகாசமாக-மின்னும் கண்கள்.

“நகானோ பிரிவுக்கு வெளியே போனதில்லை என்று நிஜமாக சொல்ல வருகிறீர்களா?” கறுப்புநிறக் கேசத்தோடிருந்த பெண் கேட்டாள்.

“ஆமாம், அதற்கு வெளியே போக ஒருபோதும் நான் முயற்சி செய்ததில்லை. ஒருவேளை நகாடா தொலைந்து போனால், என்னைத் தேடிக் கொண்டு வருவதற்கு யாருமில்லை.”

"அத்துடன் உங்களுக்கு வாசிக்கவும் தெரியாது," மற்ற பெண் சொன்னாள், சாயமேற்றிய பழுப்புநிறக் கேசத்தோடிருந்தவள்.

"அது சரிதான். என்னால் எதையும் வாசிக்க முடியாது. எளிய எண்களை என்னால் புரிந்து கொள்ள முடியும், ஆனால் அவற்றைக் கூட்டத் தெரியாது."

"ஹ்ம்ம்ம். தொடருந்தைப் பிடிப்பது உங்களுக்குக் கடினமாயிருக்குமென்றே நினைக்கிறேன்."

"ஆமாம், மிகவும் கடினமே. என்னால் நுழைவுச்சீட்டை வாங்க முடியாது."

"எங்களுக்கு நேரமிருந்திருந்தால் நிலையத்துக்கு உங்களை அழைத்துச் சென்று சரியான தொடருந்தில் நீங்கள் ஏறுவதை உறுதி செய்திருப்போம், ஆனால் சீக்கிரமே நாங்கள் பணிக்குத் திரும்ப வேண்டும். உண்மையாகவே நான் வருத்தப்படுகிறேன்."

"வேண்டாம், மன்னிப்பு கேட்கத் தேவையில்லை. எப்படியும் நான் சமாளித்துக் கொள்வேன்."

"பிடித்து விட்டேன்!" கறுப்புநிறக் கேசத்தோடிருந்த பெண் அதிசயித்தாள். "விற்பனைப்பிரிவில் இருக்கும் டோகேகுச்சி இன்று யோகோஹாமாவுக்குப் போகவிருப்பதாக சொன்னானில்லையா?"

"ஆமாம். நல்லவேளையாக நீயிதைச் சொன்னாய். நாம் அவனிடம் கேட்டால் உதவக்கூடும். சற்றே இருண்ட பக்கத்தைச் சேர்ந்தவன், ஆனால் உண்மையில் கெட்டவனல்ல," பழுப்புநிறக் கேசத்தோடிருந்த பெண் சொன்னாள்.

"உங்களுக்கு வாசிக்கத் தெரியாதென்பதால், ஓசி-பிரயாணம் போவதுதான் சரியாயிருக்கும்," கறுப்புநிறக் கேசத்தோடிருந்த பெண் சொன்னாள்.

"ஓசி-பிரயாணம்?"

"யாரிடமாவது ஏற்றிக் கொள்ளும்படி கேளுங்கள். பெரும்பாலும் தொலைதூர-சுமையேற்றிப் போகும் சரக்குந்துகளின் ஓட்டுனர்கள் உங்களை ஏற்றிக் கொள்வதில் சென்று முடியும்.

வழக்கமான மகிழுந்துகள் பொதுவாக ஓசி-பிரயாணிகளை ஏற்றிக் கொள்வதில்லை."

"நகாடாவுக்கு 'தொலைதூர-சுமையேற்றிப் போகும் சரக்குந்துகளின் ஓட்டுனர்கள்' என்றால் என்னவென்று உறுதியாகத் தெரியாதே."

"நீங்கள் அங்கே போனாலே காரியம் நடந்து விடும். கல்லூரி காலத்தில் ஒருமுறை நான் ஓசி-பிரயாணம் செய்திருக்கிறேன். சரக்குந்து ஓட்டுனர்கள் அனைவரும் நல்ல மனிதர்கள்தாம்."

"டோமேய் நெடுஞ்சாலையில் எத்தனை தூரம் போகவிருக்கிறீர்கள்?" பழுப்புநிறக் கேசத்தோடிருந்த பெண் கேட்டாள்.

"நகாடாவுக்குத் தெரியாது," நகாடா பதிலளித்தார்.

"உங்களுக்குத் தெரியாதா?"

"அங்கு போனால்தான் எனக்குத் தெரிய வரும். எனவே மேற்திசையில் டோமேய் நெடுஞ்சாலையில் போவதிலிருந்துத் தொடங்கவிருக்கிறேன். அதன் பிறகு எங்கு போகலாமென்பதைச் சிந்திப்பேன். எப்படியானாலும், நான் மேற்திசையில் போக வேண்டும்."

இரண்டு பெண்களும் ஒருவரையொருவர் பார்த்துக் கொண்டார்கள், ஆனால் விசித்திரமான வகையில் நகாடாவின் வார்த்தைகள் தன்வயப்படுத்துவதாக இருந்ததால் அந்த முதிய மனிதரிடம் தாங்கள் கருணையை உணர்வதை அவர்கள் கண்டுகொண்டார்கள். தங்களுடைய மதியவுணவை முடித்தவுடன் காலியான டப்பாக்களை தொட்டியில் எறிந்து விட்டு எழுந்தார்கள்.

"நீங்கள் ஏன் எங்களோடு வரக்கூடாது?" கறுப்புநிறக் கேசத்தோடிருந்த பெண் சொன்னாள். "நாங்கள் ஏதாவது செய்கிறோம்."

நகாடா அவர்களைத் தொடர்ந்து அருகேயிருந்த கட்டடத்துக்குச் சென்றார். இதற்குமுன் இத்தனை பெரிய கட்டடத்துக்குள்

ஒருபோதும் அவர் போனதில்லை. வரவேற்பு மேசைக்கு அடுத்திருந்த நீளிருக்கையில் அந்தப் பெண்கள் அவரை உட்கார வைத்தார்கள், பிறகு வரவேற்பாளரிடம் பேசி விட்டு நகாடாவை சிறிது நேரம் அங்கேயே காத்திருக்கச் சொன்னார்கள். கூடத்திலிருந்த மின்தூக்கிகளுள் ஒன்றில் அவர்கள் மறைந்தார்கள். கையில் குடையோடும் கித்தான் பையோடும் நகாடா அங்கு அமர்ந்திருக்க, தங்களின் மதியவுணவு நேரத்துக்குப் பிறகு அலுவலகப் பணியாளர்கள் வரிசையாக உள்ளே வரத் தொடங்கினார்கள். இதற்கு முன் தனது வாழ்வில் அவர் பார்த்திராத மற்றொரு காட்சி. பரஸ்பர ஒப்புதலின்படி நிகழ்கிறது என்பதுபோல, அத்தனை மனிதர்களும் நன்றாக உடையுடுத்தி இருந்தார்கள் - கழுத்துப்பட்டைகள், பளபளக்கும் குறும்பெட்டிகள் மற்றும் உயரமான குதிகால்கள், அனைவரும் ஒரே திசையில் விரைந்து கொண்டிருந்தார்கள். மொத்த வாழ்வும் இதில்தான் அடங்கியிருக்கிறது என்பதைப் போல வெகு தீவிரமாக யோசித்தாலும் ஒட்டுமொத்தமாக இத்தனை மனிதர்கள் சேர்ந்து அனேகமாக என்ன செய்வார்களென்பதை அவரால் புரிந்து கொள்ள முடியவில்லை.

குறிப்பிட்ட நேரத்துக்குப் பிறகு இரு பெண்களும் திரும்பி வந்தார்கள், வெண்ணிற சட்டையும் கட்டம்போட்டக் கழுத்துப்பட்டையுமணிந்தத் தளர்ந்த இளைஞனொருவனின் துணையோடு.

"இவர் திரு டோகேகுச்சி," பழுப்புநிறக் கேசத்தோடிருந்த பெண் சொன்னாள். "யோகோஹாமாவுக்கு வண்டியில் போகவிருக்கிறார். மேலும் உங்களைத் தன்னோடு அழைத்துப் போவதாகச் சொல்லியிருக்கிறார். டோமேய் நெடுஞ்சாலையிலுள்ள கோஹோகு வாகனமுகப்பில் அவர் உங்களை இறக்கி விடுவார், பிறகு அங்கிருந்து உங்களால் வேறு வாகனத்தைக் கண்டுபிடிக்க முடியுமென்று நம்புகிறோம். நீங்கள் மேற்திசையில் போக விரும்புவதாக மக்களிடம் சொல்லியவாறு வெறுமனே சுற்றி வாருங்கள், அப்படி யாராவது உங்களை ஏற்றிக் கொண்டால் வண்டி எங்காவது நிற்கையில் நிச்சயம் அவர்களுக்கு உணவு வாங்கிக் கொடுங்கள். உங்களுக்குப் புரிகிறதா?"

"ஆனால் அதற்குத் தேவையான பணம் உங்களிடமுள்ளதா?" கறுப்புநிறக் கேசத்தோடிருந்த பெண் கேட்டாள்.

"ஆம், என்னிடம் போதுமான அளவு உள்ளது."

"திரு நகாடா எங்களின் நண்பர், ஆகவே அவரிடம் நல்லபடியாக நடந்து கொள்," பழுப்புநிறக் கேசத்தோடிருந்த பெண் டோகேகுச்சியிடம் சொன்னாள்.

"நீங்களும் என்னிடம் நல்லபடியாக நடந்து கொண்டால்," இளைஞன் மருட்சியோடு பதிலறுத்தான்.

"வெகு விரைவில் ஒரு நாள்..." கறுப்புநிறக் கேசத்தோடிருந்த பெண் சொன்னாள்.

முகமன் கூறி விடைபெறும்போது, அந்தப் பெண்கள் சொன்னார்கள், "இது பிரிந்து-செல்வதற்கான சிறிய பரிசு. நீங்கள் பசியோடிருக்கும் நேரத்துக்காக." பல்பொருள் அங்காடியில் தாங்கள் வாங்கிய சில சோற்றுருண்டைகளையும் ஒரு சாக்லேட் பட்டையையும் அவரிடம் அவர்கள் கையளித்தார்கள்.

"நீங்கள் செய்திருக்கக்கூடிய யாவற்றுக்கும் எப்படி உங்களுக்கு முழுமையாக நன்றி சொல்வதென எனக்குத் தெரியவில்லை," என்றார் நகாடா. "உங்களிருவருக்கும் நன்மைகள் நடக்க வேண்டுமென்று நான் பிரார்த்தனை செய்வேன்."

"உங்களுடைய பிரார்த்தனைகள் பலிக்குமென்று நம்புகிறேன்," பழுப்புநிறக் கேசத்தோடிருந்த பெண் சொல்ல அவள் கூட்டாளி கேலியாகச் சிரித்தாள்.

அந்த இளைஞன், டோகேகுச்சி, ஹை-ஏஸ் மூடுவண்டியின் பயணியர் இருக்கையில் அமரும்படி நகாடாவிடம் சொன்னான், பிறகு பெருநகர நெடுஞ்சாலையின் வழியாக வண்டியை ஓட்டி வந்து டோமேய் சாலைக்குள் நுழைந்தான். போக்குவரத்து நெரிசலாயிருந்தது, ஆகவே வாகனம் அங்குலம் அங்குலமாக நகர்ந்தபோது அனைத்து விதமான சங்கதிகளைப் பற்றியும் அவ்விருவரும் பேசினார்கள். டோகேகுச்சி கூச்சம் நிரம்பியவனாயிருந்தான், ஆரம்பத்தில் எதுவும் பேசவில்லை,

ஆனால் நகாடா தன்னுடன் இருப்பதற்கு பழகியபிறகு அவன் பேசத் தொடங்கினான், தொடர்ச்சியான ஓரங்கவுரை என்பதாக அல்லாமல் சற்றேறக்குறைய ஓர் உரையாடல் எனும் புள்ளியை அது தொடுமளவுக்கு. அவன் பேச விரும்பியதென ஏராளமான விசயங்களிருந்தன, நகாடாவைப் போன்ற அந்நியரிடம் அவற்றைப் பேசுவது அவனுக்கு எளிதாயிருந்தது, ஏனெனில் மீண்டும் அவரை அவன் பார்க்கப் போவதில்லை. தனக்கு நிச்சயிக்கப்பட்டவளுடனான உறவு சில மாதங்களுக்கு முன்னால் முறிந்ததை அவன் விளக்கினான். அவளுக்கு வேறொரு ஆண்நண்பன் இருந்தான், அவனோடு அவளுக்கு ரகசிய உறவு எப்போதும் இருந்திருக்கிறது. வேலையில் தனது முதலாளிகளோடு தனக்கு ஒத்துப் போவதில்லை என்றும் வெளியேறுவதைப் பற்றி யோசிப்பதாகவும் சொன்னான். இளநிலைப் பள்ளியில் இருந்த காலத்தில் அவனைப் பெற்றவர்கள் விவாகரத்து செய்து விட்டார்கள், கூடிய சீக்கிரம் அவன் அம்மா யாரோவொரு சல்லிப்பயலை மறுமணம் செய்தாள். தனது சேமிப்பிலிருந்த பணத்தை நண்பனுக்குக் கடனாகத் தந்திருந்தான், முடிந்த மட்டும் விரைவாக அதைத் திருப்பித் தருவதற்கான எந்த சமிக்ஞையையும் மற்றவன் தருவதாயில்லை. மேலும் அடுக்ககத்தில் அடுத்த வீட்டில் வசித்த கல்லூரி மாணவன் இசையை மிகவும் சத்தமாக அலற விடுவதால் அவனால் நிம்மதியாகத் தூங்க முடிவதில்லை.

நகாடா அக்கறையோடு கேட்டுக் கொண்டிருந்தார், பொருத்தமான இடங்களில் ஆமோதித்து, அவ்வப்போது தனது சொந்த அபிப்பிராயங்களைப் பகிர்ந்தபடி. கோஹோகு வாகனமுகப்புக்குள் அவர்களின் மூடுவண்டி நுழைந்த சமயத்தில் அவ்விளைஞனைப் பற்றித் தெரிந்து கொள்ள வேண்டிய சங்கதிகள் அனைத்தையுமே நகாடா கிட்டதட்ட தெரிந்து கொண்டிருந்தார். அவருக்குப் புரியாதவையும் நிறைய இருந்தன, ஆனால் டோகேகுச்சியின் வாழ்வு குறித்த பிரதானச் சித்திரத்தை அவரால் பார்க்க முடிந்தது, அதாவது அவனொரு ஏழைப்பட்ட இளைஞன், நேர்மையான வாழ்க்கையை வாழும் முயற்சியில், தனக்கான தனித்த பிரச்சினைகளைக் கொண்டிருந்தான்.

“நகாடா உங்களுக்கு மிகவும் நன்றிக்கடன்பட்டிருக்கிறான்,” என்றார். “பயணத்தில் இணைத்துக் கொண்டமைக்கு ரொம்ப ரொம்ப நன்றி.”

"நானும் இதை மகிழ்ச்சியாக உணர்ந்தேன். உங்களுக்கு நன்றி, திரு நகாடா, தற்போது முழுக்கவே நிம்மதியாக இருக்கிறேன். இதற்கு முன்னால் இதுபோல யாரோடும் நான் பேசியதில்லை, உங்களிடம் எல்லாவற்றையும் சொல்ல முடிந்ததில் எனக்கும் மகிழ்ச்சிதான். எனது பிரச்சினைகளையெல்லாம் கூறி உங்களுக்கு அலுப்பூட்டவில்லை என்று நம்புகிறேன்."

"இல்லை, நிச்சயமாகக் கிடையாது. நகாடாவும் கூட, ரொம்ப மகிழ்ச்சியாக இருக்கிறான், உங்களோடு பேச முடிந்ததில். நல்ல விசயங்கள் விரைவில் உங்களுக்கு நடக்குமென்று நம்புகிறேன், திரு டோகேகுச்சி."

இளைஞன் தனது பணப்பையில் இருந்து ஒரு தொலைபேசி அட்டையை எடுத்து நகாடாவிடம் தந்தான். "தயவுசெய்து இந்த அட்டையை வைத்துக் கொள்ளுங்கள். எனது நிறுவனம் இவற்றைத் தயாரிக்கிறது. இதைப் பிரிந்து-செல்வதற்கான பரிசாக எண்ணிக் கொள்ளுங்கள். இன்னும் நல்லதாக உங்களுக்கு எதையேனும் தந்திருக்கலாம் என நினைக்கிறேன்."

"மிகவும் நன்றி," என்று சொல்லி விட்டு நகாடா அதைக் கவனமாகத் தனது பணப்பைக்குள் திணித்தார். தொலைபேச அவருக்கு யாருமில்லை, எப்படிப் பார்த்தாலும் அவ்வட்டையை எவ்விதம் பயன்படுத்துவதென்பதும் அவருக்குத் தெரியாது, ஆனால் அதை ஏற்றுக் கொள்வதே கண்ணியமானதாயிருக்கும் என்று எண்ணினார். அப்போது மணி பிற்பகல் மூன்றைத் தொட்டிருந்தது.

ஃபுஜிகாவா வரை தன்னை அழைத்துச் செல்லும் விருப்பமுள்ளவரைக் கண்டுபிடிக்க அவருக்கு இன்னும் ஒரு மணி நேரமானது. புத்தம்புதிய மீன்களைச் சுமந்து செல்லும் குளிர்சாதன-வசதி செய்யப்பட்ட சரக்குந்தை அந்த மனிதன் ஓட்டினான், தனது நாற்பதுகளின்-மத்தியிலிருந்த கொழுத்த மனிதன், மரத்துண்டுகளைப் போன்ற கரங்களோடும் பிதுங்கி வழியும் தொந்தியோடும் இருந்தான்.

"மீன் நாறுவதைக் கண்டுகொள்ள மாட்டீர்கள் என நம்புகிறேன்," ஓட்டுனர் சொன்னான்.

"நகாடாவுக்குப் பிரியமானவற்றுள் மீன்களும் ஒன்று," நகாடா பதிலளித்தார்.

ஓட்டுனர் சிரித்தான். "நீங்கள் விசித்திரமானவர்தான், இல்லையா?"

"சில சமயங்களில் மனிதர்கள் என்னிடம் இதைச் சொல்வார்கள்."

"எனக்கு விசித்திரமானவர்களைப் பிடிக்கும்," என்றான் ஓட்டுனர். "இயல்பாகத் தோற்றமளிப்பதோடு இயல்பான வாழ்க்கையை வாழும் மனிதர்கள் - அவர்களிடம்தான் நீங்கள் கவனமாக இருக்க வேண்டும்."

"அப்படியா?"

"என்னை நம்புங்கள், அப்படித்தான் நடக்கும். எப்படியாகிலும், எனது கருத்தின்படி."

"நகாடாவிடம் நிறைய கருத்துகள் இருப்பதில்லை. என்றாலும் எனக்கு விலாங்குமீன் பிடிக்கும்."

"நல்லது, அதுவும் ஒரு கருத்துதான். உங்களுக்கு விலாங்குமீன் பிடிக்குமென்பது."

"விலாங்குமீன் என்பது கருத்தா?"

"நிச்சயமாக, உங்களுக்கு விலாங்குமீன் பிடிக்குமென்று சொல்வதும் ஒரு கருத்துதான்."

இப்படியே அவர்களிருவரும் ஃபுஜிகாவாவுக்கு விரைந்தார்கள். தனது பெயர் ஹகிடா என்று ஓட்டுனர் சொன்னான்.

"திரு நகாடா, இவ்வுலகம் போய்க் கொண்டிருக்கும் பாதையைப் பற்றி நீங்கள் என்ன நினைக்கிறீர்கள்?" அவன் கேட்டான்.

"மன்னித்துக் கொள்ளுங்கள். நான் அறிவாளி கிடையாது, ஆகவே அது குறித்து எனக்கு ஒன்றும் தெரியாது," என்றார் நகாடா.

"உங்களுக்கானச் சொந்தக்கருத்தைக் கொண்டிருப்பதும் அறிவாளியாக இல்லாமலிருப்பதும் இருவேறு விசயங்கள்."

"ஆனால், திரு ஹகிடா, அறிவாளியாக இல்லாமலிருந்தால் உங்களால் விசயங்களைப் பற்றி யோசிக்க முடியாதே."

"ஆனால் உங்களுக்கு விலாங்குமீன் பிடிக்குமென்று நீங்களே சொன்னீர்கள்."

"ஆமாம், நகாடாவுக்குப் பிரியமானவற்றுள் விலாங்குமீனும் ஒன்று."

"அதுவொரு தொடர்புதான், பார்த்தீர்களா?"

"உம்ம்."

"அரிசியோடு சேர்ந்து உங்களுக்கு கோழியும் முட்டையும் பிடிக்குமா?"

"ஆமாம், அதுவும் கூட நகாடாவுக்குப் பிரியமானவற்றுள் ஒன்றுதான்."

"நல்லது, அங்கும் கூட, ஒரு தொடர்பு தென்படுகிறது," என்றான் ஹகிடா. "அதேபோல உறவுகளையும் ஒவ்வொன்றாக நீங்கள் கட்டியெழுப்பும்போது உங்களுக்குத் தெரிவதற்கு முன்னாலேயே அவற்றுக்கு அர்த்தம் வந்திருக்கும். நிறைய தொடர்புகள் எனும்போது அவற்றின் அர்த்தம் ஆழமாகும். அது விலாங்குமீனோ, அல்லது சாப்பாட்டுக் கிண்ணங்களோ, அல்லது வாட்டிய மீனோ, எதுவாயிருந்தாலும் கவலையில்லை. புரிகிறதா?"

"இல்லை, இப்போதும் எனக்குப் புரியவில்லை. உணவு, விசயங்களுக்கிடையில் தொடர்பை உண்டாக்குமா என்ன?"

"உணவு மட்டுமல்ல. அமிழ்-தண்டூர்தி (Tram), பேரரசர், எதுவாயிருந்தாலும்."

"ஆனால் நான் அமிழ்-தண்டூர்தியில் போவதில்லை."

"தவறில்லை. கவனியுங்கள் – நீங்கள் கையாள்வது எதுவாக அல்லது யாராக இருந்தாலும் சரி, தங்களுக்கும் தங்களைச் சுற்றியிருக்கும் பொருட்களுக்கும் இடையில் தொடர்பை மனிதர்கள் உருவாக்கிக் கொள்வார்களென்பதையே நான் சொல்ல

வருகிறேன். முக்கியமான விசயம் என்னவென்றால் இது இயல்பாகவே வருகிறதா இல்லையா என்பதே. சங்கதிகளை உங்களுடைய சொந்தக்கண்களால் பார்க்கிறீர்கள் என்பதுதான் முக்கியம்."

"நீங்கள் மிகவும் புத்திசாலி, திரு ஹகிடா."

ஹகிடா பலமான சிரிப்பை வெளியிட்டான். "இது அறிவு குறித்த சமாச்சாரம் அல்ல. நான் அப்படியொன்றும் புத்திசாலி கிடையாது, நானாகச் சிந்திக்கும் வழிமுறை மட்டுமே என்னிடமுண்டு. அதனால்தான் மக்கள் என்னைக் கண்டு எரிச்சலடைகிறார்கள். கண்டுகொள்ளாமல் போனால் நல்லது என்பதான விசயங்களைத்தான் எப்போதும் முன்னெடுக்கிறேன் என்று என் மீது குற்றம் சொல்லுவார்கள். விசயங்களைப் பற்றிச் சிந்திக்க மூளையைப் பயன்படுத்த நீங்கள் முயற்சி செய்தீர்களெனில், உங்களோடு எந்தவிதத் தொடர்பும் வைத்துக் கொள்ள மனிதர்கள் விரும்புவதில்லை."

"இன்னும் கூட நகாடாவுக்குப் புரியவில்லை, ஆனால் விலாங்குமீனை விரும்புவதற்கும் அரிசியோடு சேர்ந்து வரும் முட்டை கோழியை விரும்புவதற்கும் தொடர்புண்டு என்று நீங்கள் சொல்கிறீர்களா?"

"அப்படியும் கூட சொல்லலாம் என்றே நினைக்கிறேன். உங்களுக்கும் நீங்கள் பயன்படுத்தும் பொருட்களுக்குமிடையே எப்போதும், திரு நகாடா, ஒரு தொடர்பு இருக்கத்தான் போகிறது. விலாங்குமீனுக்கும் சாப்பாட்டுக் கிண்ணத்துக்குமிடையே தொடர்பிருப்பதைப் போலவே. ஆகவே இந்தத் தொடர்புகளின் வலை பரவும்போது, உங்களுக்கும், திரு நகாடா, முதலாளித்துவாதிகளுக்கும் பாட்டாளி வர்க்கத்துக்கும் இடையில் கூட ஒரு தொடர்பு இயல்பாக உருவாகிடும்."

"பாட்-டா- என்னது?"

"பாட்டாளி வர்க்கம்," என்றான் திரு ஹகிடா, திருப்புச் சக்கரத்திலிருந்து கைகளை எடுத்து அகலமாகச் சைகை செய்தான். நகாடாவுக்கு அவை தளக்கட்டுப் பந்தாட்டக் கையுறைகளைப் போல மிகப்பெரிதாகத் தெரிந்தன. "கடினமாக

உழைக்கும் மனிதர்கள், ரத்தத்தை வியர்வையாகச் சிந்தித் தங்களுக்கான உணவை ஈட்டுபவர்கள், அவர்களே பாட்டாளி வர்க்கத்தினர். மறுபுறம் பார்த்தால் தங்களின் முதுகுகளைச் சாய்த்து அமர்ந்திருக்கும் மனிதர்களும் நம்மிடம் உண்டு, ஒரு விரலைக் கூட உயர்த்தாமல், மற்ற மனிதர்களுக்கு ஆணையிடுவதன் மூலம் என்னைக் காட்டிலும் நூறு மடங்கு அதிக சம்பளம் பெறுபவர்கள். அவர்களே உங்கள் முதலாளித்துவவாதிகள்."

"முதலாளித்துவவாதிகளாக உள்ள மனிதர்கள் குறித்து எனக்குத் தெரியாது. நானொரு ஏழை, எனவே அதுபோன்ற மகத்தான யாரையும் நான் அறிய மாட்டேன். நானறிந்த மகத்தான மனிதர் டோக்கியோவின் ஆளுநர் மட்டுமே. ஆளுநரும் முதலாளித்துவவாதியா?"

"ஆமாம், அப்படித்தான் நினைக்கிறேன். என்றபோதும், ஆளுநர்கள் பெரும்பாலும் முதலாளித்துவவாதிகளின் ஏவல்நாய்களாக இருப்பார்கள்."

"ஆளுநர் ஒரு நாயா?" ஜானி வாக்கரின் இல்லத்துக்குத் தன்னை அழைத்துப் போன பிரம்மாண்டமான கறுப்புநாயை நகாடா நினைத்துக் கொண்டார், கெடுங்குறிய காட்டிய அவ்வுருவமும் ஆளுநரும் அவருடைய மூளைக்குள் ஒன்றன் மேல் ஒன்றாகப் படிந்திருந்தன.

"உலகம் முழுக்க அவ்வகை நாய்களால் நிரம்பி வழிகிறது. முதலாளித்துவவாதிகளின் சிப்பாய்கள் (Pawns)."

"சிப்பாய்கள்?"

"மிருகங்களின் பாதங்களைப் போல (Paws), கூடுதல் எழுத்தோடு (n)."

"முதலாளித்துவவாதப் பூனைகள் ஏதும் உண்டா?" நகாடா கேட்டார்.

ஹகிடா வெடித்துச் சிரித்தான். "அய்யோ, நீங்கள் வித்தியாசமானவர்தான், திரு நகாடா! ஆனால் உங்களின் பாணி எனக்குப் பிடித்திருக்கிறது. முதலாளித்துவப் பூனைகள்.

காஃப்கா - கடற்கரையில் | **355**

அற்புதமான பிரயோகம். இதைப் பொறுத்தவரை மிகவும் தனித்துவமான கருத்து உங்களுக்கு இருக்கிறது."

"திரு ஹகிடா?"

"என்ன?"

"நான் ஏழையென்பதால் ஒவ்வொரு மாதமும் ஆளுநரிடமிருந்து மா நியம் பெற்றுக் கொண்டிருந்தேன். இது தவறான காரியமா?"

"ஒவ்வொரு மாதமும் உங்களுக்கு எவ்வளவு கிடைக்கும்?"

நகாடா அவனிடம் தொகையைச் சொன்னார்.

ஹகிடா வெறுப்புடன் தனது தலையை ஆட்டினான். "இத்தனைச் சிறிய தொகையைக் கொண்டு வாழ்வதென்பது ரொம்பவே கடினம்தான்."

"அதில் உண்மை கிடையாது, ஏனென்றால் நகாடா பணத்தைப் பெரிதாகப் பயன்படுத்துவதில்லை. மா நியத்தைத் தவிரவும், மக்களுக்கு அவர்களுடைய தொலைந்த பூனைகளைத் தேடிக் கண்டுபிடிக்க உதவுவதன் மூலமாகவும் எனக்குப் பணம் கிடைக்கும்."

"விளையாட்டில்லையே? தொழில்முறை பூனை-கண்டுபிடிப்பாளர்?" என்றான் ஹகிடா, ஈர்க்கப்பட்டவனாக. "நீங்கள் ஆச்சரியமூட்டும் மனிதர், நான் இதைச் சொல்லியே ஆக வேண்டும்."

"உண்மையில், என்னால் பூனைகளோடு பேச முடியும்," என்றார் நகாடா. "அவை சொல்வதை என்னால் புரிந்து கொள்ளவியலும். தொலைந்து போனவற்றைக் கண்டுபிடிக்க அது எனக்கு உதவும்."

ஹகிடா தலையசைத்தான். "அது உங்களுக்கு சாத்தியமற்றது என்றெல்லாம் சொல்ல மாட்டேன்."

"ஆனால் சமீபமாக இனிமேலும் என்னால் பூனைகளிடம் பேச முடியாது என்பதைக் கண்டுபிடித்தேன். ஏனென்று ஆச்சரியப்படுகிறேன்."

“சங்கதிகள் ஒவ்வொரு நாளும் மாறிக் கொண்டேயிருக்கின்றன, திரு நகாடா. ஒவ்வொரு புதிய விடியலின் போதும் முந்தைய நாளில் இருந்த அதே உலகமாக இருப்பதில்லை. நீங்களும் கூட, முன்பிருந்த அதே ஆள் கிடையாது. நான் என்ன சொல்கிறேன் என்று தெரிகிறதா?”

“ஆமாம்.”

“தொடர்புகளும் கூட மாறுகின்றன. முதலாளித்துவவாதி யார், பாட்டாளி வர்க்கம் யார். வலதில் யார் இருக்கிறார்கள், இடதில் யார் இருக்கிறார்கள். தகவல் புரட்சி, பங்குச்சந்தை சாத்தியங்கள், அசையும் சொத்துகள், தொழில்ரீதியான மறுகட்டமைப்பு, சர்வதேசத் தொழில் நிறுவனங்கள் – எது நல்லது, எது கெட்டது. சங்கதிகளுக்கு இடையேயான எல்லைகள் தொடர்ச்சியாக மறைந்து வருகின்றன. அனேகமாக அதனால்தான் இனிமேலும் உங்களால் பூனைகளோடு பேச முடியவில்லையோ என்னமோ.”

“இடதுக்கும் வலதுக்குமான வித்தியாசத்தை நகாடா புரிந்து வைத்திருக்கிறான். இது வலது, அது இடது. சரியா?”

“பிடித்து விட்டீர்கள்,” ஹகிடா ஒத்துக் கொண்டான். “உங்களுக்குத் தெரிய வேண்டியதெல்லாம் அவ்வளவுதான்.”

அவர்கள் கடைசியாகச் செய்த காரியம் ஓர் இளைப்பாறும்-பகுதியின் உணவகத்தில் சாப்பிட்டதுதான். இரண்டு தட்டுகளில் விலாங்குமீன்களைக் கொண்டு வரப் பணித்தான் ஹகிடா, வண்டியில் ஏற்றிக் கொண்டதற்காக அவனுக்கு நன்றி சொல்லும் வகையில் பணம் செலுத்துவதாக நகாடா வலியுறுத்தியபோது, ஓட்டுனர் தனது தலையை ஆட்டி திடமாக மறுத்தான்.

“வாய்ப்பேயில்லை,” அவன் சொன்னான். “உங்களுக்கு மானியமாக அவர்கள் தரும் அற்பத்தொகையைக் கொண்டு எனக்கு உணவு வாங்கித் தர ஒருபோதும் அனுமதிக்க மாட்டேன்.”

“என்றால், ரொம்ப கடன்பட்டிருக்கிறேன். இப்படியொரு விருந்துக்கு நன்றி,” என்றார் நகாடா, அவனுடைய கருணையை மகிழ்வுடன் ஏற்பவராக.

ஓட்டுனர்களிடம் பிரயாணத்தில் ஏற்றிக் கொள்ளும்படி உதவி கேட்பவராக ஃபுஜிகாவாவின் இளைப்பாறும் பகுதியில் கிட்டத்தட்ட ஒரு மணி நேரத்தை நகாடா செலவளித்தார், ஆனால் தன்னை ஏற்றிக் கொள்ள விருப்பமிருக்கும் யாரையும் அவரால் கண்டுபிடிக்க முடியவில்லை. என்றாலும், அவர் அச்சப்படவோ அல்லது துயரப்படவோ இல்லை. அவர் மனதுக்குள், காலம் மிகவும் மெதுவாக நகர்ந்தது. அல்லது நகரவேயில்லை.

சற்று நேரம் காற்று வாங்குவதற்காக வெளியே சென்று இலக்கில்லாமல் சுற்றி வந்தார். வானம் மேகங்களற்றிருக்க, நிலவின் மேற்புறத்தைத் தெளிவாகப் பார்க்க முடிந்தது. நகாடா வாகனமுகப்பைச் சுற்றி உலா வந்தார், எண்ணற்ற மிகப்பெரிய சரக்குந்துகளால் அது நிறைந்திருந்தது, ஓய்வெடுப்பதாக, தோளோடு தோள் சேர்த்து வரிசையாக நிற்கும் ராட்சத மிருங்களைப் போல. சில சரக்குந்துகள் குறைந்தபட்சம் இருபது ராட்சதச் சக்கரங்களைக் கொண்டிருந்தன, ஒவ்வொன்றும் ஒரு மனிதனின் உயரத்தில். நிறைய சரக்குந்துகள், வெகு தாமதமான ராப்பொழுதில் யாவும் நெடுஞ்சாலையில் அதிவேகமாக விரைந்தன – அனேகமாக அவையெல்லாம் எதைச் சுமந்து சென்றன? நகாடாவால் யூகிக்க முடியவில்லை. ஒருவேளை சரக்குந்துகளின் பக்கவாட்டில் எழுதியிருந்தவற்றை அவரால் படிக்க முடிந்திருந்தால், நகாடா நினைத்துக் கொண்டார், தன்னால் அதைக் கணித்திருக்க முடியுமோ?

ஒரு மணி நேரத்துக்குப் பிறகு அல்லது அதற்கு நெருக்கமாக, வாகனமுகப்பின் ஒரு மூலையில், மகிழுந்துகள் அதிகமாக நின்றிராத பகுதியில், பத்து அல்லது அதற்கும் மேற்பட்ட விசையுந்துகள் வரிசை கட்டி நின்றிருந்ததை அவர் கண்டார். ஓர் இளைஞர் குழாம் அதனருகே வட்டமாக நின்றிருந்தது, எதையோ பார்த்துக் கூச்சலிட்டபடி. கிளர்ச்சியுற்றவராக, நகாடா அவர்களை நெருங்கினார். ஒருவேளை வழக்கத்துக்கு மாறான எதையும் அவர்கள் கண்டுபிடித்திருக்கிறார்களோ?

அருகாமையில் போன சமயத்தில், தரையில் வீழ்ந்து கிடந்த யாரையோ சூழ்ந்து கொண்டு அவர்களனைவரும் அடித்து உதைப்பதை அவர் பார்த்தார், பொதுவாகத் தங்களால்

முடிந்தமட்டும் அவனைக் காயப்படுத்த அவர்கள் முயற்சி செய்தார்கள். பெரும்பாலான ஆட்களிடம் ஆயுதம் ஏதுமில்லை, ஆனாலும் அவர்களில் ஒருவன் கையில் சங்கிலியை வைத்திருந்தான். மற்றொருவனோ காவலர்களின் குறுந்தடியைப் போலத் தோற்றமளித்த கறுப்புநிறக் கட்டையை ஏந்தியிருந்தான். பொத்தான்கள் போட்டிராத சிறிய-கையுடைய சட்டைகளை அவர்கள் அணிந்திருந்தார்கள், சிலர் டி-ஷர்ட்களை, சிலர் ஓட்டத்துக்கான சட்டைகளை, அவர்களில் அனேகமானவர்களின் கேசம் பொன்னிறத்தில் அல்லது பழுப்புநிறத்தில் சாயமேற்றப்பட்டிருந்தது, சிலர் கைகளில் குத்திய பச்சையோடிருந்தார்கள். அவர்கள் அடித்தும் உதைத்தும் கொண்டிருந்த இளைஞனும் ஏறத்தாழ அதேபோல உடை உடுத்தியிருந்தான்.

தனது குடையின் முனையால் தார்ச்சாலையின் மேற்புறத்தைத் தட்டியபடி நகாடா நெருங்கியபோது, அவர்களில் இரண்டு பேர் திரும்பிப் பார்த்து அவரை வெறித்தார்கள். என்றாலும், அதுவொரு தீங்கற்ற முதிய மனிதன்தான் என்றதைப் பார்த்தவுடன் ஆசுவாசமடைந்தார்கள். “நீயும் ஏன் அடிக்கக்கூடாது, கிழவா?” அவர்களில் ஒருவன் உறுமினான்.

பயப்படாதவராக, நகாடா இன்னும் நெருங்கிச் சென்றார். தரையில் கிடந்த மனிதனின் வாயிலிருந்து ரத்தம் வழிவதாகத் தோன்றியது. “ரத்தம் வெளியேறி வருகிறது,” என்றார் நகாடா. “அவன் செத்துக் போகக்கூடும்.”

எதிர்பாராமல் மாட்டிக் கொண்டவர்கள் போல, அந்த மனிதர்கள் உடனடியாக எந்த எதிர்வினையும் செய்யவில்லை.

“அனேகமாக உன்னையும் கூட நாங்கள் கொல்ல வேண்டும், அதைச் செய்ய வேண்டுமென்று தீர்மானித்தால்,” சங்கிலியோடு இருந்தவன் சொன்னான். “ஒருவரைக் கொல்வது அல்லது இருவரை – எந்த மாற்றத்தையும் ஏற்படுத்தப் போவதில்லை.”

“எந்தக் காரணமுமில்லாமல் யாரையும் நீங்கள் கொல்ல முடியாது,” நகாடா அழுத்திச் சொன்னார்.

"எந்தக் காரணமுமில்லாமல் யாரையும் நீங்கள் கொல்ல முடியாது," ஒருவன் அவரைப் போலச்செய்ய, அவனுடைய நண்பர்கள் சிரித்தார்கள்.

"எங்களிடம் காரணங்கள் உண்டு, நண்பா," இன்னொரு ஆள் சொன்னான். "மேலும் நாங்கள் அவனைக் கொல்கிறோமோ இல்லையா என்பதற்கும் உனக்கும் எந்தத் தொடர்புமில்லை. எனவே ஒன்றுக்குமாகாத உனது குடையைத் தூக்கிக் கொண்டு சாலைக்கு ஓடி விடு, மழை வருவதற்கு முன்."

தரையில் கிடந்த மனிதன் ஊர்ந்து முன்னகரத் தொடங்கினான், தலையை முழுதாக மழித்திருந்த இளைஞனொருவன் அவனை நெருங்கி, தனது புதைமிதியடிகளால் அவனுடைய விலாப்பகுதியில் ஓங்கி உதைத்தான்.

நகாடா தனது கண்களை மூடிக் கொண்டார். தனக்குள் எதுவோ ஊறுவதை அவரால் உணர முடிந்தது, அவருடைய கட்டுப்பாட்டையும் மீறி. சற்றே குமட்டுவதைப் போல உணர்ந்தார். ஜானி வாக்கரைக் குத்திய நினைவு திடீரென்று அவருக்குள் திரும்பி வந்தது. ஒரு மனிதனின் மார்புக்குள் கத்தியை நுழைப்பது என்ன மாதிரியான உணர்வென்பதை அவருடைய கை இன்னும் மறந்திருக்கவில்லை. தொடர்புகள்? திரு ஹகிடா சொல்லிக் கொண்டிருந்த தொடர்புகளுள் ஒன்றாக இது இருக்குமோ? விலாங்குமீன் = கத்தி = ஜானி வாக்கர்? மனிதர்களின் குரல்கள் யாவும் சிதறுண்டு ஒலித்தன, அதற்கு மேல் அவற்றை வித்தியாசப்படுத்திப் பார்க்க அவரால் முடியவில்லை. நெடுஞ்சாலையின் முடிவேயில்லாத சக்கரங்களின் உராய்வுகளோடு அவர்களின் குரல்களும் சேர்ந்து வினோதமான ஓசையை உருவாக்கின. இரவு அவரை விழுங்கிட, அவருடைய இதயம் உடலெங்கும் குருதியைப் பொங்கிப் பெருகச் செய்தது.

வானை நிமிர்ந்து பார்த்தார் நகாடா, பிறகு மெல்ல குடையை விரித்துத் தனக்கு மேலே பிடித்துக் கொண்டார். கவனத்தோடு பின்புறமாகச் சில எட்டுகள் எடுத்து வைத்தார், தனக்கும் அந்தக் கும்பலுக்குமிடையே இருந்த இடைவெளியை அதிகரிப்பதைப் போல. சுற்றுமுற்றும் பார்த்தார், பிறகு மீண்டும் சில எட்டுகள் பின்னால் போனார்.

இதைக் கண்டு அந்த இளைஞர்கள் சிரித்தார்கள். "ஹேய், பதற்றமேயில்லாத அந்தக் கிழவனை கவனி!" அவர்களில் ஒருவன் சொன்னான். "நிஜமாகவே அவன் தனது குடையைப் பயன்படுத்துகிறான்."

ஆனால் அவர்களின் சிரிப்பு வெகுநேரம் நீடிக்கவில்லை. திடீரென்று, முன்பின் தெரியாத விழுவிழுப்பான சங்கதிகள் வானிலிருந்து மழையாகப் பொழியத் தொடங்கின, அவர்களின் கால்களுக்குக் கீழிருந்தத் தரையில் விபரீதமான பலத்தவொலியோடு அவை மோதின. தங்களின் இரையை உதைப்பதை நிறுத்தி விட்டு இளைஞர்கள் நிமிர்ந்து வானத்தைப் பார்த்தார்கள். மேகங்கள் ஏதுமில்லை, ஆனால் நிச்சயமாக எங்கோ மேலிருந்துதான் சங்கதிகள் ஒன்றன் பின் ஒன்றாக விழுந்தன. ஆரம்பத்தில் சிதறலாக, பிறகு கொஞ்சம் கொஞ்சமாக நிறைய அளவில் விழத் தொடங்கின, மேலும் அவர்கள் அதை உணரும் முன்பாகவே வலுவான பொழிவில் சிக்கிக் கொண்டார்கள். வானிலிருந்து தாக்கிக் கொண்டிருந்த சங்கதிகள் என்னவென்று பார்த்தால் அவை ஒன்றரை அங்குல நீளம் கொண்ட சிறிய கறுப்புநிறப் பொருட்களாக இருந்தன. வாகனமுகப்பில் இருந்த விளக்குகளின் ஒளியில் பார்க்க அந்த மனிதர்களுடைய தோள்கள், கரங்கள் மற்றும் கழுத்துகளின் மீது மெல்லிய கறுப்புநிறப் பனி வீழ்ந்து அங்கேயே ஒட்டியிருப்பதாகத் தோன்றியது. அந்தப் பொருட்களைத் துடைத்தெறிய அவர்கள் மூர்க்கமாக முயற்சி செய்தார்கள், ஆனால் முடியவில்லை.

"அட்டைகள்!" யாரோ அலறினார்கள்.

ஏதோவொரு சமிக்ஞை தந்ததைப் போல அத்தனை பேரும் அலறியடித்துக் கொண்டு வாகனமுகப்பின் வழியாகக் கழிவறைகளுக்கு ஓடினார்கள். அவர்களில் ஒருவன், பொன்னிறக் கேசத்தோடிருந்த இளைஞன், ஒரு மகிழுந்தால் மோதப்பட்டுத் தரையில் விழுந்தான் - அதற்கு முன் ஓடியதால். அவன் துள்ளியெழுந்தான், பிறகு மகிழுந்தின் முன்புறத்தில் தனது முஷ்டியால் அறைந்து சத்தமாக ஓட்டுனரைச் சபித்தான். என்றபோதும், அவ்வளவுதான், பிற்பாடு அவனும் கழிவறையை நோக்கி நொண்டியவாறே விரைந்தான்.

குறிப்பிட்ட நேரத்துக்கு அட்டைகள் பலமாகப் பொழிந்தன, பிறகு மெல்லக் குறைந்து ஒரு கட்டத்தில் நின்று போயின. நகாடா தனது குடையை மடக்கினார், அட்டைகளைத் தட்டிக் கீழே தள்ளி விட்டு, அடிபட்ட மனிதன் எவ்வாறிருக்கிறான் என்பதைப் பார்க்கச் சென்றார். கொழகொழப்பான உயிரினங்கள் சின்னச்சின்ன குன்றுகளாக அவ்விடத்தைச் சுற்றி எங்கும் நெளிந்து கொண்டிருந்தன, எனவே அவரால் ரொம்ப நெருங்கிச் செல்ல முடியவில்லை, மேலும் தரையில் கிடந்த மனிதன் அவற்றுள் புதைந்து போயிருந்தான். நெருக்கத்தில் சென்றபோது, வெட்டுப்பட்டிருந்த அவனுடைய புருவங்களில் இருந்து ரத்தம் வழிவதை நகாடாவால் பார்க்க முடிந்தது, உடன் அவனுடைய பற்களில் சிலதும் உடைந்திருப்பதாகத் தெரிந்தது. தனியொருவனாகத் தான் மட்டுமே கையாள முடியாத அளவுக்கு இந்த சமாச்சாரம் பெரிதென்பது நகாடாவுக்குத் தெரியும், ஆகவே அவர் மீண்டும் உணவகத்துக்கு விரைந்து வாகனமுகப்பில் ஒரு மனிதன் விழுந்து கிடப்பதை - காயம்பட்டவனாக - பணியாளர்களுள் ஒருவரிடம் சொன்னார். "நீங்கள் காவலர்களை அழைத்தால் நல்லது, இல்லையென்றால் அவன் செத்துப் போகக்கூடும்."

இது நடந்த கொஞ்ச நேரத்திற்குள் கோபே வரைக்கும் அவரை ஏற்றிப் போக விருப்பம் தெரிவித்த சரக்குந்து ஓட்டுனரொருவனை நகாடா கண்டுபிடித்தார். தனது இருபதுகளின் மத்தியில் இருந்த, தூக்கக்கலக்கத்தில் இருப்பதாகத் தோன்றிய மனிதன், அத்தனை உயரமல்ல, குதிரைவால்-கேசத்தோடு, ஒரு காது மட்டும் குத்தப்பட்டு, சுனிச்சி டிராகன்களின் தளப்பந்தாட்டத் தொப்பி அணிந்து, உணவகத்துக்குள் அவன் அமர்ந்திருந்தான், புகைத்தவாறும் ஒரு படக்கதைப் புத்தகத்தைப் புரட்டியவாறும். கசங்கிய அலோஹா சட்டையும் அளவிற்பெரிய நைக்கிகளும் அவன் உடையலங்காரத்தைப் பூர்த்தி செய்தன. தனது ரமேன் கிண்ணத்தில் மீதமிருந்த வடிசாற்றுக்குள் சிகரெட் சாம்பலை அவன் தட்டினான், நகாடாவைப் பலமாக முறைத்துப் பார்த்தான், பிறகு வேண்டாவெறுப்பாகத் தலையை ஆட்டினான். "ஹ்ம்ம். சரி. நீ என்னோடு வரலாம். ஒருவிதத்தில் என் தாத்தாவை நீ நினைவுபடுத்துகிறாய். உன்னுடைய தோற்றம், அல்லது அனேகமாக நீ பேசும் முறை, சொல்ல வந்த புள்ளியை

விட்டு ஒரு மாதிரி விலகி.. இறுதியில் என் தாத்தா அறிவு மழுங்கிச் செத்துப் போனார். சில வருடங்களுக்கு முன்."

அவன் மேற்கொண்டு பேசும்போது கோபேக்கு காலையில் அவர்கள் போய் விடலாமென்பதை விளக்கினான். அங்கு ஒரு பல்பொருள்-அங்காடியின் கிட்டங்கிக்கு அவன் அறைகலன்களை கொண்டு சேர்க்கவிருந்தான். வாகனமுகப்பிலிருந்து தனது சரக்குந்தை அவன் வெளியே எடுத்த சமயத்தில், மகிழுந்து விபத்தொன்றை அவர்கள் கடந்து சென்றார்கள். இரண்டு ரோந்து வண்டிகள் ஏற்கனவே அங்கு வந்திருந்தன, சிகப்பு விளக்குகள் மினுங்க, சமிக்ஞை விளக்கை ஏந்தியிருந்த காவலன் போக்குவரத்தை ஒழுங்குபடுத்திக் கொண்டிருந்தான். அப்படியொன்றும் பெரிய விபத்தாகத் தெரியவில்லை. சில மகிழுந்துகள் மோதிக் கொண்டிருந்தன, சிறிய மூடுவண்டி ஒன்றின் பக்கவாட்டில் சொட்டை விழுந்திருக்க, ஒரு மகிழுந்தின் பின்புற விளக்கு உடைந்திருந்தது.

சரக்குந்து ஓட்டுனர் ஜன்னலில் வழியே தனது தலையை வெளியே நீட்டினான், காவல் அதிகாரியோடு ஒருசில வார்த்தைகளைப் பரிமாறிக் கொண்ட பிறகு, ஜன்னலைச் சுற்றி மூடினான். "பொதிப்பொதியாக அட்டைகள் வானிலிருந்து வீழ்ந்ததாகச் சொல்கிறான்," அவன் சொன்னான், அக்கறையற்றவனாக. "அவை மகிழுந்துகளால் நசுக்கப்பட்டிருக்கின்றன, சாலைகள் எல்லாம் வழுக்கத் தொடங்கியதால் சில ஓட்டுனர்கள் தங்களின் கட்டுப்பாட்டை இழந்திருக்கிறார்கள். எனவே சங்கடப்படாமல் சற்று மெதுவாகப் போ, அவன் என்னிடம் சொன்னான். அதற்கும் மேல், இருசக்கர-வாகன சாகசங்களில் ஈடுபாடு கொண்ட ஏதோவொரு உள்ளூர் கும்பல் யாரையோ போட்டு அடித்திருக்கிறார்கள். அட்டைகள் மற்றும் இருசக்கர-வாகன சாகசங்களில் ஈடுபடுபவர்கள் – எத்தனை விசித்திரமான இணைப்பு. குறைந்தபட்சம், காவலர்களையாவது இது சுறுசுறுப்பாக வைத்திருக்கிறது."

அவன் வெளிவாயிலை நோக்கி கவனமாக ஓட்டிச் சென்றான். மெதுவாகச் சென்றாலும் கூட சரக்குந்து ஓரிரு முறை வழுக்கியது, சக்கரத்தை நுட்பமாக வளைத்து ஓட்டுனர்

அதைச் சரிப்படுத்தினான். "அட, நிஜமாகவே ரொம்பப் பெரிய பொதிதான் விழுந்திருக்கும் போல, அநியாயத்துக்கு வழுக்குகிறது. ஆனாலும், கவனி – அட்டைகள், இது சற்று அருவருக்கத்தக்க சங்கதிதான். எப்போதாவது உன் மீது அட்டை ஒட்டியிருக்கிறதா?"

"இல்லை, நகாடாவால் நினைவுறுத்திப் பார்க்க முடிந்தவரைக்கும், இல்லையென்றே நினைக்கிறேன்," நகாடா மறுமொழி கூறினார்.

"கிஃபு மலைகளில்தான் நான் வளர்க்கப்பட்டேன், அங்கே நிறைய முறை எனக்கு அது நிகழ்ந்திருக்கிறது. வனங்களினூடாக நான் நடந்து போய்க் கொண்டிருப்பேன், அப்போது மரங்களிலிருந்து விழும். நீர்நிலைகளில் நடந்து போனால் உன் கால்களில் ஒட்டிக் கொள்ளும். அட்டைகளைப் பற்றிய ஓரிரு விசயங்கள் எனக்குத் தெரியும், என்னை நம்பு. ஒருமுறை உன் மீது ஒட்டிக் கொண்டால் அவற்றைப் பிரித்தெடுப்பது ரொம்பவே கடினம். உருவில் பெரிய உறிஞ்சுயிரியை நீ பிடித்திழுத்தால் தோல் பிய்ந்து வருவதோடு அது தழும்பாக மாறி விடும். ஆகவே சிறந்த வழிமுறையென்பது அவற்றை நெருப்புக்குக் காட்டுவதே. கேடுகெட்ட சங்கதிகள், உன் ரத்தத்தை அவை உறிஞ்சும் வழிமுறையால். மேலும் முழுக்க உறிஞ்சியபிறகு மென்மையாகவும் கூழைப் போலவும் மாறிப் போகும். ரொம்பவே அருவருப்பானவை, இல்லையா?"

"ஆமாம், நிச்சயமாக," நகாடா ஒப்புக் கொண்டார்.

"ஆனால் வானிலிருந்து அட்டைகள் ஏதோவொரு இளைப்பாறும்-பகுதியின் வாகனமுகப்பில் விழச் சாத்தியமில்லை. இத்தனை கேவலமான விசயத்தை இதுவரைக்கும் நான் கேள்விப்பட்டதில்லை! இந்தப் பகுதியிலுள்ள ஆட்களுக்கு அட்டைகளைப் பற்றிய அடிப்படை சங்கதி கூடத் தெரியவில்லை. அட்டைகள் வானத்திலிருந்து விழக்கூடியவை அல்ல, அவர்களுக்குத் தெரியுமா?"

நகாடா எதுவும் சொல்லவில்லை.

"சில வருடங்களுக்கு முன்னால் நிறைய எண்ணிக்கையில் மரவட்டைகள் ஒரே நேரத்தில் யமனாஷி ஆளுகையில் தோன்றின, எங்கு பார்த்தாலும் மகிழுந்துகள் வழுக்கிக் கொண்டிருந்தன. இது போலவே, சாலைகள் எல்லாம் வழுவழுப்பாக மாறி நிறைய விபத்துகள் நிகழ்ந்தன. தண்டவாளங்களையும் அவை ஒட்டுமொத்தமாக ஆக்கிரமித்துக் கொள்ள தொடருந்துகளும் ஓட முடியவில்லை. ஆனால் மரவட்டைகளும் கூட, ஒருபோதும் வானிலிருந்து மழையாகப் பொழியப் போவதில்லை. எங்கிருந்தாவது அவை ஊர்ந்து வரும். யார் வேண்டுமானாலும் அதைப் பார்க்கலாம்."

"வெகு காலத்துக்கு முன்பு நான் யமனாஷியில் வசித்தேன். போரின் போது."

"விளையாடாதே," என்றான் ஓட்டுனர். "அது எந்தப் போர்?"

21

சிற்பி கோய்ச்சி டமூரா குத்திக் கொலை

வாசிப்பறையில் கண்டெடுப்பு, தரையில் ரத்தக்கடல்

உலகப்புகழ் பெற்ற சிற்பியான கோய்ச்சி டமூரா, கடந்த முப்பதாம் தேதி பிற்பகலில், நகானோ பிரிவின் நோகாடாவில் தனது வீட்டின் வாசிப்பறைக்குள் இறந்து கிடந்தார். தூய்மைப்பணி செய்யும் பெண்ணால் அவருடல் கண்டுபிடிக்கப்பட்டது. திரு டமூரா தலைகவிழ்ந்து குப்புறக் கிடந்தார், நிர்வாணமாக, ரத்தத்தால் மூடுண்டு. போராடிய அடையாளங்கள் இருந்ததால் இந்த மரணம் தற்போது கொலையென்பதாக நம்பப்படுகிறது. உடலினருகே கண்டெடுக்கப்பட்ட சமையலறைக் கத்திதான் கொலைக்கான ஆயுதம்.

மரணம் நடந்த நேரம் 28 ஆம் தேதி மாலையாக இருக்கலாம் எனக் காவல்துறை கணிக்கிறது, மேலும் திரு டமூரா தனியாக வாழ்ந்து வந்த காரணத்தால் இரண்டு நாட்களுக்குப் பிறகே உடல் கண்டுபிடிக்கப்பட்டது. கூர்மையான இறைச்சி வெட்டும் கத்தியால் மார்பில் பல ஆழமான கத்திக்குத்துகளை வாங்கியிருந்தார் திரு டமூரா, இதயம் மற்றும் நுரையீரலில் உண்டான காயங்களால் ஏற்பட்ட மிகப்பெரிய ரத்தப்போக்கில் அவர் ஏறத்தாழ உடனே இறந்திருக்க வேண்டும் என்று நம்பப்படுகிறது. கூடுதலாக, திண்ணியமான மாபெரும் விசையெனத் தோன்றிய ஒன்றின் பொருட்டு நிறைய விலா எலும்புகள் முறிந்திருந்தன. சம்பவ இடத்தில் ஏதும் கைரேகைகள் அல்லது குற்றவாளி விட்டுப் போன வேறு தடயங்களைக் கண்டுபிடித்ததாக காவல்துறை இன்னும் அறிவிக்கவில்லை. ஆகவே இந்தக் குற்றத்துக்கு சாட்சியங்கள் இல்லையெனத் தெரிகிறது.

அவரின் வீடு கலைக்கப்படவில்லை என்பதோடு, சம்பவம் நிகழ்ந்த இடத்தினருகே இருந்த விலையுயர்ந்த பொருட்களும் பணப்பையும் தொடப்படாததால், தனிப்பட்ட பழியைத் தீர்க்க நிகழ்ந்த குற்றமாகக் காவல்துறை இதைப் பார்க்கிறது. ஓர் அமைதியான குடியிருப்புப்பகுதிக்கு அருகாமையில் உள்ளது திரு டமூராவின் வீடு, ஆனால் கொலை நடந்த நேரத்தில் யாரும் எதையும் கேட்கவில்லை, செய்தியறிந்து அக்கம்பக்கத்தைச் சேர்ந்தவர்கள் அதிர்ந்து போனார்கள். அண்டை வீட்டாரோடு திரு டமூராவுக்கு அதிகம் தொடர்பு இருந்ததில்லை என்பதோடு அமைதியாக வாழ்ந்து வந்தார், மேலும் சம்பவம் நடந்தேறிய நேரத்துக்கு முன்னும்பின்னும் இயல்பு மீறிய எதையும் யாரும் பார்த்திருக்கவில்லை.

திரு டமூரா தன் மகனோடு (15) வசித்து வந்தார், ஆனால் தூய்மைப்பணி செய்யும் பெண்ணின் கூற்றுப்படி கிட்டத்தட்டப் பத்து நாட்களாக அவனைக் காணவில்லை. இளநிலைப் பள்ளிக்கும் அவர் மகன் போகாததால் காவல்துறை அவன் எங்கிருக்கிறான் என்பதை விசாரித்து வருகிறார்கள்.

அவருடைய வீடோடு சேர்ந்து, முசாஷினோ நகரில் திரு டமூராவுக்கு ஓர் அலுவலகமும் கலைக்கூடமும் இருந்தன,
மேலும் அவர் உதவியாளரின் கூற்றுப்படி, கொலை நிகழ்ந்ததற்கு முந்தைய தினம் வரைக்கும் எப்போதும் போல அவர் ஒரு புதிய சிற்பத்தை வடிக்கும் பணியில் ஈடுபட்டிருந்தார். சம்பவம் நிகழ்ந்த நாளன்று, ஒரு விசயத்துக்காக அவள் அவரைத் தொடர்பு கொள்ள வேண்டியிருந்தது, ஆனால் அவருடைய வீட்டுக்குத் தொலைபேசியில் அழைத்த ஒவ்வொரு முறையும் அவரது பதில் சொல்லும் இயந்திரத்தைத்தான் அவளால் பிடிக்க முடிந்தது.

டோக்கியோவின் கொகுபுஞ்சியில் பிறந்தவர் திரு டமூரா. டோக்கியோ கலைக் கல்லூரியின் சிற்பத்துறையில் சேர்ந்தார், மேலும் மாணவனாக இருந்தபோதே சிற்பக்கலையுலகின் பேசுபொருளாக மாறிய பல்வேறு புதுமையான சிலைகளைச் செய்து முடித்தார். மனிதனின் அடிமன உணர்வுகளே அவருக்கானப் பிரதான கருப்பொருள், மேலும் மரபுக்கு எதிர்த்திசையில் தனித்துவமான பாணியிலமைந்த அவரின் சிற்பங்கள் சர்வதேச அளவில் பாராட்டப்பட்டன. அவருடைய மாபெரும் "புதிர்ப்பாதை" தொகுதியே அவர் செய்த பணிகளில் மிகவும் புகழ்வாய்ந்தவையாகும், கற்பனையின் கட்டுப்பாடற்ற உணர்வுகளின் வழி, வளைவு நெளிந்து நீளும் புதிர்ப்பாதைகளின் அமைப்பை, அவை ஆராய்ந்தன. மரணம் நிகழ்ந்த காலத்தில், ஒரு

கலைக்கூடத்தில் வருகைதரு பேராசிரியராக இருந்தார். இரண்டு வருடங்களுக்கு முன்பு, நியூயார்க்கில் உள்ள நவீன கலை அருங்காட்சியகத்தில் வைக்கப்பட்ட அவருடைய சிலைகளின் கண்காட்சியில்..

இந்தப் புள்ளியில் நான் வாசிப்பதை நிறுத்துகிறேன். எங்கள் முன்வாயிலின் புகைப்படம் அதில் உள்ளது, கூடவே தனது இளமைக்காலத் தோற்றத்தில் இருக்கும் என் தந்தையினுடையதும், செய்தித்தாளுக்கு ஓர் அச்சுறுத்தும் உணர்வை அவை வழங்குகின்றன. இரண்டாக மடித்து அதை நான் மேசையின் மீது வைக்கிறேன். இன்னும் படுக்கையில் அமர்ந்தவாறு, ஏதும் சொல்லாமல், வெறுமனே எனது விரல்நுனிகளை கண்களின் மீது வைத்து அழுத்துகிறேன். மங்கலாக ஒரு ஒலி, சீரான லயத்தில், என் காதுகளை மோதுகிறது. அதிலிருந்து விடுபட என் தலையை பலமாக ஆட்ட முயற்சி செய்கிறேன், ஆனால் அந்த ஒலி போக மறுக்கிறது.

நூலகத்தில் எனது அறைக்குள் இருக்கிறேன். இரவு ஏழு மணி. இரவானதால் அப்போதுதான் நாங்கள் இடத்தை அடைத்திருந்தோம், சற்று நேரத்துக்கு முன்பே மிஸ் செய்கி தனது ஃவோக்ஸ்வேகன் கோல்ஃபில் கிளம்பிப் போயிருந்தாள். இப்போது நூலகத்தில் இருப்பது நானும் ஒஷிமாவும் மட்டுமே. உடன் எனது காதுகளுக்குள் முட்டிமோதும் அந்த எரிச்சலூட்டும் சங்கதியும்.

“இது சில நாட்களுக்கு முன்பு வந்த செய்தித்தாள், நீ மேலே மலைகளில் இருந்த காலத்தில். இதைப் பார்த்தபோது இந்த கோய்ச்சி டமூரா உன் தந்தையாக இருக்கக்கூடுமென நினைத்தேன். நிறைய தகவல்கள் ஒத்துப் போகின்றன. இதை உன்னிடம் நேற்றே காட்டியிருக்க வேண்டும், ஆனால் பொருட்களை ஒழுங்கு செய்து நீ சற்று ஆசுவாசமடையும் வரை காத்திருக்க விரும்பினேன்.”

நான் தலையசைக்கிறேன், இன்னும் என் கண்களை அழுத்தியவாறு. அதற்கு மேல் ஒஷிமா எதுவும் சொல்லவில்லை.

"நான் அவரைக் கொல்லவில்லை, புரிகிறதா."

"அது எனக்குத் தெரியும்," என்கிறான் ஓஷிமா. "கொலை நடந்த நாளன்று நீ இங்கே நூலகத்தில் இருந்தாய், மாலை வரை வாசித்துக் கொண்டு. டோக்கியோவுக்குப் போய், உன் அப்பாவைக் கொன்று விட்டு மறுபடியும் டகமாட்சுவுக்குத் திரும்பி வருமளவுக்கு உனக்குப் போதுமான நேரம் இருந்திருக்காது. அதற்குச் சாத்தியமேயில்லை."

ஆனால் எனக்கு உறுதியாகச் சொல்ல முடியவில்லை. கணக்கிட்டுப் பார்த்து, முழுக்க ரத்தத்தால் நனைந்திருந்த சட்டையோடு நான் விழித்துக் கொண்ட அதே இரவில் அவர் கொல்லப்பட்டிருக்கிறார் என்பதைக் கண்டுபிடிக்கிறேன்.

"ஆனால் காவல்துறை உன்னைத் தேடி வருவதாக செய்தித்தாள் சொல்கிறது. முக்கிய சாட்சியென்பதாக."

நான் தலையசைக்கிறேன்.

"காவலர்களிடம் சென்று திடமான வேற்றிடவாதம் உனக்கிருப்பதை நீ நிரூபிப்பாயெனில், அவர்களைத் தவிர்த்து ஓட முயற்சிப்பதைக் காட்டிலும், சங்கதிகளை அது இன்னும் எளிமையாக்கும். சொல்வதெனில் நானும் உனக்குத் துணையாக இருப்பேன்."

"ஆனால் நான் அப்படிச் செய்தால், அவர்கள் என்னை மீண்டும் டோக்கியோவுக்கு அழைத்துப் போய் விடுவார்கள்."

"நானும் அப்படித்தான் நினைக்கிறேன். அதாவது, இன்னும் உனது இளநிலைக் கல்வியை நீ முடித்தாக வேண்டும் - சட்டப்படி அதுதான் நடக்கும். உன் வயதுக்கு நீ விரும்புவதைப் போல எங்கு வேண்டுமானாலும் செல்ல முடியாது. இப்போதும் உனக்கொரு பாதுகாப்பாளர் வேண்டுமென்றே சட்டம் சொல்கிறது."

நான் எனது தலையை ஆட்டுகிறேன். "யாருக்கும் எதையும் விளக்கிச் சொல்ல நான் விரும்பவில்லை. மேலும் டோக்கியோவிலுள்ள எனது வீட்டுக்கோ அல்லது மறுபடியும் பள்ளிக்கோ போக, எனக்கு விருப்பமில்லை."

சற்று நேரம் அமைதியாக இருந்து விட்டு, ஓஷிமா என்னைக் கூர்ந்து பார்க்கிறான். "அது உன்னளவில் நீயாகத் தீர்மானிக்க வேண்டிய விசயம்," இறுதியாக மிகுந்த அமைதியுடன் கூடிய தொனியில் அவன் சொல்கிறான். "நீ விரும்பும் எவ்வகையிலும் வாழ உனக்கு உரிமையிருப்பதாக நம்புகிறேன். உன் வயது 15 அல்லது 51 ஆக இருக்கட்டும், என்ன ஆகி விடப் போகிறது? துரதிர்ஷ்டவசமாக சமூகம் அதற்கு ஒத்துக் கொள்வதில்லை. ஆக நீ எதையும் யாருக்கும் விளக்கப் போவதில்லை என்று வைத்துக் கொள்வோம். என்றென்றைக்குமாக சமூகத்திடமிருந்தும் காவலர்களிடமிருந்தும் நீ ஓடிக் கொண்டேயிருக்க வேண்டும். உனது வாழ்க்கை ரொம்பக் கஷ்டமானதாக இருக்கும். உனக்கு 15 வயதுதான் ஆகிறது, மொத்த வாழ்க்கையும் இனிமேல்தான் உள்ளது. உனக்கு இது பரவாயில்லையா?"

நான் எதுவும் சொல்லவில்லை.

ஓஷிமா செய்தித்தாளை எடுத்து அந்தக் கட்டுரையை மீண்டும் மேய்கிறான். "இதன்படி பார்த்தால் உன் அப்பாவின் ஒரே உறவு நீதான்."

"எனக்கொரு அம்மாவும் அக்காவும் இருக்கிறார்கள்," நான் விளக்குகிறேன், "ஆனால் வெகுகாலம் முன்பே அவர்கள் பிரிந்து போய் விட்டார்கள், மேலும் அவர்கள் எங்கிருக்கிறார்கள் என்பதும் எனக்குத் தெரியாது. அப்படி எனக்குத் தெரிந்தாலும் கூட, இறுதிச்சடங்குக்கு அவர்கள் வருவார்களா என்பதில் எனக்குத் தீவிரச் சந்தேகமுண்டு."

"சரி, நீ அங்கில்லை என்றால், எல்லாவற்றையும் யார் பார்த்துக் கொள்ளப் போகிறார்கள் என்பதை யோசிக்கிறேன். இறுதிச்சடங்கு, அவரின் வியாபார சங்கதிகள் ஆகியவற்றை."

"செய்தித்தாளில் சொல்லியிருப்பது போல, அலுவலகத்தில் அவருக்கு ஒரு உதவியாளர் உண்டு, எல்லாவற்றுக்கும் அவள்தான் பொறுப்பு. அவரின் வியாபாரத் தகவல்கள் அவளுக்குத் தெரியும், எனவே அவள் இதைப் பார்த்துக் கொள்வாளென்று நான் உறுதியாக நம்புகிறேன். அவருக்குச் சொந்தமான எதுவும் எனக்கு வருவதை நான் விரும்பவில்லை. வீடு, அவரின் தோட்டம், எதுவாயிருந்தாலும் – தாங்கள்

விரும்பும் எவ்வகையிலும் அவர்கள் அதைத் தொலைத்துக் கட்டலாம்.” எனக்கு அவர் தந்து சென்றிருப்பதாக, நான் நினைப்பது, அவருடைய மரபணுக்களை மட்டுமே.

“நான் சொல்வது தவறென்றால் என்னைத் திருத்து,” என்கிறான் ஓஷிமா, “ஆனால் உன் அப்பா கொல்லப்பட்டது குறித்து நீ அதிகம் வருத்தப்படுவதாகத் தெரியவில்லை.”

“இல்லை, எனக்கும் வருத்தம் இருக்கத்தான் செய்கிறது. மொத்தத்தில் எப்படியிருந்தாலும், அவர் என் அப்பா. ஆனால் உண்மையில் நான் வருந்துவது எதற்கென்றால் அவர் சீக்கிரம் சாகவில்லை என்பதற்காக. இப்படிச் சொல்வது ரொம்பக் கேவலமானதென்று எனக்குத் தெரியும்...”

ஓஷிமா தனது தலையை ஆட்டுகிறான். “பிரச்சினை ஒன்றுமில்லை. முன்னெப்போதையும் விட நேர்மையாயிருப்பதற்கான உரிமை இப்போதுதான் உனக்கு அதிகமுண்டு.”

“சரி, நான் நினைப்பது...” என் குரல் பலவீனமாக ஒலிக்கிறது, அதிகாரத்தொனி இன்றி. எதை நோக்கி விரைகின்றன என்பதே தெரியாமல், என் வார்த்தைகள் வெறுமைக்குள் உறிஞ்சப்படுகின்றன. ஓஷிமா நெருங்கி வந்து எனக்குப் பக்கத்தில் அமருகிறான்.

“எல்லாவிதப் பிரச்சினைகளும் எனக்கு நேர்கின்றன,” நான் தொடங்குகிறேன். “அவற்றில் சிலது நான் தேர்ந்தெடுத்தது, சிலது நான் தேர்ந்தெடுக்காதது. ஒன்றிலிருந்து மற்றொன்றை எப்படி வேறுபடுத்திச் சொல்வதென இதற்குமேல் எனக்குத் தெரியவில்லை. நான் சொல்ல விழைவது, யாவும் முன்கூட்டியே தீர்மானிக்கப்பட்டதைப் போன்ற உணர்வு – ஏற்கனவே எனக்காக வேறு யாரோ வரைந்து வைத்த வரைபடத்தின் பாதையைத்தான் நான் தொடர்கிறேனென்பது போல. விசயங்களை நான் எவ்வளவு ஆழமாகச் சிந்திக்கிறேன், அதற்காக எத்தனை மெனக்கெடுகிறேன் என்பதெல்லாம் ஒரு பொருட்டில்லை. சொல்வதெனில், எவ்வளவு தீவிரமாக முயற்சி செய்கிறேனோ, நான் யார் என்னும் உணர்வை இன்னும் தீவிரமாகத் தொலைத்து நிற்கிறேன். ஏதோ எனது அடையாளமென்பது நான் வெகுதூரம்

விலகி வந்து விட்ட சுற்றுப்பாதையென்பதைப் போல, நிஜமாகவே அது வலிக்கிறது. ஆனால் அதைக் காட்டிலும், என்னை அது அச்சுறுத்துகிறது. வெறுமனே அதைப் பற்றி யோசிப்பது கூட என்னைக் கூசச் செய்கிறது."

ஓஷிமா எட்டி எனதுத் தோளைத் தொடுகிறான். அவனுடைய கரத்தின் வெதுவெதுப்பை என்னால் உணர முடிகிறது. "ஒரு வாதத்துக்கு, உனது எல்லாத் தேர்வுகளோடு சேர்ந்து உன் முயற்சிகளும் வீணாகிப் போகின்றன என்று வைத்துக் கொள்வோம். பிறகும் கூட நீ முழுக்க நீயாகத்தான் இருக்கப் போகிறாய், வேறு யாராகவுமல்ல. மேலும் நீ முன்னேறிப் போய்க் கொண்டிருக்கிறாய், நீயாகவே. எனவே ஆறுதல் கொள்."

நான் எனது தலையை உயர்த்தி அவனைப் பார்க்கிறேன். அவனுடைய குரல் அத்தனை ஆற்றுப்படுத்துவதாக ஒலிக்கிறது. "ஏன் அப்படி நினைக்கிறாய்?"

"ஏனென்றால் அதில் முரண்நகை இருக்கிறது."

"முரண்நகை?"

ஓஷிமா என் கண்களுக்குள் ஆழமாக உற்றுப் பார்க்கிறான். "கவனி, காஃப்கா. இப்போது நீ அனுபவித்துக் கொண்டிருப்பதுதான் அனேக கிரேக்கத் துன்பியல் நாடகங்களின் பண்புக்கூறு. மனிதன் விதியைத் தேர்ந்தெடுப்பதில்லை. மாறாக விதியே மனிதனைத் தேர்ந்தெடுக்கிறது. கிரேக்க நாடகங்களின் அடிப்படையான பிரபஞ்சப்பார்வை இதுவே. மேலும் ஓர் முரண்நகையாக, அவல உணர்வென்பது – அரிஸ்டாட்டில் சொன்னது போல – நாயகனின் பலவீனங்களிலிருந்து வருவதில்லை, மாறாக அவனுடைய நல்ல குணங்களில் இருந்தே தோன்றுகிறது. நான் என்ன சொல்ல வருகிறேன் என்று புரிகிறதா? துன்பத்துக்குள் மனிதர்கள் வெகு ஆழமாக இழுக்கப்படுவது அவர்களின் குறைபாடுகளின் காரணமாக அல்ல மாறாக நற்பண்புகளின் பொருட்டே. சோபோக்ளீஸின் ஈடிபஸ் ரெக்ஸை ஒரு மகத்தான எடுத்துக்காட்டாகச் சொல்லலாம். சோம்பல் அல்லது முட்டாள்தனத்தால் ஈடிபஸ் துன்பத்துக்குள் இழுபடவில்லை, ஆனால் அவனது தைரியம்

மற்றும் நேர்மையின் காரணமாக. எனவே தவிர்க்கவியலாத முரண்நகை அங்கு நிகழ்கிறது."

"ஆனால் அது நம்பிக்கையற்ற நிலை."

"சூழலைப் பொறுத்து," என்கிறான் ஒஷிமா. "சில நேரங்களில் அப்படித்தான். ஆனால் முரண்நகை மனிதனை ஆழப்படுத்தும், அவர்களுக்குள் முதிர்ச்சியுற உதவிடும். உயர்மட்ட அளவில் மீட்புக்கான நுழைவாயில் அதுவே, பிரபஞ்ச வகையிலான நம்பிக்கையை இன்னுமதிகமாக நீ கண்டுபிடிக்கும் ஓர் இடத்துக்கான நுழைவாயில். அதனால்தான் இப்போதும் கூட கிரேக்கத் துன்பியல் நாடகங்களை வாசிப்பதில் மனிதர்கள் மகிழ்ச்சியடைகிறார்கள், மேலும் முன்மாதிரி செவ்வியல் ஆக்கங்களாக அவை மதிப்பிடப்படுகின்றன. ஏற்கனவே சொன்னதைத்தான் நான் திரும்பவும் சொல்கிறேன், ஆனால் வாழ்வில் யாவும் உருவகங்களே. பொதுவில் மனிதர்கள் தங்கள் அப்பாவைக் கொன்று விட்டு அம்மாவோடு உறங்க மாட்டார்கள், இல்லையா? வேறு வார்த்தைகளில் சொன்னால், முரண்நகையை நாம் உருவகமென்னும் கருவியின் வழியே ஏற்றுக் கொள்கிறோம். மேலும் அதனூடாக நாம் வளர்ச்சியடைந்து ஆழமான மனிதவுயிர்களாக மாறுகிறோம்."

நான் எதுவும் சொல்லவில்லை. எனது சொந்த நிலையைப் பற்றி யோசிப்பதில் ரொம்பவே ஆழ்ந்து போயிருக்கிறேன்.

"நீ டகாமாட்சுவில் இருக்கிறாயென்பது எத்தனை பேருக்குத் தெரியும்?" ஒஷிமா கேட்கிறான்.

நான் தலையை ஆட்டுகிறேன். "இங்கு வருவதென்பது எனது சொந்தக் கருத்து, ஆகவே வேறு யாருக்கும் தெரியாதென்று நினைக்கிறேன்."

"எனில் கொஞ்ச நாட்களுக்கு நீ நூலகத்துக்குள் மறைவாயிருப்பதே நல்லது. வேலை பார்க்க வரவேற்புப் பகுதிக்குச் செல்லாதே. காவல்துறையால் உன்னைக் கண்டுபிடிக்க முடியுமென்று நான் நினைக்கவில்லை, ஆனால் சங்கதிகள் ஒருவேளை சிக்கலாக மாறினால், எப்போதும் நீ குடிலில் ஒளிந்து கொள்ளலாம்."

நான் ஓஷிமாவைப் பார்க்கிறேன். "உன்னை நான் சந்திக்காமல் போயிருந்தால், எனக்கு இது சாத்தியமாகியிருக்கும் எனத் தோன்றவில்லை. எனக்கு உதவக்கூடியவர்கள் வேறு யாருமில்லை."

ஓஷிமா புன்னகைக்கிறான். எனது தோளிலிருந்து கையை எடுத்த பிறகு, தனது கையை வெறித்துப் பார்க்கிறான். "அது உண்மையில்லை. என்னை நீ பார்க்கவில்லை என்றாலும், முன்னேறிப் போக வேறொரு பாதையைத் தேர்ந்தெடுத்திருப்பாய் என உறுதியாக நம்புகிறேன். ஏனென்று நானறிய மாட்டேன், ஆனால் எனக்கு நிச்சயமாகத் தெரியும். ஏனோ அப்படியான உணர்வுதான் உன்னைப் பற்றி எனக்குள் இருக்கிறது." அவன் எழுந்து கொண்டு மேசையிலிருந்து வேறொரு செய்தித்தாளை எடுத்து வருகிறான். "எதேச்சையாக, மற்ற செய்தி வெளியான முந்தைய நாளின் செய்தித்தாளில் இத்தகவல் பிரசுரமாகி இருந்தது. ரொம்பவே இயல்பை மீறிய சங்கதியாக இருந்ததால் எனக்கு நினைவிருக்கிறது. இது வெறும் தற்செயல் நிகழ்வாகவும் இருக்கலாம், ஆனால் உனது வீட்டினருகே நிகழ்ந்திருக்கிறது."

வானிலிருந்து மீன் மழை!

2,000 சாலை மீன்களும் கானாங்கெளுத்திகளும்

நகானோ பிரிவின் வணிகக் கோட்டத்தில்

29ஆம் தேதி மாலை ஆறு மணி போல, வானிலிருந்து 2,000 சாலை மீன்களும் கானாங்கெளுத்திகளும் மழையாகப் பொழிந்ததில், நகானோ பிரிவின் ★–சோம் மாவட்டக் குடியிருப்புவாசிகள் திகைத்துப் போனார்கள். அருகாமைச் சந்தையில் பொருட்கள் வாங்க வந்த இரண்டு இல்லத்தரசிகள் வீழ்ந்து கொண்டிருந்த மீன்களால் தாக்கப்பட்டதில் சின்னதாக முகத்தில் காயங்கள் ஆகியிருக்கிறது, வேறு யாரும் காயமுற்றதாகப் புகார் சொல்லப்படவில்லை. நிகழ்வு நடந்த சமயத்தில் நன்கு வெயிலடித்துக் கொண்டிருந்தது, மேகங்களோ காற்றோ இல்லை. பெரும்பாலான மீன்கள் இன்னும் உயிரோடு இருந்ததோடு நடைபாதையின் மீது தாவிக் கொண்டிருந்தன..

தகவலை வாசித்து முடித்த பிறகு செய்தித்தாளைத் திரும்பவும் ஓஷிமாவிடம் கடத்துகிறேன். நிகழ்வுக்கான காரணமெனப் பல்வேறு சாத்தியக்கூறுகளை அந்த நிருபர் யூகித்திருந்தான், ஆனால் அவற்றில் எதுவும் நம்பகூடியதாக இல்லை. திருட்டையும் இது உள்ளடக்கியிருக்கலாம் என்பதோடு ஏதோவொரு வகையிலான நடைமுறை வேடிக்கையை யாரோ விளையாடுகிறார்கள் என்பதற்கான வாய்ப்புகளையும் காவல்துறை ஆராய்கிறது. வானிலிருந்து மீன்கள் வீழக்கூடிய சூழலுக்கு இட்டுப்போகும் வளிமண்டலக் காரணிகள் ஏதும் அங்கு தென்படவில்லை என வானிலைத் தகவல் மையம் அறிக்கை தந்திருக்கிறது. மேலும் விவசாய அமைச்சகம், வனத்துறை மற்றும் மீன்பிடித் தொழில்களுக்கான பிரதிநிதி ஆகியோரிடமிருந்து, இதுவரைக்கும் எந்தக் கருத்துரையும் வரவில்லை.

“ஏன் இது நிகழ்ந்ததென்பது குறித்து உனக்கு ஏதும் யோசனை இருக்கிறதா?” ஓஷிமா என்னிடம் கேட்கிறான்.

நான் எனது தலையை ஆட்டுகிறேன். என்னிடம் எந்தத் தடயமுமில்லை.

“உன் அப்பா கொல்லப்பட்டதற்கு மறுநாள், அது நிகழ்ந்த இடத்துக்கு அருகில், வானிலிருந்து இரண்டாயிரம் சாலை மீன்களும் கானாங்கெளுத்திகளும் விழுகின்றன. வெறும் தற்செயலா?”

“அப்படித்தான் நினைக்கிறேன்.”

“செய்தித்தாள் இன்னொன்றையும் சொல்கிறது, டோமேய் நெடுஞ்சாலையில் உள்ள ஃபுஜிகாவா இளைப்பாறும்-பகுதியில், அதே நாளின் பின்னிரவுப் பொழுதில், வானிலிருந்து அட்டைகள் கூட்டமாக ஒரு இடத்தில் விழுந்துள்ளன. சின்னச்சின்னதாய் நிறைய விபத்துகளும் நிகழ்ந்ததாகச் சொல்கிறார்கள். வெளிப்படையாகவே, அந்த அட்டைகள் ரொம்பப் பெரிதாக இருந்தன. வானிலிருந்து ஏன் அட்டைகள் மழையாகப் பொழிய வேண்டுமென்பதை யாராலும் விளக்க முடியவில்லை. தெளிந்த இரவு அது, வானில் ஒரு மேகம் கூட கிடையாது. இதுவும் கூட, ஏன் நிகழ்ந்ததென்று தெரியவில்லை?”

மறுபடியும் நான் எனது தலையை ஆட்டுகிறேன்.

செய்தித்தாளை மடித்து விட்டு ஒஷிமா சொல்கிறான், "ஆக வினோதமான, விளக்கிச் சொல்லவியலாத நிகழ்வுகள் ஒன்றன் பின் ஒன்றாக நடக்கின்றன எனும் தகவல் மட்டுமே நம்மிடம் எஞ்சுகிறது. அனேகமாக இது தொடர்ச்சியாக நடைபெறும் தற்செயல் நிகழ்வுகளாவும் இருக்கலாம், என்றாலும் இது என்னை அலைக்கழிக்கிறது. என்னால் சிடுக்கெடுக்க முடியாத எதுவோ இதற்குள் இருப்பதாகத் தோன்றுகிறது."

"ஒருவேளை இதுவொரு உருவகமோ?" நான் துணிந்து கேட்கிறேன்.

"இருக்கலாம்... ஆனால் சாலைகளும் கானாங்கெளுத்திகளும் அட்டைகளும் வானிலிருந்து விழுவது? என்ன மாதிரியான உருவகம் அது?"

மௌனத்தின் போது, வெகு நேரமாக நான் சொல்ல முடியாமல் இருந்ததை வார்த்தைகளாக மாற்ற முயற்சி செய்கிறேன். "உனக்கு ஒன்று தெரியுமா? சில வருடங்களுக்கு முன்னால் என்னைப் பற்றி என் அப்பாவுக்கு ஒரு தீர்க்கதரிசனம் கிடைத்தது."

"தீர்க்கதரிசனமா?"

"இதற்கு முன்னால் யாரிடமும் இதை நான் சொன்னதில்லை. யாரும் என்னை நம்ப மாட்டார்கள் என்றெண்ணினேன்."

ஒஷிமா ஒரு வார்த்தையும் பேசவில்லை. ஆனால் அவனுடைய அமைதி எனக்குப் பேசத் துணிவளிக்கிறது.

"தீர்க்கதரிசனம் என்பதை விட அதுவொரு சாபம் என்றே நான் யூகிக்கிறேன். என் அப்பா இதை என்னிடம் திரும்பத் திரும்பச் சொல்லிக் கொண்டிருந்தார். ஏதோ ஒவ்வொரு வார்த்தையையும் எனது மூளைக்குள் செதுக்குவதைப் போல." ஆழ மூச்சிழுத்துக் கொண்டு நான் சொல்ல வேண்டியது இன்னதென்பதை மீண்டும் ஒரு முறை சரிபார்க்கிறேன். உண்மையில் நான் அதைச் சரிபார்க்க வேண்டிய அவசியமேயில்லை – எப்போதும் அங்குதான் அது உள்ளது, என் தலைக்குள் மோதியவாறே, அதை

நான் ஆராய்கிறேனோ இல்லையோ. ஆனால் மறுபடியும் ஒரு முறை எனது வார்த்தைகளை எடைபோட்டுப் பார்க்கிறேன். பிறகு இதைத்தான் நான் சொல்கிறேன்: "'ஒருநாள் உன் அப்பாவைக் கொன்று விட்டு உன் அம்மாவுடன் நீ இருப்பாய்,' என்று அவர் சொன்னார்."

இதை நான் சொல்லிய பிறகு, இந்த எண்ணத்தை உறுதியான வார்த்தைகளாக மாற்றியவுடன், ஒரு வெறுமையான உணர்வு என்னைப் பற்றிக் கொள்கிறது. மேலும் அந்த வெறுமையினுள், உள்ளீடற்ற, உலோகவயமான தாளத்தில் எனது இதயம் உரக்கத் துடிக்கிறது.

முகபாவத்தில் எந்த மாற்றமுமின்றி, ஓஷிமா என்னை நீண்ட நேரம் வெறிக்கிறான்.

"ஆக என்றாவது ஒரு நாள் உனது சொந்தக்கைகளால் உன் அப்பாவை நீ கொல்வாயென்று அவர் சொல்லியிருக்கிறார், அதாவது உன் அம்மாவோடு நீ உறங்குவாயென்றும்."

மேலும் சில முறைகள் நான் தலையசைக்கிறேன்.

"ஈடிபஸைப் பற்றிச் சொல்லப்பட்ட தீர்க்கதரிசனம். என்றாலும் நிச்சயம் உனக்கும் இது தெரிந்திருக்கும்."

நான் தலையசைக்கிறேன். "ஆனால் அது மட்டுமேயல்ல. இந்தச் சிடுக்குக்குள் மேலதிகச் சங்கதியொன்றையும் அவர் சேர்த்திருக்கிறார். என்னை விட ஆறு வயது மூத்த அக்கா ஒருத்தி எனக்குண்டு, அவளோடும் நான் இருப்பேன் என்று என் அப்பா சொல்லியிருக்கிறார்."

"உண்மையாகவே உன் அப்பா இதை உன்னிடம் சொன்னாரா?"

"ஆமாம். அப்போது நான் இன்னும் தொடக்கப்பள்ளியில்தான் இருந்தேன், 'கூட இருப்பதென்று' அவர் எதைச் சொல்கிறாரென்பது எனக்குப் புரியவில்லை. சில வருடங்களுக்கு முன்புதான் விளங்கியது."

ஓஷிமா எதுவும் சொல்லவில்லை.

“இந்த விதியிலிருந்துத் தப்பிக்க நான் செய்யக் கூடியது ஒன்றுமில்லை என்று என் அப்பா என்னிடம் சொன்னார். அந்தத் தீர்க்கதரிசனமென்பது என் மரபணுக்களுக்கு உள்ளே புதைத்து வைத்திருக்கும் கால எந்திரத்தைப் போன்றது, யாராலும் அதை ஒருபோதும் மாற்ற முடியாது. ‘என் அப்பாவை நான் கொலை செய்து விட்டு என் அம்மாவோடும் அக்காவோடும் இருப்பேன்.’”

சற்றதிக நேரத்துக்கு ஓஷிமா அமைதியாக இருக்கிறான், ஏதோ நான் பேசிய ஒவ்வொரு வார்த்தையையும் அவன் மேற்பார்வையிடுவதைப் போல, ஒவ்வொன்றாக, இதெல்லாம் எதை நோக்கிப் போகிறது என்பதற்கானத் தடயங்களுக்காக அவற்றை ஆராய்பவனாக. “எல்லாவற்றையும் தாண்டி, இவ்வளவு கேவலமான விசயத்தை ஏன் உன் அப்பா உன்னிடம் சொல்ல வேண்டும்?” இறுதியில் அவன் கேட்கிறான்.

“எனக்குத் தெரியாது. இதற்கு மேல் அவர் விளக்கிச் சொன்னதில்லை,” என்கிறேன், என் தலையை ஆட்டியவாறே. “ஒருவேளை தன்னை விட்டு விலகிய மனைவியையும் மகளையும் அவர் பழிவாங்க எண்ணியிருக்கலாம். அனேகமாக, அவர்களைத் தண்டிக்க நினைத்திருக்கலாம். என் மூலமாக.”

“அது உன்னைக் காயப்படுத்தினாலும் கூட?”

நான் தலையசைக்கிறேன். “என் அப்பாவைப் பொறுத்த வரையில் அனேகமாக நானும் அவருடைய சிற்பங்களுள் ஒன்றென்பதைத் தவிர வேறெதுவுமில்லை. தனக்குச் சரியென்று தோன்றினால் உருவாக்கவோ அல்லது உடைக்கவோ கூடிய சங்கதியைப் போல.”

“இது சற்றுத் திருகலான யோசிக்கும் வழிமுறை,” என்கிறான் ஓஷிமா.

“எங்கள் வீட்டில் எல்லாம் திருகலே. மேலும் எல்லாம் திருகலாயிருக்கும்போது, சாதாரணமானது கூட அபத்தமாகத் தெரிவதில் போய் முடியும். எனக்கு இது வெகு காலமாகத் தெரியும், ஆனால் நான் சிறுபிள்ளையாக இருந்தேன். என்னால் எங்கு சென்றிருக்க முடியும்?”

“உன் அப்பாவின் படைப்புகளை நான் பலமுறை பார்த்திருக்கிறேன்,” ஓஷிமா பதிலளிக்கிறான். “அவர் அற்புதமான சிற்பி. தனித்துவமும், ஆர்வத்தைத் தூண்டும் தன்மையும், ஆற்றலும் கொண்டவை அவரின் சிற்பங்கள். சமரசம் செய்து கொள்ளாதவையென்றே அவற்றைப் பற்றிச் சொல்வேன். வெகு நிச்சயமாக, அசலான படைப்புகள்.”

“ஒருவேளை இருக்கலாம். ஆனால் இவற்றை உருவாக்கியது போக மீதமிருந்த கசடுகளை அவர் எங்கும் பரப்பினார், உன்னால் தப்பிக்க முடியாத நஞ்சைப் போல. தான் தீண்டிய எல்லாவற்றையும் என் அப்பா அசுத்தப்படுத்தினார், அவரைச் சுற்றியிருந்த அனைவரையும் சேதப்படுத்தினார். அவர் அதை விரும்பித்தான் செய்தாரா என்பது எனக்குத் தெரியாது. ஒருவேளை அவர் அதைச் செய்ய வேண்டி இருந்திருக்கலாம். அனேகமாக அதுவும் அவருடைய ஒப்பனையின் ஒரு பகுதியாக இருந்திருக்கலாம். எப்படிப் பார்த்தாலும், வெகுவாக இயல்பைமீறிய எதனோடோ அவருக்குத் தொடர்பிருந்ததாக எனக்குள் ஓர் உணர்வு. நான் சொல்ல வருவதில் ஏதாவது உனக்குப் புரிகிறதா?”

“ம்ம்ம், அப்படித்தான் நினைக்கிறேன்,” என்கிறான் ஓஷிமா. “நன்மை தீமையை மீறிய ஏதோவொன்று. ஆற்றலின் ஊற்றுக்கண், என்று அதை நீ அழைக்கலாம்.”

“மேலும் எனது மரபணுக்களில் பாதி அதனால் நிறைந்திருக்கிறது. ஒருவேளை அதன் காரணமாகவே என் அம்மா என்னைக் கைவிட்டாரோ என்னவோ. அனேகமாக, இந்தக் கொடூர ஆற்றலால் நான் பிறந்ததனால் என்னிடமிருந்து தன்னை துண்டித்துக் கொள்ள அவள் விரும்பியிருக்கலாம். ஏனென்றால் நான் அசுத்தமானவன்.”

இதை யோசிக்கும் சமயத்தில் ஓஷிமா மெல்லத் தனது விரல்நுனிகளை நெற்றிப்பொட்டின் மீது வைத்து அழுத்துகிறான். தனது கண்களைக் குறுக்கி என்னை உற்றுப் பார்க்கிறான். “ஒருவேளை அவர் உயிரியல்ரீதியாக உன் அப்பாவாக இல்லாமலிருக்கும் சாத்தியம் ஏதுமுண்டா?”

நான் எனது தலையை ஆட்டுகிறேன். "சில வருடங்களுக்கு முன்னால் மருத்துவமனையில் நாங்கள் பரிசோதனை செய்தோம். எங்கள் ரத்தத்தைக் கொண்டு நாங்களிருவரும் மரபணு சோதனை செய்து கொண்டோம். எந்தச் சந்தேகமுமில்லை – உயிரியல்ரீதியாக 100 சதவீதம் நாங்கள் அப்பாவும் மகனும்தான். சோதனைகளின் முடிவுகளை அவர்கள் என்னிடம் காட்டினார்கள்."

"ரொம்பக் கவனமாக இருந்திருக்கிறார்."

"நானும் அவரது படைப்புகளில் ஒன்றென்பது எனக்குத் தெரிய வேண்டுமென அவர் விரும்பினாரென்பதாக யூகிக்கிறேன். அவர் முழுமையாக முடித்துக் கையெழுத்திட்ட ஒரு படைப்பு."

ஒஷிமாவின் விரல்கள் இன்னும் நெற்றிப்பொட்டில் அழுந்தியவாறு உள்ளன. "ஆனால் உன் அப்பாவின் தீர்க்கதரிசனம் உண்மையாகவில்லை, சரியா? நீ அவரைக் கொல்லவில்லை. அது நிகழ்ந்தபோது நீ இங்கே டகாமாட்சுவில் இருந்தாய். வேறு யாரோ அவரை டோக்கியோவில் கொன்றிருக்கிறார்கள்."

மௌனமாக எனது கைகளை எனக்கு முன்னால் விரித்து அவற்றை உற்று நோக்குகிறேன். ரத்தத்தால், அந்த இரவின் இருளுக்குள், மூடப்பட்டிருந்த கைகள். "அது குறித்து எனக்கு உறுதியாகத் தெரியவில்லை," நான் அவனிடம் சொல்கிறேன்.

மேற்கொண்டு எல்லாவற்றையும் அவனிடம் நான் சொல்கிறேன். எப்படி அந்த இரவில், விடுதிக்குத் திரும்பும் வழியில் சில மணி நேரங்களுக்கு நான் நினைவிழந்து கிடந்தேனென்பதை. கோவிலுக்குப் பின்னாலிருந்த வனத்தில் நான் விழித்தெழுந்ததை, யாருடைய ரத்தத்தாலோ எனது சட்டை பிசுபிசுத்துப் போயிருந்ததையும். கழிவறையில் வைத்து ரத்தத்தைக் கழுவியதை. எவ்வாறு பல மணி நேரங்கள் எனது நினைவிலிருந்து அழிக்கப்பட்டதென்பதை. நேரத்தை மிச்சப்படுத்த, சகுராவின் இடத்தில் எவ்வாறு ஓரிரவு தங்கினேன் என்பதற்குள் மட்டும் நான் போகவில்லை. எப்போதாவது இடையில் கேள்வி கேட்டு ஒஷிமா அந்தத் தகவல்களைத் தனது

தலைக்குள் பதிந்து வைக்கிறான். என்றாலும், எவ்விதமான கருத்துகளையும் அவன் சொல்லவில்லை.

“அந்த ரத்தம் எப்படி என் மீது பரவியதென்பது குறித்தோ, அல்லது அது யாருடைய ரத்தமாக இருக்கலாமென்பதோ எனக்கு எதுவும் தெரியாது. முழுக்கவே வெறுமையாயிருக்கிறது,” நான் அவனிடம் சொல்கிறேன். “ஆனால் ஒருவேளை எனது சொந்தக்கைகளால் என் அப்பாவை நான் கொன்றிருக்கலாம், உருவகமாகச் சொல்லவில்லை. உண்மையில் அவ்வாறு செய்திருக்கிறேன் எனும் உணர்வே எனக்குள் இருக்கிறது. நீ சொன்னதைப் போல, அன்று டகாமாட்சுவில்தான் இருந்தேன் – நிச்சயம் நான் டோக்கியோவுக்குப் போகவில்லை. ஆனால் ‘கனவுகளில்தான் பொறுப்புகள் தொடங்குகின்றன’ இல்லையா?”

ஒஷிமா தலையசைக்கிறான். “ஏட்ஸ்.”

“ஆகவே அனேகமாக ஒரு கனவின் வழியே அவரை நான் கொன்றிருக்கலாம்,” என்கிறேன். “அனேகமாக ஏதோவொரு விசேடமான கனவுப்பாதை அல்லது அதைப் போன்றதன் வழியாகச் சென்று அவரை நான் கொன்றிருக்கலாம்.”

“உன்னைப் பொருத்தமட்டில் அது உண்மையாகத் தெரியலாம், ஆனால் உனது கவித்துவமான பொறுப்புகளைக் குறித்து யாரும் உன்னைத் வாட்டியெடுக்கப் போவதில்லை. நிச்சயமாகக் காவல்துறை இதைச் செய்யாது. யாராலும் ஒரே நேரத்தில் இருவேறு இடங்களில் இருக்க முடியாது. அறிவியல்ரீதியான உண்மை – ஐன்ஸ்டீனும் இன்ன பிறவும் – அந்தக் கருத்தாக்கத்தைச் சட்டமும் ஏற்றுக் கொள்கிறது.”

“ஆனால் இங்கே அறிவியல் அல்லது சட்டத்தைப் பற்றி நான் பேசவில்லை.”

“நீ பேசுவது என்னவென்றால், காஃப்கா,” என்கிறான் ஒஷிமா, “வெறும் கோட்பாடு மட்டுமே. தைரியமான, மீயதார்த்தக் கோட்பாடு, உறுதியாகச் சொல்வதெனில், ஆனால் இதுவொரு விஞ்ஞானப் புதினத்துக்கு உரித்தானது.”

"இயல்பாகவே இது வெறும் கோட்பாடுதான். எனக்குத் தெரியும். இப்படியொரு முட்டாள்தனமான சங்கதியை வேறு யாரும் நம்பக்கூடுமென்று நானும் நினைக்கவில்லை. ஆனால் என் அப்பா எப்போதும் இதைச் சொல்வார், ஒரு கோட்பாட்டை மறுதலிக்கும் எதிர்-ஆதாரம் இல்லையென்றால் ஒருபோதும் அறிவியலால் முன்னேற முடியாது. 'கோட்பாடென்பது உன் தலைக்குள் நிகழும் போர்க்களம்' - இது அவருக்கு ரொம்பப் பிரியமான சொற்றொடர். மேலும் தற்சமயம் எனது கருதுகோளை எதிர்க்கும் எந்த ஆதாரத்தையும் என்னால் யோசிக்க முடியவில்லை."

ஒஷிமா அமைதியாக இருக்கிறான். மேலும் சொல்வதற்கு வேறெதையும் என்னால் சிந்திக்க முடியவில்லை.

"எப்படியாகிலும்," ஒஷிமா இறுதியில் சொல்கிறான், "அதற்காகத்தான் நீ ஷிகோகுவுக்கு ஓடி வந்தாய். உன் அப்பாவின் சாபத்திலிருந்துத் தப்பிக்க."

நான் தலையசைக்கிறேன், பிறகு மடித்து வைத்திருக்கும் செய்தித்தாளைச் சுட்டுகிறேன். "ஆனால் தப்பிக்க எந்த வழியுமில்லை என்பதாகத் தெரிகிறது."

தூரம் எதையும் தீர்த்து வைக்காது, காகம் எனப் பெயரிடப்பட்ட சிறுவன் சொல்கிறான்.

"நல்லது, நிச்சயமாக உனக்கொரு மறைவிடம் தேவை," என்கிறான் ஒஷிமா. "அதைத் தாண்டி நான் சொல்வதற்கு வேறொன்றுமில்லை."

நான் எத்தனை தளர்ந்திருக்கிறேனென்பதைச் சட்டென்று உணருகிறேன். ஒஷிமாவின் மீது சாய்ந்து கொள்ள, அவன் தனது கைகளால் என்னைச் சுற்றி அரவணைக்கிறான்.

எனது முகத்தை அவனுடைய தட்டையான மார்பின் மீது அழுத்துகிறேன். "ஒஷிமா, இந்த விசயங்களையெல்லாம் செய்ய நான் விருப்பப்படவில்லை. என் அப்பாவைக் கொல்ல நான் விரும்பவில்லை. அல்லது என் அம்மாவோடும் அக்காவோடும் இருப்பதையும்."

“இயல்பாகவே நீ விரும்ப மாட்டாய்,” அவன் பதிலளிக்கிறான், குட்டையான எனது கேசத்தினூடாகத் தனது விரல்களை ஓட விட்டபடி. “எப்படி உன்னால் முடியும்?”

“கனவுகளில் கூட இல்லை.”

“அல்லது உருவகத்தில் கூட,” ஒஷிமா சேர்த்துக் கொள்கிறான். “அல்லது தொடர் உருவகத்தில், அல்லது ஒப்புமையில்.” சற்று நிறுத்தி விட்டுப் பிறகு அவன் சொல்கிறான், “உனக்கொன்றும் பிரச்சினை இல்லையென்றால், இன்றிரவு நானிங்கே தங்கிக் கொள்கிறேன். என்னால் நாற்காலியில் படுத்துறங்க முடியும்.”

ஆனால் நான் அவனை மறுக்கிறேன். சிறிது நேரத்துக்குத் தனியாயிருந்தால் நன்றாயிருக்குமென்று நினைக்கிறேன், அவனிடம் அதைச் சொல்கிறேன்.

ஒஷிமா தனது நெற்றியில் கிடக்கும் முடிக்கற்றைகளை ஒதுக்கி விடுகிறான். சிறிய தயக்கத்துக்குப் பிறகு அவன் சொல்கிறான், “நம்பிக்கையைத் தொலைத்த, சேதாரமுற்ற, ஆண்-தற்பால்விரும்பியான ஒரு பெண் நான் என்பது எனக்குத் தெரியும், ஒருவேளை அதுதான் உன்னைத் தொந்தரவு செய்கிறதெனில் –”

“இல்லை,” என்கிறேன், “இதற்கும் அதற்கும் தொடர்பில்லை. வெறுமனே தனிமையில் சிந்திக்க எனக்குக் கொஞ்ச நேரம் வேண்டும். ஒரே சமயத்தில் நிறைய விசயங்கள் நடந்தேறி விட்டன. அவ்வளவுதான்.”

ஒஷிமா குறிப்பட்டையில் ஒரு தொலைபேசி எண்ணை எழுதுகிறான். “இரவின் நடுவில், யாரிடமாவது பேச வேண்டுமென்று தோன்றினால், இந்த எண்ணைக் கூப்பிடு. தயங்காதே, சரியா? எப்படிப் பார்த்தாலும் நான் மேலோட்டமாக உறங்குபவன்தான்.”

நான் அவனுக்கு நன்றி நவில்கிறேன்.

அன்றிரவுதான் நானொரு பேயைப் பார்த்தேன்.

22

நேரம் காலை ஐந்து மணியைத் தாண்டியிருந்தபோது நகாடா பயணித்த சரக்குந்து கோபேவுக்கு வந்தது. வெளிச்சம் வந்திருந்தது, ஆனால் கிட்டங்கி இன்னும் மூடியிருந்ததால் அவர்களுடைய சுமையை இறக்க முடியவில்லை. துறைமுகத்தினருகே இருந்த அகலமான வீதியில் வண்டியை நிறுத்தி விட்டு சற்றுத் தூங்கினார்கள். பின்புற இருக்கையில் நீட்டிப் படுத்துக் கொண்ட அந்த இளம் ஓட்டுனர் - தூங்குவதற்கான அவனுடைய வழக்கமான இடத்தில் - சீக்கிரமே மனநிறைவமைதியுடன் குறட்டை விட்டான். சில சமயங்களில் அவனது குறட்டைகள் நகாடாவை எழுப்பினாலும் ஒவ்வொரு முறையும் அவரும் விரைவாகவே சுகமான தூக்கத்தில் ஆழ்ந்து போனார். தூக்கமின்மை என்பது நகாடா எப்போதும் அனுபவித்திராத ஒரு செயற்பாடு.

எட்டு மணிக்குச் சற்று முன்பு இளம் ஓட்டுனர் எழுந்தமர்ந்து பெரிதாகக் கொட்டாவி விட்டான். "யோவ், தாத்தா, உனக்குப் பசிக்கிறதா?" அவன் கேட்டான். மின்சார சவரக்கத்தியைக் கொண்டு முகத்தை மழிப்பதில் மும்முரமாயிருந்தான், பின்புறப்-பார்வைக்கான ஆடியைப் பயன்படுத்தி.

"இப்போது நீங்கள் அதைக் குறிப்பிட்டுக் கேட்பதால், ஆம், நகாடா சற்று பசியோடிருப்பதாக உணருகிறான்."

"நல்லது, நாம் சென்று ஏதாவது காலையுணவை பிடித்துப் போடுவோம்."

அவர்கள் ஃபுஜிகாவாவை விட்டுக் கிளம்பியதிலிருந்து கோபே வந்து சேரும் வரைக்கும், பெரும்பாலான நேரத்தை

நகாடா உறங்குவதில் கழித்திருந்தார். அரிதாக எந்தவொரு வார்த்தையையும் பேசிய அந்த இளம் ஓட்டுனர் வெறுமனே வண்டியைச் செலுத்தினான், பின்னிரவு வானொலி நிகழ்ச்சி ஒன்றைக் கேட்டவாறே. அவ்வப்போது ஒலிக்கும் பாடலோடு அவனும் கூடப் பாடினான், அவற்றில் எதையும் நகாடா இதற்கு முன் கேட்டதேயில்லை. அவை ஜப்பானிய மொழியில்தான் ஒலித்தனவா என்று அவர் ஆச்சரியப்பட்டார், எந்தப் பாடல் வரிகளையும் - ஒன்றிரண்டு வார்த்தைகள் தவிர்த்து - தன்னால் புரிந்து கொள்ள முடியாத காரணத்தால். ஷின்ஜுகுவில் இரண்டு இளம் அலுவலகப் பெண்களிடமிருந்து தனக்குக் கிடைத்த சாக்லேட்டையும் சோற்றுருண்டைகளையும் தனது பையிலிருந்து எடுத்து, அவற்றைப் பகிர்ந்து கொண்டார்.

ஓட்டுனர் தொடர்ச்சியாகப் புகைபிடித்தான், விழித்திருக்கத் தனக்கு அவை உதவுவதாகச் சொல்லி, ஆகவே கோபேவை அவர்கள் வந்தடைந்தபோது நகாடாவின் உடைகளிலிருந்தும் புகைநாற்றம் ஆவியாக வெளியேறிக் கொண்டிருந்தது.

கையில் குடை மற்றும் பையோடு, சரக்குந்திலிருந்து நகாடா தட்டுத்தடுமாறி இறங்கினார்.

"நீ அந்தப் பொருட்களையெல்லாம் சரக்குந்திலேயே விட்டு வரலாம்," என்றான் ஓட்டுனர். "நாம் வெகுதூரம் போகப் போவதில்லை, சாப்பிட்டு முடித்தவுடன் திரும்பி விடுவோம்."

"ஆமாம், நீங்கள் சொல்வது சரிதான், ஆனால் அவற்றைக் கையோடு வைத்திருக்கும்போது நகாடா நன்றாக உணருகிறான்."

இளைஞன் முகத்தைச் சுளித்தான். "தொலையட்டும். நானொன்றும் அவற்றைத் தூக்கிக் கொண்டு திரியவில்லை. உன் விருப்பம்."

"ரொம்பக் கடன்பட்டிருக்கிறேன்."

"அதே வேளையில், என் பெயர் ஹோஷினோ. சுனிச்சி டிராகன்களுடைய முந்தைய மேலாளரின் பெயரைப் போலவே இதையும் உச்சரிக்க வேண்டும். என்றாலும், எங்களுக்குள் எந்த உறவும் கிடையாது."

“திரு ஹோஷினோ, சரியா? உங்களைச் சந்தித்ததில் ரொம்ப மகிழ்ச்சி. என் பெயர் நகாடா.”

“போதும் – அது எனக்கு ஏற்கனவே தெரியும்,” என்றான் ஹோஷினோ.

அருகாமைப்பகுதியை நன்கு அறிந்திருந்ததால் அவன் விரைந்து தெருவின் வழியாகக் கீழிறங்கினான், அவனோடு சேர்ந்து போக நகாடா கிட்டத்தட்ட தாவி ஓட வேண்டியிருந்தது. குறுக்குச்சந்து ஒன்றின் சிறிய உணவகத்துக்கு அவர்கள் சென்றார்கள், மற்ற சரக்குந்து ஓட்டுனர்களுக்கும் துறைமுகக் கூலித் தொழிலாளிகளுக்கும் மத்தியில் சென்றமர்ந்தார்கள். ஒரு கழுத்தணி கூடப் பார்வைக்குத் தட்டுப்படவில்லை. அனைவரும் வெகு தீவிரமாகக் காலையுணவை வாரியிறைத்து உள்ளே தள்ளிக் கொண்டிருந்தார்கள், ஏதோ தங்களின் எரிநெய் கொள்கலனை நிரப்புவது போல. பாத்திரங்களின் கடகட ஓசை, தேவைப்படும் உணவுகளைச் சொல்லி அலறும் பணிப்பெண், மூலையில் இரைந்து கொண்டிருந்த தொலைக்காட்சியில் ஒளிபரப்பான காலைநேர என்.ஹெச்.கே *(NHK)* செய்திகள் போன்றவற்றால் அந்த இடம் சுறுசுறுப்பாயிருந்தது.

சுவரில் ஒட்டியிருந்த விலைப்பட்டியலைச் சுட்டினான் ஹோஷினோ. “உனக்கு வேண்டியது எதுவானாலும் தருவித்துக் கொள், தாத்தா. இங்கே உணவு மலிவாகக் கிடைப்பதோடு நன்றாகவும் இருக்கும்.”

“நல்லது,” சொல்லி விட்டு நகாடா தனக்குச் சொல்லப்பட்டதைச் செய்தார், தன்னால் வாசிக்க முடியாதென்பது நினைவுக்கு வரும் வரைக்கும் அந்தப் பட்டியலை உற்று நோக்கினார். “என்னை மன்னியுங்கள், திரு ஹோஷினோ, நான் பெரிய புத்திசாலி கிடையாதென்பதோடு என்னால் வாசிக்கவும் முடியாது.”

“அப்படியா?” என்றான் ஹோஷினோ, ஆச்சரியமடைந்தவனாக. “வாசிக்க முடியாதா? இந்நாட்களில் இது அரிதான விசயம்தான். ஆனால் பரவாயில்லை. நான் பொறித்த மீனும் ஆம்லெட்டும் சாப்பிடப் போகிறேன் – நீயும் ஏன் அதையே எடுத்துக் கொள்ளக் கூடாது?”

“கேட்க நன்றாக இருக்கிறது. நகாடாவுக்குப் பிரியமான சிலவற்றுள் பொறித்த மீனும் ஆம்லெட்டும் உண்டு.”

“இதைக் கேட்பதில் மகிழ்ச்சி.”

“விலாங்குமீனும் கூட எனக்கு ரொம்பப் பிடிக்கும்.”

“ஓகோ? எனக்கும் விலாங்குமீன் பிடிக்கும். ஆனால் விலாங்குமீன் காலையில் சாப்பிடுகிற ஒன்றல்ல, சரியா?”

“அதுவும் சரி. மேலும் நகாடா நேற்றிரவுதான் விலாங்குமீனைச் சாப்பிட்டான், திரு ஹகிடா எனக்குச் சிறிதளவு வாங்கித் தந்தபோது.”

“இதைக் கேட்பதில் மகிழ்ச்சி,” ஹோஷினோ மறுபடியும் சொன்னான். “இரண்டு பேருக்குத் தேவையான பொறித்த மீன் தட்டும் ஆம்லெட்டுகளும்!” பணிப்பெண்ணிடம் அவன் கத்திச் சொன்னான். “மேலும் அரிசிவகைகளில் அதீத-அளவில் ஒன்றும், சரியா?”

“இரண்டு பொறித்த மீன் தட்டுகள், கூடுதலாக ஆம்லெட்டுகள்! அதீத-அளவிலான அரிசிவகை ஒன்று!” சமையற்காரர்களிடம் அந்தப் பணிப்பெண் சத்தமாகச் சொன்னாள்.

“இதுவும் ஒரு வகையில் வலிதான் இல்லையா, வாசிக்க முடியாமல் இருப்பது?” ஹோஷினோ கேட்டான்.

“ஆமாம், வாசிக்க முடியாததால் சில நேரங்களில் எனக்குப் பிரச்சினைகள் வந்துள்ளன. டோக்கியோவின் நகானோ பிரிவுக்குள் நான் உள்ளவரைக்கும் பெரிதாகத் தீங்கொன்றும் நேர்ந்து விடாது, ஆனால் வேறெங்காவது போனால், இப்போது நடப்பதைப் போல, எனக்கு ரொம்பச் சிரமமாயிருக்கும்.”

“நானும் அவ்வாறே நினைக்கிறேன். நகானோவிலிருந்து கோபே சற்று தூரம்தான்.”

“வடக்கும் தெற்கும் நகாடாவுக்குத் தெரியாது. நான் அறிந்ததெல்லாம் இடதும் வலதும் மட்டுமே. ஆகவே நான் தொலைந்து விடுவேன், போகவும் எனக்கு நுழைவுச்சீட்டுகளை வாங்கவும் தெரியாது.”

“உன்னால் இத்தனை தூரம் வர முடிந்ததே அதிசயம்தான்.”

“எனக்கு உதவுமளவுக்கு நிறைய மனிதர்கள் கருணையோடு இருந்தார்கள். நீங்களும் அவர்களுள் ஒருவர், திரு ஹோஷினோ. உங்களுக்கு எப்படி நன்றி சொல்வதென்று எனக்குத் தெரியவில்லை.”

“என்றபோதும், வாசிக்க முடியாமல் இருப்பதென்பது, சற்று கடினமாகத்தான் இருக்கும். என் தாத்தாவும் கொஞ்சம் மந்தபுத்தி உடையவர்தான், ஆனாலும் கூட தேவையான மட்டும் அவரால் வாசிக்க முடியும்.”

“அதிலும் நானொரு முட்டாள்.”

“உன் குடும்பத்தில் அனைவருமே அப்படித்தானா?”

“இல்லை. அவர்களில் யாரும் கிடையாது. ஒரு தம்பி இடோச்சூ எனும் இடத்தில் தூ றைத் தலைவராக இருக்கிறான், இன்னொரு தம்பியோ எம்-இ-டீ-இ என்கிற அலுவலகத்தில் பணிபுரிகிறான்.”

“ஆகா,” என்றான் ஹோஷினோ, “கொஞ்சம் பெரிய இடம்தான். ஆக நீ ஒரு ஆள் மட்டும் ஒட்டாமல் விலகி நிற்கிறாய், ஹ்ம்ம்?”

“ஆமாம், நகாடா ஒருவனுக்கு மட்டும்தான் விபத்து நிகழ்ந்ததென்பதோடு நான் புத்திசாலியுமல்ல. எனவேதான் அடிக்கடி வெளியே சுற்றப் போய் எனது தம்பிகளுக்கும் மருமகள்களுக்கும் மருமகன்களுக்கும் பிரச்சினைகளைக் கொண்டு வர வேண்டாமென்று எப்போதும் எனக்குச் சொல்லப்படுகிறது.”

“ஆமாம், உன்னை மாதிரி ஒருவன் வீட்டுக்கு வருவதை பெரும்பாலான மனிதர்கள் அருவருப்பாக உணருவார்களென்றே யூகிக்கிறேன்.”

“கஷ்டமான சங்கதிகள் எனக்குப் புரியாது, ஆனால் நகானோ பிரிவுக்குள் இருக்கும் வரை நான் தொலைந்து போக மாட்டேனென்பது எனக்குத் தெரியும். ஆளுநர் எனக்கு உதவினார், மேலும் பூனைகளோடு என்னால் நல்ல முறையில்

பழக முடியும். மாதம் ஒரு முறை முடி வெட்டிக் கொள்வதோடு அவ்வப்போது விலாங்குமீனும் சாப்பிடுவேன். ஆனால் ஜானி வாக்கருக்குப் பிறகு, அதற்கு மேலும் நகானோ பிரிவில் தங்கியிருக்க நகாடாவால் முடியவில்லை.”

“ஜானி வாக்கர்?”

“சரியாகச் சொன்னீர்கள். அவனிடம் புதைமிதியடிகளும் நீளமான கறுப்புநிறத் தொப்பியும் இருக்கும், மேலும் ஒரு மேலங்கியும் கைத்தடியும். அவற்றின் ஆன்மாக்களுக்காகப் பூனைகளைச் சேகரித்து வந்தான்.”

“சொல்லாதே...” என்றான் ஹோஷினோ. “நீண்ட கதைகளைக் கேட்கத் தேவையான பொறுமை என்னிடம் இருப்பதில்லை. ஆக எப்படிப் பார்த்தாலும், ஏதோவொன்று நடந்ததால் நீ நகானோவை விட்டு வெளியேறினாய், சரியா?”

“சரிதான். நான் நகானோவை விட்டுக் கிளம்பி விட்டேன்.”

“ஆக நீ எங்கே போகிறாய்?”

“இதுவரைக்கும் நகாடாவுக்குத் தெரியாது. ஆனால் இங்கு வந்தபிறகு ஒரு பாலத்தைக் கடந்து நான் போக வேண்டுமென்பதைத் தெரிந்து கொண்டேன். இங்கே அருகிலிருக்கும் பெரிய பாலத்தை.”

“ஓஹோ, ஆகவே நீ ஷிகோகுவுக்குப் போகிறாய்.”

“என்னை மன்னியுங்கள், திரு ஹோஷினோ, ஆனால் எனக்கு பூகோளம் சரிவரத் தெரியாது. பாலத்தைக் கடந்தால் நீங்கள் ஷிகோகுவில் இருப்பீர்களா என்ன?”

“ஆம். இங்கே அருகாமையிலுள்ள பெரிய பாலம் குறித்துப் பேசுவதென்றால், அது ஷிகோகுவுக்கு இட்டுசெல்வதுதான். உண்மையைச் சொன்னால், மூன்று இருக்கின்றன. ஒன்று கோபேவிலிருந்து அவாஜி தீவுக்குப் போகிறது, பிறகு அங்கிருந்து டோகுஷிமாவுக்கு. மற்றொன்று கீழே குராஷிகியில் இருந்து மேலே சகாய்டேவுக்குப் போகிறது. பிறகு இன்னொன்று ஒனோமிச்சியையும் இமாபாரியையும் இணைக்கிறது. ஒற்றைப்

பாலமே போதுமானது, ஆனால் அரசியல்வாதிகள் அதற்குள் மூக்கை நுழைத்ததால் மூன்றில் வந்து நிற்கிறது. உங்களுக்கு நிறைய வாக்குகளைப் பெற்றுத் தரும் விசேடத் திட்டங்கள்...” அரக்கு பூசிய மேசையின் மேற்புறத்தில் சிறிது நீரை ஊற்றிய ஹோஷினோ அங்கு ஜப்பானின் சுருக்கமான வரைபடத்தை தனது விரல்களைக் கொண்டு வரைந்தான், ஹோன்சுவையும் ஷிகோகுவையும் இணைக்கும் மூன்று பாலங்களைச் சுட்டும் வகையில்.

“இந்தப் பாலங்களெல்லாம் நிஜமாகவே பெரியவையா?” நகாடா கேட்டார்.

“பிரம்மாண்டமானவை.”

“உண்மைதானா? எப்படியாகிலும், அவற்றுள் ஒன்றை நகாடா கடந்து செல்லப் போகிறான். அனேகமாக அருகிலிருப்பது எதுவாயிருந்தாலும். அதற்குப் பிறகு என்ன செய்வதென்பதை பிற்பாடு நான் யோசித்துக் கொள்வேன்.”

“ஆக நீ சொல்ல வருவது என்னவென்றால், போகுமிடத்தில் உனக்கு எந்த நண்பர்களும் அல்லது யாரும் கிடையாது?”

“இல்லை, நகாடாவுக்கு அங்கே யாரையும் தெரியாது.”

“அதாவது வெறுமனே பாலத்தைக் கடந்து ஷிகோகுவுக்குப் போய் அதன் பிறகு வேறெங்கு செல்வதென்பதைக் கண்டுபிடிப்பாய்.”

“சரிதான்.”

“மேலும் அந்த வேறெங்கே என்பது எங்கு உள்ளதென்றும் உனக்குத் தெரியாது.”

“எனக்கு ஒன்றுமே தெரியாது. ஆனால் அங்கே போனால் எனக்குத் தெரிய வருமென்று நினைக்கிறேன்.”

“கடவுளே,” என்றான் ஹோஷினோ. கேசத்தைப் பின்னால் இழுத்து விட்டு, தனது குதிரைவாலை இழுத்துக் கட்டிய பிறகு, சுனிச்சி டிராகன்களின் தொப்பியை அணிந்து கொண்டான்.

அவர்களுக்கான உணவு பரிமாறப்பட, சாப்பிடத் தொடங்கினார்கள்.

"ஆம்லெட் நன்றாக இருக்கிறது, ஹ்ம்ம்?" ஹோஷினோ கேட்டான்.

"ஆமாம், மிகவும் நன்றாயிருக்கிறது. எப்போதும் நான் டோக்கியோவில் சாப்பிடும் ஆம்லெட்டுகளை விட வித்தியாசமான ருசியோடு உள்ளது."

"ஏனென்றால் இது கான்சாய் பாணி. டோக்கியோவில் ஆம்லெட்டுகள் என்கிற பெயரில் அவர்கள் தரும் ருசியேயில்லாத, தட்டையான சமாச்சாரங்களைப் போல ஒருபோதும் இருக்காது."

அவர்களிருவரும் பிறகு அமைதியாகத் தங்களின் உணவை ரசித்துச் சாப்பிட்டார்கள், ஆம்லெட்டுகள், உப்பு தூவி-பொறித்த கானாங்கெளுத்திகள், சிப்பிமீனுடன் கூடிய மிசோ சூப், கோசுக்கிழங்கு ஊறுகாய், மசாலாப் பொருட்கள் சேர்த்த கீரை, கடல்பாசி. ஒரு பருக்கை சோற்றைக் கூட அவர்கள் மிச்சம் வைக்கவில்லை. ஒவ்வொரு வாயையும் தான் 32 தடவை மெல்லுவதை நகாடா உறுதி செய்து கொண்டார், எனவே சாப்பிட்டு முடிக்க அவருக்குச் சிறிது நேரமானது.

"போதுமா, திரு நகாடா?"

"ஆமாம், நிறையவே. உங்களுக்கு, திரு ஹோஷினோ?"

"நானும் கூட, முழுக்கத் திணித்திருக்கிறேன். இப்படியொரு காலையுணவைச் சாப்பிடுவது நமது பழைய ஆற்றலையெல்லாம் தட்டியெழுப்புகிறது, இல்லையா?"

"ஆமாம். நிச்சயமாக."

"எப்படி இருக்கிறது? மலங்கழிக்க வேண்டுமா?"

"இப்போது நீங்கள் அதைச் சொல்லி விட்டபடியால், நானும் அப்படித்தான் உணருகிறேன்."

"வலதுபுறம் நேராகப் போ. கழிவறை அங்குதான் இருக்கிறது."

“நீங்கள், திரு ஹோஷினோ?”

“நான் பிறகு போய்க் கொள்கிறேன். வேண்டிய நேரத்தை எடுத்துக் கொள்.”

“நன்றி, அப்படியானால் நகாடா சென்று மலங்கழிக்கிறேன்.”

“ஹேய், இத்தனை சத்தமாகச் சொல்லாதே. மக்கள் இங்கே இன்னும் சாப்பிட்டுக் கொண்டிருக்கிறார்கள்.”

“மன்னியுங்கள். நகாடா அப்படியொன்றும் புத்திசாலி அல்ல.”

“பரவாயில்லை. போ.”

“நான் பல் துலக்கினாலும் கூட உங்களுக்கொன்றும் பிரச்சினை இல்லையே?”

“இல்லை, செய்து கொள். நமக்கு நேரமிருக்கிறது. நீ விரும்பும் எதையும் செய். ஒன்று சொல்லட்டுமா, உனக்கு அந்தக் குடை தேவைப்படுமென நான் நினைக்கவில்லை. நீ கழிவறைக்குத்தான் போகிறாய், இல்லையா?”

“நல்லது. நான் குடையை விட்டுப் போகிறேன்.”

கழிவறையிலிருந்து நகாடா திரும்பி வந்த போது ஹோஷினோ ஏற்கனவே அவர்களுக்கானக் கட்டணத்தைச் செலுத்தியிருந்தான்.

“திரு ஹோஷினோ, என்னிடம் பணமுள்ளது, ஆகவே குறைந்தபட்சம் காலையுணவுக்கு மட்டுமாவது பணம் செலுத்த தயைகூர்ந்து என்னை அனுமதியுங்கள்.”

ஹோஷினோ தனது தலையை ஆட்டினான். “பரவாயில்லை. என் தாத்தாவுக்கு பெரிதும் கடன்பட்டிருக்கிறேன். அப்போது நான் ஒரு வகையில் முரடனாக இருந்தேன்.”

“ஓஹோ. ஆனால் நான் உங்கள் தாத்தா இல்லையே?”

“அது என்னுடைய பிரச்சினை, ஆகவே அது குறித்துக் கவலைப்படாதே. விவாதம் ஏதும் வேண்டாம், சரியா? நானே உன்னை உபசரிக்கிறேன்.”

கணநேர யோசனைக்குப் பிறகு அந்த இளைஞனின் பெருந்தன்மையை ஏற்றுக் கொள்ள நகாடா தீர்மானித்தார். "அப்படியென்றால் ரொம்ப நன்றி. அற்புதமான உணவு."

"ஹே, இதெல்லாம் ஒன்றுக்குமாகாத சிறிய கடையொன்றில் சாப்பிட்ட சில கானாங்கெளுத்திகளும் ஆம்லெட்டுகளும் மட்டுமே. இதற்கெல்லாம் இப்படிக் கும்பிட வேண்டியதில்லை."

"ஆனால் உங்களுக்குத் தெரியுமா, திரு ஹோஷினோ, நகானோ பிரிவை நீங்கி நகாடா கிளம்பியது முதல் அனைவரும் என்னிடம் அன்போடு நடந்து கொள்வதால் இதுவரைக்கும் எந்தப் பணத்தையும் நான் பயன்படுத்தத் தேவை இருக்கவில்லை."

"அற்புதம்," என்றான் ஹோஷினோ, ஈர்க்கப்பட்டவனாக.

ஒரு பணிப்பெண் மூலம் தனது குட்டி காப்புக்குடுவையை சூடானத் தேநீரால் நிறைத்துக் கொண்டார் நகாடா, பிறகு கவனமாக அதைத் தனது பைக்குள் மாற்றி வைத்தார். சரக்குந்தை நிறுத்தியிருந்த இடத்துக்குத் திரும்பிப் போகும் வழியில் ஹோஷினோ கேட்டான், "ஆகட்டும், இந்த ஷிகோகுவுக்குப் போகும் விசயத்தைப் பற்றி..."

"சொல்லுங்கள்?" நகாடா பதிலளித்தார்.

"ஏன் அங்கு நீ போக விரும்புகிறாய்?"

"எனக்குத் தெரியாது."

"ஏன் போகிறாயென்று உனக்குத் தெரியாது, அல்லது எங்கு போகிறாயென்பது கூட. ஆனால் பிறகும் ஷிகோகுவுக்குப் போய்த்தான் ஆக வேண்டுமா?"

"உண்மைதான். நகாடா ஒரு பெரிய பாலத்தைக் கடக்கப் போகிறான்."

"நீ மறுபுறம் போனவுடனே சங்கதிகள் தெளிவாகி விடுமோ?"

“அப்படித்தான் நினைக்கிறேன். பாலத்தைக் கடக்கும்வரை எனக்கு எதுவும் தெரியாது.”

“ஹ்ம்ம்ம்,” என்றான் ஹோஷினொ. “ஆக அந்தப் பாலத்தைக் கடப்பதென்பது ரொம்ப முக்கியம்.”

“ஆமாம், வேறெதையும் விட அதுதான் ரொம்ப முக்கியம்.”

“அடக்கடவுளே,” என்றான் ஹோஷினோ, தலையை சொறிந்தவாறே.

தனது அறைகலன்களின் சுமையை ஒப்படைக்க அந்த இளைஞன் சரக்குந்தை கிட்டங்கிக்கு ஓட்டிப் போக வேண்டியிருந்தது, எனவே துறைமுகத்தினருகே இருந்த சிறிய பூங்காவில் தனக்காகக் காத்திருக்கும்படி அவன் நகாடாவிடம் சொன்னான்.

“இங்கிருந்து நகராதே, சரியா?” ஹோஷினோ அவரை எச்சரித்தான். “அங்கே ஒரு கழிவறை உள்ளது, ஒரு நீருற்றும். உனக்குத் தேவையான யாவும் இங்கிருக்கிறது. வேறெங்காவது விலகிச் சென்றால், திரும்பி வரும் வழியை உன்னால் கண்டுபிடிக்க முடியாமல் போகலாம்.”

“எனக்குப் புரிகிறது. இனியும் நான் நகானோ பிரிவுக்குள் இல்லை.”

“ரொம்பச்சரி. இது நகானோ கிடையாது. ஆகவே நகராமல் அமர்ந்திரு, வெகு விரைவில் நான் திரும்பி விடுகிறேன்.”

“சரி. நான் இங்கேயே இருக்கிறேன்.”

“நல்லது. எனது பட்டுவாடாவை முடித்தவுடன் நானும் திரும்பி விடுகிறேன்.”

தனக்குச் சொல்லப்பட்டதைச் செய்தார் நகாடா, பலகையை விட்டு அவர் நகரவேயில்லை, கழிவறையைப் பயன்படுத்தக் கூட. ஒரே இடத்தில் நகராமல் வெகு நேரம் அமர்ந்திருப்பது அவரளவில் ரொம்பக் கடினமான காரியமாக இருக்கவில்லை. அசையாமல் அமர்ந்திருப்பதென்பது - சொல்லப்போனால் - அவரின் சிறப்பியல்பு.

தான் அமர்ந்திருந்த இடத்திலிருந்து அவரால் கடலைப் பார்க்க முடிந்தது. நீண்ட, வெகு நீண்ட காலத்துக்கு இதை அவர் பார்த்திருக்கவில்லை. அவர் சிறுவனாக இருந்தபோது, அவரும் அவரின் குடும்பத்தாரும் எண்ணற்ற முறை கடற்புரத்துக்குப் போயிருக்கிறார்கள். நீச்சலுக்கான ஆடைகளை அணிந்து கொண்டு, கடற்கரையினோரமாக நீரை வாறியடித்து விளையாடி, தாழ்வான அலைப்பகுதிகளில் சிப்பிகளை அவர் சேகரிப்பார். ஆனால் இந்த நினைவுகள் தெளிவாகயில்லை. இதெல்லாம் வேறேதோ உலகில் நடந்ததைப் போல இருந்தது. அதன்பிறகு, ஒரு முறை கூட கடலைப் பார்த்ததாக அவரால் நினைவுகூர முடியவில்லை.

யமனாஷி மலைகளில் நடந்த விசித்திரமான சம்பவத்துக்குப் பிறகு, நகாடா மறுபடியும் டோக்கியோவின் பள்ளிக்குச் சென்றார். நினைவு திரும்பியிருக்க, உடல்ரீதியாக அவர் நன்றாகத்தான் இருந்தார், ஆனால் அவரின் நினைவுகள் சுத்தமாகத் துடைத்தழிக்கப்பட்டிருந்தன, வாசிப்பதற்கும் எழுதுவதற்குமான திறனை ஒருபோதும் அவரால் மீட்டெடுக்க முடியவில்லை. தனது பள்ளிக்கூடப் பாடப்புத்தகங்களை அவரால் வாசிக்க முடியவில்லை, பரீட்சைகள் எதையும் எழுதவும் இயலவில்லை. அதுவரைக்கும் அவர் சம்பாதித்திருந்த அறிவு யாவும் மாயமாகியிருந்தது, கூடவே, பொதுவான சங்கதிகளைச் சிந்திக்கும் திறனும் - பெருமளவில். என்றாலும், அவர்கள் அவரைப் பட்டம் பெற அனுமதித்தார்கள். பள்ளியில் சொல்லித் தருவதை அவரால் உள்வாங்க முடியவில்லை, மாறாக வகுப்பறையின் ஒரு மூலையில் அமைதியாக அமர்ந்திருப்பார். ஆசிரியர் அவரை ஏதாவது செய்யச் சொன்னால், ஒரு வரி மாறாமல் அவளின் ஆணைகளை அப்படியே பின்பற்றுவார். யாரையும் அவர் தொந்தரவு செய்வதில்லை, எனவே நகாடா அங்கிருப்பதையே ஆசிரியர்கள் மறக்கத் தலைப்படுவார்கள். பாரம் என்றல்லாமல் உள்ளே வந்து அமர்ந்திருக்கும் விருந்தாளி என்பதைப் போல இருப்பார்.

விபத்து நிகழும்வரை அவர் தொடர்ச்சியாக "ஏ"க்களை வாங்கினாரென்பதை மக்கள் சீக்கிரமே மறந்தார்கள். ஆனால் தற்போது பள்ளிக்கூடச் செயல்பாடுகளும் நிகழ்வுகளும் அவர் இல்லாமல் நடந்தன. யாரோடும் அவர் நட்பு பாராட்டவில்லை.

காஃப்கா – கடற்கரையில் | 395

என்றாலும், இவற்றில் எதுவும் அவரைச் சங்கடத்துக்கு ஆளாக்கவில்லை. தனிமையில் விடப்படுவதென்பது அவருக்கே உரித்தான சிறிய உலகில் தொலைந்திட வசதியாயிருந்தது. பள்ளியில் மிக அதிகமாக அவரை உள்ளிழுத்துக் கொண்ட சங்கதிகள் என்னவென்றால் அங்கு அவர்கள் வளர்த்த முயல்களையும் ஆடுகளையும் பராமரிப்பதோடு வெளிப்புற மலர்ப்படுகைகளைக் கவனித்துக் கொள்வதும் வகுப்பறைகளைச் சுத்தப்படுத்துவதுமே. முகத்தில் தேங்கி நிற்கும் நிரந்தரப் புன்னகையோடு, இந்த இடைக்கால வேலைகளால் ஒருபோதும் அவர் சோர்வுற்றதில்லை.

அவர், பெரும்பகுதி, தனது வீட்டிலும் கூட, மறக்கப்பட்டவராக ஆகியிருந்தார். இதற்கு மேல் தங்களுடைய மூத்த மகனால் வாசிக்கவோ அல்லது தனது பாடங்களைத் தொடரவோ முடியவில்லை என்பதையறிந்தவுடன், நகாடாவின் பெற்றோர் - தங்கள் குழந்தைகளின் கல்வியில்தான் அவர்களுடைய மொத்த கவனமும் குவிந்திருந்தது - அவரைப் புறக்கணித்து தங்களின் பார்வையை அவர் தம்பிகளிடம் திருப்பினார்கள். பொது இளநிலைப் பள்ளிக்குச் செல்வது நகாடாவுக்கு சாத்தியமற்றதாக மாறிப் போனது, ஆகவே துவக்கப்பள்ளியில் தேர்ச்சி பெற்றவுடன் நகானோ ஆளுகையிலிருந்த உறவினர்களோடு போய் வசிக்க அனுப்பி வைக்கப்பட்டார், அவர் அம்மாவின் சொந்தவூரில். அங்கே அவர் வேளாண்மைக்கான பள்ளியில் சேர்ந்தார். அப்போதும் கூட அவரால் வாசிக்க முடியாத காரணத்தால் தனது பள்ளிக்கூட வேலைகளைச் செய்வது அவருக்கு மிகக் கடினமாயிருந்தது, ஆனாலும் வயல்களில் வேலை பார்ப்பதை நேசித்தார். அவர் ஒரு விவசாயியாகக் கூட வந்திருக்கக்கூடும், அவருடைய வகுப்புத்தோழர்கள் மிக அதீதமாக அவரைத் துன்புறுத்தாமல் போயிருந்தால். இந்த அந்நியனை அடித்து உதைப்பதை அவர்கள் நிறையவே ரசித்தார்கள், நகரத்தைச் சேர்ந்த இந்தப் பையனை. அவருடைய ரொம்பத் தீவிரமான காயங்கள் உண்டாகத் தொடங்கியதால் (வீங்கிய காது [Cauliflower ear] உட்பட) வீட்டைச் சுற்றியிருக்கும் வேலைகளைப் பார்த்துக் கொள்ளப் பெரியவர்கள் அவரை வீட்டோடு வைத்துக் கொண்டார்கள். அமைதியான, கீழ்ப்படிகிற குழந்தையாக இருந்தார் நகாடா, எனவே தாத்தாவும் பாட்டியும் அவரை மிகவும் நேசித்தார்கள்.

இந்த சமயத்தில்தான் தன்னால் பூனைகளோடு பேச முடியுமென்பதை அவர் கண்டுபிடித்தார். அவருடைய தாத்தா பாட்டியின் வீட்டைச் சுற்றிலும் சில பூனைகளிருந்தன, நகாடா அவற்றுக்குச் சிறந்த நண்பனாகிப் போனார். ஆரம்பத்தில் அவரால் ஒரு சில வார்த்தைகளை மட்டும் பேச முடிந்தது, ஆனால் ஏதோவொரு அந்நிய மொழியில் தேர்ச்சி பெற முயற்சிப்பவரைப் போலக் கடுமையாக உழைத்தார், வெகு சீக்கிரமே நீடித்த உரையாடல்களைத் தொடர அவருக்குச் சாத்தியமானது. வேலை ஏதுமில்லாத பொழுதுகளில் தாழ்வாரத்தில் அமர்ந்து பூனைகளோடு உரையாடுவதை அவர் விரும்பினார். அவற்றின் பங்குக்கு, இயற்கையையும் அவரைச் சுற்றியிருக்கும் உலகையும் அந்தப் பூனைகள் அவருக்குக் கற்றுத் தந்தன. சொல்வதெனில், கிட்டத்தட்ட இவ்வுலகத்தைப் பற்றி அவருக்கிருந்த அடிப்படை அறிவு எல்லாவற்றோடும், அவை எப்படிச் செயலாற்றின என்பதையும் கூடத் தனது பூனையின நண்பர்களிடமிருந்தே அவர் கற்றார்.

பதினைந்து வயதில் மரவேலை கற்பதற்காக அருகேயிருந்த அறைகலன்கள் நிறுவனத்துக்கு அனுப்பப்பட்டார். தொழிலகம் என்பதை விட, கிராமப்புறக் கைவினை-வகை சாமான்களை உருவாக்கும் சிறிய மரவேலைகளுக்கான கடையாக அது இருந்தது. அங்கு உருவாக்கிய நாற்காலிகள், மேசைகள் மற்றும் இழுப்பறைகளை டோக்கியோவுக்குக் கப்பலில் அனுப்பினார்கள். நகாடா மரவேலைகளை விரும்ப ஆரம்பித்தார். அவருடைய கைத்திறனின் காரணமாக முதலாளிக்கு அவரை ரொம்பப் பிடித்திருந்தது, எந்தவொரு நுண்ணிய தகவலையும் தவற விடாமல், எப்போதும் அதிகம் பேசாமல், எதற்கும் அவர் புகார் சொன்னதுமில்லை. உருவரைப்படத்தை வாசித்து படங்களைச் சேர்ப்பதென்பது அவருடைய பலமாக இருந்ததில்லை, ஆனால் இந்தப் பணிகளைத் தவிர, தான் கை வைக்கும் அனைத்து வேலைகளையும் திறம்படச் செய்தார். உற்பத்திக்கானப் படிமுறைகளை ஒருமுறை தனது தலைக்குள் ஏற்றிக் கொண்டால் முடிவேயில்லாமலுல் சோர்வேயில்லாமலும் மீண்டும் மீண்டும் அவற்றைச் செய்து கொண்டே இருப்பார். இரண்டு வருட தொழிற்பயிற்சிக்குப் பிறகு அவருக்கு முழு-நேர வேலை வழங்கப்பட்டது.

ஐம்பதைத் தாண்டும்வரை நகாடா அங்கே பணிபுரிந்தார், ஒரு முறை கூட விபத்தில் சிக்காமல் அல்லது நோயில் விழாமல். புகைக்கவோ குடிக்கவோ மாட்டார், வேலை நேரத்தைத் தாமதிப்பதோ அல்லது அதிகமாக உண்பதோ கிடையாது. ஒருபோதும் அவர் தொலைக்காட்சி பார்த்ததில்லை, காலைநேர உடற்பயிற்சி நிகழ்ச்சிக்காக மட்டும் வானொலி கேட்பார். ஒவ்வொரு நாளும் அவர் வெறுமனே அறைகலன்களை உருவாக்கினார். இறுதியாக ஒரு நாளில் அவர் பெற்றோரைப் பெற்றவர்கள் இறந்து போனார்கள், போலவே அவர் பெற்றோரும். எல்லோருக்கும் அவரைப் பிடிக்கும், என்றாலும் நெருங்கிய நண்பர்களென யாரையும் அவர் உருவாக்கிக் கொள்ளவில்லை. அனேகமாக அது எதிர்பார்க்கக்கூடியதுதான். பெரும்பாலான மக்கள் நகாடாவிடம் பேச முயன்றபோது, அவரிடம் சொல்வதற்கான சங்கதிகளெல்லாம் தீர்ந்து ஒன்றுமில்லாமல் போக அவர்களுக்கு பத்து நிமிடங்களே ஆனது.

என்றாலும், தனியனாகவோ அல்லது மகிழ்ச்சியற்றவராகவோ ஒருபோதும் அவர் உணர்ந்ததில்லை. பாலுணர்வுக்கான விருப்பத்தை அல்லது யாருடனாவது இருக்க வேண்டுமென்பதாகக் கூட ஒருபோதும் அவர் உணர்ந்ததில்லை. தான் மற்றவர்களிடமிருந்து வித்தியாசமாக இருப்பது அவருக்குப் புரிந்திருந்தது. யாரும் அதைக் கவனித்ததில்லை என்றாலும், மற்ற மனிதர்களுடன் ஒப்பிட, தரையில் விழும் தனது நிழல் வெளுத்திருந்ததாகவும் நலிந்திருந்ததாகவும் அவர் நினைத்தார். அவரைப் புரிந்து கொண்ட ஒரே ஜீவன்கள் பூனைகள் மட்டுமே. விடுமுறை நாட்களில் பூங்காவின் பலகையில் அமர்ந்து ஒட்டுமொத்த நாளையும் அவற்றோடு பேசுவதில் கழிப்பார். விசித்திரமான வகையில், பூனைகளோடு பேசும்போது மட்டும் அவருக்கான சங்கதிகள் தீர்ந்து போனதேயில்லை.

நகாடாவுக்கு 52 வயதானபோது அறைகலன்கள் நிறுவனத்தின் முதலாளி இறந்தார், பிற்பாடு சீக்கிரமே மரவேலைகளுக்கான கடையும் மூடப்பட்டது. அந்த வகையிலான விசனமுள்ள, இருண்மையான, மரபார்ந்த அறைகலன்கள் முன்பு விற்றதைப் போல நன்கு விற்கவில்லை. கைவினைஞர்களுக்கெல்லாம் வயதாகிக் கொண்டிருந்தது, மேலும் இளைஞர்கள் யாருக்கும்

தொழிலைக் கற்கும் ஆர்வமிருக்கவில்லை. உண்மையில் ஒரு வயலுக்கு நடுவேயிருந்த கடையும் கூட, இப்போது புதிதாகக் கட்டப்பட்ட வீடுகளால் சூழப்பட்டிருந்தது, எனவே இரைச்சல் மற்றும் மரச்சீவல்களை எரிக்கும்போது உண்டாகும் புகை என்று இரண்டைப் பற்றியும் புகார்கள் வரத் தொடங்கின. முதலாளியின் மகனுக்கு - நகரத்தைச் சேர்ந்த கணக்கீட்டு நிறுவனத்தில் பணிபுரிந்தான் - தொழிலை எடுத்துச் செய்வதில் எந்த விருப்பமுமில்லை, எனவே தந்தை இறந்ததும் அந்த உடைமையை நில விற்பனையாளனுக்கு விற்றான். அவன் பங்குக்கு, அந்த விற்பனையாளன் நிறுவனத்தை இடித்து நொறுக்கினான், பிறகு நிலத்தைச் சமப்படுத்தி அடுக்கக-வளாக கட்டட அமைப்பாளன் ஒருவனிடம் விற்க, அவனோ அந்த நிலத்தில் ஓர் ஆறு-மாடி கட்டடத்தைக் கட்டினான். விற்பனைக்கு அறிவிக்கப்பட்ட முதல் நாளில் அந்த வளாகத்தில் இருந்த ஒவ்வொரு அடுக்ககக் குடியிருப்பும் விற்றுத் தீர்ந்தன.

இப்படித்தான் நகாடா தனது வேலையை இழந்தார். நிறுவனம் செலுத்த வேண்டிய சில கடன்களிருந்தன, எனவே சிறிய கருணைத்தொகை மட்டுமே ஓய்வூதியப் பணமாக அவருக்குக் கிடைத்தது. அதன் பிறகு அவரால் வேறு பணியைக் கண்டுபிடிக்க முடியவில்லை. இதற்குமேல் யாருக்கும் தேவைப்படாத மரபார்ந்த அறைகலன்களை வடிவமைப்பதை மட்டுமே தனது ஒரே திறனாகக் கொண்டிருந்த ஐம்பதுகளில் இருக்கக்கூடிய படிப்பறிவற்ற மனிதனை யார் வேலைக்கு அமர்த்திக் கொள்ளப் போகிறார்கள்?

ஒரு நாள் கூட விடுமுறை எடுக்காமல் தொடர்ச்சியாக 37 வருடங்கள் அந்த நிறுவனத்தில் நகாடா பணியாற்றியிருந்தார், எனவே உள்ளூர் தபால் நிலையத்தில் அவரின் சேமிப்புக் கணக்கில் குறிப்பிட்டுச் சொல்லும்படியான தொகை இருக்கத்தான் செய்தது. பொதுவில் தனக்கென மிகக் குறைவாகவே அவர் செலவழிப்பார், ஆக வேறு வேலையைக் கண்டுபிடிக்காவிட்டால் கூட தனது சேமிப்பைக் கொண்டு சௌகரியமாக முதுமையைக் கழிப்பதென்பது அவருக்குச் சாத்தியமாகி இருக்க வேண்டும். அவரால் வாசிக்கவோ எழுதவோ முடியாதென்பதால், நகர்மன்றத்தில் வேலை பார்த்த அவரின் மருமகன் அவருடைய கணக்கை மேற்பார்வையிட்டு

வந்தான். கருணைமிக்கவனாக இருந்தாலும், இந்த மருமகன் எதையும் தாமதமாகப் புரிந்து கொள்பவனாக இருந்ததால், கடல் விளையாட்டுகளுக்கான ஓய்வக வளாகமொன்றில் முதலீடு செய்யுமாறு தீவினைக்கஞ்சாத ஒரு விற்பனைத் தரகனால் ஏமாற்றப்பட்டு, கடுமையான கடன்களில் அவன் சிக்கிக் கொள்வதில் போய் அது முடிந்தது. கிட்டத்தட்ட அதே சமயத்தில் நகாடாவும் தனது பணியை இழந்தார், கடன்காரர்களிடம் இருந்து தப்பிக்க இந்த மருமகன் மொத்தக் குடும்பத்துடன் மாயமாகிப் போனான். சில யகூசா-வகைக் கடன் திமிங்கலங்கள் அவனைத் துரத்திக் கொண்டிருந்தன, வெளிப்படையாக. இந்தக் குடும்பம் எங்கிருந்தது என்பது யாருக்கும் தெரியவில்லை, அல்லது அவர்கள் இன்னும் உயிரோடு இருக்கிறார்களா என்பதும்.

பரிச்சயமான மனிதரொருவரையும் தன்னோடு அழைத்து கொண்டு தனது கணக்கிலிருந்தத் தொகையைச் சோதித்துப் பார்க்க தபால் நிலையத்துக்கு நகாடா சென்றபோது, வெறும் 10,000 யென்களே மீதமிருந்தன என்பதைத் தெரிந்து கொண்டார். நேரடியாகக் கணக்கில் செலுத்தப்பட்ட அவரின் ஓய்வூதியப் பணமும் கூட, மாயமாக மறைந்திருந்தது. நகாடா மிதமிஞ்சிய துரதிர்ஷ்டசாலி என்று மட்டுமே சொல்ல முடிந்தது - வேலையை இழந்ததோடு கையில் சல்லிக்காசும் இல்லாமல் நின்றிருந்தார். அவருடைய உறவினர்கள் இரக்கமிக்கவர்களாக இருந்தார்கள், ஆனால் அவர்களும் சாட்சியாக இருக்கக் கேட்கப்பட்டிருந்ததால் மருமகனிடம் முதலீடு செய்த யாவற்றையும் அவரைப் போலவே இழந்திருந்தனர். எனவே நகாடாவுக்கு அவருக்குத் தேவைப்படும் காலத்தில் உதவ அவர்களில் யாரிடமும் எந்த வளமுமில்லை.

இறுதியில் டோக்கியோவிலிருந்த நகாடாவின் தம்பிகளில் மூத்தவன் அப்போதைக்கு அவரைப் பார்த்துக் கொள்வதெனத் தீர்மானித்தான். தனித்து வாழும் ஆண்களுக்கான ஒரு சிறிய அடுக்கக் குடியிருப்பு நகானோவில் அவனுக்குச் சொந்தமாக இருந்தது – தனது பெற்றோரிடமிருந்து வரித்துக் கொண்ட சொத்துகளின் பகுதி இது – அதன் ஒரு தொகுதியை தனது மூத்த சகோதரனுக்கு அவன் வழங்கினான். அவரைப் பெற்றவர்கள் நகாடாவுக்கு உயிலாக எழுதியிருந்த பணத்தையும் அவனே

கவனித்துக் கொண்டான் - பெரிய தொகையொன்றும் அல்ல - மேலும் மனநலம் பாதித்தவர்களுக்கென டோக்கியோ பெருநகர அரசாங்கம் தரும் மானியமும் அவருக்குக் கிடைக்க வழிவகை செய்தான். அதுவே தம்பியினுடைய “அக்கறை”யின் எல்லை. படிப்பறிவு இல்லையென்றாலும், தனது தினசரித் தேவைகளைத் தானாகக் கவனித்துக் கொள்ள நகாடாவால் முடிந்தது, வீட்டு வாடகை சரிக்கட்டப்படும் காலம் மட்டும் திறம்பட சமாளித்துக் கொள்ளவும் அவருக்குச் சாத்தியமானது.

அவருடைய இரண்டு சகோதரர்களும் வெகு குறைவாகவே அவரோடு தொடர்பிலிருந்தார்கள். முதன்முறையாக அவர் மீண்டும் டோக்கியோவுக்கு வந்தபோது சில முறை அவரைப் பார்த்தார்கள், ஆனால் அவ்வளவே. முப்பது வருடங்களுக்கும் மேலாக அவர்கள் பிரிந்தே வாழ்ந்திருந்தார்கள், மேலும் அவர்களின் வாழ்க்கைமுறையும் ரொம்ப வித்தியாசமாக இருந்தது. எந்தச் சகோதரனும் அவர் மீது பிரத்தியேக உணர்வுகளைக் கொண்டிருக்கவில்லை, மேலும் எப்படிப் பார்த்தாலும் மனநலம் குன்றிய உடன்பிறப்பின் மீது கவனம் செலுத்துவதைக் காட்டிலும் தங்களின் சொந்தக் காரியங்களைப் பார்ப்பதில் அவர்கள் மிகவும் மும்முரமாயிருந்தார்கள்.

ஆனால் தனது குடும்பத்தின் இந்த இரக்கமற்றச் செயற்பாடு எவ்வகையிலும் நகாடாவைத் தொந்தரவுக்கு ஆளாக்கவில்லை. தனியாக இருக்க அவருக்குப் பழகியிருந்ததென்பதோடு தங்களின் வழக்கமான நடைமுறையிலிருந்து விலகி மனிதர்கள் தன்னிடம் நன்முறையில் நடந்து கொண்டபோதுதான் உண்மையில் அவர் பதற்றமடைந்தார். அது மட்டுமல்லாமல் தனது வாழ்நாள் சேமிப்பை மருமகன் ஒட்டுமொத்தமாகத் தொலைத்து விட்டானென்பதற்காக அவர் கோபப்படவும் இல்லை. நடந்திருப்பது நல்லதல்ல என்பதை இயல்பாகப் புரிந்து கொண்டார், ஆனால் மொத்த விவகாரத்தாலும் நம்பிக்கையிழந்து போகவில்லை. கேளிக்கை வளாகம் என்றால் என்னவென்று நகாடாவுக்குத் தெரியாது, அல்லது “முதலீடு” என்றால் என்னவென்பதும், மேலும் “கடன்” வாங்குவதென்பது எதையெல்லாம் உள்ளடக்கியதென்றும் அவருக்குப் புரியவில்லை. வெகு குறைவான சொற்றொடர்களால் சூழப்பட்ட உலகில் அவர் வாழ்ந்தார்.

5000 யென்கள் அல்லது அதற்குள்ளான தொகைகள் மட்டுமே அவருக்கு அர்த்தமாயின. அதற்கு மேலிருந்த எதுவும் – 100,000 யென்கள், 1,000,000 யென்கள், 10,000,000 யென்கள் – அவரளவில் எல்லாம் ஒன்றுதான். நிறைய பணமென்பது மட்டும்தான் அதற்கான ஒரே அர்த்தம். அவரிடம் சேமிப்புகள் இருந்திருக்கலாம், ஆனால் ஒருபோதும் அவற்றை அவர் பார்த்ததில்லை. அவர்கள் வெறுமனே அவரிடம், "உனது கணக்கில் இருக்கக்கூடிய தொகை இவ்வளவு," என்று சொல்லிய பிறகு ஒரு தொகையைச் சொல்வார்கள், அவருக்கோ அது விளங்காத சங்கதி. எனவே அவையெல்லாம் மறைந்தாலும் கூட நிஜமான எதையோ உண்மையாகவே தான் தொலைத்திருக்கிறோம் என்கிற உணர்வு அவருக்குள் எழவேயில்லை.

ஆகவே மாதாந்திர மானியத்தை வாங்கிக் கொண்டு, தனது விசேட பேருந்து சலுகைச்சீட்டைப் பயன்படுத்திக் கொண்டு, பூனைகளோடு உரையாட உள்ளூர் பூங்காவுக்குப் போய்க் கொண்டு, தனது சகோதரன் வழங்கிய சிறிய அடுக்ககக் குடியிருப்பில் திருப்தியான வாழ்க்கையை நகாடா வாழ்ந்து வந்தார். நகானோவின் இந்த சின்னஞ்சிறு மூலை அவரின் புதிய உலகமாக மாறியது. நாய்களையும் பூனைகளையும் போலவே, தனக்கான எல்லைகளை அவர் வகுத்தார், ஓர் எல்லைக்கோட்டை, வழக்கத்தை மீறிய சூழ்நிலைகளைத் தவிர, அதைத் தாண்டி ஒருபோதும் அவர் சென்றதில்லை. அங்கேயே இருக்கும் வரைக்கும் தான் பாதுகாப்பாகவும் திருப்தியாகவும் இருப்பதாக உணர்ந்தார். மனக்குறைகள் கிடையாது, எதன் மீதும் கோபம் கிடையாது. தனிமைசார்ந்த உணர்வுகளோ, எதிர்காலத்தைப் பற்றியக் கவலைகளோ, அல்லது தனது வாழ்க்கை கஷ்டமானதாக அல்லது அசௌகரியமானதாக இருப்பதைக் குறித்த வருத்தங்களோ எதுவும் கிடையாது. பத்து வருடங்களாக, ஒன்றன் பின் ஒன்றாக நகரும் நாட்களோடு, இதுதான் அவரின் வாழ்க்கையாக இருந்தது, பாதையில் வருவது எதுவாயிருந்தாலும் நிதானமாக அதை அனுபவித்தவாறு.

எதிர்பாராத வகையில் ஜானி வாக்கரைச் சந்திக்க நேர்ந்த அந்த நாள் வரைக்கும்.

வருடங்களாக நகாடா கடலைப் பார்த்திருக்கவில்லை, ஏனென்றால் நகானோ ஆளுகைக்குள்ளோ அல்லது நகானோ பிரிவுக்குள்ளோ கடல் இல்லை. இப்போது முதன்முறையாக, வெகு காலமாகத் தான் கடலைத் தொலைத்து விட்டிருக்கிறோமென்பதை உணர்ந்தார். இத்தனை வருடகாலம் அது குறித்து அவர் யோசிக்கவும் இல்லை. இத்தகவலை உறுதி செய்ய, தனக்குத்தானே பல முறை தலையசைத்துக் கொண்டார். தனது தொப்பியை எடுத்தார், ஒட்ட வெட்டியத் தலையைத் உள்ளங்கையால் தேய்த்தார், மறுபடியும் தொப்பியை அணிந்து கொண்டு கடலை உற்றுப் பார்த்தார். கடலைப் பற்றிய அவருடைய அறிவின் எல்லை இதுதான்: ரொம்பப் பெரியது, உப்புக் கரிக்கும், மீன்கள் அங்கே வாழ்ந்தன.

மூச்சுக்காற்றில் கடலின் மணத்தை உள்ளிழுத்தவாறு, தலைக்கு மேலே கடற்பறவைகள் வட்டமடிப்பதைக் கவனித்துக் கொண்டு, தொலைவில் கரையிலிருந்து சற்று விலகி நங்கூரமிட்டிருந்தக் கப்பல்களை உற்றுப் பார்த்தபடி, அங்கே அந்தப் பலகையில் அவர் அமர்ந்திருந்தார். அந்தக் காட்சி அவருக்கு அலுக்கவில்லை. பூங்காவின் புத்தம்புதிய கோடைக்காலப் புற்களின் மீது அவ்வப்போது ஒரு வெண்ணிறக் கடற்பறவை தரையிறங்கும். பச்சையப் பின்புலத்தில் அந்த வெண்ணிறம் அழகாயிருந்தது. புற்களின் மீது நடந்து சென்ற கடற்பறவையைக் கூவியழைக்க நகாடா முயற்சி செய்தார், ஆனால் அது பதிலளிக்காமல் வெறுமனே எவ்விதத் தயக்கமுமின்றி அவரை உற்றுப் பார்த்தது. சுற்றுமுற்றும் பூனைகள் ஏதுமில்லை. கடற்பறவைகளும் சிட்டுக்குருவிகளும் மட்டுமே அந்தப் பூங்காவுக்குள் இருந்த மிருகங்கள். தனது காப்புக்குடுவையில் இருந்த சூடானத் தேநீரை அவர் சீப்பியபோது, மழை வெளுத்து வாங்கத் தொடங்க, நகாடா தனது விலைமதிப்பற்றக் குடையை விரித்தார்.

ஹோஷினோ பூங்காவுக்குத் திரும்பி வந்த சமயத்தில், பனிரெண்டுக்குச் சற்று முன்பாக, மழை பெய்வது நின்றிருந்தது. அவன் விட்டுப் போனதைப் போலவே நகாடா அந்தப் பலகையில் அமர்ந்திருந்தார், குடையை மடக்கி, கடலை உற்றுப் பார்த்தவாறு. எங்கோ தனது சரக்குந்தை நிறுத்தி விட்டு ஹோஷினோ வாடகை மகிழுந்தில் வந்திருந்தான்.

“ஹேய், நீண்ட நேரம் ஆனதற்கு மன்னிக்க வேண்டுகிறேன்,” அவன் வருத்தம் தெரிவித்தான். அவனது தோளிலிருந்து ஒரு வினைல் பாஸ்டன் பை தொங்கிக் கொண்டிருந்தது. “எனது வேலைகள் விரைவில் முடியும் என்று நினைத்தேன் ஆனால் ஏதேதோ சங்கதிகள் எடுத்தேறி வந்து விட்டன. குதத்தில் இருக்கும் வலியைப் போல ஒவ்வொரு பல்பொருள் அங்காடியிலும் ஒரு ஆள் இருப்பானென்பதாகத் தெரிகிறது.”

“நகாடாவுக்கு எந்தப் பிரச்சினையுமில்லை. நான் வெறுமனே இங்கு உட்கார்ந்திருந்தேன், கடலைப் பார்த்துக் கொண்டு.”

“ஹ்ம்ம்ம்ம்,” ஹோஷினோ முணுமுணுத்தான். அதே திசையில் அவனும் பார்த்தான், ஆனால் அவனுக்குத் தெரிந்ததெல்லாம் அலங்கோலமான பழைய அலைதாங்கித் தூணும் நீரின் மேற்புறத்தில் மிதந்த எண்ணெயும்தான்.

“நீண்ட காலமாக நான் கடலைப் பார்த்திருக்கவில்லை.”

“நிஜமாகவா?”

“கடைசியாக நானதைப் பார்த்தது ஆரம்பப்பள்ளியில் இருந்த காலத்தில். ஈனோஷிமாவில் இருக்கும் கடற்புறத்துக்குச் சென்றிருந்தேன்.”

“நிச்சயமாக அது வெகு காலத்துக்கு முன்பு என நான் பந்தயம் கட்டுகிறேன்.”

“அப்போது ஜப்பானை அமெரிக்கர்கள் ஆக்கிரமித்திருந்தார்கள். ஈனோஷிமாவின் கடற்கரை முழுக்க அமெரிக்கப் படைவீரர்களால் நிறைந்திருந்தது.”

“நீ விளையாடுகிறாய்.”

“இல்லை, நான் விளையாடவில்லை.”

“புரிந்து கொள்,” என்றான் ஹோஷினோ. “ஜப்பான் ஒருபோதும் அமெரிக்காவால் ஆக்கிரமிக்கப்படவில்லை.”

“நகாடாவுக்குத் தகவல்கள் தெரியாது, ஆனால் பி-29கள் என்றழைக்கப்பட்ட விமானங்கள் அமெரிக்காவிடம் இருந்தன.

டோக்கியோவின் மீது நிறைய குண்டுகளை அவை வீசின, எனவே நான் யமனாஷி ஆளுகைக்குப் போனேன். அங்குதான் எனக்கு முடியாமல் போனது."

"ஓஹோ? எதுவானாலும்... எனக்கு நீண்ட கதைகள் பிடிப்பதில்லை என்பதை உன்னிடம் சொல்லியிருக்கிறேன். போகட்டும், நாம் நகருவோம். நான் நினைத்ததை விட அதிக நேரமாகி விட்டது, மேலும் இங்கிருந்து நகராவிட்டால் கூடிய சீக்கிரமே இருட்டி விடும்."

"நாம் எங்கே போகிறோம்?"

"ஷிகோகு, இயல்பாகவே. நாம் பாலத்தைக் கடக்கலாம். நீ ஷிகோகுவுக்குப் போகவிருப்பதாகச் சொன்னாய், இல்லையா?"

"சொல்லத்தான் செய்தேன். ஆனால் உங்களின் வேலை?"

"அது குறித்துக் கவலைப்படாதே. நான் திரும்பி வரும்போதும் அது அங்குதான் இருக்கும். தொடர்ச்சியாகப் பலமணி நேரங்கள் வேலை செய்திருக்கிறேன் என்பதால் சில நாட்கள் விடுமுறை எடுத்துக் கொள்ளலாமென யோசித்துக் கொண்டிருந்தேன். உண்மையைச் சொன்னால், நானும் கூட இதுவரைக்கும் ஷிகோகுவுக்குப் போனதில்லை. அங்கு சென்று சோதித்துப் பார்க்கலாம்தான். மேலும் உன்னால் வாசிக்க முடியாது, சரிதானே? ஆகவே பயணச்சீட்டுகளை வாங்க உதவி செய்வதற்கு நான் உன்னோடு இருந்தால் மிகவும் எளிதாயிருக்கும். நானும் உன்னோடு வருவதை நீ விரும்பவில்லை என்றில்லாத வரைக்கும்."

"இல்லை, நீங்கள் கூட வருவதால் நகாடா மகிழ்ச்சியடைவான்."

"அப்படியானால் நாம் இதைச் செய்வோம். ஏற்கனவே பேருந்துகளின் அட்டவணையை நான் சோதித்து விட்டேன். ஷிகோகு: இதோ நாங்கள் வருகிறோம்!"

23

பேய் என்பது சரியான வார்த்தையா என்று எனக்குத் தெரியாது, ஆனால் அது நிச்சயமாக இந்த உலகைச் சேர்ந்ததல்ல – அந்த மட்டிலும் ஒரே பார்வையில் என்னால் சொல்லி விட முடிகிறது.

எதையோ உணர்ந்து திடீரென்று நான் விழித்துக் கொள்ள அங்கே அவள் நின்றிருக்கிறாள். நடுராத்திரி, என்றாலும் வினோதமான முறையில் அறை வெளிச்சத்தோடு இருக்கிறது, சாளரத்தின் வழியாகப் பாயும் நிலவொளியால். படுக்கைக்குப் போவதற்கு முன்னால் திரைச்சீலைகளை மூடினேன் என்பதை நானறிவேன், ஆனால் இப்போது அவை அகலத் திறந்து கிடக்கின்றன. அந்தப் பெண்ணின் நிழலுருவம் தெளிவாக வரையறுக்கப்பட்டுத் தெரிகிறது, நிலவின் எலும்பையொத்த-வெண்ணிற ஒளியில் குளித்து.

அவளுக்கு என் வயதிருக்கலாம், 15 அல்லது 16. நான் 15 என்று யூகிக்கிறேன். பதினைந்துக்கும் பதினாறுக்கும் இடையில் மிகப்பெரிய வித்தியாசம் உண்டு. அவள் சின்னதாகவும் ஒல்லியாகவும் இருக்கிறாள், இறுக்கமாகப் பிடித்து வைத்ததைப் போல, கொஞ்சம் கூட மென்மையானவளாகத் தெரியவில்லை. அவளது கேசம் தோள் வரை வழிந்தோடுகிறது, நெற்றியில் சில இழைகளோடு. மிகச்சரியான நீளத்தில் அலையலையாக எழும் தையல்களைக் கொண்ட நீலநிற ஆடையை அணிந்திருக்கிறாள். காலணிகள் அல்லது காலுறைகள் எதையும் அணிந்திருக்கவில்லை. ஆடையின் சுற்றுப்பட்டைகளில் உள்ள பொத்தான்கள் யாவும் அழகாக மாட்டப்பட்டுள்ளன. வட்டமான, திறந்த கழுத்துப்பட்டையைக் கொண்டிருக்கிறது

அவளுடைய ஆடை, நன்கு-வளர்ந்திருக்கும் அவளின் கழுத்தை வெளிக்காட்டியபடி.

அவள் மேசையில் அமர்ந்திருக்கிறாள், கன்னம் கைகளின் மீது வீற்றிருக்க, சுவரைப் பார்த்து வெறித்துக் கொண்டு, எதையோ யோசித்தபடி. ரொம்பக் குழப்பமானதாக இருக்காதென்றே நான் சொல்லுவேன். அனேகமாக, வெகு காலத்துக்கு முன்பு என்று சொல்லவியலாத ஏதோவொரு மனதுக்கினிய நெருக்கமான நினைவில் தொலைந்திருப்பதாகத் தெரிகிறது. அவ்வப்போது அவளுடைய முகவாயின் ஓரங்களில் புன்னகையின் ஓர் கீற்று வந்தமர்கிறது. ஆனால் அவளின் உணர்வுகள் பற்றியத் தகவல்களைதையும் நான் கணித்து விடாதபடிக்கு நிலவொளி உண்டாக்கும் நிழல்கள் பார்த்துக் கொள்கின்றன. அவள் என்ன செய்து கொண்டிருந்தாலும் அதற்குள் ஊடுருவ நான் விரும்பவில்லை, எனவே உறங்குவதைப் போல நடிக்கிறேன், மூச்சைப் பிடித்துக் கொண்டு, கவனிக்கப்படாமலிருக்க முயற்சி செய்தவாறே.

அவள் பேயாகத்தான் இருக்க வேண்டும். முதலாவதாக, அவள் அத்தனை அழகாயிருக்கிறாள். அவளின் அவயங்கள் யாவும் கவர்ச்சிகரமாக உள்ளன, ஆனால் அது மட்டுமல்ல. அவள் நிஜமானவளாக இருக்க முடியாதென்பதை நான் அறியுமளவுக்கு அத்தனைக் கச்சிதமாக இருக்கிறாள். நேரடியாகக் கனவிலிருந்து வெளியேறி வந்ததொரு ஜீவனைப் போல. அவளுடைய அழகின் தூய்மை எனக்குத் துயரத்துக்கு நெருக்கமான ஓர் உணர்வை வழங்குகிறது - மிக இயல்பான உணர்வுதான், ஆனால் அசாதாரணமான ஏதோவொன்றால் மட்டுமே தூண்டப்படும் ஓர் உணர்வு.

நான் எனது போர்வைக்குள் சுருண்டிருக்கிறேன், மூச்சை இழுத்துப் பிடித்தபடி. அவள் அங்கு மேசையின் மீது அமர்ந்திருப்பதை தொடர்கிறாள், தனது கைகளால் கன்னத்தைத் தாங்கி, கொஞ்சம் கூட அசையாமல். எப்போதாவது அவள் கன்னம் ஒரு பொட்டு நகர்கிறது, அவளுடைய தலையின் கோணத்தை மிகச் சிறிதளவு மாற்றும் வகையில். அந்த அறைக்குள் ஏதும் நகர்கிறதா என்று பார்த்தால், அவ்வளவே. சாளரத்துக்குச் சற்று வெளியே மலர்களோடிருக்கும் பெரிய

டாக்வுட்டை (*Dogwood* - இலையுதிர் பருவத்தில் தண்டும் இலைகளும் சிவப்பாக மாறும் சிறுமரவகை) என்னால் பார்க்க முடிகிறது, நிலவொளியில் மினுமினுத்தபடி. காற்று வீசவில்லை, என்னால் எந்தச் சத்தத்தையும் கேட்க முடியவில்லை. மொத்த விசயத்தையும் பார்க்க ஏதோ நான் இறந்திருக்கலாம் என்பதாகத் தெரிகிறது, எனக்குத் தெரியாமலே. நான் இறந்து விட்டேன், பிறகு இந்தப் பெண்ணும் நானும் ஓர் எரிமலைவாயில் அமைந்திருக்கும் ஆழமான ஏரியின் அடிப்பகுதிக்கு மூழ்கி விட்டோம்.

திடீரென்று கன்னத்திலிருக்கும் கைகளை நீக்கி அவற்றைத் தனது இடுப்பில் வைக்கிறாள். இரு சிறிய, வெளுத்த முழங்கால்கள் அவள் தையற்முனையில் தெரிகின்றன. சுவரை வெறிப்பதை நிறுத்தி விட்டு எனது திசையில் திரும்புகிறாள். கைகளை உயர்த்தி தனது நெற்றியில் இருக்கும் கேசத்தைத் தொடுகிறாள் – மெலிந்த, பெண்தன்மை கூடிய அவளின் விரல்கள் சற்று நேரம் நெற்றியில் வீற்றிருக்கின்றன, மறந்த ஏதோவொரு ஞாபகத்தை நினைவுகூர முயற்சிப்பதைப் போல. *அவள் என்னைப் பார்க்கிறாள்.* எனது இதயம் மார்புக்குள் மந்தமாகத் துடிக்கிறது, ஆனால் விசித்திரமான வகையில், யாரோ என்னைப் பார்க்கிறார்கள் என்கிற உணர்வு எனக்குள் எழவேயில்லை. அனேகமாக, அவள் என்னைப் பார்க்கவில்லை, மாறாக என்னையும் *மீறிப்* பார்க்கிறாள்.

எரிமலைவாயில் அமைந்திருக்கும் எங்கள் ஏரியின் ஆழங்களில், யாவும் அமைதியாயிருக்கின்றன. பல யுகங்களாக அந்த எரிமலை அணைந்து கிடக்கிறது. ஒன்றன் மேல் ஒன்றாகப் படிந்திருக்கும் தனிமையின் அடுக்குகள், மிருதுவான களிமண் மடிப்புகளாக. ஆழங்களை ஊடுருவச் சாத்தியமான மிகக்குறைவான வெளிச்சம், ஏதோ மங்கலான தொலைதூர நினைவின் எச்சத்தைப் போலச் சுற்றுப்புறத்தை ஒளியூட்டுகிறது. இவ்வித ஆழங்களில் உயிரினங்கள் வாழ்வதற்கான எந்த அடையாளமுமில்லை. எத்தனை நேரமாக அவள் என்னைப் பார்க்கிறாள் எனத் தெரியாது - என்னையல்ல, அனேகமாக, ஆனால் நானிருக்கும் இடத்தை. இவ்விடத்துக்கு காலத்தின் விதிகள் பொருந்துவதில்லை. காலம் விரிகிறது, பின்

சுருங்குகிறது, யாவும் இதயத்தின் அசைவுகளோடு இயைந்து போகும் தொனியில்.

அதன் பிறகு, எந்த முன்னறிவிப்புமின்றி, அந்தப் பெண் எழுந்து கொண்டு தனது மெலிந்த கால்களால் கதவுக்கு நடக்கிறாள். கதவு பூட்டியிருக்கிறது, என்றாலும் சத்தமின்றி அவள் மறைகிறாள்.

நான் இருக்கும் இடத்திலேயே இருக்கிறேன், படுக்கையில். சிறு கீறலாக எனது கண்கள் திறக்கின்றன, மேலும் தசையைக் கூட நான் அசைக்கவில்லை. ஒருக்கால் அவள் திரும்பி வந்தாலும் வரலாம் என நினைக்கிறேன். அவள் வர வேண்டுமென்று நான் விரும்புவதை உணர்கிறேன். ஆனால் எவ்வளவு நேரம் நான் காத்திருந்தபோதும் அவள் திரும்பவில்லை. தலையை உயர்த்தி எனது படுக்கைக்கு அடுத்ததாக இருக்கும் அலறி கடிகாரத்தின் ஒளிரும் எண்களை ஒரு பார்வை பார்க்கிறேன். 3.25. படுக்கையை விட்டு எழுகிறேன், அவள் அமர்ந்திருந்த நாற்காலிக்கு அருகில் சென்று அதைத் தொடுகிறேன். அதில் வெதுவெதுப்பே இல்லை. மேசையின் மேற்புறத்தைச் சோதிக்கிறேன், அவள் விட்டுச் சென்ற – ஒரேயொரு முடி, அனேகமாக? – எதையாவது கண்டுபிடிக்கும் நம்பிக்கையில். ஆனால் அங்கு எதுவுமில்லை. நாற்காலியில் அமர்கிறேன், கன்னங்களை எனது கரங்களின் உள்ளங்கைகளால் தேய்த்துக் கொடுத்தபடி, பிறகு ஆழமான பெருமூச்சை வெளியிடுகிறேன்.

திரைச்சீலைகளை மூடி விட்டு மறுபடியும் போர்வைக்குக் கீழே ஊர்ந்து வருகிறேன், ஆனால் இப்போதைக்கு மறுபடியும் நான் உறங்கப் போகும் வாய்ப்பேயில்லை. அந்தப் புதிரான பெண் எனது தலை முழுக்க நீக்கமற நிறைந்திருக்கிறாள். இதற்குமுன் நான் அனுபவித்திராத எதைப் போலவும் அல்லாத விசித்திரமான, பயங்கரமான விசை எனது இதயத்தில் அரும்புகிறது, அங்கே வேர் விட்டு, வளரத் தொடங்குகிறது. விலாக்கூட்டுக்குள் மாட்டிக் கொண்டு, எனது விருப்பத்தைச் சார்ந்திராமல், இதயம் சுருங்கவும் விரியவும் செய்கிறது - திரும்பத் திரும்ப.

விளக்கைப் போட்டு விட்டு விடியலுக்காகக் காத்திருக்கிறேன், படுக்கையில் அமர்ந்தபடி. என்னால் வாசிக்க முடியவில்லை,

இசையும் கேட்க முடியவில்லை. காலை வரக் காத்திருப்பவனாக அங்கு அமர்ந்திருப்பதைத் தவிர என்னால் ஒன்றும் செய்ய முடியவில்லை. வானம் வெளுக்கத் தொடங்குகையில் சிறிது தூங்கத்தான் செய்கிறேன். நான் விழிக்கும்போது, எனது தலையணை கண்ணீர்த்துளிகளால் நனைந்து ஈரமாயிருக்கிறது. ஆனால் எதற்கான கண்ணீர்த்துளிகள்? எனக்கு ஒன்றும் தோன்றவில்லை.

ஒன்பது மணி போல ஓஷிமா தனது மியாடாவில் உறுமியவாறு வருகிறான், திறக்கத் தயாராக நாங்கள் நூலகத்தை ஒழுங்குபடுத்துகிறோம். எல்லாம் முடிந்த பிறகு நான் அவனுக்காகக் கொஞ்சம் காபி தயாரிக்கிறேன். துல்லியமாக அதைச் செய்வது எப்படியென்பதை அவன் எனக்குச் சொல்லித் தந்திருக்கிறான். கொட்டைகளை நீங்கள் கையால் அரைக்க வேண்டும், குறுகிய-வாயிருக்கும் பானையில் சிறிது நீரைக் கொதிக்க வைத்து, சற்று நேரத்துக்கு அதை அடங்க விட்டு, பிறகு மெல்ல - மெல்ல்ல என்று சொல்ல வருகிறேன் – ஒரு காகித வடிகட்டியின் வழியே நீரை ஊற்ற வேண்டும். காபி தயாரானவுடன் ஓஷிமா மிகச்சிறிய சிட்டிகையின் அளவு சர்க்கரையை உள்ளே போடுகிறான், அடிப்படையில், வெறுமனே பேருக்கு, ஆனால் பாலேடு எதையும் சேர்ப்பதில்லை – அதுவே ஆகச்சிறந்த வழிமுறை என அவன் வலியுறுத்துகிறான். எனக்கு சிறிது ஏர்ல் கிரே தேநீரைத் தயாரிக்கிறேன்.

பளபளக்கும் பழுப்புநிற குட்டையான-கைகளுடைய சட்டையும் வெண்ணிற லினென் காற்சட்டைகளும் அணிந்திருக்கிறான் ஓஷிமா. புதிதாக சலவை செய்த கைக்குட்டையை தனது ஜேப்பியிலிருந்து உருவி கண்ணாடிகளைத் துடைத்த பிறகு, என்னிடம் திரும்புகிறான். "உன்னைப் பார்த்தால் நன்றாகத் தூங்கியது போலத் தெரியவில்லையே."

"நீ எனக்காக ஒரு காரியம் செய்ய வேண்டுமென்று விரும்புகிறேன்," என்கிறேன்.

"என்னவென்று சொல்."

“’காஃப்கா-கடற்கரையில்’ இதை நான் கேட்க ஆசைப்படுகிறேன். உன்னால் அதன் இசைத்தட்டைக் கைப்பற்ற முடியுமா?”

“சிடி வேண்டாமா?”

“வாய்ப்பிருந்தால் இசைத்தட்டில் அதைக் கேட்க விரும்புகிறேன், உண்மையில் எவ்வாறு அது பதிவு செய்யப்பட்டது என்பதை அறிய. சொல்லப்போனால் இசைத்தட்டுக் கருவியையும் நாம் கண்டுபிடித்தாக வேண்டும்.”

ஓஷிமா விரல்களைத் தனது நெற்றியின் மீது வைத்து யோசிக்கிறான். “கிடங்கில் ஒரு பழைய இசைத்தட்டுக் கருவி இருக்கக்கூடும். என்றாலும், அது இன்னும் வேலை பார்க்கிறதாவென்பதை உறுதியாகச் சொல்ல முடியாது.”

வாகனமுகப்புக்கு எதிரேயுள்ள சிறிய அறைக்கு நாங்கள் போகிறோம். சாளரங்கள் ஏதுமில்லை, உயரத்தில் ஒரேயொரு மோட்டுப் பலகணி மட்டும். வெவ்வேறு காலகட்டங்களைச் சேர்ந்த பொருட்கள் தாறுமாறாகச் சுற்றிலும் இறைந்து கிடக்கின்றன - அறைகலன்கள், பாத்திரங்கள், பத்திரிகைகள், துணிகள் மற்றும் ஓவியங்கள். வெளிப்படையாகவே அவற்றுள் சில மதிப்புடையதாகத் தெரிகின்றன, ஆனால் சிலவற்றைப் பார்க்க – சொல்லப் போனால், அவற்றுள் பெரும்பாலானவை – பெரிய மதிப்புடையதாகத் தோன்றவில்லை.

“என்றாவது ஒரு நாள் இந்தக் குப்பைகளையெல்லாம் நாம் ஒழித்துக் கட்ட வேண்டும்,” ஓஷிமா குறிப்பிட்டுச் சொல்கிறான், “ஆனால் இறங்கி வேலை பார்க்கத் தேவையான தைரியம் யாருக்குமில்லை.”

அறையின் நடுவில், நேரம் அப்படியே நின்று போயிருப்பதாகத் தோன்றிய ஓர் இடத்தில், ஒரு பழங்கால சான்சூயி இசைத்தட்டுக் கருவியை நாங்கள் கண்டுபிடிக்கிறோம். வெண்ணிறத் தூசியின் மெல்லிய படலத்தால் மூடுண்டு, அந்தக் கருவி தன்னளவில் மிகவும் நல்ல நிலையில் இருப்பதாகத்தான் தெரிகிறது, என்றாலும், நாளது-தேதி வரைக்குமான நவீன ஒலிக்கருவியாக அது இருந்து 25 ஆண்டுகளுக்கும்

மேலாகியிருக்க வேண்டும். ஒலிவாங்கி, பெருக்கி, சுழலிசைத்தட்டு, புத்தக-நிலைப்பெட்டிக்கான ஒலிபரப்பிகள் அந்த ஒட்டுமொத்தத் தொகுப்புக்குள் உள்ளன. நீண்டு-ஒலிக்கும் இசைத்தட்டுகளின் பழைய தொகுப்பொன்றையும் நாங்கள் கண்டுபிடிக்கிறோம், பெரும்பாலும் அறுபதுகளின் பாப் இசைப் பாடல்கள் – பீட்டில்ஸ், ஸ்டோன்ஸ், பீச் பாய்ஸ், சைமன் & கார்ஃபன்கல், ஸ்டீவி வொண்டர். கிட்டத்தட்ட முப்பது தொகுப்புகள், எல்லாவற்றையும் சேர்த்தால். சிலவற்றை அவற்றின் அட்டைகளில் இருந்து வெளியே எடுக்கிறேன். இவற்றையெல்லாம் கேட்டது யாராயிருந்தாலும் இசைத்தட்டுகளை வெகு கவனமாகப் பராமரித்திருக்கிறார்கள், ஏனெனில் பூஞ்சனத்துக்கான அடையாளமோ அல்லது ஒரேயொரு கீறலோ கூட எங்கும் தென்படவில்லை.

கிடங்கில் ஒரு கிடாரும் கூட இருக்கிறது, இன்னும் தந்திகளோடு. உடன் இதற்கு முன் எப்போதும் நான் கேள்விப்பட்டிராத பழைய இதழ்களின் குவியலும், மேலும் பழைய-பாணியைச் சேர்ந்த வரிப்பந்தாட்ட மட்டையும். இதெல்லாம் ஏதோ வெகு-காலத்துக்கு-முன்பு எனச் சொல்லவியலாத கடந்தகாலத்தின் எச்சங்கள் என்பதைப் போல.

“இந்தப் பொருட்கள் யாவும் மிஸ் செய்கியின் நண்பனுக்குப் பாத்தியமானவை என நினைக்கிறேன்,” ஒஷிமா சொல்கிறான். “நான் குறிப்பிட்டதைப் போல, இந்தக் கட்டடத்தில்தான் அவன் வாழ்ந்து வந்தான், எனவே அவனுடைய பொருட்களை அவர்கள் இங்கு தூக்கி வீசியிருக்க வேண்டும். என்றாலும், இந்த இசைத்தட்டுக் கருவி, அவற்றோடு பொருந்தாமல் வெகு சமீபத்தையதாகத் தெரிகிறது.”

இசைக்கருவியையும் இசைத்தொகுப்புகளையும் எனது அறைக்குத் தூக்கி வருகிறோம். அதன் மீதிருக்கும் தூசியைத் தட்டி விட்டு, மின்னிணைப்பில் செருகி, இசைக்கருவியையும் பெருக்கியையும் ஒன்றிணைத்து பொறியைத் தட்டுகிறோம். பெருக்கியில் இருக்கும் சிறிய பச்சை விளக்கு எரிய, சுழலிசைத்தட்டு சுற்ற ஆரம்பிக்கிறது. கருவியின் வாரைச் சோதிக்கிறேன், இப்போதும் ஓரளவு நல்ல நிலையிலுள்ள ஊசியோடு இருக்கிறது, பிறகு சார்ஜெண்ட் பெப்பர்’ஸ் லோன்லி

ஹார்ட்ஸ் கிளப் பேண்ட்-இன் சிவப்பு வினைல் இசைத்தட்டை எடுத்து சுழலிசைத்தட்டில் பொருத்துகிறேன். வெகு பரிச்சயமான கிடாரின் அறிமுக இசை ஒலிக்கத் தொடங்குகிறது. நான் எதிர்பார்த்ததை விட சத்தம் தெளிவாக உள்ளது.

"ஜப்பானுக்கென்று சில தனிப்பட்ட பிரச்சினைகள் உண்டு," என்கிறான் ஒஷிமா, புன்னகைத்தபடி, "ஆனால் ஓர் ஒலியிசை அமைப்பை எப்படி உருவாக்குவதென்பது நிச்சயமாக நமக்குத் தெரியும். பல காலங்களாக இந்தப் பொருள் பயன்பாட்டில் இல்லை, ஆனாலும் அற்புதமாக ஒலிக்கிறது."

சிறிது நேரம் பீட்டில்ஸ் தொகுப்பைக் கேட்கிறோம். சிடி வடிவத்தோடு ஒப்பிட, ஒட்டுமொத்தமாக அது வேறுபட்ட இசையைப் போல ஒலிக்கிறது.

"நல்லது, நாம் அதைக் தொடர்ந்து கேட்கும் வகையில் நம்மிடம் ஒரு சங்கதி சிக்கியிருக்கிறது," ஒஷிமா முடிவில் சொல்லுகிறான், "ஆனால் 'காஃப்கா-கடற்கரையில்'-இன் ஒற்றைப்பாடலைக் கைப்பற்றுவது சிரமமாயிருக்கலாம். இந்நாட்களைப் பொறுத்தமட்டில் அது சற்று அரிய பொருள்தான். உன்னிடம் ஒன்று சொல்லட்டுமா – என் அம்மாவைக் கேட்கிறேன். அனேகமாக எங்காவது ஒரு பிரதியை அவள் ஒளித்து வைத்திருப்பாள். அல்லது குறைந்தபட்சம் அதை வைத்திருக்கும் யாரையாவது அவளுக்குத் தெரிந்திருக்கும்."

நான் தலையசைக்கிறேன்.

ஒஷிமா ஒரு விரலை மட்டும் உயர்த்துகிறான், மாணவனை எச்சரிக்கும் ஆசிரியரைப் போல. "ஆனாலும், ஒரு விசயம். மிஸ் செய்கி இங்கிருக்கும்போது அதை ஓட விடுவதில்லை என்பதை உறுதி செய்து கொள். என்ன நடந்தாலும் சரி. புரிகிறதா?"

நான் மறுபடியும் தலையசைக்கிறேன்.

"*காஸபிளான்காவில்* உள்ளதைப் போல," அவன் சொல்கிறான், "நேரம் கடந்து போகையில்" *(As time goes by)* பாடலின் ஆரம்பப்பாக்களை முணுமுணுக்கிறான். "அந்த ஒரு பாடலை மட்டும் ஓட விடாதே, சரியா?"

"ஒஷிமா, நான் கேட்க வேண்டியது ஒன்றிருக்கிறது. 15-வயது-நிரம்பிய பெண் யாரும் இங்கு வருவதுண்டா?"

"இங்கு என்று நூலகத்தையா சொல்கிறாய்?"

நான் தலையசைக்கிறேன்.

தனது தலையைச் சாய்த்து ஒஷிமா அது குறித்து யோசிக்கிறான். "எனக்குத் தெரிந்தவரையில் இல்லை," என்கிறான், சாளரத்திலிருந்து ஒரு அறைக்குள் பார்ப்பதைப் போல என்னை உற்றுப் பார்க்கிறான். "இதுவொரு விசித்திரமான கேள்வி."

"சமீபத்தில் நான் அவளைப் பார்த்தேனென்று நினைக்கிறேன்," என்கிறேன்.

"இது எப்போது?"

"நேற்றிரவு."

"நேற்றிரவு நீ இங்கே ஒரு 15-வயது-நிரம்பிய பெண்ணைப் பார்த்தாய்?"

"ஹ்ம்ம்."

"என்ன மாதிரி பெண்?"

நான் கொஞ்சம் வெட்கப்படுகிறேன். "சாதாரணமான பெண்தான். அவளின் தோள் வரை கேசம் வழிந்தோட, நீலநிற உடையை அணிந்தவாறு."

"அவள் அழகாயிருந்தாளா?"

நான் தலையசைக்கிறேன்.

"பாலுறவு சார்ந்த கனவாக இருக்கக்கூடும்," என்று சொல்லி விட்டு ஒஷிமா இளிக்கிறான். "இவ்வுலகம் முழுக்க அனர்த்தங்களால் நிறைந்திருக்கிறது. ஆனால் உனது வயதொத்த ஆரோக்கியமான, இயல்பான பாலுணர்வோடு உள்ள பையனுக்கு, இதுபோன்ற கனவுகள் வருவதொன்றும் விசித்திரமல்ல."

குடிலில் எவ்வாறு என்னை ஓஷிமா முழு நிர்வாணமாகப் பார்த்தானென்பதை நினைவுகூர்ந்து, நான் இன்னுமதிகமாக வெட்கப்படுகிறேன்.

எங்களுடைய மதிய இடைவேளையின்போது சிறிய, சதுர வடிவ அட்டைக்குள் இருக்கும் "காஃப்கா-கடற்கரையில்"-இன் ஒற்றைப்பாடலை ஓஷிமா என்னிடம் கையளிக்கிறான். "என் அம்மாவிடம் ஒன்று இருந்ததாகத்தான் தெரிகிறது. ஐந்து பிரதிகள், உன்னால் நம்ப முடிகிறதா? உண்மையாகவே அவள் பொருட்களை கவனமாகப் பார்த்துக் கொள்ளக்கூடியவள். எதையும் பதுக்கும் புத்தி கொஞ்சமுண்டு, ஆனால் அது குறித்து நாம் புகார் சொல்லக்கூடாது."

"நன்றி," என்கிறேன்.

எனது அறைக்குத் திரும்பிய பிறகு அட்டைக்குள்ளிருந்து இசைத்தட்டை வெளியிலெடுக்கிறேன். இதற்குமுன் ஒருபோதும் அந்த இசைத்தட்டு இசைக்கப்பட்டதில்லை என்பதாகத் தெரிகிறது. இசைத்தட்டு-அட்டையின் புகைப்படத்தில், மிஸ் செய்கி – அவளுக்கு 19 வயது, ஓஷிமாவின் கூற்றுப்படி – ஒலிப்பதிவுக்கூடத்தின் பியானோவில் அமர்ந்திருக்கிறாள். புகைப்படக் கருவியை நேராகப் பார்த்தபடி, இசைக்குறிப்புகளுக்கான நிலையின் மீது வீற்றிருக்கும் தன் கரங்களில் கன்னத்தைப் புதைத்திருக்கிறாள், அவளுடைய தலை சற்றே ஒருபுறமாகச் சாய்ந்திருக்க, முகத்தில் நாணமும் இயல்பும் நிறைந்த புன்னகையோடு, மூடியிருக்கும் உதடுகள் கவர்ச்சிகரமாக அகல விரிந்திருக்க, அதன் முனைகளில் ஓடும் அழகிய வரிகளோடு. எவ்வித ஒப்பனையும் அவள் அணிந்திருப்பதாகத் தெரியவில்லை. அவளது முகத்தின் மீது விழாத வண்ணம் அவளுடைய கேசம் ஒரு நெகிழிக் கௌவியால் இழுத்து விடப்பட்டுள்ளது, மேலும் அந்த முடிக்கற்றைகளினூடாக வலது காதின் ஒரு பகுதி மட்டும் தெரிகிறது. அவளுடைய மெல்லிய நீலநிற ஆடை சிறிதாகவும் தொளதொளவென்றும் இருக்கிறது, உடன் இடது மணிக்கட்டில் வெள்ளிக் காப்பை அணிந்திருக்கிறாள், அவளது ஒரே அணிகலன். அவளது பியானோ முக்காலிக்கு அடுத்ததாக

மென்மையான பாதுகைகளின் இணை கிடக்கிறது, அவளுடைய வெற்றுக்கால்கள் அற்புதமாக இருக்கின்றன.

ஏதோவொன்றின் குறியீடு என்பதைப் போலத் தெரிகிறாள் அவள். குறிப்பிட்ட காலகட்டம், குறிப்பிட்ட இடம். குறிப்பிட்ட மனநிலை. தற்செயலாக நிகழும் மகிழ்வான சந்திப்பிலிருந்து எதிர்பாராமல் வெளிப்படும் ஆன்மாவைப் போல இருக்கிறாள். ஒருபோதும் பாழ்படுத்தவியலாத, என்றென்றைக்குமான, கபடமற்ற ஒரு குற்றமின்மை, வசந்தகாலத்தின் விதைகள் போல அவளைச் சுற்றி மிதக்கிறது. அசைய மறுக்கும் இயங்காநிலைக்கு வந்திருந்தது காலம், இந்தப் புகைப்படத்தில். அது 1969 – நான் பிறப்பதற்கும் வெகு முன்பானதொரு காலத்தைச் சேர்ந்த காட்சி.

நேற்றிரவு எனது அறைக்கு வந்த பெண் மிஸ் செய்கி என்பதெனக்கு முதலில் இருந்தே தெரியும். ஒரு நொடி கூட நானதைச் சந்தேகிக்கவில்லை, ஆனால் வெறுமனே அதை உறுதி செய்து கொள்ள வேண்டியிருந்தது.

15 வயதிருந்த காலத்தோடு ஒப்பிட, 19 வயதில் மிஸ் செய்கி சற்று வளர்ந்தவளாகத் தெரிகிறாள், சற்று முதிர்ச்சியடைந்தவளாகவும். இருவரையும் நான் ஒப்பிட வேண்டுமாயின், அவளது முகத்தின் உருவரை கூர்மையானதாக நன்கு வடிவடைந்ததாக இருக்கிறது, புகைப்படத்தில். இருவரில் மூத்தவளிடம் ஏதோவொரு ஆர்வத்தைக் காண முடியவில்லை. ஆனால் மற்ற வகையில் இந்த 19-வயது-நிரம்பிய பெண்ணும் நான் பார்த்த 15-வயது-நிரம்பிய பெண்ணும் கிட்டத்தட்ட ஒன்றுபோலவே இருக்கிறார்கள். புகைப்படத்தில் உள்ள இதே புன்னகைதான் நேற்றிரவு நான் பார்த்ததும். எவ்வாறு கன்னத்தைக் கைகளால் தாங்கி, தலையைச் சாய்த்தாளோ – அதுவும் அப்படியே. மேலும் தற்போதைய மிஸ் செய்கியிடமும், நிகழ்காலத்தைய மிஸ் செய்கி, இந்த வெளிப்பாடுகளையும் சாடைகளையும் என்னால் பார்க்க முடிகிறது. அவளுடைய குணநலன்கள், வேறொரு-உலகைச் சேர்ந்த அவளின் புலனறிவு, எதுவும் ஒரு துளி கூட மாறவில்லை என்பதில் நான் களிப்படைகிறேன். அவளின் உடலமைப்பும் கூட ஏறத்தாழ அதுபோலத்தான் இருக்கிறது.

இருந்தாலும், நானறிந்த நடுத்தர-வயது பெண்மணி என்றென்றைக்குமாகத் தொலைத்திட்ட ஏதோவொன்று இந்த 19-வயது-நிரம்பிய பெண்ணின் புகைப்படத்தில் இருக்கிறது. பொங்கிப்பெருகும் ஆற்றலென்று நீங்கள் அதை அழைக்கலாம். ஆடம்பரம் ஏதுமின்றி, நிறமற்றதாகவும் வெளிப்படையாகவும் அது இருக்கிறது, பாறைகளின் நடுவே பீறிடும் தெள்ளிய நீரைப் போல - நேரடியாக உங்கள் இதயத்தைத் துளைக்கும் வகையைச் சேர்ந்த இயல்பான, தூய்மையான ஆற்றல். அங்கு அந்த பியானோவில் அமர்ந்திருக்கும்போது அவளின் ஒட்டுமொத்த இருப்பிலிருந்து அவ்வாற்றல் பீறிட்டு எழுகிறது. மகிழ்ச்சி ததும்பும் அந்தப் புன்னகையை வெறுமனே பார்ப்பதன் வழியாக, தன்னிறைவு கொண்டதொரு இதயம் தொடர்ந்து செல்ல வேண்டிய அழகான பாதையை உங்களால் அடையாளங்காண முடியும். இருளுக்குள் மறைந்து வெகு நேரத்துக்குப் பிறகும் நீடித்து நிலைத்திருக்கும் மின்மினியின் பிரகாசத்தைப் போல.

வெகுநேரம் எனது படுக்கையில் அமர்ந்திருக்கிறேன், கையில் இசைத்தட்டின் அட்டையோடு, எதைப் பற்றியும் யோசிக்காமல், வெறுமனே நேரத்தைக் கடத்தியவாறு. எனது கண்களைத் திறக்கிறேன், சாளரத்தினருகே சென்று புத்தம்புதிய காற்றை ஆழமாக உள்ளிழுக்கிறேன், தேவதாருக்கள் நிறைந்த காட்டின் வழியே வழிந்தோடி வரும் தென்றலில் தேங்கியிருக்கும் கடலின் மணத்தை உணர்பவனாக. முந்தைய நாளிரவில் இந்த அறைக்குள் நான் பார்த்தது நிச்சயமாக 15-வயது-நிரம்பிய மிஸ் செய்கியைத்தான். *நிஜமான* மிஸ் செய்கி, சொல்லப்போனால், இன்னும் உயிரோடிருக்கிறாள். ஐம்பதை நெருங்கிய பெண்மணி, நிஜமான உலகில் நிஜமான வாழ்க்கையை அவள் வாழ்ந்து கொண்டிருக்கிறாள். இப்போது கூட மாடியிலிருக்கும் தனது அறையின் மேசையில் அவள் இருக்கிறாள், வேலை பார்த்தபடி. அவளைப் பார்க்க, நான் செய்ய வேண்டியதெல்லாம் இங்கிருந்து வெளியேறி மாடிக்குப் போவது மட்டுமே, அங்கு அவள் இருப்பாள். நான அவளைச் சந்திக்கலாம், அவளோடு பேசலாம் – ஆனால் நான் இங்கு பார்த்தது அவளுடைய பேய்தான் என்கிற உண்மையை எதுவும் மாற்றிவிடாது. மனிதர்களால் ஒரே நேரத்தில் இருவேறு இடங்களில் இருக்க முடியாதென்று ஓஷிமா என்னிடம் சொன்னான், ஆனால் அது சாத்தியமென

நான் நினைக்கிறேன். சொல்வதெனில், நானதை உறுதியாக நம்புகிறேன். இன்னும் அவர்கள் உயிரோடிருந்தாலும் கூட, மனிதர்களால் பேய்களாக முடியும்.

வேறொரு முக்கியமான சங்கதியும் இருக்கிறது: அந்தப் பேயிடம் நான் ஈர்க்கப்பட்டிருக்கிறேன், அதனால் வசீகரிக்கப்பட்டிருக்கிறேன். இப்போது இங்கிருக்கும் மிஸ் செய்கியிடம் அல்ல, ஆனால் இல்லாத ஒரு 15-வயது-நிரம்பிய பெண்ணிடம். ரொம்ப ஈர்க்கப்பட்டிருக்கிறேன், என்னால் விளக்கிச் சொல்ல முடியாத அளவுக்கு அவ்வுணர்வு ஆழமாயிருக்கிறது. மேலும் இது குறித்து யார் என்ன சொன்னாலும் கவலையில்லை, இது உண்மை. ஒருக்கால் அவள் நிஜத்தில் இல்லாமலிருக்கலாம், ஆனால் வெறுமனே அவளைப் பற்றி யோசிப்பது கூட எனது இதயத்தை – எனது தசையை மற்றும் உதிரத்தை, எனது உண்மையான இதயத்தை – பைத்தியம் போலத் துடிக்கச் செய்கிறது. அந்த மோசமான இரவில் எனது மார்பில் படர்ந்திருந்த ரத்தத்தைப் போல இந்த உணர்வுகளும் சத்தியமானவையே.

மூடும் சமயம் நெருங்கும்போது மிஸ் செய்கி கீழிறங்கி வருகிறாள், அவள் காலணிகளின் குதிகள் ஒவ்வொரு படியிலும் மோதி ஒலியெழுப்புகின்றன. நானவளைப் பார்க்கும்போது, பதற்றமடைந்து எனது இதயம் துடிப்பதைக் கேட்க முடிகிறது. அவளுக்குள் இருக்கும் 15-வயது-நிரம்பிய பெண்ணை நான் பார்க்கிறேன். ஆழ்துயிலில் இருக்கும் சிறிய விலங்கு போல, மிஸ் செய்கிக்கு உள்ளே ஒரு வெறுமைக்குள் சுருண்டு கிடக்கிறாள், உறங்குபவளாக.

மிஸ் செய்கி என்னிடம் எதையோ கேட்கிறாள் ஆனால் என்னால் பதில் கூற முடியவில்லை. அவள் என்ன சொன்னாளென்று கூட எனக்குத் தெரியவில்லை. சொல்லப்போனால், என்னால் அவளைக் கேட்க முடிகிறது – அவளின் வார்த்தைகள் எனது செவிப்பறையில் மோதி மூளைக்கு ஒரு தகவலை அனுப்ப அது மொழியாக மாறுகிறது – ஆனால் வார்த்தைகளுக்கும் அர்த்தத்துக்குமிடையே உள்ள இணைப்பு துண்டிக்கப்பட்டுள்ளது. குழப்பமடைந்தவனாக, வெட்கப்பட்டவாறே முட்டாள்தனமாக எதையோ உளறுகிறேன்.

ஒஷிமா நடுவில் புகுந்து அவள் கேள்விக்குப் பதிலளிக்கிறான். அவன் சொல்வதற்கெல்லாம் நானும் தலையசைக்கிறேன். மிஸ் செய்கி புன்னகைக்கிறாள், விடைபெறும் வகையில் எங்களுக்கு முகமன் சொல்லி விட்டு வீட்டுக்குக் கிளம்புகிறாள். அவளுடைய கோல்ஃபின் ஒலியை நான் கேட்கிறேன், வாகனமுகப்பை விட்டு அது வெளியேறி, தொலைதூரத்துக்குள் தேய்ந்து பின் மறைகிறது.

ஒஷிமா பின்தங்கி இரவுக்காக நூலகத்தை மூடுவதில் எனக்கு உதவுகிறான்.

"அனேகமாக, யாரோடும் நீ காதலில் விழுந்து விட்டாயா?" அவன் கேட்கிறான். "உன்னிடம் ஏதோ சரியில்லை என்பதாகத் தெரிகிறது."

எவ்வகையில் பதிலளிப்பதென்று எனக்குத் தெரியவில்லை. "ஒஷிமா," இறுதியில் சொல்கிறேன், "இது கேட்க அபத்தமான சங்கதியாகத் தெரியலாம், ஆனால் உயிரோடு இருக்கும்போதே பேயாக மாறுவதென்பது யாருக்கும் சாத்தியமென்று நீ நினைக்கிறாயா?"

முகப்பை ஒழுங்குபடுத்துவதை நிறுத்தி விட்டு அவன் என்னைப் பார்க்கிறான். "நிஜமாகவே, மிகவும் சுவாரசியமான கேள்வி. இலக்கியரீதியாக மனித ஆன்மாவைப் பற்றிக் கேட்கிறாயா – வேறு வார்த்தைகளில் சொன்னால், குறியீட்டுரீதியாகவா? அல்லது நிஜவுலகைச் சொல்கிறாயா?"

"அனேகமும் நிஜவுலகில்தான் என்று நினைக்கிறேன்," நான் சொல்கிறேன்.

"பேய்கள் உண்மையாகவே இருக்கின்றன எனும் யூகம் குறித்து?"

"மிகச்சரி."

ஒஷிமா தனது கண்ணாடிகளைக் கழற்றுகிறான், தனது கைக்குட்டையைக் கொண்டு அவற்றைத் துடைத்த பிறகு மீண்டும் அணிகிறான். "அவைதான் 'உயிர்த்திருக்கும் ஆன்மாக்கள்' என்றழைக்கப்படுவது. வெளிநாடுகளில் எப்படி

என்று எனக்குத் தெரியாது, ஆனால் அதுபோன்ற சங்கதிகள் ஜப்பானிய இலக்கியத்தில் நிறையத் தென்படுகின்றன. கெஞ்சியின் கதை, ஓர் எடுத்துக்காட்டுக்கு, உயிர்த்திருக்கும் ஆன்மாக்களால் நிறைந்திருக்கிறது. ஹேயான் காலகட்டத்தில் – அல்லது குறைந்தபட்சம் அதன் உளவியல் ராஜ்ஜியத்தில் – மனிதர்கள் அவ்வப்போது உயிர்த்திருக்கும் ஆன்மாக்களாக மாறி தங்களுடைய ஆசைகளை நிறைவேற்றிக் கொள்ள வெளியினூடாகப் பயணிப்பார்கள். நீ கெஞ்சியை வாசித்திருக்கிறாயா?"

நான் எனது தலையை ஆட்டுகிறேன்.

"நமது நூலகத்தில் இரு நவீன மொழிபெயர்ப்புகள் உண்டு, ஆகவே அவற்றுள் ஒன்றை வாசிப்பது நல்யோசனையாக இருக்கும். போகட்டும், எடுத்துக்காட்டு என்னவென்றால், சீமாட்டி ரோகுஜோ – இளவரசன் கெஞ்சியின் காதலிகளுள் அவளும் ஒருத்தி – கெஞ்சியின் பிரதான மனைவியான சீமாட்டி அஓயி மேல் கொண்ட பொறாமையால் முழுக்க ஆக்கிரமிக்கப்பட்டு, தீய ஆன்மாவாக மாறி மற்றவளைப் பிடித்துக் கொள்கிறாள். ஒவ்வொரு இரவும் தனது படுக்கையில் கிடக்கும் சீமாட்டி அஓயியை அவள் தாக்குகிறாள், இறுதியில் தான் அவளைக் கொல்லும்வரை. சீமாட்டி அஓயி கெஞ்சியின் குழந்தையைக் கருவில் ஏந்தியிருந்தாள், ஆக அந்தத் தகவலே சீமாட்டி ரோகுஜோவின் வெறுப்புக்குக் காரணமாக அமைந்தது. தீய ஆன்மாவை விரட்ட கெஞ்சி பூசாரிகளைக் கூப்பிடுகிறான், ஆனால் எந்தப் பயனுமில்லை. அந்தத் தீய ஆன்மா எதிர்க்க முடியாததாக இருந்தது."

"ஆனால் கதையின் மிக சுவாரசியமான பகுதி என்னவென்றால் தானொரு உயிர்த்திருக்கும் ஆன்மாவாக மாறி விட்டது பற்றி சீமாட்டி ரோகுஜோவுக்குத் துளி கூடத் தெரியாது. தீக்கனவுகள் கண்டு அவள் எழுந்து கொள்வாள், தனது நீளமான கருநிறக் கேசத்தில் புகையின் மணம் வீசுவதை மட்டுமே அறிவாள். என்ன நடக்கிறதென்பதைப் பற்றிய எந்தப் புரிதலுமின்றி, அவள் முழுக்கக் குழம்பியிருந்தாள். உண்மையில், சீமாட்டி அஓயிக்காகப் பிரார்த்தனை செய்த பூசாரிகள் பற்ற வைக்கும் சாம்பிராணியில் இருந்தே அந்தப் புகை கிளம்பியது.

அது குறித்து ஒன்றும் தெரியாமல், வெளியினூடாகவும் தனது அடிமனக் குகையினுடாகவும் அஓயியின் படுக்கை அறைக்கு அவள் போய் வந்து கொண்டிருந்தாள். கெஞ்சியில் உள்ள மிகவும் மர்மமான, சிலிர்ப்பூட்டும் அத்தியாயங்களில் இதுவுமொன்று. பிற்பாடு, என்ன செய்கிறோமென்பது சீமாட்டி ரோகுஜோவுக்குத் தெரிந்த பிறகு, தன்னுடைய பாவங்களுக்காக வருந்தி கேசத்தை மழித்துக் கொண்டு உலகைத் துறக்கிறாள்."

"விபரீதங்களின் உலகென்பது நமக்குள் இருக்கும் இருளே. அடிமனம் எவ்வாறு இயங்குகிறது என்பது பற்றி ஃப்ராய்டும் யூங்கும் நமக்கு வெளிச்சம் பாய்ச்சுமுன்னரே, இருளுக்கும் நமது அடிமனதுக்கும் உள்ள ஒட்டுறவும் இருளின் இவ்விரு வடிவங்களும் பற்றி மக்களுக்கு வெளிப்படையாகத் தெரிந்திருந்தது. அதுவொரு குறியீடு கூட கிடையாது. இன்னும் பின்னால் சென்று அதை ஆராய்ந்தோமேயானால், அது ஒட்டுறவும் கூட இல்லை. மின்விளக்கை எடிசன் கண்டுபிடிக்கும்வரை, உலகின் பெரும்பகுதி இருளால் மூடப்பட்டிருந்தது. புறத்தின் பௌதீக இருளும் உள்ளார்ந்த ஆன்மாவின் இருளும் ஒன்றுகலந்திருந்தன, இரண்டையும் வேறுபடுத்திக் காட்டும் எல்லைகள் இன்றி. அவை நேரடியாகத் தொடர்புற்றிருந்தன. இது போல." ஓஷிமா தனதிரு கைகளையும் இறுக்கமாக ஒன்றிணைத்துக் காட்டுகிறான்.

"முரசாகி ஷிகிபுவின் காலகட்டத்தில், உயிர்த்திருக்கும் ஆன்மாக்களென்பது - ஒரே சமயத்தில் - இருண்மையான கருத்தாக்கமாகவும் மனிதர்களுக்குள் உறைந்து எப்போதும் அவர்களோடிருந்த இதயத்தின் இயல்புநிலையாகவும் இருந்தது. அனேகமாக அந்தக் காலகட்டத்தைச் சேர்ந்த மக்களுக்கு இவ்விரு வகை இருளையும் ஒன்றிலிருந்து மற்றொன்றைப் பிரித்துணர இயலவில்லை. ஆனால் இன்று சங்கதிகள் மாறிவிட்டன. புறவுலகைச் சேர்ந்த இருள் மாயமாகி விட்டாலும் நமது இதயங்களின் இருள் இன்னும் இருக்கிறது, கிட்டத்தட்ட எந்த மாற்றமுமின்றி. பெரும்பாலான நேரத்துக்கு, வெறுமனே இருளுக்குள் மூழ்கிக்கிடக்கும் ஒரு பனிப்பாறையைப் போல, அகங்காரம் அல்லது விழிப்புநிலை என்று அதையே நாம் அழைக்கிறோம். மேலும் அந்த அந்நியத்தன்மை சில

நேரங்களில் நமக்குள் ஒரு ஆழமான முரணை அல்லது குழப்பத்தை உருவாக்கி விடும்."

"உன் மலைக்குடிலைச் சுற்றியிருப்பது – அதுதான் உண்மையான இருள்."

"துல்லியமாக," என்கிறான் ஒஷிமா. "உண்மையான இருள் இன்னும் அங்கு உயிர்த்திருக்கிறது. சில சமயங்களில் அதை உணர்வதற்காக என்றே அங்கு நான் போவேன்."

"உயிர்த்திருக்கும் ஆன்மாக்களாக மாற எது மக்களைத் தூண்டுகிறது? எப்போதும் அது தீயசக்தியாகத்தான் இருக்குமா?"

"நான் வல்லுநரில்லை, ஆனால் நானறிந்தவரைக்கும், ஆம், உயிர்த்திருக்கும் ஆன்மாக்கள் அனேகமும் எதிர்மறை உணர்வுகளிலிருந்தே வெளிக்கிளம்புகின்றன. மனிதர்களுக்குள் உண்டாகும் அதீத உணர்வுகளில் பெரும்பாலானவை எப்போதாவது ஒரு சமயத்தில் மிகவும் தனிப்பட்டதாகவும் மிகவும் எதிர்மறையானதாகாவும் இருக்கத் தலைப்படுகின்றன. சொல்லக் கஷ்டமாகத்தான் இருக்கிறது, ஏதேனும் ஒரு தர்க்கப்பூர்வமான கூற்றை நிறைவேற்ற அல்லது உலக அமைதியைக் கொண்டு வர, உயிர்த்திருக்கும் ஆன்மாக்கள் புறப்பட்டு வந்ததற்கான எந்தச் சான்றுகளும் இல்லை."

"காதலின் காரணமாக என்றால்?"

உட்கார்ந்து கொண்டு ஒஷிமா அதைப் பற்றி யோசிக்கிறான். "இது கொஞ்சம் கஷ்டம்தான். உனக்கு நான் சொல்லக்கூடியதெல்லாம் அப்படியொரு எடுத்துக்காட்டை இதுவரைக்கும் நான் பார்த்ததில்லை என்பதே. சொல்லப் போனால், கதை ஒன்று உண்டு, 'சாமந்திச் சபதம்' *(The Chrysanthemum Pledge), நிலவொளி மற்றும் மழையின் கதைகளில் (Tales of Moonlight and Rain)*. அதை நீ வாசித்திருக்கிறாயா?"

"இல்லை," நான் பதிலளிக்கிறேன்.

"பிந்தைய ஈடோ காலகட்டத்தில் உவேதா அகினாரி எனும் மனிதரால் *நிலவொளி மற்றும் மழையின் கதைகள்*

எழுதப்பட்டது. என்றாலும், போரிடும் மாநிலங்களின் காலகட்டத்தில், அதன் தொடக்க நாட்களில் கதைகள் நிகழ்ந்ததாக எழுதப்பட்டிருக்கும், சற்று நினைவோடையைப் போல அல்லது பழங்காலத்தின் மீதான நாட்டமாக உவேதாவின் அணுகுமுறையை இது மாற்றுகிறது. எவ்வாறாகிலும், இந்தக் குறிப்பிட்டக் கதையில், இரண்டு சாமுராய்கள் பிரிக்கவியலாத நண்பர்களாக மாறி தாங்கள் ரத்தஉறவுச் சகோதரர்கள் எனச் சபதமேற்கிறார்கள். சாமுராய்களைப் பொறுத்தமட்டில் இது மிகவும் தீவிரமான ஒன்றாகும். ரத்தஉறவுச் சகோதரர்களாக இருப்பதெனில் ஒருவர் மற்றவருக்காகத் தங்களின் உயிரைத் தரச் சபதமேற்பதாக அர்த்தம். ஒருவர் மற்றவரிடமிருந்து விலகி வெகுதொலைவில் அவர்கள் வாழ்கிறார்கள், உடன் இருவரும் வெவ்வேறு பிரபுக்களிடம் பணிபுரிகிறார்கள். என்ன நடந்தாலும் சரி, சாமந்திகள் பூக்கும் காலத்தில் உன்னைப் பார்க்க வருவேனென்று ஒருவன் மற்றவனுக்குக் கடிதம் எழுதுகிறான். எனில், உன் வருகைக்காக நான் காத்திருப்பேன், என மற்றவன் சொல்கிறான். ஆனால் முதலாமவன் பயணத்தைத் தொடங்குவதற்கு முன்பு, தனது பிரதேசத்துக்குள் நிகழும் பிரச்சினை ஒன்றில் மாட்டிக் கொண்டதால், சிறையில் அடைக்கப்படுகிறான், ஆக வெளியே செல்ல அல்லது கடிதமெழுத அவன் அனுமதிக்கப்படுவதில்லை. இறுதியில் கோடைக்காலம் முடிந்து இலையுதிர்காலம் அவர்களின் மீது கவிகிறது, சாமந்திகள் பூக்கும் காலம். இந்த ரீதியில் போனால், தனது நண்பனுக்களித்த வாக்கை அவனால் காப்பாற்ற முடியாது. ஒரு சாமுராய்க்கு, தானளித்த வாக்கை விட முக்கியமானது எதுவுமில்லை. வாழ்க்கையை விட மானமே முக்கியம். ஆகவே இந்த சாமுராய் ஹரா-கிரி செய்து கொள்கிறான், ஆவியாக மாறி தனது நண்பனைச் சந்திக்க பல மைல்கள் தாண்டி விரைகிறான். சாமந்திகளனருகே அமர்ந்து மனம் நிறையுமட்டும் அவர்கள் பேசுகிறார்கள், பிறகு பூமியின் முகப்பிலிருந்து அந்த ஆன்மா மறைந்து விடுகிறது. அற்புதமான கதை."

"ஆனால் ஆவியாக மாற அவன் சாக வேண்டியிருந்தது."

"ஆமாம், சரிதான்," என்கிறான் ஒஷிமா. "மானம் அல்லது காதல் அல்லது நட்பின் பொருட்டு மனிதர்களால் உயிர்த்திருக்கும் ஆன்மாக்களாக மாற முடியாதென்று தோன்றலாம். அதைச்

செய்ய அவர்கள் இறக்க வேண்டும். மானம், காதல் அல்லது நட்புக்காக மனிதர்கள் தங்களின் உயிர்களைத் துறப்பார்கள், ஆனால் அதன் பிறகே அவர்கள் ஆவிகளாக மாறுவார்கள். ஆனால் உயிர்த்திருக்கும் ஆன்மாக்களைப் பற்றி நீ பேசினால் - நல்லது, அது வேறு கதை. எப்போதும் தீவினையால் மட்டுமே அவை தூண்டப்படுவதாகத் தெரிகிறது."

நான் இது குறித்து ஆழமாக யோசிக்கிறேன்.

"ஆனால் நீ சொன்னதைப் போல, சில எடுத்துக்காட்டுகளும் இருக்கலாம்," ஒஷிமா தொடர்கிறான், "காதலின் நேர்மறை காரணங்களால் தூண்டப்பட்டு மனிதர்கள் உயிர்த்திருக்கும் ஆன்மாக்களாக மாறுவதற்கு. இந்த விசயம் குறித்துப் பெரிதாக நான் ஆராய்ந்ததில்லை என அச்சங்கொள்கிறேன். ஒருவேளை அப்படியும் இருக்கலாம். இந்தவுலகத்தை மீண்டும் கட்டமைக்க காதலால் ஆகுமென்று சொல்வார்கள், ஆகவே காதலைப் பொறுத்தவரையில் எதுவும் சாத்தியம்தான்."

"எப்போதாவது நீ காதலித்திருக்கிறாயா?" நான் கேட்கிறேன்.

அவன் என்னை வெறிக்கிறான், திடுக்குற்றவனாக. "என்னைப் பற்றி என்ன நினைக்கிறாய்? நானொன்றும் நட்சத்திர மீனோ அல்லது மிளகு மரமோ அல்ல. சொல்வதெனில் நானும் காதலில் விழுந்திருக்கிறேன்தான்."

"நான் சொல்ல வருவது அதுவல்ல," என்கிறேன், நாணமுற்றவனாக.

"எனக்குப் புரிகிறது," அவன் சொல்கிறான், பிறகு என்னைப் பார்த்து இனிதாகச் சிரிக்கிறான்.

ஒஷிமா கிளம்பிய பிறகு எனது அறைக்குத் திரும்புகிறேன், இசைப்பெருக்கை 45 ஆர்.பி.எம்-க்கு (rpm) மாற்றி வைத்து, ஊசியைத் தாழ்த்தி "காஃப்கா-கடற்கரையில்" பாடலைக் கேட்க ஆரம்பிக்கிறேன், அட்டையில் உள்ள பாடல்வரிகளைத் தொடர்ந்தவாறே.

உலகின் முனைகளில் நீ அமர்ந்திருக்கிறாய்,
இதற்குமேலும் உயிர்த்திராத எரிமலைவாயில் நானிருக்கிறேன்.
எழுத்துகளற்ற வார்த்தைகள்,
கதவின் நிழலில் நின்றிருக்கின்றன.

உறங்கும் பல்லியின் மீது ஒளியைப் பாய்ச்சுகிறது நிலவு,
சிறிய மீன்கள் வானிலிருந்து மழையாகப் பொழிகின்றன.
சாளரத்துக்கு வெளியே இருக்கும் வீரர்கள்,
வெட்டுக்கருவிகளால் தங்களைத் தாங்களே குத்திச் சாகிறார்கள்.

(பல்லவி)

கடற்கரையினருகே நாற்காலியில் அமர்ந்திருக்கிறான் காஃப்கா,
இவ்வுலகை ஆட்டுவிக்கும் ஊசற்குண்டைப் பற்றி யோசித்தபடி,
என்பதாகத் தெரிகிறது.
உங்கள் இதயம் மூடுண்டிருக்கும்போது,
நகராத ஸ்பிங்க்ஸின் நிழல்,
மாறுகிறது உங்கள் கனவுகளைக் குத்திக்கிழிக்கும் கத்தியாக.

மூழ்கும் பெண்ணின் விரல்கள்
நுழைவாயிலின் கல்லைத் துழாவுகிறது, மேலும் பலவற்றையும்.
தனது இளநீல உடையின் தையலை உயர்த்தி,
அவள் உற்று நோக்குகிறாள் –
கடற்கரையில் உள்ள காஃப்காவை.

நான் இசைத்தட்டை மூன்று முறை கேட்கிறேன். முதலாவதாக, இத்தகைய வரிகளுடன் இருக்கும் ஓர் இசைத்தட்டு எவ்வாறு பத்து லட்சம் பிரதிகள் விற்றதென்று ஆச்சரியப்படுகிறேன். அவை மொத்தமும் புரிபடவில்லை என்று நான் சொல்ல வரவில்லை, வெறுமனே குழப்பக்கூடியதாகவும் மீயதார்த்தம் பொருந்தியதாகவும் இருக்கிறது. சட்டென்று நம்மை அள்ளிக்கொள்ளும் பாடல்வரிகள் அல்ல. ஆனால் சில முறை அதைத் தொடர்ந்து கேட்கும்போது நமக்குப் பழகியதாகத்

தோன்ற ஆரம்பிக்கிறது. வார்த்தைகள் ஒவ்வொன்றாக மெல்ல எனது இதயத்தில் குடிபுகுந்து கொள்கின்றன. வெகு அபத்தமான உணர்வு. அர்த்தங்களைத் தாண்டிய படிமங்கள் மாபெரும் உருவரை-மாதிரிப்படங்களாக எழுந்து தனித்துத் தெரிகின்றன. ஏதொவொரு ஆழமான கனவின் நடுவில் நானிருப்பதைப் போலவே.

அழகிய மெல்லிசை, எளிமையாக ஆனால் வித்தியாசமாகவும் கூட உள்ளது. மேலும் மிஸ் செய்கியின் குரல் வெகு இயல்பாக அதற்குள் கரைந்து போகிறது. அவளின் குரலுக்கு மேலதிக ஆற்றல் தேவைப்படுகிறது – தொழில்முறைப் பாடகி என்று நாமழைக்கும் வகையினைச் சேர்ந்தவளல்ல – ஆனால் மென்மையாக உங்களின் மனதை அது சுத்தப்படுத்துகிறது, பூங்காவின் நடைக்கற்களில் வழிந்தோடும் வசந்தகால மழையைப் போல. பியானோவை இசைத்து அவள் பாடினாள், பிறகு சிறிய இசைத்தந்திகளின் கோர்வையையும் ஒரு ஓபோவையும் (*Oboe* – மரத்தாலான துளையிசைக் கருவி) அவர்கள் இணைத்திருந்தார்கள். இசைக்கான ஏற்பாடுகள் எளிமையாக அமைந்ததற்கு ஒலிப்பதிவுக்கான வரவுசெலவுத் திட்டங்களே காரணமாக இருந்திருக்க வேண்டும், ஆனால் இந்த எளிமையே பாடலுக்கு அதன் ஈர்ப்பை வழங்குகிறது.

இயல்புமீறிய இரு மெல்லிழைகள் பல்லவியில் தோன்றுகின்றன. பாடலின் மற்ற மெல்லிழைகளைப் பற்றிக் குறிப்பிட்டுச் சொல்ல ஏதுமில்லை, ஆனால் இவையிரண்டும் வித்தியாசப்பட்டுத் தெரிகின்றன, இரண்டு முறை மட்டுமே கேட்டு நீங்கள் விளங்கிக் கொள்ளும் வகையைச் சேர்ந்தவையல்ல. முதலில் நான் குழப்பமாக உணர்ந்தேன். சற்று மிகைப்படுத்திச் சொல்வதெனில், துரோகமிழைக்கப்பட்டதாகவும் உணர்ந்தேன். ஒலிகளின் ஒட்டுமொத்தமான எதிர்பாராத தன்மை என்னை அதிர்ச்சிக்குள் ஆழ்த்தி நிலைகுலையச் செய்கிறது, ஓர் உடைப்பின் வழியாகத் திடீரென்று வீசும் குளிர்காற்று நமக்குச் செய்வது போல. என்றாலும், பல்லவி முடிந்தவுடன், அந்த அழகிய இன்னிசை மீண்டும் ஒலிக்கிறது, இணக்கமும் நெருக்கமும் பொருந்திய அவ்வுண்மையான உலகத்துக்கு மீண்டும் உங்களை அழைத்துப் போகிறது. இதற்குமேலும் இங்கே குளிர்காற்று வீசவில்லை.

தந்திகள் அமைதியாகக் கடைசி மெல்லிழையைப் பற்றிக் கொண்டிருக்க பியானா தனது இறுதிக்குறிப்பை வாசிக்கிறது, நீண்டு ஒலிக்கும் ஓபோவின் இசை பாடலை முடிவுக்குக் கொண்டு வருகிறது.

திரும்பத் திரும்ப அதைக் கேட்கும்போது, எதனால் "காஃப்கா-கடற்கரையில்" பாடலால் அத்தனை மனிதர்களை ஈர்க்க முடிந்ததென்பது எனக்கு மெல்லப் புரிய ஆரம்பிக்கிறது. ஒரே நேரத்தில் நேர்மையும் மென்மையும் என இரண்டும் பொருந்தியதாக இருக்கிறது அந்தப் பாடல், ஆற்றலுடன் கூடிய ஆனால் சுயநலமற்ற ஓர் இதயத்தின் வெளிப்பாடு. அற்புதத்தின் உணர்வும் அதனோடு பிணைந்திருக்கிறது, ஒன்றன் மீது ஒன்றாகப் படிந்திருக்கும் எதிர்நிலைகளாக. மாகாண நகரைச் சேர்ந்த 19-வயது-நிரம்பிய, நாணம் கொண்டதொரு பெண், தொலைதூரத்தில் உள்ள தனது காதலனைப் பற்றிய வரிகளை எழுதுகிறாள், பியானோவில் அமர்ந்து அதற்கு இசையமைக்கிறாள், பிறகு எந்தத் தயக்கமுமின்றி தனது படைப்பைப் பாடுகிறாள். மற்றவர்கள் கேட்க அந்தப் பாடலை அவள் எழுதவில்லை, ஆனால் தனக்காக, தனது சொந்த இதயத்தை ஆற்றுப்படுத்த, சற்றேனும். ஆக அவளுடைய சுய-ஈடுபாடு அவளைக் கேட்பவர்களின் இதயங்களோடு நுட்பமான ஆனால் சக்திவாய்ந்த ஒரு மெல்லிழையை மீட்டுகிறது.

குளிர்சாதனப்பெட்டியில் இருக்கும் பொருட்களைக் கொண்டு எளிய இரவுணவைத் தயாரித்துச் சாப்பிடுகிறேன், பிறகு மீண்டும் "காஃப்கா-கடற்கரையில்" பாடலை சுழலிசைத்தட்டில் ஓட விடுகிறேன். கண்களை மூடியவாறு, நாற்காலியில் அமர்ந்து, ஒலிப்பதிவுக்கூடத்தில் இருக்கும் 19-வயது-நிரம்பிய மிஸ் செய்கியை உருவகப்படுத்த நான் முயற்சி செய்கிறேன், பியானோவை இசைத்து பாடிக் கொண்டிருப்பவளை. அந்தப் பாடலைப் பாடியபோது அவளுணர்ந்த காதலை யோசிக்கிறேன். மேலும் அர்த்தமற்ற வன்முறை எவ்வாறு அந்தக் காதலை என்றென்றைக்குமாகச் சிதைத்தது என்பதையும்.

இசைத்தட்டு முடிந்து போக, ஊசி உயர்ந்து கொண்டு தனது சட்டத்துக்குத் திரும்புகிறது.

"காஃப்கா-கடற்கரையில்"-க்கான பாடல்வரிகளை இதே அறையில் அமர்ந்து மிஸ் செய்கி எழுதியிருக்கலாம். இன்னுமதிகமாக இசைத்தட்டை நான் கேட்க, கடற்கரையில் உள்ள இந்த காஃப்காதான் சுவரின் ஓவியத்திலும் இருக்கும் இளைஞனென்பது எனக்கு இன்னும் உறுதியாகிறது. மேசையின் மீது நான் அமர்ந்து, நேற்றிரவு அவள் செய்தது போல, கைகளால் எனது கன்னங்களைத் தாங்கி அவள் பார்த்த அதே கோணத்தில் எனக்கு வெகு நேராக இருக்கும் ஓவியத்தை உற்று நோக்குகிறேன். எனக்கு நேரடியாகப் புரிகிறது, இங்குதான் அவள் அதை எழுதியிருக்க வேண்டும். ஓவியத்தை உற்று நோக்கும் அவளை என்னால் பார்க்க முடிகிறது, இளைஞனை நினைவு கூர்ந்தவாறு, பிற்பாடு தான் இசையமத்த பாடலின் வரிகளை எழுதியவாறும். அது நிகழ்ந்ததும் இரவாகத்தான் இருக்க வேண்டும், வெளியே கும்மிருட்டாக இருந்தபோது.

நான் எழுகிறேன், ஓவியத்தினருகே போய் நெருக்கமாக அதை ஆராய்கிறேன். இளைஞன் தொலைதூரத்தைப் பார்க்கிறான், அவன் கண்கள் மர்மமான ஆழங்களில் நிறைந்திருக்கின்றன. வானின் ஒரு முனையில் சில கூர்மையான வரையறைகளுடன் கூடிய மேகங்கள் தென்படுகின்றன, மேலும் அவற்றுள் பெரியது ஒரு வகையில் குந்தியிருக்கும் ஸ்பிங்ஸை நினைவுறுத்துகிறது.

நான் எனது நினைவுகளில் தேடுகிறேன். புதிரை விடுவித்ததன் வாயிலாக ஈடிபஸ் தோற்கடித்த எதிரி ஸ்பிங்ஸ்தான், தோற்று விட்டோமென்பது அந்த அரக்கவுயிரிக்குத் தெரிந்த மறுகணம், கொடும்பாறையில் இருந்து கீழே குதித்து தன்னை அது மாய்த்துக் கொண்டது. இந்த அருஞ்செயலுக்கு நன்றி, ஈடிபஸ் தீப்ஸின் அரசனாவதோடு தனது சொந்த அம்மாவையும் மணப்பதில் போய் முடிந்தது. மேலும் காஃப்கா எனும் பெயர். ஓவியத்திலுள்ள இளைஞனின் மர்மமான தனிமை காஃப்காவின் புனைவுலகோடு ஒன்றுகலந்திருந்ததாகத் தன் மனதுக்குள் நினைத்ததால் மிஸ் செய்கி அந்தப் பெயரைப் பயன்படுத்தி இருக்கலாம் எனச் சந்தேகிக்கிறேன். அந்தத் தலைப்பை இது விளக்கக்கூடும்: அபத்தமான கடற்கரையினருகே சுற்றித் திரியும் ஒரு தனித்த ஆன்மா.

மற்ற வரிகள் எனக்கு நிகழ்ந்த சங்கதிகளோடு ஒன்றுகலந்திருக்கின்றன. "சிறிய மீன்கள் வானிலிருந்து மழையாகப் பொழிகின்றன" என்பதைப் பற்றிய பகுதி – வீட்டினருகே உள்ள வணிகக்கோட்டத்தில் நிகழ்ந்தது மிகச்சரியாக இதுதானே, நூற்றுக்கணக்கான சாலை மீன்களும் கானாங்கெளுத்திகளும் மழையாகப் பொழிந்தது? எவ்வாறு ஒரு நிழல் "மாறுகிறது உங்கள் கனவுகளைக் குத்திக்கிழிக்கும் கத்தியாக" எனும் பகுதி – அது என் அப்பாவின் கத்திக்குத்தைப் பற்றியதாக இருக்கலாம். பாடலின் அனைத்து வரிகளையும் எனது குறிப்பேட்டில் பிரதியெடுத்துக் கொண்டு அவற்றை வாசிக்கிறேன், எனக்கு சுவாரசியமுண்டாக்கும் மிகக்குறிப்பான பகுதிகளை அடிக்கோடிட்டு வைக்கிறேன். ஆனால் இறுதியில் இவையெல்லாமே மிகவும் மறைமுகமாக இருக்கின்றன, மேலும் இதிலிருந்து என்ன புரிந்து கொள்வதென்றும் எனக்குத் தெரியவில்லை.

எழுத்துகளற்ற வார்த்தைகள்,

கதவின் நிழலில் நின்றிருக்கின்றன...

மூழ்கும் பெண்ணின் விரல்கள்

நுழைவாயிலின் கல்லைத் துழாவுகிறது...

சாளரத்துக்கு வெளியே இருக்கும் வீரர்கள்,

வெட்டுக்கருவிகளால் தங்களைத் தாங்களே குத்திச் சாகிறார்கள்...

இதற்கு என்ன அர்த்தம்? இவையெல்லாம் வெறும் தற்செயல்கள்தானா? சாளரத்துக்கு நடந்து சென்று வெளியே உள்ள பூங்காவைப் பார்க்கிறேன். இருள் மெல்ல உலகின் மீது கவிந்து கொண்டிருக்கிறது. வாசிப்பறைக்குப் போகிறேன், நீள்சாய்விருக்கையில் அமர்ந்து கெஞ்சியின் கதைக்கான டனிஸாகியின் மொழிபெயர்ப்பைத் திறக்கிறேன். பத்து மணிக்குப் படுக்கைக்குத் திரும்புகிறேன், படுக்கையினருகே இருக்கும் விளக்கை அணைத்து விட்டு எனது கண்களை மூடுகிறேன், 15-வயது-நிரம்பிய மிஸ் செய்கி இந்த அறைக்குத் திரும்பி வரக் காத்திருப்பவனாக.

24

கோபேவிலிருந்து அவர்களின் பேருந்து டோகுஷிமா நிலையத்துக்கு எதிரில் வந்து சேர்ந்தபோது ஏற்கனவே இரவு மணி எட்டைத் தாண்டியிருந்தது.

"நல்லது, திரு நகாடா, இதோ நாம் வந்து விட்டோம். ஷிகோகு."

"என்னவொரு அற்புதமான பாலம். இத்தனை பெரியதை இதற்குமுன் நகாடா பார்த்ததில்லை."

அவர்களிருவரும் பேருந்தை விட்டிறங்கி நிலையத்தில் கிடந்த இருக்கையின் மீது அமர்ந்தார்கள், தங்களுடைய சுற்றுப்புறத்தை நோட்டமிட்டபடி.

"ஆக - கடவுள் அல்லது வேறு யாரிடமிருந்தாவது உனக்குத் தகவல் ஏதும் வந்ததா?" ஹோஷினோ கேட்டான். "இனி நீ எங்கு போக வேண்டுமென்பதை உனக்குச் சொல்லும் வகையில்? நீ என்ன செய்ய வேண்டுமென்பதை?"

"இல்லை. இன்னும் நகாடாவுக்கு ஒன்றும் தோன்றவில்லை."

"அற்புதம்..."

வேண்டுமென்றே தனது உள்ளங்கையைக் கொண்டு தலையைச் சிறிது நேரம் தேய்த்தார் நகாடா, கனம்வாய்ந்த சங்கதிகளை அசைபோடுவதைப் போல. "திரு ஹோஷினோ?" இறுதியில் அவர் கேட்டார்.

"என்ன வேண்டும்?"

“என்னை மன்னியுங்கள், ஆனால் உண்மையில் நகாடா தூங்கப் போக வேண்டும். இங்கேயே தூங்கி விடுவேனென்பதைப் போல அத்தனை தூக்கக்கலக்கமாக உணருகிறேன்.”

“ஒரு நொடி பொறு – இங்கெல்லாம் நீ தூங்கக்கூடாது,” என்றான் ஹோஷினோ, பதைபதைப்பவனாக. “உனக்கொன்று சொல்லட்டுமா, நீ கட்டையைக் கிடத்த நானொரு இடத்தைக் கண்டுபிடிக்கிறேன், சரியா? கொஞ்ச நேரம் மட்டும் பொறுமையாக இரு.”

“சரி. நகாடா இங்கேயே காத்திருந்து உறங்காமலிருக்க முயற்சி செய்கிறேன்.”

“நல்லது. உனக்குப் பசிக்கிறதா?”

“இல்லை, வெறும் தூக்கம்தான்.”

துரிதமாக சுற்றுலா-தகவல் மேடையைத் தேடிப்பிடித்த ஹோஷினோ, இலவசமாகக் காலையுணவையும் உள்ளடக்கிய மலிவானதொரு விடுதியைக் கண்டுபிடித்து, தொலைபேசியில் அழைத்து அறையைப் பதிவு செய்தான். நிலையத்தில் இருந்து அது கொஞ்சம் தூரமாயிருந்தது, எனவே வாடகை மகிழுந்தை அவர்கள் அமர்த்திக் கொண்டார்கள். அங்கு வந்து சேர்ந்தவுடன், தங்களுக்கான ஃப்யூடன்களை விரிக்கும்படி பணிப்பெண்ணைக் கேட்டுக் கொண்டான் ஹோஷினோ.

குளிப்பதைத் தவிர்த்து உடைகளைக் கழற்றிய நகாடா படுக்கையில் நீட்டிப் படுத்து ஒரே கணத்தில் அமைதியாகக் குறட்டை விடத் தொடங்கினார். “அனேகமாக நான் வெகு நேரம் தூங்குவேன், ஆகவே பயப்பட வேண்டாம்,” உறங்குவதற்குச் சற்று முன்னால் அவர் சொல்லியிருந்தார்.

“ஹேய், நான் உன்னைத் தொந்தரவு செய்யப் போவதில்லை – நீ வேண்டும் நேரம் மட்டும் தூங்கிக் கொள்,” என்றான் ஹோஷினோ, ஆனால் நகாடா ஏற்கனவே உலகை மறந்திருந்தார்.

ஹோஷினோ சாவகாசமாக ஒரு குளியல் போட்டான், வெளியேறிச் சென்று அந்த நிலப்பரப்பின் சூழல்களைத் தெரிந்து

கொள்வதற்காகச் சுற்றி வந்தான், பிறகு இரவுணவு மற்றும் பீருக்காக ஒரு சுஷி கடைக்குள் நுழைந்தான். அவனொன்றும் பெரிய குடிகாரன் கிடையாது, மேலும் அவனது முகத்தை ரத்தச்சிவப்பாக மாற்றி நல்ல மனநிலைக்குக் கொண்டு வர ஒரேயொரு நடுத்தர-அளவிலான பீர்போத்தல் போதுமானதாக இருந்தது. இரவுணவுக்குப் பிறகு பசின்கோ விளையாடி ஒரு மணி நேரத்தில் மூவாயிரம் யென்களைத் தொலைத்தான். அவனது சுனிச்சி டிராகன்கள் தளப்பந்தாட்டத் தொப்பி கடந்து-சென்றவர்களில் சிலரிடமிருந்து வெறித்தப் பார்வைகளைப் பெற்றுத் தந்தது, டோகுஷிமாவில் அதை அணிந்திருக்கும் ஒரே ஆள் நான் மட்டும்தான் போல என்று நினைத்துக் கொண்டான்.

விடுதிக்குத் திரும்பியபோது தான் விட்டுப்போனதைப் போலவே நகாடா கிடப்பதைப் பார்த்தான், ஆழ்ந்து உறக்கத்தில். அறைக்குள் விளக்கு எரிந்து கொண்டிருந்தது, ஆனால் எந்தவிதத்திலும் அது அவரைப் பாதிக்கவில்லை. எத்தனை சுகவாசியான முதிய பையன், ஹோஷினோ சொல்லிக் கொண்டான். தனது தொப்பி, அலோஹா சட்டை மற்றும் ஜீன்ஸைக் கழற்றினான், பிறகு படுக்கைக்கு ஊர்ந்து சென்று விளக்கை அணைத்தான். ஆனால் தான் கிளர்ச்சியுற்றிருப்பதாக உணர்ந்தான், மேலும் அவனுடைய புதிய சூழல்களும் இதுவும் சேர்ந்து கொண்டு அவனை உறங்க விடாமல் செய்தன. ஏசுவே, அவன் நினைத்துக் கொண்டான், அனேகமாக நானொரு வேசையைக் கண்டுபிடித்துப் படுத்திருக்கலாம். ஆனால் நகாடாவின் சாந்தமிக்க, இயல்பான சுவாசத்தைக் கேட்க நேர்ந்தபோது, திடீரென்று அந்த எண்ணத்தால் மனம் வருந்தியவனாக உணர்ந்தான், ஏனென்று அவனுக்கு உறுதியாகத் தெரியாதபோதும்.

இருட்டுக்குள் கூரையை வெறித்தபடி, இதற்குமுன் ஒருபோதும் தான் வந்திராத நகரமொன்றின் மலிவான விடுதியில், அவரைப் பற்றித் தனக்கு எதுவுமே தெரியாதென்கிற விசித்திரமான முதியவருக்கு அடுத்ததாகப் படுக்கையில் படுத்திருக்கும் இந்தச் சூழலில், தன்னைப் பற்றியே அவனுக்குச் சந்தேகங்கள் வரத் தொடங்கின. இரவின் இந்த நேரத்தில் டோக்கியோவுக்கு அவன் சரக்குந்தை ஓட்டிப் போயிருக்க வேண்டும், தற்போது நகோயாவுக்கு எங்கோ அருகில். தனது வேலையை ஹோஷினோ

நேசிக்காமலில்லை, மேலும் அவன் பார்க்க விரும்பினால் எப்போதும் அவனுக்காகத் தனது நேரத்தை ஒதுக்கித் தந்த பெண்ணொருத்தி டோக்கியோவில் இருந்தாள். என்றாலும், உந்துதலின் பேரில், தனது அறைகலன்களின் பாரத்தை கோபேவில் தரையிறக்கி வைத்த மறுகணம், நகரத்தில் தனக்குத் தெரிந்த வேறொரு ஓட்டுனரை அழைத்துத் தனது இடத்தை எடுத்துக் கொண்டு வண்டியை மீண்டும் டோக்கியோவுக்கு ஓட்டிப் போகச் சொல்லியிருந்தான். தனது நிறுவனத்தைத் தொலைபேசியில் அழைத்து ஏய்த்துப் பேசி மூன்று நாட்கள் விடுமுறை எடுக்க அவனுக்குச் சாத்தியமாகியிருந்தது, பிறகுதான் நகாடாவோடு சேர்ந்து ஷிகோகுவுக்குப் பயணப்பட்டான். ஆக தற்போது அவனிடம் இருந்ததெல்லாம் சவரப்பெட்டியும் மாற்றுத்துணியும் நிரம்பிய சிறிய பை மட்டுமே.

முதியவருக்கும் மறைந்த தனது தாத்தாவுக்குமிருந்த தோற்ற ஒற்றுமையால் ஆரம்பத்தில் ஹோஷினோ கிளர்ச்சியுற்றிருந்தான், ஆனால் அந்த ஈர்ப்பு மெல்ல வடிந்திருந்தது, தற்போது நகாடாவைத் தெரிந்து கொள்வதில்தான் அவன் பெரிதும் ஆர்வமாயிருந்தான். அந்த முதிய மனிதர் பேசிய விசயங்கள், மேலும் அவர் எப்படிப் பேசினாரென்பது கூட, நிச்சயம் விசித்திரமாயிருந்தன, ஆனால் ஆர்வத்தைத் தூண்டும் வழிமுறையில். அந்த முதியவர் எங்கு போகிறாரென்பதை அவன் தெரிந்து கொள்ள வேண்டியிருந்தது, மேலும் அங்கு போனபிறகு அவர் என்ன செய்வாரென்பதையும்.

ஹோஷினோ ஒரு விவசாயக் குடும்பத்தில் பிறந்தவன், ஐந்து மகன்களில் மூன்றாவதாக. உயர்இடைநிலைப் பள்ளி வரையில் அவன் நன்னடத்தையோடு இருந்தான், ஆனால் வணிகப்பள்ளியில் நுழைந்தபிறகு கெட்ட சகவாசத்தில் விழுந்து பிரச்சினைகளுக்குள் சிக்கிக்கொள்ள ஆரம்பித்தான். காவல்துறை சில முறைகள் அவனைத் தூக்கி உள்ளே வைத்தது. பட்டம் பெற முடிந்தாலும் ஒரு மரியாதையான வேலையை அவனால் தேடிக் கொள்ள முடியவில்லை – மேலும் ஒரு பெண்ணோடு உண்டான சிக்கல் அவனது சிரமங்களை இன்னும் அதிகரித்தது – எனவே ஒருங்கிணைக்கப்பட்ட ராணுவத்தில் சேரலாமென்று தீர்மானித்தான். கவசவாகன

ஓட்டுனராகலாம் என்று நம்பினாலும் அதில் அவனால் தேர்ச்சியுற முடியாமற்போக, பெரிய பிரயாண-பாரவண்டிகளைச் செலுத்துவதில் தனது பெரும்பான்மை நேரத்தைக் கழித்தான். ராணுவத்தில் கழித்த மூன்று வருடங்களுக்குப் பிறகு அங்கிருந்து வெளியேறி பண்டமாற்று நிறுவனமொன்றில் பணிக்குச் சேர்ந்தான், ஆகவே கடந்த ஆறு வருடங்களாக பிழைப்புக்காக அவன் வண்டியோட்டி வந்தான்.

இது அவனுக்குப் பொருந்தியது. இயந்திரங்களை எப்போதும் அவன் நேசித்தான், மேலும் சக்கரத்தின் மீது கைகளை வைத்து வண்டியின் உயரமான இடத்தில் அமர்ந்திருக்கும்போது, தனக்குச் சொந்தமான சிறிய ராஜ்ஜியத்தில் தானிருப்பதாக அவனுக்குத் தோன்றியது. அந்தப் பணிக்குத் தேவைப்பட்ட நீண்ட, கடினமான நேரங்கள் அயர்ச்சியூட்டுவதாக இருந்தன, ஆனால் தனது ஒவ்வொரு அசைவையும் கழுகு போலக் கண்காணிக்கும் முதலாளி இருக்கிற ஓர் அழுக்கடைந்த அலுவலகத்துக்கு, ஒவ்வொரு நாள் காலையும் ஊசலாட வைக்கும் வழக்கமான நிறுவன வேலையில் தன்னால் நீடிக்க முடியாதென்பது அவனுக்குத் தெரிந்திருந்தது.

எப்போதும் எளிதாகச் சண்டைகளுக்குள் நுழையும் முனைப்பான வகையைச் சேர்ந்தவனாக இருந்தான் ஹோஷினோ. மெலிந்தவனாகவும் குறைவான உயரம் கொண்டவனாகவும் இருந்தான், பார்க்கக் கரடுமுரடானவனில்லை, ஆனால் அவனைப் பொறுத்தமட்டில் தோற்றங்கள் ஏமாற்றக்கூடியவையாக இருந்தன. யாரும் எளிதில் ஏமாறும்படிக்கு மிகுந்த பலத்தோடிருந்தான், மேலும் அவனது பொறுமையின் உச்சத்தைத் தொட்ட மறுகணம் அவனுக்குள் உருப்பெறும் வெறிகொண்ட தோற்றம் பாதுகாப்பு தேடி எதிரிகளைத் தெறித்தோடச் செய்திடும். நிறைய சண்டைகளில் அவன் ஈடுபட்டிருந்தான், ராணுவ வீரன் மற்றும் சரக்குந்து ஓட்டுனர் எனும் இரண்டு படிநிலைகளிலும், ஆனால் வெகு சமீபமாகத்தான் இதைப் புரிந்து கொள்ள ஆரம்பித்திருந்தான், அதாவது, வெற்றியோ தோல்வியோ, எதையும் பெரிதாகச் சாதிக்கப் போவதில்லை. குறைந்தபட்சம், ஒருபோதும் தனக்குப் பெரிதாகக் காயங்கள் ஏற்பட்டதில்லை என்பதை அவன் பெருமையாக நினைத்துக் கொள்வான்.

கட்டுப்பாடற்ற அவனுடைய உயர்நிலை-பள்ளி நாட்களில், அவனுக்காக உள்ளூர் காவல் நிலையத்துக்கு வருகை தரும் ஒரே மனிதராக அவன் தாத்தா மட்டும்தான் இருந்தார், மன்னிப்புக் கேட்டு அதிகாரிகளிடம் குனிந்தபிறகு, அவனை அவருடைய பொறுப்பில் அவர்கள் ஒப்படைப்பார்கள். வீடு திரும்பும் வழியில் எப்போதும் ஓர் உணவகத்தில் அவர்கள் நிற்பார்கள், அற்புதமான உணவை தாத்தா அவனுக்காக வாங்கித் தருவார். அப்போது கூட, ஒருபோதும் ஹோஷினோவுக்கு அவர் அறிவுரைகள் சொன்னதில்லை. ஒருமுறையும் அவனை அழைத்துப்போக ஹோஷினோவைப் பெற்றவர்கள் வந்ததில்லை. அவ்வப்போது வெறுமனே வந்து போய்க் கொண்டிருந்தார்களே தவிர ஒன்றுக்குமாகாத தங்களின் மூன்றாவது மகனைப் பற்றிக் கவலைப்பட அவர்களுக்கு நேரமோ சக்தியோ இல்லை. தன்னைப் பிணையில் வெளியே எடுக்கத் தனது தாத்தா மட்டும் இல்லாமல் போயிருந்தால் தனக்கு என்ன நிகழ்ந்திருக்குமென்று சில சமயங்களில் ஹோஷினோ நினைத்துக் கொள்வான். அந்த முதியவருக்கு, குறைந்தபட்சம், அவன் உயிரோடிருந்தது தெரியுமென்பதொடு அவனைப் பற்றிக் கவலைப்படவும் செய்தார்.

இதெல்லாம் தாண்டி, அவர் செய்த அனைத்துக்காகவும், தனது தாத்தாவுக்கு ஒருமுறை கூட அவன் நன்றி கூறியதில்லை. என்ன சொல்ல வேண்டுமென்று அவனுக்குத் தெரியாது, மேலும் சிறிது பணத்தைச் சம்பாதிக்கும் முயற்சியால் அவன் முழுக்க ஆக்கிரமிக்கப்பட்டிருந்தான். ராணுவத்தில் ஹோஷினோ சேர்ந்த சில நாட்களில் புற்றுநோயால் அவன் தாத்தா இறந்தார். இறுதியில் அவருக்கு மூளை குழம்பிப்போக, அவனைக்கூட அவரால் அடையாளம் காண முடியவில்லை. முதியவர் இறந்தபிறகு ஒருமுறை கூட ஹோஷினோ வீட்டுக்குத் திரும்பிப் போகவில்லை.

மறுநாள் காலை எட்டு மணிக்கு ஹோஷினோ விழித்தபோது நகாடா இன்னும் ஆழ்ந்து உறங்கிக் கொண்டிருந்தார், இரவு முழுதும் அவர் ஓர் அங்குலம் கூட நகர்ந்ததாகத் தெரியவில்லை. அவருடைய மூச்சின் அளவும் துரிதமும் கூட, மாறியிருக்கவில்லை. படிகளில் கீழிறங்கிச் சென்று மற்ற

விருந்தினர்களோடு இணைந்து ஹோஷினோ காலையுணவை உண்டான். சற்று மட்டுப்படுத்திய உணவுதான், ஆனால் அளவைப் பார்க்காமல் இரண்டாவது முறையாகக் கொணர்ந்த மிசோ சூப்பும் அரிசியும் இருந்தன.

“உன்னுடைய தோழர் காலையுணவு சாப்பிடுவாரா?” பணிப்பெண் கூவினாள்.

“அவர் இன்னும் எழவில்லை. அவருக்குக் காலையுணவு தேவைப்படாதென்றே தோன்றுகிறது. உனக்கொன்றும் சிக்கல் இல்லையெனில், இன்னும் கொஞ்ச நேரம் ஃப்யூடனை எடுக்காமல் இருக்கலாமா?”

நண்பகலில், நகாடா இன்னும் ஆழ்ந்து உறங்கிக் கொண்டிருக்க, தாங்கள் இன்னும் ஓரிரவு அங்கே தங்குவதற்கான ஏற்பாடுகளை ஹோஷினோ செய்து முடித்தான். வெளியேறி ஒரு சோபா (ஜப்பானிய நூடுல்ஸ் வகை) கடைக்குச் சென்று அரிசியோடு சேர்த்து கோழிக்கறியும் முட்டையும் சாப்பிட்டான். அதன்பிறகு சிறிது நேரம் அலைந்து திரிந்து விட்டு ஒரு காபிக்கடையில் போய் அமர்ந்தான், அங்கே ஒரு கோப்பையையும் சிகரெட்டையும் முடித்த பிறகு சில படக்கதைப் புத்தகங்களைப் புரட்டினான்.

விடுதிக்கு அவன் திரும்பியபோது, இரண்டு மணிக்குச் சற்று முன்பு, நகாடா இன்னும் எழவில்லை என்பதைக் கண்டான். கவலையுற்றவனாக, முதிய மனிதரின் தலையைத் தொட்டுப் பார்த்தான், ஆனால் அவருக்குக் காய்ச்சல் இருந்ததாகத் தெரியவில்லை. அவர் மூச்சு அமைதியாகவும் சீராகவுமிருந்தது, மேலும் அவருடைய கன்னங்களும் ஆரோக்கியமான பளபளப்பைக் கொண்டிருந்தன. அனைத்து வகையிலும் அவர் நன்றாயிருப்பதாகவே தெரிந்தார். அவர் செய்து கொண்டிருந்ததெல்லாம் ஆழ்ந்து உறங்குவது மட்டுமே, படுக்கையில் புரண்டு கூடப் படுக்காமல்.

“அவர் நன்றாயிருக்கிறாரா, இவ்வளவு தூங்குகிறாரே?” அவர்களைப் பார்க்க வந்த சமயத்தில் அந்தப் பணிப்பெண் கேட்டாள். “ஒருவேளை அவருக்கு உடல் நலமில்லையோ?”

"அவர் களைப்புற்றிருக்கிறார்," ஹோஷினோ விளக்கினான். "அவர் விரும்பும் நேரம் மட்டும் தூங்க அவரை அனுமதிப்போம்."

"சரி, ஆனால் இதற்கு முன்னால் இவ்வளவு நேரம் தூங்குகிற யாரையும் நான் பார்த்ததில்லை."

இரவுணவுக்கான நேரம் வந்த பிறகும் அந்தத் தூக்க மாரத்தான் தொடர்ந்தது. ஹோஷினோ வெளியேறி ஓர் அசைவ உணவகத்துக்குச் சென்று அதீத-அளவிலான மாட்டுக்கறியும் சாலடும் கொண்டு வரச் சொல்லி சாப்பிட்டான். இதன்பிறகு முந்தைய நாளிரவைப் போல அதே பசின்கோ இடத்துக்குப் போய் மீண்டும் ஒரு மணி நேரம் ஆடினான். இம்முறை, என்றபோதும், அவனுடைய அதிர்ஷ்டம் மாறியிருந்தது, எனவே ஆயிரம் யென்களுக்கும் குறைவாக இரண்டு மார்ல்பரோ பெட்டிகளை அவன் வென்றான். தனது கெலிப்புகளோடு அவன் விடுதிக்குத் திரும்பியபோது நேரம் 9.30. ஆகியிருந்தது, ஆனால் தனது கண்களை அவனால் நம்ப முடியவில்லை – நகாடா இன்னும் உறங்கிக் கொண்டிருந்தார்.

ஹோஷினோ மணிக்கணக்கை கூட்டிப் பார்த்தான். 24 மணி நேரத்துக்கும் அதிகமாக அந்த முதிய மனிதர் உறங்கிக் கொண்டிருந்தார். பரவாயில்லை, தான் வெகு நேரம் தூங்குவேனென்று அவர் சொல்லியிருந்தார், ஆகவே கவலைப்பட வேண்டியதில்லை, ஆனாலும் இது கிறுக்குத்தனமானது! அவனது இயல்புக்குச் சற்றும் பொருந்தாத வகையில் ஹோஷினோ நிராதரவாக உணர்ந்தான். ஒருவேளை இந்த முதியவர் எழவே இல்லையென்றால்? எனில் என்ன கருமத்தைத்தான் அவன் செய்தாக வேண்டும்?

"கர்த்தாவே," என்றான், பிறகு தனது தலையை ஆட்டிக் கொண்டான்.

என்றபோதும், மறுநாள் காலையில், ஏழு மணிக்கு ஹோஷினோ எழுந்தபோது, நகாடா ஏற்கனவே விழித்திருந்ததோடு, சாளரத்தின் வழியாக வெளியே உற்று நோக்கிக் கொண்டிருந்தார்.

“ஹே, தாத்தா, ஆக நீ பிழைத்து விட்டாய், ஹ்ம்ம்?” என்றான் ஹோஷினோ, நிம்மதியடைந்தவனாக.

“ஆமாம், நகாடா இப்போதுதான் எழுந்தான். எத்தனை நேரம் தூங்கினேன் என்று தெரியவில்லை ஆனால் நீண்ட நேரமிருக்க வேண்டும். நானொரு புதிய மனிதனாக உணருகிறேன்.”

“நீண்ட நேரமென்று சொல்வது விளையாட்டில்லை! நேற்றைக்கு முந்தாநாள் இரவு ஒன்பது மணிக்கு நீ தூங்கினாய், ஆகக் கிட்டத்தட்ட 34 மணி நேரம் தூங்கியிருக்கிறாய். சரியான ஸ்நோ ஒயிட் நீ.”

“நகாடாவுக்குப் பசிப்பதைப் போல இருக்கிறது.”

“உனக்குப் பசிக்குமென்று நான் பந்தயமே கட்டுவேன். இரண்டு நாட்களாக நீ ஒரு வாய் கூடச் சாப்பிடவில்லை.”

அவர்களிருவரும் கீழிறங்கி உணவருந்தும் அறைக்குச் சென்று காலையுணவு சாப்பிட்டார்கள். தான் உள்ளே தள்ளிய அரிசியின் அளவால் நகாடா பணிப்பெண்ணை மலைக்க வைத்தார்.

“தூக்கத்தைப் போலவே சாப்பிடுவதிலும் நீ ரொம்பப் பெரிய ஆள்தான்!” அவள் அதிசயித்தாள். “ஒரே அமர்வில் இரு நாட்களுக்கான உணவென்பதைப் போல.”

“ஆமாம், நான் இப்போது நிறைய சாப்பிட வேண்டும்.”

“நிஜமாகவே நீ ரொம்ப ஆரோக்கியமான ஆசாமி, இல்லையா?”

“ஆமாம், நகாடா அப்படித்தான். என்னால் வாசிக்க முடியாது, ஆனால் ஒரு தடவை கூட எனக்குப் பற்குழி ஏற்பட்டதில்லை, அதோடு கண்ணாடிகளும் தேவைப்பட்டதில்லை. மருத்துவரிடம் போகும் தேவையும் ஒரு முறை கூட உண்டானதில்லை. எனது தோள்கள் ஒருபோதும் மரத்துப் போனதில்லை, ஒவ்வொரு நாள் காலையும் நல்லமுறையில் நான் மலங்கழிக்கிறேன்.”

“ஆச்சரியமான சங்கதிதான்,” என்றாள் பணிப்பெண், ஈர்க்கப்பட்டவளாக. “போகட்டும், இன்றைய தினத்துக்கான உங்களின் அட்டவணையில் என்ன இருக்கிறது?”

“நாங்கள் மேற்கு நோக்கிப் போகிறோம்,” நகாடா அறிவித்தார்.

“மேற்கு,” அவள் யோசித்தாள். “எனில் நீங்கள் டகாமாட்சுவை நோக்கிப் போவதாக அர்த்தமாகிறது.”

“நான் அப்படியொன்றும் புத்திசாலி கிடையாது என்பதோடு பூகோளமும் தெரியாது.”

“எப்படியாகிலும், தாத்தா, நாம் ஏன் டகாமாட்சுவுக்குப் போகக்கூடாது?” நடுவில் புகுந்து ஹோஷினோ ஒத்து ஊதினான். “அங்கே போனபிறகு அடுத்து என்னவென்பதை நாம் தீர்மானித்துக் கொள்ளலாம்.”

“சரி, எனில் நாம் டகாமாட்சுவுக்குப் போகலாம். அங்கே போனபிறகு அடுத்து என்னவென்பதை நாம் தீர்மானிப்போம்.”

“பயணப்பதில் ஒரு வகைத் தனித்துவமான பாணிதான்,” அந்த பணிப்பெண் கருத்துரைத்தாள்.

“சரியாகச் சொன்னாய்,” என்றான் ஹோஷினோ.

மீண்டும் அவர்களின் அறையில், நகாடா கழிவறைக்குப் போனார், அதே வேளையில், இன்னும் தனது யுகாடா நீளங்கியில் இருந்த ஹோஷினோ, டடாமியின் மீது படுத்துக் கொண்டுத் தொலைக்காட்சியில் செய்திகளைப் பார்த்தான். குறிப்பிட்டுச் சொல்லும் வகையில் எதுவும் நடக்கவில்லை. நகானோவைச் சேர்ந்த புகழ்பெற்ற சிற்பியின் கொலையில் காவல்துறைக்கு இன்னும் எவ்வித முன்னேற்றங்களும் ஏற்படவில்லை – தடயங்கள் ஏதுமில்லை, சாட்சிகள் யாருமில்லை. காவல்துறை அந்த மனிதரின் 15-வயது-நிரம்பிய மகனைத் தேடி வந்தது, கொலை நிகழ்ந்த சில தினங்களில் அவன் மாயமாகி இருந்தான்.

அடக்கடவுளே, ஹோஷினோ நினைத்துக் கொண்டான், 15-வயது-நிரம்பிய சிறுவன். ஏன் இந்நாட்களில் இத்தகைய வன்முறை நிகழ்வுகளிலெல்லாம் 15-வயது-நிரம்பியவர்களே ஈடுபட்டிருக்கிறார்கள்? சொல்வதெனில் அவனுக்கு 15 வயதிருந்தபோது, வாகனமுகப்பில் நின்றிருந்த விசையுந்தைத்

திருடிக் கொண்டு ஆனந்தமாக சவாரி செய்திருக்கிறான் – கவனியுங்கள், ஓட்டுனர் உரிமமின்றி – ஆகவே புகார் சொல்ல அவனுக்கு எந்த அருகதையும் இல்லை. ஒரு விசையுந்தை இரவல் வாங்குவதையும் *சஷிமி* (பொடிப்பொடியாக வெட்டித் தரப்படும் புத்தம்புதிய மீன் அல்லது இறைச்சி) போலத் தந்தையைக் கூறுபோடுவதையும் நீங்கள் ஒப்பிட முடியுமாவென்று அர்த்தமில்லை. ஒருவேளை, அவனுடைய அதிர்ஷ்டம் மட்டுமே தனது சொந்த அப்பாவைக் குத்துவதிலிருந்து அவனைக் காப்பாற்றி இருக்கிறது, ஏனென்றால் தனக்குச் சேர வேண்டிய அடிகளை அவன் குறையாமல் வாங்கியிருந்தான்.

குளியலறையிலிருந்து நகாடா வெளியேறி வந்த அதே நேரத்தில் அந்த செய்தி முடிவுற்றது. "திரு ஹோஷினோ, நான் உங்களை ஒன்று கேட்கட்டுமா?"

"என்னவென்று சொல்?"

"உங்களுக்கு முதுகு எப்போதாவது வலிக்குமா?"

"ஹ்ம்ம்ம், அது வேலைசார்ந்த வலி என நினைக்கிறேன். எனக்குத் தெரிந்த அனைத்து சரக்குந்து ஓட்டுனர்களுக்கும் முதுகில் சிக்கல்கள் உண்டு, தளப்பந்தாட்டத்தில் பந்தை எறிபவர்களுக்கெல்லாம் (Pitchers) தோள்கள் மரத்திருப்பது போல. ஏன் கேட்கிறாய்?"

"உங்கள் முதுகைப் பார்த்தபோது அனேகமாக உங்களுக்கு அந்தச் சிக்கல் இருக்கலாமென்று தோன்றியது."

"ஓஹ்..."

"நகாடா உங்களின் முதுகைத் தொடுவதில் உங்களுக்கு ஒன்றும் பிரச்சினை இல்லையே?"

"தயைகூர்ந்து செய்."

ஹோஷினோ தலைகுப்புறப் படுத்திருக்க நகாடா அவன் கால்களை அகல விரித்து வைத்தார். அவனுடைய கைகளை முதுகுத்தண்டுக்குச் சற்று மேலே கொண்டு போய் அங்கேயே

அவர் பிடித்து வைத்துக் கொண்டார். இது நடந்தேறிய நேரம் முழுதும், புகழ்பெற்றவர்களைப் பற்றிய சமீபத்தைய கிசுகிசுக்களை எல்லாம் அலசும் ஏதோவொரு அரட்டை நிகழ்ச்சியை ஹோஷினோ பார்த்துக் கொண்டிருந்தான். புகழ்பெற்ற நடிகைக்கு வெகு சமீபமாக அத்தனை-புகழ்-பெற்றிராத இளம் நாவலாசிரியனோடு திருமணம் நிச்சயமாகியிருந்தது. ஹோஷினோவுக்கு அதில் ஆர்வமில்லை, ஆனால் வேறு எதுவும் பார்க்கும்படியாக இல்லை. வெளிப்படையாக, நாவலாசிரியனை விட நடிகையின் வருவாய் பத்து மடங்கு அதிகம், அவனைப் பார்க்கவும் குறிப்பிட்டுச் சொல்லும்படியான அழகனாகவோ அல்லது பெரிய-புத்திசாலியான-தோற்றமுடையவனாகவோ தெரியவில்லை.

ஹோஷினோவுக்கு மொத்த சமாச்சாரமும் சந்தேகமாகப்பட்டது. "அந்தத் திருமணம் நீடிக்காது, என்னால் உனக்கு அதைச் சொல்லவியலும். ஏதோவொரு வகையில் தவறான புரிதல் அவர்களுக்கிடையே இருந்திருக்க வேண்டும்."

"திரு ஹோஷினோ, உங்களுடைய எலும்புகள் அவற்றின் நிலையிலிருந்து சற்று விலகியிருக்கின்றன."

"ஆச்சரியப்பட வேண்டியதில்லை, நான் வாழ்ந்திருக்கும் நிலையில்-இருந்து-விலகிய வாழ்வைப் பற்றி யோசிக்கும்போது," பதில் சொன்ன ஹோஷினோ கொட்டாவி விட்டான்.

"இது குறித்து நீங்கள் ஏதும் செய்யவில்லை என்றால் எல்லாவிதச் சிக்கல்களையும் உருவாக்கும்."

"அப்படியா நினைக்கிறாய்?"

"உங்களுக்குத் தலைவலி வரும், நல்ல முறையில் மலங்கழிக்க முடியாமல் போகும். அதன் பிறகு உங்களுடைய முதுகு உங்களைக் கைவிட்டு விடலாம்."

"அது நல்லதில்லையே."

"இது கொஞ்சம் வலிக்கும். பரவாயில்லையா?"

“இல்லை, மேற்கொண்டு தைரியமாக செய்.”

“நேர்மையாகச் சொல்வதென்றால், இது நிறைய வலிக்கப் போகிறது.”

“கவனி, தாத்தா, எனது வாழ்நாள் முழுக்க நான் அடி வாங்கியிருக்கிறேன் - வீட்டில், பள்ளியில், ராணுவத்தில் - ஆனாலும் பிழைத்திருக்கிறேன். பீற்றிக் கொள்ள அல்லது வேறெதெற்கும் சொல்லவில்லை, ஆனால் நான் அடிவாங்காத நாட்களை இரு கைகளையும் கொண்டு எண்ணி விடலாம். ஆகவே கொஞ்சமாக வலிக்கும் என்கிற ஒன்றைப் பற்றி நான் கவலைப்படப் போவதில்லை. சூடானதோ அல்லது கிச்சுகிச்சு மூட்டக்கூடியதோ, இனிப்போ அல்லது காரமோ - எதை வேண்டுமானாலும் செய்.”

நகாடா ஒருக்களித்துப் பார்த்தார், ஓர்மையுடன், தனது இரண்டு கட்டை விரல்களும் தான் விரும்பிய இடத்தில் இருப்பதைக் கவனமாக உறுதி செய்து கொள்பவராக. மிகச்சரியான இடத்தில் அவை நிலைகொண்டவுடன், மிகவும் மெதுவாக அவர் அழுத்தத்தைக் கூட்டத் தொடங்கினார், ஹோஷினோவின் எதிர்வினையைக் கண்காணித்தவாறே. ஆழமாக மூச்சையிழுத்த பிறகு அவர் ஏதோவொரு குளிர்காலப் பறவையின் கிறீச்சொலியைப் போன்ற வெட்டுண்ட அலறலை வெளியிட்டார், பின்னர் தனது முழு சக்தியையும் திரட்டி தசைக்கும் முதுகெலும்புக்கும் நடுவில் இருந்த பகுதியை அழுத்தினார். அந்தக் கணத்தில் ஹோஷினோ உணர்ந்த வலி பயங்கரமானதாக இருந்தது, அறிவால் அளவிட முடியாததாக. அவனது மூளைக்குள் மாபெரும் ஒளித்தெறிப்பு நிகழ எல்லாம் வெண்மையாக மாறின. அவன் மூச்சு விடுவதை நிறுத்தினான். ஏதோவொரு நீண்ட கோபுரத்தின் உச்சியிலிருந்து நரகத்தின் ஆழங்களுக்குள் அவன் வீசியெறியப்பட்டதைப் போல அது இருந்தது. அவனால் ஓர் அலறலைக் கூட வெளியிட முடியாதபடிக்கு வலி அத்தனை விகாரமாயிருந்தது. நினைவுகள் யாவும் எரிந்து எங்கோ தொலைந்து போயிருந்தன. அவனுடைய உடல் துண்டந்துண்டமாகச் சிதறடிக்கப்பட்டதைப் போலவும் இருந்தது. மரணம் கூட இத்தனை பயங்கரமானதாக இருக்காதென்று அவன் நினைத்தான். தனது கண்களைத் திறக்க

முயன்றாலும் அவனால் முடியவில்லை. வெறுமனே அங்கு அவன் படுத்திருந்தான், ஏதும் செய்யவியலாதவனாக, முகத்தை *டடாமி*யின் மீது சாய்த்து, வாயில் எச்சில் வழிய, கண்ணீர் தாரைதாரையாக அவன் முகத்தில் வழிந்தோடிக் கொண்டிருந்தது. இதை அவன் கிட்டத்தட்ட 30 அல்லது அதற்கு நெருக்கமான நொடிகளுக்கு அனுபவித்திருக்க வேண்டும்.

இறுதியில் அவனால் மறுபடியும் மூச்சு விட முடிந்தது, மேலும் எழுந்தமர்ந்த போது தடுமாறினான். புயலடிக்கும் கடல் போல *டடாமி* அவனுக்கு முன்னால் அலையடித்துக் கொண்டிருந்தது.

"வலித்திருக்கும் என்று எனக்கு உறுதியாகத் தெரியும்."

ஹோஷினோ சில முறைகள் தனது தலையை ஆட்டினான், தான் இன்னும் உயிரோடுதான் இருக்கிறோமா என்று உறுதி செய்வதைப் போல. "அதை இன்னதென்று வார்த்தைகளால் விளக்கிச் சொல்லக்கூடிய வலியில்லை. உயிரோடு தோலை உரிப்பதை, ஆயிரமாயிரம் ஊசிகளால் குத்துப்படுவதை, மாவாக அரைக்கப்படுவதை, பிறகு கோபமுற்ற எருதுகளின் மந்தையால் மிதிபடுவதை எல்லாம் நினைத்துக் கொள். என்ன இழவை நீ எனக்கு *செய்து* தொலைத்தாய்?"

"உங்களுடைய எலும்புகளை மீண்டும் சரியான நிலையில் பொருத்தினேன். கொஞ்ச நேரத்தில் உங்களுக்குச் சரியாகி விடும். முதுகு வலிக்காது. நல்ல முறையில் உங்களால் மலங்கழிக்க முடியும்."

முன்னர் சொன்னதைப் போலவே, வலி குறைந்தபோது, ஓர் அலை விலகிச் செல்வதைப் போல, அவனுடைய முதுகுப்பகுதியில் நன்றாக உணர்ந்தான். எப்போதும் இருக்கும் பாரமான, மந்தமான உணர்வு மாயமாகி விட்டிருந்தது. அவனது நெற்றிப்பொட்டைச் சுற்றிய பகுதிகளும் ரொம்பவே பரவாயில்லை, அவனால் இன்னும் எளிதாக மூச்சு விட முடிந்தது. மேலும் நிச்சயமாக, கழிவறைக்குப் போக வேண்டுமென்பதாக உணர்ந்தான்.

"ஆமாம், குறிப்பிட்ட சில பகுதிகளில் நன்றாயிருப்பதாக உணர்கிறேன்."

"அனைத்துச் சிக்கல்களும் முதுகுத்தண்டில்தான் இருந்தன," என்றார் நகாடா.

"ஆனாலும் இழவு அது வலிக்கத்தான் செய்தது," என்றான் ஹோஷினோ, பிறகு நெடுமூச்செறிந்தான்.

டோகுஷிமா நிலையத்திலிருந்து டகாமாட்சு போகும் ஜே.ஆர். அதிவிரைவு தொடர்வண்டியை அவர்களிருவரும் பிடித்தார்கள். ஹோஷினோவே அனைத்துக்கும் பணம் செலுத்தினான், விடுதிக்கும் தொடருந்துக் கட்டணத்துக்கும். தனது பங்கைச் செலுத்துவதாக நகாடா வலியுறுத்தினார், ஆனால் ஹோஷினோ அதைக் காதில் போட்டுக் கொள்ளவில்லை.

"இப்போது நான் தருகிறேன், பிற்பாடு நாம் தீர்த்துக் கொள்ளலாம். பணத்துக்காக மனிதர்கள் அடித்துக் கொள்வதை நான் விரும்புவதில்லை, சரியா?"

"சரி, பணமென்கிற சங்கதி நகாடாவுக்கு அவ்வளவு நன்றாகப் புரிபடுவதில்லை, ஆகவே நீங்கள் சொல்வதைப் போலவே செய்கிறேன்."

"என்றாலும், உன்னிடம் நான் சொல்லியாக வேண்டும், நான் அபாரமாக உணர்கிறேன், எனக்கு நீ செய்த ஷியாட்சுவுக்கு நன்றி. ஆகவே குறைந்தபட்சம் அதற்காகவாவது நான் உனக்குத் திருப்பிச் செய்ய அனுமதி, சரியா? எவ்வளவு நீண்ட காலத்துக்குப் பிறகு இவ்வளவு நன்றாக இருக்கிறேன் என்று எனக்கே தெரியாது. புதிய மனிதனாக உணர்கிறேன்."

"அற்புதம். ஷியாட்சு என்றால் என்னவென்று நகாடாவுக்குத் தெரியாது, ஆனாலும் எலும்புகள் எவ்வளவு முக்கியமென்பது நிச்சயமாக எனக்குத் தெரியும்."

"நீ அதை என்ன சொல்லி அழைப்பாயென்று எனக்கும் உறுதியாகத் தெரியாது – ஷியாட்சு, எலும்பு-சீரமைவு, வர்மம் – ஆனால் அது என்னவாயிருந்தாலும், உனக்கு அதில் அபாரமான திறமை இருக்கிறது. இதைச் செய்து நீ நிறைய பணம் சம்பாதிக்கலாம். வெறுமனே எனது சரக்குந்து ஓட்டுனர்

நண்பர்களுக்கு மட்டுமே இதைச் செய்வதன் மூலம் நீ மூட்டை மூட்டையாகச் சம்பாதிக்கலாம்."

"உங்களின் முதுகைப் பார்த்தவுடனே எலும்புகள் அவற்றின் நிலையிலிருந்து விலகியிருக்கின்றன என்பதை நான் சொல்லி விட முடிந்தது. நிலையிலிருந்து ஏதாவது விலகியிருப்பதைக் கண்டால் அதைச் சரி செய்வது எனக்குப் பிடிக்கும். நீண்ட காலம் அறைகலன்களைத் தயாரித்து வந்ததால், ஏதேனும் வளைந்திருப்பதைக் கண்டால் உடனே நானதை நிமிர்த்தியாக வேண்டும். நகாடா வெறுமனே அப்படித்தான். ஆனால் எலும்புகளை நான் நிமிர்த்தியது இதுதான் முதல்முறை."

"உனக்கு இது இயல்பாக வருகிறதென்று நினைக்கிறேன்," என்றான் ஹோஷினோ, ஈர்க்கப்பட்டவனாக.

"பூனைகளோடு பேச முடியுமென்பதும் நகாடாவின் இயல்பாக இருந்தது."

"விளையாட்டில்லையே?"

"ஆனால் வெகு நாட்களுக்கு முன்பு என்று சொல்லவியலாத காலத்திலிருந்து இனிமேலும் என்னால் பூனைகளோடு பேச முடியவில்லை. அது ஜானி வாக்கரின் தவறாகத்தான் இருக்க வேண்டும்."

"அப்படியா."

"நானொரு முட்டாள், ஆகவே கஷ்டமான காரியங்கள் எனக்குப் புரியாது. மேலும் சமீபமாக எனக்கு நிறைய கஷ்ட காரியங்கள் நடந்து வருகின்றன. மீன்களும் அட்டைகளும் வானிலிருந்து வீழ்கின்றன, ஓர் உதாரணத்துக்கு."

"நிஜமாகவா?"

"ஆனால் உங்களுடைய முதுகைச் சரி செய்ய முடிந்ததில் நான் மகிழ்கிறேன். நீங்கள் நன்றாக உணர்வீர்களெனில், பிறகு நகாடாவும் நன்றாக உணர்வான்."

"நானும் கூட ரொம்ப மகிழ்ச்சியோடிருக்கிறேன்," என்றான் ஹோஷினோ.

"ரொம்ப நல்ல விசயம்."

"இப்போது நீ அந்த அட்டைகளைப் பற்றிக் குறிப்பிட்டதால்..."

"ஆமாம், நகாடாவுக்கு அது ரொம்ப நன்றாக நினைவிருக்கிறது."

"உனக்கும் அதற்கும் ஏதாவது சம்பந்தம் உண்டா?"

நகாடா அதைப் பற்றிச் சிறிது நேரம் யோசித்தார், மிகவும் அரிதான சம்பவம். "உண்மையில் எனக்கும் கூட அது தெரியாது. எனக்குத் தெரிந்ததெல்லாம் நான் குடையைத் திறந்ததும் அட்டைகள் மழையாகப் பொழியத் தொடங்கின என்பதே."

"நான் என்ன சொல்ல வருகிறேனென்று உனக்குப் புரிகிறதா..."

"எல்லாவற்றையும் விட மோசமான சங்கதி மற்ற மனிதர்களைக் கொல்வதே," நகாடா சொல்லி விட்டுத் தீர்மானமாகத் தலையசைத்தார்.

"சத்தியமான வார்த்தைகள். கொலை செய்வது தவறுதான், நிச்சயமாக."

"ரொம்பச்சரி," நகாடா மறுபடியும் சொன்னார், பயங்கரமாகத் தலையை ஆட்டியவாறு.

அவர்களிருவரும் டகாமாட்சு நிலையத்தில் வெளியே இறங்கினார்கள், பிறகு நிலையத்தினருகே இருந்த நூடுல்ஸ் இடத்துக்குள் நுழைந்து மதியவுணவுக்கு உடோன் சாப்பிட்டார்கள். உணவகச் சாளரத்துக்கு வெளியே இருந்த துறைமுகப்பகுதிகளில் - கடற்பறவைகள் சூழ்ந்திருக்க - நிறைய பாரிய பளுத்தூக்கி இயந்திரங்கள் நின்றிருந்தன.

நகாடா சாங்கோபாங்கமாக ஒவ்வொரு நூடுல்ஸையும் ரசித்துச் சாப்பிட்டார். "இந்த உடோன் அற்புதமாயிருக்கிறது," என்றார்.

"உனக்கு இது பிடித்திருப்பதில் மகிழ்ச்சி," என்றான் ஹோஷினோ. "ஆக, என்ன நினைக்கிறாய்? இந்த இடம் நன்றாயிருக்கிறதா?"

"ஆமாம், இது போதுமென்று நகாடா நினைக்கிறான்."

"எனவே நாம் சரியான இடத்தைத் தேர்ந்தெடுத்திருக்கிறோம். இப்போது நீ என்ன செய்யப் போகிறாய்?"

"நான் நுழைவாயில் கல்லைக் கண்டுபிடிக்க வேண்டும்."

"நுழைவாயில் கல்லா?"

"சரிதான்."

"ஹ்ம்ம்ம்," என்றான் ஹோஷினோ. "அதற்குப் பின்னால் மிகப்பெரிய கதை இருக்குமென்று நான் பந்தயம் கட்டுகிறேன்."

நகாடா தனது கிண்ணத்தைத் தாழ்த்தி சூப்பின் இறுதித் துளியையும் காலி செய்தார். "ஆமாம், அதுவொரு பெரிய கதை. ஆனால் எனக்கே புரியாத அளவுக்கு ரொம்பப் பெரிய கதை. என்றாலும், அங்கு போனபிறகு, நமக்குப் புரியுமென்று நகாடா நினைக்கிறான்."

"வழக்கம் போல, அங்கிருந்தால்தான் உனக்கு என்னவென்று தெரியும்?"

"ஆமாம், சரிதான்."

"நாம் அங்கு போகும்வரை எனக்கு அது புரியாது."

"ஆமாம், நாம் அங்கு போகும்வரை எனக்கும் அது புரியாது."

"இது போதும். எனக்கு நீண்ட கதைகள் பிடிப்பதில்லை. எப்படியாகிலும், இந்த நுழைவாயில் கல் சங்கதியை நாம் கண்டுபிடித்தாக வேண்டுமென்று நினைக்கிறேன்."

"சரியாகச் சொன்னீர்கள்," என்றார் நகாடா.

"ஆக அது எங்கிருக்கிறது?"

"நகாடாவுக்குத் தெரியாது."

"இதை நான் கேட்டே ஆக வேண்டுமென்பதைப் போல," என்றான் ஹோஷினோ, தலையை ஆட்டியவாறு.

25

சிறிது நேரம் நான் உறங்குகிறேன், எழுகிறேன், மறுபடியும் உறங்குகிறேன், எழுகிறேன், திரும்பத் திரும்ப. அவள் தோன்றும் கணத்தைத் தொலைக்க நான் விரும்பவில்லை. ஆனாலும் அதைத் தொலைக்கத்தான் செய்கிறேன் – நான் நிமிர்ந்து பார்க்க ஏற்கனவே அவள் மேசையின் மீது அமர்ந்திருக்கிறாள், நேற்றிரவைப் போலவே. எனது படுக்கைக்கு அடுத்ததாக இருக்கும் கடிகாரம் மூன்றைத் தாண்டிச் சற்று நேரம் ஆகியிருப்பதைக் காட்டுகிறது. படுக்கைக்குப் போவதற்கு முன்னால் திரைச்சீலைகளை மூடியதை நிச்சயம் அறிவேன், ஆனால் மீண்டும் அவை அகலத் திறந்து கிடக்கின்றன. அழுத்தமான மேகமூட்டம் தென்படுகிறது, அத்தோடு வெளியே மழை தூறிக் கொண்டிருக்கலாம். பூங்காவின் தொலைதூர விளக்குகள் மரங்களினூடாக வீசியெறியும் மெல்லிய ஒளி மட்டும் மீந்திருக்க, நேற்றைய இரவைக் காட்டிலும் அறை இன்னுமதிகமாக இருட்டாயிருக்கிறது. அதற்கு அனுசரித்துக் கொள்ள எனக்குச் சற்று நேரம் பிடிக்கிறது.

அந்தப் பெண் மேசையில் இருக்கிறாள், தலையைத் தனது கைகளில் தாங்கி, ஓவியத்தை உற்று நோக்கியவாறு. நேற்றிரவு போல அதே உடைகளை அணிந்திருக்கிறாள். ஒருக்களித்துப் படுத்து இம்முறை மிகவும் சிரமப்பட்டு நான் பார்த்தாலும் கூட, அவளின் முகத்தைத் தெரிந்து கொள்ள முடியாதபடி ரொம்ப இருட்டாயிருக்கிறது. என்றாலும், வினோதமான வகையில், அவள் உடலும் நிழலுருவமும் தனித்துத் தெரிகின்றன, இருளுக்குள் அங்கு தெளிவாக மிதந்தபடி. அந்தப் பெண் மிஸ் செய்கிதான், அவளின் இளமைக்காலத்தில் – எனக்கு அதில் துளி கூடச் சந்தேகமில்லை.

ஆழமான யோசனையில் அவள் தொலைந்திருப்பதாகத் தெரிகிறது. அல்லது நீண்ட, ஆழமான கனவின் நடுவில். பொறுங்கள் – அனேகமாக அவளே கூட மிஸ் செய்கியின் நீண்ட, ஆழமான கனவாகவும் இருக்கலாம். எப்படியாகிலும், எனக்கு முன்னாலிருக்கும் காட்சியின் சமனைக் குலைத்து விடாத வகையில் வெகு அமைதியாக சுவாசிக்க முயற்சி செய்கிறேன். ஒரு அங்குலம் கூட நான் நகரவில்லை, நேரத்தைச் சரிபார்க்க அவ்வப்போது கடிகாரத்தை மட்டும் பார்த்துக் கொள்கிறேன். நேரம் மெதுவாகக் கடக்கிறது, நிதானமாக.

சட்டென்று எதிர்பாராமல் எனது இதயம் வேகமாக துடிக்கத் தொடங்குகிறது, யாரோ கதவைத் தட்டுகிறார்களென்பதைப் போன்ற வறண்ட சத்தத்தோடு. அமைதியான, அர்த்தராத்திரி அறையினுடாக எதிரொலிக்கும் அந்தச் சத்தம், கிட்டத்தட்டப் படுக்கையை விட்டு நான் துள்ளிக் குதிக்கும் வகையில் வெகுவாக என்னைத் திடுக்கிடச் செய்கிறது.

அந்தப் பெண்ணின் கறுப்பு நிழலுருவம் மிகவும் மெதுவாக அசைகிறது. அவள் நிமிர்ந்து பார்த்து இருட்டுக்குள் உற்றுக் கேட்கிறாள். அவளுக்கு அது கேட்டிருக்கிறது – எனது இதயத்தின் சத்தம். அவள் தனது தலையைச் சற்றே சாய்க்கிறாள், மிகத்துல்லியமாக, வனங்களில் தான் எதிர்பார்த்திராத, தெரிந்திராத ஓர் ஒலியின் மீது கவனத்தைக் குவிக்கும் மிருகத்தைப் போல. பிறகு அவள் படுக்கையில் கிடக்கும் என்னிடம் திரும்புகிறாள். என்றாலும், அவளுடைய கண்களுக்கு நான் தட்டுப்படவேயில்லை, என்னால் சொல்ல முடிகிறது. அவள் கனவில் நானில்லை. அவளும் நானும் இரு வெவ்வேறு உலகங்களில் இருக்கிறோம், கண்ணுக்குப் புலப்படாத எல்லையொன்றால் பிரிக்கப்பட்டவர்களாக.

வெகு வேகமாக அது மேலேறி வந்ததைப் போலவே, எனது துடிக்கும் இதயம் மறுபடியும் இயல்பு நிலைக்குத் திரும்புகிறது. அது போலவே எனது சுவாசமும். கட்டுலனாகாத நிலைக்கு நான் மீண்டும் திரும்புகிறேன், மேற்கொண்டு அவளும் கேட்டுக் கொண்டிருக்கவில்லை. அவளின் பார்வை மீண்டும் "காஃப்கா – கடற்கரையில்" மீது விழுகிறது. முன்பு போலவே தலை கைகளில் இருக்க, அவளுடைய இதயம் மீண்டும்

கோடைக்காலக் காட்சியில் இருக்கும் அந்தப் பையனிடம் ஈர்க்கப்பட்டிருக்கிறது.

கிட்டதட்ட 20 நிமிடங்கள் போல அவள் அங்கிருக்கிறாள், பிறகு மறைகிறாள். நேற்றிரவைப் போலவே, அவள் எழுந்து நிற்கிறாள், வெறுங்கால்களோடு, சத்தமின்றி கதவை நோக்கி நகர்கிறாள், பிறகு, அதைத் திறக்காமல், அதற்குப் பின்னால் மறைகிறாள். நான் சிறிது நேரம் அசையாமல் அமர்ந்திருக்கிறேன், பிறகு இறுதியில் எழுகிறேன். விளக்கை அணைத்து வைத்தபடி, இருளினூடாக நகர்ந்து போய் சற்று முன்பு வரை அவள் ஆக்கிரமித்திருந்த இருக்கையில் அமர்கிறேன். இரண்டு கைகளையும் மேசையின் மீது வைத்து அவளது இருப்பின் பின்னொளியை எனக்குள் கிரகித்துக் கொள்கிறேன். எனது கண்களை மூடுகிறேன், நடுங்கும் அவளின் இதயத்தை அள்ளியெடுத்து, எனக்குள் அது ஆழமாக நழுவிச் செல்ல அனுமதிக்கிறேன். எனது கண்களை மூடியே வைத்திருக்கிறேன்.

எனக்கும் அந்தப் பெண்ணுக்கும் பொதுவான ஒரு விசயம் உள்ளதென்பதை கண்டுகொள்கிறேன். நாங்களிருவருமே இவ்வுலகில் இனிமேலும் இல்லாத யாரோவொருவரின் மீது காதல் வயப்பட்டிருக்கிறோம்.

சிறிது நேரத்துக்குப் பிறகு அமைதியற்ற உறக்கத்துக்குள் நான் வீழ்கிறேன். என்னுடைய உடலுக்கு ஓய்வு தேவைப்படுகிறது, ஆனால் எனது மூளை அதை அனுமதிப்பதில்லை. ஊசற்குண்டைப் போல நான் ஊஞ்சலாடுகிறேன், அவை இரண்டுக்கும் நடுவில். என்றாலும், பிற்பாடு – வெளிச்சம் வந்திருக்கிறதா இல்லையா என்பது கூட எனக்கு உறுதியாகத் தெரியாது – பூங்காவில் பறவைகள் வரிசை கட்ட ஆரம்பிக்க, அவற்றின் குரல்கள் என்னை முழுதாக விழித்தெழச் செய்கின்றன.

சிரமப்பட்டு ஜீன்ஸைப் போட்டுக் கொண்டு, எனது டி-ஷர்ட்டுக்கு மேலே நீளமான-கைகளுடைய சட்டையை அணிந்து வெளியே வருகிறேன். மணி ஐந்தைத் தாண்டியிருக்க வேறு யாரும் எழுந்து கொண்டிருக்கவில்லை. காற்றுத்தடுப்பாக

அமைந்திருக்கும் தேவதாரு மரக்காடுகளின் வழியாக புராதானமானதாகத்-தோன்றும் நகரத்தை விட்டு வெளியேறி நடக்கிறேன், கடற்தடுப்புச் சுவரைக் கடந்து கடற்கரைக்கு. எனது உடலின் மீது மோதும் மெல்லிய தென்றல் கூட அங்கில்லை. பழுப்புநிற மேகங்களின் அடுக்கால் மூடுண்டிருக்கிறது வானம், ஆனால் கூடிய விரைவில் மழை பெய்வதாகத் தெரியவில்லை. அமைதியான, சத்தமில்லாத காலைப்பொழுது. ஒலிபுகாத அடுக்கு போல, பூமி மேலே அனுப்பும் ஒவ்வொரு ஒலியையும் மேகங்கள் கிரகித்துக் கொள்கின்றன.

கடலுக்கு இணையாக நீளும் ஒரு பாதையில் நான் சிறிது நேரம் நடக்கிறேன், ஓவியத்தில் உள்ள பையன் கையில் கித்தான் நாற்காலியோடு அதே பாதையில் நடந்து போவதை உருவகப்படுத்துகிறேன், கடற்கரையில் அவன் அமர்ந்திருப்பதையும். என்றாலும், கடற்கரையின் ஓரமாக எந்தக் காட்சியை அந்த ஓவியம் சித்திரிக்கிறதென்பது எனக்கு உறுதியாகத் தெரியவில்லை. கடற்கரை, அத்துவானம், வானம் மற்றும் மேகங்கள் ஆகியவற்றை மட்டுமே ஓவியம் காட்டுகிறது. உடன் ஒரு தீவையும். என்றாலும் கடற்கரை நெடுக நிறையத் தீவுகள் உள்ளன, மேலும் ஓவியத்தில் இருந்த தீவு எதுபோலத் தோற்றமளித்ததென்பதை என்னால் துல்லியமாக நினைவுகூர முடியவில்லை. நான் மணலில் அமர்கிறேன், கடலைப் பார்த்த வண்ணம் எனது கைகளால் ஒரு வகை ஓவியச்சட்டத்தை உருவாக்குகிறேன். அங்கே அந்தப் பையன் அமர்ந்திருப்பதைக் கற்பனை செய்கிறேன். ஒரு வெண்ணிறக் கடற்பறவை காற்றேயில்லாத வானத்தின் நடுவே இலக்கற்று வேகமாகப் பறக்கிறது. சீரான இடைவெளிகளில் கடற்கரையில் மோதி உடையும் சின்னஞ்சிறு அலைகள் மணலின் மீது மெல்லிய வளைகோட்டையும் குட்டி நீர்க்குமிழ்களையும் விட்டுச் செல்கின்றன.

தடாலென்று அதை நான் உணர்கிறேன்: ஓவியத்தில் இருக்கும் பையனின் மீது நான் பொறாமை கொண்டிருக்கிறேன்.

"ஓவியத்தில் இருக்கும் பையனின் மீது நீ பொறாமை கொண்டிருக்கிறாய்," காகம் எனப் பெயரிடப்பட்ட சிறுவன் எனது காதுகளில் கிசுகிசுக்கிறான்.

வேறு யாரோவெனத் தவறாக அடையாளங்காணப்பட்டு அர்த்தமேயின்றி கொலையுண்ட அந்த பாவப்பட்ட, 20-வயது-நிரம்பிய சிறுவனின் மீது நீ பொறாமை கொண்டிருக்கிறாய் - என்ன அது, முப்பது வருடங்களுக்கு முன்பிருக்குமா? அதுவும் உன்னைக் காயப்படுத்தும் அளவுக்கு பைத்தியக்காரத்தனமான பொறாமை. உனது வாழ்க்கையில் பொறாமையை நீ உணர்ந்திருப்பது இதுவே முதல் முறை. ஆக அது எப்படியிருக்குமென்று இறுதியாக உனக்குப் புரிகிறது. உனது இதயத்தைக் கொளுந்து விட்டெரியச் செய்யும் ஒரு காட்டுத்தீயைப் போல.

உன் வாழ்க்கையில் ஒருபோதும் யார் மீதும் நீ பொறாமைப்பட்டதில்லை, அல்லது வேறொருவரைப் போலிருக்க விரும்பியதும் இல்லை - ஆனால் தற்போது அப்படி நினைக்கிறாய். வேறெதையும் விட அந்தப் பையனாக இருக்க நீ விரும்புகிறாய். 20 வயதாகும்போது இரும்புத்தடியால் தலையில் தாக்குண்டு மோசமாக அடிபட்டு அவன் சாவான் என்பதையறிந்த பிறகும் கூட, அவனோடு இடங்களை மாற்றிக் கொள்ள நீ தயாராயிருக்கிறாய். நீ அதைச் செய்வாய், அந்த ஐந்து வருடங்களும் மிஸ் செய்கியை உன்னால் காதலிக்க முடியும் என்பதால். மேலும் அவளை முழு மனதோடு உன்னைக் காதலிக்க வைக்கவும். நீ விரும்பும் மட்டும் அவளைப் பற்றிக் கொள்ள, திரும்பத் திரும்ப அவளோடு உறவு கொள்ள. அவளுடைய உடலின் ஒவ்வொரு பாகத்திலும் உனது விரல்கள் ஊர்வதை அனுமதிக்க, போல அவளும் உனக்கு அதையே செய்வதை அனுமதிக்க. மேலும் நீ இறந்த பிறகு, உனது காதல் என்றென்றைக்குமாக அவளின் இதயத்தில் செதுக்கிய ஒரு கதையாக மாறி விடும். ஒவ்வொரு நாளிரவும் தனது நினைவில் அவள் உன்னைக் காதலிப்பாள்.

ஆமாம், வினோதமான சூழ்நிலையில் நீ இருக்கிறாயென்பதை ஒத்துக் கொள்கிறேன். இதற்குமேலும் இல்லாத பெண்ணை நீ நேசிக்கிறாய், என்றென்றைக்குமாக இல்லாமல் போய் விட்ட பையனின் மீது பொறாமை கொண்டிருக்கிறாய். என்றாலும் கூட, நீ உணரும் இவ்வுணர்வு மேலதிகமும் உண்மையானது, உடன் மிகத் தீவிரமாக வலிக்கக்கூடியது, இதற்கு முன் நீ உணர்ந்த எதைக் காட்டிலும் அதிகமாக. மேலும் இதை விட்டு வெளியேற எந்த வழியுமில்லை. தப்பிக்கும் வழிமுறையைக் கண்டுபிடிக்கவும் வாய்ப்பில்லை. காலத்தின் மாபெரும் புதிர்ப்பாதைக்குள் நீ நுழைந்திருக்கிறாய், மேலும் எல்லாவற்றையும் விட மிகப்பெரிய சிக்கல் அதிலிருந்து

வெளிவரும் விருப்பம் உனக்கு இல்லாதிருப்பதே. நான் சொல்வது சரியா?

நேற்றை விட சற்றுத் தாமதமாக ஒஷிமா உள்ளே வருகிறான். அவன் வருவதற்கு முன்னால் தரைத்தளத்திலும் முதல் மாடியிலும் தூசிதட்டுகிறேன், அனைத்து மேசை நாற்காலிகளைத் துடைத்த பிறகு சாளரங்களைத் திறந்து அவற்றையும் சுத்தப்படுத்துகிறேன், கழிவறையை அழுத்தித் தேய்த்து, வேண்டாதவற்றை வெளியே எறிந்து, பூச்சாடிகளுக்குள் புத்தம்புதிய நீரை ஊற்றுகிறேன். பிற்பாடு எல்லா விளக்குகளையும் எரியச் செய்து விபரநிரல் கணினிகளையும் இயக்குகிறேன். மிச்சமிருப்பதெல்லாம் முன் கதவைத் திறப்பது மட்டுமே.

ஒஷிமா எனது பணியைப் பரிசோதித்து திருப்தியான தலையசைப்பைத் தருகிறான். "நீ சற்று வேகமாகக் கற்றுக் கொள்கிறாய், மேலும் எதையும் குழப்பிக் கொள்வதில்லை, சரிதானே?"

கொஞ்சம் நீரைக் கொதிக்க வைத்து அவனுக்காக சிறிது காபியைத் தயாரிக்கிறேன். நேற்றைப் போலவே, ஒரு கோப்பை ஏர்ல் கிரேயை நான் எடுத்துக் கொள்கிறேன். வெளியே மழை பெய்யத் தொடங்கியிருக்கிறது, சற்று பலமாக. தொலைவில் எங்கோ ஒலிக்கும் இடியை கேட்க முடிகிறது. இன்னும் மதியம் கூட ஆகியிருக்கவில்லை, ஆனால் மாலைநேரம் போல அத்தனை இருட்டாயிருக்கிறது.

"ஒஷிமா, எனக்காக நீ செய்ய வேண்டுமென்று நான் விரும்பும் ஒரு சங்கதி இருக்கிறது."

"என்ன அது?"

"எங்காவது 'காஃப்கா-கடற்கரையில்'-இன் இசை அச்சுப்பிரதியை உன்னால் தேடிப்பிடிக்க முடியுமா?"

ஒஷிமா அது குறித்து யோசிக்கிறான். "அது இசை வெளியீட்டாளரின் இணையதளத்தில் உள்ளவரைக்கும், கட்டணம் செலுத்தி உன்னால் அதைத் தரவிறக்க முடியுமென்றே

யூகிக்கிறேன். நான் அதைச் சோதித்து விட்டு உனக்குத் தெரியப்படுத்துகிறேன்."

"நன்றி."

முகப்புப்பகுதியின் ஒரு மூலையில் அவன் அமர்ந்து கொள்கிறான், மிகச்சிறிய சர்க்கரைக்கட்டியைத் தனது காபியில் போடுகிறான், பிறகு வெகு கவனமாக கரண்டியால் அதைக் கலக்குகிறான். "ஆக உனக்கு பாட்டு பிடித்திருக்கிறது?"

"ஆம், நிறைய."

"எனக்கும் கூட அது பிடிக்கும். அழகிய ராகம், சற்றே தனித்துவமானது. எளிமையாக இருந்தாலும் ஆழமானது. அதை இயற்றிய ஆளைப் பற்றி உனக்கு நிறைய விசயங்களை சொல்லக்கூடியது."

"என்றாலும், வரிகள், ரொம்பவே குறியீட்டுரீதியாக உள்ளன," நான் துணிந்து சொல்கிறேன்.

"தொன்மையான காலந்தொட்டு, குறியீடுகளும் கவிதையும் பிரிக்க முடியாதவையாக இருந்துள்ளன. கடற்கொள்ளையனும் அவனுடைய ரம்மும் போல."

"அந்த வரிகளுக்கெல்லாம் என்ன அர்த்தமென்பதை மிஸ் செய்கி அறிவாளென்று நீ நினைக்கிறாயா?"

ஒஷிமா நிமிர்ந்து பார்க்கிறான், இடியை உற்றுக் கேட்டபடி, எவ்வளவு தொலைவில் அது இருக்கிறதென்பதைக் கணக்கிடுவது போல. என் பக்கம் திரும்பி தனது தலையை ஆட்டுகிறான். "அதற்கு அவசியமில்லை. குறியீடுகளும் அர்த்தமும் இரண்டு வெவ்வேறு சங்கதிகள். அர்த்தம் மற்றும் தர்க்கம் போன்ற வழிமுறைகளைக் கடந்து போவதன் மூலம் சரியான வார்த்தைகளை அவள் கண்டுபிடித்ததாக நான் எண்ணுகிறேன். வார்த்தைகளை கனவில் கைப்பற்றியிருக்கிறாள், சுற்றிச் சிறகடித்துக் கொண்டிருக்கும் பட்டாம்பூச்சியின் சிறகுகளை மென்மையாகப் பிடிப்பதைப் போல. சொற்களை ஏய்க்க முடிந்தவர்களே கலைஞர்கள் ஆகிறார்கள்."

“ஆகவே மிஸ் செய்கி அனேகமாக அவ்வார்த்தைகளை வேறொரு வெளியில் கண்டுபிடித்திருக்கலாம் என்று சொல்ல வருகிறாய் – கனவுகளில் என்பதைப் போல?”

“அற்புதமான கவிதைகளில் பெரும்பான்மையும் அது போலத்தான். வாசகனோடு தங்களை தொடர்புறுத்தும் தீர்க்கதரிசனத்துக்குரிய ஒரு குகைப்பாதையை வார்த்தைகளால் உருவாக்க முடியாமல் போனால், பிறகு ஒட்டுமொத்த சங்கதியும் அதற்குமேலும் கவிதையாக இயங்குவதில்லை.”

“ஆனாலும் அனேகக் கவிதைகள் அதைச் சாதிப்பதாக நடிக்க மட்டுமே செய்கின்றன.”

“உண்மை. அதுவொரு வகை சூழ்ச்சி, மேலும் அதை நீ அறிந்திருக்கிறாய் எனும்போது அப்படியொன்றும் கடினமானதல்ல. குறியீடு-போல ஒலிக்கும் சில வார்த்தைகளை நீ பயன்படுத்தும் வரையில், ஒட்டுமொத்த சங்கதியும் ஒரு வகையில் கவிதை என்பதாகத்தான் தோற்றமளிக்கும்.”

“‘காஃப்கா-கடற்கரையில்’-இல் ஏதோவொரு நெருக்கடியையும் தீவிரத்தையும் நான் உணர்கிறேன்.”

“நானும்தான்,” என்கிறான் ஓஷிமா. “வார்த்தைகளென்பது வெறுமனே மேலோட்டமாக இருப்பது மட்டுமல்ல. வார்த்தைகளும் மெல்லிசையும் எனது மனதுக்குள் ஒன்றை விட்டு ஒன்று பிரிக்க முடியாததாக உள்ளன, ஆனாலும், அவ்வரிகளைத் தூய்மையான கவிதையாக வரித்துக் கொண்டு, தங்களுக்குள் அவை எத்தனை இணக்கமாக இருக்கின்றன என்பதைத் தீர்மானிக்க எனக்குச் சாத்தியப்படவில்லை.” தனது தலையை அவன் மெல்ல ஆட்டுகிறான். “எப்படியாகிலும், இயல்பான திறமையால் அவள் நிச்சயம் ஆசிர்வதிக்கப்பட்டிருந்தாள், கூடவே இசை குறித்த உண்மையான ஞானத்தோடும். வாய்ப்பு தனது வழியில் வந்து போது அதைக் கைப்பற்றிக் கொள்ளுமளவுக்கு யதார்த்தமானவளாகவும் இருந்தாள். பயங்கரமான அந்த நிகழ்வு மட்டும் வாழ்க்கைச் சுற்றோட்டத்தில் இருந்து அவளை அகற்றாமல் இருந்திருந்தால், தன் திறமையை இன்னுமதிகம் வளர்த்துக் கொண்டிருப்பாள் என்று உறுதியாக நம்புகிறேன்.

எவ்வகையில் பார்த்தாலும் உண்மையாகவே இதுவொரு இழப்பு…"

"ஆக அந்தத் திறமையெல்லாம் எங்கே போனது?"

ஒஷிமா என்னைப் பார்க்கிறான். "மிஸ் செய்கியின் காதலன் இறந்த பிறகு அந்தத் திறமையெல்லாம் எங்கே போனதென்று நீ என்னைக் கேட்கிறாய்?"

நான் தலையசைக்கிறேன். "திறமையென்பது ஒரு வகையில் இயல்பான ஆற்றலெனில், தனக்கான வடிகாலை அதுத் தேடிக் கண்டடைய வேண்டாமா?"

"நானறிய மாட்டேன்," அவன் பதிலளிக்கிறான். "திறமை எங்கு தலைப்படுகிறது என்பதை யாராலும் கணிக்க முடியாது. சில சமயங்களில் அது வெறுமனே மறைந்து போகும். மற்ற சமயங்களில் பாதாள நீரோட்டம் போல அது பூமிக்கடியில் புதைந்திட, பிறகு எங்கே போகிறதென்று யாருக்கும் தெரியாத இடத்தை நோக்கிப் பாய்ந்திடவும் செய்யலாம்."

"அனேகமாக மிஸ் செய்கி தனது திறமைகளை வேறு எதிலாவது திருப்பியிருக்கலாம், இசையைத் தவிர்த்து," நான் துணிந்து சொல்கிறேன்.

"வேறு எதிலாவது?" ஒஷிமா, வெளிப்படையாக ஈர்க்கப்பட்டவனாக, தனது இமையை வளைக்கிறான். "இதற்கு என்ன அர்த்தம்?"

நான் வார்த்தைகளைத் தொலைத்து நிற்கிறேன். "எனக்குத் தெரியாது… அப்படித்தான் நடந்திருக்குமென்று வெறுமனே நான் நினைக்கிறேன். அனேகமாக அருவமான ஏதோவொன்றில்."

"அருவமா?"

"மற்ற மனிதர்களால் பார்க்க முடியாத ஏதோவொன்றில், உனக்கென நீயாகத் தேடிக் கொள்ளும் ஓர் சங்கதியில். ஓர் உள்ளார்ந்த செயற்பாடாக."

ஒஷிமா தனது கேசத்தை நெற்றியிலிருந்து பின்னால் தள்ளி விடுகிறான், அவனது மெலிந்த விரல்களினூடாக அதன்

கற்றைகள் நழுவுகின்றன. "இதுவொரு சுவாரசியமான எண்ணம். நமக்குத் தெரிந்த வரைக்கும், மிஸ் செய்கி இங்கே திரும்பிய பிறகு அனேகமாக தனது திறமைகளை பார்வைக்கு அப்பாற்பட்ட ஏதோவொரு இடத்தில் பயன்படுத்தியிருக்கிறாள் – நீ சொன்னது போல, அருவமான ஏதோவொன்றுக்காக. ஆனால் கிட்டத்தட்ட 25 வருடங்கள் அவள் காணாமல் போயிருந்ததை நீ நினைவில் கொள்ள வேண்டும், ஆக நேரடியாக அவளையே கேட்டாலொழிய இதை உறுதிபடத் தெரிந்து கொள்ள எந்த வாய்ப்புமில்லை."

நான் தயங்குகிறேன், பிறகு மேற்கொண்டு தொடரத் தீர்மானிக்கிறேன். "நிஜமாகவே முட்டாள்தனமான ஒன்றை உன்னிடம் நான் கேட்கட்டுமா?"

"நிஜமாகவே முட்டாள்தனமானதா?"

நான் வெட்கப்படுகிறேன். "முழுக்கவே பிறழ்வான சங்கதி."

"பரவாயில்லை, முட்டாள்தனமான, பிறழ்வான சங்கதிகளைப் பற்றி நான் பெரிதாக அலட்டிக் கொள்வதில்லை."

"உண்மையில் இதை யாரிடமும் நான் சொல்கிறேன் என்பதைக் கூட என்னால் நம்ப முடியவில்லை."

நான் மேலும் தொடர்வதற்காக ஒஷிமா காத்திருக்கிறான்.

"இதற்குச் சாத்தியமுண்டா, அதாவது மிஸ் செய்கி... என் அம்மாவாக இருக்க?"

ஒஷிமா முகப்பின் மீது சாய்ந்து நிற்கிறான், சரியான வார்த்தைகளைத் தேட நேரம் எடுத்துக் கொள்பவனைப் போல. நான் காத்திருக்க, சுவரிலிருக்கும் கடிகாரம் மெல்ல நகர்கிறது.

இறுதியில் அவன் பேசுகிறான். "ஆக நீ சொல்வது யாதெனில் அவளுடைய 20 வயதில், சோகத்தால் டகாமாட்சுவை விட்டுக் கிளம்பிய மிஸ் செய்கி வேறெங்கோ தனியாக வசித்து வந்தபோது எதேச்சையாக உன் அப்பாவை அவள் சந்திக்கும்படியானது, கோய்ச்சி டமூராவை, பிறகு அவர்கள் மணந்து கொண்டார்கள். உன்னுடைய பிறப்பால் அவர்கள்

ஆசிர்வதிக்கப்பட்டார்கள் என்பதற்குப் பிறகு, நான்கு வருடங்கள் கழித்து, ஏதோவொன்று நிகழ அவள் ஓடிப் போனாள், உன்னைத் தனியாக விட்டு. இதற்குப் பிறகு மர்மமான ஒரு வெறுமை உண்டாகிறது, ஆனால் பிறகு திரும்பவும் அவள் ஷிகோகுவில் தோன்றுகிறாள். நான் சரியாகச் சொல்கிறேனா?"

"ஆம்."

"சாத்தியமற்ற ஒன்றல்ல. என்ன சொல்கிறேனென்றால், உனது அனுமானத்தை மறுக்கும் எந்த ஆதாரமும் இந்தப் புள்ளியில் என்னிடமில்லை. அவளுடைய வாழ்வின் பெரும்பாலான சங்கதிகள் முழுக்க மர்மமானவை. அவள் டோக்கியோவில் வாழ்ந்ததாக சில வதந்திகள் உண்டு. உடன் அவளின் வயதும் உன் அப்பாவின் வயதையொத்ததே. என்றாலும், டகாமாட்சுவுக்கு திரும்பி வந்தபோது, அவள் தனியாகத்தான் இருந்தாள். உன் சகோதரிக்கு என்ன வயதிருக்குமென்று சொன்னாய்?"

"இருபத்து-ஒன்று."

"என் வயதைப் போலவே," என்கிறான் ஓஷிமா. "நான் உன் சகோதரி அல்ல – அந்தமட்டும் எனக்கு உறுதியாகத் தெரியும். எனக்குப் பெற்றோர் உண்டு, உடன் என் சகோதரனும் – யாவும் ரத்த உறவுகள். என் தகுதிக்கு மீறிய குடும்ப வழிமுறைகள்." தனது கைகளை மடக்கிக் கொண்டு என்னைச் சிறிது நேரம் உற்றுப் பார்க்கிறான். "நான் உனக்கு ஒரு கேள்வி வைத்திருக்கிறேன். எப்போதாவது உன்னுடைய பிறப்புச் சான்றிதழை நீ பார்த்திருக்கிறாயா? உன் அம்மாவின் பெயரையும் வயதையும் உனக்கு அது தரக்கூடும்."

"சொல்லப்போனால் நான் அதைப் பார்த்திருக்கிறேன்."

"ஆக அது என்ன சொல்கிறது?"

"அதில் எந்தப் பெயருமில்லை," நான் சொல்கிறேன்.

அவன் ஆச்சரியப்படுவதாகத் தெரிகிறது. "பெயரே இல்லையா? அது எப்படி சாத்தியம்?"

“அதில் எதுவும் இல்லை. விளையாட்டுக்குச் சொல்லவில்லை. ஏனென்று எனக்கு ஏதும் தெரியாது. எனது பிறப்புச் சான்றிதழைப் பொறுத்தமட்டில், எனக்கு அம்மாவே கிடையாது. அல்லது ஒரு மூத்த சகோதரியும். சான்றிதழில் என்னுடையதும் என் அப்பாவின் பெயரும் மட்டுமே உள்ளன. சட்டப்பூர்வமாக, நானொரு வேசிமகன். முறைகேடாகப் பிறந்த குழந்தை.”

“ஆனால் ஒரு காலத்தில் உனக்கு உண்மையாகவே ஒரு அம்மாவும் அக்காவும் இருந்திருக்கிறார்கள்.”

நான் தலையசைக்கிறேன். “ஆமாம், எனக்கு நான்கு வயதாகும்வரை. நாங்கள் நால்வரும் ஒன்றாக வசித்தோம். அது வெறுமனே எனது கற்பனையல்ல. வெகு தெளிவாக எனக்கு அது நினைவிருக்கிறது. எனக்கு நான்கு வயது ஆன பிறகு வெகு சீக்கிரமே அவர்களிருவரும் கிளம்பி விட்டார்கள்.” எனது பணப்பையை வெளியே எடுத்து நானும் என் சகோதரியும் கடற்கரையில் விளையாடும் புகைப்படத்தை ஓஷிமாவிடம் காட்டுகிறேன். ஒரு கணம் அவன் அதை உற்று நோக்குகிறான், புன்னகைத்து விட்டு அதைத் திருப்பித் தருகிறான்.

“‘காஃப்கா-கடற்கரையில்’” என்கிறான்.

நானும் தலையசைத்து புகைப்படத்தை மறுபடியும் எனது பணப்பைக்குள் வைக்கிறேன். வெளியே சுழன்றடிக்கும் காற்று மழையைக் கொண்டு சாளரத்தில் பலமாக மோதுகிறது. கூரையிலிருக்கும் விளக்கு என்னுடைய மற்றும் ஓஷிமாவின் நிழல்களை தரையின் மீது உருவாக்குகிறது, வேறொரு மாற்றுலகில் ஏதோவொரு அச்சுறுத்தும் உரையாடலில் நாங்கள் ஈடுபட்டிருப்பது போல அது தெரிகிறது.

“உன் அம்மாவின் முகம் உனக்கு நினைவில்லையா?” ஓஷிமா கேட்கிறான். “நான்கு வயது வரைக்கும் நீங்கள் ஒன்றாக வாழ்ந்ததால் அவள் எப்படி இருப்பாளென்பது குறித்து உனக்கேதும் ஞாபகமிருக்கலாம்.”

நான் தலையாட்டுகிறேன். “என்னால் எதையும் நினைவுகூர முடியவில்லை, சுத்தமாக முடியவில்லை. ஏனென்று எனக்குத் தெரியாது, ஆனால் எனது நினைவில் அவளுடைய முகமிருக்க

வேண்டிய பகுதி முழுக்க இருண்டிருக்கிறது, வர்ணம் பூசப்பட்டு, வெறுமையாக.”

ஓஷிமா இது குறித்து சிறிது யோசிக்கிறான். “மிஸ் செய்கி உன் அம்மாவாக இருக்கலாமென்று நீ ஏன் நினைக்கிறாயென்பதைப் பற்றி இன்னும் கொஞ்சம் சொல்.”

“போதும்,” என்கிறேன். “நாம் வெறுமனே இதை மறந்து விடலாம். நான் சற்று அதிகமாகக் குழப்பிக் கொள்கிறேன்.”

“பரவாயில்லை – மேற்கொண்டு உன் மனதில் என்ன இருக்கிறதென்று சொல்,” என்கிறான். “அதன் பிறகு அது குறித்து நீ அதிகமாகக் குழப்பிக் கொள்கிறாயா இல்லையாவென்பதை நாமிருவரும் சேர்ந்து தீர்மானிக்கலாம்.”

தரையிலுள்ள ஓஷிமாவின் நிழல் அவனுடைய அசைவுகளுக்கேற்ப சேர்ந்து நகர்கிறது, சற்றதிகமாக அது பெரிதாயிருந்தாலும் கூட.

“எனக்கும் மிஸ் செய்கிக்குமிடையே ஆச்சரியப்படுத்தும் எண்ணிக்கையில் நிறைய ஒற்றுமைகள் உள்ளன,” என்கிறேன். “ஒன்றாகப் பொருந்தும் ஒரு புதிரின் வெவ்வேறு துண்டுகளைப் போல. ‘காஃப்கா-கடற்கரையில்’-ஐக் கேட்டபோது இதை நான் புரிந்து கொண்டேன். முதலாவதாக இந்த நூலகத்தை நோக்கி நான் ஈர்க்கப்பட்டேன் என்கிற சங்கதி, ஏதோ விதி என்னைப் பிடித்துத் தள்ளியதைப் போல. நகானோவிலிருந்து டகமாட்சுவுக்கு ஒரு நேர்கோட்டில். ரொம்பவே விசித்திரமாகவுள்ளது, அதைப் பற்றி யோசிக்கும்போது.”

“கிரேக்கத் துன்பியல் நாடகமொன்றின் கருப்பொருளைப் போல,” என்கிறான் ஓஷிமா.

“மேலும்,” நான் சேர்த்துக் கொள்கிறேன், “நான் அவளோடு காதலில் இருக்கிறேன்.”

“மிஸ் செய்கியுடனா?”

“ஆம், அனேகமாக.”

"அனேகமாக?" ஓஷிமா மீண்டும் சொல்கிறான், முகத்தைச் சுளித்தவாறு. "நீ காதலில் விழுந்திருப்பது அனேகமாக மிஸ் செய்கியுடன் என்று சொல்ல வருகிறாயா? அல்லது நீ அனேகமாக அவளோடு காதலில் விழுந்திருப்பதாகச் சொல்கிறாயா?"

நான் சிவக்கிறேன். "உண்மையில் என்னால் அதை விளக்க முடியவில்லை," என்று பதிலளிக்கிறேன். "குழப்பமானதென்பதோடு இன்னும் எனக்குப் புரியாத சங்கதிகளும் நிறைய உள்ளன."

"ஆனாலும் அனேகமாக நீ காதலில் இருக்கிறாய், அனேகமாக மிஸ் செய்கியோடு?"

"ரொம்பச் சரி," என்கிறேன். "நிரம்ப."

"அனேகமாக, ஆனால் நிரம்ப."

நான் தலையசைக்கிறேன்.

"அதே நேரம் அவள் உன் அம்மாவாக இருக்கும் சாத்தியமும் உள்ளது?"

காப்புரிமை பெற்ற எனது தலையசைப்புகளில் மற்றுமொன்று.

"இன்னும் சவரம் கூட செய்யாத 15-வயது-நிரம்பியவன் எனும்போது, நிச்சயம் நீ அதிக பாரங்களைச் சுமக்கிறாய்." ஓஷிமா தனது காபியில் ஒரு வாய் சீப்பிய பிறகு கோப்பையை வெகு கவனமாக அதன் தாளத்தில் வைக்கிறான். "அதைத் தவறென்று நான் சொல்லவில்லை. அத்தனை விசயங்களுக்கும் ஒரு முக்கியமான புள்ளி இருக்குமென்பதை மட்டும்."

நான் எதுவும் சொல்லவில்லை.

ஓஷிமா தனது நெற்றிப்பொட்டுகளைத் தொட்டு சிறிது நேரம் சிந்தனையில் தொலைந்திருக்கிறான். தன்னுடைய மெலிந்த விரல்களைத் தனது மார்பின் குறுக்காக அவன் கொண்டு வருகிறான். "என்னால் முடிந்தமட்டும் வேகமாக அந்த இசை அச்சுப்பிரதியைக் கண்டுபிடிக்க முயற்சிக்கிறேன். இங்குள்ள

வேலைகளை முடிக்க என்னால் ஆகும், எனவே நீ ஏன் உனது அறைக்குத் திரும்பக்கூடாது?"

மதியவுணவு நேரத்தின் போது முன்பகுதி செயலறையில் ஒஷிமாவிடமிருந்து நான் பொறுப்பேற்கிறேன். வழக்கத்தை விடக் குறைவான வருகையாளர்களே இருக்கிறார்கள், அனேகமாக விடாமல் பெய்திடும் மழையின் காரணமாக. தனது இடைவேளையில் இருந்து திரும்பும்போது, "காஃப்கா-கடற்கரையில்" இசை அச்சுப்பிரதியின் கணிணி அச்சுத்தாளைக் கொண்ட பெரிய உறையை என்னிடம் அவன் கையளிக்கிறான்.

"சௌகரியமான உலகில் நாம் வாழ்கிறோம்," என்கிறான்.

"நன்றி," நான் அவனிடம் சொல்கிறேன்.

"உனக்கு சங்கடம் இல்லையெனில், ஏன் ஒரு கோப்பை காபியை நீ மாடிக்கு எடுத்துப் போகக்கூடாது? பாலேடோ சர்க்கரையோ வேண்டாம். நிஜமாகவே நீ நன்றாகக் காபி தயாரிக்கிறாய்."

புதிதாக ஒரு கோப்பை தயாரித்து அதைத் தட்டத்தில் வைத்து மாடிக்கு எடுத்துச் செல்கிறேன். எப்போதும் போல, மிஸ் செய்கியின் அறைக்குப் போகும் கதவு திறந்திருக்க அவள் தனக்கான மேசையில் இருக்கிறாள், எழுதியவாறு. காபிக்கோப்பையை நான் அவளது மேசையில் வைக்கும்போது, என்னை நிமிர்ந்து பார்த்துப் புன்னகைக்கிறாள், பிறகு மூடியை மறுபடியும் தனது ஃபவுண்டைன் பேனாவில் மாட்டி அதைத் தாளின் மீது வைக்கிறாள்.

"ஆக, இங்கிருக்கும் சங்கதிகளை எல்லாம் பழகிக் கொண்டிருக்கிறாயா?"

"கொஞ்சம் கொஞ்சமாக," நான் பதிலளிக்கிறேன்.

"நீ இப்போது ஓய்வாக இருக்கிறாயா?"

"ஆம், இருக்கிறேன்," நான் அவளிடம் சொல்கிறேன்.

"எனில், ஏன் நீ உட்காரக்கூடாது?" தனது மேசைக்கு அடுத்துள்ள மர நாற்காலியைச் சுட்டுகிறாள் மிஸ் செய்கி. "நாம் சிறிது நேரம் பேசலாம்."

மறுபடியும் இடிக்கத் தொடங்குகிறது. இப்போதும் வெகுதொலைவில், ஆனால் மெல்ல நெருங்கி வருகிறது. அவளுடைய சொல்படி செய்பவனாக நான் உட்காருகிறேன்.

"மீண்டும், உன் வயதென்ன? பதினாறு?"

"பதினைந்து. இப்போதுதான் எனக்கு 15 ஆனது," நான் பதிலளிக்கிறேன்.

"நீ வீட்டை விட்டு ஓடி வந்து விட்டாய், இல்லையா?"

"ஆம், செய்தேன்."

"நீ அதைச் செய்ய வேண்டி வந்ததற்கு ஏதேனும் காரணமுள்ளதா?"

நான் தலையை ஆட்டுகிறேன். நான் என்ன சொல்ல வேண்டும்?

கோப்பையை எடுத்து மிஸ் செய்கி ஒரு மிடறு அருந்துகிறாள், எனது பதிலுக்குக் காத்திருக்கும் சமயத்தில்.

"அங்கேயே இருந்தால் சரி பண்ண முடியாத அளவுக்கு நான் சிதைந்து போவேன் என்று நினைத்தேன்."

"சிதைந்து?" என்கிறாள் மிஸ் செய்கி, கண்களைக் குறுக்கி.

"ஆம்," என்கிறேன்.

சிறிய மௌனத்துக்குப் பிறகு அவள் சொல்கிறாள், "உன் வயதொத்த சிறுவன் சிதைந்து எனும் வார்த்தையைப் பயன்படுத்துவது விசித்திரமாக இருக்கிறது, என்றாலும் நான் ஆர்வங்கொண்டிருக்கிறேன் என்பதைச் சொல்லித்தான் ஆக வேண்டும். சிதைந்து என்பதன் மூலம் துல்லியமாக நீ என்ன சொல்ல வருகிறாய்?"

சரியான வார்த்தைகளைத் தேடுகிறேன். முதலில் காகம் எனப் பெயரிடப்பட்ட சிறுவனை நாடுகிறேன், ஆனால் அவனை

காஃப்கா – கடற்கரையில் | 463

எங்கும் காணவில்லை. சொந்தமாக நானே அவற்றைத் தேர்ந்தெடுக்கும் சூழ்நிலை, அதற்குச் சிறிது நேரமாகிறது. என்றபோதும், மிஸ் செய்கி, பொறுமையாகக் காத்திருக்கிறாள். வெளியே மின்னல் வெட்டுகிறது, சற்று நேரத்துக்குப் பிறகு தொலைவில் ஓர் இடி முழங்குகிறது.

"நான் மாறக்கூடாத ஒன்றாக மாறி விடுவேன் என்று சொல்ல வருகிறேன்."

அதீத ஆர்வத்தோடு மிஸ் செய்கி என்னைப் பார்க்கிறாள். "காலம் என்கிற ஒரு சங்கதி உள்ளவரைக்கும், அனைவரும் இறுதியில் சிதைந்திடவே செய்வோம், வேறொன்றாக மாறுவதன் வழியாக. எப்படிப் பார்த்தாலும் அது நிகழ்ந்திடும், விரைவாக அல்லது தாமதமாக."

"ஆனால் அது நிகழ்ந்தால் கூட, உங்களுடைய எட்டுகளைத் திருப்பி வைக்க உங்களுக்கென ஓர் இடம் இருக்க வேண்டும்."

"உனது எட்டுகளைத் திருப்பி வைக்க ஓர் இடம்?"

"திரும்பி வரத் தகுதியான ஓர் இடம்."

மிஸ் செய்கி நேரடியாக என்னை உற்றுப் பார்க்கிறாள்.

நான் நாணுகிறேன், பிறகு தைரியத்தை வரவழைத்துக் கொண்டு நிமிர்ந்து அவளைப் பார்க்கிறேன். குட்டையான-கைகளுடைய கடல்நீல ஆடையை அணிந்திருக்கிறாள். நீலநிறத்தின் வெவ்வேறு திண்மைகளைக் கொண்ட ஆடைகளால் முழுக்க நிரம்பியதொரு தனியறை அவளிடமிருக்க வேண்டும். அவளது துணை அணிகலன்கள் என்று பார்த்தால் மெல்லிய வெள்ளிச்சங்கிலியும் கறுப்புநிறத் தோல்வாருடன் கூடிய சிறிய கைக்கடிகாரமும் மட்டுமே. அவளுக்குள் இருக்கும் 15-வயது-நிரம்பிய பெண்ணைத் தேடி நான் உடனடியாகக் கண்டுபிடிக்கிறேன். அவள் ஒளிந்திருக்கிறாள், உறங்குபவளாக, அவளுடைய இதய வனத்துக்குள் ஒரு முப்பரிமாண ஓவியம் போல. என்றாலும், கவனமாகப் பார்த்தால், உங்களால் அவளைக் கண்டுகொள்ள முடியும். எனது மார்பு மறுபடியும் அடிக்கத் தொடங்குகிறது, அதைச் சூழ்ந்திருக்கும் சுவர்களில் யாரோ நீளமான ஆணிகளை அறைகிறார்களென்பதைப் போல.

"ஒரு 15-வயது-நிரம்பியவனுக்கு, நீ சற்று யதார்த்தமானவனாக இருக்கிறாய்."

அதற்கு எவ்வாறு எதிர்வினையாற்றுவது என்று எனக்குத் தெரியவில்லை. ஆகவே நான் ஒன்றும் சொல்லவில்லை.

"எனக்கு 15 வயதிருந்தபோது," மிஸ் செய்கி புன்னகையோடு சொல்கிறாள், "நான் விரும்பியதெல்லாம் வேறொரு உலகத்துக்குப் போய் விடுவதுதான், யாருடைய தேடுகைக்கும் அப்பாற்பட்ட ஓர் இடத்துக்கு. காலவோட்டத்துக்கு அப்பாற்பட்ட ஓர் இடத்துக்கு."

"ஆனால் இந்தவுலகில் அப்படியொரு இடம் எங்குமே கிடையாது."

"மிகவும் சரி. அதனால்தான் சங்கதிகள் எப்போதும் சிதைந்து போகிற, இதயம் பலவீனமாயிருக்கிற, இடைவெளியேயின்றி காலம் ஓடிக் கொண்டிருக்கும் இந்தவுலகில் நான் வாழ்கிறேன்." காலவோட்டத்தைக் மறைமுகமாகக் குறிப்பிடுவது போல, சிறிது நேரம் அவள் அமைதியாயிருக்கிறாள். "என்றாலும், உனக்குத் தெரியும்," அவள் தொடர்கிறாள், "எனக்கு 15 வயதிருந்தபோது, அத்தகைய இடம் இந்த பூமியில் இருந்தாக வேண்டுமென்று நினைத்தேன். அந்த வேறொரு உலகத்துக்கு என்னை அழைத்துப் போகும் நுழைவாயிலை எங்காவது கண்டுபிடிப்பேன் என்றும் உறுதியாக நம்பினேன்."

"15 வயதிருக்கும்போது நீங்கள் தனியாக இருந்தீர்களா?"

"ஒரு வகையில் ஆமாம், என்றே நினைக்கிறேன். நான் தனியாக இல்லை, ஆனாலும் பயங்கரமான தனிமையில் இருந்தேன். ஏனென்றால் அப்போது நானிருந்ததை விட வேறெப்போதும் அவ்வளவு மகிழ்ச்சியாக இருக்க மாட்டேன் என்பதை அறிவேன். அந்தமட்டிலும் எனக்கு உறுதியாகத் தெரியும். எனவேதான் நான் போக விரும்பினேன் - நானிருந்ததைப் போலவே - காலமே இல்லாத ஓர் இடத்துக்கு."

"நான் விரும்புவதெல்லாம் வெகு விரைவாக வளர்வதே."

எனது உணர்வு வெளிப்பாட்டைப் படித்தறிய மிஸ் செய்கி நிமிர்ந்து உட்காருகிறாள். "என்னைக் காட்டிலும் நீ அதிக பலசாலியாகவும் அதிக சுயாதீனமானவனாகவும் இருக்க வேண்டும். உன் வயதில் யதார்த்தத்தை விட்டுத் தப்பியோடுகிற மாயத்தோற்றங்களால் நான் நிறைந்திருந்தேன், ஆனால் நீயோ நிஜவுலகோடு சரிக்குச் சமமாக நிற்பதோடு தைரியமாக அதனை எதிர்கொள்ளவும் செய்கிறாய். அது மிகப் பெரிய வித்தியாசம்."

பலசாலி மற்றும் சுயாதீனமானவன்? நான் இரண்டுமே கிடையாது. வெறுமனே யதார்த்தத்தால் உந்தித் தள்ளப்படுகிறவனாக இருக்கிறேன், அதை நான் விரும்புகிறேனோ இல்லையோ. ஆனால் நான் எதுவும் சொல்லவில்லை.

"உனக்குத் தெரியுமா, வெகு காலத்துக்கு முன்பு நானறிந்த ஒரு 15-வயது-நிரம்பிய பையனை நீ எனக்கு ஞாபகமூட்டுகிறாய்."

"அவன் என்னைப் போலத் தோற்றமளிப்பானா?" நான் கேட்கிறேன்.

"அவனிருந்ததை விட நீ அதிக உயரமாகவும் தசைப்பற்றோடும் இருக்கிறாய், ஆனால் ஒற்றுமை இருக்கவே செய்கிறது. தன் வயதொத்த குழந்தைகளோடு பேசுவதை அவன் விரும்ப மாட்டான் – அவர்கள் வேறொரு அலைவரிசையில் இருந்தார்கள் – எனவே பெரும்பாலான நேரத்தை தனது அறைக்குள் பூட்டிக் கொண்டு அதற்குள்ளாகக் கழிப்பான், வாசித்தபடி அல்லது இசை கேட்டபடி. விவாதம் கடினமாகும் சமயங்களில், அவனுக்கும் கூட இதேபோன்ற சுளித்தோடும் முகவரிகள் தோன்றும். அத்துடன் நீயும் வாசிப்பதை ரொம்ப நேசிக்கிறாய்."

நான் தலையசைக்கிறேன்.

மிஸ் செய்கி தனது கடிகாரத்தை ஓரப்பார்வை பார்க்கிறாள். "காபிக்கு நன்றி."

நான் கிளம்புவதற்கான சமிக்ஞையாக அதை எடுத்துக் கொண்டு, நான் எழுந்து கதவை நோக்கி நகர்கிறேன். மிஸ் செய்கி தனது கறுப்புநிற ஃபவுண்டைன் பேனாவை எடுக்கிறாள், மெல்ல அதன் மூடியைக் கழற்றி மறுபடியும் எழுதுவதைத்

தொடர்கிறாள். வெளியே மீண்டும் ஒரு முறை மின்னல் வெட்டுகிறது, விசித்திரமான நிறத்தால் ஒரு கணம் அந்த அறை முழுவதையும் குளிப்பாட்டுவதைப் போல. சற்றுப் பொறுத்து இடியின் ஆர்ப்பரிக்கும் ஒலி முழங்குகிறது. இம்முறை அது முன்பைக் காட்டிலும் நெருக்கமாயிருக்கிறது.

“காஃப்கா,” என்கிறாள் மிஸ் செய்கி.

நான் கதவின் வாசற்படியில் நின்று திரும்பிப் பார்க்கிறேன்.

“ஒரு காலத்தில் மின்னலைப் பற்றி நான் ஒரு புத்தகம் எழுதியிருக்கிறேன் என்பது இப்போதுதான் நினைவுக்கு வந்தது.”

மின்னலைப் பற்றிய புத்தகமா?

“மின்னற்தாக்குதலில் இருந்து தப்பிப் பிழைத்தவர்களிடம் பேட்டி எடுத்தவாறு நான் ஜப்பான் முழுக்கச் சுற்றி வந்தேன். அதற்கு எனக்குச் சில வருடங்கள் பிடித்தன. பெரும்பாலான பேட்டிகள் மிகவும் சுவாரசியமாயிருந்தன. ஒரு சிறிய பதிப்பாளர் அதை வெளியிட்டார், ஆனால் அரிதாகத்தான் விற்றது. அந்தப் புத்தகம் எந்தவொரு தீர்மானத்துக்கும் வராது, மேலும் தீர்மானமற்ற ஒரு புத்தகத்தை வாசிக்க யாரும் விரும்புவதில்லை. என்றாலும், என்னளவில், தீர்மானம் இல்லாமல் இருப்பதென்பது சரியென்றே தோன்றியது.”

எனது தலைக்குள் ஒரு சிறிய சுத்தியல் எங்கோயிருக்கும் இழுப்பறையை மோதுகிறது, தொடர்ச்சியாக. ஏதோவொன்றை நினைவுகூர முயற்சிக்கிறேன், மிக முக்கியமான ஏதோவொன்றை – ஆனால் அது என்னவென்று எனக்குத் தெரியாது. மிஸ் செய்கி தனது எழுத்துப்பணிக்குத் திரும்பியிருக்க நான் எனது அறைக்குத் திரும்பிப் போகிறேன்.

இன்னும் ஒரு மணி நேரம் எங்களைப் போட்டுச் சாத்துவதை அந்த புயல்மழை தொடர்கிறது. நூலகத்தின் சாளரங்கள் தூள்தூளாக நொறுங்கி விடுமோ என நான் அச்சப்படும் வகையில் பயங்கரமான சத்தத்தோடு இடி முழங்குகிறது. ஒவ்வொரு முறையும் ஒரு மின்னல் வளையம் வானில் கீற்றிடும் வேளையில், நிலைப்படிகளுக்கு நடுவேயுள்ள கறைபடிந்த-

காஃப்கா – கடற்கரையில் | 467

கண்ணாடிச் சாளரம் அதற்குக் குறுக்காகவுள்ள சுவரில் ஏதோவொரு தொன்மையான பிசாசு போன்றத் தோற்றத்தைப் பளீரிடச் செய்கிறது. என்றாலும், இரண்டு மணி போல, புயலின் சீற்றம் தணிந்து மேகங்களுக்கு நடுவேயிருந்து மஞ்சள்நிற ஒளி கசிய ஆரம்பிக்கிறது, இறுதியாக அங்கு ஏதோவொரு சமரச ஒப்பந்தம் கையெழுத்தாகியிருக்கிறது என்பது போல. மென்மையான சூரியவொளியில் நீர் தட்டுத்தடுமாறி விழுகிறது.

சாயங்காலம் சூழ்ந்திடும் சமயத்தில், இரவுக்காக நான் இடத்தை அடைக்கத் தொடங்குகிறேன். மிஸ் செய்கி என்னிடம் முகமன் சொல்லி விடைபெற்றுக் கொள்ள ஓஷிமாவும் வீட்டுக்குத் தலைப்படுகிறான். அவளது கோல்ஃப் எஞ்சினின் ஒலியைக் கேட்டு சக்கரத்தில் அமர்ந்திருக்கும் அவளை நான் உருவகிக்கிறேன், சாவியைத் திருகியபடி. நூலகத்தைப் பூட்டுவதை நான் முடித்துக் கொள்வதாக ஓஷிமாவிடம் சொல்கிறேன். ஏதோவொரு ஆரியாவை (*Aria* – மூன்று பகுதிகளில் விரிவாகப் பாடும் பாடல்வகை) சீழ்க்கையடித்தபடி, இளைப்பாறுவதற்கென அவன் கழிவறைக்குப் போகிறான், பிறகு கிளம்பிச் செல்கிறான். மஸ்டா மியாடா உறுமிக்கொண்டு போவதை நான் கேட்கிறேன், அந்தச் சத்தமும் தொலைவுக்குள் தேய்கிறது. இப்போது ஒட்டுமொத்த நூலகமும் எனக்குத்தான். முன்னெப்போதையும் விட மிகவும் அமைதியாக இருக்கிறது.

நான் எனது அறைக்குச் சென்று “காஃப்கா-கடற்கரையில்”-இன் இசை அச்சுப்பிரதியை வாசிக்கிறேன். நான் சந்தேகித்தது போலவே, பெரும்பாலான பன்னிசைகள் எளிமையாயிருக்கின்றன. என்றாலும், பல்லவி இரு நுட்பமான சங்கதிகளைக் கொண்டிருக்கிறது. வாசிப்பறைக்குப் போய் நிமிர்ந்து நிற்கும் பியானோவில் அதை இசைக்க நான் முயற்சிக்கிறேன். விரல்களால் மீட்டுவது மிகக் கடினமாயுள்ளது, ஆகவே நான் மீண்டும் மீண்டும் பயிற்சி செய்கிறேன், எனது கைகளுக்குள் அதை வசப்படுத்த, பிறகு எப்படியோ சரியாக ஒலிக்கச் செய்வதில் கொண்டு போய் முடிக்கிறேன். ஆரம்பத்தில் பன்னிசை யாவுமே தவறென்பதைப் போல ஒலிக்கின்றன. அச்சுப்பிரதியில் தவறிருக்கலாம், அல்லது பியானோ சுதியை விட்டு விலகியிருக்கலாம் என்பது எனக்கு உறுதியாகத் தெரியும். ஆனால் அந்த இரண்டு பன்னிசைகளும் எவ்வாறு அடுத்தடுத்து

ஒலிக்கின்றன என்பதைத் தொடர்ச்சியாகக் கேட்கக் கேட்க, மொத்தப் பாடலும் அவற்றைச் சார்ந்திருக்கிறது என்பதை இன்னுமதிகமாக நான் நம்பத் தொடங்குகிறேன். ஏதோவொரு முட்டாள்தனமான பாப் பாடலாக "காஃப்கா-கடற்கரையில்" தரந்தாழ்ந்து விடாமல் இவ்விரு பன்னிசைகளுமே காப்பாற்றுகின்றன, தனித்துவமான ஆழத்தையும் அர்த்தத்தையும் அதற்கு வழங்குவதன் வழியாக. ஆனால் இப்படியான சங்கதிகளை உலகின் எந்த மூலையிலிருந்து மிஸ் செய்கி கண்டுபிடித்துக் கொண்டு வந்திருப்பாள்?

எனது அறைக்குத் திரும்புகிறேன், மின்கெண்டியில் நீரைக் கொதிக்க வைத்து தேநீர் தயாரிக்கிறேன். கிடங்கில் நாங்கள் கண்டெடுத்த பழைய இசைத்தட்டுகளை வெளியே எடுத்து ஒவ்வொன்றாக சுழலிசைத்தட்டில் சுழல விடுகிறேன். பாப் டைலனின் *ப்ளாண்ட் ஆன் ப்ளாண்ட்*, பீட்டில்ஸின் *ஒயிட் ஆல்பம்*, ஓடிஸ் ரெட்டிங்கின் *டாக் ஆஃப் தி பே*, ஸ்டான் கெட்ஸின் *கெட்ஸ்/கில்பர்டோ* - அனைத்தும் அறுபதுகளின் புகழ்பெற்றத் தொகுப்புகள். அந்த இளைஞன் - மிஸ் செய்கி அவனுக்கு நேர் பின்னால் நின்றிருக்க - நான் செய்வதைத்தான் அவனும் செய்திருக்க வேண்டும், இசைத்தட்டுகளை சுழலிசைத்தட்டில் வைத்து, ஊசியைத் தாழ்த்தி, அந்த ஒலிபெருக்கிகளில் இருந்து வெளிவரும் இசையைக் கேட்டிருப்பான். என்னையும் அந்த அறையையும் வேறொரு காலகட்டத்துக்கு அழைத்துப் போவதாக அந்த இசை உணரச் செய்கிறது, நான் பிறப்பதற்கும் முன்பிருந்த ஓர் உலகத்துக்கு. இசையை ரசித்தவாறு, அன்று மதியம் எங்களுக்கிடையே நிகழ்ந்த உரையாடலை ஆராய்கிறேன், எங்களுடைய வார்த்தைகளைத் துல்லியமாகக் கைப்பற்ற முயற்சி செய்பவனாக.

"எனக்கு 15 வயதிருந்தபோது, அத்தகைய இடம் இந்த பூமியில் இருந்தாக வேண்டுமென்று நினைத்தேன். அந்த வேறொரு உலகத்துக்கு என்னை அழைத்துப் போகும் நுழைவாயிலை எங்காவது நான் கண்டுபிடிப்பேன் என்றும் உறுதியாக நம்பினேன்."

அவளின் குரலை எனக்கு அடுத்ததாக வெகு அருகில் கேட்க முடிகிறது. எனது தலைக்குள் எதுவோ ஒரு கதவைத் தட்டுகிறது, கனமான, தொடர்ச்சியான தட்டொலி.

ஒரு நுழைவாயில்?

ஸ்டான் கெட்ஸின் தொகுப்பிலிருந்து ஊசியை உயர்த்துகிறேன், "காஃப்கா-கடற்கரையில்" ஒற்றைப்பாடலை வெளியே எடுக்கிறேன், சுழலிசைத்தட்டில் அதைப் பொருத்தி ஊசியைத் தாழ்த்துகிறேன். பிறகு அவள் பாடுவதைக் கேட்கிறேன்.

மூழ்கும் பெண்ணின் விரல்கள்
நுழைவாயிலின் கல்லைத் துழாவுகிறது, மேலும் பலவற்றையும்.
தனது இளநீல உடையின் தையலை உயர்த்தி,
அவள் உற்று நோக்குகிறாள் -
கடற்கரையில் உள்ள காஃப்காவை.

இந்த அறைக்கு வரும் பெண் வெகு அனேகமாக அந்த நுழைவாயிலைக் கண்டுபிடித்திருக்க வேண்டும். அவள் வேறொரு உலகத்தில் இருக்கிறாள், அவளுடைய பதினைந்தாவது வயதில் இருந்ததைப் போலவே, மேலும் இரவில் இந்த அறைக்கு வருகிறாள். தனது மெல்லிய நீலநிற உடையில், கடற்கரையில் இருக்கும் காஃப்காவை உற்றுப் பார்க்க அவள் இங்கு வருகிறாள்.

திடீரென்று, எங்கிருந்து எனத் தெரியாமல், எவ்வாறு ஒருமுறை தான் மின்னலால் தாக்குண்டதைப் பற்றி என் அப்பா பேசினாரென்பதை நான் நினைவுகூருகிறேன். இதை என்னிடம் அவர் நேரடியாகச் சொல்லவில்லை - ஒரு பத்திரிகையில் வெளியான பேட்டியில் அதை நான் வாசித்திருந்தேன். கலைப்பள்ளியில் மாணவராயிருந்த காலத்தில், அவர் கோல்ஃப் மைதானமொன்றில் காடியாக (Caddy - பந்துகளையும் பைகளையும் தூக்கிச் சுமப்பவர்) பகுதி-நேரப் பணியில் இருந்தார். ஒரு நாள் மைதானத்தில் தனது கோல்ஃப் விளையாட்டுக்காரரை அவர் தொடர்ந்து கொண்டிருந்தபோது வானம் சட்டென்று நிறம் மாற இடியுடன் கூடிய பெரிய புயல் அவர்களின் மீது விசையோடு இறங்கியது. ஒரு மரத்தின்

கீழே அவர்கள் தஞ்சம்புகுந்த அதே வேளையில் மின்னற்கீற்று ஒன்று அதைத் தாக்கியது. இந்தப் பெரிய மரம் மிகச்சரியாக இரண்டாகப் பிளந்து கொண்டது. அவர் பொருட்களைச் சுமந்து சென்ற கோல்ஃப் விளையாட்டுக்காரர் கொல்லப்பட்டார், ஆனால் என் அப்பா, எதையோ உணர்ந்தவராக, சரியான நேரத்தில் மரத்தை விட்டுத் துள்ளிக் குதித்திருந்தார். அவருக்கு சில தீக்காயங்கள் உண்டாகியிருந்தன, முடி கருகியிருக்க, மின்னல் தாக்கிய அதிர்ச்சி ஒரு பாறையின் மீது அவரை வீசியடித்திருந்தது. பாறையில் தலை மோதி நினைவைத் தொலைத்திருந்தார், ஆனால் நெற்றியில் சிறிய தழும்போடு அந்தச் சோதனையிலிருந்து அவர் தப்பிப் பிழைத்தார். இன்று மதியம் அதைத்தான் நான் நினைவுகூர முயற்சி செய்து வந்தேன், மிஸ் செய்கியின் கதவு வாசற்படியில் நின்று கொண்டு இடியின் உறுமலைக் கேட்டபோது. இந்தக் காயங்களில் இருந்து மீண்ட பிறகே சிற்பியாகும் தனது வாழ்க்கைப்போக்கில் என் அப்பா தீவிரமாக ஈடுபடத் தொடங்கினார்.

தனது புத்தகத்துக்காக மக்களை நேர்காணல் கண்டவாறு மிஸ் செய்கி சுற்றி வந்தபோது அனேகமாக அவள் என் அப்பாவைச் சந்தித்திருக்கலாம். அது முழுக்கச் சாத்தியம்தான். மின்னலால் தாக்குண்ட பிறகும் தப்பிப் பிழைத்த மனிதர்கௌென்று நிறைய பேர் இருக்க முடியாது, முடியுமா என்ன?

நான் வெகு அமைதியாக சுவாசிக்கிறேன், விடியலுக்குக் காத்திருப்பவனாக. ஒரு மேகம் விலகுகிறது, பூங்காவிலிருக்கும் மரங்களின் மீது நிலவொளி விழுந்து மின்னுகிறது. யதார்த்தத்தை மீறி நிறைய தற்செயல் நிகழ்வுகள். யாவும் வேகமெடுப்பதாகத் தெரிகிறது, ஒரே இலக்கை நோக்கி விரைவதாக.

26

மதியநேரத்தைத் தாண்டி ஏற்கனவே வெகுநேரம் ஆகியிருந்ததால் இரவில் தங்குவதற்கு ஓரிடத்தை அவர்கள் கண்டுபிடிக்க வேண்டியிருந்தது. டகமாட்சு நிலையத்திலிருந்த சுற்றுலா-தகவல் மையத்துக்குச் சென்ற ஹோஷினோ ஒரு விடுதியில் அவர்களுக்காக முன்பதிவு செய்ய வைத்தான். நிலையத்தில் இருந்து நடந்து போகும் தூரமே, அதுவொரு நல்ல விசயம், ஆனால் மற்றபடி வழமையானதாகவும் சற்று கிளர்ச்சியற்றதாகவும் இருந்தது. என்றாலும், ஹோஷினோவோ அல்லது நகாடாவோ அதைப் பெரிதாக எடுத்துக் கொள்ளவில்லை. படுத்துறங்க ஃப்யூடன்கள் இருந்தவரைக்கும், அவர்களுக்கு எந்தப் பிரச்சினையுமில்லை. முன்பு போலவே, காலையுணவு வழங்கப்பட்டது, ஆனால் இரவுணவை அவர்கள் சொந்தமாகப் பார்த்துக் கொள்ள வேண்டும். மிகக்குறிப்பாக, எந்நேரத்திலும் தூக்கத்தில் சரிந்து விழும் நிலையில் இருந்த நகாடாவுக்கு, இது நன்கு பொருந்தி வந்தது.

அறைக்குள் நுழைந்தவுடன், ஃப்யூடனின் மீது ஹோஷினோவைத் தலைகுப்புற படுக்க வைத்தார் நகாடா, மறுபடியும் அவன் மேல் ஏறியமர்ந்து கொண்டு இரு கட்டை விரல்களாலும் அவனது பின்முதுகில் மேலும் கீழுமாக அழுத்தினார், அவனுடைய மூட்டுகள் மற்றும் தசைகளின் நிலையைப் பரிசோதிப்பவராக. இம்முறை அவர் மிகவும் மென்மையாக நடந்து கொண்டார், வெறுமனே முதுகுத்தண்டைத் தேடிப்பிடித்து அதன் தசைகள் எத்தனை இறுக்கமாக உள்ளன என்பதை மட்டும் சோதித்தார்.

“ஏதேனும் தவறாகவுள்ளதா?” ஹோஷினோ கவலையோடு கேட்டான்.

"இல்லை, எல்லாம் சரியாக இருக்கிறது. தற்போது உங்களிடம் ஏதும் சிக்கலிருப்பதாக நகாடாவால் கண்டுபிடிக்க முடியவில்லை. உங்களின் முதுகுத்தண்டு நல்ல வடிவத்தில் இருக்கிறது."

"அதுவொரு நிம்மதி," என்றான் ஹோஷினோ, "மற்றொரு சித்திரவதை அமர்வுக்கு நான் தயாராயிருக்கவில்லை."

"எனக்குத் தெரியும். நிஜமாகவே நகாடா வருந்துகிறான். ஆனால் வலியைப் பற்றிக் கவலைப்பட மாட்டேனென்று என்னிடம் நீங்கள் சொன்னீர்கள், ஆகவே மேற்கொண்டு என்னால் முடிந்தமட்டும் கடினமாக அதைச் செய்தேன்."

"ஆம், அப்படித்தான் நான் சொன்னேன்று எனக்குத் தெரியும். ஆனால் கவனி, தாத்தா, எதற்கும் எல்லைகள் உண்டு. சில சமயங்களில் நீ பொது அறிவைப் பயன்படுத்தியாக வேண்டும், ஆனால் நான் புகார் சொல்லக்கூடாது - நீ என் முதுகைச் சரி செய்திருக்கிறாய். ஆனால், கடவுளே, என் வாழ்வில் அதுபோன்ற எதையும் நான் உணர்ந்ததில்லை. அந்த வலி கற்பனை செய்ய முடியாததாக இருந்தது! ஏதோ நீ என்னை இரண்டாகக் கிழிப்பதைப் போல உணர்ந்தேன். ஏதோ நான் செத்து மறுபடியும் மீண்டேனென்பதைப் போல அல்லது அது மாதிரி."

"ஒரு காலத்தில் நகாடா மூன்று வாரங்களுக்கு இறந்திருந்தான்."

"விளையாடவில்லையே," என்றான் ஹோஷினோ. இன்னும் முகம் குப்புறக் கிடக்க, அவன் ஒரு மிடறு தேநீரை அருந்திய பிறகு தான் வாங்கி வந்திருந்த தின்பண்டங்களில் கொஞ்சத்தைக் கொறித்தான். "ஆக நிஜமாகவே நீ இறந்து போனாயா?"

"இறந்துதான் போயிருந்தேன்."

"அந்தக் காலம் முழுக்க நீ எங்கிருந்தாய்?"

"நகாடாவுக்கு ஞாபகமில்லை. எங்கோ நான் வெகுதொலைவில் இருப்பதாக உணர்ந்தேன், வேறேதோ செய்து கொண்டிருப்பதாக. ஆனால் எனது தலை மிதந்தபடி இருந்ததால் என்னால் எதையும் நினைவில் கொள்ள முடியவில்லை.

காஃப்கா - கடற்கரையில் | **473**

பிறகு இவ்வுலகுக்குத் திரும்பியபோது நான் முட்டாளாகிப் போயிருப்பதைக் கண்டுபிடித்தேன். அதன் பிறகு என்னால் வாசிக்கவோ அல்லது எழுதவோ முடியவில்லை."

"எழுதுவதற்கும் வாசிப்பதற்குமான உனது திறமையை நீ அந்த மறுபக்கத்தில் விட்டு வந்திருக்க வேண்டும்."

"அப்படியும் இருக்கலாம்."

அவர்களிருவரும் சிறிது நேரம் மௌனமாயிருந்தார்கள். முதிய மனிதர் தன்னிடம் எதைச் சொன்னாலும் அதை நம்புவதே சிறந்ததென ஹோஷினோ தீர்மானித்தான், அது எத்தனை பிறழ்வானதாக ஒலித்தாலும் பரவாயில்லை. அதே நேரம் அசௌகரியமாகவும் உணர்ந்தான், அந்த மூன்று-வாரங்களுக்கு-மரணம் எனும் சங்கதியை இதற்கு மேலும் தொடர்ந்து சென்றால் அவனை ஏதேனும் குழப்பமான, கைமீறிய சூழ்நிலைக்கு அது இட்டுச் செல்லக்கூடும். ஆகவே வெகு யதார்த்தமான சங்கதிகளிடம் உரையாடலைத் திருப்புவதே நல்லது. "போகட்டும், இப்போது நாம் டகமாட்சுவில் இருக்கிறோம் எனும்போது, திரு நகாடா, நீ எங்கு போகத் திட்டமிட்டிருக்கிறாய்?"

"எனக்கு எந்த யோசனையுமில்லை," நகாடா பதிலளித்தார். "நான் என்ன செய்ய வேண்டுமென்பது எனக்குத் தெரியாது."

"அந்த நுழைவாயில் கல்லை என்ன செய்வது?"

"அதுதான் சரி! நகாடா அதைச் சுத்தமாக மறந்து விட்டேன். நாம் கல்லைக் கண்டுபிடிக்க வேண்டும். ஆனால் எங்கு போய் தேடுவதென்று என்னிடம் எந்தத் தடயமுமில்லை. எனது மனம் மிதந்து கொண்டிருப்பதோடு தெளிவடைய மறுக்கிறது. ஆரம்பத்தில் இருந்தே நானொன்றும் பெரிய அறிவாளி கிடையாது, மேலும் இத்தகைய சங்கதிகள் அதை இன்னும் மோசமாக்குகின்றன."

"எனில், நாம் ஒரு விதக் குழப்பத்துக்குள் இருக்கிறோம், இல்லையா?"

"ஆமாம், அப்படித்தான் இருக்கிறோமென்று சொல்வேன்."

"இங்கேயே உட்கார்ந்து ஒருவரையொருவர் வெறித்துக் கொண்டிருப்பது அப்படியொன்றும் மகிழ்ச்சியானதாக இருக்கப் போவதில்லை. இது நம்மை எங்கும் கொண்டு போகாது."

"சரியாகச் சொன்னீர்கள்."

"அந்தக் கல் இங்குதான் அருகாமையில் எங்கோ உள்ளதெனில் மக்களிடம் நாம் விசாரித்தபடி சுற்றி வர வேண்டுமென்று நினைக்கிறேன், புரிகிறதா."

"நீங்கள் அவ்வாறு சொல்வீர்களெனில், நகாடாவும் அதையே செய்ய விரும்புகிறேன். நான் கொஞ்சம் முட்டாளென்பதால் மக்களிடம் கேள்விகள் கேட்பதும் எனக்குப் பழக்கமானதே."

"என் தாத்தா எப்போதும் சொல்வார், கேள்விகள் கேட்பது ஒரு கணத்துக்குச் சங்கடப்படுத்தும், ஆனால் கேட்காதிருப்பது ஆயுளுக்கும் சங்கடப்படுத்தும்."

"நானும் ஆமோதிக்கிறேன். நீங்கள் இறக்கும்போது, உங்களுக்குத் தெரிந்த யாவும் மறைந்து போகும்."

"நல்லது, ஆனால் அவர் சொன்னது இந்த அர்த்தத்தில் அல்ல, துல்லியமாக," என்றான் ஹோஷினோ, தனது தலையைச் சொறிந்தபடி. "எப்படிப் பார்த்தாலும், ஏதேனுமொரு வகையில் அந்தக் கல்லைப் பற்றிய மனரீதியான உருவகமேதும் உனக்குள்ளதா? என்ன மாதிரியான கல் அது, எத்தனை பெரிதாயிருக்கும், அதன் நிறம் அல்லது வடிவம் குறித்து? அது எதற்குப் பயன்படும்? நம்மிடம் சில தகவல்கள் இல்லையெனில், அதைப் பற்றி விசாரிப்பது சிரமமாயிருக்கும். இங்கு அருகாமையில் எங்காவது ஒரு நுழைவாயில் கல் இருக்கிறதா? என்று மட்டும் சொல்வோமேயானால், நாம் எதைப் பற்றிப் பேசுகிறோமென்பது குறித்து ஒரு பயலுக்கும் எந்தக் கருமமும் தெரியாது. நாம் பைத்தியங்களென்று அவர்கள் எண்ணிக் கொள்வார்கள். நான் சொல்ல வருவது புரிகிறதா?"

"ஆம், புரிகிறது. நான் முட்டாளாயிருக்கலாம், ஆனால் பைத்தியமல்ல."

"சரி."

“நகாடா தேடிக் கொண்டிருக்கும் கல் மிகவும் தனித்துவமானது. அது ரொம்பப் பெரியதெல்லாம் கிடையாது. வெண்ணிறமாக இருக்கும், மேலும் அதற்கு எந்த மணமும் இல்லை. அது எதற்காகப் பயன்படும் என்பதும் எனக்குத் தெரியாது. வட்டமாயிருக்கும், ஒரு வகை அரிசியப்பத்தைப் போல.” நீண்டு-ஒலிக்கும் இசைத்தட்டின் அளவுடைய ஏதோவொன்றைச் சுட்டுவதாக அவர் தனது கைகளை உயர்த்திப் பிடித்தார்.

“ஹ்ம்ம். ஆகவே அதை நீ பார்த்தால், உன்னால் அதைக் கண்டுகொள்ள முடியுமென்று நம்புகிறாயா? புரிகிறதா, அதாவது – ஹேய், இதோ இங்கிருக்கிறது என்பதைப் போல.”

“நகாடா உடனடியாக அதைத் தெரிந்து கொள்வான்.”

“அதன் பின்னால் ஏதோவொரு வகைக் கதை அல்லது தொன்மம் இருக்க வேண்டும். அனேகமாக அது புகழ்பெற்றதாயிருந்து ஏதேனுமொரு கோயிலில் அல்லது வேறெங்காகிலும் காட்சிக்கு வைக்கப்பட்டிருக்கலாம்.”

“அப்படியும் இருக்கலாம், என்று நினைக்கிறேன்.”

“அல்லது அனேகமாக வெறுமனே அதுவொரு வீட்டில் இருக்கலாம், மேலும் ஊறுகாய்கள் தயாரிக்கும் சமயத்தில் எடைக்கல்லாக மக்கள் அதைப் பயன்படுத்திக் கொண்டிருக்கலாம்.”

“இல்லை, அதற்குச் சாத்தியமில்லை.”

“ஏன் இல்லை?”

“ஏனென்றால் யாராலும் கல்லை நகர்த்த முடியாது.”

“உன்னைத் தவிர யாராலும், என்று சொல்ல வருகிறாய்.”

“ஆமாம், அனேகமாக நகாடாவால் முடியுமென்று நினைக்கிறேன்.”

“நீ அதை அதை நகர்த்திய பிறகு, வேறென்ன?”

இயல்புக்கு மாறான சங்கதியைச் செய்தார் நகாடா - நீண்ட நெடுநேரம் இது குறித்து யோசித்தார். குறைந்தபட்சம் அவ்வாறு செய்வதாகத் தோன்றினார், தனது குட்டையான நரை-கலந்த-கேசத்தை சுறுசுறுப்பாகத் தேய்த்தவாறு. "நிஜமாக அதைப் பற்றி எனக்கு எதுவும் தெரியாது," இறுதியில் அவர் சொன்னார். "எனக்குத் தெரிந்ததெல்லாம் யாரோ அதை நகர்த்தும் காலம் வந்து விட்டதென்பதே."

தானும் அது குறித்துத் தீவிரமாக யோசித்தான் ஹோஷினோ. "அந்த யாரோ என்பது நீ தான், சரியா? குறைந்தபட்சம் இப்போதைக்கு."

"ஆமாம்," நகாடா பதிலளித்தார். "அது சரிதான்."

"அந்தக் கல்லை டகமாட்சுவில்தான் கண்டுபிடிக்க முடியுமா?"

"இல்லை. அப்படியில்லை. உண்மையில் அது எங்கிருக்கிறது என்பது முக்கியமில்லை. மிகச்சரியாக இப்போது அந்தக்கல் இங்கே இருக்கும்படி நேர்ந்திருக்கிறது. நகானோ பிரிவுக்குள் அது இருந்திருந்தால் இன்னும் எளிதாக இருந்திருக்கும்."

"ஆனால் அந்த மாதிரி கல்லை நகர்த்துவது ஆபத்தானதாகவும் இருக்கலாம்."

"அது சரிதான். அனேகமாக நகாடா இங்கே இதைக் கொண்டு வரக்கூடாது, ஆனாலும் அது மிகவும் ஆபத்தானது."

"நாசம்," என்றான் ஹோஷினோ, மெல்ல தனது தலையை ஆட்டியபடி. தன்னுடைய சுனிச்சி டிராகன்கள் தொப்பியை போட்டுக் கொண்டு அதற்குப் பின்னாலிருந்த ஓட்டையின் வழியே குதிரைவாலை வெளியே இழுத்து விட்டான். "இதுவொரு இண்டியானா ஜோன்ஸ் படம் அல்லது அதுபோன்ற ஒன்றென்பதைப் போல உணரத் தொடங்குகிறது."

மறுநாள் காலை நிலையத்திலிருந்த சுற்றுலா-தகவல் மையத்துக்கு அவர்கள் சென்றார்கள், டகமாட்சு அல்லது அருகாமையில் ஏதேனும் புகழ்பெற்ற கற்கள் இருந்தனவா என்பதைப் பற்றி விசாரிக்க.

"கற்களா?" என்றாள் முகப்பிலிருந்த பெண், முகத்தைச் சற்று சுளித்தவாறு. வழக்கமான சுற்றுலாத் தளங்கள் எல்லாவற்றையும் அறிமுகம் செய்ய அவளுக்குப் பயிற்சி வழங்கப்பட்டிருந்தது, ஆனால் அதைத் தாண்டி வேறு எதற்குமல்ல, ஆகவே அந்தக் கேள்வி தெளிவாக அவளை தடுமாறச் செய்தது. "என்ன மாதிரி கற்களை நீங்கள் தேடுகிறீர்கள்?"

"சற்றே பெரிய ஒரு வட்டமான கல்," என்றான் ஹோஷினோ, நீண்டு-ஒலிக்கும் இசைத்தட்டின் அளவில் தனது கைகளை வட்டமாக்கிக் காட்டினான், நேற்றிரவு நகாடா செய்தது போல. "நுழைவாயில் கல் என்றழைக்கப்படும்."

"நுழைவாயில் கல்லா?"

"ஆம். அதுதான் பெயர். சற்று புகழ்பெற்றது என்றும் நினைக்கிறேன்."

"என்றாலும், எதற்கான நுழைவாயில்?"

"அது எனக்குத் தெரிந்திருந்தால் இத்தனை பிரச்சினைகளுக்குள் உன்னை நான் இழுத்து விடும் அவசியமே இருக்காது."

அந்தப் பெண் அது குறித்து யோசித்தாள். மொத்த நேரமும் ஹோஷினோ அவளின் முகத்தை வெறித்துக் கொண்டிருந்தான். ஒரு வகையில் அழகுதான், அவன் தீர்மானித்தான், மிகுந்த ஜாக்கிரதையோடு இருக்கும் ஓர் எருதின் தோற்றந்தரும் வகையில் அவள் கண்கள் வெகு அதிகமாக விலகியிருந்தாலும் கூட. அவள் சில அழைப்புகளைச் செய்து பார்த்தாள், ஆனால் அவை எங்கும் இட்டுப்போவதாகத் தெரியவில்லை.

"என்னை மன்னியுங்கள்," இறுதியில் அவள் சொன்னாள். "யாருமே அந்தப் பெயர் கொண்ட கல்லைப் பற்றிக் கேள்விப்பட்டதில்லை."

"யாருமே?"

அவள் தனது தலையை ஆட்டினாள். "நான் கேட்பதை மன்னியுங்கள், ஆனால் வெறுமனே அந்தக் கல்லை கண்டுபிடிக்கத்தான் இங்கு வந்திருக்கிறீர்களா?"

"ஆமாம், வெறுமனே அதைப் பார்க்க வந்திருக்கிறோமா என்பதும் எனக்குத் தெரியாது. எப்படியாகிலும், நான் நகோயாவைச் சேர்ந்தவன். முதிய மனிதர் டோக்கியோவின் நகானோ பிரிவைச் சேர்ந்தவர்."

"ஆமாம், நகாடா நகானோ பிரிவிலிருந்து வந்திருக்கிறான்," நகாடா ஒத்து ஊதினார். "நிறைய சரக்குந்துகளில் நான் பயணித்தேன், மேலும் ஒரு முறை விலாங்கு மீனாலும் உபசரிக்கப்பட்டேன். இவ்வளவு தூரம் வந்திருக்கிறேன் என்றாலும் எனது சொந்தக்காசில் ஒரு துளியைக் கூட செலவழிக்கவில்லை."

"ஓஹோ..." அந்தப்பெண் சொன்னாள்.

"கவலை வேண்டாம். யாருக்கும் கல்லைப் பற்றித் தெரியாதெனில், உன்னால் என்ன செய்ய முடியும், ஹ்ம்ம்? அது உன் தவறல்ல. ஆனால் அனேகமாக அவர்கள் அதை வேறொரு பெயரால் அழைக்கலாம். இந்த இடத்தைச் சுற்றி வேறேதும் புகழ்பெற்ற கற்கள் உண்டா? அதாவது, ஒருவேளை தனக்குப் பின்னால் ஒரு தொன்மக்கதையைக் கொண்டிருக்கும் ஏதேனும்? அல்லது மக்கள் பிரார்த்தனை செய்யும் கல் ஏதும்? அதுபோன்ற எதுவும்?"

தனது வெகு-அதிகம்-விலகிய கண்களால் அந்தப் பெண் ஹோஷினோவை அச்சத்தோடு பார்த்தாள், அவனுடைய சுனிச்சி டிராகன்கள் தொப்பி, கேசமும் குதிரைவாலும், பச்சை-வர்ணம் பூசிய குளிர்கண்ணாடிகள், குத்தப்பட்ட காது மற்றும் செயற்கைப்பட்டாலான அலோஹா சட்டை ஆகியவற்றை உள்வாங்கிக் கொள்வது போல. "நகரப் பொது நூலகத்துக்கு எப்படிப் போவது என்பதை உங்களுக்கு விளக்குவதில் நான் மகிழ்ச்சியடைவேன். அங்கே கல்லைப் பற்றி நீங்கள் ஆராய்ச்சி செய்யலாம். என்னளவில் கற்களைப் பற்றிப் பெரிதாக எனக்கு ஒன்றும் தெரியாது என அச்சங்கொள்கிறேன்."

எந்தப் பயனுமில்லை. டகமாட்சுவில் அல்லது அதைச் சுற்றிய பகுதிகளிலுள்ள கற்களுக்கென அர்ப்பணிக்கப்பட்டதாக ஒரு புத்தகமும் அந்த இடத்தில் இல்லை. மேற்கோள் நூலகர்,

எங்காவது ஒரு மேற்கோள் கண்களுக்குத் தட்டுப்படலாம் என்று சொல்லி, ஒரு புத்தகக் குவியலை அவர்களுக்கு முன்னால் வந்து கொட்டினார்: ககாவா ஆளுகையின் தொன்மக்கதைகள், ஷிகோகுவில் கோபோ டெய்ஷியின் தொன்மக்கதைகள், டகமாட்சுவின் வரலாறு மற்றும் அத்தகைய பலவும். ஆழமாக நெடுமூச்செறிந்து, ஹோஷினோ அவற்றைப் புரட்டத் தொடங்கினான். தன் பங்குக்கு, ஜப்பானின் புகழ்பெற்ற கற்கள் எனத் தலைப்பிடப்பட்ட புகைப்படத் தொகுப்பின் பக்கங்களை நகாடா ஒன்றன் பின் ஒன்றாகப் புரட்டினார்.

"என்னால் வாசிக்க முடியாது," அவர் சொன்னார், "ஆக வாழ்க்கையில் நான் முதன்முதலாக நுழைந்திருக்கும் நூலகம் இதுதான்."

"எனக்கு அதில் பெருமையில்லை," என்றான் ஹோஷினோ, "ஆனால் எனக்கும் கூட இதுதான் முதல் முறை. என்னால் வாசிக்க முடியும் என்றாலும்."

"இப்போது இங்கே வந்திருக்கிறோம் என்பதும் சற்று சுவாரசியமாகத்தான் உள்ளது."

"அதைக் கேட்பதில் மகிழ்ச்சி."

"நகானோ பிரிவில் ஒரு நூலகம் உள்ளது. அவ்வப்போது அங்கு செல்வேன் என்று நினைக்கிறேன். ஆகச்சிறந்த விசயம் என்னவென்றால் அவர்கள் எந்தக் கட்டணமும் வசூலிப்பதில்லை. நம்மால் வாசிக்க முடியாதபோதும் நம்மை உள்ளே விடுவார்களென்பது நகாடாவுக்குத் தெரியாது."

"எனக்கொரு ஒன்றுவிட்ட தம்பி இருந்தான், குருடனாகப் பிறந்தவன், ஆனால் அவன் திரைப்படத்துக்குப் போவான்," என்றான் ஹோஷினோ. "அதில் என்ன கேளிக்கை இருக்க முடியும்?"

"என்னால் பார்க்க முடியும், ஆனால் ஒருபோதும் நான் திரைப்படத்துக்குப் போனதில்லை."

"நீ சிறுபிள்ளைத்தனமாகப் பேசுகிறாய்! எப்போதாவது உன்னை நான் அழைத்துப் போக வேண்டும்."

நூலகர் நெருங்கி வந்து குரல்களைத் தாழ்த்தும்படி அவர்களை எச்சரித்தார், ஆகவே பேச்சை நிறுத்தி மீண்டும் தங்களின் நூல்களுக்குத் திரும்பினார்கள். ஜப்பானின் புகழ்பெற்ற கற்களை தான் முடித்தவுடன் நகாடா அதை மீண்டும் அடுக்கில் வைத்து விட்டு உலகின் பூனைகளைப் புரட்டத் தொடங்கினார்.

மொத்த நேரமும் முணுமுணுத்தவாறு, தனக்குப் பக்கத்தில் அடுக்கியிருந்த புத்தகங்களினூடாகப் புரட்டிப் பார்க்க ஹோஷினோவுக்குச் சாத்தியமானது. துரதிர்ஷ்டவசமாக, அவற்றில் எவ்விதப் பொருத்தங்களையும் கண்டுபிடிக்க அவனால் முடியவில்லை. டகமாட்சு கோட்டையின் கற்சுவர்களைப் பற்றி நிறைய மேற்கோள்கள் இருந்தன, ஆனால் அந்தச் சுவர்களில் இருந்த கற்கள் மிகவும் பிரம்மாண்டமானதாக இருந்ததால் அவற்றுள் ஒன்றை நகாடா தூக்குவதென்பது கேள்விக்கு அப்பாற்பட்டது. ஹேயன் காலகட்டத்தைச் சேர்ந்த புகழ்பெற்ற, இலக்கியப் புலமையோடிருந்தத் துறவியான கோபோ டெய்ஷியைப் பற்றிய நம்பிக்கையூட்டும் தொன்மம் ஒன்றும் இருந்தது. பாலைவனத்தில் ஒரு கல்லை அவர் தூக்கியபோது, நீரூற்று வெளியே பொங்கிப் பெருகி அந்த இடமே வளமான நெல்வயலாக மாறியதாக சொல்லப்படுகிறது, ஆனால் கதை அத்தோடு முடிந்து விடுகிறது. குழந்தைகளின் பொக்கிஷக்கல் என்றழைக்கப்பட்ட கல் இருக்கக்கூடிய கோயிலைப் பற்றியும் ஹோஷினோ வாசித்தான், ஆனால் அதுவோ ஒரு கஜத்தைக் காட்டிலும் நீளமென்பதோடு லிங்கவுருவத்தில் இருக்கக்கூடியது. நகாடா தேடுவதாக அது இருக்க எந்த வாய்ப்புமில்லை.

இருவரும் முயற்சியைக் கைவிட்டார்கள், நூலகத்தை நீங்கி அருகேயிருந்த உணவகத்துக்கு இரவுணவுக்காகச் சென்றார்கள். டெம்பூரா (*Tempura* - வறுத்த மீன் மற்றும் காய்கறிகளோடு நீர்மமும் சேர்த்துப் பரிமாறும் ஜப்பானிய உணவுவகை) தூவிய நூடுல்ஸை எடுத்துக் கொண்டார்கள், நூடுல்ஸும் கஞ்சியும் கொண்ட மேலதிகக் கிண்ணத்தைக் கொண்டு வரச் சொல்லி ஹோஷினோ பணித்தான்.

“நூலகத்தை நான் ரசித்தேன்,” என்றார் நகாடா. “உலகில் இத்தனை வகைப் பூனைகள் இருப்பது குறித்து எனக்கு ஒன்றுமே தெரியாது.”

"இந்தக் கல்லைப் பற்றிய சங்கதி எந்தவொரு முடிவுக்கும் வரவில்லை, ஆனால் பரவாயில்லை," ஹோஷினோ அவரிடம் சொன்னான். "இப்போதுதான் நாம் ஆரம்பித்திருக்கிறோம். இரவு முழுக்க நன்றாகத் தூங்கி விட்டு நாளை என்ன கொண்டு வருகிறதென்பதைப் பார்ப்போம்."

மறுநாள் காலை அவர்கள் மீண்டும் நூலகத்துக்குப் போனார்கள். முந்தைய நாளைப் போலவே, புத்தகங்களின் பெரிய அடுக்கினூடாக ஹோஷினோ வாசித்தான், ஒன்றன் பின் ஒன்றாக. தனது வாழ்நாளில் எப்போதும் இத்தனை புத்தகங்களை அவன் வாசித்தது கிடையாது. இந்த சமயத்தில் ஷிகோகுவின் வரலாற்றோடு அவன் ஓரளவு பரிச்சயமாகியிருந்தான், நூற்றாண்டுகளாகப் பலதரப்பட்ட கற்களை மக்கள் வழிபட்டிருக்கிறார்கள் என்பதைத் தெரிந்து கொண்டிருந்தான். என்றாலும், உண்மையில் அவன் விரும்பியதை - இந்த நுழைவாயில் கல்லைப் பற்றிய விளக்கத்தை - எங்கும் கண்டுபிடிக்க முடியவில்லை. மதியநேரம் போல அவனுடைய தலை வலிக்க ஆரம்பித்தது, எனவே அவர்கள் நூலகத்தை விட்டுக் கிளம்பினார்கள், பூங்காவின் புற்கள் மீது வெகுநேரம் படுத்தவாறு, கலைந்து போகும் மேகங்களை வெறித்துக் கொண்டிருந்தார்கள். ஹோஷினோ புகைத்தான், நகாடா தனது காப்புக்குடுவையிலிருந்து சூடானத் தேநீரைச் சீப்பினார்.

"நாளை மறுபடியும் இடி இடிக்கப் போகிறது," என்றார் நகாடா.

"நீதான் அதை இடிக்கச் செய்யப் போகிறாய் என்று அர்த்தமா?"

"இல்லை, நகாடாவால் அதைச் செய்ய முடியாது. இடி தானாகத்தான் வரும்."

"அதற்குக் கடவுளுக்கு நன்றி," என்றான் ஹோஷினோ.

அவர்கள் மீண்டும் தங்களுடைய விடுதிக்குத் திரும்பிச் சென்றார்கள், குளியல் போட்டார்கள், அதன் பிறகு படுக்கைக்குப் போன நகாடா வெகு சீக்கிரமே தூங்கிப் போனார். தொலைக்காட்சியில் சத்தத்தைக் குறைத்து வைத்து ஒரு தளப்பந்தாட்ட விளையாட்டைப் பார்த்தான் ஹோஷினோ, ஆனால் ஜெயண்ட்ஸ் அணி ஹிரோஷிமாவைப் போட்டுத்

தீவிரமாக வெளுத்துக் கொண்டிருந்ததால் ஒட்டுமொத்த சங்கதியாலும் வெறுப்படைந்து அவன் தொலைக்காட்சியை அணைத்தான். இன்னும் அவனுக்குத் தூக்கம் வரவில்லை என்பதோடு தாகமாகவும் உணர்ந்தான், எனவே வெளியே சென்று ஒரு பீர் வளாகத்தைக் கண்டுபிடித்தான், பானமும் தட்டு நிறைய வெங்காய வளையங்களையும் கொண்டு வரப் பணித்தான். அருகில் அமர்ந்திருந்த ஓர் இளம்பெண்ணோடு உரையாடலைத் தொடங்கலாமா என்று யோசித்தான், ஆனால் பாலியல்ரீதியான முன்னெடுப்புக்கான நேரமோ அல்லது இடமோ அதுவல்ல என்பதாகப் பிறகு தீர்மானித்தான். நாளை காலை, எப்படியாகிலும், மறுபடியும் அந்த நழுவிச்செல்லும் கல்லைக் கண்டுபிடிக்கும் பணிக்குத் திரும்பியாக வேண்டும்.

தன்னுடைய பீரை அவன் குடித்து முடித்தான், தனது சுனிச்சி டிராகன்கள் தொப்பியைப் போட்டுக் கொண்டு, வெளியேறி வெறுமனே சுற்றித் திரிந்தான். மிகுந்த ஈர்ப்பான-தோற்றத்துடன் கூடிய நகரமல்ல, அவன் தீர்மானித்தான், ஆனால் இதற்கு முன் தான் வந்திராத ஒரு நகரத்தில் விரும்பும் எந்த இடத்துக்கு வேண்டுமானாலும் நடந்து போக முடியுமென்பதை அவனால் சற்று நன்றாக உணர முடிந்தது. எவ்வாறாகிலும், நடப்பதை அவன் எப்போதும் விரும்பினான். தனது உதடுகளின் நடுவில் மார்ல்பரோவோடு, கைகளை ஜேப்பிகளுக்குள் திணித்துக் கொண்டு, ஒரு பிரதான வீதியிலிருந்து இன்னொன்றுக்கு எனவும் வெவ்வேறு குறுக்குச்சந்துகளின் வழியாகவும் அவன் சுற்றியலைந்தான். புகைக்காத சமயத்தில், அவன் சீழ்க்கையடித்தான். சில பகுதிகள் உயிர்ப்போடும் கூட்டத்தோடும் இருந்தன, மற்றவையோ கைவிடப்பட்டு மயான அமைதியோடிருந்தன. என்றாலும், எந்தப் பகுதியில் தான் இருக்க நேர்ந்தாலும், அதே வேகத்தில் நடப்பதை அவன் தொடர்ந்தான். இளமையானவனாக, ஆரோக்கியமானவனாக, கவலையற்றவனாக மேலும் எதற்கும் அஞ்சாதவனாக அவனிருந்தான்.

முழுக்க கரோகே அருந்தகங்களும் விடுதிகளும் நிறைந்த - ஆறு மாத காலத்தில் வேறு பெயர்களில் இயங்கிக் கொண்டிருக்குமென்பதைப் போல அவை தோற்றமளித்தன - குறுகலான சந்தின் வழியே அவன் கீழிறங்கிக் கொண்டிருந்தான்,

ஓர் இருண்ட, கைவிடப்பட்ட இடத்தை அப்போதுதான் வந்தடைந்தபோது யாரோ அவனைப் பின்னாலிருந்து அழைத்தார்கள், "ஹோஷினோ! ஹோஷினோ!" எனும் உரத்த குரலில்.

முதலில் அவனால் அதை நம்ப முடியவில்லை. டகமாட்சுவில் யாருக்கும் அவனைத் தெரியாது – அது வேறு யாரோ ஹோஷினோவாக இருக்கக்கூடும். அது அப்படியொன்றும் வழக்கமான பெயரல்ல, அதே நேரம் வழக்கத்தில் அல்லாத ஒன்றுமல்ல. அவன் திரும்பிப் பார்க்காமல் நடந்தான். என்றாலும், அது எவராயிருந்தாலும், அவனைப் பின்தொடர்ந்தார்கள், அவனுடைய பெயரைச் சொல்லி அழைத்தபடி.

ஹோஷினோ நிதானித்துத் திரும்பிப் பார்த்தான். அங்கே நின்றிருந்தது ஒரு வெண்ணிற மேலங்கியணிந்த குட்டையான, முதிய மனிதர். வெள்ளை முடி, தீர்க்கமான கண்ணாடிகளின் இணை, வெள்ளை மீசை மற்றும் ஆட்டுத்தாடி, வெள்ளைச் சட்டை மற்றும் குறுகலானக் கழுத்தணி. அவருடைய முகம் ஜப்பானியருடையதாகத் தோன்றியது, ஆனால் மொத்த உடையலங்காரமும் சேர்ந்து தென்னமெரிக்கப் பகுதியைச் சேர்ந்த ஏதோவொரு கிராமப்புறத்தில் இருந்து வந்த கனவானாக அவரைத் தோன்றச் செய்தன. ஐந்தடி உயரத்துக்கு சற்றதிகமாக அவர் இருக்க மாட்டார், ஆனால் ஒரு சிற்றுருவமாக, மனிதனின் குறுகிய வடிவமாக அல்லாமல் வெறும் குட்டையான மனிதனாக மட்டும் தெரிந்தார். ஏதோவொரு தட்டத்தைக் கையில் ஏந்தியிருப்பதைப் போல, தனதிரு கைகளையும் தனக்கு முன்னால் நீட்டியிருந்தார்.

"திரு ஹோஷினோ," என்றார் முதிய மனிதர், அவருடைய குரல் தெளிவாகவும் ஊடுருவுவதாகவும் இருந்தது, சற்றே அழுத்தத்தோடு.

வெறுமனே ஆச்சரியம் பொங்க ஹோஷினோ அந்த மனிதரை வெறித்தான்.

"உன்னைப் பிடித்து விட்டேன்! நான் கலோனல் சாண்டர்ஸ்."

"நீ அவரைப் போலவே தோற்றமளிக்கிறாய்," என்றான் ஹோஷினோ, ஈர்க்கப்பட்டவனாக.

"நான் வெறுமனே கலோனல் சாண்டர்ஸைப் போலத் தோற்றமளிப்பவன் அல்ல. அதுதான் நான்."

"அந்தப் பொறித்த-கோழிக்கறி ஆளா?"

முதிய மனிதர் பயங்கரமாகத் தலையசைத்தார். "அதே ஆள்தான்."

"சரி, ஆனால் உனக்கு எப்படி என் பெயர் தெரியும்?"

"சுனிச்சி டிராகன்களின் ரசிகர்களை எப்போதும் நான் ஹோஷினோ என்றே அழைப்பேன். நாகாஷிமா என்பது அடிப்படையில் ஜெயிண்ட்ஸ்களின் பெயர் – போலவே, டிராகன்களுக்கு அது ஹோஷினோவாகத்தான் இருந்தாக வேண்டும், இல்லையா?"

"ஆம், ஆனால் ஹோஷினோ என்பது என்னுடைய உண்மையான பெயர்."

"அபாரமான தற்செயல் நிகழ்வு," முதிய மனிதர் வெடித்துச் சிரித்தார். "என்னைப் பழிக்காதே."

"ஆக உனக்கு என்ன வேண்டும்?"

"உனக்கான பெண் என்னிடம் இருக்கிறாளா!"

"ஓ, புரிகிறது," என்றான் ஹோஷினோ. "நீ ஒரு தரகன். ஆகவேதான் அது போன்று அசத்தலாக உடையணிந்திருக்கிறாய்."

"திரு ஹோஷினோ, எத்தனை முறை இதைச் சொல்ல நேருமென்று எனக்குத் தெரியாது, ஆனால் யாரைப் போலவும் நான் உடையணிந்திருக்கவில்லை. நான் தான் கலோனல் சாண்டர்ஸ். தேவையின்றி போட்டுக் குழப்பிக் கொள்ளாதே, புரிகிறதா?"

"சரி... ஆனால் நீதான் உண்மையான கலோனல் சாண்டர்ஸ் என்றால், டகமாட்சுவின் குறுக்குச்சந்தில் தரகனாக வேலை

காஃப்கா – கடற்கரையில் | 485

பார்ப்பதன் மூலம் என்ன எழவைச் செய்து கொண்டிருக்கிறாய்? நீ ஒரு புகழ்பெற்ற ஆள், காப்புரிமைக் கட்டணத்தின் மூலமாக மட்டுமே நீ அபாரமாக கல்லா கட்டிக் கொண்டிருக்க வேண்டும். அமெரிக்காவில் எங்காவது ஒரு குளத்தினோரமாக சாய்ந்து கிடக்க வேண்டும், உனது பணிஓய்வை ரசித்தபடி. ஆகவே என்ன கதை இது?"

"உலகமே ஒரு வகை நெசவிழையில்தான் இயங்கிக் கொண்டிருக்கிறது."

"நெசவிழையா?"

"அனேகமாக உனக்கு இது தெரியாதிருக்கலாம், ஆனால் அப்படித்தான் நம்மிடம் மூன்று பரிமாணங்கள் உள்ளன. நெசவிழையின் காரணமாக. எல்லா நேரத்திலும் எல்லாமும் நன்றாகவும் நேராகவும் இருக்க வேண்டுமென்று விரும்புவாயானால், பிறகு முக்கோண அளவுகோலால் ஆன உலகத்துக்குப் போய் வாழ்ந்து கொள்."

"நீ ரொம்ப விசித்திரமான ஆள், உனக்குத் தெரியுமா?" என்றான் ஹோஷினோ. "ஆனால் இந்நாட்களில் விசித்திரமான முதிய மனிதர்களோடு அலைந்து திரிவதே என் விதியென்பதாகத் தெரிகிறது. இதற்கு மேலும் இது தொடர்ந்தால் எது மேலே எது கீழே என்பது கூட எனக்குத் தெரியாமல் போகலாம்."

"அப்படியும் இருக்கலாம், திரு ஹோஷினோ, ஆனால் என்ன சொல்கிறாய்? ஒரு அழகான பெண்ணைப் பற்றி?"

"அதாவது அந்த மசாஜ் பார்லர் இடங்களில் உள்ளதைப் போலவா?"

"மசாஜ் பார்லரா? அது என்ன?"

"உனக்குத் தெரியும்தானே, உன்னால் கெட்ட காரியத்தைச் செய்யவியலாத ஆனால் வாய்வேலை அல்லது கைவேலை செய்ய முடிந்த அதுபோன்ற இடங்கள். அவ்வகையில் உன்னை வர அனுமதிப்பார்கள், ஆனால் உள்ளே-வெளியே கிடையாது."

“இல்லை, இல்லை,” என்றார் கலோனல் சாண்டர்ஸ், ஆத்திரத்தில் தனது தலையை ஆட்டியவாறு. “மொத்தமாக அது மட்டுமல்ல. என் பெண்கள் அவை எல்லாவற்றையும் செய்வார்கள் – கைவேலை, வாய்வேலை, நீ கேட்கும் எதுவானாலும், பழமையான உள்ளே-வெளியேவும் சேர்த்து.”

“ஆஹா – ஆக நீயொரு சோப்லாண்டைப் (*Soapland* – அங்கீகரிக்கப்பட்ட ஜப்பானிய விபச்சார விடுதி) பற்றிப் பேசுகிறாய்.”

“என்ன லாண்ட்?”

“வளவளவென்று இழுத்துக் கொண்டிருக்காதே, சரியா? என்னோடு வேறு ஒருவரும் இருக்கிறார், அத்துடன் காலையில் நாங்கள் சீக்கிரம் கிளம்பியாக வேண்டும். ஆகவே இன்றிரவு முட்டாள்தனமாக எதையும் செய்து வைக்க எனக்கு நேரமில்லை.”

“ஆக உனக்குப் பெண் வேண்டாம்?”

“பெண்ணும் வேண்டாம். பொறித்த கோழியும் வேண்டாம். நான் திரும்பிப் போய் கொஞ்சம் தூங்கப் போகிறேன்.”

“ஆனால் அனேகமாக உன்னால் எளிதாகத் தூங்க முடியாமல் போகலாம்?” கலோனல் சாண்டர்ஸ் தெரிந்ததைப் போலச் சொன்னார். “ஒரு மனிதன் எதையாவது தேடி அதைக் கண்டுபிடிக்க முடியாமல் போனால், வழக்கமாக அவர்களால் நல்ல முறையில் தூங்க முடியாமல் போகலாம்.”

ஹோஷினோ அங்கேயே நின்றிருந்தான், வாயைப் பிளந்து, அவரை வெறித்தபடி. “எதையாவது தேடி? நான் எதையோ தேடுகிறேனென்பது உனக்கு எப்படி தெரியும்?”

“உனது உடல் முழுக்க அது எழுதப்பட்டுள்ளது. இயல்பாகவே நீயொரு நேர்மையான மனிதன். நீ நினைக்கும் அனைத்தும் உனது முகம் முழுக்க எழுதப்பட்டுள்ளது. பிளந்து-திறந்த, காய வைத்த கானாங்கெளுத்தியின் ஒரு பக்கத்தைப் போல – உனது தலைக்குள் இருக்கும் எல்லாமும் அனைவரும் பார்க்கும் வகையில் திறந்து கிடக்கிறது.”

தன்னிச்சையாக, ஹோஷினோ கைகளை உயர்த்தி தனது கன்னங்களைத் தேய்த்தான். தனது கைகளை அகல விரித்து அவற்றை வெறித்தான், ஆனால் அங்கு எதுவுமில்லை. எனது முகம் முழுக்க எழுதப்பட்டுள்ளதா?

"ஆகவே," என்றார் கலோனல் சாண்டர்ஸ், அழுத்திச் சொல்வதற்கென ஒரு விரலை உயர்த்தி, "எவ்வகையிலாவது நீ தேடும் சங்கதி வட்டமாகவும் கடினமாகவும் இருக்குமா?"

முகத்தைச் சுளித்து விட்டு ஹோஷினோ சொன்னான், "சொல்லித் தொலை, கிழவா, யார் நீ? உனக்கு எப்படி அது தெரியும்?"

"நான்தான் உன்னிடம் சொன்னேனே – உனது முகம் முழுக்க அது எழுதப்பட்டுள்ளது. அது உனக்குப் புரியவில்லை, இல்லையா?" என்றார் கலோனல் சாண்டர்ஸ், தனது விரலை ஆட்டியபடி. "இத்தனை வருடங்கள் இந்தத் தொழிலில் எனது உடல்நலத்தின் காரணமாக மட்டுமே நான் தொடர்ந்திருக்கவில்லை, உனக்குப் புரிகிறதா? ஆக நிஜமாகவே உனக்குப் பெண் வேண்டாமா?"

"நான் ஒரு வகைக் கல்லைத் தேடிக் கொண்டிருக்கிறேன். அது நுழைவாயில் கல் என்றழைக்கப்படும்."

"எனக்கு அதைப் பற்றி எல்லாம் தெரியும்."

"உண்மையாக?"

"நான் பொய் சொல்வதில்லை. அல்லது நகைச்சுவைகளும் சொல்வதில்லை. ஒளிவுமறைவற்ற, வெட்டிப்பேச்சு-பேசாத வகையைச் சேர்ந்தவன் நான்."

"கல் எங்கே உள்ளதென்று உனக்குத் தெரியுமா?"

"மிகத்துல்லியமாக அது எங்கே உள்ளதென்பது எனக்குத் தெரியும்."

"ஆக, நீ என்னிடம் – எங்கே என்று சொல்ல முடியுமா?"

கலோனல் சாண்டர்ஸ் தனது கறுப்பு-சட்டமிட்ட கண்ணாடிகளைத் தொட்டு தொண்டையை செருமிக் கொண்டார்.

"உனக்குப் பெண் வேண்டாமென்பதில் நீ உறுதியாக இருக்கிறாயா?"

"கல் எங்கே இருக்கிறதென்பதை என்னிடம் நீ சொன்னால், அது குறித்துச் சிந்திக்கிறேன்," ஹோஷினோ சந்தேகத்தோடு சொன்னான்.

"அற்புதம். என்னோடு வா." பதிலுக்காகக் காத்திருக்காமல், குறுக்குச்சந்தின் வழியே அவர் உற்சாகமாக நடைபோட்டார்.

அவரோடு இணைந்து நடக்க ஹோஷினோ மிகவும் சிரமப்பட்டான். "ஹேய், முதியவரே. கலோனல். என்னிடம் 25,000 யென்கள் மட்டும்தான் இருக்கும் போலத் தெரிகிறது."

சாலையின் கீழே விரைந்திறங்கும் சமயத்தில் கலோனல் சாண்டர்ஸ் தனது நாவைச் சொடுக்கி ஒலியேற்படுத்தினார். "அதுவே ஜாஸ்திதான். அது உனக்கு அன்றலர்ந்த-முகமுடைய 19-வயது-நிரம்பிய அழகியைப் பெற்றுத் தரும். முழு அட்டவணையையும் அவள் உனக்குத் தருவாள் – வாய்வேலை, கைவேலை, உள்ளே-வெளியே, நீயே பெயரிட்டுக் கொள். அதற்குப் பிற்பாடு இலவசமாக நான் இதை வீசியெறிகிறேன் – கல்லைப் பற்றி உனக்கு நான் சொல்வேன்."

"அடேங்கப்பா," ஹோஷினோ மூச்சிரைத்தான்.

27

அந்தப் பெண் இங்கிருக்கிறாளென்பதை நான் கவனிக்கும்போது மணி 2.47 – நேற்றிரவை விட சற்று முன்னதாக. இம்முறை நான் விழித்திருக்கிறேன், அவள் தோன்றக் காத்திருப்பவனாக. அவ்வப்போதைய கண்சிமிட்டல்களைத் தவிர கண்களை ஒருமுறை கூட நான் மூடவில்லை. மிகுந்த கவனத்தோடிருந்ததாக நான் நினைத்தேன், ஆனாலும் அவள் தோன்றும் அசலான தருணத்தை எப்படியோ தவற விடுகிறேன்.

தனது வழக்கமான மெல்லிய நீலநிற உடையணிந்து முன்பு போலவே அவள் அங்கு அமர்ந்திருக்கிறாள், கைகளில் தலையைத் தாங்கி, "காஃப்கா-கடற்கரையில்" ஓவியத்தை மௌனமாக உற்று நோக்கியவாறு. மேலும் மூச்சை இழுத்துப் பிடித்துக் கொண்டு நானும் அவளை உற்று நோக்குகிறேன். ஓவியம், பெண் மற்றும் நான் – அறைக்குள் ஓர் அசைவற்ற முக்கோணத்தை நாங்கள் உருவாக்குகிறோம். ஓவியத்தைப் பார்ப்பதில் அவள் ஒருபோதும் சோர்வடைவதில்லை, அதேபோல அவளை உற்றுப் பார்ப்பதில் நானும் ஒருபோதும் சோர்வடைவதில்லை. முக்கோணம் நிலைபெற்றிருக்கிறது, தடுமாற்றமின்றி. அதன் பிறகு முழுக்கவே எதிர்பாராத ஒன்று நிகழ்கிறது.

"மிஸ் செய்கி," நான் சொல்வதை நானே கேட்கிறேன். அவளுடைய பெயரைச் சொல்வதை நான் திட்டமிட்டிருக்கவில்லை, ஆனால் அந்த எண்ணம் எனக்குள் ஆழமாக ஊறியிருந்து பீறிட்டு வழிகிறது. மிகவும் மெலிதான குரலில், ஆனால் அவளுக்கு அது கேட்கிறது. ஆக முக்கோணத்தின் ஒரு பக்கம் நொறுங்குகிறது. அனேகமாக அது

கேட்க வேண்டுமென்று ரகசியமாக நான் நம்பியிருக்கலாம் – எனக்குத் தெரியாது.

அவள் எனது திசையில் பார்க்கிறாள், என்றாலும் அவள் சிரமப்பட்டுப் பார்ப்பதாகத் தோன்றவில்லை. அமைதியாகத் தனது முகத்தைத் திருப்பும் வேளையிலும் அவளின் தலை இன்னும் கைகளில்தான் இருக்கிறது. எதுவோ – என்னெவென்று அவளுக்கு உறுதியாகத் தெரியாதபோதும் – அங்கிருந்த காற்றை வெகு மெலிதாக நடுங்கச் செய்ததைப் போல.

அவளால் என்னைப் பார்க்க முடியுமாவென்று எனக்குத் தெரியாது, ஆனால் அவள் பார்க்க வேண்டுமென்று விரும்புகிறேன். என்னை அவள் கவனிக்கவும் எனதிருப்பை அறிந்து கொள்ளவும் வேண்டுமென்று பிரார்த்திக்கிறேன். "மிஸ் செய்கி," நான் திரும்பச் சொல்கிறேன். அவளின் பெயரைச் சொல்லாதிருக்க எனக்கு இயலவில்லை. அனேகமாக எனது குரலால் அச்சமடைந்து அவள் இந்த அறையை நீங்கிப் போய் விடலாம், எப்போதும் திரும்பி வராமல். அவ்வாறு நிகழ்ந்தால் நான் மோசமாக உணருவேன். இல்லை – மோசமாக அல்ல, நான் சொல்ல வந்தது அதுவல்ல. பாழாகிடுவேன் என்பதே இன்னும் சரியாக இருக்கும். என்றென்றைக்குமாக அவள் திரும்பி வராவிட்டால் அனைத்தையும் தொலைத்தவனாவேன், என்றென்றைக்குமாக. அனைத்து அர்த்தங்களையும், அனைத்து திசைகளையும். அனைத்தையும். எனக்கு இது நன்றாகத் தெரியும், ஆனாலும் மேற்கொண்டு எவ்வகையிலும் அந்த ஆபத்தை எதிர்கொள்வதைப் போல, அவளின் பெயரைச் சொல்லிக் கூப்பிடுகிறேன். தங்களுடைய சொந்த விருப்பத்தின் பேரில், கிட்டத்தட்ட தன்னிச்சையாக, எனது நாவும் உதடுகளும் அவளுடைய பெயரை உருவாக்குகின்றன, திரும்பத் திரும்ப.

அதன்பிறகும் அவள் அந்த ஓவியத்தைப் பார்த்துக் கொண்டிருக்கவில்லை, என்னைப் பார்க்கிறாள். அல்லது குறைந்தபட்சம் அவளுடைய பார்வையின் வெளிக்குள் நானிருக்கிறேன். நான் அமர்ந்திருக்கும் இடத்திலிருந்து அவளின் உணர்வு வெளிப்பாட்டை என்னால் பார்க்க முடியவில்லை. வெளியே மேகங்கள் நகர நிலவொளி மின்னுகிறது.

வெளிப்புறத்தில் காற்றோட்டமாக இருக்க வேண்டும், ஆனால் என்னால் கேட்க முடியவில்லை.

"மிஸ் செய்கி," நான் மீண்டும் சொல்கிறேன், ஏதோவொரு அவசரப்படுத்துகிற, கட்டாயப்படுத்துகிற, திணறடிக்கிற விசையால் உந்தப்பட்டு.

அவள் தனது தலையை கைகளிலிருந்து உயர்த்துகிறாள், தன்னுடைய வலது கையைத் தனக்கு முன்னால் நீட்டிப் பிடிக்கிறாள் - இதற்கு மேலும் எதுவும் பேச வேண்டாமென்று என்னிடம் சொல்வது போல. ஆனால் உண்மையில் அவள் சொல்ல விரும்புவது அதைத்தானா? அவளை நெருங்கிச் சென்று அவளின் கண்களுக்குள் என்னால் பார்க்க முடிந்தால், இந்தக் கணத்தில் அவள் என்ன நினைக்கிறாளென்பதை அறிய, என்ன மாதிரியான உணர்வுகள் அவளுக்குள் ஓடுகின்றன என்பதையும். அவள் என்னிடம் என்ன சொல்ல முயற்சிக்கிறாள்? எதை அவள் சுட்டுகிறாள்? ச்சே, எனக்குத் தெரிந்தால் நன்றாயிருக்கும். ஆனால் இந்த அடர்த்தியான, காலை மூன்று மணிக்குச் சற்று முன்னதான இருட்டு அனைத்து அர்த்தங்களையும் அபகரித்துக் கொள்கிறது. மூச்சு விடச் சிரமமாக உள்ளது, எனவே எனது கண்களை மூடுகிறேன். எனது மார்புக்குள் காற்றின் கடினமான பாரத்தை உணர்கிறேன், ஏதோவொரு மழைமேகத்தை ஒட்டுமொத்தமாக நான் விழுங்கியிருப்பதைப் போல. சில நொடிகளுக்குப் பிறகு எனது கண்களை நான் திறக்கும்போது, அவள் மறைந்திருக்கிறாள். மீதமிருப்பதெல்லாம் காலி நாற்காலி மட்டுமே. மேசைக்கு மேலிருக்கும் சுவரின் மீது ஒரு மேகத்தின் நிழல் வழுக்கிக் கொண்டு போகிறது.

நான் படுக்கையை விட்டு எழுகிறேன், சாளரத்துக்குச் சென்று இரவு வானைப் பார்க்கிறேன். பிறகு எப்போதும் மீட்டெடுக்கவியலாத நேரம் குறித்து யோசிக்கிறேன். ஆறுகளும் அலைகளும் குறித்து நான் நினைக்கிறேன். காடுகளும் பொங்கிப் பீறிடும் நீரும். மழையும் மின்னலும். பாறைகளும் நிழல்களும். இவை யாவும் எனக்குள் இருக்கின்றன.

மறுநாள், பிற்பகலில், நூலகத்துக்கு ஒரு துப்பறிவாளன் வருகிறான். எனது அறையில் நான் சோர்ந்து படுத்திருப்பதால்

அவன் அங்கு வந்திருந்தது எனக்குத் தெரியாது. கிட்டத்தட்ட 20 நிமிடங்கள் ஓஷிமாவிடம் கேள்விகள் கேட்ட பின்பு துப்பறிவாளன் கிளம்பிச் செல்கிறான். பிற்பாடு தகவல் சொல்ல ஓஷிமா எனது அறைக்கு வருகிறான்.

"உள்ளூர் நிலையத்தைச் சேர்ந்த ஒரு துப்பறிவாளன் உன்னைப் பற்றி விசாரித்தான்," என்கிறான் ஓஷிமா, பிறகு குளிர்சாதனப்பெட்டியில் இருந்து ஒரு பெர்ரியர் (Perrier) போத்தலை எடுக்கிறான், அதன் மூடியைத் திறந்து, நீரைக் கண்ணாடிக்குவளையில் ஊற்றிக் குடிக்கிறான்.

"நான் இங்கு இருந்தேனென்பது அவனுக்கு எப்படி தெரியும்?"

"நீ அலைபேசியைப் பயன்படுத்தியிருக்கிறாய். உன் அப்பாவின் அலைபேசி."

என் நினைவுகளைச் சோதித்து நான் தலையசைக்கிறேன். அந்தக் கோயிலின் பின்புறமிருந்த காட்டுக்குள் ரத்தக்களரியாக விழுந்த கிடந்த அவ்விரவில், அலைபேசியைக் கொண்டு நான் சகுராவை அழைத்தேன். "ஆமாம், ஆனால் ஒரு முறைதான்."

"அழைப்புகள் குறித்த பதிவுகளைப் பரிசோதித்த காவலர்கள் டகமாட்சு வரை உன்னைத் தொடர்ந்து வந்திருக்கிறார்கள். பொதுவாகக் காவல் அதிகாரிகள் தகவல்களுக்குள் நுழைவதில்லை, ஆனால் நாங்கள் உரையாடும்போது எவ்வாறு அவர்கள் அழைப்பைக் கண்டுபிடித்தார்கள் என்பதை விளக்க அவனை நான் இணங்கச் செய்தேன். விரும்பும்போது யாரையும் வசீகரித்து வலையில் வீழ்த்த எனக்குச் சாத்தியப்படும். தொலைபேசியில் நீ அழைத்த ஆளை அடையாளங்காண முடியவில்லை என்பதையும் அவன் கசிய விட்டான், எனவே அதுவொரு முன்-கட்டணம் செலுத்திப் பேசும் கருவியாக இருக்கக்கூடும். எப்படிப் பார்த்தாலும், நீ டகமாட்சுவில் இருந்தாயென்பது அவர்களுக்குத் தெரியும், மேலும் உள்ளூர் காவலர்கள் அனைத்து விடுதிகளையும் பரிசோதித்துக் கொண்டிருக்கிறார்கள். உனது விவரணைகளோடு பொருந்திப் போகும் காஃப்கா டமூரா எனும் சிறுவன் நகரின் வணிக விடுதியில் தங்கியிருந்ததை அவர்கள் கண்டுபிடிக்கவும் செய்திருக்கிறார்கள், ஒய்.எம்.சி.ஏ.வோடு செய்து கொண்ட

விசேட ஏற்பாட்டின் பேரில், மே 28 வரைக்கும். உன் அப்பாவை யாரோ கொலை செய்த அதே நாள்."

குறைந்தபட்சம் காவலர்களால் சகுராவைப் பற்றி எதையும் தெரிந்து கொள்ள முடியவில்லை. அதற்கு நன்றிக்கடன்பட்டிருக்கிறேன், ஏற்கனவே அவளைப் போதியமட்டும் நான் தொந்தரவு செய்து விட்டேன்.

"நமது நூலகம் குறித்து நீ விசாரித்ததை விடுதி மேலாளர் ஞாபகம் வைத்திருந்திருக்கிறான். நிஜமாகவே நீ இங்குதான் வருகிறாயா என்பதைத் தெரிந்து கொள்ள அவன் உதவியாளர் அழைத்தது நினைவுள்ளதா?"

நான் தலையசைக்கிறேன்.

"அதனால்தான் காவலர்கள் இங்கு வந்திருக்கிறார்கள்." ஓஷிமா பெர்ரியரைக் கொஞ்சம் சீப்புகிறான். "இயல்பாகவே நான் பொய் சொன்னேன். 28 முதல் உன்னை நான் பார்க்கவில்லையென்று துப்பறிவாளனிடம் சொன்னேன். தினமும் நீ வந்து கொண்டிருந்தாய் என்றும், அது முதல் ஒரு நாள் கூட வரவில்லை என்றும்."

"நீ ஏதும் சிக்கலுக்குள் மாட்டிக் கொள்ளப் போகிறாய்," நான் சொல்கிறேன்.

"நான் பொய் சொல்லாதிருந்தால், இன்னுமதிக சிக்கலுக்குள் நீ மாட்டிக் கொண்டிருப்பாய்."

"ஆனால் உன்னை இதில் ஈடுபடுத்த நான் விரும்பவில்லை."

ஓஷிமா தனது கண்களைக் குறுக்கிப் புன்னகைக்கிறான். "இன்னும் உனக்குப் பிடிபடவில்லை, இல்லையா? ஏற்கனவே என்னை நீ இதில் ஈடுபடுத்தி விட்டாய்."

"ஆம், அப்படித்தான் நினைக்கிறேன் –"

"நமக்குள் வாதம் வேண்டாம், சரியா? நடந்தது நடந்து விட்டது. இப்போது அதைப் பற்றிப் பேசுவது நம்மை எங்கும் அழைத்துப் போகாது."

நான் தலையசைக்கிறேன், ஒரு வார்த்தையும் பேசாமல்.

“எப்படியாகிலும், துப்பறிவாளன் தனது அட்டையைத் தந்து சென்றிருக்கிறான், மீண்டும் எப்போதாவது நீ தென்பட்டால் உடனடியாகத் தன்னை அழைக்கும்படி என்னிடம் சொன்னான்.”

“நான் குற்றத்துக்காகத் தேடப்படுபவனா?”

ஒஷிமா மெல்ல தனது தலையை ஆட்டுகிறான். “நானதைச் சந்தேகிக்கிறேன். ஆனால் தங்களுக்கு உதவ உன்னால் முடியுமென்று அவர்கள் நம்புகிறார்கள். இவையனைத்தையும் நான் செய்தித்தாள்களின் வழியே தொடர்ந்து வருகிறேன். விசாரணை எங்கும் நகரமாட்டேன் என்கிறது, ஆகவே காவலர்கள் பொறுமையிழந்து போயிருக்கிறார்கள். கைரேகைகள் இல்லை, தடயங்கள் இல்லை, சாட்சியங்கள் இல்லை. அவர்களிடம் உள்ள ஒரே துப்பு நீ மட்டும்தான். உன்னைக் கண்டுபிடிக்க ஏன் அவர்கள் இத்தனைச் சிரமப்படுகிறார்கள் என்பதை அது விளக்கக்கூடும். உன் அப்பா புகழ்பெற்றவரும் கூட, எனவே தொலைக்காட்சியிலும் பத்திரிகைகளிலும் இந்தக் கொலை வெகு விவரமாக அலசப்பட்டிருக்கிறது. அதனால் காவலர்கள் வெறுமனே அமர்ந்து தங்களின் கட்டை விரல்களைத் திருகிக் கொண்டிருக்கப் போவதில்லை.”

“ஆனால் அவர்களிடம் நீ பொய்யுரைத்திருக்கிறாய் எனக் கண்டுபிடித்தால், அதன்பிறகும் உன்னை சாட்சியாக அவர்கள் ஏற்றுக் கொள்ள மாட்டார்கள் – அத்தோடு எனது வேற்றிடவாதமும் காலி. நான்தான் அதைச் செய்ததாக அவர்கள் நினைக்கக்கூடும்.”

ஒஷிமா மீண்டும் தனது தலையை ஆட்டுகிறான். “ஜப்பானின் காவல்துறை அவ்வளவு முட்டாள்கள் அல்ல, காஃப்கா. கற்பனாசக்தி குறைவாயிருக்கலாம், ஆம், ஆனால் அவர்கள் செயல்திறனற்றவர்கள் அல்ல. டோக்கியோவிலிருந்து ஷிகோகு வரும் விமானப்பயணிகளின் பட்டியல்களை இந்நேரம் அவர்கள் சோதித்திருப்பார்களென்று எனக்கு நிச்சயமாகத் தெரியும். உனக்கு இது தெரியுமா என்பதை நானறிய மாட்டேன், ஆனால் விமான நிலையங்களின் அத்தனை நுழைவாயில்களிலும் ஒளிப்பதிவுக்கருவியை அவர்கள் பொருத்தி

இருக்கிறார்கள், விமானத்தில் ஏறும் ஒவ்வொரு பயணியையும் புகைப்படம் எடுக்க. சம்பவம் நிகழ்ந்த நேரத்தையொட்டி நீ டோக்கியோவுக்குத் திரும்பிப் பறக்கவில்லை என்பது இந்நேரம் அவர்களுக்குத் தெரிந்திருக்கும். ஜப்பானைப் பொருத்தவரை எந்தவொரு தகவலும் வெகு நுணுக்கமாக ஆராயப்படும், என்னை நம்பு. ஆக காவலர்கள் உன்னைக் குற்றவாளியாகக் கருதவில்லை. அவ்வாறு சந்தேகப்பட்டால், ஏதோவொரு உள்ளூர் அதிகாரியை அனுப்பாமல் தேசிய காவல் ஆணையத்தைச் (NSA) சேர்ந்த துப்பறிவாளர்களை அனுப்பியிருப்பார்கள். அவ்வாறு நடந்திருந்தால் அவர்கள் என்னை இன்னும் சற்றுக் கடினமாக வாட்டி எடுத்திருப்பார்கள், அவர்களைச் சாதுர்யமாக ஏமாற்ற எனக்கு எந்த வழிவகையும் இருந்திருக்காது. சம்பவத்தைப் பற்றி நீ தரும் தகவல் எதுவாயினும் அதை உன்னிடமிருந்து வெறுமனே கேட்க மட்டும் அவர்கள் விரும்புகிறார்கள்."

மிகத்துல்லியமான அர்த்தத்தோடு பொருந்திப் போகிறது, அவன் சொல்வது.

"எப்படியாகிலும், கொஞ்ச காலத்துக்கு நீ தலைமறைவாயிருப்பதே நல்லது," அவன் சொல்கிறான். "காவல்துறை இப்பகுதியை கண்காணிப்பில் கொண்டு வரக்கூடும், உன் மீது ஒரு கண் வைத்திருக்கும் வகையில். உனது புகைப்படத்தை அவன் தன்னோடு வைத்திருந்தான். உனது அதிகாரப்பூர்வ மேல்-இளநிலை வகுப்புப் படத்தின் நகல். என்றாலும், அது பெரிதும் உன்னைப் போலத் தோற்றமளித்ததாகச் சொல்ல முடியாது. அந்தப் புகைப்படத்தில் உண்மையாகவே நீ பைத்தியக்காரனைப் போலத் தெரிந்தாய்."

நான் விட்டு வந்த ஒரே புகைப்படம் அது மட்டும்தான். என்னைப் புகைப்படம் எடுப்பதை எப்போதும் நான் தவிர்த்திருக்கிறேன், ஆனால் இதை எடுக்காமல் தடுக்க எந்த வாய்ப்பும் இருக்கவில்லை.

"பள்ளியில் நீ பிரச்சினைக்குரியவனாக இருந்ததாகக் காவலன் சொன்னான். நீயும் உன் வகுப்புத்தோழர்களும் சம்பந்தப்பட்ட சில வன்முறை நிகழ்வுகளும் நடந்திருக்கின்றன. அத்தோடு நீ மூன்று முறை இடைநீக்கமும் செய்யப்பட்டிருக்கிறாய்."

"இரு முறை, மும்முறை அல்ல. மேலும் நான் இடைநீக்கம் செய்யப்படவில்லை, ஆனால் அதிகாரப்பூர்வமாகத் தண்டிக்கப்பட்டேன்," நான் விளக்குகிறேன். ஆழமாக மூச்சை உள்ளிழுக்கிறேன், பிறகு மெல்ல வெளியே விடுகிறேன். "அதுபோன்ற நேரங்கள் எனக்கு நிகழ்ந்ததுண்டு, ஆம்."

"உன்னால் உன்னைக் கட்டுப்படுத்த முடிவதில்லை," என்கிறான் ஒஷிமா.

நான் தலையசைக்கிறேன்.

"அத்தோடு நீ மற்ற மனிதர்களைக் காயப்படுத்தியிருக்கிறாய்?"

"நான் வேண்டுமென்று செய்யவில்லை. ஆனால் அது வேறு யாரோ எனக்குள் வசிக்கிறார்களென்பதைப் போலிருக்கும். மேலும் எனக்கு நினைவு திரும்பும் சமயத்தில், யாரையோ நான் காயப்படுத்தியிருப்பதைக் கண்டுகொள்வேன்."

"அவர்களை எவ்வளவு காயப்படுத்துவாய்?" ஒஷிமா கேட்கிறான்.

நான் வெட்கப்படுகிறேன். "பெரிதாக ஒன்றுமில்லை. உடைந்த எலும்புகள் அல்லது தெறித்து வீழும் பற்கள் அல்லது அதைப் போன்ற வேறேதும் இல்லை."

ஒஷிமா படுக்கையின் மீது அமர்கிறான், தனது கால்களை குறுக்கில் போட்டு நெற்றியில் கிடக்கும் கேசத்தைத் தள்ளி விடுகிறான். கடல்-நீல சீனோக்களும் கறுப்புநிற போலோ சட்டையும் வெண்ணிற அடிடாஸ் ட்ரைனர்களும் அவன் அணிந்திருக்கிறான். "நீ எதிர்கொள்ள எக்கச்சக்கமான பிரச்சினைகளை உனக்குள் வைத்திருக்கிறாயென எனக்குத் தோன்றுகிறது."

எக்கச்சக்கமான பிரச்சினைகள். நான் நிமிர்ந்து பார்க்கிறேன். "உனக்கு ஏதும் இல்லையா என்ன?"

ஒஷிமா தன் கைகளைக் காற்றில் உயர்த்திப் பிடிக்கிறான். "அப்படியொன்றும் நிறைய இல்லை. ஆனாலும் ஒன்று உள்ளது. எனக்கு, இந்த பௌதீக உடம்பின் உள்ளே – இந்தப் பிழையுடன்

கூடிய கொள்கலனிற்கு உள்ளே – நிகழும் மிக முக்கியமான பணி ஒரு நாளிலிருந்து அடுத்த நாளுக்குப் பிழைத்திருப்பதே. அது எளிதாயிருக்கலாம், அல்லது மிகக் கடினமாகவும். யாவும் நீ அதை எப்படிப் பார்க்கிறாயென்பதைப் பொறுத்து. எவ்வகையிலும், சங்கதிகள் நன்முறையில் நடந்தாலும், அது ஏதோ பெரும் சாதனையெல்லாம் கிடையாது. எழுந்து நிற்கும் ஆரவாரக் கைதட்டலை அல்லது அதுபோன்ற வேறெதையும் யாரும் உனக்குத் தருவதில்லை."

நான் சிறிது நேரம் எனது உதட்டைக் கடிக்கிறேன், பிறகு கேட்கிறேன், "அந்தக் கொள்கலனை விட்டு வெளியேறுவதைப் பற்றி ஒருபோதும் நீ சிந்தித்தது கிடையாதா?"

"எனது பௌதீக உடலை நீங்குவதைச் சொல்கிறாயா?"

நான் தலையசைக்கிறேன்.

"குறியீட்டுரீதியாக? அல்லது உண்மையாக?"

"எதுவானாலும்."

ஓஷிமா ஒரு கையால் தனது கேசத்தைப் பின்னுக்குத் தள்ளி விடுகிறான். அவனுடைய வெளுத்த நெற்றியின் பரப்புக்குக் கீழே பற்சக்கரங்கள் முழு வேகத்தோடு இயங்குவதை என்னால் உருவகப்படுத்த முடிகிறது. "நீ அதைச் செய்ய விரும்புவாயென்று நினைத்துக் கொண்டிருக்கிறாயா?"

நான் மூச்சை இழுக்கிறேன். "ஓஷிமா, மேற்பூச்சில்லாத உண்மையை உன்னிடம் சொல்ல வேண்டுமெனில், நான் சிக்கிக் கொண்டிருக்கும் இந்தக் கொள்கலனை எனக்குப் பிடிக்காது. ஒருபோதும் பிடித்ததில்லை. சொல்லப் போனால், நான் அதை வெறுக்கிறேன். என் முகம், என் கைகள், என் ரத்தம், என் மரபணுக்கள்... என் பெற்றோரிடமிருந்து வரித்துக் கொண்ட அனைத்தையும் நான் வெறுக்கிறேன். அவை எல்லாவற்றிடமிருந்தும் தப்பிப்பதை விடப் பெரிதாக எதையும் நான் விரும்பப் போவதில்லை, வீட்டை விட்டு ஓடுவதைப் போல."

எனது முகத்தை உற்று நோக்கி அவன் புன்னகைக்கிறான். "நீ அழகான, சதைப்பற்றான உடலைப் பெற்றிருக்கிறாய். யாரிடமிருந்து அதை வரித்துக் கொண்டிருந்தாலும், நன்கு அழகாயிருக்கிறாய். நல்லது, துல்லியமாகச் சொன்னால், அனேகமும் அழகு என்று குறிப்பிட்டுச் சொல்லவியலாத தனித்தன்மையுடன். ஆனால் நீ மோசமான-தோற்றத்தைக் கொண்டவன் அல்ல. குறைந்தபட்சம் எனக்கு உனதிந்த தோற்றம் பிடித்திருக்கிறது. மிடுக்கானவனாகவும் சுறுசுறுப்பானவனாகவும் இருக்கிறாய். அழகிய ஆணுறுப்பும் கூட உனக்குள்ளது. அதற்காக உன் மீது பொறாமைப்படுகிறேன். உனக்காக விழும் லட்சக்கணக்கானப் பெண்களை நீ பெறவிருக்கிறாய், உத்திரவாதமாக. ஆகவே உனது கொள்கலனின் மீது ஏன் உனக்குத் திருப்தியில்லாமல் போனது என்பதை என்னால் புரிந்து கொள்ள முடியவில்லை."

நான் வெட்கப்படுகிறேன்.

"சரி, அதெல்லாம் யோசனைக்கு அப்பாற்பட்டதென நினைக்கிறேன்," ஓஷிமா தொடர்கிறான். "நானிருக்கும் இந்தக் கொள்கலன் மீது எனக்கு வெறியெல்லாம் கிடையாது, அதை உறுதியாகச் சொல்ல முடியும். ஆனால் எவ்வாறு எனக்குச் சாத்தியமாகும் – முடங்கித் திருகிய இந்த உடலை நேசிக்க? ரொம்பவே அசௌகரியமானது, என்னால் அதை உனக்குச் சொல்ல முடியும். இருந்தாலும், இங்கு உள்ளே, இதுதான் நான் யோசிப்பது: வெளிப்புற ஓட்டையும் சாரத்தையும் நாம் தலைகீழாக மாற்றி வைத்தால் – வேறு வார்த்தைகளில் சொன்னால், வெளிப்புற ஓட்டினை சாரமாகவும் சாரத்தை வெறும் ஓடாகவும் எண்ணினால் – நமது வாழ்க்கைகளை ஒட்டுமொத்தமாகப் புரிந்து கொள்ள இன்னும் எளிதாயிருக்கும்."

எனது கைகளை வெறிக்கிறேன், அவற்றின் மீதிருந்த ரத்தம் மொத்தத்தையும் நினைத்துப் பார்ப்பதைப் போல, எத்தனை பிசுபிசுப்பாக அதை உணர்ந்தேன் என்பதையும். என்னுடைய சொந்த சாரம், என்னுடைய சொந்த ஓடு குறித்துச் சிந்திக்கிறேன். எனது சாரம், நான் எனும் புறவோட்டால் சூழப்பட்டிருக்கிறது. ஆனால் துடைத்தழிக்க முடியாத ஒரு காட்சியால் இந்த

காஃப்கா – கடற்கரையில் | **499**

எண்ணங்கள் யாவும் விரட்டடப்படுகின்றன: அந்த ரத்தம் மொத்தமும்.

“மிஸ் செய்கியைப் பற்றி?” நான் கேட்கிறேன்.

“என்ன சொல்ல வருகிறாய்?”

“வெற்றி கொள்ள வேண்டிய பிரச்சினைகள் ஏதும் அவளுக்கு இருப்பதாக நீ நினைக்கிறாயா?”

“அவளிடம் நீயே நேரடியாகக் கேட்டால் நல்லது,” என்கிறான் ஒஷிமா.

இரண்டு மணிக்கு, தட்டத்தில் வைத்து ஒரு கோப்பை காபியை மிஸ் செய்கியின் அறைக்கு எடுத்துப் போகிறேன், அங்கே தனது மேசையில் அவள் அமர்ந்திருக்கிறாள். எப்போதும் போல எழுதும் தாளும் ஃபவுண்டைன் பேனாவும் அங்கு மேசையின் மீது இருக்கின்றன, ஆனால் பேனா இன்னும் மூடியிடப்பட்டுள்ளது. இரண்டு கைகளும் மேசையில் வீற்றிருக்க, எங்கோவொரு வெளிக்குள் அவள் உற்று நோக்குகிறாள். எதையோ அவள் பார்த்துக் கொண்டிருப்பதாகத் தெரியவில்லை, வெறுமனே அங்கு இல்லாத ஓர் இடத்தை அவள் உற்றுப் பார்க்கிறாள். களைப்புற்றிருப்பதாகவும் தெரிகிறாள். அவளுக்குப் பின்னால் சாளரம் திறந்திருக்கிறது, வெண்ணிற இழைகள் கொண்ட திரைச்சீலைகளை முன்-கோடைக்கால தென்றல் சரசரக்கச் செய்கிறது. ஏதோவொரு அழகான உருவக ஓவியம் போல அந்த மொத்தக் காட்சியும் இருக்கிறது.

“நன்றி,” அவள் சொல்கிறாள், காபிக்கோப்பையை அவளுடைய மேசையின் மீது நான் வைக்கும்போது.

“நீங்கள் சற்று சோர்வுற்றிருப்பதாகத் தெரிகிறது.”

அவள் தலையசைக்கிறாள். “சோர்வுறும்போது நான் இன்னும் வயதானவளாகத் தெரிவேன் என்று நினைக்கிறேன்.”

“கிடையவே கிடையாது. நீங்கள் அற்புதமாக இருக்கிறீர்கள், எப்போதும் போல.”

அவள் புன்னகைக்கிறாள். "இத்தனை இளமையான ஒருவனாயிருந்தாலும், பெண்களை எப்படிப் புகழ்வதென்பது உனக்கு நிச்சயம் தெரிந்திருக்கிறது."

எனது முகம் சிவக்கிறது.

மிஸ் செய்கி நாற்காலியைச் சுட்டுகிறாள். நேற்றுப் போல அதே நாற்காலி, மிகச்சரியாக அதே நிலைமுறையில். நான் உட்காருகிறேன்.

"சோர்வடைவது எனக்குப் பழகி விட்டது, ஆனால் உனக்கு அப்படியில்லை என்று யூகிக்கிறேன்."

"இல்லை என்றே நினைக்கிறேன்."

"சொல்லப் போனால், 15 வயதில் எனக்கும் கூட அது பழகியிருக்கவில்லை." அவள் காபிக் கோப்பையை எடுத்து ஒரு மிடறு அருந்துகிறாள். "காஃப்கா, வெளியே உன்னால் என்ன பார்க்க முடிகிறது?"

அவளுக்குப் பின்னாலுள்ள சாளரத்துக்கு வெளியே பார்க்கிறேன். "மரங்கள், வானம் மற்றும் சில மேகங்களை நான் காண்கிறேன். மரக்கிளைகளில் இருக்கும் சில பறவைகளையும்."

"வழக்கத்துக்கு மாறான எதையுமல்ல. சரியா?"

"சரிதான்."

"ஆனால் மறுநாள் மீண்டும் நம்மால் இதையெல்லாம் பார்க்கவியலாமல் போகுமென்று உனக்குத் தெரிய வருகிறதெனில், திடீரென்று எல்லாம் விசேடமானதாகவும் விலைமதிப்பற்றதாகவும் மாறிப் போகும், இல்லையா?"

"அப்படித்தான் என்று யூகிக்கிறேன்."

"அது குறித்து எப்போதாவது யோசித்திருக்கிறாயா?"

"யோசித்திருக்கிறேன்."

ஓர் ஆச்சரியத் தோற்றம் அவள் முகத்தை நிறைக்கிறது. "எப்போது?"

“நான் காதலில் இருக்கும்போது,” நான் அவளிடம் சொல்கிறேன்.

அவள் மெலிதாகப் புன்னகைக்கிறாள், மேலும் அது அவள் உதடுகளைச் சுற்றி வட்டமிடுவதைத் தொடர்கிறது. ஒரு கோடை நாளில் வெளியேயிருக்கும் சிறிய துளையில் யாரேனும் நீரைத் தெளிக்கும்போது அது எத்தனை புத்துணர்வுடன் தோற்றமளிக்கும் என்பதை எனக்கு நினைவூட்டுகிறது.

“நீ காதலில் இருக்கிறாயா?” அவள் கேட்கிறாள்.

“ஆமாம்.”

“மேலும் அவளுடைய முகமும் ஒட்டுமொத்த இருப்பும் உன்னளவில் விசேடமானதாகவும் விலைமதிப்பற்றதாகவும் உள்ளன, ஒவ்வொரு முறையும் நீ அவளைப் பார்க்கும்போது?”

“அது சரிதான். அவற்றை நான் இழக்க நேரிடலாம் என்பதும்.”

சிறிது நேரம் மிஸ் செய்கி என்னைப் பார்க்கிறாள், அந்தப் புன்னகை மெல்லத் தேய்கிறது. “மெல்லிய கிளையில் உட்கார்ந்திருக்கும் ஒரு பறவையைக் கற்பனை செய்,” அவள் சொல்கிறாள். “கிளை காற்றில் ஆடுகிறது, உடன் இது நிகழும் ஒவ்வொரு முறையும் பறவையின் பார்வைவெளி மாறிக் கொண்டே இருக்கிறது. நான் என்ன சொல்கிறேனென்பது உனக்குப் புரிகிறதா?”

நான் தலையசைக்கிறேன்.

“அது நிகழும்போது, அந்தப் பறவை எப்படித் தகவமைத்துக் கொள்ளும் என்று நினைக்கிறாய்?”

நான் தலையை ஆட்டுகிறேன். “எனக்குத் தெரியாது.”

“தனது தலையை அது மேலும் கீழுமாக ஆட்டும், கிளையின் ஊசலாட்டத்தை ஈடுகட்டுவது போல. அடுத்த முறை காற்றடிக்கும்போது பறவைகளைக் கூர்ந்து கவனி. அந்தச் சாளரத்துக்கு வெளியே பார்ப்பதில் நிறைய நேரத்தை நான் செலவிடுவேன். அது போன்ற வாழ்க்கை களைப்படையச் செய்வதாக இருக்குமென்று உனக்குத் தோன்றவில்லையா?

எப்போதும் தலையை மாற்றிக் கொண்டிருப்பது - நீ வீற்றிருக்கும் கிளை ஊசலாடும் ஒவ்வொரு முறையும்?"

"எனக்குப் புரிகிறது."

"பறவைகள் அதற்குப் பழகியிருக்கின்றன. இயல்பாகவே அது அவற்றுக்கு வருகிறது. அதைப் பற்றி அவை சிந்திக்கத் தேவையில்லை, வெறுமனே அவை அதைச் செய்கின்றன. ஆகவே நாம் நினைக்குமளவுக்கு அது சோர்வடையச் செய்வதல்ல. ஆனால் நானொரு மனிதவுயிர், பறவையல்ல, ஆகவே சில சமயங்களில் சோர்வடையவே செய்கிறேன்."

"எங்காவது ஒரு கிளையில் நீங்கள் அமர்ந்திருக்கிறீர்களா?"

"ஒரு வகையில்," அவள் சொல்கிறாள். "மேலும் சில சமயங்களில் காற்றும் சற்று பலமாகவே வீசும்." கோப்பையை மறுபடியும் தாளத்தின் மீது வைத்து விட்டு அவள் தனது ஃபவுண்டைன் பேனாவின் மூடியைத் திறக்கிறாள்.

இது எனக்கான சமிக்ஞை, எனவே நான் எழுந்து கொள்கிறேன். "மிஸ் செய்கி, நான் உங்களிடம் கேட்க வேண்டிய ஒரு சங்கதி இருக்கிறது."

"ஏதும் அந்தரங்கமானதா?"

"ஆமாம். மேலும் வரையறுக்கப்பட்ட எல்லைகளுக்கு வெளியில் இருக்கலாம்."

"ஆனால் அது முக்கியமானது?"

"என்னளவில் முக்கியமானதே."

அவள் பேனாவை மீண்டும் மேசையின் மீது வைக்கிறாள், ஒரு வகை நடுநிலை பிரகாசத்தால் அவள் கண்கள் நிறைகின்றன. "பரவாயில்லை. மேற்கொண்டு கேள்."

"உங்களுக்கு ஏதும் குழந்தைகள் உண்டா?"

அவள் மூச்சை உள்ளிழுத்துப் பின் நிறுத்துகிறாள். அவளுடைய முகத்தில் தோன்றும் உணர்வு எங்கோ வெகு தொலைவுக்கு

மெல்லப் பின்வாங்குகிறது, பிறகு திரும்பி வருகிறது. சற்றே ஒரு தெருவின் கீழாக நடந்து சென்று மறைந்திடும் அணிவகுப்பைப் போல, பிறகு அதே தெருவின் வழியாக உங்களை நோக்கி நடந்து வருவதைப் போலவும்.

“அதை நீ ஏன் தெரிந்து கொள்ள விரும்புகிறாய்?”

“அது அந்தரங்கமானது. வெறுமனே ஏதோ ஒரு-கணத்தின்-உந்துதலால் உண்டான கேள்வியல்ல.”

தனது அடர்த்தியான மாண்ட் ப்ளான்க்கை அவள் எடுக்கிறாள், ஏதோ அதன் அடர்த்தியையும் பலத்தையும் சோதிப்பது போல, பிறகு அதை மேசை மீது ஒழுங்குபடுத்தி வைத்து விட்டு நிமிர்ந்து பார்க்கிறாள். “என்னை மன்னித்து விடு, ஆனால் ஆமாம் என்றோ பதிலில்லை என்றோ என்னால் உன்னிடம் சொல்லவியலாது. குறைந்தபட்சம் இப்போதைக்கு. நான் சோர்வுற்று இருக்கிறேன், மேலும் காற்றும் பலமாக வீசிக் கொண்டிருக்கிறது.”

நான் தலையசைக்கிறேன். “ஏன்னை மன்னியுங்கள். நான் கேட்டிருக்கக்கூடாது.”

“பரவாயில்லை. நான் உன்னைக் குற்றம் சொல்லவில்லை,” அவள் மென்மையாகச் சொல்கிறாள். “காபிக்கு நன்றி. நீ அற்புதமாகக் காபி தயாரிக்கிறாய்.”

அங்கிருந்து கிளம்பி படிகளில் இறங்கி எனது அறைக்குப் போகிறேன். எனது படுக்கையில் அமர்ந்து வாசிக்க முயற்சி செய்கிறேன், ஆனால் எதுவும் என் மண்டைக்குள் வடிகட்டி இறங்குவதாகத் தெரியவில்லை. வெறுமனே கண்களால் வார்த்தைகளைத் தொடரும் சமயத்தில், ஏதோவொரு ஒழுங்குமுறையற்ற எண்களின் அட்டவணையை வெறித்துப் பார்ப்பதாக உணர்கிறேன். எனது புத்தகத்தைக் கீழே போடுகிறேன், சாளரத்தினருகே சென்று பூங்காவைப் பார்க்கிறேன். சில கிளைகளில் பறவைகள் அமர்ந்திருக்கின்றன, ஆனால் பேச்சுக்குக் கூட காற்றைக் காணோம். மிஸ் செய்கியோடு நான் காதலில் இருக்கிறேனா, அவளுக்கு 15 வயதிருந்தபோது? அல்லது மாடியில் இருக்கும் உண்மையான,

50-ஐத் தாண்டிய மிஸ் செய்கியோடு? இதற்கு மேல் எனக்கு எதுவும் தெரியாது. இரண்டையும் பிரிக்கும் எல்லைக்கோடு மெல்லத் தள்ளாடவும் தேயவும் தொடங்கியிருக்கிறது, என்னால் ஒருமுகப்படுத்த முடியவில்லை. ஆக அது என்னைக் குழப்புகிறது. கண்களை மூடி நான் பற்றிக் கொள்ள உள்ளுக்குள் ஏதும் மையமுள்ளதா என்பதைக் கண்டுபிடிக்க முயற்சி செய்கிறேன்.

ஆனால் உங்களுக்குத் தெரியுமா, அவள் சரியாகத்தான் சொல்கிறாள். ஒவ்வொரு நாளும், அவள் முகத்தைப் பார்க்கும் ஒவ்வொரு முறையும், அவளைப் பார்க்கும்போது, அது முழுக்கவே விலைமதிப்பற்றதாக இருக்கிறது.

28

கலோனல் சாண்டர்ஸ் தன் வயதுக்கு மீறிய சுறுசுறுப்போடு இருந்தார், மேலும் ஒரு தேர்ச்சிபெற்ற வேகநடைப் பயிற்சியாளரை நினைவுறுத்தும் வகையில் மிகுந்த வேகத்தோடிருந்தார். உடன் நகரின் அத்தனை மூலை முடுக்குகளும் அவருக்கு அத்துபடியென்பதாகத் தோன்றியது. இருண்ட, குறுகலான படிவழிகளில், பக்கவாட்டில் திரும்பி வீடுகளுக்கு இடையேயிருந்த குறுகலான செல்வழிகளில் புகுந்து வெளியேறுவதன் மூலம் குறுக்குப் பாதைகளை அவர் தேர்ந்தெடுத்தார். ஒரு சாக்கடையை அவர் தாண்டிக் குதித்தார், வேலிக்குப் பின்னாலிருந்து குரைத்த நாயை சின்னதொரு ஆணையால் அடக்கியபடி. தனது வீட்டைத் தேடியலையும் ஓய்வற்ற ஆன்மா போல, அவருடைய சிறிய வெண்ணிற-மேலங்கியணிந்த உருவம் நகரத்தின் பின்புறச் சந்துகளினூடாக விரைந்து முன்னேறியது. அவரோடு சேர்ந்து போக தன்னால் இயன்ற அனைத்தையும் ஹோஷினோ செய்யும்படி ஆனது. சீக்கிரமே அவனுக்கு மூச்சிரைக்கத் தொடங்கியது, அக்குள்கள் நனைந்து ஊறிப் போயிருந்தன. அவன் தன்னைப் பின்தொடர்கிறானா என்பதைப் பார்க்க கர்னல் சாண்டர்ஸ் ஒரு முறை கூடத் திரும்பவில்லை.

"ஹேய், நாம் கிட்டத்தட்ட அங்கு வந்து விட்டோமா?" பொறுமையிழந்தவனாக ஹோஷினோ கத்தினான்.

"நீ எதைப் பற்றிப் பேசுகிறாய், இளையவனே? நான் இதை ஒரு நடை என்று கூடச் சொல்ல மாட்டேன்," கலோனல் சாண்டர்ஸ் பதிலளித்தார், இன்னும் திரும்பிப் பார்க்காமல்.

“ஆம், ஆனால் நான் வாடிக்கையாளன், ஞாபகமிருக்கிறதா? நான் தோய்ந்து போனால் பிறகு எனது பாலியல் ஊக்கம் என்னாவது?”

“என்னவொரு அவமானம்! மேலும் உன்னை நீ ஆண்மகன் என்றும் சொல்லிக் கொள்கிறாய்? ஒரு சிறிய நடை உனது ஊக்கத்தைக் கொன்று போடுமெனில், தொடங்குவதற்குக் கூட உன்னிடம் ஏதுமில்லை என்று அர்த்தமாகக்கூடும்.”

“கர்த்தாவே,” ஹோஷினோ முணுமுணுத்தான்.

வேறொரு ஒதுக்குப்புறமான வீதியின் குறுக்காகப் போனார் கலோனல் சாண்டர்ஸ், போக்குவரத்து விளக்கு குறித்த எந்தக் கவலையுமின்றி பிரதான வீதியைக் கடந்து, நடப்பதைத் தொடர்ந்தார். ஒரு பாலத்தையும் குறுக்காகத் தாவிக் கடந்த பிறகு தலையைத் தாழ்த்தி ஓர் ஆலயத்துக்குள் நுழைந்தார். சற்றே பெரிய ஆலயம்தான், அதன் தோற்றத்தை வைத்துப் பார்க்க, ஆனால் வெகு தாமதமாகிப் போயிருந்ததால் சுற்றுமுற்றும் யாருமில்லை. அந்த ஆலய அலுவலகத்துக்கு முன்னால் கிடந்த இருக்கையை கலோனல் சாண்டர்ஸ் சுட்டினார், ஹோஷினோ அங்கு உட்கார வேண்டுமென்பதை உணர்த்தும் வகையில். இருக்கைக்கு அடுத்ததாக ஒரு பாதரச விளக்கு இருந்தது, ஆக யாவும் பகலைப் போன்ற பிரகாசத்தோடு இருந்தன. ஹோஷினோ தனக்குச் சொல்லப்பட்டதைப் போலச் செய்தான், கலோனல் சாண்டர்ஸ் அவனுக்கு அடுத்தபடியாக அமர்ந்தார்.

“இங்கே நீ என்னை அதைச் செய்ய வைக்கப் போவதில்லை, இல்லையா?” ஹோஷினோ கவலையோடு கேட்டான்.

“முட்டாளைப் போலப் பேசாதே. புகழ்பெற்ற ஆலயங்களைச் சுற்றிக் கொண்டிருந்து விட்டு அங்கேயே அதைச் செய்யும் மான்களைப் போலல்ல நாம். உன்னை ஒரு ஆலயத்தில் வைத்து நானதைச் செய்ய வைக்க மாட்டேன். எப்படிப் பார்த்தாலும், என்னை நீ யார் என்று நினைத்தாய்?” பின்னர் தனது ஜேப்பிக்குள்ளிருந்து வெள்ளிநிற அலைபேசி ஒன்றை உருவியெடுத்து மூன்று-இலக்க எண்ணை அழுத்தினார். “ஆம், நான்தான்,” மறுமுனையிலிருந்த ஆள் பதிலளித்தவுடன் அவர் சொன்னார். “வழமையான இடம். ஆலயத்தில். ஹோஷினோ

எனும் இளைஞனும் இங்கே என்னோடு இருக்கிறான். சரிதான்... வழக்கம் போலத்தான். ஆம், எனக்குப் புரிகிறது. உன்னால் முடிந்தமட்டும் சீக்கிரமாக இங்கு வந்து சேர்." அலைபேசியை அணைத்து மறுபடியும் அதைத் தனது வெண்ணிற மேலங்கியின் ஜேப்பிக்குள் நழுவ விட்டார்.

"எப்போதும் இந்த ஆலயத்தில் இருந்துதான் பெண்களை நீ அழைப்பாயா?" ஹோஷினோ கேட்டான்.

"அதில் ஏதும் தவறுள்ளதா?"

"இல்லை, நிச்சயமாக இல்லை. இன்னும் கொஞ்சம் நல்ல இடமாயிருக்கும் என வெறுமனே நான் நினைத்துக் கொண்டேன். இன்னும் சற்று... வழக்கமான இடம்? காபி அருந்தகம், அல்லது ஒரு விடுதி அறையில் கூட என்னைக் காக்க வைத்திருக்கலாமே?"

"ஆலயம் அமைதியான இடம். மேலும் இங்கே காற்று தெளிவாகவும் தூய்மையாகவும் இருக்கும்."

"உண்மை, ஆனால் ஆலய அலுவலகத்தின் முன்னாலிருக்கும் இருக்கையில் ஒரு பெண்ணுக்காகக் காத்திருப்பது - ஆசுவாசப்படுத்திக் கொள்ளச் சற்றுக் கடினமாயிருக்கிறது. நரி ஆத்மாக்களில் ஏதேனுமொன்று அல்லது அதைப் போன்ற வேறெதுவும் வீசக்கூடிய சாபத்தின் கீழ் மாட்டிக் கொள்வோமோ என்பதாக உணர்கிறேன்."

"எது குறித்து நீ பேசுகிறாய்? இப்போது நீ ஷிகோகுவைக் கேலி செய்து கொண்டிருக்கவில்லை, அப்படித்தானே? டகமாட்சு நேர்த்தியான நகரம் - சொல்லப் போனால், ஓர் ஆளுகையின் தலைநகரும் கூட. ஏதோவொரு காயல் அல்ல. இங்கே எங்களிடம் எந்த நரிகளும் இல்லை."

"சரி, சரி, வெறும் விளையாட்டுதான்... ஆனாலும் நீ சமூகத்துக்கு சேவை செய்யும் தொழிலில் இருக்கிறாய், ஆகவே ஒரு சுற்றுச்சூழலை உருவாக்குவது குறித்து இன்னுமதிகமாக நீ கவலைப்பட வேண்டுமென்று வெறுமனே நான் யோசித்துக் கொண்டிருந்தேன், நான் என்ன சொல்கிறேனென்று உனக்குப் புரிகிறதா? ஏதேனும் ஆடம்பரமாக, நல்ல மனநிலைக்கு

உன்னை அழைத்துப் போகும் வகையில். எனக்குத் தெரியாது, அனேகமாக அது என் வேலையும் இல்லை."

"சரியாகச் சொன்னாய். அது உன் வேலையல்ல," இசைப்பது போன்ற குரலில் கலோனல் சாண்டர்ஸ் சொன்னார். "இப்போது அந்தக் கல்லைப் பற்றி..."

"ஆமாம்! அந்தக் கல்... அதைப் பற்றி என்னிடம் சொல்."

"நீ வேலையை முடித்த பிறகு. அப்புறம் நாம் பேசலாம்."

"வேலையை முடிப்பது அத்தனை முக்கியமானதா, ஹ்ம்ம்?"

கலோனல் சாண்டர்ஸ் இரு முறை வெகு தீவிரமாகத் தலையசைத்தார், தனது ஆட்டுத்தாடியை நீவியவாறு. "சரிதான். அது நீ செய்து முடித்தாக வேண்டிய நடைமுறை. பிறகு நாம் கல்லைப் பற்றிப் பேசுவோம். நீ இந்தப் பெண்ணை விரும்பப் போகிறாயென்பது எனக்குத் தெரியும். எங்களுடைய தலையாய பெண். கவர்ச்சியான மார்பகங்கள், பட்டுப் போன்ற மேனி. அழகிய, குழைந்த இடை, நீ விரும்புமிடம் வெதுவெதுப்பாகவும் ஈரமாகவும், முறையானதொரு பாலியல் இயந்திரம். மகிழுந்தை உருவகமாகப் பயன்படுத்துவோமெனில், படுக்கையில் அவளொரு நான்கு-சக்கர சவாரி, அதிவேகச் சுழலியால் செறிவூட்டிய விருப்பத்தோடு, ஆக்சிலரேட்டரை ஏறி மிதி, எழுச்சியோடு இருக்கும் கியர் குச்சி அவள் கைகளுக்குள் இருக்க, முனைகளை நீ வட்டமிடு, மிகுந்த பரவசத்துடன் கியர்களை அவள் மாற்றுவாள், அதிவேகத் தடத்தில் நீ விரைந்து முன்னேறும்போது, பாங்! நீ அங்கிருப்பாய் - ஹோஷினோ இறந்து சொர்க்கத்துக்குப் போயிருப்பான்."

"நீ சற்று விசேடமான ஆசாமிதான், உனக்கு அது தெரியுமா?" ஹோஷினோ அவரைப் போற்றுவது போலச் சொன்னான்.

"நான் சொன்னது போல, வெறும் உடல்நலமெனும் காரணத்துக்காக மட்டும் இந்தத் தொழிலில் நான் தொடரவில்லை."

பதினைந்து நிமிடங்களுக்குப் பிறகு அந்தப் பெண் வந்தாள், கலோனல் சாண்டர்ஸ் சொன்னது சரிதான் -

அவள் அசரடிக்கக்கூடியவளாக இருந்தாள். இறுக்கமான குட்டைப்பாவாடை, கறுப்புநிறத்தில் உயரமான குதியணிகள், சிறிய கறுப்புநிற-எனாமல் தோள் பை. வெகு எளிதில் விளம்பரப்பெண்ணாக அவள் மாறிடலாம். வளமையான மார்புகளும் கூட, தாழ-வெட்டிய அவளின் மேலுடையிலிருந்து அவை பிதுங்கி வழிந்தன.

"இவள் சரிப்பட்டு வருவாளா?" கலோனல் சாண்டர்ஸ் கேட்டார்.

பதில் சொல்ல முடியாமல் திகைத்துப் போயிருந்த ஹோஷினோ வெறுமனே தலையசைத்தான்.

"அசலான பாலியல் இயந்திரம், ஹோஷினோ. அற்புதமாகக் கொண்டாடு," என்றார் கலோனல் சாண்டர்ஸ், முதன்முறையாகப் புன்னகைத்தவாறு. பிறகு அவர் ஹோஷினோவை பின்புறத்தில் கிள்ளி வைத்தார்.

அருகேயிருந்த காதல் விடுதிக்கு ஹோஷினோவை அந்தப் பெண் அழைத்துச் சென்றாள், அங்கு குளியல்தொட்டியை நிறைத்தாள், வேகமாகத் தனது ஆடைகளைக் களைந்து விட்டு அவனுடைய ஆடைகளையும் கழற்றினாள். கவனமாக அவனுடல் முழுவதையும் கழுவினாள், பிறகு அவனை நாவால் துழாவத் தொடங்கினாள், முழுக்கக் கலாபூர்வமானதொரு வாய்வேலைக்குள் நழுவிச் செல்பவளாக, இதற்கு முன் தனது வாழ்வில் அவன் கேட்டும் அல்லது கண்டுமிராத சங்கதிகளை அவனுக்குச் செய்ய ஆரம்பித்தாள். வருவதைத் தவிர வேறெதையும் அவனால் சிந்திக்க முடியவில்லை, ஆக வருவதைத்தான் அவனும் செய்தான்.

"அடக்கடவுளே, அதியற்புதமாக இருந்தது. ஒருபோதும் இதுபோல நான் உணர்ந்ததில்லை," என்றான் ஹோஷினோ, தளர்வாக மீண்டும் சுடுநீர்த் தொட்டிக்குள் அமிழ்ந்தவாறு.

"அது வெறும் ஆரம்பம் மட்டுமே," அந்தப் பெண் சொன்னாள், "அடுத்தது என்னவென்பதைப் பார்க்கும் வரைக்கும் பொறுமையாக இரு."

"ஹ்ம்ம், ஆனால் கடவுளே, அது நன்றாக இருந்தது."

"எவ்வளவு நன்றாக?"

"இதற்குமேல் கடந்தகாலமோ அல்லது எதிர்காலமோ இல்லையென்பதைப் போல."

"தூய்மையான நிகழ்காலமென்பது எதிர்காலத்தை விழுங்கும் கடந்தகாலத்தின் இறுகப்பற்றி நிறுத்தவியலாத முன்னேற்றமே. உண்மையில், அனைத்து உணர்வுகளும் ஏற்கனவே நினைவிலிருப்பவைதான்."

ஹோஷினோ நிமிர்ந்து பார்த்தான், வாய் பாதி திறந்திருக்க, அவளுடைய முகத்தை உற்று நோக்கினான். "என்ன இது?"

"ஹென்றி பெர்க்ஸன்," அவள் பதிலளித்தாள், அவனுடைய ஆணுறுப்பின் முனையிலிருந்த விந்துக்களை நக்கியபடி. "மாமே மோ மீமீலே (Mame mo memelay)."

"மன்னித்துக் கொள்?"

"பருப்பொருளும் ஞாபகமும் (Matter and Memory). எப்போதாவது அதை நீ வாசித்திருக்கிறாயா?"

"நான் வாசித்ததாக நினைவில்லை," கணநேர யோசனைக்கு பிறகு ஹோஷினோ பதிலளித்தான். வாசித்தே ஆக வேண்டுமென்று நிர்ப்பந்தம் செய்யப்பட்ட ஓட்டுனர்களுக்கான எஸ்.டி.எஃப்-பின் (SDF) விசேட கையேடு தவிர்த்து – அப்போதுதான் அவன் நூலகத்தில் மேய்ந்திருந்த ஷிகோகுவின் வரலாறு குறித்த புத்தகங்களும் சேர்த்து – மங்கா தவிர வேறெதையும் வாசித்ததாக அவனுக்கு நினைவிருக்கவில்லை.

"நீ அதை வாசித்திருக்கிறாயா?"

அந்தப் பெண் தலையசைத்தாள். "நான் வாசித்தாக வேண்டியிருந்தது. கல்லூரியில் நான் தத்துவம் படிக்கிறேன், மேலும் எங்களுக்குத் தேர்வுகள் வரப் போகின்றன."

"சொல்லாதே," என்றான் ஹோஷினோ. "ஆக இது பகுதி-நேர வேலையா?"

"கல்விக்கட்டணம் செலுத்த உதவியாக."

அவனை அவள் படுக்கைக்கு அழைத்துப் போனாள், தனது விரல்நுனிகளாலும் நாவாலும் உடல் முழுக்க வருடினாள், அவனிடம் மற்றொரு விறைப்பை உண்டாக்கும் வகையில். தீர்க்கமான விறைப்புத்தன்மை, திருவிழாக்கால பைசா கோபுரம் போல.

"பார், மீண்டும் ஆட்டத்துக்குத் தயாராகி விட்டாய்," அந்தப் பெண் குறிப்புரைத்தாள், தனது அசைவுகளின் அடுத்த தொகுதிக்குள் மெல்ல நகர்பவளாக. "ஏதேனும் விசேடமான கோரிக்கைகள்? நான் செய்ய வேண்டுமென்று நீ ஆசைப்படும் எதுவும்? நீ விரும்பும் அனைத்தும் உனக்குக் கிடைப்பதை உறுதி செய்யுமாறு கலோனல் சாண்டர்ஸ் என்னிடம் சொல்லி இருக்கிறார்."

"விசேடமான எதைப் பற்றியும் என்னால் யோசிக்க முடியவில்லை, ஆனால் அந்தத் தத்துவ சங்கதிகளில் இருந்து மேலும் சில மேற்கோள்களை உன்னால் சொல்ல முடியுமா? ஏனென்று எனக்குத் தெரியவில்லை, ஆனால் சீக்கிரம் வருவதிலிருந்து அவை என்னைக் காப்பாற்றக்கூடும். இல்லாவிட்டால் வெகு சீக்கிரமே நானதை இழந்து விடுவேன்."

"பார்க்கலாம்... இது சற்றுப் பழமையானதுதான், ஆனால் கொஞ்ச நேரம் ஹெகலைப் பேசுவோமா?"

"எதுவாயிருந்தாலும்."

"ஹெகலை நான் பரிந்துரைக்கிறேன். சற்றே காலாவதியாகிப் போனவர்தான், ஆனால் நிச்சயம் பழமையான ஆளென்றாலும் தங்கமானவர்!"

"எனக்குக் கேட்க நன்றாகத்தான் இருக்கிறது."

"ஒரு உறவின் உள்ளீடாக "நான்" இருக்கும் அதே வேளையில், அந்த உறவை அர்த்தப்படுத்தும் சங்கதியாகவும் "நான்" தான் இருக்கிறேன்."

"ஹ்ம்ம்ம்..."

"ஒரு மனிதன் தன் சுயத்தையும் பொருட்களையும் வெவ்வேறு சங்கதிகளாகப் பகுத்தறிவதில்லை என்று ஹெகல் நம்பினார், ஆனால் பொருளின் இடையீடு வழியே தன் சுயத்தைச் செலுத்துவதன் மூலம் உள்ளார்ந்த விருப்பாற்றலோடு சுயத்தைப் பற்றிய ஆழமான புரிதலைப் பெறலாம். இவை எல்லாம் சேர்ந்தே சுய-பிரக்ஞையை வடிவமைக்கின்றன."

"நீ என்ன எழவைப் பற்றிப் பேசுகிறாயென்று எனக்கு எதுவும் புரியவில்லை."

"சரி, மிகச்சரியாக இப்போது உனக்கு என்ன செய்து கொண்டிருக்கிறேன் என்பதை நினைத்துக் கொள். என்னைப் பொருத்தமட்டும் நான் சுயம், நீ பொருள். சொல்லப் போனால், உன்னளவில், அது அப்படியே மாறி வரும் - உனக்கு நீ தான் சுயம் என்பதோடு நான் பொருள். மேலும் சுயத்தையும் பொருளையும் பரிமாறிக் கொள்வதன் வழியாக, நாம் ஒருவரை மற்றொருவருக்குள் செலுத்தி சுய-பிரக்ஞையைப் பெறலாம். உள்ளார்ந்த விருப்பாற்றலோடு."

"இப்போதும் எனக்குப் புரியவில்லை, ஆனால் நிச்சயம் இது நன்றாக உணரச் செய்கிறது."

"ஒட்டுமொத்தச் சிந்தனையும் அதுதான்," அந்தப் பெண் சொன்னாள்.

பிற்பாடு அந்தப் பெண்ணிடம் முகமன் கூறி விடைபெற்றுக் கொண்டு அவன் ஆலயத்துக்குத் திரும்பினான், அங்கே கலோனல் சாண்டர்ஸ் அந்த இருக்கையில் அமர்ந்திருந்தார், அவன் விட்டுப் போனதைப் போலவே.

"இத்தனை நேரமும் இங்குதான் உட்கார்ந்திருந்தாயா?" ஹோஷினோ கேட்டான்.

கலோனல் சாண்டர்ஸ் தனது தலையை வெறுப்புடன் ஆட்டினார். "மூடனைப் போல நடந்து கொள்ளாதே. என்னிடம் அவ்வளவு நேரமிருக்கிறது என்பதாகத் தெரிகிறதா? நீ சொர்க்கத்துக்குப் படகேறிப் போன சமயத்தில், மீண்டும் நான் பின்வாசல் சந்துகளில் பணிபுரிந்து கொண்டிருந்தேன்.

"நீ முடித்தவுடன் அவள் என்னை அழைத்தாள், எனவே நான் விரைந்து வந்தேன். ஆக, எப்படி இருந்தது எங்களின் குட்டி பாலியல் இயந்திரம்? நன்றாகத்தான் இருந்திருக்கும், நான் பந்தயம் கட்டுகிறேன்."

"அவள் பிரமாதமாக இருந்தாள். எந்தப் புகாருமில்லை. மூன்று முறை நான் உச்சமடைந்தேன். உள்ளார்ந்த விருப்பாற்றலோடு சொல்கிறேன். ஐந்து பவுண்டுகளை நான் இழந்திருக்கக்கூடும்."

"கேட்பதில் மகிழ்ச்சி. இப்போது, கல்லைப் பற்றி..."

"ஆமாம், அதற்காகத்தான் நான் வந்தேன்."

"உண்மையில், மிகச்சரியாக இந்த ஆலயத்தின் புதர்க்காடுகளுக்குள் அந்தக் கல் இருக்கிறது."

"நாம் நுழைவாயில் கல்லைப் பற்றிப் பேசிக் கொண்டிருக்கிறோம்?"

"சரிதான். நுழைவாயில் கல்."

"நீ வெறுமனே கதை கட்டவில்லையென்று உனக்கு உறுதியாகத் தெரியுமா?"

கலோனல் சாண்டர்ஸின் தலை சட்டென்று உயர்ந்தது. "என்ன பேசுகிறாய், முட்டாளே? எப்போதாவது நான் உன்னிடம் பொய்யுரைத்திருக்கிறேனா? வெறுமனே நான் கதைகட்டக் கூடியவனா? உனக்கொரு குழைவான இளம் பாலியல் இயந்திரத்தைக் கொண்டு வருவதாக நான் உன்னிடம் சொன்னேன், மேலும் பேரத்தின் எனது முனையை நான் சரியாக நிறைவேற்றியிருக்கிறேன். அதுவும் அடிமட்ட-பேரத்துக்கான கட்டணத்தில் – வெறும் 15,000 யென்களுக்கு, மேலும் மும்முறை உச்சமடையும் அளவுக்கு நீயும் திடமாக இருந்திருக்கிறாய், குறைவாக அல்ல. இவை எல்லாவற்றுக்குப் பிறகும் நீ என்னைச் சந்தேகிக்கிறாய்?"

"அதிகமாகச் சலம்பாதே! சொல்லப் போனால் நான் உன்னை நம்புகிறேன். சற்றே மேலதிக மென்மையோடு சங்கதிகள் நடந்தேறும் சமயத்தில் மட்டும், கொஞ்சம் சந்தேகப்படுகிறேன்,

அவ்வளவுதான். அதாவது, சற்று யோசித்துப் பார் – நான் நடந்து போகும்போது வேடிக்கையான உடையலங்காரத்தோடு இருக்கும் ஒரு ஆள் என்னைக் கூப்பிடுகிறான், கல்லை எங்கு கண்டுபிடிக்க வேண்டுமென்று தனக்குத் தெரியுமென்பதாக என்னிடம் சொல்கிறான், பிறகு நான் அவனோடு போய் இந்த ஆளைக்-கொல்லும் அழகிய பெண்ணோடு சல்லாபிக்கிறேன்."

"மூன்று முறை."

"எதுவானாலும். ஆகவே நான் மூன்று முறை உச்சமடைந்தேன், பிறகு நான் தேடிக் கொண்டிருக்கும் கல் இதோ இங்குதான் இருக்கிறதென்று நீ என்னிடம் சொல்கிறாய்? யாரையும் அது குழப்பத்தானே செய்யும்?"

"இன்னும் உனக்குப் புரியவில்லை, இல்லையா? நாம் இங்கே ஒரு வெளிப்பாடு குறித்துப் பேசிக் கொண்டிருக்கிறோம்." என்றார் கலோனல் சாண்டர்ஸ், தனது நாவைச் சொடுக்கி. "ஒரு வெளிப்பாடு ஒவ்வொரு தினத்தின் எல்லைகளையும் மீறிக் குதிக்கக்கூடியது. வெளிப்பாடு ஏதுமற்ற வாழ்க்கை ஒரு வாழ்க்கையே அல்ல. நீ செய்ய வேண்டியதெல்லாம் பார்த்துக் கொண்டிருக்கும் காரணத்தில் இருந்து செயல்படும் காரணத்தை நோக்கி நகர்வது மட்டுமே. அதுதான் முக்கியம். நான் என்ன பேசுகிறேனென்று உனக்கு ஏதாவது புரிகிறதா, தங்கத்தகடுகளால் மூடிய திமிங்கலத்தின் அளவுக்குப் பெருத்த மூடனாக இருப்பவனே?"

"சுயத்துக்கும் பொருளுக்கும் இடையேயான தெறிப்பும் பரிமாற்றமும்...?" ஹோஷினோ பலவீனமாகத் தொடங்கினான்.

"நல்லது! குறைந்தபடம் இந்தளவுக்காவது உனக்குத் தெரிந்திருப்பதில் மகிழ்ச்சியடைகிறேன். அதுதான் சங்கதி. என்னைப் பின்தொடர்ந்து வா, உனது விலைமதிப்பற்ற கல்லுக்கு நீ மரியாதை செலுத்தலாம். விசேடமான செறிவுத் திட்டம், உனக்காக மட்டும்."

29

நூலகத்தில் உள்ள பொதுத் தொலைபேசியின் மூலம் நான் சகுராவை அழைக்கிறேன். அன்றிரவு அவளுடைய இடத்தை நீங்கி வந்த பிறகு ஒருமுறை கூட அவளைத் தொடர்பு கொள்ளவில்லை என்பதை உணர்கிறேன் – வெறுமனே ஒரு சிறு குறிப்பு, அத்தோடு அவ்வளவுதான். நான் விடைபெற்ற வழிமுறை குறித்து எனக்கு ஒருவகையில் சங்கடமாகவுள்ளது. அவளுடைய அடுக்ககத்தை விட்டுக் கிளம்பிய பிறகு நான் நேரே நூலகத்துக்குப் போனேன், சில நாட்களுக்கு ஓஷிமா என்னை மேலே குடிலுக்கு வாகனத்தில் கூட்டிச் சென்றான், எந்தத் தொலைபேசியின் எல்லைக்குள்ளும் சிக்காமல் வெளியே இருந்தேன். பிறகு நூலகத்தில் வசிக்கவும் பணிபுரியவும் வந்தேன், மிஸ் செய்கியின் உயிர்த்திருக்கும் ஆன்மாவை எதிர்கொண்டேன் – அல்லது அதுபோன்ற ஏதோவொன்றை – ஒவ்வொரு இரவிலும். மேலும் அந்த 15-வயது-நிரம்பிய பெண்ணின் மீது கண்மண் தெரியாத அளவுக்குப் பைத்தியமாக இருக்கிறேன். எண்ணற்ற சங்கதிகள் நடந்தேறி விட்டன, ஒன்றன் பின் ஒன்றாக – யாராக இருந்தாலும் அவர்களை மும்முரமாக வைத்திருக்கும் வகையில். அதுவொரு சாக்குப்போக்கு என்று அர்த்தமில்லை.

நான் அழைக்கும்போது ஏறத்தாழ இரவு 9 மணி, ஆறு மணியொலிகளுக்குப் பிறகு அவள் பதிலளிக்கிறாள்.

“உலகின் எந்த மூலைக்கு நீ போய்த் தொலைந்தாய்?” சகுரா கடினமான குரலில் கேட்கிறாள்.

“இன்னும் நான் டகமாட்சுவில்தான் இருக்கிறேன்.”

சிறிது நேரம் அவள் எதுவும் சொல்லவில்லை. தொலைக்காட்சியில் ஓடும் இசை நிகழ்ச்சியை பின்னணியில் என்னால் கேட்க முடிகிறது.

"எப்படியோ பிழைத்திருக்கிறேன்," நான் சேர்த்துக் கொள்கிறேன்.

அமைதி, பிறகு ஒரு வகை விலகலான பெருமூச்சு.

"அது போல நீ மறைந்து போனதற்கு என்ன அர்த்தம்? உன்னை எண்ணி நான் கவலை கொண்டிருந்தேன், எனவே அன்றைய தினம் சற்று சீக்கிரமே நான் வீட்டுக்கு வந்தேன். நமக்காகப் பொருட்களும் வாங்கி வந்திருந்தேன்."

"அது தவறென்று எனக்குத் தெரியும். நிச்சயமாகத் தெரியும். ஆனால் நான் போக வேண்டியிருந்தது. எனது மனம் மொத்தமாகக் குழம்பியிருந்ததால் விசயங்களைப் பற்றி யோசிக்க நான் விலகிப் போகும்படி ஆனது, மறுபடியும் எனது கால்களில் சொந்தமாக எழுந்து நிற்க. உன்னோடு இருப்பதென்பது – எனக்குத் தெரியவில்லை – அதை என்னால் வார்த்தைகளால் விளக்க முடியவில்லை."

"அதீதமாக-தூண்டக்கூடியவளாக இருக்கிறேனா?"

"ஆம், இதற்கு முன்னால் ஒருபோதும் இப்படியொரு பெண்ணினருகே நான் இருந்ததில்லை."

"விளையாட்டில்லையே?"

"உனக்குத் தெரியும், பெண்ணின் வாசனை. எல்லா வகைச் சங்கதிகளும்..."

"இளமையாகவிருப்பது சற்றுக் கடினம்தான், ஹ்ம்ம்?"

"அப்படித்தான் நினைக்கிறேன்," நான் சொல்கிறேன். "ஆக உனது வேலை எப்படிப் போகிறது?"

"பைத்தியக்கார விடுதியைப் போல இருக்கிறது. ஆனால் வேலை பார்த்துக் கொஞ்சம் பணம் சேமிக்க வேண்டுமென்று விரும்பியது நான்தான், ஆகவே புகார் சொல்லக்கூடாது."

நான் தயங்குகிறேன், பிறகு காவலர்கள் என்னைத் தேடிக் கொண்டிருப்பது பற்றி அவளிடம் சொல்கிறேன்.

அவள் சிறிது நேரம் அமைதியாயிருக்கிறாள், பிறகு எச்சரிக்கையுணர்வோடு கேட்கிறாள், "அந்த ரத்தம் குறித்த சமாச்சாரமா?"

உண்மையைச் சொல்ல வேண்டாமென்று நான் தீர்மானித்தேன். "இல்லை, அது கிடையாது. ரத்தத்தைப் பற்றி ஏதுமில்லை. நானொரு ஓடுகாலி என்பதற்காக அவர்கள் என்னைத் தேடுகிறார்கள். என்னைப் பிடித்து மறுபடியும் டோக்கியோவுக்கு கப்பலேற்ற விரும்புகிறார்கள், அவ்வளவுதான். எனவே அவர்கள் உன்னைத் தொடர்பு கொள்ளக்கூடும். அன்றைய தினம், உன்னோடு தங்கிய இரவில், உனது அலைபேசிக்கு நான் அழைத்திருந்தேன், என்னுடையதைப் பயன்படுத்தி, அந்தத் தொலைபேசிப் பதிவுகளை ஆராய்ந்து நானிங்கே டகமாட்சுவில் இருந்ததை அவர்கள் கண்டுபிடித்திருக்கிறார்கள்."

"கவலைப்படாதே," அவள் சொல்கிறாள். "அது முன்-கட்டணத் தொலைபேசி, ஆகவே அதன் வழியாக என்னை அவர்கள் தேடி வர எந்த வாய்ப்புமில்லை."

"அதுவொரு நிம்மதி," நான் சொல்கிறேன். "ஏற்கனவே கொண்டு வந்திருப்பதைக் காட்டிலும் அதிகமான தொல்லைகளை உனக்குத் தர நான் விருப்பப்படவில்லை."

"என்னை அழ வைக்கப் போகிறாயென்கிற அளவுக்கு அத்தனை இனிமையானவனாக இருக்கிறாய், உனக்கு அது தெரியுமா?"

"இல்லை, உண்மையாகவே நான் அப்படித்தான் உணர்கிறேன்."

"எனக்குத் தெரியும்," அவள் சொல்கிறாள், ஏதோ தானதை ஒத்துக் கொள்ளப் போவதில்லை என்பதைப் போல. "ஆக இந்நாட்களில் நம்முடைய ஓடுகாலி எங்கே தங்கியிருக்கிறார்?"

"எனக்குத் தெரிந்த யாரோவொருவர் என்னைத் தங்க அனுமதித்திருக்கிறார்."

"எப்போதிருந்து உனக்கு இங்கே யாரையும் தெரியும்?"

கடந்த சில நாட்களில் எனக்கு நிகழ்ந்திருக்கும் அனைத்தையும் எவ்வாறு நான் விவரிக்க? "அதுவொரு நீண்ட கதை," நான் சொல்கிறேன்.

"உன்னைப் பொருத்தவரை எப்போதும் எல்லாமே நீண்ட கதைகள்தான்."

"ஏனென்று எனக்குத் தெரியாது, ஆனால் எப்போதும் அவ்வாறே நடக்கிறது."

"ஒரு வகையில் அது உன்னுடைய சுபாவமோ?"

"அப்படித்தான் நினைக்கிறேன்," நான் பதிலளிக்கிறேன். "என்றாவது ஒரு நாள் எனக்கு நேரமிருக்கும்போது அவை எல்லாவற்றையும் உன்னிடம் சொல்கிறேன். இப்போது எதையும் நான் மறைக்கிறேன் என்று அர்த்தமில்லை. வெறுமனே என்னால் அதைத் தொலைபேசியில் விளக்கிச் சொல்ல முடியாது."

"பரவாயில்லை. நீ போகக்கூடாத ஏதேனும் ஒன்றுக்குள் போய் விடவில்லை என்று நம்புகிறேன்."

"இல்லை, அப்படி எதுவும் கிடையாது. நான் நன்றாயிருக்கிறேன், கவலைப்படாதே."

அவள் மீண்டும் நெடுமூச்செறிகிறாள். "உனது சொந்த முயற்சியில் நிற்க விரும்புவதை என்னால் புரிந்து கொள்ள முடிகிறது, ஆனால் வெறுமனே சட்டத்துக்குப் புறம்பான எதற்குள்ளும் நுழைந்து விடாதே, சரியா? அது அதற்குத் தகுதியானதல்ல. பொடியன் பில்லி போல ஏதோவொரு பாவப்பட்ட பதின்பருவ மரணத்துக்குள் நீ விழுவதை நான் பார்க்க விரும்பவில்லை."

"பொடியன் பில்லி தனது பதின்பருவங்களில் சாகவில்லை," நான் அவளைத் திருத்துகிறேன். "21 ஆட்களைக் கொன்ற பிறகு தனது 21-வது வயதில் அவன் இறந்தான்."

"நீ அவ்வாறு சொல்வாயெனில்... எப்படியாகிலும், உனக்குத் தேவைப்படும் ஏதும் உள்ளதா?"

"வெறுமனே உனக்கு நன்றி சொல்ல விரும்பினேன். நீ மிகவும் நன்றாக நடந்து கொண்ட பிறகும் அவ்வாறு கிளம்பிப் போனது குறித்து நான் மோசமாக உணர்கிறேன்."

"நன்றி, ஆனால் வெறுமனே நாம் ஏன் அதை மறக்கக்கூடாது, சரியா?"

"உனது குரலையும் நான் கேட்க விரும்பினேன்," நான் சொல்கிறேன்.

"இதைக் கேட்பதில் மகிழ்ச்சியடைகிறேன், ஆனால் எவ்விதத்தில் இது உதவப்போகிறது?"

"துல்லியமாக அதை எப்படிச் சொல்வதென்று எனக்குத் தெரியவில்லை... இது சற்று விசித்திரமாகத் தொனிக்கலாம், ஆனால் நீ உண்மையான உலகத்தில் வாழ்கிறாய், நிஜமான காற்றைச் சுவாசித்தபடி, நிஜமான வார்த்தைகளைப் பேசியபடி. உன்னோடு பேசுவது, தற்போதைக்காவது, நிஜத்தோடு நான் தொடர்பிலிருப்பதாக என்னை உணரச் செய்கிறது. மேலும் இப்போது என்னளவில் அது மிகவும் முக்கியமானதாகும்."

"இப்போது உன்னோடிருக்கும் மக்கள் அவ்வாறு இல்லையா?"

"எனக்கு உறுதியாகத் தெரியாது," நான் அவளிடம் சொல்கிறேன்.

"ஆக நீ சொல்வது என்னவென்றால் இப்போது மாயமானதொரு இடத்தில் இருக்கிறாய், நிஜத்திலிருந்து துண்டிக்கப்பட்ட மனிதர்களோடு?"

நான் அது குறித்து சற்று நேரம் யோசிக்கிறேன். "அப்படியும் நீ சொல்லலாம்."

"காஃப்கா," என்கிறாள் சகுரா. "இது உன் வாழ்க்கையென்பதும் நானதில் தலையிடக்கூடாதென்பதும் எனக்குத் தெரியும், ஆனால் அங்கிருந்து நீ வெளியேறி விடுவது நல்லதென்று நினைக்கிறேன். எந்த மாதிரி இடத்தில் நீ இருக்கிறாயென்பது எனக்குத் தெரியாது, ஆனால் அதுதான் சரியான காரியமாயிருக்கும் என்கிற உணர்வு எனக்குள் உண்டாகிறது. அதை உள்ளுணர்வு என்று அழைத்துக் கொள். நீ ஏன் எனது

இடத்துக்கு வரக்கூடாது? நீ விரும்பும் மட்டும் இங்கு தங்கிக் கொள்ளலாம்."

"ஏன் என்னிடம் இத்தனை நல்லவளாக இருக்கிறாய்?"

"நீ என்ன மடையனா?"

"என்ன சொல்ல வருகிறாய்?"

"ஏனென்றால் எனக்கு உன்னைப் பிடிக்கும் – உன்னால் அதைக் கணிக்க முடியவில்லையா? அடிப்படையில் நானொரு ஆர்வக்கோளாறு, ஆனால் வெறுமனே யாருக்கு வேண்டுமானாலும் இதைச் செய்ய மாட்டேன். இதையெல்லாம் உனக்குச் செய்திருக்கிறேன் என்றால் எனக்கு உன்னைப் பிடிக்கும் என்பதற்காக, சரியா? எப்படிச் சொல்வதென்று எனக்குத் தெரியவில்லை, ஆனால் உன்னை என் தம்பியைப் போல உணர்கிறேன்."

ஒரு வார்த்தையும் பேசாமல் நான் தொலைபேசியைப் பற்றியிருக்கிறேன். ஒரு நொடி நான் முழுக்கக் குழம்பிப் போகிறேன், சொல்வதெனில் மயக்கமாகவும் உணர்கிறேன். ஒருபோதும் யாரும் என்னிடம் அப்படிச் சொன்னதில்லை. ஒருபோதும்.

"இன்னும் இருக்கிறாயா?" சகுரா கேட்கிறாள்.

"ஆம்," நான் சிரமப்பட்டுச் சொல்கிறேன்.

"நல்லது, எனில் ஏதாவது சொல்லித் தொலை."

நான் நேராக நின்று ஆழமாக ஒரு முறை மூச்சையிழுக்கிறேன். "சகுரா, என்னால் அதைச் செய்ய முடிந்தால் நன்றாயிருக்கும். உண்மையாகவே சொல்கிறேன். ஆனால் இப்போது என்னால் முடியாது. உன்னிடம் நான் சொன்னதைப் போல, இந்த இடத்தை விட்டுக் கிளம்ப என்னால் இயலாது. நான் காதலில் இருக்கிறேன்."

"ஏதோவொரு சிக்கலான, *மாயமான* ஜீவனோடு?"

"அப்படியும் நீ சொல்லலாம்."

அவள் பெருமூச்சு விடுவதை நான் மீண்டும் கேட்கிறேன் - ஆழமான, தடங்காணவியலா வகையைச் சேர்ந்த பெருமூச்சு. "உனக்குத் தெரியுமா, உன் வயதொத்த சிறுவர்கள் காதலில் விழும்போது சற்றே மிதப்பவர்களைப் போல நடந்து கொள்வார்கள், ஆகவே நீ விரும்பும் ஜீவன் நிஜவுலகோடு தொடர்பில் இல்லையென்றானால், அது பெரும் பிரச்சினை. என்னைத் தொடர்கிறாயா?"

"ஆம், எனக்குப் புரிகிறது."

"காஃப்கா?"

"ஹ்ம்ம்."

"ஏதாவது நடந்தால், என்னை அழை, சரியா? எதற்காகவும் தயங்காதே."

"நான் அதைப் பாராட்டுகிறேன்."

நான் தொலைபேசியைத் துண்டிக்கிறேன், எனது அறைக்குத் திரும்பிச் சென்று, சுழலிசைத்தட்டில் "காஃப்கா-கடற்கரையில்" ஒற்றைப்பாடலைப் போட்டு ஊசியைத் தாழ்த்துகிறேன். மீண்டும் ஒரு முறை, எனக்குப் பிடிக்கிறதோ இல்லையோ, அந்த இடத்துக்கு நான் அடித்துச் செல்லப்படுகிறேன். அந்தக் காலக்கட்டத்துக்கு.

ஏதோவொரு இருப்பையுணர்ந்து என் கண்களைத் திறக்கிறேன். என்னுடைய படுக்கைக்கு அடுத்ததாக இருக்கும் அலறி கடிகாரத்திலுள்ள ஒளிரும் எண்கள் நேரம் அப்போதுதான் மூன்றைக் கடந்திருப்பதைக் காட்டுகின்றன. நான் ஆழ்ந்து உறங்கியிருக்க வேண்டும். பூங்காவிலிருக்கும் விளக்குத்தூணின் மெல்லிய ஒளியில் அவள் அங்கு அமர்ந்திருப்பதைப் பார்க்கிறேன். எப்போதும் போல அவள் மேசையில் இருக்கிறாள், சுவரிலுள்ள ஓவியத்தை உற்று நோக்கியபடி. அசைவேயின்றி, தலை அவளின் கைகளில். நான் படுக்கையில் படுத்திருக்கிறேன், சுவாசிக்காமல் இருக்க சிரமப்பட்டு முயற்சி செய்தவாறு, கண்கள் போதும் போதாமலும் திறந்திருக்க, அவளின் நிழலுருவத்தை உற்று நோக்கியபடி. சாளரத்துக்கு

வெளியே டாக்வுட்டின் கிளைகளை கடலிலிருந்து வீசும் மெல்லிய காற்று சலசலக்கச் செய்கிறது.

என்றாலும், சிறிது நேரத்துக்குப் பிறகு, ஏதோவொன்று வித்தியாசமாக இருப்பதை நான் உணர்கிறேன். எங்களுடைய குட்டி உலகத்தின் கச்சிதமான ஒத்திசைவைக் குலைக்கும் எதுவோ காற்றில் இருக்கிறது. மூட்டத்தினூடாகப் பார்க்கச் சிரமப்படுகிறேன். என்ன அது? காற்று திடீரென்று வேகமெடுக்கிறது, எனது நாளங்களினுடாகப் பயணிக்கும் ரத்தம் வினோதமான முறையில் அடர்வாகவும் பாரமாகவும் உணர ஆரம்பிக்கிறது. சாளரக்கண்ணாடிகளில் டாக்வுட்டின் கிளைகள் பதற்றமானதொரு புதிர்ப்பாதையை வரைகின்றன. இறுதியில் அது என்னைத் தாக்குகிறது. நிழலுருவம் இளம்பெண்ணினுடையது அல்ல. ஆனால் பெரும்பாலும் அது அவளைப் போலத்தான் இருக்கிறது, கிட்டத்தட்ட துல்லியமான இணையைப் போல. என்றாலும் அது துல்லியமாக அவளல்ல. உண்மையான பொருளின் மீது விரித்த ஓவியத்தின் நகலைப் போல, சிற்சில சங்கதிகள் ஒட்டாமல் விலகியுள்ளன. அவற்றுள் ஒன்றைச் சொல்வதெனில், அவளுடைய சிகையலங்காரம் வித்தியாசமாக இருக்கிறது. மேலும் அவள் வித்தியாசமான ஆடைகளை அணிந்திருக்கிறாள். அவளுடைய மொத்த இருப்பும் வித்தியாசமாகவுள்ளது. பிரக்ஞையின்றி நான் எனது தலையை ஆட்டுகிறேன். அது அங்கே வழக்கமாக அமர்ந்திருக்கும் பெண் இல்லை – வேறு எதுவோ. ஏதோவொன்று நிகழ்கிறது, மிகவும் முக்கியமான எதுவோ. போர்வைக்குக் கீழே எனது கைகளை மிகவும் இறுக்கமாகப் பற்றிக் கொள்கிறேன், அத்துடன் எனது இதயம், இதற்கு மேலும் அதைத் தாங்க முடியாதென்பதாக, வேகமாக துடிக்கத் தொடங்குகிறது, எதிர்பாராத, சீரற்ற ஒரு லயத்தில்.

ஏதோ அந்த சத்தம் தனக்கான சமிக்ஞையென்பதைப் போல, நாற்காலியில் அமர்ந்திருக்கும் நிழலுருவம் நகரத் தொடங்குகிறது, பாதையை மாற்றும் மாபெரும் கப்பலைப் போல வெகு மெதுவாகத் தனது கோணத்தை மாற்றிக் கொண்டு. தனது கைகளுக்குள் இருக்கும் தலையைத் தூக்கி அவள் எனது திசையில் திரும்புகிறாள். ஒரு திடுக்கிடலுடன் அது மிஸ் செய்கி என்பதை உணர்கிறேன். நான் எச்சில்

விழுங்க, என்னால் மூச்சு விடவும் முடியவில்லை. அது நிகழ்காலத்தைச் சேர்ந்த மிஸ் செய்கி. உண்மையான மிஸ் செய்கி. ஓவியத்தைப் பார்க்கும்போது செய்வதைப் போல தனது கவனத்தை ஒருமுகப்படுத்தி சிறிது நேரம் அவள் என்னைப் பார்க்கிறாள், அப்போது ஒரு எண்ணம் என்னைத் தாக்குகிறது – கால அச்சு. எனக்குத் தெரியாத ஏதோ இடத்தில், காலத்துக்கு ஏதோ வினோதமாக நிகழ்ந்து கொண்டிருக்கிறது. நிஜமும் கனவுகளும் மொத்தமாக ஒன்றுகலந்துள்ளன, ஒன்றாகப் பாய்ந்தோடும் கடல்நீரும் நதிநீரும் போல. இவை அனைத்துக்குப் பின்னாலிருக்கும் அர்த்தத்தைக் கண்டடைய நான் முயற்சி செய்கிறேன், ஆனால் எதையும் என்னால் அர்த்தப்படுத்த முடியவில்லை.

இறுதியில் அவள் எழுந்து தனது கால்களால் என்னை நோக்கி நடந்து வருகிறாள், எப்போதும் செய்வது போலத் தனதுடலை விறைப்பாக வைத்துக் கொண்டு. அவள் வெறுங்காலோடு இருக்கிறாள், ஆகவே நடக்கும் சமயத்தில் தரைப்பலகைகள் மெலிதாகக் கிறீச்சிடுகின்றன. ஒரு வார்த்தையுமின்றி படுக்கையின் முனையில் அவள் உட்காருகிறாள், சிறிது நேரம் அங்கேயே அசையாமல் இருக்கிறாள். அவளுடைய உடல் நிலையான அடர்த்தியையும் எடையையும் கொண்டிருக்கிறது. அவள் வெண்ணிறப் பட்டு ரவிக்கையும், முழங்கால்கள் வரை நீளும் கடல்-நீலப் பாவாடையும் அணிந்திருக்கிறாள். தனது கைகளை நீட்டி எனது தலையைத் தொடுகிறாள், என்னுடைய குட்டையான கேசத்தினுடாக அவளின் விரல்கள் அலைகின்றன. அந்தக் கை உண்மையான ஒன்றாகும், என்னைத் தீண்டும் உண்மையான விரல்களோடு. அவள் மீண்டும் எழுந்து நிற்கிறாள், வெளியேயிருந்து உள்ளே கசிந்திடும் மெல்லிய ஒளியில் – தான் செய்யக்கூடிய வெகு இயல்பான சங்கதி அதுதான் என்பதைப் போல – ஆடைகளைக் களைய ஆரம்பிக்கிறாள். அவள் எவ்விதத்திலும் அவசரப்படவில்லை, ஆனால் அதைச் செய்யத் தயங்கவும் இல்லை. மென்மையான, இயல்பான அசைவுகளின் மூலம் தனது ரவிக்கையின் பொத்தான்களைக் கழற்றுகிறாள், பாவாடையை நழுவ விட்டு, உள்ளாடைகளையும் களைந்து வெளியேறுகிறாள். ஒவ்வொரு பகுதியாக அவளின் ஆடைகள் தரை மீது வீழ்கின்றன, மென்மையான அந்தத் துணிகள் சிறிய சத்தத்தைக் கூட

எழுப்பவில்லை. அவள் உறக்கத்தில் இருக்கிறாள், நான் உணர்கிறேன். அவள் கண்கள் திறந்திருக்கின்றன ஆனால் ஏதோ அவள் தூக்கத்தில் நடப்பதைப் போல இருக்கிறது.

நிர்வாணமானவுடன் குறுகலான படுக்கைக்குள் ஊர்ந்து வந்து அவள் தனது வெளுத்த கரங்களை என்னைச் சுற்றிப் போடுகிறாள். அவளது கதகதப்பான மூச்சு என் கழுத்தில் உராய்கிறது, அவளுடைய பெண்மையின் முடி எனது தொடைகளின் மீது குத்துகிறது. வெகு காலத்துக்கு முந்தைய, இறந்து போன தனது காதலனென்று அவள் என்னை எண்ணியிருக்க வேண்டும், மேலும் இதே அறையில் அவர்கள் என்ன செய்து கொண்டிருந்தார்களோ அதைத்தான் இப்போதும் அவள் செய்கிறாள். ஆழ்ந்த உறக்கத்தில், கனவு காண்பவளாக, வெகு காலத்துக்கு முந்தைய சலனங்களினுடாக அவள் பயணிக்கிறாள்.

அவளை நான் எழுப்புவதுதான் நல்லதென்று நினைக்கிறேன். மிக மோசமான தவறைச் செய்கிறாள், அதை நான் அவளுக்குத் தெரியப்படுத்த வேண்டும். இது கனவல்ல - இது நிஜ வாழ்க்கை. ஆனால் யாவும் மிக விரைவாக நடக்கின்றன, மேலும் அதைத் தடுக்கும் சக்தியும் எனக்கில்லை. முழுக்கவே நிலைகுலைந்தவனாக, ஏதோவொரு கால நெசவிழைக்குள் நான் உறிஞ்சி இழுக்கப்படுவதாக உணர்கிறேன்.

ஆக நீயொரு கால நெசவிழைக்குள் உறிஞ்சி இழுக்கப்படுகிறாய்.

அதை நீ அறிவதற்கு முன்னதாக, அவளின் கனவு உனது மூளையைச் சுற்றித் தானாகவே படர்ந்து விட்டது. மென்மையாக, கதகதப்பாக, பனிக்குடத்தின் நீர் போல. மிஸ் செய்கி உனது டி-ஷர்ட்டைக் கழற்றுவாள், உன்னுடைய பாக்ஸர்களையும் இழுத்துக் கீழிறக்குவாள். திரும்பத் திரும்ப உனது கழுத்தை முத்தமிடுவாள், பிறகு அவள் கையை நீட்டி உனது ஆணுறுப்பைப் பற்ற, ஏற்கனவே அது பீங்கானின் கடினத்தோடு உள்ளது. மென்மையாக உனது விதைப்பந்துகளைச் சுற்றித் தனது கைகளை அவள் படர விடுகிறாள், பிறகு வார்த்தைகளின்றி உனது விரல்களைத் தனது பெண்மையின் முடியை நோக்கி அழைத்துச் செல்கிறாள். அவள் யோனி கதகதப்பாகவும் ஈரமாகவுமுள்ளது. உனது மார்பை முத்தமிடுகிறாள், மார்புக்காம்புகளைச் சுவைத்தபடி. உனது விரல்கள் மெல்ல அவளினுள்ளே உறிஞ்சப்படுகின்றன.

இந்த இடத்தில் உன்னுடைய பொறுப்பு எங்கிருந்து தொடங்குகிறது? உன் பார்வையின் மீது படர்ந்திருக்கும் வெண்படலத்தைத் துடைத்த பிறகு, உண்மையில் நாம் எங்கிருக்கிறோமென்பதை அறிய நீ போராடுகிறாய். நீரோட்டத்தின் திசையை அனுமானிக்க முயற்சி செய்கிறாய், காலத்தின் அச்சைப் பற்றிக் கொள்ளவும். ஆனால் கனவையும் நிஜத்தையும் பிரிக்கும் எல்லைக்கோட்டை உன்னால் கண்டுபிடிக்க முடியவில்லை. அல்லது, எது உண்மை மற்றும் எது சாத்தியம் என்பதற்கு இடையேயான எல்லையையும். உனக்கு உறுதியாகத் தெரிந்ததெல்லாம் மிகவும் இக்கட்டான சூழலில் நீ இருக்கிறாயென்பது மட்டுமே. இக்கட்டான - ஆனால் ஆபத்தானதும் கூட. நீயும் அதோடு சேர்ந்து இழுக்கப்படுகிறாய், அதன் ஒரு பகுதியாக, தீர்க்கதரிசனத்தின் அல்லது தர்க்கத்தின் காரணங்களை வலியுறுத்த முடியாதவனாக. ஒட்டுமொத்த நகரத்தையும் துடைத்தழிக்கும் வகையில் மட்டுமீறிப் பாய்ந்தோடும் ஒரு நதியைப் போல, சாலையோரப் பலகைகள் யாவும் அலைகளின் கீழ் மூழ்கிக் கிடக்கின்றன. மேலும் உன்னால் பார்க்க முடிந்ததெல்லாம் மூழ்கிக் கிடக்கும் வீடுகளின் அநாமதேயக் கூரைகளை மட்டுமே.

நீ முகம் மேல்நோக்கிப் படுத்திருக்கிறாய், மிஸ் செய்கி உன் மீது ஏறி உட்காருகிறாள். உனது பாறையை-ஒத்த கடினமான உறுப்பை அவள் தனக்குள் கொண்டு செலுத்துகிறாள். நீ செயலற்றவனாகக் கிடக்கிறாய் - இங்கே தேர்வுகளைச் செய்வது அவளாயிருக்கிறாள். தனது உடலைக் கொண்டு ஓவியம் வரைவதைப் போல இடையை வளைக்கவும் திருகவும் செய்கிறாள். கோணலற்ற அவளின் கேசம் உனது தோள்களில் விழுந்து சத்தமில்லாமல் புரள்கிறது, சிறு கொம்புகளைக் கொண்ட செடியின் கிளைகளைப் போல. வெதுவெதுப்பான ஈர மணலுக்குள் மெல்ல மெல்ல நீ உறிஞ்சப்படுகிறாய். ஒட்டுமொத்த உலகமும் கதகதப்பாகவும் ஈரமாகவும் பிரித்தறிய முடியாததாகவும் மாறுகிறது, மேலும் அவை அனைத்தும் உனது விறைப்பான, பளபளக்கும் ஆணுறுப்பில் குடிகொண்டிருக்கின்றன. நீ உனது கண்களை மூட உன்னுடைய சொந்தக் கனவு தொடங்குகிறது. எவ்வளவு நேரம் கடந்திருக்கிறது என்பதைச் சொல்லக் கடினமாகவுள்ளது. அலை உள்ளே ஏறி வர, நிலவு மேலே உயர்கிறது. கூடிய சீக்கிரமே நீ உச்சமடைகிறாய். அதை நிறுத்த உன்னால் எதையும் செய்ய முடியவில்லை. திரும்பத் திரும்ப அவளுக்குள்ளே நீ உச்சமடைகிறாய். அவளினுள்ளே இருக்கும் வெதுவெதுப்பான

சுவர்கள் சுருங்குகின்றன, உனது விந்தணுக்களைச் சேகரித்தபடி. இது நடக்கும் நேரம் மொத்தமும் கண்கள் அகலத் திறந்திருக்க அவள் இன்னும் ஆழ்ந்து உறங்கிக் கொண்டிருக்கிறாள். அவள் வேறொரு உலகத்தில் இருக்கிறாள், அங்குதான் உன் விதைகள் போகவிருக்கின்றன - தொலைதூரத்தில் உள்ளதொரு இடத்துக்குள் விழுங்கப்பட்டு.

நீண்ட நேரம் கடந்து போகிறது. என்னால் அசைய முடியவில்லை. எனதுடலின் ஒவ்வொரு பாகமும் மரத்துப் போயிருக்கிறது. மரத்திருக்கலாம், அல்லது அனேகமாக அசைய வேண்டுமென்கிற உணர்வு வெறுமனே எனக்குள் எழாமலும் இருக்கலாம். என்னை விட்டு விலகி அவள் எனக்கு அடுத்ததாகப் படுத்திருக்கிறாள். சிறிது நேரம் கழித்து எழுகிறாள், தனது உள்ளாடைகளை இழுத்து விட்டுக் கொண்டு, பாவாடையை அணிந்து ரவிக்கையின் பொத்தான்களையும் போடுகிறாள். மீண்டும் தனது கையை நீட்டி எனது கேசத்தை மென்மையாகக் கலைக்கிறாள். எங்கள் இருவருக்குமிடையே ஒரு வார்த்தை கூட கலக்காமல் இவை யாவும் நடந்தேறுகின்றன. அறைக்குள் நுழைந்தது முதல் அவள் ஒன்றுமே பேசியிருக்கவில்லை. தரைப்பலகைகளின் கிறீச்சிடல்கள், ஓய்வேயின்றி வெளியே வீசிக் கொண்டிருக்கும் காற்று ஆகியவை மட்டுமே அங்கிருந்த ஒலிகள். அறை சுவாசித்துக் கொண்டிருக்க, சாளரத்தின் கண்ணாடிகள் நடுங்குகின்றன. அவையே எனக்குப் பின்னால் ஒலிக்கும் குழுப்பாடல்கள்.

இன்னும் உறக்கத்தில் இருப்பவளாக, அவள் அறையைக் கடந்து வெளியேறிப் போகிறாள். சிறு கீறல் விட்டது போல மட்டுமே கதவு திறந்திருக்கிறது, ஆனால் நுண்மையான, கனவுநிலை சார்ந்ததொரு மீனைப் போல அதனூடாக அவள் நழுவிச் செல்கிறாள். கதவு அமைதியாக மூடுகிறது. அவள் வெளியேறிச் செல்வதை நான் படுக்கையிலிருந்து பார்க்கிறேன், இன்னும் அசைய மாட்டாதவனாக. ஒரு விரலைக்கூட என்னால் உயர்த்த முடியவில்லை. எனது உதடுகள் இறுக்கமாகப் பூட்டப்பட்டிருக்கின்றன. காலத்தின் ஒரு முனையில் வார்த்தைகள் உறங்குகின்றன.

தசையைக் கூட அசைக்க முடியாதவனாக, எதையேனும் கேட்கத் தீவிரமாக முயற்சி செய்தபடி அங்கு நான் படுத்திருக்கிறேன். வாகனமுகப்பில் அவளுடைய கோல்ஃபின் உறுமலை என்னால் கைப்பற்ற முடியுமென்று யூகிக்கிறேன். ஆனால் எவ்வளவு நேரம் உற்று கவனித்தாலும் அதை நான் கேட்கவில்லை. காற்று மேலே மேகங்களைக் கூட்டுகிறது, பிறகு அவற்றைக் கலைக்கவும் செய்கிறது. டாக்வுட்டின் கிளைகள் துடிதுடித்து நடுங்கும்போது எண்ணற்ற கத்திகள் இருளுக்குள் மினுங்குகின்றன. சாளரமென்பது எனது இதயத்தின் சாளரம், கதவென்பது எனது ஆன்மாவின் கதவு. விடியும்வரை விழித்துக் கிடப்பவனாக அங்கேயே நான் படுத்திருக்கிறேன், காலியான நாற்காலியை வெறித்தபடி.

30

தாழ்வான வேலியின் மீது தொற்றி ஏறி அவர்களிருவரும் புதர்க்காடுகளுக்குள் நுழைந்தார்கள். தனது ஜேப்பிக்குள்ளிருந்து சிறிய ஒளிக்கருவியை வெளியே எடுத்து கலோனல் சாண்டர்ஸ் அந்தக் குறுகலான பாதைக்கு ஒளியூட்டினார். காடுகள் மிகவும் ஆழமானதாக இருக்கவில்லை, ஆனால் மரங்கள் ரொம்பவே பழமையானவையாக, கிளைகளின் பின்னல்கள் அச்சுறுத்தும் வகையில் தலைக்கு மேலே மிதந்தன. கீழே தரையிலிருந்து அடர்த்தியான புல்வாசம் கிளம்பி வந்தது.

கலோனல் சாண்டர்ஸ் முன்னணியில் சென்றார், முதன்முறையாக மிதமான வேகத்தைக் கடைப்பிடிப்பவராக. தனது காலடியை உறுதி செய்து கொள்ள ஒளிக்கருவியை மின்னச் செய்தவாறு, கணத்துக்கு ஒன்றென ஒவ்வொரு எட்டையும் அவர் கவனமாக எடுத்து வைத்தார்.

ஹோஷினோ மிகச்சரியாக அவருக்குப் பின்னால் போனான். "ஹோய், மாமா, இதுவொரு வகை சாகசமா அல்லது அதைப் போன்ற ஏதேனுமொன்றா?" கலோனல் சாண்டர்ஸின் பின்புறத்திடம் அவன் சொன்னான். "ஓவ்வ்வ்வ் – பேய்ய்!"

"ஒரு மாற்றத்துக்கு நீ ஏன் வாயை மூடிக் கொண்டிருக்கக்கூடாது?" கலோனல் சாண்டர்ஸ் திரும்பிப் பார்க்காமல் சொன்னார்.

"சரி, சரி..." திடீரென்று நகாடா என்ன செய்து கொண்டிருப்பாரென்பது பற்றி ஹோஷினோ யோசித்தான். அனேகமாக அவர் இன்னும் ஆழ்ந்த உறக்கத்தில் இருக்கலாம். அது என்னவோ "ஆழ்ந்த உறக்கம்" எனும் வார்த்தையே அவரைப் பற்றிச் சொல்வதற்காக கண்டுபிடிக்கப்பட்டதென்பதைப்

போலிருந்தது - ஒரு முறை உறக்கத்தில் வீழ்ந்தாரெனில், அவ்வளவுதான். என்றபோதும், சாதனைகளை-முறியடிக்கும் வகையிலான அந்த உறக்கங்களில் அவருக்கு என்ன மாதிரி கனவுகள் வரும்? ஹோஷினோவால் யூகிக்க முடியவில்லை. "நாம் இன்னும் அங்கு வந்து சேரவில்லையா?"

"கிட்டத்தட்ட," கலோனல் சாண்டர்ஸ் பதிலளித்தார்.

"என்னிடம் ஏதாவது சொல்," ஹோஷினோ ஆரம்பித்தான்.

"என்ன?"

"*நிஜமாகவே நீ கலோனல் சாண்டர்ஸ் தானா?*"

கலோனல் சாண்டர்ஸ் தனது தொண்டையைச் செருமிக் கொண்டார். "உண்மையில் இல்லை. வெறுமனே தற்காலிகமாக அவருடைய தோற்றத்தை நான் வரித்துக் கொண்டிருக்கிறேன்."

"அதைத்தான் நானும் நினைத்தேன்," என்றான் ஹோஷினோ. "ஆக *நிஜமாகவே நீ யார்?*"

"எனக்குப் பெயர் கிடையாது."

"அப்படி ஏதுமில்லாமல் எவ்வாறு உன்னால் சமாளிக்க முடிகிறது?"

"ஒரு பிரச்சினையுமில்லை. அடிப்படையில் எனக்கு எந்தவொரு பெயரோ அல்லது வடிவமோ கிடையாது."

"ஆக ஒரு வகையில் குசுவைப் போன்றவன் நீ."

"அப்படியும் நீ சொல்லலாம். எனக்கு எந்த வடிவமும் இல்லையாதலால் நான் விரும்பும் எதுவாக வேண்டுமானாலும் என்னால் ஆக முடியும்."

"ஒஹ்ஹ்ஹ்..."

"இந்த முறை சற்றுப் பழக்கமான வடிவத்தை எடுக்க நான் தீர்மானித்தேன், புகழ்பெற்ற ஒரு முதலாளித்துவ உருவத்தினுடையதை. மிக்கி மௌஸ் குறித்த எண்ணத்தோடும் நான் ஊடாடிக் கொண்டிருந்தேன், ஆனால் தங்களுடைய

குணவார்ப்புகளுக்கான உரிமைகளைப் பற்றி டிஸ்னி தனிப்பட்ட முறையில் மிகவும் கவனமாயிருக்கிறார்கள்."

"எப்படிப் பார்த்தாலும் மிக்கி மௌஸ் எனக்காக மாமா வேலை பார்ப்பதை நானும் விரும்பப் போவதில்லை."

"உனது எண்ணம் எனக்குப் புரிகிறது."

"கலோனஸ் சாண்டர்ஸைப் போல உடையணிவது உனது குணத்துக்குப் பொருத்தமானதாகவும் உள்ளது."

"ஆனால் எனக்கென எந்த குணவார்ப்பும் கிடையாது. அல்லது எவ்வித உணர்வுகளும். 'வடிவத்தை நான் ஏற்றுக் கொள்ளலாம், உரையாடவும் நான் செய்யலாம், ஆனால் கடவுளோ அல்லது புத்தரோ அல்ல நான், இப்படியாக அதன் இதயம் மனிதனுக்கு உள்ளதில் இருந்து வேறுபட்டு நிற்கும் ஓர் உணர்வற்ற உயிரி.'"

"என்ன - ?"

"*உவேதா அகினாரியின் நிலவொளி மற்றும் மழையின் கதைகளில்* இருந்து ஒரு வரி. நீ அதை வாசித்திருப்பாயென்பதில் நான் சந்தேகங்கொள்கிறேன்."

"என்னைச் சரியாகப் பிடித்து விட்டாய்."

"நானிங்கே மனித வடிவில் தோன்றுகிறேன், ஆனால் நான் கடவுளோ அல்லது புத்தரோ அல்ல. மனிதர்களுக்கிருப்பதைக் காட்டிலும் என்னுடைய இதயம் வித்தியாசமாக இயங்குகிறது, ஏனென்றால் எனக்கு உணர்வுகள் கிடையாது. இதுதான் அதற்கு அர்த்தம்."

"ஹ்ம்ம்ம்," என்றான் ஹோஷினோ. "எனக்குப் புரிகிறதென்று உறுதியாகச் சொல்வதற்கில்லை, ஆனால் நீ சொல்வது என்னவென்றால் நீயொரு மனிதனல்ல, மேலும் கடவுளோ அல்லது புத்தரோ கூட அல்ல, சரியா?"

"கடவுளோ அல்லது புத்தரோ அல்ல, நான் வெறும் உணர்வற்றவன் மட்டுமே. மனிதனின் நல்லது கெட்டதுகளைப் பொருத்தமட்டில் நான் அவை குறித்து விசாரிப்பதோ தொடர்வதோ கிடையாது."

"இதன் அர்த்தம்?"

"நான் கடவுளோ அல்லது புத்தரோ கிடையாதென்பதால், மனிதர்கள் நல்லவர்களா அல்லது கெட்டவர்களா என்பதைத் தீர்மானிக்க வேண்டிய அவசியமும் எனக்கில்லை. போலவே நல்லவை கெட்டவைகளுக்கான அளவுகோல்களின்படி நான் நடக்கவும் வேண்டியதில்லை."

"வேறு வார்த்தைகளில் சொன்னால் நல்லவை கெட்டவைகளுக்கு அப்பால் நீ இயங்குகிறாய்."

"மிகுந்த கருணையோடிருப்பவன் நீ. துல்லியமாகச் சொன்னால், நல்லவை கெட்டவைகளுக்கு அப்பாற்பட்டு இல்லை - அவற்றை நான் கண்டுகொள்வதில்லை. எது நல்லது அல்லது எது கெட்டது என்பது குறித்து எனக்கு ஒன்றும் தெரியாது. மிகவும் நடைமுறைக்கேற்ற ஜீவன் நான். நடுநிலையான ஒரு சங்கதி, அது இருந்ததைப் போலவே, நான் கவனம் கொண்டிருப்பதெல்லாம் நடத்த வேண்டுமென எனக்குத் தரப்பட்ட கடமையை நிறைவேற்றுவது மட்டுமே."

"உனக்குத் தரப்பட்ட கடமையை நிறைவேற்றுவதா? அது என்ன?"

"நீ பள்ளிக்குப் போனதில்லையா?"

"ஆம், நான் உயர்நிலை பள்ளிக்குப் போனேன், ஆனால் அதுவொரு வணிகப் பள்ளி. விசையந்துகளின் திருகாணிகளை முடுக்குவதில் எனது நேரம் மொத்தத்தையும் செலவழித்தேன்."

"நான் ஒரு வகை மேற்பார்வையாளன், ஏதோவொன்றைக் கண்காணிப்பவன், தனது அடிப்படைப் பாத்திரத்தை அது பூர்த்தி செய்கிறதா என்பதை உறுதி செய்ய. வெவ்வேறு உலகங்களுக்கு இடையிலான ஒட்டுறவைப் பரிசோதித்து, சங்கதிகள் யாவும் சரியான ஒழுங்குமுறையில் உள்ளனவா என்பதை உறுதி செய்வேன். ஆகவே விளைவுகள் யாவும் காரணங்களைத் தொடர்வதோடு அர்த்தங்கள் தங்களுக்குள் எவ்வகையிலும் குழப்பிக் கொள்வதில்லை. ஆகவே கடந்தகாலம் நிகழ்காலத்துக்கு முன்பாக வருகிறது, மேலும் எதிர்காலம் அதற்குப் பிறகு. சங்கதிகள் ஒழுங்குமுறையை

விட்டு சற்றே விலகிச் செல்லலாம், அதில் தவறில்லை. எதுவும் முழுநிறைவானதல்ல. என்றாலும், கணக்குப் புத்தகம் அடிப்படையில் சமநிலை தவறாதிருக்கும் எனில், என்னளவில் சரிதான். உன்னிடம் உண்மையைச் சொல்வதென்றால், நான் அவ்வளவொன்றும் விவரமான ஆள் கிடையாது. அதற்கான தொழில்நுட்பப்பெயர் 'தொடர்ச்சியான தரவுகளின் புலன்சார் வழிமுறைகளைச் சுருக்குதல்' என்பதாகும், ஆனால் அதற்குள் எல்லாம் போக நான் விருப்பப்படவில்லை. விளக்கிச் சொல்ல வெகு நேரம் ஆகலாம், மேலும் அது உனக்கு அப்பாற்பட்டதென்றும் எனக்குத் தெரியும். ஆகவே நாம் நேரடியாக விசயத்துக்கு வருவோம். ஆகமொத்தம் நான் சொல்ல வருவது என்னவென்றால் ஒவ்வொரு சின்னஞ்சிறிய சங்கதி குறித்தும் நான் புகார் சொல்லப் போவதில்லை. சொல்லப் போனால், கணக்கு வழக்குகள் இறுதியில் சமநிலை அடையாவிட்டால், அது சிக்கலாகும். நான் கணக்கில் கொள்ள வேண்டிய பொறுப்புணர்வும் எனக்கு இருக்கிறது."

"எனக்கு உன்னிடம் ஒரு கேள்வி இருக்கிறது. நீ இவ்வளவு முக்கியமான மனிதன் என்றால், எவ்வாறு டகமாட்சுவின் பின்புற குறுக்குச்சந்தில் மாமா வேலை பார்த்துக் கொண்டிருந்தாய்?"

"நானொரு மனிதன் அல்ல, சரியா? எத்தனை முறை இதை நான் உனக்குச் சொல்ல வேண்டும்?"

"உன் வழக்கப்படியே சொல்லித் தொலை..."

"மாமா வேலையென்பது உன்னை இங்கு அழைத்து வருவதற்கான வழிமுறை மட்டுமே. நீ எனக்குக் கைகொடுத்து உதவ வேண்டிய ஏதோவொரு சங்கதி உள்ளது, ஆகவே அதற்கான பரிசாகக் கொஞ்சம் சந்தோசமான நேரத்தை நீ அனுபவிக்க வேண்டுமென்று நினைத்தேன். நாம் கடந்து வர வேண்டிய ஒரு வகை சம்பிரதாயம்."

"உனக்குக் கை கொடுப்பதா?"

"நான் விளக்கியதைப் போல, எனக்கு எந்த வடிவமும் கிடையாது. நானொரு தத்துவார்த்தமான, கருத்தியல்ரீதியான

சமாச்சாரம். என்னால் எந்த வடிவமும் எடுக்க முடியும், ஆனால் அதற்கு உள்ளீடு இருக்காது. மேலும் ஓர் நிஜமான செயலைச் செய்ய, உள்ளீடோடு இருக்கும் யாராவது எனக்கு உதவ வேண்டும்."

"மேலும் இந்தக் குறிப்பிட்டப் புள்ளியில் அந்த உள்ளீடு நானாக இருக்கிறேன்."

"மிகவும் சரி," கலோனல் சாண்டர்ஸ் பதிலளித்தார்.

மிகுந்த கவனத்தோடு அவர்கள் பாதையின் கீழிறங்கி அடர்த்தியானதொரு கருவாலி மரத்துக்குப் பின்னாலிருந்த சிறிய சன்னதியை வந்தடைந்தார்கள். அந்தச் சன்னதி பழமையானதாகவும் பாழடைந்ததாகவும் இருந்தது, எந்த வகை காணிக்கைளும் அல்லது அலங்காரங்களும் இன்றி.

கலோனல் சாண்டர்ஸ் தனது ஒளிக்கருவியை அதன் மீது மின்னச் செய்தார். "கல் அங்கே உள்ளே இருக்கிறது. கதவைத் திற."

"வாய்ப்பேயில்லை!" ஹோஷினோ பதிலளித்தான். "நீ நினைக்கும் நேரத்தில் எல்லாம் சன்னதிகளைத் திறக்கக்கூடாது. நீ சபிக்கப்படுவாய். உன் மூக்கு கீழே விழுந்து விடும். அல்லது உன் காதுகள் அல்லது அதுபோன்ற எதுவோ."

"கவலைப்பட வேண்டியதில்லை. பரவாயில்லை என்று நான் சொன்னேன், எனவே முன்னேறிச் சென்று அதைத் திற. உனது மூக்கும் காதுகளும் கீழே விழாது. கடவுளே, உண்மையாகவே நீ பழம்பாணியைச் சேர்ந்தவனாக இருக்க வேண்டும்."

"என்றால் நீ ஏன் அதைத் திறக்கக்கூடாது? அதற்குள் சிக்கிக் கொள்ள நான் விரும்பவில்லை."

"எத்தனை முறை இதை நான் விளக்குவது!? எனக்கு உள்ளீடு கிடையாது என்பதை ஏற்கனவே உனக்குச் சொல்லியிருக்கிறேன். நானொரு அருவமான கோட்பாடு. எதையும் என்னால் தானாகச் செய்ய முடியாது. ஆகவேதான் உன்னை இங்கே இழுத்துக் கொண்டு வரும் சிக்கலுக்குள் நான் போனேன். மேலும் தள்ளுபடி விலையில் அதை மூன்று முறை செய்ய அனுமதிக்கவும்."

“ஆம், ஆகா, அவள் அற்புதமாயிருந்தாள்... ஆனால் ஒரு சன்னதியைக் கொள்ளையடிப்பதா? ஆளை விடு! சன்னதிகளோடு வம்பில் மாட்டிக் கொள்ளாதே என்று என் தாத்தா எப்போதும் என்னிடம் சொல்வார். நிஜமாகவே அவர் அதில் கண்டிப்போடு இருந்தார்.”

“உன் தாத்தாவை மற. உனது கிஃபு ஆளுகையின் நாட்டு-பூசணிக்காய்த்தனமான நியாயங்களையெல்லாம் என்னிடம் திணிக்காதே, சரியா? நமக்கு அதற்கெல்லாம் நேரமில்லை.”

மொத்த நேரமும் பல்லைக் கடிப்பவனாக, ஹோஷினோ தயக்கத்தோடு அந்த சன்னதியின் கதவைத் திறந்தான், கலோனால் சாண்டர்ஸ் தனது ஒளிக்கருவியை உள்ளே மின்னச் செய்தார். எதிர்பார்த்ததைப் போல, உள்ளே ஒரு வட்டமான பழைய கல் இருந்தது. நகாடா சொன்னது போல, பெரிய அரிசி அப்பத்தின் அளவில் அது இருந்தது, வழவழப்பான வெண்ணிறக் கல்.

“இதுதானா?” ஹோஷினோ கேட்டான்.

“சரிதான்,” என்றார் கலோனல் சாண்டர்ஸ். “அதை வெளியே எடு.”

“ஒரு நிமிடம் பொறு. இது திருட்டாகும்.”

“போகட்டும். இது போன்றக் கல் காணாமல் போனதை யாரும் கவனிக்கப் போவதில்லை. மேலும் யாரும் கவலைப்படவும் மாட்டார்கள்.”

“ஆம், ஆனால் அந்தக் கல்லின் சொந்தக்காரரர் கடவுள்தானே, சரியா? நாம் இதை வெளியே எடுத்தால் அவர் சினமுறக்கூடும்.”

கலோனல் சாண்டர்ஸ் தனது கைகளை மடக்கி நேராக ஹோஷினோவைப் பார்த்து முறைத்தார். “கடவுள் என்றால் என்ன?”

ஒரு கணத்துக்கு அந்தக் கேள்வி ஹோஷினோவைத் தூக்கியெறிந்தது.

கலோனல் சாண்டர்ஸ் அவனை மேலும் வற்புறுத்தினார். "கடவுள் எப்படித் தோற்றமளிப்பார், மேலும் அவர் என்ன செய்வார்?"

"என்னைக் கேட்காதே. கடவுள் என்றால் கடவுள்தான். அவர் எங்குமிருக்கிறார், நாம் என்ன செய்கிறோமென்பதைக் கவனித்தவாறு, அது நல்லதா கெட்டதா என்பதைத் தீர்மானித்தவாறும்."

"கால்பந்தாட்ட நடுவரைப் போல ஒலிக்கிறது."

"ஒரு வகையில், ஆமாம் என்றே யூகிக்கிறேன்."

"ஆக கடவுள் அரைக்கால் சட்டை அணிகிறார், அவருடைய வாயிலிருந்து ஊதல் வெளியே நீட்டிக் கொண்டிருக்க கடிகாரத்தின் மீதும் ஒரு கண் வைத்திருக்கிறார்?"

"நான் சொல்ல வந்தது அதுவல்ல என்பது உனக்குத் தெரியும்," என்றான் ஹோஷினோ.

"ஜப்பானியக் கடவுளும் வெளிநாட்டுக் கடவுளும் உறவினர்களா, அல்லது அனேகமாக எதிரிகளா?"

"எனக்கு எப்படித் தெரியும்?"

"கவனி - மனிதர்களின் மனங்களில்தான் கடவுள் வாழ்கிறார். மிகக்குறிப்பாக ஜப்பானில், கடவுளென்பது எப்போதும் வளைந்து தரக்கூடிய ஒரு வகைக் கருத்துருவாக்கமாகவே இருந்து வந்திருக்கிறது. போருக்குப் பிறகு என்ன நடந்ததென்று பார். கடவுளாக இருப்பதிலிருந்து வெளியேறும்படி மாட்சிமை பொருந்திய பேரரசருக்கு டக்ளஸ் மெக்ஆர்தர் ஆணையிட்டான், அவரும் அவ்வாறே செய்தார், வெறுமனே தானொரு சாதாரண மனிதன் என்று சொல்லும் ஒரு சொற்பொழிவை நிகழ்த்திய பிறகு. ஆகவே 1946-க்கு பிறகு அதற்குமேலும் அவர் கடவுளாக இல்லை. ஜப்பானியக் கடவுள்களெல்லாம் அது போலத்தான் - அவர்களைத் திருகவும் சரிக்கட்டவும் முடியும். விலை மலிந்த புகைக்குழாயை மென்று கொண்டிருக்கும் எவனோவொரு அமெரிக்கன் ஆணையிட்டவுடன் யாவும் தலைகீழாக மாறுகிறது - கடவுள் அதற்குப் பிறகும் கடவுளாக இல்லை.

ரொம்பவே பின்நவீனத்துவ வகையைச் சேர்ந்த சங்கதி. கடவுள் இருப்பதாக நீ நினைத்தால், அவர் இருக்கிறார். நீ நினைக்கவில்லை என்றால், அவர் இல்லை. மேலும் கடவுள் என்பது அப்படித்தான் இருக்குமெனில், அது குறித்து நான் கவலைப்படப் போவதில்லை."

"சரி..."

"எப்படியாகிலும், வெறுமனே கல்லை வெளியே எடு, செய்கிறாயா? முழுப் பொறுப்பையும் நான் ஏற்றுக் கொள்கிறேன். கடவுளாக அல்லது புத்தராக நான் இல்லாதிருக்கலாம், ஆனால் எனக்கும் சில தொடர்புகள் இருக்கத்தான் செய்கின்றன. ஆகவே நீ சபிக்கப்பட மாட்டாயென்பதை நான் உறுதி செய்து கொள்வேன்."

"உறுதியாகச் சொல்கிறாயா?"

"எனது வார்த்தைகளில் நான் பின்வாங்க மாட்டேன்."

ஹோஷினோ கைகளை நீட்டி வெகு கவனமாக, ஏதோ கன்னிவெடியின் மீது அங்குலம் அங்குலமாக நகர்பவனைப் போல, கல்லை எடுத்தான். "நல்ல கனமாக இருக்கிறது."

"இங்கே நாம் கையாள்வது டோஃபு அல்ல. கற்கள் என்றால் கனமாகத்தான் இருக்கும்."

"ஆனால் கல்லென்று பார்த்தாலும் கூட இது அதிக கனம்தான்," என்றான் ஹோஷினோ. "ஆக இதைக் கொண்டு நான் என்ன செய்ய வேண்டுமென்று விரும்புகிறாய்?"

"உனது இடத்துக்குக் கொண்டு போய் படுக்கைக்குப் பக்கத்தில் வைத்துக் கொள். அதன் பிறகு சங்கதிகள் தங்களுக்கான பாதையைத் தேர்ந்தெடுத்துக் கொள்ளும்."

"மறுபடியும் இதை நான் விடுதிக்குக் கொண்டு போக வேண்டுமென்று விரும்புகிறாயா?"

"அது அதீத கனத்தோடிருந்தால் நீ ஒரு வாடகை மகிழுந்தைப் பிடித்துக் கொள்ளலாம்," கலோனல் சாண்டர்ஸ் பதிலளித்தார்.

"சரி, ஆனால் அத்தனை தூரம் இதைக் கொண்டு போவது சரிதானா?"

"கவனி, ஒவ்வொரு சங்கதியும் நீர்ம வடிவத்தைக் கொண்டுள்ளன. பூமி, காலம், கருத்துருவாக்கங்கள், காதல், வாழ்க்கை, நம்பிக்கை, நியாயம், தீமை – அவை யாவுமே திரவநிலையில் இருப்பதோடு மாறிக் கொண்டே இருப்பவையும் கூட. என்றென்றைக்குமாக ஒரே வடிவத்திலோ அல்லது ஒரே இடத்திலோ அவை இருப்பதில்லை. ஒட்டுமொத்த பிரபஞ்சமும் ஏதோவொரு பெரிய ஃபெட்எக்ஸ் (FedEx) பெட்டியைப் போலத்தான்."

"ஹ்ம்."

"இந்தக் கல் தற்காலிகமாக இங்கே ஒரு கல்லின் வடிவத்தில் இருக்கிறது. இதை நகர்த்துவதென்பது எதையும் மாற்றப் போவதில்லை."

"போகட்டும், ஆனால் இந்தக் கல்லில் என்ன மிகவும் விசேடமாக இருக்கிறது? பார்ப்பதற்கு அப்படியொன்றும் பெரிதாக எதுவும் தெரியவில்லையே?"

"இந்தக் கல்லும் தன்னளவில் அர்த்தமற்றதே. சூழ்நிலை ஏதோவொன்றை வேண்டி நிற்க, காலத்தின் இந்தப் புள்ளியில் அது இந்தக் கல்லாக இருக்கும்படி நேர்ந்திருக்கிறது. இப்படிச் சொன்னதன் மூலம் ஆண்டன் செகாவ் அதை அற்புதமாக விளக்கியிருக்கிறார், 'கதைக்குள் ஒரு துப்பாக்கி தோன்றுகிறது எனில், இறுதியில் அது சுட்டே தீரும்.' அவர் என்ன சொன்னாரென்று உனக்குப் புரிகிறதா?"

"சூத்தம்."

கலோனல் சாண்டர்ஸ் நெடுமூச்செறிந்தார். "உனக்குப் புரியுமென்று நானும் நினைக்கவில்லை, ஆனாலும் நான் கேட்க வேண்டியிருந்தது. அதுதான் மரியாதையான செயல்பாடு."

"மிகவும் நன்றிக்கடன்பட்டிருக்கிறேன்."

“செகாவ் சொல்ல வந்தது இதுதான்: அவசியம் என்பது எதையும் சார்ந்திராத கருத்துருவாக்கம். தர்க்கம், நீதிநெறிகள் அல்லது அர்த்தம் ஆகியவற்றில் இருந்து விலகி வேறொரு வடிவத்தை அது கொண்டிருக்கும். அதன் செயல்பாடு முழுக்க ஏற்றிருக்கும் பாத்திரத்தைப் பொறுத்தே அமைந்திடும். எந்தவொரு பாத்திரத்தையும் ஏற்றுக் கொள்ளாத எதுவும் பிழைத்திருக்க வேண்டியதில்லை. அதைதான் நாம் நாடகக்கலை என்றழைக்கிறோம். தர்க்கம், நீதிநெறிகள் மற்றும் அர்த்தம் ஆகியவற்றுக்கும் அதற்கும் எந்த சம்பந்தமுமில்லை. அவற்றினிடையே துலங்கும் தொடர்புகளைப் பற்றிய அறிவுதான் முக்கியம். செகாவ் நாடகக்கலையை வெகு நன்றாகப் புரிந்து வைத்திருந்தார்.”

“அய்யோ – என் மூளைக்கு அப்பாற்பட்ட வெகு தூரத்தில் நீ இருக்கிறாய்.”

“நீ அங்கே கொண்டு போகும் கல்தான் செகாவின் துப்பாக்கி. அது சுட்டே ஆக வேண்டும். ஆகவே அவ்வகையில் அது முக்கியமானதே. ஆனால் அது குறித்து மிகவும் புனிதமானதோ அல்லது தெய்வீகமானதோ எதுவுமில்லை. ஆதலால் எந்தவொரு சாபத்தையும் எண்ணி உன்னை நீயே வருத்திக் கொள்ளாதே.”

ஹோஷினோ முகத்தைச் சுளித்தான். “இந்தக் கல் ஒரு துப்பாக்கியா?”

“குறியீட்டுத்தளத்தில் மட்டும். கவலைப்படாதே – அதிலிருந்து தோட்டாக்கள் வெளிக்கிளம்பப் போவதில்லை.” கலோனல் சாண்டர்ஸ் தனது ஜேப்பியில் இருந்து ஒரு பெரிய ஃபுரோஷிகி (*Furoshiki* – பொருட்களைச் சுற்றப் பயன்படும் பாரம்பரியமான துணிவகை) துணியை எடுத்து ஹோஷினோவிடம் தந்தார். “இதற்குள் அதைச் சுற்றி வைத்துக் கொள். மனிதர்கள் அதைப் பார்க்காமலிருப்பதே நல்லது.”

“இது திருட்டு என்பதை நான் உன்னிடம் சொன்னேன்.”

“நீ காது கேளாதவானா? இது திருட்டல்ல. முக்கியமான ஏதோவொன்றுக்காக நமக்கு அது தேவைப்படுகிறது, எனவே சிறிது நேரம் நாம் அதைக் கடன் வாங்கவிருக்கிறோம்.”

“சரி, சரி. எனக்குப் புரிகிறது. நாடகக்கலையின் விதிமுறைகளைப் பின்பற்றி, பருப்பொருளை நகர்த்தும் அவசியம் நமக்கு உண்டாகியிருக்கிறது.”

“துல்லியம்,” என்றார் கலோனல், தலையை அசைத்தவாறு. “பார், நான் எது குறித்துப் பேசுகிறேன் என்பது உனக்கும் கூடப் புரிகிறது.”

கடல்-நீலத் துணிக்குள் சுற்றப்பட்டக் கல்லைச் சுமந்தவாறு, காடுகளை விட்டு வெளியே அழைத்துச் செல்லும் வழியைத் தொடர்ந்தான் ஹோஷினோ, கலோனல் சாண்டர்ஸ் தனது ஒளிக்கருவியைக் கொண்டு அவனுக்காக அந்தப் பாதையை ஒளியூட்டினார். தோற்றமளித்ததைக் காட்டிலும் அந்தக் கல் அதிக எடையுடையதாக இருந்ததால் நடுவில் சில முறை மூச்சு வாங்க அவன் நிற்கும்படி ஆனது. யாரும் தங்களைப் பார்த்து விடக் கூடாதென்பதற்காக நன்கு வெளிச்சமாயிருந்த ஆலய நிலத்தை அவர்கள் விரைந்து கடந்தார்கள், பிறகு ஒரு பிரதான வீதியை வந்தடைந்தார்கள். கலோனல் சாண்டர்ஸ் ஒரு வாடகை வண்டியைக் கூப்பிட்டு ஹோஷினோ அதற்குள் கல்லோடு ஏறும்வரை காத்திருந்தார்.

“ஆக நான் இதை எனது தலையணைக்குப் பக்கத்தில் வைக்க வேண்டும், ஹ்ம்ம்ம்?” ஹோஷினோ கேட்டான்.

“ஆமாம்,” என்றார் கலோனஸ் சாண்டர்ஸ். “நீ செய்ய வேண்டியதெல்லாம் அவ்வளவுதான். வேறெதையும் முயற்சி செய்யாதே. வெறுமனே அதை அங்கே வைத்திருப்பதுதான் முக்கியமான விசயம்.”

“நான் உனக்கு நன்றி சொல்ல வேண்டும். கல் எங்கே இருந்ததென்பதை எனக்குக் காட்டியதற்காக.”

கலோனல் சாண்டர்ஸ் இளித்தார். “தேவையில்லை – எனது வேலையைத்தான் செய்கிறேன். வெறுமனே எனது கடமையை நிறைவேற்றுகிறேன். ஆனால் ஹேய் – அந்தப் பெண் எப்படி, ஹோஷினோ?”

“அவள் அசரடிக்கக்கூடியவளாக இருந்தாள்.”

“இதைக் கேட்பதில் நான் மகிழ்ச்சியடைகிறேன்.”

“அவள் உண்மையானவள், இல்லையா? அவளொரு நரி ஆன்மா அல்லது அருவம் அல்லது அது போல குழப்பிக் கொண்ட சங்கதி கிடையாதே?”

“ஆன்மாவும் இல்லை, அருவமும் இல்லை. வெறுமனே ஒரு உண்மையான, உயிர்ப்பான பாலியல் இயந்திரம். மெய்யான நான்கு-சக்கர-சவாரிக்கான சிற்றின்பம். அவளைக் கண்டுபிடிப்பது அத்தனை எளிதாயிருக்கவில்லை. ஆக மற்றதெல்லாம் நிச்சயப்படுத்தப்பட்டவையே.”

“ஊப்ஸ்!” ஹோஷினோ நெடுமூச்செறிந்தான்.

துணியால்-சுற்றிய கல்லை நகாடாவின் தலையணைக்குப் பக்கத்தில் ஹோஷினோ வைத்தபோது நேரம் ஏற்கனவே அதிகாலை ஒன்றைக் கடந்திருந்தது. அதைக் கொண்டு போய் தன்னுடையதற்குப் பதிலாக நகாடாவின் தலையணைக்கு அருகில் வைப்பது ஏதேனும் சாபத்தை ஏற்கும் சாத்தியத்தைக் குறைக்குமென்று நினைத்தான். அவன் எதிர்பார்த்தது போலவே, முதுமொழிகளில் குறிப்பிடப்படும் மரக்கட்டையைப் போல நகாடா இன்னும் விரைத்துக் கிடந்தார். கல் கண்ணுக்குத் தட்டுப்படும் வகையில் ஹோஷினோ துணியை அவிழ்த்து வைத்தான். தனது இரவுடைகளுக்கு மாறினான், மற்றொரு ஃப்யூடனுக்குள் ஊர்ந்து சென்று உடனடியாகத் தூங்கிப் போனான். அவனுக்கு ஒரு சிறிய கனவு வந்தது – அரைக்காற்சட்டை அணிந்திருக்கும் கடவுளைப் பற்றி, முடியடர்ந்த முழந்தாள்கள் வெளியே நீட்டிக் கொண்டிருக்க, மைதானத்தைச் சுற்றி விரைந்து ஓடுகிறவராக, புல்லாங்குழல் ஒன்றை இசைத்தவாறு.

அன்று காலை ஐந்து மணிக்கு, நகாடா விழித்தெழுந்து தனது தலையணைக்கு அருகில் கல் இருப்பதைக் கண்டுபிடித்தார்.

31

மதியம் ஒரு மணி ஆனவுடன் முதல்மாடியில் உள்ள வாசிப்பறைக்கு நான் காபியை மேலே கொண்டு போகிறேன். கதவு, எப்போதும் போல, திறந்துள்ளது. வெளியே வெறித்துப் பார்த்தவாறு சாளரத்தினருகே நின்றிருக்கிறாள் மிஸ் செய்கி, அவளுடைய ஒரு கரம் சாளர அடிக்கட்டையின் மீது வீற்றிருக்கிறது. நினைவுகளில் தொலைந்து, தனது மற்ற கையின் விரல்கள் ரவிக்கையின் பொத்தான்களோடு விளையாடிக் கொண்டிருப்பதை அறியாதவளாக. இந்த முறை மேசையின் மீது பேனாவோ அல்லது எழுதும் தாளோ இல்லை. நான் காபிக்கோப்பையை மேசையின் மீது வைக்கிறேன். மேகங்களின் மெல்லிய அடுக்கு வானத்தை மூடியிருக்கிறது, ஒரு மாற்றத்துக்கு வெளியே இருக்கும் பறவைகளும் அமைதியாயிருக்கின்றன.

இறுதியில் அவள் என்னைக் கவனிக்கிறாள், தனது நினைவுகளிலிருந்து பின்னால் இழுக்கப்பட்டு, சாளரத்தை விட்டு விலகி வருகிறாள், தன்னுடைய மேசையில் அமர்ந்து ஒரு மிடறு காபியை அருந்துகிறாள். நேற்றைப் போல அதே நாற்காலியில் உட்காரும்படி என்னிடம் சைகை செய்கிறாள். நேற்றிரவு என்ன நடந்ததென்பது குறித்து அவளுக்கு ஏதும் ஞாபகமிருக்குமா? என்னால் சொல்ல முடியவில்லை. எல்லாம் தனக்குத் தெரியுமென்பதைப் போல அவள் தோற்றமளிக்கிறாள், அதே நேரம் அவளுக்கு எதுவுமே தெரியாதென்பதைப் போலவும். அவளுடைய நிர்வாண உடலின் காட்சிகள் எனது மனதுக்குள் வருகின்றன, வெவ்வேறு பாகங்களை எவ்வாறு நானுணர்ந்தேன் எனும் நினைவுகளும். இங்கே எனக்கு நேரெதிராக அமர்ந்திருக்கும் பெண்ணின் உடல்தானா அது

என்பது கூட எனக்கு உறுதியாகத் தெரியாது. என்றாலும், அந்த சமயத்தில், நான் 100 சதவிகிதம் உறுதியாக நம்பினேன்.

அவள் மென்பச்சை நிறத்தில் பட்டுப்போலத் தோற்றமளிக்கும் ரவிக்கையும் இறுக்கமான பெய்ஜி (Beige - சாயமிடாத கம்பளித்துணிவகை) பாவாடையும் அணிந்திருக்கிறாள். அவளது தொண்டையில் ஒரு மெல்லிய வெள்ளிச்சங்கிலி தொங்குகிறது, மிகவும் ஒயிலாக. தெளிவாகச் செதுக்கப்பட்ட ஏதோவொரு பொருளைப் போல, மேசையின் மீதிருக்கும் அவளுடைய மெலிவான விரல்கள் அழகாகப் பிணைந்துள்ளன.
"ஆக, உலகின் இந்தப்பகுதி இப்போது உனக்குப் பிடிக்கத் தொடங்கியிருக்கிறதா?"

"நீங்கள் டகமாட்சுவைச் சொல்கிறீர்களா?"

"ஆமாம்."

"எனக்குத் தெரியவில்லை. பெரிதாக நானிதைச் சுற்றிப் பார்க்கவில்லை, வழியில் இருக்கும் ஒரு சில சங்கதிகளை மட்டும்தான். சொல்வதெனில், இந்த நூலகம், உடற்பயிற்சிக்கூடம், நிலையம், விடுதி... அதுபோன்ற இடங்கள்."

"உனக்கு இது அலுப்பாக இல்லையா?"

நான் எனது தலையை ஆட்டுகிறேன். "இன்னும் எனக்குத் தெரியவில்லை. அலுப்படைவதற்கான நேரம் என்னிடம் இருந்ததில்லை, மேலும் எப்படிப் பார்த்தாலும் எல்லா நகரங்களும் ஒன்றுபோலத்தான் தோற்றமளிக்கும். ஏன் கேட்கிறீர்கள்? இதுவொரு அலுப்பூட்டும் நகரம் என்று நினைக்கிறீர்களா?"

தனது தோளை மெலிதாகக் குலுக்குகிறாள். "இளமையோடிருந்த காலத்தில் நான் அவ்வாறு நினைத்தேன். இங்கிருந்து போக துடியாய்த் துடித்தேன். இங்கிருந்து கிளம்பி வேறெதாவது இடத்துக்குப் போக, ஏதேனும் விசேடமாகக் காத்திருக்கும் ஏதோவொன்றுக்கு, இன்னும் சுவாரசியமான மனிதர்களை நான் கண்டுபிடிக்கும் ஓர் இடத்துக்கு."

"சுவாரசியமான மனிதர்களா?"

மிஸ் செய்கி தலையை மெல்ல ஆட்டுகிறாள். "நான் இளமையோடிருந்தேன்," அவள் சொல்கிறாள். "பெரும்பாலான இளையவர்களுக்கு அப்படியொரு உணர்வு இருக்குமென்றே நான் யூகிக்கிறேன். நீ யோசித்ததில்லையா?"

"இல்லை, வேறெங்கும் போனால் அங்கு விசேடமான சங்கதிகள் எனக்காகக் காத்திருக்குமென்பதாக ஒருபோதும் நான் உணர்ந்ததில்லை. வேறு எங்காவது நான் போக விரும்பினேன், அவ்வளவுதான். அங்கு என்பதைத் தவிர வேறெங்கு வேண்டுமானாலும்."

"அங்கு?"

"நோகாடா, நகானோ பிரிவு. நான் பிறந்து வளர்ந்த இடம்."

இந்தப் பெயரைச் சொன்னவுடன் அவள் கண்களில் எதுவோ மின்னுகிறது. குறைந்தபட்சம் எனக்கு அது போலத் தோன்றுகிறது.

"அங்கிருந்து கிளம்பினால் போதுமெனில், எங்கு போகிறோமென்பதைப் பற்றிக் குறிப்பாக நீ கவலைப்படவில்லையா?" அவள் கேட்கிறாள்.

"சரிதான்," நான் சொல்கிறேன். "எங்கே நான் போகிறேனென்பது பிரச்சினை இல்லை. அங்கிருந்து விலக வேண்டும் இல்லையெனில் ஒட்டுமொத்தமாகச் சிக்கலில் மாட்டிக் கொள்வேனென்பது எனக்குத் தெரியும். ஆகவே நான் கிளம்பி விட்டேன்."

மேசையின் மீதிருக்கும் தனது கைகளை அவள் குனிந்து பார்க்கிறாள், பற்றற்றதொரு பார்வை அவளுடைய கண்களில். பிறகு, வெகு அமைதியாக, அவள் சொல்கிறாள், "இருபது வயதில் இங்கிருந்து கிளம்பியபோது, நானும் இதுபோலத்தான் உணர்ந்தேன். நான் கிளம்ப வேண்டும் அல்லது என்னால் பிழைத்திருக்க முடியாது. மேலும் உயிரோடிருக்கும் காலம் வரைக்கும் மீண்டும் இந்த இடத்தைப் பார்க்கப் போவதில்லை என்று என்னை நானே ஆற்றுப்படுத்திக் கொண்டேன். திரும்பி

வருவது குறித்து ஒருபோதும் நான் சிந்தித்ததில்லை, ஆனால் சம்பவங்கள் நிகழ்ந்தேற இதோ நான் இங்கிருக்கிறேன். ஏதோ மறுபடியும் அனைத்தையும் ஆரம்பத்தில் இருந்து தொடங்குகிறேன் என்பதைப் போல." அவள் திரும்பி நின்று சாளரத்துக்கு வெளியே பார்க்கிறாள்.

வானை மூடியிருக்கும் மேகங்கள் முன்பிருந்த அதே தொனியில் உள்ளன, மேலும் குறிப்பிட்டுச் சொல்லும்படியான காற்றும் வீசவில்லை. ஒரு திரைப்படத்தின் ஓவியப் பின்னணிக் காட்சியைப் போல ஒட்டுமொத்த சங்கதிகளும் அசைவற்றுத் தெரிகின்றன.

"பயங்கரமான சங்கதிகள் வாழ்வில் நடக்கக்கூடும்," அவள் சொல்கிறாள்.

"தொடங்கிய இடத்துக்கே நான் மீண்டும் போகக்கூடும் என்று சொல்ல வருகிறீர்களா?"

"எனக்குத் தெரியாது. அது உனது முடிவு என்பதாயிருக்கும், எதிர்காலத்தின் ஏதோவொரு கணத்தில். ஆனால் மனிதன் எங்கு பிறந்து இறக்கிறானென்பது ரொம்ப முக்கியமென்று நினைக்கிறேன். எங்கே நீ பிறக்கிறாயென்பதைத் தேர்ந்தெடுக்க உன்னால் முடியாது, ஆனால் எங்கே இறக்கிறாயென்பதை உன்னால் முடியும் – ஓரளவுக்கு." இவையனைத்தையும் ஒரு மென்மையான குரலில் அவள் சொல்கிறாள், சாளரத்துக்கு வெளியே வெறித்தபடி அங்கே நிற்கும் யாரோவொரு கற்பனையான மனிதனோடு பேசுகிறாளென்பதைப் போல. பிறகு நானும் இங்கிருப்பதை நினைவுகூர்ந்து, அவள் என்னிடம் திரும்புகிறாள். "ஏன் இந்த விசயங்களையெல்லாம் நான் உன்னிடம் ஒப்பிக்கிறேன் என்பது ஆச்சரியமாக இருக்கிறது."

"ஏனென்றால் நான் இந்தப் பகுதியைச் சேர்ந்தவன் கிடையாது, மேலும் நமது வயதுகளும் கூட வெவ்வேறானவை."

"அதுதான் காரணமென்று நினைக்கிறேன்," அவள் சொல்கிறாள்.

அனேகமாக 20, அல்லது 30 நொடிகளுக்கு, எங்களின் சொந்த நினைவுகளில் நாங்கள் தொலைந்திருக்கிறோம். அவள் தனது கோப்பையை எடுத்துக் காபியில் ஒரு மிடறு அருந்துகிறாள்.

நேரிடையாகப் பேசி விடுவதெனத் தீர்மானித்து நானதைச் சொல்கிறேன். "மிஸ் செய்கி, நானும் வெளிப்படையாக ஒப்புக்கொள்ள வேண்டிய சங்கதி இருக்கிறது."

அவள் என்னைப் பார்த்துப் புன்னகைக்கிறாள். "நாம் ரகசியங்களைப் பரிமாறிக் கொள்கிறோம், எனக்குப் புரிகிறது."

"என்னுடையது ரகசியமல்ல. வெறும் கோட்பாடு மட்டுமே."

"கோட்பாடா?" அவள் திருப்பிச் சொல்கிறாள். "நீயொரு கோட்பாட்டை ஒப்புக் கொள்ளவிருக்கிறாயா?"

"ஆம்."

"கேட்க சுவாரசியமாயிருக்கிறது."

"நேற்று நாம் பேசிக் கொண்டிருந்ததன் தொடர்ச்சி," என்கிறேன். "நான் சொல்ல வருவது என்னவென்றால், இறப்பதற்காகத்தான் இந்த நகரத்துக்கு நீங்கள் திரும்பி வந்தீர்களா?"

விடியற்காலையில் தென்படும் வெள்ளி நிலவைப் போல, ஒரு புன்னகை அவளுடைய உதடுகளில் மேலெழும்புகிறது. "சொல்வதெனில் அதற்காகவே வந்தேன். ஆனால் அதற்கு எந்த அர்த்தமுமிருப்பதாகத் தெரியவில்லை. வாழவோ அல்லது சாகவோ ஒரு இடத்துக்கு நீ வருவதாக இருந்தாலும் கூட, ஒவ்வொரு நாளும் நீ செய்யக்கூடிய சங்கதிகள் கிட்டத்தட்ட ஒரே போலத்தான் இருக்கும்."

"நீங்கள் சாவுக்காகக் காத்திருக்கிறீர்களா?"

"நான் யோசிக்க வேண்டும்..." அவள் சொல்கிறாள். "எனக்கே அது தெரியாது."

"என் அப்பா சாவுக்காகக் காத்திருந்தார்."

"உன் அப்பா இறந்து விட்டாரா?"

"வெகு காலம் முன்பல்ல," நான் அவளிடம் சொல்கிறேன். "சொல்வதெனில், மிகவும் சமீபத்தில்தான்."

"உன் அப்பா எதற்காக சாக முயற்சி செய்தார்?"

நான் ஆழமாக மூச்சிழுக்கிறேன். "நீண்ட காலம் என்னால் அதைக் கணிக்க முடியவில்லை. ஆனால் இப்போது கண்டுபிடித்து விட்டதாக நினைக்கிறேன். இங்கே வந்த பிறகு இறுதியாக நான் புரிந்து கொண்டேன்."

"ஏன்?"

"என் அப்பா உங்களைக் காதலித்தார், ஆனால் அவரால் உங்களைத் திரும்பப் பெற முடியவில்லை. அல்லது அனேகமாக ஆரம்பந்தொட்டே உங்களைத் தன்னுடையவளாக ஆக்கிக் கொள்ள உண்மையில் அவருக்குச் சாத்தியப்படவில்லை. அது அவருக்குத் தெரிந்திருந்தது, எனவேதான் அவர் சாக விருப்பப்பட்டார். மேலும் அதனால்தான் தனது மகன் – உங்களுடைய மகனும் கூட, தன்னைக் கொல்ல வேண்டுமென்று அவர் விரும்பினார். நான், வேறு வார்த்தைகளில் சொன்னால். அத்துடன் நான் உங்களோடும் என் அக்காவோடும் உறங்க வேண்டுமென்றும் அவர் ஆசைப்பட்டார். அதுவே அவருடைய தீர்க்கதரிசனம், அவரின் சாபம். இதனைத்தையும் எனக்குள் அவர் நிரலாக வகுத்திருந்தார்."

கடினமான, உணர்வற்ற சத்ததோடு தனது காபிக் கோப்பையை அவள் திரும்பவும் தாளத்தின் மீது வைக்கிறாள். நிமிர்ந்து நேரடியாக என்னைப் பார்க்கிறாள், ஆனால் உண்மையில் அவள் என்னைப் பார்க்கவில்லை. எங்கோ இருக்கும் சூனியத்தை அவள் வெறிக்கிறாள், வேறெங்கோ இருக்கும் ஏதோவொரு காலியான இடத்தை. "உன் அப்பாவை எனக்குத் தெரியுமா?"

நான் எனது தலையை ஆட்டுகிறேன். "நான் உங்களிடம் சொன்னது போல, இது வெறும் கோட்பாடுதான்."

அவள் தனது கைகளை மேசையின் மீது வைக்கிறாள், ஒன்றன் மேல் இன்னொன்றாக. புன்னகையின் மெல்லியக் கீற்றுகள் மீதமிருக்கின்றன. "எனில், உன்னுடைய கோட்பாட்டின்படி, நான்தான் உன் அம்மா."

"ஆமாம்," நான் சொல்கிறேன். "நீங்கள் என் அப்பாவோடு வாழ்ந்தீர்கள், என்னைப் பெற்றெடுத்தீர்கள், பிறகு என்னை

விட்டு விலகி, கிளம்பிப் போனீர்கள். எனக்கு நான்கு வயதே ஆகியிருந்த கோடைக்காலத்தில்."

"ஆக இதுதான் உன் கோட்பாடு."

நான் தலையசைக்கிறேன்.

"நேற்று என்னிடம் குழந்தைகள் உண்டா என்று ஏன் நீ கேட்டாயென்பதை இது விளக்குகிறது."

மீண்டும் நான் தலையசைக்கிறேன்.

"என்னால் அதற்கு பதிலளிக்க முடியாதென்று உன்னிடம் நான் சொன்னேன். ஆம் அல்லது இல்லையென்றும் சொல்ல முடியாது."

"எனக்குத் தெரியும்."

"ஆக உனது கோட்பாடு யூகமாக மட்டுமே இருக்கிறது."

நான் மீண்டும் தலையசைக்கிறேன். "சரிதான்."

"ஆக என்னிடம் சொல், உன் அப்பா எப்படி இறந்தார்?"

"அவர் கொலை செய்யப்பட்டார்."

"நீ அவரைக் கொல்லவில்லையே, செய்தாயா?"

"இல்லை, நான் செய்யவில்லை. எனக்கு வேற்றிடவாதமும் உண்டு."

"ஆனால் உனக்கு உறுதியாகத் தெரியாது?"

நான் எனது தலையை ஆட்டுகிறேன். "எனக்கு முழுக்க உறுதியாகத் தெரியாது."

மீண்டும் அவள் காபி கோப்பையை உயர்த்தி கொஞ்சமாகச் சீப்புகிறாள், ஏதோ அதற்கு சுவையே கிடையாதென்பதைப் போல. "ஏன் அந்தச் சாபத்தின் கீழ் உன்னை உன் அப்பா ஆட்படுத்தினார்?"

"தனது விருப்பத்தை நான் வரித்துக் கொள்ள வேண்டுமென்று அவர் விரும்பியிருக்கலாம்," நான் சொல்கிறேன்.

"என் மீது ஆசைப்பட, என்று சொல்ல வருகிறாய்."

"உண்மைதான்," என்கிறேன்.

தனது கையில் உள்ள கோப்பைக்குள் வெறிக்கிறாள் மிஸ் செய்கி, பிறகு மீண்டும் நிமிர்ந்து பார்க்கிறாள்.

"ஆகவே நீ - என் மீது ஆசைப்படுகிறாயா?"

நான் தெளிவான தலையசைப்பை வெளியிடுகிறேன்.

அவள் கண்களை மூடுகிறாள். மூடியிருக்கும் அவளின் கண்ணிமைகளை நீண்ட நேரம் நான் உற்றுப் பார்க்கிறேன், அவற்றினூடாக, அவள் பார்க்கும் இருண்மையை என்னாலும் பார்க்க முடிகிறது. வினோதமான வடிவங்கள் அதற்குள் மிதக்கின்றன, மேலெழும்பி மிதந்து பின் மாயமாகிப் போகின்றன.

இறுதியாக அவள் கண்களைத் திறக்கிறாள். "அதாவது, கோட்பாட்டின்படி நீ என்னை விரும்புகிறாய்?"

"இல்லை, கோட்பாட்டுக்கு வெளியிலும். எனக்கு நீங்கள் வேண்டும், எந்தவொரு கோட்பாட்டையும் மீறியது அது."

"என்னோடு நீ உடலுறவு வைத்துக் கொள்ள விரும்புகிறாய்?"

நான் தலையசைக்கிறேன்.

தனது கண்களுக்குள் ஏதோ மினுங்குவதைப் போல அவள் அவற்றைக் குறுக்குகிறாள். "இதற்கு முன்னால் ஏதாவது ஒரு பெண்ணோடு நீ உறவு கொண்டிருக்கிறாயா?"

நான் மீண்டும் தலையசைக்கிறேன். நேற்றிரவு - உன்னோடு, நான் நினைத்துக் கொள்கிறேன். ஆனால் அதை என்னால் சத்தமாகச் சொல்ல முடியவில்லை. அவளுக்கு எதுவும் நினைவில்லை.

கிட்டத்தட்ட நெடுமூச்சைப் போன்றதொரு சங்கதி அவளுடைய உதடுகளில் இருந்து தப்பி வெளியேறுகிறது. "காஃப்கா, நீ

இதை அறிவாயென்பது எனக்குத் தெரியும், ஆனால் உனக்கு 15 என்பதோடு எனக்கோ 50-க்கும் அதிகம்."

"அது அத்தனை எளிதானதல்ல. அதுபோன்ற நேரத்தைப் பற்றி நாம் இங்கே பேசிக் கொண்டிருக்கவில்லை. 15 வயதான உங்களை எனக்குத் தெரியும். உங்களின் அந்த வயதில் உங்களோடு நான் காதல் கொண்டிருக்கிறேன். மிக அதிகமாகக் காதல் வசப்பட்டிருக்கிறேன். மேலும் அவள் மூலமாக, உங்களோடும் நான் காதலில் இருக்கிறேன். அந்த இளம்பெண் இன்னும் உங்களுக்குள் இருக்கிறாள், உங்களுக்குள் உறங்கிக் கொண்டிருக்கிறாள். என்றபோதும், நீங்கள் தூங்கிய பிறகு, அவள் உயிர்த்தெழுகிறாள். அதை நான் பார்த்திருக்கிறேன்."

மீண்டும் ஒரு முறை தனது கண்களை அவள் மூடுகிறாள், அவளுடைய கண்ணிமைகள் மெல்ல நடுங்குகின்றன.

"நான் உங்களோடு காதலில் இருக்கிறேன், மேலும் அதுதான் முக்கியம். உங்களுக்கு அது புரியுமென்று நினைக்கிறேன்."

கடலில் ஆழங்களிலிருந்து மேற்புறத்துக்கு வரும் ஒருவரைப் போல, அவள் ஆழமாக மூச்சிழுக்கிறாள். பேசுவதற்கான வார்த்தைகளைத் தேடுகிறாள், ஆனால் அவை அவளுடைய பிடிக்குள் சிக்காதவையாக உள்ளன. "என்னை மன்னித்துக் கொள், காஃப்கா, ஆனால் நீ கிளம்ப முடியுமா? சற்று நேரம் நான் தனிமையில் இருக்க விரும்புகிறேன்," அவள் சொல்கிறாள். "அத்துடன் வெளியே போகும் போது கதவை அடைத்து விடு."

நான் தலையசைக்கிறேன், எழுந்து வெளியே செல்லத் தலைப்படுகிறேன், ஆனால் எதுவோ என்னைப் பின்னால் இழுக்கிறது. கதவினருகே நிற்கிறேன், திரும்பி, அவளிருக்கும் இடத்தை நோக்கி அறையின் குறுக்கில் போகிறேன். கையை நீட்டி அவளது கேசத்தைத் தீண்டுகிறேன். முடிக்கற்றைகளின் ஊடாக அவளுடைய சிறிய காதை என் கை வருடுகிறது. என்னால் அதைக் கட்டுப்படுத்த முடியவில்லை.

மிஸ் செய்கி நிமிர்ந்து பார்க்கிறாள், ஆச்சரியமுற்றவளாக, கணநேரத் தயக்கத்துக்குப் பிறகு தனது கைகளை என்னுடையதின் மீது வைக்கிறாள். "எப்படிப் பார்த்தாலும்,

நீயும் – உனது கோட்பாடும் – வெகு தொலைவில் இருக்கும் ஓர் இலக்கின் மீது கல்லெறிகிறீர்கள். உனக்கு அது புரிகிறதா?”

நான் தலையசைக்கிறேன். “எனக்குத் தெரியும். ஆனால் குறியீடுகளால் தொலைவைக் குறைக்க முடியும்.”

“நாம் குறியீடுகள் அல்ல.”

“எனக்குத் தெரியும்,” என்கிறேன். “ஆனால் உங்களையும் என்னையும் பிரிக்கும் சங்கதியை அகற்றக் குறியீடுகள் உதவும்.”

அவள் என்னை நிமிர்ந்து பார்க்கும்போது ஒரு மெல்லிய புன்னகை அவளிடம் தஞ்சமடைகிறது. “எனது வாழ்நாளில் நான் கேட்ட மிகவும் விந்தையான காதல் வசனம் இதுதான்.”

“நிறைய விந்தையான சங்கதிகள் சுற்றிலும் நிகழ்ந்து வருகின்றன – ஆனால் மெல்ல நான் உண்மையை நெருங்குவதாக உணர்கிறேன்.”

“நிஜத்தில் ஒரு குறியீட்டுரீதியான உண்மையை நெருங்கிக் கொண்டிருக்கிறாயா? அல்லது குறியீட்டுரீதியாக ஒரு நிஜமான உண்மையை நெருங்கிக் கொண்டிருக்கிறாயா? அல்லது அனேகமும் அவற்றுள் ஒன்று மற்றொன்றுக்கு துணைநிற்கிறதா?”

“இரு வழிகளிலும், இப்போது நான் உணரும் சோகத்தை என்னால் தாங்கிக் கொள்ள முடியுமென்று தோன்றவில்லை,” நான் அவளிடம் சொல்கிறேன்.

“நானும் அதே போலத்தான் உணர்கிறேன்.”

“ஆக இறப்பதற்காகத்தான் நீங்கள் இந்த நகரத்துக்குத் திரும்பி வந்தீர்கள்.”

அவள் தலையை ஆட்டுகிறாள். “அதைப் பற்றி நேர்மையாகச் சொல்வதெனில், நான் சாக முயற்சி செய்யவில்லை. வெறுமனே மரணம் வருவதற்காக நான் காத்திருக்கிறேன். நிலையத்தின் பலகையில் அமர்ந்திருப்பதைப் போல, தொடருந்து வருவதற்காக காத்துக் கொண்டு.”

"மேலும் தொடருந்து எப்போது வருமென்றும் உங்களுக்குத் தெரியும்?"

தனது கையை என்னுடையதிலிருந்து விலக்கி விரல்நுனிகளால் தன்னுடைய கண்ணிமைகளை அவள் தொடுகிறாள். "காஃப்கா, எனது வாழ்வின் பெரும்பகுதியை நான் வீணடித்திருக்கிறேன், நானும் கூட வீணாகி விட்டேன். குறிப்பிட்ட புள்ளியில் வாழ்வை நான் முடித்துக் கொண்டிருக்க வேண்டும், ஆனால் செய்யவில்லை. வாழ்க்கை அர்த்தமற்றதென்பது எனக்குத் தெரிந்திருந்தது, ஆனால் அதைக் கைவிட முடியவில்லை. தேவையற்றத் தேடல்களில் எனது வாழ்க்கையை வீணடித்தபடி வெறுமனே காலத்தைக் கடத்துவதில் போய் அது முடிந்திருக்கிறது. என்னை நானே காயப்படுத்திக் கொண்டேன், ஆகவே அது என்னைச் சுற்றியிருக்கும் மற்றவர்களையும் காயப்படுத்துவதில் கொண்டு போய் விட்டிருக்கிறது. அதன் காரணமாகவே இப்போது தண்டிக்கப்படுகிறேன், அதனால்தான் ஒரு வகை சாபத்துக்கும் ஆட்பட்டிருக்கிறேன். மிகவும் முழுமையான, மிகவும் அற்புதமான ஏதோவொன்று என்னிடம் இருந்தது, ஒரு காலத்தில், பிற்பாடு நான் செய்ய முடிந்ததெல்லாம் என்னை வெறுப்பது மட்டுமே. ஒருபோதும் நான் தப்பவியலாத சாபம் அது. ஆகவே நான் மரணத்தைக் கண்டு அஞ்சவில்லை. அத்துடன் உனது கேள்விக்கான பதில் - ஆம், நேரம் எப்போது வருமென்பதைக் குறித்து எனக்கு ஓரளவு தெளிவான யோசனைகள் இருக்கவே செய்கின்றன."

மீண்டும் ஒரு முறை அவளுடைய கைகளை என் கைகளுக்குள் எடுத்துக் கொள்கிறேன். அளவுகோல்கள் நடுங்குகின்றன, வெறுமனே சின்ன எடை கூட ஒரு பக்கமாக அல்லது மறுபக்கமாக அவற்றைத் தாழச் செய்திடலாம். நான் யோசிக்க வேண்டும். நான் தீர்மானிக்க வேண்டும். நான் ஒரு எட்டு முன்னால் எடுத்து வைக்க வேண்டும். "மிஸ் செய்கி, நீங்கள் என்னோடு உறங்குவீர்களா?" நான் கேட்கிறேன்.

"உன்னுடைய அந்தக் கோட்பாட்டில் நான் உன் அம்மாவாக இருந்தாலும் கூட என்று சொல்ல வருகிறாயா?"

“என்னைச் சுற்றியிருக்கும் யாவும் நிலையற்றதாயிருப்பதாகத் தெரிகிறது – ஏதோ அவை எல்லாவற்றுக்கும் இரண்டு அர்த்தங்கள் என்பதைப் போல.”

அவள் இதைச் சிந்திக்கிறாள். “என்றாலும், என்னளவில் அது உண்மையாக இருக்க முடியாது. என்னைப் பொருத்த மட்டும், சங்கதிகள் இத்தனை நுட்பமானதாக இருக்காது. எல்லாமே கிடைக்கும் அல்லது ஒன்றுமேயில்லை என்பதாகத்தான் பெரும்பாலும் அது இருக்கும்.”

“மேலும் அது என்னவென்பதும் உங்களுக்குத் தெரியும்.”

அவள் தலையசைக்கிறாள்.

“நான் உங்களிடம் ஒரு கேள்வி கேட்டால் சிக்கலில்லையே?”

“எதைப் பற்றி?”

“அந்த இரண்டு பன்னிசைகளையும் எங்கே பிடித்தீர்கள்?”

“பன்னிசைகளா?”

“‘காஃப்கா-கடற்கரையில்’ பாடலின் இணைப்பில் வருபவை.”

அவள் என்னைப் பார்க்கிறாள். “உனக்கு அவை பிடித்திருந்ததா?”

நான் தலையசைக்கிறேன்.

“ஒரு பழைய அறைக்குள் அந்தப் பன்னிசைகளை நான் கண்டெடுத்தேன், வெகு தூரத்தில். அந்த அறைக்கான கதவு அப்போது திறந்திருந்தது,” அவள் மென்மையாகச் சொல்கிறாள். “வெகு, வெகு தூரத்தில் இருந்த அறையில்.” தனது கண்களை மூடி அவள் நினைவுகளுக்குள் மூழ்குகிறாள். “காஃப்கா, உனக்குப் பின்னாலிருக்கும் கதவை மூடி விடு,” என்கிறாள்.

மேலும் மிகச்சரியாக அதையே நானும் செய்கிறேன்.

இரவுக்காக நாங்கள் நூலகத்தை மூடிய பிறகு, சற்றே தூரமாயிருந்த ஒரு கடலுணவு விடுதிக்கு ஒஷிமா என்னை

மகிழுந்தில் அழைத்துப் போகிறான். விடுதியில் உள்ள மிகப்பெரிய சாளரத்தின் வழியாக எங்களால் இரவு நேரக் கடலைப் பார்க்க முடிகிறது, நீரினடியில் வாழும் அத்தனை ஜீவராசிகளைப் பற்றியும் நான் யோசித்துக் கொண்டிருக்கிறேன்.

"சில சமயங்களில் நீ கொஞ்சம் வெளியே சென்று சற்று தரமான உணவைச் சாப்பிட வேண்டும்," அவன் என்னிடம் சொல்கிறான். "நிம்மதியாக இரு. காவலர்கள் இடத்தைக் கண்டுபிடித்து விட்டதாக நான் நினைக்கவில்லை. நம் இருவருக்கும் சூழலில் சிறிது மாற்றம் தேவைப்பட்டது."

நாங்கள் ஒரு பெரிய சாலடைச் சாப்பிடுகிறோம், பிறகு பெல்லாவைத் (*Paella* – அரிசியோடு மாமிசம், கடலுணவு, மற்றும் காய்கறிகளைச் சேர்த்து சமைக்கும் ஒரு ஸ்பானிய உணவுவகை) தருவித்து இரண்டாகப் பகிர்ந்து கொள்கிறோம்.

"என்றாவது ஒரு நாள் நான் ஸ்பெயினுக்குப் போக விரும்புகிறேன்," என்கிறான் ஓஷிமா.

"ஏன் ஸ்பெயின்?"

"ஸ்பானியக் குடியுரிமைப் போரில் சண்டை போடுவதற்காக."

"ஆனால் வெகு காலத்துக்கு முன்பே அது முடிந்து விட்டது."

"எனக்குத் தெரியும். லோர்கா இறந்து போனார், ஹெம்மிங்வே தப்பிப் பிழைத்தார்," என்கிறான் ஓஷிமா. "ஆனாலும் ஸ்பெயினுக்குப் போவதற்கும் ஸ்பானிய குடியுரிமைப் போரின் அங்கமாக இருப்பதற்கும் எனக்கு உரிமை உண்டு."

"குறியீட்டுரீதியாக."

"துல்லியமாக," அவன் சொல்கிறான், திருகலான பார்வையை என் மீது வீசியபடி. "ஒருபோதும் ஷிகோகுவுக்கு வெளியே கால் எடுத்து வைத்திராத, தீர்மானிக்கவியலா பாலினத்தைச் சேர்ந்த ஒரு குருதிப்போக்கு நோயாளி, நிஜத்தில் ஸ்பெயினுக்கு சண்டையிட போகப் போவதில்லை, நான் நினைத்துக் கொள்வேன்."

பெல்லாவின் சின்னஞ்சிறு குன்றின் மீது நாங்கள் பாய்கிறோம், பெர்ரியரால் அதை நனைத்து உள்ளே தள்ளுகிறோம்.

“என் அப்பாவின் வழக்கில் ஏதும் முன்னேற்றங்கள் தென்படுகிறதா?” நான் கேட்கிறேன்.

“உண்மையில், குறிப்பிட்டுச் சொல்ல ஒன்றுமில்லை. கலைகள் பகுதியில் வெளியான அற்பமான, வழக்கமான அஞ்சலிக்குறிப்பைத் தவிர, செய்தித்தாள்களில் ஏதும் பெரிதாக வெளியாகவில்லை. விசாரணை தடைப்பட்டிருக்க வேண்டும். சோகமான சேதி என்னவென்றால் இந்நாட்களில் கைது விகிதங்களும் நிதானமாகக் குறைந்து வருகின்றன – பங்குச் சந்தையைப் போலவே. அதாவது, மாயமாகிப் போன மகனைக் கூட இந்தக் காவலர்களால் கண்டுபிடிக்க முடியவில்லை.”

“15-வயது-நிரம்பிய இளைஞனை.”

“பதினைந்து, நடத்தையில் வன்முறை கொண்டவன் என்கிற வரலாற்றோடும்,” ஓஷிமா சேர்த்துச் சொல்கிறான். “வெறிகொண்ட இளம் ஓடுகாலி.”

“வானிலிருந்து சங்கதிகள் கீழே விழும் நிகழ்வு குறித்து ஏதேனும்?”

ஓஷிமா தனது தலையை ஆட்டுகிறான். “அவர்கள் அதிலிருந்து தங்களைத் தற்காலிகமாகத் துண்டித்துக் கொண்டிருக்கிறார்கள். வானிலிருந்து வேறு எதுவும் விசித்திரமாக விழவில்லை – இரண்டு நாட்களுக்கு முன்னால் வந்த விருது-பெறத்தக்க அந்த மின்னலை நீ கணக்கில் கொள்ளாத வரைக்கும்.”

“ஆக சங்கதிகள் அமைதியாகி விட்டன?”

“அப்படித்தான் தெரிகிறது. அல்லது அனேகமாக நாம் புயலின் ஊற்றுக்கண்ணில் நின்று கொண்டும் இருக்கலாம்.”

நான் தலையசைக்கிறேன், ஒரு சிப்பியை எடுத்து, முட்கரண்டியால் அதன் சதையை வெளியே பிடுங்கி இழுக்கிறேன், பிறகு அந்த ஓட்டை முழுக்கக் காலி ஓடுகளால் நிரம்பிய தட்டில் போடுகிறேன்.

“இன்னும் நீ காதலில் இருக்கிறாயா?” ஒஷிமா என்னிடம் கேட்கிறான்.

“உன் கதை எப்படி?” நான் சொல்கிறேன்.

“நான் காதலில் இருக்கிறேனா, என்று கேட்கிறாய்?”

நான் தலையசைக்கிறேன்.

“வேறு வார்த்தைகளில் சொன்னால், தனிப்பட்ட விசயங்களுக்குள் நுழையும் தைரியத்தோடு, எனது இயல்புமீறிய, தற்பால் விருப்பம் நிறைந்த, பாலின-அடையாளம்-சிதைந்திட்ட வாழ்வைத் தீட்டும் எதிர்-கலாச்சார காதலைப் பற்றிக் கேட்கத் துணிகிறாய்?”

நான் தலையசைக்க, அவனும் அதை ஆமோதிக்கிறான்.

“எனக்கொரு துணை உண்டு, ஆமாம்,” அவன் ஒத்துக் கொள்கிறான். தனது முகத்தைத் தீவிரமாக வைத்துக் கொண்டு ஒரு சிப்பியைச் சாப்பிடுகிறான். “புச்சினியின் இசைநாடகம் அல்லது வேறொன்றில் நீ பார்க்கக்கூடிய உணர்ச்சிகரமான, புயலைப் போன்ற வகையைச் சேர்ந்ததல்ல அது. நாங்கள் ஒருவர் மற்றவரிடம் கவனமான இடைவெளியைப் பின்பற்றுகிறோம். அப்படியொன்றும் அடிக்கடி நாங்கள் ஒன்றுகூடுவதில்லை, ஆனால் ஒருவர் மற்றவரை ஆழமாகவும் அடிப்படை நிலையிலும் புரிந்து வைத்துள்ளோம்.”

“ஒருவரையொருவர் புரிந்து வைத்துள்ளீர்கள்?”

“எப்போதெல்லாம் ஹைடன் இசையமைத்தாரோ, முறைசார்ந்த ஆடைகளைத் தான் அணிந்திருப்பதை அவர் கவனமாக உறுதி செய்து கொள்வார், பொய்மயிர்த் தொப்பி ஒன்றை அணிவது உட்பட.”

நான் அவனை ஆச்சரியமாகப் பார்க்கிறேன். “இதற்கும் ஹைடனுக்கும் என்ன சம்பந்தம்?”

“அதைச் செய்யாத வரைக்கும் அவரால் நல்ல முறையில் இசையமைக்க முடியாது.”

"எவ்வாறு?"

"எனக்குத் தெரியாது. அது ஹைடனுக்கும் அவருடைய பொய்மயிருக்கும் உண்டான பிரச்சினை. வேறு யாருக்கும் அது புரியாது. காரணம் கூறி விளக்க முடியாதென யூகிக்கிறேன்."

"எனக்குச் சொல், நீ தனியாக இருக்கும் சமயங்களில் எப்போதாவது உன்னுடைய துணையை எண்ணி சோகமாக உணர்ந்திருக்கிறாயா?"

"சந்தேகமின்றி," அவன் சொல்கிறான். "சில நேரங்களில் அவ்வாறு நடக்கும். நிலவு நீலமாக மாறும்போது, பறவைகள் தென்பகுதிக்கு பறக்கும்போது, மேலும் –"

"ஏன் சந்தேகமின்றி?" நான் கேட்கிறேன்.

"காதலில் விழும் யாரும் தங்களின் தொலைந்து போன துண்டுகளைத்தான் தேடுகிறார்கள். ஆக காதலில் இருக்கும் யாரும் தங்களுடைய காதலனைப் பற்றி நினைக்கும்போது சோகமாக உணர்கிறார்கள். அது, பசுமையான நினைவுகளோடிருக்கும் அறைக்குள் மறுபடியும் கால் பதிப்பதைப் போன்றது, நீண்ட காலமாக நீ போயிராத ஓர் அறைக்குள். அது இயல்பான உணர்வுதான். அந்த உணர்வைக் கண்டுபிடித்த ஆசாமி நீயல்ல, எனவே விரைந்து சென்று அதற்குக் காப்புரிமை வாங்க முயற்சி செய்யாதே, சரியா?"

எனது முட்கரண்டியைக் கீழே வைத்து விட்டு நிமிர்ந்து பார்க்கிறேன்.

"விருப்பமான, பழைய தொலைதூர அறையா?"

"துல்லியமாக," என்கிறான் ஒஷிமா. வலியுறுத்திச் சொல்வதற்காக அவன் தனது முட்கரண்டியை உயர்த்திப் பிடிக்கிறான். "சொல்லப்போனால், வெறும் குறியீடு மட்டுமே."

அன்றிரவு ஒன்பது மணிக்குப் பிறகு மிஸ் செய்கி எனது அறைக்கு வருகிறாள். வாகன முகப்பினுள்ளே அவளது கோல்ஃப் நுழையும்போது நான் மேசையில் அமர்ந்து ஒரு புத்தகத்தை வாசித்துக் கொண்டிருக்கிறேன். கதவு இழுத்து

மூடப்படுகிறது. ரப்பர்-அடிப்பாகங்களைக் கொண்ட காலணிகள் கூழாங்கற்களை அரைத்தபடி மெல்ல நடைபோடுகின்றன. பிறகு இறுதியாக எனது கதவைத் தட்டும் ஒலி கேட்கிறது. நான் கதவைத் திறக்க, அங்கே அவள் நின்றிருக்கிறாள். இம்முறை தெளிவாக விழித்திருக்கிறாள். நெருக்கமான கோடுகள் கொண்ட பட்டு ரவிக்கை, மெல்லிய நீலநிற ஜீன்ஸ், வெண்ணிறப் படகுத்தளக் காலணிகள் ஆகியவற்றை அவள் அணிந்திருக்கிறாள். இதற்கு முன் ஒருபோதும் அவள் காற்சராய்களை அணிந்து நான் பார்த்ததில்லை.

"நீண்ட காலமாக நான் இந்த அறையைப் பார்க்கவில்லை," என்கிறாள். சுவரினருகே நின்று ஓவியத்தைப் பார்க்கிறாள். "அல்லது இந்த ஓவியத்தையும் கூட."

"ஓவியத்தில் உள்ள இடம் அருகாமையில்தான் உள்ளதா?" நான் கேட்கிறேன்.

"உனக்கு அது பிடித்திருக்கிறதா?"

நான் தலையசைக்கிறேன். "யார் இதை வரைந்தது?"

"கொமூராக்களின் இல்லத்தில் அந்தக் கோடைக்காலத்தின்போது வந்து தங்கிய ஓர் இளம் கலைஞன்," அவள் சொல்கிறாள். "அவன் அவ்வளவாகப் புகழ்பெற்றிருக்கவில்லை, குறைந்தபட்சம் அந்த சமயத்தில். அவன் பெயரை நான் மறந்து விட்டேன். என்றாலும், மிகுந்த நட்புணர்வு கொண்டவன், மேலும் இந்த ஓவியத்தைப் பொருத்தவரை அவன் நன்றாகப் பணி செய்திருக்கிறான் என்றே சொல்வேன். அதனிடம் என்னமோ ஒன்று இருக்கிறது, எனக்குத் தெரியாது - ஏதோவொரு ஆற்றல். ஒட்டுமொத்த நேரமும் அவனுக்குப் பக்கத்தில் அமர்ந்து அவன் பணிபுரிவதைப் பார்த்துக் கொண்டிருந்தேன். நாங்கள் சுமூகமாகப் பழகினோம். வெகு காலத்துக்கு முந்தைய கோடைக்காலம், எனக்குப் பனிரெண்டு வயதிருந்தபோது. ஓவியத்தில் உள்ள சிறியவனுக்கும் கூட பனிரெண்டு வயதுதான்."

"இங்கு அருகாமையில் உள்ள கடலைப் போலத்தான் தோற்றமளிக்கிறது."

“நாம் ஒரு நடை போகலாம்,” அவள் சொல்கிறாள். “நான் உன்னை அங்கே கூட்டிப் போகிறேன்.”

அவளோடு இணைந்து நான் கடற்கரைக்கு நடக்கிறேன். தேவதாரு வனத்தைக் கடந்து நாங்கள் மணலடர்ந்த கரையோரம் நடக்கிறோம். மேகங்கள் உடைந்து விலக, அலைகளின் மீது பாதி-நிலவு மின்னிக் கொண்டிருக்கிறது. வெகு அரிதாக மட்டுமே கரையை வந்தடையும் சிற்றலைகள் பெரும்பாலும் உடைவதில்லை. மணலில் குறிப்பிட்ட இடத்தில் அவள் அமர்கிறாள், நான் அவளுக்கு அடுத்ததாக அமர்கிறேன். மணல் இன்னும் மெலிதான வெதுவெதுப்புடன் இருக்கிறது.

ஏதோவொரு கோணத்தைச் சோதிக்கிறாளென்பதைப் போல, கரைவரையில் தெரிந்த ஓர் இடத்தை அவள் சுட்டுகிறாள். “மிகச்சரியாக அதோ அங்குதான்,” அவள் சொல்கிறாள். “அந்த இடத்தை இங்கிருந்துதான் அவன் வரைந்தான். மடக்கு நாற்காலியை அவன் அங்கே போட்டான், பையனை அதன் மீது நிற்க வைத்த பிறகு, தனது பலகைச்சட்டத்தை சரியாக இங்குதான் நிலைபெறச் செய்தான். எனக்கு நன்றாக நினைவிருக்கிறது. எவ்வாறு அந்த ஓவியத்தில் உள்ளதைப் போலவே அந்தத் தீவின் கிடைநிலை இருக்கிறதென்பதை உன்னால் பார்க்க முடிகிறதா?”

அவள் சுட்டும் இடத்தைப் பின்தொடர்கிறேன், அதே இடம்தான் என்பதை உறுதியாகச் சொல்ல முடியும். என்றபோதும், எவ்வளவு நேரம் நான் அதை உற்று நோக்கினாலும், ஓவியத்தில் உள்ள இடமாக அது தோன்றவில்லை. நான் அதை அவளிடம் சொல்கிறேன்.

“அது முழுக்கவே மாறிவிட்டது,” மிஸ் செய்கி பதிலளிக்கிறாள். “சொல்லப் போனால், நாற்பது வருடங்களுக்கு முன்பு. சங்கதிகள் மாறுகின்றன. நிறைய விசயங்கள் கரைவரையை பாதிக்கின்றன – அலைகள், காற்று, சூறாவளிகள். மணல் அடித்துச் செல்லப்படுகிறது, சரக்குந்துச் சுமைகளின் மூலம் மேலதிக மணலைக் கொண்டு வருகிறார்கள். ஆனால் நிச்சயமாக இதுதான் அந்த இடம். அங்கு என்ன நடந்ததென்பதும் எனக்கு மிகவும் நன்றாக நினைவுள்ளது. முதன்முதலாக எனக்கு மாதவிடாய் ஏற்பட்டதும் அந்தக் கோடையில்தான்.”

சூழற்காட்சியைப் பார்த்தபடி நாங்கள் அங்கு அமர்ந்திருக்கிறோம். மேகங்கள் நகர நிலவொளி கடலைப் பல நிறங்களுடையதாக மாற்றுகிறது. தேவதாரு வனத்தினூடாகக் காற்று வீசுகிறது, பெரிய மக்கள் கூட்டத்தைச் சேர்ந்த யாவரும் ஒரே சமயத்தில் தரையைப் பெருக்குகிறார்களென்பதைப் போன்ற சத்தத்துடன். நான் கொஞ்சம் மணலை அள்ளியெடுத்து எனது விரல்களினூடாக அவற்றை வழிய அனுமதிக்கிறேன். அது கடற்கரையில் விழுந்து, தொலைந்த காலத்தைப் போல, ஏற்கனவே அங்கிருப்பதன் ஒரு பகுதியாக மாறிப் போகிறது. திரும்பத் திரும்ப நானிதைச் செய்கிறேன்.

"எதைப் பற்றி நீ யோசித்துக் கொண்டிருக்கிறாய்?" மிஸ் செய்கி என்னிடம் கேட்கிறாள்.

"ஸ்பெயினுக்குப் போவது பற்றி," நான் பதிலளிக்கிறேன்.

"அங்கே சென்று நீ என்ன செய்யப் போகிறாய்?"

"சுவைமிகுந்த பெல்லாவைக் கொஞ்சம் சாப்பிடுவேன்."

"அவ்வளவுதானா?"

"அத்துடன் ஸ்பானியக் குடியுரிமைப் போரில் சண்டையிடுவேன்."

"60 வருடங்களுக்கு முன்னால் அது முடிந்து விட்டது."

"எனக்குத் தெரியும்," நான் அவளிடம் சொல்கிறேன். "லோர்கா இறந்து போனார், ஹெம்மிங்வே தப்பிப் பிழைத்தார்."

"ஆனாலும் நீ அதன் அங்கமாக இருக்க விரும்புகிறாய்."

நான் தலையசைக்கிறேன். "ஆம், பாலங்களையும் இன்னபிற சங்கதிகளையும் வெடிக்க வைப்பேன்."

"உடன் இன்க்ரிட் பெர்க்மேனோடு காதலில் விழுவாய்."

"ஆனால் நிஜத்தில் நான் இங்கு டகமாட்சுவில் இருக்கிறேன். மேலும் உங்களோடு காதலில் இருக்கிறேன்."

"அது உன்னுடைய கெட்ட நேரம்."

நான் எனது கையை அவளைச் சுற்றிப் போடுகிறேன்.

நீ உனது கையை அவளைச் சுற்றிப் போடுகிறாய்.

அவள் உன் மீது சாய்கிறாள். நேரம் நீண்ட இடைவெளிகளில் கடந்து போகிறது.

"வெகு காலத்துக்கு முன்பு மிகச்சரியாக இதே விசயத்தை நான் செய்தேனென்பது உனக்குத் தெரியுமா? சரியாக இதே இடத்தில்?"

"எனக்குத் தெரியும்," நீ அவளிடம் சொல்கிறாய்.

"உனக்கு எப்படி தெரியும்?" மிஸ் செய்கி கேட்டு விட்டு உனது கண்களுக்குள் பார்க்கிறாள்.

"அப்போது நான் அங்கிருந்தேன்."

"பாலங்களை வெடிக்கச் செய்தவாறு?"

"ஆமாம், நான் அங்கிருந்தேன், பாலங்களை வெடிக்கச் செய்தவாறு."

"குறியீட்டுரீதியில்."

"சந்தேகத்துக்கிடமின்றி."

உன்னுடைய கரங்களால் அவளை நீ பற்றுகிறாய், அருகேயிழுத்து, முத்தமிடுகிறாய். ஆற்றல் அவளுடைய உடலைக் கைவிடுவதை உன்னால் உணர முடிகிறது.

"நாமனைவரும் கனவு காண்கிறோம், இல்லையா?" அவள் சொல்கிறாள்.

நாமனைவரும் கனவு காண்கிறோம்.

"நீ ஏன் இறக்க வேண்டும்?"

"என்னால் அதைத் தடுக்க முடியவில்லை," நீ பதிலளிக்கிறாய்.

கடற்கரையினோரமாகத் திரும்பி நடந்து நீங்களிருவரும் மீண்டும் நூலகத்துக்கு வருகிறீர்கள். உனது அறையின்

விளக்கை அணைக்கிறாய், திரைச்சீலைகளை இழுத்து விட்டு, எந்தவொரு வார்த்தையும் பேசாமல் படுக்கையில் ஏறி அவளோடு காதலில் ஈடுபடுகிறாய். முந்தைய இரவைப் போல கிட்டத்தட்ட அதே வகையிலான காதல் செய்யும் வழிமுறை. என்றாலும், இரண்டு வித்தியாசங்கள். உடலுறுவுக்குப் பிறகு, அவள் அழ ஆரம்பிக்கிறாள். அது முதலாவது. தனது முகத்தைத் தலையணையில் புதைத்து மௌனமாக விசும்புகிறாள். உனக்கு என்ன செய்வதென்று தெரியவில்லை. நிர்வாணமான அவள் தோளின் மீது நீ மென்மையாகக் கை வைக்கிறாய். ஏதாவது சொல்ல வேண்டுமென்று உனக்குத் தெரியும், ஆனால் என்ன சொல்வதென்று உனக்கு எந்த யோசனையுமில்லை. வார்த்தைகள் யாவும் காலத்தின் வெறுமைக்குள் மரித்தவையாக, ஓரு எரிமலை ஏரியின் இருண்ட ஆழத்துக்குள் சத்தமேயில்லாமல் அவை குவிந்து கிடக்கின்றன. மேலும் இந்த முறை அவள் கிளம்பும்போது அவளுடைய மகிழுந்து எஞ்சினின் ஒலியை உன்னால் கேட்க முடிகிறது. அது இரண்டாவது. எஞ்சினை இயக்குகிறாள், சிறிது நேரம் அதை அணைக்கிறாள், எது குறித்தோ யோசிப்பதைப் போல, பிறகு மீண்டும் சாவியை முடுக்கி அவள் வாகனமுகப்பை விட்டு வெளியேறிப் போகிறாள். நடுவில் உண்டான வெறுமையான, அமைதியான இடைவெளி உன்னைச் சோகத்தில் ஆழ்த்துகிறது, மிகவும் பயங்கரமான சோகத்தில். கடலில் இருந்து எழும் புகைமூட்டத்தைப் போல, அந்த வெறுமையுணர்வு உனது இதயத்தை ஊடுருவி நுழைந்து அங்கேயே தேங்கியிருக்கிறது, நீண்ட, வெகு நீண்ட நேரத்துக்கு. இறுதியில் அது உனக்குள் ஓர் அங்கமாக மாறிப் போகிறது.

தனது கண்ணீரில் நனைந்திருக்கும் ஓர் ஈரமான தலையணையை அவள் விட்டுப் போயிருக்கிறாள். உனது கரத்தால் அந்த வெதுவெதுப்பைத் தொட்டுணர்ந்தவனாக, வெளியே வானம் மெல்ல வெளிச்சமடைவதை நீ பார்க்கிறாய். வெகு தொலைவில் ஒரு காகம் கரைகிறது. பூமி மெதுவாக இயங்கத் தொடங்குகிறது. ஆனால் யதார்த்தவுலகின் அந்த விவரங்கள் தாண்டியும், கனவுகள் இருக்கின்றன. மேலும் ஒவ்வொருவரும் அவற்றுள் வாழ்கிறார்கள்.

32

காலையில் ஐந்து மணிக்கு நகாடா கண்விழித்தபோது மிகச்சரியாக தனது தலையணைக்கருகே பெரிய கல் இருப்பதைக் கண்டார். அடுத்ததாக இருந்த ஃப்யூடனின் மீது ஹோஷினோ இன்னும் ஆழ்ந்த உறக்கத்தில் கிடந்தான், வாய் பாதி திறந்திருக்க, சாத்தியமான அனைத்து திசைகளிலும் கேசம் அலைந்திட, அவனுக்குப் பின்னாலிருந்த படுக்கையின் மீது சுனிச்சி டிராகன்கள் தொப்பி வீசி எறியப்பட்டிருந்தது. அவனது உறங்கும் முகம் என்ன-நடந்தாலும்-பரவாயில்லை-என்னை-எழுப்பும்-தைரியம்-கொள்ளாதே என்பதைப் போன்ற தீவிரமான தோற்றத்தைக் கொண்டிருந்தது.

கல்லை அங்கே பார்த்ததில் நகாடா குறிப்பாக ஏதும் ஆச்சரியப்படவில்லை. புதிய யதார்த்ததுக்கு அவரின் மனம் உடனடியாக தன்னைத் தகவமைத்துக் கொண்டது, அதை ஏற்றுக் கொண்டது, அது எப்படி அங்கு வந்ததென்பதைக் கேள்வி கேட்கவில்லை. காரணகாரியங்களைக் கண்டுபிடிப்பது ஒருபோதும் அவருடைய பலமாக இருந்ததில்லை.

தனது படுக்கைக்கு அருகில் சம்பிரதாய முறையில் அமர்ந்தார் நகாடா, கால்கள் கீழே அழகாக மடங்கியிருக்க, சொல்லிக் கொள்ளும்படியான நேரத்தை அந்தக் கல்லோடு அவர் செலவிட்டார், தீவிரமாக அதை உற்று நோக்கியவாறு. பிறகு கையை நீட்டி, ஒரு பெரிய உறங்கும் பூனையை அவர் தடவிக் கொடுக்கிறாரென்பதைப் போல, அதைத் தொட்டார். முதலில் மிகுந்த சந்தேகத்தோடு, தனது விரல்நுனிகளால் மட்டும், அது பாதுகாப்பானது என்பது தெரிந்தவுடன் கவனமாக அதன் மேற்புறம் முழுக்கக் கைகளால் தடவிப் பார்த்தார். மேலும் அதைத் தீண்டும் சமயத்தில், அவர் யோசனையுடன்

கூடிய தோற்றத்தோடிருந்தார் – அல்லது குறைந்தபட்சம் யோசனையில் இருக்கும் யாரோவொருவரின் ஆழ்ந்த விசாரமுள்ள தோற்றத்தைக் கொண்டிருந்தார். ஏதோவொரு வரைபடத்தை அவர் வாசிக்கிறாரென்பதைப் போல, கல்லின் ஒவ்வொரு பாகத்தின் மீதும் தனது கைகளைப் படர விட்டார், ஒவ்வொரு மேடையும் கீறலையும் மனப்பாடம் செய்தவாறு, அதைப் பற்றிய தீர்க்கமான எண்ணத்தை ஏற்படுத்திக் கொள்ளும் வகையில். பிறகு அவர் திடீரென்று கையை உயர்த்தித் தனது குட்டையான கேசத்தைத் தேய்க்கத் தொடங்கினார், அனேகமாக, அந்தக் கல்லுக்கும் தனது சொந்தத் தலைக்கும் இடையேயுள்ள ஒட்டுறவைத் தேடுபவராக.

வெகு நேரத்துக்குப் பிறகு பெருமூச்சு போலத் தோன்றியவொன்றை அவர் வெளியிட்டார், எழுந்து கொண்டு, சாளரத்தைத் திறந்து தனது முகத்தை வெளியே நீட்டினார். பார்வைக்குத் தட்டுப்பட்டதெல்லாம் அடுத்த வீட்டுக் கட்டடத்தின் பின்புறம் மட்டுமே. கீழ்த்தரமான, பரிதாபமான வகைமையைச் சேர்ந்த கட்டடம். தங்களுடைய கீழ்த்தரமான வேலைகளைச் செய்தவாறு தங்களின் கீழ்த்தரமான நாட்களை ஒன்றன் பின் ஒன்றாகக் கழிக்கும் கீழ்த்தரமான மக்கள் வசிக்கும் வகையிலானது. எந்தவொரு நகரிலும் நீங்கள் பார்க்கலாமெனும் பெருமையை-இழந்து-நிற்கும் கட்டடங்களின் வகையைச் சேர்ந்தது, அதை விவரிக்க கிட்டத்தட்ட பத்து பக்கங்களை சார்ல்ஸ் டிக்கன்ஸ் செலவழிக்கக்கூடும் என்கிற வகையையும். கட்டடத்துக்கு மேலே மிதந்து கொண்டிருந்த மேகங்கள் இதற்கு முன் எப்போதும் யாரும் சுத்தம் செய்திராத தூசு-உறிஞ்சியிலிருந்து வெளிவந்த கடினமான தூசுப்படலங்களைப் போலிருந்தன. அல்லது அதைக் காட்டிலும் அதிகமாக, மூன்றாம் தொழிற்புரட்சியின் முரண்பாடுகள் யாவும் ஒன்றிணைந்து வானில் மிதப்பதாகவும் தோன்றின. எவ்வாறாயினும், கூடிய விரைவில் மழை பொழியவிருந்தது. நகாடா கீழே குனிந்து எலும்புந்தோலுமாக இருந்ததொரு கறுப்புப் பூனையை உளவு பார்த்தார், வால் விழிப்போடிருக்க, இரண்டு கட்டடங்களுக்கும் இடையேயிருந்த குறுகலான சுவரின் மீது அது ரோந்து சுற்றிக் கொண்டிருந்தது. “இன்றைக்கு மின்னல் வெட்டப் போகிறது,” அவர் கூவினார். ஆனால் அந்தப் பூனைக்கு அவர் சொன்னது கேட்டதாகத் தெரியவில்லை, திரும்பிக் கூடப் பார்க்காமல்,

வெறுமனே தனது சோம்பலான ரோந்தைத் தொடர்ந்தபடி கட்டடத்தின் நிழல்களுக்குள் சென்று மறைந்தது.

நகாடா கூடத்தின் வழியாகக் கீழிறங்கிப் போனார், கையில் கழுவுபையை உள்ளடக்கிய நெகிழிப்பையோடு, சமூக நீர்த்தொட்டிகளை நோக்கி. அவர் தனது முகத்தைக் கழுவினார், பற்களைத் துலக்கி, சேஃப்டி ரேசரால் முகத்தை மழித்தார். ஒவ்வொரு செயற்பாட்டுக்கும் நேரம் பிடித்தது. தனது முகத்தை அவர் கவனமாகக் கழுவினார், நன்கு நேரமெடுத்துக் கொண்டு, பற்களைக் கவனமாகத் துலக்கினார், நன்கு நேரமெடுத்துக் கொண்டு, கவனமாக முகத்தை மழித்தார், நன்கு நேரமெடுத்துக் கொண்டு. ஒரு ஜதை கத்திரிகளைக் கொண்டு மூக்கின் மயிர்களை நேர்த்தியாகக் கத்திரித்தார், புருவங்களைத் திருத்தி, காதுகளையும் சுத்தப்படுத்தினார். தான் செய்வது எதுவாகயிருந்தாலும் நன்கு நேரமெடுத்துக் கொண்டு செய்யும் வகையைச் சேர்ந்தவர் நகாடா, ஆனால் இந்தக் காலையில் வழக்கத்தை விடக் குறைவான வேகத்தில் எல்லாவற்றையும் செய்தார். இத்தனை அதிகாலைப்பொழுதில் வேறு எவரும் தங்களின் முகங்களைக் கழுவிக் கொண்டிருக்கவில்லை, மேலும் காலையுணவு தயாராக இன்னும் சற்று நேரமிருந்தது. ஹோஷினோவைப் பார்த்தால் அவனும் கூடிய விரைவில் எழுவதாகத் தெரியவில்லை. மொத்த இடமும் அவருக்கென்றிருக்க, அன்றைய நாளுக்காக நிதானமாகத் தயாராகுபவராகக் கண்ணாடியைப் பார்த்த நகாடா, இரண்டு நாட்களுக்கு முன் நூலகப் புத்தகத்தில் தான் பார்த்த அத்தனை பூனைகளின் முகங்களையும் உருவகப்படுத்தினார். வாசிக்க முடியாத காரணத்தால், வரையப்பட்டிருந்த பூனைகளின் பெயர்கள் என்னவென்று அவருக்குத் தெரிந்திருக்கவில்லை, ஆனால் ஒவ்வொரு பூனையினுடைய முகத்தின் தெளிவான சித்திரமும் அவரது நினைவில் செதுக்கப்பட்டிருந்தது.

"உண்மையில் இவ்வுலகில் எக்கச்சக்கமான பூனைகள் உள்ளன, அது மட்டும் உறுதி," என்றார், தனது காதுகளைப் பஞ்சுத்தண்டால் சுத்தம் செய்தபடி. முதன்முதலான அவருடைய நூலகவுலா தனக்கு எத்தனைக் குறைவாகத் தெரியுமென்கிற வலிமிகுந்த புரிதலை அவருக்குத் தந்திருந்தது. உலகத்தைப் பற்றிய அவருக்குத் தெரிந்திராத சங்கதிகளின் எண்ணிக்கை

முடிவிலியில் போய் நின்றது. வரையறையின்படி, முடிவிலிக்கு எல்லைகளே கிடையாது, மேலும் அதை யோசிப்பது அவருக்கு மெலிதான ஒற்றைத் தலைவலியைக் கொணர்ந்தது. அதைக் கைவிட்டுத் தனது எண்ணங்களை அவர் மீண்டும் உலகின் பூனைகளுக்குத் திருப்பினார். அதில் இருக்கக்கூடிய ஒவ்வொரு பூனையோடும் பேச முடிந்தால் எவ்வளவு நன்றாயிருக்கும், அவர் எண்ணிக் கொண்டார். அனைத்து வகையான பூனைகளும் உலகில் இருந்தாக வேண்டும், ஒவ்வொன்றும் வெவ்வேறு வகையான சிந்தனை மற்றும் பேச்சு முறைகளோடு. அந்நிய நாட்டுப் பூனைகள் அந்நிய மொழியில் பேசுமோ? அவர் அதிசயித்தார். ஆனால் இதுவும் கூட இன்னொரு கடினமான பாடம்தான், மறுபடியும் அவருடைய தலை குடைய ஆரம்பித்தது.

நீராடலுக்குப் பிறகு, அவர் கழிவறைக்குப் போய் வழக்கமான சங்கதிகளைச் செய்து முடித்தார். மற்ற நீராட்டுச் சடங்குகளைப் போல இதற்கு வெகுநேரம் எடுத்துக் கொள்ளவில்லை. முடித்த பிறகு, கழுவுபையை உள்ளடக்கிய தனது நெகிழிப்பையை அவர் மீண்டும் அறைக்கு எடுத்துச் சென்றார். ஹோஷினோ ஆழ்ந்து உறங்கிக் கொண்டிருந்தான், அவர் விட்டுப் போனதைப் போலவே. வீசியெறியப்பட்ட அலோஹா சட்டையையும் ஜீன்ஸையும் எடுத்து அவற்றை அழகாக மடித்து வைத்தார். ஹோஷினோவின் ஃப்யூடனுக்குப் பக்கத்தில் ஒன்றன் மேல் ஒன்றாக அவர் அவற்றை அடுக்கினார், பிறகு சுனிச்சி டிராகன்கள் தளப்பந்தாட்டத் தொப்பியை அவற்றின் மேற்பகுதியில் கொண்டு சேர்த்தார், எண்ணங்களின் கதம்பத்தொகுப்புக்கு வழங்கப்படும் சுருக்கமான தலைப்பைப் போல. தனது யுகாடா ஆடையணியைக் கழற்றி விட்டு வழக்கமான சட்டையையும் காற்சட்டைகளையும் அணிந்தார், பிறகு கைகளை ஒன்றாகத் தேய்த்து ஆழமாக மூச்சிழுத்தார்.

மறுபடியும் அவர் கல்லுக்கு முன் அமர்ந்தார், தயக்கத்தோடு கையை நீட்டி அதைத் தொடுவதற்கு முன்னால் சிறிது நேரம் உற்றுப் பார்த்தவாறு இருந்தார். “இன்றைக்கு இடி இடிக்கப் போகிறது,” அவர் அறிவித்தார், குறிப்பாக இன்னாருக்கு என்றல்லாமல். அனேகமாக அவர் கல்லோடு பேசியிருக்கலாம்.

இரண்டு தலையசைப்புகளின் வழியே இதற்கு அவர் முற்றுப்புள்ளி வைத்தார்.

இறுதியாக ஹோஷினோ விழித்தெழுந்தபோது, நகாடா சாளரத்தினருகே இருந்தார், உடற்பயிற்சி வழிமுறைகளைக் கடைபிடித்தபடி. வானொலியின் உடற்பயிற்சி இசையைத் தனக்குள் முனகியவாறு, நகாடா ராகத்தோடு ஒத்திசைந்து நகர்ந்து கொண்டிருந்தார்.

ஹோஷினோ தனது கடிகாரத்தை ஓரப்பார்வை பார்த்தான். அப்போதுதான் எட்டைத் தாண்டியிருந்தது. கல் தான் வைத்த இடத்தில்தான் இருக்கிறதா என்பதைச் சோதிக்க தனது கழுத்தை நீட்டிப் பார்த்தான். அவனுடைய நினைவிலிருந்ததை விட அந்தக் கல் வெளிச்சத்தில் இன்னும் பெரிதாகவும் கரடுமுரடானதாகவும் தெரிந்தது. “ஆக சொல்லப் போனால் நான் கனவு காணவில்லை,” அவன் சொன்னான்.

“மன்னியுங்கள் – என்ன சொன்னீர்கள்?” நகாடா கேட்டார்.

“அந்தக் கல்,” என்றான் ஹோஷினோ. “கல் அதோ அங்குதான் இருக்கிறது. அது கனவல்ல.”

“கல் நம்மிடம் உள்ளது,” நகாடா சாதாரணமாகச் சொன்னார், இன்னும் தனது உடற்பயிற்சிகளுக்கு மத்தியில் இருப்பவராக, ஏதோவொரு பத்தொன்பதாம் நூற்றாண்டு ஜெர்மானியத் தத்துவத்தின் பிரதான ஆய்வுப்பொருள் என்பதாக அதை ஒலிக்கச் செய்தார்.

“என்றாலும், அதுவொரு பெரிய கதை, தாத்தா, எவ்வாறு அந்தக் கல் அங்கே வந்து சேர்ந்ததென்பது.”

“ஆமாம், நகாடாவும் அப்படித்தான் இருக்குமென்று நினைத்தான்.”

“எப்படியாகிலும்,” ஹோஷினோ சொன்னான், படுக்கையில் எழுந்தமர்ந்து ஆழமாகப் பெருமூச்சு விட்டபடி. “அதைப் பேசுவதில் எந்தப் பலனுமில்லை. முக்கியமான சங்கதி

என்னவென்றால் அது இங்கிருக்கிறது என்பதே. ஒரு பெரிய கதையைச் சுருக்கமாக வெட்டிச் சொன்னால்."

"கல் நம்மிடம் உள்ளது," நகாடா திரும்பவும் சொன்னார். "அதுதான் முக்கியம்."

ஹோஷினோ அதற்குப் பதிலளிக்கவிருந்தான், ஆனால் திடீரென்று தான் எத்தனை கொடும்பட்டினியாகக் கிடக்கிறோமென்பதை உணர்ந்தான். "ஹோய், ஏன் நாம் வெளியேறிப் போய் சிறிது காலையுணவை கைப்பற்றக்கூடாது?"

"நகாடாவும் பசியோடுதான் இருக்கிறான்."

காலையுணவுக்குப் பிறகு, அவன் தேநீர் அருந்திக் கொண்டிருந்த சமயத்தில், ஹோஷினோ சொன்னான், "ஆக அந்தக் கல்லை வைத்து நீ என்ன செய்யப் போகிறாய்?"

"நகாடா அதை வைத்து என்ன செய்ய வேண்டும்?"

"நாசமாய்ப் போக," என்றான் ஹோஷினோ, தலையை ஆட்டியபடி. "அந்தக் கல்லை நீ கண்டுபிடிக்க வேண்டுமென்று சொன்னாய், ஆகவே அதனால்தான் நேற்றிரவு நான் அதைத் தேடிப் பிடித்து எடுத்து வந்தேன். இப்போது இந்த அடேங்கப்பா, அதை வைத்து நான் என்ன செய்ய வேண்டும் சங்கதியால் என்னைப் போட்டுக் குழப்பாதே, சரியா?"

"ஆமாம், நீங்கள் சொல்வது சரிதான். என்றாலும், உங்களிடம் உண்மையைச் சொன்னால், அதை வைத்து என்ன செய்ய வேண்டுமென்பது இப்போது வரைக்கும் எனக்குத் தெரியாது."

"அதுவொரு சிக்கலைக் கொண்டு வருகிறது."

"நிச்சயமாகச் சிக்கல்தான்," நகாடா பதிலளித்தார், என்றாலும் அவருடைய உணர்வு வெளிப்பாட்டின் மூலம் ஒருபோதும் அதை நீங்கள் அறிந்து கொள்ள முடியாது.

"ஆக அதைப் பற்றி யோசிப்பதில் சிறிது நேரத்தைச் செலவிட்டால், என்ன செய்ய வேண்டுமென்பதை நீ கண்டுபிடித்து விடுவாயா?"

“அப்படித்தான் நினைக்கிறேன். எந்த விசயத்தையும் செய்ய மற்ற மனிதர்களைக் காட்டிலும் நகாடாவுக்குச் சற்று அதிக நேரம் பிடிக்கும்.”

“சரி, ஆனால் இங்கே கவனி, திரு நகாடா.”

“சொல்லுங்கள், திரு ஹோஷினோ?”

“யார் அதற்கு அந்தப் பெயரை வழங்கினார்களென்பது எனக்குத் தெரியாது, ஆனால் நுழைவாயில் கல் என்றழைக்கப்படும் காரணத்தால் வெகு காலம் முன்பு எதற்கான நுழைவாயிலாகவோ அது இருந்திருக்கலாமென்று நான் யூகிக்கிறேன், நீ அப்படி நினைக்கவில்லையா? அதைப் பற்றிய தொன்மம் அல்லது விளக்கம் என ஏதாவது இருக்கக்கூடும்.”

“ஆமாம், அப்படித்தான் இருக்க வேண்டும்.”

“ஆனால் இங்கே என்ன மாதிரியான நுழைவாயிலைப் பற்றிப் பேசுகிறோம் என்பது குறித்து உனக்கு எந்த யோசனையுமில்லை?”

“இல்லை, இதுவரைக்கும் இல்லை. எல்லா நேரமும் நான் பூனைகளோடு பேசியிருக்கிறேன், ஆனால் எப்போதும் கல்லோடு பேசியதில்லை.”

“அது அத்தனை எளிதாக இருக்குமென்பதாக ஒலிக்கவில்லை.”

“பூனைகளோடு பேசுவதைக் காட்டிலும் அது வித்தியாசமானது.”

“ஆனாலும் கூட, ஓர் ஆலயத்தில் இருந்து அந்தக் கல்லைத் திருடி வந்திருப்பது – நாம் சபிக்கப்பட மாட்டோம் அல்லது வேறெதுவும் நிகழாது என்று நிச்சயமாகத் தெரியுமா? நிஜமாகவே அது என்னைக் துன்புறுத்துகிறது. அதை எடுத்து வந்தது ஒரு பக்கம், ஆனால் இப்போது நம்மிடம் இருக்கும் பட்சத்தில் அதைக் கையாள்வதும் கூட முழுக்கவே குதத்தில் இருக்கும் ஒரு வலியைப் போன்றதாக இருக்கிறது. எந்தச் சாபமும் வராதென்று கலோனல் சாண்டர்ஸ் என்னிடம் சொன்னார், ஆனால் அந்த ஆளை என்னால் முழுமையாக நம்ப முடியவில்லை, என்ன சொல்கிறேனென்று புரிகிறதா?”

“கலோனல் சாண்டர்ஸ்?”

“அந்தப் பெயரில் ஒரு வயதான மனிதர் இருக்கிறார். கெண்டக்கி பொறித்த கோழிக்கறி விளம்பரங்களில் வரும் மனிதர். வெண்ணிற மேலாடை, தாடி மற்றும் கேணைத்தனமான கண்ணாடிகளோடு. நான் யாரைச் சொல்கிறேன் என்பது உனக்குத் தெரியாதா?”

“மிகவும் வருந்துகிறேன், ஆனால் அந்த மனிதரை எனக்குத் தெரியாதென்றே நினைக்கிறேன்.”

“உனக்கு கெண்டக்கி பொறித்த கோழிக்கறியைத் தெரியாதா? இது வழக்கத்துக்கு மாறானது. நல்லது, போகட்டும்... எப்படிப் பார்த்தாலும் அந்த முதிய மனிதரும் கூட ஒரு சுருக்கமான கருத்துருவாக்கமே. அவர் மனிதரல்ல, கடவுளோ அல்லது புத்தரோ அல்ல. அவருக்கு எந்த வடிவமும் கிடையாது, ஆனால் ஏதேனும் ஒருவகைத் தோற்றத்தை வரித்துக் கொள்ள வேண்டிய சூழலில் கலோனலை அவர் தேர்ந்தெடுக்கும்படி ஆனது.”

குழம்பியவராகத் தோற்றமளித்த நகாடா தனது நரை-கலந்த-கேசத்தைத் தேய்த்தார். “எனக்குப் புரியவில்லை.”

“போகட்டும், உன்னிடம் உண்மையைச் சொல்வதென்றால், நான்தான் இதை உளறுகிறேன் என்றாலும், எனக்கும் கூடப் புரியவில்லை,” என்றான் ஹோஷினோ. “எப்படியாகிலும், எங்கிருந்து எனத் தெரியாமல் இந்த முதிய மனிதர் திடீரென்று முளைத்து வந்து அந்தச் சங்கதிகளை என்னிடம் புலம்பித் தள்ளினார். ஒரு மாபெரும் கதையை சுருக்கிச் சொல்வதெனில், கல்லைக் கண்டுபிடிக்க அந்த முதிய மனிதர் எனக்கு உதவினார், நான் அதை இங்கே மீட்டுக் கொண்டு வந்தேன். உனது கருணையை அல்லது வேறெதையும் பெற நான் முயற்சிக்கவில்லை, ஆனால் அதுவொரு நீண்ட கடினமான இரவென்பதை என்னால் உனக்குச் சொல்ல முடியும். உண்மையில் இப்போது நான் செய்ய விரும்புவதெல்லாம் ஒட்டுமொத்தச் சங்கதியையும் உன்னிடம் ஒப்படைத்து விட்டு உன்னைப் பொறுப்பேற்றுக் கொள்ளச் செய்வது மட்டுமே.”

“நான் ஏற்றுக் கொள்வேன்.”

“ரொம்ப சீக்கிரம்.”

“திரு ஹோஷினோ?” நகாடா சொன்னார்.

“என்ன?”

“விரைவில் நிறைய இடி இடிக்கப் போகிறது. நாம் அதற்குக் காத்திருப்போம்.”

“கல்லைத் திறக்க உதவும் எதையாவது அந்த இடி செய்யப்போகிறது என்று என்னிடம் சொல்கிறாயா?”

“உறுதியாகத் தெரியாது, ஆனால் எனக்குள் அந்த உணர்வு உண்டாகத் தொடங்குகிறது.”

“இடி, ஹ்ம்ம்ம்? கேட்கவே குளுமையாக இருக்கிறது. சரி, நாம் பொறுத்திருந்து என்ன நடக்கிறதென்று பார்ப்போம்.”

அவர்கள் அறைக்குத் திரும்பியதும் ஹோஷினோ ஃப்யூடனில் தலைகுப்புற விழுந்து தொலைக்காட்சியை இயங்கச் செய்தான். குடும்பத்தலைவிகளைக் குறிவைக்கும் வெவ்வேறு நிகழ்ச்சிகளைத் தவிர ஒன்றும் ஓடவில்லை, ஆனால் நேரத்தைக் கொல்ல வேறு வழி இல்லையாதலால் அவற்றைப் பார்ப்பதைத் தொடர்ந்தான், திரையில் ஓடும் அனைத்தைப் பற்றியும் வர்ணனை செய்தபடி.

அதே வேளையில், நகாடா கல்லுக்கு முன்னால் அமர்ந்திருந்தார், அதை உற்று நோக்கியபடி, அதனைத் தேய்த்தபடி, அவ்வப்போது முணுமுணுத்தபடி. அவர் என்ன சொல்கிறாரென்பதை ஹோஷினோவால் கைப்பற்ற முடியவில்லை. அவனுக்குத் தெரிந்ததெல்லாம் அந்த முதிய மனிதர் உண்மையில் அந்தக் கல்லோடு பேசிக் கொண்டிருக்கலாம் என்பது மட்டுமே.

இரண்டு மணி நேரத்துக்குப் பிறகு, அருகேயிருந்த பல்பொருள் அங்காடிக்கு ஓடிச் சென்று ஒரு பை நிறைய பால் மற்றும் இனிப்புச் சுருளப்பங்களை ஹோஷினோ வாங்கி வர அவர்கள் அவற்றை மதியவுணவுக்கு எடுத்துக் கொண்டார்கள். அவர்கள் சாப்பிட்டுக் கொண்டிருந்தபோது, அறையைச் சுத்தம் செய்யும்

பணிப்பெண் அங்கு வந்தாள், ஆனால் தங்களுக்கு அது தேவையில்லை என்பதால் அலட்டிக் கொள்ள வேண்டாமென்று ஹோஷினோ அவளிடம் சொன்னான்.

"நீங்கள் எங்கும் வெளியே போகவில்லையா?" அவள் கேட்டாள்.

"இல்லை," அவன் பதிலளித்தான். "நாங்கள் இங்கு செய்ய வேண்டிய வேலைகள் சில இருக்கின்றன."

"ஏனென்றால் இடி இடிக்கப் போகிறது," நகாடா சேர்த்துக் கொண்டார்.

"இடி. ஓஹோ..." கிளம்பிப் போவதற்கு முன் அந்த பணிப்பெண் சந்தேகமாகச் சொல்லி விட்டுப் போனாள், இந்த விபரீதமான இணையோடு இதற்கு மேல் தான் செய்யக்கூடியது ஒன்றுமில்லை என்பதாக அவளுக்குத் தோன்றியது.

நண்பகல் போல, தொலைவில் எங்கோ இடிச்சத்தம் தெளிவில்லாமல் உருண்டோடியது, மேலும், ஏதோ சமிக்ஞைக்காக காத்திருந்ததைப் போல, தூறல் விழ ஆரம்பித்தது. பெரிய பாதிப்பை உண்டாக்காத இடி, மந்தமான ஒரு குள்ள மனிதன் ஒரு முரசின் மீது நடனமாடுவதைப் போல. என்றாலும், சீக்கிரமே, மழைத்துளிகள் பெரிதாகத் தொடங்கின, மேலும் கூடிய விரைவில் அது வழக்கமான பொழிவாக மாறி, ஈரமும் புழுக்கமும் நிறைந்த மணத்தால் உலகைப் போர்வையாக மூடியது.

இடி விழத் தொடங்கியதும், அவர்கள் ஒருவருக்கொருவர் எதிரெதிரே அமர்ந்தார்கள், இடையில் அந்தக் கல்லோடு, சமாதானக் குழாயைப் பகிர்ந்து கொள்ளும் இந்தியர்களைப் போல. நகாடா இன்னும் தனக்குள் முனகிக் கொண்டிருந்தார், தனது தலையை அல்லது கல்லைத் தேய்த்தவாறு. ஒரு மார்ல்பரோவை இழுத்தபடி ஹோஷினோ பார்த்துக் கொண்டிருந்தான்.

"திரு ஹோஷினோ?" நகாடா சொன்னார்.

"என்னவென்று சொல்?"

“சிறிது நேரம் என்னோடு இருப்பீர்களா?”

“நிச்சயமாக. இந்த மழையில் நான் எங்கும் போகப் போவதில்லை.”

“ஏதேனும் விசித்திரமாக நடக்க வாய்ப்பிருக்கிறது.”

“என்னோடு விளையாடுகிறாயா?” ஹோஷினோ ஆரம்பித்தான். “ஏற்கனவே எல்லாம் விசித்திரமாகத்தான் இருக்கிறது.”

“திரு ஹோஷினோ?”

“ஹ்ம்ம்.”

“திடீரென்று நான் அதிசயித்துக் கொண்டிருந்தேன் – நான் என்பது என்ன, எப்படிப் பார்த்தாலும்? நகாடா என்பது என்ன?”

ஹோஷினோ இதை ஆழ்ந்து யோசித்தான். “அது கஷ்டம்தான். கொஞ்சம் கிறுக்குத்தனமானதும் கூட. அதாவது, நான் யாரென்பதே எனக்குத் தெரியாது, ஆகவே இதைக் கேட்பதற்கான ஆள் நானில்லை. யோசிப்பது எனக்கான சமாச்சாரமில்லை, உனக்குத் தெரியும்தானே? ஆனால் நீயொரு நல்ல, நேர்மையான மனிதனென்பதை நானறிவேன். அவ்வப்போது பெரிதாக சமநிலை இழக்கும் மனிதன், என்றாலும் நம்பகமான ஆள் நீ. அதனால்தான் உன்னோடு சேர்ந்து ஷிகோகுவுக்கு இத்தனை தூரம் வந்தேன். நானும் கூட அப்படியொன்றும் பெரிய அறிவாளி கிடையாது, ஆனால் மனிதர்களை எடைபோடும் திறன் எனக்குண்டு.”

“திரு ஹோஷினோ?”

“ஹ்ம்ம்.”

“நான் முட்டாள் மட்டுமல்ல. நகாடா உள்ளுக்குள் காலியானவன். இறுதியாக அது எனக்குப் புரிகிறது. ஒரு புத்தகம் கூட இல்லாத நூலகத்தைப் போன்றவன் நகாடா. எப்போதும் நான் அப்படி இருந்ததில்லை. எனக்குள்ளும் புத்தகங்கள் இருக்கவே செய்தன. வெகுகாலம் இதை நான் நினைவுகூர முடியவில்லை, ஆனால் இப்போது என்னால் முடிகிறது. ஒருகாலத்தில் நான் இயல்பானவனாக இருந்தேன், மற்ற

எல்லோரையும் போல. ஆனால் ஏதோவொன்று நடந்ததால் உள்ளுக்குள் ஏதுமற்ற கொள்கலனாக மாறிப் போனேன்."

"ஆம், ஆனால் இதை நீ இப்படி அணுகுவாயெனில் நாமனைவரும் பெருமளவு காலியானவர்களே, உனக்கு அப்படித் தோன்றவில்லையா? சாப்பிடுகிறோம், மலங்கழிக்கிறோம், கேவலமான சம்பளத்தைப் பெறுவதற்காக மட்டமான வேலையைச் செய்கிறோம், மேலும் அதிர்ஷ்டமிருந்தால், எப்போதாவது படுக்கிறோம். வேறு என்ன இருக்கிறது? இருந்தாலும், உனக்குத் தெரியும், வாழ்வில் சுவாரசியமான விசயங்கள் நடக்கத்தான் செய்கின்றன - இப்போது நமக்கு நடப்பதைப் போல. ஏனென்று எனக்கு உறுதியாகத் தெரியாது. நாம் எதிர்பார்க்கும் விதத்தில் சங்கதிகள் ஒருபோதும் நடக்காதென்று என் தாத்தா அடிக்கடி சொல்வார், ஆனால் அதுதான் வாழ்வை சுவாரசியமாக்குகிறது, என்னால் அதைப் புரிந்து கொள்ள முடிகிறது. ஒவ்வொரு ஆட்டத்தையும் சுனிச்சி டிராகன்கள் வெல்வார்களெனில், யாரும் ஏன் தளப்பந்தாட்டத்தைப் பார்க்க வேண்டும்?"

"உங்கள் தாத்தாவை நீங்கள் மிகவும் நேசித்தீர்கள், இல்லையா?"

"ஆம், நேசிக்கத்தான் செய்தேன். அவர் இல்லாமல் போயிருந்தால் எனக்கு என்ன நேர்ந்திருக்குமென்று எனக்குத் தெரியாது. ஏதேனும் முயற்சி செய்து தன்னளவில் ஒரு ஆளாக வர வேண்டுமென்று அவர்தான் என்னை உணரச் செய்தார். என்னை அவர் - எனக்குச் சொல்லத் தெரியவில்லை - தொடர்பிலிருப்பதாக உணரச் செய்தார். அதனால்தான் விசையுந்துக் குழுவை விட்டு விலகி நான் ஒருங்கிணைந்த ராணுவத்தில் சேர்ந்தேன். அது எனக்குத் தெரிவதற்கு முன்பாகவே, அதன்பிறகு எந்தப் பிரச்சினையிலும் நான் மாட்டவில்லை."

"ஆனால் உங்களுக்குத் தெரியுமா, திரு ஹோஷினோ, நகாடாவுக்கு யாரும் கிடையாது. எதுவுமில்லை. எதனோடும் நான் தொடர்பில் இல்லை. என்னால் வாசிக்க முடியாது. மேலும் எனது நிழலும் அது இருக்க வேண்டியதில் பாதி மட்டுமே இருக்கிறது."

"ஒவ்வொருவரிடமும் குறைபாடுகள் உண்டு."

"திரு ஹோஷினோ?"

"ஹ்ம்ம்."

"ஒருவேளை நான் இயல்பானவனாக இருந்திருந்தால், வெகு வித்தியாசமான வகையைச் சேர்ந்த வாழ்வை வாழ்ந்திருப்பேன் என நினைக்கிறேன். எனது இரண்டு தம்பிகளைப் போலவும். நான் கல்லூரிக்குப் போயிருப்பேன், ஒரு நிறுவனத்தில் பணிபுரிந்திருப்பேன், திருமணம் செய்து எனக்குக் குடும்பமும் இருந்திருக்கும், பெரிய மகிழுந்தை ஓட்டியிருப்பேன், விடுமுறை நாட்களில் கோல்ஃப் விளையாடியிருப்பேன். ஆனால் நான் இயல்பானவனாக இல்லை, அதனால்தான் இன்றிருக்கும் நகாடாவாக இருக்கிறேன். மறுபடியும் தொடங்க இயலாதபடிக்கு தாமதமாகி விட்டது. எனக்கு அது புரிகிறது. ஆனாலும் கூட, கொஞ்ச காலமேனும், நான் இயல்பான நகாடாவாக இருக்க விரும்புகிறேன். இதுகாலம் வரைக்கும் நானாகச் செய்ய விரும்பியதென்று எதுவும் ஒருபோதும் இருந்ததில்லை. எப்போதும் மக்கள் என்னிடம் சொல்வதை மட்டும் என்னால் முடிந்த வரையில் சிறப்பாகச் செய்து முடிப்பேன். அனேகமாக அதுவே என் பழக்கமாகவும் மாறிப் போனது. ஆனால் இப்போது நான் இயல்பாக இருக்கும் நிலைக்குத் திரும்ப விரும்புகிறேன். தனது சொந்த எண்ணங்களோடு, சொந்த அர்த்தத்தோடு உள்ள நகாடாவாக இருக்க விரும்புகிறேன்."

ஹோஷினோ பெருமூச்சு விட்டான். "அதைத்தான் நீ விரும்புவாயெனில், அதைத் தேடிப் போ. இயல்பான நகாடா எப்படியிருப்பார் என்பதற்கான எந்தத் தடயமும் என்னிடம் இருப்பதாக அதற்கு அர்த்தமல்ல."

"நகாடாவிடமும் கிடையாது."

"அது நடக்குமென்று நான் வெறுமனே நம்புகிறேன். உனக்காக நான் பிரார்த்தனை செய்வேன் – அதாவது மறுபடியும் நீ இயல்பாக மாற."

"மீண்டும் இயல்புக்குத் திரும்புவதற்கு முன்னால், என்றாலும், நான் செய்து முடிக்க வேண்டிய சில விசயங்கள் உள்ளன."

"எது போல?"

"ஜானி வாக்கரைப் போல."

"ஜானி வாக்கர்?" என்றான் ஹோஷினா. "ஆம், முன்பும் நீ அதைக் குறிப்பிட்டிருக்கிறாய். அந்த விஸ்கி ஆளைச் சொல்கிறாயா?"

"ஆமாம். நேரடியாக நான் காவலர்களிடம் போய் அவனைப் பற்றிச் சொன்னேன். அரசாங்கத்திடம் முறையிட வேண்டுமென்பது எனக்குத் தெரியும், ஆனால் அவர்கள் செவிசாய்க்கவில்லை. ஆகவே சொந்தமாக நானொரு தீர்வைத் தேடிக் கண்டடைய வேண்டும். மறுபடியும் இயல்பான நகாடாவாக மாறுவதற்கு முன்னால் நான் அதைச் செய்து முடிக்க வேண்டும். அதற்குச் சாத்தியம் உண்டெனில்."

"நிஜமாகவே எனக்கு இது புரியவில்லை, ஆனால் நீ செய்ய வேண்டியது என்னவாயிருந்தாலும் அதைச் செய்ய இந்தக் கல் தேவைப்படுமென்று சொல்வதாக யூகிக்கிறேன்."

"உண்மைதான். எனது நிழலின் மறுபாதியை நான் மீட்டெடுக்க வேண்டும்."

அதற்குள் இடிச்சத்தம் காதைச் செவிடாக்குவதாக ஒலித்தது. வானத்தின் நடுவில் மின்னல் நடனமாட, ஒரு கணத்துக்குப் பிறகு, மாபெரும் இடிமுழக்கம் அதைத் தொடர்ந்தது. காற்று அதிர்ந்து வீச, தளர்வான சாளரச்சட்டங்கள் பதற்றத்தோடு நடுங்கின. கருநிற மேகங்கள் மொத்த வானத்தையும் மூடியிருந்தன, அவர்கள் ஒருவர் மற்றவரின் முகத்தைப் பார்ப்பதே சிரமமாக இருக்குமளவுக்கு அறையின் உள்ளே மிகவும் இருட்டாக மாறியது. என்றாலும், அவர்கள் விளக்கை அணைத்து வைத்திருந்தார்கள். பிறகும் அவர்கள் முன்பு போலவே அமர்ந்திருந்தார்கள், நடுவில் கல்லோடு. மழை எத்தனை கடினமாகப் பொழிந்ததென்றால் அதைப் பார்ப்பதும் கூட மூச்சு முட்டுவதைப் போலிருந்தது. மின்னலின் ஒவ்வொரு கீற்றும் அறைக்கு ஒரு கணம் ஒளியூட்டியது. சிறிது நேரம் அவர்கள் ஏதும் சொல்லவில்லை.

"சரி, ஆனால் இந்தக் கல்லைக் கொண்டு ஏதாவது செய்தாக வேண்டுமென்பது ஏன் உனக்கு விதிக்கப்பட்டிருக்கிறது, திரு நகாடா?" இடி கொஞ்சம் மட்டுப்பட்ட நேரத்தில் ஹோஷினோ கேட்டான். "ஏன் நீ இதற்காகத் தேர்ந்தெடுக்கப்பட்டாய்?"

"ஏனென்றால் நான் ஒருவன் மட்டுமே உள்ளே சென்று மறுபடியும் வெளியே வந்தவன்."

"என்னால் உன்னைத் தொடர முடியவில்லை."

"ஒருமுறை நான் இங்கிருந்து நீங்கிச் சென்றேன், மீண்டும் திரும்பி வந்தேன். ஜப்பான் பெரும்போரில் இருந்தது. மூடி திறந்து கொண்டது, நான் இங்கிருந்து நீங்கிச் சென்றேன். எதேச்சையாக நான் திரும்பி வந்தேன். அதன் காரணமாக நான் இயல்பாயில்லை, மேலும் எனது நிழலும் தானிருந்ததில் பாதி மட்டுமே உள்ளது. ஆனால் அதற்குப் பிறகு என்னால் பூனைகளோடு பேச முடிந்தது, என்றாலும் இப்போது என்னால் அதையும் திறம்படச் செய்ய முடியவில்லை. என்னால் வானிலிருந்து சங்கதிகளை விழ வைக்க முடியும்."

"அந்த அட்டைகளைப் போல?"

"ஆமாம்."

"தனித்துவமான திறமைதான், நிச்சயமாக."

"உண்மை, எல்லோராலும் அதைச் செய்ய முடியாது."

"மேலும் நீ வெளியே போய் மீண்டும் திரும்பி வந்ததால் அது சாத்தியமானது? நிஜமாகவே நீ கொஞ்சம் அசாதாரணமான ஆள்தான் என்று யூகிக்கிறேன்."

"மீண்டும் திரும்பிய பிறகு அதற்கு மேலும் நான் இயல்பாயில்லை. என்னால் வாசிக்க முடியவில்லை. மேலும் எப்போதும் நான் ஒரு பெண்ணைத் தொட்டதில்லை."

"நம்பக் கடினமாயிருக்கிறது."

"திரு ஹோஷினோ?"

“ஹ்ம்ம்.”

“நான் பயந்திருக்கிறேன். உங்களிடம் சொன்னதைப் போல, நான் முழுக்க காலியாயிருக்கிறேன். முழுக்கக் காலியாயிருப்பதன் அர்த்தம் என்னவென்று உங்களுக்குத் தெரியுமா?”

ஹோஷினோ தலையை ஆட்டினான். “தெரியாதென்று நினைக்கிறேன்.”

“காலியாக இருப்பதென்பது யாரும் வசித்திராத வீட்டைப் போல. பூட்டப்படாத, யாரும் வசிக்காத ஒரு வீடு. யார் வேண்டுமானாலும் உள்ளே வரலாம், அவர்கள் விரும்பும் எந்நேரமும். அதுதான் என்னை மிகவும் அச்சுறுத்துகிறது. என்னால் வானிலிருந்து சங்கதிகளை மழையாகப் பொழிய வைக்க முடியும், ஆனால் பெரும்பாலான நேரங்களில் அடுத்து நான் எதைப் பொழிய வைப்பேனென்று எனக்குத் தெரிந்திருக்காது. ஒரு வேளை அது 10,000 கத்திகளாயிருந்தால், அல்லது ஒரு பெரிய வெடிகுண்டாக அல்லது விசவாயுவாக – நான் என்ன செய்வேனென்று எனக்கே தெரியாது... அனைவரிடமும் மன்னித்துக் கொள்ளுங்கள் என்று நான் சொல்ல முடியும், ஆனால் அது போதுமானதாக இருக்காது.”

“நீ சொல்வது சரிதான்,” என்றான் ஹோஷினோ. “வெறுமனே மன்னிப்புக் கேட்டால் அது போதாது. அட்டைகளே மோசமானவைதான், ஆனால் அந்தச் சங்கதிகள் இன்னும் பயங்கரம்.”

“ஜானி வாக்கர் நகாடாவுக்கு உள்ளே போனான். நான் விரும்பாத விசயங்களை எல்லாம் அவன் என்னைச் செய்ய வைத்தான். ஜானி வாக்கர் என்னைப் பயன்படுத்திக் கொண்டான், ஆனால் அதை எதிர்த்துப் போரிடும் சக்தி எனக்கில்லை. ஏனென்றால் எனக்குள்ளே என்னிடம் ஒன்றும் கிடையாது.”

“ஏன் நீ மீண்டும் இயல்பான நகாடாவாக இருப்பதற்குத் திரும்ப விரும்புகிறாய் என்பதை இது விளக்குகிறது. உள்ளீடோடு இருக்கும் ஒருவனாக?”

“மிகவும் சரியாகச் சொன்னீர்கள். நான் ஒன்றும் தெளிவானவன் அல்ல, ஆனால் கொள்கலன்களை உருவாக்க என்னால்

முடியும், ஒவ்வொரு நாளும் அதைச் செய்தேன். பொருட்களை உருவாக்குவதை நான் நேசித்தேன் – மேசைகள், நாற்காலிகள், இழுப்பறைகள். அழகிய வடிவங்களோடு உள்ள பொருட்களை உருவாக்க நன்றாயிருக்கும். கொள்கலன்களை உருவாக்கிய அந்த வருடங்களில், மீண்டும் இயல்பாக இருப்பதைப் பற்றி ஒருபோதும் நான் யோசித்திருக்கவில்லை. மேலும் எனக்குத் தெரிந்த யாரும் எனக்குள் நுழைய முயற்சி செய்ததில்லை. ஒருபோதும் நகாடா எதைப் பற்றியும் பயந்ததில்லை. ஆனால் ஜானி வாக்கரைச் சந்தித்த பிறகு நான் மிகவும் பயப்படுகிறேன்."

"ஆக உனக்குள்ளே நுழைந்த பிறகு இந்த ஜானி வாக்கர் உன்னை என்ன செய்ய வைத்தான்?"

இடியின் பலத்த உறுமல் வானைக் கிழித்துப் போக, மின்னலும் நெருங்கி வந்திருந்தது, சத்தத்தை வைத்துப் பார்க்கையில். அந்த உறுமலால் ஹோஷினோவின் செவிப்பறைகள் வலித்தன.

நகாடா தனது தலையை ஒரு புறமாகச் சாய்த்தார், தீவிரமாக உற்றுக் கேட்பவராக, மொத்த நேரமும் கல்லின் மேற்புறத்தை மெல்லத் தேய்த்தபடியும். "அவன் என்னை ரத்தம் சிந்த வைத்தான்."

"ரத்தமா?"

"ஆமாம், ஆனால் அது நகாடாவின் கைகளில் ஒட்டிக் கொண்டிருக்கவில்லை."

ஹோஷினோ சிறிது நேரம் இதைத் தீவிரமாக யோசித்தான், குழம்பியவனாக. "எப்படிப் பார்த்தாலும், நீ நுழைவாயில் கல்லைத் திறந்தவுடன், அனைத்து வகைச் சங்கதிகளும் தங்களுடைய இடத்துக்கு இயல்பாகத் திரும்பி விடும், இல்லையா? உயரமான இடங்களிலிருந்து தாழ்வான இடங்களுக்குப் பாயும் நீரைப் போல?"

நகாடா இதைக் கணக்கில் எடுத்துக் கொண்டார். "அது அத்தனை எளிதாக இல்லாதிருக்கலாம். நகாடாவின் பணியென்பது கல்லைக் கண்டுபிடிப்பது, அதைத் திறப்பது. அதன் பிறகு என்ன நடக்குமென்று எனக்குத் தெரியாதென அஞ்சுகிறேன்."

"சரி, ஆனால் ஏன் அந்தக் கல் ஷிகோகுவில் இருக்கிறது?"

"கல் எங்குமிருக்கிறது, ஷிகோகுவில் மட்டுமல்ல. மேலும் அது கல்லாகவும் இருக்க வேண்டியதில்லை."

"எனக்குப் புரியவில்லை... அது எங்குமிருக்கும் என்றால், பிறகு ஏன் இது எல்லாவற்றையும் நகானோவில் உள்ள வீட்டிலிருந்தே செய்திருக்கக்கூடாது? நிறைய நேரத்தையும் முயற்சியையும் அது மிச்சப்படுத்தி இருக்கும்."

ஒட்ட-வெட்டிய கேசத்தின் மீது உள்ளங்கையால் தேய்த்தார் நகாடா. "அது கஷ்டமான கேள்வி. நான் இந்தக் கல்லை சிறிது நேரம் உற்று கவனித்து வருகிறேன், ஆனால் இன்னும் அதை நன்கு புரிந்து கொள்ள முடியவில்லை. ஆனால் நாமிருவரும் இங்கு வந்துதான் ஆக வேண்டுமென்று நினைக்கிறேன். ஒரு பெரிய பாலத்தைக் கடந்தாக வேண்டும். நகானோ பிரிவுக்குள் அது நடந்திருக்க வாய்ப்பில்லை."

"வேறு எதையேனும் நான் உன்னிடம் கேட்கலாமா?"

"கேளுங்கள்."

"இங்கே நீ நுழைவாயில் கல்லைத் திறக்கிறாயென்று வைத்துக் கொள்வோம், அதனால் அதிசயமாக ஏதும் நடக்குமா? அதாவது, அதற்கு-பெயர்-என்ன, அந்த ஜீனி, அலாவுதீனில் துள்ளிக் குதித்து வெளியேறி வருமே, அது போல? அல்லது தவளையாக மாற்றப்பட்ட இளவரசன் எவனும் எனக்கு பிரெஞ்சு முத்தம் தருவானா? அல்லது மார்ஸைச் சேர்ந்தவர்களால் நாம் உயிரோடு உண்ணப்படுவோமா?"

"எது வேண்டுமானாலும் நடக்கலாம், அல்லது மீண்டும் எதுவும் நடக்காமலும் போகலாம். இன்னும் நானதைத் திறக்கவில்லை, ஆகவே எனக்குத் தெரியாது. நீங்கள் அதைத் திறக்கும் மட்டும் உங்களுக்குத் தெரியாது."

"ஆனால் அது ஆபத்தானதாகவும் இருக்கலாம், ஹ்ம்ம்?"

"ஆமாம், உறுதியாக."

“ஏசுவே.” ஹோஷினோ தனது ஜேப்பிக்குள் இருந்து ஒரு மார்ல்பரோவை எடுத்துப் பற்ற வைத்தான். “என்ன செய்கிறோம் என்பதே புரியாமல் எனக்குத் தெரியாத ஆட்களோடு சேர்ந்து ஓடிப்போவதுதான் எனது கெட்ட பழக்கம் என்று என் தாத்தா அடிக்கடி என்னிடம் சொல்வார். எப்போதும் அதை நான் செய்து வந்திருப்பதாக யூகிக்கிறேன். தொட்டில் பழக்கம் இறுதி வரைக்கும், அவர்கள் சொல்வதைப் போல. எப்படியாகிலும், அது குறித்து இப்போது நான் ஒன்றும் செய்வதற்கில்லை. இவ்வளவு தூரம் நான் வந்திருக்கிறேன், கல்லைக் கண்டுபிடிப்பதற்கான அத்தனைத் துயரங்களையும் கடந்திருக்கிறேன், ஆக இதை முடிக்காமல் நான் வீட்டுக்குப் போக முடியாது. அது ஆபத்தானதாக இருக்கலாமென்பதை அறிவோம், ஆனால் என்ன எழவாக வேண்டுமானாலும் இருக்கட்டும். ஏன் நாம் அதைத் திறந்து என்ன நடக்கிறதென்று பார்க்கக்கூடாது? குறைந்தபட்சம் பேரப்பிள்ளைகளுக்குச் சொல்லும் மகத்தான கதையாக அது இருக்கலாம்.”

“நகாடா உங்களிடம் ஒரு உதவி கேட்க இருக்கிறான், திரு ஹோஷினோ.”

“அது என்ன?”

“உங்களால் கல்லைத் தூக்க முடியுமா?”

“பிரச்சினை ஒன்றுமில்லை.”

“நீங்கள் இங்கு சுமந்து வந்ததை விட இப்போது இன்னும் கனமாக இருக்கிறது.”

“நான் ஸ்க்வார்சனேகர் கிடையாதென்று எனக்குத் தெரியும், ஆனால் பார்வைக்குத் தெரிவதைக் காட்டிலும் நான் திடமானவன். ஒன்றிணைந்த ராணுவத்தில் எங்களுடைய படைப்பிரிவின் கர-மல்யுத்தப் போட்டியில் நான் இரண்டாவதாக வந்தேன். உடன் எனது முதுகுப் பிரச்சினைகளையும் நீ தீர்த்து விட்டாய், ஆகவே என்னால் இயன்றதனைத்தையும் என்னால் அதற்குத் தரவியலும்.”

ஹோஷினோ எழுந்து நின்றான், இரண்டு கைகளாலும் கல்லை அழுந்தப் பற்றி அதைத் தூக்க முயற்சி செய்தான். அந்தக் கல் ஓர்

அங்குலம் கூட நகரவில்லை. "நீ சொன்னது சரிதான், ரொம்பக் கனமாக இருக்கிறது," அவன் சொன்னான், மூச்சிரைத்தபடி. "சிறிது நேரத்துக்கு முன்பு, அதைத் தூக்குவது பிரச்சினையாக இருக்கவில்லை. இப்போது ஏதோ அது தரையோடு சேர்ந்து ஆணியடிக்கப்பட்டிருப்பதாகத் தெரிகிறது."

"அது மதிப்புவாய்ந்த நுழைவாயில் கல், எனவே சுலபமாக அதை நகர்த்த முடியாது. அப்படி நகர்த்த முடிந்தால், அதுதான் சிக்கல்."

"நானும் அவ்வாறே நினைக்கிறேன்."

பின்னர் ஒரு சில ஒழுங்கற்ற மின்னற்கீற்றுகள் வானைக் கிழித்துப் போயின, மேலும் தொடர்ந்த இடிமுழக்கங்கள் பூமியை அதன் மையம் வரை அசைத்துப் பார்த்தன. நரகத்துக்கான வாயிலை யாரோ திறந்து விட்டார்களென்பதைப் போல அது இருந்ததாக ஹோஷினோ நினைத்துக் கொண்டான். இறுதியாக ஒரு இடிச்சத்தம் அருகாமையில் முழங்க திடீரென்று அடர்த்தியான, மூச்சு முட்டும் மௌனம் அங்கு கவிந்தது. காற்று ஈரத்தோடு அசைவற்றிருந்தது, சந்தேகத்துக்குரிய ஏதோவொன்றின் சாயலோடு. எண்ணற்ற காதுகள் அங்கு காற்றில் மிதப்பதாகத் தோன்றியது, ஏதோவொரு கூட்டுச்சதியின் சுவடுகளைக் கண்டெடுக்கக் காத்திருப்பதைப் போல. இரண்டு மனிதர்களும் உறைந்து போயிருந்தார்கள், நண்பகல் இருட்டால் சூழப்பட்டவர்களாக. அதன் பிறகு மீண்டும் வேகமெடுத்த காற்று மழையை சாளரத்தின் மீது வீசியடித்தது. இடி முழங்கியது, ஆனால் முன்பைப் போல அத்தனைக் கொடூரமாக அல்ல. புயலின் மையம் நகரைக் கடந்திருந்தது.

ஹோஷினோ நிமிர்ந்து பார்த்து கண்களால் அறையைத் துழாவினான். வினோதமான வகையில் அனைத்தும் இறுக்கமாகவும் தொலைவாகவும் தோன்றின, முன்னெப்போதையும் விட அந்தச் சுவர்கள் வெறுமையாகத் தெரிந்தன. சாம்பல் கிண்ணத்தில் கிடந்த மார்ல்பரோ துண்டு சாம்பலாக மாறியிருந்தது. அவன் எச்சிலை விழுங்கித் தனது காதுகளில் ஒட்டியிருந்த அமைதியைத் துடைத்தெறிந்தான். "ஹேய், திரு நகாடா?"

“சொல்லுங்கள், திரு ஹோஷினோ?”

“ஏதோ நான் கெட்ட கனவு காண்பதாக எனக்குத் தோன்றுகிறது.”

“நல்லது, குறைந்தபட்சம் நம் இருவருக்கும் ஒரே கனவு வந்திருக்கிறது.”

“நீ சொல்வது சரிதான்,” என்ற ஹோஷினோ, அதை ஒத்துக் கொள்வதைப் போலத் தனது காதுமடல்களைச் சொறிந்தான். “நீ நேர்மையான மனிதன், மழையைப் போல நேர்மையானவன், மழையே மழையே ஓடிப் போ, வேறொரு நாள் திரும்பி வா... எப்படிப் பார்த்தாலும், இது என்னைக் கொஞ்சம் பரவாயில்லாமல் உணரச் செய்கிறது.” மீண்டும் ஒரு முறை அவன் எழுந்து கொண்டான், கல்லை நகர்த்தும் முயற்சியைத் தொடர. அவன் ஆழமாக மூச்சிழுத்தான், அதை இறுகப் பற்றி, தனது சக்தியை எல்லாம் கரங்களில் கொண்டு வந்து குவித்தான். மெல்லிய உறுமலோடு ஒன்று அல்லது இரண்டு அங்குலங்கள் அந்தக் கல்லை அவனால் உயர்த்த முடிந்தது.

“நீங்கள் அதைச் சிறிது நகர்த்தினீர்கள்,” என்றார் நகாடா.

“ஆக இது தரையோடு சேர்ந்து ஆணியடிக்கப்பட்டிருக்கவில்லை என்பது நமக்குத் தெரியும். ஆனால் அதை நான் இன்னுமதிகமாக நகர்த்த வேண்டும் என்று நினைக்கிறேன்.”

“நீங்கள் அதைத் தலைகீழாகத் திருப்ப வேண்டும்.”

“ஓட்டப்பங்களைப் போல.”

நகாடா தலையசைத்தார். “அது சரிதான். சரிதான். நகாடாவுக்கு விருப்பமானவற்றில் ஓட்டப்பங்களும் உண்டு.”

“அதைக் கேட்பதில் மகிழ்ச்சி. ஆக நரகத்தில் அவர்கள் ஓட்டப்பங்களை வைத்திருப்பார்களா, ஹ்ம்ம்ம்? எப்படியாகிலும், இன்னொரு முறை நான் முயற்சி செய்து பார்க்கிறேன். என்னால் இந்தச் சங்கதியைத் திருப்பிப் போட முடியுமென்று நம்புகிறேன்.”

ஹோஷினோ கண்களை மூடித் தனது பலத்தின் ஒவ்வொரு துளியையும் வரவழைத்துக் கொண்டான், இந்த ஒற்றைச்

செயற்பாட்டில் அதை ஒருநிலைப்படுத்துபவனாக. *இதுதான்! தனக்குள் அவன் சொன்னான். இப்போது இல்லையென்றால் எப்போதும் இல்லை!*

அவனுக்கு நல்ல பிடிமானம் கிட்டியது, கவனமாக அதை இறுகப் பற்றினான், பிறகு பெரிதாக மூச்சிழுத்தான், குலைநடுங்கச் செய்யும் ஒரு அலறலை வெளியிட்டு ஒரே மூச்சில் கல்லைத் தூக்கினான், 450 கோணத்தில் அதைக் காற்றில் உயர்த்திப் பிடிப்பதாக. அவனுடைய பலத்தின் எல்லை அது. எப்படியோ, அதை அந்த நிலையில் வைத்திருக்க அவனால் முடிந்தது. அவன் மூச்சிறைத்தான், ஒட்டுமொத்த உடலும் வலிக்க, அவனுடைய எலும்புகளும் தசைகளும் வலியால் அலறின, ஆனால் அவன் முயற்சியைக் கைவிடுவதாக இல்லை. இறுதியாக ஒரு முறை மூச்சை ஆழ உள்ளிழுத்து மாபெரும் அலறலொன்றை வெளியிட்டான், ஆனால் தனது குரலை அவனால் கேட்க முடியவில்லை. தான் என்ன சொல்கிறோமென்பது குறித்து அவனுக்கு ஏதும் தெரிந்திருக்கவில்லை. கண்கள் இறுக மூடியிருக்க, தனக்குள் இருப்பதாக அவனுக்கு ஒருபோதும் தெரிந்திராத ஆற்றலை வெளிக்கொணர அவனுக்குச் சாத்தியமானது, அவனுடைய எல்லைக்கு அப்பாற்பட்டதொரு ஆற்றல். பிராண வாயுவின் இன்மை அனைத்தையும் வெண்மையாக்கியது. தெறிக்கும் எரியிழைகள் போல அவனது நரம்புகள் ஒவ்வொன்றாக வெடித்துச் சிதறின. எந்தவொரு விசயத்தையும் பார்க்க அல்லது கேட்க அவனால் முடியவில்லை, அல்லது யோசிக்கவும் கூட. அங்கே போதுமான காற்றில்லை. இருந்தாலும், அவன் கல்லை மேல்நோக்கித் தள்ளி, இறுதியான ஓர் அலறலோடு, அதைத் திருப்பிப் போட்டான். தனது பிடிமானத்தை அவன் இழக்க, கல்லின் எடை தானாகவே அதைத் திருப்பிக் கொண்டது. ஏதோ மொத்தக் கட்டடமும் நடுங்குவதைப் போல மாபெரும் சத்தம் அந்த அறையைத் தாக்கியது.

எதிர்விசை ஹோஷினோவைப் பின்புறமாகத் தூக்கியடித்தது. அவன் அங்கே கிடந்தான், முகம் மேலே பார்த்திருக்க கைகால்களைப் பரப்பி, டடாமியின் மீது, காற்றுக்காக மூச்சிரைத்தபடி, இடைவிடாமல் சுழன்ற மென்மையான களிமண் அவனுடைய தலையை நிறைத்திருந்தது. நான்

உயிரோடிருக்கும் வரையில் இவ்வளவு கனமானவொன்றை ஒருபோதும் தூக்கப் போவதில்லை, அவன் எண்ணினான், என்று நினைக்கிறேன். (என்றபோதும் பிற்பாடு, அவனது அந்த அனுமானம் அதீத நம்பிக்கையென்பதாக மாறிப் போனது.)

"திரு ஹோஷினோ?"

"எ-என்ன?"

"நுழைவாயில் திறந்து கொண்டது, உங்களுக்கு நன்றி."

"உனக்கு ஒன்று தெரியுமா, தாத்தா? அதாவது, திரு நகாடா?"

"என்ன அது?"

முகத்தை உயர்த்தி, கண்கள் இன்னும் மூடியிருக்க, ஹோஷினோ இன்னொரு முறை மூச்சை ஆழ உள்ளிழுத்து வெளியேற்றினான். "அது திறந்திருந்தால் நல்லது. இல்லையென்றால் ஒன்றுமற்றதற்காக என்னை நானே வதைத்துக் கொண்டதாக ஆகியிருக்கும்."

33

ஒஷிமா வருவதற்கு முன்னால் நூலகத்தைத் திறப்பதற்கான ஏற்பாடுகளை நான் செய்கிறேன். காற்றுநீக்கத் துப்புரவுக்கருவியால் தரைகளனைத்தையும் சுத்தம் செய்து, சாளரங்களைத் துடைத்து, கழிப்பறையைச் சுத்தப்படுத்தி, அனைத்து நாற்காலிகளையும் மேசைகளையும் துடைத்து வைக்கிறேன். படிக்கட்டுக் கைப்பிடிக்கம்பிகளின் மீது நீர் தெளித்து நன்கு பளபளக்கும்படி அவற்றை மெருகூட்டுகிறேன். தளத்தின் கறைபடிந்த கண்ணாடியைத் தூசு தட்டுகிறேன். பூங்காவைக் கூட்டிப் பெருக்கி, வாசிப்பறையின் காற்றுச் சீரமைப்பு எந்திரத்தையும் கிட்டங்கியின் ஈரப்பதம் அகற்றும் கருவியையும் இயங்கச் செய்கிறேன். காபி தயாரித்து பென்சில்களைக் கூர்மையாக்குகிறேன். காலை நேரத்தின் ஆளரவமற்ற நூலகம் – அதற்குள் இருக்கும் எதுவோ எனக்கு நெருக்கமாயிருக்கிறது. சாத்தியத்துக்குட்பட்ட அத்தனை வார்த்தைகளும் கருத்துருவாக்கங்களும் அங்குள்ளன, அமைதியாக ஓய்வெடுத்தபடி. இந்த இடத்தைப் பாதுகாக்க என்னால் இயன்ற அனைத்தையும் செய்ய நான் விரும்புகிறேன், சீராகவும் தூய்மையாகவும் இதை வைத்திருக்க. சில சமயங்களில் நான் பொறுமையாக நின்று அடுக்குகளுக்குள் இருக்கும் அத்தனை அமைதியான நூல்களையும் உற்று நோக்குகிறேன், கையை நீட்டி ஒரு சிலவற்றின் முதுகுத்தண்டுகளைத் தொட்டுப் பார்க்கிறேன். 10.30-க்கு, எப்போதும் போல, மஸ்டா மியாடா வாகன முகப்புக்குள் உறுமிக்கொண்டு நுழைகிறது, ஒஷிமா தோன்றுகிறான், சற்றே தூக்கக்கலக்கத்தோடு இருப்பவனாக. திறக்கும் நேரம் வரும் வரைக்கும் நாங்கள் சற்று உரையாடுகிறோம்.

“ஒன்றும் பிரச்சினை இல்லையென்றால், நான் சிறிது நேரம் வெளியே செல்ல விரும்புகிறேன்,” நாங்கள் திறந்தவுடன் அவனிடம் நான் சொல்கிறேன்.

“எங்கே போக?”

“நான் உடற்பயிற்சியகம் சென்று பயிற்சி செய்ய வேண்டும். சில காலமாக எந்தப் பயிற்சியையும் நான் மேற்கொள்ளவில்லை.”

அந்த ஒரு காரணம் மட்டுமல்ல. மிஸ் செய்கி பணிக்குக் காலையில் தாமதமாக வருபவள், அவளைச் சந்திக்க நேர்வதை நான் விரும்பவில்லை. மறுபடியும் அவளைப் பார்ப்பதற்கு முன் எனது எண்ணங்களைத் தொகுத்துக் கொள்ள எனக்கு நேரம் தேவைப்படுகிறது.

ஒஷிமா என்னைப் பார்க்கிறான், சிறிய தயக்கத்துக்குப் பிறகு, தலையை அசைக்கிறான். “என்றாலும், கவனமாக இரு. மனைவியைப் போல உன்னை அடக்க நான் விரும்பவில்லை, ஆனாலும் நீ அசட்டையாக இருக்கக்கூடாது, சரியா?”

“கவலைப்படாதே, நான் கவனமாயிருப்பேன்,” அவனுக்கு உறுதியளிக்கிறேன்.

முதுகுப்பை ஒரு தோளில் தொங்க, நான் தொடருந்தில் ஏறுகிறேன். டகமாட்சு நிலையத்தில் உடலுறுதி மன்றத்துக்குப் போகும் பேருந்தைப் பிடிக்கிறேன். பொருட்கள் காப்பறையில் எனது பயிற்சி உடைகளுக்கு மாறிக் கொள்கிறேன், பிறகு சில தொடர்சுற்றுப் பயிற்சிகளை மேற்கொள்கிறேன், எனது வாக்மேனை மாட்டிக் கொள்ள, அதற்குள் பிரின்ஸ் அதிர்கிறது. சிறிது காலம் ஆகி விட்டதால் எனது தசைகள் கெஞ்சுகின்றன, ஆனாலும் நான் சமாளித்துக் கொள்கிறேன். உடலின் இயல்பான எதிர்வினைதான் அது – தங்கள் மீது சுமத்தப்படும் அதீத பாரத்துக்கெதிராக தசைகள் அலறுகின்றன. “லிட்டில் ரெட் கார்வெட்டை” கேட்டபடி, அந்த எதிர்வினையைச் சமப்படுத்த நான் முயற்சி செய்கிறேன், அதை ஆற்றுப்படுத்த. ஆழமாக மூச்சிழுக்கிறேன், அதை நிறுத்தி, வெளியிடுகிறேன். உள்ளிழுத்து, நிறுத்தி, வெளியிடுகிறேன். சீரான அளவில் சுவாசிக்கிறேன், திரும்பத் திரும்ப. ஒவ்வொன்றாக எனது

தசைகளனைத்தையும் அவற்றின் எல்லை வரை விரட்டுகிறேன். எனக்குப் பயங்கரமாக வியர்க்க, சட்டை நனைந்து பாரமாக மாறுகிறது. தண்ணீரை விழுங்குவதற்காக நான் சில முறை குளிர்நீர் இயந்திரத்தினருகே போகும்படி ஆகிறது.

வழக்கமான ஒழுங்குமுறையின்படி ஒவ்வொரு கருவியாகப் போகிறேன், எனது மனம் முழுக்க மிஸ் செய்கியால் நிறைந்திருக்க. நாங்கள் கொண்ட உடலுறவாலும். எனது தலையை வெறுமையாக்க முயற்சி செய்கிறேன், அனைத்தையும் காலியாக்க, ஆனால் அது எளிதாயில்லை. ஆக தசைகளின் மீது கவனத்தைக் குவித்து பயிற்சிகளுக்குள் என்னை ஆழ்ந்து ஈடுபடுத்திக் கொள்கிறேன். எப்போதும் போல அதே கருவிகள், அதே எடைகள், அதே எண்ணிக்கையில் குந்துகைகள். பிரின்ஸ் இப்போது "செக்ஸி மதர்ஃபக்கரை" இசைத்துக் கொண்டிருக்கிறான். எனது ஆணுறுப்பின் முனை இன்னும் சற்று ரணமாயிருக்க நான் ஒன்றுக்கிருக்கும்போது அது கொஞ்சம் சுருக்கென்கிறது. முனை சிவந்திருக்கிறது. எனது முன்தோலில்-இருந்து-யாவும்-புத்தம்புதிதாக உள்ள ஆணுறுப்பு இன்னும் இளமையாகவும் மென்மையாகவும் இருக்கிறது. ஒடுக்கப்பட்ட பாலுறவு சார்ந்த கற்பனைகள், வழுக்கிக் கொண்டு போகும் பிரின்ஸின் குரல், அனைத்து வகையான நூல்களின் மேற்கோள்கள் – ஒட்டுமொத்தக் குளறுபடிகளும் சேர்ந்து மூளைக்குள் சுழலுகின்றன, மேலும் எனது தலை ஏதோ அது வெடிக்கப் போகிறதென்பதாக உணர்கிறது.

நானொரு குளியல் போடுகிறேன், புதிய உள்ளாடைகளை மாற்றிக் கொண்டு நிலையத்துக்குத் திரும்பும் பேருந்தைப் பிடிக்கிறேன். பசிக்க, நிலையத்தின் அருகேயுள்ள விடுதிக்குள் நுழைந்து துரிதவுணவை எடுத்துக் கொள்கிறேன். சாப்பிடும் சமயம், டகமாட்சுவில் எனது முதல் நாளன்று இங்குதான் உணவு உட்கொண்டேன் என்பதை உணர்கிறேன். எத்தனை நாட்களாக நான் இங்கிருக்கிறேன் என்பதையெண்ண அது என்னை அதிசயிக்கச் செய்கிறது. நூலகத்தில் தங்கத் தொடங்கி கிட்டத்தட்ட ஒரு வாரம் ஆகியிருந்தது, ஆகவே ஷிகோகுவுக்கு நான் மூன்று வாரங்களுக்கு முன்பு வந்திருக்க வேண்டும்.

சாப்பிட்டு முடித்த பிறகு நான் கொஞ்சம் தேநீர் அருந்தியவாறே நிலையத்தின் முன்பகுதியில் ஆரவாரத்தோடு அலைமோதும் மக்களைப் பார்க்கிறேன். அவர்களனைவரும் எங்கோ போகிறார்கள். நான் விரும்பினால், அவர்களோடு இணையலாம். வேறொரு இடத்துக்குப் போகும் தொடருந்தைப் பிடிக்கலாம். எல்லாவற்றையும் இங்கு வீசியெறிந்து விட்டு, இதற்குமுன் ஒருபோதும் நான் சென்றிராத இடம் சென்று, முதலில் இருந்து தொடங்கலாம். கையேட்டில் ஒரு பக்கத்தைத் திருப்புவதைப் போல. ஹிரோஷிமாவுக்கு நான் போகலாம், ஃபுகோவுகாவுக்கு, எங்கு வேண்டுமானாலும். எதுவும் என்னை இங்கு பிடித்து வைத்திருக்கவில்லை. சில நாட்களை ஓட்டத் தேவையான யாவும் எனது முதுகுப்பையில் உள்ளது. துணிகள், கழுவுபை, உறக்கப்பொதி. என் அப்பாவின் வாசிப்பறையில் இருந்து எடுத்து வந்த பணத்தை இன்னும் நான் தொடக்கூட இல்லை.

ஆனால் எங்கும் என்னால் போக முடியாதென்பது எனக்குத் தெரியும்.

“ஆனால் எங்கும் உன்னால் போக முடியாது, உனக்கு அது நன்றாகத் தெரியும்,” காகம் எனப் பெயரிடப்பட்ட சிறுவன் சொல்கிறான்.

மிஸ் செய்கியை நீ இறுகப் பற்றியிருந்தாய், அவளுக்குள் நிறைய முறை உச்சமடைந்தாய். அது அனைத்தையும் அவள் ஏற்றுக் கொண்டாள். உனது ஆணுறுப்பு இன்னும் வலிக்கிறது, அவளுக்குள்ளே நுழைந்தது எப்படியிருந்தென்பதை இன்னும் நினைவு கூர்ந்தபடி. உனக்கு மட்டுமேயான இடங்களுள் ஒன்று. நூலகத்தைப் பற்றி நீ நினைக்கிறாய். அடுக்குகளில் வரிசைகட்டி நிற்கும் கலக்கமற்ற, அமைதியான புத்தகங்களைப் பற்றி. ஒஷிமாவைப் பற்றி நீ நினைக்கிறாய். உனது அறையைப் பற்றி. சுவரில் தொங்கும் “காஃப்கா – கடற்கரையில்” மற்றும் அந்த ஓவியத்தை உற்று நோக்கும் 15-வயது-நிரம்பிய பெண்ணைப் பற்றி. உனது தலையை ஆட்டுகிறாய். இங்கிருந்து நீ கிளம்பிப் போக வழியேயில்லை. நீ சுதந்திரமானவன் அல்ல. ஆனால் உண்மையில் இதைத்தான் நீ விரும்புகிறாயா? அல்லது சுதந்திரமாக இருக்க?

நிலையத்துக்குள் ரோந்து சுற்றும் காவலர்களைக் கடந்து போகிறேன், ஆனால் அவர்களுக்கு என் மீது எந்த அக்கறையுமில்லை. என்னைக் கடந்து செல்லும் ஒவ்வொரு மனிதனும் ஏதோ வெளுத்துப்போன என் வயதொத்த சிறுவனென்பதாகத் தெரிகிறது, தோளில் தொங்கும் முதுகுப்பையோடு. நானும் அவர்களுக்குள் ஒருவன் மட்டுமே, சூழலுக்குள் கரைந்து போனவன். கலவரப்படத் தேவையில்லை. வெறுமனே இயல்பாக நடந்து கொண்டால் யாரும் என்னை கவனிக்கப் போவதில்லை.

சிறிய இரண்டு-பெட்டிகளைக் கொண்ட தொடருந்தைப் பிடித்து நான் நூலகம் திரும்புகிறேன்.

"ஹோய், நீ திரும்பி விட்டாய்," என்கிறான் ஒஷிமா. எனது முதுகுப்பையை அவன் பார்க்கிறான், திகைத்துப் போனவனாக. "தெய்வமே, எப்போதுமே நீ உன்னோடு ஏகப்பட்ட சுமையைத் தூக்கிக் கொண்டு திரிவாயா என்ன? அப்பழுக்கற்ற லைனஸ் நீ (*Linus* – கிரேக்க புராணங்களின் கலைஞன்)."

கொஞ்சம் நீரைக் கொதிக்க வைத்து நான் தேநீர் அருந்துகிறேன். ஒஷிமா தனது வழக்கமான நீண்ட, கூர்மையான பென்சிலை சுழற்றிக் கொண்டிருக்கிறான். அவனது பென்சில்கள் அவை ரொம்பச் சிறிதாகும்போது எங்கே போகின்றன, எனக்கு எதுவும் தெரியாது.

"அந்த முதுகுப்பை நிஜத்தில் உனது சுதந்திரத்தின் அடையாளமென்பதைப் போல," அவன் சொல்கிறான்.

"அப்படித்தான் யூகிக்கிறேன்," என்கிறேன்.

"சுதந்திரத்தை அடையாளப்படுத்தும் பொருளை வைத்திருப்பது நிஜத்தில் அது சுட்டிக்காட்டும் சுதந்திரத்தை விட ஒரு மனிதனை சந்தோசமாக வைத்திருக்கக்கூடும்."

"சில சமயங்களில்," நான் சொல்கிறேன்.

"சில சமயங்களில்," அவன் திருப்பிச் சொல்கிறான். "உனக்குத் தெரியுமா, உலகின் சின்னஞ்சிறு பதில்களுக்கென ஒரு போட்டி வைத்தால், எதிர்ப்பே இல்லாமல் நீ வெற்றி பெறுவாய்."

“அனேகமாக.”

“அனேகமாக,” என்கிறான் ஓஷிமா, ஏதோ வெறுத்துப் போனவனைப் போல. “பெரும்பாலும் உலகின் அனேக மனிதர்கள் சுதந்திரமாக இருக்க முயற்சி செய்வதில்லை, காஃப்கா. வெறுமனே அப்படி இருப்பதாக அவர்கள் நினைக்கிறார்கள். அது வெறும் தோற்றமயக்கம் மட்டுமே. நிஜத்தில் அவர்கள் சுதந்திரமாக விடப்பட்டால் பெரும்பாலான மனிதர்கள் தீவிரக் குழப்பத்தில் சிக்கிக் கொள்வார்கள். நீ அதை நினைவில் கொள்வது நல்லது. உண்மையில் சுதந்திரமாக இல்லாதிருப்பதைத்தான் மனிதர்கள் விரும்புகிறார்கள்.”

“நீ உட்பட?”

“ஆம், சுதந்திரம் இல்லாமல் இருப்பதைத்தான் நானும் கூட விரும்புகிறேன். ஒரு புள்ளி வரைக்கும். மனிதர்கள் வேலிகளை அமைக்கத் தொடங்கியபோது நாகரீகம் உருவானதாக ஜான்-ஜாக்கஸ் ரூசோ வரையறுத்தார். ரொம்பவே அறிவுப்பூர்வமான அவதானிப்பு. அது உண்மையும் கூட - அனைத்து நாகரீகங்களும் வேலியிடப்பட்ட சுதந்திரமின்மையின் விளைவுகளே. என்றாலும், ஆஸ்திரேலிய அபாரிஜின்கள் அதற்கு விதிவிலக்கு. பதினேழாம் நூற்றாண்டு வரைக்கும் வேலியற்ற நாகரீகத்தைப் பேண அவர்களுக்குச் சாத்தியமானது. எந்த-கட்டுப்பாட்டுக்குள்ளும்-அடங்காத சுதந்திரத்தோடு அவர்கள் இருந்தார்கள். தாங்கள் விரும்பிய இடத்துக்கு அவர்களால் போக முடிந்தது, தாங்கள் விரும்பியபோது, தாங்கள் விரும்பியதைச் செய்தபடி. அவர்களுடைய வாழ்க்கை வெளிப்படையான பயணமாக இருந்தது. அலைச்சல் என்பது அவர்கள் வாழ்வைக் குறிக்கும் துல்லியமான குறியீடு. பிரிட்டிஷ்காரர்கள் வந்து அவர்களின் கால்நடைகளை அடைக்க வேலிகளைக் கட்டியபோது அபாரிஜின்களால் அதைத் தாங்கிக் கொள்ள முடியவில்லை. மேலும், அங்கு பயன்படுத்தப்பட்ட விதியின் முனையை அறியாதவர்களாக, ஆபத்தானவர்களாகவும் சமூக விரோதிகளாகவும் முத்திரை குத்தப்பட்டு அவர்கள் விரட்டியடிக்கப்பட்டார்கள், வெகு தொலைவில் இருந்த குடியேற்றப் பகுதிகளுக்கு. ஆகவே நீ கவனமாயிருக்க வேண்டுமென நான் விரும்புகிறேன். உயரமான,

பலம்வாய்ந்த வேலிகளைக் கட்டும் மனிதர்கள்தான் அதிகமும் தப்பிப் பிழைப்பவர்கள். நாமும் கூட வனாந்திரங்களுக்குள் துரத்தியடிக்கப்படுவோமென்கிற ஆபத்தோடுதான் அந்த உண்மையை நாம் மறுதலிக்கிறோம்…”

எனது அறைக்குச் சென்று முதுகுப்பையை வைக்கிறேன். பிறகு நான் சமையலறைக்குத் தலைப்படுகிறேன், சிறிது காபியைக் காய்ச்சி இறக்கி மிஸ் செய்கிக்கு அதைக் கொண்டு செல்கிறேன். இரண்டு கைகளிலும் உலோகத்தட்டுகளோடு, ஒவ்வொரு படியாக நான் கவனமாக நடக்கிறேன், பழங்காலத் தரைப்பலகைகள் கிறீச்சிட. தளத்தின் மீது, கறைபட்ட கண்ணாடியிலிருந்து வரும் அற்புத நிறங்களின் வானவில்லை ஊடுருவிப் போகிறேன்.

மிஸ் செய்கி தனது மேசையில் அமர்ந்திருக்கிறாள், எழுதியவாறு. நான் காபிக் கோப்பையைக் கீழே வைக்கிறேன், அவள் நிமிர்ந்து பார்த்து என்னுடைய வழக்கமான நாற்காலியில் என்னை உட்காரச் சொல்கிறாள். இன்று அவள் கறுப்புநிற டி-ஷர்டின் மீது *காஃபே-அவ்-லெய்ட்* நிறத்தில் (*Cafe-au-lait* - பாலும் காபியும் கலந்தால் வரும் நிறம்) சட்டையைப் போட்டிருக்கிறாள். அவளுடைய கேசம் பின்னால் இழுத்துக் கட்டப்பட்டிருக்கிறது, உடன் சிறிய முத்தாலான காதணிகளின் இணையையும் அணிந்திருக்கிறாள்.

சிறிது நேரம் அவள் ஒன்றும் சொல்லவில்லை. அப்போதுதான் அவள் எழுதி முடித்ததைப் பார்க்கிறாள். அவளது உணர்வு வெளிப்பாட்டில் உள்ள எதுவும் வழக்கத்துக்கு மாறானதில்லை. தனது ஃபவுண்டைன் பேனாவின் மூடியைத் திருகி அதைத் தனது எழுதும் தாளின் மீது வைக்கிறாள். மையால் உண்டான கறைகளைச் சோதிப்பவளாக அவள் தனது விரல்களை அகல விரிக்கிறாள். ஞாயிற்றுக்கிழமை-மதியச் சூரியவொளி சாளரத்தின் வழியே மின்னுகிறது. வெளியே யாரோ பூங்காவில் இருக்கிறார்கள், பேசியபடி.

“நீ உடற்பயிற்சியகம் போனதாகத் திரு ஓஷிமா என்னிடம் சொன்னார்,” அவள் சொல்கிறாள், என் முகத்தைப் படிப்பவளாக.

“அது உண்மைதான்,” நான் சொல்கிறேன்.

“அங்கே என்ன மாதிரியான உடற்பயிற்சிகளை நீ மேற்கொள்வாய்?”

“எந்திரங்களையும் பிணைப்பற்ற எடைகளையும் நான் பயன்படுத்துவேன்,” நான் பதிலளிக்கிறேன்.

“வேறு ஏதாவது?”

எனது தலையை ஆட்டுகிறேன்.

“கொஞ்சம் தனிமையான வகையைச் சேர்ந்த விளையாட்டு, இல்லையா?”

நான் தலையசைக்கிறேன்.

“இன்னும் பலமானவனாக வேண்டுமென்று நீ விரும்புவதாக யூகிக்கிறேன்.”

“பிழைத்துக்கிடக்க வேண்டுமெனில் நீங்கள் பலமானவராக இருக்க வேண்டும். மிகக்குறிப்பாக என்னைப் பொறுத்தமட்டில்.”

“ஏனென்றால் நீ தன்னந்தனியாக இருக்கிறாய்.”

“யாரும் எனக்கு உதவப் போவதில்லை. குறைந்தபட்சம் இதுவரைக்கும் யாரும் எனக்கு உதவியதில்லை. ஆக நானாகத்தான் என்னைப் பார்த்துக் கொள்ள வேண்டும். இன்னும் பலமானவனாக நான் மாற வேண்டும் – அனாதையான ஒரு காகத்தைப் போல. எனவேதான் எனக்கு நானே காஃப்கா எனப் பெயரிட்டேன். செக் மொழியில் காஃப்காவுக்கு அர்த்தம் அதுதான் – காகம்.”

“ஹ்ம்ம்ம்,” என்கிறாள், சற்று ஈர்க்கப்பட்டவளாக. “ஆக நீயொரு காகம்.”

“சரிதான்,” என்கிறேன்.

அது சரிதான், காகம் எனப் பெயரிடப்பட்ட சிறுவனும் சொல்கிறான்.

"என்றாலும், அந்த வகையிலான வாழ்க்கைமுறைக்கு ஒரு எல்லை இருந்தாக வேண்டும்," அவள் சொல்கிறாள். "அந்த பலத்தை உன்னைச் சுற்றியிருக்கும் பாதுகாப்பு அரணாக நீ பயன்படுத்த முடியாது. உனது கோட்டையை மோதித் தகர்த்திடும் பலத்தோடு ஏதோவொன்று எப்போதும் இருக்கத்தான் போகிறது. குறைந்தபட்சம் கோட்பாட்டளவிலாவது."

"பலமே உங்களுடைய நீதியாக மாறிப்போகும்."

மிஸ் செய்கி புன்னகைக்கிறாள். "நீ சட்டென்று பிடித்துக் கொள்கிறாய்."

"நான் தேடும் பலமென்பது, நீங்கள் வெற்றி பெறுகிற அல்லது தோற்கிற வகைமையைச் சார்ந்ததல்ல. வெளியேயிருந்து வரும் ஆற்றலை எதிர்த்து நிற்கும் அரணைத் தேடி நான் ஓடவில்லை. நான் விரும்புவதெல்லாம் அந்த வெளிப்புற ஆற்றலை உட்கிரகித்துக் கொள்ளும் சாத்தியத்துடன் கூடிய வகைமையைச் சேர்ந்த பலத்தை, அதற்கு ஈடுகொடுத்து நிற்கக்கூடியதை. அமைதியாக சங்கதிகளைப் பொறுத்துக் கொள்ளும் ஆற்றலை - அநியாயம், துரதிர்ஷ்டம், சோகம், தவறுகள், மனஸ்தாபங்கள் எல்லாவற்றையும்."

"நீ வசப்படுத்திக் கொள்வதற்கு எல்லாவற்றிலும் மிகக் கடினமான ஆற்றலாக இதுதான் இருக்கப் போகிறது."

"எனக்குத் தெரியும்..."

அவளுடைய புன்னகை ஒற்றைக் கோணம் அதிகமாக ஆழமாகிறது. "உனக்கு எல்லாம் தெரிந்திருப்பதாகத் தெரிகிறது."

நான் எனது தலையை ஆட்டுகிறேன். "அதில் உண்மையில்லை. எனக்கு 15 தான் ஆகிறது, எனக்குத் தெரியாத எண்ணற்ற விசயங்கள் உள்ளன. எனக்கு அவை தெரிந்திருக்க வேண்டும், ஆனால் தெரியாது. ஒரு வார்த்தைக்கு, எனக்கு உங்களைப் பற்றி ஒன்றுமே தெரியாது."

அவள் காபிக்கோப்பையை எடுத்து ஒரு மிடறு அருந்துகிறாள். "நீ தெரிந்து கொள்ள வேண்டியது ஒன்றுமில்லை, எனக்குள்ளே நீ தெரிந்து கொள்ள வேண்டியது ஒன்றுமில்லை."

"உங்களுக்கு என் கோட்பாடு நினைவிருக்கிறதா?"

"நிச்சயமாக," அவள் சொல்கிறாள். "ஆனால் அது உன்னுடைய கோட்பாடு, என்னுடையதல்ல. ஆகவே எனக்கு அதில் எந்தப் பொறுப்பும் கிடையாது, இல்லையா?"

"துல்லியமாக. ஆக கோட்பாட்டை முன்வைக்கும் மனிதனே அதை நிரூபிக்க வேண்டியவனாகவும் இருக்கிறான்," நான் சொல்கிறேன். "அதுவே என்னை ஒரு கேள்விக்கு இட்டுப்போகிறது."

"எது குறித்து?"

"மின்னலால் தாக்குண்ட மனிதர்களைப் பற்றி ஒரு புத்தகம் வெளியிட்டதாக என்னிடம் சொன்னீர்கள்."

"உண்மைதான்."

"அது இன்னும் கிடைக்கிறதா?"

அவள் தனது தலையை ஆட்டுகிறாள். "ஆரம்பிக்கும்போது அவர்கள் அப்படியொன்றும் அதிகப் புத்தங்களை அச்சிடவில்லை. வெகு காலம் முன்பே அது அச்சில் இல்லாமல் போனது, மேலும் மீதமிருந்த பிரதிகள் கூட அழிக்கப்பட்டதாக நினைக்கிறேன். என்னிடமும் ஒரு பிரதி கூட கிடையாது. நான் முன்னர் சொன்னதைப் போல, யாருக்கும் அதில் விருப்பமில்லை."

"உங்களுக்கு ஏன் அந்த கருப்பொருளில் ஆர்வமிருந்தது?"

"எனக்கு உறுதியாகத் தெரியவில்லை. அது குறித்து சங்கேதமாக ஏதும் இருந்திருக்கலாம் என நினைக்கிறேன். அல்லது வெறுமனே என்னை மும்முரமாக வைத்துக் கொள்ள நான் விரும்பியிருக்கலாம், ஆகவே என்னை எப்போதும் அலைந்து திரியச் செய்த, மனதை ஆக்கிரமித்திருந்த ஒரு குறிக்கோளை நான் எடுத்துக் கொண்டிருக்கலாம். உண்மையான

நோக்கம் என்னவென்பதை என்னால் இப்போது நினைவுகூர முடியவில்லை. வெறுமனே அந்த எண்ணத்தை எடுத்துக் கொண்டு நான் ஆய்வு செய்யத் தொடங்கினேன். பிறகு நான் எழுத்தாளர் ஆனேன், பணம் குறித்த கவலைகள் ஏதுமின்றி, எக்கச்சக்க நேரத்துடன், ஆக எனது ஆர்வத்தைத் தூண்டுவது எதுவாயினும் கூடுதலோ குறைவோ அதை நான் தேர்ந்தெடுக்கலாம். என்றாலும், அதற்குள் நுழைந்தபிறகு, அந்தக் கருப்பொருளே மிகவும் வசீகரிப்பதாக இருந்தது. அனைத்து வகை மக்களைச் சந்திப்பது, அனைத்து வகைக் கதைகளைக் கேட்பது. அந்தத் திட்டம் மட்டும் இல்லாமல் போயிருந்தால், அனேகமாக நான் யதார்த்தத்தை விட்டு இன்னுமதிகமாக விலகி தனிமைக்குள் தொலைந்து போயிருப்பேன்."

"என் அப்பா இளைஞராயிருந்தபோது ஒரு கோல்ஃப் மைதானத்தில் காடியாகப்(caddy-வீரர்களுக்கான மட்டைகளையும் பந்துகளையும் சுமந்து செல்லும் உதவியாளர்.) பணிபுரிந்து மின்னலால் தாக்கப்பட்டார். உயிர்பிழைக்கும் அதிர்ஷ்டம் அவருக்கு இருந்தது. அவர் எந்த மனிதரோடு இருந்தாரோ அவர்தான் இறந்து போனார்."

"கோல்ஃப் மைதானங்களில் விழும் மின்னல்களால் நிறைய மனிதர்கள் கொல்லப்படுகிறார்கள் – பெரிய, அகல-திறந்து கிடக்கும் வெளிகள், பாதுகாப்பாக ஒளியக் கிட்டத்தட்ட எந்த இடமும் இல்லாத சூழல். உடன் மின்னலுக்கு கோல்ஃப் வளாகங்களை ரொம்பப் பிடிக்கும். உன் அப்பாவும் கூட டமூரா எனப் பெயரிடப்பட்டிருந்தாரா?"

"ஆமாம், மேலும் அவருக்கும் உங்களின் வயதுதான் இருக்குமென்று நினைக்கிறேன்."

அவள் தனது தலையை ஆட்டுகிறாள். "டமூரா எனப் பெயரிடப்பட்ட யாரையும் எனக்கு நினைவில்லை. அந்தப் பெயரில் யாரையும் நான் பேட்டி காணவில்லை."

நான் ஒன்றும் சொல்லவில்லை.

"அது உன்னுடைய கோட்பாட்டின் ஒரு பகுதி, இல்லையா? அதாவது புத்தகத்துக்காக ஆய்வு செய்து கொண்டிருந்த காலத்தில் உன் அப்பாவும் நானும் சந்தித்தோம், மேலும் அதன் விளைவாக நீ பிறந்தாய்."

"ஆமாம்."

"நல்லது, எனில் அதற்கு ஒரு முற்றுப்புள்ளி வைக்கப்படுகிறது, இல்லையா? அப்படி ஒருபோதும் நடக்கவில்லை. உன்னுடைய கோட்பாடு தவறாகிப் போகிறது."

"அப்படியேதும் கட்டாயமில்லை," நான் சொல்கிறேன்.

"என்ன சொல்ல வருகிறாய்?"

"ஏனெனில் நீங்கள் என்னிடம் சொல்லும் அனைத்தையும் நான் நம்பவில்லை."

"ஏன் கூடாது?"

"சரி, கொஞ்சம் கூட அதைப் பற்றி யோசிக்காமல் டமூரா என்றழைக்கப்பட்ட யாரையும் ஒருபோதும் நான் பேட்டி கண்டதில்லை என்று உடனடியாக என்னிடம் சொன்னீர்கள். இருபது வருடங்களென்பது நீண்ட காலம், மேலும் சொல்லிக் கொள்ளும்படியான எண்ணிக்கையில் மக்களை நீங்கள் பேட்டி கண்டிருக்க வேண்டும். அவர்களுள் ஒருவருக்கு டமூரா என பெயரிடப்பட்டிருந்ததா இல்லையா என்பதை இத்தனை விரைவாக நினைவுகூர உங்களுக்குச் சாத்தியப்படாதென்று நினைக்கிறேன்."

அவள் தனது தலையை ஆட்டியபடி இன்னொரு மிடறு காபியை அருந்துகிறாள். மெல்லிய புன்னகை அவள் உதடுகளில் மலர்கிறது. "காஃப்கா, நான் –" அவள் நிறுத்துகிறாள், சரியான வார்த்தைகளைத் தேடுபவளாக.

அவற்றை அவள் கண்டுபிடிக்க நான் காத்திருக்கிறேன்.

"என்னைச் சுற்றியிருக்கும் சங்கதிகளெல்லாம் மாறத் தொடங்கியிருப்பதாக உணர்கிறேன்," அவள் சொல்கிறாள்.

“எந்த வகையில்?”

“உண்மையில் என்னால் அதைச் சொல்ல முடியவில்லை, ஆனால் என்னமோ நடக்கிறது. காற்றின் அழுத்தம், சத்தங்கள் எதிரொலிக்கும் வழிமுறை, ஒளியின் பிரதிபலிப்பு, உடல்கள் எவ்வாறு நகர்கின்றன என்பதோடு காலம் கடந்து போவதும் – இவை யாவும் உருமாறுகின்றன, அணுஅணுவாக. ஒவ்வொரு சிறிய மாற்றமும் ஒரு துளியென்பதைப் போல, மெல்ல ஒரு நீரோட்டமாக அவை உருக்கொள்கின்றன.” தனது கறுப்புநிற மாண்ட் ப்ளான்க் பேனாவை அவள் எடுக்கிறாள், அதைப் பார்க்கிறாள், இருந்த இடத்தில் அதை மீண்டும் வைக்கிறாள், பிறகு நேராக என்னைப் பார்க்கிறாள். “நேற்றிரவு உனது அறையில் நமக்குள் நிகழ்ந்ததும் கூட அனேகமாக அந்த நீரோட்டத்தின் ஒரு பகுதியே. நேற்றிரவு நாம் செய்தது சரியா தவறா என்பது எனக்குத் தெரியாது. ஆனால் அந்தச் சமயத்தில் எந்தத் தீர்மானமும் எடுக்கச் சொல்லி என்னை நானே கட்டாயப்படுத்தக்கூடாதென்று முடிவெடுத்தேன். நீரோட்டம் அங்கு இருக்கிறதெனில், தான் விரும்பும் இடத்துக்கு வெறுமனே அது என்னை அழைத்துப் போக அனுமதிக்க வேண்டுமென்று எண்ணினேன்.”

“நான் என்ன நினைக்கிறேன் என்பதை உங்களிடம் சொல்லலாமா?”

“தயங்காமல் சொல்.”

“தொலைந்த காலத்தை ஈடுகட்ட நீங்கள் முயற்சி செய்வதாக நினைக்கிறேன்.”

அது குறித்து அவள் சிறிது நேரம் யோசிக்கிறாள். “நீ சொல்வது சரியாகவும் இருக்கலாம்,” என்கிறாள். “ஆனால் உனக்கு எப்படி அது தெரியும்?”

“ஏனென்றால் நானும் அதே விசயத்தைத்தான் செய்கிறேன்.”

“தொலைந்த காலத்தை ஈடுகட்டுவதா?”

“ஆமாம்,” என்கிறேன். “எனது பிள்ளைப்பருவத்திடமிருந்து நிறைய விசயங்கள் திருடப்பட்டன. எண்ணற்ற முக்கியமான

விசயங்கள். ஆக இப்போது நான் அவற்றை மீண்டும் பெற்றாக வேண்டும்."

"வாழ்க்கையைத் தொடரும் காரணத்துக்காக."

நான் தலையசைக்கிறேன். "மனிதர்களுக்கு அவர்களால் திரும்பிப் போக முடிந்த இடமென்பதாக ஏதேனுமொன்று தேவைப்படும். அப்படி ஒன்றைக் கண்டடைய இன்னும் நேரமிருப்பதாக நான் நினைக்கிறேன். எனக்கும், உடன் உங்களுக்கும்."

அவள் கண்களை மூடுகிறாள், மேசையின் மேற்புறத்தில் தனது விரல்களைக் கொண்டுக் கூடாரமிடுகிறாள். ஏதோ அவள் அதை விட்டு விலகியதைப் போல, மீண்டும் தனது கண்களைத் திறக்கிறாள். "யார் தான் நீ?" அவள் கேட்கிறாள். "மேலும் எல்லாவற்றைப் பற்றியும் ஏன் உனக்கு இத்தனை அதிகமாகத் தெரிந்திருக்கிறது?"

நீ யாரென்பது அவளுக்குத் தெரிய வேண்டுமென்று அவளிடம் சொல்கிறாய். கடற்கரையில் இருக்கும் காஃப்கா நானே, நீ சொல்கிறாய். உன் காதலன் - உன் மகன். காகம் எனப் பெயரிடப்பட்ட சிறுவன். மேலும் நாமிருவரும் சுதந்திரமாக வாழ முடியாது. பெருநீர்ச்சுழி ஒன்றில் சிக்கிக் கொண்டு காலத்துக்கப்பால் நாம் இழுத்துச் செல்லப்படுகிறோம். எங்கோ, மின்னலால் நாம் தாக்குண்டோம். ஆனால் உங்களால் பார்க்கவோ கேட்கவோ முடிந்த வகையைச் சேர்ந்த மின்னல் அல்ல.

அன்றிரவு நீங்கள் மீண்டும் உடலுறவில் ஈடுபடுகிறீர்கள். அவளுக்குள் இருக்கும் வெறுமை நிறைவதை நீ உற்று கவனிக்கிறாய். அதுவொரு மெல்லிய ஒலி, கடற்கரையில் உள்ள சன்னமான மணல் நிலவொளியில் நெறிபடுவதைப் போல. உற்றுக் கேட்டபடி, உனது மூச்சை நீ இழுத்து நிறுத்துகிறாய். நீ இப்போது உனது கோட்பாட்டுக்கு உள்ளே இருக்கிறாய். பிறகு நீ வெளியே இருக்கிறாய். பிறகு மறுபடியும் உள்ளே, பிறகு வெளியே. ஆழமாக மூச்சிழுக்கிறாய், அதை நிறுத்தி, வெளியிடுகிறாய். உள்ளிழுத்து, நிறுத்தி, வெளியிடுகிறாய். பிரின்ஸ் பாடிக் கொண்டேயிருக்கிறான், ஏதோ உன் தலைக்குள் வசிக்கும் ஒரு மெல்லுடலியைப் போல. நிலவு உயர்ந்திட,

அலை உள்ளே ஏறி வருகிறது. கடல் நீர் ஓர் ஆறாக மாறி ஓடுகிறது. சாளரத்துக்குச் சற்று வெளியே இருக்கும் டாக்வுட்டின் கிளை பதற்றத்தோடு நடுங்குகிறது. நீ அவளை நெருக்கமாகப் பற்றியிருக்கிறாய், தனது முகத்தை உன் மார்பில் அவள் புதைக்கிறாள். உனது வெற்றுத்தோலின் மீது அவளின் மூச்சை நீ உணர்கிறாய். உனது தசைகளை அவள் தடவுகிறாள், ஒவ்வொன்றாக. அதன் பிறகு, விடைத்து நிற்கும் உனது ஆணுறுப்பை அவள் மென்மையாக நாவால் துழாவுகிறாள், ஏதோ அதைக் குணப்படுத்துவது போல. நீ மீண்டும் உச்சமடைகிறாய், அவளின் வாய்க்குள். அவள் அதை விழுங்குகிறாள், அதன் ஒவ்வொரு துளியும் விலைமதிப்பற்றது என்பதைப் போல. அவள் யோனியை நீ முத்தமிடுகிறாய், ஒவ்வொரு மென்மையான, வெதுவெதுப்பான பகுதியையும் நாவால் தொட்டபடி. அங்கே வேறு யாராகவோ நீ மாறிப் போகிறாய், வேறு ஏதோவொன்றாக. நீ வேறு எங்கோ இருக்கிறாய்.

"எனக்குள்ளே நீ தெரிந்து கொள்ள வேண்டியது ஒன்றுமில்லை," அவள் சொல்கிறாள். திங்கட்கிழமை காலை விடியும் வரைக்கும் நீங்கள் ஒருவரையொருவர் பற்றியிருக்கிறீர்கள், நேரம் கடந்து போவதை உற்றுக் கவனித்தபடி.

34

மழைமேகங்களின் மாபெரும் தொகுதி நகரத்தை சாவகாசமான வேகத்தில் கடந்து சென்றது, என்றோ-தொலைந்த அறவுணர்ச்சியை நகரின் ஒவ்வொரு மூலையிலும் தேடுவதைப் போலத் தொடர்ச்சியான மின்னற்கீற்றுகளைச் சரசரவென்று வெளியிட்டபடி, இறுதியில் அதுவொரு மெல்லிய, சீற்றங்கொண்ட எதிரொலியாகத் தேய்ந்து கீழ்வானில் சென்று மறைந்தது. பிறகு அந்த பயங்கர மழை உடனடியாக நிற்க அதைத் தொடர்ந்து இயல்புமீறிய அமைதி எங்கும் சூழ்ந்தது. ஹோஷினோ எழுந்து கொண்டு சிறிது காற்று உள்ளே வருவதற்கென சாளரத்தைத் திறந்து வைத்தான். புயல் மேகங்கள் மறைந்திருந்தன, வெளுத்த மேகங்களின் போர்வையால் வானம் மறுபடியும் மூடப்பட்டிருந்தது. கட்டடங்கள் யாவும் ஈரமாயிருந்தன, அவற்றின் சுவர்களில் இருந்த ஈர விரிசல்கள் முதியவர்களின் நாளங்களைப் போல அடர்த்தியாக இருந்தன. மின்னிணைப்புகளில் இருந்து சொட்டிய தண்ணீர் தரையின் மீது சிறிய குட்டைகளை உருவாக்கியது. பாதுகாப்பாகத் தாங்கள் பதுங்கியிருந்த இடத்திலிருந்து பறவைகள் வெளியேறி வந்தன, சத்தமாகக் கிறீச்சிட்டபடி, புயல் ஓய்ந்த காரணத்தால் தாங்களும் வெளியேறியிருந்த சின்னஞ்சிறு பூச்சிகளுக்காக அவை போட்டியிட்டன.

ஹோஷினோ தனது கழுத்தை ஒரு பக்கமிருந்து இன்னொரு பக்கமாக இரு முறை திருப்பினான், தனது முதுகெழும்பைச் சோதிப்பவனாக. பெரிதாக ஒரு முறை நெட்டி முறித்தான், சாளரத்தினருகே சென்றமர்ந்து வெளியே உற்றுப் பார்த்தான், பிறகு தனது மார்ல்பரோக்களின் பெட்டியை எடுத்துப் பற்ற வைத்தான்.

"சரி, திரு நகாடா, கல்லைத் திருப்பிப் போட்டு நுழைவாயிலைத் திறக்கும் உனது அனைத்து முயற்சிகளுக்குப் பிறகும், வழக்கத்தை மீறிய எதுவும் நடக்கவில்லை. தவளை ஏதும் தோன்றவில்லை, பேய்கள் இல்லை, வினோதமாக எதுவுமே இல்லை. சொல்லப்போனால், என்னளவில் அது நல்லதுதான்... அந்த இரைச்சலான இடிமுழக்கம் நன்கு மேடையமைத்துத் தந்தது, ஆனால் ஒரு வகையில் எனக்கு ஏமாற்றமாக இருந்ததென்பதை உனக்கு நான் சொல்லியாக வேண்டும்."

அவனுக்கு எந்த பதிலும் கிடைக்கவில்லை, எனவே அவன் திரும்பினான். இரண்டு கைகளையும் தரையிலூன்றி, தனது கண்களை மூடி நகாடா முன்புறமாகச் சாய்ந்திருந்தார். பலவீனமான பூச்சியைப் போல அந்த முதிய மனிதர் தோற்றமளித்தார்.

"என்ன பிரச்சினை? நீ நலமாக இருக்கிறாயா?" ஹோஷினோ கேட்டான்.

"என்னை மன்னியுங்கள், வெறுமனே நான் சற்று களைப்பாக உணர்கிறேன். நகாடாவுக்கு உடல்நிலை அத்தனை நலமாயில்லை. படுத்துச் சிறிது நேரம் உறங்க விரும்புகிறேன்."

நகாடாவின் முகம் மிக மோசமாக வெளுத்துத்தான் தெரிந்தது. அவருடைய கண்கள் உள்ளொடுங்கி, விரல்கள் நடுங்கிக் கொண்டிருந்தன. மிகப்பெரிய அளவில் முதுமையடைய அவருக்குச் சில மணி நேரங்கள் மட்டுமே ஆனதாகத் தோன்றியது.

"சரி, நான் உனக்காக ஃப்யூடனை விரிக்கிறேன். நீ விரும்பும் நேரம் மட்டும் உறங்கத் தயங்காதே," என்றான் ஹோஷினோ. "ஆனால் நீ நன்றாகத்தான் இருக்கிறாயென்று உனக்குத் தெரியுமா? வயிறு வலிக்கிறதா? வாந்தி எடுக்கப் போவதாக உணர்கிறாயா? உனது காதுகளில் ஏதும் சத்தம் கேட்கிறதா? அல்லது அனேகமாக நீ மலங்கழிக்க விரும்பலாம். நானொரு மருத்துவரை அழைக்கட்டுமா? உனக்குக் காப்பீடு இருக்கிறதா?"

"ஆமாம், ஆளுநர் எனக்கு காப்பீடு அட்டையை வழங்கியிருந்தார், அதை எனது பையில் பத்திரமாக வைத்திருக்கிறேன்."

"நல்ல விசயம்," என்றான் ஹோஷினோ, நிலையடுக்கில் இருந்து ஃப்யூடனை இழுத்து வெளியே எடுத்து அதை மட்டமாக விரித்தான். "விவரங்களுக்குள் போகும் நேரம் இதுவல்ல என்பது எனக்குத் தெரியும், ஆனால் உனக்கு அட்டையை வழங்கியது டோக்கியோவின் ஆளுநரல்ல. அது தேசிய சுகாதார அட்டை, ஆக ஜப்பானிய அரசாங்கம்தான் உனக்கு அதை வழங்கியிருக்கிறது. அது குறித்தத் தகவல்கள் எனக்குப் பெரிதாக ஒன்றும் தெரியாது, ஆனால் அதுதான் விசயமென்பது உறுதியாகத் தெரியும். உனது வாழ்வின் ஒவ்வொரு சிறிய சங்கதியையும் ஆளுநர்தான் கவனித்துக் கொள்கிறார் என்றில்லை, சரியா? ஆகவே சற்று நேரம் அவரை மற."

"நகாடாவுக்குப் புரிகிறது. காப்பீடு அட்டையை ஆளுநர் எனக்குத் தரவில்லை. சற்று நேரம் அவரை மறக்க நான் முயற்சி செய்கிறேன். எப்படியாகிலும், எனக்கு ஒரு மருத்துவர் வேண்டுமென்று நினைக்கவில்லை. சிறிது தூக்கம் கிடைத்தால் நான் சரியாகி விடுவேன்."

"ஒரு நொடி பொறு. நீ அந்த 36-மணி நேர மாரத்தான்களுள் ஒன்றை ஆரம்பிக்கப் போவதில்லைதானே, என்ன?"

"எனக்குத் தெரியாது. எவ்வளவு நேரம் நான் தூங்கப் போகிறேனென்பதைத் தீர்மானித்து அதைப் பின்பற்றுபவனில்லை."

"நல்லது, அதில் அர்த்தமிருப்பதாக நினைக்கிறேன்," ஹோஷினோ ஒத்துக் கொண்டான். "யாரும் அதைச் செய்வதில்லை. சரி - நீ விரும்பும் வரைக்கும் தூங்கு. கடினமான நாளாக இருந்திருக்கிறது. அந்த இடி, கூடவே கல்லோடு பேசுவதெல்லாம், சரியா? மேலும் அந்த நுழைவாயில் சங்கதி திறந்ததும் கூட. தினமும் நாம் பார்க்கக்கூடிய சங்கதி அல்ல, அதை உறுதியாகச் சொல்லலாம். உனது மூளையை நிறையப் பயன்படுத்தும்படியானது, ஆகவே நீ சோர்வாயிருக்க வேண்டும். எதைப் பற்றியும் கவலைப்படாதே, வெறுமனே இளைப்பாறி சிறிது ஓய்வெடுக்க முயற்சி செய். முதிய ஹோஷினோ மற்றதைப் பார்த்துக் கொள்ளட்டும்."

"மிகவும் நன்றிக்கடன்பட்டிருக்கிறேன். எப்போதும் நான் உங்களைத் தொந்தரவு செய்கிறேன், இல்லையா? நீங்கள்

செய்திருக்கும் அனைத்துக்கும் நன்றி சொல்ல ஒருபோதும் நகாடாவால் முடியாது. நீங்கள் மட்டும் என்னோடு இல்லாதிருந்தால், என்ன செய்ய வேண்டுமென்று எனக்குத் தெரியாது. மேலும் நீங்கள் செய்ய வேண்டிய முக்கியமான வேலையும் உங்களுக்கு இருந்தது."

"ஆம், அப்படித்தான் நினைக்கிறேன்," ஹோஷினோ தெளிவற்ற குரலில் சொன்னான். நிறைய விசயங்கள் நடந்ததில் தனது சொந்த வேலையை அவன் முற்றிலும் மறந்திருந்தான். "இப்போது நீ இதைச் சொல்வதால், நிஜமாகவே நான் சீக்கிரம் பணிக்குத் திரும்ப வேண்டும். நாம் பேசிக் கொண்டிருக்கும் இந்த நேரத்தில் எனது முதலாளி அனலாகக் கொதித்துக் கொண்டிருப்பான், பந்தயம் கட்டுகிறேன். ஒரு விசயத்துக்காக சில நாட்கள் விடுமுறை எடுக்க வேண்டியிருப்பதாக அவனுக்குத் தொலைபேசியில் அழைத்துச் சொன்னேன், ஆனால் அதன் பிறகு பேசவில்லை. நான் திரும்பியவுடன் நிச்சயமாக என்னை அதை உணரச் செய்வான்."

புதிய மார்ல்பரோ ஒன்றை அவன் பற்ற வைத்து சாவகாசமாகப் புகையை வெளியேற்றினான். தொலைபேசிக் கம்பத்தின் உச்சியில் உட்கார்ந்திருந்த ஒரு காகத்தை வெறித்துப் பார்த்து முகத்தைக் கோணலாக்கி சேட்டைகள் செய்தான். "ஆனால் யார் கவலைப்பட்டது? தான் விரும்பும் எதையும் அவன் சொல்லட்டும் – காதுகளிலிருந்து புகை வந்தாலும் எனக்குக் கவலையில்லை. கவனி, எனது சக்திக்கு மீறிப் பல வருடங்களாகப் பணிபுரிந்து வருகிறேன், குண்டி தேய வேலை பார்த்திருக்கிறேன். ஹேய், ஹோஷினோ, நம்மிடம் ஆள் பற்றாக்குறையாக உள்ளதால் ஹிரோஷிமாவுக்கு ராத்திரி வண்டியை ஓட்டிப் போக முடியுமா? சரி, முதலாளி, நான் செய்கிறேன்... எப்போதும் அவர்கள் எனக்குச் சொன்னதைச் செய்தேன், ஒருபோதும் புகார் சொன்னதில்லை. அதன் காரணமாகத்தான் எனது முதுகு நரகத்தை நாடிச் சென்றது. நீ மட்டும் அதை சரி செய்யாதிருந்தால் சங்கதிகள் மோசம் என்பதிலிருந்து கேவலமாக மாறியிருக்கும். எனது இருபதுகளுக்கு-மத்தியில் தான் இன்னும் இருக்கிறேன், எனவே ஏதோவொரு கேடுகெட்ட வேலைக்காக ஏன் எனது உடல்நிலையை நான் கெடுத்துக் கொள்ள வேண்டும்? அங்கங்கே சில நாட்கள்

விடுமுறை எடுத்துக் கொள்வதில் என்ன தவறிருக்கிறது? ஆனால் உனக்குத் தெரியுமா, திரு நகாடா, நான் – ”

முதியவர் ஆழ்ந்து உறங்கி விட்டாரென்பதை ஹோஷினோ திடீரென்று உணர்ந்தான். கண்கள் இறுக மூடியிருக்க, முகம் மேற்கூரையை நோக்க, உதடுகள் ஒன்றன் மீது ஒன்று அழுந்தியிருக்க, நகாடா அமைதியாக மூச்சு விட்டுக் கொண்டிருந்தார். திருப்பிப் போடப்பட்ட கல் அவரது தலையணைக்கு அருகில் இருந்தது.

ஆஹா, இவரைப் போல வேகமாக தூக்கத்தில் மூழ்கும் யாரையும் எப்போதும் நான் பார்த்ததில்லை, ஹோஷினோ ஆச்சரியமாக நினைத்துக் கொண்டான்.

கையில் நிறைய நேரமிருந்ததால், நெட்டி முறித்தபடி அவன் சிறிது நேரம் தொலைக்காட்சி பார்த்தான், ஆனால் அர்த்தமற்ற அந்தப் பின்மதிய நிகழ்ச்சிகளை அவனால் தாங்கிக் கொள்ள முடியாமல் வெளியே செல்லத் தீர்மானித்தான். அவனிடம் சுத்தமான ஜட்டிகள் ஏதும் மீதமில்லாததால் சிலதை வாங்க வேண்டியிருந்தது. துணி துவைப்பதை அவன் வெறுத்தான். அழுக்கான பழைய ஆடைகளைத் துவைப்பது குறித்துக் கவலைப்படுவதை விட மலிவான சில ஜட்டிகளை வாங்குவதே நல்லது, அவன் எப்போதும் எண்ணிக் கொள்வான். அடுத்த நாளுக்கான பணத்தைச் செலுத்த விடுதியின் முன்மேசைக்குப் போனான், தனது கூட்டாளி உறங்குவதாகவும் அவரை எழுப்ப வேண்டாமென்றும் அவர்களிடம் சொன்னான். “நீங்கள் முயற்சி செய்தால் கூட உங்களால் அது முடியுமென்று அர்த்தமல்ல,” அவன் சேர்த்துச் சொன்னான்.

காற்றிலிருந்த மழைக்கு-பிந்தைய வாசத்தை முகர்ந்தபடி, தனது வழக்கமான டிராகன்கள் தொப்பி, பச்சை-வர்ணம் பூசிய ரே பான்கள் மற்றும் அலோஹா சட்டை ஆகியவற்றோடு அவன் வீதிகளில் அலைந்தான். நிலையத்தின் தானியங்கிப் பொறியகத்தில் ஒரு செய்தித்தாளை எடுத்துக் கொண்டு டிராகன்களின் நிலை என்னவென்பதைச் சோதித்தான் – ஹிரோஷிமாவிடம் அப்பால் ஆட்டத்தை அவர்கள் தோற்றிருந்தார்கள் – பிறகு திரைப்படங்களின் அட்டவணையைப் பரிசோதித்து சமீபத்தைய ஜாக்கிசானைப் பார்க்கத்

தீர்மானித்தான். அதற்கான நேரம் மிகச்சரியாக இருந்தது. காவல் பெட்டியில் அங்கே போகும் வழியைக் கேட்டு அது அருகேதான் உள்ளதென்பதை அறிந்து கொண்டதால் நடந்து சென்றான். தனது நுழைவுச்சீட்டை வாங்கிக் கொண்டு உள்ளே போய் படத்தைப் பார்த்தான், கடலைப்பருப்புகளை மென்றபடி.

படத்தை விட்டு அவன் வெளியே வந்தபோது சாயங்காலம் ஆகியிருந்தது. அவனுக்கு அப்படியொன்றும் பசிக்கவில்லை, ஆனால் வேறு எதைப் பற்றியும் தன்னால் சிந்திக்க முடியாததால் இரவுணவைச் சாப்பிடத் தீர்மானித்தான். அருகேயிருந்த இடத்துக்குள் சட்டென்று நுழைந்து சுஷியும் பீரும் கொண்டு வரப் பணித்தான். தான் உணர்ந்ததைக் காட்டிலும் அதிகமாக அவன் களைப்புற்றிருந்தான், ஆக பாதி பீரைத்தான் குடித்தான்.

என்றபோதும், அதில் அர்த்தமிருப்பதாக அவனுக்குத் தோன்றியது. கனமான அந்தக் கல்லைத் தூக்கி, நிச்சயமாக நான் தளர்ந்து போயிருக்கிறேன். மூன்று சிறிய பன்றிகளில் (Three Little Pigs) முதிர்ந்த ஒன்றாக என்னை உணர்கிறேன். சுயநலம் பிடித்த முதிய ஓநாய் வெறுமனே மேலும் கீழுமாக மூச்சு விட்டால் போதும், ஓகாயாமா வரைக்கும் ஒட்டுமொத்தமாகத் தூக்கியடிக்கப்படுவேன்.

சுஷி அருந்தகத்தை விட்டு வெளியேறியபோது ஒரு பசின்கோ இடத்தை அவன் பார்க்கும்படி ஆனது. அவனுக்குத் தெரிவதற்கு முன்பே, 2000 யென்களைத் தொலைத்திருந்தான். இது தனக்கான நாளல்ல என்பது அவனுக்குப் புரிந்தது, எனவே பசின்கோவைக் கைவிட்டு வெறுமனே சுற்றினான். இன்னும் தான் எந்த ஜட்டியையும் வாங்கவில்லை என்பது அவனுக்கு நினைவுக்கு வந்தது. கருமம் – வெளியே வந்ததற்கு அடிப்படைக் காரணம் அதுதான், அவன் தனக்குத்தானே சொல்லிக் கொண்டான். வணிகக்கோட்டத்தில் இருந்த தள்ளுபடி கடைக்குப் போய் ஜட்டிகள், வெண்ணிற டி-ஷர்ட்களோடு காலுறைகளும் வாங்கினான். இப்போது இறுதியாக அவன் தனது அழுக்கு ஜட்டிகளை வீசியெறியலாம். புதிய அலோஹா சட்டைக்கான நேரம் எனத் தீர்மானித்து ஒன்றை வாங்க சில கடைகள் ஏறி இறங்கினான், ஆனால் டகமாட்சுவில் கிடைத்ததெல்லாம் சற்று ஒல்லியாக இருக்கிறதென்னும் முடிவுக்கு வந்தான்.

கோடையோ குளிர்காலமோ ஒரேபோல எப்போதும் அலோஹா சட்டைகளைத்தான் அவன் அணிவான், ஆனால் எந்த அலோஹா சட்டையானாலும் சரியாகிப் போகும் என்று அதற்கு அர்த்தமல்ல.

அருகிலிருந்த அடுமனை ஒன்றில் நின்று கொஞ்சம் பாணை வாங்கினான், ஒருவேளை நடு ராத்திரியில் நகாடா பசியோடு எழுந்தால் தேவைப்படலாம், கூடவே சிறிய பெட்டியில் ஆரஞ்சுச்சாறும். பிறகு அவன் வங்கிக்குச் சென்று 50,000 யென்களை எடுக்க ஏ.டி.எம்.மைப் பயன்படுத்தினான். தனது மீதி இருப்பைச் சோதித்தபோது, சொல்லிக் கொள்ளும்படியாக இன்னும் நிறைய மிச்சமிருப்பதை அவன் தெரிந்து கொண்டான். கடந்த சில வருடங்கள் மிகவும் பரபரப்பாக இருந்த காரணத்தால் எவ்விதத்திலும் பணத்தைச் செலவழிக்கத் தேவையான நேரம் அவனுக்கு இருக்கவில்லை.

இந்த நேரத்தில் முழுக்க இருட்டியிருக்க அவனுக்கு ஒரு கோப்பை காபிக்கான திடீர் ஆசை தோன்றியது. சுற்றுமுற்றும் பார்த்தவன், பிரதான வீதியை விட்டு சற்றே விலகியிருந்த ஓர் அருந்தகத்தின் அறிவிப்பைக் கண்டுகொண்டான். இதற்கு மேலும் நாம் அதிகம் பார்க்கவியலாத பழங்கால-பாணி காபி அருந்தகத்தின் வகையைச் சேர்ந்ததாக இருந்தது. அவன் உள்ளே போனான், மென்மையான, சௌகர்யமான இருக்கையில் தன்னை அமர்த்திக் கொண்டு ஒரு கோப்பை கொண்டு வரப் பணித்தான். திடமான, பிரிட்டனில்-தயாரான வால்நட் ஒலிபெருக்கிகளில் இருந்து வாத்திய இசை மென்மையாகக் கசிந்தது. அங்கிருந்த ஒரே வாடிக்கையாளர் ஹோஷினோ மட்டும்தான். தனது இருக்கைக்குள் மூழ்கியவனாக, கடந்த சில நாட்களில் முதன்முறையாக, முழுக்க சௌகரியமாயிருப்பதாக உணர்ந்தான். கடையில் இருந்த யாவும் அமைதியாகவும் இயல்பாகவும் எளிதில் சௌகரியமாக உணரச் செய்வதாகவும் இருந்தன. ரசனையான கோப்பையில் வழங்கப்பட்ட காபி உயர்வானதாகவும் சுவைமிகுந்ததாகவும் இருந்தது. ஹோஷினோ தனது கண்களை மூடினான், அமைதியாக சுவாசித்தபடி, தந்திகளும் பியானோவும் பின்னுறுவதை உற்றுக் கவனித்தான். இதற்கு முன்னால் அரிதாகவே அவன் செவ்வியல் இசையைக் கேட்டிருந்தான், ஆனால் அது ஆற்றுப்படுத்துவதாக இருந்ததோடு தன்னைத்தானே உள்ளாய்வு செய்யும் மனநிலைக்கு அவனை இட்டுச்சென்றது.

எப்போதும் சுனிச்சி டிராகன்களின் மாபெரும் ரசிகனாக இருந்திருக்கிறேன், அவன் நினைத்துக் கொண்டான், ஆனால் எப்படிப் பார்த்தாலும் எனக்கும் டிராகன்களுக்கும் என்ன சம்பந்தம்? ஒரு பேச்சுக்கு அவர்கள் ஜெய்ண்ட்ஸைத் தோற்கடிப்பதாக வைத்துக் கொள்வோம் - எப்படி அது என்னை இன்னும் நல்லவனாக மாற்றப் போகிறது? எவ்வாறு அதற்குச் சாத்தியமாகும்? ஆக ஏதோ அந்த அணி எனது சொந்த நீட்சி என்பதைப் போல உற்சாகமடைவதில் தேவையே இல்லாமல் ஏன் இத்தனை காலத்தை வீணடித்தேன்?

தான் காலியாயிருப்பதாக திரு நகாடா சொன்னார். ஒருவேளை அவர் அப்படி இருக்கலாம்தான், எனக்குத் தெரிந்தவரையில். ஆனால் அது என்னை என்னவாகச் செய்கிறது? தான் சிறிதாயிருந்தபோது நிகழ்ந்த விபத்து தன்னை அவ்வகையில் மாற்றியதாக அவர் சொன்னார் - காலியாக. ஆனால் எனக்கு எந்த விபத்தும் எப்போதும் நடக்கவில்லை. திரு நகாடா ஒரு காலியான மனிதரெனில், காலியாக இருப்பதை விட மோசமானவனாக என்னை அது மாற்றுகிறது! குறைந்தபட்சம் தன்னளவில் ஏதோவொன்று அவரிடமுள்ளது - அது என்னவாயிருந்தாலும், எல்லாவற்றையும் தூக்கிப் போட்டு விட்டு என்னை ஷிகோகுவுக்கு அவரைப் பின்தொடர்ந்து வரச் செய்தது. என்றாலும், அந்த ஏதோவொன்று என்னவென்பதை என்னிடம் கேட்காதீர்கள்...

ஹோஷினோ இரண்டாவது கோப்பை காபியைக் கொண்டு வரப் பணித்தான்.

"எனில், உங்களுக்கு எங்களின் காபி பிடித்திருக்கிறதா?" நரைத்த-முடியோடு இருந்த முதலாளி நெருங்கி வந்து அவனிடம் கேட்டார். (சொல்வதெனில் ஹோஷினோவுக்கு இது தெரியாது, ஆனால் அவர் கல்வி அமைச்சகத்தில் ஒரு அதிகாரியாகப் பணிபுரிந்தவர். பணிஓய்வுக்குப் பிறகு, தனது சொந்த நகரான டகமாட்சுவுக்குத் திரும்பி வந்து இந்தக் காபி அருந்தகத்தைத் திறந்திருந்தார், அங்கே அற்புதமான காபியைத் தயாரிப்பதோடு செவ்வியல் இசையையும் அவர் ஒலிக்கச் செய்தார்.)

"அற்புதமாக இருக்கிறது. அருமையான நறுமணம்."

"கொட்டைகளை நானேதான் வறுப்பேன். ஒவ்வொரு கொட்டையையும் தனித்தனியாகத் தேர்ந்தெடுப்பேன்."

"எனில் இது நன்றாயிருப்பதில் எந்த ஆச்சரியமுமில்லை."

"இசை உங்களைத் தொந்தரவு செய்யவில்லையே?"

"இசையா?" ஹோஷினோ பதிலளித்தான். "இல்லை, அதுவும் அற்புதமாக இருக்கிறது. எனக்கு அதனால் எந்தத் தொந்தரவுமில்லை. யார் வாசிப்பது?"

"ரூபின்ஸ்டெயின், ஹெய்ஃபெட்ஸ், ஃப்யூயர்மான் இணைந்த மூவரணி. மில்லியன் டாலர் ட்ரையோ என்றழைக்கப்பட்டார்கள். முழுநிறைவான கலைஞர்கள். இது 1941-ஐச் சேர்ந்த ஒலிப்பதிவு, ஆனால் அதன் அற்புதம் இன்னும் தேய்ந்தபாடில்லை."

"நிச்சயமாக இல்லை. நல்ல விசயங்களுக்கு வயதே ஆவதில்லை, சரியா?"

"இன்னும் வடிவநேர்த்தியுடன் கூடிய, செவ்வியல்தன்மை கொண்ட, மிகவும் நேரடியான "ஆர்ச்ட்யூக் ட்ரையோ"வின் பதிப்புருவை சிலர் விரும்புகிறார்கள். ஆய்ஸ்ட்ராக் ட்ரையோவின் பதிப்புருவை."

"இல்லை, இது நன்றாயிருப்பதாக நினைக்கிறேன்," என்றான் ஹோஷினோ. "இது, எனக்குச் சொல்லத் தெரியவில்லை, ஒரு மென்மையான உணர்வைக் கொண்டிருக்கிறது."

"மிகவும் நன்றி," என்றார் முதலாளி, மில்லியன் டாலர் ட்ரையோவின் சார்பில் அவனுக்கு நன்றியுரைப்பவராக, பிறகு மீண்டும் சேவை முகப்புக்குப் பின்னால் சென்றார்.

இரண்டாவது கோப்பையை ரசித்தவாறே தனது பிரதிபலிப்புகளுக்குத் திரும்பினான் ஹோஷினோ. ஆனால் நான் திரு நகாடாவுக்கு உதவி வருகிறேன். அவருக்காக சங்கதிகளை வாசிக்கிறேன், மேலும் சொல்லப் போனால், கல்லைக் கண்டுபிடித்தவனும் நானே. இதற்கு முன்னால் எப்போதும் இதை நான் கண்டுகொண்டதில்லை, ஆனால் யாருக்காவது உதவியாக இருப்பதும் ஒரு வகையில் நன்றாகத்தான் உள்ளது...

எதை எண்ணியும் நான் வருத்தப்படவில்லை – வேலையைப் புறக்கணித்தது, ஷிகோகுவுக்கு வந்தது. ஒவ்வொன்றாக நிகழும் பைத்தியக்காரத்தனமான அத்தனை விசயங்களைப் பற்றியும்.

மிகத்துல்லியமாக எனக்கான இடத்தில் இருப்பதாக உணர்கிறேன். திரு நகாடாவோடு இருக்கும்போது நான்-என்பது-என்ன போன்ற சங்கதிகளால் நான் சங்கடப்படக்கூடாது. இது சற்று அதீதமாகக் கூட இருக்கலாம், ஆனால் புத்தரைப் பின்தொடர்ந்தவர்களும் ஏசுவின் சீடர்களும் கூட இதே போலத்தான் உணர்ந்திருப்பார்கள் என்று நான் பந்தயம் கட்டுவேன். புத்தரோடு நான் இருக்கும்போது, எப்போதும் எனக்கான இடத்தில் இருப்பதாக நான் உணர்கிறேன் – அது போன்ற ஏதோவொன்று. கலாச்சாரம், உண்மை, அந்தக் குப்பைகளை எல்லாம் மறந்து விடலாம். யாவும் இது போன்ற உத்வேகத்தைப் பற்றியே பேசுகின்றன.

நான் சின்னவனாயிருந்தபோது, புத்தரின் சீடர்களைப் பற்றியக் கதைகளைத் தாத்தா எனக்குச் சொல்லியிருக்கிறார். அவர்களுள் ஒருவன் ம்யோகா எனப் பெயரிடப்பட்டிருந்தான். அவனொரு முழுமுதற் காட்டுமிராண்டி என்பதோடு எளிய சூத்திரங்களைக் கூட அவனால் மனப்பாடம் செய்ய முடியாது. மற்ற சீடர்கள் எப்போதும் அவனைச் சீண்டுவார்கள். ஒரு நாள் புத்தர் அவனிடம் சொன்னார், "ம்யோகா, நீ அப்படியொன்றும் அறிவாளி அல்ல, எனவே நீ எந்த சூத்திரங்களையும் கற்க வேண்டிய அவசியமில்லை. மாறாக, நுழைவாயிலில் அமர்ந்து அனைவரின் காலணிகளையும் நீ மெருகூட்ட வேண்டுமென்று நான் விரும்புகிறேன்." ம்யோகா கீழ்ப்படிதல் கொண்ட மனிதன், ஆகவே எக்கேடோ கெட்டு ஒழியும்படி தனது குருவிடம் அவன் சொல்லவில்லை. ஆக பத்து வருடங்களாக, இருபது வருடங்களாக, அனைவரின் காலணிகளையும் மெருகூட்டும் பணியில் ஊக்கமுடன் ஈடுபட்டான். பிறகு ஒரு நாள் ஞானம் பெற்று புத்தரைப் பின்பற்றிய மகத்தான மனிதர்களுள் ஒருவனாக மாறிப் போனான். அந்தக் கதை ஹோஷினோவுக்கு எப்போதும் நினைவிருந்தது, ஏனென்றால் அது மிகக் கேவலமான வழிமுறையைச் சேர்ந்த வாழ்க்கையென அவன் நினைத்திருந்தான், வருடங்களாகக் காலணிகளுக்கு மெருகூட்டுவது. அது வெறும் விளையாட்டாக இருக்கக்கூடும்

என்றெண்ணினான். என்றாலும், இப்போது அது குறித்து யோசிக்கும்போது, அந்தக் கதை ஒரு வித்தியாசமான அடிநாதத்தை வரித்துக் கொண்டது. எப்படித் திறந்து பார்த்தாலும் வாழ்க்கை அற்பமானதே. சிறியவனாயிருந்தபோது அது அவனுக்குப் புரியவில்லை என்பது மட்டுமே வித்தியாசம்.

தியானத்துள் ஆழ அவனுக்கு உதவிய அந்த இசை நிற்குமட்டும், இந்த எண்ணங்கள் அவனை ஆக்கிரமித்திருந்தன.

"ஹோய்," அவன் முதலாளியை அழைத்தான். "அந்த இசையை என்னவென்று அழைப்பார்கள்? நான் மறந்து விட்டேன்."

"பீத்தோவனின் 'ஆர்ச்ட்யூக் ட்ரையோ'."

"மார்ச் ட்யூக்கா?"

"ஆர்ச். ஆர்ச் ட்யூக். ஆஸ்திரியாவின் மாபெரும் பிரபுவான ரூடால்ஃபுக்கு இதை பீத்தோவன் சமர்ப்பணம் செய்திருந்தார். இது அதிகாரப்பூர்வமான பெயரல்ல, அனேகமும் அந்த இசைக்கோர்வைக்கான பட்டப்பெயர் என்பதைப் போல. பேரரசர் லியோபால்ட் II-வின் மகன் இந்த ரூடால்ஃப். மிகவும் திறமைவாய்ந்த இசைக்கலைஞன், 16 வயது தொடங்கி பீத்தோவனிடம் பியானோவும் இசைக் கோட்பாடும் கற்றவன். பியானோ கலைஞனாக அல்லது இசைஞனாக ஆர்ச்ட்யூக் ரூடால்ஃப் தனக்கென ஒரு பெயரை உருவாக்கிக் கொள்ளவில்லை, ஆனால் ஒரு மாதிரி நிழல்களுக்குள் மறைந்திருந்து, இவ்வுலகில் எவ்வாறு முன்னேறுவதென்பதை அறியாத பீத்தோவனுக்கு உதவிக்கரம் நீட்டினான். அவன் இல்லையென்றால், பீத்தோவன் மிகவும் கடினமான காலங்களைச் சந்தித்திருக்கக்கூடும்."

"அந்த மாதிரி மனிதர்களும் வாழ்க்கைக்கு அவசியம்தான், ஹ்ம்ம்?"

"சர்வநிச்சயமாக."

"ஒவ்வொருவரும் மேதாவியாக இருந்தால் உலகமே பெரும் குழப்பக்காடாகிப் போகும். யாராவது அதைப் கவனித்துக் கொள்ள வேண்டும், விசயங்களைச் சரியான முறையில் வழிநடத்த."

“துல்லியமாக. முழுக்க மேதாவிகளால் நிறைந்த உலகம் சொல்லிக் கொள்ளும்படியான நிறைய சிக்கல்களைச் சந்திக்கும்.”

“எனக்கு அந்த இசைக்கோர்வை நிஜமாகவே பிடித்திருக்கிறது.”

“மிகவும் அழகானது. அதைக் கேட்பது ஒருபோதும் அலுக்காது. பீத்தோவனின் பியானோ ட்ரையோக்களில் மிகவும் தெளிவானது இதுதான் என்பேன். தனக்கு 40 வயதிருக்கும்போது இதை அவர் இயற்றினார், பிறகு எதையும் இயற்றவில்லை. அந்த வகைமையின் உச்சத்தை அடைந்து விட்டதாக அவர் நினைத்திருக்க வேண்டும்.”

“நீங்கள் சொல்வதன் அர்த்தம் எனக்குத் தெரியுமென்று நினைக்கிறேன். உச்சத்தை அடைவதென்பதே அனைத்திலும் மிக முக்கியமானது,” என்றான் ஹோஷினோ.

“மீண்டும் சொல்லுங்கள்.”

“ஆம், அதைத்தான் நான் செய்யப் போகிறேன்.”

அவன் மீண்டும் அறைக்கு வந்தபோது, எதிர்பார்த்ததைப் போலவே, நகாடா விறைத்துக் கிடந்தார். ஏற்கனவே இதை அவன் அனுபவித்திருக்கிறான், எனவே இம்முறை அது அவனுக்கு வினோதமாகப்படவில்லை. அவர் விரும்பும் மட்டும் தூங்க அவரை அனுமதிப்போம், அவன் தீர்மானித்தான். கல் இன்னும் அங்குதான் இருந்தது, மிகச்சரியாக அவரது தலையணைக்குப் பக்கத்தில், ஹோஷினோ தனது பாண் பொட்டலத்தை அதற்கு அடுத்ததாக வைத்தான். ஒரு குளியல் போட்டு தனது புதிய ஜட்டியை அணிந்தான், பிறகு பழையதை எல்லாம் ஒரு காகிதப்பைக்குள் பந்தாகச் சுருட்டி அதை குப்பைக்கூடைக்குள் எறிந்தான். தனது ஃப்யூடனுக்கு ஊர்ந்து சென்று விரைவில் தூங்கிப் போனான்.

மறுநாள் காலை ஒன்பதுக்குச் சற்று முன்னதாக அவன் விழித்தெழுந்தான். நகாடா இன்னும் உறங்கிக் கொண்டிருக்க அவரது சுவாசம் அமைதியாகவும் சீராகவும் இருந்தது.

காலையுணவு சாப்பிடத் தனியாகப் போன ஹோஷினோ, தனது கூட்டாளியை எழுப்ப வேண்டாமென பணிப்பெண்ணை கேட்டுக் கொண்டான். "ஃப்யூடனை அது இருப்பது போலவே நீ விட்டு விடலாம்," அவன் சொன்னான்.

"அவர் நலமாயிருக்கிறாரா, இத்தனை நேரம் உறங்குகிறார்?" பணிப்பெண் கேட்டாள்.

"கவலைப்படாதே, அவர் நம் மீது செத்து விழப் போவதில்லை. தனது பலத்தை மீட்டெடுக்க அவர் உறங்க வேண்டும். அவருக்கு எது நல்லதென்பது எனக்குத் தெரியும்."

நிலையத்தில் அவன் ஒரு செய்தித்தாளை வாங்கிக் கொண்டு இருக்கையில் அமர்ந்து திரைப்படங்களின் வரிசையைப் பார்வையிட்டான். நிலையத்தின் அருகிருந்த ஓர் அரங்கம் ஃபிரான்சியா த்ரூபோவின் மறுதிரையிடலுக்குத் திட்டமிட்டிருந்தது. த்ரூபோ யாரென்பது குறித்து ஹோஷினோவுக்கு எதுவும் தெரியாது, அல்லது அது ஆணா பெண்ணா என்பது கூட, ஆனால் இரண்டு திரைப்படங்கள் என்பது மாலை வரை நேரத்தைக் கொல்லும் நல்ல வழிமுறை, எனவே அவன் அங்கு போகத் தீர்மானித்தான். "தி 400 ப்ளோஸ்" (The 400 Blows) மற்றும் "ஷூட் தி பியானிஸ்ட்" (Shoot the Pianist) ஆகிய படங்கள் திரையிடப்படவிருந்தன. குறைந்த எண்ணிக்கையிலான பார்வையாளர்களே அரங்கில் இருந்தார்கள். எவ்விதத்திலும் ஹோஷினா ஒரு திரைப்படக் காதலனல்ல. அவ்வப்போது போய் ஏதேனும் ஒரு படத்தைப் பார்ப்பான், குங்-பூ அல்லது சண்டைப்படம். ஆக த்ரூபோவின் இந்த ஆரம்பகாலப் படங்கள் அவனுக்குப் புரிபடாதவையாக இருந்தன, பழைய படங்களில் நீங்கள் எதிர்பார்க்கக்கூடியதைப் போல, வேகமும் சற்று குறைவாகத்தான் இருந்தது. ஆனாலும், படத்தின் இயல்பான மனோநிலையை அவன் ரசித்தான், அதன் ஒட்டுமொத்தத் தோற்றத்தை, பாத்திரங்களின் ஆழ்மன உலகங்கள் எவ்வாறு மறைமுகமாகச் சித்திரக்கப்பட்டதென்பதை. ஆகக் குறைந்தபட்சம் அவன் அலுப்பாக உணரவில்லை. அந்த ஆளின் வேறு சில படங்களைப் பார்த்தாலும் தவறில்லை, பிற்பாடு தனக்குத்தானே அவன் சொல்லிக் கொண்டான்.

அவன் அரங்கை விட்டுக் கிளம்பினான், வணிகக்கோட்டத்துக்கு நடந்து சென்று முந்தைய இரவு போல அதே காபி அருந்தகத்தைக் கண்டுபிடித்தான். முதலாளிக்கு அவனை ஞாபகமிருந்தது. ஹோஷினோ அதே நாற்காலியில் அமர்ந்து காபி கொண்டு வரப் பணித்தான். மறுபடியும், அங்கிருந்த ஒரே வாடிக்கையாளன் அவன்தான். தந்தி இசைக்கருவிகளைக் கொண்ட எதுவோ ஸ்டீரியோவில் ஒலித்துக் கொண்டிருந்தது.

"ஹெய்டனின் முதல் செல்லோ இசைக்கச்சேரி. பியரி ஃபோர்னியர் தனியிசை வாசிக்கிறார்," அவனது காபியைக் கொணர்ந்தபடி முதலாளி விளக்கினார்.

"ரொம்ப இயல்பான ஒலியாக இருக்கிறது," ஹோஷினோ கருத்துரைத்தான்.

"உண்மைதான், இல்லையா?" என்றார் முதலாளி. "எனக்கு மிகவும் பிடித்த இசைக்கலைஞர்களுள் பியரி ஃபோர்னியரும் ஒருவர். நேர்த்தியான மதுரசம் போல, அவரது வாசிப்பில் உள்ள நறுமணமும் உள்ளீடும் நமது உதிரத்தைச் சூடாக்கி மென்மையாக ஊக்குவிப்பதாக இருக்கும். மரியாதையின் பொருட்டு எப்போதும் அவரை நான் மேஸ்ட்ரோ ஃபோர்னியர் என்றே விளிப்பேன். சொல்லப் போனால், தனிப்பட்ட முறையில் அவரை நான் அறிய மாட்டேன், ஆனாலும் அவர் என் ஆசிரியர் என்பதாகவே எப்போதும் உணர்கிறேன்."

ஃபோர்னியரின் ஆற்றொழுக்கான, உயரிய செல்லோ இசையைக் கேட்டதில், ஹோஷினோ அவனது குழந்தைப்பருவத்துக்கு இழுத்துச் செல்லப்பட்டான். ஒவ்வொரு நாளும் மீன் பிடிக்க அவன் ஆற்றுக்குப் போவான். அப்போதெல்லாம் முதுகைப் பற்றிக் கவலைப்பட ஏதுமிருக்காது, அவன் நினைவுகூர்ந்தான். வரக்கூடிய ஒவ்வொரு நாளையும் வெறுமனே வாழ்ந்தால் போதும். நான் உயிரோடு இருந்த வரைக்கும், ஏதோவொன்றாக இருந்தேன். அந்த அளவில்தான் வாழ்க்கை இருந்தது. ஆனால் வழியில் ஏதோ ஓர் இடத்தில் எல்லாம் மாறி விட்டது. வாழ்க்கை என்னை ஒன்றுமற்றவனாக மாற்றியது. அபத்தம்... மனிதர்கள் வாழ்வதற்காகத்தான் பிறக்கிறார்கள், இல்லையா? ஆனால் நான் வாழ்ந்த காலம் அதிகரிக்க, எனக்குள் இருந்ததை இன்னுமதிகமாக இழந்தேன் – இறுதியில் காலியாகிப்

போனேன். ஆக இன்னும் கூட காலம் வாழ்ந்தால், நான் பந்தயமே கட்டுகிறேன், இன்னும் காலியாக, இன்னுமதிகம் பயனற்றவனாக, மாறிப் போவேன். இந்தச் சித்திரத்தில் ஏதோ தவறிருக்கிறது. இது போன்ற சங்கதியாக மாறக் கூடியதல்ல வாழ்க்கை! திசைதிரும்ப வழியேதும் இல்லையா, நான் தலைப்படும் இடத்தை மாற்றிக் கொள்ள?

“மன்னியுங்கள்...” பணப்பெட்டியின் அருகே நின்றிருந்த முதலாளியை ஹோரஷினோ உரக்கக் கூப்பிட்டான்.

“நான் உங்களுக்கு உதவ முடியுமா?”

“நான் யோசித்துக் கொண்டிருந்தேன், உங்களுக்கு நேரமிருந்தால், இங்கு வந்து என்னோடு உரையாட முடியுமா? இந்த ஹெய்டன் எனும் ஆளைப் பற்றி இன்னும் கொஞ்சம் தெரிந்து கொள்ள விரும்புகிறேன்.”

ஹெய்டன், அந்த மனிதர் மற்றும் அவருடைய இசையைப் பற்றி ஒரு சிற்றுரை ஆற்றுவதை முதலாளி மகிழ்ச்சியுடன் செய்தார். அடிப்படையில் சற்று ஒதுங்கியிருக்கும் வகையைச் சேர்ந்த மனிதர் அவர், ஆனால் செவ்வியல் இசை எனும்போது நன்கு பேசக்கூடியவராயிருந்தார். தனது நீண்ட வாழ்க்கை முழுக்கப் பல்வேறு புரவலர்களைச் சார்ந்து - வரிசைப்படுத்த இயலாத எண்ணிக்கையில் பல இசைக்கோர்வைகளை உருவாக்கியபடி - எவ்வாறு கூலிக்கு அமர்த்திய ஓர் இசைஞனாக ஹெய்டன் இருக்க நேர்ந்ததென்பதை விளக்கினார். இயல்பாக, ஒப்புரவோடு, அடக்கத்தோடு, பெருந்தன்மையோடு ஹெய்டன் இருந்ததாக அவர் சொன்னார், அதே நேரம், தனக்குள்ளிருந்த மௌனமான இருண்மையின் காரணமாகச் சிக்கலான மனிராகவும் அவர் இருந்திருக்கிறார்.

“எளிதில் யூகிக்க முடியாத ஒருவராக இருந்தார் ஹெய்டன். அவருடைய உள்ளார்ந்தத் தீவிரமான சோகங்களின் அளவை யாராலும் அறிய முடியாது. என்றாலும், தான் பிறந்த பிரபுத்துவ காலகட்டத்தின் காரணமாக, கீழ்ப்படிதலுக்குள் தனது அகங்காரத்தைத் திறமையாக மறைத்துக் கொண்டு ஒரு பிரகாசமான, மகிழ்ச்சியான புறத்தோற்றத்தை வரித்துக் கொள்ள அவர் நிர்ப்பந்திக்கப்பட்டார். அரைமனதாக, நிறைய பேர் அவரை

பாக்கோடும் மொஸார்ட்டோடும் ஒப்பிடுகிறார்கள் – அவருடைய இசை மற்றும் வாழ்க்கைமுறை என இரண்டையும். தனது நீண்ட வாழ்நாள் முழுக்க அவர் புதுமையை விரும்பினாரென்பதை உறுதியாகச் சொல்லலாம், ஆனால் காலத்துக்கேற்ப தன்னைத் தகவமைத்துக் கொள்பவராக இருக்கவில்லை. ஆனால் அவருடைய இசையைக் கேட்கும்போது நிஜமாகவே நீங்கள் கவனம் செலுத்தினால், நவீனத் தன்முனைப்புக்கான ஒரு மறைவான ஏக்கத்தை உங்களால் கைப்பற்ற முடியும். முழுக்க முரண்பாடுகளால் நிறைந்திருக்கும் தொலைதூர எதிரொலியைப் போல, அமைதியாகத் துடித்துக் கொண்டு, யாவும் ஹெய்டனின் இசையில் காணக்கிடைக்கும். அந்தப் பன்னிசையைக் கவனியுங்கள் – கேட்கிறீர்களா? மிகவும் அமைதியாக உள்ளது – சரியா? ஆனால் எளிதில் வளைந்து தருகிற, இளமையான வகையைச் சேர்ந்த தூண்டுதலால் நிறைந்திருக்கும் விடாப்பிடியான, உள்நோக்கி-நகரும் தன்மை அதற்கு உண்டு."

"பிரான்சிஸ் த்ரூபோவின் படங்களைப் போல."

"துல்லியமாக!" மகிழ்ச்சியோடு வியந்துரைத்த முதலாளி தன்னிச்சையாக ஹோஷினோவின் கரத்தைத் தட்டினார். "நெற்றியில் ஆணியடித்ததைப் போலச் சொன்னீர்கள். த்ரூபோவுக்கு உயிரூட்டும்போது வரும் அதே உணர்வு. எளிதில் வளைந்து தருகிற, இளமையான வகையைச் சேர்ந்த தூண்டுதலால் நிறைந்திருக்கும் விடாப்பிடியான, உள்நோக்கி-நகரும் தன்மை," அவர் மீண்டும் சொன்னார்.

ஹெய்டனின் இசைக்கச்சேரி முடிந்த பிறகு "ஆர்ச்ட்யூக் ட்ரையோ"வின் ரூபின்ஸ்டெயின்-ஹெய்ஃபெட்ஸ்-ஃப்யூயர்மான் பதிப்புருவை மீண்டும் ஒரு முறை போடச் சொல்லி அவரை ஹோஷினோ கேட்டுக் கொண்டான். இதைக் கேட்கும் சமயத்தில், மீண்டும் அவன் நினைவுகளில் தொலைந்து போனான். கருமம், என்ன நடந்தாலும் எனக்குக் கவலையில்லை, அவன் தீர்மானித்தான். நான் வாழும் காலம் மட்டும் திரு நகாடாவைப் பின்தொடரப் போகிறேன். வேலை நாசமாய்ப் போகட்டும்!

35

காலை ஏழு மணிக்குத் தொலைபேசி ஒலிக்கும்போது நான் இன்னும் ஆழ்ந்து உறங்கிக் கொண்டிருக்கிறேன். எனது கனவில் ஓர் ஆழமான குகைக்குள் இருக்கிறேன், கையில் ஒளிகாட்டியோடு, இருட்டுக்குள் வளைந்து எதையோ தேடுகிறேன். வெகுதொலைவில் குகையின் நுழைவாயிலருகே மெல்லிய குரலில் ஒரு பேரைச் சொல்லியழைக்கும் குரலைக் கேட்கிறேன். பதிலுக்குக் கத்துகிறேன், ஆனால் அது யாராக இருந்தாலும் எனது குரலைக் கேட்டதாகத் தெரியவில்லை. அந்த மனிதன் எனது பெயரைச் சொல்லி அழைக்கிறான், திரும்பத் திரும்ப. தயக்கத்தோடு நான் எழுந்து நுழைவாயிலை நோக்கி நடக்கத் தொடங்குகிறேன். இன்னும் சிறிது நேரம் கிட்டியிருந்தால் அதை நான் கண்டுபிடித்திருப்பேன் என்று நினைக்கிறேன். ஆனால் அதை என்னால் கண்டுபிடிக்க முடியாமல் போனதில் உள்ளுக்குள் நிம்மதியாக உணர்கிறேன். அப்போதுதான் நான் விழிக்கிறேன். சுற்றுமுற்றும் பார்க்கிறேன், சிதறிக் கிடக்கும் எனது பிரக்ஞையின் துணுக்குகளைச் சேகரித்தபடி. தொலைபேசி ஒலிப்பதை உணர்கிறேன், நூலகத்தின் வரவேற்பு மேசையில் உள்ள தொலைபேசி. திரைச்சீலைகளினூடாகப் பிரகாசமான சூரியவொளி உள்ளே பாய்கிறது, அதற்கு மேலும் மிஸ் செய்கி எனக்கு அருகில் இல்லை. படுக்கையில் நான் தனியாயிருக்கிறேன்.

எனது டி-ஷர்ட்டோடும் பாக்ஸர்களோடும் படுக்கையை விட்டு வெளியேறி தொலைபேசிக்கு அருகில் போகிறேன். அங்கே போக எனக்குச் சிறிது நேரம் பிடித்தாலும் தொலைபேசி தொடர்ந்து ஒலித்துக் கொண்டேயிருக்கிறது.

“ஹலோ?”

“உறங்கிக் கொண்டிருந்தாயா?” ஓஷிமா கேட்கிறான்.

“ஆம்.”

“விடுமுறை நாளில் இத்தனை சீக்கிரமாக உன்னை எழுப்பியதற்காக மன்னித்து விடு, ஆனால் நாம் பிரச்சினையில் இருக்கிறோம்.”

“பிரச்சினையா?”

“பிற்பாடு உனக்கு அதைப் பற்றிச் சொல்லுகிறேன், ஆனால் சிறிது காலம் நீ இந்தப் பகுதியில் தென்படாமல் இருப்பது நல்லது. சீக்கிரமே நாம் கிளம்பப் போகிறோம், ஆகவே உனது பொருட்களை எல்லாம் சேகரித்துக் கொள். நான் அங்கே வரும்போது, வெறுமனே வாகனமுகப்புக்கு வெளியேறி வந்து ஏதும் பேசாமல் உடனடியாக மகிழுந்தில் ஏறிக் கொள். சரியா?”

“சரி,” நான் பதிலளிக்கிறேன்.

எனது அறைக்குத் திரும்பிச் சென்று மூட்டை கட்டுகிறேன். அவசரம் காட்டத் தேவையில்லை, ஏனெனில் தயாராக எனக்கு ஐந்து நிமிடங்கள்தான் பிடிக்கும். குளியலறையில் தொங்க விட்டிருந்த ஆடைகளை எடுத்துக் கொள்கிறேன், கழுவுபை, புத்தகங்களோடு நாட்குறிப்பையும் எனது முதுகுப்பைக்குள் திணிக்கிறேன், பிறகு உடைகளையணிந்து கொண்டு படுக்கையை ஒழுங்கு செய்கிறேன். விரிப்புகளை இறுக்கமாக இழுத்து விட்டு, தலையணைகளைப் பருமனாக்கி, மேலுறைகளை நேராக்குகிறேன். அங்கு நிகழ்ந்த அனைத்தின் அடையாளங்களையும் மூடி மறைக்கும் விதத்தில். நாற்காலியில் அமர்ந்து சில மணி நேரங்களுக்கு முன்பு வரை என்னோடிருந்த மிஸ் செய்கியைப் பற்றி யோசிக்கிறேன்.

ஒரு கிண்ணம் கார்ன்ஃபிளேக்ஸை விரைவாகச் சாப்பிட எனக்கு நேரமுள்ளது. கிண்ணத்தையும் கரண்டியையும் கழுவி அவற்றை ஒதுங்க வைக்கிறேன். பற்களைத் துலக்கி எனது முகத்தைக் கழுவுகிறேன். வாகனமுகப்புக்குள் மியாடா நுழையும்

சத்தத்தைக் கேட்கும் சமயத்தில் ஆடியில் எனது முகத்தை சோதித்துக் கொண்டிருக்கிறேன்.

பருவகாலம் நன்றாயிருந்தபோதும், தோலால் ஆன மேற்பகுதியை ஒஷிமா இழுத்து விட்டிருக்கிறான். நான் பையைத் தோளில் போடுகிறேன், மகிழுந்தை நோக்கி நடந்து பயணியர் இருக்கைக்குள் ஏறிக் கொள்கிறேன். முன்பைப் போலவே, எனது பையை சட்டத்தில் வைத்துக் கட்டுவதை ஒஷிமா சரியான முறையில் செய்கிறான். அர்மானி-வகை குளிர்கண்ணாடிகளின் இணையை அணிந்திருக்கிறான், உடன் வி-வடிவ கழுத்துடைய வெண்ணிற டி-ஷர்ட்டுக்கு வெளியே கோடு போட்ட லினென் சட்டை, வெண்ணிற ஜீன்ஸ், மற்றும் கடல்-நீலத்தில் தாழ-வெட்டிய கான்வர்ஸ் ஆல் ஸ்டார்ஸ் (Converse All Stars) காலணிகளும். இயல்பான விடுமுறைக்கால ஆடைகள்.

நார்த்-ஃபேஸ் (North Face) இலச்சினையுடன் கூடிய ஒரு கடல்-நீலத் தொப்பியை அவன் என்னிடம் தருகிறான். "உனது தொப்பியை எங்கோ தொலைத்து விட்டதாக நீ சொன்னாய் இல்லையா? இதைப் பயன்படுத்து. உனது முகத்தை சிறிதளவு மறைக்க இது உனக்கு உதவக்கூடும்."

"நன்றி," என்றவாறு தொப்பியை அணிந்து கொள்கிறேன்.

தொப்பியில் என்னைப் பார்க்கும் ஒஷிமா தனது ஆமோதிப்பைத் தலையசைப்பின் வழியே வெளியிடுகிறான். "உன்னிடம் குளிர்கண்ணாடிகள் உண்டு, சரிதானே?"

நான் தலையசைக்கிறேன், எனது வான்-நீல ரேவோக்களை ஜேப்பிக்குள் இருந்து எடுத்து அவற்றை அணிகிறேன்.

"மிகவும் பிரமாதம்," அவன் சொல்கிறான், "தொப்பியைப் பின்புறமாக அணிய முயற்சி செய்."

அவன் சொல்வதைப் போலச் செய்கிறேன், தொப்பியைத் திருப்பிப் போட்டுக் கொள்கிறேன்.

ஒஷிமா மீண்டும் தலையசைக்கிறான். "அற்புதம். நல்ல குடும்பத்தைச் சேர்ந்த ராப் இசைக் கலைஞனைப் போலத்

தோற்றமளிக்கிறாய்." முதல் கியருக்கு மாறுகிறான், எஞ்சினை முடுக்கி க்ளட்சைத் தளர்த்துகிறான்.

"நாம் எங்கே போகிறோம்?" நான் கேட்கிறேன்.

"முன்பு போன அதே இடத்துக்கு."

"கோச்சியில் உள்ள மலைகளுக்கா?"

ஓஷிமா தலையசைக்கிறான். "ஆமாம். மற்றுமொரு நீண்ட பயணம்." அவன் ஸ்டீரியோவைத் தட்டுகிறான். ஏற்கனவே எனக்குப் பரிச்சயமான, உற்சாகம் ததும்பும் மொஸார்ட்டின் ஓர் இசைக்கோர்வை. அனேகமாக, "போஸ்ட்ஹார்ன் செரினேட்"?

"மலைகள் உனக்கு அலுத்து விட்டதா?"

"இல்லை, அங்கிருப்பதை நான் விரும்புகிறேன். அமைதி நிலவும், நிறைய வாசிப்பை நான் சாதித்துக் கொள்ளலாம்."

"நல்லது," என்கிறான் ஓஷிமா.

"ஆக நீ சொன்ன சிக்கல் என்பது என்ன?"

பின்புற-பார்வைக்கான கண்ணாடியின் மீது சிடுசிடுப்பான ஒரு பார்வையை வீசுகிறான் ஓஷிமா, என்னை ஓரப்பார்வை பார்த்து விட்டு, மீண்டும் நேராகப் பார்த்து ஓட்டுகிறான். "முதலாவதாக, காவலர்கள் மறுபடியும் என்னைத் தொடர்பு கொண்டார்கள். நேற்றிரவு எனது இடத்துக்கு தொலைபேசியில் அழைத்தார்கள். உன்னைத் தேடிக் கண்டுபிடிப்பதில் அவர்கள் மிகவும் கவனமாயிருப்பதாகத் தெரிகிறது. ஒட்டுமொத்த சங்கதி குறித்தும் சற்று மூர்க்கமாக இருப்பதாகவும் தோன்றுகிறது."

"ஆனால் எனக்கு வேற்றிடவாதம் உள்ளது, இல்லையா?"

"ஆமாம், உனக்கு இருக்கிறது. திடமான ஒரு வேற்றிடவாதம். கொலை நடந்த நாளன்று நீ ஷிகோகுவில் இருந்தாய். அதில் அவர்களுக்குச் சந்தேகமில்லை. அவர்கள் நினைப்பது என்னவென்றால் வேறு யாரோடும் இணைந்து நீ கூட்டுச்சதியில் ஈடுபட்டிருக்கலாம் என்பதே."

"கூட்டுச்சதியா?"

"உனக்கு ஒரு கூட்டாளி இருந்திருக்கலாம்."

கூட்டாளி? நான் தலையை ஆட்டுகிறேன். "அப்படியொரு எண்ணம் அவர்களுக்கு எங்கிருந்து வந்தது?"

"அதைப் பற்றி அவர்கள் வாயைத் திறக்க மாட்டேனென்கிறார்கள். கேள்விகள் கேட்பதில் மிகவும் தீவிரமாயிருக்கிறார்கள், ஆனால் மேசைகளை அவர்கள் மீது நாம் திருப்பிப் போட முயற்சி செய்தோமெனில் சட்டென்று அமைதியாகி விடுகிறார்கள். ஆக இரவுநேரம் முழுக்க நான் இணையத்தில் செலவிட்டேன், தகவல்களைத் தரவிறக்க. இந்த வழக்கைப் பற்றி அலச ஏற்கனவே இரண்டு இணையதளங்கள் தொடங்கப்பட்டு விட்டன, தெரியுமா? நீயும் கொஞ்சம் புகழ்பெற்றவனாக இருக்கிறாய். புதிருக்கான சாவியைச் சுமந்தலையும் ஒரு நாடோடி இளவரசன்."

நான் மெலிதாகத் தோள்களைக் குலுக்குகிறேன். நாடோடி இளவரசனா?

"இணையத்தில் கிடைக்கும் தகவல்களைக் கொண்டு உண்மைகளையும் விருப்பார்வங்களையும் பிரித்தறிவது கடினம், ஆனால் அதை நீ இவ்வாறு வரையறுத்துக் கொள்ளலாம்: தன்னுடைய பின்-அறுபது வயதுகளில் உள்ள ஒரு முதியவரைக் காவலர்கள் இப்போது தொடர்ந்து வருகிறார்கள். கொலை நடந்த இரவன்று நோகாடா வணிகக்கோட்டத்தின் அருகேயிருந்த காவல் பெட்டிக்கு வந்து அண்டைப்பகுதியில் யாரையோ கொலை செய்ததாக அவர் வாக்குமூலம் தந்திருக்கிறார். கத்தியால் குத்தியதாகச் சொல்லியிருக்கிறார். ஆனால் அனைத்து வகை அபத்தங்களையும் அவர் உளறியிருக்கிறார், ஆகவே காவலில் இருந்த இளம் அதிகாரி அவரைப் பைத்தியம் என்று முத்திரை குத்தி முழுக் கதையையும் கேட்காமல் அவருடைய பாதையில் வழியனுப்பி வைத்திருக்கிறான். இறுதியில் கொலைச் சம்பவம் வெளிச்சத்துக்கு வந்த பிறகே தான் கோட்டை விட்டிருப்பது அந்த அதிகாரிக்குத் தெரிந்திருக்கிறது. முதிய மனிதரின் பெயரையோ முகவரியையோ அவன் குறித்து வைக்கவில்லை, மேலும் அவனது உயரதிகாரிகள்

இதைக் கேள்விப்பட்டால் நரகத்துக்கு இட்டுப்போகும் மாபெரும் விலையை அவன் தரும்படி ஆகலாம், எனவே அமைதியாகி விட்டான். ஆனால் ஏதோவொன்று நிகழ்ந்திட – என்னவென்று எனக்கு ஏதும் தெரியாது – மொத்த சங்கதியும் வெளிச்சத்துக்கு வந்துள்ளது. சொல்வதெனில் அந்த அதிகாரியும் தண்டிக்கப்பட்டிருக்கிறான், வாழ்நாளில் அந்த பாவப்பட்ட ஜீவனுக்கு இதை மறக்க முடியாமல் போகலாம்."

ஒரு வெண்ணிற டொயோட்டா டெர்செலைக் கடக்க ஒஷிமா கியர்களை மாற்றுகிறான், பிறகு லாவகமாக மீண்டும் தனது தடத்துக்குத் திரும்புகிறான். "காவல்துறை முழுமூச்சாக இறங்கியதில் அந்த முதியவரைக் கண்டுபிடிக்க முடிந்திருக்கிறது. அவருடைய பின்னணி அவர்களுக்குத் தெரியாது, ஆனால் மனநலம் பாதிக்கப்பட்டவராகத் தெரிகிறது. நலநிதி மற்றும் உறவினர்களின் ஆதரவோடு தனியாக வாழ்ந்து வந்திருக்கிறார். ஆனால் தனது குடியிருப்பில் இருந்து அவர் மறைந்து விட்டார். அவருடைய அசைவுகளைக் கண்காணித்த காவல்துறை அவர் ஓசி-பிரயாணம் செய்ததாகச் சந்தேகிக்கிறார்கள், ஷிகோகுவுக்குத் தலைப்படுபவராக. கோபேவில் இருந்து வெளியேற தனது பேருந்தை அவர் பயன்படுத்தியிருக்கலாம் என ஒரு நகர-இணைப்புப் பேருந்து ஓட்டுனர் நினைக்கிறான். இயல்புமீறிய பேச்சுமுறையோடு சில புரியாத சங்கதிகளைச் சொன்னதாலும் அவரை அவனுக்கு நினைவிருந்தது. வெளிப்படையாக, தனது இருபதுகளுக்கு மத்தியில் இருக்கும் ஓர் இளைஞனும் அவரோடு இருந்திருக்கிறான். அவர்களிருவரும் டோகுஷிமா நிலையத்தில் இறங்கியுள்ளார்கள். அங்கு அவர்கள் தங்கிய விடுதியைக் கண்டுபிடித்து விட்டிருக்கிறார்கள், ஒரு காவலாளியின் கூற்றுப்படி, டகமாட்சு போகும் தொடருந்தை அவர்கள் பிடித்திருக்கிறார்கள். முதியவரின் நடமாட்டமும் உன்னுடையதும் மிகத்துல்லியமாகப் பொருந்துகிறது. நீங்கள் இருவருமே நகானோ பிரிவின் நோகாடாவை நீங்கி நேரடியாக டகமாட்சுவுக்குக் கிளம்பி வந்திருக்கிறீர்கள். சற்று அளவுக்கு மீறிய தற்செயல் நிகழ்வுகள், ஆக இயல்பாகவே இதனிடையே இருக்கும் ஏதோவொன்றைக் காவலர்கள் வாசிக்கிறார்கள் – ஒட்டுமொத்த சங்கதியையும் நீங்களிருவரும் சேர்ந்துத் திட்டமிட்டதாக எண்ணுகிறார்கள். தேசிய காவல் முகமையும் கூட ஆட்டத்தில் இணைந்துள்ளது, தற்போது அவர்களும்

உனக்காக நகரத்தை அலசி வருகிறார்கள். இதற்கு மேலும் உன்னை நூலகத்தில் ஒளித்து வைக்க நமக்கு இயலாமல் போகலாம், எனவே நீ மலைகளில் தலைமறைவாக இருப்பதே நல்லதென்று தீர்மானித்தேன்."

"நகானோவைச் சேர்ந்த மனநலம் பிறழ்ந்த முதிய மனிதரா?"

"ஏதும் மணியடிக்கிறதா?"

நான் தலையை ஆட்டுகிறேன். "ஒன்றுமில்லை."

"அவருடைய முகவரியும் உனது வீட்டிலிருந்து தொலைவாக இல்லை. 15-நிமிட நடை, அப்பட்டமாக."

"ஆனால் லட்சக்கணக்கான மனிதர்கள் நகானோவில் வசிக்கிறார்கள். அடுத்த வீட்டில் யார் இருக்கிறார்கள் என்பது கூட எனக்குத் தெரியாது."

"இன்னும் இருக்கிறது," என்கிறான் ஒஷிமா, என்னை ஓரப்பார்வை பார்த்தபடி. "நோகாடா வணிகக்கோட்டத்தில் அந்த கானாங்கெளுத்திகளையும் சாலை மீன்களையும் வானிலிருந்து ஒட்டுமொத்தமாக மழையாகப் பொழிய வைத்த மனிதரும் அவர்தான். குறைந்தபட்சம், அது நிகழ்வதற்கு முந்தைய தினத்தில் எக்கச்சக்கமான மீன்கள் வானிலிருந்து விழுமென்று ஒரு காவலனிடம் அவர் முன்னறிவித்துள்ளார்."

"ஆச்சரியமாக இருக்கிறது," என்கிறேன்.

"உண்மைதான் இல்லையா?" என்கிறான் ஒஷிமா. "மேலும் அதே தினம், மாலையில், டோமேய் நெடுஞ்சாலையின் ஃபுஜிகாவா ஓய்வு நிறுத்தத்தில் அட்டைகள் பெருமளவில் மழையாகப் பொழிந்தன. நினைவிருக்கிறதா?"

"ஆம், இருக்கிறது."

"இயல்பாகவே, இதில் எதுவும் காவலர்களின் பார்வைக்குத் தப்பவில்லை. இந்த நிகழ்வுகளுக்கும் தாங்கள் தேடும் மர்மமான மனிதருக்கும் ஏதோ தொடர்பு இருந்தாக வேண்டுமென்று அவர்கள் யூகிக்கிறார்கள். எல்லாவற்றுக்கும் வெகு நெருக்கமான ஓர் இணைகோடு போல அவரின் நடமாட்டங்கள் இருக்கிறது."

மொஸார்ட்டின் இசைக்கோர்வை முடிந்து இன்னொன்று தொடங்குகிறது.

கைகள் திருப்புச் சக்கரத்தின் மீதிருக்க, ஓஷிமா தனது தலையை இரு முறை ஆட்டுகிறான். "இது நிஜமாகவே மிகவும் வினோதமான நிகழ்வுகளின் ஒருங்கிணைவு. தொடங்கியபோதே அபத்தமாகவும், இப்போது தொடரும் சமயத்தில் இன்னும் அபத்தமாகவும் மாறிக் கொண்டிருக்கிறது. அடுத்த என்ன நடக்குமென்பதை யூகிக்கவே முடியவில்லை. என்றாலும், ஒரு விசயத்தை உறுதியாகச் சொல்லலாம். எல்லாம் மிகச்சரியாக இங்கு வந்து குவிவதாகத் தெரிகிறது. முதிய மனிதரின் பாதையும் உன்னுடையதும் ஒன்றுகலக்க உள்ளன."

நான் கண்களை மூடி எஞ்சினின் உறுமலைக் கேட்கிறேன். "அனேகமும் நான் வேறு ஏதாவதொரு நகருக்குப் போக வேண்டும்," அவனிடம் சொல்கிறேன். "வேறெதையும் விட, இதற்கு மேலும் உனக்கோ அல்லது மிஸ் செய்கிக்கோ சிக்கல்களை உருவாக்க நான் விரும்பவில்லை."

"ஆனால் நீ எங்கே போவாய்?"

"எனக்குத் தெரியாது. ஆனால் நீ என்னை நிலையத்துக்கு அழைத்துப் போனால் தீர்மானித்துக் கொள்வேன். அதைப் பற்றி பெரிதாகக் கவலைப்பட வேண்டியதில்லை."

ஓஷிமா பெருமூச்சு விடுகிறான். "இது அப்படியொன்றும் நல்ல யோசனையாக எனக்குப் படவில்லை. நிலையம் முழுக்க காவலர்கள் ஊர்ந்தவாறிருக்க, முதுகுப்பையோடு மனவுறுத்தல்களின் பொதியையும் தூக்கிச் சுமந்தலையும் உயரமான, அசட்டையான 15-வயது-நிரம்பிய பையனை அவர்களனைவரும் தேடிக் கொண்டிருக்கலாம்."

"ஆக அவர்கள் தேடலில் ஈடுபடாத ஏதேனும் ஒரு தொலைதூர நிலையத்துக்கு என்னை ஏன் அழைத்துப் போகக்கூடாது?"

"எல்லாம் ஒன்றுதான். இறுதியில் அவர்கள் உன்னைக் கண்டுபிடிப்பார்கள்."

நான் ஒன்றும் சொல்லவில்லை.

“கவனி, உன்னைக் கைது செய்ய இன்னும் அவர்கள் பிடியாணை பிறப்பிக்கவில்லை. அதிகம் தேடப்படுபவர்களின் பட்டியல் அல்லது எதிலும் நீ இல்லை, புரிகிறதா?”

நான் தலையசைக்கிறேன்.

“எனில் நீ இன்னும் சுதந்திரமானவன் என அர்த்தமாகிறது. எனவே நான் விரும்பும் எந்த இடத்துக்கும் உன்னை அழைத்துப் போக எனக்கு யாருடைய அனுமதியும் தேவையில்லை. நான் சட்டத்தை மீறவில்லை. அதாவது, உன்னுடைய உண்மையான முதல் பெயர் கூட எனக்குத் தெரியாது, காஃப்கா. ஆகவே என்னைப் பற்றிக் கவலைப்படாதே. நான் மிகவும் எச்சரிக்கையான ஆசாமி. யாரும் என்னை எளிதில் சிறைபிடிக்க முடியாது.”

“ஓஷிமா?” நான் சொல்கிறேன்.

“சொல்?”

“யாரோடும் சேர்ந்து எதையும் நான் திட்டமிடவில்லை. என் தந்தையைக் கொல்வதென்றால், அதைச் செய்யும்படி வேறு யாரையும் கேட்க மாட்டேன்.”

“எனக்குத் தெரியும்.”

சிவப்பு விளக்கில் வண்டியை நிறுத்தும்போது பின்புறப் பார்வைக்கான கண்ணாடியை ஓஷிமா சரி செய்கிறான், பிறகு ஒரு எலுமிச்சை மிட்டாயைத் தனது வாய்க்குள் போட்டுக் கொண்டு என்னிடம் ஒன்றை நீட்டுகிறான்.

நானதை வாய்க்குள் போட்டுக் கொள்கிறேன். “அதன் பிறகு என்ன வருகிறது?”

“உன் கேள்விக்கு என்ன அர்த்தம்?” ஓஷிமா கேட்கிறான்.

“‘முதலாவதாக’ என்று சொன்னாய். ஏன் நான் கிளம்பிச் சென்று மலைகளில் ஒளிய வேண்டுமென்பது குறித்து. முதற்காரணம் என ஒன்றிருந்தால், இரண்டாவதும் இருந்தாக வேண்டும்.”

ஒஷிமா சிவப்பு விளக்கை வெறிக்கிறான், ஆனால் அது மாறுவதாயில்லை. "முதலாவதோடு ஒப்பிட, இரண்டாவதொன்றும் அத்தனை முக்கியமானதல்ல."

"இருந்தாலும் அதை நான் கேட்க விரும்புகிறேன்."

"அது மிஸ் செய்கியைப் பற்றியது," அவன் சொல்கிறான். விளக்கு இறுதியில் பச்சையாக மாற அவன் ஆக்சிலரேட்டரை மிதித்து விரைகிறான். "நீ அவளோடு உறங்குகிறாய், சரியா?"

எவ்வாறு அதற்குப் பதில் சொல்வதென்று எனக்குத் தெரியவில்லை.

"கவலைப்படாதே, உன்னை அல்லது வேறு யாரையும் நான் குற்றம் சொல்லவில்லை. இத்தகைய சங்கதிகளைப் புரிந்து கொள்ளும் உணர்வு எனக்குண்டு, அவ்வளவுதான். அவளொரு அற்புதமான ஜீவன், மிகவும் கவர்ச்சிகரமான பெண்மணி. உன்னை விட அவளுக்கு வயது மிகவும் அதிகம், நிச்சயமாக, ஆனால் அதனால் என்ன? அவள் மீது நீ உனக்கிருக்கும் ஈர்ப்பை என்னால் புரிந்து கொள்ள முடிகிறது. அவளோடு உடலுறவு கொள்ள நீ விரும்புகிறாய், ஆக அதனால் என்ன? உன்னோடு உடலுறவு கொள்ள அவள் விரும்புகிறாளா? அதற்கான ஆற்றல் அவளுக்குண்டு. அது என்னை உறுத்தவில்லை. உங்களிருவருக்கும் அது சரியென்று தோன்றினால், எனக்கும் எந்தப் பிரச்சினையுமில்லை." ஒஷிமா எலுமிச்சை மிட்டாயைத் தனது வாய்க்குள்ளாகச் சுழற்றுகிறான். "ஆனால் நீங்களிருவரும் சிறிது காலம் விலகியிருந்தால் நல்லதென்று நினைக்கிறேன். மேலும் நகானோவில் நிகழ்ந்த உதிரந்தோய்ந்த குழப்பத்துக்காக இதை நான் சொல்லவில்லை."

"எனில், ஏன்?"

"தற்போது அவள் மிகவும் நொய்மையான நிலையில் இருக்கிறாள்."

"எப்படிச் சொல்கிறாய்?"

"மிஸ் செய்கி..." அவன் தொடங்குகிறான், மற்ற வார்த்தைகளைத் தேடுபவனாக. "நான் சொல்ல வருவது

என்னவென்றால், அவள் இறந்து கொண்டிருக்கிறாள். வெகு காலம் முன்பே அதை நான் உணர்ந்திருக்கிறேன்."

எனது குளிர்கண்ணாடிகளை உயர்த்தி அவனை நெருக்கமாக உற்றுப் பார்க்கிறேன். வண்டியை ஓட்டுவதால் அவன் நேர்திசையில் பார்த்துக் கொண்டிருக்கிறான். கோச்சிக்குப் போகும் நெடுஞ்சாலைக்குள் நாங்கள் நுழைந்து விட்டோம். இம்முறை, ஆச்சரியமுண்டாக்கும் வகையில், அவன் வேகக்கட்டுப்பாட்டைக் கடைபிடிக்கிறான். ஒரு டொயோட்டா சுப்ரா விர்ரென்று எங்களைக் கடக்கிறது.

"அவள் இறந்து வருவதாக நீ சொல்லும்போது..." நான் தொடங்குகிறேன். "குணப்படுத்தவியலாத நோய் அவளுக்கிருப்பதாக சொல்ல வருகிறாயா? புற்றுநோய் அல்லது வெள்ளணு மிகைப்பு அல்லது வேறு எதுவும்?"

ஒஷிமா தலையாட்டுகிறான். "இருக்கலாம். ஆனால் அவள் உடல்நிலை குறித்து எனக்கு ஒன்றும் தெரியாது. எனக்குத் தெரிந்தவரைக்கும் அது போன்ற நோய் இருந்தால், அவள் முடங்கிப் போயிருக்கக்கூடும். ஆகவே இது அதிகமும் உளவியல் சிக்கலாக இருக்கலாமென்று நினைக்கிறேன். வாழும் விருப்பம் - அதோடு தொடர்பிருக்கக்கூடிய ஏதோவொன்று."

"வாழ்வதற்கான விருப்பத்தை அவள் இழந்து விட்டதாகச் சொல்கிறாயா?"

"அப்படித்தான் நினைக்கிறேன். தொடர்ந்து வாழ்வதற்கான விருப்பத்தை அவள் இழந்திருக்கலாம்."

"தன்னைத்தானே அவள் மாய்த்துக் கொள்வாள் என்று நினைக்கிறாயா?"

"இல்லை, நான் அப்படி நினைக்கவில்லை," ஒஷிமா பதிலளிக்கிறான். "வெகு அமைதியாக, வெகு நிதானமாக, மரணத்தை நோக்கி அவள் நகர்ந்து வருகிறாள். அல்லது மரணம் அவளை நோக்கி நகர்ந்து வருகிறது."

"நிலையத்தை நோக்கி நகரும் தொடருந்தைப் போல?"

காஃப்கா – கடற்கரையில் | 627

“அதைப் போன்ற ஏதோவொன்று,” சொல்லி விட்டு ஓஷிமா நிறுத்துகிறான், அவனுடைய உதடுகள் இறுகுகின்றன. “ஆனால் பிறகு நீ வந்து சேர்ந்தாய், காஃப்கா. எந்தப் பதற்றமுமின்றி மிகவும் இயல்பானவனாக, உண்மையான காஃப்காவைப் போல மர்மமானவனாக. நீங்களிருவரும் ஒருவருக்கொருவர் ஈர்க்கப்பட்டீர்கள், வழக்கமான சொலவடையைப் பயன்படுத்துவதெனில், பிறகு உங்களுக்குள் உறவு உண்டானது.”

“அதன் பிறகு?”

குறுகிய கணத்துக்கு ஓஷிமா இரண்டு கைகளையும் சக்கரத்தில் இருந்து உயர்த்துகிறான். “அவ்வளவுதான்.”

நான் மெல்ல எனது தலையை ஆட்டுகிறேன். “நான்தான் அந்தத் தொடருந்து என்று நீ நினைக்கிறாய், பந்தயம் கட்டுகிறேன்.”

வெகு நேரத்துக்கு ஓஷிமா ஒன்றும் சொல்லவில்லை. “துல்லியமாக,” இறுதியில் அவன் சொல்கிறான். “அவ்வாறுதான் நினைக்கிறேன், துல்லியமாக.”

“அதாவது அவளுடைய மரணத்தை நான் கொண்டு வருவேன்?”

“இதற்காக உன்னை நான் பழி சொல்லவில்லை, புரிந்து கொள்,” அவன் சொல்கிறான். “உண்மையில் அதுவும் நல்லதற்குதான்.”

“ஏன்?”

அவன் இதற்குப் பதில் சொல்லவில்லை. *அதற்கான பதிலை நீதான் கண்டுபிடிக்க வேண்டும்*, அவனுடைய மௌனம் எனக்குச் சொல்கிறது. அல்லது இப்படியும் அவன் சொல்லக்கூடும், *அதைப் பற்றி யோசிக்கக்கூடத் தேவையில்லாமல் அவ்வளவு வெளிப்படையாக இருக்கிறது.*

எனது இருக்கையில் பின்புறமாகச் சாய்கிறேன், கண்களை இறுக மூடி, எனது உடலைத் தளர அனுமதிக்கிறேன். “ஓஷிமா?”

“என்னவென்று சொல்?”

“இதற்கு மேல் என்ன செய்வதென்று எனக்கும் தெரியவில்லை. நான் பார்த்துக் கொண்டிருக்கும் திசை என்னவென்பது கூட

எனக்குத் தெரியாது. எது சரி, எது தவறு – இன்னும் நான் முன்னேறிச் செல்ல வேண்டுமா அல்லது வட்டமடித்துத் திரும்புவதா. மொத்தமாக நான் தொலைந்து போயிருக்கிறேன்."

ஒஷிமா அமைதியாக இருக்கிறான், எந்தப் பதிலும் வருகிற அறிகுறியில்லை.

"எனக்கு நீ உதவியாக வேண்டும். நான் என்ன செய்யட்டும்?" நான் அவனைக் கேட்கிறேன்.

"நீ எதுவும் செய்ய வேண்டாம்," அவன் அலட்டாமல் சொல்கிறான்.

"எதுவும்?"

அவன் தலையசைக்கிறான். "அதனால்தான் உன்னை நான் மலைகளுக்கு அழைத்துப் போகிறேன்."

"ஆனால் அங்கு போன பிறகு நான் என்ன செய்ய வேண்டும்?"

"வெறுமனே காற்றை உற்றுக் கவனி," அவன் சொல்கிறான். "அதைத்தான் எப்போதும் நான் செய்வேன்."

நான் இது குறித்து ஆழமாக யோசிக்கிறேன்.

அவன் மென்மையாகத் தனது கையை என்னுடையதின் மீது வைக்கிறான். "உனது தவறென்று சொல்ல முடியாத விசயங்கள் நிறைய உள்ளன. அல்லது என்னுடையதாகவும் கூட. தீர்க்கதரிசனங்கள், அல்லது சாபங்கள், அல்லது மரபணுக்கள், அல்லது அபத்தம் – எதன் தவறுமல்ல. அமைப்பியல்வாதம் அல்லது மூன்றாம் தொழில்நுட்பப் புரட்சியின் தவறும் கிடையாது. நாமனைவரும் இறந்து மாயமாவோம், ஆனால் அதற்குக் காரணம் உலகின் மொத்த இயக்கமுறையும் அழிவு மற்றும் இழப்பின் மீது எழுப்பப்பட்டுள்ளது என்பதே. நமது வாழ்க்கைகள் யாவும் அந்த வழிகாட்டும் நெறிமுறைகளின் வெற்று நிழல்களே. ஒரு பேச்சுக்கு, காற்று வீசுவதாக வைத்துக் கொள்வோம். அதுவொரு பலமான, கட்டுக்கடங்காத காற்றாக இருக்கலாம் அல்லது மென்மையான தென்றலாக. ஆனால் இறுதியில் அனைத்து வகைக் காற்றும் தேய்ந்து மறைந்து விடும்.

காற்றுக்கு வடிவம் கிடையாது. அது வளியின் நகர்வு மட்டுமே. நீ கவனமாகக் கேட்க வேண்டும், பிறகு உன்னால் இந்தக் குறியீட்டைப் புரிந்து கொள்ள முடியும்."

நான் பதிலுக்கு அவனது கையை அழுத்துகிறேன். அது மென்மையாகவும் கதகதப்பாகவும் உள்ளது. அவனுடைய மென்மையான, பால் அடையாளமற்ற, அழகான நேர்த்தியுடன் கூடிய கரம். "ஆக தற்போதைக்கு மிஸ் செய்கியிடம் இருந்து நான் விலகியிருப்பதே நல்லதென்று நீ நினைக்கிறாய்."

"அவ்வாறுதான் நினைக்கிறேன், காஃப்கா. தற்போதைக்கு அதுதான் சரியானதாக இருக்க முடியும். அவளுடைய இயல்பில் இருக்க அவளை நாம் அனுமதிக்க வேண்டும். அவள் அறிவார்ந்தவள், உறுதியானவளும் கூட. நீண்ட காலத்துக்கு மிகவும் பயங்கரமான வகைமையைச் சேர்ந்த தனிமையோடு இணைந்து வாழ அவள் பழகிக் கொண்டிருக்கிறாள், நிறைய வலிமிகுந்த நினைவுகளோடும். தன்னந்தனியாக தான் எடுக்க வேண்டிய தீர்மானம் எதுவானாலும் அவளால் அதை எடுக்க முடியும்."

"ஆக நான் பாதையின் நடுவில் வந்திருக்கும் ஒரு சிறுவன் மட்டுமே."

"நான் சொல்ல வந்ததன் அர்த்தம் அதுவல்ல," ஓஷிமா மென்மையாகச் சொல்கிறான். "நிச்சயமாக அதுவல்ல. நீ செய்ய வேண்டியதை நீ செய்தாய். உனக்கு எது சரியென்று பட்டதோ, உடன் அவளுக்கும். மிச்சத்தை அவளிடம் விட்டு விடு. இது கொஞ்சம் குரூரமாக ஒலிக்கலாம், ஆனால் இப்போதைக்கு அவளுக்காக நீ செய்யக்கூடியது ஒன்றுமில்லை. நீ மலைகளுக்குச் சென்று உனது சொந்த விசயங்களைக் கவனிக்க வேண்டும். உன்னளவில், நேரம் சரியானதாயிருக்கிறது."

"என் சொந்த விசயங்களைக் கவனிப்பதா?"

"வெறுமனே உனது காதுகளைத் திறந்து வைத்திரு, காஃப்கா," ஓஷிமா பதிலளிக்கிறான். "வெறுமனே கவனி. உன்னை முத்துச்சிப்பியாக எண்ணிக் கொள்."

36

விடுதிக்கு அவன் திரும்பியபோது இன்னும் – அதில் ஆச்சரியம் ஏதுமில்லை – நகாடா உறங்கிக் கொண்டிருப்பதைக் கண்டான் ஹோஷினோ. பாணோடும் ஆரஞ்சுச்சாறோடும் அவருக்கு அருகில் அவன் வைத்துப் போன பொட்டலம் தீண்டப்படாமல் கிடந்தது. ஒரு அங்குலம் கூட அந்த முதியவர் நகரவில்லை, அனேகமாக மொத்த நேரமும் ஒரு முறை கூட அவர் விழிக்கவுமில்லை. ஹோஷினோ மணி நேரங்களைக் கணக்கிட்டான். முந்தைய நாளின் மதியம் இரண்டு மணிக்கு நகாடா உறங்கச் சென்றார், அதாவது முப்பது மணி நேரங்களுக்குக் குறையாமல் அவர் உறங்குகிறார் என்று அர்த்தம். எப்படிப் பார்த்தாலும், என்ன நாள் இது? ஹோஷினோ அதிசயித்தான். நேரம் குறித்த பிரக்ஞையை அவன் முழுதும் தொலைத்திருந்தான். தனது பைக்குள்ளிருந்த நாட்குறிப்பேட்டை எடுத்து சோதித்தான். கணக்கு போட்டு பார்ப்போம், தனக்குத்தானே அவன் சொல்லிக் கொண்டான், கோபேயில் இருந்து கிளம்பிய பேருந்தின் மூலம் சனிக்கிழமை நாங்கள் டோகுஷிமாவுக்கு வந்தோம், பிறகு நகாடா திங்கள் வரை தூங்கினார். திங்கட்கிழமை டோகுஷிமாவை நீங்கி டகமாட்சுவுக்குக் கிளம்பினோம், இடியோடும் கல்லோடுமான அந்தப் போராட்டம் வியாழனன்று நிகழ்ந்தது, பிறகு அன்று மதியம் நகாடா மீண்டும் தூங்கப் போனார். ஆக ஒரு நாள் இரவைத் தாண்டினோம் எனில் இன்றில் வந்து முடியும்... வெள்ளி. ஏதோவொரு உறக்கத் திருவிழாவில் கலந்து கொள்ள அம்முதியவர் ஷிகோகுவுக்கு வந்ததாகத் தோன்றியது.

முந்தைய நாளின் இரவு போலவே, ஹோஷினோ ஒரு குளியல் போட்டான், சிறிது நேரம் தொலைக்காட்சி

பார்த்தான், பிறகு தனது ஃப்யூடனில் ஏறிப் படுத்தான். நகாடா இன்னும் அமைதியாக சுவாசித்துக் கொண்டிருந்தார், ஆழ்ந்து உறங்குபவராக. என்னவோ நடக்கட்டும், ஹோஷினோ நினைத்தான். நீரோட்டத்தோடு இணைந்து போகலாம். விரும்பும் நேரம் மட்டும் அவர் தூங்கட்டும். அதைப் பற்றிக் கவலைப்பட வேண்டியதில்லை. பிறகு அவனும் கூட உறங்கிப் போனான், 10 30-க்கு.

மறுநாள் காலை ஐந்து மணிக்கு அவனுடைய பைக்குள் இருந்த அலைபேசி சிணுங்கி, அதிர்வுகளோடு அவனை விழித்தெழச் செய்தது. நகாடா இன்னும் ஒரு பிணத்தைப் போல ஆழ்ந்து உறங்கிக் கொண்டிருந்தார்.

ஹோஷினோ எட்டிப் பிடித்து அலைபேசியை எடுத்தான். "ஹலோ."

"திரு ஹோஷினோ," ஒரு ஆணின் குரல்.

"கலோனல் சாண்டர்ஸ்?" என்றான் ஹோஷினோ, குரலை அடையாளம் கண்டு கொண்டவனாக.

"அதே ஆள்தான். என்ன நடக்கிறது, பையா?"

"நலம், நான் என்ன... ஆனால் உனக்கு எப்படி இந்த எண் கிடைத்தது? நான் உனக்குத் தரவில்லை, மேலும் பணியிடத்தைச் சேர்ந்த கோமாளிகள் என்னைத் தொந்தரவு செய்யக்கூடாதென்று இத்தனை நாளும் அலைபேசியை அணைத்து வைத்திருந்தேன். ஆக எப்படி உன்னால் என்னை அழைக்க முடிந்தது? இப்போது ஒரு மாதிரி என்னை நீ பயமுறுத்துகிறாய்."

"உன்னிடம் சொன்னது போல, நான் கடவுளோ அல்லது புத்தரோ கிடையாது, மனிதவுயிரும் அல்ல. மீண்டும், நான் வேறொரு சங்கதி – கோட்பாடு. ஆக உனது அலைபேசியை ஒலிக்க வைப்பதென்பது இலகுவான காரியம். இனிப்பு சாப்பிடுவதைப் போல. அது இயக்கத்தில் உள்ளதா அல்லது அணைத்து வைக்கப்பட்டுள்ளதா என்பதெல்லாம் ஒரு துளி வித்தியாசத்தைக் கூட உருவாக்காது, நண்பா. ஒவ்வொரு சின்ன விசயமும் உன்னைத் துன்புறுத்த அனுமதிக்காதே, சரியா? அங்கே ஓடி வந்து நீ விழிக்கும் சமயத்தில் உனக்கருகே நான்

இருந்திருக்க முடியும், ஆனால் அது ஒரு வகையில் அதிர்ச்சியாக இருக்குமென்று நினைத்தேன்.”

“அப்படித்தான் இருக்குமென நீ பந்தயம் கட்டலாம்.”

“ஆக இந்தத் தொலைபேசி அழைப்பை இது விளக்குகிறது. எப்படியாகிலும், நான் நல்ல பண்புகளைக் கொண்ட மனிதன்.”

“அதை நான் பாராட்டுகிறேன்,” என்றான் ஹோஷினோ. “ஆக எவ்வாறாகிலும், அந்தக் கல்லை வைத்து நாங்கள் என்ன செய்ய வேண்டும்? நுழைவாயில் சங்கதி திறக்கும் வகையில் அதைத் திருப்பிப் போட எனக்கும் நகாடாவும் சாத்தியப்பட்டது. வெளியே பைத்தியம் பிடித்தது போல மின்னல் வெட்டியது, அந்தக் கல் ஓராயிரம் கிலோ எடை கொண்டிருந்தது. ஓ, அது சரி – இன்னும் நான் உன்னிடம் நகாடாவைப் பற்றிச் சொல்லவில்லை. என்னோடு சேர்ந்து பயணிக்கும் மனிதர் அவர்தான்.”

“திரு நகாடாவைப் பற்றி எனக்கு எல்லாம் தெரியும்,” என்றார் கலோனல் சாண்டர்ஸ். “விளக்கத் தேவையில்லை.”

“உனக்கு அவரைத் தெரியுமா,” என்றான் ஹோஷினோ. “சரி... எப்படிப் பார்த்தாலும், அதன் பிறகு நகாடா ஆழ்துயிலுக்குப் போய் விட்டார், உடன் கல்லும் இங்குதான் உள்ளது. மறுபடியும் அதை ஆலயத்துக்குக் கொண்டு போக வேண்டுமென நீ நினைக்கவில்லையா? அனுமதியின்றி அதை எடுத்து வந்ததற்காக நாம் சபிக்கப்படலாம்.”

“ஒருபோதும் உனக்குச் சலிப்பதே இல்லை, அப்படித்தானே? எந்தச் சாபமும் இல்லை என எத்தனை முறை உனக்குச் சொன்னேன்,” கடுப்படைந்தவராகக் கூறினார் கலோனல் சாண்டர்ஸ். “இப்போதைக்கு கல்லை அங்கேயே வைத்திரு. நீதான் அதைத் திறந்தாய், ஆகவே இறுதியில் மீண்டும் நீதான் அதை மூட வேண்டும். பிறகு நீ அதைத் திரும்பவும் எடுத்துப் போகலாம். ஆனால் அதற்கான நேரம் இன்னும் வரவில்லை, புரிகிறதா? நாம் சரியாகப் பேசுகிறோமா?”

“ஆம், எனக்குப் புரிகிறது,” என்றான் ஹோஷினோ. “திறந்திருக்கும் சங்கதிகள் மூடப்பட்டாக வேண்டும். நம்மிடம் உள்ள பொருட்களை, அவை இருந்ததைப் போலவே நாம்

கொண்டு போய் வைக்க வேண்டும். சரி போகட்டும்! எப்படிப் பார்த்தாலும், விசயங்களைப் பற்றி அதிகம் யோசிக்க வேண்டாமென நான் தீர்மானித்திருக்கிறேன். நீ விரும்பும் எதை வேண்டுமானாலும் செய்கிறேன், அது எத்தனை பைத்தியக்காரத்தனமாக ஒலித்தாலும். நேற்றிரவு ஒரு வகை வெளிப்பாட்டை நான் அறிந்தேன். பைத்தியக்காரத்தனமான சங்கதிகளைத் தீவிரமாக அணுகுவதென்பது - வெகு தீவிரமான நேரவிரயத்தில் கொண்டு போய் விடும்."

"மிகவும் புத்திசாலித்தனமான தீர்மானம். ஒரு சொலவடை உண்டு, 'மோசமான சிந்தனை என்பது சிந்திக்காமல் இருப்பதைக் காட்டிலும் மிகவும் மோசமானது.'"

"எனக்கு அது பிடித்திருக்கிறது."

"மிகவும் மறைமுகமானதாக உனக்குத் தோன்றவில்லையா?"

"இந்தச் சொலவடையை நீ கேட்டிருக்கிறாயா, 'ஆனை அலறலோடு அலற அலறியோட?'"

"இதற்கு என்ன எழவு அர்த்தம்?"

"அதுவொரு நா-புரட்டு. நானாகச் சொன்னேன்."

"நீ சுட்ட விரும்பும் புள்ளி?"

"ஒரு புள்ளியுமில்லை, உண்மையாகவே. வெறுமனே அதைச் சொல்ல வேண்டுமென்று நினைத்தேன்."

"ஹோஷினோ, முட்டாள்தனமான குறிப்புரைகளை விட்டொழி, சரியா? மனவறுமையோடு எனக்குப் பெரிதாகப் பொறுமை இருப்பதில்லை. இதை நீ தொடர்ந்தாயானால் என்னைக் கிறுக்கனாக்கி விடுவாய்."

"மன்னித்து விடு," என்றான் ஹோஷினோ. "ஆனால் முதற்காரியமாக எதற்காக என்னை நீ அழைத்தாய்? இத்தனை சீக்கிரமாகக் கூப்பிட உனக்கு ஏதேனும் காரணம் இருந்திருக்க வேண்டும்."

"உண்மைதான். மொத்தமாக என் மூளையிலிருந்து அது நழுவி விட்டது," என்றார் கலோனல் சாண்டர்ஸ். "இதுதான் விசயம்

– உடன் இந்த நிமிடமே நீங்கள் அந்த விடுதியை விட்டுக் கிளம்ப வேண்டுமென்று விரும்புகிறேன். காலையுணவு சாப்பிட நேரமில்லை. வெறுமனே திரு நகாடாவை எழுப்பு, கல்லை எடுத்துக் கொண்டு வெளியேறு. ஒரு வாடகை வண்டியைப் பிடி, ஆனால் உனக்காக யாரையும் அழைக்க விடுதிக்காரர்களை அனுமதிக்காதே. பிரதான வீதிக்குச் சென்று ஒன்றை அமர்த்திக் கொள். பிறகு ஓட்டுனரிடம் இந்த முகவரியைக் கொடு. எழுதுவதற்கு உன்னிடம் ஏதாவது உள்ளதா?"

"உம்ம், ஒரு நொடி பொறு.," ஹோஷினோ பதிலளித்தான், தனது பைக்குள் இருந்து பேனாவையும் குறிப்பேட்டையும் கைப்பற்றுபவனாக. "துடைப்பமும் குப்பைத் தட்டமும் தயார்."

"முட்டாள்தனமான நகைச்சுவைகளை நிறுத்து!" தொலைபேசிக்குள் இருந்த கலோனல் சாண்டர்ஸ் அலறினார். "நான் மிகவும் தீவிரமான சூழலில் இருக்கிறேன். ஒரு நிமிடத்தைக் கூட இழக்க முடியாது."

"சரி, சரி. மேற்கொண்டு சொல்."

கலோனஸ் சாண்டர்ஸ் முகவரியை வாசிக்க ஹோஷினோ அதை எழுதினான், தான் அதைச் சரியாகக் குறித்திருக்கிறோமா என்பதை உறுதி செய்திட மீண்டும் ஒரு முறை சொன்னான். "அடுக்ககம் 308, டகமாட்சு பார்க் ஹைட்ஸ் 16-15, 3-சோம், சரிதானே?"

"சரிதான்," கலோனல் சாண்டர்ஸ் பதிலளித்தார். "முன்கதவின் அருகேயுள்ள கறுப்புநிற குடைகளுக்கான நிலையில் சாவியை நீங்கள் கண்டெடுக்கலாம். கதவின் தாழ்நீக்கி உள்ளே செல்லுங்கள். நீங்கள் விரும்பும் வரைக்கும் அங்கே தங்கலாம். உணவு மற்றும் பொருட்களின் சேமிப்பும் அங்குண்டு, ஆகவே நீங்கள் தற்போதைக்கு வெளியில் போகும் தேவையிருக்காது."

"அது உன்னுடைய இடமா?"

"மெய்யாகவே என்னுடைய இடம்தான். என்றாலும், நானதற்கு உரிமையாளன் அல்ல. வாடகைக்கு எடுத்திருக்கிறேன். ஆக வீட்டிலிருப்பதாகவே நினைத்துக் கொள்ளுங்கள். உங்கள் இருவருக்காகவும் அந்த இடத்தைப் பிடித்தேன்."

“கலோனல்?”

“சொல்?”

“நான் கடவுளோ அல்லது புத்தரோ அல்லது மனிதவுயிரோ அல்ல என்று என்னிடம் சொன்னாய், சரியா?”

“சரி.”

“ஆக நீ இந்த உலகத்தைச் சேர்ந்தவனல்ல என்று நான் அனுமானிக்கிறேன்.”

“சரியாகப் பிடித்து விட்டாய்.”

“பிறகு எப்படி உன்னால் ஒரு அடுக்ககத்தை வாடகைக்கு எடுக்க முடிந்தது? நீ மனிதனில்லை, இதற்குத் தேவையான ஆவணங்களும் மற்ற சங்கதிகளும் உன்னிடம் இருக்காது, சரியா? குடும்பப் பேரேடு, உள்ளூர் பதிவுச்சான்றுகள், வருமானச் சான்றிதழ், அதிகாரப்பூர்வ வில்லை மற்றும் முத்திரை ஆகிய அனைத்தும். அவை உன்னிடம் இல்லையெனில், யாரும் உனக்கு இடத்தை வாடகைக்குத் தரப் போவதில்லை. ஏமாற்ற அல்லது வேறெதுவும் செய்தாயா? அதாவது மந்திரம் மூலம் ஓர் இலையை அதிகாரப்பூர்வ வில்லையாக மாற்றுவதைப் போல? தேவையான அளவு திருட்டுத்தனங்கள் ஏற்கனவே நடந்து விட்டன, இதற்கு மேல் எதிலும் சிக்கிக் கொள்ள நான் விரும்பவில்லை.”

“ஒருபோதும் உனக்குப் புரிந்து தொலையாது, இல்லையா?” என்றார் கலோனல் சாண்டர்ஸ், தனது நாவைச் சொடுக்கியபடி. “நீயொரு மகத்தான முட்டாள். உனது மூளை என்ன கூழால் செய்ததா, முதுகெலும்பற்ற கோழையே? ஓர் இலையா? என்னை யாரென்று நினைத்தாய், மாயமந்திர ரக்கூன்களுள் நானும் ஒருவனென்றா? நானொரு கோட்பாடு, புரிகிறதா? *கோட்-பாடு!* கோட்பாடுகளும் ரக்கூன்களும் ஒன்றல்ல, அவ்வாறு இருக்க முடியுமா என்ன? எவ்வளவு மட்டமான விசயத்தைச் சொல்கிறாய்... நிஜமாகவே நான் உடைமை முகவரிடம் சென்று படிவங்களை எல்லாம் பூர்த்தி செய்து பின் வாடகையைக் குறைக்க பேரம் பேசியிருப்பேன் என்று நினைத்தாயா? *கேவலம்!* லௌகீக சங்கதிகளை கவனிக்க எனக்கொரு காரியதரிசி உண்டு. தேவையான ஆவணங்களோடு

மற்ற சங்கதிகளை ஒன்றிணைக்கும் பணியை எனது காரியதரிசி செய்கிறான். வேறு என்ன நீ எதிர்பார்க்கிறாய்?"

"ஆஹ் – ஆக உனக்கு ஒரு காரியதரிசி உண்டு!"

"சர்வநிச்சயமாக ஆம்! எப்படியாகிலும், என்னை யாரென்று நீ நினைத்தாய்? மொத்த சங்கதியையும் விட்டு நீ விலகி நிற்கிறாய். நானொரு மும்முரமான மனிதன், ஆகவே ஏன் எனக்கு ஒரு காரியதரிசி இருக்கக்கூடாது?"

"சரி, சரி – வீணாகக் கத்தி களேபரம் செய்யாதே. வெறுமனே உன்னிடம் வம்பிழுத்தேன். எப்படியாகிலும், ஏன் நாங்கள் இத்தனை சீக்கிரம் கிளம்ப வேண்டும்? கிளம்புவதற்கு முன்னால் குறைந்தபட்சம் கொஞ்சமாக உணவை கடித்துக் கொள்ளக் கூடாதா? எனக்குக் கொலைப் பசி, நகாடாவும் பிணம் போல தூங்கிக் கொண்டிருக்கிறார். எவ்வளவு கடினமாக முயற்சி செய்தாலும் என்னால் அவரை எழுப்ப முடியவில்லை."

"கவனி. இது விளையாட்டில்லை. காவலர்கள் உங்களுக்காக நகரை சல்லடை போட்டுத் தேடுகிறார்கள். முதல் வேலையாக இன்று காலை விடுதிகளையும் தங்குமனைகளையும் அவர்கள் சுற்றி வந்திருக்கிறார்கள், அனைவரையும் விசாரித்தபடி. உங்களிருவரைப் பற்றிய விவரணையும் ஏற்கனவே அவர்களுக்குக் கிடைத்திருக்கிறது. ஆக வெளியே தலைகாட்டினால் நீங்கள் மாட்டிக் கொள்ள வெகு நேரம் ஆகாது. நீங்களிருவரும் தைரியமாக இருங்கள், இதை எதிர்கொள்வோம். ஒரு கணத்தைக் கூட வீணாக்கக்கூடாது."
"காவலர்களா?" ஹோஷினோ அலறினான். "நிறுத்தித் தொலை! நாங்கள் எந்தத் தவறும் செய்யவில்லை. உண்மைதான், உயர்நிலைப்பள்ளியில் சில விசையுந்துகளைத் திருடியிருக்கிறேன். வெறுமனே இன்பச் சுற்றுலாவுக்காக – ஏதோ நான் அவற்றை விற்கப் போகிறேன் அல்லது வேறேதோ என்று அதற்கு அர்த்தமல்ல. எப்போதும் அவற்றைத் திரும்பக் கொண்டு சேர்த்து விடுவேன். அப்போதிருந்து ஒருபோதும் எந்த சட்டமீறலிலும் ஈடுபட்டதில்லை. நான் செய்ததில் மிகக் கேவலமான விசயம் சன்னதியிலிருந்து அந்தக் கல்லைத் திருடியதுதான். மேலும் அவ்வாறு நீதான் என்னை செய்யச் சொன்னாய்."

"இதற்கும் கல்லுக்கும் எந்தத் தொடர்புமில்லை," கலோனஸ் சாண்டர்ஸ் தட்டையான குரலில் சொன்னார். "சில நேரங்களில் மிகப்பெரிய மடையனாக இருக்கிறாய். காவலர்களுக்கு அதைப் பற்றி எதுவும் தெரியாது, அப்படியே தெரிந்தாலும் அது குறித்து கொஞ்சம் கூட அலட்டிக் கொள்ள மாட்டார்கள். விடியலின் முதல் கீற்று எழும் நேரத்தில் ஏதோவொரு கல்லுக்காக அவர்கள் கதவுகளை உடைத்துக் கொண்டிருக்கப் போவதில்லை. இன்னும் சற்றுத் தீவிரமான சங்கதியைப் பற்றி நாம் பேசிக் கொண்டிருக்கிறோம்."

"என்ன சொல்கிறாய்?"

"அதற்காகக் காவலர்கள் திரு நகாடாவைப் பின்தொடர்ந்து வருகிறார்கள்."

"எனக்குப் புரியவில்லை. குற்றமிழைத்ததாக நாம் சந்தேகப்படும் கடைசி நபராகத்தான் அவர் இருப்பார். என்ன மாதிரி குற்றம்? எப்படி அவர் அதில் ஈடுபட்டிருக்க முடியும்?"

"அதை இப்போது விளக்க நேரமில்லை. அங்கிருந்து அவரை நீ வெளியேற்ற வேண்டும். எல்லாம் உன்னைச் சார்ந்தேயுள்ளது. இப்போது நாம் தெளிவாக இருக்கிறோமா?"

"எனக்குப் புரியவில்லை," ஹோஷினோ திரும்பவும் சொன்னான், தனது தலையை ஆட்டியவாறு. "இதில் அர்த்தமிருப்பதாகத் தெரியவில்லை. ஆக ஒரு சாட்சியென்பதாக என்னை அவர்கள் கைகாட்டப் போகிறீர்களா?"

"இல்லை, ஆனால் நிச்சயம் அவர்கள் உன்னைக் கேள்வி கேட்பார்களென்பது எனக்குத் தெரியும். அதை நினைத்து உன் தலையைக் குழப்பிக் கொள்ளாதே, வெறுமனே நான் சொல்வதைச் செய்."

"கவனி, என்னைப் பற்றி ஒரு விசயத்தை நீ புரிந்து கொள்ள வேண்டும். காவலர்களை நான் *வெறுக்கிறேன்*. அவர்கள் யகூசாவை விட மோசம் - ஒன்றிணைந்த ராணுவத்தை விடவும். அவர்கள் கேவலமானவர்கள், போலவே அவர்களின் செயல்களும். அகங்காரத்தோடு சுற்றுவதுடன், எளியவர்களை வதைப்பதை அதிகமும் விரும்பக்கூடியவர்கள்.

மேல்நிலைப் பள்ளியில் நான் இருந்தபோது நிறைய முறை காவலர்களோடு எனக்கு மோதல் ஏற்பட்டுள்ளது, சரக்குந்துகளை ஓட்டத் தொடங்கிய பிறகும் கூட, ஆக அவர்களோடு சண்டை போடுவதென்பது நான் ஆசைப்படும் கடைசி சங்கதியாக இருக்கும். நீங்கள் வெற்றி பெற எவ்வழியும் இருக்காதென்பதோடு பிற்பாடு அவர்களை உதறித் தள்ளவும் முடியாது. நான் சொல்வது என்னவென்று புரிகிறதா? கடவுளே, எப்படி நான் இதற்குள் வந்து சிக்கிக் கொண்டேன்? கவனி, அதாவது நான்..."

இணைப்பு மரணித்திருந்தது.

"ஏசுவே," என்றான் ஹோஷினோ. ஆழமாகப் பெருமூச்சு விட்டு அலைபேசியைத் தனது பைக்குள் வீசியெறிந்தான், பிறகு நகாடாவை எழுப்ப முயற்சி செய்தான்.

"ஹேய், திரு நகாடா. தாத்தா. நெருப்பு! வெள்ளம்! பூகம்பம்! புரட்சி! காட்ஸில்லா கட்டுப்பாட்டை இழந்து விட்டது! எழுந்து தொலை!"

நகாடா எழுந்து கொள்ளச் சிறிது நேரமானது. "சீய்க்கும் வேலைகளை நான் முடித்து விட்டேன்," என்றார். "மிச்சத்தை தீமூட்டப் பயன்படுத்தினேன். இல்லை, பூனைகள் குளிப்பதில்லை. நான்தான் குளித்தேன்." தனது சிறிய உலகில் அவரிருப்பது வெளிப்படையாகத் தெரிந்தது.

ஹோஷினோ முதியவரின் தோள்களைக் குலுக்கினான், அவரின் மூக்கைக் கிள்ளி, காதுகளைப் பிடித்திழுத்து, கடைசியில் அவரை மீண்டும் நிகழ்கால உலகத்துக்குத் திருப்பிக் கொணர்ந்தான்.

"நீங்கள்தானா, திரு ஹோஷினோ?" அவர் கேட்டார்.

"ஆம், நான்தான்," ஹோஷினோ பதிலளித்தான். "உன்னை எழுப்பும்படி ஆனதற்கு மன்னித்து விடு."

"பரவாயில்லை. எப்படியாகிலும் நகாடாவும் விரைவில் எழுவதாக இருந்தான். அதைப் பற்றிக் கவலைப்படாதீர்கள். தீமூட்டும் பணியை நான் முடித்து விட்டேன்."

“நல்லது. ஆனால் சில விசயங்கள் நடந்துள்ளன – அப்படியொன்றும் நல்ல விசயமல்ல – மேலும் உடனடியாக இங்கிருந்து நாம் கிளம்ப வேண்டும்.”

“ஜானி வாக்கரைப் பற்றியதா?”

“அது எனக்குத் தெரியாது. எனக்குத் தகவல் தருபவர்கள் உண்டு, நாம் நம்மை மறைத்துக் கொண்டால் நல்லதென்று அவர்கள் சொல்கிறார்கள். காவலர்கள் நம்மைப் பின்தொடர்கிறார்கள்.”

“உண்மையாகவா?”

“அப்படித்தான் அவர் சொன்னார். ஆனால் உனக்கும் அந்த ஜானி வாக்கருக்கும் இடையில் என்னதான் நிகழ்ந்தது?”

“ஏற்கனவே நகாடா உங்களிடம் சொல்லவில்லையா?”

“இல்லை, நீ சொல்லவில்லை.”

“என்றாலும், நான் சொன்னேன் என்பதாக உணர்கிறேன்.”

“இல்லை, மிகவும் முக்கியமான பகுதியை எப்போதும் நீ என்னிடம் சொன்னதில்லை.”

“சரி, என்ன நடந்ததென்றால் – நகாடா அவனைக் கொலை செய்தேன்.”

“நீ விளையாடுகிறாய்.”

“இல்லை, நான் விளையாடவில்லை.”

“அடக்கடவுளே,” ஹோஷினோ முணுமுணுத்தான்.

தனது உடைமைகளை பைக்குள் வீசியெறிந்த ஹோஷினோ கல்லை மீண்டும் அதன் துணிக்குள் வைத்துக் கட்டினான். தொடக்கத்தில் இருந்ததைப் போன்ற எடையுடன் இருந்தது அது. மெல்லியதாக அல்ல, ஆனால் குறைந்தபட்சம் அவனால் அதைச் சுமக்க முடிந்தது. நகாடா பொருட்களைத் தனது கித்தான் பைக்குள் வைத்தார். ஹோஷினோ முன்மேசைக்குச் சென்று திடீரென்று ஒரு வேலை வந்திருப்பதால் தாங்கள்

கிளம்ப வேண்டியிருப்பதாகச் சொன்னான். ஏற்கனவே அவன் முன்பணம் செலுத்தியதால் வெகுநேரம் பிடிக்கவில்லை. தனது கால்களில் நிற்க முடியாமல் நகாடா இன்னும் சற்று தள்ளாடிக் கொண்டிருந்தார், ஆனாலும் அவரால் நடக்க முடிந்தது. "எவ்வளவு நேரம் நான் தூங்கினேன்?" அவர் கேட்டார்.

"இரு பார்க்கிறேன்," என்றான் ஹோஷினோ, கணக்கு போடுபவனாக. "ஏறத்தாழ 40 மணி நேரம், முன்னே பின்னே இருக்கலாம்."

"நான் நன்கு தூங்கியதாக உணர்கிறேன்."

"ஆச்சரியமில்லை. அது போன்ற சாதனைகளை-முறியடிக்கும் தூக்கத்துக்குப் பிறகும் புத்துணர்வாக உணரவில்லை என்றால் அத்தகையத் தூக்கத்துக்கு அர்த்தமே கிடையாது, இல்லையா? ஹேய், உனக்குப் பசிக்கிறதா?"

"ஆமாம், உண்மைதான். ரொம்பப் பசிக்கிறது."

"சற்று நேரம் உன்னால் பொறுக்க முடியுமா? முதலில் இங்கிருந்து நாம் வெளியேற வேண்டும், முடிந்த மட்டும் விரைவாக. பிறகு நாம் சாப்பிடலாம்."

"ஒன்றும் பிரச்சினை இல்லை. என்னால் காத்திருக்க முடியும்."

பிரதான வீதிக்கு வர அவருக்கு உதவினான் ஹோஷினோ, பிறகு வாடகை மகிழுந்து ஒன்றை அமர்த்தினான். அவன் முகவரியைச் சொல்ல தலையாட்டி கேட்டுக் கொண்ட ஓட்டுனர் வண்டியை விரட்டினான். வாடகைச் சீருந்து நகரிலிருந்து வெளியேறி பிரதானப் பொதுவழியின் வாயிலாக புறநகர்ப்பகுதிக்குள் நுழைந்தது. நிலையத்தினருகே அவர்கள் தங்கியிருந்த இரைச்சலான பகுதிக்கு முற்றிலும் நேர்மாறாக அங்கே அண்டைப்பகுதி நேர்த்தியாகவும் அமைதியாகவும் இருந்தது. அந்தப் பயணம் கிட்டத்தட்ட 25 நிமிடங்கள் பிடித்தது.

மிகுந்த தூய்மையோடிருந்த, குறிப்பிட்டுச் சொல்லும்படியான ஓர் ஐந்து-மாடி அடுக்ககக் கட்டடத்தின் முன் அவர்கள் நிறுத்தினார்கள். டகமாட்சு பார்க் ஹைட்ஸ் என்றது அடையாளப்பலகை, என்றாலும் அது பரந்த சமதளத்தின் மீது

அமைந்திருக்க பூங்கா ஏதும் கண்ணில் தென்படவில்லை. மின்தூக்கியின் மூலம் அவர்கள் இரண்டாவது மாடிக்குப் போனார்கள், அங்கே ஹோஷினோ சாவியைக் கண்டுபிடித்தான், சொன்னது போல, குடைகளுக்கான நிலையின் அடியில். இரண்டு-படுக்கையறைகள், சமையற்கட்டுடன் கூடிய உணவறை, வசிப்பறை மற்றும் குளியலறையைக் கொண்ட வழக்கமான இடம் அந்தக் குடியிருப்பு. புத்தம்புதிய இடமாக இருந்தது, தோற்றத்தை வைத்துப் பார்க்க, அறைகலன்களையும் பெரிதாக யாரும் பயன்படுத்தியிருக்கவில்லை. அகலத்திரை தொலைக்காட்சி, ஒரு சிறிய இசைப்பெருக்கி, நீள்சாய்விருக்கை மற்றும் லவ்சீட் (Love Seat - இரண்டு பேர் அமரும்படியான இருக்கை) ஆகியவை வசிப்பறையில் இருக்க, ஒவ்வொரு படுக்கையறையும் ஏற்கனவே சீர் செய்த படுக்கையோடு இருந்தன. சமையலறை வழக்கமான பாத்திரங்களைக் கொண்டிருந்தது, பொறுத்துக் கொள்ளும்படியான வகையைச் சேர்ந்த தட்டுகள், கோப்பைகள், கிண்ணங்களின் தொகுதிகளால் அடுக்குகள் நிறைக்கப்பட்டிருந்தன. அழகாகத்-தோற்றமளித்த, சட்டமிடப்பட்ட பிரதிகள் சுவர்களில் தொங்கின, ஆக மொத்த இடமும் ஒரு கட்டட விற்பனையாளன் தனது புதிய வாடிக்கையாளர்களிடம் காட்டுவதற்கென உருவாக்கிய மாதிரி அடுக்ககக் குடியிருப்பென்பதாகத் தோன்றியது.

“அவ்வளவு மோசமில்லை,” ஹோஷினோ குறிப்புரைத்தான். “சிறப்பியல்புகள் ஏதுமில்லை, ஆனால் குறைந்தபட்சம் சுத்தமாக உள்ளது.”

“மிகவும் அழகாயிருக்கிறது,” ஹோஷினோ சேர்த்துக் கொண்டார்.

பெரிய, சற்று விலகிய வெண்ணிறத்திலிருந்த குளிர்சாதனப்பெட்டி உணவால் நிறைந்திருந்தது. தனக்குள் முணுமுணுத்தபடி அனைத்தையும் பார்வையிட்ட நகாடா, இறுதியில் சில முட்டைகளையும் கறிமிளகாயையும் வெண்ணையையும் வெளியே எடுத்தார். மிளகாயை அவர் நீரில் அலசினார், மெல்லிய கீற்றுகளாக அவற்றை வெட்டி எண்ணையில் பொறித்தார். அடுத்ததாக முட்டைகளை ஒரு கிண்ணத்துக்குள் உடைத்து ஊற்றி உண்குச்சிகளால் அடித்துக் கலக்கினார். பிறகு வறையோட்டை எடுத்து நன்கு பயிற்சி பெற்றவரைப் போல இரண்டு கறிமிளகாய் ஆம்லெட்டுகளைத்

தயாரித்தார். அனைத்தையும் நிறைவு செய்வதைப் போல வாட்டிய ரொட்டித் துண்டுகளைத் தயாரித்து உணவை சாப்பாட்டு மேசைக்கு எடுத்துப் போனார், உடன் சூடான தேநீரோடு.

“குறிப்பிடும்படியான சமையற்காரன்தான் நீ,” என்றான் ஹோஷினோ. “நான் ஆச்சரியப்பட்டுப் போனேன்.”

“எப்போதும் நான் தனியாகத்தான் வாழ்ந்திருக்கிறேன், ஆகவே எனக்கு இது பழகி விட்டது.”

“நானும் தனியாகத்தான் வாழ்கிறேன், ஆனால் என்னை எதையும் சமைக்கச் சொல்லாதே, ஏனெனில் நானதை வெறுக்கிறேன்.”

“நகாடாவுக்கு நிறைய நேரமிருக்கும் என்பதோடு செய்வதற்கு வேறு ஒன்றும் இருப்பதில்லை.”

தங்களுடைய ரொட்டிகளையும் ஆம்லெட்டுகளையும் அவர்களிருவரும் சாப்பிட்டார்கள். பிறகும் அவர்கள் பசியோடிருந்தார்கள், எனவே நகாடா மீண்டும் சமையலறைக்குப் போய் கொஞ்சம் உப்பிட்ட பன்றி இறைச்சியும் கீரையும் பொறித்தார், இன்னும் இரண்டு துண்டு வாட்டிய ரொட்டிகளோடு சேர்த்து அவற்றை அவர்கள் உண்டார்கள். மறுபடியும் மனிதர்களைப் போல உணரத் தொடங்கி, நீள்சாய்விருக்கையில் மீண்டும் அமிழ்ந்து இரண்டாவது கோப்பை தேநீரை அருந்தினார்கள்.

“ஆக,” ஹோஷினோ சொன்னான், “யாரையோ நீ கொலை செய்திருக்கிறாய், ஹூம்?”

“ஆமாம், கொலை செய்தேன்,” நகாடா பதிலளித்தார், பிறகு எவ்வாறு அவர் ஜானி வாக்கரைக் குத்திக் கொன்றாரென்பதைப் பற்றிய விரிவானதொரு விளக்கத்தைத் தந்தார்.

“அடக்கடவுளே,” என்றான் ஹோஷினோ, அவர் முடித்தவுடன். “என்னவொரு பீதியூட்டும் கதை. எவ்வளவுதான் நேர்மையோடு நீ இதைப் பற்றி விவரித்தாலும் காவலர்கள் ஒருபோதும் நம்பப் போவதில்லை. அதாவது, நான் உன்னை நம்புகிறேன், ஆனால் இதையே ஒரு வாரத்துக்கு முன்னால் நீ சொல்லியிருந்தால், நானே உன்னை மூட்டை கட்டி அனுப்பியிருப்பேன்.”

“எனக்கும் கூட இது புரியவில்லை.”

“எப்படியாகிலும், யாரோ கொலையுண்டிருக்கிறார்கள், மேலும் ஒரு கொலையென்பது வெறுமனே நாம் உதறி விட்டுப் போகும் சமாச்சாரம் அல்ல. இங்கு ஷிகோகு வரை உன்னை அடையாளங்கண்டு வந்திருக்கிறார்கள் எனும் சூழலில், நிச்சயமாகக் காவலர்கள் முட்டாள்தனமாகச் சுற்றி வரவில்லை.”

“நீங்களும் இதில் ஈடுபட நேர்ந்ததற்காக நகாடா வருந்துகிறான்.”

“உன்னை நீ ஒப்படைக்கப் போவதில்லையா?”

“இல்லை, நான் செய்யப் போவதில்லை,” இயல்புக்குப் பொருந்தாத திடமான குரலில் நகாடா சொன்னார். “ஏற்கனவே அதற்கு நான் முயற்சி செய்தேன், ஆனால் இப்போதைக்கு அவ்வாறு செய்ய எனக்குத் தோன்றவில்லை. நகாடா செய்து முடிக்க வேண்டிய வேறு சில சங்கதிகள் உள்ளன. இல்லையெனில் இத்தனை தூரம் நான் வந்ததற்கு அர்த்தமில்லாமல் போகும்.”

“மறுபடியும் அந்த நுழைவாயிலை நீ மூட வேண்டும்.”

“சரிதான். திறந்திருக்கும் சங்கதிகள் மூடப்பட்டாக வேண்டும். பிறகு நான் மீண்டும் இயல்பாக மாறி விடுவேன். ஆனால் முதலில் நகாடா கவனம் செலுத்த வேண்டிய சில விசயங்கள் உள்ளன.”

“கலோனல் சாண்டர்ஸ், கல் எங்கே உள்ளதென்பதை எனக்குச் சொன்ன மனிதர்,” ஹோஷினோ சொன்னான், “தலைமறைவாக இருக்க அவர் நமக்கு உதவுகிறார். ஆனால் ஏன் அவர் இதைச் செய்கிறார்? அவருக்கும் ஜானி வாக்கருக்கும் இடையில் ஏதும் தொடர்பிருக்குமோ?”

என்றாலும், ஹோஷினோ, அந்த முடிச்சை அவிழ்க்க இன்னும் தீவிரமாக முயற்சி செய்த வேளையில், இன்னுமதிகமாகக் குழம்பினான். அடிப்படையில் எந்தவொரு அர்த்தத்தையும் தராத சமாச்சாரத்துக்குள் தான் அர்த்தத்தைத் தேடாமலிருப்பதே நல்லது என இறுதியில் அவன் தீர்மானித்தான். “மோசமான சிந்தனை என்பது சிந்திக்காமல் இருப்பதைக் காட்டிலும்

மிகவும் மோசமானது," அவன் உரக்க அறிவித்தான், கைகளைக் குறுக்காக கட்டிக் கொண்டு.

"திரு ஹோஷினோ?" நகாடா சொன்னார்.

"என்ன?"

"என்னால் கடலை முகர முடிகிறது."

சாளரத்தினருகே சென்று அதைத் திறந்த ஹோஷினோ, குறுகலான தாழ்வாரப்பகுதிக்குப் போய் ஆழமாக மூச்சிழுத்தான். எந்தக் கடலின் வாசத்தையும் அவனால் கண்டுபிடிக்க முடியவில்லை. தொலைவில், வெண்ணிற கோடைக்கால மேகங்கள் ஒரு தேவதாரு வனத்தின் மேல் மிதந்து கொண்டிருந்தன. "என்னால் எதையும் முகர முடியவில்லை," என்றான்.

நகாடா அவனுக்கு அடுத்ததாக வந்து நின்று மோப்பம் பிடிக்க ஆரம்பித்தார், அவருடைய மூக்கு அணிலைப் போல துடித்துக் கொண்டிருந்தது. "என்னால் முடிகிறது. கடல் சரியாக அதோ அங்குதான் இருக்கிறது."

"உனக்குச் சரியான மூக்குதான்," என்றான் ஹோஷினோ. "எனக்குக் கொஞ்சம் சைனஸ் தொல்லை உண்டு, ஆக மூக்கு எப்போதும் சற்று அடைத்திருக்கும்."

"திரு ஹோஷினோ, ஏன் சமுத்திரம் வரைக்கும் நாம் நடந்து போகக்கூடாது?"

ஹோஷினோ அது குறித்து யோசித்தான். கடற்கரைக்குப் போகும் சிறிய நடையில் என்ன சங்கடம் வந்து விடும்? "சரி, நாம் போகலாம்."

"நகாடா முதலில் மழங்கழிக்க வேண்டும், அதில் ஏதும் சிக்கல் இல்லையெனில்."

"பொறுமையாகப் போ, நமக்கு எந்த அவசரமும் இல்லை."

நகாடா கழிவறையில் இருந்தபோது ஹோஷினோ குடியிருப்பைச் சுற்றி வந்தான், அதைப் பரிசோதிப்பவனாக.

கலோனல் சொன்னதைப் போல, கிட்டத்தட்ட அவர்களுக்குத் தேவையான அனைத்தும் அங்கிருந்தன. குளியலறையில் இருந்த ஷேவிங் கிரீம், இரண்டு புதிய டூத்பிரஷ்கள், பஞ்சுத் தண்டுகள், பிளாஸ்திரிகள், நகவெட்டிகள். அடிப்படை விசயங்கள் யாவும். இஸ்திரிப்பெட்டியும் அதற்கான பலகையும் கூட. மிகவும் அக்கறையோடு இருக்கிறார், ஹோஷினோ நினைத்துக் கொண்டான், என்றாலும் அத்தனை வேலைகளையும் அந்தக் காரியதரிசி செய்ததாகவே நான் யூகிக்கிறேன். ஒரு விசயத்தைக் கூட அவர்கள் மறக்கவில்லை.

அலமாரியைத் திறந்தபோது அதற்குள் அவன் புதிய உள்ளாடைகளையும் துணிகளையும் கண்டான். துரதிர்ஷ்டவசமாக, அலோஹா சட்டைகள் ஏதுமில்லை, வெறுமனே சில சாதாரண கோடு-போட்ட சட்டைகளும் போலோ சட்டைகளும், உடன் புத்தம்புது டாமி ஹில்ஃபைகர்ஸும். "மேலும் இங்கே விசயங்களைக் கிரகிப்பதில் கலோனஸ் சாண்டர்ஸ் சற்று வேகமுடன் இருப்பதாக நினைத்திருந்தேன்," குறிப்பாக யாரிடமும் என்றில்லாமல் ஹோஷினோ புகார் சொன்னான். "நான் அலோஹா சட்டைகளை மட்டுமே அணிவேனென்பதை அவர் கவனித்திருக்கலாம். இத்தனை சிரமங்களை எடுத்துக் கொண்டிருக்கிறார் எனும்போது, குறைந்தபட்சம் ஒன்றாவது எனக்கு வாங்கியிருக்கலாம்." தான் அணிந்திருந்த சட்டை சற்று அழுக்காயிருப்பதை அவன் கண்டான், எனவே அதைக் கழற்றி விட்டு ஒரு போலோ சட்டையை அணிந்தான். அது அவனுக்குக் கச்சிதமாகப் பொருந்தியது.

தேவதாருக்களின் வழியாக அவர்கள் நடந்தார்கள், அணைகரையின் மேலேறி பின் கடற்கரைக்கு இறங்கினார்கள். உள்நாட்டுக் கடற்பகுதி அமைதியாக இருந்தது. மணலில் அவர்கள் அருகருகே அமர்ந்தார்கள், வெகுநேரம் ஏதும் பேசாமல், தகடுகளைப் போல அலைகள் காற்றில் கொத்தாகத் தூக்கி வீசப்படுவதையும் பிறகு, ஒரு மெல்லிய ஒலியோடு, உடைந்து விலகுவதையும் பார்த்தவாறு இருந்தார்கள். கரைக்குத் தொலைவில் நிறைய குட்டித்தீவுகள் தென்பட்டன. அவர்களுள் எவரும் தங்களுடைய வாழ்வில் அதிகம் கடலைப் பார்க்கப் போனதில்லை, எனவே தங்களுடைய கண்களின் வழியே அந்தக் காட்சியை ரசித்துப் பருகினார்கள்.

"திரு ஹோஷினோ?" என்றார் நகாடா, மௌனத்தை உடைப்பவராக.

"என்னவென்று சொல்?"

"கடல் என்பது மிகவும் நல்ல விசயம், இல்லையா?"

"ஆம், உண்மைதான். உன்னை அமைதியாக உணரச் செய்யும்."

"ஏன் அப்படி?"

"அனேகமாக ஏனென்றால் அது மிகவும் பெரிதாயிருக்கிறது, அதன் மீது ஏதுமில்லாமல்," என்றான் ஹோஷினோ, கடலைச் சுட்டியபடி. "அங்கே ஒரு 7-லெவனோ அல்லது செய்யு பல்பொருள் அங்காடியோ இருந்தால் அத்தனை அமைதியாக உணர மாட்டாய், உன்னால் முடியுமா? அல்லது அதோ அங்கே ஒரு பசின்கோ இடமோ, அல்லது யோஷிகாவா வட்டிக்கடையோ இருந்தால்? ஆனால் கண்ணுக்கு எட்டிய தூரம் மட்டும் அங்கு ஒன்றுமில்லை - அதுதான் மிகவும் நல்ல விசயம்."

"நீங்கள் சொல்வது சரியென்று நினைக்கிறேன்," என்றார் நகாடா, அது குறித்து சற்று யோசிப்பவராக. "திரு ஹோஷினோ?"

"இப்போது என்ன?"

"வேறொரு விசயத்தைப் பற்றி என்னிடம் ஒரு கேள்வி இருக்கிறது."

"போட்டுத் தாக்கு."

"கடலின் ஆழத்தில் என்ன உள்ளது?"

"அங்கே இன்னொரு உலகம் இருப்பதைப் போல, அனைத்து வகை மீன்கள், கிளிஞ்சல்கள், கடற்பாசிகளோடு இன்ன பிற சங்கதிகளும். ஒருபோதும் நீர்வாழினக் காட்சியகத்துக்கு நீ போனதில்லையா?"

"இல்லை, ஒருபோதும் நான் போனதில்லை. நகாடா வெகுகாலம் வசித்த இடம், மட்சுமோடோ, அவற்றில் ஒன்றைக் கொண்டிருக்கவில்லை."

“இல்லை, அங்கிருக்கும் என நான் நினைக்கவில்லை,” என்றான் ஹோஷினோ. “மலைகளில் அதுபோல அமைந்திருக்கும் ஒரு நகரத்தில் – காளான்களுக்கான அருங்காட்சியகம் அல்லது வேறொன்றைத்தான் நாம் எதிர்பார்க்கலாம் என யூகிக்கிறேன். எப்படியாகிலும், கடலின் ஆழத்தில் அனைத்து வகையான சங்கதிகளும் உண்டு. மிருகங்களும் நம்மோடு ஒப்பிட வித்தியாசமானவை – நீரிலிருந்து பிராணவாயுவை எடுத்துக் கொள்வதால் அவற்றுக்கு சுவாசிக்கக் காற்று தேவையில்லை. அங்கே கீழே சில அழகான சங்கதிகள் உள்ளன, சில சுவையான சங்கதிகளும், கூடவே சில ஆபத்தான சங்கதிகளும். மேலும் உன்னை மொத்தமாக அச்சுறுத்தக்கூடிய சங்கதிகளும். ஒருபோதும் அதை நீ பார்த்ததில்லை எனும்போது விளக்கிச் சொல்வது கடினம், ஆனால் நமக்குப் பழகியவற்றிலிருந்து அது முழுக்கவே வித்தியாசமானது. அதன் அடியாழம் மிகவும் இருட்டாயிருப்பதோடு நீ பார்த்ததிலேயே மிகவும் கரடுமுரடான மிருகங்களுள் சிலவும் அங்குதான் வசிக்கின்றன. இந்த விசயங்களெல்லாம் நடந்து முடிந்த பிறகு நாம் ஒரு நீர்வாழினக் காட்சியகத்துக்குப் போகலாம், என்ன சொல்கிறாய்? ஒரு மாதிரி சந்தோசமாக இருக்கும், நானும் கூட நீண்ட காலமாக அதைப் போய் பார்க்கவில்லை. இங்கே அருகாமையில் ஏதேனும் ஒன்று இருக்குமென எனக்கு உறுதியாகத் தெரியும்.”

“உம்ம், அது போன்ற இடத்துக்குப் போக எனக்கும் பிடிக்கும்.”

“நான் உன்னைக் கேட்க விரும்பும் ஒரு சங்கதி இருக்கிறது.”

“கேளுங்கள்?”

“அன்றைய தினம் நாம் கல்லை உயர்த்தி நுழைவாயிலைத் திறந்தோம், சரியா?”

“ஆமாம், நீங்களும் நானும் நுழைவாயிலைத் திறந்தோம். அதன் பிறகு நகாடா ஆழ்ந்து உறங்கிப் போனேன்.”

“நான் தெரிந்து கொள்ள ஆசைப்படுவதெல்லாம் – நுழைவாயில் திறந்து கொண்டதால் ஏதாவது நிகழ்ந்ததா?”

நகாடா தலையசைத்தார். “ஆமாம், நிகழ்ந்தது.”

"ஆனால் எது என்னவென்று இன்னும் உனக்குத் தெரியாது."

நகாடா தீர்மானமான தலையசைப்பை வெளியிட்டார். "இல்லை, நகாடாவுக்கு இன்னும் தெரியாது."

"ஆக பெரும்பாலும் வேறெங்கோ நிகழ்ந்து கொண்டிருக்கலாம், மிகச்சரியாக இந்த நிமிடம் கூட?"

"ஆம், அது உண்மையென்றே நினைக்கிறேன். நீங்கள் சொன்னது போல, அது நிகழ்கிறது. மேலும் அது நிகழ்ந்து முடிவதற்காக நான் காத்திருக்கிறேன்."

"உடன் அது எதுவாயிருந்தாலும் நிகழ்ந்து முடிந்த மறுகணம், யாவும் தன்னைத்தானே சரி செய்து கொள்ளும்?"

மற்றொரு தீர்க்கமான தலையசைப்பு. "அது நகாடாவுக்குத் தெரியாது. நான் செய்வதை ஏன் செய்கிறேன் என்றால் அதை நான் செய்தாக வேண்டும். என்றாலும், நான் செய்வதால் என்னவெல்லாம் நிகழுமென்று எனக்கு ஒன்றும் தெரியாது. நான் அப்படியொன்றும் புத்திசாலி அல்ல, ஆகவே அதைக் கணித்துச் சொல்ல எனக்கு மிகவும் கடினமாயிருக்கும். என்ன நடக்கப் போகிறதென்று எனக்குத் தெரியாது."

"எப்படிப் பார்த்தாலும், அதற்குக் கொஞ்ச காலம் பிடிக்கும், இல்லையா? என்னவாக இருந்தாலும் இது முடிவதற்கு அல்லது ஏதேனும் தீர்வு கிடைக்க அல்லது வேறெதுவும் நிகழ?"

"சரிதான்."

"மேலும் இங்கு நாம் காத்திருக்கும் சமயத்தில் காவலர்கள் நம்மைப் பிடித்து விடக் கூடாதென்பதை உறுதி செய்ய வேண்டும். ஏனென்றால் இன்னும் செய்ய வேண்டிய சங்கதிகள் உள்ளன?"

"உண்மை, காவலர்களைச் சந்திப்பதை எண்ணி நான் கவலைப்படவில்லை. ஆளுநர் என்னை என்ன செய்யச் சொன்னாலும் அதைச் செய்ய நான் தயாராக இருக்கிறேன். ஆனால் அதைச் செய்வதற்கான சரியான நேரம் இதுவல்ல."

"உனக்கு ஒன்று தெரியுமா? உனது பைத்தியக்காரத்தனமான கதையைக் காவலர்கள் கேட்டால், வெறுமனே அதை உதறித் தள்ளி விட்டு தங்களுக்குச் சௌகர்யமான ஒரு வாக்குமூலத்தை உருவாக்கி விடுவார்கள், யாரும் எளிதில் நம்புகிற ஒன்றை. வீட்டை நீ கொள்ளையடிக்கும் சமயத்தில் யாரோ அங்கு வருவதைக் கேட்டாய், ஆகவே சமையலறையில் இருந்த கத்தியை எடுத்து அவனைக் குத்தினாய் என்பதாக. உண்மையான சங்கதிகள் என்னவென்பது குறித்தோ, அல்லது எது சரியென்பது பற்றியோ அவர்களுக்கு சிறிதும் அக்கறை இருக்காது. வெறுமனே அவர்களின் கைது விகிதத்தை உயர்த்திக் காட்ட யாரையாவது சிக்க வைக்க வேண்டும். எனவே எவ்வித உணர்வையும் வெளிக்காட்ட மாட்டார்கள். அடுத்ததாக உனக்குத் தெரிந்ததெல்லாம், ஒரு சிறைக்கூடத்துக்குள் அல்லது மிகுந்த பாதுகாப்போடு இருக்கும் மனநல விடுதிக்குள் நீ வீசப்பட்டிருப்பாய். உன்னைப் பூட்டி விட்டு அவர்கள் சாவியைத் தூக்கி எறிந்து விடுவார்கள். ஏதாவது ஆடம்பரமான வழக்கறிஞரை அமர்த்திக் கொள்ள உன்னிடம் பணமிருக்காது, எனவே எதைப் பற்றியும் கவலைப்படாத நீதிமன்றத்தால் நியமிக்கப்பட்ட யாரோவொரு முட்டாளிடம் உன்னை மாட்டி விடுவார்கள், ஆக யாவும் எங்கு போய் முடியுமென்பது வெளிப்படையான சங்கதி."

"எனக்குச் சுத்தமாகப் புரியவில்லை என்று அஞ்சுகிறேன் –"

"வெறுமனே காவலர்கள் எவ்வாறு இருப்பார்களென்பதை நான் உனக்குச் சொன்னேன். என்னை நம்பு, எனக்குத் தெரியும்," என்றான் ஹோஷினோ. "ஆக நிஜமாகவே அவர்களை நான் எதிர்கொள்ள விரும்பவில்லை, சரியா? எனக்கும் காவலர்களுக்கும் எப்போதும் ஒத்துப் போவதில்லை."

"உங்களுக்கு நிறைய சிக்கல்களை உண்டாக்கி இருப்பதற்காக நான் வருந்துகிறேன்."

ஹோஷினோ ஆழமாகப் பெருமூச்செறிந்தான். "என்றபோதும், அவர்கள் சொல்வதைப் போல, 'விசத்தை எடுக்கும்போது, தட்டையும் எடுத்துக் கொள்.'"

"அதற்கு என்ன அர்த்தம்?"

“நீ விசத்தை உட்கொள்ளப் போகிறாய் என்றால், அது வரக்கூடிய தட்டையும் சேர்த்து சாப்பிட்டு விட வேண்டும்.”

“ஆனால் நீங்கள் ஒரு தட்டைச் சாப்பிட்டால், இறந்து போவீர்கள். உங்களின் பற்களுக்கும் கூட அது நல்லதல்ல. உடன் உங்கள் தொண்டையை பாதிக்கும்.”

“நான் ஒத்துக் கொள்ளத்தான் வேண்டும்,” என்றான் ஹோஷினோ, அதை எண்ணிக் குழம்பியவாறு. “ஆம் – நீ ஏன் தட்டைச் சாப்பிட வேண்டும்?”

“நான் அப்படியொன்றும் அறிவாளி கிடையாது, ஆக நிஜமாகவே என்னால் அதை உங்களுக்கு விளக்கிச் சொல்ல முடியாது. ஆனால் விசத்தைத் தவிர்த்து பார்க்கும்போது, தட்டு மிகவும் கடினமாயிருக்கும்.”

“உம். நீ சரியாகச் சொன்னாய். நானும் கூட குழம்பத் தொடங்கியிருக்கிறேன். எனது மூளையை நன்கு பயன்படுத்துவதற்காக அறியப்பட்டவனும் அல்ல. நான் சொல்ல வருவது என்னவெனில், இத்தனை தூரம் வந்திருப்பதால் உன்னோடு ஒட்டிக் கொண்டிருந்து நீ தப்பிப்பதை உறுதி செய்ய விரும்புகிறேன். நீ ஏதும் தவறு செய்திருப்பாயென்பதை என்னால் நம்ப முடியவில்லை, மேலும் வெறுமனே உன்னை இங்கே கைவிட்டுப் போக நான் தயாராயில்லை. எனது நம்பிக்கையையும் நான் கணக்கில் கொள்ள வேண்டியிருக்கிறது.”

“மிகவும் நன்றிக்கடன்பட்டிருக்கிறேன். உங்களுக்குப் போதுமான அளவு நன்றி சொல்ல நகாடாவுக்கு சாத்தியப்படாது. என்றாலும், மறுபடியும் உங்களிடம் உரிமை எடுத்துக் கொண்டு இன்னுமொரு உதவி கேட்கவிருக்கிறேன்.”

“கேள்.”

“நமக்கு ஒரு மகிழுந்து தேவைப்படும்.”

“வாடகை மகிழுந்து என்றால் பரவாயில்லையா?”

“அப்படியென்றால் என்னவென்று உண்மையில் எனக்குத் தெரியாது, ஆனால் எதுவானாலும் பரவாயில்லை: பெரியது

அல்லது சிறியது எதுவென்றாலும் சரி, அதுவொரு மகிழுந்தாக இருக்கும் வரைக்கும்."

"போகட்டும். இப்போதுதான் நீ எனது தனித்தன்மையைப் பற்றிப் பேசுகிறாய். கொஞ்ச நேரத்தில் நான் போய் ஒன்றை கிளப்பிக் கொண்டு வருகிறேன். ஆக நாம் எங்காவது போகவிருக்கிறோமா?"

"அப்படித்தான் நினைக்கிறேன். அனேகமாக நாம் எங்காவது போகவிருக்கிறோம்."

"உனக்கு ஒன்று தெரியுமா, திரு நகாடா?"

"சொல்லுங்கள்?"

"உன்னோடு இருக்கும்போது எனக்கு ஒருபோதும் அலுப்பதில்லை. இயற்கைக்கு மாறுபட்ட எல்லா விதமான சங்கதிகளும் நடக்கின்றன, ஆனால் இதை மட்டும் என்னால் உறுதியாகச் சொல்ல முடியும் - உன்னோடு இருப்பது ஒருபோதும் அலுக்காது."

"நீங்கள் அவ்வாறு சொல்வதற்கு நன்றி. இதைக் கேட்பதில் நான் நிம்மதியாக உணர்கிறேன். ஆனால் திரு ஹோஷினோ?"

"என்னவென்று சொல்?"

"அலுப்பாக இருப்பதென்றால் என்னவென்று எனக்கு முழுதாகப் புரிகிறதா என்பதை என்னால் உறுதியாகச் சொல்ல முடியவில்லை."

"இதற்கு முன்னால் ஒருபோதும் நீ அலுப்பாக உணர்ந்ததில்லையா?"

"இல்லை, ஒரு முறை கூட இல்லை."

"உனக்குத் தெரியுமா, ஒரு வகையில் அப்படித்தான் இருக்குமென்கிற உணர்வு எனக்கும் இருந்தது."

37

நாங்கள் ஒரு நகரத்தில் நிறுத்தி ஒரு வாய் சாப்பிடுவதோடு அங்குள்ள பேரங்காடியில் உணவும் தாதுநீரும் வாங்கிச் சேமித்துக் கொள்கிறோம், பிறகு தளமிடப்படாத பாதையின் வழியே மலைகளினூடாக விரைந்து குடிலை வந்தடைகிறோம். உள்ளே, ஒரு வாரத்துக்கு முன் நான் விட்டுப் போனதைப் போலவே இருக்கிறது. அந்த இடத்தில் காற்று வருவதற்கென சாளரத்தைத் திறந்து வைக்கிறேன், பிறகு உணவுப்பொருட்களை அடுக்குகிறேன்.

"நான் திரும்பிச் செல்வதற்கு முன்னால் சிறிதாக ஒரு தூக்கம் போடுகிறேன்," என்கிறான் ஒஷிமா, பெரிய கொட்டாவி ஒன்றை வெளியிடும் வேளையில் அவன் தனது கைகளால் முகத்தை ஏறத்தாழ மூடியிருக்கிறான். "நேற்றிரவு நான் சரியாக உறங்கவில்லை."

உண்மையாகவே அவன் களைப்பாக உணர்ந்திருக்க வேண்டும், ஏனென்றால் போர்வைக்குள் நுழைந்து சுவர் பக்கமாகத் திரும்பிய மறுகணம், ஆள் மட்டையாகிப் போகிறான். நான் சிறிது காபி தயாரித்து திரும்பிச் செல்லும் அவனது பயணத்துக்காக அதை காப்புக்குடுவையில் ஊற்றுகிறேன், பிறகு நீர் நிறைப்பதற்காக அலுமினிய வாளியை எடுத்துக் கொண்டு ஓடைக்குத் தலைப்படுகிறேன். காடு கொஞ்சமும் மாறவில்லை – புற்களின் அதே மணம், பறவைகளின் அழைப்புகள், ஓடையில் சளசளத்து ஓடும் நீர், மரங்களினூடாக விசையோடு வீசும் காற்று, சரசரக்கும் இலைகளின் அதே நிழல்கள். எனக்கு மேலிருக்கும் மேகங்கள் ரொம்பவே நெருக்கமாகத் தெரிகின்றன. மீண்டும் அவற்றைப் பார்ப்பதில் நான் வீடு

திரும்பியதாக உணர்கிறேன், எனக்குள் ஒரு பகுதியாக அவை மாறி விட்டிருப்பதால்.

ஒஷிமா உறங்கும் சமயத்தில் நான் தாழ்வாரத்தில் அமர்கிறேன், தேநீரைச் சீப்பியவாறு நெப்போலியனின் 1812 ருஷ்ய ஊடுருவலைப் பற்றிய நூலை வாசிக்கிறேன். இந்த மிகப்பெரிய, அர்த்தமற்ற படையெடுப்பின் காரணமாக, கிட்டத்தட்ட 4,00,000 பிரெஞ்சு வீரர்கள் அம்மகத்தான தேசத்தில் தங்களுடைய உயிர்களை இழந்தார்கள். சொல்லப்போனால், ஏற்கனவே சண்டைகள் மிகக் கொடூரமானதாக இருந்தன, அத்தோடு போதுமான அளவில் மருத்துவர்களும் மருத்துவப் பொருட்களும் அங்கில்லை, எனவே தீவிரமாகக் காயம்பட்டிருந்த வீரர்கள் பலரும் கடும் வேதனையில் சிக்கிச் சாகும்படி கைவிடப்பட்டார்கள். என்றாலும், மேலும் பலர் பனியில் உறைந்தோ பஞ்சத்தாலோ செத்தார்கள், மரணிக்க இவ்விரண்டும் மிக்க கொடூரமான வழிகள். அங்கு தாழ்வாரத்தில் அமர்ந்து, மூலிகைத் தேநீரைச் சீப்பியவாறு, என்னைச் சுற்றிலும் பறவைகள் சீழ்க்கையடிக்க, ருஷியாவின் போர்க்களத்தையும் பனிப்புயலினூடாக முன்னேறும் இம்மனிதர்களையும் உருவகப்படுத்த முயற்சி செய்கிறேன்.

நூலின் முக்கால்வாசியை முடிக்கும் சமயத்தில் நான் எழுந்து சென்று ஒஷிமா எவ்வாறிருக்கிறான் எனப் பார்க்கிறேன். அவன் களைப்புற்றிருப்பது எனக்குத் தெரியும், ஆனால் அங்கு ஆளே இல்லையென்பதைப் போல அவன் அத்தனை அமைதியாகக் கிடக்கிறான், ஆகவே நான் சற்று கவலையுறுகிறேன். ஆனால் அவன் நன்றாகத்தான் இருக்கிறான், போர்வையால் நன்கு மூடி, அமைதியாக சுவாசிக்கிறான். நான் படுக்கைக்கு அருகில் நடந்து போய் அவனது தோள்கள் மென்மையாக ஏறித் தாழ்வதைப் பார்க்கிறேன். அங்கே நின்றிருக்கும்போது, அவன் ஒரு பெண்ணென்பது தீடீரென்று எனக்கு ஞாபகம் வருகிறது. பெரும்பாலான நேரங்களில் அதை நான் மறந்து, அவனை ஒரு ஆணாகவே எண்ணிக் கொள்கிறேன். சொன்னால், துல்லியமாக அதைத்தான் அவனும் விரும்புகிறான். என்றாலும், அவன் உறங்கும்போது, மீண்டும் பெண்ணாக இருப்பதற்குள் அவன் திரும்பிச் சென்றிருப்பதாகத் தோன்றுகிறான்.

மறுபடியும் நான் தாழ்வாரத்துக்குத் திரும்பி நூலை விட்ட இடத்திலிருந்துத் தொடங்குகிறேன். ஸ்மல்யன்ஸ்குக்கு (Smolensk) வெளியே உறைந்த பிணங்களால் வரிசையிட்ட சாலைக்குத் திரும்புகிறேன்.

ஓஷிமா இரண்டு மணி நேரம் உறங்குகிறான். அவன் விழித்தெழுந்த பிறகு தாழ்வாரத்துக்கு நடந்து வந்து தனது மகிழுந்தைப் பார்க்கிறான். தூசு படர்ந்த, தளமிடப்படாத சாலை அந்தப் பச்சைநிற மியாட்டாவைக் கிட்டத்தட்ட வெள்ளையாக மாற்றியிருக்கிறது. பெரிதாக நெட்டி முறித்து எனக்குப் பக்கத்தில் அமர்கிறான். "மழைக்காலம்", என்கிறான், கண்களை அழுந்தித் தேய்த்தவாறு, "ஆனால் இந்த வருடம் பெரிதாக மழையில்லை. சீக்கிரமே நமக்குக் கொஞ்சம் மழை கிட்டாது போனால், டகமாட்சுவில் தண்ணீர் தீர்ந்து போகக்கூடும்."

நான் துணிச்சலாக ஒரு கேள்வி கேட்கிறேன்: "நான் எங்கிருக்கிறேன் என்பது மிஸ் செய்கிக்குத் தெரியுமா?"

அவன் தலையாட்டுகிறான். "இல்லை, அவளிடம் நான் எதையும் சொல்லவில்லை. இங்கு மேலே எனக்கு ஒரு குடில் இருப்பது கூட அவளுக்குத் தெரியாது. இது குறித்து அவளுக்குத் தெரியமாலிருப்பதே நல்லது, ஆகவே இந்தச் சிக்கல்கள் எதற்குள்ளும் அவள் சிக்க வேண்டியிருக்காது. அவளுக்குத் தெரிந்தது குறைவாக இருக்குமெனில் அவள் ஒளிந்து வாழும் சாத்தியமும் குறைவாயிருக்கும்."

நான் தலையசைத்தேன். அதைத்தான் நானும் கேட்க விரும்பினேன்.

"ஏற்கனவே போதுமான அளவு பிரச்சினைகளுக்குள் அவள் சிக்கிக் கொண்டிருக்கிறாள்," என்கிறான் ஓஷிமா. "தற்போது மேற்கொண்டு அவளுக்கு இது தேவையில்லை."

"என் தந்தை இறந்ததைப் பற்றி சமீபத்தில் அவளிடம் சொன்னேன்," நான் அவனிடம் சொல்கிறேன். "எவ்வாறு யாரோ அவரைக் கொலை செய்தார்கள் என்பதை. காவலர்கள் என்னைத் தேடிக் கொண்டிருக்கும் பகுதியை மட்டும் அவளிடம் மறைத்து விட்டேன்."

“அவள் கொஞ்சம் புத்திசாலி. நம்மிருவரில் யாரும் அதைப் பற்றிச் சொல்லாத நிலையிலும், என்ன நடக்கிறதென்பதை அவள் கணித்திருப்பாள் என்றே யூகிக்கிறேன். ஏதோவொரு சங்கதிக்காக நீ கிளம்ப வேண்டி வந்ததாகவும் சில நாட்கள் வர மாட்டாயெனவும் இதை அவளிடம் தெரியப்படுத்தும்படி நீ கூறியதாகவும் நாளை நான் அவளிடம் சென்று சொன்னால் கூட, இதரத் தகவல்களுக்காக என்னை விசாரிப்பாளேன்பதைச் சந்தேகிக்கிறேன். இதை மட்டும்தான் நான் அவளிடம் சொல்கிறேன் என்றாலும், வெறுமனே அதைக் கடந்து போக அவள் அனுமதிப்பாளென்பது எனக்குத் தெரியும்.”

நான் தலையசைக்கிறேன்.

“ஆனால் நீ அவளைப் பார்க்க விரும்புகிறாய், இல்லையா?”

நான் பதிலளிக்கவில்லை. எவ்வாறு அந்த உணர்வை வெளிப்படுத்துவதென்று எனக்குத் தெரியவில்லை, ஆனால் அதற்கான பதிலைக் கண்டுபிடிப்பதும் அப்படியொன்றும் கடினமாக காரியமில்ல.

“நானும் ஒரு வகையில் உனக்காக வருத்தப்படுகிறேன்,” என்கிறான் ஒஷிமா, “ஆனால் நான் சொன்னதைப் போல, சிறிது காலம் நீங்களிருவரும் சந்திக்கக் கூடாதென்று நினைக்கிறேன்.”

“ஆனால் மறுபடியும் அவளை நான் சந்திக்காமலே போகலாம்.”

“இருக்கலாம்,” ஒஷிமா ஒத்துக் கொள்கிறான், சற்று நேரம் அது குறித்து யோசித்தபிறகு. “இது வெளிப்படையான விசயம்தான், ஆனால் சம்பவங்கள் நடக்கும்வரை, அவை இன்னும் நடக்கவில்லை என்பதுதான் உண்மை. மேலும் அனேக நேரங்களில் சங்கதிகள் என்னவாகத் தோற்றம் தருகின்றனவோ அவ்வாறிருப்பதில்லை.”

“ஆனால் மிஸ் செய்கி எவ்வாறு உணர்வாள்?”

ஒஷிமா கண்களைக் குறுக்கி என்னைப் பார்க்கிறான். “எது குறித்து?”

“அதாவது – மீண்டும் அவள் என்னைப் பார்க்க முடியாதென்பது அவளுக்குத் தெரிய வந்தால், நான் அவளைப் பற்றி உணர்வது போலவே அவளும் என்னைப் பற்றி உணர்வாளா?”

ஒஷிமா முகத்தைச் சுளிக்கிறான். "ஏன் நீ இதை என்னைக் கேட்கிறாய்?"

"எனக்குத் தெரியாது, அனேகமாக அதனால்தான் உன்னிடம் கேட்கிறேன். யாரையாவது நேசிப்பது, வேறெதைக் காட்டிலும் அதிகமாக அவர்களை நேசிப்பது – இதெல்லாம் எனக்குப் புதிய அனுபவம். யாருக்கோ நான் தேவைப்படுகிறேன் என்பதும் கூட இதே வகைதான்."

"நீ குழம்பியிருப்பதோடு என்ன செய்வதென்றும் உனக்குத் தெரியவில்லை என நினைக்கிறேன்."

நான் தலையசைக்கிறேன். "மிகவும் சரி."

"உனக்கு அவள் மீதிருக்கும் அதே திடமான, தூய்மையான உணர்வுகள் அவளுக்கும் உள்ளதாவென்று உனக்குத் தெரியவில்லை," என்கிறான் ஒஷிமா.

நான் தலையாட்டுகிறேன். "அதைப் பற்றி யோசிப்பதும் கூட வலிக்கிறது."

காட்டை வெறித்தபடி ஒஷிமா சிறிது நேரம் அமைதியாயிருக்கிறான், அவன் கண்கள் குறுகியுள்ளன. பறவைகள் ஒரு கிளையிலிருந்து மற்றொன்றுக்குத் தாவுகின்றன. அவன் கைகள் தலைக்குப் பின்னால் கட்டப்பட்டுள்ளன. "நீ எவ்வாறு உணருகிறாயென்று எனக்குத் தெரியும்," கடைசியில் அவன் சொல்கிறான். "ஆனால் இதை நீயே சொந்தமாகத்தான் பார்த்துக் கொள்ள வேண்டும். யாரும் உனக்கு உதவ முடியாது. காதல் என்றால் அப்படித்தான், காஃப்கா. அந்த அற்புதமான உணர்வுகளை அனுபவிப்பவன் நீதான், ஆனால் இருட்டுக்குள் அலைந்து திரியும்போது நீ தனியாகத்தான் போக வேண்டும். உனது மனமும் உடலும் அதை தாங்கித்தான் ஆக வேண்டும். நீயாக மட்டும்."

மணி இரண்டைத் தாண்டியவுடன் அவன் கிளம்பத் தயாராகிறான்.

"உணவை நீ பகுத்துக் கொண்டால்," அவன் என்னிடம் சொல்கிறான், "உனக்கு ஒரு வாரம் வரைக்கும் வரும்.

அதற்குள் நான் திரும்பி விடுவேன். ஏதேனும் நிகழ்ந்து நான் வர முடியாமல் போனால், அத்தியாவசியப் பொருட்களோடு என் அண்ணனை இங்கே அனுப்பி வைக்கிறேன். இங்கிருந்து ஒரு மணி நேர தொலைவில்தான் அவன் வசிக்கிறான். நீ இங்கிருப்பதைப் பற்றி அவனிடம் சொல்லியிருக்கிறேன். ஆகவே கவலைப்பட வேண்டாம், சரியா?"

"சரி."

"மேலும் நான் உனக்குச் சொன்னதைப் போல, காட்டுக்குள் போனால் அதிகக் கவனத்தோடு இரு. நீ தொலைந்து போனாயெனில், வெளியே வரும் வழியை உன்னால் ஒருபோதும் கண்டுபிடிக்க முடியாது."

"நான் கவனமாயிருப்பேன்."

"இரண்டாம் உலகப்போர் தொடங்கியதற்குச் சற்று முன்னால், பேரரசருடைய படைகளின் மாபெரும் ஒரு பிரிவு இங்கு சில பயிற்சித் திட்டங்களை மேற்கொண்டார்கள், சைபீரியக் காடுகளின் சோவியத் ராணுவத்துடனான மாதிரிப் போர்களை நிகழ்த்திக் காட்டினார்கள். ஏற்கனவே இதை உன்னிடம் சொன்னேனா?"

"இல்லை."

"மிக முக்கியமான விசயத்தை நான் மறந்து விட்டதாகத் தெரிகிறது," ஓஷிமா இளக்காரமாகச் சொன்னான், தனது நெற்றியைத் தட்டியபடி.

"ஆனால் இவற்றைப் பார்க்க சைபீரியக் காடுகளைப் போலில்லை," நான் சொல்கிறேன்.

"நீ சொல்வது சரி. இங்கிருக்கும் மரங்களெல்லாம் அகல-இலை வகையைச் சேர்ந்தவை, சைபீரியாவில் உள்ளவை எப்போதும் பசுமையாயிருக்கும் வகையைச் சேர்ந்ததாக இருக்கக்கூடும், ஆனால் ராணுவத்தினர் இந்தத் தகவல்களிலெல்லாம் அக்கறை காட்ட மாட்டார்களென்றே நினைக்கிறேன். சங்கதி யாதெனில் முழுமையான போர்-அணிகலன்களோடு காட்டுக்குள் நுழைந்து தங்களின் யுத்த-விளையாட்டுகளை நிகழ்த்திக் காட்டுவதே."

காப்புக்குடுவையில் இருந்த காபியை - நான் தயாரித்தது - அவன் ஒரு கோப்பையில் ஊற்றுகிறான், ஒரு கட்டி சர்க்கரையைக் கரண்டியால் அள்ளிப் போட்டு, அதன் விளைவுகளில் மகிழ்ச்சியுற்றவனாகத் தென்படுகிறான். "மலையைத் தங்களின் பயிற்சிக்குப் பயன்படுத்த அனுமதிக்கும்படி ராணுவத்தினர் என் தாத்தாவைக் கேட்டார்கள், எல்லா விதத்திலும் அவர்கள் பயன்படுத்திக் கொள்ளலாம் என அவர் சொன்னார். இன்னும் சொல்லப் போனால், வேறு யாரும் அதைப் பயன்படுத்துவதாக இல்லை. நாம் இங்கே வண்டியை ஓட்டி வந்த பாதையில்தான் அந்தப் பிரிவினர் வீறுநடை போட்டார்கள், பிறகு அவர்கள் காட்டுக்குள் நுழைந்தார்கள். என்றாலும், பயிற்சிகள் எல்லாம் முடித்து அவர்கள் வருகைப்பதிவை மேற்கொண்டபோது இரண்டு வீரர்கள் காணாமல் போயிருந்ததைக் கண்டுபிடித்தார்கள். பயிற்சி சமயத்தில் வெறுமனே அவர்கள் மறைந்திருந்தார்கள், முழுமையான போர்-அணிகலன்களோடும் மற்ற சங்கதிகளோடும், இருவரும் புத்தம்புதிதாகச் சேர்க்கப்பட்டவர்கள். மிகப்பெரிய தேடலில் ராணுவம் ஈடுபட்டது, ஆனால் அந்த இரு வீரர்களும் எங்கும் தென்படவே இல்லை." ஓஷிமா மற்றொரு மிடறு காபியை அருந்துகிறான். "அவர்கள் வெறுமனே தொலைந்து போனார்களா அல்லது ஓடிப் போனார்களா என்பது இந்நாள் வரைக்கும் ஒருவருக்கும் தெரியாது. இந்தப் பகுதியைச் சூழ்ந்திருக்கும் வனம் நம்பவியலாத ஆழத்தோடிருப்பது, உணவென்பதாக நீ அடையாளங்காணும் வகையில் எதையும் பார்க்கவும் முடியாது."

நான் தலையசைக்கிறேன்.

"நம் உலகுக்கு இணையாகவுள்ள வேறொரு உலகம் இருக்கிறது, மேலும் ஒரு குறிப்பிட்ட புள்ளி வரை மட்டுமே அந்த உலகத்துக்குள் கால் பதித்து மீண்டும் பத்திரமாகத் திரும்பி வர உனக்குச் சாத்தியப்படும். நீ மிகுந்த கவனத்தோடு இருக்கும் வரைக்கும். ஆனால் அந்தக் குறிப்பிட்ட புள்ளியைத் தாண்டிச் சென்றால் வெளியேறும் பாதையை நீ தொலைக்க நேரிடும். அதுவொரு புதிர்ப்பாதை. ஆக புதிர்ப்பாதை எனும் கருத்துருவாக்கம் முதலில் எங்கிருந்து வந்ததென்று உனக்குத் தெரியுமா?"

நான் தலையை ஆட்டுகிறேன்.

“பண்டைய மெசப்பொடமியர்களிடம் இருந்து. மிருகக்குடல்களை வெளியே பிடித்திழுத்து – சில நேரங்களில் மனிதக்குடல்களையும் என நினைக்கிறேன் –எதிர்காலத்தைக் கணிக்க அதன் வடிவத்தை அவர்கள் பயன்படுத்தினார்கள். குடல்களின் சிக்கலான வடிவத்தை அவர்கள் வியந்தார்கள். ஆக புதிர்ப்பாதைகளின் மாதிரியென்பது, ஒரு வார்த்தையில் சொல்வதெனில், குடல்கள். ஒரு புதிர்ப்பாதைக்கான கருத்துருவாக்கம் உனக்குள் இருக்கிறது என்பதே அதற்கான அர்த்தம். மேலும் வெளியே உள்ள புதிர்ப்பாதைக்கும் அதற்கும் தொடர்பிருக்கிறது.”

“மற்றுமோர் உருவகம்,” நான் சொல்கிறேன்.

“உண்மைதான். தலைகீழ் உருவகம். வெளியேயிருக்கும் சங்கதிகள் உனக்கு உள்ளிருப்பதன் நீட்சி என்பதோடு, உனக்கு உள்ளிருப்பதெல்லாம் வெளியே இருப்பதன் நீட்சியே. ஆக உனக்கு வெளியேயிருக்கும் புதிர்ப்பாதைக்குள் நீ காலடி எடுத்து வைக்கும் அதே வேளையில் உள்ளே இருக்கும் புதிர்ப்பாதைக்குள்ளும் நீ காலடி எடுத்து வைக்கிறாய். வெகு நிச்சயமாகக் கடினமான காரியம்தான்.”

“ஹேன்சல் மற்றும் க்ரடெலைப் (Hansel and Gretel) போல.”

“ஆமாம் – அவர்களைப் போலவே. காடு ஒரு பொறியை அமைத்திருக்கிறது, நீ என்ன செய்தாலும், எத்தனை கவனமாக இருந்தாலும், கூர்மையான-கண்களைக் கொண்ட சில பறவைகள் உனது ரொட்டித்துண்டுகளைச் சாப்பிடத்தான் போகின்றன.”

“நான் கவனமாயிருப்பேன் என்று உறுதியளிக்கிறேன்,” நான் அவனிடம் சொல்கிறேன்.

மியாடாவின் மேற்பகுதியை தாழ்த்திய பிறகு ஓஷிமா உள்ளே ஏறுகிறான். தனது குளிர்கண்ணாடிகளை அணிந்து கொண்டு கையை கியர்குச்சியின் மீது வைக்கிறான். தனக்குப் பழக்கமான அந்த உறுமலின் ஒலியைக் காடு எதிரொலிக்கிறது. அவன் கேசத்தைப் பின்னால் கோதி விடுகிறான், ரத்தினச்சுருக்கமாக கையசைத்து விட்டு காணாமல் போகிறான். அவனிருந்த

இடத்தில் தூசு சுழன்றடிக்கிறது, ஆனால் சீக்கிரமே காற்று அதை கடத்திப் போகிறது.

மீண்டும் நான் குடிலுக்குப் போகிறேன். அவன் பயன்படுத்திய படுக்கையில் படுத்து கண்களை மூடுகிறேன். நினைத்துப் பார்த்தால், நேற்றிரவு எனக்கும் கூட தேவையான உறக்கம் கிட்டவில்லை. தலையணையும் போர்வைகளும் இன்னும் ஓஷிமா அங்கிருந்ததற்கான அடையாளத்தோடு உள்ளன. நிஜத்தில், அவனில்லை – அனேகமும் அவனது உறக்கத்தின் அடையாளமென்பதைப் போல. அந்த அடையாளங்களுக்குள் நான் அமிழ்ந்து போகிறேன். கிட்டத்தட்ட அரை மணி நேரம் நான் தூங்கிய நிலையில் குடிலுக்கு வெளியே மிகப்பெரிய சத்தம் கேட்கிறது, ஏதோவொரு மரத்தின் கிளை உடைந்து தரையின் மீது தொப்பென்று விழுந்ததைப் போல. அந்தச் சத்தம் என்னை அதிர்ந்தெழச் செய்கிறது. எழுந்து என்னவென்று ஆராய்வதற்காக நான் தாழ்வாரத்துக்கு வருகிறேன், ஆனால் அனைத்தும் அப்படியேதான் உள்ளதாகத் தெரிகிறது. அனேகமாக அது காடு அவ்வப்போது உண்டாக்கும் மர்மமான ஒலியாக இருக்கக்கூடும். அல்லது அனேகமாக அதுவொரு கனவின் பகுதியாகவும் இருக்கலாம். என்னால் ஒன்றை இன்னொன்றில் இருந்து பிரித்துச் சொல்ல முடியவில்லை.

மேற்கில் சூரியன் அஸ்தமனமாகும் வரைக்கும், தாழ்வாரத்தில் அமர்ந்து நான் புத்தகத்தை வாசிக்கிறேன்.

எளிமையான உணவைச் சமைத்து மௌனத்தினூடாக அதை உண்கிறேன். பாத்திரங்களைத் துலக்கிய பிறகு பழங்காலத்து நீள்சாய்விருக்கைக்குள் அமிழ்ந்து நான் மிஸ் செய்கியைப் பற்றி நினைக்கிறேன்.

“ஓஷிமா சொன்னது போல, மிஸ் செய்கி ஓர் அறிவார்ந்த பெண்மணி. கூடவே விசயங்களைத் தனது பாணியில் செய்யும் குணமும் அவளுக்குண்டு,” காகம் எனப் பெயரிடப்பட்ட சிறுவன் சொல்கிறான். நீள்சாய்விருக்கையில் எனக்கு அடுத்ததாக அவன் அமர்ந்திருக்கிறான், என் அப்பாவின் வாசிப்பறையில் நாங்களிருவரும் இருந்ததைப் போலவே. “உன்னை விட அவள் மிகவும் வித்தியாசமானவள்.”

உன்னை விட அவள் மிகவும் வித்தியாசமானவள். அனைத்து வகையான தடைகளையும் அவள் தாண்டி வந்திருக்கிறாள் – மேலும் வழக்கமான தடைகளென்று உன்னால் சொல்ல முடியாததையும் கூட. உனக்குக் கொஞ்சமும் தெளிவில்லாத அனைத்து வகையான சங்கதிகளையும் அவளுக்குத் தெரியும், ஒருபோதும் நீ அறிந்திராத உணர்வுகளின் திரிவுகளையும் அவள் அனுபவித்திருக்கிறாள். மனிதர்கள் அதிக நாட்கள் வாழ நேரும்போது, எது முக்கியமென்பதை முக்கியமல்லாத விசயங்களிடம் இருந்து பிரித்துணர இன்னுமதிகமாக அவர்கள் கற்றுக் கொள்கிறார்கள். நிறைய முக்கியமான முடிவுகளை அவள் எடுக்க நேர்ந்திருக்கிறது, அவற்றின் விளைவுகளையும் பார்த்திருக்கிறாள். மறுபடியும், உன்னை விட மிகவும் வித்தியாசமானவள். நீ வெறும் குழந்தை, சிறியவுலகில் வாழ்ந்து மிகவும் குறைவான அனுபவங்களை எதிர்கொண்டிருக்கிறாய். பலசாலியாக மாற நீ மிகவும் சிரமப்பட்டு உழைத்திருக்கிறாய், சில பகுதிகளில் அதில் வெற்றியும் பெற்றிருக்கிறாய். அது உண்மைதான். ஆனால் இப்போது ஒரு புதுவுலகில், இதற்குமுன் ஒருபோதும் நீ உணர்ந்திராத ஒரு சூழலைச் சந்திப்பவனாக இருக்கிறாய். எல்லாம் உனக்கு ரொம்பப் புதிது, ஆகவே நீ குழம்பியதாக உணர்வதில் எந்த ஆச்சரியமுமில்லை.

நீ குழம்பியதாக உணர்வதில் எந்த ஆச்சரியமுமில்லை. உனக்குச் சரியாகப் புரியாத ஒரு விசயம் யாதெனில் பெண்களுக்குக் காமம் சார்ந்த விருப்பம் இருக்குமா என்பதே. கோட்பாடுகளின்படி, சொல்லப்போனால் அவர்களுக்கும் இருக்கும். அந்த மட்டும் உனக்கும் கூடத் தெரியும். ஆனால் அந்த விருப்பம் எவ்வாறு வெளிப்படும் அல்லது எப்படியிருக்கும் எனும்போது – உனக்குத் தெரியவில்லை. உனது சொந்தக் காமம் சார்ந்த விருப்பமென்பது சாதாரண விசயம். ஆனால் பெண்களின் விருப்பம், குறிப்பாக மிஸ் செய்கியினுடையது, மர்மமானதாக உள்ளது. அவள் உன்னைப் பிடித்தபோது, உடல்ரீதியாக அதே பரவசத்தை அவளும் உணர்ந்தாளா? அல்லது ஒட்டுமொத்தமாக அது வேறு வகையிலான விசயமா?

அதைப் பற்றி இன்னுமதிகமாக யோசிக்கும்போது, 15 வயதில் இருப்பதை இன்னுமதிகமாக நீ வெறுக்கத் தொடங்குகிறாய். நம்பிக்கையிழந்தவனாக உணர்கிறாய். ஒருவேளை உனக்கு 20 என்றால் – இல்லை, 18 என்றால் கூடப் பரவாயில்லை, 15-ஐத் தவிர எதுவானாலும் சரி – அவளுடைய

செயல்களுக்கும் வார்த்தைகளுக்கும் என்ன அர்த்தமென்பதை இன்னும் தெளிவாகத் தெரிந்து கொண்டிருக்கலாம். பிறகு சரியான முறையில் நீ எதிர்வினை ஆற்றலாம். மிகவும் அற்புதமானவொன்றின் நடுவில் இருக்கிறாய், மிகுந்த ஆற்றலோடு இயங்கும் அதை மீண்டும் உன்னால் ஒருபோதும் அனுபவிக்க முடியாமல் போகலாம். அது உன்னைப் பொறுமையிழக்கச் செய்கிறது. மேலும் அது, மேற்கொண்டு, துயரத்துக்கு இட்டுப் போகிறது.

அவள் இப்போது என்ன செய்து கொண்டிருப்பாளென்பதை உருவகப்படுத்த நீ முயற்சி செய்கிறாய். திங்கட்கிழமை, ஆகவே நூலகம் மூடப்பட்டிருக்கும். தனது விடுமுறை நாட்களில் அவள் என்ன செய்வாள்? அடுக்ககத்தில் அவள் தனித்திருப்பதைக் கற்பனை செய்கிறாய். துணிகளைத் துவைக்கிறாள், சமைக்கிறாள், சுத்தப்படுத்துகிறாள், கொள்வனவுக்குப் போகிறாள் - ஒவ்வொரு காட்சியும் உன் கற்பனையில் பளிச்சிடுகிறது. இன்னுமதிகமாகக் கற்பனை செய்ய, அசையாமல் அங்கேயே அமர்ந்திருப்பது உனக்குக் கடினமாக மாறுகிறது. விடாமுயற்சியுடன் கூடிய ஒரு மாடாக மாறி இந்தக் குடிலை விட்டுப் பறந்து செல்ல நீ விரும்புகிறாய், இந்த மலைகளுக்கு மேலே எழும்பிப் போய், அவளின் அடுக்ககத்தில் தரையிறங்கி, என்றென்றைக்குமாக அவளைப் பார்த்துக் கொண்டேயிருக்க ஆசைப்படுகிறாய்.

அனேகமாக அவள் நூலகத்துக்கு வண்டியைச் செலுத்தி உனது அறைக்குப் போகிறாள். கதவைத் தட்டுகிறாள், ஆனால் எந்தப் பதிலுமில்லை. கதவு திறந்து கிடக்கிறது. அதன் பிறகும் நீ அங்கில்லை என்பதை அவள் கண்டுபிடிக்கிறாள். படுக்கை ஒழுங்கு செய்யப்பட்டிருக்கிறது, உன்னுடைய பொருட்களெல்லாம் மாயமாகி விட்டன. நீ எங்கு மறைந்து போனாயென அவள் அதிசயிக்கிறாள். பெரும்பாலும் நீ திரும்பி வருவதற்காகச் சிறிது நேரம் அவள் காத்திருக்கிறாள், மேசையின் மீதமர்ந்து, கைகளில் தலையை இருத்தி, "காஃப்கா-கடற்கரையில்"-ஐ உற்று நோக்கியபடி. அந்த ஓவியத்தால் உறையிடப்பட்டுள்ள கடந்தகாலத்தை யோசித்தபடி. என்றாலும், எவ்வளவு நேரம் அவள் காத்திருந்தாலும், நீ திரும்பி வரவில்லை. இறுதியில் அவள் காத்திருப்பதைக்

கைவிட்டுக் கிளம்புகிறாள். வாகனமுகப்பில் இருக்கும் தனது கோல்ஃபுக்குச் சென்று எஞ்சினை முடுக்குகிறாள். இது போல மனமுடைந்தவளாக அவளைக் கிளம்பிப் போக அனுமதிப்பதே நீ விரும்பும் கடைசி சங்கதியாக இருக்கும். அவளைப் பற்றிக் கொள்ள ஆசைப்படுகிறாய், அவளுடைய உடலின் அசைவுகள் ஒவ்வொன்றுக்கும் என்ன அர்த்தமென்பதைத் தெரிந்து கொள்ள விரும்புகிறாய். ஆனால் நீ அங்கே இல்லை. நீ தனியாக இருக்கிறாய், அனைவரிடமிருந்தும் துண்டிக்கப்பட்ட ஓர் இடத்தில்.

நீ படுக்கைக்குள் ஏறிக் கொண்டு விளக்கை அணைக்கிறாய், இந்த அறைக்குள் அவள் உன்னிடம் வருவாள் எனும் நம்பிக்கையோடு. அது உண்மையான மிஸ் செய்கியாக இருக்க வேண்டுமென்று அவசியமில்லை – 15-வயது-நிரம்பிய பெண்ணாக இருந்தாலும் போதும். அவள் எந்த வடிவத்தை எடுத்துக் கொண்டிருக்கிறாள் என்பது பொருட்டில்லை – உயிர்த்திருக்கும் ஆன்மா, மாயத்தோற்றம் – ஆனால் உனக்கு அவளைப் பார்க்க வேண்டும், உன் அருகாமையில் அவள் இருக்க வேண்டும். தகர்ந்து போகத் தயாராக இருக்குமளவுக்கு உனது மூளை முழுக்க அவளால் நிறைந்திருக்கிறது, உனது உடலும் துண்டந்துண்டமாக வெடித்துச் சிதறக் காத்திருக்கிறது. இருந்தாலும், அவள் இங்கிருக்க வேண்டுமென்று எத்தனைத் தீவிரமாக நீ ஆசைப்பட்டாலும், எத்தனை நேரம் காத்திருந்தாலும், அவள் தோன்றுவதில்லை. உனக்குக் கேட்பதெல்லாம் வெளியே வீசும் காற்றின் மெல்லிய சீழ்க்கையொலியும் இரவில் மென்மையாகக் கூவும் பறவைகளின் சத்தமும் மட்டுமே. பனிமூட்டத்தை உற்று நோக்கியவாறு நீ மூச்சை இழுத்துப் பிடித்திருக்கிறாய். காற்றை உற்றுக் கவனிக்கிறாய், அதற்குள் இருக்கும் எதையோ வாசிக்கவும் அதன் அர்த்தம் என்னவென்பது குறித்த சங்கேதத்தை அடையாளங்காணவும் முயற்சிப்பவனாக. ஆனால் உன்னைச் சூழ்ந்திருப்பதெல்லாம் இருளின் வெவ்வேறு வடிவங்களே. இறுதியில், நீ அதைக் கைவிடுகிறாய், கண்களை மூடி உறங்கிப் போகிறாய்.

38

முகவரிகளின் பதிவேட்டில் வாடகை-மகிழுந்து நிறுவனங்களைத் தேடிய ஹோஷினோ குருட்டாம்போக்கில் அவற்றில் ஒன்றைத் தேர்வு செய்து தொலைபேசியில் அழைத்தான். "வெறுமனே இரண்டு நாட்களுக்கு எனக்கு மகிழுந்து தேவைப்படுகிறது," அவன் விளக்கினான், "ஆகவே சாதாரணமான சலூனே (செடான்) போதும். ரொம்பப் பெரிதாக, தனித்துத் தெரிவதெல்லாம் வேண்டியதில்லை."

"அனேகமாக நானிதைச் சொல்லக்கூடாது," என்றார் வாடகை உதவியாளர், "ஆனால் மஸ்டாக்களை மட்டும் நாங்கள் வாடகைக்குத் தருவதால், தனித்துத் தெரியும் எந்த வண்டியும் எங்களிடம் கிடையாது. ஆகவே மற்றதெல்லாம் தானாகவே உறுதியாகிடும்."

"அபாரம்."

"ஃபெமிலியா போதுமா? நம்பகமான வண்டி, மேலும் யாரும் அதைக் கவனிக்க மாட்டார்களென்று நான் சத்தியமாகச் சொல்வேன்."

"கேட்க நன்றாயிருக்கிறது. ஃபெமிலியாவே போதும்." வாடகை நிறுவனம் நிலையத்தினருகே இருந்தது, இன்னும் ஒரு மணி நேரத்தில் வண்டியை எடுக்க வருவதாக ஹோஷினோ அவர்களிடம் சொன்னான்.

ஒரு வாடகைச் சீருந்தைப் பிடித்து அவன் அங்கே சென்றான், தனது கடன் அட்டையையும் ஓட்டுனர் உரிமத்தையும் அவர்களிடம் காட்டிய பிறகு இரு நாட்களுக்கு வண்டியை

வாடகைக்கு எடுத்துக் கொண்டான். முன்கட்டில் நிறுத்தப்பட்டிருந்த வெண்ணிற ஃபெமிலியா, விளம்பரப்படுத்தப்பட்டதைப் போல, முழுக்கவே கவனத்தை ஈர்க்காத வண்டியாயாயிருந்தது. ஒரு கணம் அதை விட்டு விலகினால் எவ்வாறு தோற்றமளிக்குமென்பதைப் பற்றிய அத்தனை ஞாபகமும் சட்டென்று மாயமாகிப் போனது. அநாமதேயமென்னும் துறையில் சொல்லிக் கொள்ளும்படியான ஒரு சாதனை.

அடுக்ககத்துக்கு வண்டியை ஓட்டித் திரும்பும் வழியில் ஒரு புத்தகக்கடையில் நிறுத்தி, டகமாட்சு நகரம் மற்றும் ஷிகோகு நெடுஞ்சாலை அமைப்பு பற்றிய வரைபடங்களை வாங்கிக் கொண்டான் ஹோஷினோ. பீத்தோவனுடைய "ஆர்ச்ட்யூக் ட்ரையோ"வின் இசைக்கோவை கிடைக்கிறதாவென்று பார்க்க அருகிலிருந்த சிடி கடைக்குள் நுழைந்தான், ஆனால் அந்த அற்பமான கடை சிறிய செவ்வியல் பிரிவையும் இசைக்கோவையின் மலிவான சலுகை-விலை பதிப்புருவையும் மட்டுமே கொண்டிருந்தது. துரதிர்ஷ்டவசமாக, மில்லியன் டாலர் ட்ரையோ கிடைக்கவில்லை, ஆனாலும் ஹோஷினோ மேற்கொண்டு தனது 1000 யென்களைச் செலுத்தினான்.

அடுக்ககத்தில், மென்மையான நறுமணம் அந்த இடத்தை நிறைத்திருந்தது. வேக-வைத்த டைக்கோனும் (Daikon - ஒரு முள்ளங்கி வகை) நன்கு-வறுத்த தட்டையான டோஃபுவும் தயாரித்தவாறு சமையலறையில் நகாடா சுறுசுறுப்பாக இயங்கிக் கொண்டிருந்தார். "நான் செய்வதற்கு ஒன்றுமில்லை, ஆகவே சில பதார்த்தங்களைத் தயாரித்தேன்," அவர் விளக்கினார்.

"அற்புதம்," என்றான் ஹோஷினோ. "இந்நாட்களில் நான் அதிகமும் வெளியே சாப்பிட்டுக் கொண்டிருக்கிறேன், ஆகவே ஒரு மாற்றத்துக்கு வீட்டில்-சமைத்த உணவைச் சாப்பிடுவது நன்றாகத்தான் இருக்கும். ஓ, ஹேய் - நான் மகிழுந்தை எடுத்து வந்திருக்கிறேன். வெளியே நிற்கிறது. உடனடியாக உனக்குத் தேவைப்படுமா?"

"இல்லை, நாளைக்குப் பார்த்துக் கொள்ளலாம். நகாடா இன்று கல்லோடு சற்று அதிகமாகப் பேச வேண்டும்."

"நல்ல யோசனை. விசயங்களைப் பேசித் தீர்ப்பதென்பது முக்கியம். நீ மனிதர்களோடு பேசலாம், அல்லது கல்லோடு, அல்லது எதுவாயிருந்தாலும் சரி, விசயங்களைக் கலந்தாலோசிப்பது ரொம்ப நல்லது. உனக்குத் தெரியுமா, சரக்குந்துகளை ஓட்டும்போது அடிக்கடி நான் எஞ்சின்களிடம் பேசுவேன். உற்றுக் கவனித்தால் அனைத்து வகையான சங்கதிகளையும் உன்னால் கேட்க முடியும்."

"எஞ்சின்களோடு பேச நகாடாவால் முடியாது, ஆனால் விசயங்களைக் கலந்தாலோசிப்பது ரொம்ப முக்கியம்."

"ஆக கல்லோடு எப்படிப் போய்க் கொண்டிருக்கிறது? உங்களால் தொடர்பு கொள்ள முடிகிறதா?"

"நாங்கள் தொடர்பு கொள்ள ஆரம்பித்திருக்கிறோம்."

"நல்ல விசயம். நான் யோசித்துக் கொண்டிருந்தேன் – இங்கே அழைத்து வந்ததில் அந்தக் கல் நம் மீது கோபமாயிருக்கிறதா என்ன?"

"இல்லை, நிச்சயமாக இல்லை. என்னால் கணிக்க முடிந்த வரைக்கும், தான் எங்கிருக்கிறோம் என்பதைப் பற்றிக் கல் பெரிதாகக் கவலைப்படவில்லை."

"ஓவ் – அந்த வகையில் நிம்மதி," ஹோஷினோ நெடுமூச்செறிந்தான். "இந்த விசயங்களை எல்லாம் நாம் கடந்து வந்திருக்கும் சூழ்நிலையில், அந்தக் கல் நமக்கெதிராகத் திரும்பினால் சிக்கலில் மாட்டிக் கொள்வோம்."

தனது புதிய சிடியைக் கேட்டபடி மதியத்தைக் கழித்தான் ஹோஷினோ. காபி அருந்தகத்தில் அவன் கேட்டதைப் போல இந்த ஆற்றுகை தன்னியல்பாகவும் நினைவில் தங்கக்கூடியதாகவும் இல்லை. மிகுந்த கட்டுப்பாட்டோடும் நிதானத்தோடும் ஒலித்தது, ஆனால் ஒட்டுமொத்தமாகப் பார்க்க அத்தனை மோசமில்லை. நீள்சாய்விருக்கையில் சாய்ந்து அதைக் கேட்டபோது, இனிய மெல்லிசை அவனை ஆட்கொண்டது, அந்த பலவோசைப் பாடலின் நுட்பமான மடிப்புகள் உள்ளுக்குள் எதையோ ஆழமாகக் கிளர்த்தியது.

ஒரு வாரத்துக்கு முன் இந்த இசையை நான் கேட்டிருந்தால், தனக்குத்தானே அவன் சொல்லிக் கொண்டான், அதன் அடிப்படை சங்கதியைக் கூட என்னால் புரிந்து கொண்டிருக்க முடியாது – அல்லது அதற்கு ஆசைப்பட்டிருக்கவும் மாட்டேன். ஆனால் சந்தர்ப்பம் அவனை அந்தச் சிறிய காபி அருந்தகத்துக்கு அழைத்து வந்தது, அங்கு சௌகரியமாக நாற்காலியில் அமிழ்ந்தவனாக, காபியை ரசித்தபடி அவன் இசையைக் கேட்டான். ஆக இப்போது என்னைப் பாருங்கள், அவன் நினைத்தான், நான் பீத்தோவனுக்குள் ஆழ்ந்திருக்கிறேன் – உங்களால் நம்ப முடிகிறதா? சற்று ஆச்சரியப்பட வைக்கும் முன்னேற்றம்தான்.

அவன் இசைக்கோவையைத் திரும்பத் திரும்பக் கேட்டுக் கொண்டிருந்தான், புதிதாக-கண்டுபிடித்திருக்கும் தனது இசையார்வத்தைச் சோதிப்பவனாக. சிடியில் இரண்டாவதாகவும் ஒரு பீத்தோவன் ட்ரையோ இருந்தது, “தி கோஸ்ட்” *(The Ghost)*. அப்படியொன்றும் மோசமான இசைக்கோவை அல்ல, அவன் நினைத்துக் கொண்டான், என்றாலும் நிச்சயமாக “ஆர்ச்ட்யூக்”தான் அவனுக்கு ரொம்பப் பிடித்திருந்தது. அதிக ஆழமானது, என எண்ணினான். அத்தனை நேரமும், நகாடா ஒரு மூலையில் இருந்தார், வெண்ணிறக் கல்லைப் பார்த்து முணுமுணுத்தபடி. அவ்வப்போது தலையசைக்கவோ அல்லது தலையைச் சொறியவோ செய்தார். தங்களுக்கே உரித்தான சின்னஞ்சிறு உலகங்களில் தொலைந்த இரண்டு மனிதர்கள்.

“இசை உன்னைத் தொந்தரவு செய்கிறதா?” ஹோஷினோ அவரைக் கேட்டான்.

“இல்லை, எந்தச் சிக்கலுமில்லை. இசை என்னைத் தொந்தரவு செய்யவில்லை. என்னளவில் அது காற்றைப் போல.”

“காற்றா, ஹ்ம்?”

ஆறு மணிக்கு நகாடா இரவுணவைச் சமைத்தார் – பொறித்த வஞ்சிரமும் சாலடும், உடன் சிரத்தையோடு அவர் தயாரித்த நிறைய சின்னச்சின்னத் தொடுகறிகளும். தொலைக்காட்சியை இயங்கச் செய்த ஹோஷினோ கொலை வழக்கில் முன்னேற்றம் ஏதுமுள்ளதா என்றறிய செய்திகளைப் பார்த்தான். ஆனால்

அதைப் பற்றி ஒரு வார்த்தை கூட இல்லை. வெறுமனே மற்ற செய்திகள் – சிறுமி ஒருத்தியின் கடத்தல், வழக்கமான இஸ்ரேல் மற்றும் பாலஸ்தீனியப் பதிலடிகள், மேற்கு ஜப்பானின் நெடுஞ்சாலையில் நிகழ்ந்த மாபெரும் போக்குவரத்து விபத்து, அந்நிய தேசத்தவர்களின் தலைமையில் நடைபெற்ற வாகனத்திருட்டுகள், யாரோவொரு மத்திய அமைச்சரின் முட்டாள்தனமான நிறவெறிக் கருத்துகள், தொலைதொடர்பு துறையைச் சேர்ந்த நிறுவனங்களின் ஆட்குறைப்பு நடவடிக்கைகள். உருப்படியான ஒரு கதை கூட இல்லை.

அவர்கள் மேசையில் அமர்ந்து தங்களின் இரவுணவைச் சாப்பிட்டார்கள்.

“இது நிஜமாகவே நன்றாயிருக்கிறது,” என்றான் ஹோஷினோ. “சொல்லிக் கொள்ளும்படியான சமையற்காரன் நீ.”

“மிகவும் கடன்பட்டிருக்கிறேன். ஆனால் எனது வாழ்வில் வேறொருவருக்காக நான் சமைத்திருக்கும் ஒரே ஆள் நீங்கள் மட்டும்தான்.”

“நண்பர்களோடு அல்லது உறவினர்களோடு அல்லது வேறு யாரோடும் சேர்ந்து இது வரைக்கும் நீ சாப்பிட்டதேயில்லை என்று சொல்ல வருகிறாயா?”

“நகாடாவுக்கு நிறைய பூனைகளைத் தெரியும், ஆனால் நாம் சாப்பிடுவது மிகவும் வித்தியாசமானது.”

“ஆட, ஆமாம்,” என்றான் ஹோஷினோ. “ஆனால், என்ன சொன்னாலும், இது அற்புதமாயிருக்கிறது. ꞁிகக்குறிப்பாக, காய்கறிகள்.”

“உங்களுக்குப் பிடித்திருப்பதில் நான் மகிழ்கிறேன். நகாடாவால் வாசிக்க முடியாது, ஆகவே சில சமயங்களில் சமையலறைக்குள் மிகவும் மோசமானத் தவறுகளைச் செய்திருக்கிறேன். எனவே எப்போதும் ஒரே பொருட்களைப் பயன்படுத்துவதோடு உணவையும் ஒரே வழிமுறையில்தான் சமைப்பேன். எனக்கு வாசிக்கத் தெரிந்திருந்தால், அனைத்து வகையிலான வெவ்வேறு பதார்த்தங்களை என்னால் சமைத்திருக்க முடியும்.”

“இதுவே போதும்.”

“திரு ஹோஷினோ?” நகாடா தீவிர தொனியில் சொன்னார், நன்கு நிமிர்ந்து உட்கார்ந்து.

“ம்ம்ம்?”

“வாசிக்க முடியாமலிருப்பது வாழ்க்கையைக் கடினமாக்குகிறது.”

“நானும் அப்படித்தான் நினைக்கிறேன்,” என்றான் ஹோஷினோ. “இந்த சிடியில் உள்ள வர்ணனை பீத்தோவனுக்குக் காது கேட்காதென்று சொல்கிறது. அவர் புகழ்பெற்ற இசையமைப்பாளர், இளமைக்காலத்தில் ஐரோப்பாவின் முதன்மையான பியானோக்கலைஞராகவும் இருந்தார். ஆனால் பிறகொரு நாள், அனேகமும் சுகவீனத்தின் காரணமாக இருக்கலாம், அவர் செவிடாகத் தொடங்கினார். இறுதியில் அவரால் எந்த விசயமும் கேட்க முடியவில்லை. காது கேட்காமல் இசையமைப்பாளராக இருப்பது ரொம்பவே கஷ்டம்தான். நான் சொல்ல வருவது புரிகிறதா?”

“புரிவதாக நினைக்கிறேன்.”

“காது கேட்காத இசையமைப்பாளரென்பது தனது சுவையுணர்வை இழந்து நிற்கும் சமையற்காரன் போல. சவ்வுகளைக் கொண்ட பாதங்களை இழந்து நிற்கும் தவளை போல. ஓட்டுனர் உரிமம் பிடுங்கப்பட்ட சரக்குந்து ஓட்டுனர் போலவும். யாரையும் அது நிலைகுலையச் செய்திடும். ஆனால் அது தன்னை ஆக்கிரமிக்க பீத்தோவன் அனுமதிக்கவில்லை. உண்மைதான், ஆரம்பத்தில் அவர் கொஞ்சம் துயரத்தில் ஆழ்ந்திருக்கலாம், ஆனால் துரதிர்ஷ்டம் தன்னை வீழ்த்த அவர் இடம் தரவில்லை. அது எப்படி இருந்ததெனில், சிக்கலா? என்ன சிக்கல்? முன்னெப்போதையும் விட அதிகமாக இசையமைத்ததோடு அதற்கு முன்னால் தான் எழுதிய அனைத்தையும் விடச் சிறந்த இசையை அதன் பிறகு அவர் வெளிப்படுத்தினார். நிஜமாகவே நான் அந்த மனிதரை வியக்கிறேன். இந்த “ஆர்ச்ட்யூக் ட்ரையோ” போல – இதை எழுதியபோது அவர் கிட்டத்தட்ட முழுச் செவிடாயிருந்தார், உன்னால் நம்ப முடிகிறதா? நான் சொல்ல

வருவது என்னவென்றால், வாசிக்க முடியாமல் இருப்பது உனக்குப் பெரிய துயரமாக இருக்கக்கூடும், ஆனால் உலகம் அத்தோடு முடிந்து போவதில்லை. உன்னால் வாசிக்க முடியாமல் போகலாம், ஆனால் உன்னால் மட்டுமே செய்ய முடிந்த சங்கதிகளும் இருக்கத்தான் செய்கின்றன. அவற்றின் மீது நீ கவனம் செலுத்த வேண்டும் - உனது ஆற்றல்களின் மீது. கல்லோடு பேச முடியும் என்பதைப் போல."

"ஆமாம், என்னால் இப்போது அதனோடு சிறிது பேச முடிகிறது. ஒரு காலத்தில் நகாடாவால் பூனைகளோடும் பேச முடியும்."

"வேறு யாராலும் அதைச் செய்ய முடியாது, இல்லையா? தாங்கள் விரும்பும் அத்தனை புத்தகங்களையும் மற்ற மனிதர்களால் வாசிக்க முடியும், என்றாலும் கூட கற்களோடு அல்லது பூனைகளோடு எப்படிப் பேசுவதென்று அவர்களில் ஒருவருக்கும் தெரியாது."

"என்றபோதும், இந்நாட்களில், நகாடாவுக்கு நிறைய கனவுகள் வருகின்றன. என் கனவுகளில், ஏதோவொரு காரணத்துக்காக, என்னால் வாசிக்க முடிகிறது. இப்போது இருப்பதைப் போல நான் அப்படியொன்றும் முட்டாளாக இல்லை. மிகுந்த மகிழ்ச்சியோடு நூலகத்துக்குச் சென்று நிறைய புத்தகங்களை வாசிக்கிறேன். மேலும் வாசிக்க முடிவது எத்தனை அற்புதமாக உள்ளதென்று யோசிக்கிறேன். ஒவ்வொரு புத்தகமாக நான் வாசிக்கிறேன், ஆனால் அதன் பிறகு நூலகத்தில் உள்ள விளக்கு அணைந்து விட எங்கும் இருட்டாயிருக்கிறது. யாரோ விளக்கை அணைத்து விட்டார்கள். என்னால் எதையும் பார்க்க முடியவில்லை. அதன் பிறகு என்னால் புத்தகங்களை வாசிக்க முடியவில்லை. பிற்பாடு நான் விழிக்கிறேன். அது வெறும் கனவுகளில்தான் என்றாலும் கூட, வாசிக்க முடிவது அத்தனை அற்புதமாக இருக்கிறது."

"சுவாரசியமான சங்கதி..." என்றான் ஹோஷினோ. "உடன் நானும்தான் இங்கே இருக்கிறேன், வாசிக்கத் தெரிந்தாலும் மருந்துக்குக் கூட புத்தகத்தைத் தொடுவதில்லை. இந்தவுலகம் ஒரு குழப்படியான இடம்தான், உறுதியாகச் சொல்லலாம்."

“திரு ஹோஷினோ?” நகாடா கேட்டார்.

“என்னவென்று சொல்?”

“இன்று வாரத்தின் எந்த நாள்?”

“சனிக்கிழமை.”

“எனில் நாளைக்கு ஞாயிற்றுக்கிழமையாக இருக்கும்.”

“இயல்பாகவே, ஆம்.”

“நாளை காலை என்னை வண்டியில் அழைத்துச் செல்வீர்களா?”

“நிச்சயமாக, ஆனால் நீ எங்கு போக விரும்புகிறாய்?”

“நகாடாவுக்குத் தெரியாது. மகிழுந்துக்குள் ஏறிய பிறகு அதைப் பற்றி நான் யோசிக்கிறேன்.”

“நம்புகிறாயோ இல்லையோ,” என்றான் ஹோஷினோ, “இவ்வாறுதான் நீ சொல்லப் போகிறாயென்னும் உணர்வு எனக்குள் இருந்தது.”

மறுநாள் காலை ஏழு மணியைத் தாண்டிய சிறிது நேரத்தில் ஹோஷினோ விழித்தான். நகாடா ஏற்கனவே காலையுணவைச் சமைத்தவாறிருந்தார். ஹோஷினோ குளியலறைக்குச் சென்றான், குளிர்ந்த நீரால் தனது முகத்தைக் கழுவி மின்ரேசரால் முகத்தை மழித்தான். அரிசி, பொறித்த கத்திரிக்காயுடன் கூடிய மிசோ சூப், உலர்ந்த கானாங்கெளுத்திகள் மற்றும் ஊறுகாயோடு அவர்கள் காலையுணவை முடித்தார்கள். ஹோஷினோ இரண்டாம் முறையும் அரிசி எடுத்துக் கொண்டான்.

நகாடா பாத்திரங்களைக் கழுவியபோது ஹோஷினோ தொலைக்காட்சியில் செய்திகளைப் பார்த்தான். இந்த முறை நகானோவில் நிகழ்ந்த கொலையைப் பற்றி ஒரு சிறிய செய்தி வெளியானது. “சம்பவம் நிகழ்ந்து பத்து நாட்களாகி விட்டன, ஆனால் காவல்துறைக்கு இன்னும் எந்தத் தடயமும் கிட்டவில்லை,” என்.ஹெச்.கே அறிவிப்பாளர் சலிப்போடு கூறினான். கவனத்தை ஈர்க்கும் வகையிலான ஒரு வீட்டின்

முன்வாயில் திரையில் மின்னியது, தடுப்பெல்லைகளோடு, வெளியே ஒரு காவலர் நிலைகொண்டிருந்தார்.

"இறந்து போனவரின் 15-வயது-நிரம்பிய பையனுக்கான தேடல் தொடர்கிறது, ஆனால் அவனுடைய இருப்பிடம் குறித்த தகவல்கள் இன்னும் கிட்டவில்லை. அருகாமையில் வசித்த, அறுபதுகளில் உள்ள ஒரு நபருக்கான தேடலும் தொடர்கிறது, சம்பவம் நிகழ்ந்த சற்று நேரத்தில் கொலை குறித்தத் தகவல்களைச் சொல்லக் காவல் நிலையத்துக்கு அவர் வந்திருந்தார். இந்த இருவருக்குமிடையே ஏதும் தொடர்புண்டா இல்லையா என்பது இன்னும் தெளிவில்லாமல் இருக்கிறது. வீட்டின் உட்பகுதி எவ்வகையிலும் தொந்தரவு செய்யப்படாததால், திருட்டென்பதைக் காட்டிலும் இந்தக் குற்றம் தனிப்பட்ட பழிவாங்கலுக்காக நிகழ்ந்திருக்கலாம் எனக் காவலர்கள் நம்புவதோடு திரு டமூராவின் நண்பர்களையும் அவருக்குத் தெரிந்தவர்களையும் விசாரித்து வருகிறார்கள். திரு டமூராவின் கலைச் சாதனைகள் கௌரவிக்கப்படும் டோக்கியோ தேசிய நவீன கலைகளுக்கான அருங்காட்சியகத்தில்..."

"ஹேய், தாத்தா," சமையலறைக்குள் இருந்த நகாடாவை ஹோஷினோ அழைத்தான்.

"என்ன? சொல்லுங்கள்?"

"நகானோவில் கொல்லப்பட்ட இந்த மனிதரின் மகனை உனக்குத் தெரியுமா? அந்த 15-வயது-நிரம்பியவனை?"

"இல்லை, எனக்குத் தெரியாது. உங்களிடம் சொன்னது போல, நகாடாவுக்குத் தெரிந்ததெல்லாம் ஜானி வாக்கரும் அவனுடைய நாயும்தான்."

"ஓஹோ?" ஹோஷினோ பதிலளித்தான். "காவலர்கள் அந்தப் பையனையும் தேடி வருகிறார்கள் போல. ஒரே குழந்தை என்பதாகத் தெரிகிறது, மேலும் அவன் அம்மாவைப் பற்றி ஏதும் குறிப்பிடவில்லை. கொலைக்குச் சற்று முன்பு அவன் வீட்டை விட்டு ஓடியதாக நினைக்கிறேன், இன்னும் கிடைக்கவில்லை."

"அப்படியா...?"

“அவிழ்க்க சற்றுக் கடினமான முடிச்சாயிருக்கிறது இந்தக் கொலை வழக்கு,” என்றான் ஹோஷினோ. “ஆனால் காவலர்களும் சற்று கமுக்கமான ஆட்களே – வெளியே கசிய விடுவதை விட அவர்களுக்கு அதிகமாகத் தெரிந்திருக்கும். கலோனல் சாண்டர்ஸின் கூற்றுப்படி, அவர்கள் உன்னைத் துரத்துகிறார்கள், மேலும் நீ டகமாட்சுவில் இருக்கிறாயென்பது அவர்களுக்குத் தெரியும். கூடவே, என்னைப் போன்ற யாரோவொரு அழகான இளைஞனும் உன் கூட இருப்பதும் காவலர்களுக்குத் தெரியும். ஆனால் இன்னும் அதை ஊடகங்களுக்கு அவர்கள் கசிய விடவில்லை. நாம் இங்கே இருப்பதை வெளிப்படையாகச் சொன்னால், வேறெங்காவது நழுவி விடுவோமென்று பயப்படுகிறார்கள். அதனால்தான் நாம் எங்கே இருக்கிறோமெனத் தெரியாதென்று அவர்கள் பொதுவெளியில் சொல்கிறார்கள். கெட்டிகாரக் கூட்டம், இந்தக் காவலர்கள்.”

8.30-க்கு அவர்கள் வெளியேறி வாடகை மகிழுந்துக்குப் போய் அதற்குள் ஏறிக் கொண்டார்கள். பயணியர் இருக்கையில் நிலைகொண்டபோது, சூடான தேநீருடன் கூடிய தனது காப்புக்குடுவையையும் நகாடா தன்னோடு எடுத்து வந்திருந்தார், கூடவே அவரின் நம்பிக்கைக்குரிய வடிவமற்ற தொப்பி, குடை மற்றும் கித்தான் பை ஆகியவையும். அடுக்ககத்தை விட்டுக் கிளம்பும் நேரம் தனது சுனிச்சி டிராகன்கள் தொப்பியை அணியப் போன ஹோஷினோ, கண்ணாடியைக் கண்டவுடன் சட்டென்று அது குறித்து யோசித்தான். தாங்கள் தேடிக் கொண்டிருக்கும் இளைஞன் ஒரு டிராகன்கள் தொப்பி, பச்சை நிற ரே-பான் மற்றும் அலோஹா சட்டையை ஓயிலாக அணிந்திருப்பான் என்பது காவலர்களுக்குத் தெரியும். இங்கு டகமாட்சுவில் டிராகன்கள் தொப்பியோடு இருக்கும் ஆட்கள் நிறைய கிடையாது, மேலும் ரே-பான் மற்றும் சட்டையோடு எந்தக் கூட்டத்திலும் அவன் தனித்துத் தெரிவான். ஆக அதனால்தான் கலோனஸ் சாண்டர்ஸ் சந்தேகத்துக்கு அப்பாற்பட்ட கடல்-நீல போலோ சட்டைகளால் இடத்தை நிறைத்திருக்கிறார் – இதை அவர் எதிர்பார்த்திருக்க வேண்டும். எதுவும் அவரின் பார்வைக்குத் தப்புவதில்லை, ஹோஷினோ எண்ணிக் கொண்டான், பிறகு குளிர்கண்ணாடிகளையும் தொப்பியையும் வெளியே வீசியெறிந்தான்.

“ஆக, எங்கே போக?” அவன் கேட்டான்.

“எங்கு போனாலும் சரிதான்,” நகாடா பதிலளித்தார். “வெறுமனே நகரைச் சுற்றி வட்டமடிக்கலாம்.”

“உறுதியாகச் சொல்கிறாயா?”

“நீங்கள் விரும்பும் எங்கு வேண்டுமானாலும் போகலாம். நான் காட்சிகளை ரசித்துக் கொண்டிருப்பேன்.”

“இதுதான் முதல் முறை,” என்றான் ஹோஷினோ. “போதுமான அளவு நான் வண்டி ஓட்டியிருக்கிறேன் – தேசிய ராணுவம் மற்றும் சரக்குந்து நிறுவனம் என இரண்டிலும் – மேலும் நான் கண்ணியமான ஓட்டுனரும் கூட, என்னைப் பற்றி நானே சொல்வதென்றால். ஆனால் சக்கரத்துக்குப் பின்னால் உட்காரும் ஒவ்வொரு முறையும், எங்கு போகிறோமென எனக்குத் தெரியுமென்பதால் நூல் பிடித்தாற்போல அங்கு போவேன். நீ விரும்பும் எங்கு வேண்டுமானாலும் போ – எங்கு போனாலும் சரி என்றெல்லாம் ஒருபோதும் யாரும் என்னிடம் சொன்னதில்லை. ஒரு வகையில் என்னை நீ இங்கே குழப்புகிறாய்.”

“நகாடா மிகவும் வருத்தப்படுகிறேன்.”

“பரவாயில்லை – வருத்தப்பட வேண்டியதில்லை. என்னால் முடிந்ததைச் செய்கிறேன்,” என்றான் ஹோஷினோ. “ஆர்ச்ட்யூக் ட்ரையோ”வின் சிடியை அவன் ப்ளேயருக்குள் நழுவ விட்டான். “வெறுமனே நான் நகரைச் சுற்றி ஓட்டி வரும்போது நீ அதன் காட்சிகளை ரசித்துக் கொண்டிரு. சரியா?”

“ஆமாம், அது போதும்.”

“நீ தேடுவதைக் கண்டுபிடிக்கும்போது நான் வண்டியை நிறுத்துகிறேன். அதன் பிறகு கதை புதிய திசையில் நகரத் தொடங்கும். நான் சொல்வது சரியா?”

“ஆமாம், அப்படித்தான் நடக்கக்கூடும்,” என்றார் நகாடா.

“அதையே நம்புவோம்,” என்றான் ஹோஷினோ, பிறகு நகர வரைபடத்தைத் தனது மடியில் விரித்து வைத்தான்.

நகரத்தினூடாக அவர்கள் வண்டியை ஓட்டிப் போனார்கள், வட்டாரத்தின் ஒவ்வொரு தெருவையும் ஹோஷினோ குறித்துக் கொண்டான், அவற்றை எல்லாம் தாங்கள் பார்த்து விட்டோமென்பதை உறுதி செய்வதற்காக, அதன் பிறகு அடுத்ததற்கு அவர்கள் தலைப்பட்டார்கள். நகாடா ஒரு கோப்பை தேநீரையும் ஹோசினோ ஒரு மார்ல்பரோவையும் மகிழ்ச்சியோடு நுகரும் வகையில் அவ்வப்போது அவர்கள் இடையில் நிறுத்தினார்கள். பீத்தோவன் ட்ரையோவும் திரும்பத் திரும்ப இசைத்தவாறிருந்தது. மத்தியான நேரம் ஓர் உணவகத்தில் நிறுத்தி கறிக்கூட்டு சாப்பிட்டார்கள்.

"ஆனால் என்ன எழவைத்தான் நீ தேடிக் கொண்டிருக்கிறாய்?" அவர்கள் சாப்பிட்ட பிறகு ஹோஷினோ கேட்டான்.

"எனக்குத் தெரியாது. ஆனால் நான் நினைப்பது –"

"- அதாவது அதைப் பார்க்கும்போது உனக்குத் தெரிய வரும். மேலும் அதைப் பார்க்கும் வரைக்கும், அது என்னவென்று உனக்குத் தெரியாது."

"ஆமாம், உண்மைதான்."

ஹோஷினோ ஆர்வமின்றி தனது தலையை ஆட்டினான். "நீ என்ன சொல்லப் போகிறாயென எனக்குத் தெரியும், ஆனால் அதை நான் உறுதிப்படுத்திக் கொள்ள வேண்டியிருந்தது."

"திரு ஹோஷினோ?"

"ம்ம்ம்?"

"நானதைக் கண்டுபிடிப்பதற்கு முன்னால் சிறிது நேரம் பிடிக்கலாம்."

"பரவாயில்லை. நம்மால் இயன்றதைச் செய்வோம். படகு அதன் துறையை விட்டுக் கிளம்பி விட்டது, நாம் அதில் மாட்டிக் கொண்டிருக்கிறோம்."

"நாம் ஒரு படகை எடுத்துக் கொள்ளப் போகிறோமா?" நகாடா கேட்டார்.

“இல்லை. தற்போதைக்குப் படகுகள் ஏதுமில்லை.”

மூன்று மணிக்கு அவர்கள் ஒரு காபி அருந்தகத்துக்குள் நுழைந்தார்கள், அங்கு ஹோஷினோ ஒரு கோப்பை அருந்தினான். அவன் கொண்டு வரப் பணித்த சமாச்சாரங்கள் நகாடாவைக் குழப்பின, இறுதியில் அவர் பதப்படுத்திய பாலை அருந்தினார். இவ்வேளையில், தொடர்ச்சியாக வண்டியோட்டி களைப்புற்றிருந்த காரணத்தால் ஹோஷினோ எதுவும் பேசும் மனநிலையில் இல்லை. தனக்குத் தேவையான மட்டும் பீத்தோவனை அவன் கேட்டிருந்தான். எங்கும் போகாமல், சுற்றிச் சுற்றி வண்டியை மட்டும் ஓட்டுவது, அவனுக்குப் பொருந்தவில்லை. வேகத்தை மட்டுப்படுத்தி தான் என்ன செய்கிறோம் என்பதில் கவனம் செலுத்த வேண்டியிருந்தது அவனுக்குப் பெரிதாக அலுப்பூட்டியது. அவ்வப்போது ஏதேனும் ரோந்து வாகனம் கடந்து செல்லும், அந்த வேளையில் கண்ணோடு கண் பார்ப்பதை முடிந்த மட்டும் ஹோஷினோ தவிர்த்தான். ஏதேனும் காவல் பெட்டிகளுக்கு முன்னால் கடந்து போவதைத் தவிர்க்கவும் அவன் முயற்சி செய்தான். சாலையில் போகும்போது சற்றும் கவனமீர்க்காத வாகனமென்பதாக அந்த மஸ்டா ஃபெமிலியா இருக்கலாம், ஆனால் ஒரே வாகனம் சில முறை தங்களைக் கடந்து செல்வதைக் காவலர்கள் கண்டுகொண்டால் அவனை அவர்கள் வளைத்துக் கொள்ளும் அத்தனைச் சாத்தியங்களும் இருந்தன. யாரையும் தான் மோதி விடக்கூடாது என்பதை நிச்சயமாக உறுதி செய்யும் வகையில், அவன் வெகு கவனமாக ஓட்டினான். ஒரு விபத்து அனைத்தையும் நாசம் செய்து விடும்.

போகும் வழியில் வரைபடத்தைப் பரிசோதித்தவாறு ஹோஷினோ நகரைச் சுற்றி வந்தபோது, சாளரத்தின் மீது கைகளை வைத்து, எதையோ தீவிரமாகத் தேடுவதாகக் காட்சிகளை மேற்பார்வையிட்டபடி, ஒட்டுமொத்தமாகப் பார்க்க ஒரு குழந்தை அல்லது நன்கு-பழக்கப்படுத்திய நாயைப் போல, அசைவின்றி அமர்ந்திருந்தார் நகாடா. மாலை வரைக்கும் இருவரும் தங்களின் பணியில் கவனம் செலுத்தியதோடு வெகு அரிதாக மட்டுமே தங்களுக்கிடையில் வார்த்தைகளைப் பரிமாறிக் கொண்டார்கள்.

"எதை நீ தேடுகிறாய்?" வெறுப்படைந்தவனாக இனோவே யூசுயின் (Inoue Yosui) பாடலை ஹோஷினோ பாடத் தொடங்கினான். மற்ற வரிகளை அவனால் நினைவுகூர முடியவில்லை, ஆகவே மேற்கொண்டு புதிய வரிகளை அவனாக அமைத்துக் கொண்டான்.

"இன்னும் நீ அதைக் கண்டுபிடிக்கவில்லையா?
சூரியன் விரைவில் அஸ்தமிக்கப் போகிறது...
உடன் ஹோஷினோவின் வயிறும் ஓலமிடுகிறது.
சுற்றிச் சுற்றி வண்டியோட்டி எனது தலையும் சுற்றுகிறது..."

ஆறு மணிக்கு அவர்கள் அடுக்ககத்துக்குத் திரும்பிச் சென்றார்கள்.

"நாம் நாளை தொடரலாம்," என்றார் நகாடா.

"பெரும்பாலான பகுதியை இன்று நாம் முடித்திருக்கிறோம். அனேகமாக நாளை ஒட்டுமொத்த நகரையும் முடித்திருப்போம்," என்றான் ஹோஷினோ. "ஹேய் – உன்னிடம் கேட்க எனக்கு ஒரு கேள்வி இருக்கிறது."

"அது என்னவாக இருக்கக்கூடும்?"

"நீ தேடுவது உனக்கு டகமாட்சுவில் கிடைக்காமல் போனால், பிறகு என்ன?"

நகாடா தனது தலையை அரக்கத் தேய்த்தார். "நம்மால் அதை டகமாட்சுவில் கண்டுபிடிக்க முடியவில்லை என்றால், பிறகு நாம் இன்னும் தொலைவாகப் போய் தேட வேண்டும்."

"அதன் பிறகும் உன்னால் கண்டுபிடிக்க முடியவில்லை என்றால், பிறகு நாம் என்ன செய்வது?"

"அவ்வாறு நிகழ்ந்தால், பிறகும் நாம் இன்னுமதிகமாகத் தேட வேண்டும்."

"வெறுமனே நாம் வட்டத்தைப் பெரிதாக்கிக் கொண்டு போனால் கடைசியில் அதைக் கண்டுபிடிப்போம். பழமொழி ஒன்று சொல்வதைப் போல, நாய் நடந்து போனால் ஏதேனும் ஒரு குச்சியில் மோதிக் கொள்ளத்தான் வேண்டும்."

“ஆம், அவ்வாறு நடக்குமென்றே நினைக்கிறேன்,” என்றார் நகாடா. “ஆனால் நகாடாவுக்குப் புரியவில்லை. ஏன் ஒரு நாய் நடந்து போகும்போது குச்சியில் மோத வேண்டும்? அதற்கு முன்னால் ஒரு குச்சி இருந்தால், நாய் அதைச் சுற்றிக் கொண்டு போகலாமே.”

ஹோஷினோ இதை எண்ணிக் குழம்பினான். “ஆம், நீ சொல்வது சரியென்று நினைக்கிறேன். இதைப் பற்றி இதற்கு முன்னால் நான் யோசித்ததில்லை...”

“மிகவும் வினோதமாயிருக்கிறது.”

“ஒரு நிமிடம் நாம் நாயையும் குச்சியையும் ஓரங்கட்டி வைப்போம், சரியா?” என்றான் ஹோஷினோ. “சங்கதிகளை இது இன்னும் சிக்கலாக்குகிறது. நான் அறிய விரும்புவதெல்லாம் எவ்வளவு தொலைவுக்கு நாம் தேடப் போகிறோம்? கவனமாக இல்லையென்றால், நமக்குத் தெரிவதற்கு முன்னால் வேறொரு ஆளுகைக்குள் போய் நின்றிருப்போம் – எஹிமே அல்லது கோச்சி அல்லது வேறெங்கிலும். கோடைக்காலம் முடிந்து பிறகு இலையுதிர்காலம் தொடங்கி விடும்.”

“அப்படியும் நடக்கலாம். ஆனாலும் அதை நான் கண்டுபிடித்தாக வேண்டும், இலையுதிர்காலமோ அல்லது குளிர்காலமோ. தொடர்ச்சியாக எனக்கு உதவச் சொல்லி உங்களைக் கேட்க முடியாதென்பதும் எனக்குத் தெரியும். நகாடா வெறுமனே தனியாக நடந்து சென்று தேடுவதைத் தொடருவான்.”

“இப்போதைக்கு அது குறித்து நாம் கவலைப்பட வேண்டாம்,” ஹோஷினோ தடுமாறினான். “ஆனால் அந்தக் கல் நமக்குத் துணையாகவிருந்து ஏதேனும் ஒரு தடயத்தை அல்லது வேறெதையும் தர முடியாதா? குத்துமதிப்பாக ஒரு இடத்தைச் சுட்டினால் கூடப் போதும்.”

“நகாடா மிக வருந்துகிறான், ஆனால் கல் பெரிதாக எதுவும் சொல்லவில்லை.”

“அது வாயாடி வகையைச் சேர்ந்ததாக எனக்குத் தெரியவில்லை,” என்றான் ஹோஷினோ. “மேலும் அது நன்றாக நீச்சலடிக்கும் என்பதாகவும் எனக்குத் தோன்றவில்லை... எவ்வாறாகிலும்,

இப்போது நாம் அது குறித்து யோசிக்க வேண்டாம். இன்றிரவு நன்றாகத் தூங்கியெழுந்து நாளை என்ன கொண்டு வருகிறதென்பதைப் பார்ப்போம்."

மறுநாளும் அதே நடைமுறைதான், இந்தத் தடவை ஹோஷினோ நகரின் மேற்குப்பகுதியைச் சுற்றி வந்தான். இவ்வேளையில் அவனது நகர வரைபடம் முழுக்க மஞ்சள் கோடுகளால் நிறைந்திருந்தது. ஒட்டுனரிடமிருந்து அதிக எண்ணிக்கையில் வெளியான கொட்டாவிகள் மட்டுமே இந்த நாளை முந்தைய நாளிடமிருந்து வேறுபடுத்தின. நகாடா தனது கண்களை அகலத் திறந்து வைத்திருந்தார். கடந்து போகும் காட்சிகளை ஆழ்ந்து வாசிப்பவராக. அரிதாகவே அவர்கள் பேசினார்கள். நகாடா தேடுவது எதுவாயிருந்தாலும், அதை அவர் கண்டுபிடிக்கவில்லை.

"இன்று திங்கட்கிழமையாக இருக்குமோ?" நகாடா கேட்டார்.

"ஆம். நேற்றைக்கு ஞாயிற்றுக்கிழமை, ஆக இன்று திங்கட்கிழமைதான்," என்றான் ஹோஷினோ. பிறகு, கிட்டத்தட்ட வெறுத்துப் போனவனாக, தனது மண்டைக்குள் திடீரென்று தோன்றிய சில வார்த்தைகளைக் கொண்டு ஒரு இன்னிசைப் பாடலை உருவாக்கினான்:

"இன்று திங்கட்கிழமை எனில்,

நாளை செவ்வாய்க்கிழமையாக இருக்கும்.

எறும்புகள் கடின உழைப்பாளிகள், தூக்கணாங்குருவிகள் ஆடையணிய விரும்புகின்றன.

புகைபோக்கிகள் உயரமாகவுள்ளன, அஸ்தமிக்கும் சூரியன் சிவப்பாக."

"திரு ஹோஷினோ?" சிறிது நேரத்துக்குப் பிறகு நகாடா சொன்னார்.

"ம்ம்ம்?"

"எறும்புகள் வேலை பார்ப்பதை நீங்கள் நீண்ட நேரம் வேடிக்கை பார்த்தாலும் அலுப்படைய மாட்டீர்கள்."

"நீ சொல்வது சரியென்றே நினைக்கிறேன்," ஹோஷினோ பதிலளித்தான்.

நண்பகலில், விலாங்குமீன்களில் தனித்துவம் பெற்ற ஓர் உணவகத்துக்கு வெளியே அவர்கள் நிறுத்தி விசேடமான மதியவுணவைக் கொண்டு வரப் பணித்தார்கள், மேலே விலாங்குமீன்களுடன் கூடிய அரிசிச்சோறை. மூன்று மணிக்குக் காபி அருந்தகத்துக்குப் போனார்கள், அங்கு ஹோஷினோ காபியும் நகாடா கடற்பூண்டு (kelp) தேநீரும் அருந்தினார்கள். ஆறு மணிக்கு, அந்த வரைபடம் முழுக்க மஞ்சள்நிற அடையாளங்களின் குழப்பமான பிடிக்குள்ளிருந்தது, நகரச் சாலைகளின் ஒவ்வொரு சதுர அங்குலத்தையும் ஃபெமிலியாவின் அநாமதேயச் சக்கரங்கள் அளந்து முடித்திருந்தன. இருந்தாலும் இன்னும் அதிர்ஷ்டமில்லை.

"எதை நீ தேடுகிறாய்?" ஆர்வமற்ற குரலில் ஹோஷினோ மறுபடியும் பாடினான். "இன்னும் நீ அதைக் கண்டுபிடிக்கவில்லையா? / நகரின் எல்லாப் பகுதிகளுக்கும் நாம் போய் விட்டோம் / என் புட்டம் வலிக்கிறது, ஆக நாம் வீட்டுக்குத் திரும்பக்கூடாதா?"

பாடி முடித்த பிறகு, அவன் சொன்னான், "இன்னுமதிகமாக இதை நாம் தொடர்ந்தால், நானொரு தேர்ந்த பாடகர் - பாட்டு எழுதுபவராக மாறி விடுவேன்."

"அப்படி என்றால் என்ன?" நகாடா கேட்டார்.

"கண்டுகொள்ளாதே. சாதாரண நகைச்சுவை மட்டுமே."

நாளின் வேலைகளை முடித்துக் கொள்பவர்களாக, அவர்கள் நகரத்தை விட்டு வெளியேறினார்கள், நெடுஞ்சாலையைப் பிடித்து அடுக்ககத்துக்குத் திரும்பத் தலைப்பட்டார்கள். யோசனையில் தொலைந்திருந்ததால், இடதுபுறமாகத் தான் திரும்ப வேண்டிய இடத்தில் ஹோஷினோ வண்டியைத் திருப்பவில்லை. மறுபடியும் நெடுஞ்சாலைக்குத் திரும்ப அவன் முயற்சி செய்தான், ஆனால் வினோதமான கோணத்தில் வளைந்து திரும்பிய அந்தச் சாலை, ஒருவழிப்பாதையாக இருந்த வீதிகளின் புதிர்ப்பாதைக்கு வண்டியை இட்டுச்

சென்றது, விரைவில் அவன் மொத்தமாகப் பாதையைத் தொலைத்திருந்தான். அதை அவன் உணர்வதற்குள் இதற்கு முன் தாங்கள் பார்த்திராத ஒரு புறநகர்ப்பகுதியை வந்தடைந்திருந்தார்கள், பழமையான-தோற்றத்தோடு, வீடுகளைச் சுற்றிலும் உயரமான சுவர்களைக் கொண்டிருந்த நேர்த்தியான சுற்றுப்புறத்தோடு. சாலை வினோதமான அமைதியோடு இருந்தது, ஒரு ஜீவன் கூட கண்ணுக்குத் தட்டுப்படவில்லை.

“நமது அடுக்ககத்தில் இருந்து தொலைவிலிருப்பதாக நான் நினைக்கவில்லை, ஆனால் எங்கிருக்கிறோம் என்பது குறித்தும் எனக்கு எதுவும் தெரியவில்லை,” ஹோஷினோ ஒப்புக் கொண்டான். ஒரு காலியான வாகனமுகப்பில் அவன் வண்டியை நிறுத்தினான், எஞ்சினை அணைத்து, ஹேண்ட்பிரேக்கைப் போட்டு, தனது வரைபடத்தை விரித்தான். அருகேயிருந்த விளக்குக்கம்பத்தில் அண்டைப்பகுதியின் பெயரையும் வீதி எண்ணையும் குறித்துக் கொண்டு அதை வரைபடத்தில் தேடினான். அனேகமாக அவன் கண்கள் மிகவும் களைப்புற்றிருக்கலாம், ஆனால் அவற்றைக் கண்டுபிடிக்க அவனால் முடியவில்லை.

“திரு ஹோஷினோ?” நகாடா கேட்டார்.

“என்ன?”

“உங்களைத் தொந்தரவு செய்வதற்கு மன்னியுங்கள், ஆனால் அங்கே அந்த நுழைவாயிலில் தொங்கும் பலகையில் என்ன சொல்லியிருக்கிறது?”

தனது வரைபடத்தில் இருந்து நிமிர்ந்து, நகாடா சுட்டிய திசையிலிருந்த பழங்கால-பாணி வாயிலுடன் கூடிய உயரமான சுவரையும் அதற்கு அருகிருந்த பெரிய மரப்பலகையையும் பார்த்தான் ஹோஷினோ. கறுப்புநிற நுழைவாயில் இறுக மூடப்பட்டிருந்தது. “கொமூரா நினைவு நூலகம்,” ஹோஷினோ வாசித்தான். “ஓவ், நகரத்தின் ஆளேயில்லாத பகுதியில் ஒரு நூலகமா? பார்க்க ஒரு நூலகம் போலவே இல்லை. அனேகமும் ஒரு பழைய மாளிகையைப் போல.”

"கொ-மூ-ரா-நி-னை-வு-நூ-ல-க-ம்?"

"பிடித்து விட்டாய். கொமூரா எனும் பெயரோடிருந்த யாரையோ கௌரவிக்கும் விதமாக அமைக்கப்பட்டிருக்க வேண்டும். என்றாலும், இந்தக் கொமூரா ஆள் யாரென்று, எனக்கு ஒன்றும் தெரியாது."

"திரு ஹோஷினோ?"

"என்ன?"

"இதுதான்."

"என்ன சொல்கிறாய்? எது?"

"நகாடா தேடிக் கொண்டிருந்த இடம்."

ஹோஷினோ மீண்டும் வரைபடத்தில் இருந்து தலையை நிமிர்த்தி நகாடாவின் கண்களுக்குள் உற்று நோக்கினான். முகத்தைச் சுளித்தவாறு, அறிவிப்புப்பலகையைப் பார்த்து மெல்ல மறுபடியும் வாசித்தான். ஜேப்பிக்குள் இருந்து ஒரு மார்ல்பரோவை எடுத்தான், உதடுகளுக்கு நடுவே பொருத்தித் தனது பிளாஸ்டிக் லைட்டரால் அதைப் பற்ற வைத்தான். மெல்ல அதை உள்ளிழுத்தான், பிறகு திறந்திருந்த சாளரத்தின் வழியே புகையை வெளியேற்றினான். "உனக்கு உறுதியாகத் தெரியுமா?"

"ஆமாம், இதுதான்."

"சந்தர்ப்பம் என்பது அச்சமூட்டும் சங்கதி, இல்லையா?" என்றான் ஹோஷினோ.

"நிச்சயமாக," நகாடா ஆமோதித்தார்.

39

மலைகளில் எனது இரண்டாம் நாள் சாவகாசமாகவும் சீராகவும் கடந்து போகிறது. ஒரு நாளிலிருந்து மற்றொரு நாளை வேறுபடுத்தும் விசயமாக பருவநிலை மட்டுமேயுள்ளது. பருவநிலை ஒரே போல இருந்தால் ஒரு நாளிலிருந்து இன்னொரு நாளை வேறுபடுத்திச் சொல்ல என்னால் இயலாது. நேற்று, இன்று, நாளை - யாவும் மங்கி ஒன்றாக மாறிவிடும். நங்கூரமில்லாத கப்பலைப் போல, அகலமான கடலின் மீது காலம் இலக்கற்று அலைகிறது.

கணக்கிட்டுப் பார்த்து இன்றைய தினம் செவ்வாய்க்கிழமை என்பதில் வந்து நிற்கிறேன். மிஸ் செய்கி நூலகச்சுற்றுலாவுக்கு அழைத்துப் போகும் நாள், மக்கள் யாரும் அதை மேற்கொள்ளத் தயாராயிருக்கும் பட்சத்தில். அந்த இடத்துக்கு நான் வந்த முதல் நாள் போலவே... கூர்மையான குதிகள் படிகளில் சத்தமிட, அவள் முதல் மாடிக்கு நடந்து போகிறாள், அசைவின்மையினூடாக அந்தச் சத்தம் எதிரொலிக்கிறது. அவளுடைய பளீரிடும் பாதவுறைகள், பிரகாசமான வெண்ணிற ரவிக்கை, குட்டியான முத்துக் காதணிகள், அவள் மேசையின் மேலிருக்கும் மாண்ட் ப்ளான்க் பேனா. விலகலின் நீண்ட நிழல் சாயலாகப் படிந்த அவளின் அமைதியான புன்னகை. இந்த விவரங்கள் யாவும் தற்போது தொலைவிலிருப்பதாகத் தெரிகின்றன - இனி மேலும் அவை உண்மையாக இல்லை.

குடிலின் நீள்சாய்விருக்கையில் நான் அமர்ந்திருக்கும் சமயத்தில், மக்கிய துணிகளின் மணம் என்னைச் சூழ்ந்திருக்க, நாங்கள் உறவு கொண்டதைப் பற்றிய நினைவுகள் என் தலைக்குள் எழுகின்றன. தனது துணிகளை மிஸ் செய்கி மெதுவாகக்

களைவதும் பிறகு படுக்கைக்குள் நுழைவதும். இந்த எண்ணங்கள் என் மூளைக்குள் வடிகட்டி இறங்கும் வேளையில், ஆச்சரியம் ஏதுமின்றி, எனது ஆணுறுப்பு பாறையின் கடினத்துக்கு மாறுகிறது, ஆனால் அதன் முனை இதற்கு மேலும் சிகப்பாகவோ அல்லது ரணமாகவோ இல்லை, குத்தவும் இல்லை.

பாலுறவு சார்ந்த இந்தக் கனவுகளால் களைப்புற்றவனாக, நான் வெளியே சுற்றி விட்டு எனது வழக்கமான உடற்பயிற்சி முறைகளுக்குள் நுழைகிறேன். தாழ்வாரக் கைப்பிடியில் தொங்கியவாறு இடைக்கான பயிற்சியை நான் மேற்கொள்கிறேன். பிறகு சில விரைவான குந்துகைகளைச் செய்கிறேன், அதைத் தொடர்ந்து கடினமான முறிவுகளையும். இவ்வேளையில் முழுக்க வியர்வையால் நனைந்திருக்கிறேன், ஆகவே ஓடையில் எனது துவாலையை ஈரமாக்கி என்னைத் துடைத்துக் கொள்கிறேன். தாழ்வாரத்தில் அமர்ந்து எனது வாக்மேனில் ரேடியோஹெட்டைக் கேட்கிறேன். ஓடி வந்ததில் இருந்து ஒரே இசையைத்தான் திரும்பத் திரும்ப கேட்டுக் கொண்டிருக்கிறேன் – ரேடியோஹெட்டின் கிட் ஏ, பிரின்ஸின் கிரேட்டஸ்ட் ஹிட்ஸ். சில நேரங்களில் கோல்ட்ரேனின் மை ஃபேவரிட் திங்க்ஸ்.

2 மணிக்கு – மிகச்சரியாக நூலகச்சுற்றுலா தொடங்கும் நேரத்தில் – நான் காட்டுக்குள் நுழைகிறேன். அதே பாதையைத் தொடர்ந்து போகிறேன், சிறிது நேரம் நடந்து வெட்டவெளியை அடைகிறேன். புல்லின் மீது அமர்கிறேன், ஒரு மரத்தின் தண்டில் சாய்ந்து, கிளைகளினூடாக வட்டமாகத் தெரியும் வானின் திறப்பை வெறிக்கிறேன். வெண்ணிறத்தில் கோடைக்கால மேகங்களின் முனைகளைப் பார்க்க முடிகிறது. இந்தப் புள்ளி வரைக்கும், நான் பத்திரமாக இருக்கிறேன். குடிலுக்குத் திரும்பிப் போகும் வழியை என்னால் கண்டுபிடிக்க முடியும். ஆரம்பநிலையில் உள்ளவர்களுக்கோ இதுவொரு புதிர்ப்பாதை – இது வீடியோ கேமாக இருந்திருந்தால் முதல் நிலையை நான் எளிதாகக் கடந்திருப்பேன். என்றாலும் இன்னும் சற்று முன்னேறினால், இன்னும் விரிவான, இன்னும் சவாலாக இருக்கும் புதிர்ப்பாதைக்குள் நான் நுழைவேன். பாதை குறுகிக் கொண்டே போய் இறுதியில் பெரணிச்செடிகளின் கடலால் விழுங்கப்படுவேன்.

இதைப் புறக்கணித்து நான் முன்னேறிச் செல்கிறேன்.

உண்மையில் இந்தக் காடு எத்தனை ஆழமென்று பார்க்க விரும்புகிறேன். அது ஆபத்தானதென்பது எனக்குத் தெரியும், ஆனாலும் என்ன வகையான ஆபத்து எனக்கு முன்னாலிருக்கிறது என்பதைப் பார்க்க - அதை உணரவும் - நான் ஆசைப்படுகிறேன், நிஜமாகவே அது எத்தனை ஆபத்தானது என்பதையும். நான் இதைச் செய்தாக வேண்டும். ஏதோவொன்று என்னை முன்னால் உந்தித் தள்ளுகிறது.

பாதையைப் போன்றவொன்றில் நான் கவனமாக முன்னேறுகிறேன். மரங்கள் மேலும் மேலும் உயரமாகிக் கொண்டே போகின்றன, ஒவ்வொரு நிமிடமும் காற்றின் அடர்த்தியும் அதிகரிக்கிறது. தலைக்கு மேலே, கிட்டத்தட்ட வானமே தெரியாத அளவுக்கு கிளைகளின் கூட்டம் அடைத்திருக்கிறது. கோடையின் அனைத்து அடையாளங்களும் மாயமாகி விட்டன, பருவநிலைகள் என எதுவும் எப்போதும் அங்கிருந்ததில்லை என்பதைப் போலவுள்ளது. விரைவில், நான் தொடர்ந்து போவது பாதையா இல்லையா என்பதும் எனக்குத் தெரியவில்லை. அதுவொரு பாதை என்பதாகத் தோன்றுகிறது, அந்த வடிவத்தோடுதான் உள்ளது - ஆனால் அதன் பிறகு அவ்வாறு தோன்றவில்லை, அந்த வடிவமும் இல்லை. இறுக்கமான, வரம்புமீறி வளர்ந்திருக்கும் இந்தப் பச்சையங்களுக்கு மத்தியில் அத்தனை வரையறைகளும் அர்த்தமிழக்கத் தொடங்குகின்றன. எதற்கு அர்த்தமுண்டு, எதற்கு அர்த்தமில்லை, யாவும் ஒன்றுகலந்து குழம்பிக் கிடக்கின்றன. எனக்கு மேலே, எச்சரிக்கை போல ஒலிக்கும் ஓர் ஊடுருவும் கரைதலை ஒரு காகம் வெளியிடுகிறது, மிகவும் கர்ணகொடூரமாக உள்ளது. நடப்பதை நிறுத்தி சந்தேகத்துடன் எனது சுற்றுப்புறத்தை நோட்டமிடுகிறேன். முறையான உபகரணங்கள் ஏதுமின்றி இதற்கு மேல் முன்னேறிச் செல்வது ஆபத்தில் முடியலாம். நான் திரும்பிப் போக வேண்டும்.

அது எளிதாயில்லை. பின்வாங்கும் நெப்போலியனின் படையைப் போல, முன்னேறிச் செல்வதைக் காட்டிலும் வீட்டுக்குத் திரும்புவது இன்னும் கடினமாயிருப்பதைக் கண்டுபிடிக்கிறேன். திரும்பிப் போகும் பாதை தவறாக

வழிநடத்துவதைப் போலுள்ளது, அடர்த்தியான செடிகள் எனக்கு முன்னால் ஓர் இருண்ட சுவரை உருவாக்குகின்றன. எனது சொந்த மூச்சு என் காதுகளில் மிகப்பயங்கரமாக ஒலிக்கிறது, ஏதோ உலகின் எல்லையில் வீசும் காற்றைப் போல. கிட்டத்தட்ட என்னுடைய உள்ளங்கை அளவிருக்கும் ஒரு கறுப்புநிற பட்டாம்பூச்சி, மரங்களில் நிழல்களில் இருந்து வெளியேறி எனது பார்வையின் எல்லைக்குள் சிறகடிக்க, அதன் வடிவம் டி-ஷர்ட்டில் இருந்த உதிரக்கறையை எனக்கு நினைவூட்டுகிறது. திறந்த வெளியினூடாக மெல்லப் பறக்கிறது, பிறகு மரங்களுக்குள் போய் மறைகிறது, அது மறைந்த பிறகு திடீரென்று யாவும் மென்மேலும் அச்சமூட்டுவதாகத் தெரிகின்றன, காற்றின் ஈரமும் கூடியிருக்கிறது. நான் பயத்தால் ஆட்கொள்ளப்படுகிறேன் - இங்கிருந்து எவ்வாறு வெளியேறுவது எனத் தெரியாமல். உடம்பு சில்லிடும் வகையில் ஒரு காகம் மீண்டும் கரைகிறது - முன்பு கரைந்த பறவை போல, அதே தகவலைச் சொல்வதாக. நான் நகராமல் நின்று நிமிர்ந்து பார்க்கிறேன், ஆனால் அதைப் பார்க்க முடியவில்லை. எனது காலடியில் கிடக்கும் அடர்வான இலைகளை எப்போதும் சலசலக்கச் செய்யும் வகையில் ஒரு வலிமையான தென்றல் அவ்வப்போது வீசுகிறது. எனக்குப் பின்னால் நிழல்கள் வேகமாக என்னைக் கடந்து செல்வதைப் பார்க்கிறேன், ஆனால் நான் திரும்பிப் பார்க்கும்போது தங்களை அவை மறைத்துக் கொள்கின்றன.

எப்படியோ பாதுகாப்பான பகுதிக்குத் திரும்ப எனக்குச் சாத்தியப்படுகிறது - காட்டுக்குள் உள்ள சிறிய வட்டமான வெட்டவெளிக்கு. புற்களின் மீது தடுமாறி விழுந்து நான் ஆழமாக சுவாசிக்கிறேன். எனக்கு மேலே தெரியும் நிஜமான வானத்திட்டை இரண்டு முறை நிமிர்ந்து பார்க்கிறேன், கிளம்பி வந்த உலகுக்கு மீண்டும் திரும்பி விட்டேன் என என்னை நானே ஆசுவாசப்படுத்திக் கொள்வதற்காக. விலைமதிப்பற்ற கோடைக்காலத்தின் சமிக்ஞைகள் என்னைச் சூழ்கின்றன. ஒரு திரை போல என் மீது போர்த்தும் சூரியவொளி என்னைச் சூடேற்றுகிறது. என்றாலும், நானுணர்ந்த பீதி, ஒரு பூங்காவின் முனையில் தென்படும் உருகாத பனிப்படலம் போல எனக்கு மேலே தொங்குகிறது. தொடர்ச்சியாக எனது இதயம்

இயல்புமீறித் துடிக்க, என்னுடைய உடலில் இன்னும் புல்லரிக்கச் செய்யும் ஓர் உணர்வு உள்ளது.

அன்றிரவு நான் இருளுக்குள் படுத்திருக்கிறேன், அமைதியாக சுவாசித்தபடி, கண்களை அகலத் திறந்து, இருட்டுக்குள் தோன்றும் உருவத்தைப் பிடித்து விடும் நம்பிக்கையோடு. அது தோன்றிடப் பிரார்த்தனை செய்கிறேன், பிரார்த்தனைகளுக்கு பலனிருக்குமா என்பதை அறியாமல். என்னால் இயன்ற வரைக்கும் வெகுவாக கவனத்தைக் குவித்து, அது நிகழ வேண்டுமென்று மிகத் தீவிரமாக ஆசைப்படுகிறவனாக. மிகவும் தீவிரமாக அதற்கு ஆசைப்படுவது எனது விருப்பத்தை நிறைவேற்றும் என நம்புகிறேன்.

ஆனால் எனது விருப்பம் நிறைவேறவில்லை, என்னுடைய ஆசைகள் அடித்து வீழ்த்தப்படுகின்றன. முந்தைய இரவு போலவே, மிஸ் செய்கி தோன்றவில்லை. உண்மையான மிஸ் செய்கியும் இல்லை, அல்லது மாயத்தோற்றமும் இல்லை, அல்லது அவளுடைய 15-வயது நிரம்பிய பெண் வடிவமும் இல்லை. இருட்டு அப்படியேதான் இருக்கிறது – இருட்டாக. உறங்குவதற்குச் சற்று முன்னால் எனக்குப் பெரிதாக விறைப்பு உண்டாகிறது, இதற்கு முன் எனக்கு உண்டான யாவற்றையும் விடத் தீவிரமாக, ஆனால் நான் சுயமைதுனம் செய்யவில்லை. மிஸ் செய்கியோடு உறவு கொண்ட நினைவுகளைத் தக்க வைப்பதென்று மனதுக்குள் முடிவெடுத்திருக்கிறேன், குறைந்தபட்சம் தற்போதைக்கு. கைகளை இறுகப் பிணைத்து, நான் உறங்கிப் போகிறேன், அவளைக் கனவில் காணும் நம்பிக்கையோடு.

மாறாக, நான் சகுராவைப் பற்றி கனவு காண்கிறேன்.

அல்லது அது கனவுதானா? அதில் யாவும் மிகுந்த ஒளிர்வோடும் தெளிவோடும் இசைவோடும் தெரிகின்றன, ஆனால் அதை வேறெப்படி அழைப்பதென்று எனக்குத் தெரியவில்லை, ஆக “கனவு” என்பதே அதற்கு ஆகச்சிறந்த தலைப்பாகத் தோன்றுகிறது. நான் அவளின் அடுக்ககத்தில் இருக்கிறேன், அவள் படுக்கையில் உறங்குகிறாள். நான் எனது உறக்கப்பொதிக்குள் இருக்கிறேன், அவளது இடத்தில்

கழித்த அன்றைய இரவைப் போலவே. காலம் பின்னோக்கி வளைந்திருக்கிறது, ஒரு திருப்புமுனையில் என்னைக் கொண்டு போய் நிறுத்துவதைப் போல.

தாகத்தால் மரிப்பவனாக இரவின் மத்தியில் நான் விழித்துக் கொள்கிறேன், உறக்கப்பொதியை விட்டு வெளியேறி சிறிது தண்ணீரை அருந்துகிறேன். அடுத்தடுத்து ஒவ்வொரு குவளையாக – ஐந்தோ அல்லது ஆறோ. எனதுடல் பளபளக்கும் வியர்வையால் மூடப்பட்டுள்ளது, மேலும் எனது பாக்ஸர்ஸின் முன்பகுதி மற்றொரு பெரிய விறைப்பின் காரணமாக கூடாரமிட்டிருக்கிறது. எனது ஆணுறுப்பு தனக்கான தனித்த மனதைக் கொண்டிருக்கும் ஏதோவொரு விலங்கைப் போலவுள்ளது, எனதுடலின் மற்ற பகுதிகளில் இருந்து முற்றிலும் வேறான அலைவரிசையில் இயங்குகிறது. நான் சிறிது நீரை அருந்தும்போது தன்னிச்சையாக அதை ஈர்த்துக் கொள்கிறது எனது ஆணுறுப்பு. அது நீரை உறிஞ்சும் மெல்லிய ஒலியை என்னால் கேட்க முடிகிறது.

நான் குவளையை நீர்த்தொட்டிக்குப் பக்கத்தில் வைத்து விட்டு சுவரின் மீது சாய்ந்து நிற்கிறேன். நேரத்தை அறிந்து கொள்ள விரும்புகிறேன், ஆனால் கடிகாரத்தைக் கண்டுபிடிக்க என்னால் முடியவில்லை. இதற்குள், இரவின் மிக ஆழமான மணித்தியாலங்களுக்குள், கடிகாரமும் கூட அதன் ஆழங்களால் விழுங்கப்பட்டிருக்கிறது. நான் சகுராவின் படுக்கைக்கு அருகில் நிற்கிறேன். தெருவிளக்கின் வெளிச்சம் திரைச்சீலையின் வழியே கசிகிறது. அவள் எனக்கு எதிர்ப்புறமாகத் திரும்பியிருக்கிறாள், ஆழ்ந்து உறங்குபவளாக, அவளுடைய சிறிய, வடிவான பாதங்கள் மெல்லிய போர்வைக்குக் கீழிருந்து வெளியே நீட்டியுள்ளன. எனக்குப் பின்னால் ஒரு சிறிய, பலமான ஒலியைக் கேட்கிறேன், யாரோ நிலைமாற்றியை திருப்பியதைப் போல. அடர்த்தியான கிளைகள் எனது பார்வையின் வெளியை மறிக்கின்றன. இங்கே எந்தப் பருவகாலமும் இல்லை. ஒரு முடிவுக்கு வந்து சகுராவுக்குப் பக்கத்தில் ஊர்ந்து போகிறேன். அதிக எடையால் ஒற்றை நபருக்கான அந்தப் படுக்கை கிறீச்சிடுகிறது. மெலிதாக வியர்த்திருக்கும் அவளின் பின்புறக் கழுத்தின் மணத்தை நான் உள்ளிழுக்கிறேன். எனது கைகளால் மென்மையாக அவளைச் சுற்றி வளைக்கிறேன். காகம் பலமாகக்

கரைகிறது. நான் நிமிர்ந்து பார்க்கிறேன், ஆனால் பறவையின் இருப்பிடத்தை அறிய முடியவில்லை. என்னால் வானத்தையும் கூடப் பார்க்க முடியவில்லை.

சகுராவின் டி-ஷர்ட்டைக் கழற்றி நான் அவளது மென்மையான மார்புகளை வருடுகிறேன். ஏதோ வானொலியின் டயலைச் சுழற்றுவது போல அவளுடைய மார்புக்காம்புகளைத் திருகுகிறேன். பாறையின்-கடினத்தோடிருக்கும் எனது ஆணுறுப்பு அவளுடைய தொடையின் பின்புறத்தில் உரசுகிறது, அவள் எந்த சத்தமும் எழுப்பவில்லை, சுவாசமும் சீராகவுள்ளது. ஆழமான கனவுக்குள் அவள் தொலைந்திருக்கலாம், நினைத்துக் கொள்கிறேன். காகம் மறுபடியும் கரைகிறது, எனக்கு ஒரு தகவலைச் சொல்வதாக, ஆனால் அது என்ன சொல்ல வருகிறதென்பதை என்னால் கணிக்க முடியவில்லை.

சகுராவின் உடல் கதகதப்பாகவுள்ளது, என்னைப் போலவே அவளின் உடலும் வியர்த்திருக்கிறது. என்னைப் பார்க்கும் வகையில் அவளைத் திருப்பத் தீர்மானிக்கிறேன், அவளுடைய முகம் நிமிர்ந்திருக்கும்படி மெல்ல அவளை என்னருகே இழுக்கிறேன். ஆழமாக மூச்சை வெளியிடுகிறாள், ஆனால் இன்னும் எழுந்து கொள்வதற்கான எந்த அறிகுறியும் அவளிடம் இல்லை. தாள் போன்ற தட்டையான அவளுடைய வயிற்றின் மீது எனது காதை வைக்கிறேன், அந்த புதிர்ப்பாதைக்குள் இருக்கும் கனவுகளின் எதிரொலிகளைக் கைப்பற்ற முனைபவனாக.

எனது விறைப்பு குறையவில்லை, என்றென்றைக்குமாக அது நீடித்திருக்கும் எனத் தோன்றும் வகையில் மிகவும் கடினமாகவுள்ளது. அவளுடைய சிறிய பருத்தியாலான உள்ளாடையை மெல்லக் கழற்றுகிறேன், அவளது கால்களை விட்டுக் கீழிறக்கி அதைக் கழற்ற நேரமெடுத்துக் கொள்கிறேன். எனது உள்ளங்கையை அவள் யோனி முடியின் மீது வைத்து மெல்ல எனது விரலை உள்ளே ஆழமாக இறங்கிச் செல்ல அனுமதிக்கிறேன். அது ஈரமாகவுள்ளது, வரவேற்கும் வகையில் மிகவும் ஈரமாக. எனது விரலை மெல்ல அசைக்கிறேன். அவள் இன்னும் எழவில்லை. தனது கனவில் தொலைந்தவளாக, வெறுமனே அவள் மீண்டும் ஆழமாக மூச்சை வெளியிடுகிறாள்.

அதே வேளையில், எனக்குள் இருக்கும் வெறுமைக்குள், ஏதோவொன்று தனது ஓட்டை உடைத்து வெளியேறப் போராடுகிறது. என்ன நடக்கிறதென்பதை நான் உணர்வதற்குள், ஒரு ஜோடி கண்கள் என் மீது நிலைகொள்கின்றன, மேலும் இந்த மொத்தச் சூழலையும் என்னால் ஊன்றி கவனிக்க முடிகிறது. எனக்குள்ளே இருக்கும் இந்த சங்கதி நல்லதா கெட்டதா என்பது குறித்து எனக்கு இன்னும் தெரியாது, ஆனால் எதுவாயிருந்தாலும், அதைத் தடுக்கவோ நிறுத்தவோ என்னால் முடியவில்லை. இன்னும் அது கொழகொழப்பான, முகமற்ற ஒரு ஜீவனாகத்தான் இருக்கிறது, ஆனால் சீக்கிரமே தனது ஓட்டை விட்டு வெளியேறும், தன் முகத்தை வெளிப்படுத்துவதோடு கூழ்மம்-போன்ற மேற்புறத்தையும் உரித்தெடுக்கும். அதன் பிறகே உண்மையில் அது என்னவென்று எனக்குத் தெரியும். என்றபோதும், தற்போதைக்கு, அதுவொரு உருவமற்ற சமிக்ஞை. தனது கைகளாக-இருக்க-போவதில்லை-எனும்-கைகளை அது நீட்டுகிறது, மிகுந்த மென்மையோடிருக்கும் பகுதியில் ஓட்டை உடைத்துத் திறக்கிறது. அதன் ஒவ்வொரு அசைவையும் இப்போது என்னால் பார்க்க முடிகிறது.

மனதுக்குள் நான் ஒரு முடிவுக்கு வருகிறேன்.

இல்லை, உண்மையில் எதைப் பற்றியும் எந்த முடிவுக்கும் நான் வரவில்லை. மனதுக்குள் ஒரு முடிவுக்கு வருவதெனில் உங்களுக்கு வாய்ப்புகள் இருப்பதாக அர்த்தமாகிறது, எனக்கு அப்படி எதுவுமில்லை. எனது பாக்ஸர்களைக் கழற்றி என் ஆணுறுப்பை விடுவிக்கிறேன். சகுராவைப் பற்றிக் கொண்டு, அவள் கால்களை விரித்து உள்ளே நுழைகிறேன். எளிதாயிருக்கிறது- அவள் மிகவும் மென்மையாகவும் நான் மிகவும் கடினமாகவும் இருப்பதால். இதற்கு மேலும் என் ஆணுறுப்பு வலிப்பதில்லை. கடந்த சில நாட்களில் அதன் முனை இன்னும் கடினமாயிருக்கிறது. சகுரா இன்னும் கனவு காணுகிறாள், அவளின் அந்தக் கனவுக்குள் என்னை நான் புதைத்துக் கொள்கிறேன்.

திடீரென்று அவள் விழித்தெழுந்து என்ன நடக்கிறதென்பதை உணர்கிறாள்.

"காஃப்கா, என்ன செய்து கொண்டிருக்கிறாய்?"

"நான் உனக்குள்ளே இருக்கிறேன் என்பதாகத் தோன்றலாம்," நான் பதிலளிக்கிறேன்.

"ஆனால் ஏன்?" வறண்ட, கடுமையான குரலில் அவள் கேட்கிறாள். "இது எல்லைகளை-மீறியது என நான் உனக்குச் சொன்னேனில்லையா?"

"என்னால் இதைத் தடுக்க முடியவில்லை."

"இதை இப்போதே நிறுத்து. என்னுள்ளிருந்து அதை வெளியே எடு."

"என்னால் முடியாது," என்கிறேன், அழுத்தமாக எனது தலையை ஆட்டியபடி.

"நான் சொல்வதைக் கேள். முதலில், எனக்கொரு நிலையான காதலன் உண்டு, சரியா? இரண்டாவதாக, எனது அனுமதியின்றி என்னுடைய கனவுக்குள் நீ நுழைந்திருக்கிறாய். இது முறையில்லை."

"எனக்குத் தெரியும்."

"இன்னும் தாமதமாகி விடவில்லை. நீ எனக்குள் இருக்கிறாய், ஆனால் இன்னும் அசைய ஆரம்பிக்கவில்லை, இன்னும் நீ உச்சமடையவும் இல்லை. எனக்குள் அது வெறுமனே அசையாமல் உள்ளது, எதைப் பற்றியோ யோசிப்பது போல. நான் சொல்வது சரியா?"

நான் தலையசைக்கிறேன்.

"அதை வெளியில் எடு," அவள் என்னை எச்சரிக்கிறாள், "பிறகு இது நிகழவே இல்லை என்பதைப் போல நாம் நடந்து கொள்ளலாம். என்னால் இதை மறக்க முடியும், நீயும்தான் மறந்தாக வேண்டும். நான் உன் அக்கா, நீ என் சகோதரன். நமக்குள் ரத்த-உறவு இல்லையென்றபோதும், வெகு நிச்சயமாக நாம் அக்கா தம்பிதான். நான் என்ன சொல்கிறேன் என்று புரிகிறதா? ஒரே குடும்பத்தின் அங்கம் நாம். இவ்வாறு செய்யக்கூடாது."

"ரொம்பத் தாமதமாகி விட்டது," நான் அவளிடம் சொல்கிறேன்.

"ஏன்?"

"ஏனென்றால் அவ்வாறு ஆகி விட்டதாக நான் தீர்மானித்திருக்கிறேன்,"

"ஏனென்றால் அவ்வாறு ஆகி விட்டதாக நீ தீர்மானித்திருக்கிறாய்," காகம் எனப் பெயரிடப்பட்ட சிறுவன் சொல்கிறான்.

இதன் பிறகும் உனக்கு வெளியே இருக்கும் சங்கதிகளின் தயவில் வாழ நீ விரும்பவில்லை, அல்லது உன்னால் கட்டுப்படுத்தவியலாத சங்கதிகளால் குழப்பங்களுக்குள் எறியப்படுவதையும். ஏற்கனவே உன் அப்பாவைக் கொலை செய்ததோடு உன் அம்மாவோடும் எல்லை மீறியிருக்கிறாய் - மேலும் தற்போது இங்கு உன் அக்காவுக்குள்ளே இருக்கிறாய். இவை அனைத்திலும் ஏதேனும் சாபம் இருக்குமெனில், அதன் கொம்பைப் பற்றியிழுத்து உனக்கு விதிக்கப்பட்டிருக்கும் நிகழ்ச்சி நிரலை நிறைவேற்ற விழைகிறாய். உன் தோளின் மீதிருக்கும் பாரத்தை இறக்கி வைத்து விட்டு வாழ - வேறொருவரின் திட்டங்களுக்குள் சிக்கிக் கொள்ளாதிருக்க, மாறாக நீயாக மட்டும் இருக்க.

அவள் தனது முகத்தைக் கைகளால் மூடி சிறிது அழுகிறாள். அவளுக்காக நீ வருந்துகிறாய், ஆனால் அவளுடலை விட்டு நீ விலக வாய்ப்பேயில்லை. உனது ஆணுறுப்பு அவளுக்குள் பருமனாகிறது, இன்னும் கடினமாக மாறுகிறது, ஏதோ தன் வேர்களை ஆழப் பதித்திருப்பது போல.

"எனக்குப் புரிகிறது," என்கிறாள். "இதற்கு மேல் நான் சொல்ல மாட்டேன். ஆனால் ஒரு விசயத்தை நீ நினைவில் கொள்ள விரும்புகிறேன்: என்னை நீ வன்புணர்ச்சி செய்கிறாய். எனக்கு உன்னைப் பிடிக்கும், ஆனால் இது எவ்வாறிருக்க வேண்டுமென்று விரும்பினேனோ அது போல இல்லை. மீண்டும் நாம் ஒருவரையொருவர் சந்திக்காமலே போகக்கூடும், பிற்பாடு சந்திக்க வேண்டுமென எத்தனைத் தீவிரமாக நாம் விரும்பினாலும் கூட. உனக்கு அது பரவாயில்லையா?"

நீ பதிலளிக்கவில்லை. உனது மூளை அணைத்து வைக்கப்பட்டிருக்கிறது. அவளை அருகே இழுத்து உனது இடுப்பை அசைக்கத் தொடங்குகிறாய். கவனமாக,

எச்சரிக்கையாக, இறுதியில் வன்முறையாக. அங்கிருந்து திரும்பி வருவதற்காக மரங்களின் வடிவங்களை நீ நினைவுகூர முயற்சி செய்கிறாய், ஆனால் அவை யாவும் ஒன்றே போலத் தோற்றமளிப்பதோடு விரைவில் அநாமதேயக் கடலால் விழுங்கப்படுகின்றன. சகுரா தனது கண்களை மூடி அசைவுகளுக்குத் தன்னை ஒப்புக் கொடுக்கிறாள். அவள் எந்தவொரு வார்த்தையும் பேசவோ எதிர்க்கவோ இல்லை. அவள் முகம் உணர்வற்றிருக்கிறது, உனக்கு எதிர்த்திசையில் திரும்பி. ஆனால் உனது நீட்சியென்பதைப் போல அவளுக்குள்ளும் இன்பம் ஊற்றெடுப்பதை உன்னால் உணர முடிகிறது. உனக்கு இப்போது புரிகிறது. பின்னிப் பிணைந்திருக்கும் மரங்கள் இருண்ட சுவரைப் போல உனது பார்வையை மறைக்கின்றன. அதன்பிறகும் பறவை தனது தகவலை உனக்குச் சொல்வதாயில்லை. பிறகு நீ உச்சமடைகிறாய்.

நான் உச்சமடைகிறேன்.

உடன் நான் விழிக்கிறேன். படுக்கையில் இருக்கிறேன், தனியாக. நடு இரவு. இருட்டு அதனால் இயன்றமட்டும் ஆழமானதாக இருக்கிறது, அனைத்து கடிகாரங்களும் அதற்குள் தொலைந்துள்ளன. நான் படுக்கையை விட்டு வெளியேறுகிறேன், எனது கீழாடைகளைக் கழற்றுகிறேன், சமையலறைக்குச் சென்று அவற்றிலுள்ள விந்துக்களை கழுவுகிறேன். பிசுபிசுப்பாக, வெண்மையாகவும் அடர்த்தியாகவும், ஏதோ இருளின் காரணமாகப் பிறந்த முறைகேடான குழந்தை போல. அடுத்தடுத்த குவளைகளாகத் தண்ணீரைக் குடிக்கிறேன், ஆனால் எதுவும் எனது தாகத்தை தணிக்கவில்லை. என்னால் தாங்க முடியாத அளவுக்குத் தனிமையை உணர்கிறேன். இருளுக்குள், இரவின் நடுவில், ஆழமான வனத்தால் சூழப்பட்டு, இதற்கு மேலும் தனியாக என்னால் இருந்து விட முடியாது. இங்கே பருவகாலங்கள் கிடையாது. வெளிச்சமும் கிடையாது. மீண்டும் படுக்கைக்குப் போகிறேன், கீழே அமர்ந்து ஆழமாகப் பெருமூச்சு விடுகிறேன். இருட்டு என்னைச் சுற்றிப் போர்த்திக் கொள்கிறது.

உனக்குள்ளிருக்கும் சங்கதி தன்னை வெளிப்படுத்திக் கொண்டுள்ளது. ஓடு உடைந்து விட்டது, சில்லுச்சில்லாக

சிதறுண்டு, எங்கும் அதைப் பார்க்க முடியவில்லை, மேலும் அது அங்கிருக்கிறது, ஒரு கரிய நிழல், ஓய்வெடுத்தபடி. உனது கைகள் எதனாலோ பிசுபிசுப்பாக உள்ளன - மனித ரத்தத்தால், அதன் தோற்றத்தை வைத்துப் பார்க்க. அவற்றை உனக்கு முன்னால் நீட்டுகிறாய், ஆனால் அதைப் பார்க்குமளவுக்குப் போதுமான வெளிச்சம் இல்லை. மிகவும் அதீதமான இருட்டு. உள்ளே வெளியே, இரண்டிலும்.

40

பதினொன்று முதல் ஐந்து வரை நூலகம் இயங்கும் நேரமென்பதை கொமூரா நினைவு நூலகம் என்றெழுதிய பலகைக்கு அருகேயிருந்த சுவர் விளம்பரம் அவர்களுக்குச் சொன்னது, திங்கட்கிழமை தவிர, அன்று அது மூடியிருக்கும், அனுமதி இலவசமென்பதோடு ஒவ்வொரு செவ்வாய்க்கிழமையும் மதியம் இரண்டு மணிக்கு நூலகச் சுற்றுலாக்கள் நடத்தப்படுமென்பதையும். இவை அனைத்தையும் நகாடாவுக்காக ஹோஷினோ சத்தமாக வாசித்தான்.

"இன்று திங்கட்கிழமை, ஆகவே அது மூடப்பட்டுள்ளது," என்றான் ஹோஷினோ. தனது கடிகாரத்தை ஓரப்பார்வை பார்த்தான். "அதனால் பெரிய பாதகம் ஒன்றுமில்லை, எப்படிப் பார்த்தாலும் அவர்கள் மூடும் நேரத்தைத் தாண்டி ரொம்பத் தாமதமாகி விட்டது. அதே வித்தியாசம்தான்."

"திரு ஹோஷினோ?"

"ம்ம்ம்?"

"இந்த இடம் சுத்தமாக இதற்கு முன்னால் நாம் போன நூலகம் போல இல்லவே இல்லை," என்றார் நகாடா.

"அதுவொரு பெரிய பொது நூலகமெனில் இது தனியாருக்குச் சொந்தமானது. எனவேதான் அளவில் வித்தியாசம் தெரிகிறது."

"தனியார் நூலகம் என நீங்கள் சொல்லும்போது, அப்படி என்றால் என்ன?"

“அதன் அர்த்தம் யாதெனில் நல்ல சொத்தோடு இருக்கக்கூடிய, புத்தகங்களை நேசிக்கும் ஒரு மனிதர், ஒரு கட்டடத்தை கட்டி தான் சேகரித்த நூல்கள் அனைத்தையும் பொதுமக்களுக்கு அர்ப்பணிக்கிறார் என்பதே. இந்த ஆள் நிஜமாகவே சொல்லிக் கொள்ளும்படியான மனிதராயிருக்க வேண்டும். அவர் சற்று உணர்வுப்பூர்வமான ஆளாக இருந்திருப்பாரென்பதை நுழைவாயிலைப் பார்த்தே நீ சொல்லி விடலாம்.”

“சொத்தோடு இருக்கக்கூடிய மனிதரென்றால் என்ன?”

“பணக்கார மனிதர்.”

“இரண்டுக்குமிடையே என்ன வித்தியாசம்?”

ஹோஷினோ யோசனையோடு தனது தலையைச் சாய்த்தான். “எனக்குத் தெரியாது. வெறுமனே வழக்கமான பணக்காரனென்பதை விடச் சொத்தோடு இருக்கும் ஆளென்பது சற்று பண்பட்டதாகத் தோன்றுகிறது.”

“பண்பட்டதா?”

“பணமிருக்கும் யாருமே பணக்காரன்தான். நீயோ நானோ, நம்மிடம் பணம் இருக்குமட்டும், நாம் பணக்காரர்களாக இருப்போம். ஆனால் சொத்தோடு இருக்கும் மனிதனாக மாறுவது அத்தனை எளிதில்லை. அதற்குக் காலமாகும்.”

“அப்படியொரு ஆளாக மாறுவது கடினமா?”

“ஆம், கடினம்தான். ஆனால் அதை எண்ணி நாம் கவலைப்பட வேண்டுமெனக் கட்டாயமில்லை. நம்மிருவரில் யாரும் பணக்காரனாவதாக எனக்குத் தெரியவில்லை, பண்படுவதைப் பற்றி யோசிக்கவே வேண்டாம்.”

“திரு ஹோஷினோ?”

“ம்ம்ம்?”

“திங்கட்கிழமை அன்று மூடியிருப்பதால், நாளை காலை பதினோரு மணிக்கு நாம் இங்கு வந்தால் அவர்கள் திறந்திருப்பார்கள், சரியா?” நகாடா கேட்டார்.

“அப்படித்தான் நினைக்கிறேன். நாளைக்குச் செவ்வாய்க்கிழமை.”

“நகாடாவால் நூலகத்துக்குள் போக முடியுமா?”

“அனைவருக்கும் அனுமதி என்றே அறிவிப்புப்பலகை சொல்கிறது. உறுதியாக நீயும் போகலாம்.”

“என்னால் வாசிக்க முடியாதென்றாலும்?”

“பிரச்சினையில்லை,” என்றான் ஹோஷினோ. “ஆட்களுக்கு வாசிக்கத் தெரியுமா தெரியாதா என்றெல்லாம் அவர்கள் வாசலில் வைத்து விசாரிக்கப் போவதில்லை.”

“எனில், நான் உள்ளே போக விரும்புகிறேன்.”

“நாளைக்கு நாம் திரும்பி வருவோம், சீக்கிரமே, பிறகு ஒன்றாக உள்ளே போவோம்,” என்றான் ஹோஷினோ. “ஆனாலும், முதலில் உன்னிடம் ஒரு கேள்வி கேட்க வேண்டும். இதுதான் நீ தேடிக் கொண்டிருந்த இடம், இல்லையா? எனில் நீ தேடும் பொருள் உள்ளே இருக்கும்தானே?”

நகாடா தனது தொப்பியைக் கழற்றி ஒட்ட-வெட்டிய முடியை அரக்கத் தேய்த்தார். “ஆமாம், அது இங்கு இருக்குமென்று நினைக்கிறேன்.”

“ஆகவே நமது தேடலை நிறுத்திக் கொள்ளலாம்?”

“உண்மைதான். தேடல் முடிந்து விட்டது.”

“தெய்வத்துக்கு நன்றி,” என்றான் ஹோஷினோ. “இலையுதிர்காலம் வரைக்கும் வண்டியை ஓட்டிக் கொண்டிருப்போமோ என உண்மையில் நான் யோசிக்கத் தொடங்கியிருந்தேன்.”

அவர்களிருவரும் மறுபடியும் கலோனல் சாண்டர்ஸின் அடுக்ககத்துக்குத் திரும்பி, நன்கு உறங்கியெழுந்து, மறுநாள் காலை பதினோரு மணிக்கு நூலகத்துக்குக் கிளம்பினார்கள். அடுக்ககத்தில் இருந்து வெறும் இருபது நிமிட நடை, எனவே நடந்தே போகலாமெனத் தீர்மானித்தார்கள். ஏற்கனவே வாடகை மகிழுந்தை ஹோஷினோ திருப்பித் தந்திருந்தான்.

அவர்கள் வந்தபோது நூலகத்தின் நுழைவாயில் அகலத் திறந்திருந்தது. வெப்பமும் ஈரக்கசிவும் நிறைந்த தினமாக அது இருக்குமென்று தோன்றியது, தூசி கிளம்பாதிருக்க யாரோ நடைபாதையில் தண்ணீர் தெளித்திருந்தார்கள். நுழைவாயிலைக் கடந்தவுடன் ஓர் அழகிய, நன்கு-பராமரிக்கப்பட்ட பூங்கா தென்பட்டது.

"திரு நகாடா?" நுழைவாயிலின் முன்பகுதியில் நின்றவாறு ஹோஷினோ சொன்னான்.

"சொல்லுங்கள், உங்களுக்கு நான் எவ்வாறு உதவ முடியும்?"

"நூலகத்துக்குள்ளே போன பிறகு நாம் என்ன செய்வது? திடீரென்று ஏதாவது நினைத்து-பார்க்க-முடியாத-விபரீதமான எண்ணம் உனக்குத் தோன்றலாம் எனும் பயம் எனக்கு எப்போதும் உண்டு, ஆகவே சற்று முன்னதாக அதைத் தெரிந்து கொள்ள விரும்புகிறேன். அதற்கு என்னை நான் தயார்படுத்திக் கொள்ள வேண்டும்."

நகாடா அது குறித்து கொஞ்சம் யோசித்தார். "உள்ளே நுழைந்தவுடன் என்ன செய்வதென்று நகாடாவுக்கும் ஒன்றும் தோன்றவில்லை. என்றபோதும், இதுவொரு நூலகம், எனவே புத்தகங்களை வாசிப்பதில் தொடங்கலாம் என்று நினைத்தேன். புகைப்படங்களின் தொகுப்பையோ அல்லது ஓவியங்களின் புத்தகத்தையோ நான் கண்டுபிடிக்கிறேன், வாசிக்க விரும்பும் எதை வேண்டுமானாலும் நீங்கள் எடுத்துக் கொள்ளுங்கள்."

"புரிந்தது. வாசிப்பில் தொடங்கலாம் – ஓர் அர்த்தம் இருக்கிறது."

"சிறிது நேரத்துக்குப் பிறகு அடுத்து என்ன செய்யலாமென்று யோசிப்போம்."

"சரி," என்றான் ஹோஷினோ. "பிற்பாடு என்ன வருமென்பதைப் பற்றி நாம் பிற்பாடு யோசிப்போம். ஏதோ சதித்திட்டம் என்பதைப் போல ஒலிக்கிறது."

ரம்மியமான பூங்காவின் வழியே நடந்து பழமையான- தோற்றத்தோடிருந்த வாயிலுக்கு அவர்கள் வந்தார்கள். உள்ளே நுழைந்தவுடன் வரவேற்புப் பகுதி, ஓர் அழகான

ஒடுங்கிய இளைஞன் முகப்புக்குப் பின்னால் அமர்ந்திருந்தான். வெண்ணிறத்தில் கீழ்-வரை பொத்தான்கள் கொண்ட சட்டையையும் கண்ணாடிகளையும் அவன் அணிந்திருந்தான். நீண்ட, மெலிதான கேசம் அவன் நெற்றியின் மீது புரண்டது. த்ரூபோவின் கறுப்பு-வெள்ளை படங்களில் மட்டுமே பார்க்க முடியுமென்று நீங்கள் எதிர்பார்க்கக்கூடிய ஒரு மனிதனைப் போல, ஹோஷினோ நினைத்துக் கொண்டான்.

இளைஞன் அவர்களை நிமிர்ந்து பார்த்து பளீரென்று புன்னகைத்தான்.

“காலை வணக்கம்,” ஹோஷினோ உற்சாகமாகச் சொன்னான்.

“காலை வணக்கம்,” இளைஞன் பதிலளித்தான். “நூலகத்துக்கு நல்வரவு.”

“நாங்கள் வந்து, அதாவது – சில புத்தகங்களை வாசிக்க விரும்புகிறோம்.”

“நிச்சயமாக,” ஒஷிமா தலையசைத்தான். “சங்கடப்படாமல் நீங்கள் விரும்பும் எதையும் வாசியுங்கள். பொதுமக்களுக்கு நாங்கள் திறந்தே இருக்கிறோம். அடுக்குகளும் முழுக்கத் திறந்துதான் உள்ளன, ஆகவே நீங்கள் வாசிக்க விரும்பும் எந்தப் புத்தகத்தை வேண்டுமானாலும் எடுத்துக் கொள்ளுங்கள். புத்தகங்களை எங்களின் விவரநிரல் அட்டைகளிலோ கணினியிலோ தேடிக் கொள்ளலாம். மேலும் உங்களுக்குக் கேள்விகள் ஏதுமிருப்பின், அவற்றைக் கேட்கத் தயங்காதீர்கள். உதவ முடிந்தால் நான் ரொம்பவே மகிழ்வேன்.”

“உங்கள் அன்புக்கு நன்றி.”

“குறிப்பிட்ட துறை அல்லது புத்தகம் என எதையாவது தேடுகிறீர்களா?”

ஹோஷினோ தலையாட்டினான். “அப்படியெல்லாம் இல்லை. உண்மையில் புத்தகங்களைக் காட்டிலும் இந்த நூலகத்தின் மீதே நாங்கள் அதிக ஆர்வம் கொண்டுள்ளோம். இந்த வழியாகக் கடந்து போகும்போது, இந்த இடம் சுவாரசியமானதாகத் தெரிந்தது. இதுவொரு அழகிய கட்டடம்.”

வசீகரமான புன்னகையைச் சிந்திய ஓஷிமா நன்கு கூர்தீட்டிய பென்சிலைக் கையில் எடுத்துக் கொண்டான். “நிறைய மனிதர்கள் வெறுமனே அது போல இங்கு வருவதுண்டு.”

“அதைக் கேட்பதில் மகிழ்கிறோம்,” என்றான் ஹோஷினோ.

“உங்களுக்கு நேரம் இருக்குமென்றால், இரண்டு மணிக்கு இந்த இடத்தைப் பற்றி நடக்கக்கூடிய சிறிய சுற்றுலாவைக் கணக்கில் கொள்ளலாம். ஒவ்வொரு செவ்வாய்க்கிழமையும் அவ்வாறு ஒன்று நடக்கும், அதில் சேர்ந்து கொள்ள விரும்பும் மனிதர்கள் இருக்கும் வரைக்கும். நிறுவனத்தின் பின்னணி குறித்து இந்நூலகத்தின் தலைமை அதிகாரி விளக்கிச் சொல்லுவார். மேலும் இன்று செவ்வாய்க்கிழமை என்றாகிறது.”

“நன்றாக இருக்குமென்றே தோன்றுகிறது. ஹேய், நீ என்ன சொல்கிறாய், திரு நகாடா?”

முகப்புக்கு அருகில் ஹோஷினோவும் ஓஷிமாவும் பேசிக் கொண்டிருந்த ஒட்டுமொத்த நேரமும் நகாடா ஓரமாக ஒதுங்கி நின்றிருந்தார், கையில் தொப்பியோடு, சூழலை வெறுமையாக உற்று நோக்கியபடி. அவருடைய பெயரின் சத்தத்தைக் கேட்டவுடன், தனது திகைப்பிலிருந்து அவர் வெளியே வந்தார். “சொல்லுங்கள், உங்களுக்கு நான் எவ்வாறு உதவ முடியும்?”

“இரண்டு மணிக்கு நூலகச் சுற்றுலாவுக்கு ஏற்பாடு செய்திருக்கிறார்கள். அதில் நீ இணைந்து கொள்ள விரும்புகிறாயா?”

“ஆமாம், திரு ஹோஷினோ, நன்றி. நகாடா சேர்ந்து கொள்ள விரும்புகிறான்.”

இந்தப் பரிமாற்றத்தை பெரும் ஆர்வத்தோடு பார்த்துக் கொண்டிருந்தான் ஓஷிமா. திருவாளர்கள் ஹோஷினோவும் நகாடாவும் – அவர்களுக்கு மத்தியில் என்ன மாதிரியான தொடர்பிருக்கும்? அவர்களைப் பார்க்க உறவினர்களாகத் தெரியவில்லை. வினோதமான ஜோடி, இவ்விருவரும் – வயதிலும் தோற்றத்திலும் மிகப்பெரிய வித்தியாசம் இருந்தது. அனேகமாக அவர்களுக்கு மத்தியில் பொதுவான சங்கதியாக எது இருக்கக்கூடும்? மேலும் இந்த திரு நகாடா,

முதியவர், வினோதமான பேச்சுமுறையைக் கொண்டிருந்தார். இதுதான் என்று ஒஷிமாவால் குறிப்பிட்டுச் சொல்ல முடியாத ஏதோவொன்று அவரிடம் இருந்தது. என்றாலும், கெடுதியாக ஒன்றுமில்லை. "இங்கே வர வெகுதூரம் பயணம் செய்திருக்கிறீர்களா?" அவன் கேட்டான்.

"நாங்கள் நகோயாவில் இருந்து வருகிறோம்," நகாடா தனது வாயைத் திறக்குமுன் ஹோஷினோ அவசரகதியில் சொன்னான். நகானோவில் இருந்து வருவதை அவர் சொல்லித் தொலைத்தால் விசயங்கள் சற்று சங்கடமாகிப் போகலாம். அங்கு நிகழ்ந்த கொலையில் நகாடாவைப் போன்ற முதியவர் ஒருவருக்குத் தொடர்பிருப்பதாக ஏற்கனவே தொலைக்காட்சி செய்திகள் ஒரு வார்த்தையைப் போட்டு வைத்திருந்தன. என்றாலும், அதிர்ஷ்டவசமாக, ஹோஷினோவுக்குத் தெரிந்த மட்டும், நகாடாவின் புகைப்படம் இன்னும் பொதுவில் வெளியிடப்படவில்லை.

"சற்று பெரிய பயணம்தான்," ஒஷிமா கருத்துரைத்தான்.

"ஆமாம், இங்கே வருவதற்காக நாங்கள் ஒரு பாலத்தைக் கடந்தோம்," என்றார் நகாடா. "பெரிய, அற்புதமான பாலம்."

"கொஞ்சம் நீளமானதுதான், இல்லையா?" என்றான் ஒஷிமா. "என்றபோதும், அதன் மீது இதுவரைக்கும் நான் போனதில்லை."

"தனது வாழ்நாள் முழுக்க இத்தனை பெரிய பாலத்தை ஒருபோதும் நகாடா பார்த்ததில்லை."

"அதைக் கட்ட நிறைய நேரமும் அதீத அளவில் பணமும் செலவானது," ஒஷிமா தொடர்ந்தான். "செய்தித்தாளின்படி, அந்தப் பாலத்தையும் அதற்கு மேலுள்ள நெடுஞ்சாலையையும் நிர்வகிக்கும் பொதுத்துறை நிறுவனம் ஒவ்வொரு ஆண்டும் நூறு பில்லியன் யென்களை தொலைப்பதாகத் தெரிகிறது. அந்த இழப்பையெல்லாம் நமது வரிகளே ஈடுகட்டுகின்றன."

"நூறு பில்லியன் என்றால் என்னவென்று நகாடாவுக்கு எதுவும் தெரியாது."

“நேர்மையாகச் சொன்னால், எனக்கும் கூடத் தெரியாது,” என்றான் ஒஷிமா. “குறிப்பிட்ட புள்ளிக்குப் பிறகு அதுபோன்ற தொகைகள் அதன் பிறகும் நிஜமானவையாக இருப்பதில்லை. எப்படியாகிலும், மிகப் பெரிய தொகை.”

“மிக்க நன்றி,” ஹோஷினோ இடையில் புகுந்தான். அடுத்து நகாடா என்ன சொல்வாரென்று யாராலும் கணிக்க முடியாது, எனவே அந்தச் சாத்தியத்தை முளையிலேயே கிள்ளியெறிய வேண்டுமெனில் அவன் நடுவில் புகுந்தேயாக வேண்டும். “சுற்றுலாவுக்கு நாங்கள் இங்கே இரண்டு மணிக்கு இருக்க வேண்டும், சரியா?”

“ஆம், இரண்டு என்றால் சரியாயிருக்கும்,” என்றான் ஒஷிமா. “எனில் தலைமை நூலக அதிகாரி உங்களுக்கு இடத்தை சந்தோசமாகச் சுற்றிக் காட்டுவார்.”

“அதுவரை நாங்கள் வாசித்துக் கொண்டிருப்போம்,” என்றான் ஹோஷினோ.

கையில் இருந்த பென்சிலைச் சுழற்றியபடி, பின்வாங்கும் அவ்வுருவங்களைப் பார்த்தவாறிருந்தான் ஒஷிமா, பிறகு தனது வேலையைப் பார்க்கப் போனான்.

அடுக்குகளில் இருந்து அவர்கள் சில நூல்களை எடுத்தார்கள், பீத்தோவனும் அவருடைய தலைமுறையும் என்பதை ஹோஷினோ தேர்ந்தெடுத்தான். நகாடா சில புகைப்படத் தொகுப்புகளை எடுத்து அவற்றை மேசையின் மீது வைத்தார். பிறகு, பெரும்பாலும் ஒரு நாய் செய்வதைப் போல, அவர் அறையை வட்டமடித்தார், அனைத்தையும் வாசித்தபடி, பொருட்களைத் தொட்டுக் கொண்டு, அவற்றின் மணத்தை முகர்ந்தபடி, குறிப்பிட்ட சில இடங்களில் மட்டும் நிலையாக வெறித்துப் பார்த்தவாறிருந்தார். பனிரெண்டை கடக்கும் மட்டும் அந்த வாசிப்பறை அவர்களுக்கு மட்டுமே என்றிருந்த காரணத்தால் அந்த முதிய மனிதரின் பைத்தியக்காரத்தனமான நடவடிக்கைகளை யாரும் கவனிக்கவில்லை.

“ஹேய், தாத்தா?” ஹோஷினோ கிசுகிசுத்தான்.

"சொல்லுங்கள், உங்களுக்கு நான் எவ்வாறு உதவ முடியும்?"

"இது சற்று சிரமம்தான், ஆனால் நீ நகானோவில் இருந்து வந்ததை யாரிடமும் சொல்லாதிருந்தால் நன்றாயிருக்கும்."

"ஏன் அப்படி?"

"அது பெரிய கதை, ஆகவே நான் சொல்வதை மட்டும் கேள். நீ எங்கிருந்து வருகிறாயென்பது மக்களுக்குத் தெரிய வந்தால், அது சில பிரச்சினைகளுக்கு வழிவகுக்கக்கூடும்."

"எனக்குப் புரிகிறது," என்றார் நகாடா, ஆழமாகத் தலையசைத்தபடி. "மற்றவர்களைத் தொந்தரவு செய்வது சரியான காரியமில்லை. நகானோவில் இருந்து வருவதைப் பற்றி நகாடா ஒரு வார்த்தை கூட சொல்ல மாட்டேன்."

"அட்டகாசம்," என்றான் ஹோஷினோ. "ஓவ் - நீ தேடுவது எதுவாயினும் அதைக் கண்டுபிடித்தாயா?"

"இல்லை, இதுவரைக்கும் ஒன்றுமில்லை."

"ஆனால் நிச்சயமாக இந்த இடம்தானா?"

நகாடா தலையசைத்தார். "இதுதான். நேற்றிரவு படுக்கப் போவதற்கு முன் கல்லோடு நான் நல்ல முறையில் உரையாடினேன். இந்த இடம்தான் என்பது எனக்கு உறுதியாகத் தெரியும்."

"கடவுளுக்கு நன்றி."

தலையசைத்து விட்டு ஹோஷினோ தனது வாழ்க்கை வரலாற்றுக்குத் திரும்பினான். தனது சொந்தத் திறமைகளை முழுமையாக நம்பியதோடு ஒருபோதும் மேன்மக்களை முகஸ்துதி செய்யாத தைரியமான மனிதனாக பீத்தோவன் இருந்ததை அவன் அறிந்து கொண்டான். இந்தவுலகில், கலையும் உணர்வுகளின் துல்லியமான வெளிப்பாடும் மட்டுமே மிகவும் நுணுக்கமான சங்கதிகளாக இருக்க முடியுமென்பதாக நம்பியதோடு, அரசியல் அதிகாரமும் செல்வமும் ஒரேயொரு காரணத்துக்குப் பயன்பட்டதாக அவர் எண்ணினார்: கலையைச் சாத்தியப்படுத்த. பிரபுக்களின் குடும்பமொன்றில் ஹெய்டன்

குடியேறியபோது, தொழில்முறை சார்ந்து தனது வாழ்க்கை முழுக்க அவர் செய்தது போல, வேலைக்காரர்களோடு சேர்ந்து உணவு சாப்பிடும்படி ஆனது. ஹெய்டனின் தலைமுறையைச் சேர்ந்த இசைக்கலைஞர்கள் அனைவரும் பணியாளர்களாகவேக் கருதப்பட்டார்கள். (என்றாலும், எதனாலும் பாதிக்கப்படாதவரும் நற்குணம் பொருந்தியவருமான ஹெய்டன், பிரபுக்கள் ஏற்பாடு செய்யும் இறுக்கமான, சம்பிரதாயமான உணவுமுறையை விட இதையே அதிகமும் விரும்பினார்.)

இதற்கு நேர்மாறாக, பீத்தோவன், இத்தகைய எந்த அவமதிப்பான செயலாலும் ஆத்திரமடைந்தார், அவ்வப்போது கோபங்கொண்டு பொருட்களைத் தூக்கி சுவர்களில் வீசி உடைத்தெறிந்தார். உணவுமுறைகளைப் பொறுத்தமட்டில், பெயருக்குத் தான் பணிபுரிந்த பிரபுக்களுக்குக் குறையாத வகையில் தானும் நடத்தப்பட வேண்டுமென்பதை அவர் வலியுறுத்தினார். அடிக்கடி தன்னிலை இழப்பவராயிருந்தார், போகவும் ஒரு முறை கோபமேற்பட்டால் அவரை ஆற்றுப்படுத்துவது மிகவும் சிரமமாயிருந்தது. இதற்கெல்லாம் சிகரம் வைத்தாற்போல அவருடைய அடிப்படை அரசியல் சிந்தனைகள், அவற்றை மறைக்க ஒருபோதும் அவர் முயற்சி செய்ததில்லை. அவருடைய செவித்திறன் குறைந்தபோது, இந்தக் குணநலன்கள் யாவும் இன்னும் தீவிரமாயின. வயது கூடக் கூட அவருடைய இசை மிகவும் பரந்தகன்றதாகவும் இன்னும் அதிகமாக ஆழ்மனத்தேடல் கொண்டதாகவும் மாறியது. இந்த முரணான குணங்களை பீத்தோவனால் மட்டுமே சமமாகப் பாவித்திருக்க முடியும். ஆனால் இதற்குத் தேவைப்பட்ட மிதமிஞ்சிய பிரயத்தனம் அவருடைய வாழ்க்கையின் மீது கொஞ்சம் கொஞ்சமாகத் தீவினைகளை உருவாக்கியது, ஏனெனில் அனைத்து மனிதர்களுக்கும் உடலும் உணர்வும் சார்ந்த எல்லைகள் உண்டு, மேலும் இந்நேரத்தில் அவற்றையெல்லாம் தாண்டியதோர் இடத்தை அந்த இசைஞர் வந்தடைந்திருந்தார்.

அவர் போன்ற மேதாவிகளுக்கு எதுவும் எளிதாயிருப்பதில்லை, ஹோஷினோ எண்ணினான், ஈர்க்கப்பட்டவனாக, தனது புத்தகத்தைக் கீழே வைத்தான். தனது பள்ளியின் இசைக்கூடத்திலிருந்த, வெண்கலத்தால் செய்த, முகத்தைச்

சுளித்தவாறிருக்கும் பீத்தோவனின் மார்பளவு உருவச்சிலையை அவன் நினைவுகூர்ந்தான், ஆனால் இதுநாள் வரை, அம்மனிதர் சந்தித்த சிக்கல்கள் குறித்து அவனுக்குத் தெரியாது. அந்த ஆள் மிகவும் வெறுப்போடிருந்ததாகத் தெரிந்ததில் எந்த ஆச்சரியமுமில்லை. ஒருபோதும் நான் மேதாவியாகப் போவதில்லை, அதை மட்டும் உறுதியாகச் சொல்லலாம். ஹோஷினோ நினைத்துக் கொண்டான்.

நகாடாவை அவன் திரும்பிப் பார்த்தான், கற்பனையான உளியோடும் மட்டத்தோடும் பணிபுரிபவராக, மரபான நாட்டுப்புற அறைகலன்களுக்கான புகைப்படங்களின் தொகுப்புக்குள் அவர் ஆழமாகத் தொலைந்திருந்தார். அந்தப் புகைப்படங்கள் தன்னுணர்வை இழக்கச் செய்து, தனது பழைய பணிக்குத் திரும்பியதாக எண்ணுமிடத்துக்கு அவரை அழைத்துச் சென்றிருக்க வேண்டும். மேலும் நகாடாவும் - யாருக்குத் தெரியும்? என்றேனும் ஒரு நாள் அவர் மகத்தான மனிதராக மாறக்கூடும், ஹோஷினோ நினைத்துக் கொண்டான். அவர் செய்யும் வகையிலான விசயங்களைப் பெரும்பாலான மனிதர்களால் செய்யவியலாது. அந்தக் கிழட்டு முண்டம் தனக்கேயான பிரத்தியேகத்தளத்தில் இருந்தது.

பனிரெண்டுக்குப் பிறகு, வேறு இரண்டு வாசகர்கள், மத்திய-வயது பெண்கள், வாசிப்பறைக்குள் நுழைந்தனர், ஆக ஹோஷினோவும் நகாடாவும் வெளியே வந்து சற்று ஓய்வெடுப்பதற்கான வாய்ப்பாக அதைப் பயன்படுத்தினார்கள். தங்களின் மதியவுணவுக்காக ஹோஷினோ கொஞ்சம் பாணை கையோடு எடுத்து வந்திருந்தான், நகாடாவோ சூடான தேநீர் நிரம்பிய தனது வழக்கமான காப்புக்குடுவையை சுமந்தவாறு திரிந்தார். முதலில், நூலக மைதானத்தில் அமர்ந்து சாப்பிடுவதில் எந்தச் சிக்கலுமில்லையே என முகப்பில் இருந்த ஓஷிமாவிடம் ஹோஷினோ விசாரித்துக் கொண்டான்.

“நிச்சயமாக,” ஓஷிமா பதிலளித்தான். “பூங்காவை மேற்பார்வை பார்த்தவாறு திண்ணையில் அமர்ந்திருப்பது நன்றாயிருக்கும். பிற்பாடு, ஒரு கோப்பை காபிக்காக உள்ளே வருவதற்குச் சங்கடப்படாதீர்கள். ஏற்கனவே நான் சிறிது தயாரித்திருக்கிறேன், உங்களுக்கு உதவும் பொருட்டு.”

“நன்றி,” என்றான் ஹோஷினோ. “உங்கள் இடத்தைச் சற்று சொகுசாகத்தான் வைத்திருக்கிறீர்கள்.”

ஓஷிமா புன்னகைத்து கேசத்தைப் பின்னால் கோதி விட்டான். “உங்களுக்குத் தெரிந்த வழக்கமான நூலகத்தில் இருந்து இது சற்று வித்தியாசமானது. சொகுசென்பது அதை விளக்கும் சரியான வழிமுறைதான். நாங்கள் செய்ய முயற்சிப்பது என்னவென்றால் மனிதர்கள் ஆசுவாசமாக அமர்ந்து தங்களின் வாசிப்பை ரசிக்கும் ஒரு சூழலை உருவாக்குவதே.”

ஹோஷினோவுக்கு ஓஷிமா ஓர் ஈர்ப்புமிக்க இளைஞனாகத் தெரிந்தான். புத்திசாலியாக, நற்பண்புகளோடு, அனேகமாக ஒரு நல்ல குடும்பத்தில் இருந்து வந்திருக்க வேண்டும். உடன் சற்று கருணை வாய்ந்தவனாகவும் இருந்தான். அவன் ஆண்-தற்பால்விரும்பியாக இருக்கக்கூடும், சரியா? ஹோஷினோ அதற்காகக் கவலைப்பட்டானில்லை. ஒவ்வொருவருக்கும் அவரவர் விருப்பம், அதுவே அவன் எண்ணம். சில ஆண்கள் கற்களோடு பேசுகிறார்கள், மேலும் சிலர் மற்ற ஆண்களோடு உறங்குகிறார்கள்.

மதியவுணவுக்குப் பிறகு, ஹோஷினோ எழுந்தான், தனது மொத்தவுடலையும் நெட்டி முறித்தான், பிறகு ஓஷிமா இசைவோடு தருவதாகத் சொன்ன காபியை ஏற்றுக் கொள்வதற்கென முகப்புப்பகுதிக்குப் போனான். நகாடா காபி அருந்த மாட்டாரென்பதால், தனது தேநீரை அருந்தியபடியும் பூங்காவில் சிறகடித்த பறவைகளைப் பார்த்தபடியும் அவர் தாழ்வாரத்திலேயே இருந்து கொண்டார்.

“ஆக, வாசிப்பதற்கு சுவாரசியமான எதையும் கண்டுபிடித்தீர்களா?” ஓஷிமா ஹோஷினோவிடம் கேட்டான்.

“ம்ம்ம், நான் பீத்தோவனின் வரலாற்றை வாசித்துக் கொண்டிருந்தேன்,” ஹோஷினோ பதிலளித்தான். “எனக்குப் பிடித்திருக்கிறது. அவரின் வாழ்க்கை நாம் யோசிப்பதற்கு நிறைய விசயங்களைத் தருகிறது.”

ஓஷிமா தலையசைத்தான். “நிறைய விசயங்களைக் கடந்து வந்திருக்கிறார் – மிகவும் மேலோட்டமாகச் சொல்வதெனில்.”

“மிகக் கடினமாக நேரங்களை அவர் சந்திக்கவே செய்திருக்கிறார்,” என்றான் ஹோஷினோ, “ஆனால் அது குறிப்பாக அவரின் தவறென்றே நினைக்கிறேன். அவர் யோசித்ததெல்லாம் தன்னையும் தனது இசையையும் பற்றி மட்டுமே, மேலும் அதற்காகத் தான் எதைத் தியாகம் செய்ய வேண்டி வந்தாலும் அது குறித்துக் கவலைப்படவில்லை. “ஹேய், லுட்விக், சற்று பொறுமையாக இரு” என்றெல்லாம் அவரோடு இயல்பாகப் பழகச் சிரமமாயிருந்திருக்கும். எனக்கு அவரைத் தெரிந்திருந்தால் நானும் அப்படித்தான் சொல்லி இருப்பேன். அவருடைய மருமகன் பைத்தியமாகிப் போனதில் எந்த ஆச்சரியமும் இல்லை. ஆனால் அவரின் இசை அபாரமாகவுள்ளதை நான் ஒத்துக் கொள்ள வேண்டும். நமக்குள் ஆழமாக ஊடுருவிப் போகிறது. விசித்திரமான விசயம்தான்.”

“சர்வநிச்சயமாக,” ஒஷிமா ஒத்துக் கொண்டான்.

“ஆனால் ஏன் இப்படியொரு கடினமான, கட்டுப்பாடற்ற வாழ்க்கையை அவர் வாழ வேண்டும்? இயல்பான வகைமையைச் சேர்ந்த வாழ்க்கையை அவர் தேர்ந்திருந்தால் இன்னும் நன்றாக இருந்திருக்கலாம்.”

ஒஷிமா தனது விரல்களில் ஒரு பென்சிலைச் சுழற்றினான். “உங்கள் கருத்து எனக்குப் புரிகிறது, ஆனால் பீத்தோவனின் காலத்தில் தங்கள் அகங்காரத்தை வெளிப்படுத்துவது முக்கியமென்று மக்கள் எண்ணினார்கள். முற்காலத்தில், முழுமையான மன்னராட்சி நிலவியபோது, இது முறையற்ற, சமூகவிலகல் கூடிய நடத்தையாகக் கருதப்பட்டு மிகத் தீவிரமாகக் கண்டிக்கப்பட்டிருக்கும். என்றாலும், பத்தொன்பதாம் நூற்றாண்டில், நடுத்தர வர்க்கத்தினர் ஆட்சிக்கு வந்த பிறகு, அந்தக் கண்டிப்பு முடிவுக்கு வந்ததோடு தன்னைத்தானே வெளிப்படுத்திக் கொள்ளும்படி தனிப்பட்ட மனிதர்களின் அகங்காரத்துக்கு விடுதலை வழங்கப்பட்டது. சுதந்திரமும் அகங்காரத்தின் வெளிப்பாடும் ஒன்றெனக் கருதப்பட்டன. மேலும் கலை, அதிலும் குறிப்பாக இசை, இவை யாவற்றிலும் முன்னணியில் இருந்தது. பீத்தோவனுக்குப் பின்னால் வந்து அவரது நிழலில் வாழ்ந்தவர்கள், யாரென்று சொல்வதானால் – பெர்லியோஸ், வாக்னர், லிஸ்ட், ஷூமான் – அனைவரும்

இயல்புமீறிய, கொந்தளிப்பான வாழ்க்கையை வாழ்ந்தார்கள். மையப்பிறழ்வு மாதிரி வாழ்க்கைமுறையாகப் பார்க்கப்பட்டது. அழகியற்காலம் என அதை அவர்கள் அழைத்தார்கள். என்றாலும் அத்தகைய வாழ்வை வாழ்வது சமயங்களில் அவர்களுக்கும் கடினமாக இருந்திருக்கும் என்பதை என்னால் உறுதியாகச் சொல்ல முடியும். ஆக, உங்களுக்கு பீத்தோவனின் இசை பிடிக்குமா?"

"எனக்குப் பிடிக்குமா இல்லையா என்பதை என்னால் உறுதியாகச் சொல்ல முடியவில்லை," ஹோஷினோ ஒத்துக் கொண்டான். "நிஜத்தைச் சொன்னால் நான் கிட்டத்தட்ட எதையுமே கேட்டதில்லை. வெறுமனே ஏதோவொரு வகையில் "ஆர்ச்ட்யூக் ட்ரையோ" எனும் இசைக்கோவை மட்டும் பிடிக்கும்."

"அது நன்றாயிருக்கும், உண்மைதான்."

"மில்லியன் டாலர் ட்ரையோவினுடையது அபாரமாயிருக்கும்," ஹோஷினோ சேர்த்துக் கொண்டான்.

"சுக் ட்ரையோ எனும் செக்கஸ்லோவிய குழுவே எனது தேர்வாயிருக்கும்," என்றான் ஒஷிமா. "அவர்களிடம் ஓர் அழகிய சமநிலை தென்படும். பசுமையான புல்வெளியின் மீதலையும் காற்றை உங்களால் முகர முடியுமென்பதாக உணர்வீர்கள். ஆனால் மில்லியன் டாலர் ட்ரையோவின் பதிப்புருவும் எனக்குத் தெரியும் - ரூபின்ஸ்டெயின், ஹெய்ஃபெட்ஸ், மற்றும் ஃப்யூயர்மான். அதுவொரு நேர்த்தியான ஆற்றுகை."

"உம், திரு... ஒஷிமா?" ஹோஷினோ கேட்டான், முகப்பில் இருந்த பெயர்ப்பலகையைப் பார்த்தபடி. "உங்களுக்கு இசையைப் பற்றி நிறையத் தெரிந்துள்ளது. என்னால் அதைச் சொல்ல முடிகிறது."

ஒஷிமா புன்னகைத்தான். "நிறையத் தெரியாது. வெறுமனே அதைக் கேட்பது எனக்குப் பிடிக்கும்."

"மக்களை மாற்றும் ஆற்றல் இசைக்கு உண்டு என நீங்கள் நினைக்கிறீர்களா? ஏதோவொரு இசைக்கோவையைக் கேட்டதும் உங்களுக்குள் பெரிய மாற்றம் நிகழுமென்பதைப் போல?"

ஒஷிமா தலையசைத்தான். "உறுதியாக, அவ்வாறு நடக்கலாம். நமக்குள் நிகழும் ஒரு அனுபவம் – வேதியியல் மாற்றத்தைப் போல – உள்ளே இருக்கும் எதையோ மாற்றி விடும். பிற்பாடு நம்மை நாமே ஆராயும்போது, அது வரை நாம் வாழ்ந்து வந்த படிநிலைகள் யாவும் ஒரு படி மேலே உயர்ந்திருப்பதோடு எதிர்பாராத வழிகளில் உலகம் திறந்து கொள்வதையும் கண்டுபிடிப்போம். ஆமாம், எனக்கும் அந்த அனுபவம் நிகழ்ந்ததுண்டு. அடிக்கடி அல்ல, ஆனால் நிகழ்ந்திருக்கிறது. அனேகமும் காதலில் விழுவதைப் போல."

தன்னளவில் ஹோஷினோ ஒருபோதும் தலைகுப்புறத் தடுமாறிக் காதலில் விழுந்தான் என்றில்லை, ஆனாலும் ஆமோதிப்பதைப் போல குத்துமதிப்பாகத் தலையாட்டி வைத்தான். "அதுவொரு முக்கியமான விசயமாகத்தான் இருக்க வேண்டும், இல்லையா?" என்றான். "நம் வாழ்க்கைக்கு?"

"முக்கியம்தான்," ஒஷிமா பதிலளித்தான். "அதுபோன்றத் தீவிர அனுபவங்கள் இல்லையெனில் நம் வாழ்வு சற்று அலுப்பூட்டக்கூடியதாகவும் தட்டையாகவும் இருக்கும். பெர்லியோஸ் அதை இவ்வாறு விளக்குகிறார்: 'ஒரு முறை கூட ஹாம்லெட்டை வாசிக்காத வாழ்க்கையென்பது நிலக்கரிச் சுரங்கத்தில் கழிக்கும் வாழ்க்கையைப் போன்றது.'"

"நிலக்கரிச் சுரங்கமா?"

"வெறுமனே வழக்கமான பத்தொன்பதாம்-நூற்றாண்டு உயர்வுநவிற்சி."

"நல்லது, காபிக்கு நன்றி," என்றான் ஹோஷினோ. "நாம் பேச முடிந்ததில் மகிழ்ச்சியடைகிறேன்."

ஒஷிமா ஒரு பெரிய முறுவலை அவனுக்குப் பதிலாகத் தந்தான்.

இரண்டு மணி வரைக்கும் நகாடாவும் ஹோஷினோவும் புத்தகங்களை வாசித்தார்கள், அறைகலன்களின் புகைப்படங்களைப் புரட்டும் சமயத்தில் நகாடா தனது தச்சுவேலைகளுக்கான அசைவுகளில் ஆழ்ந்திருந்தார். மத்திய-வயது பெண்களைத் தவிர, மேலும் மூன்று வாசகர்கள்

மதியவுணவுக்குப் பிறகு அவர்களோடு இணைந்திருந்தார்கள். ஆனால் ஹோஷினோவும் நகாடாவும் மட்டுமே நூலகச்சுற்றுலாவுக்குக் கேட்டிருந்தார்கள்.

"நாங்கள் இரண்டு பேர் மட்டுமே என்பதில் எந்தப் பிரச்சினையும் இல்லையா?" ஹோஷினோ கேட்டான். "வெறுமனே எங்கள் இரண்டு பேருக்காக நீங்கள் இத்தனைச் சிரமப்படுகிறீர்களென்பது எனக்குச் சங்கடமாக இருக்கிறது."

"ஒரு பிரச்சினையும் இல்லை," என்றாள் ஓஷிமா. "ஒரு ஆளாக இருந்தால் கூட, நூலகச் சுற்றுலாவை நடத்துவதில் தலைமை அதிகாரி மகிழ்ச்சியடைவார்."

சரியாக இரண்டு மணிக்கு, நாகரீகமான-தோற்றம் கொண்ட, ஒரு மத்திய-வயதுப் பெண்மணி படிகளில் இறங்கி வந்தாள். முதுகை நேராக நிமிர்த்தி, அவளின் நடை ஈர்க்கக்கூடியதாக இருந்தது. நிறைய கோடுகளோடு இருந்த அடர்த்தியான நீலநிற மேற்சட்டையை அவள் அணிந்திருந்தாள், கறுப்புநிறக் குதியணிகள், அகலமான, திறந்த கழுத்துப்பகுதியில் ஒரு மெல்லிய வெள்ளிச்சங்கிலி, அவளுடைய கேசம் பின்புறம் இழுத்துக் கட்டப்பட்டிருந்தது. தேவைக்கதிகமாக எதுவுமேயில்லை, மொத்தத்தில் மிகவும் நேர்த்தியான, ரசனையான தோற்றம்.

"வணக்கம். என் பெயர் செய்கி. தலைமை நூலகர்," அந்தப் பெண்மணி சொன்னாள், பிறகு அமைதியாகப் புன்னகைத்தாள்.

"நான் ஹோஷினோ."

"நான் நகாடா, நகானோவில் இருந்து வருகிறேன்," என்றார் முதியவர், கையில் தொப்பியோடு.

"இவ்வளவு தொலைவிலிருந்து நீங்கள் எங்களைக் காண வந்திருப்பதில் மகிழ்ச்சியடைகிறோம்," மிஸ் செய்கி சொன்னாள்.

நகாடாவின் வார்த்தைகளைக் கேட்டு ஹோஷினோவின் முதுகுத்தண்டில் சில்லென்ற உணர்வு ஓடியது, ஆனால் மிஸ் செய்கி ஏதும் சந்தேகப்பட்டதாகத் தெரியவில்லை.

நகாடா தனது இயல்புக்கேற்ப எதையும் கருத்திற்கொள்ளாதவராக இருந்தார். "ஆமாம், மிகப்பெரிய பாலத்தை நான் கடந்தேன்," என்றார்.

"இதுவொரு அற்புதமான கட்டடம்," ஹோஷினோ இடைபுகுந்தான், பாலங்கள் குறித்த எந்தப் பேச்சையும் வெட்டியெறிய முயற்சி செய்பவனாக.

"முற்கால மெய்ஜி காலக்கட்டத்தில் கொமூரா குடும்பத்தின் நூலகமாகவும் விருந்தினர் மாளிகையாகவும் இந்தக் கட்டடம் கட்டப்பட்டது," மிஸ் செய்கி தொடங்கினாள். "நிறைய இலக்கியவாதிகள் இங்கு வருகைபுரிந்து தங்கவும் செய்திருக்கிறார்கள். நகர நிர்வாகத்தால் இந்த இடம் வரலாற்றுத்தளமாக அறிவிக்கப்பட்டுள்ளது."

"இல்லக்கிய வாத்திகள்?" நகாடா கேட்டார்.

மிஸ் செய்கி முறுவலித்தாள். "கலைஞர்கள் – கவிஞர்களும், புதின ஆசிரியர்களும் அதைப் போன்றவர்களும். கடந்தகாலத்தில், வெவ்வேறு பகுதிகளில் வசித்த சொத்தோடு இருக்கக்கூடிய மனிதர்கள் கலைஞர்களுக்கு உதவுவதை ஊக்குவித்தார்கள். அப்போது கலை வேறொன்றாக இருந்தது, அதைக் கொண்டுதான் வாழ்வை அமைத்துக் கொள்ள வேண்டும் என்பதாக பார்க்கப்படவில்லை. இப்பகுதியில் வசித்த சொத்துடன் கூடிய மனிதர்களாக கொமூராக்கள் இருந்தார்கள், பண்பாட்டு நிகழ்வுகளுக்கும் கலைகளுக்கும் ஆதரவளித்தார்கள். அத்தகைய விருப்பாவணக் கொடையை எதிர்காலச் சந்ததியினருக்குக் கடத்துவதற்கென்றே இந்தக் கட்டடம் கட்டப்பட்டு, இயக்கப்பட்டும் வருகிறது."

"சொத்துடன் இருக்கக்கூடிய மனிதர் – அதற்கு என்ன அர்த்தமென்று நகாடாவுக்குத் தெரியும்," என்றார் நகாடா. "அப்படியொரு மனிதராக மாற நீண்ட காலம் பிடிக்கும்."

புன்னகைத்தபடி, மிஸ் செய்கி தலையசைத்தாள். "நீங்கள் சொல்வது சரிதான், அதற்குக் காலம் பிடிக்கும். எவ்வளவுதான் பணத்தை நீங்கள் சேர்க்க முடிந்தாலும், உங்களால் காலத்தை

விலைக்கு வாங்க முடியாது. நல்லது, முதல் மாடியில் இருந்து நமது சுற்றுலாவைத் தொடங்குவோம்."

ஒவ்வொன்றாக மாடியிலிருந்த அறைகளை அவர்கள் போய்ப் பார்த்தார்கள். மிஸ் செய்கி, அங்கே தங்கியிருந்த பல்வேறு இலக்கியவாதிகளைப் பற்றிய தனது இயல்பான சொற்பொழிவை வழங்கினாள், உடன் அந்தக் கலைஞர்கள் விட்டுப்போன கையெழுத்துப் பிரதிகளையும் ஓவியங்களையும் இருவருக்கும் காட்டினாள். சுற்றுலாவின்போது, அவளுடைய வார்த்தைகளுள் ஒன்றைக்கூட நகாடா காதில் வாங்கியதாகத் தெரியவில்லை, மாறாக ஒவ்வொரு பொருளையும் வெகு கவனமாக ஆராய்ந்து கொண்டிருந்தார். மிஸ் செய்கி தனது அலுவலகமாகப் பயன்படுத்திய வாசிப்பறையில், மேசையின் மீது ஒரு ஃபவுண்டைன் பேனா அமர்ந்திருந்தது. அவளைப் பின்தொடர்ந்து சென்று தேவையான சத்தங்களை வெளியிடுவது ஹோஷினோவின் வேலையாகிப் போனது. ஒட்டுமொத்த நேரமும் அவன் பதற்றமான நிலையில் இருந்தான், திடீரென்று அந்த முதிய மனிதர் ஏதேனும் விபரீதமாகச் செய்து விடுவாரோ எனும் பயத்தோடு. ஆனால் நகாடா செய்ததெல்லாம் தாங்கள் கடந்து சென்ற பொருட்களை கவனமாக ஆராய்வதே. மொத்த நேரமும் புன்னகைத்தபடி, அவள் சுறுசுறுப்பாக எல்லா இடங்களையும் சுற்றிக் காட்டினாள். எத்தனை அமைதியாகவும் தெளிவாகவும் அவள் இருந்தாளென்பதைப் பார்த்து ஹோஷினோ மிகவும் ஈர்க்கப்பட்டான்.

சுற்றுலா இருபது நிமிடங்களில் முடிந்தது, இரண்டு ஆண்களும் தங்களுடைய வழிகாட்டிக்கு நன்றியுரைத்தார்கள். ஒட்டுமொத்த நேரமும் மிஸ் செய்கியின் புன்னகை அவளை விட்டு நீங்கவில்லை. என்றபோதும், அவளை அதிகமாகப் பார்க்கப் பார்க்க, ஹோஷினோ இன்னுமதிகமாகக் குழம்பினான். அவள் புன்னகைத்தவாறு நம்மைப் பார்க்கிறாள், தனக்குத்தானே அவன் சொல்லிக் கொண்டான், ஆனால் எதையும் அவள் பார்க்கவில்லை. எங்களைத்தான் நேராகப் பார்க்கிறாள், என்றாலும், வேறு எதையோ பார்க்கிறாள். ஆனால் சுற்றுலாவை வழங்கிக் கொண்டிருந்த மொத்த நேரமும், அவளுடைய மனம் வேறெங்கோ இருந்தாலும் கூட, கச்சிதமான பொறுமையோடும்

அன்போடும் இருந்தாள். எப்போது அவன் என்ன கேள்வி கேட்டாலும், அவள் கருணையோடு, எளிதில்-புரிந்து-கொள்ளக்கூடிய பதிலைத் தந்தாள். இதை ஏதோ தனது விருப்பத்துக்கெதிராக அல்லது அதைப் போன்றவொன்றாக அவள் செய்து வந்ததாக அர்த்தமில்லை. இந்த உன்னிப்பான பணியை மேற்கொள்வதை அவளின் ஒரு பகுதி ரசித்துச் செய்தது. ஆனால் அவளுடைய இதயம் அதற்குள் இல்லை.

இரண்டு ஆண்களும் வாசிப்பறைக்குத் திரும்பி தங்களின் புத்தகங்களோடு நீள்சாய்விருக்கைகளில் சாய்ந்தார்கள். என்றாலும், பக்கங்களைத் திருப்பிய நேரத்தில், தனது மனதை விட்டு மிஸ் செய்கியை அகற்ற ஹோஷினோவுக்குச் சாத்தியப்படவில்லை. அந்த அழகான பெண்மணியிடம் ஏதோவொன்று இயல்புமீறியதாக இருந்தது, ஆனால் அதை இன்னதென்று குறிப்பிட்டுச் சொல்ல அவனால் முடியவில்லை. அதைக் கைவிட்டு மீண்டும் வாசிப்புக்குத் திரும்பினான்.

மூன்று மணிக்கு, ஒட்டுமொத்தமாக எந்த அறிவிப்புமின்றி, நகாடா எழுந்து கொண்டார். அவருடைய நகர்வுகள் வழக்கத்தை மீறிய தீர்மானத்தோடு இருந்தன. தனது தொப்பியைக் கைகளில் தீர்க்கமாகப் பற்றியிருந்தார்.

“ஹேய், என்ன ஆனது? எங்கே போகிறாய்?” ஹோஷினோ கிசுகிசுத்தான்.

ஆனால் எந்த எதிர்வினையும் இல்லை. உதடுகள் தீர்மானமாக இறுகியிருக்க, நகாடா ஏற்கனவே பிரதான நுழைவாயிலை நோக்கி விரைந்தவாறிருந்தார், அவருடைய உடமைகள் பின்னால் தரையில் கிடந்தன.

ஹோஷினோ தனது புத்தகத்தை மூடி விட்டு எழுந்தான். நிச்சயம் ஏதோ தவறு நடக்கப் போகிறது. “ஹேய், நில்!” அவன் கூவினான். முதியவர் அதைக் கேட்கப் போவதில்லை என்பதையுணர்ந்து, அவருக்குப் பின்னால் தடுமாறி ஓடினான். மற்ற வாசகர்கள் நிமிர்ந்து அவன் ஓடுவதைப் பார்த்தார்கள்.

அவன் வாயிலை அடைவதற்கு முன்னால், நகாடா இடதுபுறம் திரும்பி, எந்தத் தயக்கமுமின்றி முதல் மாடிக்கு ஏறத்

தொடங்கினார். அவருக்கு வாசிக்கத் தெரியாதென்கிற சூழலில், படிகளின் கீழ்ப்பகுதியில் தொங்கிய "இந்தப் பகுதிக்கு மேல் பார்வையாளர்களுக்கு அனுமதியில்லை" எனும் பலகை அவரை எவ்விதத்திலும் தடுக்கவில்லை. படிகளில் ஏறிய சமயம், நைந்து போன அவருடைய வரிப்பந்தாட்டக் காலணிகள் தரைப்பலகைகளில் கிறீச்சிட்டன.

"கொஞ்சம் பொறுங்கள்," முகப்பின் மீது சாய்ந்தவாறு ஒஷிமா சொன்னான், பின்வாங்கிப் போகும் உருவத்தை உரக்க அழைப்பவனாக. "அந்தப் பகுதி தற்போது மூடப்பட்டு விட்டது."

நகாடா அவன் சொல்வதைக் கேட்டதாகத் தெரியவில்லை.

ஹோஷினோ படிகளில் அவருக்குப் பின்னால் ஓடினான். "தாத்தா. அது மூடப்பட்டுள்ளது. அங்கே நீ போக முடியாது."

ஒஷிமா முகப்புக்குப் பின்னாலிருந்து வெளியேறி படிகளில் அவர்களைத் தொடர்ந்து ஏறினான்.

கண்டுகொள்ளாதவராக, தாழ்வாரத்தின் வழியே நகாடா வாசிப்பறைக்கு வேகமாக முன்னேறினார். கதவு திறந்திருந்தது. மிஸ் செய்கி, தனது முதுகை சாளரத்துக்குக் காட்டி, புத்தகம் வாசித்தவாறு மேசையில் அமர்ந்திருந்தாள். காலடிச்சத்தம் கேட்டு அவள் நிமிர்ந்து பார்த்தாள். மேசையை அடைந்ததும், அவள் முகத்தைப் பார்த்தபடி நகாடா அங்கேயே நின்றிருந்தார். அவர்களில் யாரும் ஒரு வார்த்தையும் பேசவில்லை. ஒரு கணத்துக்குப் பிறகு ஹோஷினோ வந்து சேர்ந்தான், சற்று நேரங்கழித்து ஒஷிமாவும் தொடர்ந்தான்.

"உன்னைப் பிடித்து விட்டேன்," என்ற ஹோஷினோ முதியவரை அவர் தோளில் தட்டிக் கொடுத்தான். "நீ இங்கு வந்திருக்கக்கூடாது. இது எல்லை-மீறிய செயல். நாம் போக வேண்டும், சரியா?"

"நகாடா ஒன்றைச் சொல்லியாக வேண்டும்," மிஸ் செய்கியிடம் அவர் கூறினார்.

"அது என்னவாக இருக்கக்கூடும்?" மிஸ் செய்கி அமைதியாகக் கேட்டாள்.

“நான் கல்லைப் பற்றிப் பேச விரும்புகிறேன். நுழைவாயில் கல்லைப் பற்றி.”

சிறிது நேரம் மிஸ் செய்கி அமைதியாக அம்முதியவரின் முகத்தை வாசித்தாள். எதற்கும் பொறுப்பேற்றுக் கொள்ளாத ஒளியால் அவள் கண்கள் பிரகாசித்தன. சில முறை அவள் கண்சிமிட்டினாள், பிறகு புத்தகத்தை மூடி வைத்தாள். இரு கைகளையும் மேசையின் மீது இருத்தி நகாடாவை நிமிர்ந்து பார்த்தாள். எவ்வாறு தொடருவதென்பதை தீர்மானிக்க முடியாதவளாகத் தெரிந்தாள், ஆனால் பிறகு சிறிதாகத் தலையசைத்தாள்.

அவள் விலகி ஹோஷினோவைப் பார்த்தாள், பிறகு ஓஷிமாவையும். “சிறிது நேரம் எங்களைத் தனியாக விட்டுப் போக முடியுமா?” அவள் ஓஷிமாவிடம் சொன்னாள். “நாங்கள் பேசப் போகிறோம். வெளியே போகும்போது கதவை மூடி விட்டுச் செல்லுங்கள்.”

ஓஷிமா தயங்கினான, பிறகு தலையசைத்தான். ஹோஷினோவின் கரத்தை மென்மையாகப் பற்றினான், அவனை வெளியே தாழ்வாரத்துக்கு அழைத்துச் சென்று கதவை மூடினான்.

“ஒரு சிக்கலுமில்லை என உங்களுக்கு உறுதியாகத் தெரியுமா?” ஹோஷினோ கேட்டான்.

“தான் என்ன செய்கிறோமென்பது மிஸ் செய்கிக்குத் தெரியும்,” படிகளில் அவனைப் பாதுகாப்பாக அழைத்துப் போகும் வழியில் ஓஷிமா சொன்னான். “எல்லாம் சரியாயிருப்பதாக அவர் சொல்கிறாரென்றால், எல்லாம் சரியாக இருப்பதாகத்தான் அர்த்தம். அவரைப் பற்றிக் கவலைப்படத் தேவையில்லை. ஆகவே, திரு ஹோஷினோ, ஏன் நாம் சென்று காத்திருக்கும் வேளையில் ஒரு காபி அருந்தக்கூடாது?”

“நல்லது, நகாடாவைப் பொருத்தமட்டில், கவலைப்படுவதென்பது மொத்தமும் நேரவிரயம்,” என்றான் ஹோஷினோ, தனது தலையை ஆட்டியபடி. “அந்த மட்டும் என்னால் உத்தரவாதமாகச் சொல்ல முடியும்.”

41

இம்முறை வனத்துக்குள் நுழையும்போது எனக்குத் தேவைப்படக்கூடிய அனைத்தையும் மூட்டை கட்டிக் கொண்டிருக்கிறேன்: திசைகாட்டி, கத்தி, நீர்க்குடுவை, சிறிது ஆபத்துகால உணவு, பணிக் கையுறைகள், ஒரு புட்டி நிறைய மஞ்சள் ஸ்பிரே பெயிண்ட், கூடவே இதற்கு முன் நான் பயன்படுத்திய கைக்கோடாரியும். இவற்றையெல்லாம் ஒரு சிறிய நைலான் சாக்குக்குள் திணித்தவாறு – சாமான்களுக்கான கொட்டகையில் கிடந்தது – நான் வனத்துக்குத் தலைப்படுகிறேன். நீண்ட-கைகள் கொண்ட சட்டையை நான் அணிந்திருக்கிறேன், எனது கழுத்தைச் சுற்றி ஒரு துவாலையும் ஒஷிமா எனக்குத் தந்த தொப்பியும், மேலும் வெளிப்படையாகத் தெரியும் எனதுடலின் பகுதிகளில் பூச்சிகளைத் தடுத்து நிறுத்தும் மருந்தைத் தடவியிருக்கிறேன். வானம் மேகமூட்டமாகத் தெரிகிறது, எந்த நிமிடமும் மழை பொழியுமென்பது போல வெப்பமாகவும் பிசுபிசுப்பாகவுமுள்ளது, ஆகவே தேவைப்படுமெனில் பயன்படுத்துவதற்கென சாக்குக்குள் ஒரு போஞ்சோவையும் போட்டு வைத்திருக்கிறேன். தாழ்வான, ஈயநிற வானை குறுக்கில் கடக்கும் ஒரு பறவைக்கூட்டம் தங்களுக்குள் கிறீச்சிட்டபடி பறந்து செல்கின்றன.

வனத்திலுள்ள வட்டமான வெட்டவெளியை நான் எளிதில் சென்றடைகிறேன். பொதுவில் வடக்கு நோக்கி நகர்கிறேன் என்பதை உறுதி செய்யும் பொருட்டு திசைகாட்டியைப் பரிசோதித்தபடி, காட்டுக்குள் ஆழமாகப் பயணிக்கிறேன். இந்த முறை பாதையைக் குறித்து வைக்க மரத்தண்டுகளில் மஞ்சள்நிற அடையாளங்களைத் தெளிக்கிறேன். ஹென்சல் மற்றும் க்ரடெலின் ரொட்டித்துண்டுகளைப் போலல்லாமல் இந்த

பெயிண்ட் அடையாளங்கள் பசிமிகுந்த பறவைகளிடமிருந்து பத்திரமாயிருக்கும்.

நான் நிறைய முன்தயாரிப்புகளோடு வந்திருக்கிறேன், எனவே அவ்வளவாகப் பயப்படவில்லை. பதற்றமாயிருக்கிறேன், நிச்சயமாக, ஆனால் எனது இதயம் அடித்துக் கொள்ளவில்லை. அறிவார்வமே என்னைக் கைப்பிடித்து அழைத்துப் போகிறது. இந்தப் பாதையில் என்ன இருக்கிறதென்பதை அறிந்து கொள்ள விரும்புகிறேன். அங்கு எதுவுமே இல்லையென்றாலும், அதைத் தெரிந்து கொள்ள நினைக்கிறேன். எனக்குத் தெரிந்தாக வேண்டும். கடந்து போகும் காட்சிகளை மனப்பாடம் செய்தபடி, நான் நிதானமாக முன்னேறுகிறேன், கவனமாக ஒவ்வொரு அடியாக எடுத்து வைத்து.

அவ்வப்போது ஏதாவது வினோதமான ஒலி கேட்கிறது. திடுமென்று எதுவோ தரையில் மோதுவதைப் போல, எடைதாங்காமல் முனகும் தரைப்பலகைகள் கிறீச்சிடுவதைப் போல, மேலும் என்னால் விளக்கிச் சொல்ல முடியாதவையும் கூட. அவை யாவும் என்னவென்று தெரியாத சூழலில் இதற்கெல்லாம் என்ன அர்த்தமென்று எனக்குத் தெரியாது. சில நேரங்களில் வெகு தொலைவில் கேட்கின்றன, சில நேரங்களில் வெகு அருகில் - தொலைவு என்பதன் அர்த்தம் குறுகி விரிவடைவதாக உள்ளது. பறவைகளின் இறக்கைகள் எனக்கு மேலே ஒலிக்கின்றன, பலத்த சத்தத்தோடு, அவற்றின் இயல்பை விட அதீதமாக ஊதிப் பெருக்கப்பட்டு. ஒவ்வொரு முறை இதைக் கேட்கும்போதும் நான் நின்று உற்று கவனிக்கிறேன், மூச்சை இழுத்துப் பிடித்துக் கொண்டு, ஏதேனும் நிகழக் காத்திருப்பவனாக. ஒன்றும் நிகழ்வதில்லை, எனவே நடப்பதைத் தொடர்கிறேன்.

இந்தத் திடுவிரைவான, எதிர்பாராத ஒலிகளைத் தவிர, மற்றவை யாவும் அசைவற்று இருக்கின்றன. காற்று வீசவில்லை, மரங்களின் மேற்பகுதிகளில் இலைகளின் சலசலப்பு இல்லை, புதர்ச்செடிகளினூடாக முன்னேறிப் போகும் எனது சொந்தக் காலடிகளின் சத்தம் மட்டுமே. முறிந்த கிளையொன்றை நான் மிதிக்கும்போது, அந்தச் சடக்கொலி காற்றெங்கும் எதிரொலிக்கிறது.

கைக்கோடாரியைப் பற்றுகிறேன் – நான் கூர்தீட்டியது – கையுறைகளில்லாத எனது கரங்களுக்குள் அதைக் கடினமாக உணருகிறேன். இந்தப் பகுதி வரைக்கும் அதனால் எந்தப் பயனுமில்லை, ஆனால் அதன் கைப்பிடி தைரியத்தைத் தருவதோடு என்னைப் பாதுகாப்பாகவும் உணரச் செய்கிறது. ஆனால் எதனிடம் இருந்து? இந்த வனத்துக்குள் கரடிகளோ ஓநாய்களோ இல்லை. பெரும்பாலும், சில விசப்பாம்புகள் மட்டும். இங்கிருக்கக்கூடிய மிக ஆபத்தான மிருகம் நானாகத்தான் இருக்க முடியும். ஆகவே அனேகமாக எனது சொந்த நிழலைக் கண்டு வெறுமனே நான் பயப்படக்கூடும்.

என்றாலும் கூட, நடக்கும்போது எனக்குள் ஓர் உணர்வு, எதுவோ, எங்கிருந்தோ, என்னை வேவு பார்க்கிறது, என்னை உற்றுக் கவனித்தபடி, மூச்சை இழுத்துப் பிடித்தபடி, சூழலுக்குள் ஒன்றுகலந்து மறைந்ததாக, எனது ஒவ்வொரு அசைவையும் பார்த்தவாறிருக்கிறது. எங்கோ சற்றுத் தொலைவில், நான் உருவாக்கும் ஒவ்வொரு ஒலியையும் ஏதோவொன்று உற்றுக் கேட்கிறது, நான் எங்கு எதற்காகப் போகிறேன் என்பதை யூகிக்க முயற்சி செய்தபடி. அது குறித்து யோசிக்காமல் இருக்க முயற்சி செய்கிறேன். மாயத்தோற்றங்களைப் பற்றி நாம் அதிகமாக யோசிக்க, இன்னுமதிகமாக அவை வீங்கிப் பெரிதாகி ஒரு வடிவமெடுக்கும். அதன்பிறகு அது வெறும் மாயத்தோற்றமாக இருக்காது.

மௌனத்தை நிறைக்க நான் சீழ்க்கையை முயற்சிக்கிறேன். கோல்ட்ரேனின் “மை ஃபேவரிட் திங்க்ஸ்”-இல் வரும் சோப்ரானோ சாக்ஸை, என்றாலும் சந்தேகத்துக்கிடமின்றி, தெளிவற்ற என் சீழ்க்கையொலி மிகவும் சிக்கலான, மின்னலையொத்த அதன் மூலத்துக்கு அருகில் கூட எங்கும் வரவில்லை. எனது தலைக்குள் கேட்கும் சத்தம் ஏறத்தாழ மூலவொலியை நெருங்கும் வகையில் சிறிய துணுக்குகளைச் சேர்க்கிறேன். ஒன்றுமில்லாமல் இருப்பதற்கு இது பரவாயில்லை, என எண்ணுகிறேன். எனது கடிகாரத்தை ஓரப்பார்வை பார்க்கிறேன் – 10.30. ஒஷிமா நூலகத்தைத் திறக்க தயார் செய்து கொண்டிருப்பான். இன்றைக்கு.. புதன்கிழமையாக இருக்கக்கூடும். பூங்காவில் தண்ணீர் தெளித்தபடி, துணியைக் கொண்டு மேசைகளைத் துடைத்தபடி, நீரைக் கொதிக்க

வைத்து கொஞ்சம் காபி தயாரிக்கும் அவனை உருவகிக்கிறேன். வழக்கமாக நான் பார்க்கும் அனைத்து வேலைகளையும். ஆனால் தற்போது நான் இங்கிருக்கிறேன், ஆழமான காட்டுக்குள், இன்னும் ஆழமாக நுழையப் போகிறவனாக. நான் இங்கிருப்பது குறித்து யாருக்கும் எதுவும் தெரியாது. அது தெரிந்த ஒரே ஆள் நான் மட்டுமே. பிறகு அவர்களும்.

நான் பாதையில் கீழிறங்குகிறேன். என்றாலும், அதைப் பாதை என்றழைப்பது அத்தனை சரியல்ல. அனேகமும் அது இயற்கையான வகையில் உருவான கால்வாயைப் போலுள்ளது, முற்காலத்தில் தொடர்ச்சியாக ஓடிய நீர் அதை உருவாக்கியிருக்கலாம். காட்டில் கடுமையாக மழை பொழியும்போது, விரைந்தோடி வரக்கூடிய நீர் புழுதியை எல்லாம் தோண்டியெடுத்து, தனக்கு முன்னாலிருக்கும் புற்களைத் துடைத்தெறிந்து, மரங்களின் வேர்களை அம்பலப்படுத்தும். பாறையின் மீது மோதும் சமயத்தில் ஒரு சுற்றுப்பாதையை உருவாக்கும். மழை வடிந்த பிறகு, ஏதோ பாதை போலத் தோற்றமளிக்கும் வறண்ட ஆற்றுப்படுகை மட்டுமே நம்மிடம் மீதமிருக்கும். இந்தப் பொய்யான பாதை பெரணிச்செடிகளாலும் பசுமையான புற்களாலும் மூடுண்டிருக்கும், கவனமாக இல்லையென்றால் அதை நீங்கள் முழுக்கத் தொலைத்திடுவீர்கள். அவ்வப்போது பாதை செங்குத்தாக இறங்குகிறது, மரத்தண்டுகளை இறுகப் பற்றிக் கொண்டு அதை நான் சமாளிக்கிறேன்.

பாதையின் ஏதோவொரு புள்ளியில் கோல்ட்ரேனின் சோப்ரானோ சாக்ஸ் தனது ஈர்ப்பை இழந்து தேய்கிறது. ஆகவே தற்போது மெக்கோய் டைனெரின் பியானோ தனியாவர்த்தனம் எனக்குக் கேட்கிறது, இடதுகை சுதி தவறாமல் ஒரே தாளத்தை வாசிக்க, வலதுகை அடர்த்தியான, விதிவிலக்கான பன்னிசைகளின் மீது தவழ்கிறது. ஏதோ மந்திரக் காட்சி போல, அந்த இசை யாரோவொருவரின் – பெயரற்ற, முகமற்ற யாரோவொருவரின் – மங்கலான கடந்தகாலத்தை நினைவுறுத்த, அத்தனை தகவல்களும் இருட்டுக்குள்ளிருந்து வெளியே இழுக்கப்படும் பூமியின் உள்ளிடங்களைப் போல தெளிவாகக் காணக்கிடைக்கின்றன. அல்லது குறைந்தபட்சம் அப்படித்தான் அது எனக்குக் கேட்கிறது. பொறுமையாக, திரும்பத் திரும்ப

ஒலிக்கும் அந்த இசை மெதுவாக மிக மெதுவாக மூலத்தை உடைத்தெறிந்து அதன் உட்கூறுகளை மாற்றியமைக்கிறது. ஆளை வசியம் செய்கிற, அச்சுறுத்துகிற மணத்தை அது கொண்டிருக்கிறது, அப்படியே அந்தக் காட்டைப் போல.

நான் முன்னேறிப் போகிறேன், வழியெங்கும் மரங்களில் அடையாளங்களைத் தெளித்தபடி, பிறகும் அந்த மஞ்சள்நிற குறியீடுகள் பார்வைக்குத் தட்டுபடுவதை உறுதி செய்ய சில தடவை திரும்பிப் பார்த்துக் கொள்கிறேன். சரியாகத்தான் உள்ளது – வீட்டுக்கு என்னை மீண்டும் அழைத்துச் செல்லும் அந்தக் குறியீடுகள் கடலில் வரிசையில்லாமல் மிதக்கும் மிதவைகளைப் போலத் தெரிகின்றன. வெறுமனே பாதுகாப்பை இரட்டிப்பாக உறுதி செய்து கொள்ள, அவ்வப்போது ஒரு மரத்தண்டில் வெட்டுக்குறி போட்டு வைக்கிறேன். எனது சிறிய கோடாரி அவ்வளவு கூராயில்லை, எனவே குறியிடுவதற்காக மெலிந்த, மென்மையானதாகத் தோன்றும் மரத்தண்டுகளைத் தேர்ந்தெடுக்கிறேன். மரங்கள் இந்த வெட்டுக்களை மௌனமாக வாங்கிக் கொள்கின்றன.

பெருத்த கறுப்புநிறக் கொசுக்கள் ராணுவத்தின் ரோந்துப் பிரிவுகளைப் போல என்னைச் சுற்றி ரீங்காரமிடுகின்றன, எனது கண்களைச் சுற்றித் திறந்து கிடக்கும் தோல்பகுதியைக் குறி வைப்பதாக. கொசுக்களை விரட்டும்போதும் நசுக்கும்போதும் அவற்றின் ரீங்காரத்தைக் கேட்கிறேன். என்னிடமிருந்து உறிஞ்சிய உதிரத்தால் ஏற்கனவே பருத்திருப்பதால், அவற்றுள் ஒன்றை நான் நசுக்கும்போதெல்லாம் சளுப் எனும் ஒலியை உருவாக்குகிறது. பிற்பாடுதான் அது அரிப்பதை உணர்கிறேன். எனது கழுத்தைச் சுற்றியுள்ள துவாலையால் கைகளில் இருக்கும் உதிரத்தைத் துடைத்துக் கொள்கிறேன்.

இந்த வனத்தினூடாக நடைபோட்ட ராணுவமும், அது கோடைக்காலம் எனும் பட்சத்தில், கொசுக்களால் இதே சிக்கலைச் சந்தித்திருக்கும். முழுமையான போர் அணிகலன்கள் – எவ்வளவு எடை இருந்திருக்கும்? இரும்புக்கூம்புகளைப் போன்ற பழைய-பாணி குழல் துப்பாக்கிகள், தளவாட வார், துப்பாக்கி முனை ஈட்டிகள், எஃகுத் தலைக்கவசம்,

இரண்டு கையெறி குண்டுகள், உணவும் பங்கீடுகளும், மேலும் சொல்வதெனில், பதுங்குகுழி பறிக்கப் பயன்படுத்தும் சாமான்கள், சமையலறைப் பொருட்கள்... இந்த அணிகலன்கள் யாவும் ஒன்றுசேர்ந்தால் 40 பவுண்டுகளுக்கும் அதிகமிருக்கும். அதீத பாரமாக இருந்திருக்கும், எனது குட்டிச்சாக்கை விட மிகவும் அதிகம். அடுத்த வளைவில் அந்த ராணுவவீரர்களோடு நான் மோதிக் கொள்ளப் போகிறேன் என்னும் பிரத்தியேகமான உணர்வு எனக்குள் தோன்றுகிறது, ஆனால் கிட்டத்தட்ட 60 வருடங்களுக்கு முன்பு அவர்கள் தொலைந்திருக்கிறார்கள்.

1812-ன் கோடைக்காலத்தில் ருஷியாவுக்குள் நுழைந்த நெப்போலியனின் படைகளைப் பற்றி நான் வாசித்ததை நினைவுகூருகிறேன். மாஸ்கோ போகும் நீண்ட சாலையில் நிறைய கொசுக்களை தங்களின் பங்குக்கு அவர்களும் கூட நசுக்கி எறிந்திருப்பார்கள். சொல்வதெனில் கொசுக்கள் மட்டுமே அங்கிருந்த பிரச்சினை அல்ல. அனைத்து வகையான மற்ற விசயங்களிடமிருந்தும் தப்பிப் பிழைக்க அவர்கள் போராட வேண்டியிருந்தது – பசி, தாகம், சேறு படர்ந்த சாலைகள், தொற்றுநோய்கள், புழுங்கும் வெப்பம், அவர்களின் கொள்முதல் தொடர்களைத் தாக்கிய கொசாக் அதிரடிப்படைகள், மருத்துவ உதவிகளின் போதாமை, ருஷியப் படைகளோடு வழக்கமாக நடந்த பெரும்போர்களைப் பற்றித் தனியாகச் சொல்ல வேண்டியதில்லை. இறுதியில், ஆள்நடமாட்டமற்ற மாஸ்கோவுக்குள் அந்த பிரெஞ்சுப் படைகள் தட்டுத்தடுமாறி நுழைந்தபோது, அவர்களுடைய எண்ணிக்கை 500,000-ல் இருந்து வெறும் 100,000 ஆகக் குறைந்திருந்தது.

நான் நின்று எனது நீர்க்குடுவையில் இருந்து சிறிது நீரை விழுங்குகிறேன். எனது கடிகாரம் மிகச்சரியாக பதினோரு மணியைக் காட்டுகிறது. நூலகம் திறக்கிறது. கதவின் தாழை நீக்கிய பிறகு ஓஷிமா முகப்புக்குப் பின்னால் தனது வழக்கமான இடத்தில் அமர்கிறான், நீளமான, நன்கு கூர்தீட்டிய பென்சில்களின் வரிசை மேசையின் மீதிருக்கிறது. அவற்றுள் ஒன்றைக் கையில் எடுத்து அவன் மெல்லச் சுழற்றுகிறான், அழிப்பானுள்ள பென்சிலின் முனையால் தனது நெற்றியைத் தட்டுகிறான். என்னால் அனைத்தையும் தெளிவாகப் பார்க்க முடிகிறது. ஆனால் அந்த இடம் வெகு தொலைவில் உள்ளது.

ஒருபோதும் எனக்கு மாதவிடாய் ஏற்பட்டதில்லை, என்கிறான் ஒஷிமா. குதவழிப் புணர்ச்சியில் ஈடுபட்டிருக்கிறேன், ஆனால் ஒருபோதும் பாலுறவில் எனது யோனியைப் பயன்படுத்தியதில்லை. என்னுடைய யோனிக்காம்பு ரொம்பவே உணர்ச்சிகரமானது, ஆனால் எனது மார்புகள் அப்படியல்ல.

குடிலின் படுக்கையில் - முகம் சுவர் பக்கமாகத் திரும்பியிருக்க - ஒஷிமா உறங்கியது எனக்கு ஞாபகம் வருகிறது. மேலும் அவன்/ அவள் படுக்கையில் விட்டுப் போன அடையாளங்களும். அந்த அடையாளங்களால் மூடுண்டு, அதே படுக்கையில் நானும் உறங்கிப் போனேன்.

அதற்கு மேலும் அதைப் பற்றி யோசிப்பதை நான் கைவிடுகிறேன். மாறாகப் போர் குறித்து யோசிக்கிறேன். நெப்போலியப் போர்கள், ஜப்பானிய வீரர்கள் சென்று கலந்து கொண்டு சண்டையிட்ட போர்கள். எனது கைகளுக்குள் இருக்கும் கைக்கோடாரியின் வலிமையை உணர்கிறேன். அந்த வெளுத்த, கூர்மையான தகடு பளபளக்க, எனது கண்களை அதை விட்டு அகற்றும்படி ஆகிறது. ஏன் மனிதர்கள் எப்போதும் போர் தொடுக்கிறார்கள்? ஏன் நூற்றுக்கணக்கில் ஆயிரக்கணக்கில் மனிதர்கள், சொல்லப் போனால் கோடிக்கணக்கானவர்கள், ஒன்றுகூடி ஒருவரையொருவர் ஒழித்துக் கட்ட முயற்சி செய்கிறார்கள்? கோபத்தின் காரணமாக மனிதர்கள் போர்களைத் தொடங்குகிறார்களா? அல்லது அச்சத்தின் காரணமாக? அல்லது வெறுமனே கோபமும் அச்சமும் ஒரே உணர்வின் இருவேறு முகங்களா?

நான் இன்னொரு மரத்தில் வேறொரு அடையாளத்தை வெட்டுகிறேன். கண்ணுக்குத் தெரியாத உதிரத்தைச் சிந்தியபடி மரம் மௌனமாக அழுகிறது. முன்னேறிச் செல்வதைத் தொடர்கிறேன். கோல்ட்ரேன் மீண்டும் தனது சோப்ரானோ சாக்ஸைத் தொடங்குகிறார். மீண்டும் ஒரு முறை திரும்பத் திரும்ப ஒலிக்கும் இசை மூலத்தை உடைத்தெறிந்து அதன் உட்கூறுகளை மாற்றியமைக்கிறது.

வெகு சீக்கிரமே எனது மனம் கனவுகளின் பிரதேசங்களுக்குள் அலைந்து திரிகிறது. மிகுந்த அமைதியோடு அவை திரும்பி வருகின்றன. நான் சகுராவைப் பற்றியிருக்கிறேன். அவள் எனது

கைகளுக்குள் இருக்கிறாள், நான் அவளுக்குள். இதன் பிறகும் எனக்கு வெளியே இருக்கும் சங்கதிகளின் தயவில் வாழ நான் விரும்பவில்லை, அல்லது என்னால் கட்டுப்படுத்தவியலாத சங்கதிகளால் குழப்பங்களுக்குள் வீசப்படுவதையும். ஏற்கனவே என் அப்பாவைக் கொலை செய்ததோடு என் அம்மாவோடும் எல்லை மீறியிருக்கிறேன் - மேலும் தற்போது இங்கு என் அக்காவுக்குள்ளே இருக்கிறேன். இவை அனைத்திலும் ஏதேனும் சாபம் இருக்குமெனில், அதன் கொம்பைப் பற்றியிழுத்து எனக்கு விதிக்கப்பட்டிருக்கும் நிகழ்ச்சி நிரலை நிறைவேற்ற விழைகிறேன். எனது தோளின் மீதிருக்கும் பாரத்தை இறக்கி வைத்து விட்டு வாழ - வேறொருவரின் திட்டங்களுக்குள் சிக்கிக் கொள்ளாதிருக்க, மாறாக நானாக மட்டும் இருக்க. அதைத்தான் உண்மையில் நான் விரும்புகிறேன். பிறகு அவளுக்குள் நான் உச்சமடைகிறேன்.

"அது கனவில் நிகழ்ந்ததென்றாலும் கூட, அதை நீ செய்திருக்கக்கூடாது," காகம் எனப் பெயரிடப்பட்ட சிறுவன் சத்தமாகச் சொல்கிறான். மிகச்சரியாக எனக்குப் பின்னால் இருக்கிறான், காட்டுக்குள் நடைபோட்டவாறு. "உன்னைத் தடுக்க என்னால் இயன்றமட்டும் முயற்சி செய்தேன். நீ புரிந்து கொள்ள வேண்டுமென்று விரும்பினேன். நீ கேட்க மட்டுமே செய்தாய், ஆனால் உற்று கவனிக்கவில்லை. வெறுமனே மேற்கொண்டு அதில் ஈடுபட்டாய்."

நான் பதிலளிக்கவோ திரும்பிப் பார்க்கவோ இல்லை, வெறுமனே முன்னேறிச் செல்வதைத் தொடர்கிறேன்.

"அதன் மூலம் சாபத்தை வெல்லலாம் என்று நீ நினைத்தாய், உண்மைதானே? ஆனால் அது அப்படித்தானா?" காகம் கேட்கிறான்.

ஆனால் அது அப்படித்தானா? உன் தந்தையாக இருந்த மனிதனைக் கொன்றாய், உன் அம்மாவிடம் எல்லை மீறியதோடு இப்போது உன் அக்காவோடும். உன் தந்தை உன் மீது சுமத்திய சாபத்துக்கு அது முடிவு கட்டுமென்று நினைத்தாய், ஆக உன்னைப் பற்றி முன்னறிவிக்கப்பட்ட அனைத்தையும் செய்தாய். ஆனால் உண்மையில் எதுவும் முடியவில்லை. எதையும் உன்னால் வெல்ல முடியவில்லை. முன்னை விட

அதிகமாக இப்போது அந்தச் சாபம் உனது ஆன்மாவுக்குள் ஆழமாக விதைக்கப்பட்டுள்ளது. இப்போதாவது அதை நீ உணர வேண்டும். அந்தச் சாபம் உனது மரபணுவின் ஒரு பகுதி. சாபத்தை நீ மூச்சின் வழியே வெளியிடுகிறாய், காற்று அதை உலகின் நான்கு மூலைகளுக்கும் கொண்டு போகிறது, ஆனால் உனக்குள் இருக்கும் இருண்மையான குழப்பம் இன்னும் நீடிக்கிறது. உனது பயம், கோபம், அசௌகரியம் - எதுவும் நீங்கவில்லை. அவை யாவும் இன்னும் உனக்குள் உள்ளன, இன்னும் உன்னைச் சித்திரவதை செய்தபடி.

"கவனி - போர்களைத் தீர்த்து வைக்கக்கூடிய போர் என எதுவுமில்லை," காகம் என்னிடம் சொல்கிறான். "போர் போருக்குள்ளாகவே வளரும். வன்முறையால் நிகழும் ரத்தப்பெருக்கை அரவணைத்து, காயம்பட்ட ஊனை உண்டு களித்து. போரென்பது குறைபாடற்ற, சுதந்திரமான ஒரு உயிரி. அதை நீ தெரிந்து கொள்ள வேண்டும்."

"சகுரா – என் அக்கா," என்கிறேன். அவளை நான் வண்புணர்ச்சி செய்திருக்கக்கூடாது. அது கனவில்தான் என்றாலும் கூட. "நான் என்ன செய்ய வேண்டும்?" எனக் கேட்கிறேன், எனக்கு முன்னாலுள்ள தரையை வெறித்தபடி.

"உனக்குள் உறைந்திருக்கும் பயத்தையும் கோபத்தையும் நீ வெற்றி கொள்ள வேண்டும்," காகம் எனப் பெயரிடப்பட்ட சிறுவன் சொல்கிறான். "பிரகாசமான ஒளி உனக்குள் மிளிர்ந்து உனது இதயத்தில் இருக்கும் குரூரத்தை உருகச் செய்யட்டும். கடினமாக இருப்பதென்றால் அதுதான். அதைச் செய்தால் பிறகு நீ உண்மையாகவே இந்தக் கிரகத்தின் மிகக்கடினமான பதினைந்து-வயது-சிறுவனாக இருப்பாய். என்னைத் தொடர்கிறாயா? இன்னும் நேரமிருக்கிறது. இனிமேலும் கூட நீ உனது சுயத்தை மீட்டெடுக்கலாம். உனது மூளையை உபயோகப்படுத்து. என்ன செய்ய வேண்டுமென்பது குறித்து யோசி. நீ ஒன்றும் முட்டாள் கிடையாது. உன்னால் அதைக் கணிக்க முடியும்."

"நிஜமாகவே என் தந்தையைக் கொன்றேனா?" நான் கேட்கிறேன்.

பதில் இல்லை. திரும்பிப் பார்க்கிறேன், ஆனால் காகம் எனப் பெயரிடப்பட்ட சிறுவன் காணாமல் போயிருக்க மௌனம் எனது கேள்வியை விழுங்குகிறது.

இந்த அடர்த்தியான காட்டுக்குள் தனித்திருக்கும்போது, நான் எனும் ஜீவன் வெறுமையாக உணர்கிறது, படுபயங்கரமான வெறுமையை. ஒஷிமா ஒரு முறை "வெறுமையான மனிதன்" எனும் பதத்தை பயன்படுத்தினான். ஆம், நான் அதுவாகத்தான் மாறியிருக்கிறேன். எனக்குள்ளே ஒரு சூன்யம் இருக்கிறது, மெல்ல விரிவடைந்தவாறிருக்கும் ஒரு வெறுமை, நான் என்பதில் மீதமுள்ள அனைத்தையும் விழுங்கிக் கொண்டிருக்கிறது. அது நிகழ்வதை என்னால் கேட்க முடிகிறது. நான் முழுக்கத் தொலைந்திருக்கிறேன், எனது அடையாளம் மரித்துக் கொண்டிருக்கிறது. நான் இருக்குமிடத்தில் திசைகள் ஏதுமில்லை, வானம் இல்லை, தரையும் இல்லை. மிஸ் செய்கியைப் பற்றி, சகுராவைப் பற்றி, ஒஷிமாவைப் பற்றி நான் நினைக்கிறேன். ஆனால் அவர்களிடமிருந்து நான் பல ஒளி வருடங்கள் தொலைவில் இருக்கிறேன். ஏதோ ஒரு ஜோடி தொலைநோக்கிகளின் தவறான முனையில் நான் பார்க்கிறேனென்பதைப் போல, மேலும் எத்தனைதான் எனது கைகளை நான் நீட்டினாலும், அவர்களை என்னால் தொட முடியவில்லை. தெளிவற்றப் புதிரொன்றின் மத்தியில் நான் தன்னந்தனியாக நிற்கிறேன். காற்றை உற்றுக் கவனி, ஒஷிமா என்னிடம் சொன்னான். நான் கவனிக்கிறேன், ஆனால் காற்று வீசவில்லை. காகம் எனப் பெயரிடப்பட்ட சிறுவனும் கூட மாயமாகி விட்டான்.

உனது மூளையை உபயோகப்படுத்து. என்ன செய்ய வேண்டுமென்பது குறித்து யோசி.

ஆனால் இதற்கு மேல் என்னால் சிந்திக்க முடியவில்லை. எவ்வளவுதான் எனது மூளையைப் பயன்படுத்தினாலும், இறுதியில் ஒரு புதிர்ப்பாதையின் முட்டுச்சந்தில் வந்து நிற்கிறேன். எனக்குள் இருக்கும் எது என்னை முழுமையாக்கக்கூடும்? இதுதான் எனக்குள் இருக்கும் அந்த வெறுமையை எதிர்த்து நிற்க வேண்டியதா?

இப்போது இந்த இடத்தில் உள்ள நானை என்னால் துடைத்தெறிய முடிந்தால் மட்டும், இதே இடத்தில், உடனடியாக. வெகு தீவிரமாக அதை நான் கணக்கில் கொள்கிறேன். அடர்த்தியான மரங்களால் ஆன இந்தச் சுவரின் நடுவே, இந்தப் பாதையல்லாத பாதையில், சுவாசிப்பதை நான் நிறுத்தினால், எனது பிரக்ஞை அமைதியாக இருளுக்குள் புதைக்கப்படும், இருண்மையும் வன்முறையும் நிரம்பிய எனது உதிரத்தின் கடைசித்துளி வரைக்கும் சொட்டுச்சொட்டாகச் சிந்த, களைகளுக்கு மத்தியில் எனது மரபணுக்கள் அழுகிப்போகும். பிறகு எனது போர் முடிவுறும். இல்லையென்றால், நான் என்றென்றைக்குமாக என் தந்தையைக் கொன்று, என் அம்மாவோடு எல்லைமீறி, என் அக்கோவோடு எல்லைமீறி, என்றென்றைக்கும் இந்த உலகை வசைபாடிக் கொண்டிருப்பேன். கண்களை மூடி எனது மையத்தைக் கண்டடைய முயற்சி செய்கிறேன். அதைச் சூழ்ந்திருக்கும் இருண்மை கடுமையாகவும் கூர்மையாகவும் உள்ளது. இருண்ட மேகங்களுக்கிடையில் ஒரு இடைவெளி தெரிகிறது, டாக்வுட்டின் இலைகள் நிலவொளியில் ஆயிரமாயிரம் கத்திகளாக மின்னுவதைப் பார்க்க சாளரத்துக்கு வெளியே தலையை நீட்டுவதைப் போல அது இருக்கிறது.

எனது தோற்பகுதிக்குக் கீழே எதுவோ தன்னைத்தானே மாற்றியமைத்துக் கொள்வதாக உணர்கிறேன், உடலை சிலிர்க்கச் செய்யும் ஓர் ஒலி தலைக்குள் கேட்கிறது. எனது கண்களைத் திறந்து ஆழமாக மூச்சையிழுக்கிறேன். ஸ்பிரே பெயிண்ட், கைக்கோடாரி, திசைகாட்டி ஆகியவற்றை வீசியெறிகிறேன். தொலைதூரத்தில் அவையாவும் தரையில் மோதும் சத்தத்தைக் கேட்கிறேன். சற்று இலகுவாக உணர்கிறேன். தோளில் கிடக்கும் சாக்கை நழுவ விட்டு அதையும் தூர வீசுகிறேன். எனது தொடுவுணர்வு திடீரென்று கூர்மை அடைந்திருப்பதாகத் தெரிகிறது. என்னைச் சூழந்திருக்கும் காற்று இன்னும் வெளிப்படையானதாக மாறியிருக்கிறது. காட்டைப் பற்றிய எனது அறிவும் இன்னும் தீவிரமடைகிறது. கோல்ட்ரேனின் லாபிரிந்தின் தனியாவர்த்தனம் எனது காதுகளுக்குள் ஒலிக்கிறது, முடிவே இல்லாமல்.

அதைப் பற்றி யோசித்தவாறு, சாக்குக்கு அருகில் சென்று வேட்டைக்கத்தியை எடுத்து காற்சராய்களின் ஜேப்பிக்குள்

திணிக்கிறேன். எனது தந்தையின் மேசையிலிருந்து திருடிய கூர்மையான-அலகுடன் கூடிய கத்தி. தேவைப்படுமெனில், எனது மணிக்கட்டுகளை அறுக்க அதைப் பயன்படுத்தி, எனக்குள்ளே இருக்கும் இரத்தத்தின் கடைசித்துளி வரைக்கும் தரையில் வழிந்தோட நான் அனுமதிக்கலாம். அது சாதனத்தை மொத்தமாக அழிக்கும்.

நான் வனத்தின் இதயத்துக்குள் நுழைகிறேன், ஒரு வெறுமையான மனிதனாக, திடமான அனைத்தையும் விழுங்கக்கூடிய சூன்யத்துக்குள். ஆகவே இனி பயப்பட எதுவும் மிச்சமில்லை. ஒரு விசயம் கூட இல்லை.

பிறகு நான் வனத்தின் இதயத்துக்குள் நுழைகிறேன்.

42

அவர்களிருவர் மட்டும் தனியாக விடப்பட்டவுடன், மிஸ் செய்கி நகாடாவிடம் ஒரு நாற்காலியைச் சுட்டினாள். உட்காருவதற்கு முன்பு நகாடா அது குறித்து யோசித்தார். ஏதும் பேசிக் கொள்ளாமல் சிறிது நேரம் அவர்கள் அங்கேயே அமர்ந்திருந்தார்கள், மேசையைத் தாண்டி ஒருவரையொருவர் பார்த்தபடி. தொப்பியை மடியில் வைத்துக் கொண்டு நகாடா தனது குட்டையான-கேசத்தை அரக்கத் தேய்த்தார். இரு கரங்களையும் மேசையின் மீது வைத்திருந்த மிஸ் செய்கி தனது வழக்கமான நடைமுறையை அவர் மேற்கொள்வதைப் பார்த்தவாறிருந்தாள்.

"நான் தவறாகப் புரிந்து கொள்ளவில்லை எனில், நீங்கள் வருவதற்கென நான் காத்திருந்ததாக நினைக்கிறேன்," அவள் சொன்னாள்.

"அது உண்மைதான் என்று யூகிக்கிறேன்," நகாடா பதிலளித்தார். "ஆனால் நகாடா இங்கு வர சிறிது காலமாகி விட்டது. உங்களை வெகு காலம் காக்க வைத்திடவில்லை என நம்புகிறேன், என்னால் முடிந்தவரை வேகமாக இங்கு வந்து சேர முயற்சி செய்தேன்."

மிஸ் செய்கி தனது தலையை ஆட்டினாள். "இல்லை, எல்லாம் மிகவும் சரியாகத்தான் இருக்கிறது. நீங்கள் சற்று முன்னதாக வந்திருந்தால், அல்லது சற்றுத் தாமதமாக, இன்னுமதிக இழப்பை நான் சந்தித்திருக்கக்கூடும் என நினைக்கிறேன். என்னைப் பொருத்த மட்டில், தற்போது என்பதுதான் சரியான நேரம்."

"திரு ஹோஷினோ என்னிடம் மிகுந்த கருணையோடு நடந்து கொண்டதோடு நிறைய உதவினார். நான் மட்டும் அதைத் தனியாகச் செய்யும்படி நேர்ந்திருந்தால் இன்னும் காலதாமதம் ஆகியிருக்கும். மொத்தத்தில் எப்படியிருந்தாலும், நகாடாவால் வாசிக்க முடியாது."

"திரு ஹோஷினோ உங்களின் நண்பர், இல்லையா?"

"ஆமாம்," பதிலளித்த நகாடா தலையசைக்கவும் செய்தார். "அவர் எனது நண்பர் என்றே நினைக்கிறேன். ஆனால் உண்மையைச் சொன்னால், அதைப் பற்றி என்னால் உறுதியாகச் சொல்ல முடியாது. பூனைகளைத் தவிர, எனது வாழ்க்கை முழுக்க என்னுடைய நண்பர் என்று சொல்லிக் கொள்ளும்படியாக யாரும் ஒருபோதும் இருந்ததில்லை."

"எனக்கும் கூட எந்த நண்பர்களும் இல்லை, கொஞ்ச காலமாக," என்றாள் மிஸ் செய்கி. "நினைவுகளில் இருப்பவர்களைத் தவிர."

"மிஸ் செய்கி?"

"சொல்லுங்கள்?" அவள் பதிலளித்தாள்.

"உண்மையில், எனக்கு நினைவுகளும் கூட எதுவும் கிடையாது. நானொரு முட்டாள், உங்களுக்குப் புரிகிறதா, எனவே நினைவுகள் என்றால் எப்படி இருக்குமென்பதை எனக்கு நீங்கள் சொல்ல முடியுமா?"

மிஸ் செய்கி மேசையின் மீதிருந்த தனது கைகளை வெறித்தாள், பிறகு மீண்டும் நிமிர்ந்து நகாடாவைப் பார்த்தாள். "நினைவுகள் உள்ளுக்குள் இருந்து உங்களைக் கதகதப்பாக்கும். ஆனால் உங்களைக் கிழித்தெறியவும் செய்யும்."

நகாடா தலையை ஆட்டினார். "கடினமான சங்கதி. நகாடாவுக்கு இன்னும் புரியவில்லை. எனக்குப் புரியும் ஒரே விசயம் நிகழ்காலம் மட்டுமே."

"நான் அப்படியே அதற்கு நேரெதிர்," என்றாள் மிஸ் செய்கி.

ஆழமான அமைதி அறையை நிறைத்தது.

மெல்ல தனது தொண்டையைச் செருமி, நகாடாதான் அதை உடைத்தார். "மிஸ் செய்கி?"

"சொல்லுங்கள்?"

"உங்களுக்கு நுழைவாயில் கல்லைப் பற்றித் தெரியும், இல்லையா?"

"ஆமாம், எனக்குத் தெரியும்," என்றாள். மேசையின் மீதிருந்த மாண்ட் ப்ளாங்க் பேனாவைத் தனது விரல்களால் மெல்ல வருடினாள். "வெகு காலத்துக்கு முன் அதன் பாதையை நான் கடக்கும்படியானது. அனேகமாக, ஒருபோதும் எனக்கு அதைப் பற்றித் தெரியாமல் போயிருந்தால் நன்றாக இருந்திருக்கும். ஆனால் அந்த விசயத்தில் எனக்கு எந்தத் தேர்வும் இருக்கவில்லை."

"சில நாட்களுக்கு முன்னால் நகாடா அதை மீண்டும் திறந்திருக்கிறேன். மின்னல் வெட்டிய நாளின் மதியப்பொழுதில். நிறைய மின்னல்கள் நகரத்தின் மீது விழுந்து கொண்டிருந்தன. திரு ஹோஷினோ எனக்கு உதவினார். நான் மட்டும் தனியாக அதைச் செய்திருக்க முடியாது. நான் பேசக்கூடிய நாள் எதுவென்று உங்களுக்குப் புரிகிறதா?"

மிஸ் செய்கி தலையசைத்தாள். "எனக்கு நினைவிருக்கிறது."

"நான் அதைச் செய்தாக வேண்டுமென்பதால் திறந்தேன்."

"எனக்குத் தெரியும். சங்கதிகள் யாவும் அவை இருக்க வேண்டிய நிலைக்குத் திரும்ப வேண்டுமென்பதற்காக நீங்கள் அதைச் செய்திருக்கிறீர்கள்."

தலையசைப்பதில் அது நகாடாவின் முறை. "மிகவும் சரி."

"மேலும் அதைச் செய்வதற்கான உரிமையும் உங்களுக்கு உண்டு."

"நகாடாவுக்கு அதைப் பற்றித் தெரியாது. எந்த வகையிலும், அது நானாகத் தேர்ந்தெடுத்த விசயமில்லை. உங்களுக்கு இதை நான் சொல்ல வேண்டும் - நகானோவில் நான் யாரையோ கொலை செய்திருக்கிறேன். யாரையும் கொல்ல நான் விரும்பவில்லை,

ஆனால் ஜானி வாக்கர்தான் அங்கு பொறுப்பேற்றிருந்தான் என்பதோடு அங்கே இருந்திருக்க வேண்டிய 15-வயது-நிரம்பிய பையனின் இடத்தை எடுத்துக் கொண்டேன், எனவே யாரையோ நான் கொலை செய்தேன். நகாடா அதைச் செய்யும்படி ஆனது."

மிஸ் செய்கி கண்களை மூடினாள், பிறகு அவற்றைத் திறந்து நகாடாவை முகத்துக்கு நேராகப் பார்த்தாள். "வெகு காலத்துக்கு முன் அதை நான் திறந்த காரணத்தால்தான் இவை யாவும் நிகழ்ந்ததா? இப்போது கூட அதற்கு ஆற்றல் உள்ளதா, பொருட்களைச் சிதைக்கும் வகையில்?"

நகாடா தலையை ஆட்டினார். "மிஸ் செய்கி?"

"சொல்லுங்கள்?" அவள் கேட்டாள்.

"நகாடாவுக்கு அதைப் பற்றித் தெரியாது. எனது பணி என்னவென்றால், இப்போதிருப்பதை அது எப்படியிருக்க வேண்டுமோ அவ்விடத்துக்கு மீண்டும் நகர்த்துவதே. அதனால்தான் நான் நகானோவை விட்டுக் கிளம்பி, பெரிய பாலத்தைக் கடந்து ஷிகோகுவுக்கு வந்தேன். மேலும் உங்களுக்குத் தெரியும் என்று உறுதியாக நம்புகிறேன், இனியும் நீங்கள் இங்கு தங்க முடியாது."

மிஸ் செய்கி புன்னகைத்தாள். "எனக்குத் தெரியும்," என்கிறாள். "அப்படித்தான் நானும் நம்புகிறேன், திரு நகாடா, நீண்ட காலமாக. கடந்தகாலத்தில் நான் மிகவும் ஏங்கிய ஒரு சங்கதி, மிகச்சரியாக இப்போது கூட ஏங்கும் சங்கதி. என்றாலும், எத்தனை கடினமாக நான் முயற்சி செய்தாலும், என்னால் அதைக் கைப்பற்ற முடியவில்லை. வெறுமனே உட்கார்ந்து அது வந்து சேர நான் காத்திருக்கும்படி ஆகிப் போனது – தற்போது, வேறு வார்த்தைகளில் – அந்த நேரத்துக்கு. எப்போதும் எளிதாயிருந்ததில்லை, ஆனால் அவதியுறுவதென்பது நான் ஏற்றுக் கொள்ள வேண்டிய சங்கதி."

"மிஸ் செய்கி," என்றார் நகாடா, "எனக்குப் பாதி நிழல் மட்டுமே உண்டு. உங்களைப் போலவே."

"எனக்குத் தெரியும்."

"போரின்போது நகாடா அதைத் தொலைத்து விட்டேன். ஏன் அவ்வாறு நிகழ வேண்டுமென்று எனக்குத் தெரியாது, அதிலும் குறிப்பாக எனக்கு ஏன்... எப்படிப் பார்த்தாலும் அது நடந்து வெகு காலமாகி விட்டது, உடன் இங்கிருந்து நான் கிளம்ப வேண்டிய நேரமும் நெருங்கி விட்டது."

"எனக்குப் புரிகிறது."

"நகாடா நீண்ட காலம் வாழ்ந்திருக்கிறேன், ஆனால் நான் சொன்னது போல, எனக்கு நினைவுகளென எதுவும் கிடையாது. ஆகவே நீங்கள் சொல்லும் இந்த 'அவதி' குறித்து எனக்கு உண்மையாகவே எதுவும் புரியவில்லை. ஆனால் நான் நினைப்பது யாதெனில், எத்தனை அதீதமான அவதியை அனுபவித்தாலும், ஒருபோதும் அந்த நினைவுகளைக் கைவிட நீங்கள் விரும்பியதில்லை."

"உண்மைதான்," என்றாள் மிஸ் செய்கி. "அவற்றைப் பற்றிக் கொண்டிருந்தது இன்னும் இன்னும் என்னைக் காயப்படுத்தவே செய்தது, ஆனால் ஒருபோதும் அவற்றைக் கைவிட நான் விரும்பவில்லை, உயிரோடு இருக்கும் வரைக்கும். நான் வாழ்வதைத் தொடர்ந்ததற்கான ஒரே காரணம் அதுதான், மேலும் நான் உயிரோடு இருந்ததற்கான ஒரே ஆதாரமும்."

நகாடா அமைதியாகத் தலையசைத்தார்.

"வாழ வேண்டிய காலத்தை விட நான் அதிகமாக வாழ்ந்தது நிறைய மனிதர்களையும் விசயங்களையும் நாசமாக்கியுள்ளது," அவள் தொடர்ந்தாள். "வெகு சமீபத்தில் நீங்கள் குறிப்பிட்ட 15 வயது நிரம்பிய பையனோடு நான் உடல்சார்ந்த உறவை ஏற்படுத்திக் கொண்டேன். அந்த அறைக்குள் நான் மீண்டும் 15-வயது-நிரம்பிய பெண்ணாகி மாறி அவனோடு உடலுறவில் ஈடுபட்டேன். அதைச் செய்தது சரியான விசயமா இல்லையா என்பது எனக்குத் தெரியாது, ஆனால் அதை என்னால் தடுக்க முடியவில்லை. ஆனால் அந்தச் செயல்பாடுகளால் வெகு நிச்சயமாக வேறு ஏதேனும் நாசமாயிருக்க வேண்டும். அதுதான் எனது ஒரே வருத்தம்."

“பாலுறவு சார்ந்த விருப்பம் குறித்து நகாடாவுக்குத் தெரியாது. எப்படி எனக்கு எந்த நினைவுகளும் கிடையாதோ, அதேபோல விருப்பங்களும் கிடையாது. ஆகவே சரியான அல்லது தவறான பாலுறுவு சார்ந்த விருப்பங்களுக்கிடையே இருக்கும் வித்தியாசம் எனக்குத் தெரியாது. ஆனால் அவ்வாறு ஏதும் நிகழ்ந்துதான் இருக்கிறதெனில், அது நிகழ்ந்திருக்கிறது. சரியோ தவறோ, நிகழும் அனைத்தையும் நான் ஏற்றுக் கொள்வேன், மேலும் அதன் மூலமாகவே நான் இப்போதிருக்கும் மனிதனாக மாறியிருக்கிறேன்.”

“திரு நகாடா?”

“சொல்லுங்கள்?”

“நான் ஒரு உதவி கேட்கவிருக்கிறேன்,” மிஸ் செய்கி தனது கால்களுக்குக் கீழிருந்த பையை எடுத்தாள், ஒரு சிறிய சாவியை எடுத்து மேசையின் இழுப்பறையைத் திறந்தாள், பிறகு சில கோப்புத் தொகுப்புகளை வெளியே எடுத்து அவற்றை மேசையின் மீது வைத்தாள்.

“இந்த நகருக்குத் திரும்பி வந்தது முதல்,” அவள் சொன்னாள், “இதை நான் எழுதி வருகிறேன். எனது வாழ்வு குறித்த ஆவணம். அருகாமைப்பகுதியில் பிறந்து, இந்த வீட்டில் வசித்து வந்த பையனோடு நான் ஆழமாகக் காதலில் விழுந்தேன். அதை விட அதிகமாக என்னால் அவனை நேசித்திருக்க முடியாது, அவனும் என்னோடு ஆழ்ந்த காதலில் இருந்தான். கச்சிதமான வட்டத்துக்குள் நாங்கள் வாழ்ந்தோம், அதற்குள் இருந்த யாவும் முழுமையோடு இருந்தன. சொல்வதெனில் என்றென்றைக்குமாக அது நீடித்திருக்க முடியாது. நாங்கள் வளர்ந்தோம், காலங்கள் மாறின. வட்டத்தின் சில பகுதிகள் சிதிலமடைந்தன, எங்களின் தனிப்பட்ட சொர்க்கத்துக்குள் வெளியுலகம் விரைந்து உள்நுழைய, உள்ளேயிருந்த சங்கதிகள் வெளியேற முயற்சி செய்தன. யாவும் சற்று இயல்பானவையே, என்று நினைக்கிறேன், ஆனாலும் அந்தக் காலத்தில் என்னால் அதை ஏற்றுக் கொள்ள முடியவில்லை. ஆகவே அதனால்தான் நான் நுழைவாயில் கல்லைத் திறந்தேன் – எங்களுடைய கச்சிதமான, தனிப்பட்ட உலகம் சிதைந்து போவதைத் தடுக்க. எவ்வாறு என்னால் அதைச் செய்ய முடிந்ததென்பது தற்போது

எனக்கு நினைவில்லை, ஆனால் என்ன நடந்தாலும் அந்தக் கல்லைத் திறந்தேயாக வேண்டுமென்று தீர்மானித்தேன் – அவனை நான் இழக்கக்கூடாதென்பதற்காக, வெளியேயிருந்து வரும் சங்கதிகள் எங்களுடைய உலகை அழித்து விடாமலிருக்க. அதற்கு என்ன அர்த்தமென்பது அந்நேரத்தில் எனக்குப் புரியவில்லை. மேலும் சொல்லப் போனால் எனக்கான தண்டனையும் கிடைத்தது."

அவள் இங்கே பேசுவதை நிறுத்தினாள், ஃபவுண்டைன் பேனாவைக் கையில் எடுத்துக் கொண்டு கண்களை மூடினாள். "20 வயதிருக்கும்போதே எனது வாழ்க்கை முடிந்து விட்டது. அப்போதிருந்து, வெறும் முடிவற்ற முன்நினைவுகளின் தொடர்ச்சியாக மட்டுமே அது இருந்து வருகிறது, எங்கும் இட்டுச் செல்லாத ஓர் இருண்ட, சுருங்கிக் கொண்டே வரும் இடைவழியாக. ஆனாலும், நான் அதை வாழ வேண்டியிருந்தது, ஒவ்வொரு வெறுமையான நாளையும் ஜீவித்திருந்தேன், பிறகும் ஒவ்வொரு நாளும் வெறுமையாகக் கடப்பதைப் பார்த்தவாறு. அந்நாட்களில் நான் நிறைய தவறுகளைச் செய்தேன். இல்லை, அது சரியில்லை - சில சமயங்களில் தவறுகளை மட்டுமே செய்ததாக உணர்கிறேன். ஏதோ ஆழமானக் கிணறொன்றின் அடிப்பகுதியில் நான் வசித்ததாக உணர்ந்தேன், முழுக்க எனக்குள்ளாகவே பூட்டிக் கொண்டு, எனது விதியைச் சபித்தபடி, வெளியேயிருந்த எல்லாவற்றையும் வெறுத்தேன். அவ்வப்போது என்னை வெளியே சுற்றித் திரிய அனுமதித்தேன், உயிரோடு இருக்கிறேன் என்பதை நன்முறையில் பறைசாற்றுவதைப் போல. பாதையில் வருவது எதுவானாலும் அதை ஏற்றுக் கொண்டு, மரத்துப் போனவளாக வாழ்க்கையைக் கடந்து போனேன். நிறைய உறங்கினேன், ஒரு புள்ளியில், ஒரு வகைத் திருமண வாழ்க்கையையும் கூட வாழ்ந்தேன், ஆனால் அது எதற்கும் எந்த அர்த்தமுமில்லை. யாவும் ஒரு கணத்தில் என்னைக் கடந்து போயின, நான் காயப்படுத்தவும் வெறுக்கவும் செய்த சங்கதிகளின் தழும்புகளைத் தவிர எதையும் மிச்சம் வைக்காமல்."

தனது மேசையின் மீதிருந்த மூன்று கோப்புகளின் மீதும் அவள் கைகளை வைத்துக் கொண்டாள். "அனைத்துத் தகவல்களும் இதற்குள் உள்ளன. எல்லாவற்றையும் வரிசைப்படுத்த

வேண்டுமென்பதற்காக நான் இவற்றை எழுதினேன், நான் வாழ்ந்த வாழ்க்கையை இன்னொரு முறை உறுதி செய்து கொள்வதற்காக. என்னைப் பற்றி மட்டுமே நான் புகார் சொல்ல முடியும், ஆனால் அதுவும் கூட மனதை வருத்தும் நடைமுறையாகவே இருக்கும். மேலும் இறுதியாக நான் அதை முடித்து விட்டேன். எழுத வேண்டிய அனைத்தையும் எழுதி விட்டேன். இதற்கு மேலும் எனக்கு இது தேவையில்லை, வேறு யாரும் இதை வாசிப்பதை நான் விரும்பவில்லை. வேறு எவரேனும் இதைப் பார்க்க நேர்ந்தால், மீண்டும் பல தீமைகளை அது உண்டாக்கக்கூடும். எனவே அதை நான் எரிக்க விரும்புகிறேன், கடைசிப் பக்கம் வரைக்கும், ஆக எதுவும் மிச்சமிருக்காத வகையில். நீங்கள் இதைச் சிக்கலாகக் கருதவில்லை எனில், அதற்கு பொறுப்பேற்றுக் கொள்ள வேண்டுமென்று கேட்க விரும்புகிறேன். நான் சார்ந்திருக்கக்கூடிய ஒரே மனிதர் நீங்கள் மட்டுமே, திரு நகாடா. இதன் மூலம் உங்களுக்குச் சங்கடம் உண்டாக்குவதில் மனம் வருந்துகிறேன், ஆனால் எனக்காக நீங்கள் இதைச் செய்ய முடியுமா?"

"நகாடாவுக்குப் புரிகிறது," அவர் சொன்னார், தலையைத் தீவிரமாக அசைத்தபடி. "அதைத்தான் நீங்கள் விரும்புவீர்களெனில், மிஸ் செய்கி, அவை அனைத்தையும் உங்களுக்காக எரிப்பதில் நான் மகிழ்ச்சியடைவேன். அதை நீங்கள் உறுதியாக எடுத்துக் கொள்ளலாம்."

"நன்றி," என்றாள் மிஸ் செய்கி.

"சங்கதிகளை எழுதி வைப்பது முக்கியம், இல்லையா?" நகாடா கேட்டார்.

"ஆமாம், அப்படித்தான். எழுதி வைக்கும் நடைமுறைதான் முக்கியமானதாக இருந்தது. முடிவில் கிடைக்கும் பொருளுக்கு அர்த்தமேதும் இல்லாதபோதும்."

"என்னால் வாசிக்கவோ எழுதவோ முடியாது, ஆகவே என்னால் விசயங்களை எழுதி வைக்க முடியாது. நகாடா வெறுமனே ஒரு பூனையைப் போன்றவன்."

“திரு நகாடா?”

“எவ்வாறு நான் உங்களுக்கு உதவ முடியும்?”

“காலங்காலமாக எனக்கு உங்களைத் தெரியுமென்பதாக உணர்கிறேன்,” என்றாள் மிஸ் செய்கி. “அந்த ஓவியத்தில் இருப்பது நீங்கள்தானே? பின்னணியில் கடலோடு இருக்கும் உருவம்? வெள்ளைக் காற்சராய்களின் கால்களை மடித்து விட்டுக் கொண்டு, உங்கள் கால்களை நீருக்குள் அமிழ்த்தி நின்றிருப்பது?”

எழுந்து கொண்ட நகாடா நகர்ந்து மிஸ் செய்கிக்கு முன்னால் வந்து நின்றார். கோப்புகளின் மீதிருந்த அவள் கைகளில், தனது கடினமான, வெங்குருக்கள் நிறைந்த கையை வைத்தார். மேலும் எதையோ கவனமாக உற்று கவனிப்பது போல, அவளுடைய கைகளிலிருந்த வெப்பம் தனது கைகளுக்குக் கசிந்திறங்குவதை அவர் உணர்ந்தார். “மிஸ் செய்கி?”

“சொல்லுங்கள்?”

“இப்போது எனக்குக் கொஞ்சம் புரிவதாக நினைக்கிறேன்.”

“எதைப் பற்றி?”

“நினைவுகள் என்றால் என்னவென்பது. என்னால் அவற்றை உணர முடிகிறது, உங்களுடைய கைகளின் வழியாக.”

அவள் புன்னகைத்தாள். “மகிழ்ச்சி.”

நகாடா தனது கைகளை சிறிது நேரம் அவளுடைய கைகளுக்கு மேலே வைத்திருந்தார். கடைசியில் மிஸ் செய்கி கண்களை மூடிக் கொண்டாள், நினைவுகளுக்குத் தன்னை ஒப்புக் கொடுத்து. காலமெல்லாம் துயரத்தின் வடிகாலாக இருந்தவளென்கிற வகையில், அதன் பிறகும் அங்கு எவ்வித வலியுமில்லை. வட்டம் மீண்டும் முழுமையடைந்திருந்தது. தொலைதூர அறை ஒன்றின் கதவைத் திறந்து இரண்டு அழகான பன்னிசைகளை அவள் கண்டுபிடிக்கிறாள், பல்லிகளின் வடிவத்தில், சுவரின் மீது அவை உறங்கிக் கொண்டிருக்கின்றன. மென்மையாக அவற்றைத் தீண்டும் நேரம், அவற்றின்

அமைதியான உறக்கத்தை அவளால் உணர முடிகிறது. மென்மையாக வீசும் காற்று பழங்காலத் திரைச்சீலையை அவ்வப்போது சலசலக்கச் செய்கிறது. குறிப்பிட்டுச் சொல்லக்கூடிய சலசலப்பு, ஏதோவொரு உருவகக்கதையைப் போல. நீளமான நீலநிற ஆடையை அவள் அணிந்திருக்கிறாள். வெகு காலம் முன்பு எங்கோவொரு இடத்தில் அவள் அணிந்த ஆடை. அவள் நடக்கும்போது அதன் தையல்கள் காற்றைக் கீறும் ஒலியை எழுப்புகின்றன. சாளரத்துக்கு அப்பால் கடல் பார்வைக்குத் தட்டுப்படுகிறது. உடன் அலைகளின் ஒலியை உங்களால் கேட்க முடிகிறது, கூடவே யாரோவொருவரின் குரலும். காற்றில் மெலிதாகக் கடலின் அறிகுறி. இளநீல ஆகாயத்தின் மீது சிறிய வெண்ணிற மேகங்கள் செதுக்கப்பட்டுள்ளன. அது கோடைக்காலம். எப்போதும் அது கோடைக்காலமாக இருக்கிறது.

கெட்டியான மூன்று கோப்புகளையும் நகாடா கீழே எடுத்துச் சென்றார். புரவலர்களில் ஒருவரோடு பேசியபடி ஒஷிமா முகப்பில் அமர்ந்திருந்தான். நகாடாவைப் பார்த்தவுடன் அவன் அசட்டுத்தனமாகச் சிரித்தான். பதிலுக்கு நகாடா பணிவோடு குனிந்து நிமிர, ஒஷிமா மீண்டும் தனது உரையாடலுக்குத் திரும்பினான். மொத்த நேரமும் ஹோஷினோ வாசிப்பறையில் இருந்தான், புத்தகத்தில் ஆழ்ந்தவனாக.

"திரு ஹோஷினோ?" என்றார் நகாடா.

ஹோஷினோ தனது புத்தகத்தை வைத்து விட்டு நிமிர்ந்தான். "ஹேய், சற்று அதிக நேரம் ஆகி விட்டது. உன் வேலை எல்லாம் முடிந்ததா?"

"ஆமாம், இங்கு நகாடாவின் பணி மொத்தமும் முடிந்து விட்டது. உங்களைப் பொருத்த மட்டும் எந்தச் சிக்கலும் இல்லையென்றால், சீக்கிரமே இங்கிருந்து கிளம்பலாம் என்று நினைத்தேன்."

"எனக்கு எந்தச் சிக்கலுமில்லை. கிட்டத்தட்ட இந்தப் புத்தகத்தை முடிக்கவும் செய்து விட்டேன். பீத்தோவன் இப்போதுதான் இறந்தார், அவருடைய மரணச்சடங்கு குறித்த பகுதியில்

இருக்கிறேன். ஹைய்யோ, என்னவொரு மரணச்சடங்கு! இருபத்து ஐந்தாயிரம் வியன்னியர்கள் ஊர்வலத்தில் கலந்து கொண்டார்கள், அன்றைய தினம் அனைத்துப் பள்ளிகளும் மூடப்பட்டன."

"திரு ஹோஷினோ?"

"ஓவ், என்னவென்று சொல்?"

"எனக்கு உங்களிடம் கேட்க இன்னொரு உதவியும் இருக்கிறது."

"போட்டுத்தாக்கு."

"இதை நான் எங்காவது வைத்து எரிக்க வேண்டும்."

ஹோஷினோ அந்த முதிய மனிதர் சுமந்து கொண்டிருந்த கோப்புகளைப் பார்த்தான். "ஹ்ம்ம், நிறைய சமாச்சாரங்கள் உள்ளன. வெறுமனே எங்காவது கொண்டு போய் இவற்றை எரிக்க முடியாது. வறண்ட ஆற்றுப்படுகை அல்லது வேறு இடம் நமக்குத் தேவைப்படும்."

"திரு ஹோஷினோ?"

"ஹ்ம்ம்?"

"எனில் நாம் போய் ஒன்றைக் கண்டுபிடிப்போம்."

"அனேகமாக இது முட்டாள்தனமான கேள்வியாக இருக்கலாம், ஆனால் நிஜமாகவே அது அத்தனை முக்கியமானதா என்ன? வெறுமனே எங்காவது எறிந்து விட்டுப் போகக்கூடாதா?"

"ஆமாம், மிகவும் முக்கியமென்பதோடு இவை எல்லாவற்றையும் நாம் எரிக்க வேண்டும். இவை புகையாக மாறி வானில் எழும்ப வேண்டும். மேலும் நாம் அதைப் பார்க்கவும் வேண்டும், யாவும் எரிந்து விட்டதை உறுதி செய்வதற்கு."

ஹோஷினோ எழுந்து நெட்டி முறித்தான். "சரி, ஒரு பெரிய ஆற்றுப்படுகையை நாம் கண்டுபிடிப்போம். எங்கு போய் தேடுவதென்று எனக்கு எதுவும் தோன்றவில்லை, ஆனால் குறைந்தபட்சம் ஒன்றாவது ஷிகோகுவில் இருக்கும்

என உறுதியாக நம்புகிறேன் – தேவையான அளவு நாம் தேடுவோமெனில்.”

எப்போதும் இருந்ததைக் காட்டிலும் அன்றைய மதியம் பரபரப்பாக இருந்தது. நூலகத்தைப் பயன்படுத்த நிறைய ஆட்கள் வந்தார்கள், விரிவான, தனித்த கேள்விகளோடு பலரும். அவர்களுக்குப் பதிலளிக்கத் தன்னால் இயன்றதை எல்லாம் செய்ததோடு, அவர்கள் கேட்ட சங்கதிகளைச் சேகரிக்க ஓஷிமா அங்குமிங்கும் ஓடும்படி ஆனது. நிறைய விசயங்களை அவன் கணினியில் கண்டுபிடிக்க வேண்டியிருந்தது. பொதுவாக அவன் மிஸ் செய்கியை உதவி செய்யக் கேட்பான், ஆனால் இன்று அவனால் அப்படிக் கேட்க முடியுமென்று தோன்றவில்லை. நிறைய வேலைகள் அவனுடைய மேசையை விட்டு அவனை நகர்த்திச் செல்ல நகாடா கிளம்பியதைக் கூட அவன் பார்க்கவில்லை. விசயங்கள் யாவும் சற்று அடங்கியபிறகு ஒரு கணம் அவன் சுற்றுமுற்றும் பார்த்தான், ஆனால் அந்த விசித்திரமான இணையை எங்கும் காணவில்லை. ஓஷிமா படிகளில் ஏறி மிஸ் செய்கியின் வாசிப்பறைக்குச் சென்றான். வினோதமான வகையில், கதவு மூடப்பட்டிருந்தது. இருமுறை தட்டி விட்டுக் காத்திருந்தான், ஆனால் எந்த எதிர்வினையும் இல்லை. அவன் மீண்டும் தட்டினான். “மிஸ் செய்கி?” கதவுக்கு வெளியேயிருந்து அவன் கேட்டான். “நீங்கள் நலமாக உள்ளீர்களா?”

மெல்ல அவன் கைப்பிடியைத் திருகினான். கதவு திறந்து கொண்டது. ஓஷிமா அதைக் கொஞ்சமாகத் திறந்து உள்ளே எட்டிப் பார்த்தான். மேசையின் மீது மிஸ் செய்கி முகத்தைக் கவிழ்த்துப் படுத்திருப்பதைக் கண்டான். என்ன செய்வதென்று அவனுக்குத் தெரியவில்லை. வெறுமனே களைப்புற்று அவள் உறங்கியிருக்கலாம். ஆனால் அவள் குட்டித்தூக்கம் போட்டு ஒருபோதும் அவன் பார்த்ததில்லை. வேலை சமயத்தில் தன்னை மறந்து மயங்கிப் போகும் வகையைச் சேர்ந்தவளில்லை. அறைக்குள் நடந்து போய் மேசைக்கருகே சென்றான். அவளருகே குனிந்து, அவள் பெயரை அவளின் காதுக்குள் மெல்ல கிசுகிசுத்தான், ஆனால் பிறகும் எந்தப் பதிலுமில்லை. அவள் தோளைத் தொட்டான், பிறகு அவள்

மணிக்கட்டை எடுத்துத் தனது விரலைக் கொண்டு அதன் மீது அழுத்தினான். நாடித்துடிப்பு இல்லை. அவளது தோல் ஒரு மெல்லிய வெதுவெதுப்பைத் தக்க வைத்திருந்தது, ஆனால் அதுவும் கூட ஏற்கனவே மெல்லத் தேய்ந்து கொண்டிருந்தது.

அவளுடைய கேசத்தை உயர்த்தி அவளின் முகத்தைச் சோதித்தான். இரண்டு கண்களும் கொஞ்சமாகத் திறந்திருந்தன. ஏதோ உற்சாகமாகக் கனவு காண்பவளைப் போலத் தோன்றினாள், ஆனால் அவள் கனவு காணவில்லை. இறந்திருந்தாள். புன்னகையின் சிறு கீற்று இன்னும் அவள் உதடுகளில் இருந்தது. மரணத்தில் கூட அவள் வசீகரத்தோடும் கண்ணியத்தோடும் இருந்திருக்கிறாள், ஓஷிமா எண்ணினான். அவளுடைய கேசத்தைக் கீழே விழ அனுமதித்து அவன் மேசையின் மீதிருந்தத் தொலைபேசியை எடுத்தான்.

இந்த நாளை வந்தடைய குறைந்த காலமே பிடிக்குமென்கிற எண்ணத்துக்கு அவன் என்றோ வந்திருந்தான். ஆனால் தற்போது அது வந்து விட்ட சூழலில், மேலும் இந்த அமைதியான அறைக்குள் இறந்து போன மிஸ் செய்கியோடு தனியாக இருக்கும் நேரத்தில், அவன் தொலைந்திருந்தான். தனது இதயம் வறண்டு போனதாக அவன் உணர்ந்தான். எனக்கு அவள் தேவைப்பட்டாள், அவன் எண்ணினான். எனக்குள் இருந்த வெறுமையை நிறைக்க அவளைப் போன்ற ஒருத்தி தேவைப்பட்டாள். ஆனால் அவளுக்குள் இருந்த வெறுமையை நிறைக்க எனக்குச் சாத்தியப்படவில்லை. கசப்பான இந்த முடிவு வருமட்டும், அவளுக்குள் இருந்த வெறுமை அவளுடையதாக மட்டுமேயிருந்தது.

கீழேயிருந்து யாரோ அவனுடைய பெயரைச் சொல்லி அழைத்தார்கள். தான் அதைக் கேட்டுக் கொண்டிருப்பதாக அவன் உணர்ந்தான். கதவை அகலத் திறந்து வைத்திருந்த காரணத்தால் பரபரப்பாக நகர்ந்தவாறிருந்த மக்களின் சத்தங்களை அவனால் கேட்க முடிந்தது. தரைத்தளத்தில் ஒரு தொலைபேசி ஒலித்தது. அனைத்தையும் அவன் புறக்கணித்தான். கீழே அமர்ந்து மிஸ் செய்கியை உற்றுப் பார்த்தான். நீ எனது பெயரைச் சொல்லிக் கூப்பிட வேண்டுமா, அவன் நினைத்துக் கொண்டான், உடனே செய். தொலைபேசியில் என்னை அழைக்க வேண்டுமா

– சற்றும் தயங்காதே. இறுதியில் அவசர ஊர்தியின் சங்கொலியை அவன் கேட்டான். அது நெருங்கி வருவதாகத் தோன்றியது. சில கணங்களில் மக்கள் படிகளில் விரைந்தேறி வருவார்கள், அவளைக் கொண்டு போக – என்றென்றைக்குமாக. அவளது இடது கையை உயர்த்திப் பிடித்தவாறு தனது கடிகாரத்தை உற்று நோக்கினான். 4.35 ஆகி இருந்தது. ஒரு செவ்வாய்க்கிழமை மதியப்பொழுதின் நான்கு முப்பத்து ஐந்து. இந்த நேரத்தை நான் நினைவு வைத்திருக்க வேண்டும், அவன் எண்ணினான். இந்த நாளை நான் நினைவு வைத்திருக்க வேண்டும், இந்த மதியப்பொழுதை, என்றென்றைக்குமாக.

“காஃப்கா டமூரா,” அவன் முணுமுணுத்தான், சுவரை வெறித்துப் பார்த்தபடி, “என்ன நடந்ததென்பதை உனக்கு நான் சொல்ல வேண்டும். ஏற்கனவே உனக்குத் தெரிந்திருக்காத பட்சத்தில்.”

43

எனது மூட்டை முடிச்சுகள் யாவும் போய்விட்ட நிலையில் தற்போது என்னால் இலகுவாகப் பயணிக்க முடிகிறது, காட்டுக்குள் இன்னும் ஆழமாக முன்னேறிச் செல்கிறேன். முன்னேறுவதில் மட்டும் எனது கவனத்தைக் குவிக்கிறேன். இதற்குமேல் எந்த மரத்திலும் நான் குறியிட வேண்டியதில்லை, திரும்பிப் போகும் பாதையை நினைவில் வைத்திருக்கவும் வேண்டியதில்லை. எனது சுற்றுப்புறங்களைக் கூடப் பார்க்கவில்லை. காட்சிகள் எப்போதும் ஒன்றுபோலவே உள்ளன, அதனால் என்ன மாறி விடப் போகிறது? அடர்த்தியான பெரணிகளுக்கு மேல் நீண்டு வளர்ந்த மரங்களாலான விதானம், சரிந்து கீழிறங்கும் கொடிதிராட்சைகள், முண்டு முடிச்சிட்டுள்ள வேர்கள், அழுகும் இலைகளின் குவியல்கள், வெவ்வேறு பூச்சிகளின் காய்ந்த, உரிக்கப்பட்ட தோல்கள். கெட்டியான, பிசுபிசுப்பான சிலந்தி வலைகள். மேலும் முடிவேயில்லாமல் நீளும் கிளைகள் – மெய்யான மரம்-கிளைகளின் பிரபஞ்சம். அச்சுறுத்தும் கிளைகள், பரப்புக்குச் சண்டையிடும் கிளைகள், தந்திரமாக மறைந்திருக்கும் கிளைகள், வளைந்து திருகிய கிளைகள், ஆழ்ந்த சிந்தனையோடுள்ள கிளைகள், காய்ந்து-போன, மரித்தவாறிருக்கும் கிளைகள் – ஒரே காட்சி திரும்பத் திரும்ப வந்து போகிறது. ஆனால் ஒவ்வொரு மறுஒளிபரப்போடும் காடு சற்று அடர்த்தியாகக் கொண்டே போகிறது.

வாய் இறுக மூடியிருக்க, பாதையைப் போலத் தெரியக்கூடிய ஒன்றில் நான் தொடர்கிறேன். அது நேரடியாக ஒரு மேட்டில் ஏறுகிறது, ஆனால் அத்தனை செங்குத்தாக அல்ல, குறைந்தபட்சம் இப்போதைக்கு. என்னை மூச்சிரைக்கச் செய்யும் வகையிலான மேடல்ல. சில சமயங்களில்

பெரணிகளின் கடலுக்குள் அல்லது முட்புதர்ச் செடிகளுக்குள் தொலையவிருப்பது போல அந்தப் பாதை பயமுறுத்துகிறது, ஆனால் நான் மேற்கொண்டு முன்னேறி செல்லுமட்டும் அந்தப் போலியான-பாதை மறுபடியும் வெளிப்படுகிறது. இனிமேலும் அந்தக் காடு என்னை அச்சுறுத்துவதாக இல்லை. அதற்கான தனித்த விதிகளையும் வழிமுறைகளையும் வனம் கொண்டிருக்கிறது, ஆனால் ஒருமுறை நீங்கள் பயப்படுவதை நிறுத்தி விட்டால் பிறகு அவற்றைப் புரிந்து கொள்ள முடியும். இந்த மறுநிலைப்படிகளை ஒரு தடவை புரிந்து கொண்டதும், அவற்றை எனக்குள் ஒரு பகுதியாக மாற்றிக் கொள்கிறேன்.

தற்போது வெறுங்கையாக நிற்கிறேன். மஞ்சள்நிற ஸ்பிரே பெயிண்ட் புட்டி, சிறிய கைக்கோடாரி - யாவும் வரலாறாகி விட்டன. சாக்குப்பையும் கூடப் போய் விட்டது. நீர்க்குடுவை இல்லை, உணவு இல்லை. திசைகாட்டியும் கூட இல்லை. ஒவ்வொன்றாக இவற்றை நான் துறந்து வந்திருக்கிறேன். இதையெல்லாம் செய்வது வெளிப்படையான ஒரு செய்தியை வனத்துக்குச் சொல்கிறது: "இனிமேல் நான் பயப்படுவதாக இல்லை. அதனால்தான் முழுக்க எந்தத் தற்காப்புமின்றி இருப்பதை நான் தேர்ந்தெடுத்திருக்கிறேன்." எனது கடினமான ஓட்டைக் கழித்தால், வெறும் தசையோடும் எலும்புகளோடும், புதிர்ப்பாதையின் மையத்துக்குத் தலைப்படுகிறேன், வெறுமைக்கு என்னை முழுக்க ஒப்புக்கொடுத்தவனாக.

எனது தலைக்குள் ஒலித்த இசை மறைந்து விட்டது, பெரிய படுக்கையின் மீது கிடக்கும் வெண்ணிறத்தாளைப் போல வெள்ளை நிறத்தில் ஏதோவொரு மெல்லிய இரைச்சலை மட்டும் அது விட்டுப் போயிருக்கிறது. அந்தத் தாளைத் தொட்டு, எனது விரல்நுனிகளால் அதன் உருவரைகளைத் தடவுகிறேன். அந்த வெண்ணிறம் என்றென்றைக்குமாக நீள்கிறது. சில சமயங்களில் மரங்களின் உச்சியினூடாக என்னால் ஒரு துண்டு வானத்தைப் பார்க்க முடிகிறது. சாம்பல் மேகங்களின் தொடர்ச்சியான, உடைபடாத அடுக்குகளால் மூடுண்ட வானம், ஆனால் மழை பெய்யப் போவதாகத் தோன்றவில்லை. மேகங்கள் அசைவற்று நிற்கின்றன, ஒட்டுமொத்தக் காட்சியும் மாறாமல் அப்படியே இருக்கிறது. உயரமான கிளைகளின் பறவைகள் தொடர்ச்சியற்ற, ஆனால்

அர்த்தமுள்ள வாழ்த்துகளைத் தங்களுக்குள் பரிமாறிக் கொள்கின்றன. தரிசனங்களை முன்னறிவிப்பது போல பூச்சிகள் களைகளுக்கிடையில் ரீங்காரமிடுகின்றன.

நோகாடாவில் இருக்கும் எனது ஆளில்லா வீட்டை நினைத்துக் கொள்கிறேன். அனேகமாக தற்போது அது மொத்தமும் மூடப்பட்டிருக்கும். எனக்குக் கவலையில்லை. ரத்தக்கறைகள் அப்படியே இருக்கட்டும். எனக்கு என்ன வந்தது? ஒருபோதும் நான் அங்கு திரும்பப் போவதில்லை. அந்தக் கொடூரமான சம்பவம் நடப்பதற்கு முன்னால் கூட, எண்ணற்ற சங்கதிகள் செத்துப் போன இடமாகத்தான் அந்த வீடு இருந்திருக்கிறது. திருத்தம் – *கொலை செய்யப்பட்ட இடமாக.*

சில சமயங்களில் எனக்கு மேலிருந்து, சில சமயங்களில் எனக்குக் கீழிருந்து, வனம் என்னை அச்சுறுத்த முயற்சி செய்கிறது. ஆயிரம் கண்களைக் கொண்ட ஊசிகளால் குத்துவதைப் போன்ற குளிர்ந்த மூச்சுக்காற்றை எனது கழுத்தின் மேல் வீசச் செய்வதன் மூலம். இந்த ஊடுருவல் பேர்வழியை விரட்டும் எந்தச் செயலையும் முயற்சிப்பது போல. ஆனால் இந்த அச்சுறுத்தல்கள் என்னைக் கடந்து போக அனுமதிப்பதன் வழியாக நான் மெல்ல மெல்ல சௌகரியமாக உணர்கிறேன். இந்த வனம் அடிப்படையாகவே எனக்குள் ஒரு பகுதிதான், இல்லையா? குறிப்பிட்ட புள்ளியில் இந்த எண்ணம் என்னை ஆக்கிரமிக்கிறது. நான் மேற்கொண்டிருக்கும் பயணம் உண்மையில் எனக்குள் நிகழ்வதுதான். நாளங்களுக்குள் இயல்பாகப் பயணிக்கும் உதிரம் போல, நான் பார்த்துக் கொண்டிருப்பது என் சுயத்தையே, மேலும் என்னை அச்சுறுத்துவதாகத் தெரிவது எதுவென்றால் வெறுமனே என் இதயத்திலுள்ள பயத்தின் எதிரொலி மட்டும்தான். அங்கு விறைப்பாகப் படர்ந்திருக்கும் சிலந்தி வலையென்பது எனக்குள்ளிருக்கும் சிலந்தி வலையே. தலைக்கு மேலே அலறும் பறவைகள் என்பது மனதுக்குள் நான் பேணி வளர்க்கும் பறவைகளே. இந்தச் சித்திரங்கள் என் மனதுக்குள் கிளர்ந்தெழுந்து ஆழமாக வேர் பிடிக்கின்றன.

ஏதோவொரு பென்னம்பெரிய இதயத்துடிப்பால் பின்னாலிருந்து உந்தித் தள்ளப்படுவதைப் போல, வனத்துக்குள் நான் இன்னும்

இன்னும் முன்னேறிப் போகிறேன். அந்தப் பாதை ஒரு விசேடமான இடத்துக்கு இட்டுச் செல்கிறது, இருளுக்குள் இருந்து சுழன்று வெளியேறும் வெளிச்சப்புள்ளிக்கு, ஒலியற்ற எதிரொலிகளை வெளியிடும் ஓர் இடத்துக்கு. அங்கு என்ன உள்ளதென்பதை எனது சொந்தக் கண்களால் நான் பார்க்க வேண்டும். முக்கியமான, முத்திரையிடப்பட்ட, அந்தரங்கமான ஒரு கடிதத்தை – எனக்கு நானே ஒரு ரகசியத் தகவலை – எடுத்துப் போகிறேன்.

ஒரு கேள்வி. ஏன் அவள் என்னை நேசிக்கவில்லை? என் அம்மா என்னை நேசிக்கும் தகுதி எனக்குக் கிடையாதா என்ன?

வருடங்களாக, எனது இதயத்தைச் சுட்டெரிக்கும் தீப்பிழம்பாக அந்தக் கேள்வி இருந்து வருகிறது, எனது ஆன்மாவைத் தின்று தீர்ப்பதாக. அடிப்படையில் எனக்குள் தவறாக இருந்த ஏதோவொன்று என் அம்மாவை என்னை நேசிக்க விடாமல் செய்திருக்க வேண்டும். இயற்கையாகவே ஏதோவொன்று எனக்குள் களங்கப்படுத்தக்கூடியதாக இருந்ததா? என்னைக் கண்டாலே அனைவரும் முகத்தைத் திருப்பிக் கொள்ள வேண்டுமென்பதற்காக நான் பிறந்தேனா?

அவள் கிளம்பியபோது, என் அம்மா, தனக்கு நெருக்கமாகக் கூட என்னைப் பற்றியிருக்கவில்லை. தனது முகத்தைத் திருப்பிக் கொண்டு, ஒரு வார்த்தை பேசாமல், என் சகோதரியோடு சேர்ந்து அவள் வீட்டை விட்டுக் கிளம்பிச் சென்றாள். அமைதியான புகை போல அவள் மாயமாக மறைந்தாள். மேலும் தற்போது அந்த முகம் என்றென்றைக்குமாகப் போய் விட்டது.

மீண்டும் பறவைகள் எனக்கு மேலே சத்தமிடுகின்றன, நான் மேலே நிமிர்ந்து வானத்தைப் பார்க்கிறேன். தட்டையான, உணர்வு வெளிப்பாடற்ற சாம்பல் மேகங்களின் அடுக்கைத் தவிர அங்கு வேறொன்றுமில்லை. சுத்தமாகக் காற்றுமில்லை. நான் சிரமப்பட்டு முன்னேறுகிறேன். பிரக்ஞையின் கரைகளினோரம் நடைபோடுகிறேன். பிரக்ஞையின் அலைகள் உள்ளே வருகின்றன, வெளியேறுகின்றன, ஏதோ சில எழுத்துகளை மட்டும் விட்டு, உடன் அதே வேகத்தோடு புதிய அலைகள் உள்நுழைந்து அதை அழிக்கின்றன. அங்கு என்ன எழுதியிருக்கிறது என்பதை வேகமாக வாசிக்க நான் முயற்சி

செய்கிறேன், ஒரு அலைக்கும் அடுத்தற்கும் இடையில், ஆனால் அது சிரமமாக இருக்கிறது. நான் வாசிப்பதற்குள் அடுத்த அலை அதை அழித்து விடுகிறது. ஆக மீதமிருப்பதெல்லாம் குழப்பமானத் துணுக்குகள் மட்டுமே.

என் மனம் மீண்டும் எனது வீட்டுக்குத் திரும்புகிறது, என் அக்காவையும் அழைத்துக் கொண்டு, என் அம்மா வெளியேறிய நாளுக்கு. கூடத்தில் நான் தனியாக உட்கார்ந்திருக்கிறேன், பூங்காவை வெறித்தபடி. அந்திநேரம், கோடைக்காலத்தின் முற்பகுதி, மரங்கள் நீண்ட நிழல்களில் நீளுகின்றன. வீட்டில் நான் தனியாக இருக்கிறேன். ஏனென்று எனக்குத் தெரியாது, ஆனால் நான் கைவிடப்பட்டிருந்தேனென்பது ஏற்கனவே எனக்குத் தெரியும். என்றென்றைக்குமாக என்னுடைய உலகை எவ்வாறு இது மாற்றப் போகிறது என்பதை அப்போதே நான் புரிந்து வைத்திருந்தேன். யாரும் எனக்கு இதைச் சொல்லவில்லை – ஆனால் வெறுமனே எனக்குத் தெரியும். வீடு காலியாக இருக்கிறது, ஆளரவமற்று, ஏதோ தொலைதூர எல்லைப்பகுதியில் உள்ள கண்காணிப்பு மையத்தைப் போல. மேற்கில் மறையும் சூரியனை நான் பார்த்துக் கொண்டிருக்கிறேன், நிழல்கள் மெல்ல உலகத்தைத் திருடுகின்றன. காலத்தால் ஆனதொரு உலகில், தான் இருந்த நிலைக்கு எதனாலும் திரும்பிப் போக முடியாது. தரையின் மீதிருக்கும் ஒவ்வொரு புள்ளியையும் படிப்படியாக அழித்தவாறு நிழல்களின் உணர்கொம்புகள் நிதானமாக முன்னேறுகின்றன, இருண்மையும் குரூரமும் நிறைந்த இந்தப் பிரதேசத்துக்குள் – சற்று முன்பு வரைக்கும் அங்குதான் இருந்த – என் அம்மாவின் முகம் மொத்தமாக விழுங்கப்படும் வரை. என்னிடமிருந்து திருப்பிக் கொண்ட அந்த இறுக்கமான முகம், தன்னியல்பாகப் பிடுங்கப்பட்டு, எனது நினைவுகளில் இருந்து உடனே அழிக்கப்படுகிறது.

வனத்துக்குள் தட்டுத்தடுமாறி முன்னேறும் வழியில், மிஸ் செய்கியைப் பற்றி யோசிக்கிறேன். அவள் முகம், அந்த அமைதியான, சாயை படர்ந்த புன்னகை, அவளுடைய கைகளின் வெதுவெதுப்பு. எனக்கு நான்கு வயதிருக்கும்போது என்னை விட்டுப் போன என் அம்மாவாக அவளை உருவகப்படுத்த முயற்சி செய்கிறேன். எனக்குத் தெரியாமலே, எனது தலையை உதறுகிறேன். அந்தச் சித்திரம் மொத்தமுமே தவறு. ஏன் மிஸ்

செய்கி அதைச் செய்திருக்கக்கூடும்? ஏன் அவள் என்னைக் காயப்படுத்த வேண்டும், நிரந்தரமாக எனது வாழ்வைச் சீர்குலைக்கும் வகையில்? ஏதோவொரு மறைமுகமான, முக்கியமான காரணம் இருந்தாக வேண்டும், என்னால் புரிந்து கொள்ள முடியாத ஏதோ ஆழமான காரணம்.

அப்போது அவள் எவ்வாறு உணர்ந்திருப்பாள் என்பதை உணர்ந்து கொண்டு அவளுடைய பார்வைக்கு நெருக்கமாகப் பயணிக்க முயற்சி செய்கிறேன். அது அத்தனை எளிதில்லை. ஏனென்றால் கைவிடப்பட்டது நான், சொல்லப் போனால், மேலும் என்னைக் கைவிட்டுப்போகும் வேலையைச் செய்ததுதான் அவள். ஆனால் நேரம் போகப் போக என்னை நானே நீங்கிப் போகிறேன். சுயத்தின் இறுக்கமான ஆடைகளைக் களைந்தெறியும் எனது ஆன்மா ஒரு கறுப்புக் காகமாக மாறி பூங்காவில் இருக்கும் தேவதாரு மரத்தின் உயரமான கிளையில் சென்று அமர்கிறது, கூடத்தில் தனியாக அமர்ந்திருக்கும் நான்கு வயதுச் சிறுவனை வெறித்துப் பார்த்தபடி.

தர்க்கத்தின் பாற்பட்ட கறுப்புக் காகமாக நான் மாறுகிறேன்.

"உன் அம்மா உன்னை நேசிக்கவில்லை என்பதாக அர்த்தமல்ல," எனக்குப் பின்னால் இருந்த காகம் எனப் பெயரிடப்பட்ட சிறுவன் சொல்கிறான். "அவள் உன்னை மிகவும் நேசித்தாள். நீ செய்ய வேண்டிய முதற்காரியம் அதை நம்புவதே. அதுதான் உனக்கானத் துவக்கப்புள்ளி."

"ஆனால் அவள் என்னைக் கைவிட்டுச் சென்றாள். மாயமாக மறைந்து போனாள், நான் இருக்கக்கூடாத இடத்தில் என்னைத் தனியாக விட்டு. அது எவ்வளவு வலிக்குமென்பதை இப்போதுதான் நான் புரிந்து கொள்ள ஆரம்பித்திருக்கிறேன். ஆக நிஜமாகவே என்னை அவள் நேசித்தாளென்றால் எவ்வாறு அவளால் அதைச் செய்ய முடிந்தது?"

"அதற்குள் இருக்கும் யதார்த்தம் அதுதான். அவ்வாறுதான் அது நிகழ்ந்தது," என்கிறான் காகம் எனப் பெயரிடப்பட்ட சிறுவன். "மிகவும் மோசமாக நீ காயம்பட்டிருக்கிறாய், மேலும் அந்தத் தழும்புகள் வாழ்க்கை முழுதும் உன்னோடு இருக்கவே செய்யும். உனக்காக நான் வருத்தப்படுகிறேன், உண்மையாக. ஆனால்

அது குறித்து இவ்வாறு யோசித்துப் பார்: மீள முடியாதபடிக்கு இன்னும் காலதாமதமாகி விடவில்லை. நீ இளைஞன், உறுதியானவன். சூழ்நிலைக்குத் தக்க மாறிக் கொள்பவன். காயங்களை ஆற்றிக் கொண்டு தலையை நிமிர்த்தி உன்னால் முன்னேறிப் போக முடியும். ஆனால் அவளைப் பொருத்தமட்டில் அதற்கு வாய்ப்பில்லை. நித்தியமாகத் தொலைந்து போன ஒரு விசயமாக மட்டுமே அவள் இருப்பாள். வேறு யாரும் இதை நல்லதென்றோ கெட்டதென்றோ தீர்மானிப்பார்களெனில் அதனால் எந்தப் பலனுமில்லை - அது எவ்விதத்திலும் முக்கியமில்லை. ஆனால் சாதகங்கள் என்று பார்த்தால் அது உனக்குத்தான். அதை நீ கணக்கில் கொள்ள வேண்டும்."

நான் பதிலளிக்கவில்லை.

"அவை யாவும் உண்மையாக நிகழ்ந்திருக்கின்றன, ஆகவே உன்னால் அதை மாற்றியமைக்க முடியாது," காகம் என்னிடம் சொல்கிறான். "அவள் அப்போது உன்னைக் கைவிட்டிருக்கக்கூடாது, அத்தோடு, நீ கைவிடப்பட்டிருக்கவும் கூடாது. ஆனால் கடந்தகால நிகழ்வுகளென்பது துண்டுதுண்டாகச் சிதறிப் போன ஒரு தட்டைப் போல. ஒருபோதும் உன்னால் அதை இருந்தது போலவே சீர்படுத்தி விட முடியாது. சரியா?"

நான் தலையசைக்கிறேன். "ஒருபோதும் உன்னால் அதை இருந்தது போலவே சீர்படுத்தி விட முடியாது." நெற்றிப்பொட்டில் ஆணியடித்தாற் போல அவன் சொல்லி விட்டான்.

காகம் எனப் பெயரிடப்பட்ட சிறுவன் தொடர்கிறான். "தீவிரமான பயத்தையும் கோபத்தையும் உன் அம்மா தனக்குள் உணர்ந்தாள், சரியா? துல்லியமாக இப்போது நீ உணர்வதைப் போல. ஆக அதன் காரணமாகவே அவள் உன்னைக் கைவிடும்படி ஆனது."

"என்னை அவள் நேசித்தபோதும்?"

"உன்னை அவள் நேசித்தபோதும், உன்னை அவள் கைவிட வேண்டியிருந்தது. அந்தக் காலத்தில் அவள் எவ்வாறு உணர்ந்தாள் என்பதைப் புரிந்து கொண்டு நீ அதை ஏற்றுக் கொள்ள

வேண்டும். அவள் அனுபவித்தத் தாங்கவொண்ணா பயத்தையும் கோபத்தையும் புரிந்து கொண்டு அவற்றை உனதாக எண்ணிக் கொள் – அதன் வாயிலாக, உனக்குள் அதை உள்வாங்கிக் கொண்டு அதையே நீயும் செய்வதை உன்னால் தவிர்த்துக் கொள்ள முடியும். முக்கியமான விசயம் இதுதான்: அவளை நீ மன்னிக்க வேண்டும். அது எளிதாயிருக்கப் போவதில்லை, எனக்குத் தெரியும், ஆனால் அதைச் செய்துதானாக வேண்டும். உன்னைக் காப்பாற்றிக் கொள்ள அதுதான் ஒரே வழி. வேறெந்த வழியுமில்லை!"

அவன் சொன்னது குறித்து நான் யோசிக்கிறேன். இன்னுமதிகமாக அதைப் பற்றி யோசிக்கும்போது, இன்னுமதிகமாக நான் குழம்புகிறேன். எனக்குத் தலைசுற்றுகிறது, மேலும் எனதுடம்பின் தோல் வலுக்கட்டாயமாக உரிக்கப்படுவதைப் போல உணருகிறேன். "மிஸ் செய்கி உண்மையில் என் அம்மாதானா?" நான் கேட்கிறேன்.

"தர்க்கம் இன்னும் இயங்கி வருவதாக அவள் உனக்குச் சொன்னாள் இல்லையா?" காகம் எனப் பெயரிடப்பட்ட சிறுவன் சொல்கிறான். "ஆக அதுதான் பதில்: அது இன்னும் செயல்பாட்டில் இருக்கும் ஒரு கருதுகோள். அவ்வளவுதான் என்னால் உனக்குச் சொல்ல முடியும்."

"ஏதேனும் ஒரு நல்ல எதிர்-ஆதாரம் கிடைக்கும் வரைக்கும் இயங்கக்கூடிய கருதுகோள்."

"நீ புரிந்து கொண்டாய்," காகம் சொல்கிறான்.

"மேலும் அந்தக் கருதுகோள் என்னை அழைத்துச் செல்லும் தூரம் வரைக்கும் நான் அதைப் பின்தொடர வேண்டும்."

"அதேதான்," காகம் குறிப்பாகப் பதிலுரைக்கிறான். "இதுவரைக்கும் ஒரு நல்ல எதிர்-ஆதாரம் கிட்டிராத கருதுகோளைப் பின்தொடர்ந்து செல்வதில் எந்தத் தவறுமில்லை. மேலும் தற்போதைக்கு, அதைப் பின்தொடர்ந்து செல்வது மட்டும்தான் உனக்கிருக்கும் ஒரே வாய்ப்பு. அதற்காக உன்னையே பலி கொடுக்க வேண்டி வந்தாலும் கூட, கசப்பான அதன் இறுதிமுனை வரைக்கும் நீ அதைப் பின்தொடர்ந்தே ஆக வேண்டும்."

"என்னைப் பலி கொடுப்பதா?" நிச்சயமாக அது விசித்திரமான தொனியைக் கொண்டிருக்கிறது. என்னால் அதை ஜீரணிக்க முடியவில்லை.

எந்தப் பதிலுமில்லை. கவலையுற்றவனாக, திரும்பிப் பார்க்கிறேன். காகம் எனப் பெயரிடப்பட்ட சிறுவன் இன்னும் அங்குதான் இருக்கிறான். மிகச்சரியாக எனக்குப் பின்னால், எனக்கு ஈடுகொடுத்து நடப்பவனாக.

"என்ன வகையான கோபமும் பயமும் அந்தக் காலத்தில் மிஸ் செய்கிக்கு இருந்தது?" திரும்பி, நடப்பதை மீண்டும் தொடரும் நேரத்தில், அவனிடம் நான் கேட்கிறேன். "மேலும் எங்கிருந்து அது வந்தது?"

"என்ன வகையான கோபமும் பயமும் அவளுக்கு இருந்திருக்கும் என நீ நினைக்கிறாய்?" காகம் எனப் பெயரிடப்பட்ட சிறுவன் திருப்பிக் கேட்கிறான். "அதைப் பற்றி யோசி. நீயாகத்தான் அதை அடையாளங்காண வேண்டும். அதற்குத்தான் உனக்கு மூளை இருக்கிறது."

ஆக நான் அதைத்தான் செய்கிறேன். அதை நான் புரிந்து கொள்ளவும் ஏற்றுக் கொள்ளவும் வேண்டும், நேரம் கடந்து போவதற்கு முன்னால். ஆனாலும் எனது பிரக்ஞையின் எல்லையில் எழுதப்பட்டிருக்கும் நுண்ணிய எழுத்துகளை இன்னும் என்னால் அர்த்தப்படுத்திக் கொள்ள முடியவில்லை. ஒரு அலைக்கும் மற்றொன்றுக்கும் இடையில் தேவையான நேரம் கிடைக்கவில்லை.

"மிஸ் செய்கியோடு நான் காதலில் இருக்கிறேன்," நான் சொல்கிறேன். வார்த்தைகள் யதார்த்தமாக நழுவி வருகின்றன.

"எனக்கு அது தெரியும்," காகம் எனப் பெயரிடப்பட்ட சிறுவன் சுருக்கென்று சொல்கிறான்.

"இதற்கு முன்னால் ஒருபோதும் அதை நான் அனுபவித்ததில்லை," நான் தொடர்கிறேன். "மேலும் இதற்கு முன்னால் அனுபவித்த எதைக் காட்டிலும் இது எனக்கு மிகவும் முக்கியமானது."

“சொல்லப் போனால் அப்படித்தான்,” என்கிறான் காகம். “அதைச் சொல்லவே வேண்டியதில்லை. அதனால்தான் நீ இவ்வளவு தூரம் வந்திருக்கிறாய்.”

“ஆனால் இன்னும் எனக்குப் புரிபடவில்லை. குழம்பிப் போயிருக்கிறேன். என் அம்மா என்னை மிகவும் நேசித்ததாக நீ சொல்கிறாய். உன்னை நம்ப விரும்புகிறேன், ஆனால் அது நிஜமெனில், எனக்குச் சரியாகப் புரியவில்லை. ஒருவரை நேசிக்கிறீர்கள் எனும்போது, அவர்களை ஏன் நீங்கள் இத்தனைக் காயப்படுத்த வேண்டும்? அதாவது, அப்படித்தான் செய்வீர்கள் என்றால், யாரையும் நேசிப்பதற்கான அர்த்தம்தான் என்ன? என்ன கருமத்துக்கு அப்படி இருக்க வேண்டும்?”

நான் பதிலுக்குக் காத்திருக்கிறேன். நீண்ட நேரம் வாயை மூடிக் கொண்டிருக்கிறேன், ஆனால் எந்தப் பதிலுமில்லை, ஆகவே திரும்பிப் பார்க்கிறேன். காகம் எனப் பெயரிடப்பட்ட சிறுவன் போய் விட்டான். மேலே உயரத்தில் இருந்து இறக்கைகளின் படபடப்பைக் கேட்கிறேன்.

நீ மொத்தமாகக் குழம்பியிருக்கிறாய்.

அதன் பிறகு, வெகு நேரம் ஆவதற்குள், இரண்டு வீரர்கள் தோன்றுகிறார்கள்.

பழங்காலப் பேரரசருடைய படைகளின் தேய்ந்த மீதங்களை அவர்கள் அணிந்திருக்கிறார்கள். குட்டையான-கைகள் கொண்ட கோடைக்காலச் சீருடைகள், காலுறைகள் மற்றும் பயணப்பொதிகள். தலைக்கவசங்கள் இல்லை, வெறும் மேடுகளைக் கொண்ட தொப்பிகள் மட்டும், மேலும் ஏதோவொரு வகைக் கறுப்புநிற முகப்பூச்சு. இருவரும் இளமையாக இருக்கிறார்கள். அவர்களில் ஒருவன் உயரமாக ஒல்லியாகவும் இருக்கிறான், வட்டமான, உலோக-சட்டமிடப்பட்ட கண்ணாடிகளோடு. மற்றவனோ குட்டையாக, அகலமான தோள்களோடு தாட்டியானவனாக இருக்கிறான். ஒரு தட்டையான பாறையின் மீது அவர்கள் அமர்ந்திருக்கிறார்கள், இருவரில் யாரும் திடீரென்று ஏதோ சண்டையில் ஈடுபடப் போவதாகத் தெரியவில்லை. அவர்களுடைய அரிசாகா துப்பாக்கிகள் அவர்களின்

காலடியில் தரையின் மீது கிடக்கின்றன. வளர்த்தியான போர்வீரன் சலிப்புற்றவனைப் போல ஒரு புல்லின் தண்டைச் சவைத்துக் கொண்டிருக்கிறான். அவர்களிருவரும் வெகு இயல்பாகத் தோற்றமளிக்கிறார்கள், ஏதோ அதுதான் அவர்களின் இருப்பிடம் என்பதைப் போல. சிறிதும் பொருட்படுத்தாதவர்களாக, நான் நெருங்கி வருவதைப் பார்த்தவாறிருக்கிறார்கள்.

அவர்களுக்கு முன்னால் ஒரு சிறிய வெட்டவெளி இருக்கிறது, படிக்கட்டுகளில் இருக்கும் சமதளத்தைப் போல.

"ஹேய்," வளர்த்தியான வீரன் உற்சாகமாகக் கூப்பிடுகிறான்.

"எப்படி இருக்கிறாய்?" ஆகச்சிறிய முறுவலோடு வலிமையானவன் என்னைக் கேட்கிறான்.

"நீங்கள் எப்படி இருக்கிறீர்கள்?" பதிலுக்கு நான் அவர்களுக்கு முகமன் சொல்கிறேன். அவர்களைப் பார்த்து நான் அதிர்ச்சியுற்றிருக்க வேண்டும், ஆனால் ஏதோவொரு வகையில் அது முற்றிலும் விசித்திரமாகத் தெரியவே இல்லை. முழுக்கவே சாத்தியப்பாடுகளின் பிரதேசத்துக்குள்ளாக இருக்கிறது.

"உனக்காக நாங்கள் காத்திருந்தோம்," வளர்ந்தவன் சொல்கிறான்.

"எனக்காகவா?" நான் கேட்கிறேன்.

"நிச்சயமாக," அவன் பதிலளிக்கிறான். "வேறு யாரும் இங்கு வரப் போவதில்லை, அதை உறுதியாகச் சொல்லலாம்."

"நீண்ட காலமாக நாங்கள் காத்திருக்கிறோம்," வலிமையானவன் சொல்கிறான்.

"என்றாலும் காலமென்பது இங்கே பெரிய விசயம் கிடையாது," வளர்ந்தவன் சேர்த்துக் கொள்கிறான். "ஆனாலும், நான் எதிர்பார்த்ததை விட அதிக நேரம் எடுத்துக் கொண்டிருக்கிறாய்."

"நீண்ட, வெகு நீண்ட காலத்துக்கு முன்னால் இந்தக் காட்டுக்குள் தொலைந்து போன இரு நபர்கள் நீங்கள், இல்லையா?" நான் கேட்கிறேன். "பயிற்சிகளின் போது?"

வலிமையான வீரன் தலையசைக்கிறான். "அது நாங்கள்தான்."

"அவர்கள் உங்களை எல்லா இடங்களிலும் தேடினார்கள்," நான் சொல்கிறேன்.

"ஆம், எனக்குத் தெரியும்," அவன் சொல்கிறான். "எங்களை அவர்கள் தேடினார்களென்பது தெரியும். இந்த வனத்துக்குள் நடக்கும் எதுவும் எனக்குத் தெரியும். ஆனால் எத்தனை சிரமப்பட்டுத் தேடினாலும் எங்களை அவர்கள் கண்டுபிடிக்கப் போவதில்லை."

"உண்மையில், நாங்கள் தொலைந்து போகவில்லை," வளர்ந்தவன் சொல்கிறான். "நாங்கள் ஓடிப் போனோம்."

"ஏதோ தொலைதூரம் ஓடி இந்த இடத்தில் தடுக்கி விழுந்து பிறகு இங்கேயே இருக்கத் தீர்மானித்தோம் என்று அர்த்தமில்லை," வலிமையானவன் சேர்த்துக் கொள்கிறான். "தொலைந்து போவதிலிருந்து இது சற்று வித்தியாசமானது."

"யாராலும் இந்த இடத்தைக் கண்டுபிடிக்க முடியும் என்றில்லை," வளர்த்தியான வீரன் சொல்கிறான். "ஆனால் நாங்கள் கண்டுபிடித்தோம், இப்போது நீயும் கூட. அதிர்ஷ்டம் என்றுதான் சொல்ல வேண்டும் - குறைந்தபட்சம், எங்களுக்காவது."

"இந்த இடத்தை நாங்கள் கண்டுபிடிக்காமல் போயிருந்தால், அவர்கள் எங்களை வெளிநாடுகளுக்குக் கப்பலேற்றி இருப்பார்கள்," வலிமையானவன் விளக்குகிறான். "அங்கு போனபிறகு ஒன்று கொலை செய்ய வேண்டும் அல்லது நீ கொலை செய்யப்படுவாய். அது நமக்கான சங்கதியில்லை. உண்மையில் நானொரு விவசாயி, மேலும் இங்கிருக்கும் எனது நண்பன் அப்போதுதான் கல்லூரியில் பட்டம் பெற்றிருந்தான். எங்களுள் யாரும் யாரையும் கொல்ல விரும்பவில்லை. மேலும் கொல்லப்படுவது இன்னும் மோசம். வெளிப்படையான விசயம் என்றே சொல்லுவேன்."

"உன் கதை எப்படி?" வளர்ந்தவன் என்னைக் கேட்கிறான். "நீ யாரையும் கொலை செய்ய விரும்புவாயா, அல்லது கொலை செய்யப்பட?"

நான் தலையை ஆட்டுகிறேன். இல்லை, இரண்டும் இல்லை, நிச்சயமாகக் கிடையாது.

"அனைவரும் அப்படித்தான் நினைப்பார்கள்," வளர்ந்தவன் சொல்கிறான். "அல்லது பெரும்பான்மையில் பலரும், குறைந்தபட்சம். ஆனால் நீ இதைச் சொன்னால், ஹேய் நான் போருக்குக் கிளம்பிப் போக விரும்பவில்லை என்றால், உடன் இந்தத் தேசம் அகலமாகப் புன்னகைத்து இதைக் கைவிட்டுப் போக உன்னை அனுமதித்து விடாது. உன்னால் தப்பியோடவும் முடியாது. ஜப்பான் ஒரு சிறிய நாடு, ஆக நீ எங்கே ஓடப் போகிறாய்? அதிவிரைவாக அவர்கள் உன்னைக் கண்டுபிடிப்பதைப் பார்த்து உனக்குத் தலையே சுற்றி விடும். எனவேதான் நாங்கள் இங்கேயே தங்கி விட்டோம். நாங்கள் ஒளிந்து கொள்ளக்கூடிய ஒரே இடம் இதுதான்." தலையை ஆட்டியவாறே அவன் தொடர்கிறான். "மேலும் அப்போதிருந்து இங்குதான் தங்கியிருக்கிறோம். நீ சொன்னதைப் போல, 'நீண்ட, வெகு நீண்ட காலத்துக்கு முன்பிருந்து'. என்றாலும் காலமென்பது இங்கே பெரிய விசயம் கிடையாது. தற்போதைய காலத்துக்கும் நீண்ட, வெகு நீண்ட காலத்துக்கும் இடையே கிட்டத்தட்ட எந்த வித்தியாசமும் கிடையாது."

"சுத்தமாக எந்த வித்தியாசமும் கிடையாது," வலிமையானவன் சொல்கிறான், தனது கைகளை வீசி எதையோ விரட்டியபடி.

"நான் வருவது உங்களுக்குத் தெரியுமா?" நான் கேட்கிறேன்.

"உறுதியான சங்கதி," வலிமையானவன் பதிலளிக்கிறான்.

"நீண்ட காலமாக இங்கே நின்றபடி நாங்கள் காவல் காத்து வருகிறோம், ஆகவே யார் வந்தாலும் எங்களுக்குத் தெரியும்," மற்றவன் சொல்கிறான். "நாங்கள் இந்த வனத்தின் ஒரு பகுதியைப் போல."

"இதுதான் நுழைவாயில்," வலிமையானவன் சொல்கிறான். "நாங்கள் இதைக் காவல் காக்கிறோம்."

"மேலும் மிகச்சரியாக இப்போது நுழைவாயில் திறக்கப்பட்டு இருக்கிறது," வளர்ந்தவன் விளக்குகிறான். "என்றாலும், கொஞ்ச காலத்தில், அது மூடிக் கொள்ளும். நீ உள்ளே வர விரும்பினால், இதுதான் சரியான சமயம். அடிக்கடி அது திறந்து கொள்வதில்லை."

“நாங்கள் வழிகாட்டுகிறோம்,” வலிமையானவன் சொல்கிறான். “பாதையைத் தொடர்வது கடினம், ஆகவே உன்னை உள்ளே அழைத்துப் போக யாருடைய உதவியாவது தேவைப்படும்.”

“உள்ளே வரவில்லை என்றால், எங்கிருந்து வந்தாயோ அங்கேயே திரும்பிப் போ,” வளர்ந்தவன் சொல்கிறான். “திரும்பும் பாதையைக் கண்டுபிடிப்பது அப்படியொன்றும் கடினமல்ல, எனவே அது குறித்து கவலைப்படாதே. நீ அதைக் கண்டுபிடித்து விடுவாய். பிறகு நீ வந்த உலகத்துக்கே திரும்பிப் போவாய், நீ வாழ்ந்து கொண்டிருக்கும் வாழ்க்கைக்கு. தேர்வென்பது முழுக்க உன்னுடையதே. இதைச் செய் அல்லது மற்றதைச் செய் என யாரும் உன்னை வற்புறுத்தப் போவதில்லை. ஆனால் ஒருமுறை உள்ளே நுழைந்த பிறகு, திரும்பிப் போவது அத்தனை எளிதில்லை.”

“என்னை உள்ளே கூட்டிச் செல்லுங்கள்,” ஒரு கணமும் தயங்காமல் நான் பதிலளிக்கிறேன்.

“உறுதியாகச் சொல்கிறாயா?” வலிமையானவன் கேட்கிறான்.

“உள்ளே நான் பார்க்க விரும்பும் யாரோ இருக்கிறார்கள்,” நான் சொல்கிறேன். “குறைந்தபட்சம், நான் அவ்வாறு நினைக்கிறேன்...”

மெல்ல, அவர்களிருவரும் பாறையை விட்டு எழுந்து துப்பாக்கிகளைத் தோளில் அணிகிறார்கள். தங்களுக்குள் பார்வையை பரிமாறிக் கொண்டு எனக்கு முன்னால் நடக்கத் தொடங்குகிறார்கள்.

“கனமான இந்த எஃகுக் குவியல்களை இன்னும் நாங்கள் தூக்கிச் சுமக்கிறோம் என்பதை நீ விநோதமாகப் பார்க்கக்கூடும்,” வளர்ந்தவன் சொல்கிறான், திரும்பிப் பார்த்து. “அவை எந்த மதிப்புமற்றவை. எப்படியாகிலும் அவற்றில் ஒருபோதும் தோட்டாக்கள் இருந்ததில்லை.”

“ஆனால் அவை ஒரு வகையான குறியீடு,” வளர்ந்தவன் சேர்த்துக் கொள்கிறான். “இந்தத் துப்பாக்கிகளும் வீரர்களின் சீருடைகளும் எங்களிடம் இருக்கும்படி ஆனது, எனவே காவலாளிகளின் கதாபாத்திரங்களை நாங்கள் ஏற்றுக் கொண்டிருக்கிறோம். அதுதான் எங்களின் கதாபாத்திரம்.

குறியீடுகள் ஒரு வகையில் நமக்கான கதாபாத்திரங்களுக்கு நம்மை இட்டுப் போகும்.”

“அதுபோன்ற எதுவும் உன்னிடம் உள்ளதா?” வலிமையானவன் கேட்கிறான். “குறியீடென்று சொல்லக்கூடிய எதுவும்?”

நான் தலையை ஆட்டுகிறேன். “இல்லை, என்னிடம் எதுவுமில்லை. வெறும் நினைவுகள் மட்டும்.”

“ஓவ்வ்வ்...” என்கிறான் வலிமையானவன். “நினைவுகள், ஹ்ஹ்ம்?”

“பரவாயில்லை. பொருட்படுத்தத் தேவையில்லை,” வளர்ந்தவன் சொல்கிறான். “நினைவுகள் நல்ல குறியீடாக இருக்க முடியும். சொல்லப் போனால், நினைவுகள் எத்தனை தூரம் செல்லுபடியாகும் என்பது குறித்து எனக்கு எதுவும் தெரியாது, எத்தனை காலம் அவை நீடித்திருக்கும் என்பதும்.”

“வடிவம் அல்லது உருவத்தோடுள்ள ஏதேனுமொன்றுதான் சாலச்சிறந்தது, உன்னால் அதைக் கட்டுப்படுத்த முடியுமெனில்,” வலிமையானவன் சொல்கிறான். “அதைப் புரிந்து கொள்வது எளிது.”

“துப்பாக்கியைப் போல,” வளர்ந்தவன் சொல்கிறான். “போகட்டும், உனது பெயர் என்ன?”

“காஃப்கா டமூரா,” நான் பதிலளிக்கிறேன்.

“காஃப்கா டமூரா,” அவர்கள் ஒன்றாகத் திருப்பிச் சொல்கிறார்கள்.

“விசித்திரமான பெயர்,” வளர்ந்தவன் சொல்கிறான்.

“மறுபடியும் கூட நீ அதைச் சொல்லலாம்,” வலிமையானவன் சேர்த்துக் கொள்கிறான்.

அதன் பிறகு நாங்கள் பாதையில் அமைதியாகக் கீழிறங்கி நடக்கிறோம்.

44

நெடுஞ்சாலையின் ஓரமிருந்த ஆற்றுப்படுகைக்கு மூன்று கோப்புகளையும் எடுத்துச் சென்று அதை அவர்கள் எரித்தார்கள். தீக்கொளுவும் திரவத்தை வாங்கி வந்திருந்த ஹோஷினோ அவற்றைப் பற்ற வைப்பதற்கு முன்னால் கோப்புகளை அதில் நன்கு நனைத்திருந்தான். பிறகு, ஒவ்வொரு பக்கமும் பிழம்புகளால் விழுங்கப்படுவதைப் பார்த்தபடி அவனும் நகாடாவும் அமைதியாக நின்றிருந்தார்கள். சுத்தமாக ஒரு பொட்டு காற்றுக் கூட இல்லை, புகை நேராக மேலேறிப் போனது, தாழ்வாகத் தொங்கிய சாம்பல் மேகங்களுக்குள் தன்னைத் தொலைப்பது போல.

"ஆக இந்தத் தாள்களில் எதையும் நம்மால் வாசிக்க முடியாது?" ஹோஷினோ கேட்டான்.

"இல்லை, நாம் வாசிக்கக்கூடாது," நகாடா பதிலளித்தார். "நாம் அப்படிச் செய்ய மாட்டோம் என்று மிஸ் செய்கிக்கு சத்தியம் செய்தேன், மேலும் எனது பணியென்பது அந்த சத்தியத்தைக் காப்பாற்றுவதே."

"ஆமாம், சத்தியங்களைக் காப்பாற்றுவது முக்கியம்," என்றான் ஹோஷினோ, தனது நெற்றியில் வழிந்த வியர்வையைத் துடைத்தபடி. "என்றாலும், நம்மிடம் ஒரு வெட்டு இயந்திரம் இருந்திருப்பின் உதவியிருக்கும். அது இந்த வேலையை இன்னும் எளிதாக்கும். நகலெடுக்கும் கடைகளில் உள்ள பெரிய எந்திரங்களை நீ மலிவான விலைக்கு வாடகைக்கு எடுக்கலாம். என்னைத் தவறாக எடுத்துக் கொள்ளாதே, நான் புகார் சொல்லவில்லை. வருடத்தின் இந்தக் காலத்தில்

மூட்டம் போடுவதென்பது ஒரு வகையில் சூட்டைக் கிளப்பும். குளிர்காலமாக இருந்தால், அது முற்றிலும் வேறு கதை."

"என்னை மன்னியுங்கள், ஆனால் இவை யாவற்றையும் எரிப்பதாக மிஸ் செய்கிக்கு நான் சத்தியம் செய்தேன். ஆகவே நகாடா செய்ய வேண்டியது அதுதான்."

"எனில், சரி. எனக்கு எந்த அவசரமுமில்லை. ரவ்வூண்டு நெருப்பு என்னைக் கொன்று விடாது. வெறுமனே அது, என்னவென்று அதைச் சொல்வது - ஒரு ஆலோசனை."

அந்த இடத்தைக் கடந்து போன ஒரு பூனை அதைப் பார்க்கத் தயங்கி நின்றது, கொழுத்த, பழுப்புநிற, உடலில் வரிகளோடும் பூனை, அதன் வால் முனையில் சற்று திருகியிருந்தது. அதோடு பேச வேண்டுமென்று மிகவும் விரும்பினாலும் தான் அவ்வாறு செய்யக்கூடாது என நகாடா தீர்மானித்தார், ஏனென்றால் ஹோஷினோவும் அவரோடு இருந்தான். அவர்கள் மட்டும் தனியாக இல்லாத சூழலில் அந்தப் பூனையால் ஆசுவாசமாக உணர முடியாது. கூடவே, முன்பு தனக்குச் சாத்தியமானதைப் போல தற்போதும் தன்னால் பூனைகளோடு பேச முடியுமென்பதில் நகாடாவுக்கு முழுதாக நம்பிக்கையில்லை. அபத்தமாக ஏதாவது உளறி அந்தப் பாவப்பட்ட ஜீவனை அச்சுறுத்துவது அவரின் கடைசித் தேர்வாகவே இருக்கும். கூடிய சீக்கிரமே, தீமூட்டத்தைப் பார்ப்பதில் சலித்துப் போன அந்தப் பூனை எழுந்து அங்கிருந்து நழுவிச் சென்றது.

வெகு நேரம் கழித்து, கோப்புகளை எரிக்கும் பணி முழுமையடைந்த பிறகு, சாம்பலையெல்லாம் ஹோஷினோ பொடிப்பொடியாக மிதித்து நசுக்கினான். அடுத்த விசையான காற்று அந்த மீதங்களைச் சிதறடிக்கும். அந்நேரத்தில் சூரியன் ஏறத்தாழ அஸ்தமித்திருக்க, காகங்கள் தங்களின் கூடுகளுக்குப் பறந்து கொண்டிருந்தன.

"இப்போது யாரும் இதை வாசிக்கப் போவதில்லை," என்றான் ஹோஷினோ. "அதில் என்ன எழுதியிருந்ததென்று எனக்குத் தெரியாது, ஆனால் எல்லாம் போய் விட்டது. ஒரு சிறிய அளவிலான வடிவமும் தோற்றமும் இவ்வுலகை விட்டு மறைந்து விட்டது, இன்மையின் அளவை அதிகரிக்கும் வகையில்."

காஃப்கா – கடற்கரையில் | 759

"திரு ஹோஷினோ?"

"இப்போது என்ன?"

"நான் கேட்க விரும்பும் ஒரு கேள்வி இருக்கிறது."

"போட்டுத் தாக்கு."

"இன்மையால் அதிகரிக்க முடியுமா?"

ஹோஷினோ இதை எண்ணி சிறிது நேரம் குழம்பினான். "கடினமான ஒன்றுதான்," அவன் ஒத்துக் கொண்டான். "ஏதேனும் ஒரு சங்கதி இன்மைக்குத் திரும்புமெனில் அது பூஜ்ஜியமாகிப் போகும், ஆனால் பூஜ்ஜியத்தோடு நீ ஒரு பூஜ்ஜியத்தைக் கூட்டினால் கூட, பிறகும் அது பூஜ்ஜியம்தான்."

"எனக்குப் புரியவில்லை."

"எனக்கும் கூட சரியாகப் புரியவில்லை. இந்த வகையிலான சங்கதிகளை யோசிப்பது எப்போதும் எனக்குத் தலைவலியைக் கொண்டு வரும்."

"ஆக அனேகமாக அதைப் பற்றி யோசிப்பதை நாம் நிறுத்த வேண்டும்."

"என்னளவில் சரிதான்," என்றான் ஹோஷினோ. "எப்படிப் பார்த்தாலும், கையெழுத்துப்பிரதி மொத்தமும் எரிந்து விட்டது. அதிலிருந்த எழுத்துகள் யாவும் மறைந்து விட்டன. அவை இன்மைக்குத் திரும்பி விட்டன – அதுதான் நான் சொல்ல வந்தது."

"நகாடாவின் மனதிலிருந்து ஒரு பாரத்தை இறக்கி வைத்தாயிற்று."

"ஆகவே நாம் இங்கு செய்ய வேண்டிய விசயத்தை கூடவோ குறையவோ இது முடித்து வைக்கிறது, இல்லையா?" ஹோஷினோ கேட்டான்.

"ஆமாம், நாம் செய்ய வேண்டியதை ஏறத்தாழ முடித்து விட்டோம்," என்றார் நகாடா. "ஆக மீதமிருப்பதெல்லாம் நுழைவாயிலை மூடுவது மட்டும்தான்."

"அது கொஞ்சம் முக்கியம்தான், ஷ்ம்ம்?"

"முக்கியமே. திறந்ததை மூடியே ஆக வேண்டும்."

"சரி, நாம் அதனிடம் நகர்வோம். காற்றுள்ளபோதே தூற்றிக் கொள் என்று சொல்வதைப் போல."

"திரு ஹோஷினோ?"

"ஷ்ம்ம்?"

"நாம் இப்போது அதைச் செய்யக்கூடாது."

"ஏன் கூடாது?"

"இன்னும் நேரம் வரவில்லை," என்றார் நகாடா. "நுழைவாயிலை மூட சரியான நேரத்துக்குக் காத்திருக்க வேண்டும். அதற்கு முன்னால், எனக்குக் கொஞ்சம் தூங்க வேண்டும். நகாடா மிகவும் தூக்கக்கலக்கமாக உணர்கிறான்."

ஹோஷினோ முதிய மனிதரைப் பார்த்தான். "ஒரு நொடி பொறு – மீண்டும் தொடர்ச்சியாகப் பல நாட்களுக்கு நீ மயங்கிக் கிடக்கப் போவதில்லைதானே, அப்படிச் செய்வாயா என்ன?"

"என்னால் சொல்ல முடியாது, ஆனால் அது போலவும் நடக்க நேரிடலாம்."

"நீ மயக்கத்தில் ஆழ்வதற்குள் செய்து முடிக்க வேண்டிய சங்கதிகளை நாம் செய்து விடக்கூடாதா? கவனி – உறக்க முறைமைக்கு நீ மாறி விட்டாயெனில் பிறகு, சங்கதிகள் நகராமல் நிற்கும் ஒரு வகை நிலைக்கு வந்து விடுகின்றன."

"திரு ஹோஷினோ?"

"என்னவென்று சொல்?"

"முதலில் நுழைவாயிலை நம்மால் மூட முடிந்தால் நல்லதென்றே நானும் நினைக்கிறேன். அது அற்புதமான விசயமாக இருக்கும். ஆனால் முதலில் நான் சிறிது தூங்க வேண்டும். இதற்கு மேல் என்னால் கண்களைத் திறந்து வைக்க முடியவில்லை."

"உனது மின்கலன்கள் யாவும் தூர்ந்து விட்டன, இல்லையா?"

"அப்படித்தான் நினைக்கிறேன். நாம் செய்ய வேண்டிய காரியத்தை முடிக்க நான் நினைத்ததை விட அதிக நேரமாகி விட்டது. எனது ஆற்றலெல்லாம் வடிந்து விட்டது. ஆகையால் நகாடாவுக்குச் சிறிது தூக்கம் கிடைக்கும் இடத்துக்கு என்னை நீங்கள் அழைத்துப் போக முடியுமா?"

"ஒரு பிரச்சினையும் இல்லை. நாம் ஒரு வாடகை மகிழுந்தைப் பிடித்து அடுக்ககத்துக்குத் திரும்பலாம். அதன் பிறகு நீ விரும்பினால் ஒரு மரக்கட்டையைப் போல நிறையத் தூங்கலாம்."

வாடகைச் சீருந்துக்குள் அவர்கள் நிலைகொண்டவுடன் நகாடா சாமியாடத் தொடங்கினார்.

"அடுக்ககத்துக்குப் போன பிறகு உனக்கு வேண்டியமட்டும் நீ தூங்கலாம்," என்றான் ஹோஷினோ, "ஆனால் வீடு திரும்பும் வரை கொஞ்சம் தாக்குப்பிடி, சரியா?"

"திரு ஹோஷினோ?"

"சொல்?"

"உங்களை எக்கச்சக்கமான பிரச்சினைகளுக்குள் மாட்டி விட நேர்ந்ததற்காக வருத்தப்படுகிறேன்," நகாடா சம்பந்தமில்லாமல் முணுமுணுத்தார்.

"ஆம், நீ அவ்வாறு செய்ததாகத்தான் யூகிக்கிறேன்…" ஹோஷினோ ஒத்துக் கொண்டான். "ஆனால் அவ்வாறு செய்யச் சொல்லி யாரும் என்னை வற்புறுத்தவில்லை… எனது சொந்த விருப்பத்தின் காரணமாகவே இதில் நான் இணைந்தேன். சொந்த விருப்பத்தின் பேரில் பனியை வாரிக்கொட்ட வருவது போல. ஆக அந்தக் கணக்கைப் பொருத்தமட்டில் நீ நிம்மதியாக உணரலாம்."

"நீங்கள் எனக்கு உதவவில்லை என்றால், என்ன செய்வதென்று நகாடாவுக்குத் தெரிந்திருக்காது. நான் செய்ய வேண்டியதில் பாதியைக் கூடச் செய்திருக்க மாட்டேன்."

“சரி, அப்படித்தான் நீ சொல்வாயெனில், அந்த முயற்சிக்குத் தகுதியான பலன் கிடைத்ததென்றே யூகிக்கிறேன்.”

“உங்களுக்கு மிகவும் நன்றிக்கடன்பட்டிருக்கிறேன்.”

“ஆனால் உனக்கு ஒன்று தெரியுமா?” ஹோஷினோ சொல்கிறான்.

“என்ன?”

“உனக்கும் கூட நான் நன்றி சொல்வதற்கு நிறைய இருக்கிறது, திரு நகாடா.”

“உண்மையாகவா?”

“இதெல்லாம் ஆரம்பித்து ஏறத்தாழ பத்து நாட்கள் ஆகி விட்டன,” என்றான் ஹோஷினோ. “அந்த நேரம் மொத்தமும் நான் வேலையை மறந்திருக்கிறேன். முதலிரு நாட்கள் அவர்களைத் தொடர்பு கொண்டு சிறிது காலம் விடுமுறை வேண்டும் என்றேன், ஆனால் தற்போது ஒரு வகையில் மனமறிந்து கடமையைக் கைவிட்ட மனிதனாக இருக்கிறேன் (AOWL). அனேகமாக எனது பழைய வேலை மீண்டும் எனக்குக் கிடைக்காது. ஒருவேளை, மண்டியிட்டு நான் மன்னிப்பு கேட்டால், அவர்கள் என்னை மன்னிக்கக்கூடும். ஆனால் அது பெரிய விசயமல்ல. பெரிதாகப் பீற்றிக் கொள்ள அல்லது வேறெதெற்கும் இல்லை, ஆனால் வேறு வேலையைக் கண்டுபிடிப்பது அத்தனை கடினமாக இருக்காது – நானொரு மகத்தான ஓட்டுனர், நல்ல பணியாளும் கூட. ஆகவே அதைப் பற்றி நான் கவலைப்படவில்லை, நீயும் கூட கவலைப்பட வேண்டாம். நான் சொல்ல வருவது என்னவென்றால் உன்னோடு இருக்க நேர்ந்ததில் எனக்கு எந்தச் சங்கடமும் இல்லை. கடந்து சென்ற இந்தப் பத்து நாட்களில் விசித்திரமான பல சம்பவங்கள் நடந்தேறியுள்ளன. வானிலிருந்து விழும் அட்டைகள், காற்றிலிருந்து சட்டென்று குதித்து வெளியேறி வந்ததைப் போன்ற கலோனல் சாண்டர்ஸ், உயிரைக் கொல்லும் அழகோடிருந்த இந்தத் தத்துவ மாணவியுடன் உடலுறவு, ஆலயத்தில் இருந்த நுழைவாயில் கல்லை நகர்த்திக் கொண்டு வந்தது... ஒரு வாழ்நாளுக்கான விசித்திரமான சங்கதிகள் யாவும்

வெறும் பத்து நாட்களுக்குள் அடைபட்டுள்ளன. ஏதோவொரு ரோலர் கோஸ்டர் அல்லது அதைப் போன்றதில் சோதனை ஓட்டம் மேற்கொண்டிருக்கிறோம் என்பது போல," ஹோஷினோ இங்கு நிறுத்தினான், மேற்கொண்டு எவ்வாறு தொடரலாம் எனச் சிந்திப்பவனாக. "ஆனால் உனக்கு ஒன்று தெரியுமா, தாத்தா?"

"சொல்லுங்கள்?"

"இவை எல்லாவற்றைக் காட்டிலும் அற்புதமான சங்கதி என்னவென்றால் அது நீ தான், திரு நகாடா. எனது வாழ்க்கையை நீ மாற்றி விட்டாய். கடந்து சென்ற இந்தப் பத்து நாட்கள், எனக்குச் சொல்லத் தெரியவில்லை - இப்போதெல்லாம் விசயங்கள் எனக்கு வேறொன்றாக உள்ளன. முன்பாயிருந்தால் அவற்றை நான் இரண்டாம் முறை திரும்பிக் கூடப் பார்த்திருக்க மாட்டேன் என்பதான சங்கதிகள் யாவும் தற்போது வேறாகத் தெரிகின்றன. ஒரு எடுத்துக்காட்டுக்கு, இசை - அலுப்பூட்டுவதாக நான் நினைத்திருந்த இசையால் நிஜமாகவே இப்போது எனக்குள் ஊடுருவ முடிகிறது. இதைப் பற்றி யாரிடமாவது சொல்ல வேண்டும் இல்லையென்றால் நான் வெடித்துச் சிதறி விடுவேன் என்பதாக உணர்கிறேன், எனக்குள் நிகழ்ந்திருப்பதைப் புரிந்து கொள்ளும் ஒருவரிடம். இதுபோன்ற எதுவும் இதற்கு முன்னால் ஒருபோதும் நிகழ்ந்ததில்லை. மேலும் இவை அனைத்துக்கும் காரணம் நீ தான். உலகத்தை உனது கண்களின் வாயிலாகப் பார்க்கத் தொடங்கியிருக்கிறேன். எல்லாவற்றையும் அல்ல, புரிகிறதா. வாழ்வை நீ எப்படிப் பார்க்கிறாயென்பதை நான் ரசிக்கிறேன், ஆக அதன் காரணமாகவே இது நிகழ்ந்திருக்கிறது. ஆகவேதான் என்ன நடந்தாலும் பரவாயில்லை என்று அனைத்திலும் நான் உன்னோடு இருந்தேன், உன்னை விட்டு நீங்கிப் போக எனக்கு இயலவில்லை. எனது ஒட்டுமொத்த வாழ்க்கையிலும் எனக்கு வாய்த்த மிகுந்த அர்த்தமுள்ள கணங்களுள் இதுவும் ஒன்றாக இருந்திருக்கிறது. எனவே நீ எனக்கு நன்றி சொல்ல வேண்டியதில்லை - அதற்காக அதை நான் புறக்கணிக்கிறேன் என்றும் அர்த்தமில்லை. நான்தான் உனக்கு நன்றி சொல்ல வேண்டும். மொத்தத்தில் நான் சொல்ல வருவது யாதெனில் வார்த்தைகளால் விளக்க முடியாத அளவுக்கு நீ எனக்கு நிறைய உதவியிருக்கிறாய், திரு நகாடா. நான் என்ன சொல்கிறேன் என்று புரிகிறதா?"

ஆனால் நகாடா அதற்கு மேலும் கவனித்துக் கொண்டிருக்கவில்லை. அவர் கண்கள் மூடியிருந்தன, இயல்பான சுவாசத்தோடு, உறங்கிப் போயிருந்தார்.

"என்னவொரு கொடுத்து வைத்த மனிதர்," என்றவாறே ஹோஷினோ நெடுமூச்செறிந்தான். முதியவரைத் தனது கைகளில் ஏந்தி, அடுக்ககத்துக்கு அவரைத் தூக்கிச் சென்று படுக்கையில் போட்டான் ஹோஷினோ. நகாடாவின் காலணிகளைக் கழற்றினான், ஆனால் உடைகளை அப்படியே இருக்கும்படி விட்டு, ஒரு மெல்லிய மெத்தையை அவருக்குப் போர்த்தினான். நகாடா மெல்ல முனகினார், பிறகு முகம் மேற்கூரையைப் பார்த்தபடியிருக்க, மல்லாக்கப் படுக்கும் தனது இயல்பான நிலைக்குத் திரும்பினார். அவருடைய சுவாசம் அமைதியாயிருக்க உடல் அசைவற்றிருந்தது.

மீண்டும் ஒரு மூன்று-நாள் தூக்க மாரத்தானுக்குள் நாம் நுழையவிருக்கிறோம் எனப் பந்தயமே கட்டலாம், ஹோஷினோ தனக்குள் நினைத்துக் கொண்டான்.

ஆனால் சங்கதிகள் அவன் எண்ணியதைப் போல நடக்கவில்லை. மறுதினம் மதியத்துக்கு முன், புதன்கிழமையன்று, திரு நகாடா இறந்திருந்தார். தனது உறக்கத்தில் அமைதியாக இறந்திருந்தார். எப்போதும் போல அவரின் முகம் சாந்தமாகத் தெரிந்தது, ஏதோ வெறுமனே அவர் உறங்குகிறாரென்பதாகத் தோன்றியது – மூச்சு மட்டும் இல்லை. முதிய மனிதரின் தோள்களைக் குலுக்கி அவரின் பெயரைச் சொல்லியழைத்தான் ஹோஷினோ, ஆனால் அதை எந்த விதத்திலும் சந்தேகிக்க முடியாது – அவர் இறந்திருந்தார். ஹோஷினோ அவர் நாடித்துடிப்பைச் சோதித்தான் – ஒன்றுமில்லை – ஒரு கைக்கண்ணாடியை எடுத்து அவரின் வாய்க்கருகே வைக்கவும் செய்தான், ஆனால் அதிலும் புகை படியவில்லை. சுவாசிப்பதை அவர் நிறுத்தியிருந்தார். இந்த உலகத்தில், குறைந்தபட்சம், மறுபடியும் அவர் விழித்தெழப் போவதில்லை.

அறையில் தனியாக அந்தப் பிணத்தோடு இருந்தபோது, எவ்வாறு, மிகவும் மெதுவாக, அத்தனை ஒலிகளும் மறைந்தன என்பதை ஹோஷினோ கவனித்தான். அவனைச் சுற்றியிருந்த அத்தனை உண்மையான ஒலிகளும் எவ்வாறு நிதானமாகத்

தங்களின் உண்மைத்தன்மையை இழந்தன என்பதை. அர்த்தமுள்ள ஒலிகள் யாவும் மௌனத்தில் சென்று முடிந்தன. மேலும் அந்த மௌனம் வளர்ந்தது, ஆழமாக, இன்னும் ஆழமாக, கடலின் அடியாழத்தில் இருக்கும் வண்டல் மண்ணைப் போல. அது அவன் காலடியில் வந்து குவிந்து, அவனுடைய இடுப்பு வரை உயர்ந்தது, பிறகு அவனுடைய மார்பு வரைக்கும். மௌனத்தின் அடுக்குகள் மென்மேலும் உயர்ந்து கொண்டே போவதை அவன் பார்த்தவாறிருந்தான். நீள்சாய்விருக்கையில் அமர்ந்து நகாடாவின் முகத்தை அவன் வெறித்தான், நிஜமாகவே அவர் போய் விட்டாரென்னும் உண்மையை ஏற்றுக் கொள்ள முயற்சி செய்பவனாக. அதை ஒத்துக் கொள்ள அவனுக்கு வெகு நேரம் பிடித்தது. அங்கு அவன் அமர்ந்திருந்த நேரத்தில் வினோதமான முறையில் காற்றின் கனம் கூட ஆரம்பித்தது, தான் உணர்ந்த உணர்வுகளும் எண்ணங்களும் தன்னுடையவைதானா என்பதை அதற்கு மேல் அவனால் உறுதியாகச் சொல்ல முடியவில்லை. ஆனால் அவன் புரிந்து கொள்ளத் தொடங்கியிருந்த சில விசயங்களும் இருந்தன.

ஒருவேளை மரணம்தான் நகாடாவை அவர் ஏற்கனவே இருந்ததைப் போன்ற நிலைக்கு அழைத்துச் செல்லக்கூடும். உயிரோடு இருந்த வரைக்கும், அவர் அதே பழைய நகாடாதான், அத்தனை அறிவில்லாத, பூனைகளோடு பேசும் முதிய மனிதர். அனேகமாக மரணம்தான் அவர் ஆசைப்பட்ட "இயல்பான நகாடா"வாக இருப்பதற்கு அழைத்துப் போகும் ஒரே பாதையாக இருக்கலாம்.

"ஹேய், தாத்தா," என்றான் ஹோஷினோ, "அனேகமாக இதை நான் சொல்லக்கூடாது, ஆனால் நீ செத்துத்தான் ஆக வேண்டுமென்றால், அதற்கு இதுவொன்றும் மோசமான வழிமுறை கிடையாது."

நகாடா தனது உறக்கத்தினூடாக அமைதியாக இறந்திருந்தார், அனேகமாக எதைப் பற்றியும் யோசிக்காமல். அவரின் முகம் சாந்தமாக இருந்தது, துயரம், வருத்தம் அல்லது குழப்பம் ஆகியவற்றுக்கான எந்த அடையாளமும் இல்லை. அப்படியே நகாடாவின் இயல்பு போல, ஹோஷினோ தீர்மானித்தான். ஆனால் அவரது வாழ்க்கையின் உண்மையான அர்த்தம்

என்ன, ஹோஷினோவுக்குத் தெரியாது. அதற்காக அனைவரின் வாழ்க்கைக்கும் தெள்ளத்தெளிவான ஓர் அர்த்தமுண்டு என்றில்லை. உண்மையில் மனிதர்களைப் பொருத்தவரை எது முக்கியமென்றால், உண்மையில் மரியாதைக்குரிய சங்கதி எதுவென்றால், எவ்வாறு அவர்கள் இறக்கிறார்கள் என்பதே. அதோடு ஒப்பிடும்போது, அவன் நினைத்துக் கொண்டான், எவ்வாறு நீங்கள் வாழ்ந்தீர்களென்பது ஒரு பொருட்டேயில்லை. இறந்து போன முதிய மனிதரின் முகத்தை வெறித்துப் பார்த்த சமயத்தில் இந்த எண்ணங்கள் யாவும் அவனது மண்டைக்குள் ஓடிக் கொண்டிருந்தன.

ஆனால் ஒரு முக்கியமான சங்கதி மிச்சமிருந்தது. யாராவது நுழைவாயில் கல்லை மூடியாக வேண்டும். தான் வெளிக்கிளம்பியபோது நினைத்திருந்த அனைத்தையும் நகாடா செய்திருந்தார், அதைத் தவிர. கல் மிகச்சரியாக அங்குதான் இருந்தது, ஹோஷினோவின் காலடியில், மேலும் நேரம் வந்தால் அதை உருட்டித் தள்ளி நுழைவாயிலை மூட வேண்டுமென்பதும் அவனுக்குத் தெரியும். ஆனால், தவறாகக் கையாண்டால், அந்தக் கல் மிக ஆபத்தானதாக மாறிவிடும் என நகாடா அவனை எச்சரித்திருந்தார். கல்லைப் புரட்டிப் போடுவதற்கு சரியான வழி என ஒன்றிருந்தாக வேண்டும் - ஆனால் தவறான வழியும் கூட இருக்கலாம். வெறுமனே அந்தக் கல்லைப் பலவந்தமாகப் பிடித்துத் தள்ளினால், ஒட்டுமொத்த உலகையும் அது நாசமாக்கி விடக்கூடும்.

"நீ இறந்தது குறித்து என்னால் ஒன்றும் செய்ய முடியாது, தாத்தா, ஆனால் இங்கே நீ என்னை மிகுந்தக் குழப்பத்தில் விட்டுச் சென்றிருக்கிறாய்," என்றான் ஹோஷினோ, பிணத்தோடு உரையாடுவதைப் போல, இயல்பாகவே அது பதிலளிக்காது என்றாலும் கூட.

உடலை வைத்துக் கொண்டு என்ன செய்வதென்கிற கேள்வியும் அங்கிருந்தது. இயல்பான எதிர்வினை என்பது காவல்துறைக்கு அல்லது மருத்துவமனைக்கு அழைத்து அவர்களை எடுத்துப் போகச் சொல்வதாயிருக்கும். உலகின் 99% மக்கள் துல்லியமாக அதைத்தான் செய்வார்கள், ஹோஷினோவும் அதையே விரும்பினான். ஆனால் கொலை வழக்கோடு தொடர்புறுத்தி

காவலர்கள் நகாடாவைத் தேடி வந்தார்கள், ஆகவே இந்தப் புள்ளியில் அதிகாரிகளைத் தொடர்பு கொண்டால் நிச்சயம் ஹோஷினோவை நிலையற்ற ஓர் இடத்தில் அது நிறுத்தக்கூடும், ஏனெனில் கடந்த பத்து நாட்களும் அவரோடு அவன் பயணம் செய்திருக்கிறான். காவலர்கள் அவனைப் பிடித்துக் கொண்டு போய் மணிக்கணக்காக வறுப்பார்கள். நிகழ்ந்த அனைத்தையும் பொறுமையாக விளக்குவதென்பது அவன் விரும்பும் கடைசி விசயமாக இருக்கும், கூடவே அவன் சட்ட பரிபாலணங்களின் விசிறியல்ல என்பதும் அத்தோடு இணைந்து கொண்டது. காவல்துறையோடு தொடர்புடைய சங்கதிகள் எதுவென்றாலும் அதைத் தவிர்த்துக் கொள்ள முடிந்தால், மிகவும் நல்லது.

மேலும் என்ன எழவைச் சொல்லி இந்த அடுக்ககத்தை நான் விளக்க முடியும்? அவன் அதிசயித்தான்.

கலோனல் சாண்டர்ஸைப் போல உடையணிந்த ஒரு முதிய மனிதர் இந்த இடத்தை எங்களுக்காக வாடகைக்கு எடுத்தார். எங்களுக்காகவே விசேடமாக இதைத் தயார் செய்ததாகவும் நாங்கள் விரும்புமட்டும் இதைப் பயன்படுத்திக் கொள்ளலாமெனவும் அவர் சொன்னார். உண்மையாகவே காவலர்கள் இதை ஏற்பார்களா? “கலோனஸ் சாண்டர்ஸா? அவர் அமெரிக்க ராணுவத்தைச் சேர்ந்தவரா? இல்லை, உங்களுக்குத் தெரியும் – கெண்டக்கி பொறித்த கோழிக்கறி ஆள். அவர்களுடைய விளம்பரப் பலகைகளை நீங்கள் பாத்திருப்பீர்கள்தானே, சரியா, துப்பறிவாளரே? ஆம் – அந்த ஆள்தான், கண்ணாடிகள், வெண்ணிற ஆட்டுத்தாடி... டகமாட்சுவின் பின்புறக் குறுக்குச்சந்துகளில் மாமா வேலை பார்த்துக் கொண்டிருந்தார். எனக்காக ஒரு பெண்ணைக் கூட்டி வந்தார்.” இந்தச் சங்கதியை மட்டும் இதுபோல விளக்கிச் சொன்னால் காவலர்கள் அவனைக் கிறுக்கன் என்றெண்ணி அவனது தலையில் பலமானதோர் அடியைப் போடக்கூடும். ஆகவே ஹோஷினோ தீர்மானித்தான் – தனது வாழ்வில் முதன்முறையாக அல்ல – காவலர்கள் என்பவர்கள் அரசிடம் சம்பளம் வாங்கும் கொள்ளைக்காரர்கள் மட்டுமே.

அவன் ஓர் ஆழமான பெருமூச்சை வெளியிட்டான்.

நான் செய்ய வேண்டியதெல்லாம், அவன் எண்ணினான், உடனடியாக இங்கிருந்து கிளம்பவதுதான், என்னால் போக முடிந்த மட்டும் வெகு தூரமாக. நிலையத்தில் உள்ள கட்டணத் தொலைபேசியின் மூலம் காவலர்களுக்கு நான் ஓர் அநாமதேய அழைப்பைச் செய்ய முடியும். இந்த முகவரியை அவர்களிடம் தந்து, யாரோ அங்கு இறந்திருப்பதாகச் சொல்லலாம். பிறகு நகோயாவுக்குத் திரும்பும் தொடருந்தைப் பிடிக்க வேண்டும். ஒருபோதும் இந்த வழக்கோடு என்னை அவர்களால் தொடர்புறுத்த முடியாது. இயல்பான முறையில்தான் முதியவர் மரணத்திருக்கிறார், ஆகவே காவலர்கள் எந்த விசாரணையும் மேற்கொள்ளப் போவதில்லை. உடலை அவரின் உறவினர்களிடம் அவர்கள் ஒப்படைப்பார்கள், எளிமையாக ஒரு மரணச்சடங்கு நடைபெறும், கதை முடிந்தது. பிறகு நான் என்னுடைய நிறுவனத்துக்குப் போவேன், தலைமை அதிகாரிக்கு முன்னால் குனிந்து வணங்கி தரையில் விழுந்து புரளுவேன்: "மீண்டும் ஒரு முறை இப்படி நடக்காது, சத்தியம் செய்கிறேன். இப்போதிருந்து நான் மிகவும் கடுமையாக வேலை செய்வேன்." எனது பழைய வேலையைத் திரும்பப் பெறத் தேவையான எதுவும்.

அவன் மூட்டை கட்டத் தொடங்கினான், மாற்றுத்துணிகளைத் தனது பைக்குள் திணித்தான். பின்னாலிருந்தத் திறப்பின் வழியே குதிரைவாலை இழுத்து வெளியே விட்டு தனது சுனிச்சி டிராகன்கள் தொப்பியை அவன் அணிந்து கொண்டான், உடன் அடர்த்தியான பச்சைநிறக் குளிர்கண்ணாடிகளையும். தாகமுற்றவனாக, குளிர்சாதனப்பெட்டியில் இருந்து ஒரு டயட் பெப்சியை எடுத்தான். குளிர்சாதனப்பெட்டியின் மீது சாய்ந்து அதை அருந்திய நேரத்தில், நீள்சாய்விருக்கைக்கு அடுத்ததாகக் கிடந்த கல்லை அவன் கண்டான். படுக்கையறைக்குப் போய் மீண்டும் ஒரு முறை நகாடாவின் பிணத்தைப் பார்த்தான். இன்னும் கூட, தான் இறந்து விட்டோமென்கிற தோற்றத்தை அவர் வரித்துக் கொண்டிருக்கவில்லை. ஏதோ அமைதியாக சுவாசிப்பதைப் போலத் தோன்றினார், திடீரென்று அவர் எழுந்தமர்ந்து கொண்டு "திரு ஹோஷினோ, எல்லாம் எனது பிழைதான். நகாடா உண்மையில் இறக்கவில்லை!" எனச் சொல்வாரென்று ஹோஷினோ அரைமனதாக எதிர்பார்த்தான். ஆனால் அவர் சொல்லவில்லை. சர்வநிச்சயமாக நகாடா

இறந்திருந்தார். அற்புதங்கள் எதுவும் நிகழப் போவதில்லை. அந்த முதியவர் ஏற்கனவே மாபெரும் பிளவைக் கடந்திருந்தார்.

கையில் பெப்சியோடு, ஹோஷினோ அங்கேயே நின்றிருந்தான், தனது தலையை ஆட்டியபடி. கல்லை இங்கு விட்டு என்னால் வெறுமனே கிளம்பிப் போக முடியாது, அவன் எண்ணினான். அவ்வாறு நான் செய்தால், திரு நகாடாவால் நிஜமான அமைதியில் துயில முடியாது. அவர் அப்படியொரு மனசாட்சிக்குக் கட்டுப்படும் வகையைச் சேர்ந்த மனிதனாயிருந்தார், சங்கதிகள் யாவும் சரியான முறையில் மட்டுமே செய்யப்பட்டன என்பதை எப்போதும் உறுதி செய்து கொள்வார். அவரின் மின்கலன்கள் மட்டும் காலியாகாமல் இருந்தால், இந்தக் கடைசிப் பணியையும் அவர் நிறைவேற்றி இருப்பார். காலி அலுமினிய டப்பாவை நசுக்கிய ஹோஷினோ அதைக் குப்பைக்கூடையில் போட்டான். பிறகும் தாகமாயிருக்க, மீண்டும் சமையலறைக்குப் போய் இன்னொரு பெப்சியை உடைத்துத் திறந்தான்.

திரு நகாடா என்னிடம் சொன்னார், ஒரேயொரு முறை மட்டும் என்றால் கூட, அவரால் வாசிக்க முடிந்தால் எவ்வளவு நன்றாயிருக்கும் என்பதைப் பற்றி, ஹோஷினோ அதை நினைவுகூர்ந்தான். ஒரு நூலகத்துக்குப் போய், எந்தப் புத்தகத்தையும் தேர்ந்தெடுத்து, அதை வாசிக்கத் தனக்குச் சாத்தியப்பட வேண்டுமென்று தான் விரும்புவதாக அவர் என்னிடம் சொன்னார். ஆனால் அந்தக் கனவை நனவாக்கிக் காட்டுவதற்கு முன்னால் இறந்து விட்டார். அனேகமாக இப்போது இறந்து விட்டதால் அவர் வேறொரு உலகத்துக்குப் போயிருக்கலாம், அங்கே "இயல்பான நகாடா"வாக மாறியிருக்க, அவருக்கு வாசிக்கச் சாத்தியப்படலாம். என்றபோதும், இந்த உலகத்தில் அவர் இருந்த வரைக்கும், ஒருபோதும் அவரால் அது முடியவில்லை. சொல்வதெனில், பூமியின் மீதான அவரின் இறுதிச் செயற்பாடு அப்படியே அதற்கு நேரெதிராக இருந்தது – எழுத்துகளை எரித்தது. தாள்களில் இருந்த வார்த்தைகளை எல்லாம் வெறுமைக்குள் அனுப்பியது. அதைப் பற்றி யோசித்தால் அதுவொரு நகைமுரண். என்றாலும், இதுதான் சூழலெனும்போது, ஹோஷினோ நினைத்தான், அவருடைய கடைசி ஆசையை நான்

நிறைவேற்ற வேண்டும். நுழைவாயிலை நான் மூட வேண்டும். என்னால் அவரைத் திரைப்படத்துக்கு அழைத்துப் போக முடியவில்லை, அல்லது நீர்வாழினக் காட்சியகத்துக்கும் - ஆக இப்போது அவர் போய் விட்டாரெனும் நிலையில் என்னால் அவருக்குச் செய்ய முடிந்த குறைந்தபட்ச சங்கதி இதுவாகத்தான் இருக்கும்.

இரண்டாவது பெப்சியையும் அவன் காலி செய்தான், நீள்சாய்விருக்கைக்கு அருகே போய், குத்த வைத்தமர்ந்து கல்லைத் தூக்க முயற்சி செய்தான். அது அப்படியொன்றும் கனமாயில்லை. அதற்காக, எடையின்றி இருந்ததாகச் சொல்லவியலாது, ஆனால் அதைத் தூக்குவது சிரமமாக இருக்கவில்லை. ஆலயத்திலிருந்து அவனும் கலோனல் சாண்டர்ஸும் அதைத் திருடியபோது இருந்த நிறைக்கு நெருக்கமாயிருந்தது. ஊறுகாய்கள் புளித்துப் பொங்கினால் அவற்றை மட்டுப்படுத்தப் பயன்படும் வகையைச் சேர்ந்த கற்களின் எடைக்கு நெருக்கமாக. என்றால் இப்போதைக்கு அது வெறும் கல்தான், ஹோஷினோ எண்ணினான். ஆக இந்தக் கல் நுழைவாயிலாக செயல்படும் சமயத்தில், அதை உயர்த்த வேண்டுமெனில் உங்கள் உயிரையே தர வேண்டுமென்பதைப் போல மிகுந்த எடையோடு இருக்கும். ஆனால் இதுபோன்ற எடையற்றிருக்கும் சமயத்தில், வெறுமனே சாதாரணக் கல்தான். முதலில் இயல்பை மீறியதாக ஏதேனும் நடைபெற வேண்டும், முன்பிருந்தது போல அந்தக் கல் மீண்டும் பயங்கரமாக எடை அதிகரித்து மறுபடியும் நுழைவாயில் கல்லாக மாற. ஒட்டுமொத்த நகரத்தின் மீதும் மின்னல் தாக்கியதைப் போல அல்லது வேறேதேனும்...

ஹோஷினோ சாளரத்தினருகே போனான், திரைச்சீலையைத் திறந்து அதன் வழியே தென்பட்ட வானத்தைக் கூடத்தில் நின்று வெறித்தான். முந்தைய நாள் தெரிந்த அதே வானம், அதில் மந்தமான சாம்பல்நிற மேகங்களின் கூட்டம். ஆனால், மழை பெய்யவிருப்பதாகத் தெரியவில்லை, இடியும் குறைவாகவே இருந்தது. தனது காதுகளைக் கூர்தீட்டிக் கொண்டு காற்றை முகர்ந்தான், ஆனால் அனைத்தும் முந்தைய நாள் போல அப்படியே இருந்தன. "நிதானமாக அவள் போகும்போது" என்பதே உலகின் இன்றைய கருப்பொருள் என்பதாகத் தோன்றியது.

"ஹேய், தாத்தா," இறந்த மனிதரிடம் அவன் சத்தமாகச் சொன்னான். "இயல்புமீறிய ஏதேனும் ஒன்று நிகழ்வதற்காக வெறுமனே உன்னோடு சேர்ந்து நானும் காத்திருக்க வேண்டுமென்பதாக யூகிக்கிறேன். அது என்ன கருமமாக இருக்க முடியும் என்று எனக்கு எதுவும் தெரியாது. அல்லது அது எப்போது நிகழும் என்பது கூட. மேலும் இது ஜூன் மாதம், உன்னுடைய உடம்பு அழுகத் தொடங்கி கூடிய சீக்கிரமே நாறப் போகிறது. இதைக் கேட்க நீ விரும்ப மாட்டாயென்று தெரியும், ஆனால் அதுவொரு இயல்பான விசயம்தான். ஆக அதற்குள் நேரம் அதிகரிப்பதோடு காவலர்களை நான் தொடர்பு கொள்வதும் தாமதமாகிக் கொண்டே போனால், எனது நிலைமை மிகவும் மோசமாகிடும். அதாவது, என்னால் இயன்ற எல்லாவற்றையும் நான் செய்வேன், ஆனால் நீயும் நிலைமையைத் தெரிந்து கொள்ள வேண்டும் என்று விரும்புகிறேன், சரியா?"

இயல்பாகவே எந்தப் பதிலுமில்லை.

ஹோஷினோ அறையை இலக்கின்றி சுற்றிச் சுற்றி வந்தான். அதேதான்! கலோனல் சாண்டர்ஸ் என்னைத் தொடர்பு கொள்ளக்கூடும்! கல்லை வைத்து என்ன செய்வதென்பது அவருக்குத் தெரிந்திருக்கும். நல்லெண்ணம் கொண்ட, யதார்த்தமான அறிவுரைக்கு நிச்சயம் அவரை நீங்கள் எப்போதும் நம்பலாம். ஆனால் எத்தனை நேரம் அந்தத் தொலைபேசியை வெறித்துப் பார்த்தாலும், வெறுமனே அது அங்கே அமர்ந்திருந்தது, ஓர் அமைதியான, அனாவசியமான உள்நோக்கத்துடன் கூடிய பொருளாக. கதவை யாரும் தட்டவில்லை, ஒற்றைக் கடிதம் கூட வரவில்லை. மேலும் இயல்புமீறிய எதுவும் நிகழவுமில்லை. பருவநிலை மாற்றமின்றி அப்படியே இருந்தது, பிரகாசமான எந்தவொரு யோசனையும் அவனுக்குத் தோன்றவில்லை. உணர்வு வெளிப்பாடுகளற்ற கணங்கள் அடுத்தடுத்து ஒவ்வொன்றாகக் கடந்து போயின. மதியநேரம் வந்து போனது, பிற்பகல் அமைதியாக அந்தியில் கரைந்தது. சுவரிலிருந்த மின்சார கடிகாரத்தின் கரங்கள் குடைவண்டைப் போல காலத்தின் மேற்பரப்பில் மென்மையாக ஊர்ந்திட, படுக்கையின் மீது திரு நகாடா இன்னும் இறந்து கிடந்தார். ஹோஷினோ சுத்தமாகப் பசியை

உணரவில்லை. மூன்றாவது புட்டி பெப்சியை அருந்திய பிறகு கடமையுணர்வோடு சில பிஸ்கட்டுகளையும் மென்றான்.

சாயங்காலம் ஆறு மணிக்கு அவன் நீள்சாய்விருக்கையில் அமர்ந்தான், ரிமோட்டைக் கையில் எடுத்துத் தொலைக்காட்சியை இயக்கினான். மாலை நேர என்.ஹெச்.கே செய்திகளைப் பார்த்தான், ஆனால் அதில் எதுவும் அவனை ஈர்க்கவில்லை. அது வழக்கமான நாளாயிருந்தது, மந்தமான செய்திகளின் நாள். அறிவிப்பாளரின் குரல் அவனைக் கடுப்பேற்றத் தொடங்க, நிகழ்ச்சி முடிந்ததும் தொலைக்காட்சியை அணைத்தான். வெளியே இருட்டத் தொடங்க, இறுதியில் இரவு அங்கே பொறுப்பேற்றுக் கொண்டது. இன்னும் பயங்கரமான அசைவற்றதன்மையும் அமைதியும் அந்த அறையைப் போர்த்தின.

"ஹேய், தாத்தா," ஹோஷினோ நகாடாவிடம் சொன்னான். "உன்னால் எழுந்து வர முடியுமா, வெறுமனே ஒரு சில நிமிடங்களுக்கு? என்ன எழவைச் செய்வதென்று எனக்கு ஒன்றும் புரியவில்லை. கூடவே உனது குரலையும் இழந்து தவிக்கிறேன்."

இயல்பாகவே, நகாடா எதற்கும் பதிலளிக்கவில்லை. இன்னும் அவர் பிளவின் மறுபக்கத்தில்தான் இருந்தார். வார்த்தைகள் ஏதுமின்றி, தானிருந்த நிலையில் இருப்பதை அவர் தொடர்ந்தார், இறந்தவராக. அமைதி இன்னும் ஆழமாக வளர்ந்தது, சற்றுக் கூர்ந்து கவனித்தால் தனது அச்சில் சுழலும் பூமியின் ஒலியைக் கூட உங்களால் கேட்க முடியுமென்கிற அளவுக்கு அத்தனை ஆழமாக.

ஹோஷினோ வாசிப்பறைக்குச் சென்று "தி ஆர்ச்ட்யூக் ட்ரையோ"வை ஒலிக்க விட்டான். அதன் முதல் கோர்வையைக் கேட்கும் சமயத்தில், அவன் கண்களில் நீர் துளிர்த்தது, பிறகு மதகுகள் திறந்து கொண்டன. அடக்கடவுளே, அவன் எண்ணினான், கடைசியாக நான் அழுதது எப்போது? அவனால் நினைவுகூர முடியவில்லை.

45

அறிவிக்கப்பட்டதைப் போல, "நுழைவாயில்"-இல் இருந்து நீளும் பாதையைத் தொடர்வது சிரமமாயுள்ளது. சொல்வதெனில், பாதையாக இருப்பதற்கான முயற்சியை அனேகமும் அது கைவிட்டிருக்கிறது. மேற்கொண்டு நாங்கள் முன்னேறிச் செல்ல, காடு மிக ஆழமானதாகவும் பிரம்மாண்டமானதாகவும் இருக்கிறது. மேட்டுப்பகுதி மேலும் செங்குத்தாக மாற, தரையின் மீது புதர்க்காடுகளும் செடிகொடிகளும் அதீதமாக வளர்ந்திருக்கின்றன. வானம் கிட்டத்தட்ட மாயமாகி விட்டிருக்க, விதானத்துக்குக் கீழே மிகவும் மங்கலாக இருப்பதால் ஏறத்தாழ அந்தி போலவுள்ளது. அடர்த்தியான சிலந்திவலைகள் பாதையெங்கும் படர்ந்திருக்கின்றன, செடிகொடிகளின் வாசத்தால் காற்றும் அடர்த்தியாகத் தெரிகிறது. அமைதியும் இன்னும் ஆழமாக மாறுகிறது, தனது பிராந்தியத்துக்குள் மனிதர்கள் நடத்தும் ஊடுருவலை எதிர்க்க அந்தக் காடு முற்படுகிறது என்பதாக. அந்த வீரர்களோ - முதுகில் துப்பாக்கிகள் ஊசலாடிக் கொண்டிருக்க - அதைப் பற்றி கவலைப்படாதவர்களாகத் தெரிகிறார்கள், அடர்ந்த இலைத்தொகுதிகளின் நடுவேயிருந்த திறப்புகளின் வழியே வெகு எளிதாகப் புகுந்து முன்னேறுகிறார்கள். தாழத் தொங்கும் கிளைகளைக் கடந்து போகும்போது, பாறைகளில் தொற்றி ஏறும்போது, பள்ளங்களைத் தாண்டிக் குதிக்கும்போது, அனைத்து முட்களையும் கவனமாகத் தவிர்த்துக் கொள்ளும்போது - ஆச்சரியப்படும் வகையில் அவர்கள் மிகவும் விரைவாக இயங்குகிறார்கள்.

அவர்கள் வேகமாக முன்னேறும் சமயத்தில் அவர்களோடு சேர்ந்து போகவும் பார்வையிலிருந்து தொலைத்து விடாமலும்

இருக்க நான் தடுமாறுகிறேன். இன்னும் நான் அங்குதான் இருக்கிறேனா என்பதை உறுதி செய்து கொள்ள ஒருபோதும் அவர்கள் திரும்பிப் பார்க்கவில்லை. ஏதோ அவர்கள் என்னைப் பரிசோதிக்கிறார்கள் என்பதைப் போல, என்னால் எவ்வளவு தாங்கிக் கொள்ள முடியுமென்பதை. ஏனென்று எனக்குத் தெரியவில்லை, ஆனால் ஏனோ என் மீது அவர்கள் கோபமாயிருப்பது போன்ற உணர்வு எனக்குள் தோன்றுகிறது. அவர்கள் ஒரு வார்த்தை கூடப் பேசவில்லை, என்னிடம் அல்லது தங்களுக்கு நடுவிலும். நடப்பதில் மட்டுமே கவனத்தைக் குவித்திருக்கிறார்கள். ஒரு வார்த்தை கூடப் பரிமாறிக் கொள்ளாமல், தங்களுக்குள் மாறி மாறி அந்த ஊர்வலத்துக்குத் தலைமையேற்று நடக்கிறார்கள். அவர்களது முதுகுகளில் கிடக்கும் துப்பாக்கிகளின் கறுப்புக் குழல்கள் எனக்கு முன்னால் இங்குமங்குமாக ஊஞ்சலாடுகின்றன, தாளப்பொறியின் லயத்தை ஒத்து. சிறிது நேரத்துக்குப் பிறகு அது மனோவசியம் செய்வதைப் போல மாறத் தொடங்குகிறது. எனது மனம் இலக்கற்று வேறெங்கோ சுற்றித் திரிய ஆரம்பிக்கிறது, ஏதோ பனியின் மீது நழுவி விழுவதைப் போல. ஆனாலும் அவர்களின் தளராத வேகத்தோடு இணைந்து போவதில் எனது கவனத்தை நான் குவித்தாக வேண்டும், ஆகவே நானும் வீறுநடை போடுகிறேன், இப்போது எனக்குள்ளிருந்து வியர்வை ஊற்றெடுத்துப் பெருகுகிறது.

"உன்னால் தொடர முடியாத வகையில் நாங்கள் வேகமாக நடக்கிறோமா?" கடைசி கடைசியாக அந்த வலிமையான வீரன் திரும்பிப் பார்த்து என்னிடம் கேட்கிறான். அவனுக்குச் சுத்தமாக மூச்சு வாங்கவேயில்லை.

"இல்லை, நான் நலமாயிருக்கிறேன்," அவனிடம் சொல்கிறேன். "என்னால் சமாளித்துக் கொள்ள முடிகிறது."

"நீ இளைஞன், மேலும் நல்ல உடற்தகுதியோடு இருப்பதாகவும் தெரிகிறாய்," திரும்பிப் பார்க்காமலே வளர்த்தியான வீரன் கருத்துரைக்கிறான்.

"நாங்கள் இந்தப் பாதையை மிக நன்றாக அறிவோம், ஆகவே சில நேரங்களில் ரொம்ப வேகமாகப் போவோம்," வலிமையான வீரன் விளக்குகிறான். "ஆகவே வெட்கப்படாதே,

சரியா? வெறுமனே ஒரு வார்த்தை சொன்னால் வேகத்தை மட்டுப்படுத்திக் கொள்வோம். ஆனால் நாங்கள் போக வேண்டிய வேகத்தைக் காட்டிலும் குறைவான வேகத்தில் போவதை விரும்ப மாட்டோம். நான் என்ன சொல்கிறேன் என்று புரிகிறதா?"

"என்னால் தொடர முடியாமல் போனால் உங்களுக்குச் சொல்வேன்," மிகவும் சிரமப்பட்டு சுவாசிக்காதபடிக்கு என்னை நானே வருத்திக் கொண்டு இதை அவனிடம் சொல்கிறேன், ஆக இது என்னை எத்தனை களைப்புறச் செய்கிறது என்பது குறித்து அவர்களுக்கு எதுவும் தெரிய வராது. "இன்னும் தொலைதூரம் போக வேண்டுமா?"

"இல்லை, அவ்வளவு தூரமில்லை," வளர்ந்தவன் பதிலளிக்கிறான்.

"நாம் கிட்டத்தட்ட நெருங்கி விட்டோம்," மற்றவன் சேர்த்துக் கொள்கிறான்.

நான் அவனை நம்புகிறேன் என்று உறுதியாகச் சொல்ல முடியாது. அவர்கள் சொன்னதைப் போல, காலமென்பது இங்கே பெரிய விசயம் கிடையாது.

ஆகவே சிறிது நேரம் ஏதும் பேசாமல் நாங்கள் நடப்பதைத் தொடர்கிறோம், முன்பிருந்த மின்னல் வேகத்தைக் காட்டிலும் சற்று கம்மியாக. என்னைச் சோதிப்பதை அவர்கள் நிறுத்திக் கொண்டதாகத் தெரிகிறது.

"இந்தக் காட்டுக்குள் விசமுள்ள பாம்புகள் ஏதும் உண்டா?" நான் கேட்கிறேன், ஏனென்றால் அது என்னை கவலைக்கு உள்ளாக்கியுள்ளது.

"விசமுள்ள பாம்புகள், ஹ்ம்?" கண்ணாடிகளை அணிந்திருக்கும் வளர்ந்தவன் திரும்பிப் பார்க்காமல் கேட்கிறான். பேசும்போது எப்போதும் அவன் திரும்பிப் பார்ப்பதில்லை, மிகவும் இக்கட்டான ஏதோவொரு சங்கதி எந்தக் கணத்திலும் எங்கள் முன்னால் துள்ளிக் குதித்து வந்து நிற்கலாமென்பது போல எப்போதும் நேர்திசையில் மட்டுமே அவன் பார்க்கிறான். "ஒருபோதும் அது குறித்து நான் யோசித்ததில்லை."

"இருக்கலாம்," வலிமையானவன் சொல்கிறான், என்னைப் பார்ப்பதற்காகத் திரும்பி. "நான் எதையும் பார்த்ததில்லை, ஆனால் ஒரு சில பாம்புகள் இருக்கலாம். அப்படி இருந்தாலும் அவற்றைப் பொருட்படுத்த வேண்டும் என்று அர்த்தமில்லை."

"நாங்கள் சொல்ல வருவது என்னவென்றால்," வளர்ந்தவன் இயல்பாகச் சேர்த்துக் கொள்கிறான், "உன்னைக் காயப்படுத்தும் எந்த எண்ணமும் இந்தக் காட்டுக்குக் கிடையாதென்பதே."

"ஆக பாம்புகள் அல்லது எதைப் பற்றியும் நீ விசனப்பட வேண்டியதில்லை," வலிமையானவன் சொல்கிறான். "இப்போது பரவாயில்லையா?"

"ஆமாம்," நான் பதிலளிக்கிறேன்.

"இங்கிருக்கும் வேறு எதுவும் - விசப் பாம்புகளோ அல்லது காளான்களோ, நஞ்சு நிறைந்த சிலந்திகளோ அல்லது பூச்சிகளோ - உனக்கு எந்தக் கெடுதலும் செய்யப் போவதில்லை," வளர்ந்தவன் சொல்கிறான், எப்போதும் போலத் திரும்பிப் பார்க்காமலே.

"வேறு?" நான் கேட்கிறேன். அவன் சொல்வதைப் பற்றிய உளரீதியான சித்திரத்தை உருவாக்க எனக்கு இயலவில்லை. நான் களைப்புற்றிருக்க வேண்டும்.

"ஒரு மற்றமை, அதாவது வேறு சங்கதி அல்ல," அவன் சொல்கிறான். "இங்கு எந்தப் பொருளும் உன்னைக் காயப்படுத்தப் போவதில்லை. காட்டின் ஆழமான பகுதிக்குள் நாம் இருக்கிறோம், சொல்வதெனில். ஆகவே யாரும் - நீயும் கூட - உன்னைக் காயப்படுத்தப் போவதில்லை."

அவன் சொல்வதன் அர்த்தத்தைக் கண்டறிய முயற்சி செய்கிறேன். ஆனால் இந்த ஆயாசம், வியர்வை, வனத்தினுடாகத் திரும்பத் திரும்ப பயணிப்பதால் உண்டாகும் அறிதுயில்நிலையின் விளைவு ஆகியவற்றை என்னவென்று சொல்வது, ஒத்திசைவுடன் கூடிய எண்ணவோட்டத்தை உருவாக்கிக் கொள்ள எனது மூளைக்குச் சாத்தியப்படவில்லை. "நாங்கள் வீரர்களாக இருந்தபோது ஒரு குத்தீட்டியைக் கொண்டு எதிரியின் வயிற்றைக் கிழித்துத் திறக்கும் பயிற்சியை

மேற்கொள்ளும்படி அவர்கள் எங்களை வற்புறுத்துவார்கள்," வலிமையானவன் சொல்கிறான். "குத்தீட்டியால் யாரையும் குத்துவதற்கான ஆகச்சிறந்த வழிமுறை எதுவென்று உனக்குத் தெரியுமா?"

"இல்லை," நான் பதிலளிக்கிறேன்.

"சரி, முதலில் உனது குத்தீட்டியால் அவனுடைய வயிற்றில் ஆழமாகச் செருகி, பிறகு அதைப் பக்கவாட்டில் திருக வேண்டும். அது குடற்பகுதியை குட்டிக் குட்டி நாடாக்களாகக் கிழித்தெறியும். பிறகு அந்த மனிதன் ஒரு பயங்கரமான, மெதுவான, வலிமிகுந்த மரணத்தைச் சந்திப்பான். ஆனால் திருகாமல் வெறுமனே குத்தினாயானால், பிறகு உனது எதிரி குதித்தெழுந்து உன்னுடைய குடற்பகுதியைத் துண்டுதுண்டாகக் கிழித்தெறியலாம். அந்த வகையிலான உலகத்தில்தான் நாம் வாழ்கிறோம்."

குடற்பகுதிகள். குடல்களென்பது புதிர்ப்பாதைக்கான உருவகமென்று ஓஷிமா என்னிடம் ஒரு முறை சொன்னான். எனது மூளை மொத்தமும் அனைத்து வகை எண்ணங்களாலும் நிறைந்திருக்கிறது, யாவும் ஒன்றோடொன்று பிண்ணிப் பிணைந்தும் குழம்பியும் இருக்கின்றன. ஒன்றை இன்னொன்றில் இருந்து வேறுபடுத்திப் பார்க்க என்னால் முடியவில்லை.

"ஏன் மனிதர்கள் மற்ற மனிதர்களுக்கு இத்தனை குரூரமான விசயங்களைச் செய்ய நேர்கிறதென்று உனக்குத் தெரியுமா?" வளர்த்தியான வீரன் கேட்கிறான்.

"எனக்கு எதுவும் புரியவில்லை," நான் பதிலளிக்கிறேன்.

"எனக்கும் கூடத்தான்," அவன் சொல்கிறான். "எதிரி யாரென்பதைப் பற்றி எனக்கு எந்தக் கவலையுமில்லை – சீன வீரர்கள், ருஷியர்கள், அமெரிக்கர்கள். அவர்களுடைய குடற்பகுதிகளைக் கிழித்துத் திறக்க ஒருபோதும் நான் விரும்பியதில்லை. ஆனால் நாம் வாழும் உலகம் அந்த வகையைச் சேர்ந்ததே, அதனால்தான் நாங்கள் ஓடினோம். என்னைத் தவறாக எடுத்துக் கொள்ளாதே, நாங்கள் கோழைகளல்ல, எங்களுள் இருவருமே. சொல்லப்

போனால் நாங்கள் சற்று நல்ல வீரர்கள்தான். வன்முறையை நோக்கிய அந்தப் பாய்ச்சலைத்தான் எங்களால் ஏற்றுக் கொள்ள முடியவில்லை. நீயும் கூட கோழையில்லை என்றே நினைக்கிறேன்."

"உண்மையில் எனக்குத் தெரியாது," நான் நேர்மையாகப் பதிலளிக்கிறேன். "ஆனால் பலசாலியாக இருக்க எப்போதும் நான் முயற்சி செய்து வந்திருக்கிறேன்."

"அது மிகவும் முக்கியம்," வலிமையானவன் சொல்கிறான், மறுபடியும் எனது திசையில் திரும்பி. "மிகவும் முக்கியம் – பலசாலியாக மாற உன்னால் முடிந்ததைச் செய்வதென்பது."

"நீ ஓரளவு பலசாலிதான் என்பதை என்னால் சொல்ல முடியும்," வளர்ந்தவன் சொல்கிறான். "உன் வயதொத்த பெரும்பாலான குழந்தைகளால் இத்தனை தூரம் வந்திருக்க முடியாது."

"ஆம், அது கொஞ்சம் ஆச்சரியமூட்டும் சங்கதிதான்," வலிமையானவன் ஒத்து ஊதுகிறான்.

இந்தப் புள்ளியில் அவர்களிருவரும் நடையை நிறுத்துகிறார்கள். வளர்ந்த வீரன் தனது கண்ணாடிகளைக் கழற்றுகிறான், இரண்டு முறை தனது மூக்கின் பக்கவாட்டுப்பகுதிகளைத் தேய்த்த பிறகு, மீண்டும் அவற்றை அணிகிறான். அவர்களில் யாருக்கும் சுத்தமாக மூச்சிரைக்கவோ ஒரு பொட்டு வியர்வையும் கூட வெளியாகியிருக்கவோ இல்லை.

"தாகமாயிருக்கிறதா?" வளர்ந்தவன் என்னிடம் கேட்கிறான்.

"கொஞ்சமாக," நான் பதிலளிக்கிறேன். நிஜத்தில், எனது சாக்குப்பையோடு சேர்ந்து நீர்க்குடுவையும் போய் விட்ட சூழலில் நான் தாகத்தால் செத்துக் கொண்டிருக்கிறேன்.

தனது இடுப்பிலுள்ள நீர்க்குடுவையைக் கழற்றி அவன் என்னிடம் தருகிறான். சுமாரான வெதுவெதுப்போடு இருக்கும் நீரை நான் சில முறை பேராவலுடன் விழுங்குகிறேன். திரவம் எனதுடலின் ஒவ்வொரு துளையையும் நிறைக்கிறது. நீர்க்குடுவையின் வாயைத் துடைத்த பிறகு திருப்பித் தருகிறேன்.

"நன்றி," என்கிறேன். வளர்த்தியான வீரன் அமைதியாகத் தலையசைக்கிறான்.

"நாம் உச்சியை அடைந்து விட்டோம்," வலிமையான வீரன் சொல்கிறான்.

"எங்கும் நிற்காமல் நேரடியாக நாம் அடிவாரத்துக்கு இறங்கவிருக்கிறோம், ஆகவே உன் எட்டுகளை கவனமாக எடுத்து வை," வளர்ந்தவன் சொல்கிறான்.

சவாலான, வழுக்கக்கூடிய அந்தச் சரிவில் நான் கவனமாக அவர்களைப் பின்தொடர்கிறேன். பாதிவழி வரைக்கும் இறங்கியிருப்போம், பிறகு ஒரு வளைவில் திரும்பி சில மரங்களினுடாக விரைந்திட திடீரென்று ஒரு புதிய உலகம் எங்களுக்குக் கீழே திறந்து கொள்கிறது. இரண்டு வீரர்களும் நின்று, திரும்பி என்னைப் பார்க்கிறார்கள். அவர்கள் எதுவும் சொல்லவில்லை, ஆனால் அவர்களின் கண்கள் எண்ணற்ற விசயங்களைப் பேசுகின்றன. "இதுதான் அந்த இடம்," அவர்கள் என்னிடம் சொல்கிறார்கள். "நீ நுழையப் போகும் இடம்." அவர்களோடு அங்கே நின்றவாறு அந்த உலகத்தை நான் வெறித்துப் பார்க்கிறேன்.

நிலத்தின் இயல்பான எல்லைக்கோடுகளால் தெளிவாக வரையறுக்கப்பட்ட ஒரு பள்ளத்தாக்கு. எத்தனை மனிதர்கள் அங்கே வாழ்கிறார்களென்பது பற்றி எனக்கு எதுவும் தெரியாது, ஆனால் நிறைய பேர் அங்கிருக்க முடியாது – அந்த இடம் அத்தனை பெரிதாயில்லை. இரண்டு சாலைகள் உள்ளன, அதன் இரு மருங்கிலும் அங்குமிங்குமாக சில கட்டடங்கள் மட்டும். சிறிய சாலைகள், அதற்குச் சமமாக சிறிய கட்டடங்கள். சாலைகளில் யாருமே இல்லை. கட்டடங்கள் யாவும் உணர்வுகளற்று உள்ளன, அவற்றின் அழகை விட இயற்கை ஆற்றல்களை எதிர்கொள்வதற்கு முக்கியத்துவம் தரப்பட்டுள்ளது. நகரம் என்று அழைக்க முடியாதபடிக்கு அந்த இடம் ரொம்பச் சிறிதாயுள்ளது. என்னால் பார்க்க முடிந்த மட்டும் கடைகள் ஏதுமில்லை. அடையாளங்களோ அல்லது விளம்பரப்பலகைகளோ இல்லை. ஒரு சமூகத்தை உருவாக்குவதற்கு என மிகச் சிறிய எண்ணிக்கையிலான வீடுகள் - யாவும் ஒரே வடிவத்தோடும் அளவோடும் - ஒன்றுசேர நேர்ந்ததாகத் தெரிகிறது. கட்டடங்களில்

எதுவும் தோட்டங்களைக் கொண்டிருக்கவில்லை, உடன் சாலைகளிலும் ஒற்றை மரம் கூட இல்லை. எங்கும் வனம் சூழ்ந்திருக்க, மிகையான செடிகளுக்கு அல்லது மரங்களுக்கு அங்கு தேவையேற்படவில்லை என்பதைப் போலவுள்ளது.

வனத்தை அறுத்துக் கொண்டு வீசும் மெல்லிய தென்றல் என்னைச் சூழ்ந்திருக்கும் மரங்களின் இலைகளை சலசலக்கச் செய்கிறது. அந்த அநாமதேய சலசலப்பு எனது மனதின் மடிப்புகளில் புகுந்து சிற்றலைகளை உருவாக்குகிறது. ஒரு மரத்தண்டின் மீது எனது கையை வைத்துக் கொண்டு கண்களை மூடுகிறேன். அந்தச் சிற்றலைகள் ஒரு குறியீடு என்பதைப் போல, ஏதோவொரு வகை சமிக்ஞையாக, என்றாலும் என்னால் குறிப்புணர முடியாத ஒரு அந்நிய மொழியைப் போலவுள்ளது. அந்த எண்ணத்தைக் கைவிடுகிறேன், எனது கண்களைத் திறந்து எனக்கு முன்னாலிருக்கும் இந்தப் புத்தம்புதிய உலகத்தை உற்றுப் பார்க்கிறேன். அங்கே நின்றபடி, சரிவின் பாதிவழியில், இரண்டு வீரர்களோடு சேர்ந்து அந்த இடத்தை உற்றுப் பார்க்கும் சமயத்தில், எனக்குள் அந்த சிற்றலைகள் இடம்பெயர்வதை உணர்கிறேன். இந்த அடையாளங்கள் தங்களை மீட்டுருவாக்கம் செய்கின்றன, குறியீடுகள் வேறு வடிவங்களை எடுக்கின்றன, நானும் என்னிடமிருந்து தொலைவாக, வெகு தொலைவாக நகர்ந்து போகிறேன். நானொரு பட்டாம்பூச்சி, படைப்பின் முனைகளில் படபடத்துத் திரிகிறேன். உலகின் எல்லையைத் தாண்டி ஒரு வெளி உள்ளது, வெறுமையும் உள்ளீடுகளும் அங்கே அழகாக ஒன்றுகலக்க, கடந்தகாலமும் எதிர்காலமும் ஒரு தொடர்ச்சியான, முடிவற்ற கண்ணியை உருவாக்குகின்றன. மேலும், ஆகாயத்தில் வட்டமிடும்போது, இதுவரைக்கும் யாரும் வாசித்திராத அடையாளங்களும் யாரும் கேட்டிராத பண்ணிசைகளும் அங்கு தென்படுகின்றன.

எனது தாறுமாறான சுவாசத்தைக் கட்டுப்படுத்த முயற்சி செய்கிறேன். எனது இதயம் முழுமையான வகையில் இன்னும் ஒரே துண்டாக மாறவில்லை, ஆனால் குறைந்தபட்சம் நான் பயப்படவில்லை.

ஒரு வார்த்தை கூடப் பேசாமல் வீரர்கள் மீண்டும் நடக்க ஆரம்பிக்கிறார்கள், அமைதியாக நானும் அவர்களைத்

தொடர்கிறேன். சரிவில் இன்னும் நாங்கள் கீழிறங்க, நகரும் நெருங்கி வருகிறது. சாலையோரம் சிறிய நீரோடையைப் பார்க்கிறேன், அணையிடுவதைப் போலக் கட்டப்பட்ட சிறிய கற்சுவரோடு. அழகான தெள்ளத்தெளிவான நீர் அதில் உற்சாகமாகக் கலகலவெனப் பாய்ந்தோடுகிறது. இங்கிருக்கும் யாவும் எளிமையாகவும் சொகுசாகவும் உள்ளன. நடுவில் கம்பிகளால் இணைக்கப்பட்ட மெலிந்த கம்பங்கள் அந்தப் பகுதியெங்கும் புள்ளிபுள்ளியாகத் தெரிகின்றன, அவர்களிடம் மின்சாரம் இருக்க வேண்டுமென்று அதற்குப் பொருளாகிறது. மின்சாரம்? இங்கேயா?

உயரமான, பசுமையான ஒரு மலைத்தொடரால் அந்த இடம் சூழப்பட்டுள்ளது. வானம் இன்னும் சாம்பல்நிற மேகங்களால் நிறைந்திருக்கிறது. வீரர்களும் நானும் சாலையில் நடந்து செல்கிறோம், ஆனால் ஒரு ஆளைக் கூட நாங்கள் கடக்கவில்லை. யாவும் அப்படியே அசைவற்றுள்ளன, சின்ன சத்தத்தைக் கூடக் கேட்க முடியவில்லை. அனேகமாக அனைவரும் தங்களுடைய வீட்டின் உள்ளாகவே பூட்டிக் கொண்டிருக்க வேண்டும், தங்கள் மூச்சைப் பிடித்துக் கொண்டு, நாங்கள் விலகிச் செல்லக் காத்திருப்பவர்களாக.

குடியிருப்புகளுள் ஒன்றுக்கு என்னை எனது கூட்டாளிகள் அழைத்துப் போகிறார்கள். வினோதமான சங்கதி என்னவெனில், அப்படியே ஒஷிமாவின் குடிலைப் போன்ற அளவோடும் வடிவத்தோடும் அது இருக்கிறது. ஏதோ ஒன்று மற்றொன்றுக்கு மாதிரி என்பதைப் போல. முன்பகுதியில் ஒரு தாழ்வாரம் உள்ளது, அதன் மீது ஒரு நாற்காலியும். உச்சியில் புகைபோக்கியோடு அந்தக் கட்டடம் தட்டையான கூரையைக் கொண்டிருக்கிறது. படுக்கையறையில் ஒற்றைப் படுக்கை மட்டுமேயுள்ளது, அழகாக ஒழுங்கு செய்யப்பட்டுள்ளது. படுக்கையறையும் வசிப்பறையும் தனித்தனியாக உள்ளன, உள்ளே ஒரு கழிவறை இருப்பதோடு இந்த இடத்தில் மின்சாரமும் உண்டு என்பது மட்டுமே வித்தியாசங்கள். சமையலறைக்குள் குளிர்சாதனப்பெட்டி கூட உள்ளது, சிறிய, பழங்கால-பாணியிலான இயந்திரம். உத்திரத்தில் இருந்து ஒரு விளக்கு தொங்குகிறது. உடன் ஒரு தொலைக்காட்சியும் உள்ளது. தொலைக்காட்சியா?

"தற்போதைக்கு, பழகிக் கொள்ளும் வரைக்கும் இங்குதான் நீ தங்கியிருக்க வேண்டும்," என்கிறான் வலிமையான வீரன். "ரொம்பக் காலம் தேவைப்படாது. தற்போதைக்கு."

"முன்பே நான் சொன்னது போல, காலமென்பது இங்கே பெரிய விசயம் கிடையாது," வளர்த்தியான வீரன் சொல்கிறான்.

ஆமோதிப்பதைப் போல மற்றவனும் தலையசைக்கிறான். "அதுவொரு விசயமே கிடையாது."

"மின்சாரம் எங்கிருந்து வருகிறது?"

அவர்கள் ஒருவரையொருவர் பார்க்கிறார்கள்.

"காட்டுக்குள் இன்னும் ஆழமாகப் போனால் ஒரு சிறிய காற்றாலை நிலையம் இருக்கிறது," வளர்ந்தவன் விளக்குகிறான். "எப்போதும் அங்கு காற்று வீசிக்கொண்டே இருக்கும். மின்சாரம் இருந்தாக வேண்டும், சரியா?"

"மின்சாரம் இல்லையென்றால் உன்னால் குளிர்சாதனப் பெட்டியை பயன்படுத்தவியலாது," வலிமையானவன் சொல்கிறான். "குளிர்சாதனப்பெட்டி இல்லையென்றால் உணவை நீண்ட நாட்களுக்கு வைத்துக் கொள்ள முடியாது."

"அது இல்லையென்றாலும் உன்னால் எப்படியாவது சமாளித்துக் கொள்ள முடியும்," வளர்ந்தவன் சொல்கிறான். "என்றாலும் நம்மிடம் இருந்தால் அதுவும் நல்ல விசயம்தான் என்று உறுதியாகச் சொல்லலாம்."

"உனக்குப் பசியெடுத்தால்," வலிமையானவன் சேர்த்துக் கொள்கிறான், "குளிர்சாதனப்பெட்டியில் உள்ள எதை வேண்டுமானாலும் எடுத்துக் கொள். என்றாலும் நிறைய இல்லை என்று அச்சப்படுகிறேன்."

"இங்கு மாமிசம் கிடையாது, மீன் கிடையாது, காபி அல்லது மதுவகைகளும் கூட," வளர்ந்தவன் சொல்கிறான். "முதலில் கடினமாயிருக்கும், ஆனால் பிறகு உனக்குப் பழகிவிடும்."

"ஆனால் முட்டைகளும் பாலாடைக்கட்டிகளும் பாலும் உனக்குக் கிடைக்கும்," வலிமையான வீரன் சொல்கிறான். "உனக்குப் புரதங்கள் கிடைக்க வேண்டும், இல்லையா?"

"அந்த மற்ற சங்கதிகளை யாரும் இங்கு உண்டாக்குவதில்லை," வளர்ந்தவன் விளக்குகிறான், "ஆக அவற்றைப் பெற நீ வேறு எங்காவது போக வேண்டும். பிறகு வேறு எதையாவது பண்டமாற்றாகத் தர வேண்டும்."

"வேறு எங்காவதா?"

வளர்ந்தவன் தலையசைக்கிறான். "உண்மைதான். இங்கே நாங்கள் உலகை விட்டுத் துண்டிக்கப்பட்டு இல்லை. வேறெங்காவது என ஒன்று இருக்கத்தான் செய்கிறது. சிறிது காலம் பிடிக்கலாம், ஆனால் நீ புரிந்து கொள்வாய்."

"உனக்கு இரவுணவு சமைப்பதற்காக யாராவது வந்து உன்னோடு இணைந்து கொள்வார்கள்," வலிமையான வீரன் சொல்கிறான். "அதற்கு முன்னால் உனக்குச் சலிப்பாக இருந்தால், நீ தொலைக்காட்சி பார்க்கலாம்."

"தொலைக்காட்சியில் அவர்கள் நிகழ்ச்சிகள் போடுகிறார்களா?"

"அதாவது, என்ன வருமென்று எனக்குத் தெரியாது," வளர்ந்தவன் பதிலளிக்கிறான், சற்றுக் குழம்பியவனாக. தலையை வளைத்துத் தனது தோழனைப் பார்க்கிறான்.

அவனுடைய வலிமையான நண்பனும் கூட தனது தலையை ஆட்டுகிறான், அவன் முகத்திலும் சந்தேகப்பார்வை. "நேர்மையாக உன்னிடம் நிஜத்தைச் சொல்வதென்றால், எனக்குத் தொலைக்காட்சி குறித்துப் பெரிதாக ஒன்றும் தெரியாது. ஒருபோதும் நானதைப் பார்த்ததில்லை."

"இப்போதுதான் இங்கே வந்திருக்கிறார்கள் எனும் மனிதர்களுக்காக அவர்கள் தொலைக்காட்சிகளை இயக்குவார்கள்," வளர்ந்தவன் சொல்கிறான்.

"ஆனால் எதையாவது பார்க்க உனக்குச் சாத்தியப்படும்," வலிமையானவன் சொல்கிறான்.

"வெறுமனே சிறிது நேரம் ஓய்வெடு," வளர்ந்தவன் சொல்கிறான். "நாங்கள் மீண்டும் எங்கள் நிலைக்குத் திரும்ப வேண்டும்."

"என்னை இங்கே அழைத்து வந்தமைக்கு நன்றி."

“பரவாயில்லை,” வலிமையானவன் சொல்கிறான். “நாங்கள் இங்கே கூட்டி வந்த மற்றவர்களை விட நீ அதிக பலமான கால்களைக் கொண்டிருக்கிறாய். நிறைய மனிதர்களால் எங்களோடு சேர்ந்து வரவியலாது. சிலரை நாங்கள் எங்களுடைய முதுகுகளில் சுமக்கும்படியும் ஆகியிருக்கிறது. ஆக நீ எளிதான ஆட்களில் ஒருவன்.”

“நினைவுகள் சரியென்றானால்,” வளரத்தியான வீரன் சொல்கிறான், “இங்கே நீ சந்திக்க விரும்பும் யாரோவொருவர் இருப்பதாகச் சொன்னாய்.”

“உண்மை.”

“அது யாராயிருந்தாலும் கூடிய விரைவில் சந்திப்பாயென்று உறுதியாக நம்புகிறேன்,” அவன் சொல்கிறான், தான் சொன்னதை வலியுறுத்துவதற்காக இரண்டு முறை தலையை ஆட்டியபடி. “இங்கே இதுவொரு சிறிய உலகம்.”

“கூடிய சீக்கிரம் நீயும் இதற்குப் பழகிக் கொள்வாயென நம்புகிறேன்,” வலிமையான வீரன் சொல்கிறான்.

“ஒரு முறை நீ அதற்குப் பழகிக் கொண்டாயெனில், பிறகு மற்றதெல்லாம் எளிதாகி விடும்,” வளர்த்தியான வீரன் சேர்த்துக் கொள்கிறான்.

“நிஜமாகவே அதை நான் ஆமோதிக்கிறேன்.”

அவர்களிருவரும் அட்டென்ஷனுக்கு வந்து சல்யூட் வைக்கிறார்கள், பிறகு துப்பாக்கிகளைத் தோளில் போட்டுக் கொண்டு கிளம்பி, தங்களின் காவல் மையத்துக்குத் திரும்பும் சாலையில் வேகமாக நடந்து மறைகிறார்கள். இரவும் பகலும் அங்கே நுழைவாயிலை அவர்கள் காத்து நிற்க வேண்டும்.

நான் சமையலறைக்குப் போய் குளிர்சாதனப்பெட்டியில் என்ன உள்ளதென்று பார்க்க முற்படுகிறேன். அதில் தக்காளிகள் இருக்கின்றன, நிறைய அளவில் பாலாடைக்கட்டிகள், முட்டைகள், கேரட்டுகள், டர்னிப்புகளும் உண்டு, உடன் ஒரு பெரிய பீங்கான் ஜாடி நிறைய பாலும். வெண்ணையும் கூட.

அடுக்கில் ஒரு பாண் துண்டு தென்பட அதில் சிறிய பகுதியைப் பிய்த்துச் சுவைக்கிறேன். சற்றுக் கடினமாயிருக்கிறது, ஆனால் மோசமில்லை.

சமையலறை ஒரு நீர்த்தொட்டியையும் குழாயையும் கொண்டிருக்கிறது. நான் குழாயைத் திறக்க நீர் வெளியேறி வருகிறது, தெளிவாகவும் குளிர்ச்சியாகவும். அவர்களிடம் மின்சாரமிருப்பதால், கிணற்றிலிருந்து நீரை மேலேற்றுவார்களாக இருக்கும். நான் ஒரு கோப்பையை நிறைத்து அதைப் பருகுகிறேன்.

நான் சாளரத்தினருகே சென்று வெளியே பார்க்கிறேன். வானம் இன்னும் சாம்பல்நிற மேகங்களால் மூடுண்டுள்ளது, என்றாலும் கூடிய விரைவில் மழை வரப் போகிறதென்பதாகத் தெரியவில்லை. சாளரத்தின் வழியாக நான் நீண்ட நேரம் வெளியே உற்று நோக்குகிறேன், ஆனால் இன்னும் கூட மற்ற மனிதர்கள் அங்கிருப்பதற்கான எந்த அடையாளமும் எனக்குத் தட்டுப்படவில்லை. ஏதோ மொத்த நகரமும் மரித்து விட்டதென்பதைப் போல. ஒன்று அதுவாக இருக்கும், இல்லையென்றால் வேறு காரணத்துக்காக அனைவரும் என்னைத் தவிர்க்கப் பார்க்கிறார்கள்.

சாளரத்திலிருந்து விலகி ஒரு கடினமான, நிமிர்ந்த-முதுகோடு இருக்கும் மர நாற்காலியில் உட்காருகிறேன். ஒட்டுமொத்தமாக அங்கு மூன்று நாற்காலிகள் உள்ளன, அத்தோடு, பல முறை மரப்பூச்சு வேலை செய்யப்பட்ட சதுர வடிவ உணவு மேசையும். சுண்ணாம்படித்த சுவரில் எதுவும் தொங்கவில்லை, ஓவியங்கள் இல்லை, புகைப்படங்கள் இல்லை, சொல்லப் போனால் ஒரு நாட்காட்டி கூட இல்லை. தூய்மையான வெள்ளைநிறச் சுவர்கள். மேற்கூரையில் இருந்து ஒற்றைக் குமிழ்விளக்கு ஊசலாடுகிறது, வெப்பத்தால் நிறமிழந்த ஓர் எளிமையான கண்ணாடித் தடத்தோடு.

அறை மிக நன்றாக சுத்தம் செய்யப்பட்டுள்ளது. மேசையின் மேற்புறத்திலும் சாளரத்தின் சட்டத்திலும் எனது விரல்களை ஓட்ட சுத்தமாக ஒரு பொட்டு தூசி கூட இல்லை. சாளரங்களும் கூட மினுமினுக்கின்றன. சமையலறையில் உள்ள பானைகள், தட்டுகள் மற்றும் பல்வேறு பாத்திரங்கள் என எதுவும்

புதியதல்ல, ஆனால் அவை நன்கு பராமரிக்கப்படுவது தெளிவாகப் புரிவதோடு யாவும் சுத்தமாக இருக்கின்றன. சமையலறையின் பணிப்பரப்புக்கு அடுத்ததாக இரு மின்சார வெப்பத்தட்டுகள் உள்ளன. அவற்றுள் ஒன்றை நான் இயக்குகிறேன், உடனடியாக அதன் கம்பிச்சுருள் சிவப்பாக மாறுகிறது.

கனத்த மரப்பெட்டிக்குள் உள்ள பழங்கால வண்ணத் தொலைக்காட்சியின் வயது 15 அல்லது 20 வருடங்கள் இருக்குமென்பதாக யூகிக்கிறேன். ரிமோட் கண்ட்ரோல் இல்லை. ஏதோ வேண்டாமென்று தூக்கி எறிந்து பிறகு மறுபடியும் மீட்டுக் கொண்டு வந்த சங்கதியைப் போலத் தோற்றமளிக்கிறது. மற்ற மின்சார சாமான்கள் குறித்தும் இதையே சொல்லலாம் – அவை யாவுமே குப்பைக்குள்ளிருந்து அள்ளி வந்ததைப் போன்ற தோற்றத்தோடு உள்ளன –அதற்காக அவை அழுக்காகவுள்ளன அல்லது அதைப் போன்றதாக என்று அர்த்தமில்லை, அல்லது வேலை பார்க்காது என்றுமல்ல, வெறுமனே அவை தேய்ந்து போய் காலங்கடந்த சங்கதிகளாகத் தெரிவது மட்டும்தான்.

தொலைக்காட்சியில் உள்ள பொறியைத் தட்ட ஒரு பழைய படம் ஓடுகிறது, தி சவுண்ட் ஆஃப் மியூசிக். கீழ்நிலைப் பள்ளியில் நானிருந்தபோது ஓர் அகலத்திரை திரையரங்கில் அதைப் பார்க்க என் ஆசிரியர் அழைத்துப் போயிருந்தார். என்னைத் திரைப்படத்துக்கு அழைத்துப் போக பெரியவர்கள் யாரும் என்னோடு இருக்கவில்லை, ஆகவே குழந்தையாக இருந்தபோது நான் பார்த்த மிகச் சிலப் படங்களில் அதுவும் ஒன்று. தொலைக்காட்சியில் மிகவும் முக்கியமான பகுதி ஓடிக் கொண்டிருக்கிறது, கடுமையும் கோபமும் நிறைந்த அப்பாவான கேப்டன் வான் ட்ராப் வியாபாரத்துக்கென வியென்னா சென்றிருக்கிறார், ஆகவே குழந்தைகளின் பயிற்சி ஆசிரியையான மரியா, அவர்களை மலைகளுக்கு உல்லாசப்பயணம் அழைத்துப் போயிருக்கிறாள். புல்வெளியின் மீது அவர்களனைவரும் ஒன்றாக அமர்ந்திருக்கிறார்கள், அவள் கிடாரை இசைக்க இனிமையான இரண்டு பாடல்களைப் பாடுகிறார்கள். அதுவொரு புகழ்பெற்ற காட்சி. தொலைக்காட்சிக்கு முன்னால் என்னை நானே இருத்திக் கொள்கிறேன், திரைப்படத்தில் ஒன்றிப் போனவனாக. முதல் தடவை அதை நான் பார்த்ததைப்

போலவே, மரியாவைப் போன்ற யாராவது என்னோடு இருந்திருந்தால் சங்கதிகள் என்னவாயிருக்கும் என்பதைப் பற்றி யோசிக்கிறேன். சொல்ல வேண்டிய தேவையில்லை, அதைப் போன்ற யாரும் ஒருபோதும் என் வாழ்வில் தோன்றவேயில்லை.

மின்னல் வேகத்தில் நான் நிஜத்துக்குத் திரும்புகிறேன். உலகத்தில் உள்ள எல்லாவற்றையும் விடுத்து ஏன் இப்போதிந்த சவுண்ட் ஆஃப் மியூசிக்கை நான் பார்க்க வேண்டும்? ஏன் குறிப்பாக இந்தப் படம்? அனேகமாக இங்கிருக்கும் மனிதர்களுக்கு ஏதேனும் செயற்கைக்கோளின் அலைவரிசையோடு ஒட்டிக் கொள்ளச் சாத்தியமாகியிருக்கும், ஆக ஏதேனும் ஒரு நிலையத்தில் இருந்து அவர்களுக்குக் குறிகைகள் கிடைக்கக்கூடும். அல்லது வேறெங்காவது ஓர் ஒளிநாடாவை ஓட விட்டு அதை இந்தப் பெட்டியில் ஒளிபரப்புகிறார்களோ? அது நாடா என்றே யூகிக்கிறேன், ஏனென்றால் நான் அலைவரிசைகளை மாற்றும்போது மற்றதெல்லாம் வெறும் மணற்புயல்களை மட்டுமே காட்டுகின்றன. விசைமிகுந்த மணற்புயலைத்தான் அது துல்லியமாக எனக்கு நினைவுறுத்துகிறது, கூழாங்கற்களின்-வெண்மையில் இருக்கும் ஒழுங்கமைவற்ற நிலையான புள்ளிகள்.

பெட்டியை நான் அணைக்கும் சமயத்தில் அவர்கள் “ஈடில்வீஸ்”ஐப் பாடிக் கொண்டிருக்கிறார்கள். மௌனம் அறைக்குத் திரும்புகிறது. எனக்குத் தாகமெடுக்கிறது, ஆகவே சமையலறைக்குச் சென்று ஜாடியில் இருந்து சிறிதளவு பாலைக் குடிக்கிறேன். பால் அடர்த்தியாகவும் புதிதாகவும் உள்ளது, மேலும் பல்பொருள் அங்காடிகளில் நீங்கள் வாங்கும் பால்புட்டிகளை விட நூறு மடங்கு அதிக சுவையோடு இருக்கிறது. ஒவ்வொரு கோப்பையாக அடுத்தடுத்து அருந்தும்போது, ஃபிரான்சியா த்ரூபோவின் படமான தி 400 ப்ளோஸில் வரும் ஒரு காட்சியை திடீரென்று நான் நினைவுகூருகிறேன், ஒரு நாளின் அதிகாலைப்பொழுதில், வீட்டை விட்டு ஓடிப்போகும் அண்டோயினி பசியின் காரணமாக யாரோவொருவரின் வீட்டு முன்கதவில் விநியோகம் செய்யப்பட்ட பாலைத் திருடுகிறான், பிறகு அங்கிருந்து தப்பியோடும் சமயம் அதைப் பருகுகிறான். அதுவொரு பெரிய போத்தல், எனவே எல்லாவற்றையும் குடித்து முடிக்க அவனுக்குச் சிறிது நேரம் பிடிக்கிறது. வருத்தந்தோய்ந்த,

மனவுளைச்சலை ஏற்படுத்தும் காட்சி – வெறுமனே பாலைக் குடிப்பது மனதை வருந்தச் செய்யுமென்பதை நம்பக் கடினமாயிருந்தாலும் கூட. எனது குழந்தைப்பருவத்தைச் சேர்ந்த மிகச்சில படங்களில் அதுவும் ஒன்று. நான் ஐந்தாம் வகுப்பில் இருந்தேன், அந்தத் தலைப்பு என்னை ஈர்த்தது, எனவே நான் தனியாக இகிபுகுரோ செல்லும் தொடருந்தைப் பிடித்தேன், படத்தைப் பார்த்த பிறகு, மீண்டும் தொடருந்தில் திரும்பி வந்தேன். திரையரங்கை விட்டு வெளியே வந்த மறுகணம் நான் சிறிது பாலை வாங்கி அருந்தினேன். என்னால் அதைக் கட்டுப்படுத்த முடியவில்லை.

தற்போது அந்தப் பாலை மொத்தமாகக் குடித்தபிறகு நான் தூக்கக்கலக்கமாக உணர்கிறேன். ஆளை அழுத்தும், கிட்டத்தட்ட குமட்டலை உண்டாக்கும் ஓர் உறக்கம் என்னை ஆக்கிரமிக்கிறது. எனது எண்ணங்கள் மெல்ல மட்டுப்பட்டு, இறுதியில் நின்று போகின்றன, நிலையத்துக்குள் மெல்ல நுழையும் தொடருந்தைப் போல, அதற்கு மேலும் என்னால் நேரடியாக எதையும் சிந்திக்க முடியவில்லை. ஏதோ எனதுடலின் மையம் மெல்ல உறைகிறது என்பதைப் போல. நான் படுக்கையறைக்கு நடக்கிறேன், எனது காற்சட்டைகளையும் காலணிகளையும் கழற்றும் போராட்டத்தில் ஈடுபட்டு, பிறகு படுக்கையில் தடுமாறி விழுகிறேன், தலையணைக்குள் முகத்தைப் புதைத்துக் கண்களை மூடுகிறேன். அந்தத் தலையணை சூரியவொளியின் மணத்தைக் கொண்டிருக்கிறது, ஒரு தூய்மையான நறுமணம். அதை நான் அமைதியாக உள்ளிழுக்கிறேன், பிறகு வெளியே விடுகிறேன், மேலும் எனக்குத் தெரியுமுன்பே உறங்கிப் போகிறேன்.

நான் கண் விழிக்கும்போது சுற்றிலும் இருட்டாயிருக்கிறது. கண்களைத் திறந்து எங்கிருக்கிறேன் என்பதை நினைவுகூர முயற்சி செய்கிறேன். ஓர் ஓடைக்கு அருகிலிருந்த சிறிய நகரத்துக்கு இரண்டு போர்வீரர்கள் என்னைக் காட்டுவழியில் அழைத்து வந்தார்கள், சரியா? மெல்ல எனக்கு நினைவு திரும்புகிறது. அந்தக் காட்சியின் மீது கவனம் குவிய எனக்குப் பழக்கமான ஒரு மெல்லிசையைக் கேட்கிறேன். “ஈடில்வீஸ்.” அங்கு சமையலறைக்குள் பானைகளும் தட்டுகளும் மோதிக்கொள்ளும் மெல்லிய, நெருக்கமான ஒலி. கதவிலுள்ள கீறலின் வழியே வெளிச்சம் படுக்கையறைக்குள் கசிகிறது,

தரையில் மஞ்சள் கோட்டை உருவாக்கியபடி. பழங்கால-பாணியைச் சேர்ந்த, பொடிப்பொடியான மஞ்சள் வெளிச்சம்.

நான் படுக்கையை விட்டெழ முயற்சிக்கிறேன், ஆனால் உடம்பின் அத்தனை பகுதிகளும் மரத்துக் கிடக்கிறது. ஆழமாக மூச்சையிழுத்து மேற்கூரையைப் பார்க்கிறேன். தட்டுகளின் சத்தம் எனக்குக் கேட்கிறது, தரையின் மீது யாரோ மும்முரமாக நகரும் சத்தமும், எனக்காக உணவு சமைத்துக் கொண்டிருக்க வேண்டுமென்று யூகிக்கிறேன். இறுதியில் என்னால் எழுந்து கொள்ள முடிகிறது. சிறிது நேரமானாலும், என்னுடைய காற்சட்டைகள், காலுறைகள் மற்றும் காலணிகளைச் சிரமப்பட்டு அணிகிறேன். அமைதியாகக் குமிழைப் பிடித்துத் திருகி நான் கதவைத் திறக்கிறேன்.

ஒரு இளம்பெண் சமையலறைக்குள் சமைத்துக் கொண்டிருக்கிறாள். எனக்கு முதுகைக் காட்டியவாறு, ஒரு பானையின் மீது அவள் சாய்ந்திருக்கிறாள், ஒரு கரண்டியில் இருக்கும் உணவைச் சுவைத்தபடி, ஆனால் கதவு திறக்கும் ஒலியைக் கேட்டதும் அவள் நிமிர்ந்து பார்த்துத் திரும்புகிறாள். அது அவள்தான். நூலகத்தில் இருந்த எனது அறைக்கு வந்து சுவரிலிருந்த ஓவியத்தைப் பார்த்த அதே பெண். 15-வயது-நிரம்பிய மிஸ் செய்கி. அதே உடைகளை அவள் அணிந்திருக்கிறாள், நீண்ட-கைகளையுடைய மெல்லிய நீலநிற உடை. ஒரே வித்தியாசம் என்னவென்றால் இப்போது அவளின் கேசம் பின்புறமாக இழுத்துக் கட்டப்பட்டுள்ளது. என்னைப் பார்த்து சிறிய, கதகதப்பான புன்னகையை அவள் சிந்த, ஒரு சக்திவாய்ந்த உளக்கிளர்ச்சி என்னை ஆக்கிரமிக்கிறது, ஒட்டுமொத்த உலகமும் தலைகீழாகத் திருப்பி போடப்பட்டதைப் போன்ற உணர்வு, ஏதோ உறுதியான சங்கதிகள் யாவும் உடைந்து சிதறியதாகவும் ஆனால் தற்போது அவை மீண்டும் ஒன்றிணைந்து விட்டதைப் போலவும். ஆனால் இந்தப் பெண் ஒரு மாயத்தோற்றமில்லை, நிச்சயமாகப் பேயும் இல்லை. அவள் உயிர்ப்போடிருக்கும், சுவாசிக்கும் ஓர் இளம்பெண், உங்களால் அவளைத் தீண்ட முடியும், அந்தியில் உண்மையான சமையலறையில் நின்றபடி, எனக்கு உண்மையான உணவைச் சமைத்தபடி. அவளுடைய உடைக்குள் ஒளிந்து தெரியும் சிறிய மார்புகள், காளவாயில் இருந்து அப்போதுதான்

எடுத்து வந்த பீங்கானைப் போன்ற வெண்ணிறத்தில் இருக்கும் கழுத்து. அவை யாவும் நிஜமானவை.

“ஓஹ், நீ விழித்து விட்டாயா?” என்கிறாள்.

எனக்குள்ளிருந்து எந்தக் குரலும் வெளிவரவில்லை. இன்னும் நான் சமநிலைக்கு வர முயற்சி செய்தவாறிருக்கிறேன்.

“நீ மிகவும் நன்றாக உறங்கியதாகத் தெரிகிறது,” அவள் சொல்கிறாள். மீண்டும் பதார்த்தத்தை சுவை பார்க்கும் பணிக்குத் திரும்புகிறாள். “நீ விழிக்கவில்லை என்றால் உணவைச் சமைத்து மேசையின் மீது வைத்து விட்டுக் கிளம்பலாம் என்றிருந்தேன்.”

“நிறைய உறங்க வேண்டுமென்று நான் நினைத்திருக்கவில்லை,” இறுதியில் எதையோ சொல்ல எனக்குச் சாத்தியமாகிறது.

“நீ ஒட்டுமொத்த வனத்தையும் கடந்து வந்திருக்கிறாய்,” என்கிறாள். “உனக்குப் பசியாக இருக்க வேண்டும்.”

“உறுதியாகச் சொல்லத் தெரியவில்லை. ஆனால் எனக்குப் பசிக்கிறதென்றே நினைக்கிறேன்,” கையை எட்டி என்னால் உண்மையாகவே அவளைத் தொட முடியுமா என்று பார்க்க விரும்புகிறேன். ஆனால் என்னால் முடியவில்லை. நான் அங்கேயே நின்றிருக்கிறேன், பார்வையால் அவளைப் பருகியபடி. சமையலறைக்குள் பரபரப்பாக நகரும்போது அவள் உருவாக்கும் ஒலிகளைக் கேட்கிறேன்.

காலியான வெள்ளைத் தட்டில் சூடான ஸ்டூவை ஊற்றி அதை அவள் மேசைக்கு எடுத்துப் போகிறாள். ஒரு கிண்ணத்தில் சாலடும் இருக்கிறது, தக்காளிகளும் பாற்கீரையும், உடன் ஒரு பெரிய துண்டு பாணும். குழம்பில் உருளைகளும் கேரட்டுகளும் கிடக்கின்றன. அந்த நறுமணம் எனக்கு இனிய நினைவுகளை மீட்டுத் தருகிறது. அதை ஆழமாக உள்ளிழுக்கும்போதுதான் நான் பசியால் வாடுவதை உணர்கிறேன். நான் எதையாவது சாப்பிட்டாக வேண்டும். கிளறி முட்கரண்டியையும் கரண்டியையும் கொண்டு நான் சாப்பிடத் தொடங்கும்போது, அந்தப் பெண் அருகாமையிலுள்ள நாற்காலியில் அமர்ந்து தனது முகத்தில் மிகவும் தீவிரமான ஓர் உணர்வு வெளிப்பாடோடு என்னைப் பார்க்கிறாள், ஏதோ நான் சாப்பிடுவதைப் பார்ப்பது

அவளுடைய பணியின் முக்கிய அங்கமென்பதைப் போல. அவ்வப்போது தனது கேசத்தைப் பின்னால் தள்ளி விடுகிறாள்.

"உனக்கு 15 என அவர்கள் என்னிடம் சொன்னார்கள்," அவள் சொல்கிறாள்.

"உண்மைதான்," நான் பதிலளிக்கிறேன், ஒரு துண்டு பாணில் வெண்ணெய் தடவியபடி. "இப்போதுதான் எனக்கு 15 ஆனது."

"எனக்கும் கூட 15 தான்," அவள் சொல்கிறாள்.

நான் தலையசைக்கிறேன். எனக்குத் தெரியும், அதைக் கிட்டத்தட்ட சொல்லி விடுகிறேன். ஆனால் அதைச் சொல்வதற்கான நேரம் இன்னும் வரவில்லை. நான் இன்னொரு கடி கடிக்கிறேன்.

"நான் சிறிது காலம் இங்கு உணவு சமைப்பேன்," அவள் சொல்கிறாள். "சுத்தப்படுத்துவதையும் துவைப்பதையும் கூட நான்தான் செய்வேன். படுக்கையறையில் உள்ள இழுப்பறைகளின் அடுக்குப்பெட்டிக்குள் உடைகள் இருக்கின்றன, அவற்றை உபயோகப்படுத்திக் கொள். வெறுமனே உனது அழுக்குத்துணிகளை கூடைக்குள் போடு, நான் பார்த்துக் கொள்கிறேன்."

"யாரேனும் உனக்கு இந்தப் பணிகளைத் தந்தார்களா?"

அவள் என்னை நிலைகுத்திப் பார்க்கிறாள், ஆனால் பதில் சொல்லவில்லை. என் கேள்வி ஏதோவொரு தவறான திசையில் திரும்பி ஏதோவொரு பெயரற்ற வெளியால் விழுங்கப்பட்டதைப் போலத் தெரிகிறது.

"உன் பெயர் என்ன?" எனக் கேட்கிறேன், வேறொரு இணைப்புப்புள்ளியை முயற்சி செய்பவனாக.

அவள் தலையை ஆட்டுகிறாள். "எனக்குப் பெயர் கிடையாது. இங்கே எங்களுக்குப் பெயர்கள் இருப்பதில்லை."

"ஆனால் உனக்குப் பெயர் இல்லையென்றால், நான் உன்னை எப்படி அழைப்பது?"

"என்னை அழைக்க வேண்டிய அவசியமில்லை," அவள் சொல்கிறாள். "உனக்கு நான் தேவைப்பட்டால், இங்கே இருப்பேன்."

"அப்படியென்றால் எனக்கும் கூட இங்கு பெயர் தேவைப்படாது என்று யூகிக்கிறேன்."

அவள் தலையசைக்கிறாள். "நீ நீதான் என்பதோடு வேறு யாரும் கிடையாது. நீ என்பது நீதான், இல்லையா?"

"அப்படித்தான் நினைக்கிறேன்," என்று சொல்கிறேன். என்றாலும் எனக்கு அது உறுதியாகத் தெரியவில்லை. உண்மையில் நான் நான்தானா?

அத்தனை நேரமும் அவள் என்னை நிதானமாக உற்றுப் பார்க்கிறாள்.

"உனக்கு நூலகம் நினைவிருக்கிறதா?" நான் வெளிப்படையாக அவளைக் கேட்கிறேன்.

"நூலகமா?" அவள் தலையை ஆட்டுகிறாள். "இல்லை... தொலைதூரத்தில் ஒரு நூலகம் உள்ளது, ஆனால் இங்கு இல்லை."

"ஒரு நூலகம் உள்ளதா?"

"ஆமாம், ஆனால் அதில் எந்தப் புத்தகமும் இல்லை."

"அங்கே புத்தகங்கள் ஏதும் இல்லையெனில், பிறகு அங்கு என்ன இருக்கிறது?"

அவள் தலையைச் சாய்க்கிறாள், ஆனால் பதிலளிக்கவில்லை. மறுபடியும் எனது கேள்வி தவறான திசையில் திரும்பி தொலைந்து போய் விட்டது.

"எப்போதாவது நீ அங்கு போயிருக்கிறாயா?"

"வெகு காலத்துக்கு முன்னால்," அவள் சொல்கிறாள்.

"ஆனால் அது புத்தகங்களை வாசிப்பதற்காக அல்ல?"

அவள் தலையசைக்கிறாள். "அங்கு எந்தப் புத்தகங்களும் கிடையாது."

சிறிது நேரம் நான் அமைதியினூடாகச் சாப்பிடுகிறேன். ஸ்டூ, சாலட், பாண். அவளும் கூட எதுவும் சொல்லவில்லை, வெறுமனே அந்தத் தீவிரமான பார்வையோடு என்னை அவதானித்தபடி இருக்கிறாள்.

"உணவு எப்படி இருந்தது?" நான் முடித்த பிறகு அவள் கேட்கிறாள்.

"நிஜமாகவே நன்றாயிருந்தது."

"எந்தக் கறியும் மீனும் இல்லையென்றால் கூடவா?"

நான் வெறுந்தட்டைச் சுட்டிக் காட்டுகிறேன். "கவனி, எதையும் நான் மிச்சம் வைக்கவில்லை, இல்லையா?"

"நான்தான் அதைத் தயாரித்தேன்."

"நிஜமாகவே நன்றாயிருந்தது," நான் மீண்டும் சொல்கிறேன். அதுதான் உண்மையும் கூட.

அவளுடன் இருப்பதென்பது ஒரு வலியை உணர்வது போல, எனது மார்புக்குள் இருக்கும் ஓர் உறைந்த கத்தியைப் போல. பயங்கரமான வலி, ஆனால் அதற்காக நான் நன்றியுடையவனாக உணர்கிறேன் என்பதே நகைப்புக்குரிய விசயம். ஏதோ அந்த உறைந்த வலியும் எனது ஒட்டுமொத்த இருப்பும் ஒன்றென்பதைப் போல. அந்த வலியென்பது ஒரு நங்கூரம் போல, என்னை இங்கே இழுத்து வந்திருக்கிறது. சிறிது நீரைக் கொதிக்க வைத்து தேநீர் தயாரிப்பதற்காக அந்தப் பெண் எழுந்து கொள்கிறாள். அதை அருந்தியபடி நான் மேசையில் அமர்ந்திருக்கும்போது, கழுவாத பாத்திரங்களை எல்லாம் நீர்த்தொட்டிக்கு எடுத்துப் போய் அவள் அவற்றைக் கழுவத் தொடங்குகிறாள். இதையெல்லாம் அவள் செய்வதை நான் பார்த்தவாறிருக்கிறேன். நான் எதையோ சொல்ல வருகிறேன், ஆனால் அவளோடு இருக்கும்போது அதற்குமேலும் வார்த்தைகள் தங்களின் நிலையில் இருப்பதில்லை. அல்லது அவற்றை ஒன்றாக இழுத்துக் கட்டும் அர்த்தம் மாயமாக

மறைந்து விட்டதோ? எனது கைகளை உற்று நோக்குபவனாக, சாளரத்துக்கு வெளியே நிலவொளியில் மினுமினுக்கும் டாக்வுட்டை எண்ணிக் கொள்கிறேன். எனது இதயத்தில் பாய்ச்சியிருக்கும் கத்தி அங்குதான் இருக்கிறது.

"மறுபடியும் நான் உன்னைக் காண்பேனா?" நான் கேட்கிறேன்.

"சந்தேகத்துக்கிடமின்றி," அந்தப் பெண் பதிலளிக்கிறாள். "நான் சொன்னது போல, உனக்கு நான் தேவைப்பட்டால், இங்கே இருப்பேன்."

"திடீரென்று மறைந்து போக மாட்டாய்தானே?"

அவள் ஏதும் சொல்லவில்லை, தனது முகத்தில் வினோதமான பார்வையோடு என்னை உற்றுப் பார்க்கிறாள், அதாவது "நான்-எங்கு-போவேன்-என்று-நீ-நினைக்கிறாய்" என்பதாக.

"உன்னை நான் ஏற்கனவே சந்தித்திருக்கிறேன்," நான் துணிந்து சொல்கிறேன். "வேறொரு நிலத்தில், வேறொரு நூலகத்தில்."

"அவ்வாறு நீ சொல்வாயெனில்," என்கிறாள், இன்னும் அது பின்னால் இழுத்துக் கட்டியிருக்கிறதா எனச் சோதிக்கத் தனது கேசத்தைத் தொட்டுப் பார்த்தபடி. அவள் குரல் உணர்வற்று இருக்கிறது, ஏதோ அந்தச் சங்கதியில் தனக்கு எந்த ஆர்வமுமில்லை என்பதை எனக்குச் சொல்ல முயற்சி செய்வதைப் போல.

"மீண்டும் ஒரு முறை உன்னைச் சந்திக்கத்தான் நான் இங்கு வந்திருக்கிறேன் எனறு நினைக்கிறேன். உன்னையும், மற்றொரு பெண்ணையும்."

அவள் நிமிர்ந்து பார்க்கிறாள், முகம் தீவிரமாயிருக்கிறது. "இங்கே வருவதற்கு ஆழமான வனத்தினூடாகப் பயணித்து."

"உண்மைதான். உன்னையும் மற்றொரு பெண்ணையும் வெறுமனே நான் சந்தித்தேயாக வேண்டும்."

"மேலும் நீ என்னைச் சந்தித்து விட்டாய்."

நான் தலையசைக்கிறேன்.

"நான் உன்னிடம் சொல்லதைப் போல," அவள் சொல்கிறாள். "நான் தேவைப்பட்டால், இங்கே இருப்பேன்."

பாத்திரங்களைக் கழுவி முடித்த பிறகு, பானைகளையும் தட்டுகளையும் அவள் மீண்டும் அடுக்கில் வைத்து விட்டு, ஒரு கித்தான் பையை எடுத்துத் தோளில் போட்டுக் கொள்கிறாள். "நாளை காலை நான் திரும்ப வருவேன்," அவள் என்னிடம் சொல்கிறாள். "கூடிய விரைவில் இங்கே இருப்பதற்கு நீ பழகிக் கொள்வாய் என நம்புகிறேன்."

நான் கதவருகே நின்று அவள் அரையிருட்டுக்குள் சென்று மறைவதைப் பார்க்கிறேன். அந்தச் சிறியக் குடிலுக்குள் மீண்டும் தனியாக இருக்கிறேன், ஒரு மூடிய வட்டத்துக்குள். காலமென்பது இங்கே பெரிய விசயம் கிடையாது. இங்குள்ள யாருக்கும் பெயர் கிடையாது. எனக்குத் தேவைப்படும் வரைக்கும் அவள் இங்கிருப்பாள். அவளுக்கு இங்கே 15 வயது. நித்தியமாக 15 என்று யூகிக்கிறேன். ஆனால் எனக்கு என்ன நிகழப்போகிறது? நானும் இங்கே 15 வயதுடையவனாக இருப்பதைத் தொடரப் போகிறேனா? வயதும் கூட இங்கே பெரிய விசயம் கிடையாதோ?

அவள் மாயமாகி நீண்ட நேரமான பின்னரும் நான் வாசற்படியில் நின்றிருக்கிறேன், வெளியேயுள்ள சூழற்காட்சியை வெறுமையாக உற்று நோக்கியபடி. வானில் நிலவோ நட்சத்திரங்களோ இல்லை. வேறு சில கட்டடங்களில் எரியும் விளக்குகளால் சாளரங்களின் வழியே கசிந்து வழியும் ஒளி. இந்த அறைக்கு ஒளியூட்டும் அதே பழங்கால-பாணியிலான மஞ்சள்நிற ஒளி. ஆனால் இன்னும் என்னால் வேறு யாரையும் பார்க்க முடியவில்லை. வெறும் விளக்குகள் மட்டும். இருண்ட நிழல்கள் வெளியேயிருக்கும் உலகின் மீதானத் தங்களின் பிடியை இறுக்குகின்றன. தொலைவில் இன்னும் தூரமாக, இருளைக் காட்டிலும் கறுப்பாக, மலைத்தொடர் உயர்ந்து நிற்கிறது, உடன் இந்த நகரத்தைச் சுவர் போலச் சூழ்ந்திருக்கும் வனமும்.

46

நகாடாவின் மரணத்துக்குப் பிறகு, அந்த அடுக்ககத்தில் இருந்து தன்னைக் கிழித்துக் கொண்டு வெளியேற ஹோஷினோவுக்குச் சாத்தியப்படவில்லை. நுழைவாயில் கல் அங்கிருந்ததால், ஏதேனும் நிகழக்கூடும், மேலும் அவ்வாறு அது நிகழும்போது நேரத்தோடு எதிர்வினை புரிவதற்காகத் தான் அதனருகே இருக்க வேண்டுமென்று அவன் விரும்பினான். கல்லைக் கண்காணிப்பது நகாடாவின் பணியாயிருந்தது, தற்போது அவனுடையதாக. சாளரங்கள் யாவும் இறுக மூடியிருக்கிறதா என்பதைப் பரிசோதித்த பிறகு, நகாடாவின் அறையிலிருந்த குளிரூட்டும் வசதியை இருப்பதிலேயே ஆகக்குறைந்த வெப்பநிலைக்கு மாற்றியமைத்து அதை அவன் முழுவீச்சில் இயங்கச் செய்தான். அந்த அறையிலிருந்த காற்றில் ஒரு விசேடமான திடத்தன்மையை உணர முடிந்தது, அறைக்குள் ஒரு பிணம் இருந்தால் மட்டுமே தென்படக்கூடிய ஒன்றை. “உனக்கு அவ்வளவாகக் குளிராது என நம்புகிறேன்?” அவன் நகாடாவிடம் சொன்னான், இயல்பாகவே அதை ஒத்துக் கொள்வதாக அல்லது எதிர்ப்பதாக நகாடாவிடம் எவ்வித அபிப்பிராயமும் இருக்கவில்லை.

வசிப்பறையில் இருந்த நீள்-சாய்விருக்கையின் மீது தொப்பென்று விழுந்தான் ஹோஷினோ, நேரத்தைக் கடத்த முயற்சி செய்பவனாக. இசை கேட்கவோ அல்லது வாசிக்கவோ வேண்டுமென்று அவனுக்குத் தோன்றவில்லை. அந்திப்பொழுது வந்து சேர, படிப்படியாக அந்த அறை இருட்டாக மாறியது, ஆனால் விளக்கைப் போடுவதற்காகக் கூட அவன் அசையவில்லை. முழுக்க சக்தியிழந்தவனாக உணர்ந்தான், நீள்சாய்விருக்கையின் மீது ஒருமுறை சௌகரியமாக

நிலைகொண்டு விட்ட பிறகு, மெல்ல எழக்கூட அவனுக்குச் சாத்தியப்படவில்லை. நேரம் மெதுவாக வந்து மெதுவாகச் சென்றது, மிகுந்த சாவகசத்தோடு, ஆக திருட்டுத்தனமாக தான் வந்த பாதையில் பின்வாங்கிப் போவதாகச் சொல்லி அவ்வப்போது அவன் அதைத் திட்டினான்.

அவன் தாத்தா இறந்தபோது, ஹோஷினோ நினைத்துக் கொண்டான், அதுவும் கடினமாகத்தான் இருந்தது, ஆனால் இது போலல்ல. நீண்ட காலம் அவர் நோயால் பாதிக்கப்பட்டிருந்தார், ஆக அவருக்கான நேரம் வர வேண்டியது மட்டும்தான் பாக்கி என்பது அனைவருக்கும் தெரிந்திருந்தது. எனவே அவர் இறந்தபோது, அவர்கள் அதற்குத் தயாராயிருந்தார்கள். தவிர்க்கவியலாத ஒரு சங்கதியை எதிர்கொள்ள நீங்கள் ஆயத்தமாக இருக்கிறீர்களா இல்லையா என்பது பெரிய வித்தியாசத்தை உண்டாக்கும். ஆனால் அது ஒன்று மட்டுமே வித்தியாசமில்லை எனும் தீர்மானத்துக்கு வந்தான் ஹோஷினோ. நகாடாவின் மரணத்திலிருந்த ஏதோவொன்று அவனை நீளமாகவும் தீவிரமாகவும் யோசிக்க வைத்தது.

திடீரென்று பசிக்க, அவன் சமையலறைக்குப் போனான், நுண்ணலையில் சிறிது வறுத்த அரிசியைச் சுட வைத்து அதில் பாதியை பீரோடு சேர்த்துச் சாப்பிட்டான். பிற்பாடு அவன் நகாடாவைப் பார்க்கச் சென்றான். அனேகமாக அவர் மீண்டும் உயிர் பிழைத்திருக்கலாம், அவன் எண்ணினான். ஆனால் இல்லை, முதியவர் இன்னும் இறந்துதான் கிடந்தார். அந்த அறை ஒரு நடமாடும் உறைப்பெட்டியை ஒத்திருந்தது, பனிக்கூழைக் கூட அதற்குள் உங்களால் சேமிக்க முடியும் என்பதைப் போல.

ஒரு பிணம் இருக்கும் அதே வீட்டில் அவனும் இரவைக் கழிக்க நேர்ந்தது அதுதான் முதல்முறை, எனவே ஹோஷினோவால் நிம்மதியாக இருக்க முடியவில்லை. ஏதோ தான் பயந்து விட்டோம் அல்லது அதுபோல என்று அர்த்தமில்லை, தனக்குத்தானே அவன் சொல்லிக் கொண்டான். அவனுடைய சதையை அது குறுகுறுக்கவும் வைக்கவில்லை. தன்னருகே ஒரு இறந்த மனிதனை வைத்துக் கொண்டு என்ன செய்வதென்று வெறுமனே அவனுக்குத் தெரிந்திருக்கவில்லை.

மரித்தவர்களுக்கும் உயிர் வாழ்பவர்களுக்குமான காலவோட்டம் முழுக்கவே வித்தியாசமானது. ஒலிகளுக்கும் அதே கதைதான். அதனால்தான் நான் அமைதியடைய முடியவில்லை, அவன் தீர்மானித்தான். ஆனால் நான் என்ன செய்ய முடியும்? திரு நகாடா ஏற்கனவே மரித்தவர்களின் உலகுக்குப் போய் விட்டார், ஆனால் நானோ இன்னும் உயிர்த்திருப்பவர்களின் நிலத்தில் இருக்கிறேன். ஐயத்துக்கிடமின்றி ஓர் இடைவெளி இருக்கத்தான் செய்யும். நீள்சாய்விருக்கையில் இருந்தெழுந்து அவன் கல்லுக்கு அருகில் சென்றமர்ந்தான். தனது உள்ளங்கைகளால் அதை அவன் தேய்க்கத் தொடங்கினான், ஏதோ பூனையைச் செல்லமாகத் தடவிக் கொடுப்பது போல.

"என்ன எழவைத்தான் நான் செய்தாக வேண்டும்?" அவன் கல்லிடம் கேட்டான். "திரு நகாடாவை அவருக்கு பொறுப்பேற்றுக் கொள்ளக்கூடிய யாரிடமாவது கொண்டு சேர்க்க நான் ஆசைப்படுகிறேன், ஆனால் உன்னை கவனித்துக் கொண்டிருக்கும் காலம் வரைக்கும், என்னால் அது முடியாது. என்னை நீ உள்ளிழுத்துக் கொள்ள விரும்புகிறாயா?"

ஆனால் எந்தப் பதிலும் இல்லை. அந்தக் கணத்தைப் பொருத்தமட்டில் அந்தக் கல் வெறும் கல் மட்டுமே, ஹோஷினோவுக்கும் இது புரிந்திருந்தது. முகம் நீலம் பாரிக்கும்வரை இதை அவன் கேட்டுக் கொண்டிருக்கலாம், ஆனால் பதிலை எதிர்பார்க்க முடியாது. இருந்தாலும், அவன் கல்லுக்கு அருகில் அமர்ந்திருந்தான், அதை தேய்த்துக் கொண்டு. ஒன்றிரண்டு கேள்விகளை அவன் விசிறியடித்தான், தர்க்கத்திடம் ஒரு வேண்டுகோளை விடுத்து அதன் கருணையை வெல்லத் தன்னால் இயன்ற எல்லாவற்றையும் செய்தான். அதற்குப் பயனிருக்காதென்பதை அறிந்திருந்தாலும், மாற்று ஏற்பாடு எதையும் அவனால் சிந்திக்க முடியவில்லை. மொத்த நேரமும் இந்தக் கல்லோடு உரையாடியவாறு திரு நகாடா இங்கே அமர்ந்திருந்தார், ஆகவே ஏன் அவனும் அதையே செய்யக்கூடாது?

இருந்தாலும், ஒரு கல்லோடு பேசுவதென்பது, உங்களுடைய வலியை அதற்குப் புரிய வைக்க முயற்சிப்பதென்பது - சற்று பரிதாபத்துக்குரிய சங்கதிதான், அவன் நினைத்துக்

கொண்டான். அதாவது, இதில் இருந்துதானே அவர்கள் இந்தச் சொற்றொடரையே உருவாக்கினார்கள்? கல்லைப் போல இதயமே இல்லாமல் என்பதை?

தொலைக்காட்சி செய்திகளைப் பார்க்கலாம் என்றெண்ணி அவன் எழுந்தான், ஆனால் அதைப் பார்க்காமலிருப்பதே நல்லதென்று முடிவு செய்து மீண்டும் கல்லுக்குப் பக்கத்தில் சென்று உட்கார்ந்தான். தற்போதைக்கு மௌனம்தான் சாலச்சிறந்தது, அவன் தீர்மானித்தான். வெகு கவனமாக உற்று கவனிக்க வேண்டும், நிகழவிருப்பது எதுவாயினும் அதற்காகக் காத்திருக்க வேண்டும். "ஆனால் பொறுமையாகக் காத்திருப்பதென்பது எனக்கான விசயமே அல்ல," ஹோஷினோ கல்லிடம் சொன்னான். அதைப் பற்றி யோசிக்கும்போது, எப்போதும் நான் பொறுமையிழந்த வகையைச் சேர்ந்தவனாகவே இருந்திருக்கிறேன், அடக்கடவுளே, அதன் காரணமாக எத்தனை சிரமப்பட்டிருக்கிறேன்! என்னவென்று பார்ப்பதற்குள் தாவிக் குதிப்பவனாக, சங்கதிகளை எப்போதும் சிக்கலாக்கிக் கொள்பவனாக. நெருப்பில் உட்கார்ந்திருக்கும் பூனையைப் போலத் தாவிக் குதிக்கிறாய், என் தாத்தா அடிக்கடி என்னிடம் சொல்வார். ஆனால் இப்போது இறுக்கி வைத்து உட்கார்ந்து காத்திருக்க வேண்டும். எல்லாம் தலையெழுத்து!

அடுத்திருந்த கதவுக்குப் பின்னால் முழுவீச்சில் இயங்கிய குளிரூட்டும் சாதனத்தின் உறுமலைத் தவிர மற்றவை யாவும் அமைதியாயிருந்தன. கடிகாரம் ஒன்பதைக் காட்டியது, பிறகு பத்து மணியை, ஆனால் எதுவும் நிகழவில்லை. நேரம் கடந்தது, இரவு இன்னும் அடர்த்தியானது, வேறொன்றும் இல்லை. ஹோஷினோ தனது போர்வைகளை வசிப்பறைக்கு இழுத்து வந்தான், நீள்சாய்விருக்கையில் படுத்து அவற்றைத் தன் மீது போர்த்திக் கொண்டான். உறங்கினாலும் கூட, ஏதேனும் ஒன்று நிகழுமென்றால் கல்லுக்கு அருகேயிருப்பது நல்லதென்று அவன் எண்ணினான். விளக்கை அணைத்து விட்டுத் தனது கண்களை மூடிக் கொண்டான்.

"ஓய், கல்லே! நான் இப்போது தூங்கப் போகிறேன்," அவன் உரக்கச் சொன்னான். "நாளை நாம் மறுபடியும் பேசலாம். இன்று ரொம்ப நீளமான நாளாக இருந்தது, நான் கொஞ்சம்

கண்ணை மூட வேண்டும்." கடவுளே, அவன் நினைத்தான், மிகவும் சாதாரணமாகச் சொல்லி விட்டேன். நீளமான எனும் வார்த்தை அதைச் சரியாக விவரிக்கவில்லை. "ஹேய், தாத்தா!" அவன் மேலும் சத்தமாகக் கூவியழைத்தான். "திரு நகாடா? நான் பேசுவது கேட்கிறதா?" எந்தப் பதிலுமில்லை.

ஹோஷினோ பெருமூச்சு விட்டான், கண்களை மூடி, தலையணைகளைச் சரி செய்து கொண்டு, உறங்கிப் போனான். சிறிய தொந்தரவு கூட இல்லாமல் முழு இரவும் அவன் உறங்கினான், ஒற்றைக் கனவு கூட காணாமல். அடுத்த அறையில், நகாடாவும் தனக்கேயான ஆழமான, கனவுகளற்ற, கல்லைப் போன்ற கடினமான உறக்கத்தில் ஆழ்ந்திருந்தார்.

அவன் விழித்துக் கொண்டவுடன், மறுநாள் காலை மணி ஏழைக் கடந்த சிறிது நேரத்தில், ஹோஷினோ நேராக நகாடாவைப் பார்க்கப் போனான். முன்பு போலவே, அறைக்குள் குளிர்ந்த காற்றை வீசியபடி, குளிரூட்டும் சாதனம் முழுவீச்சில் இயங்கிக் கொண்டிருந்தது. மேலும் சில்லிட்டுப் போயிருந்த அறையின் மத்தியில், நகாடா இன்னும் இறந்து கிடந்தார். முந்தைய இரவோடு ஒப்பிட, மரணத்தின் பிடி இப்போது அவர் மீது இன்னும் இறுகியிருந்ததாகத் தெரிந்தது. அவருடைய தோலில் சாம்பல் பூத்திருந்தது, மூடியிருந்த கண்கள் நிலைகுத்தியதாகவும் கம்பீரமாகவும் இருந்தன. அவர் மீண்டும் உயிர்பெற்று வரப் போவதில்லை, எழுந்தமர்ந்து கொண்டு, "எனது வருத்தங்கள், திரு ஹோஷினோ. நகாடா வெறுமனே தூங்கி விட்டேன். என்னை மன்னியுங்கள். கவலைப்பட வேண்டாம், இதற்கு மேல் நான் பார்த்துக் கொள்கிறேன்" என்று சொல்லப் போவதில்லை – பிற்பாடு அவர் கல்லைக் கவனித்துக் கொள்ளவும் வாய்ப்பில்லை. ஒருபோதும் அது நிகழாது. நல்ல காலமாக எல்லாவற்றையும் முடித்துக் கொண்டு அவர் போய் விட்டார், ஹோஷினோ எண்ணினான், அதுதான் உண்மை.

குளிரில் அவனுக்கு நடுங்கத் தொடங்கியது, ஆகவே அறையை விட்டு வெளியேறி கதவை மூடினான், பிறகு சமையலறைக்குச் சென்றான், காபி-இயந்திரத்தைப் பயன்படுத்தி சிறிது காபி தயாரித்து இரண்டு கோப்பைகள் அருந்தினான், கொஞ்சமாகப் பாணை வாட்டி வெண்ணெயும் பழக்கூழும் சேர்த்து உண்டான்.

காலையுணவுக்குப் பிறகு அவன் சமையலறையிலேயே அமர்ந்தான், சாளரத்தின் வழி வெளியே வெறித்தபடி இரு சிகரெட்டுகளைப் புகைத்தான். இரவின் மேகங்கள் காற்றால் அடித்துச் செல்லப்பட்டிருந்தன, உடைந்திராத வெயிலடர்ந்த கோடைக்கால வானை மட்டும் தனியே விட்டு. எப்போதும் போல அந்தக் கல் நீள்சாய்விருக்கைக்கு அருகே தன்னுடைய வழக்கமான இடத்தில் இருந்தது. ஒரு பொட்டுக் கூட அது தூங்கவில்லை, விழிக்கவும் இல்லை, வெறுமனே அங்கு குத்த வைத்திருந்தது, மொத்த இரவும், துளி கூட நகராமல். அவன் அதைத் தூக்க முயற்சி செய்து வெகு எளிதாகத் தூக்கினான்.

"ஏய் கல்லே," ஹோஷினோ உற்சாகமான குரலில் சொன்னான், "நான்தான். உனது பழைய நண்பன் ஹோஷினோ, ஞாபகமிருக்கிறதா? இன்றைக்கும் நீயும் நானும் மட்டும்தான் தனித்திருப்போம் போலத் தெரிகிறது."

அந்தக் கல் – எதிர்பார்க்கவில்லை என்று சொல்ல முடியாத வகையில் – பேச்சற்று இருந்தது.

"ஆஹ், போகட்டும். உனக்கு ஞாபகமில்லை என்றாலும் பரவாயில்லை. நாம் ஒருவரையொருவர் அறிந்து கொள்ள நிறைய நேரமிருக்கிறது – எந்த அவசரமும் இல்லை."

அவன் கல்லுக்குப் பக்கத்தில் அமர்ந்து அதைத் தேய்க்கத் தொடங்கினான், எந்த மாதிரி விசயங்களை உங்களால் ஒரு கல்லோடு பேச முடியும் என்பதை ஆழ்ந்து யோசித்தபடி. ஒரு கல்லோடு அவன் உரையாடுவதென்பது அதுதான் முதல்முறையென்பதால் தகுந்த தலைப்புகளை யோசிக்க முடியவில்லை. இத்தனை அதிகாலைப் பொழுதில் கடினமான விசயம் எதையும் தவிர்ப்பது நல்லதென்று அவன் எண்ணினான். இன்று நீண்ட நாளாக இருக்கக்கூடும், அவனுடைய தலைக்குள் உதிக்கும் எந்தத் தலைப்பானாலும் பரவாயில்லை.

அதைப் பற்றி சிறிது யோசித்த பிறகு தனக்குப் பிரியமான கருப்பொருளை தேர்ந்தெடுத்தான்: பெண்கள். தான் படுத்துறங்கிய ஒவ்வொரு பெண்ணையும் அவன் மீள்பார்வைக்கு உட்படுத்தினான். தனக்கு நினைவிருந்த பெயர்களை மட்டும் கணக்கில் கொள்வதானால், அவை யாவும்

ஒன்றுசேர்ந்தாலும் பெரிய எண்ணிக்கையில் வரவில்லை. அதை அவன் விரல் விட்டு எண்ணினான். எல்லாம் சேர்த்தால், ஆறு. எனக்குப் பெயர் தெரியாதவர்களையும் சேர்த்துக் கொண்டால், அவன் நினைத்தான், இன்னுமதிகமாக இருக்கக்கூடும், ஆனால் நாம் அவற்றைக் காத்திருப்பில் வைப்போம்.

"நான் படுத்துறங்கிய பெண்களைப் பற்றி ஒரு கல்லோடு பேசுவதில் எந்த அர்த்தமுமில்லை என்று யூகிக்கிறேன்," அவன் சொன்னான். "மேலும் இந்தக் காலைப்பொழுதில் முதல் விசயமாக எனது வீரப்பிரதாபங்களைப் பற்றித் தெரிந்து கொள்வது உன்னைப் பெரிதாக சிலிர்க்க வைக்காதென்பதை நான் தைரியமாகச் சொல்வேன். என்றபோதும் என்னால் வேறு எதையும் யோசிக்க முடியவில்லை, சரியா? யாருக்குத் தெரியும், ஒரு மாற்றத்துக்கு, இத்தகைய எளிய சமாச்சாரங்கள் உனக்கு ஏதேனும் நன்மை செய்தாலும் செய்யக்கூடும். இது உன்னுடைய தகவலுக்காக மட்டும் என்பதைப் போல."

ஹோஷினோ சில அத்தியாயங்களை அவனால் முடிந்தமட்டும் அதனிடம் விளக்கமாகச் சொன்னான். முதலில், உயர்நிலைப் பள்ளியில் இருந்தபோது, விசையுந்துகளில் ஈடுபாடுற்று அவற்றின் காரணமாக அவன் சிக்கல்களில் மாட்டிக் கொண்ட காலகட்டம் பற்றி. அந்தப் பெண் அவனைக் காட்டிலும் மூன்று வயது மூத்தவளென்பதோடு கிஃபு நகரில் ஒரு சிறிய மதுக்கூடத்தில் பணிபுரிந்து வந்தாள். சிறிது காலம் அவர்களிருவரும் கிட்டத்தட்ட ஒன்றாகச் சேர்ந்து வாழ்ந்தார்கள். அந்த உறவில் அவள் மிகவும் தீவிரமாயிருந்தாள், அவனில்லாமல் தன்னால் வாழமுடியாது என்றாள். என் பெற்றோருக்கு அவள் தொலைபேசியில் அழைக்கவும் செய்தாள், அவன் நினைவுகூர்ந்தான், ஆனால் அவர்களொன்றும் அது குறித்துப் பெரிதாக மகிழ்ச்சியடையவில்லை, ஒட்டுமொத்த சங்கதியும் மிகவும் கடுமையானதாக மாறிக் கொண்டிருந்தது, பிறகு பள்ளியில் இருந்து தேர்ச்சி பெற்றவுடன் நான் ஒருங்கிணைக்கப்பட்ட ராணுவத்தில் சேர்ந்தேன். அங்கு சேர்ந்த சில நாட்களில் யமனாஷி ஆளுகைக்குட்பட்ட ஒரு படைத்தளத்தில் நான் பணியமர்த்தப்பட்டேன், பிறகு அவ்வுறவு காலாவதியாகிப் போனது. மீண்டும் அவளை நான் பார்க்கவில்லை.

"சோம்பலென்பது என் பெயரின் நடுப்பகுதி என்று நினைக்கிறேன்," ஹோஷினோ அந்தக் கல்லிடம் விளக்கினான். "பிரச்சினைகள் மோசமாகும் சமயத்தில் விரைவாகப் பின்வாங்குவது எனது வழக்கம். பெரிதாகப் பீற்றிக் கொள்ள அல்லது அதைப் போலவென்பதற்காக இல்லை, ஆனால் நான் சற்று வேகமாக ஓடுபவன். எந்தச் சங்கதியையும் அதன் கசந்த முனை வரைக்கும் நான் தொடர்ந்ததில்லை. அதுவும் ஒருவகையில் சிக்கல்தான்..."

இரண்டாவது பெண்ணை அவன் யமனாஷியிலிருந்த தளத்துக்கு அருகில் சந்தித்தான். ஒரு நாள் அவன் விடுமுறையில் இருந்தபோது, அவளுடைய சுஸுகி ஆல்டோவின் காற்றுப்போன சக்கரத்தை மாற்ற உதவினான். அவள் அவனைக் காட்டிலும் ஒரு வயது மூத்தவளென்பதோடு செவிலியர் பள்ளிக்குப் போய்க் கொண்டிருந்தாள்.

"அவளொரு நல்ல பிள்ளை," ஹோஷினோ கல்லிடம் சொன்னான். "பெருத்த மார்புகள், நல்ல மனதுடைய ஜீவன். மேலும் கடவுளே, அதில் ஈடுபடுவதில்தான் அவளுக்கு எத்தனை ஆர்வம்! எனக்கு 19 வயதுதான் ஆகியிருந்தது, ஒவ்வொரு நாளையும் போர்வைகளுக்கு நடுவே கழிப்பது எங்களின் வழக்கமாயிருந்தது. பிரச்சினை என்னவென்றால், உன்னால் நம்ப முடியாத அளவுக்கு அவள் பொறாமைக்காரியாக இருந்தாள். விடுமுறை நாட்களில் என்னால் அவளைப் பார்க்க முடியாது போனால் என்னை மூன்றாந்தரமாக நடத்துவதோடு, எங்கே போனேன், என்ன செய்தேன், யாரோடு இருந்தேன் என்றெல்லாம் கேட்பாள். அவளிடம் நான் உண்மையைச் சொன்னாலும் அது அவளுக்கு திருப்தி தராது. அதன் காரணமாகவே நாங்கள் பிரிந்தோம். கிட்டத்தட்ட ஒரு வருடம் நாங்கள் ஒன்றாயிருந்தோம்... உன்னளவில் அது எப்படியென்று எனக்குத் தெரியாது, ஆனால் யாரும் என்னை விரட்டுவதை என்னால் பொறுத்துக் கொள்ள முடிவதில்லை. என்னால் சுவாசிக்க முடியாததைப் போல உணர்வேன், மேலும் அது என்னைக் கடுமையான உளச்சிக்கலில் ஆழ்த்தும். எனவே நான் ஓடிப் போனேன். ஒன்றிணைந்த ராணுவத்தைப் பொருத்தமட்டில் ஒரு நல்ல விசயம் என்னவென்றால், பிரச்சினைகள் வெடித்துச் சிதறி ஓய்ந்து போகும் வரைக்கும் அங்கு நீ தலைமறைவாக

இருக்கலாம். மேலும் அது குறித்து யாரும் எதுவும் செய்து விட முடியாது. திரும்பி வரும் எண்ணமின்றி ஒரு பெண்ணைக் கழற்றி விட நினைத்தால், ஒன்றிணைந்த ராணுவத்துக்குள் ஒளிந்து கொள்வதே உனக்கான நுழைவுச்சீட்டு. நினைவில் வைத்துக் கொள்வதற்கு அற்புதமான விசயம். ஆனால் எல்லாமே ரோஜாக்களைப் போல மென்மையானவை என்று அர்த்தமல்ல – பதுங்குகுழிகளைத் தோண்டுவது, மணற்மூட்டைகளை அடுக்குவது, மற்ற வெட்டிவேலைகளை எல்லாம் அப்படிச் சொல்லவியலாது.”

மேலதிகமாகத் தான் பேசப் பேச, தனது வாழ்க்கை எப்படி அர்த்தமற்றதாக இருந்திருக்கிறது என்பதை ஹோஷினோ உணர்ந்தான். அவனோடிருந்த ஆறு பெண்களில் நான்கு பேர் நல்லவர்களாக இருந்தார்கள். (மற்ற இருவருக்கும், தற்சார்பின்றி பார்ப்போமேயானால், பண்புநலன்கள் சார்ந்த சிக்கல்கள் இருந்ததாக அவன் தீர்மானித்தான்.) பெரும்பாலும் அவர்கள் அவனை நல்ல முறையில்தான் நடத்தினார்கள். அவர்களுள் ஆளைக் கொல்லும் அழகிகள் என்று யாரும் கிடையாது, ஆனால் ஒவ்வொருவரும் தங்களுக்கான தனித்த வழிமுறையில் அழகாயிருந்தார்கள், மேலும் நினைத்த போதெல்லாம் அவனைத் தங்களோடு உடலுறவு கொள்ள அனுமதித்தார்கள். தொடக்கநிலை விளையாட்டுகளைத் தவிர்த்து விட்டு அவன் நேரடியாகப் பிரதான உறவுக்குச் சென்றால் கூட யாரும் அவனைக் குறை சொன்னதில்லை. அவனது விடுமுறை நாட்களில் அவனுக்காக உணவு தயாரித்தார்கள், அவன் பிறந்தநாளுக்கென பரிசுகள் வாங்கி வந்தார்கள், சம்பள தினத்துக்கு முன்னால் அவனிடம் பற்றாக்குறை இருந்தால் பணத்தைக் கடனாகத் தந்தார்கள் – எப்போதாவது அவற்றைத் திருப்பித் தந்ததாக அவனுக்கு ஒருபோதும் நினைவிருந்ததில்லை – மேலும் பதிலுக்கு அவனிடமிருந்து அவர்கள் எதையும் எதிர்பார்க்கவில்லை. இதத்தனையும் இருந்தும், நானொரு நன்றிகெட்ட வேசை மகனாக இருந்தேன். அனைத்தையும் எனது வசதிக்காக மாற்றிக் கொண்டேன்.

அவனைப் பற்றி நல்லவிதமாகச் சொல்வதெனில், அவர்களில் யாரையும் அவன் எப்போதும் ஏமாற்றியதில்லை. ஆனால் சிறிதளவு அவர்கள் புகார் சொன்னாலும், ஒரு வாதத்தில்

வெல்ல முயற்சி செய்தாலும், சற்று பொறாமை உணர்வை வெளிப்படுத்தினாலும், பணத்தைச் சேமிக்கச் சொல்லி அவனை வற்புறுத்தினாலும், சற்றுச் சோர்வடைந்தாலும் அல்லது எதிர்காலம் குறித்த சிறிய கவலையை வெளிப்படுத்தினாலும் கூட, உடனே அவன் அந்த உறவை விட்டு வெளியேறி விடுவான். தர்மசங்கடமான சூழ்நிலைகளைத் தவிர்த்துக் கொள்வதே பெண்களைப் பொறுத்தவரைக்கும் மிக முக்கியமான விசயம் என்றெண்ணினான், ஆக ஒரேயொரு சிற்றலை கிளம்பிப் படகைத் தாக்கினால் போதும், அவன் தப்பியோடுவான். ஒரு புதிய பெண்ணைத் தேடிப் பிடித்து மீண்டும் முதலில் இருந்து தொடங்குவான். பெரும்பாலான மனிதர்கள் அதைத்தான் செய்வார்கள் எனவும் நம்பினான்.

“நான் ஒரு பெண்ணாயிருந்து,” அவன் கல்லிடம் சொன்னான், “என்னைப் போன்ற சுயநலம் பிடித்த ஒரு வேசை மகனோடு வெளியே சென்றேன் எனில், சீக்கிரமே அவனை வெறுத்திருப்பேன். இப்போது திரும்பிப் பார்க்கும்போது, என்னால் உறுதியாகச் சொல்ல முடிகிறது. எவ்வாறு அவர்களனைவருக்கும் என்னோடு வெகுகாலம் உறவிலிருக்க முடிந்ததென்று தெரியவில்லை. அதிசயம்தான்.” அவனொரு மார்ல்பரோவைப் பற்ற வைத்தான், மெல்லப் புகையை வெளியே விட்டபடி, ஒரு கையால் கல்லைத் தேய்த்தான். “நான் சொல்வது சரியா இல்லையா? நான் அழகான-தோற்றம் கொண்டவனல்ல, படுக்கையிலும் பயங்கரமாக இயங்கக்கூடியவன் இல்லை. நிறைய பணம் கிடையாது. மாபெரும் ஆளுமையெல்லாம் இல்லை, அவ்வளவு பத்திசாலியும் இல்லை. எக்கச்சக்கமான குறைகள் உண்டு. நாட்டுப்புறத்தைச் சேர்ந்த ஓர் ஏழை விவசாயியின் மகன், விசையுந்து ஓட்டுனராக மாறிய ஒன்றுக்குமாகாத முன்னாள்-போர்வீரன். ஆனாலும், அதைத் திரும்ப யோசிக்கையில், பெண்கள் விசயத்தில் நான் மிகவும் அதிர்ஷ்டக்காரனாக இருந்திருக்கிறேன். நான் அப்படியொன்றும் புகழ்பெற்றவன் அல்ல, ஆனால் எப்போதும் எனக்கொரு காதலி இருந்தாள். என்னைத் தன்னோடு உறங்க அனுமதித்த, உணவளித்த, எனக்குப் பணம் தந்த யாரேனும் ஒருத்தி. ஆனால் உனக்கு ஒன்று தெரியுமா? நல்ல விசயங்கள் எப்போதும் வெகுகாலம் நீடித்திருப்பதில்லை. காலம் கடந்து போகப் போக, இதை நான்

இன்னுமதிகமாக உணர்கிறேன். ஏதோ, யாரோ எனக்கு இதைச் சொல்வதைப் போல, 'ஏய் ஹோஷினோ, என்றாவது ஒரு நாள் இதற்கெல்லாம் நீ பதில் சொல்லியாக வேண்டும்.'"

தன்னுடைய காமலீலைகளை விவரிக்கும் சமயத்தில் அவன் கல்லைத் தேய்த்தவாறிருந்தான். கல்லைத் தேய்ப்பது மிகவும் பழகிப் போயிருந்ததால் அவன் அதை நிறுத்த விரும்பவில்லை. மதியப்பொழுதில் பள்ளிக்கூட மணி ஒலித்தது, ஆகவே ஒரு கிண்ணம் உடோனைச் சமைப்பதற்காக அவன் சமையலறைக்குச் சென்றான், அதில் பச்சை முட்டையோடு கொஞ்சம் வெங்காயத்தாள்களையும் சேர்த்துக் கொண்டான். மதியவுணவுக்குப் பிறகு மீண்டும் அவன் "தி ஆர்ச்ட்யூக் ட்ரையோ"வைக் கேட்டான்.

"ஹேய், கல்லே," முதல் நகர்வு முடிந்தவுடன் அவன் சத்தமாகக் கத்தினான். "மிகவும் நல்ல இசைதான், ம்ம்ம்? ஏதோ உனது இதயம் திறந்து கொள்வதாக உன்னை உணரச் செய்கிறதுதானே, என்ன நினைக்கிறாய்?"

கல் அமைதியாக இருந்தது.

அவன் பேசுவதை அல்லது அந்த இசையை அந்தக் கல் கேட்கிறதா இல்லையா என்பது குறித்து அவனுக்கு ஒன்றும் தெரியாது, ஆனால் எப்படியாகிலும் அவன் மேற்கொண்டு பேசினான். "இன்று காலை நான் சொன்னதைப் போல, எனது வாழ்வில் சில மோசமான விசயங்களைச் செய்திருக்கிறேன். மிகுந்த சுயநலக்காரனாக இருந்திருக்கிறேன். மேலும் அதையெல்லாம் மாற்ற முடியாதபடி மிகவும் தாமதமாகி விட்டது, உனக்குத் தெரியுமா? ஆனால் இந்த இசையைக் கேட்கும்போது ஏதோ பீத்தோவன் இங்கே நின்று என்னோடு பேசுவதைப் போலிருக்கிறது, என்னிடம் எதையோ அவர் சொல்வது போல, 'போகட்டும், ஹோஷினோ. அதை எண்ணிக் கவலைப்படாதே. நானும் கூட எனது வாழ்வில் சில மோசமான விசயங்களைச் செய்திருக்கிறேன். அது குறித்து நீ பெரிதாக ஒன்றும் செய்ய முடியாது. விசயங்கள் நடக்கவே செய்யும். நீ வெறுமனே அவற்றோடு சேர்ந்து பயணிக்க வேண்டும்.'" பீத்தோவன், அவர் எப்படிப்பட்ட மனிதராயிருந்தார் என்று பார்க்கும்போது, அப்படி எதையும் சொல்லப் போவதில்லை.

ஆனால் பிறகும் கூட அவரின் இசையிலிருந்து அத்தகைய அதிர்வலைகளை கிரகித்துக் கொள்கிறேன், ஏதோ அதைத்தான் அவர் என்னிடம் சொல்கிறார் என்பதாக. உன்னால் அதை உணர முடிகிறதா?"

கல் பேசாமல் இருந்தது.

"எப்படியாகிலும்," ஹோஷினோ சொன்னான். "அது வெறுமனே எனது கருத்து மட்டும்தான். நாம் இசையைக் கேட்பதற்காக எனது வாயை மூடுகிறேன்."

இரண்டு மணிக்கு அவன் வெளியே பார்த்தபோது, ஒரு பருத்த கறுப்புநிறப் பூனை தாழ்வாரத்தின் கைப்பிடியில் அமர்ந்திருந்தது, அடுக்ககத்தை உற்று நோக்கியபடி. சலிப்புற்றவனாக, ஹோஷினோ சாளரத்தைத் திறந்து அதைக் கூப்பிட்டான், "ஹேய் உன்னைத்தான், பூனையே. அருமையான நாள், இல்லையா?"

"ஆமாம், உண்மை, இது அருமையான நாள்தான், திரு ஹோஷினோ," அந்தப் பூனை பதிலளித்தது.

"நாசமாய்ப் போச்சு," என்றான் ஹோஷினோ, தனது தலையை ஆட்டியபடி.

காகம் எனப் பெயரிடப்பட்ட சிறுவன்

காகம் எனப் பெயரிடப்பட்ட சிறுவன் வனத்துக்கு மேலே பென்னம்பெரிய, தளர்வான வட்டங்களில் சுற்றிப் பறந்தான். ஒன்றை வரைந்த பிறகு, வேறொரு இடத்துக்குப் பறந்து மிகுந்த கவனத்தோடு மற்றொன்றைத் தொடங்குவான், ஒத்த வடிவங்கொண்ட வட்டத்தை, ஒன்றன் பின் ஒன்றாகக் கட்புலனாகாத அந்த வட்டங்களை அவன் வரைந்தபோதும் அவை காற்றில் மறைந்தன. ஒரு வேவு விமானம் போல, தனக்குக் கீழிருந்த வனத்தை நுட்பமாக ஆராய்ந்தான், தன்னால் கண்டுபிடிக்க முடியாத யாரையோ தேடுவதாக. மாபெரும் கடலைப் போல, அவனுக்குக் கீழே அலையலையாக எழுந்தடங்கிய அவ்வனம் அடர்த்தியானதாகவும் பெயரற்றதாகவும் பின்னிப்பிணைந்த கிளைகளின் போர்வையால் அத்துவானம் வரைக்கும் நீண்டது. சாம்பல்நிற மேகங்களால் மூடுண்டிருந்தது வானம், மேலும் அங்கு காற்றோ சூரியவொளியோ இல்லை. இந்தப் புள்ளியில், மொத்த உலகத்திலும் தனித்திருக்கும் ஒரே பறவையாக காகம் எனப் பெயரிடப்பட்ட சிறுவன் இருக்கக்கூடும், ஆனால் தற்போதைக்கு அது குறித்து யோசிக்க முடியாத அளவுக்கு அவன் மிகவும் மும்முரமாக இருந்தான்.

இறுதியாகக் கீழேயிருந்த மரங்களின் கடலுக்குள் அவனொரு திறப்பைக் கண்டுபிடித்து நேரடியாக அதன் வழியே நுழைந்து ஒரு வெட்டவெளியை வந்தடைந்தான். புற்களடர்ந்த அந்தச் சிறிய நிலத்துண்டின் மீது வெளிச்சம் பாய்ந்து கொண்டிருந்தது. வெட்டவெளியின் முனையில் வட்ட வடிவத்தில் ஒரு பெரிய பாறை தென்பட்டது, பிரகாசமான சிவப்புநிறப் பருத்தியாடையும் கறுப்புநிறப் பட்டுத்தொப்பியும் அணிந்த

மனிதனொருவன் அதன் மீது அமர்ந்திருந்தான். அடர்ந்த-குதிகள் கொண்ட நடை காலணிகளை அவன் அணிந்திருக்க, ஒரு காக்கி-நிறப் பை அவனருகில் கிடந்தது. வினோதமான உடையலங்காரம், என்றாலும் காகம் எனப் பெயரிடப்பட்ட சிறுவன் அதைக் கண்டுகொள்ளவில்லை. அவன் தேடிக் கொண்டிருந்தது இவனைத்தான். அந்த மனிதன் என்ன அணிந்திருந்தான் என்பதில் எந்த முக்கியத்துவமும் இல்லை.

திடீரென்று ஒலித்த இறக்கைகளின் சிறகடிப்பைக் கேட்டு நிமிர்ந்த மனிதன் ஒரு பெரிய கிளையின் மீது வந்தமர்ந்த காகத்தைக் கண்டான். “ஹேய்,” அவன் உற்சாகமாகக் கூறினான்.

காகம் எனப் பெயரிடப்பட்ட சிறுவன் எந்தப் பதிலும் சொல்லவில்லை. கிளையின் மீது சாவகாசமாக அமர்ந்து கொண்டு, அந்த மனிதனை அவன் உற்று நோக்கினான், கண்ணிமைக்காமல், உணர்வுகளின்றி. அவ்வப்போது தனது தலையை அவன் ஒருபக்கமாக வளைக்கவும் செய்தான்.

“நீ யாரென்பது எனக்குத் தெரியும்,” அம்மனிதன் சொன்னான். தனது தொப்பியைக் கழற்றி விட்டு மறுபடியும் அதை அணிந்தான். “வெகு நேரம் ஆவதற்குள் நீ இங்கே வந்து விடுவாயென்னும் உணர்வு எனக்குள் இருந்தது.” அவன் தொண்டையைச் செருமினான், முகத்தைச் சுருக்கி தரையில் காறித் துப்பினான், பிறகு அந்த எச்சிலைத் தனது மிதியடிகளால் புழுதிக்குள் தள்ளிப் புதைத்தான்.

“நான் வெறுமனே ஓய்வெடுத்துக் கொண்டிருந்தேன், பேசுவதற்கு யாருமின்றி சற்று சலிப்பாகவும் உணர்ந்தேன். நீ இங்கு நெருங்கி வந்தால் என்ன? சிறிது நேரம் நிம்மதியாக உரையாடலாம். என்ன சொல்கிறாய்? இதற்கு முன் நான் உன்னைப் பார்த்ததில்லை, ஆனால் நாம் முழுக்க அந்நியர்களென்று அதற்கு அர்த்தமில்லை.”

காகம் எனப் பெயரிடப்பட்ட சிறுவன் வாயை மூடிக் கொண்டிருந்தான், தனது இறக்கைகளையும் தனக்குள் மிக நெருக்கமாக இறுகக் கட்டியிருந்தான்.

பட்டுத்தொப்பி அணிந்த மனிதன் தன் தலையை மென்மையாக ஆட்டினான். "ஆ, எனக்குப் புரிகிறது. உன்னால் பேச முடியாது, இல்லையா? பரவாயில்லை. பேசுவதை நான் கவனித்துக் கொள்கிறேன், அதில் உனக்கு ஏதும் சிக்கல் இல்லையெனில். பிறகும் நீ என்ன செய்யப் போகிறாயென்று எனக்குத் தெரியும், ஒரு வார்த்தை கூட சொல்லாவிட்டாலும். இனியும் நான் மேற்கொண்டு பேசக் கூடாதென்று நீ விரும்புகிறாய், சரியா? என்ன நடக்குமென்பதை என்னால் கணிக்க முடியுமென்பது வெளிப்படையான சங்கதி. நான் மேற்கொண்டு பேசக் கூடாதென்று நீ விரும்புகிறாய், ஆனால் மிகத்துல்லியமாக அதைத்தான் நான் செய்ய விரும்புகிறேன். ஏனென்றால் எனது விரல்களின் வழி எளிதில் நழுவ விட முடியாத அளவுக்கு இதுவொரு பொன்னான வாய்ப்பு - வாழ்வில்-ஒரு-முறை-மட்டுமே-கிட்டும் வாய்ப்பு."

தனது புதைமிதியடிகளின் கணுக்கால் பகுதியை அவன் ஓங்கி உதைத்தான். "தாவிக் குதித்து நாம் உடனடியாக இறுதி முடிவுக்கு வந்து சேர்வோமெனில், உன்னால் என்னைத் தடுக்க முடியாது. நீ அதற்குத் தகுதி பெறவில்லை. எனது புல்லாங்குழலை இசைக்கிறேன் என்று வைத்துக் கொள்வோம், என்ன நடக்கும்? உன்னால் எனக்கருகில் நெருங்கி வரக்கூட முடியாது. அதுதான் எனது புல்லாங்குழலின் ஆற்றல். உனக்கு அது குறித்துத் தெரியாதிருக்கலாம், ஆனால் அதுவொரு தனித்துவமான வகையைச் சேர்ந்த புல்லாங்குழல், வெறுமனே ஏதோவொரு சாதாரணமான யார்-கையிலும்-இருக்கக்கூடிய கருவியல்ல. மேலும் உண்மையைச் சொன்னால் இந்தப் பைக்குள் சொல்லிக் கொள்ளும்படியான எண்ணிக்கையில் அவை இருக்கின்றன."

அந்த மனிதன் கையை நீட்டி கவனமாக பையைத் தட்டிக் கொடுத்தான், பிறகு மறுபடியும் நிமிர்ந்து தனக்கான கிளையில் வீற்றிருந்த காகம் எனப் பெயரிடப்பட்ட சிறுவனைப் பார்த்தான். "நான் சேகரித்த பூனைகளின் ஆன்மாக்களைக் கொண்டு இந்தப் புல்லாங்குழலை உருவாக்கினேன். பூனைகளை அவை உயிரோடிருந்தபோதே ஆன்மாக்களைப் பறித்தெடுத்து அவற்றை இந்தப் புல்லாங்குழலாகச் செய்தேன். பூனைகளுக்காக நான் வருந்தினேன், இயல்பாகவே, அது போல அவற்றை

வெட்டித் திறக்க வேண்டி வந்ததற்காக, ஆனால் அது குறித்து என்னால் ஒன்றும் செய்ய முடியவில்லை. இந்தப் புல்லாங்குழல் நன்மை தீமை, அன்பு அல்லது வெறுப்பு என உலகத்தின் அத்தனை நியதிகளுக்கும் அப்பாற்பட்டது. இந்தப் புல்லாங்குழல்களை உருவாக்குவது என்னுடைய நீண்ட-காலக் கனவு, மேலும் எனது கடமையை நிறைவேற்றுவதிலும் சிறிய பங்கை ஆற்றுவதிலும் நான் எப்போதும் ஓரளவு நிறைவாகவே செயல்பட்டிருக்கிறேன். இதில் அசிங்கப்பட ஒன்றுமில்லை. எனக்குத் திருமணமானது, குழந்தைகள் பிறந்தன, பிறகு தேவைக்கதிகமான புல்லாங்குழல்களையும் உருவாக்கினேன். ஆக இதற்கு மேல் நான் எதையும் உருவாக்கப் போவதில்லை. உனக்கும் எனக்குமிடையில் இருக்கட்டும், இது வரைக்கும் நான் உருவாக்கிய அனைத்து புல்லாங்குழல்களையும் எடுத்து அவற்றைக் கொண்டு இன்னும் பெரிய, இன்னுமதிக ஆற்றலோடு இருக்கக்கூடிய ஒரு புல்லாங்குழலை உருவாக்க எண்ணியிருக்கிறேன் – தன்னளவில் ஓர் ஒழுங்குமுறையாக மாறக்கூடிய மகத்தான-அளவிலான புல்லாங்குழலை. தற்போதைக்கு அத்தகைய வகையைச் சேர்ந்த புல்லாங்குழலை என்னால் நிர்மாணிக்க முடிந்த ஓர் இடத்துக்குப் போகவிருக்கிறேன். அந்தப் புல்லாங்குழல் நல்லதா அல்லது தீயதா என்பதைத் தீர்மானிப்பவன் நானில்லை, நீயும் கூட இல்லை. எப்போது எங்கிருக்கிறேன் என்பதைப் பொறுத்தது. அந்த வகையில் பார்த்தால், நான் முழுக்கவே எந்த முன்தீர்மானங்களுமில்லாத மனிதன், வரலாறு அல்லது பருவநிலையைப் போல – நடுநிலையாக. மேலும் நான் அதுபோல இருப்பதால், நானே கூட ஓர் ஒழுங்குமுறையாக மாற முடியும்.”

அவன் தனது பட்டுத்தொப்பியைக் கழற்றி, தலையின் மேற்பகுதியில் இருந்த அடர்த்தியற்ற கேசத்தைத் தேய்த்தான், மீண்டும் அதை அணிந்து கொண்டு அதன் விளிம்பை துரிதமாகச் சரி செய்தான். “இந்தப் புல்லாங்குழலை இசைத்த மறுகணம், உன்னைத் தொலைத்துக் கட்டுவது எளிய காரியமாக இருக்கும். விசயம் யாதெனில், உடனடியாக அதை இசைக்க வேண்டுமென்று நான் நினைக்கவில்லை. எனக்குள்ளிருந்து அது நிறைய உறிஞ்சிக் கொள்ளும், ஆகவே எனதாற்றலை இழக்க நான் பிரியப்படவில்லை. ஆனால் நான் புல்லாங்குழலை

இசைக்கிறேனோ இல்லையோ, உன்னால் என்னைத் தடுக்க முடியாது. அது வெளிப்படையாகத் தெரிந்தால் போதும்."

அந்த மனிதன் மீண்டும் ஒரு முறை தொண்டையைச் செருமினான், பிறகு தனது தொப்பையின் சின்னஞ்சிறிய புடைப்பைத் தேய்த்துக் கொடுத்தான். "புறநரகம் என்றால் என்னவென்று உனக்குத் தெரியுமா? வாழ்வுக்கும் மரணத்துக்கும் இடையேயிருக்கும் ஒரு நடுநிலைப் புள்ளி. ஒரு மாதிரி வருத்தந்தோய்ந்த, தெளிவில்லாத இடம். நான் இப்போது இருக்கக்கூடியது, வேறு வார்த்தைகளில் சொன்னால் - இந்த வனம். எனது சொந்த விருப்பத்தின் பேரில் நான் செத்துப் போனேன், ஆனால் இன்னும் அடுத்த உலகத்துக்குப் போகவில்லை. புலம்பெயரும் ஆன்மா நான், மேலும் புலம்பெயர்தலில் உள்ள ஆன்மாவுக்கு வடிவமிருக்காது. தற்போதைக்கு வெறுமனே இந்த வடிவத்தைத் தரித்திருக்கிறேன். அதன் காரணமாகவே உன்னால் என்னைக் காயப்படுத்த முடியாது. நான் சொல்வது புரிகிறதா? இந்த இடம் முழுக்கவும் நான் ரத்தம் சிந்தினால் கூட, அது உண்மையான ரத்தமாக இருக்காது. மிகவும் மோசமாக நான் துயருற்றால் கூட, அது உண்மையான துயரமாயிருக்காது. ஆக தற்போதைக்கு என்னை அழிக்கக்கூடிய ஒரே ஆள் யாரென்று பார்த்தால் அதற்குத் தகுதிபெற்ற ஒருவன் மட்டுமே. மேலும் - சொல்ல வருத்தமாக இருக்கிறது - நீ அதற்குத் தகுதியானவனல்ல. முதிர்ச்சியற்ற, சாதாரணமான மாயத்தோற்றம் என்பதைத் தாண்டி நீ ஒன்றுமில்லை. நீ எத்தனை தீர்மானமாக இருந்தாலும், என்னை அழித்தகற்றுவதென்பது உன்னைப் போன்றவர்களின் சக்திக்கு அப்பாற்பட்டது." காகம் எனப் பெயரிடப்பட்ட சிறுவனைப் பார்த்து அவன் இளித்தான். "என்ன? முயற்சி செய்து பார்க்க விரும்புகிறாயா?"

ஏதோ அதுதான் அவன் எதிர்பார்த்துக் காத்திருந்த சமிக்ஞை என்பதைப் போல, காகம் எனப் பெயரிடப்பட்ட சிறுவன் தனது இறக்கைகளை அகலமாக விரித்து கிளையை விட்டு விசையோடு கிளம்பி நேரே அவன் மீது பாய்ந்தான். இரண்டு நகங்களாலும் அந்த மனிதனின் மார்பை இறுகப் பற்றினான், தனது தலையைப் பின்னுக்கிழுத்து அம்மனிதனின் வலது கண்ணில் தன்னுடைய அலகைப் பாய்ச்சினான், ஏதோ

காஃப்கா – கடற்கரையில் | 813

குந்தாலி கொண்டு வெட்டுவதைப் போல பேய்த்தனமாகக் கொத்தினான், இது நிகழ்ந்த மொத்த நேரமும் அவனுடைய அடர்த்தியான கறுப்புநிற இறக்கைகள் மிகுந்த சத்தத்தோடு அடித்துக் கொண்டிருந்தன. அம்மனிதன் எந்த எதிர்ப்பையும் வெளியிடாமல், தன்னைப் பாதுகாத்துக் கொள்ள விரலைக் கூட உயர்த்தவில்லை. அவன் அலறவும் இல்லை. மாறாக, உரக்கச் சிரித்தான். அவனது தொப்பி தரையில் வீழ்ந்தது, மேலும் அவனுடைய விழிக்கோளம் கிழிந்து அதற்கான குழியில் இருந்து வெளியேறித் தொங்கியது. காகம் எனப் பெயரிடப்பட்ட சிறுவன் இப்போது பிடிவாதமாக அவனுடைய மற்றொரு கண்ணைத் தாக்கத் தொடங்கினான். இரண்டு விழிகளும் வெற்றுக்குழிகளாக மாறிய மறுகணம், அவன் உடனே அந்த மனிதனின் முகத்துக்குத் தனது கவனத்தைத் திருப்பினான், அதன் பரப்பெங்கும் ஆவேசமாகக் கொத்தினான். கூடிய விரைவில் அவனுடைய முகமும் குட்டிக்குட்டி நாடாக்களாகக் கிழிந்து தொங்கியது, சதைத்துணுக்குகள் பறக்க, ரத்தம் எங்கும் சிதறியடிக்க, வெறும் செந்நிற மாமிசமென்பதைத் தவிர அங்கு ஒன்றுமில்லை. அடுத்ததாக காகம் அவனுடைய தலையின் மேற்பகுதியைத் தாக்கினான், கேசம் மிகவும் நெருக்கமற்றதாக இருந்த பகுதியில், ஆனால் பிறகும் அந்த மனிதன் சிரித்துக் கொண்டிருந்தான். தாக்குதல் தீவிரமாக ஆக, அவன் இன்னும் உரக்கச் சிரித்தான், ஏதோ தன்னைத்தானே அவனால் கட்டுப்படுத்த முடியாதபடிக்கு ஒட்டுமொத்தச் சங்கதியும் மிகவும் உற்சாகமான ஒன்றாயிருந்ததைப் போல.

அந்த மனிதன் ஒருபோதும் காகத்தை விட்டுத் தனது கண்களை – தற்போது அவை வெற்றுக்குழிகள் – அகற்றவில்லை, சிரிப்புகளுக்கு மத்தியில் சிற்சில வார்த்தைகளைக் கடித்துத் துப்பவும் அவனுக்குச் சாத்தியமானது. "கவனி, உன்னிடம் நான் என்ன சொன்னேன்? என்னைச் சிரிக்க வைக்காதே. நீ விரும்பும் எதை வேண்டுமானாலும் முயற்சிக்கலாம், ஆனால் அது என்னைக் காயப்படுத்தப் போவதில்லை. அதைச் சாதிக்க நீ தகுதி பெற்றிருக்கவில்லை. நீயொரு அற்பமான மாயத்தோற்றம் மட்டுமே, ஒரு மட்டமான எதிரொலி. நீ என்ன செய்தாலும், அதற்குப் பலனிருக்காது. உனக்குப் புரியவில்லையா?"

இந்த வார்த்தைகளை வெளியிட்ட வாயின் மீது தனது தாக்குதலைத் தொடர்ந்தான் காகம் எனப் பெயரிடப்பட்ட சிறுவன். அவனுடைய பெரிய இறக்கைகள் முடிவேயில்லாமல் காற்றில் அடித்துக் கொண்டிருந்தன, ஒரு சில பளபளப்பான கறுப்புநிறச் சிறகுகள் தளர்ந்து விடுபட்டு ஓர் ஆன்மாவின் முறிந்த துண்டுகளைப் போலக் காற்றில் அலைந்தன. காகம் அம்மனிதனின் நாவைக் கிழித்தான், அலகால் அதை இறுகப் பற்றி, தன்னுடைய ஆற்றலனைத்தையும் பயன்படுத்தி அதனை இழுத்தான். அது நீளமாகவும் மாபெரும் அடர்த்தியோடும் இருந்தது, அந்த மனிதனுடைய தொண்டையின் ஆழத்திலிருந்து பிடுங்கியவுடன் அதுவொரு ராட்சச மெல்லுடலியைப் போல ஓலமிட்டு இருண்ட வார்த்தைகளை உருவாக்கியது. என்றபோதும், நாக்கு இல்லாமல், அந்த மனிதனால் கூட அதற்குப் பிறகு சிரிக்க முடியவில்லை. அவனால் சுவாசிக்கவும் கூட முடியவில்லை என்பதாகத் தோன்றியது, ஆனால் பிறகு அவன் தனது இடுப்பைப் பிடித்தபடி ஒலியற்ற சிரிப்புகளால் ஆடிக் கொண்டிருந்தான். காகம் எனப் பெயரிடப்பட்ட சிறுவன் அதை உற்றுக் கவனித்தான், மேலும் கேட்கவியலாத அந்தச் சிரிப்பு – ஏதோ தொலைதூரப் பாலைவனத்தில் வீசும் காற்றைப் போல வெறுமையானதாகவும் அச்சுறுத்துகிறதாகவும் அது இருந்தது – நிற்பதாகத் தெரியவில்லை. சொல்லப் போனால், நிரம்பவும் அது வேறொரு உலகைச் சேர்ந்த புல்லாங்குழலைப் போல ஒலித்தது.

47

விடியலுக்குச் சிறிது நேரங்கழித்து நான் கண்விழிக்கிறேன், மின்சார வெப்பத்தட்டில் நீரைக் கொதிக்க வைத்து எனக்குத் தேநீர் தயாரிக்கிறேன். வெளியே என்ன நடக்கிறதென்பதைப் பார்க்க, அவ்வாறு ஏதுமிருப்பின், நான் சாளரத்தினருகே சென்று அமர்கிறேன். எங்கும் மயான அமைதி, சாலையில் யாருமிருப்பதற்கான எந்த அடையாளமுமில்லை. பறவைகள் கூடத் தங்களின் இயல்பான குழுப்பாடலில் ஈடுபடத் தயங்குவதாகத் தெரிகிறது. கிழக்கில் மலைகளின் விளிம்புகள் மெலிதான ஒளியில் புலப்படுகின்றன. அந்த இடம் உயரமான மலைகளால் சூழப்பட்டுள்ளது, ஏன் அங்கு விடியல் தாமதமாகவும் அந்தி விரைவாகவும் வருகிறதென்பதை இது விளக்குகிறது. நேரத்தைப் பார்க்க எனது கடிகாரமிருக்கும் படுக்கையோர மேசைக்குப் போகிறேன், ஆனால் அதன் டிஜிட்டல் திரை முழுக்க வெறுமையாயிருக்கிறது. குருட்டாம்போக்கில் ஒரு சில பொத்தான்களை நான் அழுத்தினாலும், எதுவும் நிகழவில்லை. மின்கலங்கள் நன்றாகத்தான் இருக்க வேண்டும், ஆனாலும் கண்டுபிடிக்க முடியாத ஏதோ காரணத்துக்காக நான் உறங்கும்போது அது நின்றிருக்கிறது. கடிகாரத்தை மீண்டும் எனது தலையணைக்கு மேல் வைத்து விட்டு வலக்கையால் இடக்கையின் மணிக்கட்டைத் தடவுகிறேன், அங்குதான் அதை வழக்கமாக அணிவேன். காலமென்பது இங்கே பெரிய விசயம் கிடையாது.

வெளியேயுள்ள வெறுமையான, பறவைகளற்ற சூழற்காட்சியை வெறித்துப் பார்க்கும் சமயத்தில், நான் ஒரு புத்தகத்தை வாசிக்க விரும்புகிறேன் – எந்தப் புத்தகமானாலும். புத்தகத்தின் வடிவில் இருப்பதோடு அச்சிடப்பட்டிருக்கும் என்றால், எனக்கு அது

போதும். ஒரு புத்தகத்தை வெறுமனே எனது கைகளில் பற்றிக் கொள்ள விரும்புகிறேன், பக்கங்களைத் திருப்பி, வார்த்தைகளை என் கண்களால் மேய வேண்டும். ஒரேயொரு பிரச்சினைதான் – பார்வைக்கு ஒரு புத்தகம் கூடத் தட்டுப்படவில்லை. சொல்லப் போனால், இன்னும் இங்கே அச்சுத்தொழிலைக் கண்டுபிடிக்கவேயில்லை என்பதைப் போலுள்ளது. நான் துரிதமாக அறையை அலசுகிறேன், உறுதியாகச் சொல்லலாம் – தன் மீது எழுத்துகளைக் கொண்ட எதுவும் அங்கு இல்லவே இல்லை.

என்ன மாதிரி ஆடைகள் இருக்கிறதென்பதைப் பார்க்க படுக்கையறையின் இழுப்பறை அடுக்குப்பெட்டியைத் திறக்கிறேன். அனைத்தும் அழகாக மடிக்கப்பட்டுள்ளன. துணிகளில் எதுவும் புதிதல்ல. எண்ணற்ற முறை துவைத்ததால் அவற்றின் நிறங்கள் மங்கி, துணிகளும் மென்மையாகிப் போயிருக்கின்றன. என்றாலும், அவை தூய்மையாகத் தெரிகின்றன. வட்ட-வடிவ கழுத்துடைய சட்டைகள், உள்ளாடைகள், காலுறைகள், உடன் கழுத்துப்பட்டைகளோடு கூடிய பருத்தி சட்டைகளும் பருத்தி காற்சட்டைகளும். மிகச்சரியாகப் பொருந்தக்கூடியவை அல்ல, ஆனால் கிட்டத்தட்ட என்னுடைய அளவுதான். அத்தனைத் துணிகளும் எவ்விதமான வண்ணமும் தோய்விக்கப்பெறாத துல்லியமான வெறுமையோடு உள்ளன, ஏதோ சித்திரவேலைகளுடன் கூடிய துணிகளென்னும் ஒரு கருத்துருவாக்கமே அங்கு கிடையாதென்பதைப் போல. அவற்றில் எதிலும் தயாரித்தவர்களின் அடையாளப்பட்டையும் இல்லை – எந்த விதமான எழுத்துக்கும் இங்கு அனுமதி இல்லை போலும். நாற்றமடிக்கும் எனது டி-ஷர்ட்டுக்குப் பதிலாக சூரியவொளி மற்றும் சோப்பின் மணம் கொண்டவொன்றை இழுப்பறைக்குள் இருந்து எடுத்து அணிகிறேன்.

சிறிது நேரம் கழித்து – எவ்வளவு நேரம் கழித்து என்று எனக்குச் சொல்லத் தெரியவில்லை – அந்தப் பெண் வருகிறாள். கதவை மெதுவாகத் தட்டிய பிறகு, பதிலுக்குக் காத்திராமல், அதைத் திறக்கிறாள். கதவுக்குப் பூட்டு இல்லை. அவளுடைய கித்தான் பை தோளில் ஆடுகிறது. அவளுக்குப் பின்னாலிருக்கும் வானம் ஏற்கனவே வெளிச்சமாயிருக்கிறது.

நேராகச் சமையலறைக்குச் சென்று ஒரு சிறிய கறுப்புநிற வறையோட்டில் அவள் சில முட்டைகளைச் சமைக்கிறாள். முட்டைகள் சூடான எண்ணெயைத் தீண்டும் நேரத்தில் ஒரு ரம்மியமான தாளிப்பொலி எழுந்திட, அருமையான சமையலின் மணம் அந்த அறைக்குள் வீசுகிறது. அதே வேளையில், ஒரு பழங்காலத் திரைப்படத்தின் உடைமையைப் போலத் தோற்றந்தரும் சிறிய நிலைத்த வாட்டுக்கலத்தைக் கொண்டு சிறிது பாணை வாட்டி எடுக்கிறாள். அவளுடைய ஆடைகளும் கேசமும் முந்தைய நாளின் இரவைப் போலவே உள்ளன - வெளிர்நீல ஆடை, பின்னால் இழுத்துக் கட்டிய கேசம். அவளது தோல் மிகவும் மென்மையாகவும் அழகாகவும் உள்ளது, மேலும் அவளுடைய மெலிந்த, பீங்கானை-ஒத்த கைகள் காலைநேரச் சூரியனில் மின்னுகின்றன. திறந்திருக்கும் சாளரத்தின் வழியே ஒரு குட்டி வண்டு ரீங்காரமிட்டவாறு உள்ளே நுழைகிறது, ஏதோ உலகத்தைச் சற்றதிகமாக முழுமையாக்குவதைப் போல. அந்தப் பெண் உணவை மேசைக்கு எடுத்து வருகிறாள், நாற்காலியில் அமர்ந்து, காய்கறிகளுடன் கூடிய ஆம்லெட்டையும் வெண்ணெய் தடவிய ரொட்டிகளையும் சாப்பிட்டு சிறிது மூலிகைத் தேநீரை நான் அருந்துவதைப் பார்க்கிறாள். அவள் எதையும் உண்ணவோ அருந்தவோ இல்லை. ஒட்டுமொத்த சங்கதியும் முந்தைய நாளிரவின் மறுஒளிபரப்பாக உள்ளது.

"இங்குள்ள மனிதர்கள் தங்களுக்கான உணவைத் தாங்களே சமைக்க மாட்டார்களா?" நான் அவளிடம் கேட்கிறேன். "இதை நான் யோசித்துக் கொண்டிருந்தேன், ஏனென்றால் எனக்கான உணவை நீ சமைக்கிறாய்."

"சில ஆட்கள் தாங்களே சமைப்பார்கள், மற்றவர்களுக்கு வேறு சிலர் அவர்களுக்கான உணவைத் தயாரிப்பார்கள்," அவள் பதிலளிக்கிறாள். "என்றபோதும், பெரும்பாலும் இங்குள்ள மனிதர்கள் நிறைய சாப்பிட மாட்டார்கள்."

"உண்மையாகவா?"

அவள் தலையசைக்கிறாள். "சில சமயங்களில் மட்டுமே அவர்கள் சாப்பிடுவார்கள். தாங்கள் விரும்பும்போது."

"அதாவது நான் சாப்பிடுவது போல வேறு யாரும் சாப்பிடுவதில்லை என்று சொல்கிறாயா?"

"ஒரு நாள் முழுக்கச் சாப்பிடாமல் உன்னால் காலத்தை ஓட்ட முடியுமா?"

நான் தலையை ஆட்டுகிறேன்.

"இங்குள்ள மக்கள் அடிக்கடி ஒரு நாள் முழுக்கச் சாப்பிடாமல் இருப்பார்கள், எந்தச் சிக்கலும் இருக்காது. உண்மையில் அவர்கள் சாப்பாட்டை மறந்தும் கூடப் போவார்கள், சில சமயங்களில் தொடர்ச்சியாகப் பல நாட்களுக்கு."

"இன்னும் இங்குள்ள சங்கதிகளுக்கு நான் பழகிக் கொள்ளவில்லை, எனவே நான் சாப்பிட வேண்டும்."

"அப்படித்தான் நினைக்கிறேன்," அவள் சொல்கிறாள். "அதன் காரணமாகவே உனக்காக நான் சமைக்கிறேன்."

நான் அவளுடைய முகத்தை நேருக்கு நேர் பார்க்கிறேன். "இங்குள்ள சங்கதிகளுக்குப் பழகிக் கொள்ள எனக்கு எவ்வளவு காலம் பிடிக்கும்?"

"எவ்வளவு காலம்?" கிளிப்பிள்ளை போலத் திரும்பவும் சொன்ன பிறகு அவள் மெல்லத் தலையை ஆட்டுகிறாள். "எனக்குத் தெரியாது. அது காலத்தைப் பொருத்த விசயமல்ல. அந்த நேரம் வரும்போது, நீ ஏற்கனவே அதற்குப் பழகியிருப்பாய்."

நாங்கள் எதிரெதிரே அமர்ந்திருக்கிறோம், உள்ளங்கைகள் கீழிருக்க, அவளது கரங்கள் மேசையின் மீது அழகாக வீற்றிருக்கின்றன. அவளுடைய குட்டியான, உறுதியான பத்து விரல்கள் அங்கிருக்கின்றன, எனக்கு முன்னாலிருக்கும் உண்மையான சங்கதிகள். மிகச்சரியாக அவளுக்கு நேரெதிரே இருந்து, அவளுடைய கண்ணிமைகளின் ஒவ்வொரு சிறிய சிறகடிப்பையும் நான் கைப்பற்றுகிறேன், அவளது முடிக்கற்றைகள் நெற்றியின் மீது அழகாகப் புரள்வதையும் கவனிக்கிறேன். எனது கண்களை அவளிடமிருந்து அகற்ற என்னால் முடியவில்லை.

"அந்த நேரம்?" என்கிறேன்.

"ஏதோ உனக்குள்ளிருக்கும் எதையோ வெட்டி அதை நீ வீசி எறிந்திடுவாய் என்பதைப் போலல்ல," அவள் சொல்கிறாள். "நாம் அதை வீசி எறிவதில்லை – மாறாக ஏற்றுக் கொள்கிறோம், நமக்குள்ளாக."

"மேலும் இதை நான் எனக்குள்ளாக ஏற்றுக் கொள்வேன்?"

"உண்மைதான்."

"அதன் பிறகு?" நான் கேட்கிறேன். "அதை நான் ஏற்றுக் கொண்டதற்குப் பிறகு, பிற்பாடு என்ன நடக்கும்?"

அவள் இதை யோசிக்கும்போது தலையைச் சிறிது சாய்க்கிறாள், ரொம்பவே இயல்பான உடல்மொழி. முடிக்கற்றைகள் மீண்டும் ஆடுகின்றன. "அதன் பிறகு நீ முழுமையான வகையில் நீயாக மாறிடுவாய்," அவள் சொல்கிறாள்.

"அதாவது இன்று வரைக்கும் நான் இன்னும் முழுமையான வகையில் நானாக இல்லை என்று சொல்ல வருகிறாயா?"

"இப்போது கூட நீ முழுமையான வகையில் நீயாகத்தான் இருக்கிறாய்," அவள் சொல்கிறாள், பிறகு அது குறித்து யோசிக்கிறாள். "நான் சொல்ல வருவது சற்று வித்தியாசமானது. ஆனால் அதை என்னால் சரியான முறையில் விளக்க முடியவில்லை."

"அது உண்மையாக நிகழும் வரைக்கும் உன்னால் அதைப் புரிந்து கொள்ள முடியாது?"

அவள் தலையசைக்கிறாள்.

அதற்கு மேலும் அவளைப் பார்ப்பதே ஒரு வலியாக மாறும் சமயத்தில், நான் கண்களை மூடிக் கொள்கிறேன். பிறகு நான் உடனடியாக அவற்றைத் திறக்கிறேன், அவள் இன்னும் அங்குதான் இருக்கிறாள் என்பதை உறுதி செய்து கொள்வதற்காக. "இங்கு ஒரு வகையான சமூக வாழ்க்கைமுறையைப் பின்பற்றுகிறீர்களா?"

அவள் இதைக் கருத்தில் கொள்கிறாள். "அனைவரும் இங்கு ஒன்றாகத்தான் வாழ்கிறார்கள், குறிப்பிட்ட விசயங்களைப் பகிர்ந்து கொள்கிறார்கள். குளியலறைகள், மின் அலுவலகம், சந்தை போன்றவற்றை. இங்கே குறிப்பிட்ட சில எளிமையான, அறிவிக்கப்படாத ஒப்பந்தங்கள் அமலில் உள்ளன, ஆனால் எதுவும் குழப்பமானவை அல்ல. அவற்றைப் பற்றிப் பெரிதாக யோசிக்க வேண்டியதில்லை அல்லது வார்த்தைகளாக எழுதி வைக்கத் தேவையில்லை என்பதைப் போல. ஆகவே இங்கு சங்கதிகள் எவ்வாறு நடைபெறும் என்பது குறித்து உனக்கு நான் சொல்லித் தர எதுவுமில்லை. இங்கிருக்கும் வாழ்க்கை பற்றிய முக்கியமான விசயம் என்னவென்றால், சங்கதிகள் முழுமையாகத் தங்களை ஈர்த்துக் கொள்ள இங்குள்ள மனிதர்கள் அனுமதிப்பார்கள். அதை நீ அனுமதிக்கும் வரைக்கும், உனக்கு எந்தப் பிரச்சினையும் இருக்காது."

"ஈர்க்கப்படுவதென்று நீ எதைச் சொல்கிறாய்?"

"அதாவது நீ வனத்தில் இருக்கும்போது, இடைவெளி ஏதுமின்றி நீயும் அதன் ஒரு அங்கமாக மாறி விடுவாயென்பதைப் போல. மழைக்குள் நிற்கும்போது, நீயும் மழையின் ஓர் அங்கம். காலைப்பொழுதில் இருக்கும்போது, இடைவெளி ஏதுமின்றி நீயும் அந்தக் காலைப்பொழுதின் ஓர் அங்கம். ஆகவே என்னோடு இருக்கும்போது, நீ என்னுடைய ஒரு அங்கமாகிப் போகிறாய்."

"எனில், நீ என்னோடு இருக்கும்போது, சந்தேகத்துகிடமின்றி நீயும் என்னுடைய ஒரு அங்கமாகி விடுகிறாய்?"

"உண்மைதான்."

"அதை எப்படிப் புரிந்து கொள்வது? ஒரே நேரத்தில் நீ நீயாகவும் என்னுடைய அங்கமாகவும் இருப்பதை?"

அவள் நேருக்கு நேராக என்னைப் பார்த்தபடி தனது கொண்டை ஊசியைத் தொடுகிறாள். "அது மிகவும் இயல்பான ஒன்றுதான். ஒரு முறை அதற்குப் பழகி விட்டால், பிறகு மிகவும் எளிதாயிருக்கும். பறப்பதைப் போல."

"உன்னால் பறக்க முடியுமா?"

"வெறும் உதாரணம் மட்டும்தான்," அவள் புன்னகைத்துக் கொண்டே சொல்கிறாள். ஏதோவொரு ஆழமான அல்லது மறைமுகமான அர்த்தமேதும் இல்லாத புன்னகை, புன்னகைக்க வேண்டுமே என்பதற்காக வெளிப்படுத்தும் புன்னகை. "உண்மையாக நீ அதில் ஈடுபடும் வரைக்கும் பறப்பது எப்படி இருக்குமென்பது உனக்குத் தெரியாது. அது போலத்தான்."

"ஆக நீ அதைப் பற்றி யோசிக்கக்கூடத் தேவையில்லாத அளவுக்கு அதுவொரு இயல்பான விசயம்?"

அவள் தலையசைக்கிறாள். "அது மிகவும் இயல்பானது, சலனமற்றது, அமைதியானது, நீ அதைப் பற்றி யோசிக்கத் தேவையில்லாத ஒரு சங்கதி. சந்தேகத்துக்கிடமின்றி."

"நான் தேவைக்கதிகமாக நிறைய கேள்விகள் கேட்கிறேனா?"

"நிச்சயமாக இல்லை," அவள் பதிலளிக்கிறாள். "என்னால் இன்னும் சரியாக விளக்க முடிந்தால் நன்றாயிருக்கும் என நினைக்கிறேன்."

"உனக்கு நினைவுகள் உண்டா?"

மீண்டும் அவள் தலையை ஆட்டியபடி தனது கரங்களை மேசையின் மீது வைக்கிறாள், இம்முறை அவை மேல்நோக்கி இருக்கின்றன. உணர்வுகளின்றி அவற்றை வெறித்துப் பார்க்கிறாள்.

"இல்லை, எனக்குக் கிடையாது. காலத்துக்கு முக்கியத்துவம் இல்லாத ஓர் இடத்தில், நினைவுகளுக்கும் கிடையாது. சொல்லப் போனால் நேற்றைய இரவு எனக்கு நினைவிருக்கிறது, இங்கு வந்ததும் காய்கறிக் குழம்பு வைத்ததும். மேலும் அது மொத்தத்தையும் நீ சாப்பிட்டாய், அப்படித்தானே? அதற்கு முந்தைய தினம் எனக்குக் கொஞ்சமாக நினைவிருக்கிறது. ஆனால் அதற்கு முந்தைய எதுவும், எனக்குத் தெரியாது. காலம் எனக்குள் அமிழ்ந்து கிடக்கிறது, ஒரு பொருளையும் அதற்கு அருகிருக்கும் இன்னொரு பொருளையும் என்னால் வேறுபடுத்திப் பார்க்கவியலாது."

"ஆக இங்கே நினைவுகளுக்கும் முக்கியம் கிடையாது?"

அவள் பிரகாசமாகிறாள். "உண்மைதான். நினைவுகளுக்கு இங்கு மிகுந்த முக்கியத்துவம் கிடையாது. நினைவுகளை நூலகம் பார்த்துக் கொள்ளும்."

அந்தப் பெண் சென்ற பிறகு, காலைநேரச் சூரியனில் கையை நீட்டியபடி நான் சாளரத்தினருகில் அமர்கிறேன், கையின் நிழல் சாளரத்தின் அடிக்கட்டையில் விழுகிறது, தெள்ளத்தெளிவான ஐந்து-விரல்கள் கொண்ட உருவரை. வண்டு ரீங்காரமிடுவதை நிறுத்தி சாளரக் கண்ணாடியின் மீது அமைதியாக இறங்குகிறது. அதற்கு, மிகவும் தீவிரமாக யோசிப்பதற்கு ஏதோ இருப்பதாகத் தோன்றுகிறது. எனக்கும் கூடத்தான்.

சூரியன் அதற்கான உச்சத்தைத் தொட்ட சிறிது நேரத்தில், நான் தங்கியுள்ள இடத்துக்கு அவள் வருகிறாள், மெல்லத் தட்டிய பிறகு கதவைத் திறக்கிறாள். ஒரு கணம் யாரைப் பார்க்கிறேனென்பதை என்னால் உறுதியாகச் சொல்ல முடியவில்லை - இளம்பெண்ணையா அல்லது அவளையா. ஒளியில் ஒரு சிறிய மாற்றம், அல்லது காற்று வீசும் விதத்தில், அவள் முழுமையாக மாற அது மட்டும் போதுமானதாக இருக்கிறது. ஏதோவொரு கணத்தில் அவள் அந்த இளம்பெண்ணாக உருமாறியதைப் போல, அடுத்த கணமே மீண்டும் மிஸ் செய்கியாக மாறுகிறாள். இது உண்மையில் நடந்ததாக அர்த்தமில்லை. எனக்கு முன்னாலிருக்கும் பெண், எந்தச் சந்தேகமுமின்றி, மிஸ் செய்கியே அன்றி வேறு யாருமில்லை.

"வணக்கம்," குரலில் இயல்பான தொனியோடு அவள் சொல்கிறாள், நூலகத்தின் தாழ்வாரத்தில் நாங்கள் ஒருவரையொருவர் கடந்த போது சொன்னதைப் போலவே. நீண்ட-கைகளையுடைய கடல்நீல ரவிக்கையை அணிந்திருக்கிறாள், அதற்குப் பொருத்தமாக முழங்கால் வரை நீளும் பாவாடையும், மெல்லிய வெள்ளிச் சங்கிலியும் சிறிய முத்துக் காதணிகளும் - துல்லியமாக எப்போதும் அவளை நான் பார்த்து பழகியதைப் போல. அவள் தாழ்வாரத்தில் ஏறி நடக்கும்போது அவளுடைய குதிகள் சிறிய, வறண்ட கிளிக்கொலிகளை உண்டாக்குகின்றன, அந்த ஒலி இந்த இடத்துக்குச் சற்றே பொருந்தாததாகவுள்ளது.

என்னை உற்று நோக்கியபடி வாசற்படியில் நிற்கிறாள், அது உண்மையாகவே நான்தானா இல்லையா என்பதை ஏதோ அவள் சோதிக்கிறாளென்பதைப் போல. ஐயத்துக்கிடமின்றி அது நான்தான். எவ்வாறு அவள் உண்மையான மிஸ் செய்கியோ அதைப் போலவே.

"ஒரு கோப்பை தேநீருக்காக உள்ளே வந்தால் என்ன?" நான் சொல்கிறேன்.

"நான் அதை ஏற்றுக் கொள்கிறேன்," அவள் சொல்கிறாள். மேலும், இறுதியாக அவளுக்கு அதற்கான தைரியம் கைகூடியதைப் போல, உள்ளே வருகிறாள்.

நான் சமையலறைக்குச் சென்று நீரைக் கொதிக்க வைப்பதற்காக அடுப்பைப் பற்ற வைக்கிறேன், எனது சுவாசத்தை மறுபடியும் இயல்புநிலைக்கு மீட்டு வர முயற்சி செய்தபடி.

உணவு மேசையின் அருகே அப்போதுதான் அந்தப் பெண் அமர்ந்து சென்ற அதே நாற்காலியில் அவளும் அமர்கிறாள். "மறுபடியும் நாம் நூலகத்தில் இருக்கிறோம் என்பதைப் போன்ற உணர்வு, இல்லையா?" அவள் சொல்கிறாள்.

"நிச்சயமாக நானும் அதை உணர்கிறேன்," நான் ஆமோதிக்கிறேன். "காபி இல்லை, ஒஷிமா இல்லை என்பதைத் தவிர்த்து."

"மேலும் பார்வைக்குள் ஒரு புத்தகம் கூட இல்லை," அவள் சொல்கிறாள்.

நான் இரண்டு கோப்பைகளில் மூலிகைத் தேநீரைத் தயாரித்து அவற்றை மேசைக்கு எடுத்துப் போகிறேன், அவளுக்கு நேர் எதிரில் அமர்கிறேன். திறந்த சாளரத்துக்கு வெளியே பறவைகள் கிறீச்சிடுகின்றன. இன்னும் அந்த வண்டு சாளரக் கண்ணாடியில் ஓய்வெடுக்கிறது.

மிஸ் செய்கிதான் முதலில் பேசுகிறாள். "இங்கு வருவது எனக்கு எளிதாக இருக்கவில்லை என்பதை நீ அறிய வேண்டுமென்று விரும்புகிறேன். ஆனால் நான் உன்னைப் பார்த்துப் பேசியாக வேண்டும்."

நான் தலையசைக்கிறேன். "நீங்கள் வந்ததில் மகிழ்ச்சியடைகிறேன்."

அவளுடைய நிரந்தர அடையாளமான அந்தப் புன்னகை உதடுகளில் வந்து உட்காருகிறது. "நான் உன்னிடம் சொல்ல வேண்டிய ஒரு விசயம் இருக்கிறது." அவளின் புன்னகை ஏறத்தாழ அந்த இளம்பெண்ணினுடையதைப் போலவே இருக்கிறது, என்றாலும் இன்னும் சற்று ஆழத்தோடு, என்னை அசைத்துப் பார்க்கும் ஒரு நுட்பமான வேறுபாடு.

அவள் தனது கரங்களை தேநீர்கோப்பையைச் சுற்றி வைத்துக் கொள்கிறாள். அவளுடைய குத்திய காதுகளின் குட்டி முத்துகளை நான் உற்று நோக்குகிறேன். அவள் யோசிக்கிறாள், வழக்கத்தைக் காட்டிலும் அவளுக்கு அதிக நேரமாகிறது.

"அனைத்து நினைவுகளையும் நான் எரித்து விட்டேன்," அவள் சொல்கிறாள், வெகு கவனமாக வார்த்தைகளைத் தேர்ந்தெடுப்பவளாக. "அவை புகையாக மாறி காற்றில் மறைந்து விட்டன. எனவே என்னால் சங்கதிகளை நீண்ட காலம் நினைவில் வைத்திருக்க முடியாது. அனைத்து விதமான விசயங்களையும் – உன்னோடு நானிருந்த நேரத்தைக் கூட. எனவேதான் என்னால் முடிந்த மட்டும் வேகமாக உன்னைப் பார்த்து உன்னோடு பேச விரும்பினேன். எனக்கு நினைவிருக்கும்போதே."

எனது கழுத்தை எட்டி சாளரத்துக்கு மேலே இருக்கும் வண்டைப் பார்க்கிறேன், அதன் சிறிய கறுப்பு நிழல் பலகணியில் ஒற்றைப் புள்ளியாகத் தெரிகிறது.

"மிக முக்கியமான விசயம் யாதெனில்," அவள் அமைதியாகச் சொல்கிறாள், "நீ இங்கிருந்து வெளியேற வேண்டும். உன்னால் முடிந்த மட்டும் விரைவாக. இங்கிருந்து கிளம்பு, வனங்களின் வழியாகப் போ, அங்கு நீ விட்டு வந்த வாழ்க்கைக்கு. நுழைவாயில் சீக்கிரமே மூடப் போகிறது. இதைச் செய்வேன் என்று எனக்கு வாக்குக் கொடு."

நான் தலையை ஆட்டுகிறேன். "உங்களால் இதைப் புரிந்து கொள்ள முடியவில்லை, மிஸ் செய்கி, ஆனால் திரும்பிப் போக எனக்கு எந்த உலகமும் இல்லை. யாரும் ஒருபோதும்

என்னை உண்மையாக நேசித்ததில்லை, அல்லது என்னைத் தேடியதுமில்லை, என் வாழ்க்கை முழுவதும். என்னைத் தவிர வேறு யாரைக் கணக்கில் கொள்வதென்றும் எனக்குத் தெரியாது. என்னைப் பொருத்த வரைக்கும் நான் விட்டு வந்த வாழ்க்கை எனும் சங்கதிக்கு அர்த்தமே கிடையாது."

"ஆனாலும் நீ திரும்பிப் போக வேண்டும்."

"அங்கு ஒன்றுமே இல்லை என்றாலும்? நான் இருக்கிறேனா இல்லையா என்பது குறித்து அக்கறை கொள்ள யாருமே இல்லாதபோதும்?"

"அதற்காக என்றில்லை" அவள் சொல்கிறாள். "அதைத்தான் நான் விரும்புகிறேன். நீ அங்கே இருப்பதை."

"ஆனால் நீங்கள் அங்கே இல்லை, அப்படித்தானே?"

அவள் குனிந்து தேநீர்க்கோப்பையைப் பற்றிருக்கும் தனது கரங்களைப் பார்க்கிறாள். "இல்லை, நான் இருக்க மாட்டேன். இனிமேலும் நான் அங்கே இல்லை."

"அப்படியே நான் திரும்பிப் போனாலும் நீங்கள் என்னிடம் கேட்பது என்ன?"

"ஒரு விசயம் மட்டும்," அவள் சொல்கிறாள், தலையை உயர்த்தி நேருக்கு நேர் எனது கண்களுக்குள் பார்த்து. "என்னை நீ நினைவில் வைத்திருக்க விரும்புகிறேன். நீ என்னை நினைவில் வைத்திருப்பாயானால், வேறு யாரும் என்னை மறந்தால் கூட அதைப் பற்றி நான் கவலைப்பட மாட்டேன்."

சிறிது நேரத்துக்கு மௌனம் எங்களின் மீது கவிகிறது. பயங்கர ஆழத்துடன் கூடிய மௌனம்.

ஒரு கேள்வி எனக்குள் ஊற்றெடுக்கிறது, எனது தொண்டையை அடைத்துக் கொண்டு, நான் சுவாசிக்கச் சிரமமண்டாக்கும் வகையிலான மிகப் பெரிய கேள்வி. எப்படியோ அதை நான் மென்று முழுங்குகிறேன், இறுதியில் வேறொன்றைத் தேர்ந்தெடுக்கிறேன். "நினைவுகள் இந்தளவுக்கு முக்கியமான விசயங்களா?"

"சூழலைப் பொறுத்து," அவள் பதிலளிக்கிறாள், பிறகு கண்களை மூடுகிறாள். "சிலரைப் பொருத்தவரைக்கும் இருப்பதிலேயே முக்கியமான விசயங்கள் அவைதான்."

"ஆனாலும் நீங்கள் உங்களுடையதை எரித்து விட்டீர்கள்."

"இனிமேல் அவற்றால் எனக்கு எந்தப் பயனுமில்லை." மிஸ் செய்கி மேசையின் மீதிருக்கும் கரங்களை ஒன்றுகோர்க்கிறாள், அவளுடைய உள்ளங்கைகளும் கீழிருக்கின்றன – முதன்முறை அந்த இளம்பெண் வைத்திருந்ததைப் போல. "காஃப்கா? நான் ஓர் உதவி கேட்கவிருக்கிறேன். அந்த ஓவியத்தை நீ உன்னொடு எடுத்துப் போக வேண்டுமென்று ஆசைப்படுகிறேன்."

"நூலகத்தில் எனது அறையில் இருப்பதைச் சொல்கிறீர்களா? கடற்கரையின் ஓவியம்?"

மிஸ் செய்கி தலையசைக்கிறாள். "ஆமாம், 'காஃப்கா – கடற்கரையில்.' நீ அதை எடுத்துப் போக ஆசைப்படுகிறேன். எங்கே, எனக்குக் கவலையில்லை. நீ எங்கு போனாலும்."

"ஆனால் அது வேறு யாருக்கோ சொந்தமானதில்லையா?"

அவள் தலையாட்டுகிறாள். "அது எனக்குச் சொந்தமானது. டோக்கியோவில் உள்ள கல்லூரிக்குக் கிளம்பியபோது அவன் அதை எனக்குப் பரிசாகத் தந்தான். அப்போதிருந்து நான்தான் அதை வைத்திருக்கிறேன். எங்கு நான் வசித்தாலும், எப்போதும் எனது அறையின் சுவரில் அதை மாட்டி வைப்பேன். கொமூரா நூலகத்தில் நான் பணியாற்றத் தொடங்கியபிறகு மீண்டும் அதை அந்த அறைக்குக் கொண்டு போனேன், முதன்முதலில் அங்குதான் இருந்தது, ஆனால் அது வெறும் தற்காலிக ஏற்பாடுதான். நூலகத்தில் எனது மேசையில் ஒஷிமாவுக்கு ஒரு கடிதத்தை விட்டு வந்திருக்கிறேன், அந்த ஓவியம் உன் வசமிருக்க வேண்டும் என்று நான் விரும்புவதைக் குறிப்பிட்டு. சொல்லப் போனால், உண்மையில் அந்த ஓவியம் உன்னுடையது."

"என்னுடையதா?"

அவள் தலையசைக்கிறாள். "நீ அங்கிருந்தாய். மேலும் நானும் உன்னோடு இருந்தேன், உன்னைப் பார்த்தபடி. கடற்கரையில், வெகு காலத்துக்கு முன்பு. காற்று வீசிக் கொண்டிருந்தது, பருத்த வெண்ணிற மேகங்கள் அங்கிருந்தன என்பதோடு எப்போதும் கோடையாக இருந்தது."

நான் கண்களை மூடுகிறேன். கடற்கரையில் இருக்கிறேன், கோடைக்காலம். மடக்குநாற்காலியில் சாய்ந்து அமர்ந்திருக்கிறேன். அதன் கித்தான் துணியின் கடுமையை எனது தோளின் மீது உணர முடிகிறது. கடல் மற்றும் அலைகளின் மணத்தை ஆழமாக உள்ளிழுக்கிறேன். எனது கண்களை மூடியிருந்தால் கூட, சூரியன் அவற்றைக் கூசச் செய்கிறது. கடற்கரையில் மோதும் அலைகளின் சத்தத்தை என்னால் கேட்க முடிகிறது. சத்தம் தேய்கிறது, பிறகு நெருங்கி வருகிறது, ஏதோ காலம் அதை நடுநடுங்கச் செய்கிறதென்பதைப் போல. அருகாமையில், யாரோ என் ஓவியத்தை வரைகிறார்கள். மேலும் அவனருகே குட்டையான-கைகளையுடைய வெளிர்நீல உடையணிந்த ஓர் இளம்பெண் அமர்ந்திருக்கிறாள், எனது திசையில் உற்று நோக்கியபடி. அவளுக்கு நேரான கேசம், வெண்ணிற நாடாவுடன் ஒரு நார்த்தொப்பியை அணிந்திருப்பதோடு மண்ணை வாரிக் கொட்டியவாறிருக்கிறாள். நிதானமான, நீண்ட விரல்கள் – ஒரு பியானோ இசைக்கலைஞரின் விரல்கள். அவளுடைய பீங்கான்-போன்ற-மென்மையான கைகள் சூரியவொளியில் மின்னுகின்றன. ஓர் இயல்பான புன்னகை அவளுடைய உதடுகளில் வீற்றிருக்கிறது. நான் அவளோடு காதலில் இருக்கிறேன். அவளும் என்னோடு காதலில் இருக்கிறாள்.

அதுதான் நினைவு.

"அந்த ஓவியத்தை நீ என்றென்றைக்கும் உன்னோடு வைத்திருக்க வேண்டும் என விரும்புகிறேன்," மிஸ் செய்கி சொல்கிறாள். அவள் எழுந்து கொள்கிறாள், சாளரத்தினருகே சென்று வெளியே பார்க்கிறாள். சூரியன் இன்னும் வானின் உச்சியில் இருக்கிறது. வண்டு இன்னும் உறங்கிக் கொண்டிருக்கிறது. தனது கண்களுக்குக் கேடயமாக ஒரு கையை உயர்த்தும் மிஸ் செய்கி தொலைவில் எதையோ பார்க்கிறாள், பிறகு என்னைப் பார்க்கத் திரும்புகிறாள். "நீ கிளம்ப வேண்டும்," என்கிறாள்.

நான் அவளிடம் போகிறேன். அவளுடைய காது எனது காதில் உரசுகிறது, காதணி என் தோலின் மீது கடுமையாக. நான் இரண்டு உள்ளங்கைகளையும் அவள் முதுகில் பதிக்கிறேன், அங்கிருக்கும் ஏதோவொரு குறியீட்டைக் கட்டவிழ்ப்பது போல. அவளின் கேசம் எனது கன்னங்களில் மோதுகிறது. அவள் என்னை இறுகப் பற்றுகிறாள், அவளுடைய விரல்கள் எனது முதுகில் ஆழமாகப் புதைகின்றன. காலமென்னும் சுவரை இறுகப் பற்றியிருக்கும் விரல்கள். கடலின் மணம், கரையில் உடைபடும் அலைகளின் சத்தம். எங்கோ தொலைவிலிருந்து, வெகு தொலைவிலிருந்து யாரோ என் பெயரைச் சொல்லி அழைக்கிறார்கள்.

"நீங்கள் என் அம்மாவா?" இறுதியாக என்னால் அதைக் கேட்க முடிகிறது.

"ஏற்கனவே அதற்கு உனக்கு விடை தெரியும்," மிஸ் செய்கி சொல்கிறாள்.

அவள் சொல்வது சரிதான் – எனக்கு அதற்கு விடை தெரியும். ஆனால் எங்களில் யாரும் அதை வார்த்தைகளில் சொல்ல முடியாது. அதை வார்த்தைகளாக மாற்றுவதென்பது எந்த அர்த்தத்தையும் அழித்து விடும்.

"வெகு காலத்துக்கு முன்பு நான் எறிந்திருக்கக்கூடாத ஒரு விசயத்தைத் தூர எறிந்தேன்," அவள் சொல்கிறாள். "வேறெதைக் காட்டிலும் அதிகமாக நான் நேசித்த ஒரு விசயத்தை. என்றேனும் ஒரு நாள் அதைத் தொலைத்து விடுவேன் எனும் பயம் எனக்கிருந்தது. என்னிடமிருந்து அது திருடப்படும் எனில், அல்லது ஒரு விபத்தில் அதை நான் இழப்பேன் என்றால், அதைக் காட்டிலும் நானே அதைத் துறப்பது மேல் என்று எண்ணினேன். சொல்வதெனில், ஒருநாளும் தேய்ந்து போகாத, அதன் ஒரு பகுதியாக மாறிப் போன கோபத்தை நான் உணர்ந்தேன். ஆனால் ஒட்டுமொத்த சங்கதியும் ஒரு மாபெரும் தவறாகிப் போனது. ஒருபோதும் நான் அதைத் தூர எறிந்திருக்கக்கூடாது."

நான் அமைதியாகக் கவனிக்கிறேன்.

“ஒருபோதும் அதைச் செய்திருக்கக்கூடாது எனும்படியான ஒரு ஜீவனால் நீ புறக்கணிக்கப்பட்டாய்,” மிஸ் செய்கி சொல்கிறாள். “காஃப்கா – நீ என்னை மன்னிப்பாயா?”

“அதற்கு எனக்கு உரிமை இருக்கிறதா?”

அவள் என்னுடைய தோள்களைப் பார்த்தபடி பல முறை தலையசைக்கிறாள். “கோபமும் பயமும் உன்னைத் தடுக்காத வரைக்கும்.”

“மிஸ் செய்கி, உண்மையாகவே எனக்கு அதற்கு உரிமை இருக்குமெனில், ஆமாம் – நான் உங்களை மன்னிக்கிறேன்.” நான் அவளிடம் சொல்கிறேன்.

அம்மா, நீ சொல்கிறாய், நான் உங்களை மன்னிக்கிறேன். உடன் அந்த வார்த்தைகளோடு, மிகுந்த சத்தத்தோடு, உனது இதயத்தின் உறைந்த பகுதி கறைந்தோடுகிறது.

அமைதியாக, அவள் என்னை விடுவிக்கிறாள். தனது கேசத்தில் இருக்கும் கொண்டை ஊசியை எடுத்து கணநேரத் தயக்கமுமின்றி அதன் கூர்மையான முனையைத் தனது இடது கரத்தின் உட்பகுதியிலுள்ள சதையில் குத்துகிறாள், விசையோடு. தனது வலது கையால் ஒரு நாளத்தின் மீது அவள் இறுக்கமாக அழுத்துகிறாள், ரத்தம் மெல்ல கசியத் தொடங்குகிறது. முதல் துளி பெருத்த சத்தத்தோடு தரையில் வீழ்கிறது. ஒரு வார்த்தையும் பேசாமல் தனது கையை அவள் என்னிடம் நீட்டுகிறாள். மற்றொரு துளி ரத்தம் தரையில் வீழ்கிறது.

நான் குனிந்து அந்தச் சிறிய காயத்தின் மீது எனது உதடுகளை வைக்கிறேன், நாவால் ரத்தத்தை நக்குகிறேன், என்னுடைய கண்களை மூடி அதன் ருசியை அனுபவிக்கிறேன். ரத்தத்தை எனது வாய்க்குள் வைத்திருந்து மெல்ல அதை முழுங்குகிறேன். அவள் ரத்தம் உள்ளிறங்குகிறது, எனது தொண்டைக்குள் ஆழமாக. எனது இதயத்தின் வறண்ட வெளிப்புற அடுக்கால் அது அமைதியாக உறிஞ்சப்படுகிறது. அந்த ரத்தத்துக்காக நான் எத்தனை மோசமாக ஏங்கியிருக்கிறேன் என்பது இப்போதுதான் எனக்குப் புரிகிறது. எனது மூளை எங்கோ தொலைதூர இடத்தில் உள்ளது, எனது உடல் மட்டும் மிகச்சரியாக இந்த இடத்தில்

இருந்தாலும் – வெறுமனே ஓர் உயிர்த்திருக்கும் ஆன்மாவைப் போல. அவளிடமிருக்கும் இறுதித் துளி ரத்தத்தையும் நான் உறிஞ்சியெடுக்க விரும்புகிறேன், ஆனால் என்னால் முடியவில்லை. அவளுடைய கரத்திலிருந்து என் உதடுகளை விடுவித்துக் கொண்டு அவளின் முகத்தைப் பார்க்கிறேன்.

"விடைபெறுகிறேன், காஃப்கா டமூரா," மிஸ் செய்கி சொல்கிறாள். "உனக்குப் பாத்தியமான இடத்துக்குத் திரும்பிப் போ, வாழ்ந்து காட்டு."

"மிஸ் செய்கி?" நான் சொல்கிறேன்.

"சொல்?"

"வாழ்வதென்றால் என்னவென்று எனக்குத் தெரியாது."

அவள் விலகி நின்று என்னை நிமிர்ந்து பார்க்கிறாள். கையை நீட்டி எனது உதடுகளைத் தொடுகிறாள். "ஓவியத்தைப் பார்," அவள் மென்மையாகச் சொல்கிறாள். "ஓவியத்தைப் பார்த்துக் கொண்டேயிரு, வெறுமனே நான் செய்ததைப் போல."

பிறகு அவள் கிளம்புகிறாள். கதவைத் திறந்து, ஒருமுறை கூடப் பின்புறம் திரும்பிப் பார்க்காமல், வெளியேறிச் சென்று கதவை மூடுகிறாள். நான் சாளரத்தினருகே நின்று அவள் போவதைப் பார்க்கிறேன். ஒரு கட்டடத்தின் நிழலில் அவள் காணாமல் போகிறாள். கைகள் பலகணியின் மீது வீற்றிருக்க, அவள் மறைந்த இடத்தையே ஆகக்கூடிய நேரம் மட்டும் நான் வெறித்துப் பார்த்தவாறிருக்கிறேன். ஒருவேளை தான் சொல்ல விரும்பிய எதையேனும் மறந்திருந்து அவள் திரும்பி வரக்கூடும். ஆனால் அவள் வரவேயில்லை. ஆக மீதமிருப்பதெல்லாம் ஒரு வெற்றுவெளியைப் போன்ற இன்மை மட்டுமே.

மயங்கிக் கிடந்த வண்டு இப்போது விழித்தெழுந்து என்னைச் சுற்றி சிறிது நேரம் ரீங்காரமிடுகிறது. பிறகு, என்ன செய்ய வேண்டுமென்பது இறுதியாக அதற்கு நினைவு வந்ததைப் போல, திறந்திருக்கும் சாளரத்தின் வழியே அது வெளியே பறக்கிறது. சூரியன் சுட்டெரிக்கிறது. மீண்டும் மேசைக்கு அருகில் சென்று அமர்கிறேன். அவள் கோப்பை இன்னும் அங்கிருக்கிறது, மீதமிருக்கும் சிறிது தேநீரோடு. இருக்கும்

இடத்தில் அதை அப்படியே விடுகிறேன், தொடாமல். அந்தக் கோப்பை ஒரு குறியீடாகத் தெரிகிறது. கூடிய விரைவில் மறைந்து போகவிருக்கும் நினைவுகளுக்கான ஒரு குறியீடு.

சட்டையைக் கழற்றி விட்டு மீண்டும் எனது வியர்வை படிந்த, நாற்றமடிக்கும் டி-ஷர்ட்டை அணிகிறேன். இயங்காத கடிகாரத்தை மறுபடியும் என்னுடைய இடது மணிக்கட்டில் கட்டுகிறேன். பிறகு ஒஷிமா எனக்குத் தந்த தொப்பியை பின்புறமாக அணிகிறேன், பிறகு வான்-நீல குளிர்கண்ணாடிகளின் ஜதையை. இறுதியில் எனது நீண்ட-கைகளுடைய சட்டையை சராய்களுக்குள் இழுத்து விடுகிறேன். நீர்த்தொட்டிக்கு நடந்து ஒரு கோப்பை குழாய்த்தண்ணீரை விழுங்குகிறேன், தொட்டியில் கோப்பையை வைத்து விட்டு கடைசியாக ஒரு முறை அறையைப் பார்க்கிறேன். உணவு மேசையை, நாற்காலிகளை. அந்தப் பெண்ணும் மிஸ் செய்கியும் அமர்ந்த நாற்காலியை. மேசையின் மீதிருக்கும் தேநீர்க்கோப்பையை. கண்களை மூடி ஆழமாக மூச்சை உள்ளிழுக்கிறேன். "ஏற்கனவே அதற்கு உனக்கு விடை தெரியும்."

நான் கதவைத் திறக்கிறேன், வெளியே சென்று கதவை மூடுகிறேன். தாழ்வாரப் படிகளில் கீழிறங்கி நடக்கிறேன், எனது நிழல் தனிப்பட்டதாகவும் தெளிவாகவும் தரையில் வீழ்கிறது. ஏதோ அது என்னுடைய பாதங்களில் ஒட்டியிருப்பதைப் போல. சூரியன் இன்னும் வானத்தின் உச்சியில்தான் இருக்கிறது.

வனத்துக்கான நுழைவாயிலில் இரண்டு வீரர்களும் ஒரு மரத்தண்டின் மீது சாய்ந்து நின்றிருக்கிறார்கள், ஏதோ அவர்கள் எனக்காகக் காத்திருப்பதைப் போல. என்னைப் பார்க்கும்போது அவர்கள் ஒரு கேள்வி கூட கேட்கவில்லை. நான் என்ன யோசிக்கிறேனென்பது ஏற்கனவே அவர்களுக்குத் தெரியும் என்பதாக. அவர்களுடைய துப்பாக்கிகள் தோள்களில் தொங்குகின்றன.

வளர்த்தியான வீரன் ஒரு புல்லின் தண்டை மென்று கொண்டிருக்கிறான். "நுழைவாயில் இன்னும் திறந்துதான் உள்ளது," அவன் சொல்கிறான். "குறைந்தபட்சம் அது திறந்துதான் இருந்தது, ஒரு நிமிடத்துக்கு முன்னால் நான் சோதித்தபோது."

"நாம் முன்பு போல அதே வேகத்தில் போனால் உனக்கொன்றும் சிக்கல் இல்லையே?" வலிமையானவன் கேட்கிறான். "உன்னால் கூட வர முடியுமா?"

"பிரச்சினை இல்லை. என்னால் பின்தொடர முடியும்."

"ஆனாலும், அதுவொரு பிரச்சினையாகக்கூடும், நாம் அங்கு செல்லும்போது நுழைவாயில் ஏற்கனவே மூடப்பட்டிருந்தால்," வளர்ந்தவன் சொல்கிறான்.

"பிறகு நீ இங்கு சிக்கிக் கொள்வாய்," அவனுடைய கூட்டாளி சேர்த்துக் கொள்கிறான்.

"எனக்குத் தெரியும்," நான் சொல்கிறேன்.

"கிளம்பிப் போவதில் வருத்தம் எதுவுமில்லையா?" வளர்ந்தவன் கேட்கிறான்.

"எதுவுமில்லை."

"எனில் நாம் கிளம்பலாம்."

"உனக்குப் பின்னால் திரும்பிப் பார்க்காமல் இருந்தால் நல்லது," வலிமையானவன் சொல்கிறான்.

"ஆம், அதுவொரு நல்ல யோசனை," வளர்ந்தவன் சொல்கிறான்.

ஆக மீண்டும் ஒரு முறை நான் வனத்துக்குள் நுழைகிறேன்.

ஒரு முறை, மேட்டில் வேகமாக ஏறும் சமயத்தில், நான் திரும்பிப் பார்க்கவே செய்கிறேன். அவ்வாறு செய்யக் கூடாதென வீரர்கள் என்னை எச்சரிக்கை செய்திருந்தார்கள், ஆனால் அதைத் தடுக்க என்னால் முடியவில்லை. நகரத்தை உங்களால் பார்க்க முடிகிற கடைசி இடம் இதுதான். இதற்குப் பிறகு மரங்களின் சுவரால் அது துண்டிக்கப்படும், அத்தோடு அந்த உலகம் எனது பார்வையிலிருந்து என்றென்றைக்குமாக மறைந்து போகும்.

இந்த முறையும் பாதையில் ஒரு ஜீவன் கூட தட்டுப்படவில்லை. வீதியில் வரிசையாக நிற்கும் சிறிய, வெறுமையான கட்டடங்களினூடாக ஓர் அழகிய சிற்றோடை ஓடுகிறது,

குறிப்பிட்ட இடைவெளிகளில் நடப்பட்ட மின்சாரக் கம்பங்கள் தரையின் மீது இருண்ட நிழல்களை படர்த்துகின்றன. ஒரு கணம் நான் அந்த இடத்தில் உறைந்து நிற்கிறேன். நான் திரும்பிப் போக வேண்டும், என்ன நடந்தாலும் பரவாயில்லை. குறைந்தபட்சம் மாலைநேரம் வரைக்கும் நான் அங்கு தங்கலாம், கித்தான் பையோடு இருக்கும் இளம்பெண் என்னைப் பார்க்க வரக்கூடும். "உனக்கு நான் தேவைப்பட்டால், இங்கே இருப்பேன்." எனது மார்புக்குள் சூடான கொதிப்பை உணர்கிறேன், ஓர் ஆற்றல்மிக்க காந்தம் என்னை மீண்டும் நகரத்தை நோக்கி இழுக்கிறது. ஈயத்துக்குள் புதைந்ததைப் போல எனது கால்கள் அசைய மறுக்கின்றன. நான் தொடர்ந்து முன்னேறிச் சென்றால் மறுமுறை அவளைப் பார்க்கவே போவதில்லை. நான் ஒரு நிறுத்தத்துக்கு வருகிறேன். காலம் பற்றிய அத்தனை உணர்வுகளையும் இழந்து விட்டேன். எனக்கு முன்னால் போகும் வீரர்களைக் கூப்பிட விரும்புகிறேன், நான் திரும்பிப் போகவில்லை, இங்கேயே தங்கப் போகிறேன். ஆனால் குரல் வெளிவரவில்லை. வார்த்தைகள் அவற்றுள் எந்த உயிர்ப்பையும் கொண்டிருக்கவில்லை.

ஒரு சூனியத்துக்கும் இன்னொன்றுக்கும் மத்தியில் நான் சிக்கியிருக்கிறேன். எது சரி, எது தவறென்பது குறித்து எனக்கு ஒன்றும் தெரியாது. இதற்கு மேல் எனக்கு என்ன வேண்டுமென்பது கூடத் தெரியவில்லை. ஒரு பயங்கரமான மணற்புயலின் நடுவில் நான் தன்னந்தனியாக நிற்கிறேன். என்னால் நகர முடியவில்லை, எனது விரல்நுனிகளைக் கூட என்னால் பார்க்க இயலவில்லை, என்னால் நகர முடியவில்லை. பொடிப்பொடியாகச் சிதைந்த எலும்புகளைப் போன்ற மணற்துகள்கள் என்னைத் தங்களின் பிடிக்குள் இறுக்குகின்றன. ஆனால் அவள் – மிஸ் செய்கி – என்னிடம் பேசுவதை நான் கேட்கிறேன். "ஆனாலும் நீ திரும்பிப் போக வேண்டும். அதைத்தான் நான் விரும்புகிறேன். நீ அங்கே இருப்பதை."

மந்திரம் உடைபடுகிறது, மீண்டும் நான் முழுமையானவனாக மாறுகிறேன். வெதுவெதுப்பான ரத்தம் எனதுடலுக்குத் திரும்புகிறது. அவள் எனக்குத் தந்த ரத்தம், அவளிடமிருந்த ரத்தத்தின் இறுதித் துளிகள். அடுத்த கணம் நான் முன்னோக்கிப் பார்த்து வீரர்களின் பின்னால் விரைகிறேன். ஒரு முனையில்

நான் திரும்பியவுடன் மலைகளுக்கிடையே இருக்கும் அந்தக் குட்டி உலகம் மாயமாகிறது, கனவுகளில் விழுங்கப்பட்டு. தொலைந்து போகாமல் வனத்தை விட்டு வெளியேறுவதில் மட்டும் தற்போது எனது கவனத்தைக் குவிக்கிறேன். பாதையை விட்டு விலகாதிருப்பதில். அதுதான் தற்போது மிகவும் முக்கியம், நான் செய்தாக வேண்டிய விசயம்.

நுழைவாயில் இன்னும் திறந்தே உள்ளது. மாலைப்பொழுது வரை இன்னும் நேரமிருக்கிறது. இரு வீரர்களுக்கும் நன்றி சொல்கிறேன். அவர்களிருவரும் தங்களின் துப்பாக்கிகளை வைத்து விட்டு, முன்பு போல, பெரிய தட்டையான பாறையில் அமர்கிறார்கள். வளர்த்தியான வீரன் இன்னும் அந்தப் புற்தண்டை மென்று கொண்டிருக்கிறான். வனங்களினூடாக மூச்சுவிடும் இடைவெளி கூட இன்றி நாங்கள் விரைந்திருந்தாலும் அவர்களிடம் சுத்தமாக மூச்சிரைப்பே இல்லை.

“குத்தீட்டிகள் குறித்து உன்னிடம் நான் சொன்னதை மறந்து விடாதே,” வளர்த்தியான வீரன் சொல்கிறான். “எதிரியை நீ குத்தும்போது, அதைத் திருகி வெளியே இழுக்க வேண்டும், அவனுடைய குடற்பகுதிகளை அறுத்துத் திறக்க. இல்லையென்றால் அவன் அதை உனக்குச் செய்திடுவான். அங்குள்ள உலகம் அதுபோன்றதுதான்.”

“என்றாலும், அங்கிருப்பது அது மட்டுமல்ல,” வலிமையானவன் சொல்கிறான்.

“இல்லை, அப்படியல்ல,” பதிலளிக்கும் வளர்ந்தவன் தனது தொண்டையைச் செருமுகிறான். “நான் வெறுமனே சங்கதிகளின் இருண்ட பக்கத்தைப் பற்றிப் பேசுகிறேன்.”

“சரியிலிருந்து தவறைப் பிரித்தறிவதும் கூட உண்மையில் கடினமானது,” வலிமையானவன் சொல்கிறான்.

“ஆனால் அது நீ செய்தேயாக வேண்டிய விசயம்,” வளர்ந்தவன் சேர்த்துக் கொள்கிறான்.

“அனேகமாக,” வலிமையானவன் சொல்கிறான்.

“இன்னொரு விசயம்,” வளர்ந்தவன் சொல்கிறான். “இங்கிருந்து நீ கிளம்பியவுடன், உனது இலக்கைச் சென்றடையும் வரைக்கும் திரும்பிப் பார்க்காதே. ஒரு முறை கூட, உனக்குப் புரிகிறதா?”

“இது மிகவும் முக்கியம்,” வலிமையானவன் சொல்கிறான்.

“எப்படியோ போன முறை நீ தப்பித்துக் கொண்டாய்,” வளர்ந்தவன் சொல்கிறான், “ஆனால் இந்த முறை மிகவும் தீவிரமாயிருக்கும். நீ போகுமிடத்தைச் சென்றடையும் வரை, ஒருபோதும் திரும்பிப் பார்க்காதே.”

“ஒருபோதும்,” வலிமையானவன் சொல்கிறான்.

“எனக்குப் புரிகிறது,” நான் அவர்களிடம் சொல்கிறேன். நான் மீண்டும் அவர்களுக்கு நன்றி சொல்லி விடைபெறுகிறேன்.

அவர்களிருவரும் அட்டென்ஷனுக்கு வந்து சல்யூட் வைக்கிறார்கள். மறுபடியும் அவர்களை நான் எப்போதும் பார்க்கப் போவதில்லை. எனக்கு அது தெரியும். அவர்களுக்கும் அது தெரியும். மேலும் இதை அறிந்திருப்பதால், நாங்கள் ஒருவருக்கொருவர் பிரியாவிடை பெற்றுக் கொள்கிறோம்.

வீரர்களைப் பிரிந்த பிறகு எவ்வாறு நான் ஒஷிமாவின் குடிலுக்கு வந்தேன் என்பதை என்னால் பெரிதாக நினைவுகூர முடியவில்லை. அடர்த்தியான வனத்தினூடாக நடந்து வரும் சமயத்தில் என் மனம் வேறெங்கோ இருந்திருக்க வேண்டும். அதிசயத்தக்க வகையில், நான் தொலைந்து போகவில்லை. நான் தூக்கி எறிந்த சாக்குப்பையைப் பார்த்ததும், யோசனை ஏதுமின்றி, அதை எடுத்துக் கொண்டதும் பற்றிய நினைவு மட்டும் தெளிவில்லாமல் இருக்கிறது. திசைகாட்டி, கைக்கோடாரி, ஸ்பிரே பெயிண்ட் புட்டி ஆகியவற்றின் கதையும் அதுதான். ஏதோவொரு ராட்சத அந்துப்பூச்சி விட்டுப்போன செதில்களைப் போல மரங்களின் தண்டுகளில் நான் தெளித்துச் சென்றிருந்த மஞ்சள்நிற அடையாளங்களைப் பார்த்ததும் நினைவிருக்கிறது.

குடிலுக்கு முன்னாலுள்ள திறந்தவெளியில் நின்று நான் வானத்தை வெறித்துப் பார்க்கிறேன். என்னைச் சூழ்ந்திருக்கும்

உலகம் திடீரென்று அற்புதமான ஒலிகளால் நிரம்புகிறது – பறவைகளின் கீச்சொலி, ஓடையில் கலகலவெனப் பாய்ந்தோடும் நீர், இலைகளை சலசலக்கச் செய்யும் காற்று. அனைத்தும் மிக மெலிதாக ஒலிக்கின்றன, ஆனால் எனக்கோ காதுகளை அடைத்திருந்த தக்கைகளைப் பிடுங்கியதைப் போல, தற்போது அத்தனை ஒலிகளும் மிகவும் உயிர்ப்போடு, மிகவும் கதகதப்பாக, மிகவும் நெருக்கமாக ஒலிக்கின்றன. யாவும் ஒன்றோடு ஒன்று கலந்துள்ளன, ஆனால் ஒவ்வொரு ஒலியையும் தனித்தனியாகப் பிரித்துணர எனக்குச் சாத்தியப்படுகிறது. எனது மணிக்கட்டில் உள்ள கடிகாரத்தைக் குனிந்து பார்க்கிறேன், அது மறுபடியும் வேலை பார்க்கத் தொடங்கியிருக்கிறது. பச்சைத்திரையில் டிஜிட்டல் எண்கள் மின்னுகின்றன, ஒருபோதும் எதுவுமே நடக்கவில்லை என்பதைப் போல ஒவ்வொரு நிமிடமும் மெல்ல மாறுகின்றன. மணி 4.16.

நான் குடிலுக்குள் நுழைந்து ஆடைகளை மாற்றாமல் எனது படுக்கையில் படுக்கிறேன். மிகவும் மோசமாகத் தளர்ந்திருக்கிறேன். அங்கு நான் மல்லாக்கப் படுத்து கண்களை மூடுகிறேன். சாளரத்துக்கு மேலே ஒரு வண்டு ஓய்வெடுக்கிறது. சூரியவொளியில் அந்தப் பெண்ணின் கைகள் பீங்கானைப் போல மின்னுகின்றன. "ஓர் உதாரணம்," அவள் சொல்கிறாள்.

"ஓவியத்தைப் பார்," என்றாள் மிஸ் செய்கி. "வெறுமனே நான் செய்ததைப் போல."

காலத்தின் வெண்ணிற மணற்துகள்கள் அந்தப் பெண்ணின் மெலிந்த விரல்களினூடாக உதிர்கின்றன. அலைகள் கரையின் மீது மென்மையாக மோதுகின்றன. அவை உயரமாக எழுகின்றன, தடுமாறிப் பின் உடைகின்றன. பிறகு என்னுடைய பிரக்ஞை ஓர் மங்கலான, இருண்ட இடைவழிக்குள் உறிஞ்சி இழுக்கப்படுகிறது.

48

"நாசமாய்ப் போச்சு," ஹோஷினோ மீண்டும் சொன்னான்.

"இங்கு எதுவும் நாசமாகப் போவதில்லை, திரு ஹோஷினோ," கறுப்புப்பூனை சோர்வாகச் சொன்னது. அந்தப் பூனை பெரிய முகத்தோடு வயதானதாகத் தெரிந்தது. "தன்னந்தனியாக இருப்பதில் உனக்குச் சலித்திருக்கும் என்று நினைத்தேன். முழுநாளும் ஒரு கல்லோடு பேசியதில்."

"என்றாலும் உன்னால் எப்படி மனித பாஷையைப் பேச முடிகிறது?"

"என்னால் முடியாது."

"எனக்குப் புரியவில்லை. இப்படியொரு உரையாடலை மேற்கொள்ள எப்படி நமக்குச் சாத்தியமாகிறது? மனிதனும் ஒரு பூனையும்?"

"நாம் இந்த உலகின் எல்லையில் இருக்கிறோம், பொதுவான ஒரு மொழியைப் பேசியபடி. அவ்வளவுதான்."

ஹோஷினோ இது குறித்து சிறிது யோசித்தான். "உலகின் எல்லையா? பொதுவான ஒரு மொழியா?"

"உனக்குப் புரியவில்லை என்றால் போகட்டும். என்னால் விளக்க முடியும், ஆனால் அதுவொரு நீண்ட கதை," என்றது பூனை, இரண்டு முறை சிறிய, அவமதிப்பான முறையில் தனது வாலைச் சொடுக்கி.

"ஒரு நொடி பொறு.!" என்றான் ஹோஷினோ. "நீ கலோனல் சாண்டர்ஸ்தானே, சரியா?"

"கலோனல் எவன்?" அந்தப் பூனை காட்டமாகக் கேட்டது. "நீ யாரைப் பற்றிப் பேசுகிறாயென்று எனக்குத் தெரியாது. நான் நான்தான், வேறு யாருமில்லை. வெறுமனே உனது அருகாமைப்பகுதியின் நட்பார்ந்த பூனை."

"உனக்குப் பெயர் உண்டா?"

"நிச்சயமாக உண்டு."

"என்ன அது?"

"டோரோ," அந்தப் பூனை வெறுப்போடு சொன்னது.

"டோரோ?" ஹோஷினோ மீண்டும் சொன்னான். "சூரை மீனின் (Tuna - ட்யூனா) உண்மையான விலையுயர்ந்த பகுதியைப் போல, என்று சொல்கிறாயா?"

"சரிதான்," பூனை பதிலளித்தது. "உள்ளூர் சுஷி தலைமைச் சமையற்காரரே எனது முதலாளி. அவர்களிடம் ஒரு நாயும் உண்டு. அதை டிக்கா (Tekka) என்றழைப்பார்கள். ட்யூனா ரோல்."

"எனில், உனக்கு என்னுடைய பெயர் எப்படித் தெரியும்?"

"நீ சற்று புகழ்பெற்றவன், திரு ஹோஷினோ," டோரோ பதில் சொன்ன பிறகு புன்னகைத்தது.

ஒரு பூனை புன்னகைப்பதை இதற்கு முன்னால் ஒருபோதும் ஹோஷினோ பார்த்ததில்லை. என்றாலும், அந்தப் புன்னகை விரைவில் தேய்ந்து போக, பூனை மீண்டும் தனது இயல்பான பணிவன்புடன் கூடிய உணர்வுநிலைக்கு நகர்ந்தது.

"பூனைகளுக்கு எல்லாம் தெரியும்," என்றது டோரோ. "திரு நகாடா நேற்று இறந்து போனாரென்பதை நானறிவேன், அத்தோடு ஒரு விலைமதிப்பற்ற கல் அங்குள்ளதையும். நான் மிக நீண்ட வாழ்வை வாழ்ந்திருக்கிறேன் என்பதால் இங்கு அருகாமையில் நிகழும் அனைத்தையும் அறிவேன்."

"ஹ்ம்ம்ம்," ஹோஷினோ முணுமுணுத்தான், அதில் ஆர்வங்கொண்டவனாக. "வெறுமனே நாம் இப்படி வெளியில்

நின்று புலம்பிக் கொண்டிருப்பதை விட, நீ ஏன் உள்ளே வரக்கூடாது, டோரோ?"

கைப்பிடியில் படுத்தவாறு, அந்தப் பூனை தலையை ஆட்டியது. "இல்லை, நான் இங்கு நலமாகத்தான் இருக்கிறேன். அது போகவும், வெளிப்புறச் சூழலும் நன்றாகவுள்ளது, ஆக ஏன் நாம் இங்கிருந்தே பேசக்கூடாது?"

"எனக்கும் சம்மதம்," என்றான் ஹோஷினோ. "சொல், உனக்குப் பசிக்கிறதா? நாம் சாப்பிட ஏதாவது இருக்குமென்று எனக்கு உறுதியாகத் தெரியும்."

அந்தப் பூனை மறுபடியும் தலையை ஆட்டியது. "நன்றி, ஆனால் உணவென்று வரும்போது நான் மிகவும் தெளிவாயிருப்பேன். உண்மையைச் சொன்னால், எனது எடையைக் கட்டுக்குள் வைப்பது ஒரு பெரிய பிரச்சினை. உன்னுடைய முதலாளி ஒரு சுஷி கடையை நடத்துகிறார் எனும்போது, உனக்குக் கொழுப்பு சார்ந்த பிரச்சினைகள் இருக்கக்கூடும். சில அதிக பவுண்டுகளை நீ சுமக்கும் சமயத்தில் மேலும் கீழும் குதிப்பதென்பதும் உனக்குக் கடினமாகிப் போகும்."

"சரி, என்றால் என்னிடம் சொல், டோரோ, நீ இங்கு வந்திருப்பதற்கு ஏதேனும் காரணம் உண்டா?"

"உண்டு," கறுப்புப்பூனை சொன்னது. "தன்னந்தனியனாக அந்தக் கல்லை வைத்துக் கொண்டு அல்லாடுவது உனக்குச் சிரமமாயிருக்கும் என்று நான் நினைத்தேன்."

"சரியாகச் சொன்னாய். நிச்சயமாக. நான் இங்கு ஒரு பிரச்சினையில் சிக்கிக் கொண்டிருக்கிறேன்."

"உனக்கு உதவி செய்யலாமென்று நான் நினைத்தேன்."

"அற்புதமான விசயம்," என்றான் ஹோஷினோ. "உனது அட்டவணையை விட்டு விலகி சற்று ஓய்வெடுத்துக் கொள்வது போல?"

"கல்தான் உனது பிரச்சினை," என்றது டோரோ, ரீங்காரமிடும் பூச்சி ஒன்றை உதறித் தள்ளும் வகையில் தனது தலையை

ஆட்டியபடி. "கல்லை அதற்குப் பாத்தியமான வழிக்கு ஒருமுறை மடைமாற்றி விட்டாயென்றால், உனது பணி முடிந்தது. அதன் பிறகு நீ விரும்புவதைப் போல எங்கு வேண்டுமானாலும் போகலாம். நான் சரியாகச் சொல்கிறேனா?"

"ஆம், சரியாக அடித்து விட்டாய். அந்தக் கல்லை நான் மூடி விட்டேன் என்றால், அவ்வளவுதான், முடிந்தது. திரு நகாடா சொன்னது போல, ஒரு முறை நீங்கள் எதையும் திறந்தீர்களென்றால் அதை மூடித்தான் ஆக வேண்டும். அதுதான் விதிமுறை."

"அதனால்தான் நீ என்ன செய்ய வேண்டுமென்பதை உனக்குக் காட்டலாம் என்று நினைத்தேன்."

"நான் என்ன செய்ய வேண்டுமென்று உனக்குத் தெரியுமா?" ஹோஷினோ கேட்டான், உற்சாகமடைந்தவனாக.

"நிச்சயமாக," பூனை சொன்னது. "நான் உன்னிடம் என்ன சொன்னேன்? பூனைகளுக்கு எல்லாம் தெரியும். நாய்களைப் போலல்ல."

"ஆக நான் என்ன செய்ய வேண்டும்?"

"நீ அதைக் கொல்ல வேண்டும்," பூனை நிதானமாகச் சொன்னது.

"கொல்ல வேண்டுமா?" என்றான் ஹோஷினோ.

"உண்மைதான். நீ அதைக் கொன்றாக வேண்டும்."

"நீ சொல்லக்கூடிய அது என்பது யாரைக் குறிக்கிறது?"

"நீ அதைப் பார்க்கும்போது தெரிந்து கொள்வாய்," கறுப்புப்பூனை விளக்கியது. "என்றாலும், நிஜத்தில் அதை நீ பார்க்கும் வரை, நான் என்ன சொல்கிறேன் என்று உனக்குப் புரியாது. தொடங்குவதற்காக, எவ்வித உருவமும் அதற்குக் கிடையாது. சூழலைப் பொறுத்து தனது வடிவத்தை மாற்றிக் கொள்ளும்."

"நாம் பேசிக் கொண்டிருப்பது ஒரு ஆளைப் பற்றியா?"

“இல்லை, அது ஆள் இல்லை. அந்த மட்டும் உறுதியாகச் சொல்லலாம்.”

“ஆக அது எப்படித் தோற்றமளிக்கும்?”

“நான் மாட்டிக் கொண்டேன்,” என்றது டோரோ. “இப்போதுதானே உனக்கு விளக்கமாகச் சொன்னேன்? நீ அதைப் பார்க்கும்போது தெரிந்து கொள்வாய், இல்லையென்றால் நான் சொல்வதை உன்னால் புரிந்து கொள்ள முடியாது என்பதை? இதில் உனக்கு என்ன புரியவில்லை?”

ஹோஷினோ நெடுமூச்செறிந்தான். “ஆக இந்த சங்கதியின் உண்மையான அடையாளம் என்ன?”

“அது உனக்குத் தெரிய வேண்டியதில்லை,” என்றது பூனை. “அதை விளக்குவது எளிதல்ல. அல்லது அனேகமாக உனக்கு அது தெரியாமலிருப்பது நல்லதென்று சொல்வேன். எப்படிப் பார்த்தாலும், இப்போது அது தன் நேரத்தைக் கடத்திக் கொண்டிருக்கிறது. ஏதோவொரு இருண்ட இடத்தில் படுத்துக் கொண்டு, அமைதியாக சுவாசித்தவாறு, உற்றுக் கவனித்தபடி காத்திருக்கிறது. ஆனால் அது என்றென்றைக்குமாக காத்துக் கொண்டிருக்கப் போவதில்லை. கூடிய விரைவில் அல்லது தாமதமாக, அது நகரத் தொடங்கும். எனது கணிப்பில் இன்றுதான் அந்த நாள். மேலும் வெகு நிச்சயமாக அது உனக்கு முன்னால் கடந்து போகும். அதுதான் சாதகமான தருணம்.”

“சாதகமான?”

“லட்சத்தில்-ஒரு-வாய்ப்பு,” என்றது கறுப்புப்பூனை. “நீ செய்ய வேண்டியதெல்லாம் அதற்குக் காத்திருந்து அதைக் கொல்வதே. ஒட்டுமொத்த சமாச்சாரத்துக்கும் அது முற்றுப்புள்ளி வைக்கும். பிறகு நீ விரும்பும் எங்கு வேண்டுமானாலும் போக உனக்குச் சாத்தியப்படும்.”

“அது சட்டத்துக்குப் புறம்பானதில்லையா?”

“எனக்கு சட்டத்தைப் பற்றித் தெரியாது,” பூனை சொன்னது, “ஒரு பூனையாக இருப்பதால். என்றாலும், அதுவொரு ஆள் இல்லையெனும்போது, சட்டத்தால் எதுவும் செய்யவியலுமா

என்பதைச் சந்தேகிக்கிறேன். எப்படியாகிலும், அதைக் கொன்றாக வேண்டும். வெகு சாதாரணமான - என்னைப் போன்ற - உன்னுடைய அடுத்த வீட்டுப்பூனை கூட அதைச் சொல்ல முடியும்."

"சரி, நான் அதைக் கொல்ல விரும்புகிறேன் என்றே வைத்துக் கொள்வோம், எவ்வாறு நான் அதைச் செய்வது? அது எத்தனை பெரிதாயிருக்கும் அல்லது எப்படித் தோற்றமளிக்கும் என்பது குறித்து எனக்கு ஒன்றும் தெரியாது. இலக்கைப் பற்றிய அடிப்படைத் தகவல்கள் உனக்குத் தெரியாத நிலையில் ஒரு கொலையைத் திட்டமிடுவது கடினம்."

"அது உன்னிஷ்டத்தைப் பொறுத்தது. நீ விரும்பினால் ஒரு சுத்தியலைக் கொண்டு அதைத் தாக்கு. மாமிசம் வெட்டும் கத்தியால் குத்து. கழுத்தை நெரி. நெருப்பில் எரிய வை. சாகும் வரை கடித்துத் துப்பு. உனக்கு எது சௌகரியமோ - ஆனால் முக்கிய சங்கதி என்னவென்றால் நீ அதைக் கொன்றாக வேண்டும். அதீதமான காழ்ப்புணர்ச்சியில் அதை நனைத்தெடு. நீ ஒருங்கிணைந்த ராணுவத்தில் இருந்தவன், நான் சொல்வது சரியா? துப்பாக்கியால் எவ்வாறு சுடுவதென்பதை வரிகட்டுபவர்களின் பணத்தில்தானே கற்றுக் கொண்டாய்? குத்தீட்டியை எப்படி கூர்தீட்டுவது என்பதையும்? நீயொரு ராணுவ வீரன், எனவே உனது மூளையைப் பயன்படுத்தி அதைக் கொல்லும் ஆகச்சிறந்த வழிமுறையைக் கண்டுபிடி."

"போர்க்களத்தில் என்ன செய்ய வேண்டுமென்பதைத்தான் ஒருங்கிணைந்த ராணுவத்தில் நான் கற்றுக் கொண்டேன்," ஹோஷினோ பலவீனமான குரலில் எதிர்த்தான். "அதன் அளவோ வடிவமோ எனக்குத் தெரியாது எனும்படியான ஏதோவொரு சங்கதியைத் தாக்க அல்லது கொலை செய்ய ஒருபோதும் அவர்கள் எனக்குப் பயிற்சியளிக்கவில்லை - அதிலும், ஒரு சுத்தியலைக் கொண்டு."

"நுழைவாயிலின் வழியாக நுழைய அது முயற்சி செய்யும்," டோரோ தொடர்ந்து பேசியது, ஹோஷினோவின் எதிர்ப்புகளைப் பொருட்படுத்தாமல். "ஆனால் நீ அதற்கு அனுமதிக்கக்கூடாது - என்ன நடந்தாலும் பரவாயில்லை. நுழைவாயிலுக்குள் போவதற்கு முன்னால் அதைக் கொல்வதை

நீ உறுதி செய்ய வேண்டும். புரிகிறதா? அதைத் தப்பிச் செல்ல அனுமதித்தால், எல்லாம் முடிந்து போகும்."

"லட்சத்தில்-ஒரு-வாய்ப்பு."

"மிகவும் சரி," என்றது டோரோ. "என்றாலும் அது வெறுமனே பேச்சுக்குச் சொல்லும் ஒரு வார்த்தைதான்."

"ஆனாலும் இந்தச் சங்கதி சற்று ஆபத்தானதில்லையா?" ஹோஷினோ அச்சத்துடன் கேட்டான். "அது என்னைத் தாக்கக்கூடும்."

"பெரும்பாலும் அது நகரும் நேரத்தில் அப்படியொன்றும் ஆபத்தானதாக இருக்காது," என்றது பூனை. "என்றாலும், நகர்வதை அது நிறுத்தும் சமயத்தில், கவனமாயிரு. அப்போதுதான் அது மிகவும் ஆபத்தானதாக இருக்கும். ஆகவே அது நகர்ந்து போகும்போது, அதைத் தப்பிச் செல்ல அனுமதிக்காதே. அந்த சமயத்தில்தான் நீ அதன் கதையை முடிக்க வேண்டும்."

"பெரும்பாலும்?" என்றான் ஹோஷினோ.

அந்தக் கறுப்புப்பூனை அதற்குப் பதிலளிக்கவில்லை. தனது கண்களை அது குறுக்கியது, உடலை நெளித்தவாறு கைப்பிடியின் மீது மெல்ல எழுந்து நின்றது. "நான் உன்னைப் பார்த்துக் கொண்டிருப்பேன், திரு ஹோஷினோ. அதைக் கொல்வதை நினைவில் வைத்திரு. நீ அதைச் செய்யாமல் போனால், திரு நகாடா ஒருபோதும் அமைதியாகத் துயில மாட்டார். முதியவரை உனக்குப் பிடிக்கும், இல்லையா?"

"ஆம், அவர் ஒரு நல்ல மனிதர்."

"ஆகவே நீ அதைக் கொன்றாக வேண்டும். அதீதமான காழ்ப்புணர்ச்சியோடு அதைக் கொன்றொழி. நீ அதைச் செய்ய வேண்டுமென்றே திரு நகாடாவும் நினைத்திருப்பார். ஆகவே அவருக்காக இதைச் செய்து காட்டு. தற்போது அவருடைய இடத்தை நீ ஏற்றுக் கொண்டிருக்கிறாய். வந்த-வரை-லாபம் என்கிற வகையைச் சேர்ந்தவனாகவே நீ எப்போதும் இருந்திருக்கிறாய், எதற்கும் எப்போதும் பொறுப்பேற்றுக்

கொள்ளாதவனாக, இல்லையா? இதுதான் அதற்கெல்லாம் பரிகாரம் தேடிக் கொள்வதற்கான வாய்ப்பு. இதை வீணடித்து விடாதே, சரியா? நான் உனக்கு உதவியாயிருப்பேன்."

"இது உற்சாகத்தைத் தருகிறது," என்றான் ஹோஷினோ. "ஓ, ஹேய் - நான் ஒரு விசயத்தை யோசித்தேன்."

"என்ன?"

"ஒருவேளை அதைக் கவர்ந்திழுப்பதற்காகத்தான் நுழைவாயில் கல் இன்னும் திறந்திருக்கிறதோ?"

"இருக்கலாம்," டோரோ சந்தேகத்தோடு சொன்னது. "இன்னொரு விசயம். அது இரவில் வெகுநேரம் கழித்தே நகரத் தொடங்கும். இரவில் தாமதமாகத் தூங்கி அதைத் தப்பிக்க விட்டு விடக்கூடாதென்பதற்காக நீ பகலில் தூங்க வேண்டும். பிறகு அது பேரழிவாகிப் போகும்."

கறுப்புப்பூனை அடுத்த வீட்டுக் கூரையின் மீது லாவகமாகத் தாவியது, தனது வாலை நிமிர்த்துக் கொண்டு நடந்து சென்றது. அத்தனை பெரிய பூனைக்கு சம்பந்தமில்லாத வகையில் மிகவும் விரைவாக நகர்ந்தது. பூனை மறைவதை ஹோஷினோ கூடத்திலிருந்து பார்த்தவாறிருந்தான். டோரோ ஒருமுறை கூடத் திரும்பிப் பார்க்கவில்லை.

"அடேங்கப்பா," என்றான் ஹோஷினோ, பிறகு சாத்தியமான ஆயுதங்களைத் தேடியெடுக்க மீண்டும் சமையலறைக்குப் போனான். மிகுந்த கூர்மையோடு இருந்ததொரு சமையலறைக் கத்தியை அவன் கண்டுபிடித்தான், உடன் கைக்கோடாரியைப் போல வடிவமைக்கப்பட்ட மற்றொரு கனமான கத்தியும். பானைகள் மற்றும் தட்டுகளின் உபயோகமற்றத் தொகுதி மட்டுமே அங்கிருந்தது, ஆனால் சொல்லிக் கொள்ளும்படியான வகையில் கத்திகளின் திரட்டும். கூடுதலாக அவனொரு பெரிய, கனத்த சுத்தியலையும் ஏதோவொரு நைலான் கயிற்றையும் கண்டெடுத்தான். ஒரு கூர்மையான பனிப்பாளக் கத்தி அவனுடைய படைக்கலன்களை நிறைவு செய்தது.

இங்குதான் ஓர் அழகிய தானியங்கித் துப்பாக்கி மிகவும் உதவியாக இருக்கும், சமையலறைக்குள் அங்குமிங்குமாக

அலைந்த நேரத்தில் அவன் நினைத்துக் கொண்டான். ஒருங்கிணைந்த ராணுவத்தில் தானியங்கித் துப்பாக்கியை இயக்க அவனுக்குப் பயிற்சியளிக்கப்பட்டிருந்தது, அவனும் ஓரளவு நன்றாகக் குறி வைப்பவனாயிருந்தான். என்றாலும் எங்கோவொரு அலமாரியில் ஒரு துப்பாக்கியைக் கண்டெடுப்பதை அவன் எதிர்பார்க்கவில்லை. இதுபோன்ற அமைதியான அருகாமைப்பகுதியில் யாரேனும் எப்போதாவது தானியங்கித் துப்பாக்கியை இயக்கினால், அதன் விளைவு மிகவும் பயங்கரமாயிருக்கும்.

வசிப்பறை மேசையின் மீது தனது ஆயுதங்களை எல்லாம் அவன் பரப்பி வைத்தான் - இரண்டு கத்திகள், பனிப்பாளக் கத்தி, சுத்தியல் மற்றும் கயிறு. அவற்றினருகே அவனொரு ஒளிக்கருவியை வைத்தான், பிறகு கல்லுக்குப் பக்கத்தில் சென்றமர்ந்து அதைத் தேய்க்கத் தொடங்கினான். "ஏசுவே," ஹோஷினோ கல்லிடம் சொன்னான். "ஏதோ ஒன்றோடு சண்டையிடுவதற்கு சுத்தியலும் கத்திகளும், ஆனால் அது என்னவென்று கூட எனக்குத் தெரியாது? அதிலும் அண்டைப்பகுதியைச் சேர்ந்த ஒரு பூனை எனக்கு ஆணையிடுவது எல்லாம்? என்ன வகைக் கருமமென்று இந்த நிலையைச் சொல்வது?"

அந்தக் கல், இயல்பாகவே, தனது கருத்தைத் தனக்குள் வைத்துக் கொண்டது.

"பெரும்பாலும் அதுவொன்றும் ஆபத்தானதில்லை என்று டோரோ சொன்னது. பெரும்பாலும்? ஆனால் திடீரென்று ஜுராசிக் பார்க்கில் இருந்து ஏதேனும் வந்து குதித்தால் என்ன செய்வது? எனில் நான் என்ன எழவைச் செய்து தொலைப்பது, ஹ்ம்ம்? என் கதி அதோகதி தான்."

எந்தப் பதிலுமில்லை.

ஹோஷினோ சுத்தியலைத் தூக்கி அதைச் சில முறை சுழற்றினான்.

"அதைப் பற்றி நினைத்தோமென்றால், எல்லாம் விதி. ஓய்வுப்பகுதியில் நான் திரு நகாடாவை ஏற்றிக் கொண்ட தருணத்தில் இருந்து தற்போது வரைக்கும், ஏதோ

அனைத்தையும் விதிதான் தீர்மானித்தது என்பது போல. சிறிய தடயம் கூடக் கிடைக்காத ஒரேயொரு ஆள் யாரென்று பார்த்தால் அது நான் மட்டுமே. விதியென்பது விசித்திரமான சங்கதி, என் நண்பனே,” என்றான் ஹோஷினோ. “ஆமாம்? அது குறித்த உன்னுடைய நிலைப்பாடு என்ன?”

அந்தக் கல் தனது கற்பாவிய மௌனத்தைத் தொடர்ந்தது.

“சரி, ஒரு மனிதன் என்னதான் செய்வது, ஹ்ம்? இந்தப் பாதையைத் தேர்ந்தெடுத்தவன் நானே, ஆக இறுதிவரை இதில் நான் போயாக வேண்டும். என்ன வகை பயங்கரமான சங்கதி உள்ளிருந்து வெளியே குதிக்குமென்பதை யூகிக்கச் சற்றுக் கடினமாயுள்ளது – ஆனால் அதில் எனக்குக் குறை சொல்ல ஒன்றுமில்லை. எனது ஆகச்சிறந்த பங்களிப்பை நான் தர வேண்டும். இந்த வாழ்க்கை மிகவும் சிறியது, அதில் நானும் சில நல்ல தருணங்களை அனுபவித்துள்ளேன். இது லட்சத்தில்-ஒரு-வாய்ப்பு என்று டோரோ சொன்னது. புகழின் பேரொளியோடு, போராடித் தோற்றோமெனில் அப்படியொன்றும் மோசமாயிராது. குறைந்தபட்சம் அந்த முதியவருக்காக ஒரு விசயத்திலாவது நான் வெற்றி பெற வேண்டும். திரு நகாடாவுக்காக.”

அந்தக் கல்லின் மோனநிலை தொடர்ந்தது.

பூனை தன்னிடம் சொன்னதைப் போலவே செய்தான் ஹோஷினோ, இரவுக்குத் தயாராகும் விதமாக நீள்சாய்விருக்கையில் விழுந்து ஒரு குட்டித்தூக்கம் போட்டான். ஒரு பூனையின் ஆணைகளைப் பின்பற்றுவதை வினோதமாக உணர்ந்தான், ஆனால் படுத்தவுடன் கிட்டத்தட்ட ஒரு மணி நேரம் ஆழ்ந்துறங்க அவனுக்குச் சாத்தியப்பட்டது. மாலையில் அவன் சமையலறைக்குப் போனான், கொஞ்சம் இறால் கறிக்கூட்டைச் சுட வைத்து அதை அரிசியோடு சேர்த்துச் சாப்பிட்டான். இருட்டத் தொடங்கியவுடன், அவன் கல்லுக்கருகில் சென்றமர்ந்தான், கத்திகளையும் சுத்தியலையும் கைக்கெட்டும் தூரத்தில் வைத்திருப்பவனாக.

ஒரு சிறிய மேசை விளக்கைத் தவிர மற்ற விளக்குகளை எல்லாம் அவன் அணைத்தான். அதுதான் நல்லது, அவன் நினைத்துக்

கொண்டான். அது இரவில் மட்டும்தான் நகரும், எனவே நானும் என்னால் ஆனமட்டும் எல்லாவற்றையும் இருட்டாக வைத்திருப்பேன். இந்த விசயத்தை விரைவாக முடிக்கத்தான் நானும் கூட ஆசைப்படுகிறேன் – ஆக நீ அங்கிருக்கிறாய் எனில், உன் முகத்தைக் காட்டு! மோதிப் பார்ப்போம், சரியா? இங்கு வேலையை முடித்தவுடன் நான் நகோயோவுக்குப் போகிறேன், எனது அடுக்ககக் குடியிருப்புக்கு, பிறகு ஏதோவொரு பெண்ணைக் கூட்டி வந்து மற்ற வேலைகளைப் பார்க்க வேண்டியதுதான்.

அதற்கு மேல் அவன் கல்லோடு பேசிக் கொண்டிருக்கவில்லை. வெறுமனே அங்கு அவன் அமைதியாகக் காத்திருந்தான், அவ்வப்போது கடிகாரத்தை ஓரப்பார்வை பார்த்தபடி. சலிப்பாக உணர்ந்த தருணங்களில் அவன் கத்தியையும் சுத்தியலையும் சுழற்றினான். ஏதேனும் நிகழுமாயின், அவன் நினைத்தான், இரவின் நடுவில்தான் அது நிகழ வேண்டும். ஆனால் ஒருவேளை அதற்கு முன்னால் கூட அது நிகழ்ந்திடலாம், ஆகவே தனக்கான வாய்ப்பை இழந்து விடக் கூடாதென்பதை அவன் உறுதி செய்து கொள்ள விரும்பினான் – அவனுடைய லட்சத்தில்-ஒரு-வாய்ப்பு. இது அசட்டையாக இருப்பதற்கான நேரமில்லை. சீரான இடைவெளியில் ஓர் உப்பு பிஸ்கட்டைக் கடித்து ஒரு மிடறு தாதுநீரையும் அருந்தினான்.

“ஓய், கல்லே,” ஹோஷினோ கிசுகிசுத்தான். “இப்போது நடுராத்திரியைக் கடந்து விட்டது – பிசாசுகள் நடமாடும் நேரம். மெய்ம்மையின் தருணம். நீயும் நானும் சேர்ந்து என்ன நடக்கப் போகிறதென்பதைக் கண்டுபிடிப்போம், என்ன சொல்கிறாய்?” கல்லைத் தொடுவதற்காக அவன் கையை நீட்டினான். அனேகமாக அது அவன் கற்பனையாகக்கூட இருக்கலாம், ஆனால் அதன் மேற்பகுதி வழக்கத்தைக் காட்டிலும் சற்று வெதுவெதுப்புடன் இருப்பதாகத் தோன்றியது. அவன் அதைத் திரும்பத் திரும்பத் தேய்த்தான், தனது தைரியத்தை அதிகப்படுத்திக் கொள்வதற்காக. “நீயும் என் பக்கத்தில் நிற்க வேண்டுமென்று விரும்புகிறேன், சரியா?” அவன் கல்லிடம் சொன்னான். “இங்கே எனக்குச் சிறிதளவு உணர்வுப்பூர்வமான ஆதரவு கிட்டினால் நன்றாயிருக்கும்.”

அதிகாலை மூன்று மணிக்குச் சற்று நேரங்கழித்து நகாடாவின் உடம்பு கிடந்த அறைக்குள்ளிருந்து ஒரு மெல்லிய சலசலக்கும் ஓசை கேட்கத் தொடங்கியது. டடாமியின் மீது ஏதோ ஊர்வதைப் போன்ற சத்தம். ஆனால் அங்கு எந்த டடாமியும் இல்லை, ஏனெனில் அந்த அறை முழுக்கக் கம்பளம் விரித்திருந்தது.

ஹோஷினோ நிமிர்ந்து கவனமாக உற்றுக் கேட்டான். சந்தேகமே இல்லை, அவன் எண்ணினான், அது என்னவென்று எனக்குத் தெரியாது, ஆனால் அங்கு என்னவோ நடக்கிறது. அவனுடைய இதயம் பலமாக அடிக்கத் தொடங்கியது. அவன் சுத்தியலைத் தனது இடைவாரில் செருகினான், மிகக்கூர்மையான கத்தியை வலதுகையிலும் ஒளிக்கருவியை இடதுகையிலும் ஏந்திக் கொண்டு, எழுந்து நின்றான்.

“நாம் தயாராகி விட்டோம்...” குறிப்பாக யாரிடமும் என்றில்லாமல் அவன் இதைச் சொன்னான்.

நகாடாவின் அறைக்கதவு வரை ஊர்ந்து சென்று அவன் அதைத் திறந்தான். ஒளிக்கருவியை இயக்கி வேகமாக பிணத்தைச் சுற்றிப் பரிசோதித்தான். நிச்சயமாக அங்கிருந்துதான் அந்த சலசலக்கும் ஒலி வந்தது. நகாடாவின் வாய்க்குள்ளிருந்து நடுங்கியபடி வெளியேறி வந்ததொரு நீளமான, வெளுத்த, மெல்லிய சமாச்சாரத்தை ஒளிவெள்ளம் அவனுக்கு அடையாளங்காட்டியது. அது ஹோஷினோவுக்கு ஒரு சுரைக்காயை நினைவுறுத்தியது. மனிதனின் கரம் போன்ற அடர்த்தியோடு, அது எத்தனை நீளமிருந்ததென்பதை அவனால் சொல்ல முடியாத போதும், அதில் ஏறத்தாழ பாதி வெளியே வந்திருந்ததாக ஹோஷினோ யூகித்தான். அதன் ஈரவுடம்பு சளியைப் போல மினுமினுத்தது. பாம்பினுடையதைப் போல நகாடாவின் வாய் அகலத் திறந்து விரிந்திருந்தது, அந்தப் பொருளை வெளியேற்ற. அவருடைய தாடை உருக்குலைந்திருக்க வேண்டும், ஏனென்றால் அது அத்தனை அகலமாகத் திறந்திருந்தது.

ஹோஷினோ சத்தமாக எச்சிலைக் கூட்டி விழுங்கினான். ஒளிக்கருவியைப் பற்றியிருந்த அவனுடைய கரம் மெல்ல நடுங்கியவாறிருக்க, வெளிச்சம் அலைபாய்ந்தது. தெய்வமே, இப்போது நான் இந்தச் சங்கதியை எப்படிக் கொல்வது? அவன் அதிசயித்தான். அதற்குக் கைகளோ அல்லது

கால்களோ, கண்களோ அல்லது மூக்கோ இருந்ததாகத் தெரியவில்லை. இறுக்கிப் பிடிக்க முடியாத வகையில் மிகவும் மெலிதானதாகவும் இருந்தது. ஆக எப்படி நான் அதை ஒழித்துக்கட்டுவது? மேலும் எப்படியாகிலும், என்ன எழவு வகையைச் சேர்ந்த ஜீவராசி இது?

அது இத்தனை காலமும் நகாடாவுக்குள் ஒளிந்திருந்த ஏதேனும் ஒரு வகை ஒட்டுண்ணியாக இருக்குமோ? அல்லது அது அந்த முதியவரின் ஆன்மாவோ? இல்லை, அதுவாக இருக்க முடியாது. அதுபோன்ற அச்சுறுத்தும் சங்கதி நகாடாவுக்குள்ளே இருந்திருக்க முடியாதென்று அவனுடைய உள்ளுணர்வு சொன்னது. எனக்கும் கூட அந்தளவுக்குத் தெரியும். வேறு எங்கிருந்தோ அது வந்திருக்க வேண்டும், தற்போது வெறுமனே நுழைவாயிலுக்குள் நுழைய அது நகாடாவின் வழியாகச் செல்கிறது. தனக்கு விருப்பமான நேரத்தில் அது தோன்றியிருக்கிறது, தனது சொந்தக் காரணங்களுக்காக திரு நகாடாவை ஒரு செல்வழியாகப் பயன்படுத்துகிறது. அதை நான் அனுமதிக்க முடியாது. எனவே நான் அதைக் கொன்றாக வேண்டும். பூனை சொன்னதைப் போல, "*அதீதமான காழ்ப்புணர்ச்சியோடு அதைக் கொன்றொழி.*"

ஹோஷினோ நகாடாவின் அருகே சென்று அந்த உயிரியின் தலை போலத் தெரிந்த பகுதியில் தனது கத்தியால் குத்தினான். கத்தியை வெளியே உருவி மீண்டும் குத்தினான், மீண்டும் மீண்டும். ஆனால் கத்திக்கு எதிராக அதனிடம் எந்த எதிர்ப்பும் இருக்கவில்லை, வெறுமனே நீங்கள் காய்கறிக்குள் கத்தியைச் செருகினால் கிட்டும் ஒரு மொறுமொறுப்பான உணர்வு மட்டுமே மீதமிருந்தது. வழுவழுப்பான வெளிப்புறத்துக்குக் கீழே திடமான சதையென்று ஏதும் இருக்கவில்லை, எலும்புகள் இல்லை. உறுப்புகள் இல்லை, மூளை இல்லை. கத்தியை அவன் வெளியே உருவிய மறுகணம் சளி உடனடியாக அந்தக் காயத்தை மூடியது. ரத்தமோ வேறு நீர்மமோ வெளியே ஒழுகவில்லை. அதற்கு எவ்வித உணர்ச்சியும் இல்லை, ஹோஷினோ எண்ணினான். எத்தனை தீவிரமாக அதை அவன் தாக்கினாலும், நகாடாவின் வாயிலிருந்து வெளியேறி ஊர்வதை அந்தச் சங்கதி தொடர்ந்தது, எந்தப் பாதிப்புமின்றி.

ஹோஷினோ கத்தியைத் தரையில் எறிந்து விட்டு மீண்டும் வசிப்பறைக்குச் சென்று கனத்த கைக்கோடாரி-வடிவ கத்தியை எடுத்தான். அதைக் கொண்டு அந்தச் சங்கதியை திரும்பத் திரும்பக் குத்தினான், தலையைப் பிளக்கும் வகையில், ஆனால், அவன் நினைத்தது போலவே, அதற்குள் ஒன்றுமேயில்லை – வெளிப்புறத் தோலைப் போன்ற அதே கூழ்தான் அங்குமிருந்தது. இறுதியாக அதன் தலையில் ஒரு பகுதியை வெட்டியெடுக்கும் வகையில் அவன் சில முறை அதை ஆங்காரமாக வெட்டினான், ஒரு கணம் அந்தப் பகுதி தரையின் மீது கூடில்லாத நத்தையைப் போலத் துடித்தது, பிறகு செத்துப்போனதைப் போல நகர்வதை நிறுத்துக் கொண்டது. உடலின் மற்ற பகுதிகள் மீது இது எவ்விதத் தாக்கமும் கொண்டிருக்கவில்லை, முன்னோக்கி நகர்வதை அது தொடர்ந்தது. கூடிய சீக்கிரமே சளி அந்தக் காயத்தை மூடியது, சற்றே வீங்கி, மீண்டும் அந்தச் சங்கதி முன்பிருந்தது போலவே தோற்றந்தரும் வகையில். அதன் வேகம் சற்றும் குறையவில்லை, முதியவரின் வாய்க்குள்ளிருந்து திருகிக் கொண்டு வெளியேறுவதைத் தொடர்ந்தது.

இறுதியில், மொத்த உயிரியும் வெளியேறி வந்தது, அதன் முழு வடிவத்தையும் வெளிக்காட்டியபடி. அது கிட்டத்தட்ட ஒரு கஜ நீளமிருக்கக்கூடும், வாலோடு, கடைசியாக எது எந்தப் பகுதியென்பதை உறுதியான வகையில் தீர்மானிக்க ஹோஷினோவை அது அனுமதித்தது. அதன் வால் வேம்பாவினுடையதைப் (Salamander) போல இருந்தது, சிறிதாகவும் தீர்க்கமாகவும், அதன் முனைப்பகுதி சட்டென்று ஒரு மெல்லியப் புள்ளியில் சென்று முடிந்தது. அதற்குக் கால்கள் இல்லை, கண்கள் இல்லை, வாயும் அல்லது மூக்கும் கூட இல்லை. ஆனால் நிச்சயமாக அதற்கே உரித்தானதொரு மனோதிடத்தைக் கொண்டிருந்தது. இல்லை, ஹோஷினோ நினைத்துக் கொண்டான், அதனிடம் இருந்ததெல்லாம் அந்த மனோதிடம் மட்டும்தான் என்பதைப் போல. தர்க்கரீதியாக அவன் அதைக் கண்டுபிடித்தாக வேண்டும் என்றில்லை, வெறுமனே அது அவனுக்குத் தெரிந்திருந்தது. அது நகரும் சமயத்தில் மட்டும், அவன் எண்ணினான், இந்த வடிவத்தை வரித்துக் கொள்கிறது. அவனுடைய முதுகெலும்பில் சில்லென்ற ஓர் உணர்வு ஓடியது. என்ன நடந்தாலும் சரி, அவன் தீர்மானித்தான், நான் அதைக் கொல்ல வேண்டும்.

அடுத்ததாக அவன் சுத்தியலை முயற்சி செய்தான், ஆனால் அதனாலும் எந்தப் பயனுமில்லை. உயிரியின் ஒரு பகுதியை விசையோடு தாக்கினாலும் பிறகு சுற்றியிருக்கும் சதையும் சளியும் சேர்ந்து அவன் உருவாக்கிய பள்ளத்தை நிரப்புவதையே அவன் கண்டான். ஒரு சிறிய மேசையைக் கொணர்ந்து அதன் கால்களில் ஒன்றைக் கொண்டு அந்தச் சங்கதியைத் தாக்கத் தொடங்கினான், ஆனால் எதைக் கொண்டும் அதன் இரக்கமற்ற முன்னேற்றத்தைத் தடுக்க முடியவில்லை. ஏதோவொரு அருவருப்பான பாம்பைப் போல அது மெல்ல, நிதானமாக அடுத்த அறையையும் கல்லையும் நோக்கி நகர்ந்தது.

நான் இதுவரைக்கும் பார்த்த எந்தவொரு ஜீவராசியையும் போல இது இல்லை, ஹோஷினோ எண்ணினான். எந்த ஆயுதமும் அதன் மீது எந்தத் தாக்கமும் கொண்டிருக்கவில்லை. நீங்கள் குத்துவதற்கு எந்த இதயமும் இல்லை, நெரிப்பதற்கு எந்தத் தொண்டையும் இல்லை. ஆக என்ன எழவைத்தான் நான் செய்ய முடியும்? இந்தச் சங்கதி ஒரு தீவினை, மேலும் எப்பாடு பட்டாவது நுழைவாயிலை அது சென்றடையாமல் தடுத்தாக வேண்டும். நான் அதைப் பார்க்கும்போது தெரிந்து கொள்வேன் என்று டோரோ சொன்னது, ஆக அதன் வார்த்தைகள் பலிக்காமால் போனால் சர்வநாசம்தான். இந்தச் சங்கதியைப் பிழைத்திருக்க நான் அனுமதிக்க முடியாது.

ஆயுதமாகப் பயன்படுத்த வேறேதும் கிட்டுமா என்று பார்க்க ஹோஷினோ மீண்டும் சமையலறைக்குப் போனான், ஆனால் அவனால் எதையும் கண்டுபிடிக்க முடியவில்லை. அதன் பிறகு அவன் கீழே குனிந்து தனது பாதங்களுக்குக் கீழிருந்த கல்லைப் பார்த்தான். நுழைவாயில் கல். இதுதான்! அந்தச் சங்கதியை நசுக்க நான் இந்தக் கல்லைப் பயன்படுத்தலாம். மங்கலான ஒளியில் வழக்கத்தைக் காட்டிலும் அதிகமாக அந்தக்கல்லின் மீது செந்நிறம் படிந்திருந்தது. அவன் குனிந்து அதைத் தூக்க முயற்சி செய்தான். அது பயங்கரமான பாரத்தோடு இருந்தது, ஓர் அங்குலம் கூட அவனால் அதை நகர்த்த முடியவில்லை. "புரிகிறது – நீ மறுபடியும் நுழைவாயில் கல்லாக இருக்கும் நிலைக்கு வந்து விட்டாய்," அவன் சொன்னான். "ஆக அந்தச் சங்கதி இங்கு வருவதற்கு முன் நான் உன்னை மூடி விட்டால், அதனால் உள்ளே போக முடியாது."

ஹோஷினோ அந்தக் கல்லைத் தூக்கத் தனது சக்தியனைத்தையும் திரட்டிப் போராடினான், ஆனால் முடியவில்லை.

"நீ நகர மாட்டேன் என்கிறாய்," அவன் கல்லிடம் சொன்னான், பெரிதாக மூச்சு வாங்கியபடி. "முன்பை விட நீ அதிக பாரத்தோடிருப்பதாக உணர்கிறேன். நிஜமாகவே நீயொரு மாபெரும் துயரம், உனக்கு அது தெரியுமா?"

அவனுக்குப் பின்னால் அந்தச் சலசலக்கும் ஒலி இன்னும் தொடர்ந்தது. அந்த வெண்ணிற சமாச்சாரம் நிதானமாக இன்னும் இன்னும் நெருங்கி வந்து கொண்டிருந்தது. அவனிடம் நேரம் அதிகமிருக்கவில்லை.

"இன்னொரு முயற்சி," என்றான் ஹோஷினோ. கரங்களை அவன் கல்லின் மீது வைத்தான், பெரிதாக மூச்சிழுத்தான், நுரையீரல்களைக் நிரப்புவது போல, காற்றை உள்ளேயே இருத்திக் கொண்டான். தனது ஆற்றலனைத்தையும் ஒற்றைப் புள்ளியில் குவித்து, இரண்டு கைகளையும் கல்லின் ஒரு பகுதியில் வைத்தான். இம்முறை அவனால் அதை உயர்த்த முடியாமல் போனால், அவனுக்கு இரண்டாவது சந்தர்ப்பம் கிடைக்காது. "இதுதான், ஹோஷினோ! இப்போது இல்லையென்றால் இனி எப்போதும் இல்லை. அது என்னைக் கொன்றாலும் பரவாயில்லை, நான் இதைச் செய்யத்தான் போகிறேன்!" அவனால் திரட்ட முடிந்த அத்தனை பலத்தோடும், மிகவும் கடுமையான அந்த முயற்சியில் அவன் பலத்த உறுமலை வெளியிட்டான். கல் தரையை விட்டு சில அங்குலங்கள் மேலேறி வந்தது. தனது ஆற்றலின் இறுதித் துளியை அதன் மீது அவன் ஏற்றி வைக்க - ஏதோ அந்தக் கல்லைத் தரையை விட்டு அவன் கிழித்தெடுக்கிறான் என்பதைப் போல - அதை உயர்த்த அவனுக்குச் சாத்தியமானது.

அவனுடைய தலை உணர்விழக்கத் தொடங்க, அவனது கைகளின் தசைகள் யாவும் வலியால் கதறின. தன்னுடைய விதைப்பைகள் வெடித்து வெகுநேரம் ஆனதாக அவன் உணர்ந்தான். கல்லை அதற்கு மேல் உயரமாகத் தூக்க அவனால் முடியவில்லை. ஹோஷினோ நகாடாவை நினைத்துக் கொண்டான், எவ்வாறு அந்தக் கல்லைத் திறக்கவும் மூடவும் அவர் தனது உயிரையே தந்தாரென்பதை. எப்படியாவது,

எந்த வழியிலாவது, அதன் கடைசி முனை வரைக்கும் அவன் தாக்குப்பிடித்தாக வேண்டும். முதியவரின் பொறுப்பை அவன் ஏற்றுக் கொள்ள வேண்டுமென்று டோரோ சொன்னது. புதிய ரத்தத்துக்காக அவனுடைய தசைகள் ஏங்கின, அந்த ரத்தத்தை உருவாக்கும் காற்றுக்காக அவனது நுரையீரல்கள் செத்துக் கொண்டிருந்தன, ஆனால் அவனால் சுவாசிக்க முடியவில்லை. தன்னால் இயன்றமட்டும் மரணத்துக்கு நெருக்கமாயிருக்கிறோமென்பது அவனுக்குத் தெரியும், வெறுமையென்னும் ஆழமான பாதாளம் அவனுடைய கண்களுக்கு நேர் முன்னால் வாயைப் பிளந்திருந்தது. ஆனால் அவனதைப் புறக்கணித்தான், கடைசி முறையாகத் தனது ஆற்றலையெல்லாம் ஒன்றுதிரட்டி அந்தக் கல்லைத் தன் பக்கமாக உயர்த்தினான். அது மேலெழும்பியது, பிறகு மாபெரும் மெத்தொலியோடு, புரண்டு தரையில் வீழ்ந்தது. அதிர்ச்சியில் தரை ஒரு முறை குலுங்கியது, கண்ணாடிக்கதவு சலசலத்தது. அந்தக்கல் தற்போது மிகவும் பயங்கரமான, தடங்காணவியலாத ஆழத்துடன் கூடிய பாரத்தோடு இருந்தது.

ஹோஷினோ காற்றுக்காக மூச்சிரைத்தபடி அங்கேயே அமர்ந்தான். "நல்ல காரியம் செய்தாய்," சில கணங்களுக்குப் பிறகு தனக்குத்தானே சொல்லிக் கொண்டான், இறுதியாக அவனுடைய மூச்சு இயல்புநிலைக்கு மீண்டவுடன்.

நுழைவாயிலை அவன் மூடியவுடன், அந்த வெள்ளைச் சங்கதியின் கதையை முடிப்பது ஆச்சரியமுண்டாக்கும் வகையில் மிகவும் எளிதாயிருந்தது. தான் தலைப்பட்ட இடத்துக்குப் போக முடியாதபடிக்குத் தடுக்கப்பட்டிருந்தது, அது அதற்கும் தெரிந்திருந்தது. முன்னேறிச் செல்வதை நிறுத்தி அறைக்குள்ளாக ஊர்ந்து நகரத் தொடங்கியது, ஒளிய இடம் தேடுவதைப் போல, அனேகமாக அது மீண்டும் நகாடாவின் வாய்க்குள் ஊர்ந்து போக நம்பியதைப் போலிருந்தது. ஆனால் தப்பிச் செல்லும் ஆற்றல் அதற்கில்லை. ஹோஷினோ அதைத் துரத்தினான், தனது கைக்கோடாரியால் அதைத் துண்டந்துண்டமாக வெட்டினான். அதன் பிறகு அந்தத் துண்டங்களை இன்னும் சின்னஞ்சிறிய துண்டுகளாக அவன் கூறுபோட்டான். அந்த சின்னஞ்சிறு துண்டுகள் சிறிது நேரத்துக்குத் தரையின் மீது கிடந்து துடித்தன,

ஆனால் சீக்கிரமே ஆற்றலை இழந்து நகர்வதை நிறுத்தின. இறுக்கமான குட்டிப் பந்துகளைப் போலச் சுருண்டு அவை செத்தன, கம்பளம் அவற்றின் சகதியால் மினுமினுத்தது. குப்பை வாரும் தட்டால் ஹோஷினோ அவற்றையெல்லாம் ஒன்றுகூட்டினான், ஒரு குப்பைப்பைக்குள் போட்டு கயிறால் இறுக்கமாக மூடிக் கட்டினான், பிறகு அதை இன்னொரு பைக்குள் போட்டு அதையும் அவன் இறுக்கிக் கட்டினான். இதைச் சமையலறை அலமாரிக்குள் தான் கண்டெடுத்த அடர்த்தியானத் துணிப்பைக்குள் அவன் கொண்டு வைத்தான்.

முழுக்கக் களைத்துப் போனவனாக, தரையில் குத்த வைத்து உட்கார்ந்தான், ஆழமாக மூச்சிழுத்த நேரங்களில் அவனுடைய தோள்கள் மேலுங்கீழுமாக ஏறி இறங்கின. அவனது கைகள் நடுங்கிக் கொண்டிருந்தன. அவன் என்னமோ சொல்ல விரும்பினான், ஆனால் வார்த்தைகளைக் கோர்க்க முடியவில்லை. “நீ நல்ல முறையில் பணியாற்றினாய், ஹோஷினோ,” சில கணங்களுக்கு பிறகு அவனால் சொல்ல முடிந்தது.

வெண்ணிற ஜீவராசியைத் தாக்கியதிலும் கல்லைப் புரட்டிப் போட்டதிலும் உண்டான பெருத்த சத்தத்தின் காரணமாக, அந்த அடுக்ககக் கட்டடத்தைச் சேர்ந்தவர்கள் விழித்துக் கொண்டு தற்போது அவர்கள் 110-ஐ அழைக்கவும் செய்யலாமென்று அவன் கவலைப்பட்டான். அதிர்ஷ்டவசமாக, காவலர்களின் எச்சரிக்கை மணியேதும் ஒலிக்கவில்லை, கதவை யாரும் தட்டவும் இல்லை. அழைக்காமலே காவலர்கள் அங்கு வந்து சேர்வதுதான் அவன் விரும்பக்கூடிய கடைசி விசயமாயிருக்கும்.

இறுக மூடிய பைகளுக்குள் இருக்கும் வெண்ணிற ஜீவராசியின் சிதறலான துண்டுகள் மீண்டும் உயிப் பெறப் போவதில்லை என்பது ஹோஷினோவுக்குத் தெரியும். அவை போவதற்கு எந்த இடமும் மிச்சமில்லை, அவன் நினைத்துக் கொண்டான். ஆனால் அதை உறுதி செய்து கொள்வதும் நல்ல யோசனையாக இருக்கும், ஆகவே வெளிச்சம் வந்தவுடன் தான் கடற்கரைக்குச் சென்று அவற்றை எரிப்பதென்று அவன் தீர்மானித்தான். சாம்பலாக்க வேண்டும்.

ஆக அதைச் செய்து முடித்ததும் அவன் நகோயாவுக்குத் திரும்பலாம். மறுபடியும் வீட்டுக்கு.

இந்த வேளையில் மணி நான்கை நெருங்கியிருக்க, வெளிச்சம் வரத் தொடங்கியது. ஹோஷினோ தனது துணிகளைப் பைக்குள் திணித்தான், அவனுடைய – வெறுமனே பாதுகாப்பின் பொருட்டு – குளிர்கண்ணாடிகள் மற்றும் சுனிச்சி டிராகன்கள் தொப்பி உட்பட. பணியைச் செய்து முடிப்பதற்கு முன்னால் காவலர்களிடம் பிடிபடுவது சகலத்தையும் கெடுத்து விடும். நெருப்பைப் பற்ற வைப்பதற்காக ஒரு போத்தலில் சமையல் எண்ணெயையும் எடுத்துக் கொண்டான். தனது "தி ஆர்ச்ட்யூக் ட்ரையோ" சிடி நினைவுக்கு வர அதையும் பைக்குள் தூக்கிப் போட்டான்.

இறுதியாக, நகாடா படுக்கையில் கிடந்த அறைக்கு அவன் சென்றான். குளிரூட்டும் சாதனம் இன்னும் முழுவீச்சில் இயங்க, அந்த அறை ஏறத்தாழ உறைநிலையில் இருந்தது. "உன்னைத்தான், திரு நகாடா," அவன் சொன்னான், "நான் கிளம்புவதற்குக் கிட்டத்தட்ட தயாராகி விட்டேன். என்னை மன்னித்துக் கொள், ஆனால் நிரந்தரமாக நான் இங்கேயே தங்க முடியாது. நிலையத்தில் இருந்து நான் காவலர்களை அழைத்தால் அவர்கள் இங்கு வந்து உன்னுடைய உடலைப் பார்த்துக் கொள்வார்கள். மற்ற விசயங்களை எல்லாம் நாம் ஒரு கருணைமிக்க அதிகாரியிடம் விட்டு விடுவோம், சரியா? நாம் ஒருவரையொருவர் மீண்டும் பார்க்கப் போவதில்லை, ஆனால் நான் ஒருபோதும் உன்னை மறக்க மாட்டேன். அதற்கு நான் முயற்சி செய்தால் கூட, அது என்னால் முடியுமென்று தோன்றவில்லை."

பயங்கர இரைச்சலோடு அறையின் குளிர்சாதன வசதி நிறுத்தத்துக்கு வந்தது.

"உனக்கு ஒன்று தெரியுமா, தாத்தா?" அவன் தொடர்ந்தான். "எதிர்காலத்தில் என் வாழ்வில் எப்போதாவது ஏதேனுமொன்று நடந்தால் எப்போதும் இதை நான் யோசிப்பேன் என்று நினைக்கிறேன்: 'இது குறித்து திரு நகாடா என்ன சொல்வார்? திரு நகாடா என்ன செய்வார்?' நான் ஆலோசனை பெறுவதற்கு யாரோவொருவர் எப்போதும் இருப்பார். அதைப் பற்றி நாம் யோசித்தோம் என்றால், நிச்சயமாக அதுவொரு பெரிய சமாச்சாரம்தான். ஏதோ உன்னுடைய ஒரு பகுதி எப்போதும் எனக்குள் உயிர்ப்போடு இருக்குமென்பதைப் போல. உனக்குக் கிடைக்கக்கூடிய மிகச்சிறந்த கொள்கலனாக நானிருப்பேன்

என்று சொல்ல முடியாது, ஆனால் ஒன்றுமில்லாமல் இருப்பதற்கு இது பரவாயில்லை, ஹ்ம்ம்?"

அவன் பேசிக் கொண்டிருந்த மனிதர், என்றாலும், அதன் பிறகும் திரு நகாடாவின் கூடென்பதைத் தவிர வேறொன்றுமில்லை. அவரின் மிக முக்கியமான பகுதி ஏற்கனவே வேறு இடத்தைத் தேடிச் சென்றிருந்தது. ஹோஷினோவும் அதைப் புரிந்திருந்தான்.

"உன்னைத்தான்," அவன் கல்லிடம் சொன்னான், கையை நீட்டி அதன் மேற்புறத்தைத் தீண்டினான். மீண்டும் சாதாரண கல்லாக இருக்கும் நிலைக்கு அது திரும்பியிருந்தது, தொடுவதற்குக் குளிர்ச்சியாகவும் கடுமையாகவும். "நான் எனது பாதையில் போகிறேன். நகோயாவில் உள்ள வீட்டுக்குத் திரும்புகிறேன். உனக்கும் கூட, காவலர்கள் வந்து பொறுப்பேற்றுக் கொள்வதைத்தான் நான் செய்யவியலும். எங்கிருந்து நீ வந்தாயோ அந்த ஆலயத்துக்கு உன்னை மீண்டும் நான் அழைத்துப் போக வேண்டுமென்பது எனக்குத் தெரியும், ஆனால் எனது ஞாபகசக்தி அத்தனை நன்றாயிராதென்பதோடு அந்த ஆலயம் எங்கிருக்கிறதென்றும் எனக்கு சுத்தமாகத் தெரியாது. நீ என்னை மன்னிக்க வேண்டும். என் மீது ஏதேனும் சாபத்தை அல்லது அது போன்றவொன்றை ஏவி விடாதே, சரியா? கலோனல் சாண்டர்ஸ் என்னை செய்யச் சொன்னதைத்தான் நான் செய்தேன். ஆக யார் மீதாவது நீ சாபத்தை ஏவி விடுவாயென்றால், அவர்தான் உனக்கான ஆள். எப்படியாகிலும், உன்னைச் சந்திக்க முடிந்ததில் மகிழ்ச்சியடைகிறேன். உன்னையும் கூட, எப்போதும் நான் மறக்க மாட்டேன்."

அடர்த்தியான-குதிகளுடன் கூடிய தமது நைக்கி ட்ரைனர்களை போட்டுக் கொண்டு ஹோஷினோ அடுக்ககத்தை விட்டு வெளியேறி நடந்தான், கதவை அப்படியே திறந்து போட்டபடி. அவனது பொருட்களெல்லாம் இருந்த பையை ஒரு கையில் பற்றியிருந்தான், மற்றதில் அந்த வெண்ணிறச் சங்கதியின் பிணத்தைக் கொண்ட பையை.

"கனவான்களே," என்றான், கிழக்கில் உதித்த விடியலை ஓரப்பார்வை பார்த்தபடி. "எனது கொடியை நாட்டும் நேரம்!"

49

மறுநாள் காலை மணி ஒன்பதைத் தாண்டிய சிறிது நேரத்தில், ஒரு மகிழுந்து நெருங்கி வரும் ஒலியைக் கேட்டு நான் வெளியே செல்கிறேன். அதுவொரு நான்கு-சக்கரங்களுடன் கூடிய குட்டி டாட்சன் பாரஊர்தி, பருமனான சக்கரங்களும் வண்டியின் உடலை வெகுவாக உயர்த்தி வடிவமைத்ததுமான வகைமையைச் சேர்ந்தது. குறைந்தபட்சம் வருடத்தின் பாதி நாட்கள் அது கழுவப்படவில்லை என்பதாகத் தோற்றமளிக்கிறது. அதன் பின்புறத்தில் இரு நீளமான, நன்கு-பயன்படுத்திய அலைச்சறுக்குக் கட்டைகள் கிடக்கின்றன. குடிலுக்கு முன்னால் அந்த பாரஊர்தி மிகுந்த சத்தத்தோடு நிறுத்தத்துக்கு வருகிறது. எஞ்சினை அணைத்தவுடன் அமைதி திரும்புகிறது. கதவு திறந்து கொள்ள வளர்த்தியான ஓர் இளவயது மனிதன் கீழிறங்குகிறான், அவனுடைய அளவைக் காட்டிலும் பெரிதான வெண்ணிற டி-ஷர்ட்டை அணிந்துள்ளான், தைலவர்ணம் பூசிய “நோ ஃபியர்” *(No Fear)* சட்டை, உடன் முன்னொரு காலத்தில் நன்றாயிருந்திருக்கலாம் எனும்படியான காக்கி காற்சட்டைகளும் ட்ரைனர்களும். அகலமான தோள்களைக் கொண்டிருக்கும் அந்த மனிதனுக்கு முப்பது வயதிருக்கலாம். மொத்த உடம்பும் வெயிலால் கருத்திருக்க, மூன்று நாட்களுக்கான பெறுமதி கொண்ட மயிர்க்கால்கள் அவன் முகத்தில் தென்படுகின்றன. அவனுடைய காதுகளை மறைக்குமளவுக்கு கேசம் நீளமாகவுள்ளது. இது ஓஷிமாவின் மூத்த அண்ணனாக இருக்கக்கூடும் என்று நான் யூகிக்கிறேன், கோச்சியில் அலை விளையாட்டுகளுக்கான கடையை நடத்தி வருபவன்.

“ஹேய்,” என்கிறான்.

"காலை வணக்கம்," நான் பதிலளிக்கிறேன்.

அவன் கையை நீட்டுகிறான், தாழ்வாரத்தில் நாங்கள் கைகுலுக்குகிறோம். அவனுடைய பிடி இறுக்கமாகவுள்ளது. நான் சரியாகவே யூகித்திருக்கிறேன். அவன் ஒஷிமாவின் மூத்த அண்ணன் என்றாகிறது.

"எல்லோரும் என்னை சடா என்றழைப்பார்கள்," அவன் என்னிடம் சொல்கிறான். தனது வார்த்தைகளை மிகவும் கவனமாகத் தேர்ந்தெடுத்து, அவன் மெல்லப் பேசுகிறான், தனக்கு எந்த அவசரமும் இல்லையென்பது போல. ஏதோ உலகின் மொத்த நேரமும் அவன் வசமிருப்பதைப் போலவும். "டகமாட்சுவில் இருந்து எனக்கு அழைப்பு வந்தது, இங்கு வந்து உன்னை அழைத்துக் கொண்டு மீண்டும் அங்கு கூட்டிப் போக," அவன் விளக்குகிறான். "ஏதோவொரு அவசர வேலை அங்கு வந்திருப்பதாகத் தெரிகிறது."

"அவசர வேலையா?"

"ஆம். என்றாலும், எது என்னவென்று எனக்குத் தெரியாது."

"உனக்குத் தொந்தரவு தர நேர்ந்தமைக்கு வருந்துகிறேன்," நான் அவனிடம் சொல்கிறேன்.

"வருத்தம் தெரிவிக்க வேண்டியதில்லை," அவன் சொல்கிறான். "சீக்கிரமே இங்கிருந்து கிளம்ப நீ தயாராக முடியுமா?"

"ஐந்து நிமிடங்கள் போதும்."

எனது பொருட்களை நான் முதுகுப்பைக்குள் திணிக்கும் நேரத்தில், இடத்தை ஒழுங்குபடுத்த அவன் எனக்கு உதவுகிறான், அதைச் செய்யும் மொத்த நேரமும் சீழ்க்கையடித்தபடி. சாளரத்தை மூடி, திரைச்சீலைகளை இழுத்து விட்டு, வாயு அணைக்கப்பட்டுள்ளதா என்பதைச் சோதிக்கிறான், மீதமுள்ள உணவைச் சேகரித்த பிறகு நீர்த்தொட்டியை வேகவேகமாகத் தேய்த்துக் கழுவுகிறான். தொடர்ச்சியாக அவனைக் கவனிப்பதன் வாயிலாக, ஏதோ அந்தக் குடிலைத் தனது நீட்சியாக அவன் உணர்கிறானென்பதை என்னால் சொல்ல முடிகிறது.

"எனது சகோதரனுக்கு உன்னைப் பிடித்திருப்பதாகத் தெரிகிறது," சடா சொல்கிறான். "அப்படியொன்றும் நிறைய ஆட்களை அவனுக்குப் பிடிக்காது. அவன் ஒரு மாதிரி கடினமான ஆள்."

"நிஜமாகவே அவன் என்னிடம் மிகவும் கருணையோடு நடந்து கொண்டான்."

சடா தலையசைக்கிறான். "தான் விரும்பும்போது மிகவும் நல்லவனாயிருக்க அவனால் இயலும்."

நான் பாரஊர்தியின் பயணியர் இருக்கையில் ஏறியமர்ந்து கொண்டு எனது முதுகுப்பையை காலுக்கடியில் வீசுகிறேன்.

சடா இக்னிஷினைத் தூண்டி கியரை மாற்றுகிறான், மீண்டும் ஒரு முறை குடிலைப் பரிசோதிக்கும் வகையில் சாளரத்தின் வழியே எட்டிப் பார்க்கிறான், பிறகு வேகமெடுத்து வெளியேறுகிறான். "சகோதரர்களாக நாங்களிருவரும் பகிர்ந்து கொள்ளும் ஒரு சில விசயங்களில் இந்தக் குடிலும் ஒன்று," மலைப்பாதையில் திறமையாக வண்டியை ஓட்டிப் போகும் நேரத்தில் அவன் சொல்கிறான். "மனநிலை வாய்க்கும்போது, சில சமயங்களில் நாங்கள் இங்கு வந்து தனிமையில் கொஞ்ச நாட்களைக் கழிப்போம்." சிறிது நேரம் இதைப் பற்றி யோசித்த பிறகு அவன் தொடர்கிறான். "எங்களிருவரைப் பொருத்த மட்டில் எப்போதும் இது முக்கியமான இடமாக இருந்திருக்கிறது, இப்போதும் அப்படித்தான். எங்களின் ஆற்றலைப் புதுப்பிக்கும் ஏதோவொரு சக்தி இங்கு இருக்கிறதென்பதைப் போல. ஒரு மாதிரி அமைதியான சக்தி. நான் என்ன சொல்கிறேன் என்று புரிகிறதா?"

"அப்படித்தான் நினைக்கிறேன்," நான் அவனிடம் சொல்கிறேன்.

"உனக்குப் புரியுமென்றே என் சகோதரனும் சொன்னான்," சடா சொல்கிறான். "அது புரியாத மனிதர்களுக்கு ஒருபோதும் புரியப் போவதில்லை."

சாயம் போன இருக்கைத்துணிகள் வெண்ணிற நாய் முடியால் மூடியுள்ளன. நாய் வாசத்தோடு கடலினுடையதும் கலந்துள்ளது, உடன் சறுக்குக்கட்டையின் மெழுகு மற்றும் சிகரெட்டுகளின் மணமும். குளிர்சாதன வசதிக்கான குமிழ் உடைந்துள்ளது. சாம்பற்கிண்ணம் தண்டுகளால் நிரம்பி வழிய, பக்கவாட்டுப்

பை முழுக்க ஏதேதோ கேசட் ஒலிநாடாக்கள் கிடக்கின்றன, அவற்றின் அட்டைப்பெட்டிகள் இல்லாமல்.

"சில முறை நான் வனத்துக்குள் சென்றேன்," நான் சொல்கிறேன்.

"அங்கு ஆழமாகவா?"

"ஆமாம்," நான் பதிலளிக்கிறேன். "அவ்வாறு போக வேண்டாமென்று ஓஷிமா என்னை எச்சரித்தான்."

"ஆனாலும் கூட நீ அங்கு போனாய்."

"ஆம்," நான் சொல்கிறேன்.

"நானும் ஒரு முறை அதைத்தான் செய்தேன். அதாவது, கிட்டத்தட்ட, பத்து வருடங்களுக்கு முன்னால்." அவன் சிறிது நேரம் அமைதியாயிருக்கிறான், வாகனத்தைச் செலுத்தும் தனது பணியில் கவனத்தைச் செலுத்துபவனாக. நாங்கள் ஒரு நீளமான வளைவில் இருக்கிறோம், நாங்கள் விரைந்திடும்போது அடர்வான சக்கரங்கள் கூழாங்கற்களை வாரியடிக்கின்றன. அவ்வப்போது சாலையின் ஓரங்களில் காகங்கள் தென்படுகின்றன. அவை பறந்து போக முயற்சி செய்யவில்லை, நாங்கள் கடந்து செல்வதை வெறுமனே தீவிரமாக உற்றுப் பார்க்கின்றன, ஆர்வமிகுந்த கண்களோடு.

"ராணுவ வீரர்களை நீ வழியில் சந்தித்தாயா?" சடா இயல்பாகக் கேட்கிறான், ஏதோ நேரம் என்ன என்பதை என்னிடம் கேட்பதைப் போல.

"நீ அந்த இரு வீரர்களைக் குறிப்பிடுகிறாயா?"

"ஆமாம்," சடா மறுமொழி கூறுகிறான், என்னை ஓரப்பார்வை பார்த்தபடி. "நீ அத்தனை தூரம் போனாயா, ஹ்ம்ம்?"

"ஆம், போனேன்," நான் பதிலளிக்கிறேன்.

திருப்புச்சக்கரத்தைத் திறம்படக் கையாளும் நேரதில் அவனது கைகள் அதை இலகுவாகப் பற்றியிருக்க, அவன் மறுமொழி ஏதும் கூறவில்லை, மேலும் அவனுடைய உணர்வு வெளிப்பாடும் எனக்கு எதையும் சொல்லவில்லை.

"சடா?" நான் கேட்கிறேன்.

"ஹ்ம்?" என்கிறான்.

"பத்து வருடங்களுக்கு முன்னால், அந்த வீரர்களைச் சந்தித்தபோது நீ என்ன செய்தாய்?"

"அந்த வீரர்களைச் சந்தித்தபோது நான் என்ன செய்தேன்?" அவன் திருப்பிச் சொல்கிறான்.

நான் தலையசைத்தபடி அவனுடைய பதிலுக்குக் காத்திருக்கிறேன்.

அவன் பின்புற-பார்வைக்கான கண்ணாடியின் மீது ஓரப்பார்வை வீசுகிறான், பிறகு மறுபடியும் முன்புறம் நேராகப் பார்க்கிறான். "இதைப் பற்றி நான் யாரிடமும் எப்போதும் பேசியதில்லை," அவன் சொல்கிறான். "எனது சகோதரனிடம் கூட. சகோதரன், சகோதரி – நீ அவனை என்ன சொன்னாலும் சரி. என்னளவில் சகோதரன் என்றே சொல்வேன். அந்த வீரர்களைப் பற்றி அவனுக்கு ஒன்றும் தெரியாது."

நான் தலையசைக்கிறேன், எதுவும் சொல்லாமல்.

"மேலும் அதைப் பற்றி இனியும் யாரிடமும் சொல்வேன் என்று எனக்குத் தோன்றவில்லை. உன்னிடம் கூட. மேலும் நீயும் கூட யாரிடமும் இதைப் பற்றிப் பேசுவாயென்று நான் நினைக்கவில்லை. என்னிடம் கூட. என்ன சொல்ல வருகிறேன் என்று உனக்குப் புரிகிறதா?"

"அப்படித்தான் நினைக்கிறேன்," நான் அவனிடம் சொல்கிறேன்.

"என்ன நினைக்கிறாய்?"

"அது வார்த்தைகளால் விளக்கிச் சொல்லும் சங்கதியல்ல. இதற்குரிய நிஜமான பதிலென்பது வார்த்தைகளால் விவரிக்க முடியாத ஒன்றாகவே இருக்கும்."

"சரியான புரிதல்," சடா பதிலுரைக்கிறான். "துல்லியமாக. வார்த்தைகளால் உன்னால் விளக்கிச் சொல்ல முடியாதபோது நீ அதற்கு முயற்சி செய்யாமல் இருப்பதே நல்லது."

"தன்னளவில் கூட?" நான் கேட்கிறேன்.

"ஆம், தன்னளவில் கூட," சடா சொல்கிறான். "அதை நீ விவரிக்க முயற்சி செய்யாமல் இருப்பதே நல்லது, தன்னளவில் கூட."

அவன் என்னிடம் குளிர்ச்சியான மிண்ட் மிட்டாய்க்குச்சியை நீட்டுகிறான். நான் அதில் ஒன்றையெடுத்து சவைக்கத் தொடங்குகிறேன்.

"எப்போதாவது நீ அலைச்சறுக்கு விளையாட்டை முயன்றிருக்கிறாயா?" அவன் கேட்கிறான்.

"இல்லை."

"உனக்கு வாய்ப்பு கிடைக்குமெனில் நான் சொல்லித் தருகிறேன்," அவன் சொல்கிறான். "அதாவது, நீ கற்றுக்கொள்ள விரும்புவாயெனில். கோச்சியின் கடற்கரையில் அலைகள் சற்று அடங்கியே இருக்கும், மேலும் அங்கு அலைச்சறுக்கு ஆடுபவர்களும் நிறைய கிடையாது. பார்வைக்கு மேலோட்டமாகத் தெரிந்தாலும், அலைச்சறுக்காட்டம் இன்னும் ஆழமான விளையாட்டு வகையைச் சேர்ந்தது. அலைச்சறுக்கு ஆடக் கற்றுக்கொள்ளும் நேரத்தில் இயற்கையின் ஆற்றலை எதிர்க்காமலிருக்கவும் நாம் கற்றுக் கொள்கிறோம், அது கொடூரமானதாக மாறும்போது கூட."

தனது டி-ஷர்ட்டின் ஜேப்பியிலிருந்து அவன் ஒரு சிகரெட்டை எடுக்கிறான், வாயில் அதைப் பொருத்திக்கொண்டு முகப்புப்பெட்டியின் தீக்கொளுவியால் பற்ற வைக்கிறான். "வார்த்தைகளால் விளக்கவியலாத மற்றொரு சங்கதி அது. வெறுமனே ஆமாம் அல்லது இல்லை என்று பதிலளிக்க முடியாத சங்கதிகளுள் ஒன்று." அவன் தனது கண்களைக் குறுக்கி ஜன்னலின் வழியே புகையை வெளியே ஊதுகிறான். "ஹவாயியில்," அவன் தொடர்கிறான், "அவர்கள் டாய்லட் பௌல் (Toilet Bowl) என்றழைக்கும் ஓர் இடம் உண்டு. அங்கு மாபெரும் நீர்ச்சுழல்கள் உண்டாகும், ஏனெனில் அங்குதான் உள்வரும் அலைகளும் வெளியே போகும் அலைகளும் சந்தித்துத் தங்களுக்குள் மோதிக் கொள்ளும். கழிவறைக்குள் நீங்கள் நீரைத் திறந்து விடுவதைப் போல சுற்றிச் சுற்றி

வரும். அதற்குள் அடித்துச் செல்லப்பட்டால், நீரினடியில் இழுபட்டு பிறகு மீண்டும் வெளியேறி மிதக்க உனக்கு ரொம்பச் சிரமமாயிருக்கும். அலைகளைப் பொறுத்து மீண்டும் நீ மேற்புறத்துக்கு வர முடியாமல் கூடப் போகலாம். ஆக நீ அங்கிருப்பாய், நீரினடியில், அலைகள் விசையோடு உன் மீது மோத, உன்னால் ஏதும் செய்ய முடியாது. கையைக் காலை உதறுவதும் உனக்கு எவ்விதத்திலும் உதவப் போவதில்லை. உனது ஆற்றலை அது உறிஞ்ச மட்டுமே செய்யும். வாழ்வில் ஒருபோதும் நீ இத்தனை பயந்திருக்க மாட்டாய். ஆனால் அந்த பயத்தைத் தாண்டாத மட்டும் ஒருபோதும் உன்னால் நிஜமான அலைச்சறுக்கு ஆட்டக்காரனாக மாற முடியாது. மரணத்தை நீ எதிர்கொள்ள வேண்டும், உண்மையாகவே அதைப் பற்றி அறிந்து கொண்ட பிறகு, அதைத் தோற்கடிக்க வேண்டும். அந்த நீர்ச்சுழலுக்குள் கிடக்கும்போது அத்தனை வகையான சங்கதிகளையும் நீ யோசிக்கத் தொடங்குவாய். ஏதோ மரணத்தோடு நீ நட்பாயிருப்பதைப் போல, அதனோடு மனம் விட்டுப் பேசுவதைப் போலவும்.”

வாயிற்கதவில் அவன் பாரஊர்தியை விட்டுக் கீழிறங்கி மறுபடியும் அதைப் பூட்டுகிறான், பிறகு சங்கிலியை அது தாங்குமா என்பதைப் பரிசோதிக்க இரு முறை ஆட்டிப் பார்க்கிறான்.

இதன் பிறகு நாங்கள் நிறைய பேசவில்லை. வண்டியை ஓட்டும்போது அவன் பண்பலையை இயங்கச் செய்கிறான், ஆனால் உண்மையில் அவன் அதைக் கவனிக்கவில்லை என்பதை நான் உறுதியாகச் சொல்வேன். வானொலியை இயக்குவது ஓர் அடையாளச் செயற்குறிப்பு மட்டுமே. குகைப்பாதைக்குள் நுழையும் நேரங்களில் நாங்கள் கேட்பதெல்லாம் வெறும் நிலையமைதிதான், அதைப் பற்றி அவன் கவலைப்படவில்லை. குளிர்சாதன வசதி உடைந்திருப்பதால், நெடுஞ்சாலைக்குள் நுழைந்தவுடன் நாங்கள் ஜன்னல்களைத் திறந்து வைக்கிறோம்.

“எப்படி அலைச்சறுக்காடுவது என்பதைக் கற்றுக் கொள்ள வேண்டுமென்று நீ எப்போதாவது உணர்ந்தாயெனில், என்னை வந்து பார்,” உள்நாட்டுக் கடல் பார்வைக்குத் தட்டுப்படும்

சமயத்தில் சடா சொல்கிறான். "என்னிடம் ஒரு அறை அதிகமாகவுண்டு, நீ விரும்பும் வரைக்கும் அங்கு தங்கிக் கொள்ளலாம்."

"நன்றி," என்கிறேன். "உனது அழைப்பை நிச்சயம் நான் ஏற்றுக் கொள்வேன். என்றாலும், எப்போது என்று எனக்குத் தெரியாது."

"உனக்கு வேலைகள் அதிகமோ?"

"நான் செய்து முடிக்க வேண்டிய ஒன்றிரண்டு வேலைகள் உள்ளன."

"எனக்கும்தான்," சடா சொல்கிறான்.

நீண்ட நேரம் நாங்கள் எதையும் சொல்லவில்லை. தன்னுடைய சிக்கல்களைப் பற்றி அவன் சிந்திக்கிறான், நான் என்னுடையதைப் பற்றி. தனது பார்வையை அவன் சாலையிலும் இடது கரத்தைத் திருப்புச்சக்கரத்தின் மேற்பகுதியிலும் வைத்திருக்கிறான், சீரிய இடைவெளிகளில் சிகரெட்டுகளைப் புகைக்கிறான். ஓஷிமாவைப் போலல்லாமல், அவன் வண்டியை வேகமாக ஓட்டுவதில்லை. திறந்திருக்கும் ஜன்னலின் மீது அவனுடைய முழங்கை வீற்றிருக்க, அவன் சாவகாசமான வேகத்தில் ஓட்டுகிறான். மற்ற மகிழுந்துகளை அவன் கடந்து போகும் ஒரே சமயமென்பது அவை மிகவும் மெதுவாகப் போகும்போது மட்டும்தான். அப்போது அவன் விருப்பமேயின்றி வேகத்தை அதிகரிக்கிறான், அவற்றைச் சுற்றி வந்து, பிறகு மறுபடியும் தனது தடத்துக்குள் நழுவுகிறான்.

"நீ வெகு நீண்ட காலமாக அலைச்சறுக்கு ஆடுகிறாயா?" நான் அவனைக் கேட்கிறேன்.

"ஹ்ம்ம்ம்," அவன் சொல்கிறான், பிறகு அங்கே அமைதி நிலவுகிறது. இறுதியில், ஏறத்தாழ அந்தக் கேள்வியை நான் மறந்த நிலையில், அவன் பதிலளிக்கிறான்.

"உயர்நிலைப் பள்ளியில் இருந்து அலைச்சறுக்காடி வருகிறேன். அப்போது அது வெறும் வேடிக்கைக்காக மட்டும். ஆறு வருடங்களுக்கு முன்பு வரை நான் அப்படியொன்றும் அதில் தீவிரமாக ஈடுபடவில்லை. டோக்கியோவிலிருந்த பெரிய

விளம்பர நிறுவனமொன்றில் பணிபுரிந்தேன். என்னால் அதைத் தாங்கிக் கொள்ள முடியாத சூழலில் அங்கிருந்து வெளியேறினேன், எனது பெற்றோரிடம் சிறிது பணத்தைக் கடன் வாங்கி அலைச்சறுக்கு விளையாட்டுகளுக்கானக் கடையைத் திறந்தேன். அதை தனியாகத்தான் நடத்தி வருகிறேன், ஆகவே நான் விரும்பும் எதையும் செய்து கொள்ளலாம்.”

“ஷிகோகுவுக்குத் திரும்பி வர நீ விரும்பினாயா?”

“அதுவும் அதன் ஒரு பகுதிதான்,” அவன் சொல்கிறான். “எனக்குத் தெரியாது, அருகாமையில் கடலும் மலைகளும் இல்லையென்றால் நான் நல்ல விதமாக உணர்வதில்லை. மனிதர்கள் அனேகமும் தாங்கள் பிறந்து வளரும் இடத்தின் விளைபொருட்களாகவே இருப்பார்கள். எவ்வாறு நீ யோசிக்கிறாய், எவ்வாறு உணர்கிறாயென்பதெல்லாம் எப்போதும் உனது நிலத்தின் ஜீவனோடு இணைந்திருக்கும், அதன் தட்பவெப்பத்தோடும். அங்கு வழக்கமாக வீசும் காற்றோடு கூட. நீ எங்கு பிறந்தாய்?”

“டோக்கியோ. நோகடாவில், அதன் நகானோ பிரிவில்.”

“நீ அங்கு திரும்பிப் போக விரும்புகிறாயா?”

நான் தலையை ஆட்டுகிறேன். “இல்லை.”

“ஏன் இல்லை?”

“நான் திரும்பிப் போக எந்தக் காரணமுமில்லை.”

“சரி,” அவன் சொல்கிறான்.

“நிலத்தின் ஜீவன், அங்கு வழக்கமாக வீசும் காற்று மற்றும் அதுபோன்ற சங்கதிகளோடு எல்லாம் எனக்குப் பெரிதாக எந்தத் தொடர்புமில்லை,” நான் சொல்கிறேன்.

“ஓவ்?” அவன் சொல்கிறான்.

நாங்கள் மீண்டும் மௌனமாகிறோம். மௌனம் ஒரு துளி கூட அவனைத் தொந்தரவு செய்வதாகத் தெரியவில்லை. அல்லது என்னையும் கூட. நான் அங்கு வெறுமனே அமர்ந்திருக்கிறேன்,

எனது மூளைக்குள் வெறுமையாக, வானொலியில் ஒலிக்கும் இசையைக் கேட்டபடி. அவன் தனக்கு முன்னால் உள்ள சாலையை வெறிக்கிறான். இறுதியில் நாங்கள் நெடுஞ்சாலையை விட்டு வெளியேறுகிறோம், வடக்கு திசையில் திரும்பி டகமாட்சு நகர எல்லைகளுக்குள் வண்டியை ஓட்டிப் போகிறோம்.

கொமூரா நூலகத்தை நாங்கள் வந்தடையும்போது மதியம் ஒரு மணிக்குச் சற்று முந்தைய நேரமாகவுள்ளது. சடா என்னை முன்புறம் இறக்கி விடுகிறான், ஆனால் தன்னளவில் அவன் கீழே இறங்கவில்லை. எஞ்சின் இன்னும் இயங்கிக் கொண்டிருக்கிறது, ஆக அவன் உடனடியாகக் கோச்சிக்குத் திரும்புகிறான்.

"நன்றி," நான் சொல்கிறேன்.

"கூடிய விரைவில் நாம் ஒருவரையொருவர் சந்திப்போமென்று நம்புகிறேன்," அவன் சொல்கிறான். தனது கையை ஜன்னலுக்கு வெளியே நீட்டி, சுருக்கமாகக் கையசைக்கிறான், பிறகு தனது அடர்த்தியான சக்கரங்களில் வீறிட்டு வெளியேறுகிறான். சிற்சில பெரிய அலைகளோடு உரையாடத் திரும்பிப் போகிறான், அவனது சொந்த உலகத்துக்கு, அவனது சொந்தச் சிக்கல்களுக்கு.

நான் எனது முதுகுப்பையை மாட்டிக் கொண்டு நுழைவாயிலைக் கடந்து செல்கிறேன். பூங்காவில் அப்போதுதான் வெட்டப்பட்ட புல்வெளியின் புதிய மணத்தை முகர்கிறேன். ஏதோ அங்கிருந்து பல மாதங்கள் நான் விலகியிருந்ததாக உணர்கிறேன், ஆனால் வெறும் நான்கு நாட்கள்தான் ஆகியிருக்கின்றன.

ஒஷிமா முகப்பில் அமர்ந்திருக்கிறான், கழுத்துப்பட்டையை அணிந்தபடி, இதற்கு முன்னால் ஒருபோதும் அவனை நான் அப்படிப் பார்த்ததில்லை. வெண்ணிறத்தில் கீழ்-வரை நீளும் பொத்தான்களோடு கூடிய சட்டை, உடன் கடுகின் மஞ்சளும் பச்சையும் கலந்த வரிகளோடிருக்கும் கழுத்துப்பட்டை. கைப்பகுதியை அவன் முழங்கை வரை ஏற்றி விட்டிருப்பதோடு மேலங்கி எதுவும் அணியவில்லை. அவனுக்கு முன்னால், நாம் எதிர்பார்க்கக்கூடியதைப் போல, ஒரு காப்பி கோப்பையும் நன்கு கூர்தீட்டிய இரண்டு பென்சில்களும் உள்ளன.

காஃப்கா – கடற்கரையில் | 867

“ஹேய்,” அவன் என்னை வாழ்த்துகிறான், தனது வழக்கமான புன்னகையைச் சேர்த்துக் கொண்டு.

“ஹாய்,” நான் திரும்பச் சொல்கிறேன்.

“என் சகோதரனோடு நீ பயணம் செய்து வந்ததாக யூகிக்கிறேன்?”

“உண்மைதான்.”

“அவன் நிறையப் பேசியிருக்க மாட்டான், பந்தயம் கட்டுகிறேன்,” ஒஷிமா சொல்கிறான்.

“உண்மையில், நாங்கள் கொஞ்சம் பேசினோம்.”

“நீ அதிர்ஷ்டக்காரன். அவன் யாரோடிருக்கிறான் என்பதைப் பொருத்து, சில சமயங்களில் அவன் ஒரு வார்த்தை கூடப் பேச மாட்டான்.”

“இங்கு ஏதும் நிகழ்ந்ததா என்ன?” நான் கேட்கிறேன். “ஏதோ அவசரமென்று அவன் என்னிடம் சொன்னான்.”

ஒஷிமா தலையசைக்கிறான். “நீ தெரிந்து கொள்ள வேண்டிய சங்கதிகள் ஒன்றிரண்டு உள்ளன. முதலாவதாக, மிஸ் செய்கி இறந்து விட்டாள். அவளுக்கு மாரடைப்பு. மாடியில் அவளுடைய மேசையில் மயக்கமுற்று குப்புற விழுந்து கிடந்தவளை நான் கண்டுபிடித்தேன், செவ்வாய்க்கிழமை மதியத்தின்போது. எல்லாம் சட்டென்று நடந்து விட்டது, அவள் கஷ்டப்பட்டதாகத் தெரியவில்லை.”

எனது முதுகுப்பையைத் தரையில் வைத்து விட்டு ஒரு நாற்காலியில் தொப்பென்று அமர்கிறேன். “செவ்வாய்க்கிழமை மதியம்?” நான் கேட்கிறேன். “இன்று வெள்ளிக்கிழமை, இல்லையா?”

“ஆமாம், உண்மைதான். வழக்கமான செவ்வாய்க்கிழமை சுற்றுலாவுக்குப் பிறகு அவள் இறந்தாள். அனேகமாக நான் சீக்கிரமே உன்னைத் தொடர்பு கொண்டிருக்க வேண்டும், ஆனால் குழப்பமில்லாமல் சிந்திக்க என்னால் முடியவில்லை.”

நாற்காலியில் மூழ்கியவனாக, என்னால் நகர முடியவில்லை என்பதைக் கண்டுபிடிக்கிறேன். நீண்ட நேரம் நாங்களிருவரும் அங்கு அமைதியாக அமர்ந்திருக்கிறோம். முதல் மாடிக்குக் கூட்டிப் போகும் படிகளை என்னால் பார்க்க முடிகிறது, நன்கு-மெருகூட்டிய கறுப்புநிறக் கைப்பிடிக் கம்பியையும், தளத்திலுள்ள கறைபடிந்த கண்ணாடியையும். அந்தப் படிகள் எப்போதும் என்னளவில் தனிப்பட்ட முக்கியத்துவத்தைக் கொண்டிருந்தன, ஏனென்றால் அவை என்னை அவளிடம் அழைத்துச் சென்றன, மிஸ் செய்கியிடம். ஆனால் இப்போது அவை யாதொரு அர்த்தமுமில்லாத வெற்றுப் படிக்கட்டுகள், இனிமேலும் அவள் அங்கில்லை.

"நான் முன்பு சொன்னது போல, இது ஏற்கனவே முன்தீர்மானிக்கப்பட்டதாக நினைக்கிறேன்," ஒஷிமா சொல்கிறான். "எனக்கு அது தெரியும், அவளுக்கும் கூட. என்றாலும் அது நிகழும்போது, சந்தேகத்துக்கிடமின்றி, அதை அப்படியே ஏற்றுக் கொள்வது கடினம்தான்."

அவன் நிறுத்தும்போது, நான் ஏதாவது சொல்ல வேண்டுமென்பதைப் போல உணர்கிறேன், ஆனால் வார்த்தைகள் வரவில்லை.

"அவளுடைய விருப்பத்தின் பேரில், ஈமச்சடங்கு எதுவும் நடைபெறவில்லை," ஒஷிமா தொடர்கிறான். "அவள் அமைதியான முறையில் எரியூட்டப்பட்டாள். மாடியில் அவளுடைய மேசையின் இழுப்பறையில் ஒரு உயிலை விட்டுச் சென்றிருந்தாள். தனது மொத்த உடைமைகளையும் அவள் இந்த நூலகத்தை நடத்தும் அமைப்புக்குத் தந்திருக்கிறாள். தனது மாண்ட் பிளாங்க் பேனாவை ஒரு ஞாபகக் குறிப்பொருளாக எனக்கு விட்டுப் போயிருக்கிறாள். உடன் உனக்காக ஒரு ஓவியத்தையும். கடற்கரையில் ஒரு பையன் நிற்கக்கூடியதை. அதை நீ எடுத்துக் கொள்வாய், அப்படித்தானே?"

நான் தலையசைக்கிறேன்.

"அனைத்தும் அதோ அங்கு கட்டி வைக்கப்பட்டுள்ளது, எடுத்துப் போகத் தயாராக."

"நன்றி," நான் சொல்கிறான், இறுதியில், பேச முடிந்தவனாக.

"என்னிடம் ஏதாவது சொல், காஃப்கா டமூரா," ஓஷிமா சொல்கிறான். அவன் ஒரு பென்சிலைக் கையிலெடுத்துக் கொண்டு அதற்குத் தனது வழக்கமான சுழற்றியக்கத்தை வழங்குகிறான். "உன்னிடம் நானொரு கேள்வி கேட்டால் வருத்தப்பட மாட்டாயே?"

நான் தலையசைக்கிறேன்.

"அவள் மரித்ததை நான் உனக்குச் சொல்ல வேண்டியதில்லை, அப்படித்தானே? உனக்கு அது ஏற்கனவே தெரியும்."

மீண்டும் நான் தலையசைக்கிறேன். "எனக்குத் தெரியுமென்றே நினைக்கிறேன்."

"நான் அவ்வாறுதான் நினைத்தேன்," ஓஷிமா சொல்கிறான், பிறகு ஆழமாக ஒரு முறை மூச்சிழுக்கிறான். "உனக்குச் சிறிது தண்ணீர் அல்லது வேறேதும் வேண்டுமா? உண்மையைச் சொல்வதென்றால், நீ ஏறத்தாழ ஒரு பாலைவனம் போல வறண்டு போனவனாகத் தெரிகிறாய்."

"நன்றி, எனக்கு அது தேவைப்படும்," எனக்குச் சற்று தாகமாகத்தான் உள்ளது, ஆனால் அவன் குறிப்பிடும் வரை நானதை உணர்ந்திருக்கவில்லை.

அவன் என்னிடம் கொண்டு வந்து தரும் குளிர்ந்த நீரை நான் ஒரே மடக்கில் விழுங்குகிறேன், எனது தலை வலிக்கத் தொடங்குமளவுக்கு மிகவும் வேகமாக. காலியான கண்ணாடிக் கோப்பையை மீண்டும் மேசையில் வைக்கிறேன்.

"இன்னும்?"

நான் தலையை ஆட்டுகிறேன்.

"இப்போது உன்னுடைய திட்டங்கள் என்ன?" ஓஷிமா கேட்கிறான்.

"மீண்டும் டோக்கியோவுக்குத் திரும்பப் போகிறேன்." நான் சொல்கிறேன்.

“அங்கு போய் நீ என்ன செய்யப் போகிறாய்?”

“முதலில், காவலர்களிடம் போகவிருக்கிறேன், பிறகு எனக்குத் தெரிந்ததை அவர்களிடம் சொல்வேன். நான் இதைச் செய்யவில்லை என்றால், எனது மீத வாழ்நாள் முழுக்க அவர்கள் என்னைத் துரத்திக் கொண்டே இருப்பார்கள். அதன் பிறகு அனேகமாக நான் மீண்டும் பள்ளிக்குச் செல்வேன். அதை விரும்புகிறேன் என்று அர்த்தமில்லை, ஆனால் குறைந்தபட்சம் எனது இளநிலைக்கல்வியை நான் முடிக்க வேண்டும். வெறுமனே ஒரு சில மாதங்களுக்கு அதைச் சகித்துக் கொண்டு பட்டம் பெற்றேனென்றால், பிறகு நான் விரும்பும் எதையும் செய்ய முடியும்.”

“நியாயமான விசயம்,” ஒஷிமா சொல்கிறான், பிறகு கண்களைக் குறுக்கி அவன் என்னைப் பார்க்கிறான். “இருப்பதில் அதுதான் ஆகச்சிறந்த திட்டமாகத் தெரிகிறது.”

“அதுதான் சரியான பாதையென்பதாக நானும் திரும்பத் திரும்ப யோசித்துக் கொண்டிருக்கிறேன்.”

“நீ ஓட முடியும் ஆனால் ஒளிய முடியாது?”

“ஆம், அப்படித்தான் யூகிக்கிறேன்,” நான் சொல்கிறேன்.

“நீ வளர்ந்து விட்டாய்.”

நான் தலையை ஆட்டுகிறேன். என்னால் எந்த விசயத்தையும் சொல்ல முடியவில்லை.

அழிப்பான் உள்ள பென்சிலின் முனையால் ஒஷிமா இருமுறை தனது நெற்றியில் மெதுவாகத் தட்டுகிறான். தொலைபேசி ஒலிக்கிறது, ஆனால் அவன் அதை அசட்டை செய்கிறான்.

“நாமனைவரும் நமக்கு விலைமதிப்பில்லாததாக இருக்கும் எதையோ இழக்கவே செய்கிறோம்,” தொலைபேசி ஒலிப்பதை நிறுத்திய பிறகு அவன் சொல்கிறான். “தொலைந்து போன வாய்ப்புகள், தொலைந்து போன சாத்தியங்கள், ஒருபோதும் நாம் மீளப் பெற முடியாத உணர்வுகள். உயிரோடு பிழைத்துக் கிடப்பதில் அதுவும் ஒரு பகுதி. ஆனால் நமது

தலைகளுக்குள் – குறைந்தபட்சம் அங்குதான் அதை நான் யூகித்து வைத்திருக்கிறேன் – நாம் இந்த நினைவுகளைச் சேமித்து வைக்கக்கூடிய ஒரு அறை இருக்கிறது. இந்த நூலகத்தில் உள்ள அடுக்குகளைப் போன்றதொரு அறை. மேலும் நம்முடைய சொந்த இதயத்தின் செயல்பாடுகளைப் புரிந்து கொள்ள புதிது புதிதாகக் குறிப்பீடு அட்டைகளை நாம் தொடர்ந்து உருவாக்க வேண்டும். அவ்வப்போது நாம் விசயங்களைத் தூசுதட்டி, புதிய காற்றை உள்நுழைய அனுமதித்து, பூச்சாடிகளில் உள்ள நீரை மாற்றியாக வேண்டும். வேறு வார்த்தைகளில் சொன்னால், உனக்குச் சொந்தமான தனிப்பட்ட நூலகத்தில் நீ நிரந்தரமாக உயிர்த்திருப்பாய்."

நான் அவனது கையிலுள்ள பென்சிலை வெறிக்கிறேன். அதைத் தொடர்ந்து பார்ப்பது எனக்கு வலியுண்டாக்குகிறது, ஆனால் உலகின் மிகக் கடினமான 15-வயது-நிரம்பிய பையனாக நான் இருந்தாக வேண்டும், குறைந்தபட்சம் இன்னும் கொஞ்ச நேரத்துக்கு. அல்லது அப்படி இருப்பதைப் போல நடிக்க வேண்டும். நான் ஆழமாக மூச்சையிழுக்கிறேன், எனது நுரையீரல்களைக் காற்றால் நிரப்பி, அந்த உணர்வுப்பெருக்கை உள்வாங்க எனக்குச் சாத்தியப்படுகிறது. "என்றேனும் ஒரு நாள் நான் இங்கு திரும்பி வருவதில் எந்தச் சிக்கலுமில்லையே?" நான் கேட்கிறேன்.

"சந்தேகமேயில்லை," ஒஷிமா இதைச் சொல்லி விட்டு பென்சிலை முகப்பில் வைக்கிறான். தனது தலைக்குப் பின்னால் கைகளைக் கோர்த்துக் கொண்டு அவன் நேரடியாக என்னைப் பார்க்கிறான். "சிறிது காலம் நான்தான் இந்த நூலகத்தின் பொறுப்பிலிருப்பேன் என்பதாகத் தெரிகிறது. மேலும் எனக்கு ஓர் உதவியாள் தேவைப்படுமென்று நினைக்கிறேன். பள்ளி, காவல்துறை ஆகியவற்றில் இருந்து நீ விடுபட்ட பிறகு, உன்னைத் துரத்தும் எல்லாவற்றில் இருந்தும் – சொல்லப் போனால், நீ அதை விரும்பினால் மட்டும் – இங்கே நீ திரும்பி வருவதை நான் மிகவும் ரசிப்பேன். இந்த நகரமும் நானும் எங்கும் போகப் போவதில்லை, குறைந்தபட்சம் தற்போதைக்கு. மனிதர்களுக்கு, தங்களுக்கு நெருக்கமாக உணரும் ஓர் இடம் வேண்டும்."

“நன்றி,” நான் அவனிடம் சொல்கிறேன்.

“நீ சொல்வதை வரவேற்கிறேன்,” அவன் சொல்கிறான்.

“எவ்வாறு அலைச்சறுக்காடுவது என்பதை எனக்குக் கற்றுத் தருவதாக உன் சகோதரன் சொன்னான்.”

“அபாரம். பெரும்பாலான மனிதர்களோடு அவனுக்கு ஒத்துப் போவதில்லை,” அவன் சொல்கிறான். “அவன் சற்றுக் கடினமான ஆள்தான்.”

நான் தலையசைத்துப் புன்னகைக்கிறேன். உண்மையாகவே இவர்கள் ஒன்றுபோலத்தான் இருக்கிறார்கள், இவ்விரு சகோதரர்களும்.

“காஃப்கா,” ஒஷிமா சொல்கிறான், எனது கண்களுக்குள் ஆழமாகப் பார்த்து. “நான் சொல்வது தவறாகவும் இருக்கலாம், ஆனால் நீ புன்னகைப்பதை நான் பார்ப்பது இதுதான் முதல் முறை.”

“நீ சொல்வது சரியாகவும் இருக்கலாம்,” நான் சொல்கிறேன். வெகு நிச்சயமாக நான் புன்னகைத்துக் கொண்டிருக்கிறேன். உடன் நாணமுறவும் செய்கிறேன்.

“எப்போது நீ டோக்கியோவுக்குத் திரும்பிப் போகிறாய்?”

“உடனடியாக, என்றே நினைக்கிறேன்.”

“மாலை வரை உன்னால் காத்திருக்க முடியாதா? நாம் மூடிய பிறகு என்னால் உன்னை நிலையத்துக்கு அழைத்துச் செல்ல முடியும்.”

நான் இதை யோசிக்கிறேன், பிறகு எனது தலையை ஆட்டுகிறேன். “நன்றி. ஆனால் நான் உடனடியாகக் கிளம்புவதுதான் சரியென்று நினைக்கிறேன்.”

ஒஷிமா தலையசைக்கிறான். பின்புறமிருக்கும் ஒரு அறைக்குச் சென்று அழகாகச் சுற்றப்பட்டிருக்கும் ஓவியத்தை வெளியே எடுத்து வருகிறான். அத்தோடு “காஃப்கா – கடற்கரையில்” இசைத்தட்டின் ஒற்றைப் பிரதியையும் அவன் ஒரு பையில்

போட்டு என்னிடம் தருகிறான். "என்னிடமிருந்து ஒரு சிறிய பரிசு."

"நன்றி," நான் சொல்கிறேன். "நான் மேலே சென்று இன்னும் ஒரேயொரு முறை மிஸ் செய்கியின் அறையைப் பார்த்தால் எந்தப் பிரச்சினையும் இல்லையே?"

"போய் வா."

"நீயும் என்னோடு வருகிறாயா?"

"நிச்சயமாக."

நாங்கள் அவளுடைய அறைக்குப் போகிறோம். நான் அவளது மேசைக்கு முன் நிற்கிறேன், அதன் மேற்புறத்தை மெல்லத் தொட்டு, அது கிரகித்துக் கொண்ட சங்கதிகள் அனைத்தையும் யோசிக்கிறேன். மேசையின் மீது கீழ்நோக்கிச் சாய்ந்திருக்கும் அவளின் முகத்தைக் கற்பனை செய்கிறேன். எப்போதும் அவள் எப்படி அங்கு அமர்வாளென்பதை, சாளரம் தனக்குப் பின்னாலிருக்க, மும்முரமாக அவள் எழுதித் தள்ளுவதையும். எவ்வாறு நான் அவளுக்குக் காபி கொண்டு வருவேனென்பதை, கதவைத் திறந்து நான் உள்நுழையும்போது எவ்வாறு என்னை நிமிர்ந்து பார்ப்பாளென்பதை. எப்படி அவள் எப்போதும் என்னைப் பார்த்துப் புன்னகைப்பாள் என்பதையும்.

"இங்கே அமர்ந்து அவள் எதை எழுதிக் கொண்டிருந்தாள்?" நான் கேட்கிறேன்.

"எனக்குத் தெரியாது," ஒஷிமா பதிலளிக்கிறான். "உறுதியாக என்னால் சொல்ல முடிந்த ஒரு விசயம் என்னவென்றால் இந்த உலகை நீங்கும்போது அவள் எண்ணற்ற ரகசியங்களையும் தன்னோடு எடுத்துச் சென்றிருக்கிறாள்."

எண்ணற்ற கருத்துருவாக்கங்களையும் கூட, எனக்குள் நான் சொல்கிறேன்.

சாளரம் திறந்திருக்க, வெண்ணிற வாரிழைகளைக் கொண்ட இடுதிரைகளை ஜூன் மாதத் தென்றல் மென்மையாக சலசலக்கச் செய்கிறது. காற்றில் கடலின் மெல்லிய மணம்.

கடற்கரையில் எனது கைகளால் மணலைத் தொட்டுணர்ந்ததை நான் நினைவுகூருகிறேன். மேசையை விட்டு விலகி ஒஷிமாவை நோக்கி நடந்து அவனை இறுக அணைத்துக் கொள்கிறேன். அவனது ஒல்லியான உடம்பு அனைத்து வகையிலும் பழைய நினைவுகளை மீட்டெடுக்கிறது.

அவன் எனது கேசத்தை மென்மையாகத் தடவுகிறான். "இந்த உலகமே ஒரு குறியீடுதான், காஃப்கா டமூரா," அவன் எனது காதுகளுக்குள் சொல்கிறான். "ஆனால் உன்னையும் என்னையும் பொருத்தமட்டில் இந்த நூலகம் மட்டும் ஒரு குறியீடு கிடையாது. எப்போதும் இதுவொரு நூலகமாக மட்டுமேயிருக்கும். அதை நாம் புரிந்து கொள்வதை உறுதி செய்ய விரும்புகிறேன்."

"நிச்சயமாக," நான் சொல்கிறேன்.

"இதுவொரு தனித்தன்மையுடன் கூடிய, விசேடமான நூலகம். மேலும் வேறு எதனாலும் இதன் இடத்தை அபகரித்துக் கொள்ள முடியாது."

நான் தலையசைக்கிறேன்.

"சென்று வா, காஃப்கா," ஒஷிமா சொல்கிறான்.

"விடைபெறுகிறேன், ஒஷிமா," நான் சொல்கிறேன். "உனக்குத் தெரியுமா, அந்தக் கழுத்துப்பட்டையில் நீ மிகவும் அழகாகத் தெரிகிறாய்."

அவன் என்னை மெல்ல விடுவிக்கிறான், எனது முகத்தை நிமிர்ந்து பார்த்துப் புன்னகைக்கிறான். "நீ அதைச் சொல்வாயென்று நான் காத்திருந்தேன்."

எனது முதுகுப்பையைத் தோளில் போட்டுக் கொண்டு, நான் உள்ளூர் நிலையத்துக்கு நடந்து வந்து மீண்டும் டகமாட்சு நிலையத்துக்குப் போகும் தொடருந்தைப் பிடிக்கிறேன். முகப்பில் டோக்கியோவுக்கு பயணச்சீட்டு வாங்கிக் கொள்கிறேன். மாலையில் மிகவும் தாமதமாகத்தான் தொடருந்து டோக்கியோவுக்குள் நுழைந்திடும், ஆகவே நான் செய்ய

வேண்டிய முதல் காரியம் இரவில் தங்குவதற்கு ஓர் இடத்தைக் கண்டுபிடிப்பதே, பிறகு அடுத்த நாள் நோகாடாவிலுள்ள எனது வீட்டுக்குப் போக வேண்டும். அந்தப் பெரிய, வெறுமையான வீட்டில் நான் தன்னந்தனியாக இருப்பேன். நான் வீட்டுக்குத் திரும்பி வருவதை எதிர்பார்த்து யாரும் காத்திருக்கப் போவதில்லை. ஆனால் நான் திரும்பிச் செல்ல எனக்கு வேறெந்த இடமுமில்லை.

நிலையத்தின் பொதுத் தொலைபேசியைப் பயன்படுத்தி நான் சகுராவின் அலைபேசி எண்ணை அழைக்கிறேன். வேலையில் மும்முரமாக இருந்தாலும் அவள் ஒன்றிரண்டு நிமிடங்களை ஒதுக்க முடியுமென்கிறாள். அது போதும், நான் அவளிடம் சொல்கிறேன்.

"இப்போது நான் டோக்கியோவுக்குத் திரும்பிப் போகிறேன்," நான் அவளிடம் சொல்கிறேன். "நான் டகமாட்சு நிலையத்தில் இருக்கிறேன். வெறுமனே இதை உனக்குத் தெரிவிக்க விரும்பினேன்."

"வீட்டிலிருந்து ஓடிப்போகும் உனது சாகசம் முடிந்து விட்டதா?"

"அப்படித்தான் நினைக்கிறேன்."

"எப்படிப் பார்த்தாலும், ஓடிப் போவதற்கு 15 வயதென்பது சற்று சீக்கிரம்தான்," அவள் சொல்கிறாள். "ஆனால் டோக்கியோவில் நீ என்ன செய்யப் போகிறாய்?"

"பள்ளிக்குத் திரும்பப் போகிறேன்."

"அனேகமாக அதுவும் நல்ல யோசனைதான்," அவள் சொல்கிறாள்.

"நீயும் கூட டோக்கியோவுக்குத் திரும்பி வருவாய், அப்படித்தானே?"

"ஆம், அனேகமும் செப்டம்பரில். கோடையில் ஏதாவதொரு இடத்துக்குச் சுற்றுலா போனாலும் போவேன்."

"நான் உன்னை டோக்கியோவில் பார்க்கவியலுமா?"

"ஆம், உறுதியாக," அவள் சொல்கிறாள். "உனது எண்ணைத் தர முடியுமா?"

எனது வீட்டிலுள்ள எண்ணை அவளுக்குத் தருகிறேன், அவள் அதை எழுதிக் கொள்கிறாள்.

"மற்றொரு நாள் எனக்கு உன்னைப் பற்றி ஒரு கனவு வந்தது," அவள் சொல்கிறாள்.

"நானும் கூட உன்னைப் பற்றி ஒரு கனவு கண்டேன்."

"அதிகமும் பாலுணர்வு சார்ந்ததாக இருக்குமே, பந்தயம் கட்டட்டுமா?"

"இருக்கலாம்," நான் ஒத்துக் கொள்கிறேன். "ஆனால் அது வெறும் கனவு மட்டுமே. உன்னுடையது எப்படி?"

"என்னுடையது அதுபோல இருக்கவில்லை. ஒரு புதிர்ப்பாதையைப் போலத் தோற்றமளிக்கும் இந்தப் பெரிய வீட்டுக்குள் நீ இருக்கிறாய், நடந்தபடி, ஏதோவொரு விசேடமான அறையைத் தேடுகிறாய், ஆனால் அதை உன்னால் கண்டுபிடிக்க முடியவில்லை. வீட்டுக்குள் வேறு யாரோ இருந்தார்கள், உன்னைத் தேடிக் கொண்டு. உன்னை எச்சரிக்கும் வகையில் அலற நான் முயற்சி செய்தேன், ஆனால் அது உனக்குக் கேட்கவில்லை. சற்று அச்சுறுத்தும் கனவுதான். கண்விழித்தபோது அந்த அலறல்களின் காரணமாக நான் முழுக்கக் களைத்துப் போயிருந்தேன். அப்போதிருந்து உன்னை எண்ணி நான் கவலையுற்றிருக்கிறேன்."

"உனது அக்கறைக்கு நன்றி," நான் சொல்கிறேன். "ஆனால் அதுவும் கூட கனவுதான்."

"உனக்குக் கெட்டது எதுவும் நடக்கவில்லையே?"

"இல்லை, எந்தக் கெட்டதுமில்லை."

இல்லை, எந்தக் கெட்டதுமில்லை. எனக்கு நானே சொல்லிக் கொள்கிறேன்.

"சென்று வா, காஃப்கா," அவள் சொல்கிறாள். "நான் பணிக்குத் திரும்ப வேண்டும், ஆனால் எப்போதேனும் நீ பேச விரும்பினால், வெறுமனே என்னை அழை, சரியா?"

“போய் வருகிறேன்,” நான் சொல்கிறேன். “அக்கா,” என்பதைச் சேர்த்துக் கொள்கிறேன்.

பாலத்தின் மீது நீர்ப்பகுதியைக் கடந்து நாங்கள் போகிறோம், ஒகாயாமா நிலையத்தில் நான் அதிவேகத் தொடருந்துக்கு மாறிக் கொள்கிறேன். எனது இருக்கைக்குள் ஆழ்ந்து கண்களை மூடுகிறேன். தொடருந்தின் அதிர்வுகளுக்கேற்ப எனதுடல் மெல்ல தன்னைத் தகவமைத்துக் கொள்கிறது. கவனமாகச் சுற்றிக் கட்டப்பட்ட “காஃப்கா – கடற்கரையில்” ஓவியம் எனது கால்களுக்குக் கீழே இருக்கிறது. அங்கு அதை என்னால் உணர முடிகிறது.

“என்னை நீ நினைவில் வைத்திருக்க விரும்புகிறேன்,” மிஸ் செய்கி சொல்கிறாள், தலையை உயர்த்தி நேருக்கு நேர் எனது கண்களுக்குள் பார்த்து. “நீ என்னை நினைவில் வைத்திருப்பாயானால், வேறு யாரும் என்னை மறந்தால் கூட அதைப் பற்றி நான் கவலைப்பட மாட்டேன்.”

ஒரு பழங்கால, தெளிவற்ற கனவு போல காலம் உங்களின் மீது இறங்குகிறது. நீங்கள் நகர்ந்து கொண்டேயிருக்கிறீர்கள், அதனூடாக நழுவிச் செல்ல முயற்சிப்பவர்களாக. ஆனால் உலகின் இறுதி வரைக்கும் நீங்கள் சென்றால் கூட, உங்களால் அதனிடமிருந்துத் தப்பிக்க முடியாது. என்றாலும், நீங்கள் அங்கு போய்த்தானாக வேண்டும் – உலகின் இறுதி முனைக்கு. அங்கு போனால் மட்டுமே நீங்கள் செய்யக்கூடிய ஒரு சங்கதி இருக்கிறது.

நாங்கள் நகோயாவைக் கடந்தவுடன் மழை பொழியத் தொடங்குகிறது. இருண்ட ஜன்னலில் வரிசை கட்டும் நீர்த்துளிகளை நான் உற்றுப் பார்க்கிறேன். டோக்கியோவை விட்டு நான் கிளம்பிய நாளிலும் மழை பெய்து கொண்டிருந்தது. அனைத்து வகையான இடங்களிலும் மழை பொழிவதை நான் உருவகிக்கிறேன் – வனத்தில், கடலில், நெடுஞ்சாலையில், நூலகத்தில். உலகின் இறுதி முனையில் மழை பொழிவதையும்.

நான் கண்களை மூடி ஆசுவாசப்படுத்திக் கொள்கிறேன், இறுகிப்போன எனது தசைகளைத் தளர அனுமதிக்கிறேன். தொடருந்தின் சீரான முனங்கொலியை உற்றுக் கேட்கிறேன். பிற்பாடு, எந்த முன்னறிவிப்புமின்றி, வெதுவெதுப்பான கண்ணீர்த்துளி எனது கண்ணிலிருந்து வடிகிறது, எனது கன்னத்தினூடாக வழிந்து என்னுடைய வாய்க்கு வந்து, சிறிது நேரத்துக்குப் பிறகு, காய்ந்து போகிறது. ஒரு பிரச்சினையும் இல்லை, எனக்கு நானே சொல்லிக் கொள்கிறேன். வெறுமனே ஒரேயொரு கண்ணீர்த்துளி. அது என்னுடையது என்பதாகக் கூடத் தோன்றவில்லை, அனேகமும் வெளியே பொழிந்திடும் மழையின் ஓர் அங்கமென்பதைப் போல.

நான் சரியான விசயத்தைத்தான் செய்தேனா?

"நீ சரியான விசயத்தைத்தான் செய்தாய்," காகம் எனப் பெயரிடப்பட்ட சிறுவன் சொல்கிறான். "உன்னால் இயன்ற ஆகச்சிறந்த விசயத்தைத்தான் நீ செய்தாய். நீ செய்ததைப் போன்ற மிக நல்ல முறையில் வேறு யாராலும் இதைச் செய்திருக்கவும் முடியாது. சொல்லப்போனால், நீயொரு அசலான செய்திக்குறிப்பு: உலகின் மிகக் கடினமான 15-வயது-நிரம்பிய பையன்."

"ஆனால் இன்னும் கூட எனக்கு வாழ்க்கையைப் பற்றி ஒன்றுமே தெரியாது," நான் எதிர்க்கிறேன்.

"ஓவியத்தைப் பார்," அவன் சொல்கிறான். "காற்றை உற்றுக் கவனி."

நான் தலையசைக்கிறேன்.

"உன்னால் அதைச் செய்ய முடியுமென்பது எனக்குத் தெரியும்."

நான் மீண்டும் தலையசைக்கிறேன்.

"நீ சற்று உறங்கினால் நல்லது," காகம் எனப் பெயரிடப்பட்ட சிறுவன் சொல்கிறான். "கண்விழிக்கும்போது, நீ ஒரு புத்தம்புது உலகத்தின் அங்கமாக இருப்பாய்."

இறுதியில் நீ உறங்கிப் போகிறாய். மேலும் நீ கண்விழிக்கும்போது, அது உண்மையாகி விட்டிருக்கிறது.

நீ ஒரு புத்தம்புது உலகத்தின் அங்கமாக இருக்கிறாய்.

❖❖❖